AF889275

डॉ. बाबासाहेब आंबेडकर

एवढी तेवढी प्रतिकूलता कोणाच्याही वाट्याला कधीमधी येते. पण जन्माबरोबरच प्रतिकूलता डोंगरासारखी पुढ्यात हजर असलेल्या माणसाने काय करावे ? डॉ. बाबासाहेब आंबेडकर यांच्या जीवनात प्रतिकूलतेने जे तांडव घातले ते पचवून बाबासाहेब माणूस म्हणून प्रस्थापित झाले, चैतन्याने लक्षलक्ष उजळून निघाले. ती दीप्ती अशी अभिनव होती की तिने बाबासाहेबांच्या कोटीकोटी बांधवांना जागृत करून 'मदायत्तं तु पौरुषम्'चा मंत्र त्यांच्या प्राणात भरला आणि त्यांना माणूस म्हणून जगायला शिकविले. ती अद्भुत कहाणी प्रत्यक्षात कशी घडली याची रोमांचकारी हकीकत या महाचरित्रात संयमशील समरसतेने सांगितलेली आहे. चरित्रनायकाचे प्रसादपूर्ण दर्शन झाल्याचे समाधान चरित्रकार धनंजय कीर यांच्या शब्दांतून मिळते.

लेखकाची इतर पुस्तके

मराठी

महात्मा जोतीराव फुले : आमच्या समाजक्रांतीचे जनक
लोकमान्य टिळक आणि राजर्षी शाहू महाराज : एक मूल्यमापन
स्वातंत्र्यवीर सावरकर (अनुवाद : द. पां. खांबेटे)
विश्वभूषण डॉ. बाबासाहेब आंबेडकर : मानस आणि तत्त्वविचार
महात्मा फुले समग्र वाङ्मय (सहसंपादक)
शेतकऱ्यांचा आसूड (सहसंपादक)
कृष्णराव अर्जुन केळूसकर : आत्मचरित्र व चरित्र (१८६०-१९३४)
लोकहितकर्ते बाबासाहेब बोले (१८६९-१९६१)
श्री नामदेव चरित्र, काव्य आणि कार्य (इतर तीन लेखसंग्रह)
राजर्षी शाहू छत्रपती
डॉ. बाबासाहेब आंबेडकर चित्रमय चरित्र (संपादन)
कृतज्ञ मी कृतार्थ मी (आत्मचरित्र)

इंग्रजी

Veer Savarkar
Dr. Ambedkar : Life and Mission
Lokamanya Tilak : Father of the Indian Freedom Struggle
Mahatma Jotirao Phooley : Father of Indian Social Revolution
Mahatma Gandhi : Political Saint & Unarmed Prophet
Shahu Chhatrapati : A Royal Revolutionary

हिंदी

डॉ. बाबासाहेब आंबेडकर जीवनचरित (अनुवाद : गजानन सुर्वे)

डॉ. भीमराव रामजी आंबेडकर

जन्म : १४ एप्रिल १८९१   मृत्यू : ६ डिसेंबर १९५६

डॉ. बाबासाहेब आंबेडकर

धनंजय कीर

पॉप्युलर प्रकाशन, मुंबई

डॉ. बाबासाहेब आंबेडकर
(म-२०७)
पॉप्युलर प्रकाशन
ISBN 978-81-7185-892-7

DR. BABASAHEB AMBEDKAR
(Marathi : Biography)
Dhananjay Keer

पहिली आवृत्ती : १४ एप्रिल १९६६
चौथी सुधारीत आवृत्ती : ६ डिसेंबर २००६
नववे पुनर्मुद्रण : २०१४/१९३६
पाचवी आवृत्ती (जनआवृत्ती) : १४ एप्रिल २०१६/१९३८
चौथ्या आवृत्तीचे अकरावे पुनर्मुद्रण : २०१८/१९४०
तेरावे पुनर्मुद्रण : २०१९/१९४०
चौदावे पुनर्मुद्रण : २०२०/१९४१
पंधरावे पुनर्मुद्रण : २०२१/१९४२
सोळावे पुनर्मुद्रण : २०२२/१९४३
सतरावे पुनर्मुद्रण : २०२२/१९४४
अठरावे पुनर्मुद्रण : २०२३/१९४४
एकोणिसावे पुनर्मुद्रण : २०२३/१९४५
विसावे पुनर्मुद्रण : २०२४/१९४५
एकविसावे पुनर्मुद्रण : २०२४/१९४६
बाविसावे पुनर्मुद्रण : २०२४/१९४६
तेविसावे पुनर्मुद्रण : २०२५/१९४७
तेविसावे पुनर्मुद्रण : २०२५/१९४७
चौविसावे पुनर्मुद्रण : २०२६/१९४८

मुखपृष्ठ व छायाचित्र मांडणी : सतीश भावसार
मुखपृष्ठ छायाचित्र व मलपृष्ठावरील पत्र :
विजय सुरवाडे यांच्या संग्रहातून

अक्षरजुळणी
संतोष गायकवाड
पिंपळे गुरव, पुणे ४११ ०२७

प्रकाशक
अस्मिता मोहिते
पॉप्युलर प्रकाशन प्रा. लि.
३०१, महालक्ष्मी चेंबर्स
२२, भुलाभाई देसाई रोड
मुंबई ४०० ०२६

मुद्रक
प्रिंटोन ग्राफिक्स
ए - ३०९, भायखळा सर्व्हिस इंडस्ट्रीज
भायखळा (पूर्व), मुंबई - ४०००२७

कै. डॉ. श्रीनिवास दत्तात्रय मुजुमदार
आणि
कै. सौ. शांताबाई श्रीनिवास मुजुमदार
ह्यांच्या स्मृतींस

प्रकाशकाचे निवेदन

'डॉ. बाबासाहेब आंबेडकर' या चरित्र ग्रंथाच्या दुसऱ्या आवृत्तीला लिहिलेल्या प्रस्तावनेत डॉ. धनंजय कीर यांनी म्हटले आहे की सामान्य शिक्षित बुद्धजनांनी हा चरित्रग्रंथ आपला एक अमोल व अमर ठेवाच म्हणून शिरोधार्य मानला आहे. 'आमचे युगायुगीचे अपार दु:ख, अमानुष छळ व दुर्धर समस्या ह्यात मांडलेल्या आहेत म्हणून ते स्फूर्तिदायक महाचरित्र आम्ही पूज्य भावनेने व धार्मिक बुद्धीने वाचतो', अशी अनेकांनी मुक्त कंठाने त्याची महती गायिली आहे. 'इतिहास, कला, सत्यनिष्ठा, अभिरुची, कालक्रम व समतोलपणा यांचे भान राखून अत्यंत समरसतेने लिहिलेला आणि डॉ. बाबासाहेब आंबेडकर यांच्या जडणघडणीवर, व्यक्तिमत्त्वावर, मानसावर व कार्यावर प्रकाश टाकणारा हा चरित्रग्रंथ अप्रतिम असून दलित व बहिष्कृत भारताचे सम्यक दर्शन घडवतो,' असे विचारवंतांना वाटते. या चरित्रग्रंथाची ही वैशिष्ट्ये किती योग्य आहेत हे त्याच्या वारंवार कराव्या लागणाऱ्या पुनर्मुद्रणावरून लक्षात येते.

'Dr. Ambedkar : Life and Mission' हे समग्र चरित्र इंग्रजी भाषेत प्रथमत: इ. स. १९५४ मध्ये प्रसिद्ध झाले. डॉ. कीर यांना चरित्र नायकाला जवळून पाहण्याची संधी लाभली होती. या चरित्रग्रंथातील सर्व तपशील हा डॉ. बाबासाहेब आंबेडकर यांच्या नजरेखालून गेला होता. या चरित्रग्रंथामुळे प्रथमच डॉ. आंबेडकर यांच्या जीवन व कार्याविषयीचे तपशील जगाच्या कानाकोपऱ्यापर्यंत जाऊन पोहोचले. त्यानंतर अनेक विदेशी चिकित्सक लेखक व व्यासंगी इतिहासकार यांनी या चरित्राचा संदर्भग्रंथ म्हणून उपयोग करून ग्रंथ लिहिले. त्या सर्व ग्रंथकर्त्यांनी डॉ. धनंजय कीर यांचे ऋण मान्य केले आहेत.

डॉ. धनंजय कीर यांनी इंग्रजी व मराठी दोन्ही भाषांत चरित्र लेखन केले आहे. डॉ. कीर यांनी स्वतंत्रपणे लिहिलेला 'डॉ. बाबासाहेब आंबेडकर' हा मराठी बृहत् चरित्रग्रंथ प्रथमत: सन १९६६ मध्ये प्रकाशित झाला. त्यानंतर डॉ. कीर यांच्या हयातीत तीन आवृत्त्या व प्रत्येक आवृत्तीची अनेक पुनर्मुद्रणे सिद्ध झाली. डॉ. बाबासाहेब आंबेडकर यांच्या धर्मपरिवर्तनाला आणि परिनिर्वाणाला

या वर्षी पन्नास वर्षे पूर्ण होत आहेत. त्या निमित्ताने ही सातवी आवृत्ती प्रसिद्ध होत आहे. नवीन अक्षरजुळणीसह अभ्यासकांना उपयुक्त अशा नव्या माहितीचा समावेश या आवृत्तीत केला आहे. डॉ. बाबासाहेब आंबेडकर यांच्या लेखनाची सूची, डॉ. आंबेडकरांवर आजपर्यंत प्रकाशित झालेल्या निवडक मराठी, हिंदी आणि गुजराती लेखनाची सूची अभ्यासकांना महत्त्वाची ठरेल. शिवाय या आवृत्तीत समाविष्ट केलेला आंबेडकरांचा संक्षिप्त जीवनपट आणि नव्याने उपलब्ध झालेली काही दुर्मीळ छायाचित्रे आंबेडकरांच्या अनुयायांना मोलाची वाटतील.

धनंजय कीर यांची चरित्र या वाङ्मय प्रकाराविषयी काही निश्चित कल्पना होती. त्या दृष्टीने त्यांनी सनावळी आणि संदर्भग्रंथांचा उल्लेख यांनी आपले निवेदन जड होणार नाही याची काळजी घेतली. परंतु त्यांची चरित्रे ही उत्तम चरित्रग्रंथ म्हणून वाचली गेली, इतकेच नव्हे तर त्यांना संदर्भग्रंथ हे मूल्य प्राप्त झाले. कीरांच्या या चरित्राचा, विशेषत: आंबेडकर चरित्राचा, उल्लेख केल्याशिवाय कोणी पुढे लिहू शकलेला नाही. त्यामुळेच अभ्यासकांना कालसापेक्ष अभ्यास करता यावा यासाठी जीवनपटाची आवश्यकता वाटली. म्हणून या आवृत्तीत आंबेडकरांच्या जीवनपटाचा समावेश केला आहे. हा जीवनपट आणि छायाचित्रे बाबासाहेबांचे एक अभ्यासक श्री. विजय सुरवाडे यांनी उपलब्ध करून दिली आहेत. त्यांनी कीरांच्या पुस्तकांच्या प्रकाशनानंतर उपलब्ध झालेल्या साधनांचा वापरही हा जीवनपट अचूक करण्यासाठी केला आहे. डॉ. आंबेडकरांची ग्रंथसंपदा आणि बाबासाहेबांवर आजवर लिहिलेल्या पुस्तकांची सूची तयार करण्यात श्री. विजय सुरवाडे आणि मुंबई मराठी ग्रंथसंग्रहालयाचे ग्रंथपाल श्री. शशिकांत भगत यांची मोलाची मदत झाली.

डॉ. बाबासाहेब आंबेडकरांप्रमाणेच डॉ. कीर यांनी लिहिलेले 'वीर सावरकर', 'महात्मा जोतीराव फुले', 'लोकमान्य टिळक', 'राजर्षी शाहू छत्रपती', 'महात्मा गांधी' इत्यादी प्रसिद्ध चरित्रग्रंथही अभ्यासपूर्ण आणि मानमान्यता पावलेले आहेत. याशिवाय डॉ. कीर यांचे 'कृतज्ञ मी ! कृतार्थ मी !' हे आत्मचरित्रही प्रसिद्ध झाले आहे. त्यात त्यांनी आपण चरित्रग्रंथांची सामग्री कोणत्या रीतीने जमविली आणि आपले चरित्रनायकांविषयीचे दृष्टिकोन कसे होते यांविषयी महत्त्वाचे विवेचन केले आहे.

दि. २ ऑक्टोबर २००६ **रामदास भटकळ**

पहिल्या आवृत्तीची प्रस्तावना

मी लिहिलेली इंग्रजी चरित्रे मराठी वाचकांसाठी उपलब्ध करून द्यावी अशी इच्छा माझ्या स्नेह्यांनी आणि चाहत्यांनी वेळोवेळी व्यक्त केली. तशीच इच्छा प्रकटपणे व्यक्त करताना भारताचे संरक्षणमंत्री मानवंत यशवंतराव चव्हाण एकदा म्हणाले होते की, 'स्वच्छ विचाराने, वैचारिक प्रामाणिकपणाने नि न्यायाधीशाच्या भूमिकेतून कीरांनी इतिहास घडविणाऱ्या थोर पुरुषांची चरित्रे इंग्रजीत लिहिली आहेत. तशी त्यांनी मराठीतही लिहावीत.' डॉ. बाबासाहेब आंबेडकरांच्या अनेक अनुयायांनीही बाबासाहेबांचे चरित्र मराठीत लिहिण्यासाठी मला आग्रह केला. त्या सर्वांची इच्छा बाबासाहेबांच्या अमृतमहोत्सवाच्या मंगल दिनी फलद्रूप होत आहे याविषयी मला परम संतोष वाटतो.

माझ्या इंग्रजी आंबेडकर चरित्राची सामग्री आणि अलीकडे पत्रे, लेख नि संदर्भरूपाने उपलब्ध झालेली नवीन माहिती ह्यांचा उपयोग करून मी सुगम, साधार नि समग्र मराठी चरित्र जनतेस विनम्रपणे सादर करीत आहे.

चरित्रकाराने चरित्रग्रंथ कोणत्याही भाषेत लिहिला तरी जमविलेल्या साधनसामग्रीतून काय निवडावे, कोणते प्रसंग रेखाटावेत, कोणत्या घटना चित्रणासाठी घ्याव्यात, हे तो आपल्या दृष्टीप्रमाणे निश्चित ठरवितो. चरित्रशास्त्र नि कला यांचे मनन करून मी माझे सर्व चरित्रग्रंथ लिहिल्यामुळे हे उपरोक्त कार्य मी इंग्रजी चरित्राच्या वेळीच केलेले आहे. डॉ. बाबासाहेब आंबेडकरांसारखा महापुरुष नि त्याचे जीवनकार्य या दोहोंशी समरस होऊन आणि जरूर तेथे अलिप्तता राखून ह्या चरित्रग्रंथात त्यांच्या मनाचे व्यापार मी यथामती उकलले आहेत. व्यक्तिविकास नि व्यक्तिदर्शने रेखाटली आहेत. आणि ओघत: त्यांच्या जीवनाचे तत्त्वज्ञान व त्यांची क्रांतिकारक विचारसरणी यांविषयी माहिती दिली आहे. तसेच कालानुक्रम अबाधित राखून जीवनपट एकसंध ठेवला आहे. सत्यनिष्ठेच्या दृष्टीने अचूकता नि रचनेच्या दृष्टीने कलात्मकता साधण्याचा प्रयत्न केला आहे.

चरित्रग्रंथात समरसता तर साधली पाहिजे नि अलिप्तता तर राखली पाहिजे. यास्तव निवडलेल्या साधन-भांडाराच्या आधारे चरित्र कथन करताना

जरूर तेथे विवेचन नि विश्लेषण करून आणि चैतन्य ओतून जिवंत भावनांचे ते एक रसायन बनविले पाहिजे. नाहीतर जसा चरित्रग्रंथात ऐतिहासिकतेच्या भाराखाली चरित्रनायक दडपून जाऊन त्याचे व्यक्तिमत्त्व लोपून जाते, तसाच शुष्क नि निर्विकार वृत्तीमुळे चरित्रग्रंथ काय किंवा इतिहास काय अगदी निस्तेज नि निर्जीव होतो.

चरित्रनायकाचे दैवतीकरण करू नये, दानवीकरणही करू नये. त्याचे करावे मानवीकरण. कारण महापुरुष झाला तरी तो ज्या गुणांमुळे महापुरुष ठरतो ते सद्‌गुण वगळले तर इतर गोष्टींत तो काहीसा सर्वसाधारण मनुष्यासारखाच वागतो. त्याच्या त्या स्वभावातील कंगोऱ्यांचे दर्शन चरित्रकार कुशलतेने घडवितो. उत्तम चित्रकार चित्राच्या चेहऱ्यावरील सर्व भाव अन् खाचखळगे प्रकाश नि छाया यांच्या साह्याने हुबेहूब उमटवितो. त्यामुळे जसे छायाचित्रातील व्यक्तिदर्शन खुलून दिसते तसे बारीकसारीक छटांमुळे चरित्रातील व्यक्तिदर्शन खुलून दिसून त्याचे सत्यदर्शन घडते.

नवभारताच्या घटनेचे प्रमुख शिल्पकार, लोकशाहीचे त्राते नि मानवी स्वातंत्र्याचे कैवारी डॉ. बाबासाहेब आंबेडकर यांचे जीवनचरित्र हे आधुनिक भारताच्या इतिहासाचे एक महान पर्व आहे; मानव-स्वातंत्र्याच्या इतिहासाचे ते एक सोनेरी पान आहे. स्वत:च्या बुद्धिमत्तेवर विसंबून राहून जो गाढ तपश्चर्येने, अलौकिक धैर्याने नि अखंड उद्योगशीलतेने उच्च ध्येयासाठी अविरत झगडतो तो धुळीतून धुरंधरांच्या मालिकेत जाऊन कसा विराजमान होतो हे सिद्ध करणारे उदाहरण आधुनिक भारतात सामान्य मनुष्यास अन्यत्र सापडणे कठीण आहे.

भाषिक राज्ये झाल्यानंतर मध्यवर्ती सरकार नि राज्य सरकारे प्रादेशिक भाषांचे नवीन शब्दकोश प्रसिद्ध करीत आहेत. या आधारानुसार रूढ होत असलेले काही शब्द मी वापरले आहेत. परंतु त्यात विशिष्ट अभिनिवेश नाही.

मी बाबासाहेबांच्या इंग्रजी चरित्रासाठी साधने गोळा करीत असता त्यांचे स्नेही, सहकारी नि नातलग ह्या सर्वांनी मला माहिती पुरवली. प्रत्यक्ष बाबासाहेबांनी गाठीभेटी देऊन मला अत्यंत उपकृत केले. मी साधने गोळा करीत असता सर्वश्री शंकरराव वडवळकर, सीतारामपंत शिवतरकर, देवराव नाईक, का. वि. सवादकर, वसंतराव चित्रे, शां. शं. रेगे, आचार्य मो. वा. दोंदे, सुरबा टिपणीस, नानकचंद रट्टू, यशवंतराव आंबेडकर, मुकंदराव आंबेडकर, भास्करराव कद्रेकर, गोपाळराव मुरबाडकर, दत्तोबा पवार, बापूराव जोशी इत्यादी सद्‌गृहस्थांनी मला अमोल साह्य केले त्याविषयी मी त्यांचा अत्यंत ऋणी आहे.

माझे परम स्नेही श्री. अ. स. भिडे गुरुजी हे मी लिहिलेल्या सर्व ग्रंथाची हस्तलिखिते आत्मीयतेने वाचतात व त्यांची उपमुद्रिते काळजीपूर्वक

तपासतात हे सर्वश्रुत आहे. त्यांनी ह्याही चरित्रग्रंथाच्या बाबतीत कष्ट घेतले आहेत. त्यांचा लोभ अपार आणि साह्य अमोल आहे.

ह्या चरित्रग्रंथाचे मराठी हस्तलिखित श्री. गं. दे. खानोलकर यांनी अत्यंत आपुलकीने, काळजीपूर्वक पाहून दिले त्याविषयी मी त्यांचे कृतज्ञतापूर्वक आभार मानतो. त्याचप्रमाणे श्री. देवीदास बागूल यांनी ह्या ग्रंथाची उपमुद्रिते परिश्रमपूर्वक वाचली आणि मुद्रणरचना केली त्याविषयी मी त्यांचा आभारी आहे.

ज्या नियतकालिकांतून, ग्रंथांतून नि पत्रांतून मी ह्या चरित्रग्रंथासाठी उतारे घेतले आहेत त्यांचे ऋण प्रकटपणे मान्य करतो.

ह्या चरित्रग्रंथाची मुद्रणप्रत करण्यास अनेकांनी साह्य केले. मुद्रणप्रतीचा मोठा भाग श्री. प्रदीपराव साठे यांनी करवून दिला. त्याविषयी मी त्यांचे अंत:करणपूर्वक आभार मानतो. मुद्रणप्रतीचा उरलेला भाग श्री. हरिश्चंद्र बोरकर नि माझी कन्या चि. पुष्पलता यांनी पूर्ण केला. तसेच माझा बंधू विनायक याने सूची तयार केली. ह्या तिघांचा जाता जाता उल्लेख करणे उचित होईल. संगम मुद्रणालयाचा मी विशेष आभारी आहे.

श्री. रामदास भटकळ यांच्या स्नेहशील नि उदार धोरणामुळे आणि माझे स्नेही, चाहते नि वाचक यांच्या कृपेमुळे मी माझे सर्व संकल्पित चरित्रग्रंथ पूर्ण करू शकेन, असा मला पूर्ण विश्वास आहे.

दि. २३ मार्च १९६६ **धनंजय कीर**

अनुक्रम

छायाचित्र सूची

१. मुंबईतील सिडनहॅम कॉलेज ऑफ कॉमर्स ॲण्ड इकॉनॉमिक्स या सरकारी महाविद्यालयात प्राध्यापक डॉ. आंबेडकर : डॉ. आंबेडकरांची अर्थशास्त्राचे हंगामी प्राध्यापक म्हणून १० नोव्हेंबर १९१८ रोजी नेमणूक झाली. या पदावर ते ११ मार्च १९२० पर्यंत होते.

२. 'लंडन स्कूल ऑफ इकॉनॉमिक्स ॲण्ड पोलिटिकल सायन्स'मधील आपले सहाध्यायी व प्राध्यापक मंडळींसह डॉ. आंबेडकर : येथे डॉ. आंबेडकरांनी जून १९२१ मध्ये एम. एस्सी. व नोव्हेंबर १९२३ मध्ये डि. एस्सी. या पदव्या मिळविल्या.

३. ऐन उमेदीतील डॉ. भीमराव रामजी आंबेडकर.

४. लंडन येथे भरलेल्या दुसऱ्या गोलमेज परिषदेत डॉ. आंबेडकरांनी भारतीय अस्पृश्यांचे प्रतिनिधित्व केले. छायाचित्रात : परिषदेचे अध्यक्ष व ब्रिटनचे पंतप्रधान रॅम्से मॅकडोनाल्ड, गांधींजी, पं. मदनमोहन मालवीय, बॅ. मुकुंदराव जयकर, सर तेजबहादूर सप्रू, डॉ. आंबेडकर (पाठमोरे) व इतर प्रतिनिधी. (७ सप्टेंबर १९३१ ते १ डिसेंबर १९३१).

५. महाड येथे २५ डिसेंबर १९२७ रोजी भरलेल्या चवदार तळे सत्याग्रह परिषदेत विषमतावादी व अन्यायकारक 'मनुस्मृती' या हिंदूंच्या पवित्र ग्रंथाचे जाहीर दहन करण्यात आले. त्या क्रांतिस्थळावर उभारलेला क्रांतिस्तंभ.

६. संस्कारपूर्वक समतेचा कार्यप्रसार करण्यासाठी डॉ. आंबेडकरांनी ४ सप्टेंबर १९२७ रोजी समाज समता संघाची स्थापना केली. ९ जून १९२९ रोजी घेतलेल्या छायाचित्रात डॉ. आंबेडकर व समाज समता संघाचे त्यांचे स्पृश्य-अस्पृश्य सहकारी. (९ जून १९२९)

७. २४ सप्टेंबर १९३२ रोजी पुणे करारावर सह्या झाल्यावर येरवडा तुरुंगाबाहेर घेतलेल्या छायाचित्रात (डावीकडून) बॅ. मुकुंदराव जयकर, सर

तेजबहादूर सप्रू, डॉ. आंबेडकर, डॉ. पी. जी. सोळंकी, रावबहादूर आर. श्रीनिवासन, मुन्नूस्वामी पिल्ले आणि गणेश आकाजी गवई.

८. कुटुंबीयांसमवेत डॉ. आंबेडकर, राजगृह (दादर), मुंबई (१९३४) (डावीकडून) यशवंतराव (पुत्र), डॉ. आंबेडकर, सौ. रमाबाई (पत्नी) लक्ष्मीबाई (वहिनी) व मुकुंदराव (पुतण्या). पायाशी बसलेला त्यांचा लाडका कुत्रा टॉबी.

९. सरकारने डॉ. आंबेडकर यांची मुंबईच्या शासकीय विधी महाविद्यालयात २२ जून १९२८ रोजी नेमणूक केली. ते प्राध्यापक असतानाच्या छायाचित्रात (डावीकडून बसलेले) प्रा. ए. ए. आडारकर, प्रा. जी. एस. सी. ब्राऊन, प्रिन्सिपॉल ए. ए. फैझी, प्रा. टी. एन. बालावलकर, प्रा. ए. बी. वैद्य, व डॉ. आंबेडकर.
(डावीकडून उभे) प्रा. एस. बी. जठार, प्रा. राम. एस. वकील, प्रा. एन. सी. एच. कायजी, प्रा. एल. एफ. रॉड्रिक्स, रजिस्ट्रार आर. पी. कर्वे.

१०. समाज समता संघाच्या विद्यमाने डॉ. आंबेडकरांनी आपले सहकारी गोविंदराव आडरेकर यांचा मुलगा केशव याचा विवाह कु. विठाबाई तिडेकर हिच्याशी दामोदर हॉल, परळ येथे २९ जून १९२९ रोजी सुंदरराव वैद्य यांच्या पौरोहित्याखाली घडवून आणला. छायाचित्रात वराच्या उजव्या बाजूला लक्ष्मीबाई व रमाबाई, वधूच्या डाव्या बाजूला पुरोहित सुंदरराव वैद्य, पाठीमागे उभे डॉ. आंबेडकर, रावबहादूर बोले, डॉ. पी. जी. सोळंकी, शिवतरकर, चित्रे, कद्रेकर, गोविंद आडरेकर, प्रधान व इतर.

११. अखिल भारतीय दलित समाजाचे पहिले अधिवेशन १९-२० जुलै १९४२ दरम्यान नागपूरला भरले. या अधिवेशनात एका ठरावान्वये 'ऑल इंडिया शेड्युल्ड कास्ट्स फेडरेशन' या पक्षाची स्थापना करण्यात आली. या अधिवेशनाला जोडून समता सैनिक दल व दलित महिला परिषदा घेण्यात आल्या. छायाचित्रात डॉ. आंबेडकर, डी. जी. जाधव, जी. टी. मेश्राम व महिला परिषदेच्या अध्यक्षा व कार्यकारिणीच्या सदस्या दिसत आहेत.

१२. मजूरमंत्री म्हणून डॉ. आंबेडकरांनी ७-८ ऑगस्ट, १९४२ रोजी सरकार, मालक व मजूरांचे प्रतिनिधी यांची, युद्धामुळे निर्माण झालेल्या मजुरांच्या प्रश्नावर विचार करण्यासाठी परिषद दिल्लीत बोलावली. छायाचित्रात : मजूरमंत्री डॉ. आंबेडकर भाषण करीत असून कामगार नेते ना. म. जोशी,

जमनादास मेहता, सरकारी अधिकारी द्वारकानाथ प्रधान व मजूर मंत्रालयातील इतर अधिकारी.

१३. भारताला स्वातंत्र्य देण्याच्या हालचालीच्या दृष्टीने ब्रिटिश सरकारने सर स्टॅफर्ड क्रिप्स यांच्या नेतृत्वाखाली कॅबिनेट मंत्र्यांचे त्रिसदस्यीय शिष्टमंडळ (कॅबिनेट मिशन) नेमले. ५ एप्रिल १९४६ रोजी या शिष्टमंडळापुढे डॉ. आंबेडकरांनी अस्पृश्यांच्या वतीने साक्ष देऊन अस्पृश्यांच्या मागण्या, राखीव जागा, हक्क व संरक्षणासंबंधीचे स्वतंत्र निवेदनही दिले.

१४. २९ ऑगस्ट १९४७ रोजी भारतीय घटना समितीची बैठक होऊन खर्डा समिती स्थापन करण्याचा निर्णय होऊन सात सदस्यांची घटना खर्डा समिती स्थापण्यात आली. खर्डा समितीची ३० ऑगस्ट १९४७ रोजी बैठक होऊन डॉ. आंबेडकरांची या समितीत अध्यक्ष म्हणून एकमताने निवड करण्यात आली. खर्डा समितीच्या काही सदस्यांसह डॉ. आंबेडकर. : (डावीकडून बसलेले) एन. माधवराव, सय्यद सादुल्ला, डॉ. आंबेडकर (अध्यक्ष), अलादी कृष्णास्वामी अय्यर व सर बेनेगल नरसिंह राव (पाठीमागे उभे) घटना समितीचे कार्यालयीन अधिकारी.

१५. डॉ. आंबेडकर गांधीजींच्या पार्थिव देहाचे दर्शन घेण्यासाठी बिर्ला हाऊसला गेले असतानाचे छायाचित्र. त्यांच्या शेजारी शंकरराव देव काँग्रेस वर्किंग कमेटीचे सदस्य व 'हिंदुस्थान टाइम्स'चे पत्रकार श्रीकृष्ण दिसत आहे.

१६. डॉ. आंबेडकर व द्वितीय पत्नी डॉ. शारदा कबीर - नंतर सविता (माई) आंबेडकर

१७. स्वतंत्र भारताचे पहिले राष्ट्रपती डॉ. राजेंद्र प्रसाद व पहिले मंत्रिमंडळ (डावीकडून बसलेले) डॉ. आंबेडकर, रफी अहमद किडवाई, सरदार बलदेव सिंग, डॉ. मौलाना अबुल कलाम आझाद, पं. जवाहरलाल नेहरू, डॉ. राजेंद्र प्रसाद, सरदार वल्लभभाई पटेल, जॉन मथाई, जगजीवन राम, राजकुमारी अमृत कौर आणि डॉ. श्यामाप्रसाद मुखर्जी (उजवीकडून उभे) डॉ. केसकर, सत्यनारायण सिंह, के. संथानम, जयरामदास दौलतराम, के. सी. नियोगी, न. वि. गाडगीळ, एन. गोपालस्वामी अय्यंगार, मोहनलाल सक्सेना, आर. आर. दिवाकर व खुर्शिदलाल. प्रस्तुत फोटो राष्ट्रपती डॉ. राजेंद्र प्रसाद संसदेत आपले पहिले भाषण देण्यासाठी निघण्यापूर्वी राष्ट्रपती भवनात (३१ जानेवारी १९५०) रोजी घेण्यात आलेला आहे.

१८. बुद्धजयंती निमित्त दिल्लीत आंबेडकर भवन येथे आयोजित केलेल्या कार्यक्रमात 'मेरीट्स ऑफ बुद्धिझम' या विषयावर डॉ. आंबेडकर भाषण

करताना दिसत आहेत.

१९. स्वतंत्र भारताचे पहिले राष्ट्रपती डॉ. राजेंद्र प्रसाद यांनी, स्वतंत्र भारताचे पहिले कायदेमंत्री म्हणून डॉ. आंबेडकरांना पदाची व गोपनीयतेची शपथ, राष्ट्रपती भवनात आयोजित एका छोटेखानी कार्यक्रमात ८ मे १९५० रोजी दिली. शेजारी पंतप्रधान पं. जवाहरलाल नेहरू बसलेले असून मागे भारतीय तिन्ही दलाचे प्रमुख व कार्यालयीन अधिकारी उभे आहेत.

२०. कोलंबिया विद्यापीठ, न्युयॉर्क (अमेरिका)च्या द्विशतक सांवत्सरीक उत्सवानिमित्त होणाऱ्या कार्यक्रमात डॉ. आंबेडकरांना एल्. एल्. डी. (डॉक्टर ऑफ लॉ) ही सन्माननीय पदवी न्युयॉर्क येथे ५ जून १९५२ रोजी अर्पण करण्यात आली.

२१. डॉ. आंबेडकरांनी १९४५ मध्ये स्थापलेल्या पीपल्स एज्युकेशन सोसायटीच्या विद्यमाने तत्कालीन निजाम संस्थानातील औरंगाबाद येथे जून १९५० मध्ये अस्पृश्य व मागासलेल्या विद्यार्थ्यांच्या उच्च शिक्षणासाठी कॉलेज उघडले. १ सप्टेंबर १९५१ रोजी राष्ट्रपती डॉ. राजेंद्र प्रसाद यांचे हस्ते कॉलेजच्या नव्या इमारतीचा पायाभरणी समारंभ घडवून आणला. पुढे ऑक्टोबर १९५५ मध्ये या कॉलेजचे 'मिलिंद महाविद्यालय' असे त्यांनी नामकरण केले.

प्रस्तुत छायाचित्र कॉलेजच्या नव्या इमारतीचे बांधकाम चालू असतानाचे (१९५१-५२) असून छायाचित्रात डॉ. माई आंबेडकर, डॉ. आंबेडकर, आर्किटेक्ट, इंजिनियर व कॉन्ट्रॅक्टर बडेदादा दिसत आहेत.

२२. मुंबईतील सेंट झेवियर्स मैदान, परळ येथे भरलेल्या अखिल भारतीय साईभक्त मेळाव्याचे डॉ. आंबेडकरांनी २४ जानेवारी, १९५४ रोजी उद्‌घाटन केले. या प्रसंगी डॉ. आंबेडकर भाषण करीत असून शेजारी माई आंबेडकर.

२३. देहू रोड (जि. पुणे) येथे डॉ. आंबेडकरांनी रंगूनहून आणलेल्या बुद्ध मूर्तीची स्थापना करून बुद्ध-विहाराचे २५ डिसेंबर १९५४ रोजी उद्‌घाटन केले. याप्रसंगी डॉ. आंबेडकर, माई आंबेडकर बुद्धमूर्तीसह दिसत आहेत.

२४. १४ ऑक्टोबर १९५६ रोजी डॉ. आंबेडकरांनी नागपूर येथे आयोजित धम्म दीक्षा समारंभात महास्थविर चंद्रमणी (कुशीनारा) यांच्या हस्ते सपत्निक बौद्ध धम्माची दीक्षा घेतली आणि स्वहस्ते ५ लाख अनुयायांना बौद्ध धम्माची दीक्षा दिली. छायाचित्रात डॉ. आंबेडकर व सौ माई आंबेडकर चंद्रमणींच्या हस्ते दीक्षा घेत आहेत.

२५. नागपूर येथील धम्म दीक्षा सोहळ्याचेच ऐतिहासिक दृश्य. डॉ. आंबेडकर आपल्या लाखो अनुयायांना बौद्ध धम्म दिक्षा देऊन २२ प्रतिज्ञा वदवून घेत आहेत. (१४ ऑक्टोबर १९५६)

२६. बौद्ध धम्म दीक्षा सोहळ्यासाठी उपस्थित जनसमुदाय.

२७. नागपूर येथे बौद्ध धम्म दीक्षा समारंभानंतर दुसऱ्या दिवशी (१५ ऑक्टोबर १९५६) डॉ. आंबेडकरांनी त्याच दीक्षाभूमीवर जाहीर भाषण करून आपली धर्मांतराची भूमिका विषद करून विरोधकांना उत्तरे दिली. या प्रसंगी महाबोधी सोसायटीचे जनरल सेक्रेटरी डॉ. देवप्रिय वालीसिंह भाषण करत असून डॉ. आंबेडकर, माई आंबेडकर व भिक्षूगण मंचावर बसले आहेत. मागे वामनराव गोडबोले, रेवाराम कवाडे व इतर कार्यकर्ते दिसत आहेत.

२८. १५ ऑक्टोबर १९५६ रोजी सायंकाळी डॉ. आंबेडकरांना नागपूर पालिकेतर्फे मानपत्र देऊन गौरवण्यात आले. त्याप्रसंगी महापौर समर्थ प्रास्तविक करीत असून शेजारी आई आंबेडकर (उभ्या) व डॉ. आंबेडकर (बसलेले) दिसत आहेत.

२९. खाटमांडू येथे भरलेल्या जागतिक बौद्ध परिषदेत भाषण करण्यासाठी माईंचा आधार घेऊन मंचाकडे जात असलेले डॉ. आंबेडकर ब्रह्मदेशाचे माजी पंतप्रधान यू. नू. आणि त्यांच्या पत्नी शेजारी उभे आहेत. (२० नोव्हेंबर १९५६).

३०. खाटमांडू येथे भरलेल्या जागतिक बौद्ध महापरिषदेत डॉ. आंबेडकरांनी उपस्थितांच्या आग्रहास्तव 'बौद्ध व कार्ल मार्क्स' या विषयावर विद्वत्तापूर्ण भाषण केले. डॉ. आंबेडकर भाषण करीत असून समोर परिषदेला उपस्थित जनसमुदाय दिसत आहे.

३१. डॉ. आंबेडकरांचे अंतीम दर्शन : डॉ. आंबेडकरांचे ६ डिसेंबर १९५६ रोजी दिल्लीतील २६ अलिपूर रोड या निवासस्थानी झोपेतच निधन झाले.

३२. डॉ. आंबेडकरांच्या निधनाची वार्ता ऐकून पंतप्रधान पं. जवाहरलाल नेहरू यांनी, २६ अलिपूर रोड येथे जाऊन डॉ. आंबेडकरांच्या पार्थिव देहाचे दर्शन घेतले.
(छायाचित्रात सभापती ढेबर, मीराबेन (वल्लभभाई पटेल यांची कन्या), माई आंबेडकर व इतर दिसत आहेत.

३३. लाडक्या नेत्याला शेवटचे अभिवादन करण्यासाठी लोटलेला अमाप जनसागर.

१

पंचवीसशे वर्षांची पूर्वपीठिका

डॉ. भीमराव रामजी आंबेडकर ह्यांचे घराणे महार जातीचे. महार जात ही हिंदू समाजातील अस्पृश्य गणलेल्या अनेक जातींपैकी एक जात. अनेक पददलित जातींचा अलग बनलेला हा सर्वच्या सर्व समाज अस्पृश्य, अदृश्य नि ज्याच्या जवळ जाऊ नये ह्या अर्थी अगंतव्य मानला जाई. ह्या अस्पृश्य समाजाची लोकसंख्या सहा कोटींवर असावी. म्हणजे हिंदू समाजातील प्रत्येक पाचवा घटक पुरुष, स्त्री वा मूल अस्पृश्य मानण्यात येई.

भारताच्या विविध भागांत कोणी त्यांना बहिष्कृत, अस्पृश्य, परिया किंवा अतिशूद्र म्हणत, तर कोणी त्यांना अंत्यज, अवर्ण अथवा नामशूद्र म्हणून संबोधित. अस्पृश्यतेच्या भयंकर रूढीने त्यांचे जीवन शापून कलंकित केले होते. सवर्ण हिंदूंना कुत्रा, मांजर, गाय ह्या पाळीव जनावरांच्या स्पर्शाचा विटाळ वाटत नसे. स्पृश्य हिंदू मुंग्यांना साखर अर्पित. परंतु ह्या स्वधर्मीयांचा स्पर्श ते अपवित्र मानीत. त्यांना त्यांच्या सावलीचाही विटाळ होई. त्यांची वाणी कानावर पडली तर ती त्यांना अशुभ वाटे. सार्वजनिक पाणवठ्यावर त्यांना पाणी भरण्यास प्रतिबंध असे. त्यांच्या मुलांना शाळेत प्रवेश नसे. देवळात देवदर्शनास त्यांना बंदी असे. वस्तुस्थिती अशी होती की, जातिभेदाच्या उच्चनीचतादर्शक शिडीच्या खालच्या पायऱ्यांवर अपमानित जीवन कंठीत असणारे न्हावी नि धोबी हे सुद्धा महार मांगांचा विटाळ मानीत असत.

सवर्ण हिंदूंच्या निर्दयतेमुळे नि अस्पृश्यतेच्या पोटी जन्मलेल्या निरक्षरतेमुळे व अज्ञानामुळे अस्पृश्य समाजाचे जीवन मातीमोल झाले होते. सरकारी चांगल्या नोकऱ्या, प्रतिष्ठित धंदे अथवा पोलीस खाते ह्यांत त्यांना प्रवेश नसे. त्यांनी रस्ते झाडावे, संडास साफ करावे, जोडे शिवावे, मृत ढोरांची कातडी सोलावी नि बांबूच्या वस्तू तयार करून त्या विकाव्यात. ही हलकीसलकी कामे पोटाची खळगी भरण्यासाठी त्यांना करावी लागत. त्यांच्यापैकी जे काहीसे सुदैवी असत त्यांनी सवर्ण हिंदूंच्या शेतांत स्वल्प रोजावर मरमर काम करावे. त्यांचे दास म्हणून शेतीवर राबावे.

ग्रामसंस्थेतील क्षुद्र असे सरकारी काम अल्पशा वेतनावर करीत झिजावे. हीच असत त्यांच्या उपजीविकेची साधने. निरक्षर, निर्बल अन् निर्धन अशा ह्या अनाथ जातीचे नष्टचर्य एवढ्यावरच संपले नाही. त्यांचा जीवनक्रम नाना प्रकारच्या अलिखित पण अनुल्लंघनीय अशा आणखी अनेक निर्दय बंधनांनी करकचून आवळला गेलेला असे. त्यांची राहणी अशी असावी, त्यांचा वेश कसा असावा, त्यांचा आहारविहार कोणता असावा, त्यांनी भांडी कोणत्या धातूची बाळगावीत, दागिने कोणत्या धातूंचे वापरावेत ह्यांवरही निर्बंध असे.

गावाबाहेरील ओंगळ, रोगट उकिरड्यावर त्यांच्या उघड्याबोडक्या खोपट्या कशाबशा उभ्या असत. अंगभर वस्त्र नाही, पोटभर अन्न नाही, निवाऱ्यासाठी जागा नाही, अशा कंगाल स्थितीत ह्या दीनदुबळ्यांना कुडीत जीव धरून कसेबसे राहावे लागे. जेमतेम गुडघ्यापर्यंत अन् लज्जारक्षणापुरते पुरेल एवढ्या फाटक्या धडुतालाही त्यांच्या स्त्रिया महाग असत. मुलांना तर फडक्यांचा साज. अंगावर पटकूर, डोक्यावर एकदोन वेटोळ्यांचे मुंडासे, हातात काठी, खांद्यावर कांबळे नि कंबरेस लंगोटी असा पुरुषांचा वेश असे. हा त्यांचा जीवनक्रम भारतातील गत युगांचे जणू स्मृतिचिन्हच !

सारांश, धार्मिक, शैक्षणिक, आर्थिक, सांस्कृतिक नि व्यावसायिक बंधनांमुळे हा समाज अगदी माणुसकीस पारखा झाला होता. हिंदू समाजाचा तो घटक असूनही उकिरड्यात अस्पृश्य म्हणून जन्मास यायचा, उकिरड्यावरच धूळ फुंकता फुंकता जीवन कंठायचा, दारिद्र्यात अन् उपासमारीत जीव सोडायचा. सवर्ण हिंदूंनी ह्या राक्षसी नि विध्वंसक रूढीच्या वरवंट्याखाली हा सर्वच्या सर्व समाज रगडून टाकला; दुःख, दारिद्र्य नि दास्य ह्यांच्या चिखलात युगानुयुगे गाडून टाकला; जनावरांहूनही हीनतर अवस्थेस पोचविला. अस्पृश्यतेचे उगमस्थान कोणते ? भारताच्या इतिहासातील ही एक मोठी कूट समस्या आहे. त्यासंबंधी अनेक मते आढळतात. जातिभेदाचे विकृत नि विपरीत पर्यवसान म्हणजेच अस्पृश्यतेची रूढी. हे त्यांपैकी एक मत. अर्थात, प्रारंभी, जातिसंस्था नव्हती. आर्यवंश हा एकजिनसी होता. 'न विशिष्योऽस्ति वर्णानाम्' अशी त्यांची धारणा होती. श्रमविभागाच्या तत्त्वाप्रमाणे प्रत्येकजण आपल्या आवडीनिवडीप्रमाणे व्यवसाय करी. जे अध्ययन नि अध्यापन करीत त्यांना ब्राह्मण ह्या नावाने संबोधिले जाई. जे राज्यकारभार करीत त्यांना क्षत्रिय असे म्हणत. जे धनोत्पादन करीत त्यांना वैश्य असे म्हटले जाई. आणि जे ह्या त्रैवर्णिकांची सेवा करीत त्यांना म्हणत शूद्र. श्रमविभागानुसार बनविलेल्या ह्या सामाजिक व्यवस्थेला चातुर्वर्ण्य व्यवस्था म्हणत.

परंतु हे श्रमविभागणीचे तत्त्व पुढे फार काळ टिकू शकले नाही. वर्ण ही गुणवाचक संज्ञा पुढे जातिवाचक ठरली. त्यामुळे ब्राह्मणात आवश्यक असलेल्या गुणांचा लवलेशही जरी नसला, तो जरी मूर्ख नि भ्रष्ट असला, तरी तो तिन्ही लोकी श्रेष्ठ मानावा अशी समजूत असे. जो क्षत्रियापोटी जन्मला तो क्षात्रगुणशून्य जरी असला, तरी शस्त्रधर अथवा शासक होई. जो शूद्राच्या पोटी जन्मला तो जरी ज्ञानसंपन्न झाला, तरी तो शूद्रच अन् हीनच मानला जाई. अशा प्रकारे शेवटी चार वर्णांच्या चार जाती झाल्या. पुढे प्रांतभेद, पंथभेद नि वंशभेद ह्यांची संख्या अगणित झाली. भिन्न चालीरीती, भिन्न आहार आणि संकर ह्यांमुळे या अनेक जातींमधून शेकडो उपजाती, पोटजाती उत्पन्न झाल्या.

दुसरी एक उपपत्ती अशी की, भारतातील ज्या मूळ रहिवाशांनी आर्यांचे प्रभुत्व नाकारले, त्यांना आर्यांनी चेपून टाकले. त्यांच्यावर दास्य लादले आणि शेवटी त्यांच्या कपाळी अस्पृश्यतेचा शिक्का मारला. तिसरे मत असे की, हा एक छिन्नविच्छिन्न झालेला समाज होता. पुढे या समाजातील लोकांनी बौद्ध धर्म स्वीकारला. त्यांच्या अवनतीच्या काळीही ते आर्यांशी एकजीव झाले नाहीत. त्यांनी गोमांसभक्षण सोडले नाही. म्हणून त्या समाजावर बहिष्कार पडला. तो समाज अस्पृश्य गणला गेला.

ह्या अनिष्ट रूढीचा नायनाट करण्यासाठी भारताच्या अनेक थोर सुपुत्रांनी आपापल्या परीने महान प्रयत्न केले. राजकुलोत्पन्न, महाज्ञानी नि बुद्धिप्रामाण्यवादी गौतम बुद्धानेही जातिसंस्थेला हादरा दिला. भगवान बुद्धाने अस्पृश्यांना आपल्या धर्माची दीक्षा दिली. त्यांना आपल्या भिक्षू पंथात समाविष्ट करून घेतले. त्यानंतर अकराव्या शतकात रामानुजाचार्य ह्यांनी स्वत: स्थापलेले मठ नि देवळे ही अस्पृश्यांना खुली ठेवली. रामानुजाचार्यांचा एक प्रमुख शिष्य तर अस्पृश्य जातीपैकीच होता. कर्नाटकमध्ये बसवेश्वर नामक एका विशाल नि व्यापक दृष्टीच्या धैर्यशाली प्रधानाने हे अस्पृश्यता नष्ट करण्याचे कार्य केले. चक्रधर, रामानंद, कबीर, चैतन्य ह्या महाभागांनी भक्तिक्षेत्रात एकात्मता प्रचारिली. त्यांचा मागोवा घेत एकनाथ, तुकाराम, रोहिदास, चोखामेळा या साधुसंतांनी भक्तिपंथात समानतेचा उपदेश केला.

भक्तिपंथाच्या नि साधुसंतांच्या शिकवणुकीसंबंधी एक गोष्ट लक्षात ठेवली पाहिजे. ईश्वराचे घरी भेदाभेद नाही, देव भावाचा भुकेला, असा ते जय-घोष करीत हे खरे. परंतु तुमची आमची भजनात एकी, भोजनात बैकी; संगत एक, पंक्ती दोन, अशीच त्यांची प्रथा असे. ह्या पुण्यशाली साधुसंतांच्या शिकवणीमुळे मुसलमानांच्या धार्मिक आक्रमणाविरुद्ध कळत नकळत हिंदू

समाजातील खालच्या वर्गात धर्माभिमान जागृत झाला. तथापि चातुर्वर्ण्यप्रणीत सामाजिक विषमता नि जातिभेद नष्ट करणे हे त्यांचे ध्येय नव्हते. त्यामुळे त्यांच्या उपदेशाचा परिणाम भक्तिक्षेत्राच्या पलीकडे झालाच नाही. तसे असते तर वारकरी पंथात अस्सल बुरसलेले सनातनी हरिभक्तपरायण रमले नसते. विष्ठा भक्षण करणाऱ्या गायीला वंदन करून गायीम्हशींच्या विष्ठेने देवघर नि स्वयंपाक घर सारविणारे, पण आपल्या धर्मबांधवांचा, आपल्या देवांच्या भक्तांचा विटाळ मानणारे गोभक्तपरायण नि संतशिरोमणी त्या भक्तिपंथात रंगले नसते. साधुसंत परमदयाळू होते. भूतदयेचे पुरस्कर्ते होते. पण जसा, आईने केवळ प्रेम केल्याने मुलाचा रोग बरा होत नाही, तसा साधुसंतांच्या नुसत्या दयाळूपणाने नि कनवाळूपणाने हिंदू धर्मावरील अस्पृश्यतेचा कलंक दूर झाला नाही.

तीच गोष्ट हिंदू सम्राटांची ! आपल्या धर्मबांधवांना अस्पृश्य मानणे हे पाप आहे, हा गुन्हा आहे, असा कोणत्याही भारतीय राजाने निर्बंध केला नाही. एकाही नृपश्रेष्ठाच्या शिलालेखात किंवा स्तुपावर प्रजेला असा आदेश दिलेला आढळत नाही.

ब्रिटिश राजवटीच्या प्रारंभी राजा राममोहन रॉय यांनी सामाजिक नि धार्मिक पुनरुज्जीवनाची तुतारी फुंकली. त्यांच्या कार्याचा जातिसंस्थेवर थोडा हितकारक असा परिणाम बंगालमध्ये झाला. तथापि, अस्पृश्यतेला मूठमाती देण्यासाठी प्रत्यक्ष कार्यास आरंभ केला महात्मा जोतीराव फुले ह्यांनी. अस्पृश्यतेचे उच्चाटन करून आधुनिक भारतात सामाजिक समता निर्माण करण्याचा महान संदेश दिला महात्मा जोतीराव फुले ह्यांनी. त्यांनी दुर्जनांच्या नि पुराणमतवाद्यांच्या निंदेला नि छळाला अलौकिक धैर्याने तोंड दिले. अस्पृश्य समाजाच्या मुक्तीसाठी त्यांनी अभूतपूर्व असे बंड पुकारले. त्यांनी अस्पृश्य बांधवांसाठी पुण्यात १८४८ साली एक शाळा काढून भारताच्या अडीच हजार वर्षांच्या आयुष्यक्रमात अपूर्व अशी क्रांतिकारक घटना घडविली. इतकेच नव्हे तर त्या शाळेसाठी शिक्षक मिळत नव्हते म्हणून आपल्या अशिक्षित पत्नीस सुशिक्षित करून शिक्षिका केले. हे पवित्र कार्य करीत असता त्या साधुशील माउलीने अज्ञानी बांधवांकडून नि सनातन्यांकडून भयंकर विटंबना सोसली. भारतीय स्त्रीला शिक्षण देऊन तिला आत्मोन्नतीचा मार्ग मोकळा करून देणे व शूद्रांना नि अतिशूद्रांना शिक्षण देऊन सामाजिक, धार्मिक नि आर्थिक विषमता नष्ट करण्यासाठी त्यांना उभे करणे, हे जोतीरावांचे कार्य भारतात अजोड आहे.

बंगालचे शशिधर बंद्योपाध्याय ह्यांनीही ह्या क्षेत्रात उल्लेखनीय असे कार्य केले. भारतीय संस्थानिकांपैकी पुण्यश्लोक सयाजीराव गायकवाड यांचे अस्पृश्यता-

निवारणाच्या क्षेत्रातील कार्य मोठे भरीव नि परिणामकारक ठरले. असा प्रजाहितदक्ष, ज्ञानदाता नि प्रगतिप्रिय नरेश अर्वाचीन भारतात क्वचित झाला असेल. स्पृश्य हिंदूंच्या हृदयशून्यतेमुळे अस्पृश्यांकरिता काढलेल्या शाळेसाठी स्पृश्य हिंदू शिक्षक मिळेनात, म्हणून सयाजी महाराजांना मुसलमान शिक्षक नेमावे लागले.[१]

महाराष्ट्रातील अस्पृश्य समाजही आपल्या घोर निद्रेतून जागा होत होता. तो थोडीफार हालचाल करू लागला. त्या समाजाचे पहिलेवहिले पुढारी गोपाळ बाबा वलंगकर. अस्पृश्यता देवनिर्मित नसून मनुष्यनिर्मित आहे, असा टाहो फोडण्यास त्यांनी आरंभ केला. ते महात्मा फुल्यांच्या चळवळीत तयार झाले होते. ते साधुवृत्तीने राहत असत. आपली गाऱ्हाणी ते वृत्तपत्रे, कीर्तने नि सामाजिक परिषदा ह्यांमधून मांडीत असत. हिंदू समाज आपल्या एका घटकावर करीत असलेल्या घोर अन्यायाकडे ते सुशिक्षित हिंदूंचे लक्ष वेधीत. दयानंदांनी अस्पृश्यता निवारण्यासाठी फार मोठा लढा लढविला. कर्नल अल्कॉट आणि ख्रिस्ती धर्मोपदेशक यांच्या अस्पृश्यांसाठी शाळा अद्याप सुरू झाल्या नव्हत्या.

ब्रिटिशांची राजवट सुरू झाली. त्यासरशी अस्पृश्यतेची गडद अमावास्या सरू लागली. अस्पृश्य वर्गाच्या स्थितीत शिक्षणाच्या दृष्टीने हळूहळू फरक पडू लागला. आरंभी आरंभी नवीन राज्यकर्त्यांचे धोरण थोडे सावधगिरीचेच असे. पेशवाईत ब्राह्मणांच्या हाती राज्यकारभार होता. त्यांना असंतुष्ट ठेवायचे नाही. त्यांना पाश्चिमात्य धर्तीचे शिक्षण देऊन राज्यकारभारात गुंतवायचे. त्यांच्याकडून विरोध होईल, अशी गोष्ट सहसा करायची नाही.[२] अशी त्यांनी दक्षता घेतली होती. शिक्षण घेणे ही त्या काळी ब्राह्मणांचीच मिरासदारी समजली जाई. अब्राह्मणांनी शिक्षण घेणे ही कल्पनाच त्या काळी अधार्मिक वाटे. ब्राह्मणांना ती असह्य होई. 'विद्या संपादन करणे आपले काम नव्हे,' असे पिढ्यान् पिढ्या ब्राह्मणांनी त्यांच्या मनावर बिंबविले होते. त्या समजुतीचा धाक अगतिक झालेल्या सातारच्या हतबल छत्रपतींनासुद्धा वाटे. दिवसा शिक्षण घेता येत नसे म्हणून ते रात्रीचे शिकत.[३]

---

१. महाराष्ट्रीय धनकोश, विभाग ७ वा, पृ. ६४४.

२. Report of the Board of Education for the year 1840-41, p. 24.

३. Latthe, A. B., Memoirs of His Highness Shri Shahu Maharaj of Kolhapur.

१८२० साली ब्रिटिशांनी पुण्यातील ब्राह्मणांकरिता संस्कृत पाठशाळा सुरू केली. तीस वर्षांनंतर त्या पाठशाळेत ब्राह्मणेतर हिंदू मुलांना प्रवेश द्यावा असे इंग्रजांनी ठरविताच त्या पाठशाळेतील बहुतेक सर्व ब्राह्मण अध्यापकांनी ब्रिटिशांच्या नवीन धोरणाला कडाडून विरोध केला. आणि त्या धोरणाचा निषेध म्हणून जवळजवळ सर्व अध्यापकांनी राजीनामे दिले.[१] वरच्या वर्गातील ब्राह्मणेतरांच्या शाळा-प्रवेशाची जर ही कर्मकथा, तर अस्पृश्यांच्या शिक्षणाची गोष्ट काढताच कोणते अनर्थ घडले असते, ह्याची कल्पनाच करावी. ब्राह्मणेतरांना नि अस्पृश्यांना शिक्षण दिले तर ब्राह्मण विरोध करतील अशी ब्रिटिश सरकारला भीती वाटे. तसा विरोध ओढवून घेण्यास धूर्त राज्यकर्ते त्या काळी फारसे राजी नव्हते. खालच्या समाजाला शिक्षण देऊन जर का क्रांती झाली, तर वरिष्ठ वर्गाच्या अगोदर आपलीही होळी होईल, अशी भीती ईस्ट इंडिया कंपनीच्या बोर्ड ऑफ कन्ट्रोलचे अध्यक्ष लॉर्ड एलिनबरोसारख्या मुत्सद्यांना वाटे.[२]

त्या काळी जवळजवळ सर्वच शिक्षक नि शाळानिरीक्षक ब्राह्मण असत. त्यामुळे ब्राह्मणेतरांच्या नि विशेषत: अस्पृश्यांच्या शिक्षणाचा प्रश्न अधिक बिकट झाला. अस्पृश्यांना सरकारी शाळेत प्रवेश देण्याविषयी त्या काळी अधूनमधून विचारविनिमय होई. तशी मागणीही होती. ती मागणी इंग्रज अधिकारी नि अव्यवहारी एतद्देशीय समाजसुधारक यांची आहे, ती निराधार नि अनाठायी अशी चळवळ आहे, असे हंटर समितीपुढे साक्ष देताना म. मो. कुंटे ह्यांनी उद्गार काढले. कुंटे हे त्या काळचे नाणावलेले पंडित, समाजसुधारक, रानड्यांचे परम मित्र !

ब्राह्मणांच्या या स्वार्थी धोरणामुळे निर्माण झालेल्या या प्रतिकूल परिस्थितीचा फायदा ख्रिस्ती धर्मप्रचारकांनी नि संस्थांनी मोठ्या कुशलतेने घेतला. ख्रिस्ती धर्मप्रचारकांनी धर्मांतराचा हेतू पोटात ठेवून शूद्रांच्या नि विशेषत: अतिशूद्रांच्या शिक्षणाचा प्रश्न हाती घेतला. ख्रिश्चन धर्मप्रचारकांची वागणूक दयाशील, हातोटी मोहक. ते त्यांचा विटाळ मानीत नसत. त्यामुळे त्यांच्या भूतदयेच्या कार्याचा परिणाम शूद्रांच्या मनावर झाला. ब्राह्मण समाजापेक्षा हे विदेशी ख्रिश्चन धर्मप्रचारक अधिक चांगले, अशी त्यांची समजूत झाली.

इंग्रज राज्यकर्ते अस्पृश्यांच्या शिक्षणाकडे डोळेझाक करीत; काहीसे तटस्थ असत. परंतु बहुधा उदासीनच असत. तरी अस्पृश्यांच्या शिक्षणाचा प्रश्न

---

१. ज्ञानोदय, २ ऑगस्ट १८५३.

२. Report of the Director of Instruction of the year 1857-59.

उसळी मारून १८५६ साली पुढे सरसावला. धारवाडच्या सरकारी शाळेच्या मुख्याध्यापकाने एका अस्पृश्य मुलास प्रवेश नाकारला. म्हणून हे प्रकरण मुंबईस सरकारकडे निर्णयासाठी पाठविण्यात आले. तेथून ते प्रकरण कलकत्त्यात महाराज्यपालांकडे गेले. त्यांनी अनुकूल असा निर्णय केला. या निर्णयाप्रमाणे १८५८ साली एका पत्रकाद्वारे प्रांतातील सर्व शाळांना कळविले की, ह्यापुढे सरकारी शाळांत सर्व जातीच्या विद्यार्थ्यांना प्रवेश मिळेल. ज्या शाळांना सरकारी साहाय्य मिळते त्यांनी सर्व जातींच्या मुलांना प्रवेश दिला पाहिजे.[१] ज्या शाळा हे आज्ञापत्र पाळणार नाहीत त्यांना अनुदान देणे वा न देणे सरकारच्या इच्छेवर अवलंबून राहील.[२]

सामाजिक नि शैक्षणिक क्षेत्रात आंबेडकरपूर्व महाराष्ट्रात अस्पृश्यांच्या हिताच्या दृष्टीने अशा घटना घडत होत्या. राजकीय प्रगतीच्या बाबतीतही भारतीय क्षितिजावर महाराष्ट्र झळकत होता. महाराष्ट्रात नवीन विचाराचे, नवीन जीवनाचे युग अवतरले होते. वासुदेव बळवंत फडके यांनी स्वातंत्र्यासाठी केलेल्या संग्रामाच्या लाटा ओसरत होत्या. जातिभेद, अस्पृश्यता, बालविवाह, प्रौढविवाह, विधवांचा पुनर्विवाह, स्त्रीस्वातंत्र्य ह्या प्रश्नांवर वैचारिक संघर्ष सुरू होता. समाजसुधारकांचा पक्ष नि राजकीय पक्ष यांच्यामध्ये आधी सामाजिक सुधारणा करावी की आधी राजकीय, या प्रश्नावर मोठी रणधुमाळी माजली होती. दोन्ही बाजूंना जाडे गाढे पंडित होते. एका बाजूला थोर विचारप्रवर्तक नि उदारमतवादी नेते होते, तर दुसऱ्या बाजूला सनातनी प्रवृत्तीचे पण राजकारणात प्रभावी नि त्यागी बाण्याचे वीरमणी होते.

मुत्सद्दी इंग्रज राज्यकर्ते नि मतलबी ब्रिटिश पत्रपंडित यांचे प्रयत्न मात्र हिंदी चळवळ केवळ समाजसुधारणेच्याच रुळावरून चालत राहावी, ह्या हेतूने चालले होते. मनातील हेतू हा की, भारतीयांचे लक्ष राजकारणाकडे विशेषसे लागू नये. तथापि, महाराष्ट्रातील धुरिणांनी दोन्ही कार्यांची धुरा वाहिली. लोकहितवादी नि रानडे ह्यांनी समाजाच्या सर्व घटकांना गुणविकासाची संधी लाभावी, न्याय्य नि विशाल तत्त्वांच्या पायावर समाजाची पुनर्रचना व्हावी अशी विचारसरणी मांडली. महात्मा फुले ह्यांची विचारसरणी अधिक क्रांतिकारक होती, अधिक मूलगामी

---

१. Ghurye, Dr. G. S. Caste and Class in India. p. 166.

२. Bhagat, M. G. The Untouchables of Maharashtra, pp. 31-32.

होती. त्यांनी जातिभेद मोडून नवीन समाजरचना, बुद्धिप्रामाण्य, न्याय नि समता ह्या तत्त्वांवर उभारावी म्हणून बंड केले. आगरकरांनी व्यक्तिस्वातंत्र्यविषयक तेजस्वी विचार मांडले. पुरोगामी नि प्रगतिपर विचार प्रदर्शित करणाऱ्या संस्थांना नि सुधारकांना त्यांनी पाठिंबा दिला. त्रिखंडात कीर्ती पावलेले विद्वत्‌रत्न डॉ. भांडारकर नि न्यायमूर्ती तेलंग महाराष्ट्राच्या नवसमाजनिर्मितीचा पाया घालण्याच्या कार्यास सुधारकांना उत्तेजन देत होते.

राजकीय सुधारणावाद्यांचे अग्रणी पराक्रमशाली नि पंडितवर्य टिळक होते. त्या काळी प्रकटपणे प्रखर राजकारणी असून आतून पुराणमतवादी म्हणून समाजसुधारणाविरोधी अशा कार्यकर्त्यांचा राजकीय सुधारणावाद्यांच्या गोटात फार मोठा भरणा असे. त्यामुळे त्यांचे मतलबी धोरण असे असे की, आपण अंतर्गत यादवी टाळून दोन्ही पक्षांना समान अशा राजकीय सुधारणांकडे प्रथम लक्ष द्यावे. अशा ह्या समाजसुधारणाविरोधी पक्षाचे अगतिक, अपरिहार्य धुरीणत्वच नव्हे तर त्या पक्षाच्या सनातनी मतांचा प्रखर आविष्कारही टिळक करीत असत. समाजसुधारणावाद्यांचा दृष्टिकोन हा राजकीयदृष्ट्या तसा नेमस्त नि नरम; परंतु अधिक प्रामाणिक नि यथार्थ होता. राजकीय सुधारणावाद्यांचा दृष्टिकोन जरी राजकीय दृष्ट्या अधिक व्यवहारी नि प्रभावी होता, तरी त्यात समाजसुधारणेला बगल देणे हीच खरी आंतरिक प्रवृत्ती होती, असे म्हणण्यास प्रत्यवाय नाही.

समाजसुधारणेला राजकीय सुधारणावाद्यांचा जो विरोध होता, तो त्यांना समाजसुधारणा राजकीय सुधारणांबरोबर घडवून आणणे अशक्य झाले असते म्हणून नव्हे. राजकारण आणि समाजसुधारणा ह्या एका नाण्याच्या दोन बाजू आहेत, हे त्यांच्या लक्षात आले नसेल, असेही असण्याचा संभव आहे. तथापि, समतेच्या विशाल नि उदात्त अशा विचारांच्या पायावर अधिष्ठित होणाऱ्या नवसमाजात आपली पारंपरिक, जन्मजात प्रतिष्ठा नि विशेषाधिकारही धोक्यात येतील, अशी त्यांना भीती वाटत असे.

काँग्रेसचा जन्म होऊन जवळजवळ सात वर्षे झाली होती. सरकारदरबारी, वरिष्ठपदी नि राज्यपालांच्या सल्लागार मंडळात हिंदी गृहस्थ नेमावेत अशी ठराविक विनंती नि कळकळीची प्रार्थना करून काँग्रेसचे अधिवेशन प्रतिवर्षी समाप्त होई.

अशी होती आंबेडकरपूर्व महाराष्ट्रात नि भारताच्या इतर प्रदेशांत एकंदर वैचारिक, सामाजिक आणि राजकीय परिस्थिती.

२

बालपण आणि शिक्षण

महाझुंझार आणि तेजस्वी नररत्ने भारतास अर्पून ज्या जिल्ह्याने आपले नाव सार्थ केले, त्याच रत्नागिरी जिल्ह्यात मंडणगडपासून पाच मैलांवर आंबडवे नावाचे एक खेडे आहे. हाच आंबेडकर घराण्याचा मूळ गाव. या घराण्याचे कुलनाव सकपाळ. त्याची कुलदेवता भवानी. तिची पालखी[१] ठेवण्याचा मान ह्याच महार घराण्याचा असे. गावातील वार्षिक उत्सवसमयी तर त्यांना गावकऱ्यांत विशेष मानाचे स्थान असे. आणि त्या कुटुंबाला वर्षाकाठी तो दिवस मोठ्या महत्त्वाचा, सोहळ्याचा नि अत्यंत उत्साहाचा वाटे.

भारतातील साऱ्या अस्पृश्य समाजात महार जात ही हाडाने कणखर, आवाजाने खणखणीत, अंगकांतीने तुकतुकीत, गुणाने बुद्धिमान नि वृत्तीने झुंझार अशी आढळते. काळावर दृष्टी ठेवून सावधगिरीने वागणारी अशी जर कोणती जात असेल तर ती महारांचीच. हिंदू समाजातील आपल्या कनिष्ठ स्थानाची आणि लाजिरवाण्या जिण्याची बोचणी महारांना पदोपदी होत असे. ह्या नीच स्थितीतून मुक्त होण्यासाठी आपण धडपड केली पाहिजे, अशा जळजळीत जाणिवेने ते तळमळत असत. महार हेच महाराष्ट्राचे मूळचे रहिवासी असून त्यांच्याच नावावरून महाराष्ट्रास महाराष्ट्र असे नाव मिळाले असावे, असे काही इतिहाससंशोधकांचे म्हणणे आहे; तर महा अरि म्हणजे मोठा शत्रू अशीही महार शब्दाची व्युत्पत्ती काहीजण करतात. दक्षिण भारतात युरोपियन राजकारणी पुरुषांची सत्तेसाठी कारस्थाने चालू झाल्यावर त्यांनी चाणाक्षपणे ह्या उपेक्षित पण कडव्या महार जातीशी प्रथमत: संबंध जोडला. ईस्ट इंडिया कंपनीच्या 'बॉम्बे आर्मी' ह्या सेनाविभागासाठी कंपनी सरकारने महारांची पथके उभारली होती. त्या काळी बिहारातील दस्यू आणि मद्रास प्रांतातील परिया ह्या अस्पृश्य जमातींची अशीच लष्करी पथके कंपनी सरकारने उभारली होती.

---

१. अग्रलेख, जनता ७ जानेवारी १९३३.

आंबेडकरांच्या आजोबांचे नाव मालोजी सकपाळ. ते एक सेवानिवृत्त लष्करी शिपाई होते. त्याच्या मुलांपैकी मीराबाई नावाची मुलगी आणि रामजी नावाचा मुलगा ह्या दोघांचीच काय ती माहिती मिळते. मालोजींना आणखी तीन मुलगे होते. परंतु, त्यांच्या लष्करी विभागाच्या वारंवार होणाऱ्या स्थलांतरामुळे, पुढे त्यांच्या कुटुंबाशी मालोजींचा विशेष संबंध राहिला नसावा, असे दिसते. रामजी सकपाळ हेही सैन्यात नोकरीस राहिले. पूर्वी सैनिकांना लष्करी छावणीतील शाळांतून सक्तीचे शिक्षण देण्याची ईस्ट इंडिया कंपनी सरकारने व्यवस्था केली होती. त्या व्यतिरिक्त लष्करी शिपायांच्या मुलामुलींसाठी दिवसाच्या शाळा असत. त्यांच्या प्रौढ नातलगांसाठीही रात्रीच्या शाळा असत. तशा प्रकारचे शिक्षण रामजी सकपाळास मिळाले होते.

रामजी सकपाळ ज्या पथकात सैनिक होते, त्याच पथकात योगायोगाने सुभेदार मेजर धर्मा मुरबाडकर ह्यांची बदली झाली. हे मुरबाडकर महार कुटुंब ठाणे जिल्ह्यातील मुरबाडचे. मुरबाडकरांचे कुलनाव पंडित असे होते. त्या कुटुंबातील सातही बंधू सैन्यात सुभेदार मेजर होते. साहजिकच त्यांची राहणी श्रीमंती थाटाची असे. ते नाथपंथी असून त्यांच्या घरातील वातावरण धार्मिक असे. महार वस्तीत नि गावात त्यांचे घराणे मोठे वजनदार गणले जाई. पुढे हे कुटुंब पनवेलजवळील उलवा बंदराकडे राहावयास गेले. तेथून ते काही दिवसांनी पनवेलीस जाऊन स्थायिक झाले.

सकपाळांच्या पथकात सुभेदार मेजर म्हणून जे मुरबाडकर आले, त्यांच्याशी त्यांचा परिचय वाढला. दोघेही कोकणातले. सकपाळांचा तडफदार बाणा, महत्त्वाकांक्षी स्वभाव आणि बांधेसूद शरीर त्यांच्या डोळ्यात भरले असावे. त्यांचे परस्परांशी संबंध दृढावले. पुढे लवकरच धर्माजी मुरबाडकर ह्यांची कन्या भीमाबाई हिच्याशी रामजी सकपाळांचा विवाह व्हावा असे घाटू लागले. धर्माजी मुरबाडकर ह्यांच्या कुटुंबातील इतर माणसांचा या लग्नास विरोध होता. सकपाळांच्या गरिबीमुळे त्यांच्याशी संबंध जोडू नये असे त्यांचे मत होते. परंतु धर्माजीच्या थोरल्या मुलाने आपल्या बहिणीस रामजी सकपाळ हेच योग्य पती आहेत असे मत दिले. त्याने वडिलांच्या निवडीस दुजोरा दिला. आणि तो विवाह १८६५ सालच्या दरम्यान झाला. विवाहसमयी रामजीचे वय वीसएक वर्षांचे असावे. भीमाबाईचे तेरा असावे. भीमाबाई मोठी बोलकी, मानी, हट्टी अन् धर्मशील होती. ती वर्णाने गोरी असून, तिचे डोळे टपोरे नि पाणीदार होते. तिचे केस कुरळे, कपाळ रुंद अन् नाक किंचित ठुसके होते. विवाह झाल्यानंतर भीमाबाईची आईच काय ती तिची विचारपूस करी. इतर मंडळींचा रुसवा होता.

तेव्हा भीमाबाईने आपल्या माहेरच्या मंडळींना प्रतिज्ञापूर्वक सांगितले की, 'दागिने सुकत घालण्याएवढी श्रीमंती येईल तेव्हाच मी माहेरी येईन.'[१]

रामजी सकपाळ हे उद्योगी, महत्त्वाकांक्षी नि स्वतंत्र वृत्तीचे गृहस्थ होते. ते क्रिकेट, फुटबॉल वगैरे खेळांत तरबेज होते. उत्साहाने अखंड उद्योग करीत राहणाऱ्या पुरुषाला प्रतिष्ठा अन् संपत्ती प्राप्त होते. रामजींची उद्योगशीलता, कर्तव्यदक्षता नि खेळातील प्राविण्य पाहून एका लष्करी अधिकाऱ्याचा त्यांच्यावर लोभ जडला. त्याने रामजींची शिफारस करून त्यांना पुण्यातील पंतोजी शाळेत प्रवेश मिळवून दिला. तेथे ते शिक्षकाच्या व्यवसायाचे शिक्षण घेत असता त्यांना जे काही अल्पस्वल्प वेतन मिळे त्यापैकी थोडा भाग ते आपल्या पत्नीस मुंबईस पाठवीत असत. त्या दिवसांत त्यांच्या लष्कराची तुकडी मुंबईजवळच सान्ताक्रूझ येथे असे. यजमानाकडून येणाऱ्या अल्प पैशावर प्रपंच चालविणे कठीण असल्यामुळे भीमाबाई सान्ताक्रूझ येथे रस्त्यात खडी[२] टाकण्याचे काम करीत असे. ती व्यवहारदक्ष असल्यामुळे त्या स्थितीतसुद्धा ती कोंड्याचा मांडा करून मानाने राहू शके.

पुण्यातील पंतोजी शाळेतील परीक्षा उत्तीर्ण होऊन रामजी शिक्षक झाले. आणि हळूहळू लष्करी छावणीतील शाळेत ते मुख्य शिक्षक झाले. मुख्याध्यापकाचे काम त्यांनी जवळजवळ चौदा वर्षे केले. त्यांच्या या सेवेचे चीज होऊन शेवटी त्यांना सुभेदार-मेजर पदापर्यंत बढती मिळाली. त्यांची शिकवण्याची हातोटी वाखाणण्यासारखी असे. शिक्षणाचे महत्त्व पटलेले असल्यामुळे त्याविषयी त्यांना अतिप्रेम नि आस्था वाटे. व्यावसायिक स्वातंत्र्य लाभले म्हणजे महारदेखील अध्यापक होऊ शकतो, हे त्यांनी स्वत:च्या कर्तबगारीने सिद्ध केले. भीमाबाईची प्रतिज्ञा आता पुरी झाली. पतीच्या पतीत, पदात नि प्राप्तीत मनासारखी वाढ झाल्यामुळे तिचे आता माहेरी जाणेयेणे मोठ्या सन्मानाने होऊ लागले.

रामजी सुभेदारांचा संसार, संपत्ती नि उच्च संस्कार ह्यांयोगे अधिकाधिक उजळू लागला. त्यांची राहणी, विचारसरणी नि कार्यपद्धती ह्यांत एकप्रकारचा डौल नि शिस्त दिसू लागली. त्यांच्या जीवनाला नेम आणि नियम ह्यांच्या योगे धार नि तेज आले होते. त्यांच्या घरी आल्यागेल्यांचे यथोचित नि यथास्थित आदरातिथ्य होई. प्रमुख नि प्रतिष्ठित जातिबांधवांची त्यांच्याकडे नित्य बैठक असायची. तेथे विचारविनिमय व्हायचा. जातीच्या कार्यात, जेवणावळीत नि

---

१ सवादकर, का. वि. बाबासाहेबांनी सांगितलेली आठवण.

२. ----- कित्ता -----

बैठकीत ते नेहमी पुढाकार घेत. त्यासाठी त्यांनी मोठमोठे रांजण, पराती, चुले ह्यांची खरेदी केली होती. ते स्वत: मद्य सेवन करीत नसत. परंतु जातिभोजनाच्या प्रसंगी मद्य वाटण्यात भाग घेत.

अठराशे नव्वदपर्यंत सुभेदारांना तेरा अपत्ये झाली. त्यांपैकी बाळाराम, गंगा, रमाबाई, आनंदराव, मंजुळा, तुळसा ही मुले जगली. बाकीची लहानपणीच दगावली. मुलींची लग्ने लष्करी पेशाच्या गृहस्थांशीच झाली. ज्येष्ठ चिरंजीव बाळाराम हेही कामधंदा करू लागले. बँडमास्तर म्हणून प्रथमत: लष्करात आणि नंतर सातारा येथील पोलीसदलात बाळाराम नोकरीस होते. त्यांनी स्वतंत्र संसार थाटला होता.

अशी सुस्थिती लाभली तरी सुभेदारांना पत्नीच्या प्रकृतीविषयी अधूनमधून चिंता वाटे. घरातील आगतस्वागत, बैठका, पतीच्या निरनिराळ्या ठिकाणी होणाऱ्या बदल्या यांनी ती मेटाकुटीस आली होती. कडक व्रतवैकल्ये, पूजाअर्चा नि वैद्यकीय निदान न झालेली शारीरिक व्यथा यांची त्यात भर पडली. त्यामुळे भीमाबाईंची प्रकृती ढासळण्यास सुरुवात झाली.

रामजी सकपाळांची निरनिराळ्या लष्करी छावण्यांत बदली होता होता शेवटी मध्य भारतात महू येथील लष्करी छावणीतील शाळेत त्यांचे आसन स्थिरावले. येथील वास्तव्यात एक मोठी संस्मरणीय अशी घटना घडली. बैरागी बनलेल्या रामजीच्या एका चुलत्याचा अनेक वर्षे ठावठिकाणा नव्हता. योगायोगाने तो बैराग्यांच्या एका जथ्यातून महू येथे आला. तो बराच वृद्ध झालेला होता. त्याला रामजींच्या घरातील एका बाईने रस्त्यात पाहिले. ती बाई नदीवर धुणे घेऊन चालली होती. ती मागे परतली. तिने सुभेदारास बातमी दिली. ती ऐकताच सुभेदार धावतच त्या बैराग्याकडे गेले. बैरागीबुवांनी आपल्या घरी पायधूळ झाडावी, अशी त्यास त्यांनी प्रार्थना केली. सख्यासोयऱ्यांच्या मोहपाशात पुन्हा पडणे प्रशस्त नव्हे, असे सर्वसंगपरित्याग केलेल्या त्या साधुपुरुषाने सुभेदारास सांगितले. त्यांनी घरी येण्याचे नाकारले. तथापि, त्याने स्वयंस्फूर्तीने, 'आपल्या कर्तृत्वाने इतिहासावर चिरंतन ठसा उमटवून आपल्या घराण्याचे नाव अजरामर करील, असा पुत्र तुझ्या पोटी जन्मास येईल,' असा सुभेदारास आशीर्वाद दिला.

ह्या शुभाशीर्वादावर सुभेदार पती-पत्नी यांची श्रद्धा बसली. उभयता मुळातच धर्मशील नि उपासतापास करणारी. आपणास कुलदीपक पुत्र प्राप्त व्हावा म्हणून दान, व्रते, उपासना, आराधना नि धार्मिक कृत्ये ह्यांकडे त्यांचे उत्कटतेने लक्ष गुंतू लागले. तो विद्यावंत, करारी, कुलवंत महाभाग देवाची आर्तभावाने करुणा भाकू लागला. अस्पृश्यतेचा कलंक घालविण्यासाठी धाव घे;

डॉ. बाबासाहेब आंबेडकर (१९१८)

'लंडन स्कूल ऑफ इकॉनॉमिक्स ॲण्ड पोलिटिकल सायन्स' मधील सहाध्यायी व प्राध्यापक मंडळींसह

ऐन उमेदीतील
डॉ. बाबासाहेब आंबेडकर

दुसरी गोलमेज परिषद , लंडन. (१९३१)
ब्रिटनचे पंतप्रधान रॅम्से मॅकडोनाल्ड, गांधीजी, पं. मदनमोहन मालवीय, बॅ. मुकुंदराव जयकर, सर तेजबहादूर सप्रू, डॉ. आंबेडकर (पाठमोरे)

महाड येथील क्रांतिस्तंभ

समाजसमता संघातील सहकाऱ्यांसह (९ जून १९२९)

पुणे करारानंतर येरवडा तुरुंगाबाहेर
डावीकडून : बॅ. मुकुंदराव जयकर, सर तेजबहादूर सप्रू , डॉ. आंबेडकर ,
डॉ. पी.जी. सोळंकी, रावबहादूर आर. श्रीनिवासन, मुन्नूस्वामी पिल्ले, गणेश आकाजी गवई.

कुटुंबीयांसमवेत -
डावीकडून : यशवंतराव (पुत्र), डॉ. आंबेडकर, सौ.रमाबाई (पत्नी),
लक्ष्मीबाई (वहिनी), मुकुंदराव (पुतण्या) आणि लाडका कुत्रा टॉबी.

शासकीय विधी महाविद्यालयातील सहकारी प्राध्यापकांसह (१९२८-२९)
डावीकडून बसलेले : प्रा. ए.ए.आडारकर, प्रा. जी. एस.सी. ब्राऊन, प्रि.ए.ए.फैझी, प्रा.टी.एन. वालावलकर, प्रा. ए.बी.वैद्य, डॉ. आंबेडकर.
डावीकडून उभे : प्रा. एस. बी. जठार, प्रा. एम. एस. वकील, प्रा. एन. सी. एच. कायजी, प्रा. एल. एफ. रॉड्रिक्स, रजिस्ट्रार आर. पी. कर्वे.

समाज समता संघाने आयोजिलेला विवाहसमारंभ (२९ जून १९२९)
वराच्या उजव्या बाजूला लक्ष्मीबाई व रमाबाई. वधूच्या डाव्या बाजूला पुरोहित सुंदरराव वैद्य, पाठीमागे डॉ. आंबेडकर, रावबहादूर बोले, डॉ. पी. जी. सोळंकी, शिवतरकर , चित्रे, कद्रेकर, गोविंद आडरेकर, प्रधान.

अखिल भारतीय दलित समाजाचे पहिले अधिवेशन (१९-२०जुलै १९४२)

मजूरमंत्री डॉ. आंबेडकर आणि कामगार नेते ना.म.जोशी, जमनादास मेहता,
सरकारी अधिकारी द्वारकानाथ प्रधान व इतर.

सर स्टॅफोर्ड क्रिप्स
यांच्या नेतृत्वाखालील शिष्टमंडळापुढे
साक्ष देण्यासाठी जाताना.
(१९४६)

स्वतंत्र भारताच्या घटना खर्डा समितीचे सदस्य
डावीकडून बसलेले : एन. माधवराव, सय्यद सादुल्ला, डॉ. आंबेडकर (अध्यक्ष),
अलादी कृष्णास्वामी, अय्यर, सर बेनेगल, नरसिंह राव

गांधीजींच्या पार्थिव देहाचे दर्शन घेण्यासाठी बिर्ला हाऊसला गेले असताना डॉ. आंबेडकर (१९४८)

डॉ. आंबेडकर व द्वितीय पत्नी डॉ. सविता (१९४८)

स्वतंत्र भारताचे पहिले राष्ट्रपती डॉ. राजेंद्र प्रसाद व मंत्रिमंडळ
डावीकडून बसलेले : डॉ. आंबेडकर, रफी अहमद किडवाई, सरदार बलदेव सिंग, डॉ. मौलाना अबुल कलाम आझाद, पं. जवाहरलालनेहरू, डॉ.राजेंद्र प्रसाद, सरदार वल्लभभाई पटेल, जॉन मथाई, जगजीवन राम, राजकुमारी अमृत कौर, डॉ. श्यामाप्रसाद मुखर्जी
उजवीकडून उभे : डॉ. केसकर, सत्यनारायण सिंह, के. संथनाम, जयरामदास दौलतराम,के.सी. नियोगी, न. वि. गाडगीळ, एन. गोपालस्वामी अय्यंगार, मोहनलाल सक्सेना, आर. आर. दिवाकर, खुर्शिदलाल.

बुद्ध जयंतीनिमित्त दिल्लीत आंबेडकर भवन येथे भाषण करताना डॉ. आंबेडकर.

स्वतंत्र भारताचे पहिले कायदेमंत्री म्हणून शपथ घेताना डॉ. आंबेडकर (८ मे १९५०)

कोलंबिया विद्यापीठाने
बहुमानाची डॉक्टर ऑफ लॉ
(एल.एल.डी.)पदवी
अर्पण केली. (१९५२)

पीपल्स एज्युकेशन सोसायटीच्या औरंगाबाद येथील महाविद्यालयाचे
बांधकाम चालू असताना. (१९५०)

अखिल भारतीय साई भक्त मेळाव्याचे उद्‌घाटन करताना डॉ. आंबेडकर (१९५४)

देहू रोड येथील बुद्ध विहाराचे उद्‌घाटन आणि बुद्धमूर्तीची स्थापना (१९५४)

डॉ. आंबेडकर आणि सौ. माई आंबेडकर बौद्ध धर्माची दिक्षा घेताना (१४ ऑक्टोबर १९५६)

नागपूर येथील बौद्ध धम्म दिक्षा सोहळा (१४ ऑक्टोबर १९५६)

बौद्ध धम्म दीक्षा सोहळ्यासाठी उपस्थित जनसमुदाय

बौद्ध धम्म दिक्षा समारंभानंतर दुसऱ्या दिवशी दिक्षाभूमीवर भाषण करताना डॉ. बाबासाहेब आंबेडकर (१५ ऑक्टोबर १९५६)

नागपूर पालिकेतर्फे मानपत्र देऊन डॉ. आंबेडकरांना गौरवण्यात आले. (१९५६)

खाटमांडू येथे भरलेली
जागतिक बौद्ध महापरिषद
(२० नोव्हेंबर १९५६)

खाटमांडू येथील उपस्थित जनसमुदाय

अंतिम दर्शन (६ डिसेंबर १९५६)

पंतप्रधान जवाहरलाल नेहरू पार्थिवाचे दर्शन घेताना

लाडक्या नेत्याला शेवटचे अभिवादन करण्यासाठी लोटलेला अमाप जनसागर

माझ्या अपंग, अज्ञ नि विपन्नावस्थेत पिचत पडलेल्या बांधवांना तारण्यासाठी देवा, तू अवतार घे, असाच त्यांचा धावा होता. महात्मा जोतीराव फुले यांचा मोठा अभिमानी अन् स्नेही नि रानड्यांशी परिचय असलेला पुरुष देवाजवळ दुसरे काय मागणार ? तपाअन्ती तो त्या सन्त पुरुषाचा वर फलद्रूप झाला. देवाने जणू दार उघडले. अनेक युगांनंतर हे असे दार उघडले. अठराशे एक्याण्णवच्या चौदा एप्रिलला महू येथे तपोनिष्ठ भीमाबाईंना पुत्ररत्न झाले. त्यांच्या त्या चौदाव्या रत्नाचे नाव सुभेदारांनी भीम असे ठेविले. पूर्वी भारतात पुत्रप्राप्तीसाठी खडतर व्रते करणाऱ्या काही सदाचारी, धर्मशील माता होऊन गेल्या. आधुनिक भारतातही काही मातांनी पुत्रप्राप्तीसाठी खडतर तप केल्याचे दाखले आहेत. एकीला सूर्योपासनेनंतर पुत्ररत्न झाले. त्याचे नाव बाळ गंगाधर टिळक. दुसरीला पुत्र झाला तो स्वामी विवेकानंद ह्या नावाने जगप्रसिद्ध झाला. परंतु रामजी सकपाळांच्या पुत्राच्या घडणीत नियतीचादेखील बराच हात असला पाहिजे. कारण स्वकीयांना नि स्वधर्मीयांना पशूहून निकृष्ट अवस्थेस पोहोचविणाऱ्या हिंदू समाजास शासन करण्यास्तव तिने हे चौदावे रत्न दाखविले. त्या साधुपुरुषाच्या आशीर्वादाने असे चौदावे रत्न जन्माला घालून नियतीने तो वर सुफलित तर केलाच पण त्या बरोबरच एक अपूर्व चमत्कारही घडविला.

रामजी सकपाळांच्या नूतन पुत्राचे पाळण्यातील नाव जरी भीम होते, तरी घरी त्याला भिवा म्हणत. आणि पुढील आयुष्यात विश्वविद्यालयीन शिक्षण संपेपर्यंत भीवराव असेच नाव राहून गेले. भीम अडीच-तीन वर्षांचा असतानाच त्याचे वडील सेवानिवृत्त झाले. थोडा काळ महू येथे राहिल्यानंतर रामजी सुभेदारांनी आपले बिऱ्हाड काप-दापोलीस हलविले. तेथील मराठी शाळेत भीमाचा थोरला भाऊ आनंदराव ह्याचे शिक्षण चालू झाले. त्याच शाळेत भीमाने श्रीगणेशास आरंभ केला.

त्या काळी काप-दापोली हे सेवानिवृत्त महारांच्या वास्तव्याने गजबजलेले असे एक मोठे केंद्र होते. ही सेवानिवृत्त मंडळी कबीर पंथ, रामानंद पंथ, नाथपंथ ह्यांपैकी या ना त्या भक्तिपंथाची दीक्षा घेत असत. भूतदया, परहितबुद्धी, देवावर श्रद्धा ह्या मंगलभावनांत भक्तिपंथाच्या अनुयायांचे मन रमे. श्रीकृष्ण किंवा श्रीराम प्रभू ह्यांच्या चिंतनात त्यांना सुख वाटे. त्यांची पारमार्थिक भूक शमे. निवृत्तिप्रवण वृत्ती रंगे. आपण समस्त परमेश्वराची लेकरे आहोत. परमेश्वराच्या दारी उच्चनीचतेला स्थान नाही. देव भावाचा भुकेला. अशी

भक्तिमार्गाची शिकवण असे. कबीर पंथातील भक्तावर तर भूतदयेच्या भावनेचे खोलवर संस्कार होते कारण त्यांचा गुरू कबीर. ह्याने जातिभेदावर कडाडून हल्ला केला होता. त्याने आपल्या अनुयायांना 'जात पंथ ना पूछ कोई, हरको भजे ओ हरका होई' असा अमर संदेश दिला होता. ह्यामुळे काही महार मंडळींचा स्वाभाविकपणे कबीरपंथाकडे विशेष ओढा असे.

निरनिराळ्या पंथांची अनुयायी असणारी ही महार मंडळी आपापसात पारमार्थिक विषयावर कडाक्याचा वादविवाद करीत असत. त्यामुळे पुष्कळदा तट आणि तंटे निर्माण होत. रामजी सकपाळ ह्यांचे घराणे नाथपंथी. त्यांचा व्यासंग दांडगा होता. त्यांनी धर्मतत्त्वांचा नि पारमार्थिक ग्रंथांचा स्वतंत्रपणे अभ्यास केला होता. रामायण, पांडवप्रताप, ज्ञानेश्वरी इत्यादी ग्रंथ त्यांनी मन:पूर्वक अभ्यासिले होते. पहाटेस स्तोत्रे, भजने, दोहे, अभंग नि भूपाळ्या भक्तिभावाने गाण्याचा त्यांचा परिपाठ असे. भजन, पूजन व नामसंकीर्तन ह्यात ते सकाळ-संध्याकाळ निमग्न असत. ठरावीक वेळेनंतर लष्करी छावणीतील रहिवाशांनी दिवे मालवावे अशी शिस्त असे. तरी नोकरीत असताना खिडक्या, दरवाजे बंद करून अभंग, दोहे, स्तोत्रे गाण्यात रामजी सकपाळ तल्लीन होत. 'संताचे भोजन अमृताचे पान करिती कीर्तन सर्वकाळ' असा भाव होता त्यांचा. व्यासंगी, चिंतनशील नि सदाचरणी स्वभावामुळे त्यांच्या करारी मुद्रेवर एकप्रकारचे तेज खेळत असे. त्यांची भाषा ओघवती असून ते आपले विचार तर्काची बैठक न सोडता मांडीत असत. त्यांचा गौरवर्ण, तेजस्वी मुद्रा, पुरी उंची, करारी स्वभाव, स्वतंत्र बाणा, धिप्पाड बांधा, अध्ययनशील नि वादकुशल वृत्ती ह्यांमुळे त्यांच्या व्यक्तिमत्त्वाची लोकांवर सहज छाप पडे. ह्याचा परिणाम असा होई की, महार मंडळींपैकी कोणीही त्यांच्याविरुद्ध वादविवादात उभा राहू शकत नसे. ज्याचे मत सर्वांनाच सर्वस्वी प्रमाणभूत वाटते, असा एकही ऋषी नाही तर रामजी सुभेदारांची मते कोण प्रमाण मानणार ? त्यामुळे जरी सुभेदारांविषयी वचकमिश्रित आदराची भावना अनुयायांत वसत होती, तरी त्यांपैकी काहींना त्यांच्या प्रभुत्वाचा मत्सर वाटे.

काप-दापोलीला घर बांधून राहावे, अशी रामजी सुभेदारांची उत्कट इच्छा होती. परंतु, योगायोग तसा नव्हता. एकतर पन्नास रुपये मासिक निवृत्तिवेतनावर त्यांना कुटुंबाची गुजराण करावी लागे. तशात त्यांची आतिथ्यशील, त्याग-भोगाची राहणी. त्यामुळे संसाराचा गाडा चालविणे त्यांना अवघड होऊ लागले. दुसरे असे की, ब्रह्मज्ञान नि पारमार्थिक विषयांवरील चर्चेमुळे निर्माण होणारी तटबाजी, गटागटांतील कलह, कटुता अन् उभे वैर ह्यांचा त्यांना त्या

वास्तव्यात उबग आला. शेवटी त्यांनी दापोलीला रामराम ठोकला. आणि ते कुटुंबासहित मुंबईस आले. तेथील ओळखीमुळे नि खटपटीमुळे त्यांची सातारा येथील सरकारी सार्वजनिक कामाच्या विभागामध्ये कोठावळा म्हणून नेमणूक झाली. त्यांनी साताऱ्यातील महारवाड्याच्या जवळपासच आपले बिऱ्हाड केले. लागलीच आनंदराव आणि भीम ह्यांचे शिक्षण साताऱ्यातील लष्करी छावणीतील शाळेत चालू झाले. थोड्या दिवसांनी रामजी सुभेदारांच्या आयुष्यात एक महत्त्वाचे स्थित्यंतर घडले. त्यांनी कबीर पंथाची दीक्षा घेतली. आता ते निर्भेळ शाकाहारी झाले.

सातारला बिऱ्हाड केल्यानंतर थोड्याच दिवसांनी भीमाबाईचे देहावसान झाले. उण्यापुऱ्या सहाव्या वर्षी भीम जगातील निर्व्याज प्रेमास अंतरला. मृत्युसमयी भीमाबाईंना घशाचा विकार झाला होता असे म्हणतात. रामजींच्या पुढे दुःखाचा आणि अडचणींचा डोंगर उभा राहिला. त्यांच्या जीवनातील त्यांची तीस वर्षांची सोबतीण परलोकी निघून गेली. त्यांनी तिचे यथासांग अंत्यविधी केले. या माउलीची समाधी साताऱ्यात आहे. भीम आपल्या आईला बय म्हणत असे. भीमाचे कोडकौतुक करण्यासाठी तिला आयुष्य लाभले नाही. ज्योतिषशास्त्रात वर्णन केलेली थोर पुरुषांची काही चिन्हे आपल्या भीमाच्या मुद्रेवर, हातांच्या तळव्यांवर, कानांवर नि पायांवर उमटलेली आहेत, असे पतीचे उद्गार तेवढे तिच्या कानांवर अधूनमधून पडत असत. तशा चिन्हांची ऐकीव माहिती ह्या चरित्रनायकास असावी, असे प्रस्तुत चरित्रकाराचे अनुमान आहे. आपले दोन्ही तळहात एकमेकांवर ठेवून डावा तळवा उजव्यापेक्षा मोठा आहे, हे त्यांनी प्रस्तुत चरित्रकाराच्या एकदा निदर्शनास आणून दिले होते. त्या वेळी ते म्हणाले होते : 'माझी पत्रिका केलेली नाही, परंतु माझ्या वडिलांना ज्योतिषशास्त्र अवगत होते. ते माझ्या भवितव्याविषयी फार आशादायक गोष्टी बोलत असत. त्यांच्या एकंदर व्यवस्थित नि नियमबद्ध जीवनामुळे असे म्हणता येईल की, त्यांनी शाळेत जी जन्मतारीख दिली आहे तीच खरी असली पाहिजे.'

मातेच्या निधनानंतर भीम नि आनंद ह्याचा सांभाळ त्यांची आत्या मीराबाई हिनेच केला. ही आत्याबाई मोठी बोलकी, तडफदार नि संसारदक्ष होती. ती कुबडी होती. तिच्या पतीशी तिचे पटले नाही म्हणून ती माहेरीच राहत असे. सुभेदारांची ती वडील बहीण. घरात तिचा दरारा असे. मातृहीन भीमावर तर तिचे निरतिशय प्रेम होते. तो तिचा सर्वांत लाडका असे. सुभेदारांचे भीमावर भारी प्रेम होते. त्यांच्या कडक शिस्तरूपी खडकामधून वात्सल्याची दूधगंगा दुथडी वाहत असे.

रामजी सुभेदार व्यासंगी, सुशील, धर्मशील नि भजनशील होते. त्यांच्या आयुष्यक्रमाचे आणि शिक्षणाविषयी त्यांना वाटणाऱ्या तळमळीचे परिणाम त्यांच्या इष्टमित्रांवर नि कुटुंबीयांवर विशेष व्हावे, हे साहजिकच होते. मुलांमध्ये विद्येची अभिरुची उत्पन्न व्हावी, मुलांचे चारित्र्य सोज्ज्वळ संपन्न व्हावे, ह्याविषयी ते अतिशय दक्ष असत. सकाळी न्याहारी करण्यापूर्वी देवापुढे बसून मुलांनी अभंग नि भजने म्हणावी, अशी शिस्त त्यांना त्यांनी लावली होती. अभंग नि भजने अर्धवट म्हणून मुलं न्याहारीसाठी उठली तर ते त्यांना धमकावून विचारीत : 'का रे, आज लवकर संपले तुमचे भजन ?' ही अळंटळं सकाळी चाले. रात्रीच्या भजनाच्या वेळी मात्र सर्व मुलांनी उपस्थित राहिलेच पाहिजे, असा त्यांचा कडक नियम होता. कोणी टाळाटाळ केली तर ते त्याला क्षमा करीत नसत. त्यांची भजने, अभंग, दोहे सुरू झाली की गंभीर, पवित्र आणि उदात्त असे वातावरण निर्माण होई.[१] अभंगामागून अभंग, स्तोत्रामागून स्तोत्र, भजनामागून भजन भक्तिभावाने म्हणत म्हणत रामजी भक्तिभावात रंगून जाऊन भगवंताला आळवीत. मुले गोड गळ्याने त्यांना साथ देत. या गोष्टींची आठवण पुढील आयुष्यात होताच बाबासाहेब आंबेडकर सद्‌गदित अंत:करणाने म्हणत, 'त्या वेळी धर्म व धार्मिक शिक्षण मनुष्याच्या जीवनात अत्यंत आवश्यक आहे, असे मलासुद्धा पटत असे.'

भारतातील प्रत्येक पिढीतील थोर पुरुषांच्या जीवनाला रामायण नि महाभारत ह्या महाकाव्यांनी अक्षय स्फूर्ती आणि तेज दिले आहे. त्यांना उदात्त वळण लावण्यास ही महाकाव्ये कारणीभूत झाली आहेत. रामजी सकपाळ या रामायण-महाभारत महाकाव्यांतील कथा मुलांना वाचून दाखवीत, रंगवून सांगत. मोरोपंत, मुक्तेश्वर, ह्या पंडित कवींच्या अन् नामदेव, तुकाराम ह्या संत कवींच्या काव्यांचे नि अभंगांचे पाठांतर ते मुलांकडून करवून घेत असत. संतवाङ्मयाचे वाचन, पठण नि विवेचन केल्यामुळे मुलांच्या संस्कारक्षम बालमनावर उत्तम ठसा उमटला. अभंगादी उत्तम वाङ्मय जिभेवर नित्य रुळल्यामुळे त्यांच्या भाषेला नि परिणामी विचाराला हितकारक असे वळण लागले. आपली थोरली बहीण पांडवप्रताप, रामायण ह्यांतील अनेक विषयांवर विवेचन नि निरूपण करू शके, असे बाबासाहेब अभिमानाने सांगत असत. आंबेडकरांच्या पुढील आयुष्यातील मराठी पाक्षिकाच्या आणि साप्ताहिकाच्या संपादकीय कर्तृत्वाचा पाया हा असा बालवयातच घातला गेला होता.

---

१. हुदलीकर, प्रा. सत्यबोध, नवयुग आंबेडकर विशेषांक, १३ एप्रिल १९४७.

रामजी सुभेदारांना स्वत:च्या कुटुंबाच्या अभ्युदयाची, तशीच आपल्या अस्पृश्य समाजाच्या उन्नतीची तळमळ लागून राहिली होती. नोकरीत असल्यापासूनच जेवढे जनहित करता येईल तेवढे करावे असा यांचा बाणा होता. अर्थात परिस्थितीप्रमाणे अस्पृश्य कार्यकर्त्यांकडून जे जनहित व्हायचे ते म्हणजे मर्यादित समाजहितच असायचे. तशा कार्यास वा विचारास चालना देता येईल तेवढी प्रत्यक्ष व पत्रद्वारे ते देत असत. रामजी सुभेदार महात्मा जोतीराव फुल्यांचे मित्र होते. जोतीरावांनी ब्राह्मणेतरांच्या अन् अस्पृश्यांच्या शिक्षणासाठी नि सामाजिक समतेसाठी जे बंड उभारले, त्याचा त्यांच्या मनावर विशेष परिणाम झालेला होता. अन्यायाच्या विरुद्ध उभे राहण्याचे रामजींच्या अंगी धैर्य होते. महार जातीस लष्करात घेऊ नये अशी किचनेरप्रणीत सरकारी घोषणा झाली. सुभेदारांनी त्या अन्यायाची दाद लावून घेण्यासाठी मोठी खटपट नि धडपड केली. त्यांनी जनहितपरायण माधवराव रानडे ह्यांची भेट घेऊन एक निवेदन तयार करून घेतले नि ते सरकारला सादर केले. त्या निवेदनाची एक प्रत पुढे आपल्याला सापडली, अशी हकीकत रानडे जन्मशताब्दीच्या वेळी केलेल्या भाषणात बाबासाहेब आंबेडकरांनी स्वत:च सांगितली.

असा समाजहितदक्ष आणि महत्त्वाकांक्षी पुरुष आपल्या मुलांना केवळ धार्मिक आणि नैतिक विषयांचेच पाठ देऊन स्वस्थ बसावयाचा नाही, हे स्वाभाविकच. मुलांच्या दैनंदिन उन्नतीकडे रामजी सुभेदार स्वत: लक्ष देत असत. भीमाचे प्राथमिक शिक्षण पूर्ण होऊन त्याच्या इंग्रजी शिक्षणास आता आरंभ झाला. अभ्यासाची त्याला अद्याप गोडी लागली नव्हती. शाळेत कानांवरून जाईल तेवढेच ज्ञान. तेवढाच अभ्यास. तेच शिक्षण. बुद्धीने तसा तो तरतरीत होता. बांध्याने बळकट होता. त्याचे केस कुरळे असून ती गोरटेली मूर्ती गोंडस दिसे. वडिलांच्या अलोट मायेमुळे भीम लाडावलेला होता. त्याच्या अवखळपणामुळे आलेल्या तक्रारीपायी त्याला मार बसण्याचा प्रसंग कधीमधी ओढवे. तथापि, आत्याच्या पाठीमागे भीम जाऊन दडला की मार खाण्याचा प्रसंग बहुधा टळे.

भीमाचे बालमन एका घरगुती घटनेमुळे विशेष बेचैन झाले होते. पत्नीच्या मृत्यूनंतर दुसरे लग्न न करता आपली मुले सावत्रपणाच्या छळापासून दूर ठेवावी, असे रामजींनी ठरविले होते. पण मुलांची आबाळ होते म्हणून शेवटी त्यांनी जिजाबाई नावाच्या विधवेशी पुनर्विवाह केला. ती शिरकावळे नावाच्या सेवानिवृत्त जमादाराची बहीण होती. ती सावत्र आई बयेचे कपडे घालते, दागिने वापरते म्हणून छोट्या भीमास तिची मनस्वी चीड येई. तो आपल्या आतेच्या

अवतीभोवती असायचा. वडिलांनी दुसरी बाई बयेच्या घरात आणली, ह्याविषयी त्या लहानग्या मुलास अतिशय राग आला होता.

अस्पृश्यतेच्या दंशाची जाणीव बाळ भीमाच्या मनाला बालवयातच झाली. बाजारात दुकानदार आईपुढे दुरून कापड टाकताना त्याने पाहिले होते. शालेय जीवनात छोट्या भीमाला अस्पृश्यतेच्या कलंकाची तीव्र जाणीव होऊ लागली. त्याच्या बालमनावर आघात व्हायला प्रारंभ झाला. एक दिवस छोटा भीम, त्याचा भाऊ आनंद नि एक भाचा अशी तीन मुले नोकरीनिमित्त कोरेगावी राहत असलेल्या आपल्या वडिलांना भेटण्यासाठी निघाली. पाडळीपासून मसूरपर्यंत ही मुले आगगाडीने गेली. वडिलांना पत्र न मिळाल्यामुळे ते स्थानकावर त्यांना नेण्यासाठी येऊ शकले नाहीत. सर्व प्रवासी निघून गेले. तरी ही मुले का जात नाहीत, याची विचारपूस स्थानकपालांनी त्यांचे जवळ केली. भीमाचे रुबाबदार कपडे पाहून त्यांना वाटले की ही मुले कोणा सुखवस्तू गृहस्थाची असावीत. पण ती एका महाराची आहेत असे कळताच ते चार पावले मागे सरले. तथापि, त्यांना एक बैलगाडी भाड्याने मिळवून देण्याइतके त्यांनी सौजन्य दाखविले.

गाडी काही अंतरावर गेल्यावर मुलांच्या संभाषणावरून गाडीवानाने हेरले की, ही मुले महाराची आहेत. झाले ! त्याच्या अंगावर काटा उभा राहिला. आपली गाडी महाराच्या पोरांनी विटाळली असे त्याला वाटले. त्याचा संताप अनावर झाला. टोपलीतून कचरा फेकून द्यावा त्याप्रमाणे त्याने त्यांना गाडीबाहेर फेकले. रात्रीची वेळ. खेड्यातील वातावरण. रस्त्यावर दिवा नाही. चिटपाखरू फिरताना दिसत नव्हते. मुले गांगरली. दुप्पट भाडे देऊ करताच गाडीवानाच्या रागाचा पारा उतरला. मुलांनी गाडी हाकावी. गाडीवानाने मागून पायी चालावे. अशी तडजोड ठरली. उन्हाळ्याचे दिवस. तहानेने मुलांचा जीव कासावीस झाला. टोलनाक्यावर येताच मुले प्यायला पाणी मिळावे म्हणून खूप धडपडली, तडफडली. पण पाणी काही मिळेना. कोणी घाण पाण्याकडे बोट दाखवीत, तर कोणी पाणी देण्याचे तिरस्काराने नाकारीत. 'दुसऱ्या दिवशी अर्धमेल्या स्थितीत आम्ही मुक्कामास पोहोचलो,' अशी काळीज फाटणारी ही भयंकर आठवण बाबासाहेब आपल्या भाषणांतून आणि बैठकींतून कधीकधी सांगत असत.

त्या दिवशी छोट्या भीमाला आपल्या हीनदीन नि केविलवाण्या जिण्याची जाणीव[१] झाली. आपणांस शाळेत वेगळे का बसविण्यात येते, घराकडून

१. आंबेडकरांचे भाषण, जनता, २० नोव्हेंबर १९३७.

शाळेत बसण्याकरिता गोणपाटे का न्यावी लागतात, काही शिक्षक आपल्या पुस्तकांना नि वह्यांना हात का लावीत नसतात, विटाळाच्या भीतीने प्रश्नसुद्धा विचारावयाचे ते कसे टाळतात, ह्या गोष्टींचा भीमाला आता उलगडा झाला. आई बाजारात दुकानाच्या बाहेर उभी राहून लांबूनच कपडा का निवडी, ह्याचे इंगित त्याला आता कळले. पाणी प्यायचे झाले तर भीमाने हाताची ओंजळी करून तोंड वर करायचे. आणि कोणीतरी वरून पाणी त्याच्या तोंडात ओतावे, असा भीमाचा अनुभव असे. एकदा स्पृश्य हिंदूंच्या पाणवठ्यावर पाणी पिताना भीम सापडला. तेव्हा त्याला काळानिळा होईपर्यंत स्पृश्य हिंदूंनी गुरासारखा बदडला. रेडे भादरणाऱ्या न्हाव्यालाही त्याच्या ड़ोईचा विटाळ वाटे. म्हणूनच त्याची बहीण ओट्यावर बसून त्याची डोई करी. ते दिवस गोल भोवरा नि लांब शेंडी राखण्याचे असत.

ह्या साऱ्या विटंबनेचे मूळ आपणांस लोक अस्पृश्य लेखतात ह्यात आहे, हे बाल भीमाला हळूहळू उमजू लागले. अस्पृश्यतेच्या कलंकाचा तो निर्घृण असा परिपाक आहे, याची भीमाच्या बालमनाला जाणीव होऊ लागली. ज्या धर्मात राहून आपली अशी विटंबना होते त्या धर्माबद्दल साहजिक त्याला तिरस्कार वाटू लागला. रोपट्याच्या सालीवर कोरलेली अक्षरे झाडाच्या वयाबरोबर वाढत जातात. भीमाच्या मनातील रुजलेली तिरस्काराची ही भावना तशीच दिवसेंदिवस वाढत गेली. असे होते भीमाचे लहानपणीचे कटू अनुभव. पावलोपावली जेथे तेथे समाजाकडून अवहेलनेचे अन् विटंबनेचे दाहक चटके भीमाला बसू लागले. स्पृश्य हिंदूंच्या ह्या माणुसकीशून्य वागण्यामुळे अस्पृश्य मानल्या जाणाऱ्या समाजाला शतकानुशतके जो मन:स्ताप, हालअपेष्टा सहन कराव्या लागल्या होत्या, त्याचेच हे एक भयंकर उदाहरण होते.

छोटा भीम इंग्रजी दुसरीत गेला. शाळेत त्याची प्रगती यथातथाच होती. वृत्तीने मात्र तो स्वतंत्र, निर्भीड, धाडसी, हूड नि जिद्दखोर होता. स्वारी हट्टास पेटली म्हणजे मागे म्हणून हटत नसे. थोरपणीही बाबासाहेब म्हणत, 'माझा स्वभाव पहिल्यापासूनच अतिजिद्दी व हट्टी आहे. हे माझ्या सवंगड्यांना ठाऊक होते. एखादी गोष्ट करू नको, असे म्हटल्यास मी ती हटकून करणार हे त्यांना माहीत होते.' एकदा मुसळधार पाऊस पडत होता. एक शाळासोबती भीमाला म्हणाला, 'बघ रे बुवा, पाऊस पडतोय खूप. पावसातून तू जाऊ नकोस कसा. उगाच चिंब भिजशील' झाले, त्या दिवशी भीम जिद्दीस पेटला. त्याने आपली वेलबुट्टीची टोपी काढली, दप्तर गुंडाळले, आणि आपला भाऊ आनंद ह्याला ते शाळेत घेऊन जावयास सांगितले. बंधूने समजविण्याचा प्रयत्न केला. पण व्यर्थ.

अंगात सदरा नि कंबरेस धोतर हा त्या वेळचा शाळेत जायचा पोशाख. तो तसाच ठेवून भीमाची स्वारी मोठ्या विजेत्याच्या ऐटीत ओलीचिंब होऊन शाळेत हजर झाली. त्या वेळी पेंडसे नावाचे एक ब्राह्मण गृहस्थ भीमाचे वर्गशिक्षक होते. त्यांचे भीमावर अतिशय प्रेम होते. पावसातून भिजत आलास, छत्री का आणली नाहीस, असे त्यांनी विचारताच भीमाने मोठ्या साळसूदपणे उत्तर दिले की, 'छत्री एकच होती. ती भाऊ घेऊन गेला.' पेंडश्यांनी आपल्या मुलासंगे त्याला स्वत:च्या घरी पाठविले. आणि भीमाला आंघोळीस गरम पाणी देऊन त्याला एक कोरडी लंगोटी द्यावयास सांगितले. भीमाने स्नान केले नि लंगोटी नेसून वर्गाबाहेर शीळ घालीत ऐटीत फिरू लागला 'वर्गात येऊन बस, तुला लाज कसली वाटते ? ही सर्व मुलेच आहेत' असे पेंडसे गुरुजींनी म्हणताच भीमाचा विरस झाला. त्याला रडू कोसळले. आणि तो आपला तसाच रडत रडत लाजून मान खाली घालून वर्गात जाऊन बसला. त्या वेळेपासून भीमाने स्वभावातील जिद्द काढून टाकण्याचे ठरविले.

भीम दुसरीत असतानाच न्यायमूर्ती माधवराव रानडे कालवश झाले. त्या दिवशी भीमाच्या शाळेस सुट्टी मिळाली. रानडे कोण होते ? त्यांनी कोणते कार्य केले ? त्यांच्या निधनानिमित्त सुट्टी का मिळाली ? ह्यासंबंधी आपणांस गंधवार्ता नव्हती, असे पुढे डॉ. आंबेडकरांनी रानड्यांच्या शतसांवत्सरिक उत्सवानिमित्त भरलेल्या एका सभेत म्हटले होते.

ह्याच माध्यमिक शाळेत आंबेडकर नावाचे दुसरे एक ब्राह्मण शिक्षक होते. भीमावर त्यांचे अलोट प्रेम होते. घराबाहेरील सहानुभूतिशून्य रखरखीत वाळवंटात किंचित कुठे प्रेमाची हिरवळ सापडावी, तसे या दोन ब्राह्मण शिक्षकांच्या प्रेमामुळे भीमाला वाटे. मधल्या सुट्टीत रमत गमत, हूडपणा करीत घरी जावयास सापडते, म्हणून भीम घरी जायचा. हे या आंबेडकर गुरुजींच्या लक्षात आले. त्यांनी आपुलकीने भीमाला बोलवून त्याच्या ओंजळीत वरून भाजीभाकरी टाकावी, असा त्यांचा नित्यक्रम असे. त्या आपुलकीच्या झऱ्यात न्हाऊन भीमाचे अंग लहरून जाई ! प्रेमाने वाढलेल्या ह्या भाजीभाकरीची गोडी त्याला अवीट वाटे. मोठेपणी बाबासाहेबांना तिची आठवण होताच, त्यांचा कंठ दाटून येई. माणुसकीने ओतप्रोत भरलेल्या आंबेडकर गुरुजींचे सारेच जीवन न्यारे होते. शाळेची घंटा झाली की ते पंचवीस वर्षांच्या रहिमतुल्ला नावाच्या मुसलमान विद्यार्थ्यावर वर्ग सोपवीत आणि शाळेच्या समोरील तंबाखूच्या दुकानात हिशेब लिहिण्याचे काम करीत. सायंकाळी घंटा होण्याच्या वेळी ते शाळेत यायचे आणि सब ठीक आहे असे रहिमतुल्लाकडून त्यांनी एकदा का ऐकले की, ते निश्चिंत

मनाने घरी जावयाचे. असा त्यांचा दैनंदिन कार्यक्रम असे. वार्षिक शालेय निरीक्षणाच्या दिवशी निरीक्षकांना चहा, चिवडा, चिरूट यांची ते यथेच्छ मेजवानी देत. इतकेच काय, निरीक्षकांच्या मागे उभे राहून मुलांना पाटीवर गणितांची उत्तरे लिहून दाखवीत. शेरा उत्तम मिळविण्यात आंबेडकर गुरुजींचा हातखंडा असे. एकदा वार्षिक तपासणी संपली की, पुन्हा वर्षभर तीच दिनचर्या, तीच निश्चिंतता !

आंबेडकर गुरुजींनी भीमासाठी आणखी एक संस्मरणीय अशी गोष्ट केली. भीमाचे आडनाव आंबावडेकर हे आडनीड आहे, ते ठीक नाही, म्हणून त्याने आपले आंबेडकर हे सुटसुटीत नाव लावावे, असे एकदा आंबेडकर गुरुजींनी भीमाला सांगितले. लागलीच शाळेच्या दप्तरामध्ये तशी त्यांनी नोंदही करून टाकली. आंबेडकर गुरुजींना आपले नाव अजरामर करावयास अशी बुद्धी व्हावी, हे त्यांचे महत् भाग्यच म्हणावयाचे. आंबेडकर गुरुजींना आपल्या लाडक्या विद्यार्थ्याचा म्हातारपणीही विसर पडला नाही. पुढे दलितांचे प्रतिनिधी म्हणून गोलमेज परिषदेसाठी जेव्हा डॉ. आंबेडकर विलायतेस जावयास निघाले तेव्हा शुभेच्छादर्शक आणि अभिनंदनपर असे एक पत्र त्यांनी आपल्या शिष्यास पाठविले. ते पत्र एक अमोल ठेवा म्हणून डॉ. आंबेडकरांनी जतन करून ठेवले होते. हे आंबेडकर गुरुजी मुंबईस दामोदर सभागृहाकडील डॉ. आंबेडकरांच्या कार्यालयात त्यांना एकदा भेटावयास गेले. तेव्हा महान पंडित नि कीर्तिमान झालेल्या त्या शिष्याने गहिवरून त्यांना नम्रतापूर्वक प्रणिपात केला. इतकेच नव्हे तर त्यांना पोशाख देऊन त्यांचा त्यांनी यथोचित सन्मानही केला.

इंग्रजी दुसरी-तिसरीपर्यंत भीमाचा अभ्यास यथातथाच चालला होता. अद्याप तो उनाडकीतच रममाण होत असे. बागकामाचा त्याला अतिशय नाद लागला होता. जो पैसा हाती लागे त्याचा रोपटी विकत घेण्यात व्यय होई. अभ्यासावरून मन उडण्यास तसेच आणखी एक घरगुती कारण होते. एका सणाच्या दिवशी भीमाबाईचे दागिने तिच्या सवतीने घातले होते. ते पाहताच मीराबाईंना भीमाबाईची आठवण होऊन रडू कोसळले. मुलेही रडू लागली. हा प्रकार पाहून त्यांना झोंबतील असे शब्द रामजी संतापाने बोलले. भीमाच्या मनाने त्या क्षणापासून घेतले की, आपण बापावर अवलंबून न राहता स्वतंत्र आयुष्य कंठायचे. दुसऱ्याची गुरे राखणे, शेतात काम करणे, अशीही तो हलकी सलकी कामे करू लागला. एकदा तर त्याने सातारा स्थानकावर हमाली केली. ते ऐकून

त्याच्या आतेचा जीव हळहळला. दुःखातिशयामुळे तिने त्याला शिक्षा केली नाही. स्वतंत्रपणे जगण्याची ती कोकराची लहर भीमाच्या मनात अधूनमधून उसळी घेई. सातारकडचे इतर मुलगे मुंबईस जाऊन गिरणीत नोकरी करतात. त्याप्रमाणे आपणही मुंबईस जाऊन गिरणीत नोकरी करावी, स्वावलंबी व्हावे, असे भीमाला वाटे. पण हा निश्चय कृतीत कसा उतरावा ? गाडीभाड्यास पैसे कुठून आणायचे ? असा प्रश्न त्याच्यापुढे उभा राहिला. त्याला एक युक्ती सुचली. आतेच्या कंबरेला असणारी पैशाची पिशवी लांबवून आपला कार्यभाग उरकायचा, असा त्याने बेत रचला. त्या वेळी छोटा भीम आतेच्या कुशीतच झोपायचा. आतेच्या उजव्या बाजूला कोणी कोणत्या दिवशी झोपायचे आणि डाव्या बाजूला कोणी झोपायचे हेसुद्धा भावंडांत ठरलेले असे. जागून पाळत ठेवून एकदाची भीमाने आतेची ती पैशाची पिशवी लांबविली. पण पाहतो तो त्यात अर्धाच आणा ! त्याला अतिशय वाईट वाटले. त्याला पश्चात्तापही झाला. त्याच्या मनाने घेतले की, ही अशी चलाखी करून पळ काढण्यापेक्षा झटून अभ्यास करून आपण आपली प्रगती साधावी. स्वतःच्या पायावर उभे राहावे. आपला उत्कर्ष साधावा हेच श्रेयस्कर.[१] या प्रसंगाने भीमाच्या जीवनास पूर्णपणे कलाटणी मिळाली. त्याच्या मनावरील अविचाराचे सावट दूर झाले. त्याने आपल्या उनाडकीच्या सवयी टाकून देण्याचा त्या क्षणीच निर्धार केला. त्या दिवसापासून भीमाच्या अभ्यासात मेहनतीची नि मननाची भर पडली. वर्गात शिक्षकांना भीमाच्या पालटलेल्या वृत्तीची, नवतेजाची ओळख झाली. पूर्वी जे शिक्षक भीमाच्या शिक्षणासाठी व्यर्थ व्यय करू नये म्हणून निराशेने त्याच्या वडिलांना चिथावणी देत, तेच शिक्षक आता भीमाच्या वडिलांना आग्रहाने सांगू लागले की, 'सुभेदार, काय वाटेल ते करा, हालअपेष्टा काढा, पण या मुलाचे शिक्षण पार पाडा.'

'विद्येनेच मनुष्या आले श्रेष्ठत्व या जगामाजी' या वचनावर रामजींची अढळ श्रद्धा होती. ज्ञानाने थोरपणा वाढतो, मन तळपते, अशी त्यांची मनोभावना होती. मुलांनी संस्कृत शिकावे, बुद्धिमान व्हावे, पंडित म्हणून नाव मिळवावे, अशी सुभेदारांची महत्त्वाकांक्षा होती. आनंदरावाने संस्कृत शिकावे असे त्यांनी ठरविले. परंतु त्या साताराच्या माध्यमिक शाळेतील संस्कृतच्या शिक्षकाने निक्षून सांगितले की, 'मी महाराच्या मुलांना संस्कृत शिकविणार नाही.' संस्कृत म्हणजे वेदपठणाची गुरुकिल्ली. शूद्रांनी वा अतिशूद्रांनी वेदाध्ययन करणे हा घोर अपराध.

---

१. Ambedkar's Speech, the Bombay Sentinel, 20 January 1942.

हा अपराध करणाऱ्याच्या कानांत शिशाचा तप्त रस ओतून त्यास ठार करावे किंवा त्याची जीभ छाटावी, अशी धर्मग्रंथप्रणीत शिक्षा असे. त्या काळी 'प्रामाण्य बुद्धिर्वेदेषु' म्हणजे वेदास प्रमाण मानणारा तो हिंदू अशी लोकमान्य टिळकांनी हिंदूची व्याख्या केली होती. तरी वेदोक्ताचा अधिकार सर्व हिंदुमात्राचा आहे, असे त्या राष्ट्रनेत्यालाही म्हणवेना ! मग पोकळ शब्दाची घोकंपट्टी केलेल्या त्या अंधपरंपराभिमानी शास्त्रीबुवाच्या मनोवृत्तीला दूषण देणे योग्य नाही. आनंदरावाने निरुपाय म्हणून पर्शियन भाषा घेतली. आपल्यावरही तोच प्रसंग गुदरणार हे भीम समजून चुकला. सातारा माध्यमिक शाळेत चौथ्या इयत्तेत गेल्यावर भीमापुढे तो प्रश्न उद्‌भवला. तेच संकट उभे राहिले. संस्कृत शिक्षकांमधला धर्ममार्तण्ड जागा झाला. त्याने हिंदू भीमास संस्कृतपासून तोडून टाकले. अशा धर्मशिरोमणींनी परकीय आक्रमणांना इतक्या निष्ठुरतेने तोंड दिले असते, तर स्वत:च्या मायभूमीत ते दास्यात गायीसारखे गयाळ होऊन पडले नसते, असे म्हणतात ते काही वावगे नाही. पुढील वर्षी भीम मुंबईस गेला तेव्हाही त्याला तसाच कडवट अनुभव आला. त्यापूर्वी नामवंत मुकुंदराव जयकरांची नि संस्कृत भाषेची काही काळ अशीच ताटातूट एका शास्त्रीबुवांनी केली होती.

भीमाची आता अभ्यासात बरीच प्रगती झाली होती. हावर्डची इंग्रजी पुस्तके नि तर्खडकरांच्या भाषांतर पाठमाला यांच्या साहाय्याने भीमाचा इंग्रजी विषय वडिलांनी चांगला घोटून घेतला होता. ही पुस्तके भीमाने मुखोद्‌गत केली होती. प्रतिशब्द कसा योजावा याविषयी वडिलांनी भीमाला भरपूर ज्ञान दिले होते. 'माझ्या इंग्रजीतल्या वक्तृत्वाचे नि ग्रंथकर्तृत्वाचे श्रेय माझ्या वडिलांकडे जाते,' असे बाबासाहेब आंबेडकर कृतज्ञतेचे उद्‌गार काढीत. त्याचा मूळ इतिहास हा असा होता. मुलांना गणित विषय नीट समजविण्यासाठी एका पुस्तकवजा अभ्यासवहीत त्यांनी गोखले अंकगणितातली समग्र उदाहरणे सोडवून ठेविली होती.

बाबासाहेब पुढे स्वत:च्या कष्टाने संस्कृत भाषा शिकले. त्या भाषेत पारंगत व्हावे अशी त्यांची प्रबळ इच्छा होती. संस्कृत भाषेवर त्यांचे अमर्याद प्रेम होते. त्यांना संस्कृत वाङ्‌मयापुढे पर्शियन भाषा अगदी फिक्की वाटे. 'संस्कृत[१] भाषेत काव्यमीमांसा नि अलंकारशास्त्र आहे. नाटके आहेत. रामायण महाभारतासारखी महाकाव्ये आहेत. तत्त्वज्ञान आहे, तर्कशास्त्र आहे, गणित आहे. आधुनिक विद्येच्या दृष्टीने पाहता संस्कृत वाङ्‌मयात सर्व काही आहे. तशी स्थिती पर्शियन भाषेची नाही. मला संस्कृत भाषेचा अभिमान असल्यामुळे ती चांगली

१. हुदलीकर, प्रा. सत्यबोध, नवयुग आंबेडकर विशेषांक, १३ एप्रिल १९४७.

अगवत व्हावी, ह्याविषयी माझ्या अंत:करणात तळमळ आहे. तो सुदिन कधी उगवेल तो खरा.' असे उद्‌गार अनेक वेळा पुढील आयुष्यात त्यांच्या तोंडून निघत.

सुभेदारांच्या साताऱ्यातील नोकरीचा काळ संपला. त्यांनी आपले बिऱ्हाड मुंबईस आणले. परळ विभागातील डबक चाळीत ते राहू लागले. भीम प्रथम काही दिवस मराठा माध्यमिक शाळेमध्ये जाऊ लागला. सुभेदारांना तो आपल्या जीवनातील एकमेव आशा वाटे. तो त्यांच्या आशेचा आसरा अन् अभिमानाचा तारा होता. भीमाच्या परीक्षेतील साध्या यशाने त्यांच्या मनाला समाधान लाभत नसे. रात्रंदिवस त्यांना त्याच्या उत्कर्षाची तळमळ लागून राहिली होती. त्या तळमळीचा अर्थ भीमाला मुळीच उमगत नसे. भीम म्हणे, 'मी दरवर्षी परीक्षा बिनधोकपणे उत्तीर्ण होतो. मग माझ्यामागे अभ्यासाचा लकडा वडिलांनी का लावावा ?'

ह्या सर्व कळकळीचा परिणाम भीमाच्या जीवनावर अप्रत्यक्षपणे घडून येत होता. त्याच्या ठायी अभ्यासक्रमाबाहेरील वाचनाची आवड उत्पन्न झाली. पुस्तकांचा त्यास हव्यास लागला. त्यासाठी तो हट्ट धरू लागला. महत्त्वाचा ग्रंथ त्याने पाहिला की तो त्याला संग्रही ठेवावा असे वाटे. अभ्यासाकडे दुर्लक्ष करून मुलाने अवांतर पुस्तके वाचणे रामजींना मुळीच पसंत नसे. तरीसुद्धा असा हट्ट मुलाने धरला की, खिशात पैसे असोत वा नसोत ते तत्काळ काखोटीस मुंडासे मारून पुस्तक आणण्यासाठी निघत. ते तडक कांतेकरांकडे दिलेल्या आपल्या मुलीकडे जायचे. तिच्याकडून उसने पैसे घ्यायचे. तिच्याजवळ पैसे नसले तर तिला दिलेल्या दागिन्यांपैकी एक दागिना उसना आणायचे. तो एका ठराविक मारवाड्याकडे गहाण ठेवायचे. पैसे मिळताच मुलास पाहिजे असलेले पुस्तक विकत घेऊन घरी यायचे. मासिक सेवानिवृत्तिवेतन हाती पडताच दागिना सोडवून न चुकता परत मुलीस करायचा, असा त्यांचा परिपाठ असे. 'असा प्रेमळ पिता फार थोड्यांना लाभत असेल, असे माझे मन मला ग्वाही देते. माझ्या अल्लड स्वभावामुळे मला त्या वेळी त्यांच्या प्रेमळपणाची किंमत कळली नाही.' अशी पुढील आयुष्यात बाबासाहेब आठवण करून गहिवरत. वडिलांची ती भव्य, उदार, देवासमान मूर्ती डोळ्यांसमोर येताच ते स्फुंदून स्फुंदून का रडत ते यावरून चांगलेच समजते.

वडिलांनी ग्रंथ आणून दिला की तो वाचता वाचता उशाला घेऊन भीम झोपायचा. भीमाला अशी सवयच जडली होती. शेंडीचे चपचपीत चोपडलेले तेल लागून अशा चांगल्या पुस्तकांची बहुधा दुर्दशा झालेली असे. तथापि, स्वत: पुस्तकांचा संग्रह करावा या आवडीमुळे अमुक पुस्तकात अमक्या ठिकाणी एखादी महत्त्वाची बाब आहे, ही गोष्ट कोठेही टाचणे वगैरे न लिहिली असताही

ताबडतोब भीम आठवू शके. भूतपूर्व नि विद्यमान राजकारणी विद्वान पुरुष आणि विद्वान राजकारणपटू यांच्या जीवनावरून असा निष्कर्ष काढता येतो की, त्यांच्या नेतृत्वाचा नि कीर्तीचा पाया विद्यार्थिदशेतच अफाट वाचन, गाढ मनन, ऐतिहसिक दृष्टिकोन ह्यांवरच उभारलेला असतो. रानडे, टिळक, सावरकर यांची ठळक उदाहरणे महाराष्ट्रास माहीत आहेत. परंतु त्यात थोडा फरक आहे. या तीन थोर पुरुषांच्या सामाजिक परिस्थितीत नि परंपरेत आणि भीमाच्या परिस्थितीत नि परंपरेत मोठे ठसठशीत अंतर आहे. विद्येच्या सागरात नि परंपरेत पाय ठेवूनच वर उल्लेखिलेले हे तीन थोर पुरुष जन्मास आले, तर जन्माने कनिष्ठातील कनिष्ठ दर्जा प्राप्त झालेल्या भीमाने शिक्षण घेणे ही गोष्ट भयंकर पातक करण्यासारखी होती. ते प्राप्त करून घेण्याची इच्छा स्वप्नातसुद्धा करणे त्यास शक्य नव्हते.

थोड्या दिवसांनी भीम एल्फिन्स्टन माध्यमिक शाळेत जाऊ लागला. या सरकारी शाळेत भीमाचा मानभंग होऊ नये, असे वाटणे साहजिक होते. इथेही भ्रमाचा भोपळा फुटला ! शाळा ही बाहेरच्या जगाची छोटी आवृत्ती. मुले आईबापांच्या छोट्या आवृत्त्या. या शाळेतील मुलांनीही भीमाला अपमानाचे चटके कळत वा नकळत दिले. शिक्षकाच्या सांगण्यावरून भीम एकदा अंकगणितातील उदाहरणे सोडविण्यासाठी फळ्याकडे जाऊ लागला. तोच वर्गातील मुलांनी एकच गिल्ला केला. ती फळ्याकडे धावत सुटली. तो गिल्ला कशासाठी होता ? फळ्याच्या आड ठेवलेले आपले फराळाचे डबे भीमाच्या स्पर्शाने विटाळतील, ह्या भयाने ते फळ्यामागून काढून बाजूला भिरकावून देण्यासाठी ती धावली होती. त्या डब्यांचा तो आवाज बाहेरच्या जगातील विटाळवेडाचा प्रतिध्वनी होता. हा आवाज नि तो गलबला भीमाच्या कानांत सदैव घुमत राहिला असल्यास नवल ते काय ? शिक्षकांपैकी एकजण त्याला म्हणे, 'अरे तू महार. तुला शिकून काय करायचं आहे ? तू आपला शाळा सोडून जा कसा !' तेजोभंग करणारे ते शब्द सदोदित ऐकून भीमाचा संताप अनावर होई. एकदा तो ताडकन् उठून खणखणीत आवाजात त्या शिक्षकास म्हणाला, 'महाशय, तुम्ही आपलं काम करा कसं. नस्ती उठाठेव करायला तुम्हांला सांगितलं कुणी ?'[१]

भीमासाठी अभ्यासाकरिता स्वतंत्र खोली नव्हती. मुलांकरिता घरी शिक्षक ठेवणे सुभेदारांना शक्य नव्हते. डबक चाळीतील त्यांची खोली धुरकट असून घरगुती वस्तूंनी नि भांड्याकुंड्यांनी भरलेली असे. तिच्या एका कोपऱ्यात माळ्यावर जळाऊ लाकडांचा साठा होता. दुसऱ्या कोपऱ्यात चूल होती. विश्रांती,

---

१. शिवतरकर, सी. ना. जनता, १४ एप्रिल १९३४.

झोपणे, जेवण, अभ्यास यांसाठी ती एकच खोली. अशा गर्दीतही मुलांच्या अभ्यासाची सोय रामजींनी एक युक्ती काढून साधली. रात्री मुलगा लवकर गोधडीवर झोपी जाई. त्याच्या उशाजवळ भिंतीला टेकून घिरट कोंबलेला असे. पायाशी बकरी धापा टाकीत असायची. दोन वाजेपर्यंत स्वत: जागून रामजी मुलाला अभ्यासासाठी दोन वाजता उठवीत असत. मुलगा अभ्यासास बसला म्हणजे ते झोपी जात. तेलाच्या मिणमिणीत दिव्याशेजारी ह्या कुशीवरून त्या कुशीवर वळता वळता भीम अभ्यास करून पहाटे पाच वाजता पुन्हा झोपत असे. सकाळी उठे. स्नान करून शाळेत जाई. शाळेशेजारी कामावर जाणारा एक कामगार भीमाचा जेवणाचा डबा घेऊन जाई. दुपारी भीम शाळेत जेवी. भीमाचा याच वयात कामगार जीवनाशी संबंध आला. तो मधूनमधून सुट्टीच्या दिवशी नातलग मंडळींचे जेवणाचे डबे घेऊन गिरणीत जायचा. अलीकडे भीमाचा व्रात्यपणा नि उनाडकी कमी झाली असली तरी क्रिकेटचा त्याला अतिशय छंद लागला होता. क्रिकेटचे सामने होत त्या वेळी भीमाची बाजू हरली, तर भीमाचे सवंगडी शेवटी दुसऱ्या पक्षाशी मुद्यावरून गुद्यावर येत. झुंज जुंपली तर सवंगड्यांनी लढायचे नि भीमाचे रक्षण करायचे असे चाले.

मध्यंतरी रामजी सुभेदारांनी एका गोष्टीचा निर्णय केला. त्यांनी आनंदाला नोकरीस लावले. आता त्या सर्वांनी भीमाच्या शिक्षणावर लक्ष केंद्रित करून त्याचे होईल तेवढे शिक्षण करायचे, असा निर्धार केला. वर उल्लेखिलेल्या प्रतिकूल परिस्थितीशी झगडत असता भीमाने आपल्या अभ्यासात खंड पडू दिला नाही. तो प्रतिवर्षी परीक्षा उत्तीर्ण होत असे. वडिलांच्या उत्तेजनामुळे आणि काही उदारमनस्कांच्या सहानुभूतीमुळे आपला अभ्यास नेटाने करून भीम मॅट्रिकची परीक्षा १९०७ साली उत्तीर्ण झाला. त्याच्या वडिलांचा आनंद गगनात मावेना. मुलाने यशाचा एक टप्पा गाठला, हे पाहून त्यांना धन्यता वाटली. भीमरावाने ७५० पैकी २८२ गुण मिळविले. अवांतर वाचनात जे गढलेले असतात किंवा विद्यार्थिदशेत चळवळीत जे गुंतलेले असतात, त्या विद्यार्थ्यांची परीक्षेतील यशाची श्रेणी बहुधा मध्यम प्रतीची असते. पाठ्य पुस्तकांतील मधमाशी म्हणून गणलेल्या मुलांपेक्षा त्यांना परीक्षेतील गुणाची जास्ती पुंजी करता येणे अशक्यच असते.

महार मुलाने मॅट्रिकच्या परीक्षेत यश मिळवायचे म्हणजे त्या काळी ती अघटित घटनाच ! त्याप्रीत्यर्थ एक समारंभ करण्यात आला. त्या समारंभाचे अध्यक्षपद महाराष्ट्रातील एक नामांकित कर्ते समाजसुधारक सीताराम केशव बोले यांना देण्यात

आले. त्या सभेस मुंबईतील दुसरे एक विख्यात विचारवंत, प्रसिद्ध शिक्षक, नाणावलेले ग्रंथकार नि निष्ठावंत समाजसुधारक गुरुवर्य कृष्णाजी अर्जुन केळुसकर हेही उपस्थित होते. केळुसकर चर्नी रोडवरील बागेत सायंकाळी वाचीत बसलेले असत. एक दिवस बाजूच्या बाकड्यावर एक तरतरीत दिसणारा मुलगा दिसला. तो मुलगा म्हणजे भीमराव. त्यांचे कुतूहल जागे होऊन त्यांनी भीमरावाची ओळख करून घेतली आणि त्याला उत्तेजन दिले. त्यांची त्याच्यावर मर्जी बसली. स्वाभाविकपणे भीमरावांच्या गौरवार्थ तेही चार शब्द बोलले आणि त्या प्रसंगी त्यांनी स्वत: लिहिलेले बुद्धाचे मराठी चरित्र भीमरावांना भेट म्हणून दिले. सभा संपल्यानंतर रामजीपंताकडे गुरुवर्य केळुसकरांनी भीमरावांच्या पुढील शिक्षणाच्या व्यवस्थेसंबंधी विचारपूस केली. तेव्हा तो मानधन पुरुष उत्तरला, 'माझी परिस्थिती अडचणीची आहे, हे खरे. तरी मी भीमाला उच्च शिक्षण देण्याचा निर्धार केला आहे.'

भीमरावांची मॅट्रिकची परीक्षा उत्तीर्ण झाल्यावर थोड्याच दिवसांत त्यांच्या विवाहाचा बेत ठरला. त्या काळी मुलामुलींचे विवाह बहुधा विद्यार्थिदशेतच होत. एकोणिसाव्या शतकाच्या उत्तरार्धात जे नामांकित पुढारी महाराष्ट्रात होऊन गेले, त्या सर्वांचे विवाह त्यांच्या अल्पवयातच झाले होते. त्या रूढीनुसार सुभेदारांनी भीमरावांचा विवाह केला. आपल्या वडिलांच्या इच्छेस मान देऊन भीमरावही विवाह करण्यास राजी झाले. हा विवाह जुळण्यापूर्वी भीमरावांचे एक दोन वाङ्‌निश्चय रामजी सुभेदारांनी मोडल्यामुळे त्यांना आपल्या जातपंचायतीस पाच रुपये दंड भरावा लागला होता. विवाहस्थळ भायखळ्याचा बाजार ठरले होते. तेथील उघड्या छपरात एका कोपऱ्यात मुलीकडील वऱ्हाड जमले. दुसऱ्या कोपऱ्यात नवऱ्याकडील वऱ्हाडी जमले. पायाखालील गटारातून घाण पाणी वाहत होते. चबुतऱ्याचा उपयोग बाक म्हणून करण्यात आला. सर्व बाजाराचा विवाहस्थळ म्हणून उपयोग झाला. लग्नकार्य आनंदात आणि उत्साहात पार पडले. सकाळी बाजारात कोळणी येण्यापूर्वी वऱ्हाड घरी परतले. विवाहसमयी भीमरावांचे वय सतरा वर्षांचे आणि मुलीचे वय नऊ वर्षांचे होते. मुलीचे सासरचे नाव रमाबाई ठेवण्यात आले. मुलगी वयाने लहान पण स्वभावाने शांत आणि सुस्वभावी होती. ती गरीब पण सच्छील घराण्यातील असून, आपल्या बापाची ती धाकटी मुलगी होती. तिचा बाप भिकू धुत्रे हा दाभोळजवळील वणंदगावचा. तो दाभोळ बंदरावर हमाली करीत असे. तिच्या लहानपणीच आईबाप निवर्तले होते. तिचे नि तिच्या भावंडांचे पालनपोषण तिच्या चुलत्याने नि मामाने केले. तिचा भाऊ शंकर धुत्रे. हे मुद्रणालयात नोकरीस असत. धुत्र्यांना वणंकरही म्हणत.

या संधीस महाराष्ट्रातील अस्पृश्योद्धाराची चळवळ पुढे सरकू लागली होती. अस्पृश्य समाजातील शिवराम जानबा कांबळे हे महाराष्ट्रातील अस्पृश्य समाजात जागृतीचे कार्य करीत होते. 'सोमवंशीय मित्र' या नावाचे एक मासिक ते पुण्याहून प्रसिद्ध करीत असत. भारतातील पहिली अस्पृश्यांची परिषद बोलविण्याचा मान या कर्तृत्ववान नेत्याचा आहे. भारतीय अस्पृश्यांना त्यांच्या पूर्वजांच्या धर्मात राहू देऊन त्यांना ज्ञानदान करावे आणि त्यांची ऐहिक उन्नती करावी, असे निवेदन भारत सरकारास त्यांनी पुढे लवकरच सादर केले.

त्या वेळचे दुसरे अस्पृश्योद्धारक नेते कर्मवीर विठ्ठल राम हे होत. त्यांनी विलायतेस जाऊन समाजशास्त्राचा आणि सर्व धर्मांचा तौलनिक अभ्यास केला होता. तेथील दलितोद्धारविषयक कार्याची संपूर्ण माहिती मिळविली. भारतात परत आल्यावर त्यांनी भारतातील निरनिराळ्या समाजांच्या जीवनाचे निरीक्षण करण्यासाठी भारतभर दौरा काढला. पुढे सर नारायण चंदावरकर यांच्या साह्याने 'डिप्रेस्ड क्लास मिशन ऑफ इंडिया' संस्थेची स्थापना केली. अस्पृश्योद्धाराचा हा पहिलाच संघटित प्रयत्न होय. परंतु, कर्मवीरांच्या मनावर उदारमतवादी प्रणालीचा बराच प्रभाव असल्यामुळे सामाजिक संघर्ष टाळून त्यांना अस्पृश्यता निवारण साधावयाचे होते. नामदार गोपाळ कृष्ण गोखले यांच्या 'सर्व्हन्टस् ऑफ इंडिया' संस्थेनेसुद्धा अस्पृश्योद्धारासाठी बरीच सहानुभूती दाखविली. 'मी अस्पृश्यता पाळणार नाही' अशी त्यांच्या संस्थेच्या प्रतिज्ञापत्रकात सभासदास अट घातलेली असे.

भीमरावांच्या महाविद्यालयीन शिक्षणाच्या वेळच्या सामाजिक परिस्थितीचे हे चित्र आहे. भीमराव मुंबईतील एल्फिन्स्टन महाविद्यालयामध्ये शिक्षण घेत होते. अस्पृश्य गणलेल्या माणसाला हा एक नवीन प्रकारचा अनुभव, नवीन जीवन आणि असंभाव्य अशी एक संधी होती, असेच म्हटले तरी चालेल. आजारीपणामुळे भीमरावांचे एक वर्ष वाया गेले. भीमरावांची इंटर आर्ट्सची परीक्षा उत्तीर्ण होईपर्यंत रामजी सुभेदारांनी मुलाच्या शिक्षणाचा भार कसाबसा सोसला. त्यांना हा शिक्षणाचा व्यय झेपत नाही असे पाहून गुरुवर्य केळुसकर ह्यांनी सर नारायण चंदावरकर यांच्या मध्यस्थीने बडोदा नरेशांची त्यांच्या मुंबईतील निवासस्थानी भेट घेतली. 'अस्पृश्यांना उत्तेजनार्थ आपण सहाय्य देऊ' अशी जी घोषणा मुंबई नगरभवनातील सभेत बडोदा नरेशांनी केली होती तिची आठवण देऊन गुरुवर्य केळुसकरांनी भीमरावांना त्यांच्यासमोर उभे केले. 'बोले तैसा चाले' या वचनाचे महाराज एक चालतेबोलते प्रतीकच होते. महाराजांनी विचारलेल्या प्रश्नांची उत्तरे भीमरावांनी समाधानकारक दिली. त्याला आपल्या सरकारची

मासिक २५ रु. ची शिष्यवृत्ती देण्याचे मान्य केले. या बाबतीत शिवराम जानबा कांबळे ह्यांचेही त्यांच्याशी बोलणे झाले होते असे एका ठिकाणी कांबळे यानी नमूद करून ठेवले आहे. अशा प्रकारे बुद्धाचे चरित्र भीमरावांना भेट म्हणून देऊन केळुसकरांनी भीमरावास समाजातील उच्चनीचतेविरुद्ध उठण्यास नकळत आवाहन केले. आवश्यक अशी त्यांची मनोभूमिका तयार केली. त्यांनी भीमरावांच्या ज्ञान संपादनाच्या मार्गावर आपल्या सहानुभूतीचा प्रकाश टाकला. स्वत:च्या बुद्धिवैभवात भर टाकण्याची त्यांना एक अमोल संधी मिळवून दिली. ही एक गुरुवर्याच्या आयुष्यातली मोठी अविस्मरणीय अशी कामगिरी होय. चांगली कृत्ये यज्ञापरी असे म्हणतात तेच खरे !

भीमरावांच्या महाविद्यालयात प्राचार्य कॉव्हर्नटन, प्राध्यापक मुल्लर, प्रा. ॲण्डर्सन असे नामांकित अध्यापक होते. पण त्यांची शिकविण्याची पद्धत भीमरावांच्या मनाची पकड घेऊ शकली नाही. प्रा. मुल्लरांचे तर भीमरावांवर गाढ प्रेम असे. ते भीमरावांस आपले सदरे देत. पुस्तके देत. तरीपण भीमरावांच्या अंत:करणात नवचैतन्य कोणी ओतू शकला नाही. महाविद्यालयात असताना भीमरावांस तेथेही पिण्यास पाणी मिळत नसे. या आजूबाजूच्या वातावरणामुळे ते कष्टी होत असत. दलितांची दैन्यावस्था पाहून आणि त्यांच्या केविलवाण्या किंकाळ्या ऐकून त्यांचे मन अस्वस्थ होत असे. 'जावे त्यांच्या वंशा तेव्हा कळे' हे संतवचन किती यथार्थ आहे !

भीमरावांनी जरी परीक्षेत यश मिळविण्याच्या दृष्टीने अभ्यास चालविला होता, तरी अवांतर वाचन हाच त्यांच्या आयुष्यातील खरा आनंद होता, ब्रह्मानंद होता. त्या विद्यालयातील जीवनात योग्य असे मार्गदर्शन लाभले नसताही त्यांचे वाचन एका विशिष्ट ध्येयाने प्रेरित होऊन चालू असे. पुढील आयुष्यातील जीवनसंग्रामासाठी जी जी बुद्धीला आणि मनाला संपन्न नि सामर्थ्यवान करणारी साधने ती ती संपादन करण्यास त्यांनी जणू आरंभ केला होता. याच वेळी पोयबावडी येथील इम्प्रुव्हमेंट चाळ नं. १ मध्ये रामजी सुभेदारांनी बिऱ्हाड हलविले. या चाळी सरकारने बांधावयाचे ठरविले, तेव्हा रामजी सुभेदारांनी त्या काळच्या मुंबईच्या राज्यपालांची भेट घेतली होती; आणि अस्पृश्य वर्गासाठीही त्या चाळी खुल्या ठेवाव्यात असा त्यांच्याकडे अर्ज सादर केला होता. त्याची फलश्रुती म्हणजे अस्पृश्यांना स्पृश्यांसंगे त्या चाळीत राहावयास जागा मिळाल्या ही होय.

चाळ नं. १ मधील दुसऱ्या मजल्यावरील समोरासमोरील पन्नास-एकावन्न क्रमांकांच्या खोल्यात आंबेडकर राहत असत. खोली क्रमांक ५० मध्ये भीमराव अभ्यास करीत. उठण्याबसण्यासाठी तीच खोली होती. खोली क्रमांक ५१ मध्ये

स्वयंपाकघर असे. खोलीत भीमराव अभ्यास करीत असता वडील बाहेर पहारा देत बसत. परीक्षा जवळ येताच भीमरावांनी झटून अभ्यास केला. आणि १९१२ साली झालेल्या बी. ए. च्या परीक्षेत ते यशस्वी झाले. पण योगायोग असा की, भीमराव आंबेडकरांनी पुढे स्थापन केलेल्या सिद्धार्थ महाविद्यालयाचे पहिले प्राचार्यपद भूषविणारे अ. बा. गजेंद्रगडकर हे याच परीक्षेत पहिले आले होते.

भारतातील राजकीय असंतोषाने त्या वेळी पराकाष्ठेचे उग्र स्वरूप धारण केले होते. मतस्वातंत्र्य, सभास्वातंत्र्य ह्यांची गळचेपी दिवसेंदिवस अधिक होत होती. या बाबतीत केलेली प्रार्थना, निषेध, निवेदने ही देशद्रोहाची गुणगुणच आहे, असे ब्रिटिश सरकार मानी. सरकारच्या मते त्या चळवळीचे सर्व नेते देशद्रोही होते. सरकारने लोकमान्य टिळकांची मंडालेला नि सावरकर बंधूंची अंदमानला रवानगी केली होती. महाराष्ट्रातील तेजस्वी संपादकांना तुरुंगात डांबले होते. महाराष्ट्रातील क्रांतिकारकांतील काही तरुण फाशी गेले. काही तुरुंगांत खितपत पडले होते. या दडपशाहीमुळे सर्व देशभर असंतोषाच्या प्रचंड झंझावाती लाटा एकामागून एक पसरत होत्या. त्या हलकल्लोळामुळे शिवाजीचा महाराष्ट्र हादरला. त्यामुळे टिळकांच्या पुनरागमनापर्यंत महाराष्ट्रात भीषण शांतता पसरली.

भारतातील या ज्वालाग्राही घटनांचे प्रतिध्वनी भीमरावांच्या देशाभिमानी मनावर किती खोलवर उठले होते याचे चित्र त्यांच्या 'प्रांतिक कोषव्यवस्थेचा विकास' (दि इव्ह्यलूशन ऑफ प्रॉव्हिन्शल फायनॅन्स इन ब्रिटिश इंडिया) या सुप्रसिद्ध ग्रंथात पाहावयास सापडते. सत्ता आपणहून क्वचित आत्महत्या करते, हे तत्त्व सांगून भीमराव आंबेडकर म्हणतात, 'गुन्हे होऊ नयेत म्हणून प्रतिबंधक निर्बंधाची गुन्हा आणि दंडसंहितेत तरतूद केली आहे. त्यावर संतुष्ट न राहता कार्यकारिणीने पृथ्वीच्या पाठीवर कुठल्याही देशात झाले नसतील असे काळे निर्बंध करून हिंदी निर्बंधसंहितेस काळिमा[१] लावला आहे. नोकरशाही ही सनातनी, दडपशाही वृत्तीची नि बेजबाबदार असून ती सर्व महसूल, शिक्षण नि उद्योगधंदे यांवर खर्च न करता नोकरशाहीवर उधळत आहे.'

१९१० सालचा मुद्रणासंबंधीचा निर्बंध हा विचार आणि सभा ह्यांच्या स्वातंत्र्याची गळचेपी करणारा होता, असे त्यांनी त्यात नमूद केले आहे. खऱ्या देशभक्तास शोभतील अशी ही धीट मते आहेत.

---

१. पृ. १९८.

मोर्ले-मिटो सुधारणांविषयीचे त्यांचे मत मननीय आहे. प्रांतिक सरकारची विधिमंडळे स्वतंत्र तर दाखवायची नि त्यावर नियंत्रणही ठेवायचे, आणि मंत्रिमंडळाचे अस्तित्व मात्र लोकप्रतिनिधींच्या मतावर अवलंबून ठेवायचे नाही, ही यात खरी गोम होती. राज्यपालांची कार्यकारी मंडळे भारतीयांच्या प्रगतीच्या दृष्टीने काही कार्य करू शकली नाहीत. कारण त्यांचे ध्येय आणि धोरण यांचा रोख या देशाची सुधारणा करण्याकडे नव्हता. त्यांची ध्येये नि धोरणे हिंदी समाजाच्या गरजा, दु:खे नि आकांक्षा यांनी प्रेरित झालेली नव्हती. त्यामुळे त्या कार्यकारी मंडळांनी शिक्षणात प्रगती केली नाही. स्वदेशीला पाठिंबा दिला नाही. इतकेच नव्हे तर जे जे राष्ट्रीय वृत्तीचे दिसेल[२], त्यावर बोट मोडण्यापलीकडे ती काही करू शकली नाहीत. कारण ही प्रगती त्यांच्या हिताला बाधक होती. हे ती मंडळे जाणून होती. असा भीमराव आंबेडकरांचा सडेतोड अभिप्राय होता.

पदवीधर झाल्यावर बडोदे संस्थानात भीमरावांनी वडिलांच्या इच्छेविरुद्ध नोकरी धरली. बडोदे सरकारच्या सैन्यात भीमरावांची लेफ्टनंट म्हणून नेमणूक झाली. भीमरावांनी मुंबईत राहावे, काही झाले तरी बडोद्याला जाऊ नये, अशी रामजी सुभेदारांची मनीषा होती. बडोद्यातील वातावरण मुलास मानवणार नाही, असे त्यांना मनातून वाटत असावे. म्हणून परोपरीने भीमरावांचे मन वळविण्याचा त्यांनी प्रयत्न केला. पण भीमरावांनी आपला हट्ट सोडला नाही. इकडे पाहावे तर ब्रिटिश हिंदुस्थानातील सरकारी सचिवालयेसुद्धा वरिष्ठ समाजातील पुराणमतवादी सुशिक्षितांनी बुजबुजलेली !

परंतु योगायोग असा की, भीमराव बडोद्यास जाऊन आठपंधरा दिवस झाले नाहीत तोच वडील अत्यवस्थ आहेत, अशी भीमरावांना अचानक तार मिळाली. भीमरावांनी तडक गाडी पकडली. वाटेत सुरत स्थानकावर वडिलांसाठी सुरतेची मिठाई घेण्यासाठी ते उतरले. परंतु त्या गडबडीत आगगाडी मुंबईस निघून गेली. दुसरी गाडी मिळावयाला दुसरा दिवस उगवावा लागला. भीमराव दुपारी फार उशिरा मुंबईस पोहोचले. घरी येऊन पाहतात तो वडील मृत्युशय्येवर. नातलग नि शेजारीपाजारी त्यांच्या अंथरुणापाशी चिंताग्रस्त स्थितीत बसलेले. ते दृश्य पाहताच त्यांच्या मनात चर्र झाले. मृत्युशय्येवर पडलेल्या त्या धर्मपुरुषाने भीमरावांस पाहण्यासाठी कंठी प्राण धरला होता. मुलाच्या वाटेकडे डोळे लावून तो मानधन पुरुष पडला होता. डोळ्यांत प्राण घुटमळत राहिले होते. मुलगा आल्याचे वृत्त कानांवर पडताच त्यांनी डोळे उघडले. लाडक्या मुलाच्या

---

२. पृ. १९६-९७.

अंगावरून प्रेमाने आपला थरथरता हात फिरविला. आपल्या जीवनातील आशेच्या एकमेव निधानाला त्यांनी नीट डोळे भरून पाहिले. थोड्याच क्षणांत त्यांचे डोळे मिटले. त्यांचे हातपाय गळले. त्यांचे शरीर थंड पडत चालले. रामजींची ह्या लोकीची यात्रा संपली. भीमराव धाय मोकलून रडू लागले. त्यांच्या आक्रोशापुढे दुसऱ्या कोणाचाही शोक ऐकू येईना.

रामजी सकपाळ शेवटपर्यंत उद्योगशील, महत्त्वाकांक्षी, स्वाभिमानी जीवन जगले. ते वयाने वृद्ध, मनाने गरीब, परंतु चारित्र्याने गुणाढ्य होते. स्वत:ला कल्पना नसेल एवढा स्वजातीस, स्वदेशास नि मानवजातीस भूषणभूत असा ठेवा त्यांनी पाठीमागे ठेवला.

जीवनातील संकटे नि मोह यांना तोंड देण्यास लागणारा कणखरपणा, मनोनिग्रह आणि चिकाटी हे गुण मुलाच्या अंगी त्यांनी बाणविले होते. मुलाच्या समकालिनांत क्वचित दिसून येणाऱ्या दिव्य धार्मिकतेने त्याचे जीवन तेजाळून त्या मानधन पुरुषाने ह्या जगाचा शेवटचा निरोप घेतला.

३

विद्येसाठी खडतर तपश्चर्या

वडिलांच्या मृत्यूमुळे भीमराव आंबेडकरांचा होता नव्हता तो आधार तुटला. पैशाचे पाठबळ नाही, आप्तांचा आधार नाही, अशी परिस्थिती. बडोद्यात नोकरीवर रुजू होण्यासारखी त्यांची मन:स्थिती नव्हती. त्या नोकरीतील अनुभवही काही चांगला नव्हता. आता त्यांना स्वत:च्या पायावर उभे राहण्यावाचून गत्यंतर नव्हते. त्यांच्या ठायी ज्ञान संपादन करण्याची अनिवार इच्छा होती. जगात काही महत्तम कार्य करावे, अशी त्यांची अबोल महत्त्वाकांक्षा होती. त्यामुळे त्यांचे मन अस्वस्थ होई. कुटुंबाचे पालनपोषण तर केले पाहिजे. आणि शिक्षण पुढे चालवावे म्हटले तर पदरी कवडीदेखील नाही. वडिलांचा शेवट कर्जबाजारीपणात झालेला. अशा प्रकारे जीवनकलहाच्या तीव्र धुमाळीतून मार्ग कसा काढावा, ह्या विवंचनेत असताना ते बडोदा नरेशांना मुंबईत भेटले. त्या सुमारास बडोदे सरकारने उच्च शिक्षणासाठी शिष्यवृत्ती देऊन चार विद्यार्थी अमेरिकेस पाठविण्याचा विचार केला होता. महाराजांनी शिष्यवृत्तीसाठी भीमरावांना अर्ज करण्यास सांगितले. त्या चार विद्यार्थ्यांत त्यांनी भीमराव आंबेडकरांची निवड केली. त्याप्रमाणे भीमराव बडोद्याला गेले. तेथे उपशिक्षणमंत्र्यांसमोर ४ जून १९१३ रोजी त्यांनी करारपत्रावर सही केली. त्या करारान्वये भीमरावांनी संकल्पित विषयांचा अभ्यास अमेरिकेत करावा, व नंतर दहा वर्षे बडोदे सरकारची नोकरी करावी असे ठरले.

हिंदी मनुष्याला परदेशात अध्ययनासाठी जावयास मिळणे, ही त्या काळी एक मोठी दुर्लभ संधी गणली जाई. स्वाभाविकपणे अस्पृश्य तरुणाला तर ती एक पर्वणीच वाटावी. भारतातील एका य:कश्चित अस्पृश्याने अब्राहाम लिंकनच्या आणि बुकर टी. वॉशिंग्टनच्या मायभूमीला जावे, तेथील उदात्त, स्फूर्तिदायक नि अद्ययावत जीवन अनुभवून आपले सामर्थ्य वाढवावे, ही एक अभूतपूर्व घटना होती. १९१३ सालच्या जुलै महिन्यातील तिसऱ्या आठवड्यात आंबेडकर न्यूयॉर्कला पोहोचले. प्रथमत: ते विश्वविद्यालयाच्या वसतिगृहात राहिले. परंतु तेथील अर्धेकच्चे अन्न आणि गोमांसाचे पदार्थ ह्यांची त्यांना शिसारी

आल्यामुळे जेथे हिंदी विद्यार्थी राहत असत, त्या सर्व कुटुंबी मंडळात राहावयास गेले. त्यानंतर ते नवल भथेना ह्या पारशी विद्यार्थ्याबरोबर लिव्हिंग्स्टन हॉल शयनमंदिरामध्ये राहत असत. न्यूयॉर्कमधील आंबेडकरांचे जीवन हा एक अपूर्व असा अनुभव. तेथील विद्यार्थ्यांसंगे आंबेडकर बरोबरीने बोलत, चालत, जेवत, फिरत. सर्वच ठिकाणी समतेचे वातावरण. ते जीवन हा त्यांना एक साक्षात्कारच वाटे. त्या नवीन जगाने त्यांच्या मनाचे क्षितिज वाढविले. त्यांचा अंतरात्मा एकप्रकारच्या नवीन तेजाने स्फुरू लागला. अमेरिकेहून वडिलांच्या एका मित्रास लिहिलेल्या पत्रात त्यांनी पददलितांच्या दैन्यावर एक रामबाण उपाय सुचविला. तो उपाय म्हणजे पददलितांमध्ये शिक्षणाचा प्रसार करणे हा होय. आपल्या अस्पृश्य समाजातील प्रत्येक कार्यकर्त्याने शिक्षणप्रसारासाठी झटले पाहिजे, असे त्यांनी आपले मत व्यक्त केले. आंग्ल नाटककार शेक्सपिअर ह्यांच्या नाटकातील 'प्रत्येक माणसाच्या आयुष्यात जेव्हा संधीची लाट येते, तेव्हा त्या संधीचा योग्य प्रकारे उपयोग त्याने केला तर त्या मनुष्यास वैभव प्राप्त होते'[१] हे वचन त्यांनी उद्धृत केले; आणि शिक्षणासाठी मिळेल ती संधी प्रत्येकाने साधावी, अशी आपली ठाम समजूत झाली आहे, असे त्यांनी त्या गृहस्थास कळविले. त्याच पत्रात आंबेडकर पुढे म्हणतात की, आईबाप मुलास जन्म देतात, कर्म देत नाहीत, असे म्हणणे ठीक नाही. आईबाप मुलांच्या आयुष्याला वळण लावू शकतात, ही गोष्ट आपल्या लोकांच्या मनावर बिंबवून जर आपण मुलांच्या शिक्षणाबरोबर मुलींच्याही शिक्षणासाठी धडपड केली, तर आपल्या समाजाची प्रगती झपाट्याने होईल. ह्या खोल विचारातच आंबेडकरांचा भावी स्वाभिमान, स्वावलंबन, आत्मोद्धार चळवळीची बीजे दिसून येतात. देवावर हवाला ठेवून स्वस्थ बसणाऱ्या दलितांच्या दुबळ्या वृत्तीविरुद्ध त्यांनी पुढे जो झगडा केला, त्याचा बीजमंत्र ह्यात दिसून येतो. ह्या पत्रात योजिलेल्या सुभाषितावरून आंबेडकरांच्या ठायी असलेली सावधानता आणि संधीचा सदुपयोग करून घेण्याची असलेली समयज्ञता ह्या गुणांचेही ओझरते दर्शन घडते.

अशा उदात्त विचारचक्रात आणि मनोराज्यात आंबेडकर गुंग झाले होते. ते विचार कृतीत आणण्यासाठी आपल्या अंगी सामर्थ्य वाढविले पाहिजे ह्याची पूर्ण जाणीव त्यांना झाली होती. यास्तव, आपल्या अंगभूत गुणांचा आपण उत्कर्ष केला पाहिजे, त्यासाठी अविश्रांत उद्योग करणे क्रमप्राप्त आहे, हेही त्यांनी जाणले. प्रथमत: काही दिवस त्यांच्या चित्तात थोडी चलबिचल झाली होती.

---

१. खैरमोडे, चां. भ., डॉ. भीमराव रामजी आंबेडकर, पृ. ६६-६७.

तथापि, थोड्याच अवधीत त्यांनी आपले दायित्व ओळखले आणि आपली सर्व शक्ती एकवटून अध्ययन करण्याचे ठरविले.

सुखविलासात रमून जाण्याकडे सामान्यत: प्रत्येक विश्वविद्यालयीन तरुण विद्यार्थ्याचा कल असतो. परंतु ध्येयनिष्ठ आंबेडकरांचे मन तशा जीवनास अनुकूल नव्हते. शिवाय पैसा तर जवळ नव्हताच. चित्रपट पाहावयास जाणे, नयनमनोहर सौंदर्यस्थळे पाहणे, क्रीडोद्यानात सहलणे, ह्यांसारखे विचार त्यांच्या मनालासुद्धा शिवले नाहीत. त्यांना सपाटून भूक लागे. परंतु ती एक कप कॉफी, दोन केक, एक बशी सागुती किंवा मासे यांवरच शमवावी लागे. त्या जेवणाचा खर्च एक डॉलर दहा सेंटस् येई. शिष्यवृत्तीच्या पैशातून पत्नीला घरखर्चासाठी काही पाठवावे लागे. यास्तव खर्च हात आखडून करावा लागे. ही परिस्थिती ज्या सहाध्यायांनी पाहिली, त्यांनी पुढे मोठ्या अभिमानाने सांगितले की, 'आयुष्यात मिळालेल्या संधीचा भरपूर लाभ घेण्यासाठी आंबेडकरांनी प्रत्येक क्षण सोन्याचा कण मानून अभ्यासासाठीच व्यतीत केला. धनाचा प्रत्येक कण योग्य ठिकाणी लावला.' आंबेडकरांचे ध्येय अमेरिकेतील मोठ्यातली मोठी विश्वविद्यालयीन पदवी मिळविणे, हेच केवळ नव्हते. अर्थशास्त्र, समाजशात्र, राज्यशास्त्र, नीतिशास्त्र आणि मानववंशशास्त्र इत्यादी विषयांत पारंगत होण्याची प्रबळ महत्त्वाकांक्षा त्यांनी बाळगली होती.

आंबेडकरांच्या मनावर तेथील एका प्राध्यापकाच्या व्यक्तित्वाची चांगलीच पकड बसली होती. त्याचे नाव एडवीन आर. ए. सेलिग्मन. त्या काळी अमेरिकेत असलेल्या लाला लजपतरायांचे हे प्राध्यापक महाशय स्नेही होते. लाला लजपतरायांची सेलिग्मनशी ओळख ब्रिटनमधील समाजवादी विचारवंत सिडने वेब ह्यांच्यामुळे झाली होती. बदक जसे पाण्यापासून दूर राहत नाही, तसे आंबेडकर सेलिग्मनपासून दूर राहत नसत. ते त्यांच्या अनुमतीने प्रत्येक वर्गात ज्ञानकण वेचण्यासाठी धावत असत. हे प्राध्यापक महाशय हातातील पुस्तकाचे कोपरे दुमडता दुमडता अशा काही आकर्षक पद्धतीने आपल्या विद्यार्थ्यांना ज्ञान देत असत की, त्यांच्या प्रेमळ स्वभावाचा, गाढ विचारांचा व ओघवत्या भाषेचा परिमल त्यांच्या शिष्यांच्या जीवनावर चिरकाल टिकून राही. संशोधनाची कोणती पद्धत आपण अनुसरावी, असे आंबेडकरांनी त्यांना एकदा विचारले. त्यावर त्या गुरुवर्यांनी आंबेडकरांना असा हितोपदेश केला की, 'तुम्ही आपले काम कळकळीने करीत जा. म्हणजे त्यातूनच तुमची स्वत:ची पद्धती आपोआप निर्माण होईल.'

अमेरिकेतील आंबेडकरांच्या ज्ञानयज्ञास अशा प्रकारे प्रारंभ झाला. दररोज अठरा अठरा तास ह्याप्रमाणे काही महिने अभ्यास चालला होता.

सरतेशेवटी दोन वर्षांच्या अखंड तपश्चर्येनंतर त्यांच्या गळ्यात यशाने माळ घातली. 'प्राचीन भारतातील व्यापार' (एन्शन्ट इंडियन कॉमर्स) ह्या विषयावर त्यांनी १९१५ साली प्रबंध लिहून एम्. ए. पदवी संपादन केली. १९१६ सालच्या मे महिन्यात डॉ. गोल्डनवेझर ह्यांच्या वादकथासभेत (सेमिनार) 'भारतातील जातिसंख्या, तिची यंत्रणा, उत्पत्ती आणि विकास' (कास्ट्स इन इंडिया, देअर मेकॅनिझम, जेनिसिस अ‍ॅन्ड डेव्हलपमेंट) ह्या विषयावर त्यांनी एक निबंध वाचला. 'आपल्याच जातीत विवाह करणे हा जातिसंस्थेचा प्राण होय. जातिसंस्था अनेकवचनातच शक्य असते. एकवचनात ती अशक्यच. मनूपूर्वी जाती अस्तित्वात होत्या. ह्या वेळच्या प्रचलित नियमांचे मनूने केवळ संहितीकरण केले इतकेच काय ते !'[१] असे विचार आंबेडकरांनी त्या निबंधात मांडले आहेत. त्यांच्या मते मनू हा एक उद्धट आणि साहसी पुरुष होता.

अशा रीतीने यशाची पहिली पायरी गाठल्यावर दुसरी पायरी गाठण्यास आंबेडकरांना फारसा वेळ लागला नाही. 'भारताच्या राष्ट्रीय नफ्याचा वाटा : एक ऐतिहासिक पृथक्करणात्मक परिशीलन' (नॅशनल डिव्हिडन्ड ऑफ इंडिया - ए हिस्टॉरिक अ‍ॅन्ड अ‍ॅनॅलिटिकल स्टडी) नामक प्रबंधासंबंधी त्यांचा अभ्यास नि विचारविनिमय उपरोक्त प्रबंधाच्या सोबतच चालला होता. पुष्कळ दिवसांच्या परिश्रमानंतर तो प्रबंध त्यांनी पूर्ण केला. १९१६ जूनमध्ये तो कोलंबिया विश्वविद्यालयाने स्वीकारला. शैक्षणिक क्षेत्रातील हे त्यांचे यश एवढे घवघवीत होते की, त्या वेळी कोलंबिया विश्वविद्यालयातील विद्यार्थ्यांनी मेजवानी देऊन त्यांचे हार्दिक अभिनंदन केले. त्यांनी लिंकनचा निर्धार नि जीवितोद्देश आणि बुकर टी. वॉशिंग्टनची उद्योगशीलता अंगी असलेल्या आंबेडकरांचे अभिनंदन करावे, हा एक मोठाच योग म्हणायचा.

पुढे आठ वर्षांनी लंडनमधील पी. एस्. किंग अ‍ॅण्ड सन्स ह्या प्रकाशन संस्थेने हा प्रबंध विस्तृत स्वरूपात 'ब्रिटिश भारतातील प्रांतिक वैत्तिक उत्क्रांती' (दी इव्हॅल्यूशन ऑफ प्रॉव्हिन्शल फायनॅन्स इन ब्रिटिश इंडिया) या नावाने प्रसिद्ध केला. आंबेडकरांनी ह्या ग्रंथाच्या छापील प्रती नियमाप्रमाणे कोलंबिया विश्वविद्यालयाला सादर करताच त्या विश्वविद्यालयाने रीतसर त्यांना 'डॉक्टर ऑफ फिलॉसफी' ही अत्युच्च पदवी दिली. उपरोक्त प्रबंध आंबेडकरांनी श्रीमंत सयाजीराव महाराज ह्यांना त्यांजविषयीच्या आपल्या कृतज्ञतेचे द्योतक म्हणून अर्पण केला. आंबेडकरांना अर्थशास्त्राचा पहिला पाठ देणारे गुरुवर्य सेलिग्मन

१. The Indian Antiquary, May 1917.

ह्यांनी त्या ग्रंथाला प्रस्तावना लिहिली आहे. आंबेडकरांनी हाताळलेला प्रश्न हा जगातील विचारवंतांच्या चर्चेतील एक महत्त्वाचा विषय आहे, असे सांगून सेलिग्मन प्रस्तावनेत म्हणतात, 'या विषयाचा इतका सखोल आणि सांगोपांग अभ्यास अन्य कोणी केल्याचे आपणांस माहीत नाही.' ह्यावरून त्या ग्रंथाचे महत्त्व आणि मौलिकता लक्षात येईल.

भारतातील प्रांतिक आणि केंद्रीय विधिमंडळातील सदस्यांच्या दृष्टीने हा ग्रंथ अतिशय उपयुक्त ठरला. भारतीय चलनविषयक मंडळासमोर आंबेडकरांना साक्ष देण्यास बोलावण्यात आले होते. त्या वेळी कमिशनच्या सदस्यांच्या हाती आपला ग्रंथ पाहून आंबेडकरांना मोठी धन्यता वाटली असेल, यात संदेह नाही. या ग्रंथातील दहा ते बारा ही प्रकरणे अत्यंत मनोवेधक नि परिणामकारक वठली आहेत. त्यांत देशभक्त आंबेडकरांचा आत्मा हा प्रबंधकार आंबेडकरांशी समरस झाला आहे. ब्रिटिश नोकरशाही, साम्राज्यशाही आणि भारतातील सामाजिक प्रतिगामी शक्ती ह्यांवर आंबेडकरांनी त्या प्रकरणांत चांगलेच कोरडे ओढले आहेत. ब्रिटिशांनी भारतात शांतता प्रस्थापित केली, तरी शांतता आणि सुव्यवस्था ह्यांवर लोकांनी समाधान मानावे असे समजणे अयोग्य आहे, असे त्यांनी ह्या ग्रंथात म्हटले आहे. आपल्या मायभूमीतील उद्योगधंदे आणि तेथील धनपती यांच्या हिताच्या दृष्टीनेच ब्रिटिश राज्यकर्ते आपले धोरण ठरवीत नि राज्यकारभार चालवीत असत. प्रत्येक देशात सामाजिक अन्यायाखाली भरडला जात असलेला दलित समाज असायचाच. परंतु तसे असले तरी राजकीय अधिकार कुठल्याही देशाला त्यामुळे नाकारता येत नाहीत, असे निर्भीड आणि खणखणीत विचार त्या ग्रंथात आंबेडकरांनी स्पष्टपणे मांडले आहेत.

ग्रंथ विकत घेण्याची आंबेडकरांची भूक न शमता ती वाढतच होती. वेळ मिळेल तेव्हा ते जुन्या ग्रंथांच्या दुकानांतून भटकत असत. पोट बांधून ग्रंथ विकत घेण्याच्या वेडामुळे सुमारे दोन हजार जुन्या ग्रंथांचा त्यांच्याजवळ संग्रह झाला. ते ज्ञानभांडार भारतात नेण्यासाठी त्यांनी आपल्या एका मित्राच्या स्वाधीन केले. भारतात येईपर्यंत त्यांतील बरेच ग्रंथ गहाळ होऊन उरलेसुरले त्यांच्या हाती आले.

ते दिवस पहिल्या महायुद्धाचे होते. जर्मनांची अद्याप सरशी होती. युरोपच्या रणांगणांवर उडालेली धुळधाण, स्वराज्यसंपादनार्थ चाललेल्या भारतीय चळवळीने दिलेले धक्के आणि भारतीय क्रांतिकारकांच्या उठावाने बसलेले धसके ह्यांमुळे ब्रिटिश सरकारच्या नाकी नऊ आले होते. सर्व ठिकाणी गुप्त पोलिसांची

टेहळणी चाले. युद्धकाळात परदेशातही भारतीय क्रांतिकारकांच्या हालचाली सुरू होत्या. त्या वेळी अमेरिकेत असलेले लाला लजपतराय ह्यांनी विद्यार्थी आंबेडकरांना राजकारणात ओढण्याचा प्रयत्न केला. आंबेडकरांनी तो मोह विवेकाने टाळला. त्यांनी निश्चयपूर्वक पण नम्रपणे लालाजींना सांगितले, 'इतर सर्व गोष्टींचा विचार बाजूस ठेवला तरी बडोदा नरेशांनी मला अपरिमित साहाय्य केलं आहे. त्यांना दिलेलं वचन न मोडता आपला अभ्यास पुरा करणं हे माझं पहिलं कर्तव्य आहे.'

अमेरिकेतील वास्तव्यात आंबेडकरांच्या मनावर दोन घटनांचा विशेष परिणाम झाला असावा. पहिली घटना म्हणजे अमेरिकन राज्यघटनेतील गुलामगिरी नष्ट करणारी १४ वी दुरुस्ती. दुसरी घटना म्हणजे अमेरिकेतील नीग्रो लोकांचा उद्धारकर्ता बुकर टी. वॉशिंग्टन यांचा मृत्यू. अमेरिकेतील आपला विद्याभ्यास पूर्ण होताच आंबेडकरांनी १९१६ च्या जुलै महिन्यात अमेरिका सोडली.

लंडनमध्ये कायद्याचा आणि अर्थशास्त्राचा अभ्यास करण्याची बडोदे नरेशाकडून त्यांनी संमती मिळविली होती. लंडनला पोहोचताक्षणी ब्रिटिश गुप्त आरक्षकांनी (पोलिसांनी) बुटापासून टोपीपर्यंत आंबेडकरांच्या सर्व वस्तू चाचपून पाहिल्या. अमेरिकेतील भारतीय क्रांतिकारकांच्या सहवासात राहून ते लंडनला आले ही गोष्ट ब्रिटिश गुप्त आरक्षकांच्या दृष्टीने काही कमी महत्त्वाची नव्हती. आंबेडकरांनी कायद्याचा अभ्यास करण्यासाठी 'ग्रेज इन'मध्ये ऑक्टोबरात नाव दाखल केले. त्याच वेळी 'लंडन स्कूल ऑफ इकॉनॉमिक्स आणि पोलिटिकल सायन्स' ह्या संस्थेतही अर्थशास्त्राच्या अभ्यासाकरिता त्यांनी प्रवेश मिळविला. अर्थशास्त्र विषयातील त्यांची प्रगती पाहून तेथील प्राध्यापकांनी त्यांना एका परीक्षेस न बसण्याची सवलत दिली. आणि डी. एस्. च्या परीक्षेची सिद्धता करण्यास त्यांना अनुज्ञा दिली. त्यांनी अभ्यासाला आरंभ केला न केला तोच त्यांच्यावर दुर्दैवाची दृष्टी फिरली. मध्यंतरी बडोद्याच्या दिवाणपदी सर मनुभाई मेहता यांची नेमणूक झाली. ते १० फेब्रुवारी १९२७ पर्यंत त्याच पदावर होते. 'शिष्यवृत्तीचा ठरलेला काळ संपला आहे. तेव्हा तुम्ही आता भारतात निघून या.' असे आंबेडकरांना बडोद्याच्या ह्या नवीन दिवाणांकडून कळविण्यात आले. ते आज्ञापत्र वाचून डॉ. आंबेडकरांना मोठा धक्काच बसला ! तथापि, काही झाले तरी अभ्यासासाठी लंडनला परत यायचेच असा मनाशी निर्धार करून त्यांनी १९१७ च्या ऑक्टोबरपासून चार वर्षांच्या आत पुन्हा अभ्यास सुरू करण्याची अनुमती लंडन विश्वविद्यालयाकडून मिळविली. लागलीच ते परत भारतास येण्यास निघाले. मार्सेलिसला ते कैसर-इ-हिंद आगबोटीत बसले. त्या वेळी जर्मनीच्या

बॉंबगोळ्यांनी आणि पाणबुड्यांच्या विध्वंसक शक्तीने सर्वत्र हाहाकार उडविल्याने समुद्रप्रवास अत्यंत धोक्याचा झाला होता. अशा स्थितीत भूमध्य समुद्रात एक आगबोट पाणसुरुंगाने बुडविण्यात आल्याचे वृत्त वाचताच मुंबईत आंबेडकर कुटुंबियांची तारांबळ उडाली. लंडनपर्यंत तारातारी झाली. आंबेडकर ज्या आगबोटीतून प्रवास करीत होते, ती आगबोट सुरक्षित असल्याचे समजले, तेव्हा आंबेडकरांच्या आप्तजनांचा जीव भांड्यात पडला. जी आगबोट बुडाली त्यात आंबेडकरांचे सामानसुमान होते इतकेच. परंतु आंबेडकरांच्या मालमत्तेत ग्रंथांशिवाय दुसरे काय असणार ?

२१ ऑगस्ट १९१७ रोजी डॉ. आंबेडकर मुंबईस पोचले. २० ऑगस्टला तत्कालीन भारतमंत्री माँटेग्यू यांनी ब्रिटिश लोकसभेत एक महत्त्वाची घोषणा केली. त्या घोषणेप्रमाणे ब्रिटिश साम्राज्यातील एक प्रमुख घटक म्हणून भारतात जबाबदार राज्यपद्धती क्रमशः स्थापून त्या देशातील स्वायत्त शासन संस्थांचा हळूहळू विकास करावयाचा आणि राज्यकारभाराच्या प्रत्येक शाखेत हिंदी लोकांना अधिकाधिक अधिकार द्यावयाचा असे ठरले.

डॉ. आंबेडकरांच्या आगमनामुळे त्यांच्या चाहत्यांना नि नातलगांना आनंद झाला. आंबेडकरांनी शैक्षणिक जगात स्पृहणीय यश संपादन केल्याविषयी त्यांचे अभिनंदन त्या वेळेचे इलाखा शहर-दंडाधिकारी रावबहादूर चिमणलाल सेटलवाड ह्यांच्या अध्यक्षतेखाली करण्याचे संभाजी वाघमारे नि इतर काही मंडळी यांनी योजिले. आंबेडकरांची त्या समारंभास संमती घेण्यासाठी जे अस्पृश्य पुढारी गेले होते, त्यांना त्यांनी नम्रपणे सांगितले की, 'मला मानपत्र नको. मी तुमच्यावर उपकार करण्यासाठी शिकलो नाही. मला परमेश्वरकृपेनं संधी मिळाली म्हणून मी शिकलो. माझ्याप्रमाणेच इतरांना संधी मिळाली तर तेही माझ्याप्रमाणेच मोठ्या परीक्षेत उत्तीर्ण होतील. यास्तव, तुम्ही माझ्या मानपत्रासाठी जो पैसा जमविला असेल, तो आपल्या अस्पृश्य जातीतील लायक विद्यार्थ्यांस शिष्यवृत्ती देण्यासाठी उपयोगात आणा.' संकोचामुळे नि जगातील महान विद्यालयांतील एकाहून एक श्रेष्ठ असे गाढे पंडित पाहिल्यामुळे आपण संपादिलेले यश स्तुतीस पात्र ठरण्याएवढे मोठे नाही, असे त्यांना वाटले असावे, म्हणून डॉ. आंबेडकर खरोखरीच समारंभास उपस्थित राहिले नाहीत. तथापि, सभा संपल्यावर त्यांच्या बिऱ्हाडी जाऊन काही कार्यकर्त्यांनी गुणगौरव केलाच.

बडोदे सरकारशी झालेल्या कराराप्रमाणे बडोद्याला नोकरीसाठी जाण्याचे डॉ. आंबेडकरांनी ठरविले. पण बडोद्याचे तिकीट काढण्याइतकेही त्यांच्यापाशी पैसे नव्हते. दुःखात सुख म्हणावे त्याप्रमाणे त्यांच्या समुद्रास्तृप्यन्तु

झालेल्या सामानाची भरपाई म्हणून थॉमस कुक कंपनीने आंबेडकरांना थोडे पैसे दिले. ते पैसे त्या वेळी त्यांच्या उपयोगी पडले. त्यांतले त्यांनी अर्धे पैसे पत्नीला घरखर्चाकरिता दिले. अर्धे त्यांनी स्वत:च्या खर्चाकरिता घेतले आणि स्वारी बडोद्यास निघाली.

२० ऑगस्ट १९१७ च्या घोषणेप्रमाणे भारतातील राजकीय संस्थानांच्या मनाचा कानोसा घेण्यासाठी नोव्हेंबर महिन्यात त्या वेळेचे भारत मंत्री माँटेग्यू स्वत: भारतात आले. निरनिराळ्या पक्षांनी आपली गाऱ्हाणी त्यांच्यासमोर नोव्हेंबर नि डिसेंबर १९१७ मध्ये मांडली. अस्पृश्यांच्या निरनिराळ्या संस्थांनी आपली भूमिका विशद केली. सर नारायण चंदावरकर ह्यांनी 'डिप्रेस्ड क्लासेस मिशन ऑफ इंडिया' या संस्थेच्या वतीन माँटेग्यू यांची भेट घेतली. मद्रासमधील 'पंचम कवी अभिवर्ती अभिमान संघ' ह्या अस्पृश्यांच्या संस्थेने असे निवेदन केले की, अधिक राजकीय अधिकारांसाठी झगडत असलेल्या ब्राह्मणांच्या गुलामगिरीतून आधी आपणास सरकारने मुक्त करावे; कारण सर्प हे बेडकांचे पालक होऊ शकत नाहीत. 'मद्रास आदिद्रवीड जनसंघ' ह्या संस्थेने आपल्या सहा लक्ष आदिवासींच्या वतीने एक प्रार्थनापत्रक सादर केले. आपणास महारोग्याप्रमाणे मानणाऱ्या स्पृश्य हिंदूंचा त्या पत्रकात त्यांनी धिक्कार केला. आणि आपणास प्रगती करण्यास संधी द्यावी, अशी एकमुखी मागणी केली. माँटेग्यूच्या भेटीगाठीचा प्रश्न आंबेडकरांच्या बाबतीत उद्‌भवणे शक्य नव्हते. आंबेडकरांच्या ताऱ्याचा उदय राजकीय नभात अद्याप व्हायचा होता.

सप्टेंबर महिन्याच्या दुसऱ्या आठवड्यात आंबेडकर आपल्या ज्येष्ठ बंधूंसह बडोद्यास गेले. आंबेडकरांना स्थानकावर भेटून त्यांची सर्व व्यवस्था करावी, अशी आज्ञा महाराज श्री. सयाजीराव गायकवाड यांनी केली होती. पण अस्पृश्याच्या स्वागतास जावे कोणी ? ह्यास्तव आपल्या राहण्या-जेवण्याची सोय आंबेडकरांना स्वत:च करावी लागली. एक महार तरुण बडोद्याच्या सचिवालयात नोकरीस राहणार आहे, अशी दाट वार्ता अगोदरच बडोदे शहरात पसरली होती. कुठच्याही हिंदू खानावळीमध्ये वा वसतिगृहामध्ये आंबेडकरांना थारा मिळेना. शेवटी त्यांना एका पारशी वसतिगृहामध्ये जागा मिळाली. तेथे आपले नाव बदलून ते छुपेपणाने राहू लागले. महाराजांच्या मनातून आंबेडकरांना अर्थमंत्री नेमावयाचे होते. परंतु निरनिराळ्या खात्यांतील कामाचा त्यांना अनुभव नसल्यामुळे महाराजांचे लष्करी कार्यवाह म्हणून त्यांची नेमणूक झाली.

आंबेडकर जन्माने अस्पृश्य असल्यामुळे सचिवालयामध्ये त्यांच्या अधिकाऱ्यांनी व हाताखालील शिपायांनी त्यांना तेथे शांततेने काम करणे अशक्य करून टाकले. नोकरवर्गापैकी कोणीही त्यांच्याशी सहकार्य करीना. कागद आणि फायली ते आंबेडकरांच्याकडे दुरूनच फेकीत. आंबेडकर जायला उठले तर ते चटई गुंडाळून घेत. त्यांना कार्यालयात कारकुनांच्या पाण्याच्या साठ्यापैकी पाणीसुद्धा प्यायला मिळत नसे. ह्या अमानुष नि असह्य परिस्थितीमुळे आंबेडकर सार्वजनिक वाचनालयात जाऊन वाचीत बसत. त्यांचे वरिष्ठ अधिकारीही काम नसेल तेव्हा त्यांना सार्वजनिक वाचनालयात जाऊन बसण्यास संमती देत. ही अपमानकारक परिस्थिती जणू कमीच झाली म्हणून की काय; लवकरच त्यांच्यावर मोठा भयंकर प्रसंग गुदरून प्राणसंकटही ओढवले. ते ज्या पारशी वसतिगृहात राहत होते, तेथे एक दिवस संतापाने बेहोश होऊन एक पारशांची झुंड हातात काठ्या घेऊन आली. त्या खवळलेल्या झुंडीतील एकाने 'तुम्ही कोण ?' असे विचारताच, आंबेडकरांनी उत्तर दिले. 'मी हिंदू आहे.' त्यावर ते म्हणाले, 'तू कोण आहेस हे आम्ही जाणतो. तू आमच्या समाजाचे वसतिगृह बाटविले आहेस. तू येथून ह्या क्षणाला चालता हो.' आंबेडकरांनी आपले सर्व धैर्य एकवटून त्यांना सांगितले, 'मी आठ तासांनंतर येथून मुक्काम हलवीन.' ते दिवस प्लेगचे होते. महाराज म्हैसूरला जाण्याच्या गडबडीत असावे. त्यांनी ह्या बाबतीत दिवाणांना भेटण्याविषयी आंबेडकरांना सांगितले. दिवाणांनी ह्या बाबतीत मन घातले नाही. शहरात कोणी हिंदू वा मुसलमान आंबेडकरांना थारा देईना. शेवटी भुकेने आणि तहानेने व्याकुळ झालेले आंबेडकर एका झाडाखाली बसून ढळढळा रडले.[१] वर आकाश आणि खाली जमीन हाच त्यांचा आसरा. ज्ञानाने आणि विचाराने अनेक पटींनी त्या सचिवालयातील सुशिक्षित मुढांपेक्षा श्रेष्ठ असलेल्या ह्या पंडितवर्याला कळून चुकले की, अस्पृश्य कितीही विद्वान झाला आणि योग्यतेस चढला तरी अस्पृश्य हा अस्पृश्यच राहतो. स्पृश्य हिंदूंची अमानुष रूढी, त्यांचे अज्ञान आणि त्यांचे निर्दय आचार ह्यांची कठोरता कमी होत नाही, हे पाहून त्यांना अतिशय दुःख झाले.

ते उद्विग्न मनःस्थितीत मुंबईस परतले. गुरुवर्य केळुसकरांनी महाराजांना पत्र लिहून खटपट केली. पण त्याचा काही उपयोग झाला नाही. त्या सुमारास सयाजीराव महाराजांचे वडील बंधू आनंदराव गायकवाड मृत्यू पावले होते. महाराज डिसेंबरच्या अखेरीस म्हैसूरहून मुंबईस आले. ते फेब्रुवारी १९१८ पर्यंत तेथेच

१. आंबेडकरांचे भाषण, जनता, २३ मे १९३६.

राहिले. दिवाण मनुभाईंनी या बाबतीत काहीच केले नाही, ही मोठी दु:खाची गोष्ट आहे. केळुसकरांच्या विनंतीवरून बडोद्याच्या एका प्राध्यापकाने आंबेडकरांना आपल्या घरी पाहुणा म्हणून जेवावयास ठेवण्याचे मान्य केले होते. परंतु पत्नीपुढे त्या प्राध्यापक महाशयांचे काहीच चालेना. आंबेडकर पुन्हा बडोद्याला परत गेले. आगगाडीतून उतरताच त्यांना प्राध्यापक महाशयांची चिठ्ठी मिळाली. आंबेडकरांना त्यांच्या घरी ठेवून घेण्याला प्राध्यापक महाशयांच्या पत्नीचा विरोध आहे, अशा आशयाची ती चिठ्ठी होती. अर्थातच बडोद्याच्या नोकरीला कायमचा रामराम ठोकून आंबेडकर मुंबईस परत आले. इतक्यात त्यांची सावत्र आई मुंबईस वारली. तिचे अंत्यसंस्कार यथाविधी आंबेडकरांनी पार पाडले. सावत्र आईच्या कजाग आणि उद्धट स्वभावामुळे तिचे इतर आंबेडकर कुटुंबाशी कधीच पटले नाही.

मुसलमानांचे वेगळे राजकीय अस्तित्व मान्य करणाऱ्या काँग्रेसला आता अस्पृश्य वर्गाच्या अस्तित्वाची आठवण झाली. आतापर्यंत काँग्रेस राजकीय चळवळीत गढून गेल्यामुळे ह्या वर्गाकडे तिचे दुर्लक्ष झाले होते. याच वेळी तिच्या मनात अस्पृश्यांविषयी प्रेम उत्पन्न झाले. त्याचे कारण तिला काँग्रेस-लीग कराराला अस्पृश्य वर्गाचा पाठिंबा मिळवायचा होता. १९१७ च्या नोव्हेंबरमध्ये काँग्रेस-लीग कराराचा विचार करण्याकरिता मुंबईला अस्पृश्यांची एक परिषद सर नारायण चंदावरकर ह्यांचे अध्यक्षतेखाली भरली होती. अस्पृश्यांचे प्रतिनिधी, लोकसंख्येच्या प्रमाणात अस्पृश्यांनाच निवडण्याचा हक्क देण्याची मागणी परिषदेतील एका ठरावान्वये करण्यात आली. दुसऱ्या ठरावान्वये काँग्रेस-लीग कराराला मान्यता देऊन राष्ट्रीय सभेला असे सुचविण्यात आले की, अस्पृश्यांवरील अन्याय दूर करण्यासाठी स्पृश्य हिंदूंना हाक देणारा ठराव काँग्रेसने संमत करावा. अशा प्रकारे काँग्रेस-लीग कराराला अस्पृश्यांचा पाठिंबा मिळवून थोड्याच दिवसांत त्या देवघेवीच्या स्वरूपात काँग्रेसने आपल्या कलकत्ता अधिवेशनात अस्पृश्यांना पाहिजे होता तसा ठराव केला.

त्याच वेळी मुंबईत अस्पृश्यांची दुसरी एक परिषद भरली. तिने एका ठरावान्वये स्पृश्य हिंदूंच्या हाती सत्ता देण्यास आपला विरोध दर्शविला. दुसऱ्या ठरावान्वये अस्पृश्यांना स्वत:चे प्रतिनिधी निवडण्याचा हक्क असावा, अशी मागणी केली. आंबेडकरांनी उपरोक्त दोन्ही परिषदांत भाग घेतला नाही. पहिल्या परिषदेच्या वेळी एक तर ते सुतकात होते. दुसरे असे की, काँग्रेस-पुरस्कृत परिषदेत भाग घेण्याची त्यांची मनीषाही नव्हती. त्यांना काँग्रेस-लीग योजनाही संमत नव्हती. त्यांच्या मते ती योजना सदोष होती. कारण कार्यकारिणीवर

विधिमंडळाचे आधिपत्य ठेवण्याची त्या योजनेत मागणी करण्यात आली नव्हती. त्या योजनेप्रमाणे कार्यकारिणी[१] विधिमंडळाला उत्तरदायी नव्हती आणि कार्यकारिणी नि विधिमंडळ यांना भिन्न अधिकारस्थानांकडून आज्ञा मिळणार होती. असा त्या काँग्रेस-लीग योजनेवर त्यांचा आक्षेप होता.

काँग्रेसच्या वर उल्लेखिलेल्या कलकत्ता ठरावानंतर तीन महिन्यांनी अस्पृश्यांच्या दृष्टीने एक महत्त्वाची घटना घडली. ती घटना म्हणजे १९ मार्च १९१८ रोजी मुंबईत अखिल भारतीय अस्पृश्यतानिवारण परिषद भरविण्यात आली ही होय. ह्या सभेचे अध्यक्षपद बडोद्याचे नरेश श्री. सयाजीराव गायकवाड या थोर व्यक्तीला देण्यात आले होते. त्या परिषदेला विठ्ठलभाई पटेल, बॅ. मुकुंदराव जयकर, बाबू बिपिनचंद्र पाल यांसारखे नामांकित नेते उपस्थित होते. कोल्हापूरचे डॉ. कुर्तकोटी, द्वारकेचे शंकराचार्य, रवींद्रनाथ टागोर आणि महात्मा गांधी ह्यांचे संदेश ह्या परिषदेला आले होते. स्वागतसमितीचे अध्यक्ष सर नारायणराव चंदावरकर म्हणाले, 'ही परिषद आम्ही आमच्या देशबांधवांच्या सदसद्विवेक बुद्धीला आवाहन करण्यासाठी, त्यांची विचारशक्ती आणि हृदय जागे करण्यासाठी बोलाविली आहे. सर्व भारतीयांना अस्पृश्यतेचा नायनाट करा अशी विनंती करण्यासाठी बोलाविली आहे.' परिषदेचे अध्यक्ष बडोदा नरेश म्हणाले की, 'सामाजिक नवजीवनाच्या हल्ल्यापुढे व शास्त्रीय ज्ञानासमोर अज्ञानमूलक गैरसमजुती व जात्यभिमान यांचा चिरकाल टिकाव लागणे शक्य नाही. अस्पृश्यता मनुष्यनिर्मित आहे. देवनिर्मित नव्हे.' अस्पृश्यांच्या संभाव्य धर्मांतरामुळे ओढवणाऱ्या धोक्याचा निर्देश करून ते पुढे म्हणाले, 'आम्ही आमच्या धर्मात व्यावहारिक सुधारणा घडवून आणून अस्पृश्योद्धाराचा प्रश्न सोडविला पाहिजे.'[२]

लोकमान्य टिळक, दादासाहेब खापर्डे आणि ठक्कर बाप्पा हे परिषदेच्या दुसऱ्या दिवशी उपस्थित होते. त्या वेळी एका ठरावावर भाषण करताना लोकमान्य म्हणाले, 'अस्पृश्य वर्गाचा प्रश्न हा राजकीय किंवा सामाजिक दृष्ट्या लौकरच निकालात काढला पाहिजे व तो काढण्यासारखा आहे. ब्राह्मण, क्षत्रिय व वैश्य ह्या तीन मुख्य वर्णांना जे अधिकार आहेत, ते शूद्र वर्णालाही आहेत. मात्र शूद्रांनी वैदिक मंत्र म्हणू नयेत. प्रत्यक्ष देव जर अस्पृश्यता पाळू लागला तर मी त्याला देव म्हणून ओळखणार नाही. पूर्वी ब्राह्मण लोकांनी ही रूढी निर्माण केली, हे मी नाकारीत नाही.'

---

१. The Evolution of Provincial Finance in British India, p. 297.

२. The All-India Anti-Untouchability Movement, p. 22.

परिषदेच्या शेवटी सर्व पुढाऱ्यांच्या सहीने एक जाहीरनामा काढण्यात आला. त्या जाहीरनाम्यावर सही करणाऱ्या पुढाऱ्याने वैयक्तिक दैनंदिन आचरणात अस्पृश्यता पाळणार नाही, अशी प्रतिज्ञा करावयाची होती. त्या जाहीरनाम्यावर लो. टिळकांनी स्वाक्षरी केली नाही. आपल्या अनुयायांच्या आग्रहामुळे त्यांनी ही गोष्ट केली असे म्हणतात. लोकमान्यांनी देवाला दम भरला. परंतु अनुयायांपुढे दम टाकला ![१] ह्या परिषदेचे सूत्रधार कर्मवीर शिंदे होते.

आंबेडकरांनी ह्या परिषदेमध्ये भाग घेतला नाही. कारण एकतर ते मितभाषी; आणि दुसरे असे की, अस्पृश्यांच्या उद्धारासाठी सवर्ण हिंदूंनी चालविलेल्या चळवळीविषयी ते उदासीन नि साशंक असत. त्यांचा ह्या चळवळीस तात्त्विक पण मुळातच विरोध होता. आपल्या शक्तीचा नि बुद्धिमत्तेचा उपयोग करण्याची संधी केव्हा व कशी येईल, ह्याची ते मार्गप्रतीक्षा करीत होते. त्या कार्यासाठी आपल्या जीवनास निर्वाह स्वातंत्र्य, पात्रता नि प्रतिष्ठा कशी लाभेल या विवंचनेत ते होते. तसे स्वतंत्र जीवन जगण्यास समर्थ करील असा पेशा वकिलीखेरीज त्यांना दुसरा दिसेना. वकिलीमुळे आपणांस स्वतंत्रपणे आयुष्य कंठिता येईल आणि लोकांचे लक्ष खेचता येईल, असा त्यांना भरवसा वाटे. ह्यासाठी ग्रेज इन ह्या विद्यालयातील आपला बॅरिस्टरीचा अपूर्ण राहिलेला अभ्यास पूर्ण करण्याकडे त्यांच्या मनाची ओढ लागली होती. त्या दृष्टीने स्वत:चा मार्ग काढण्यासाठी त्यांचे प्रयत्न सतत सुरू होते. त्यांचे मित्र नवल भथेना ह्यांच्या खटपटीने त्यांनी दोन विद्यार्थ्यांची शिकवणी धरली. त्या मुलांना शिकवीत असतानाच त्यांनी स्टॉक्स ॲण्ड शेअर्स धंद्यातील लोकांना सल्ला देणारी एक कंपनी काढली. उत्पन्न चांगले येण्याचा संभव दिसू लागला. परंतु ती कंपनी एका महाराची आहे असे कळताच त्यांचा सल्ला घ्यायला येणारी गिऱ्हाइके कमी कमी होऊ लागली. शेवटी कंपनीचा सल्ला 'गार' पडून त्या कंपनीला टाळे लावावे लागले. त्यानंतर एका धनिक पारशी गृहस्थाचा पत्रव्यवहार आणि हिशेब यांवर देखरेख करण्याचे दुसरे काम त्यांनी पत्करले.

याही स्थितीत त्यांनी आपल्या बुद्धिवैभवाने जग जिंकण्याचा निर्धार काही सोडला नव्हता. त्यांनी तत्त्वज्ञ बर्ट्रान्ड रसेल यांच्या 'सामाजिक पुनर्रचनेची तत्त्वे' या ग्रंथावर 'जर्नल ऑफ दि इंडियन इकॉनॉमिक सोसायटीच्या' अंकात

---

१. महाराष्ट्रीय ज्ञानकोश, विभाग ७ वा, पृ. ६४७.

परीक्षणात्मक एक लेख लिहिला. त्या ग्रंथाचे वर्णन लढाऊ ग्रंथ असे करून आंबेडकर म्हणतात, 'युद्धाचा नायनाट केवळ बौद्धिक पातळीवर आव्हान करून होणार नाही. तर युद्धप्रवृत्तीला विरोध करणारे मनोविकार नि जीवनाकडे पाहणाऱ्या विधायक प्रवृत्ती यांच्या संवर्धनामुळे होईल, हे रसेलचे म्हणणे यथार्थ आहे. रसेल हे युद्धविरोधी होते, परंतु शांतिपंथवादी नव्हते. क्रियाशीलतेमुळे वाढ होते, निश्चलतेने नाश होतो. शक्ती म्हणजे उत्साह आणि तो विधायक कार्य साधण्याकडे लावला पाहिजे. तिचा वापर संहाराकरिता होता कामा नये.' हिंदी लोक रसेलच्या ग्रंथात 'आपल्या अहिंसावादी वृत्तीचे समर्थन आहे,' अशी भ्रामक समजूत करून घेतील अशी आंबेडकरांनी भीती व्यक्त केली. सामाजिक जीवनाला आवश्यक अशा पायाभूत असणाऱ्या संवेदनाला त्याने प्राधान्य दिल्यामुळे रसेल हे पूर्णपणे ह्या श्रेयास निखालस पात्र आहेत, असे त्यांनी मत दिले. समाजातील घटकांच्या एकमेकांतील योग्य अशा समजूतदारपणावरच सामाजिक पुनर्रचना अवलंबून आहे. ही समस्या अनेक समाजशास्त्रज्ञांच्या नजरेतून निसटली होती, असेही ते म्हणाले.

आंबेडकरांनी याच सुमारास आपला 'भारतातील जाती' हा निबंध पुस्तकरूपाने प्रसिद्ध केला. 'भारतातील लहान जमिनी आणि तद्‌विषयक उपाययोजना' (स्मॉल होल्डिंग्स् इन इंडिया ॲण्ड देअर रेमिडिज्) या विषयावर त्यांनी एक प्रक्षोभक प्रबंध लिहिला. जमिनीसंबंधीच्या प्रश्नावर त्या वेळी काही विचारवंतांनी आपले विचार मांडले होते. 'बडोदा समिती'च्या निष्कर्षावर आणि त्या विषयावरील इतर अधिकारी पुरुषांच्या मतांवर त्यांनी कडक पण विधायक टीका केली. आंबेडकरांच्या म्हणण्याचा आशय थोडक्यात असा होता की, 'औद्योगिकीकरणाचे परिणाम जरी जमिनीच्या एकत्रीकरणात झाले नाहीत, तरी औद्योगिकीकरणामुळे जमिनीचे मोठे तुकडे होण्याची सुलभता वाढेल. जोपर्यंत जमीन कसणे ही गोष्ट अधिक लाभदायक आहे असे लोकांना वाटेल तोपर्यंत जमिनीचे एकत्रीकरण शक्य होणार नाही, ही गोष्ट निर्विवाद आहे. म्हणून औद्योगिकीकरणानंतर जमिनीचे एकत्रीकरण होईल.'[१] तथापि, या बौद्धिक इंधनाने आंबेडकरांच्या जीवननौकेस पुरेशी वाफ न मिळाल्यामुळे ती पुढे सरकेना. ही बौद्धिक इंधने अक्षरश: निरर्थक ठरली. आंबेडकरांचे मन निराशेत असे हेलकावे खात असता, सिडनहॅम कॉलेजमध्ये प्राध्यापकाची एक जागा रिकामी झाली आहे, असे त्यांना कळले. मुंबईचे माजी राज्यपाल लॉर्ड सिडनहॅम ह्यांच्या

१. The Journal of the Indian Economics Society, Vol. I, No. III.

खटपटीने त्यांना ती जागा मिळाली. त्यांची अर्थकारण (पोलिटिकल एकॉनमी) ह्या विषयाच्या प्राध्यापकाच्या जागी नेमणूक झाली. लंडनला पुन्हा जाऊन आपला कायदा आणि अर्थशास्त्र याचा अपुरा राहिलेला अभ्यास पुरा करण्यासाठी लागणारा पैसा आपणास ह्या नोकरीमुळे लाभेल हा उद्देश मनाशी बाळगून त्यांनी ती प्राध्यापकाची हंगामी नेमणूक स्वीकारली.

सिडनूहॅम महाविद्यालयामधील विद्यार्थ्यांनी ह्या नवागत प्राध्यापकाकडे पहिल्या पहिल्याने फारसे लक्ष दिले नाही. हा महार प्राध्यापक आपणांस काय शिकविणार, असे त्या स्पृश्य नि पुढारलेल्या समाजातील तरुणांना वाटे. व्यासंग, ज्ञाननिष्ठा नि विद्यादानाविषयी तळमळ असलेली अध्यापक व्यक्ती पुढे उभी राहिली म्हणजे काय घडू शकते ह्याचा अनुभव त्या विद्यार्थ्यांना कदाचित नसावा. आंबेडकरांचा गाढ अभ्यास, सिद्धांतांचे विस्तृत विवेचन करण्याची त्यांची हातोटी आणि त्यांची विचारप्रवर्तक शैली यांनी विद्यार्थ्यांच्या मनाची चांगलीच पकड घेतली. आंबेडकरांच्या ज्ञानप्रभेने ते अगदी दिपून गेले. आधुनिक काळास अनुरूप असा सुंदर पोषाख परिधान केलेल्या त्या तरुण प्राध्यापकाच्या डोळ्यांतील तेज, त्याचे खोल विचार आणि तलस्पर्शी पांडित्य ह्यांचा लाभ आपल्यालाही व्हावा ह्या हेतूने इतर विद्यालयांतील विद्यार्थी त्यांची संमती मिळवून त्यांच्या व्याख्यानास उपस्थित राहत असत. त्या वेळी प्राध्यापक आंबेडकरांनी आपल्या व्याख्यानासाठी टाचणांचा जो अवाढव्य संग्रह केला होता, त्यातून अर्थशास्त्रावर एक प्रचंड ग्रंथ निर्माण झाला असता. प्राध्यापक म्हणून आंबेडकरांना जरी यश मिळाले, तरी त्यांची मानखंडना थांबली होती, असे मात्र मुळीच नाही. प्राध्यापक वर्गासाठी ठेवलेल्या पाण्याच्या भांड्याला आंबेडकरांनी हात लावू नये, अशी सावधगिरी तेथील गुजराथी प्राध्यापकांनी घेतली होती.

प्राध्यापकाचा व्यवसाय हे काही आंबेडकरांचे अंतिम उद्दिष्ट नव्हते. ते एक साधन होते. पदोपदी आणि ठायी ठायी होणाऱ्या मानखंडनेमुळे अस्पृश्यतेचा मूलभूत प्रश्न हाती घ्यावा अशी त्यांच्या मनाला टोचणी लागली होती. त्या उद्देशाने ते अस्पृश्य वर्गातील कार्यकर्त्यांच्या मनाची हळूहळू चाचपणी करू लागले. ज्यांना त्या प्रश्नाविषयी सहानुभूती वाटे अशा व्यक्तींचा दृष्टिकोन ते समजून घेण्याचा प्रयत्न करू लागले. मृतप्राय होऊन पडलेल्या अस्पृश्य समाजाच्या देहात आणि थोडी थोडी धुगधुगी असलेले काही कार्यकर्ते ह्यांच्या जीवनात चैतन्य ओतून त्यांना चांगले चालतेबोलते करण्यास त्यांनी प्रारंभ केला. आणि त्याच हेतूने रोहिदास विद्यावर्धक समाजाकरवी क्रिकेटपटू बाळू बाबाजी पालवणकर तथा पी. बाळू नि त्यांचे बंधू ह्यांचा सत्कारसमारंभ घडवून आणण्यास

प्रोत्साहन दिले. त्या प्रसंगी पी. बाळू यांना द्यायच्या मानपत्राचा मसुदा आंबेडकरांनीच स्वत: तयार केला होता.

ज्या भरतखंडाने आपल्या अन्याय्य जातिबंधनाने रोहिदास समाजाचे इतके नुकसान केले त्या भरतखंडाची लाज राखणारा वीर असे पी. बाळूचे वर्णन करून आंबेडकर त्या मानपत्रात म्हणतात, 'अन्यायाने दडपून गेलेल्या या निकृष्ट समाजातून आपल्यासारखे वीर निपजतात व केवळ हिंदू या शाब्दिक सांध्याने जोडलेल्या हिंदू समाजाची निर्विकल्प मनाने सेवा करतात हे आपल्या समाजाच्या अंगभूत तेजाची, तसेच आपल्या सौजन्याची साक्ष देत आहे.' 'बेगुमान, अनुदार व अकृतज्ञ अशा वरिष्ठ हिंदू समाजाने रोहिदास समाजावरील बहिष्कार उठवला नाही आणि पी. बाळू यांना कर्णधारही नेमले नाही.' याविषयी आंबेडकरांनी त्या मानपत्रात खेद व्यक्त केला.

हा समारंभ यशस्वी करण्यासाठी आंबेडकरांनी व्यक्तिश: खूप खटपट केली. बाळू बाबाजी पालवणकर तथा पी. बाळू नि त्यांचे बंधू यांच्या क्रिकेट नैपुण्याबद्दल आंबेडकरांना विद्यार्थिदशेपासून अभिमान वाटत असे. ह्या समारंभानंतर मुंबई नगरपालिकेत अस्पृश्य वर्गासाठी आणखी एक जागा मिळविण्यात आंबेडकरांनी यश संपादिले. त्या जागी त्यांनी पी. बाळू यांची नियुक्ती करून घेतली. चांभाराची निवड होताच महार समाजात खळबळ उडाली. असंतोष पसरला. परंतु आंबेडकरांनी महार पुढाऱ्यांची समजूत घातली. त्या वेळी पी. बाळू आणि नारायणराव काजरोळकर ह्या द्वयीकडे आंबेडकर भोजनासाठी गेले होते. इतका सलोखा नि सख्य ह्या दोघांविषयी त्यांच्यामध्ये बाणले होते.

ह्याच सुमारास महाराष्ट्रात अस्पृश्योद्धारासाठी कळकळीने झटणारे असे एक कर्तृत्ववान, धैर्यशाली आणि उदारहृदयी मराठी संस्थानिक पुढे आले होते. ते कोल्हापूरचे छत्रपती शाहू महाराज होत. त्यांनी आपल्या कोल्हापूर संस्थानातील कनिष्ठ वर्गास शिक्षण देण्याची आणि त्यांची वेडगळ धर्मभोळ्या समजुतीपासून आणि ब्राह्मणांच्या वर्चस्वापासून मुक्तता करण्यासाठी अविरत प्रयत्न केले. अस्पृश्य वर्गाला त्यांनी परोपरीने उत्तेजन दिले. आपल्या वैयक्तिक तैनातीतल्या नोकरवर्गातदेखील अस्पृश्यांची नेमणूक केली. त्यांचा अंबारीचा माहूत हा महारच होता. कनिष्ठ वर्गापैकी जे थोडे शिकले सवरलेले होते, त्यांना वकिली करण्यास त्यांनी सनदा दिल्या. अस्पृश्य विद्यार्थ्यांची राहण्याची आणि जेवण्याची मोफत सोय करून त्यांना मोफत शिक्षण देण्याची व्यवस्था केली. अस्पृश्यांबरोबर ते उघडपणे भोजन करीत असत.

आंबेडकर प्राध्यापक असताना मॉटग्यू-चेम्सफर्ड सुधारणांच्या अनुषगाने साउथ बरो समिती भारतात निरनिराळ्या जातीची मताधिकारविषयक चौकशी करीत फिरत होती. अस्पृश्य वर्गाच्या वतीने कर्मवीर शिंदे आणि आंबेडकर ह्यांची त्या समितीपुढे साक्ष झाली. आंबेडकरांनी ह्या समितीसमोर कोणते मत प्रतिपादिले असेल, याची कल्पना त्यांनी त्याच वेळी मुंबई टाइम्समध्ये टोपण नावाखाली जे एक पत्र प्रसिद्ध केले, त्यावरून करता येण्यासारखी आहे. टाइम्समधील आपल्या पत्रात आंबेडकर म्हणतात, 'स्वराज्य हा जसा ब्राह्मणांचा जन्मसिद्ध हक्क आहे, तसाच तो महारांचाही आहे, ही गोष्ट कोणीही मान्य करील. म्हणून पुढारलेल्या वर्गांनी दलितांना शिक्षण देऊन त्यांच्या मनाची आणि सामाजिक दर्जाची उंची वाढविणे, हे त्यांचे आद्यकर्तव्य आहे. हे जोवर होणार नाही तोवर भारताच्या स्वराज्याचा दिन बराच दूर राहणार हे निश्चित !'[१] याच वर्षी दत्तोबा पवार ह्या गृहस्थांच्या मार्फत आंबेडकरांना राजर्षी शाहू महाराज ह्यांच्याशी प्रत्यक्ष परिचय होण्याचा योग जुळून आला. शाहू महाराजांनी आंबेडकरांना आर्थिक साहाय्य देऊन एक पाक्षिक काढावयास लाविले. ते 'मूकनायक' नावाचे पाक्षिक ३१ जानेवारी १९२० या दिवशी त्यांनी सुरू केले. त्या दिवसापासून आंबेडकरांनी त्या मूक समाजाचे नायकत्व स्वीकारले. पांडुरंग नंदराम भटकर यांना आंबेडकरांनी संपादक नेमले होते. ते महार समाजापैकी असून पुण्यातील डी. सी. मिशनमधून त्यांचे मॅट्रिकपर्यंत शिक्षण झाले होते. त्यांची पत्नी ब्राह्मण समाजापैकी होती. त्यापायी त्यांना बराच छळ सोसावा लागला होता. त्या पाक्षिकावर आंबेडकरांचे संपादक म्हणून नाव नसले, तरी ते आंबेडकरांनी सुरू केलेल्या चळवळीचे मुखपत्र होते, हे अनेकांना माहीत होते. अस्पृश्यता नष्ट करण्याच्या दृष्टीने तो काळ किती प्रतिकूल आणि कठोर होता ह्याची कल्पना 'केसरी'सारख्या वर्तमानपत्राने 'मूकनायका'बद्दल दोन शब्द लिहिणे तर सोडाच, पण पैसे घेऊन त्याची जाहिरातसुद्धा छापण्याचे नाकारले,[२] ह्यावरून येईल. त्या वेळी टिळक हयात होते.

'मूकनायक' पाक्षिकाच्या पहिल्या अंकात आंबेडकरांनी आपल्या पाक्षिकाच्या उद्देशाचे समर्थन अगदी सुबोध, सरळ परंतु जोरदार आणि स्पष्ट भाषेत वाचकांपुढे विचारार्थ मांडले. त्यांनी पहिल्याच अंकात लिहिले की, 'हिंदुस्थान हा देश म्हणजे केवळ विषमतेचे माहेरघर आहे. हिंदू समाज हा एक

---

१. The Times of India, 16 January 1919.

२. बहिष्कृत भारत, २० मे १९२७.

मनोरा आहे व एक एक जात म्हणजे एक एक मजला आहे. पण लक्षात ठेवण्यासारखी गोष्ट ही की, या मनोऱ्यास शिडी नाही. एका मजल्यावरून दुसऱ्या मजल्यावर जाण्यास मार्ग नाही. ज्या मजल्यात ज्यांनी जन्मावे, त्यांनी त्याच मजल्यात मरावे. खालच्या मजल्यातील इसम मग तो कितीही लायक असो त्याला वरच्या मजल्यात प्रवेश नाही व वरच्या मजल्यातील माणूस मग तो कितीही नालायक असो त्याला खालच्या मजल्यावर लोटून देण्याची कुणाचीही छाती नाही. सचेतन त्याचप्रमाणे अचेतन वस्तू ही सारी ईश्वराची रूपे आहेत असे म्हणणारे स्वधर्मीयांचा विटाळ मानतात. सांप्रत ब्राह्मणांची महत्त्वाकांक्षा ज्ञानसंचय करण्याकडे आहे. ज्ञानाचा प्रसार करण्याकडे नाही. ब्राह्मणेतरांच्या अवनतीचे कारण सत्ता व ज्ञान ह्यांच्या अभावामुळे ब्राह्मणेतर मागासले व त्यांची उन्नती खुंटली. युगानुयुगे चालत आलेले दास्य, दारिद्र्य ह्यांपासून बहिष्कृत वर्गाची मुक्तता करण्यासाठी आकाशपाताळ एक केले पाहिजे. त्यांच्या डोळ्यांत ज्ञानाचे अंजन घालून त्यांना आपल्या हीन परिस्थितीची जाणीव करून दिली पाहिजे.'

दुसऱ्या एका लेखामध्ये आंबेडकर म्हणतात : 'भारत स्वतंत्र होण्यानेच सर्व कार्यभाग साधेल, असे नाही. भारत हे असे राष्ट्र बनले पाहिजे की, ज्यात प्रत्येक नागरिकाला धार्मिक, आर्थिक आणि राजकीय हक्क सारखे असून व्यक्तिविकासाला प्रत्येक नागरिकाला वाव मिळेल. इंग्रजी राज्याविरुद्ध घेतलेला हा आक्षेप ब्राह्मणांच्या मुखात एकपटीने शोभतो; तर तोच आक्षेप ब्राह्मणी-राज्याविरुद्ध एखाद्या बहिष्कृताने घेतल्यास हजारपटीने शोभेल. हे विधान अप्रस्तुत अन् अवास्तव आहे असे म्हणणारा कोणी पामर सापडेल असे दिसत नाही. इंग्रजी राज्यात ज्यांची बात सहन होत नव्हती, त्यांची लाथ सोसावी लागणार ! म्हणून असे स्वराज्य द्या, की त्यात थोडेबहुत आमचेही राज्य आहे.'

आंबेडकर त्या वेळी प्राध्यापक होते. हिंदू समाजावर उघड चढाई करण्याची त्यांची सिद्धता नव्हती. साधने नि सामर्थ्य ही मिळवावयाची होती. कोल्हापूरच्या शाहू महाराजांशी आंबेडकरांचे संबंध आता दृढावू लागले होते. त्या संस्थानातील माणगाव येथे संस्थानची अस्पृश्यांची पहिली परिषद मार्चमध्ये भरली. शाहू महाराज तेथे आपल्या लवाजम्यासह उपस्थित होते. 'माझ्या राज्यातील बहिष्कृत प्रजाजनांनो, तुम्ही तुमचा खरा पुढारी शोधून काढला ह्याबद्दल मी तुमचे अंत:करणपूर्वक अभिनंदन करतो. माझी खात्री आहे की, डॉ. आंबेडकर हे तुमचा उद्धार केल्याशिवाय राहणार नाहीत. इतकेच नव्हे तर अशी एक वेळ येईल की, ते सर्व हिंदुस्थानचे पुढारी होतील. माझी

मनोदेवता मला असे सांगते.'[1] या परिषदेनंतर शाहू महाराज, त्यांचे सरदार, मानकरी ह्यांच्यासमवेत आंबेडकर आणि इतर अस्पृश्य कार्यकर्ते यांचे भोजन झाले.

अस्पृश्यांच्या अशा लहान लहान परिषदा होता होता त्यांनी १९२० च्या मे महिन्याच्या शेवटी नागपूर येथे एक अखिल भारतीय बहिष्कृत परिषद, समाजक्रांतीचे महान नेते छत्रपती शाहू महाराज यांच्या अध्यक्षतेखाली भरविली. काही प्रतिनिधींसहित आंबेडकर नागपूरला गेले. डी. सी. मिशनच्या कर्मवीर शिंद्यांनी काही दिवसांपूर्वी असे सरकारला निवेदन सादर केले होते की, अस्पृश्यांचे प्रतिनिधी विधिमंडळाने नेमावे. राज्यपालाने व अस्पृश्यांच्या संस्थांनी ते निवडू नयेत. विषयनियामक समितीच्या बैठकीच्या वेळी आंबेडकर नि शिंद्यांच्या आघाडीचे दोन नेते गणेश अ. गवई नि बेळगावचे पापन्ना ह्यांच्यात खडाजंगी झाली. गवई ह्यांनी आंबेडकरांनी विषयनियामक समितीचे अध्यक्ष व्हावे, असा व्यूह रचला. पण तो आंबेडकरपक्षाने पापन्ना यांनाच अध्यक्ष करून मोडून टाकला. आंबेडकरांनी अध्यक्षांच्या परवानगीने एक मोठे परिणामकारक भाषण करून शिंद्यांच्या डी. सी. मिशनच्या धोरणाचा निषेध केला आणि शिंद्यांच्या मताप्रमाणे सरकारने निर्णय करू नये असा ठराव परिषदेकडून संमत करून घेतला.[2]

काही थोर पुरुषांच्या हातून त्यांच्या आयुष्यात एखादा असा प्रमाद घडून येतो की, त्यामुळे ते आपल्या कार्यावर अपसमजांचे नि दोषांचे ढग ओढवून घेतात. कर्मवीर शिंद्यांचे कार्य थोर. त्याग मोठा. परंतु त्यांच्या या अयोग्य धोरणामुळे त्यांनी अस्पृश्य पुढाऱ्यांची सहानुभूती व्यर्थ गमावली.

ह्या उपरोक्त परिषदेत आंबेडकरांतील नेतृत्वास आवश्यक असणारे समयज्ञता, वादकुशलता वगैरे गुण प्रत्ययास आले. सार्वजनिक आयुष्यातील आंबेडकरांचा हा पहिला विजय होय. 'मूकनायका'ने आपल्या भावी महान कार्याची ही चुणूक दाखविली.

ह्या परिषदेनंतर महारातील अठरा उपजातींतील पुढाऱ्यांचे आंबेडकरांनी महत्प्रयासाने सहभोजन घडवून आणले. सर्व अस्पृश्य जातींनी एकत्र जेवणाचा दिवस अद्याप फार दूर होता. अस्पृश्यांतही एक जात दुसऱ्या जातीस कमी प्रतीची मानी.

---

१. शिवतरकर, सी. ना., जनता-खास-अंक, एप्रिल १९३३.

२. शिवतरकर, सी. ना., जनता खास अंक, एप्रिल १९३३.

प्राध्यापक आंबेडकरांना भरपूर मासिक वेतन मिळत होते, तरी ते कामगार विभागात इम्प्रुव्हमेंट ट्रस्ट चाळीतील दोन खोल्यांतच राहत असत. पैशाचा व्यय ते हात आखडून करीत. साधेपणाने नि काटकसरीने ते राहत. रमाबाईंना प्रपंचासाठी वेतनाचा ठराविक भाग देऊन बाकीचा ते शिल्लक ठेवीत. रमाबाईंचा स्वभाव मितभाषी, दृढनिश्चयी आणि स्वाभिमानी होता. कर्तव्यनिष्ठ, स्वसुखत्यागी, आतल्या आत जळून आत्मयज्ञ करणारी अशी ती आर्य स्त्री ईश्वरपरायण वृत्तीची होती. त्यांची व्रते-वैकल्ये नि उपासना ह्यात कोणी ढवळाढवळ केलेली त्यांना खपत नसे. त्यांनी आपला वैवाहिक जीवनाचा पूर्वभाग अत्यंत काबाडकष्टात, हालअपेष्टात काढला. त्या खडतर स्थितीत मनाची शांतता नि घरातील एकोपाही अबाधित ठेवण्यात त्यांनी फार कष्ट सोसले. पतीच्या अनुपस्थितीत आपल्या विधवा भावजयीला नि तिच्या मुलाला तिने अंतर दिले नाही. त्यांचे तिने उत्तम प्रकारे पालनपोषण केले.

पती परदेशी असता ह्या साध्वीने अत्यंत हालअपेष्टांत दिवस काढूनही कधी कुरकुर केली नाही, किंवा कधी तोंडावाटे कठोर शब्द काढला नाही. पतीच्या दीर्घायुष्यासाठी नि उत्कर्षासाठी रमाबाई ईश्वराची करुणा भाकीत. व्रतस्थच राहत. आंबेडकर अमेरिकेस गेले तेव्हा त्या गरोदर होत्या. त्यांना मुलगा झाला. त्याचे नाव गंगाधर ठेवले. तो लहानपणीच वारला. त्यांचा एकुलता एक मुलगा यशवंत ह्याच्या प्रकृतीविषयी तिला चिंता वाटे. तरीसुद्धा अतिशय काटकसरीने प्रपंच चालवून पतीच्या अभ्यासात व्यत्यय येईल अशी एकही गोष्ट तिने केली नाही. इतकी ती सदा दक्ष असे. पतीच्या प्रयत्नांमुळे तिला अक्षरओळख झाली होती. खरोखरच थोर हिंदू पुरुषाच्या जीवनात त्याच्या अर्धांगीकडे त्याच्या जीवनातील यशाचा वाटा कितपत जातो, ह्याचे गणित मांडता येणार नाही. तथापि, इतके मात्र खरे की, त्या स्त्रिया आदर्श आर्य स्त्रीच्या साक्षात अवतार होत्या. टिळक, गांधीजी नि सावरकर ह्या प्रत्येकाची पत्नी जशी साध्वी स्त्री होती, तशीच डॉ. आंबेडकरांची पत्नी साध्वी होती.

अभ्यासपूर्तीसाठी लंडनला जाण्याची इच्छा तीव्रतर होत होती. मासिक वेतनातून प्रा. आंबेडकरांनी बरीच बचत केली. आपले स्नेही नवल भथेना यांजकडून पाच हजार रुपये वचनचिठ्ठीवर कर्ज घेतले. थोडे आर्थिक साहाय्य कोल्हापूरच्या महाराजांकडून मिळविले. शिक्षण पूर्ण करण्यासाठी अशा रीतीने पैसे उभारून प्रा. आंबेडकर यांनी लंडनला जाण्याची सिद्धता केली. त्यांनी सिडनहॅम महाविद्यालयातील प्राध्यापकपदाचा राजीनामा दिला. आणि ते जुलैच्या शेवटच्या आठवड्यात लंडनला पोहोचले. त्यांच्या साध्वी पत्नीने पुन्हा दु:ख नि दारिद्र्य

यांना तोंड देऊन आपल्या तान्ह्या यशवंताचा, भावजयीचा नि तिचा मुलगा मुकुंद याचा प्रतिपाळ करण्याची मनाची सिद्धता केली.

मध्यंतरी बडोदा सरकारच्या अधिकाऱ्यांनी आंबेडकरांच्या शिक्षणासाठी झालेला खर्च परत मिळावा म्हणून आंबेडकरांच्या पाठीमागे निष्ठुरपणे तगादा लावला होता. त्यांनी या बाबतीत सिडनूहॅम महाविद्यालयाच्या प्राचार्यांना लिहिले. मुंबईतील सरकारी शिक्षणाधिकाऱ्यांना कळविले. प्रसिद्ध कामगार पुढारी नारायण मल्हार जोशी ह्यांना ह्या संबंधी रदबदली करण्यास त्यांनी विनंती केली. आंबेडकर आपला पूर्ण पत्ता सांगत नाहीत, असे काहींनी कळविले तर काहींनी सवड होताच ऋण परत करण्याचा आंबेडकरांचा विचार आहे, असे कळविले. ह्या सबंध प्रकरणात एक गोष्ट अशी दिसते की, महाराजांना या प्रकरणाविषयी बडोद्याच्या दिवाणांनी बराच काळ अज्ञानात ठेविले होते. शेवटी महाराजांकडे हे प्रकरण गेले. त्यांनी त्या प्रकरणावर असा शेरा मारला की, ही रक्कम शिक्षणासाठी खर्च झाली आहे. अर्थात वसुलीचा प्रश्नच उद्‌भवत नाही. तरीसुद्धा बडोद्याच्या सचिवालयातील अरेरावांनी आंबेडकरांचा छळ थांबविला नाही. त्यांचे म्हणणे असे की, ती शिष्यवृत्ती नव्हती. ते कर्ज होते. आंबेडकरांना न्यायालयात खेचण्यासाठी ते अधीर झाले होते. परंतु संस्थानातील त्या अधिकाऱ्यांचे हात ब्रिटिश प्रदेशात राहणाऱ्या आंबेडकरांपर्यंत पोचत नसल्यामुळे ते व्यर्थ वळवळ करून थकले. पुन्हा एकदा बडोदे नरेशांकडून थप्पड बसताच हताश होऊन शेवटी मंत्रिमंडळाच्या एका बैठकीत १९३२ साली त्यांनी हे प्रकरण एकदाचे निकालात काढले.

लंडनला पोहोचल्यावर लंडन स्कूल ऑफ इकॉनॉमिक्स ॲन्ड पोलिटिकल सायन्स ह्या संस्थेत आंबेडकरांनी अभ्यास सुरू केला. त्यांनी बॅरिस्टरीचा अभ्यासही ग्रेज इनमध्ये सुरू केला. अभ्यासाची सिद्धता क्रमिक पुस्तकावरूनच करून ते थांबले नाहीत. त्यांनी आपली दृष्टी अध्यात्म नि ज्ञानशास्त्र यांच्या विचारांचे जे निधान, जगाच्या प्राचीन इतिहासाचे नि स्थित्यंतराचे जेथे अवशेष जतन करून ठेवले आहेत, जेथे मार्क्स, मॅझिनी, लेनिन, सावरकर ह्यांनी संशोधनाचे कार्य केले, त्या लंडन म्युझियमकडे वळविली. पुरेसा पैसा नसल्यामुळे त्यांना सर्व विद्याभ्यास ठराविक वेळेतच संपवावयाचा होता. आंबेडकर पोटास चिमटा काढून जेवढे ग्रंथ विकत घेणे शक्य असे तेवढे विकत घेत. प्रवासाकरिता खर्च न करिता वाचनालयातून दुर्मीळ ग्रंथ मिळविण्याकरिता ते मैलोन्‌मैल पायपीट करीत असत.

त्यांची दिनचर्या म्हणजे खरोखरच मूर्तिमंत तपश्चर्या होती. ज्या बाईकडे ते राहत असत. ती नतद्रष्ट होती. सकाळी न्याहारीच्या वेळी चहा, एक पावाचा तुकडा, त्या तुकड्याच्या टोकाला चिंचोक्याएवढा मुरांबा एवढेच ती देई.[१]

ते अपुरेसे अन्न खाऊन ते सकाळी म्युझियममध्ये वाचायला जात. वाचक म्हणून सर्वांआधी प्रवेश बहुतेक आंबेडकरांचा असायचा. दुपारचे जेवण घेण्यास त्यांच्यापाशी पैसेच नसायचे. बरोबर आणलेले सॅन्डविचचे दोन तुकडे ते तेथे हळूच खात. परंतु एक दिवस म्युझियममधील नोकराने त्यांना नियमाकडे बोट दाखविताच त्यांनी तेथे पावाचे तुकडे खाणे सोडून दिले. ते तसेच पोटाची भूक मारून पाच वाजेपर्यंत वाचीत बसत. पैशांत बचत होई, वेळेची कमाई होई. टिपणवह्यांनी खिसे फुगलेले, चेहरा घामाने डबडबलेला, शरीर शिणलेले पण डोळे टवटवीत झालेले असे आंबेडकर वाचनालयातून सर्वांत शेवटी बाहेर पडत. बिऱ्हाडी परत आल्यावर थोडा वेळ पाय मोकळे करीत. नंतर रात्रीचे जेवण : एक पेला बॉव्हरिल आणि बरोबर एकदोन बिस्किटे. पुन्हा वाचनाची दुसरी फेरी सुरू होई. रात्री दहाला चरचरून भूक लागे. भुकेचा डोंब उसळे. एका गुजराथी मित्राने त्यांना एक पापडाची करंडी दिली होती. त्यांतील चार पापड एका पत्र्यावर भाजून ते मध्यरात्री खात. वर कपभर दूध. पुन्हा पहाटेपर्यंत अभ्यास चालू राही. त्यांना बाहेरील जगाची शुद्धबुद्ध नसे. अस्नाडेकर नावाचे मुंबईचे एक गृहस्थ त्याच खोलीत राहत. ते उत्तर रात्री जागे झाले की आंबेडकरांना कळकळीने म्हणत, 'अहो आंबेडकर, रात्र फार झाली. किती जागता दररोज. आता विश्रांती घ्या. झोपा.' तेव्हा शांतपणे आंबेडकर म्हणत, 'अहो, अन्नाला पैसा व झोपायला वेळ मजपाशी नाही. शक्यतो लौकर माझा अभ्यासक्रम पुरा करावयाचा आहे. मग काय करणार ?' आयुष्य थोडे विद्या फार असे त्यांना वाटे. त्यामुळे लोखंडाचे चणे खाऊन आपला अभ्यास पूर्ण करण्यासाठी ते अहोरात्र झटत होते, रात्रीचा दिवस करीत होते. ही ज्ञानोपासना किती कडक. त्यासाठी किती अविश्रांत श्रम. अखंड तपश्चर्या. ज्ञानयज्ञ तो आणखी दुसरा कोणता ? 'विद्यातुराणां न सुखं न निद्रा' ह्या वचनाचा प्रत्यय त्यांच्या जीवनात प्रकर्षाने येतो.

आपले स्नेही नवल भथेना यांच्याकडे आंबेडकरांची अधूनमधून पैशाची मागणी चालू असे. अशाच एका प्रसंगी अगदी भावनावश होऊन आंबेडकर भथेनांना लिहितात, 'माझ्यामुळे तुला त्रास होतो याविषयी मला अतिशय दुःख होते. यावर विश्वास ठेव. अत्यंत जिव्हाळ्याच्या मित्रालाही सोसणे अशक्य आहे

---

१. पाध्ये, प्रभाकर, प्रकाशातील व्यक्ती, पृ. ३०.

एवढा त्रास माझ्यामुळे तुला सहन करावा लागत आहे, याची मला जाणीव आहे. या ना त्या कारणासाठी माझी निकडीची मागणी असते. त्यामुळे तुझाही नाइलाज होऊन तूही माझा एकुलता एक मित्र मला मुकणार नाहीस, अशी मी आशा करतो.' जर्मन नाण्याचा भाव पुढे वाढण्याचा संभव दिसला म्हणून अगोदर हुंडी घेण्याच्या उद्देशाने त्यांनी भथेनांकडे दोन हजार रुपयांची मागणी केली होती.

अमेरिकेचे अध्यक्ष बेंजामिन फ्रँकलीन म्हणत की, 'आयुष्यात यश दोन गोष्टींवर अवलंबून असते. अखंड उद्योग नि काटकसरीची राहणी.' आंबेडकर इतक्या काटकसरीने लंडनला राहत होते की त्यांचा मासिक व्यय आठ पौंडांपलीकडे जात नसे. तरी प्रकृती नि मन दोन्ही उल्हसित ! एक दोन वेळा प्रकृती बिघडली. परंतु त्या विषयी पत्नीजवळ ब्र काढू नये, अशी शिवतरकरांना त्यांनी पत्रद्वारे ताकीद दिली. प्रेक्षणीय स्थळे, उपाहारगृहे, नाटकगृहे, चित्रपटगृहे ही त्यांच्या गावीही नव्हती. आपल्या व्यक्तित्वाचा नि भवितव्याचा अभेद्य असा पाया पराक्रमी पुरुष कसा उभारतो, अडचणीमुळे त्यांचे अंगचे गुण कसे प्रकट होतात, याचे आंबेडकरांचे जीवन हे एक मोठे स्पृहणीय उदाहरण आहे. अशी उदाहरणे इतिहासात थोडीच पाहावयास मिळतात. अविश्रांत परिश्रम करण्याचा उत्साह, अपरिमित हालअपेष्टा सहन करण्याची शक्ती, नि उच्च विचार यामुळेच जगातील थोर पुरुषांना यश लाभते.

त्याच दिवसांत आंबेडकरांवर एका इंग्रज बाईची विशेष भक्ती जडली होती असे दिसते. तिच्या घरी ते बायबल अभ्यासीत. ज्याच्या जीवनात स्त्रिया आकर्षिल्या जात नाहीत असा थोर पुरुष विरळा ! आंबेडकरांच्या विसाव्याची दुसरी एक जागा होती. त्या वेळी लंडनच्या उपनगरामध्ये स्थायिक झालेल्या एका हिंदी संस्कृत शास्त्र्यांच्या घरी आंबेडकर जात असत. त्यांची पत्नी सुशील, धर्मनिष्ठ नि प्रेमळ असे. ती आंबेडकरांना दर रविवारी किंवा पंधरवड्याने एकदा आग्रहपूर्वक भगिनीभावाने जेवावयास बोलावीत असे. ती त्यांची मार्गप्रतीक्षा करी. त्यांना ती अरेतुरे करी. आंबेडकरांनी आपण अस्पृश्य आहोत, असे तिला भीतीने सांगितले नाही. ते म्हणत, 'मी भेकड ठरलो.'[१] पुढे त्या बाईला आंबेडकरांची जेव्हा संपूर्ण माहिती कळली असेल, तेव्हा तिला काय वाटले असेल, ते समजण्यास मार्ग नाही. अशा पुरुषाला बंधू मानल्याविषयी तिला धन्यता वाटली असेल.

आंबेडकर परदेशात होते तरी त्यांचे भारतातील अस्पृश्योद्धाराच्या

---

१. देवराव नाईक, आठवण.

कार्याकडे लक्ष होते. ते आपल्या स्नेह्यांना नि सहकाऱ्यांना तेथून मार्गदर्शन करीत. 'एकीत जय, बेकीत क्षय' हे त्यांच्या उपदेशाचे मुख्य सूत्र असे. त्या वेळी आंबेडकर आपल्या सहकाऱ्यांच्या नि मित्रांच्या चढतीबढतीविषयी, सुखदु:खांविषयी आस्थेने चौकशी करीत. उदय पावणारा नि आपले नेतृत्व बळकट करण्याकडे लक्ष असलेला प्रत्येक पुढारी तसाच वागतो. मुलाच्या नि पुतण्याच्या शिक्षणाकडे लक्ष देण्यास ते सीतारामपंत शिवतरकरांना पत्रांतून कळकळीने विनंती करीत. त्या दिवसांत ते गडकऱ्यांची नाटके मागवून वाचीत असत. मॅककुलॉकृत 'व्हिकार्डो यांचे ग्रंथ' हे दुर्मीळ पुस्तक त्यांना पाहिजे होते. ते एका जुन्या पुस्तकांच्या दुकानात मुंबईत होते. ते कसे खुबीने त्या दुकानातून मिळवावयाचे ह्याविषयी शिवतरकरांना त्यांनी पत्र लिहिले.

भारतातील राजकारणाकडे आंबेडकरांचे लक्ष असे. ते लंडनला पोहोचल्यावर लोकमान्य टिळक कालवश झाले. टिळकयुग संपले नि गांधीयुग सुरू झाले. पुढे आंबेडकरांनी ह्याच गांधीयुगाचे भारतातील 'तमोयुग' असे वर्णन केले आहे. राष्ट्रीय सभेने टिळक निधी जमविला. अस्पृश्यतानिवारण हा त्या निधीच्या उद्देशांपैकी एक प्रमुख उद्देश होता. परंतु अस्पृश्यतानिवारणाचे कार्य हे हिंदुमहासभेचे कार्य आहे, त्याच्याशी राष्ट्रीय सभेचा काही संबंध नाही, असा राष्ट्रीय सभेच्या कार्यकारी मंडळाने निवाडा दिला. इतकेच नव्हे तर त्या कार्यासाठी पैसा देण्याचे राष्ट्रीय सभेच्या कार्यकारी मंडळाने नाकारिले. अस्पृश्य समाजाच्या हिताच्या दृष्टीने आंबेडकरांनी भारतमंत्री मॉंटेग्यू व लंडनमध्ये असलेले विठ्ठलभाई पटेल ह्यांची भेट घेतली. अस्पृश्यांची गाऱ्हाणी त्यांच्या कानावर घातली. दलितांच्या हिताच्या दृष्टीने त्यांच्याशी चर्चा कली.

मॉंटेग्यूशी झालेल्या चर्चेसंबंधी आंबेडकरांनी आपल्या दि. ३ फेब्रुवारी १९२१ च्या पत्रात शाहू छत्रपतींना कळविले की, ''मॉंटेग्यू हा हिंदी मवाळांच्या सूचनेप्रमाणे वागतो. तथापि तो आता ब्राह्मणेतर चळवळीसंबंधी तिरस्काराने बोलणार नाही अशी माझी खात्री आहे. खरे म्हणजे ब्राह्मणेतर चळवळ समजून घेण्याची येथे कोण पर्वाच करीत नाही. ज्या वेळी सुधारणा-विधायक तयार होत होते, त्या महत्त्वाच्या वेळी ब्राह्मणेतर चळवळीचे महत्त्व पटवून देणारा कोणी समर्थ प्रतिपादक येथे नव्हता, ही खेदाची गोष्ट होय. त्यामुळे ब्राह्मणेतर चळवळीच्या शत्रूंना त्या चळवळीला केवळ ब्राह्मणविरोधाचे मोठ्या हिकमतीने स्वरूप द्यावयास मिळाले. त्या चळवळीची लोकशाहीनिष्ठ बाजू दडपून टाकून तिचा विपर्यास करण्यात आला आणि तेच विपर्यस्त स्वरूप सर्वसाधारण इंग्रजांच्या मनात सध्या वावरत आहे. आता राजकीय सुधारणांचा मसुदा कायम होऊन चुकल्यामुळे

हिंदुस्थानात सांप्रत किती भेदाभेद आहेत हे जाणून घेण्याची तसदी कोणी घेत नाही. तरी भावी काळासाठी आतापासूनच तयारीस लागले पाहिजे. वास्तव संधी सापडेल तेव्हा मी प्रत्येक वजनदार इंग्रज व्यक्तीला हिंदुस्थानातील सामाजिक व राजकीय प्रश्नांचे संबंध परस्परांत कसे गुंतलेले आहेत याची योग्य ती कल्पना देतो. घटना घडून गेल्यानंतरचे हे माझे प्रयत्न असल्यामुळे त्यांचे परिणाम त्वरित दिसणे शक्य नाही. तथापि ते निष्फळ झाले की कसे हे काळच ठरवील.

''आपल्या मार्गदर्शनानुसार येथे एखादी संस्था स्थापन करता येणे शक्य होईल की काय ह्यासंबंधी मी येथील काही प्रतिष्ठित व्यक्तींशी चर्चा केली. यांनी एकमताने माझी ही कल्पना उचलून धरली. परंतु त्यांच्या मते पगारी कार्यवाह असल्याशिवाय असली संस्था टिकू शकणार नाही. याचा अर्थ असा की कमीत कमी पाचशे पौंडाचा वार्षिक खर्च होईल. अशी संस्था अस्पृश्य वर्गाच्या दृष्टीने हितकारक ठरेल. परंतु माझी खात्री आहे की तो खर्च त्यांच्या आवाक्याबाहेर आहे.

''भारतमंत्री माँटेग्यू यांनी मला पुन्हा भेटावयास बोलाविले हे ऐकून आपणास आनंद होईल. मुंबई विधिमंडळाचा सभासद म्हणून मी हिंदुस्थानात परत जावे असा त्यांनी आग्रह धरला. हिंदुस्थानचे महाराज्यपाल व मुंबईचे राज्यपाल ह्यांना, माझी मुंबई विधिमंडळाचे सभासद म्हणून नियुक्ती करावी अशी त्यांनी माझ्या पहिल्या भेटीनंतर तार केली होती असे दिसते. मी त्यांना म्हटले की वैयक्तिक गाऱ्हाणे मांडण्यासाठी मी आलेलो नाही, एक प्रश्न मांडण्यासाठी त्यांचा प्रतिनिधी म्हणून आलो. त्यांचे म्हणणे असे की, प्रथम मी अस्पृश्यांना अधिक प्रतिनिधित्व मिळवण्याबाबत महाराज्यपाल व राज्यपाल यांच्याशी भारतात जाऊन चर्चा करावी. मी तशी चर्चा केल्याशिवाय तो प्रश्न मिटला आहे असे आपण मानणार नाही असे आश्वासन देण्यास ते सिद्ध होते. अर्थात ही गोष्ट मला भुरळ पाडण्यासारखी होती. तथापि विधिमंडळाच्या जागेसाठी आपला विद्याभ्यास अर्धवट टाकून जावे हा विचार मला पटेना. मला वैयक्तिक कीर्तीचा सोस नाही आणि जरी मी माझ्या लोकांची सेवा करण्याची ही संधी सोडली, तरी महाराजांच्या लक्षात येईल की मला अधिक मोठी सेवा करता यावी म्हणून मी अधिक चांगली सिद्धता करीत आहे.

''मी लवकरच मजूर पक्षाशी संपर्क साधणार आहे आणि त्यांच्याशी स्पष्टपणे बोलणी करणार आहे. हिंदुस्थानच्या दौऱ्यावर असणाऱ्या वेजवुड व स्फूर यांनाही महाराजांनी भेटावे अशी मी सूचना करू का ? काही झाले तरी ते लंडनला परत आल्यावर मी त्यांच्याशी बोलणी करणारच आहे. त्या खटपटीतून

काही निष्पन्न झाले तर त्याची हकीकत आपणास कळवीन.

''पुनश्च : 'लंडन टाइम्स'च्या संपादकांशी मी मैत्री जोडली आहे. अस्पृश्यांच्या शिक्षणासंबंधीचे एका लेखाचे कात्रण ह्या पत्रासोबत पाठवीत आहे. तो लेख मी त्या संपादकाला लिहावयास लावला.''

१९१९च्या निर्बंधान्वये (कायद्याने) राजकीय मानचित्रात अस्पृश्यतेचा प्रथमत: उल्लेख होऊन त्यांना प्रांतिक (विधिमंडळावर प्रतिनिधित्व मिळाले. केंद्रीय विधिमंडळात सरकारनियुक्त चौदा सभासदांपैकी एक अस्पृश्य वर्गाचा प्रतिनिधी, मध्य प्रांतातील विधिमंडळात चार, मुंबई प्रांताच्या विधिमंडळात दोन, बंगाल नि उत्तरप्रदेश यांत एक एक, मद्रासमध्ये नऊ, असे प्रतिनिधित्व अस्पृश्यांना मिळाले.

लंडन विद्यापीठातील आंबेडकरांचे अध्ययन आता संपत आले होते. 'प्रॉव्हिन्शल डिसेन्ट्रलाइझेशन ऑफ इम्पीरियल फायनॅन्स इन ब्रिटिश इंडिया' हा विषय घेऊन १९२१च्या जूनमध्ये ते एम्. एस्सी. झाले.

४ सप्टेंबर १९२१ रोजी आंबेडकरांनी शाहू छत्रपतींना दुसरे एक पत्र पाठवून २०० पौंड पाठविण्याची विनंती केली. चालू चलनाचा भाव पडल्यामुळे तेथे त्यांना पैसे अपुरे पडले. हिंदुस्थानात परत आल्यावर व्याजासह रक्कम परत करीन असे त्यांनी राजर्षी शाहूंना आश्वासन दिले. श्री. दळवींच्या सांगण्यावरून आपण ही विनंती करीत आहो व ती अस्थानी ठरणार नाही अशी त्यांनी त्या पत्रात आशा व्यक्त केली आहे. महाराजांची प्रकृती ठीक असेल अशी आशा व्यक्त करून आंबेडकर आपल्या पत्राच्या अखेरीस म्हणतात : आम्हांला आपली फारच गरज आहे; कारण हिंदुस्थानात जी मोठी चळवळ सामाजिक लोकशाहीच्या दिशेने प्रगती करीत आहे तिचे आपण आधारस्तंभ आहात.''

आंबेडकरांनी डॉक्टर ऑफ सायन्सच्या पदवीकरिता लिहिलेला 'रुपयाचा प्रश्न' (द प्रॉब्लेम ऑफ द रुपी) हा आपला प्रबंध लंडन विद्यापीठाला १९२२ सालच्या पहिल्या तिमाहीत सादर केला. त्याच समयी ते बॅरिस्टरीची परीक्षा उत्तीर्ण झाले. उपरोक्त प्रबंध लिहिण्यात गर्क झाल्यामुळे बॅरिस्टरीच्या परीक्षेस त्यांना त्यापूर्वी बसता आले नव्हते. शिवाय त्यांना मित्रांकडून मिळावयाची निर्बंधशास्त्राची पुस्तके वेळेवर मिळाली नव्हती.

याच समयी शाहू छत्रपती मुंबई येथे ६ मे १९२२ रोजी निधन पावले. सर्व महाराष्ट्र दु:खाने विव्हळला. आंबेडकरही शोकाकुल झाले. १० मे १९२२ रोजी राजाराम महाराजांना लिहिलेल्या आपल्या पत्रात ते म्हणतात : ''महाराजांच्या निधनाची बातमी इंग्लिश वर्तमानपत्रांत वाचली व मला धक्का बसला. ह्या दु:खद घटनेमुळे मला द्व्यर्थी दु:ख झाले. त्यांच्या निधनाने मी माझ्या

एका खास मित्रास आचवलो आहे. अस्पृश्य वर्ग तर आपल्या एका मोठ्या हितचिंतकाला मुकला आहे; त्यांच्या काजाचा सर्वात महान कैवारी हरपला आहे. मी दु:खाने विव्हळत असता आपल्या नि गतधवा महाराणीच्या दु:खप्रसंगी मी मन:पूर्वक सहानुभूती व्यक्त करण्याची त्वरा करीत आहे.''

मध्यंतरी, युरोपातील दुसऱ्या विख्यात विश्वविद्यालयात अभ्यास करावा असा त्यांचा विचार ठरला होता. लागलीच ते बॉन विश्वविद्यालयात प्रवेश मिळविण्यासाठी मे १९२२ ला बॉनला गेले होते. आपला प्रबंध लंडन विश्वविद्यालयात सादर करून ते तिकडे अध्ययन करण्यासाठी गेले. परंतु त्यांचे प्राध्यापक एडविन कॅनन यांनी त्यांना लंडनला परत बोलाविले. इंग्रज प्राध्यापकांनी प्रबंधाचा तिखटपणा जरा कमी करण्याविषयी त्यांना सूचना दिली. ब्रिटिश प्राध्यापकांच्या राष्ट्रीय बाण्याला झोंबेल असा निष्कर्ष आंबेडकरांनी काढला होता. आंबेडकरांनी विषयाचा गाभा, मध्यवर्ती कल्पना, ऐतिहासिक माहिती त्याच स्वरूपात ठेवून त्याचा तोंडावळा थोडा बदलावा असा अध्यापक महाशयांनी त्यांना सल्ला दिला. आंबेडकरांनी तो मोठ्या कष्टाने मान्य केला. ब्रिटिशांच्या मनाला धक्का देण्याची ही त्यांची पहिलीच वेळ नव्हती. त्यापूर्वी त्यांनी लंडन विश्वविद्यालयाच्या विद्यार्थी संघापुढे 'जबाबदार सरकारचे दायित्व' या विषयावर एक निबंध वाचला होता. त्यातील कडक नि बोचक विधाने नि विचारसरणी पाहून त्या विश्वविद्यालयातील वातावरण जरा गरम झाले होते. त्या वेळी 'लंडन स्कूल ऑफ एकानॉमिक्स'मध्ये असणाऱ्या प्रा. हेरॉल्ड लॉस्की ह्यांनाही त्या निबंधातील विचार ज्वलज्जहाल वाटले. आंबेडकर हे भारतातील क्रांतिवादी गटाचे वा मताचे असावेत असा इंग्रज गुप्त आरक्षकांच्या मनात त्यांच्याविषयी संशय होता. तो यामुळे दुणावला. लालाजींशी त्यांचा अमेरिकेत संबंध आला होता. म्हणून आंबेडकरांची नोंद क्रांतिकारकांच्या यादीत झालीच होती.

तथापि, आपला प्रबंध सुधारून देण्यास त्यांना अवधी नव्हता. त्यांच्या घरची परिस्थिती बिकट झाली होती. तेथील विपन्नावस्थेची तीव्रता वाढली होती. हालअपेष्टा भोगून जी काही थोडी बचत झाली, ती ग्रंथ विकत घेण्यात त्यांनी खर्च केली. अशा निराश वातावरणात १४ एप्रिल १९२३ या दिवशी ते भारतात परत आले. त्यांनी प्रबंधाचे काम हाती घेतले. तीन चार महिन्यांत अत्यंत चिकाटीने त्यांनी तो प्रबंध पाहिजे तसे स्वरूप देऊन त्वरित लंडन विद्यापीठाकडे पाठविला. तो १९२३ च्या अखेरीस मान्य झाला. त्यांना लंडन विद्यापीठाने 'डॉक्टर ऑफ सायन्स' ही पदवी १९२३ च्या शेवटी बहाल केली. अखंड

उद्योगशीलता, अढळ निर्धार, दुर्दम्य आशावाद यांचा विजय झाला. 'तपसा प्राप्यते यश:' हेच पुन्हा एकदा सिद्ध झाले. रमाबाईचा आनंद गगनात मावेना. त्यांची प्रार्थना फळाला आली. त्यांना वाटले, 'झाले ! संपला अभ्यास एकदाचा ! साहेब मोकळे झाले संसाराला !' 'द प्रॉब्लेम ऑफ द रुपी' ह्या प्रबंधाची सुधारून वाढविलेली आवृत्ती इंग्लंडातील आर. एस्. किंग अॅन्ड सन्स, लिमिटेड ह्या कंपनीने १९२३ च्या डिसेंबरमध्ये प्रकाशित केली. आंबेडकरांनी तो ग्रंथ आपल्या शिक्षणासाठी ज्यांनी खस्ता खाल्ल्या नि शिक्षणाचा मार्ग प्रकाशित केला त्या मातापित्यास कृतज्ञतेने अर्पण केला आहे. ग्रंथाच्या प्रस्तावनेत अध्यापक एडविन कॅनन् म्हणतात, 'आंबेडकरांची बरीचशी टीका ग्राह्य वाटत नसली, तरी काही बाबतीत त्यांनी इंगिते जाणून बिनतोड विचार मांडले आहेत.' आपल्या शिष्याच्या विचारातील नि बुद्धिवादातील चालना देणाऱ्या नाविन्याविषयी त्या विख्यात अर्थशास्त्रज्ञाने शिष्याची पाठ थोपटली आहे. ह्या ग्रंथात ब्रिटिश राज्यकर्त्यांनी रुपयाचे प्रमाण पौंडाशी ब्रिटिश व्यापाऱ्यांच्या कल्याणाच्या दृष्टीने कसे सोयीस्कर बसविले होते आणि हिंदी लोकांचे कसे अपरिमित नुकसान केले, ह्यावर अर्थशास्त्रज्ञ आंबेडकरांनी विदारक प्रकाश टाकला आहे.

डॉ. आंबेडकर आता एक बुद्धिमान आणि सामर्थ्यशाली पुरुष झाले. तीन विश्वविद्यालयांत त्यांनी ज्ञानसंपादनासाठी तपश्चर्या केली. अर्थशास्त्र, समाजशास्त्र, मानववंशशास्त्र, धर्मशास्त्र, निर्बंधशास्त्र, इतिहास ह्यांचा संभार त्यांनी पाठीशी बांधला होता. पंडितांना, राजकारणी धुरंधरांना नि अर्थशास्त्रज्ञांना आव्हान देणाऱ्या पांडित्याचे पाशुपत अस्त्र अर्जुनाप्रमाणे घोर तपश्चर्येच्या जोरावर संपादन करून ते आता पुढील संग्रामास सिद्ध झाले.

४

जीवितकार्यास आरंभ

'आधी विचार मग संचार' या उक्तीप्रमाणे वागण्याचा समय आता समीप आला. 'अभ्यासे प्रकट व्हावे ! नाही तरी झाकोनि असावे' ह्या वचनाप्रमाणे प्रकट होण्याचा क्षण आला. कर्तव्याच्या दिशा फाकू लागल्या होत्या. पहाटेपूर्वीचा काळोख संपला होता. निर्वाहाचे एक साधन म्हणून वकिली करावी आणि त्या धंद्यामुळे लाभणारी प्रतिष्ठा, सवड नि संधी यांचा अधिकाधिक उपयोग अस्पृश्यतेच्या निर्मूलनासाठी करावयाचा, असे आंबेडकरांनी आपले ध्येयधोरण ठरवून टाकले. सनद घेण्यासाठी त्यांच्यापाशी पैसे नव्हते. त्यांचे स्नेही नवल भथेना यांनी ती अडचण दूर केली. आंबेडकरांनी सनद घेऊन १९२३ च्या जुलै महिन्यात बॅरिस्टरीच्या धंद्यात पदार्पण केले.

मुंबईच्या वरिष्ठ न्यायालयात ते कामासाठी जाऊ लागले खरे, परंतु त्या धंद्यातील कर्तृत्वाचा पाया सॉलिसिटरकडून सहकार्य मिळण्यावरच अधिक अवलंबून असे. त्या वेळी परकीय सरकारचे जातभाईच प्रामुख्याने न्यायाधीश असल्यामुळे युरोपियन लोकांनाच गरजू लोक आपले वकीलपत्र देत असत. त्या वेळी बुद्धीपेक्षा काही वेळा अंगकांतीचा रंग जास्त चमके. अस्पृश्यतेचा कलंक, समाजातील निकृष्ट स्थान, धंद्यातील नवखेपणा, आजूबाजूचे असहकारी वातावरण यामुळे त्यांचा धंदा म्हणजे एक अडचणीचा मार्ग ठरला. परंतु त्यांनी धैर्य खचू दिले नाही. ही बिकट परिस्थिती ओळखूनच बॅ. आंबेडकर उपनगरातील व जिल्ह्यातील न्यायालयात मिळेल ते काम करीत. बहुधा सर्वच प्रथितयश विधिज्ञ आपल्या पूर्वायुष्यात माश्या मारीत बसत असत, हे सर्वश्रुत आहे. कळकळीने सतत दीर्घोद्योग करणे हीच धंद्यातील प्राविण्याची नि यशाची गुरुकिल्ली होय. हा त्यांचा विद्यार्थिदशेपासूनचा अनुभव होता. ह्याही क्षेत्रात यश आणि कीर्ती संपादण्याचा त्यांनी निर्धार केला. इतकेच नव्हे तर त्याविषयी बोलताना ते म्हणत, 'मी वरिष्ठ न्यायालयातील न्यायाधीशाचे पदही पटकावणार आहे.'

पहिल्या महायुद्धानंतर बाहेरील जगातील राजकीय नि सामाजिक

प्रवाहांचा आणि आंतरिक खळबळीचा परिणाम अस्पृश्यांच्या मनावर नि विचारांवर होऊ लागला होता असे दृष्टोत्पत्तीस येऊ लागले. शिक्षणप्रसार, वाहतुकीच्या साधनांची वाढ, प्रवासाच्या पद्धती आणि राष्ट्रीय वृत्तीची वाढ, ह्यांचा हळूहळू अनुकूल असा परिणाम त्यांच्या जीवनावर घडू लागला होता. कापडाच्या धंद्यातील ऊर्जितावस्थेमुळे पहिल्या जागतिक महायुद्धाच्या काळात सर्वसाधारण कामगार वर्गाच्या स्थितीत थोडीबहुत सुधारणा झाली. त्याप्रमाणे अस्पृश्यांच्याही परिस्थितीत अल्पशी सुधारणा झाली होती. पहिल्या जागतिक महायुद्धोत्तर कालापासून लोकशाही वृक्षाच्या पानांची जी सळसळ देशादेशांतून सुरू झाली होती, तिच्या योगे समाजसुधारणेच्या चळवळीस फार मोठी चालना मिळाली. हे अस्पृश्यतेच्या जागृतीचे एक महत्त्वाचे कारण होय. जेव्हा एखाद्या मृतप्राय समाजाचा उद्धार होण्याची वेळ येऊन ठेपते, तेव्हा त्या समाजात आत्मप्रत्ययाची नि आत्मोन्नतीची चुळबुळ सुरू होते. असे झाले म्हणजे त्याच्या उद्धाराचा अरुणोदय झाला आहे असे समजावे. समाजसुधारणेच्या तत्त्वाचे सार हेच की उपकारकर्त्याच्या औदार्यातून जन्म पावलेली सुधारणा ही खरी सुधारणा नव्हे. एखादा समाज जेव्हा स्वत:च्या मतस्वातंत्र्यासाठी नि हक्काच्या प्राप्तीसाठी आग्रह धरतो, तेव्हाच त्याची खरी सुधारणा होते.

मुंबईच्या नव्या विधिमंडळाची पावले अस्पृश्यांच्या सुधारणेच्या मार्गाने हळूहळू पडू लागली होती. त्या विधिमंडळातील अस्पृश्यांचे पहिलेवहिले प्रतिनिधी ज्ञानदेव ध्रुवनाथ घोलप हे होते. त्यांनी अस्पृश्यांची गाऱ्हाणी पुढे मांडून सरकारवर प्रश्नांचा भडिमार केला. आनंदराव सुर्वे ह्या भंडारी ज्ञातीच्या सदस्याने ठाणे जिल्ह्यात अस्पृश्यांना सार्वजनिक वाहनांत घेत नाहीत, हे सत्य आहे किंवा नाही ह्याविषयी प्रश्न विचारले. परंतु या सर्वांत मोठा क्रांतिकारक ठराव समाजसुधारक रावबहादूर सीताराम केशव बोले ह्यांनी ४ ऑगस्ट १९२३ रोजी विधिमंडळात मांडला. अस्पृश्यांना सार्वजनिक पाणवठे, धर्मशाळा, विद्यालये, न्यायालये ह्या सार्वजनिक ठिकाणी मुक्तद्वार असावे, असा त्यांच्या ठरावाचा आशय होता. बोले हे एक सेवापरायण, विवेकशील स्वभावाचे पुढारी होते. ते सुधारक मताचे असल्यामुळे त्यांनी एकदा आर्य समाजाच्या सहभोजनात भाग घेतला. त्याबरोबर त्यांच्या ज्ञातीतील पुराणमतवादी कार्यकर्त्यांनी त्यांना जातिबहिष्कृत करण्याचा घाट घातला होता. भारतातील विधिमंडळाच्या स्थापनेनंतर अभूतपूर्व असा हा क्रांतिकारक ठराव मांडताना बोले मोठ्या कळकळीने म्हणाले, 'अस्पृश्यता हा आपल्या मायभूमीच्या पवित्र नावाला लागलेला मोठा कलंक आहे. आफ्रिकेत राहणाऱ्या हिंदी लोकांना अस्पृश्यांसारखे वागविले जाते, हे पाहून आपण त्या

धोरणाचा निषेध करतो. आपल्याही घरात तेच घडत नसते काय ? देशाच्या कल्याणाच्या दृष्टीने अस्पृश्यांना आपण समानतेची वागणूक दिली तर देशाचे कल्याण होईल.' इतके बोलूनच बोले थांबले नाहीत. स्वत:ची उन्नती करण्यास अस्पृश्य समाजास जर विधिमंडळाने संधी दिली नाही, तर ते सत्याग्रह करतील अशी सरकारला धोक्याची सूचनाही त्यांनी दिली. रावबहादूर बोले ह्यांनी हा ठराव मांडून देशातील सामाजिक समतेच्या एका महान परिवर्तनास चालना देऊन एक मोठी कामगिरी केली.

सी. के. बोले यांच्या या कार्याविषयी मुंबईतील अस्पृश्य कार्यकर्त्यांनी त्यांचा कृतज्ञतापूर्वक जाहीर सत्कार करून सत्कार्यप्रदीप बोले यांना एक सुवर्णपदक अर्पण केले.

बोले यांचा उपरोक्त ठराव कृतीत आणण्यासाठी सरकारने एक परिपत्रक काढले. सर्व जिल्हाधिपती, नगरसंस्था, जिल्हा मंडळे, मुंबईतील नगरपालिकेचे प्रमुख अधिकारी, इम्प्रुव्हमेंट ट्रस्टचे अध्यक्ष यांना तो ठराव कृतीत आणण्याविषयी आज्ञा दिली.

१९२३ च्या डिसेंबर महिन्यात कोकोनाडा येथील काँग्रेसच्या वार्षिक अधिवेशनात अस्पृश्यांच्या प्रश्नाबाबत काँग्रेसच्या अध्यक्षपदावरून अल्लीबंधूंपैकी महमदअल्ली ह्यांनी एक मोठी भयंकर घोषणा केली. हे महमदअल्ली गांधीजींचे उजवे हात, एक परम मित्र ! गांधीजींच्या नावासंगे त्यांच्या नावाचा जयजयकार होऊ लागताच राष्ट्रीय सभेच्या पडखाऊ खिलापत धोरणामुळे चढून गेलेल्या ह्या मुसलमान पुढाऱ्याने अस्पृश्यांची वाटणी हिंदू-मुसलमानांत समसमान करून टाकावी अशी सूचना बेधडकपणे मांडली. दुसऱ्या एका मुसलमान पुढाऱ्याने मद्रासमध्ये गांधीजींच्या सत्कारप्रसंगी अशीच आसुरी इच्छा व्यक्त केली होती. ते म्हणाले, 'अस्पृश्य लोकांना मुसलमान करून घेणे हे आमचे पुण्यकर्तव्य आहे.'[१] ही राक्षसी महत्त्वाकांक्षा गांधीजींचे धर्मांध सहकारी त्यांच्या देखत उच्चारीत तेव्हा गांधीजींच्या मुद्रेवर नापसंतीची छटाही उमटत नसे. गांधीप्रणीत हिंदू-मुसलमान एकता युगाचे हे प्रधान लक्षण होते.

१९२४ हे भारताच्या इतिहासातील एक महत्त्वाचे वर्ष गणले पाहिजे. त्या वर्षी तीन प्रचंड शक्ती भारताच्या सामाजिक क्षेत्रात अवतरल्या. अंदमानच्या कारावासात एक तपावर घोर यातना भोगलेले वीर सावरकर येरवड्याच्या कारागृहातून ६ जानेवारीला सुटले. रत्नागिरीत त्यांना स्थानबद्ध करण्यात आले

---

१. Young India, 8 September 1920.

होते. सुटकेच्या अटीप्रमाणे त्यांनी राजकीय चळवळीत भाग घ्यायचा नसल्यामुळे त्यांनी आपली सर्व शक्ती एकवटून हिंदू समाजाची समतेच्या नि ममतेच्या पायावर बुद्धिप्रामाण्यवादी तत्त्वानुसार संघटना करावयाचा १९२४ मध्ये संकल्प सोडला. अस्पृश्यतेचा समूळ नायनाट करणे नि परधर्मात गेलेल्या हिंदूंना परत हिंदू धर्मात घेणे हे त्या चळवळीचे प्रमुख ध्येय होते. हिंदुधर्मीयांना शुद्धी नि बुद्धी देण्याचा त्या चळवळीचा हेतू होता.

गांधीजींची खिलापत-स्वराज्य चळवळ ओंफस होऊन येरवडा कारागृहात गांधीजी तुरुंगवास भोगीत होते. त्यांची प्रकृती बिघडली म्हणून ११ फेब्रुवारी रोजी त्यांची सुटका झाली. सुटकेनंतर त्यांनीही अस्पृश्यतानिवारणाच्या चळवळीस आरंभ केला.

अस्पृश्य वर्गाच्या सामाजिक नि राजकीय अडचणी सरकारपुढे मांडण्यासाठी एक मध्यवर्ती मंडळ असावे, ह्याविषयी विचारविनिमय करण्यासाठी आंबेडकरांनी ९ मार्च १९२४ रोजी संध्याकाळी ४ वाजता दामोदर ठाकरसी सभागृह, परळ, मुंबई येथे सभा बोलाविली. अस्पृश्य समाजातील सर्व नवेजुने कार्यकर्ते नि समाजसेवक एकत्र जमले. त्या सभेतील ठरावानुसार २० जुलै १९२४ रोजी 'बहिष्कृत हितकारिणी सभा' या संस्थेचा जन्म झाला. बहिष्कृत हितकारिणी सभा ही न्यायमूर्ती रानडे यांच्या सार्वजनिक सभेच्या धर्तीवर चालवावी, असा त्या संस्थेच्या चालकांचा मनोदय होता.

या संस्थेचे ध्येय व उद्देश[१] येणेप्रमाणे होते.

(अ) विद्यार्थी वसतिगृहाद्वारे अगर अन्य साधनांच्या द्वारे बहिष्कृत समाजात शिक्षणाचा प्रसार करणे.

(ब) बहिष्कृत समाजात उच्च संस्कृतीची वाढ करण्यास ठिकठिकाणी वाचनालये, शैक्षणिक वर्ग अथवा स्वाध्याय संघ उघडणे.

(क) बहिष्कृत समाजाची सांपत्तिक स्थिती सुधारण्यासाठी औद्योगिक व शेतकीविषयक शाळा चालविणे.

या बहिष्कृत हितकारिणी सभेचे अध्यक्ष सर चिमणलाल हरीलाल सेटलवाड हे होते. मेयर निस्सीम जे. पी., रुस्तुमजी जिनवाला सॉलिसिटर, जी. के. नरीमन, डॉ. वि. पा. चव्हाण, डॉ. र. पु. परांजपे, बा. गं. खेर, सॉलिसिटर हे उपाध्यक्ष होते. कार्यकारी मंडळाचे अध्यक्ष स्वत: आंबेडकर, कार्यवाह-सीताराम नामदेव शिवतरकर, कोषाध्यक्ष-निवृत्ती तुळसीदास जाधव हे

---

१. बहिष्कृत हितकारिणी सभा नियम-पत्रक.

होते. संस्थेत सवर्ण हिंदूंचा समावेश का केला याविषयी खुलासा करताना पहिले वार्षिक प्रतिवृत्त म्हणते, ''ज्या वर्गाच्या सुधारणेसाठी संस्था स्थापन करावयाच्या, त्या वर्गाचे किंवा तशाच परिस्थितीने गांजलेल्या लोकांचे कार्यकर्ते संस्थेत असल्याखेरीज संस्थेचे ध्येय व हेतू फलित होणे शक्य नाही. हे मान्य असले तरी ज्यांनी ही संस्था स्थापन केली आहे त्यांना पक्के माहीत आहे की, वरिष्ठ वर्गातील सधन आणि सहानुभूती बाळगणाऱ्या लोकांचे साह्य असल्याखेरीज अस्पृश्य वर्गाच्या उन्नतीच्या अवाढव्य कार्यक्रमाची सिद्धी होणे केव्हाच शक्य नाही. तसे केले नाही, तर स्वजनोद्धाराच्या महान कार्याचे आपणच नुकसान केल्यासारखे होईल. म्हणून सिद्ध व साधक यांचा मिलाफ होऊन या राष्ट्रकार्यास मदत होवो हाच हेतू या संस्थेच्या संपादनाच्या बुडाशी आहे.''

अस्पृश्यांच्या उन्नतीसाठी झटणाऱ्या अनेक संस्था अस्तित्वात असता आंबेडकरांना ह्या स्वतंत्र संस्थेची का जरुरी भासली, हा मार्ग त्यांनी का चोखाळला, हे समजणे अत्यावश्यक आहे. हिंदू समाजाची सुधारणा करणाऱ्या काही संस्था होत्या. परंतु, आंबेडकर आणि ते समाजसुधारक यांच्या दृष्टिकोनात मूलभूत असा मोठा फरक होता. रानडेप्रणीत समाजसुधारणेचा आवाका, विधवांचे पुनर्विवाह, स्त्रियांचा वारसा हक्क, स्त्रीशिक्षण, प्रौढविवाह इत्यादी प्रश्नांपर्यंतच होता. जातिभेद मोडणे आणि अस्पृश्यतेचा नायनाट करणे हे प्रश्न त्यांच्या क्षितिजापलीकडचे होते. आंबेडकरांचे मत असे होते की, हिंदू समाजाची समतेच्या पायावर पुनर्घटना केल्याविना त्याची प्रगती होणार नाही. समाजसुधारकांचे उद्दिष्ट समाजाला सर्व दृष्टींनी निर्दोष बनवून तो देशकालानुरूप असा करावयाचा असे जरी होते, तरी त्यांच्या सुधारणेचे क्षेत्र वरिष्ठ वर्गापर्यंतच मर्यादित होते. त्यांची उदारमतप्रणाली सामाजिक न्यायासाठी वरिष्ठ वर्गाच्या उदारपणाला आवाहन करी. सामाजिक अन्याय, सामाजिक संघर्षाशिवाय निवारण होईल, असे त्यांना वाटत असावे.

ब्राह्म समाज नि प्रार्थना समाज यांच्या प्रवर्तकांनी प्रत्यक्ष सामाजिक संघर्ष टाळून भूतदयेच्या दृष्टीने अस्पृश्यांच्या बाबतीत जे काही थोडेफार करता येईल ते केले. श्रीमंत सयाजी महाराज नि राजर्षी शाहू महाराज ह्या नरेशांच्या प्रयत्नांमुळे अस्पृश्यतानिवारणाच्या प्रश्नाला महाराष्ट्रात बरीच गती मिळाली. त्यागी नि ध्येयवादी कर्मवीर वि. रा. शिंदे यांनी तर अस्पृश्यतानिवारणासाठी महात्मा जोतीरावांनंतर संघटित असा पहिला प्रयत्न केला, हे विदितच आहे. ह्या समाजसुधारकांव्यतिरिक्त आणखी एक सुधारकांचा वर्ग होता. त्यातील व्यक्ती

आपले प्रागतिक नि बुद्धिवादी विचार राज्यकर्त्यांच्या दृष्टोत्पत्तीस यावे म्हणून वरकरणी समाजसुधारणेस सहानुभूती दाखवीत. उपरोक्त नरेशांचे, महात्म्यांचे, विवेकवाद्यांचे प्रयत्न नि कार्य ही कमी प्रतीची होती असे नाही. या सर्व पुढाऱ्यांनी आणि संस्थांनी आपापल्या परीने त्या रोगाचे निदान करून औषधोपचार केले. परंतु रोग काही केल्या हटेना. डोळ्यात केर नि कानात फुंकर असाच काहीसा प्रकार अनेकांच्या बाबतीत घडला. अस्पृश्यांना जवळ करणे, त्यांना स्वच्छतेची शिकवणूक देणे, त्यांच्यासमवेत भोजन करणे, त्यांची राहणी, वागणूक नि वेष यांत सुधारणा घडवून आणणे इत्यादी गोष्टी करण्याचा प्रयत्न झाला. परंतु, महात्मा फुले यांच्या कार्यानंतर अस्पृश्यांच्या हृदयात आत्मोन्नतीचा उजेड कोणीही पाडू शकला नाही. परावलंबन, असहायता, आश्रित भावना त्यांच्या मनामध्ये मूळ धरून बसली होती हे त्यांना कळत नव्हते असे नाही. परंतु साहाय्य नि स्वावलंबन ह्यांतला भेद त्या दलितांना स्पष्ट करून सांगता येत नसे. स्वावलंबन हेच खरे साहाय्य होय. या मूलभूत मंत्राची त्यांना आवश्यकता होती.

अस्पृश्यांच्या हालअपेष्टा नि दुर्दशा ह्यांच्याविषयी अलीकडे राजकारणी हिंदू नेत्यांना कळवळा येऊ लागला होता. मुसलमानांनी अल्पसंख्याकांचा प्रश्न उपस्थित केला म्हणजे लोकसंख्येच्या महत्त्वामुळे ह्या हिंदू नेत्यांना अस्पृश्यांची आठवण होई. त्यांच्या प्रश्नांची जाणीव होई. सर्वसाधारण हिंदू समाज अद्यापि या बाबतीत उदासीन नि बेफिकीर होता. आर्य समाज नि हिंदुमहासभा ह्यांनी ह्या बाबतीत काही भरीव कार्य केले हे खरे. तथापि, त्यांचे कार्य बहुसंख्य सनातनी हिंदू समाजाला एक नसती उठाठेव नि अनाठायी ढवळाढवळ वाटे. तशात बरेच जाणते हिंदू पुढारी स्वातंत्र्याच्या झगड्यात गुंतल्यामुळे हिंदुमहासभेस सामाजिक कार्यकर्त्यांची वाण पडे. आणखी असे की, प्रत्यक्ष अस्पृश्यतानिवारण्याच्या कार्यातील काही आघाड्यांवरील हिंदू पुढारी मनाने पूर्ण सनातनी वृत्तीचे होते. त्यांचे ते कार्य जुजबी नि बेगडी स्वरूपाचे होते. यामुळे श्रद्धानंद, परमानंद नि पुढे सावरकरांसारखे खरे समाजसुधारक अन् महान नेते लाभूनही हिंदुमहासभा या बाबतीत अपेक्षेप्रमाणे प्रगती करू शकली नाही. अस्पृश्यांना सामाजिक दास्यातून ते मुक्त करू शकले नाहीत. खरे म्हणजे हिंदुमहासभावाद्यांना हिंदू समाजाची संघटना करायची होती. समाजाची समतेवर अधिष्ठित अशी पुनर्घटना करायची नव्हती.

मुसलमान ऐक्यासाठी वाटेल ते मूल्य देण्यासाठी बद्धपरिकर झालेल्या गांधीयुगातील काँग्रेसच्या पुढाऱ्यांची गोष्ट तर विचारूच नका. भारतीय इतिहास, राजकारण, सामाजिक जीवन, राष्ट्रवाद यांच्या मूल्यमापनाची त्यांची कसोटी

जात्यंध मुसलमानांच्या जातीयवादावर पुष्टावत जाणाऱ्या मागण्या पुरविणे ही होती. गांधीपूर्व काँग्रेसची चाळिसावर अधिवेशने भरली. तथापि, अस्पृश्य गणलेल्या भारतीयांना त्यांच्या मायभूमीत प्यायला पाणी तरी मिळते की नाही, त्यांना जबरदस्तीने वा आमिषे दाखवून परधर्मीय प्रचारक परधर्मात कसे ओढतात, याचा विचार त्यांच्या गावीही नव्हता. मुसलमानांच्या बाहेरील जगातील धार्मिक प्रतिष्ठेची त्यांना ह्या अस्पृश्यतानिवारण्याच्या प्रश्नापेक्षा अधिक चिंता वाटे. केवळ हिंदूंचे हित होते म्हणून या अस्पृश्यांच्या प्रश्नासंबंधी काँग्रेस मूग गिळून बसली ती बसलीच !

सावरकर, गांधीजी नि आंबेडकर या तीन महापुरुषांच्या अस्पृश्यतानिवारण चळवळीची तोंडे मात्र एकाच दिशेकडे नव्हती. चातुर्वर्ण्य स्थिर ठेवून अस्पृश्यांना पंचमवर्ण म्हणून समाजात स्थान द्यावे, अशी गांधीजींची मतप्रणाली होती. त्यांचा कल स्पृश्य हिंदूंच्या अंत:करणातील सद्भावना नि भूतदया ही जागी करण्याकडे होता. जरी त्यांच्या विचारसरणीत मानवतावादाची चाहूल दिसली तरी ते अस्पृश्यतेच्या प्रश्नाकडे सामाजिक दृष्टिकोनातून पाहण्यापेक्षा प्रामुख्याने सनातनी सुधारकाच्या भूतदयेच्या दृष्टीतून पाहत. त्यांच्या त्या दृष्टीत संतांचे समत्व नि मातेचे ममत्व असे. परंतु अस्पृश्यांना परधर्मांत ओढणाऱ्या ख्रिश्चनांचा किंवा मुसलमानांचा त्यांनी निषेध केला नाही. तुमचे मार्ग तितकेसे ठीक नाहीत असे मुळमुळीतपणे ते ख्रिश्चनांना सांगत. त्यांचे कार्य हे समभावाच्या महात्मेपणावर रुजले असल्यामुळे परधर्मीयांना विरोध करून त्यांच्या कचाट्यातून अस्पृश्यांस सोडवून त्यांच्या होत राहिलेल्या धर्मांतराला आळा घालण्याचे कार्य त्यांनी हाती घेतले नाही. ते कार्य हिंदुमहासभेचे होय, असे ते मानीत.

सावरकरांची भूमिका हिंदुराष्ट्रवादी, वास्तववादी नि क्रांतिकारक होती. संघटना नि समता यांच्या पायावर जातिविहीन हिंदू समाज निर्माण करून त्या एकसंधी हिंदू समाजावर अधिष्ठित असे एक सामर्थ्यशाली हिंदुराष्ट्र उभारावयाचे असे त्यांचे ध्येय होते. स्थानबद्धतेच्या शृंखलांत ते अडकल्यामुळे त्यांच्या चळवळीला, प्रचाराला नि संचाराला आपोआप मर्यादा पडली. तरी रत्नागिरी जिल्ह्यात त्यांनी फार मोठे भरीव कार्य केले. आपल्या सामाजिक समतेच्या धोरणाने नि क्रांतिकारक बुद्धिवादाने सावरकरांनी अखिल महाराष्ट्र गदगदून हालवून सोडला. साऱ्या हिंदुस्थानातील वैचारिक जगात त्यांच्या चळवळीचे पडसाद उठले. सावरकरांचा भर हिंदूंची बुद्धी नि भावना जागी करण्याकडे होता. अस्पृश्यांनाही ते धीर देऊन पुढे लोटीत होते. जे बलाने किंवा फसवून अस्पृश्यांना परधर्मात नेत, त्यांना ते प्राण पणास लावून विरोध करीत. आपल्यावर संकटे

ओढवून घेत. सनातनी नि परंपरावादी हिंदूंच्या ढोंगावर नि मूर्खपणावर निर्दयपणे कोरडे ओढीत. परधर्मीय प्रचारकांना ते रोखठोक उत्तर देत. तोडीस तोड असे त्यांचे धोरण असे. तथापि, वरवर सामाजिक दिसणारी ती चळवळ प्रामुख्याने राजकीय असल्यामुळे सामाजिक दृष्ट्या तिला मानवतेचा परीसस्पर्श झालेला नव्हता असे म्हटले तरी चालेल.

आंबेडकरांची भूमिका गांधीजी आणि सावरकर यांच्या भूमिकांपासून मुळातच वेगळी होती. ते स्वत: अस्पृश्य समाजात जन्मास आले होते. अस्पृश्यताजन्य यमयातनांच्या अग्निदिव्यातून ते होरपळून निघाले होते. वस्त्र, विद्या नि वित्त यांपासून दूर फेकलेल्या अस्पृश्यांची दु:खे नि मने ते जाणीत होते.

'तुम्ही काय केले पाहिजे' असे सांगण्याची पाळी त्यांच्यावर येत नसे. 'आम्ही काय करावे' असे आत्मतेजाचे पाठ त्यांना द्यायचे होते. अस्पृश्य समाजास भोगाव्या लागणाऱ्या हालअपेष्टा, दु:खे, अपमान, दारिद्र्य नि दास्य ह्यांचा कटू अनुभव त्यांनी स्वत: घेतला होता. त्याचे चटके त्यांनी स्वत: सोसले होते. त्यामुळे दलितांचे दु:ख, दुर्दैव नि दैन्य त्यांना पाहवेना. त्यांचे डोके अगदी भणाणून जाई. त्यांना असह्य वेदना होत. त्यांची आतडी पिळवटून निघत. डोळ्यांतून ठिणग्या उडत. हृदयातले कढ अनावर होत.

अनुभवासारखा दुसरा गुरू नाही म्हणतात तेच खरे. अस्पृश्यांच्या अनंत दु:खांना नि युगानुयुगे चालत आलेल्या दारिद्र्याला त्यांना वाचा फोडायची होती. त्यांच्या गुदमरलेल्या भावना व्यक्त करताना ते संतापाने कळवळून बोलत. आपले व्यक्तिमत्त्व, पांडित्य, ध्येय नि समाजपरिवर्तनासाठी आवश्यक असलेले अलोट धैर्य या गुणांमुळे ते दलित समाजात आत्मविश्वास निर्माण करू शकत होते. खऱ्या शौर्यशाली नि झुंजार वीराला दुसऱ्याच्या ओंजळीने पाणी पिणे अपमानास्पद वाटते. स्पृश्य हिंदूंच्या भूतदयावादी दृष्टीचा ते तिरस्कार करीत. त्यांना दयेचे दान नको होते. त्यांना हक्क हवे होते. 'उद्धरेदात्मनात्मानम्' हेच त्यांनी आपल्या चळवळीचे ध्येय ठरविले. आत्मोद्धार ज्याचा त्याने करावयाचा असतो हा महामंत्र आंबेडकरांनी आपल्या समाजाला दिला. स्वत:च्या गुलामगिरीविरुद्ध जोपर्यंत गुलाम बंड करून उठत नाही तोपर्यंत त्याचे विमोचन नि त्याचा उद्धार होणार नाही. इतिहास हेच सांगत होता. आंबेडकर म्हणत, 'गुलामाला त्याच्या गुलामगिरीची जाणीव करून द्या म्हणजे तो आपोआपच बंड करील.' म्हणून ते 'आत्मोद्धारासाठी झगडत राहा,' असा तेजस्वी संदेश देत. स्वाभिमान, स्वावलंबन, आत्मोद्धार हीच त्यांची सूत्रत्रयी होती. आईच्या नि दाईच्या प्रेमात जे अंतर असते तेच आंबेडकर व गांधी किंवा सावरकर यांच्या कार्यात होते.

त्या काळी सुरू असलेल्या भारतीय स्वातंत्र्याच्या लढ्यात आंबेडकर सामील झाले नाहीत, हे खरे आहे; परंतु वस्तुस्थिती कशी होती ? सवर्ण हिंदूंचा राजकीय झगडा हा राजकीय सत्तेच्या स्थित्यंतरासाठी होता. सवर्ण हिंदूंच्या मानेवर केवळ ब्रिटिशांच्या राजकीय सत्तेचे जू होते. ब्रिटिश गेले म्हणजे ते आपोआप सत्ताधीश होणार होते. परंतु अस्पृश्यांना मुळी कसलेच अधिकार नव्हते. भारताच्या राजकीय वा सामाजिक मानचित्रात त्यांना कधीही कसलेच स्थान नव्हते. भारतात शतकानुशतके त्यांच्या अंत:करणातील भावना अन् मनाच्या धारणा पायाखाली तुडविल्या जात होत्या.

राजकीय गुलामगिरीपेक्षा सामाजिक गुलामगिरी किती अघोर नि अमानुष असते, ह्याची कल्पना असेल त्याला आंबेडकरांची मन:स्थिती कळेल. आम्हांला सामाजिक, धार्मिक गुलामगिरीतून मुक्त करा म्हणजे आम्ही तुमच्या खांद्यास खांदा लावून राजकीय स्वातंत्र्यासाठी आमचे प्राण पणास लावून लढू, असे आंबेडकरांचे भारतीय देशभक्तांना आवाहन होते. राज्यकर्त्यांचे वैर ओढवून घेतले, तर ते परिणामी अस्पृश्य जनतेला अहितकारक ठरेल, ह्याची आंबेडकरांना पुरेपूर कल्पना होती. त्यामुळे त्यांनी राजकीय स्वातंत्र्याच्या लढ्यात भाग घेतला नाही. त्यांनी स्वातंत्र्यसंग्रामात भाग घेतला असता तर सवर्ण हिंदू व ब्रिटिश सत्ता अशा दोन आघाड्यांवर त्यांना लढा द्यावा लागला असता. एकाच वेळी दोन आघाड्यांवर लढण्याचा प्रसंग कोणीही राजनीतिज्ञ ओढवून घेत नाही. स्पृश्य हिंदूंशी झगडत झगडत ब्रिटिश सरकारकडून मिळतील ते हक्क पदरात पाडून घ्यावयाचे, असे आंबेडकरांचे धोरण होते.

सहा कोटी लोकांना माणुसकीचे हक्क मिळवून द्यायचे होते. हिंदू समाजातील सर्वांत खालच्या थरांतील ह्या लोकांची सामाजिक, आर्थिक, शैक्षणिक नि सांस्कृतिक उन्नती झाली तर देशाच्या सामर्थ्यात नि बुद्धिवैभवात भर पडणार होती. अनेक शतकांचे पाप, कलंक नि दास्यही धुऊन जाऊन हिंदू समाजाचे भवितव्य नि हिंदू धर्म उज्ज्वल होणार होता. त्यामुळे जगात भारताची प्रतिष्ठा उंचावणार होती.

'बहिष्कृत हितकारिणी सभे'ची स्थापना म्हणजे भारतातील पददलितांना स्वावलंबन, स्वाभिमान नि आत्मोद्धार यांची शिकवण देऊन देशात महापरिवर्तन घडवून आणणाऱ्या युगाचा प्रारंभच होय. केवळ बाह्य चळवळ करीत राहिल्याने अस्पृश्य वर्गाचा कार्यभाग होणे शक्य नाही, ह्याची त्या सभेच्या संस्थापकांना पूर्ण

जाणीव होती. आपल्या दु:सह, अवनत स्थितीची अस्पृश्यांना जाणीव होण्यास ज्या ज्ञानांजनाची जरुरी असते, ते त्यांच्यापाशी नव्हते. तो अभाव लक्षात घेऊन सभेने आपल्या कार्यक्रमात ज्ञानप्रसारास अग्रक्रम दिला होता. आपल्या मुलांना मिळत असलेल्या शिष्यवृत्ती व पैसे अस्पृश्य समाजातील पालक शिक्षणासाठी खर्च करीत नसत. आपल्या गरीब संसारास ती एक दैविक देणगी मिळाली, असे पालक मानीत. अज्ञानमूलक परिस्थितीमुळे अस्पृश्य समाजातील मुले कुवासना नि कुसंगती यांस बळी पडतात, म्हणून मुलांच्या राहण्याची, खाण्याची व शिक्षणाची सोय करण्यासाठी 'बहिष्कृत हितकारिणी सभे'ने वसतिगृहे चालविण्यास प्रारंभ केला. १९२५ च्या जानेवारी महिन्यात सोलापूर येथे पहिले वसतिगृह सुरू केले. त्याचे पर्यवेक्षक म्हणून सोलापूर नगरपालिकेचे एक सभासद जीवाप्पा सुभाना कांबळी ह्यांना नेमण्यात आले. त्यांनी कळकळीने आणि कष्टपूर्वक काम केले. सभेच्या कार्यात शंकर सायन्ना परशा आणि सोलापूर नगरपालिकेचे नगराध्यक्ष डॉ. मुळे ह्यांनी अतिशय साहाय्य केले.

विद्यार्थ्यांत ज्ञानाची आवड उत्पन्न व्हावी नि त्यांच्यात समाजसेवेची वृत्ती रुजून वाढावी, ह्या उद्देशाने विद्यार्थ्यांकरवी एक 'सरस्वती विलास' नावाचे हस्तलिखित मासिक सभेकडून प्रसिद्ध करण्यात येऊ लागले. अस्पृश्यांतील गरीब व होतकरू विद्यार्थ्यांस साहाय्य नि पारितोषिके देण्याची सभेने प्रथा सुरू केली. तरुण आणि प्रौढ अस्पृश्यांची सुधारणा घडवून आणण्यासाठी सभेने रात्रीच्या शाळा नि वाचनालये चालविली. महारांचा हॉकी क्लब यांसारखी क्रीडामंडळे स्थापन केली. याचा परिणाम असा झाला की, दारूच्या गुत्त्यांत, जुगाराच्या अड्ड्यांत किंवा बाष्कळ वस्तीत फिरण्यात सुटीचा काळ वाया घालविणाऱ्या अस्पृश्य तरुणांना नवे वळण मिळू लागले.

अशा प्रकारे आंबेडकरांनी आपल्या जीवितकार्याची मुहूर्तमेढ रोवली. आणि थोड्याच दिवसांत ती चळवळ मूळ धरू लागली. आंबेडकरांच्या उपदेशाने नि तेजस्वी विचारांनी अस्पृश्यांना हळूहळू चालना मिळू लागली.

'बहिष्कृत हितकारिणी सभे'च्या प्रचाराची पहिली प्रकट सभा मात्र अगदी निराशाजनक झाली. अस्पृश्य समाजातील चारसहा निवडक कार्यकर्ते तेवढेच काय ते उपस्थित होते. आजूबाजूच्या खोल्यांच्या उंबरठ्यावर वा पडवीत लोक बसून चिलीम ओढीत होते किंवा चकाट्या पिटीत होते. सभेला कोणी येईल तर शपथ. वक्त्यांच्या स्वगत भाषणातच ती सभा समाप्त झाली. वृत्तपत्र नि वित्त यांचे पाठबळ नाही, स्पृश्य जगताची सहानुभूती नाही, अशा बिकट परिस्थितीस तोंड देऊन आंबेडकर लहान लहान खेडी अन् शहरे ह्यांतील

स्वजनांना तिखट उपदेश करीत. ते अस्पृश्यांच्या स्वाभिमानाला छेडीत, डिवचत असत. त्यांची मृतप्राय होऊन पडलेली मने जागी करीत, त्यांना स्वाभिमानाचे नि स्वावलंबनाचे संजीवन देत होते. आपल्या आत्मोद्धाराचा झगडा झगडण्यासाठी सामाजिक नि राजकीय क्षेत्रांत उभे राहण्यास आंबेडकर त्यांना स्फूर्ती देत होते, उद्युक्त करीत होते.

आंबेडकरांच्या उपदेशाची धार अतिशय तिखट नि बोचक होती. दलितांच्या हृदयाचा ठाव घेणारी होती. ते स्वजनांना म्हणत, 'तुमची ही दीन वदने पाहून नि करुणाजनक वाणी ऐकून माझे हृदय फाटते. युगानुयुगे तुम्ही गुलामगिरीच्या गर्तेत गंजत, कुजत, सडत पडला आहात. तरी तुमची भावना हीच आहे की, आपली ही दुर्दशा देवनिर्मित आहे. ईश्वरीसंकेतानुसार आहे. तुम्ही गर्भात असतानाच का मेला नाहीत ? जन्मास येऊन तुम्ही जगातील दु:ख, दारिद्र्य नि दास्य यांच्या अक्राळविक्राळ चित्राचा भेसूरपणा आपल्या अवनत नि अवमानित दु:खी जीवनाने वाढवीत आहात. जर तुमच्या जीवनाचे पुनरुज्जीवन होत नसेल, तर तुम्ही या जगातून नाहीसे होऊन जगाच्या दु:खाचे ओझे का कमी करीत नाहीत ? तुम्ही मनुष्यासारखे मनुष्य आहात. स्वत:च्या कर्तबगारीने जगात उत्कर्ष करण्यास प्रत्येकास स्वातंत्र्य आहे. तुम्ही या देशाचे रहिवासी आहात. तुम्हांला अन्न, वस्त्र, आसरा इतर भारतीयांच्या बरोबरीने मिळणे हा तुमचा जन्मसिद्ध हक्क आहे. म्हणून तुम्हांला स्वाभिमानपूर्ण जिणे जगायचे असेल तर स्वावलंबन हाच खरा आत्मोन्नतीचा मार्ग होय, हे लक्षात ठेवा.'

जागृत झालेले कार्यकर्ते आता तालुका नि जिल्ह्यागणिक परिषदा भरवू लागले. निपाणी, मालवण ह्या ठिकाणी परिषदा झाल्या. मालवणच्या परिषदेस उपस्थित राहून आंबेडकर आपल्या एका स्नेह्याच्या आग्रहास्तव शिवतरकर यांजबरोबर गोव्याला गेले. तेथे काही गावे पाहून आंबेडकर मुंबईस परतले.

१५ डिसेंबर १९२५ रोजी डॉ. आंबेडकरांची रॉयल कमिशनच्या पुढे भारतीय चलनासंबंधी साक्ष झाली. त्या समितीला आंबेडकरांनी जे निवेदन सादर केले होते, त्यातील आशयानुसार त्यांना प्रश्न विचारण्यात आले. डॉक्टरांनी त्या समितीला स्पष्टपणे सांगितले की, 'हुंडणावळीच्या अदलाबदलीत सुवर्ण परिमाण सुरू ठेवणे भारताच्या हिताचे नाही. कारण, सुवर्ण परिमाणाला भारतात मूळचे स्थैर्य नाही.' देशहितदक्ष आंबेडकरांनी या बाबतीत पुढे बेसिल ब्लॅकेट यांनी मांडलेल्या चलनसुधारणेविषयक विधेयकाला विरोध करण्यासाठी धडपड केली. या बाबतीत त्या वेळचे खासदार न. चिं. केळकर यांच्याशी त्यांनी पत्रव्यवहार केला होता. त्यांनी वृत्तपत्रांत लेखही लिहिले होते.

ह्या सुमारास अस्पृश्यांच्या प्रगतीच्या दृष्टीने महत्त्वाच्या अशा दोन घटना घडल्या. त्या घटनांचा प्रतिध्वनी भारताच्या कानाकोपऱ्यात उठला. त्रावणकोर संस्थानातील वायकोम ह्या गावातील ज्या रस्त्यावर ब्राह्मणांची घरे होती, तो रस्ता अस्पृश्य बांधवास खुला व्हावा म्हणून मद्रासमधील एक ब्राह्मणेतर पुढारी रामस्वामी नायकर यांनी सत्याग्रह सुरू केला. पाऊस, पूर, वारा यांतून तो सत्याग्रह तसाच काही दिवस दुमदुमत राहिला. त्या संग्रामात गांधीजींचे शिष्य आचार्य भावे आणि स्वतंत्र बुद्धीने दलितोद्धाराचे कार्य करणारे कर्मवीर शिंदे यांनीही भाग घेतला होता. शेवटी तेथील स्पृश्य हिंदूंना सद्‌बुद्धी सुचली. त्यांची नागरिक निष्ठा जागी होऊन तो प्रश्न मिटला ! दुसरी घटना अशी की, मुर्गेसन या नावाच्या एका अस्पृश्याने मद्रासमधील एका मंदिरात बंदी मोडून प्रवेश केला. मद्रास प्रांत म्हणजे त्या काळी अधर्मी सनातन्यांचे रोम ! तेथे जोतीराव फुल्यांसारखे महात्मे जन्मास आले नव्हते. मंदिरप्रवेशापायी मुर्गेसनला न्यायालयात शासन झाले. देवदर्शनाचे ते फळ पाहून देवळातील दगडाच्या मूर्तीत देव नसतो हे त्याला कळावयास वेळ लागला नसेल ! या दोन्ही घटनांचा भावपूर्ण उल्लेख आंबेडकरांनी महाड सत्याग्रहपूर्व भाषणात नि लेखात केला.

याच दिवसांत आंबेडकर जेजुरीस गेले होते. अस्पृश्यांनी वसाहतीसाठी सरकारकडे स्वतंत्र प्रदेश मागावा, असा उपदेश त्यांनी तेथे केला. निराशा नि वैताग यांमुळे त्यांना ही कल्पना सुचली असावी. याच सुमारास आंबेडकरांचा धाकटा मुलगा राजरत्न याचा जन्म झाला. तो त्यांचा अत्यंत लाडका होता. ह्या मुलाच्या पूर्वी त्यांना एक मुलगी झाली होती. ती अर्भकावस्थेतच वारली. त्यांच्या पत्नी रमाबाई ह्यांची प्रकृती बिघडल्यामुळे त्यांना हवा पालटण्यासाठी बाहेरगावी पाठविले होते. परंतु तो मुलगा १९२६ साली जुलै महिन्याच्या दरम्यान कालवश झाला. त्या वेळी बाबासाहेबांचे कोल्हापूरचे परमस्नेही दत्तोपंत पवार यांचे सांत्वनपर पत्र येताच शोकाने व्यथित झालेले त्यांचे हृदय दु:खाने अतिभारावून गेले. आपल्या १६ ऑगस्ट १९२६ च्या पत्रात ते दत्तोपंत पवारांना लिहितात : 'पुत्रनिधनामुळे आम्हा उभयतांस जो धक्का बसला आहे, त्यातून आम्ही बाहेर पडू असे म्हणणे शुद्ध ढोंगीपणाचे होईल. आतापर्यंत तीन मुलगे आणि एक मुलगी अशा चार लाडक्या बाळांना मूठमाती देण्याचा प्रसंग आमच्यावर ओढवला. त्यांची आठवण झाली की, मन दु:खाने खचते. त्यांच्या भविष्याविषयी जे मनोरथ आम्ही बांधले होते, ते ढासळले ते वेगळेच. आमच्या जीवनावरून हा दु:खाचा ढग वाहत आहे. मुलांच्या मृत्यूबरोबर जीवनाला चव आणणारे मीठच नष्ट झाल्यामुळे आमचे जीवन अळणी झाले आहे. बायबलमध्ये म्हटले आहे ना ?

‘तुम्ही धरित्रीचे मीठ आहात. मिठाची चवच गेली, तर त्याला खारटपणा कशाने आणता येईल ?’ शून्यवत होऊन पडलेल्या माझ्या जीवनात ह्या वचनाची सत्यता पटते. माझा शेवटचा मुलगा असामान्यच होता. त्याच्यासारखा मुलगा मी क्वचितच पाहिला असेन. तो गेल्यावर माझे आयुष्य रानाने माजलेल्या बागेसारखे झाले आहे. दु:खातिशयामुळे पुढे काही लिहवत नाही. दु:खाने खंगलेल्या तुझ्या मित्राचा तुला नमस्कार.’ राजरत्नाचा अंत बाबासाहेबांच्या मांडीवर झाला. त्यांचा तो जीव की प्राण होता. त्यांना शोक आवरेना. मुलाचा मृत देह ते काही केल्या आपल्या मांडीवरून खाली ठेवीनात. त्यांची समजूत घालता घालता त्यांचे आप्तमित्र मेटाकुटीस आले. तो मुलगा गेला नि त्यांचे संसारावरून मन उडाले. ज्या खोलीत त्या मुलाचा अंत झाला, त्या खोलीकडे ते पुन्हा फिरकलेसुद्धा नाहीत.

वकिली धंद्यात आंबेडकरांना अस्पृश्यतेने नाडले. तथापि प्रचंड नदीला अडविणे जसे अशक्यप्राय होते, तसेच आंबेडकरांसारख्या धैर्यशाली पुरुषातील प्रचंड शक्तीला अटकाव करणे कठीण होते. १९२६ च्या ऑक्टोबर महिन्यात पुण्यातील सर्वश्री बागडे, जेधे आणि जवळकर या तीन ब्राह्मणेतर पुढाऱ्यांविरुद्ध पुण्यातील काही ब्राह्मणांनी ब्राह्मण जातीची मानहानी केल्याविषयी दावा केला. जेधे, बागडे यांनी ‘देशाचे दुश्मन’ या नावाचे पुस्तक प्रसिद्ध करून, ब्राह्मणांनी भारताचा नाश केला, असे त्यात प्रतिपादन केले होते. फिर्यादी पक्षाच्या बाजूने पुण्यातील प्रख्यात निर्बंधपंडित ल. ब. भोपटकर हे काम चालवीत होते. उपरोक्त ब्राह्मणेतर पुढाऱ्यांनी आपले वकीलपत्र आंबेडकरांना दिले. आंबेडकरांनी आपल्या पक्षाची बाजू मोठ्या कुशलतेने आणि परिणामकारक भाषेत मांडून विजय मिळविला. ह्या विजयामुळे आंबेडकरांची कीर्ती आणि प्रतिष्ठा महाराष्ट्रात वाढली. हुशार वकील म्हणून त्यांचे आता हळूहळू न्यायालयात वजन वाढू लागले.

अस्पृश्यतानिवारण चळवळीचे पाऊल महाराष्ट्रात थोडे थोडे पुढे पुढे पडत चालले होते. विधिमंडळाने संमत केलेल्या बोले ठरावाप्रमाणे जिल्हा मंडळे आणि नगरसंस्था यांनी अस्पृश्यांची गाऱ्हाणी दूर करण्यासाठी अद्यापपावेतो टाळाटाळच केली होती. म्हणून ५ ऑगस्ट १९२६ रोजी बोले यांनी विधिमंडळात फिरून असा ठराव मांडला की, ज्या नगरसंस्था, जिल्हा मंडळे वर उल्लेखिलेला ठराव अंमलात आणणार नाहीत, त्यांना सरकारी वर्षासन मिळणार नाही. त्यामुळे आता त्या प्रश्नास तोंड फुटले. या दुसऱ्या ठरावाविषयी

विचारविनिमय होत असताना विधिमंडळात चकमकी उडाल्या. एक सभासद म्हणाले की, 'हा ठराव आणल्यामुळे वातावरण बिघडेल.' त्यावर सिंधमधील नूरमहंमद नावाच्या एका मुसलमान सदस्याने ब्राह्मणेतरांची चांगलीच खरडपट्टी काढली. ब्राह्मणांकडून हक्क मिळवण्यास ब्राह्मणेतर झटतात. परंतु ते स्वत: खालच्या वर्गांशी वागताना साधी माणुसकी वा न्यायबुद्धी दाखवीत नाहीत, असे ते म्हणाले. इतकेच नव्हे तर त्यांनी आपल्या छद्मी वाणीने असे भविष्य वर्तविले की, 'वरिष्ठ वर्गाकडून चिरडलेले नि छळलेले कनिष्ठ वर्गातील लोक जेव्हा नजीकच्या काळात परधर्माच्या आश्रयास जातील, तेव्हा हिंदू समाजाने मुसलमानांनी किंवा ख्रिस्ती मिशनऱ्यांनी धर्मांतर करण्यासाठी अस्पृश्यांना प्रवृत्त केले, अशी वृथा ओरड करू नये.'

हे वक्तव्य जरी छद्मीपणाचे असले तरी त्या मुसलमानाने रंगविलेले चित्र किती सत्य, कटू, बोचक नि विनाशकारक होते ! विधिमंडळातील ही चर्चा, बोले यांचा तो ठराव आणि देशातील अस्पृश्यता निवारण्यासाठी निर्माण होत असलेली जाणीव, ह्या सर्व गोष्टींवरून असे दिसून आले की, देशातील पुराणमतवादी आणि प्रतिगामी वृत्तींशी संघर्ष सुरू व्हायचा काळ येऊन ठेपला होता. आंबेडकरांना या सर्व प्रतिगामी शक्तींशी लढा द्यायचा होता. अशा लढ्याच्या परिपूर्ततेसाठी अलौकिक धैर्य, अढळ विश्वास आणि असामान्य शक्ती या गुणांनी संपन्न अशा पराक्रमी पुरुषाची आवश्यकता असते.

वादळ होण्यापूर्वी वातावरणात जशी शांतता असते त्याप्रमाणे आंबेडकरांचे आयुष्य मुंबईत पोयबावडी येथील सरकारी चाळीतील त्या मोलमजुरी करणाऱ्या गरीबांतच शांतपणे जात होते. त्या वेळी आंबेडकरांचे वकिलीचे कार्यालय सोशल सर्व्हिस लीगच्या इमारतीत लहानशा खोलीत होते. मोठमोठ्या पुढाऱ्यांच्या भेटी तेथेच व्हायच्या. आंबेडकर त्या खोलीत उघडे बोडके, लुंगी पेहेरून बसलेले असत. भेटीस आलेले पुढारी जवळच्या बाकड्यावर बसून चर्चा करीत. एके दिवशी कोल्हापूरचे शाहू महाराज आंबेडकरांना शोधीत शोधीत तेथे येऊन थडकले. त्या वेळी आंबेडकरांची जी तारांबळ उडाली ती काही विचारू नका. कसेबसे कपडे करून आंबेडकरांनी महाराजांचे त्या खोलीत स्वागत केले. खोलीबाहेरील आवारात एकदा नगरपालिकेच्या सक्तीच्या मोफत शिक्षणाच्या योजनेचे उद्घाटन करण्यासंबंधी सभा चालली होती; त्या वेळी मुसलमानांचे पुढारी शौकतअल्ली हे आंबेडकरांना अचानक भेटावयास आले. आंबेडकरांनी सभा संपेपर्यंत शौकतअल्लींना तेथेच बसावयास सांगितले. ह्याच सुमारास सिडनूहॅम महाविद्यालयाच्या प्राचार्याची जागा रिकामी झाली. त्या काळचे स्वत:स सुधारक,

उदारमतवादी व विवेकवादी म्हणविणारे रँ. रघुनाथ पुरुषोत्तम परांजपे हे शिक्षणमंत्र्यांच्या जागी असूनही आंबेडकरांसारख्या सर्वोच्च पदव्या धारण केलेल्या अनुभवी प्राध्यापकाला ती जागा मिळाली नाही ही लक्षात ठेवण्यासारखी गोष्ट आहे. ह्या बाबतीत गुरुवर्य केळुसकरांनी शिक्षणमंत्री परांजपे यांची महाबळेश्वर मुक्कामी भेट घेतली. परंतु ते ह्या बाबतीत काहीच करू शकले नाहीत. मात्र एल्फिन्स्टन महाविद्यालयामध्ये आपण आंबेडकरांना प्राध्यापकाची जागा देऊ शकू असे त्यांनी कळविले. ते ऐकल्यावर गुरुवर्य केळुसकरांना आंबेडकरांनी कळविले की, 'स्वजनोद्धारासाठी माझे आयुष्य व्यतीत करण्याचा माझा निर्धार अढळ आहे. ज्यामुळे माझ्या या संकल्पित सेवेत नि कार्यात अडथळा येईल, असे बंधन मी कधीही स्वीकारणार नाही.[१] तथापि, दिवसातून थोडा वेळ बाटलीबॉय अकाउंटन्सी ट्रेनिंग इन्स्टिट्यूट या संस्थेत जून १९२५ पासून मार्च १९२८ पर्यंत आंबेडकर शिक्षकाचे काम करीत असत.

ह्या काळात आंबेडकर कधी कधी विषण्ण मन:स्थितीत असत. उदासीनता, निराशा आणि आजूबाजूचा अद्याप न संपलेला अंधार ही त्यांच्या दुर्दम्य शक्तीवर कधी कधी मात करीत. असह्य विचाराने ते अस्वस्थ होत; तर कधी कधी गाढ विचारात आणि दीर्घ चिंतनात ते तासन् तास मग्न असत. अशा वेळी ते लुंगी पेहेरून खुर्चीत बसत. अंतराळात पाहता पाहता निश्चल होत. मनातील नि स्वप्नातील मनोराज्ये पाहत रात्र कंठीत. दोन बाके एकत्र केलेल्या बैठकीवर ते झोपी जात. भौतिकशास्त्र आणि धर्मशास्त्र यांचे प्रचंड ज्ञानसंपादन केलेला तो विद्यासागर योग्याप्रमाणे आपले दिवस शांतपणे विचारात आणि मननात घालवीत असे. ती एक तपश्चर्या होती. बहुत जनांस चालविणाऱ्या आणि नाना मंडळे हलविणाऱ्या आशावादी, प्रयत्नवादी कर्मवीरांनासुद्धा निराशेत काही काळ कंठावा लागतो. तथापि, आत्मबळाच्या योगे परिस्थितीवर मात करणाऱ्या त्यांच्या दुर्दम्य शक्तीचे स्फुल्लिंग, महत्त्वाच्या कार्याचे कारण दिसू लागताच, प्रज्वलित होतात आणि यांच्या मनाचे तेज पुन्हा टवटवीत होऊन ते आपल्या कार्याला पुन्हा प्रारंभ करतात.

आंबेडकरांची वकील म्हणून प्रसिद्धी होताच गोरगरीब आपल्या गाऱ्हाण्यांची दाद लावून घेण्यासाठी बाबासाहेबांचे कार्यालय शोधीत येत. त्या पददलितांचे दु:ख आणि दैन्य पाहून त्यांचे हृदय तीळतीळ तुटे. बाबासाहेब त्या गरिबांचे काम बहुधा फुकट करीत. त्याकरिता त्रास सहन करीत. प्रचंड

---

१. जनता खास अंक, एप्रिल १९३३.

व्यक्तिमत्त्वाचा तो ज्ञानर्षी पाहून ते दीनदुबळे लोक गोंधळून जात. त्यांना दुवा देत देत परत जात.

त्या काळी आंबेडकर हे गरिबांचे आशास्थान, चाहत्यांचे आनंद निधान आणि कार्यकर्त्यांचे आश्रयस्थान बनले होते. घरातील मंडळी बाहेरगावी गेली असता एके दिवशी बाहेरगावाहून दोन गृहस्थ त्यांच्याकडे सल्ल्यासाठी आले. न्यायालयात कामधंद्यासाठी जाण्यापूर्वी त्या दोन्ही गृहस्थांबरोबर त्यांनी न्याहारी केली. आंबेडकर स्वयंपाककलेत निपुण. संध्याकाळी घरी लौकर परतून त्यांनी त्या गृहस्थांकरिता आपल्या हाताने स्वयंपाक करून ठेविला. रात्री जेवतेवेळी ती गोष्ट त्या पाहुण्यांच्या लक्षात आली तेव्हा त्यांचे डोळे कृतज्ञतेने भरून आले. जो मनुष्य मितभाषी आहे, ज्याचा स्वभाव गूढ आहे, ज्याचे व्यक्तिमत्त्व प्रभावी आणि परिणामकारक आहे अशा थोर पुरुषाने गरिबांसाठी एवढे शारीरिक कष्ट घ्यावे, ह्याविषयी त्या गरिबांना धन्यता वाटली. त्यांना ते अनाथांचे नाथ वाटत. त्यांचे पुढारीपण त्यांना परमेश्वराचे वरदानच वाटे. नेतृत्वच काय, परंतु साम्राज्येसुद्धा पराक्रमी नेत्यांच्या आकर्षक औदार्यावर स्थापन झालेली आहेत. जनहिताची निर्मळ, अखंड तळमळ नि परिस्थितीचे आकलन, झटकन निर्णय घेण्याची कुवत, विचार मांडण्यात नि कृतीत आणण्यात निर्भयता ह्या गुणांव्यतिरिक्त थोर नेत्याच्या ठायी आणखी एक गुण प्रामुख्याने असावा लागतो. तो गुण म्हणजे संघटनेतील घटकांकडे सहानुभूतीने, आपुलकीने पाहणारे त्याचे हृदय. अशा नेत्याच्या एका शब्दासाठी असंख्य लोक संकटात उडी घ्यायला मागेपुढे पाहत नाहीत. त्याचे रहस्य यातच आहे. जे नेते ह्या माणुसकीच्या गुणांचे संवर्धन करतात, त्यांचेच नेतृत्व टिकून राहते. ज्याची सहृदयता खुरटते त्यांचे नेतेपण अल्पकाळातच संपुष्टात येते.

५

बंडाचे निशाण उभारले

सन एकोणीसशे सत्तावीस साल उजाडले. आंबेडकरांनी त्या वर्षातील कार्याचा आरंभ कोरेगाव युद्धस्मारकासमोर भरलेल्या सभेने केला. त्या सभेस अस्पृश्य समाजातले काही नामवंत पुढारी उपस्थित हाते. त्या सभेत भाषण करताना आंबेडकरांनी कृतघ्न ब्रिटिश सरकारचा जळजळीत शब्दांत निषेध केला. ज्या महार जातीच्या शेकडो सैनिकांनी अनेक लढायांत सरकारला यश मिळवून दिले, त्या महार जातीच्या तरुणांना सैन्यात प्रवेश नाकारून सरकारने तिचा विश्वासघात केला आहे, असे त्यांनी आपले मत उघडपणे बोलून दाखविले. ब्रिटिशांच्या बाजूने महार सैनिकांनी लढावे ही काही विशेष अभिमानाची गोष्ट आहे असे नाही हे खरे; पण ते ब्रिटिशांच्या मदतीस गेले का ? स्पृश्य हिंदूंनी त्यांना नीच मानून कुत्र्यामांजरांपेक्षा वाईट वागविले म्हणून ! पोट भरण्याचे काही साधन नसल्यामुळे नाइलाजाने ते ब्रिटिशांच्या फौजेत भरती झाले हे लक्षात ठेवले पाहिजे, असेही ते म्हणाले. आपल्या भाषणाच्या शेवटी ते म्हणाले की, महारांवरील लष्कर-प्रवेश-बंदी ब्रिटिश सरकारने उठवावी. जर सरकारने ती गोष्ट केली नाही तर सरकारविरुद्ध चळवळ करावी, अशी त्यांनी आवेशाने त्या समाजास चेतना दिली.

नूतन वर्षारंभी आंबेडकरांच्या कर्तृत्वाची नि वाढत्या प्रतिष्ठेची सरकारने दखल घेतली असावी असे दिसते. सरकारने त्यांना विधिमंडळाचे सदस्य म्हणून नियुक्त केले. त्या निमित्ताने अस्पृश्य समाजातील शिक्षकांनी १९२७ च्या फेब्रुवारी महिन्यात सभा भरवून आंबेडकरांचे अभिनंदन करावयाचे ठरविले व त्याप्रमाणे पुढील एप्रिल महिन्यात परळ येथील दामोदर सभागृहात त्यांचा सत्कार झाला. अध्यक्षपदी मुंबई नगरपालिकेच्या शिक्षण खात्यातील एक अधिकारी सीताराम भिकाजी पेंढुरकर हे होते. खालच्या वर्गातील लोकांच्या शिक्षणासाठी ते धडपडत असत. त्यांनी आंबेडकरांचे मन:पूर्वक अभिनंदन करून त्यांना विधिमंडळातील कार्यात खात्रीने यश येईल असा विश्वास प्रकट केला. आंबेडकरांचे जीवितकार्य यशस्वी करण्यासाठी अस्पृश्य समाजाने निस्सीमपणे व

मनोभावे त्यांच्याशी सहकार्य करावे, असा त्यांनी अस्पृश्य जनतेस उपदेश केला. आपल्या कार्याविषयी अभिमान बाळगणाऱ्या त्या शिक्षकांचे बाबासाहेबांनी अंत:करणापासून आभार मानले. शिक्षकांनी त्यांना अर्पण केलेली थैली त्यांनी बहिष्कृत हितकारिणी सभेच्या कार्यासाठी अर्पण केली.

आंबेडकरांनी दोनतीन वर्षे जागृतीचे कार्य केल्यामुळे अस्पृश्यांच्या स्वाभिमानाचा सूर्य उदय पावू लागला होता. अपमान अन् उपेक्षा ह्यांचे त्यांच्यावर पसरलेले ढग विरळ होऊ लागले होते. अस्पृश्य वर्ग न्यूनगंडाने पछाडलेले आपले मस्तक किंचित वर करून पाहू लागला. आंबेडकरांच्या जीवितकार्यातील एक मोठी आणीबाणीची घटना घडण्याचा समय समीप आला. तो म्हणजे अस्पृश्य समाजाला आपल्या निशाणाखाली महाडला एकत्र करून मानवी हक्कासाठी त्यांना जे बंड पुकारावयाला लावले हा होय.

सीताराम केशव बोले ह्यांनी मुंबई विधिमंडळात संमत करून घेतलेला ठराव ह्या बंडाचे तात्कालिक कारण झाला. महाड नगरपालिकेने आपल्या अधिकाराखाली असणारे चवदार तळे त्या ठरावानुसार अस्पृश्यांना खुले केल्याचे जाहीर केले होते; परंतु स्पृश्य हिंदूंच्या भीतीमुळे तेथील अस्पृश्यांनी त्या तलावाचे पाणी नेण्याचा हक्क बजावला नव्हता. अस्पृश्य वर्गाचे हक्क नि भवितव्य यांसंबंधी घाटमाथ्यावर परिषदांतून विचारविनिमय झाला होता. परंतु त्या विचाराचे आता चळवळीत रूपांतर करण्याची वेळ आली आहे असे समजून, आंबेडकर आणि त्यांचे सहकारी ह्यांनी महाड येथे १९ व २० मार्च ह्या दोन्ही दिवशी कुलाबा जिल्हा बहिष्कृत परिषद भरविण्याचे निश्चित केले. कोकण विभाग बाबासाहेबांच्या विशेष लोभाचा, अभिमानाचा. 'मी कसा झालो तरी कोकण्या,' असे ते नेहमी म्हणत. कोकणातील बुद्धिवान नि कडव्या निष्ठावान लोकांनी मानवी स्वातंत्र्याचे रणशिंग फुंकले तर लढा पेटणार हे ते जाणून होते.

सुरेंद्रनाथ तथा सुरबा टिपणीस, सुभेदार विश्राम गंगाराम सवादकर, संभाजी तुकाराम गायकवाड, शिवराम गोपाळ जाधव, अनंतराव चित्रे, रामचंद्र मोरे इत्यादी पुढाऱ्यांनी परिषद यशस्वी करण्याकरता अविश्रांत परिश्रम केले. खेड्याखेड्यांतून परिषदेचा प्रचार करण्यात आला. त्यामुळे पंधरा वर्षांच्या युवकांपासून तो पंचाहत्तर वर्षांच्या वृद्धांपर्यंत कोकण घाट, मुंबई नि नागपूर ह्या विभागांतून सुमारे पाच हजार अस्पृश्य, पाठीवर भाकऱ्या बांधून, परिषदेसाठी आले. महाडच्या तळभागात, चवदार तळ्यापासून सुमारे दोन फर्लांगांवर, बांबू नि झापांनी बांधलेल्या मंडपात ही परिषद भरली.

परिषदेच्या उपयोगासाठी स्पृश्य हिंदूंकडून पाणी मिळणे शक्य

नसल्यामुळे, कार्यकर्त्यांना चाळीस रुपये खर्चून पाणी विकत घ्यावे लागले होते. महाडातील पु. प्र. तथा बापूराव जोशी, घारिया, तुळजाराम मिठादी स्पृश्य पुढारी परिषदेस उपस्थित होते. सीतारामपंत शिवतरकर, गंगाधरपंत नी. सहस्त्रबुद्धे, अनंतराव चित्रे, भा. कृ. गायकवाड, बाळाराम आंबेडकर, पा. न. राजभोज, शांताराम अ. उपशाम, रामचंद्र मोरे, रामचंद्र शिर्के ह्या परिषदेसाठी आले होते. परिषदेस अस्पृश्य महिला मोठ्या संख्येने उपस्थित होत्या.

स्वागताध्यक्ष संभाजी गायकवाड ह्यांच्या भाषणाने परिषदेच्या कार्यास आरंभ झाला. फाटकी, मळकी वस्त्रे परिधान केलेल्या त्या दीन दरिद्री बांधवांच्या प्रचंड समुदायासमोर बंगाली पद्धतीचे धोतर नेसलेले नि सदरा, कोट पेहरलेले डॉ. बाबासाहेब आंबेडकर यांनी आपल्या सरळ, सुबोध भाषणास सुरुवात केली. हृदयाच्या तळात साठविलेल्या गतकालातील अनेक आठवणींनी आंबेडकरांचा कंठ दाटून आला. आपल्या लहानपणी पाहिलेल्या, अनुभविलेल्या दापोलीच्या परिसरातील परिस्थितीचे करुण गंभीर चित्र श्रोत्यांपुढे त्यांनी उभे केले अन् ते म्हणाले, ‘‘ज्याला त्याला आपल्या मूळस्थानाबद्दल अभिमान जरी नसला तरी प्रेम हे असतेच. माझे वडील पेन्शन घेतल्यानंतर कायमचे वास्तव्य करावे ह्या हेतूने दापोलीस येऊन राहिले होते. माझा पहिला श्रीगणेशाचा धडा मी दापोलीच्या शाळेत शिकलो. परंतु परिस्थितीमुळे मी पाचसहा वर्षांचा असताना घाटाचा पायथा सोडून घाटमाथ्यावर गेलो. तेथे माझे आजपर्यंतचे आयुष्य गेले. आज पंचवीस वर्षांनी मी घाटाखाली उतरत आहे. जो प्रदेश सृष्टीने आपल्या सौंदर्याने शृंगारला आहे, त्या प्रदेशात पाऊल टाकल्याने कोणालाही आनंदच वाटणार आहे. आपली मायभूमी म्हणून ज्याला जो प्रदेश जिव्हाळ्याचा वाटतो त्याचा आनंद द्विगुणित झाला तर त्यात काही नवल नाही. परंतु आजच्या प्रसंगी मला जितका आनंद तितकाच खेदही होतो, असे म्हटल्याशिवाय माझ्याने राहवत नाही. एक वेळ अशी स्थिती होती की, हा प्रदेश अस्पृश्य जातीच्या दृष्टीने पाहता फारच पुढे गेलेला होता, असे म्हणण्यास काहीच हरकत नाही. एकेकाळी अस्पृश्य जातीतील मंडळींनी हा प्रदेश अगदी गजबजलेला होता. पांढरपेशे वगळल्यास इतर वर्गाच्या तुलनेने पाहता येथील अस्पृश्य वर्गच शिक्षणात पुढारलेला होता.’’

ही उन्नती ज्या कारणांमुळे झाली होती, त्यांत लष्करी पेशा हे एक महत्त्वाचे कारण होते, असे सांगून ते पुढे म्हणाले, ‘‘नॉर्मल स्कूलमध्ये शिकून लष्करात हेडमास्तर, सुभेदार, जमादार होऊन बुद्धिमत्ता, तेज, शौर्य दाखववायाला त्या समाजास संधी असे. मराठे उठून सलाम करीत. कंपनी सरकारने सुरू केलेले लष्करातील सक्तीचे प्राथमिक, दुय्यम शिक्षण ह्यांमुळे त्यांची फार प्रगती झाली

होती. ज्या अस्पृश्य समाजाच्या सहाय्याशिवाय ब्रिटिश सरकारचा ह्या देशात शिरकाव कधीच झाला नसता, त्या अस्पृश्यांची लष्करात भरती करण्याचे ब्रिटिश सरकारने पुढे बंद केले, त्यामुळे त्यांच्यावर हा अनर्थ कोसळला आहे. राजकीय अथवा आर्थिक दृष्ट्या कोणत्याही प्रजाजनास सरकारी नोकरीत घेण्यास बंदी करणे हे पक्षपातीपणाचे लक्षण तर आहेच, पण विश्वासघाताचे नि मित्रद्रोहाचेही लक्षण आहे, असे म्हणावे लागते !

''नेपोलियनने ज्या इंग्लंड देशाला 'दे माय धरणी ठाय' असे केले, त्या देशाने मराठेशाहीचे उच्चाटन केले ह्याचे कारण मराठ्यांतील जातिभेदाची तेढ व आपसातील दुही हे नसून ब्रिटिशांनी एतद्देशीयांचे सैन्य उभारले हे होय. पण ते सैन्य असे अस्पृश्य जातीचे. अस्पृश्यांचे बळ जर इंग्रजांच्या पाठीशी नसते, तर हा देश त्यांना केव्हाही काबीज करता आला नसता.''

आपल्या लोकांना उपदेश करताना आंबेडकर आणखी म्हणाले : ''माझे असे मत आहे की, आम्ही सरकारला नेहमी अनुकूल असतो म्हणूनच सरकार आमची नेहमी उपेक्षा करते. सरकार देईल ते घ्यावयाचे, सांगेल ते ऐकावयाचे, राहवील तसे राहावयाचे, अशी आमची दास्यवृत्ती बनली आहे. लष्करभरतीवरील बंदी उठविण्याचा आटोकाट प्रयत्न करा. अस्पृश्य वर्गाची सुधारणा होण्यास दोन गोष्टींची अत्यंत आवश्यकता आहे. त्यांच्या मनावर जो जुन्या, खुळचट, अनिष्ट विचारांचा गंज चढला आहे तो धुऊन निघाला पाहिजे. आचार, विचार आणि उच्चार ह्यांची शुद्धी जोपर्यंत झाली नाही, तोपर्यंत अस्पृश्य समाजात जागृतीचे अथवा प्रगतीचे बीज कधीही रुजणार नाही. सद्य:स्थितीत त्यांच्या खडकाळ मनावर कसलेही नवे रोप उगवणार नाही. त्यांची मने अशा रीतीने सुसंस्कृत होण्यास त्यांनी पांढरपेशाचा अवलंब केला पाहिजे.

''सरकार ही एक जबरदस्त महत्त्वाची संस्था आहे. सरकार ज्याप्रमाणे मनात आणील त्याप्रमाणे सर्व घडून येईल. पण आपण हे विसरता कामा नये की, सरकार कोणत्या गोष्टी घडवून आणील हे सरकारी नोकरांवर सर्वस्वी अवलंबून राहील. कारण, सरकारचे मत म्हणजे सरकारच्या नोकरांचे मत. आपल्याला आपल्या हिताचे असे काही करवून घ्यायचे असेल, तर सरकारी नोकरीत आपला प्रवेश आपण करून घेतला पाहिजे. नाहीतर आपली जशी हेळसांड होत आहे तशीच ती नेहमीच होणार आहे. ती न व्हावी हा जर आपला हेतू असेल, तर अस्पृश्य वर्गाच्या लोकांनी सरकारी नोकरीत आपला जास्त प्रमाणात शिरकाव होईल अशी व्यवस्था करावयास पाहिजे. यास्तव बहिष्कृत लोकांनी प्राथमिक शिक्षणाकडे दुर्लक्ष न करता उच्च शिक्षणाकडे विशेष लक्ष पुरवावे. एक मुलगा

बी. ए. झाल्याने आपल्या समाजास जो फायदा होईल तसा एक हजार मुले चौथी शिकली तरी होणार नाही.'' असे त्यांनी त्यांना निक्षून सांगितले.

मृत जनावरांचे मांस वर्ज्य करण्याची प्रतिज्ञा करा. आपण आपापसांतील उच्चनीच भावना सोडून द्या, असे परिषदेस सांगून, ते पुढे म्हणाले : ''महारांना गावात इज्जत नाही. मानमरातब नाही. त्यांचा स्वाभिमान नष्ट झाला आहे. शिळ्या नि उष्ट्या तुकड्यासाठी माणुसकी विकणे ही गोष्ट मोठ्या लाजेची व शरमेची आहे. वडिलांची 'री' ओढणे हा महामंत्र सोडा. सर्वच जुने ते सोने म्हटले तर नवीन सुधारणा कधीच होणार नाही. माझ्यापेक्षा मुले काकणभर सरस असावीत असे जी आईबापे म्हणत नाहीत त्यांच्यांत नि पशूंच्या जिण्यात काहीच फरक नाही. स्वावलंबन शिकावे, स्वाभिमान धरावा. स्वत्वाची जाणीव ठेवली पाहिजे. तरच आपला उद्धार होईल. महारांनी वतनाचा लोभ सोडून शेतकी करावी. आणि जंगलांतल्या जमिनी मिळवाव्या.''

सत्यशोधक समाजाचे अध्वर्यू म. जोतीराव फुले ह्यांचे एक निष्ठावान सहकारी व उत्साही शिष्य गोपाळबाबा वलंगकर ह्यांनी 'अनार्य दोष परिहारक मंडळी' ही संस्था रत्नागिरी जिल्ह्यातील दापोली येथे १८९३ साली स्थापून महाराष्ट्रात अस्पृश्यतानिवारण्याची चळवळ प्रथम सुरू केली होती, अशी त्यांनी मोठ्या अभिमानाने माहिती सांगितली.

बाबासाहेबांचे अध्यक्षीय भाषण अत्यंत स्फूर्तिदायक, उद्‌बोधक नि परिणामकारक झाले.

परिषदेमध्ये काही स्पृश्य हिंदू पुढाऱ्यांची महत्त्वाच्या ठरावांवर पाठिंबा देणारी आवेशयुक्त भाषणे झाली. सोशल सर्व्हिस लीगचे गं. नी. सहस्रबुद्धे, कमलाकांत चित्रे, भिडे, सुरबा टिपणीस ह्यांचीही जळजळीत भाषणे झाली. बापूराव जोशी यांनी सांगितले की, अस्पृश्यता हा हिंदू धर्मावरचा कलंक आहे. तो धुऊन काढण्यासाठी प्रत्येक धर्माभिमानी हिंदूने एका पायावर सदैव सिद्ध असले पाहिजे. शेठ तुळजारामभाई म्हणाले, 'अस्पृश्यांना स्पृश्यांप्रमाणेच नागरिकत्वाचे हक्क मिळाले पाहिजेत. म्हणून महाड नगरपालिकेचा ठराव अस्पृश्यांनी कृतीत आणावा.'

स्पृश्यांनी अस्पृश्यांना त्यांचे नागरिकत्वाचे हक्क बजावण्याच्या कामात साह्य करावे, त्यांनी अस्पृश्यांना आपल्या नोकरीत ठेवावे, अस्पृश्य विद्यार्थ्यांना वार लावावे, मेलेली जनावरे ज्याची त्यांनी ओढावी, अशी विनंती करणारे एकूण दहा ठराव त्या दिवशी परिषदेने संमत केले. खेडेगावांतील पाण्याची अडचण दूर करावी. बहिष्कृत वर्गाची मेलेल्या जनावरांचे मांस खाण्याची चाल सरकारने

कायद्याने बंद करावी. शिक्षण नि दारूबंदी ह्या बाबतीत सक्ती करण्यात यावी. रा. ब. बोले यांच्या ठरावाची अंमलबजावणी करावी, अशी मागणी त्यातील एका ठरावान्वये करण्यात आली होती.

त्याच रात्री विषयनियामक समितीत महाड नगरपालिकेच्या ठरावावर चर्चा झाली. अस्पृश्यांचा चवदार तळ्यावर पाणी पिण्याचा हक्क प्रस्थापित करण्यासाठी परिषदेस उपस्थित असलेल्या सर्व प्रतिनिधींनी तेथे जाऊन पाणी प्यावे असे ठरले. दुसऱ्या दिवशी सकाळी, सुरबा टिपणीसांच्या घरी आंबेडकर, टिपणीस, शिवतरकर, सहस्त्रबुद्धे नि अनंतराव चित्रे यांनी तो विचार कृतीत कसा आणावा ह्याविषयी योजना आखली.

नंतर ते सर्व नेते दुपारी परिषदेला गेले. तेथे विचारविनिमय झाला. काही भाषणे झाली. आणखी चार ठराव संमत झाले. स्वामी श्रद्धानंद यांच्या शोचनीय निधनासंबंधी दु:ख प्रदर्शित करण्यात आले. आभार मानण्याचे कार्य झाले. कामकाज संपले, असे अध्यक्ष घोषित करणार इतक्यात, पूर्वसंकेताप्रमाणे अनंतराव चित्रे ताडकन् उठून म्हणाले, 'आपण महाड नगरपालिकेचा ठराव अंमलात आणू या.' ते ऐकून परिषदेचा मंडप टाळ्यांच्या कडकडाटाने दुमदुमून गेला. ज्या स्पृश्य पुढाऱ्यांनी परिषदेत तावातावाने भाषणे केली होती, त्यांची आता तारांबळ उडाली ! बोलणे सोपे पण करणे कठीण असते ! हिंदू धर्मावरील कलंक धुऊन टाकण्यास आपण एका पायावर सदैव तयार असले पाहिजे, असे गर्जून सांगणाऱ्या वाग्वीरांनी काय केले म्हणता ? तो कसोटीचा समय येताच 'सांप्रत लोकमत तयार नाही,' असे म्हणत म्हणत त्यांनी मंडपाच्या मागच्या दरवाजातून पोबारा केला ! 'ठराव कृतीत आणावा' असे आग्रहाने सांगणारे मंडपातून काढता पाय घेत असता उद्गारले, 'हा तर शुद्ध अविचार नि उतावळेपणा होत आहे. मला गावात राहावयाचे आहे !' त्यावर आंबेडकर उत्तरले, 'आमचे विचार तसे आचार आहेत. तुम्ही तुमचा मार्ग सुधारा !'

क्षणार्धातच चारा-चारांच्या तुकड्या एकामागून एक धीरगंभीरपणे व शिस्तीने चालू लागल्या. त्यांचा तो प्रचंड मोर्चा चवदार तळ्याकडे निघाला. भारताच्या जीवनावर दूरगामी परिणाम करील अशी इतिहासातील एक युगप्रवर्तक घटना घडण्याचा तो क्षण होता. जातिभेद, भिक्षुकशाही, सामाजिक गुलामगिरी ह्यांविरुद्ध बंड उभारणारे डॉ. बाबासाहेब आंबेडकर आपल्या अनुयायांना घेऊन

चवदार तळ्याकडे चालले होते. चवदार तळ्यातील पाणी पशू पीत; पक्षी पीत, इतकेच काय, पण गोहत्येस धर्म मानणारे मुसलमान नि बायबलाचा ज्याला आधार नाही तो सारा अधर्म अशी शेखी मिरवणारे ख्रिश्चन यांनाही स्पृश्य हिंदूंबरोबर चवदार तळ्यावर पाणी पिण्याचा समान हक्क असे. परंतु युगानुयुगे राम, कृष्ण, विठोबा या हिंदूंच्या देवांना आपले देव म्हणून मानणाऱ्या त्या अस्पृश्य हिंदूंना मात्र सारे सार्वजनिक पाणवठे, विहिरी नि तलाव बंद ! त्या दीनदुबळ्या दलितवर्गीयांनी पाणवठ्यावरून पाणी घेतले तर सवर्ण हिंदूंचा, वेदमूर्तींचा नि धर्ममार्तंडाचा धर्म बुडे धर्म ! त्यांची जगात अप्रतिष्ठा होई ! पत घटे ! संस्कृती कलंकित होई ! धर्माला अधर्माचे स्वरूप येते ते असे. ह्या क्रूर नि अमानुष अस्पृश्यतेच्या रूढीचा नाश करून नवी सामाजिक मूल्ये नि खरी मानवी समानता ह्यांच्या संस्थापनेसाठी एक ज्वलंत रूढीविध्वंसक, दलितांचा उद्धारकर्ता आणि बेडर बंडखोर असे आंबेडकर जगातील एका महान पण रोगट नि विस्कळित समाजाची पुनर्घटना करून त्याला नवजीवन देण्यासाठी बंड पुकारीत होते ! ह्या बंडातील हजारो दलितांनी जगातील त्या जुन्या गुलामगिरीचे उच्चाटन करण्याचा मार्ग धरला होता. शतकानुशतके सामाजिक दास्याच्या जात्यात भरडून निघालेल्या समाजाने अशा तऱ्हेचे बंड पुकारण्याचे हे रोमहर्षक दृश्य इतिहासात अपूर्व असेच होते. सामाजिक गुलामगिरीने उसळी मारून ते प्रचंड उग्र स्वरूप धारण केले होते म्हणाना.

साधारणत: राजकीय मोर्चे हे रोमहर्षक आणि चित्त थरारून सोडणारे असतात. परंतु आंबेडकरांचा मोर्चा हा समाजातील ज्या बहुसंख्याकांनी अल्पसंख्याकांवर त्यांना पिचून टाकणारी क्रूर बंधने निष्ठुरपणे लादली होती, त्यांच्याविरुद्ध होता. राजकीय स्वातंत्र्यासाठी झगडणाऱ्या वीरांच्या मार्गावर लोक तोरणे उभारून सुमने उधळतात. त्यांना प्रकटअप्रकटपणे सहानुभूती दर्शवितात. परंतु सामाजिक क्रांती घडवू पाहणाऱ्या महाभागांच्या नशिबी निंदा आणि शिव्याशाप यांच्या माळा येतात. त्यांच्यावर मरणप्राय संकटे कोसळतात. समाजातील घातक परंपरा, अमानुष चालीरीती नि प्रचलित धर्मभोळेपणा यांचा नायनाट करण्यासाठी ते झगडतात. म्हणून ते रूढिप्रिय बहुजनांच्या क्रोधास बळी पडतात. हा अनुभव काही नवा नाही. स्वजनोद्धारासाठी आपल्या दलित अनुयायांना स्वत:संगे घेऊन आंबेडकर चवदार तळ्यावर येऊन ठेपले. अनुयायांची शिस्त वाखाणण्यासारखी होती. उत्साहाच्या चैतन्यलहरी दाही दिशांत उसळू लागल्या होत्या.

आंबेडकर आता चवदार तळ्याच्या काठावर उभे होते. जगातील

पंडितांमधील एक विख्यात पंडितवर्य, उदात्त ध्येयाने प्रेरित झालेले एक थोर हिंदू पुढारी, दलितांचे स्वातंत्र्यसूर्य डॉ. आंबेडकर हे कृतिक्षेत्रात उतरले. स्वातंत्र्याचे हक्क भीक मागून मिळत नसतात. ते स्वसामर्थ्याने संपादावयाचे असतात. देणगी म्हणून ते लाभत नसतात, हे त्रिकालाबाधित महानुभवाचे प्रत्यक्ष पाठ बाबासाहेब आंबेडकर दलितांना देत होते. आत्मोद्धार हा दुसऱ्याच्या कृपेने होत नसतो. तो ज्याचा त्याने करावयाचा असतो. बाबासाहेब आंबेडकर स्वत: कृतिवीर बनून अनुयायांना श्रीगणेशाचा पाठ देत होते. त्यांना सुसंघटित नि प्रतिकारक्षम बनवीत होते. कृतिशूरपणा हा इतिहास घडविणाऱ्या थोर पुरुषांचा देहस्वभाव असतो.

ध्येयाविषयी अढळ श्रद्धा बाळगून डॉ.· बाबासाहेब आंबेडकर दलितांत निष्ठा निर्माण करत होते. ज्या ध्येयाचा ते उद्घोष करीत राहिले होते, ते ध्येय आता झगड्याच्या अग्निदिव्यातून तावून-सुलाखून निघत होते. आंबेडकर आता स्वत: तळ्याच्या काठावर उभे राहिले. ज्या पाणवठ्यावर पशू-पक्षी आपली तहान भागवीत, त्यातले पाणी पिऊन आपली तहान भागविण्यास ज्याला आपल्या पुण्यभूमीत नि मायभूमीत मज्जाव होता, ज्याला सार्वजनिक स्थळे नि देवळे ह्यांची द्वारे बंद होती, असा तो महापुरुष हिंदू धर्ममार्तंडांचा नि हिंदू धर्ममतांचा ढोंगीपणा भारताच्या वेशीवर टांगीत होता. सर्वांभूती परमेश्वर आहे असा धर्मप्रणित उद्घोष उच्चरवाने करणाऱ्या नि कुत्र्यामांजरांना जवळ करीत असताही स्वधर्मीयांना पशूहून नीच मानणाऱ्या त्या घोर पातक्यांचे अघोर पातक तो क्रांतिपुरुष जगाला उघड करून दाखवीत होता.

आंबेडकर चवदार तळ्याच्या पायऱ्या उतरून खाली गेले. ते खाली वाकले आणि त्यांनी तळ्यातील एक ओंजळभर पाणी प्राशन केले. त्या प्रचंड जनसमुदायाने आपल्या नेत्याचे अनुकरण केले ! त्यांनी आपला नागरिक, त्याचप्रमाणे मानवी हक्क बजावला. लागलीच परिषदेच्या ठिकाणी मोर्चा शांतपणे परतला नि विसर्जन पावला. नेत्याने योग्य वेळी कृतिपूर्ण पाऊल टाकले पाहिजे. जे काम शेकडो ठरावांनी होत नाही ते अशा एका कृतीने सफल होते. कार्लाईलने म्हटलेच आहे की, 'कृती हे मानवाचे खरे उद्दिष्ट होय.'

अशा प्रकारे प्रचंड कार्य करून परिषद समाप्त झाली. जो तो घरी परतण्याच्या तयारीला लागला. भारताच्या तीन सहस्र वर्षांच्या इतिहासातील परममंगल असा तो भाग्याचा दिवस. माणुसकीचा अन् समानतेचा संदेश भारतास देणारा तो सोन्याचा दिन २० मार्च १९२७ हा होय ! आंबेडकरांच्या जीवनातील परमभाग्याचा तो दिवस ! त्या दिवसापासून आंबेडकरांच्या कीर्तीच्या लाटा एकामागून एक सर्व देशभर पसरत गेल्या.

विषमतेची ही अमानुष रूढी मोडून अस्पृश्य हिंदू चवदार तळ्यातील पाणी प्याल्याचे पाहताच महाडातील सनातनी वृत्तीच्या स्पृश्यांची माथी भडकली. वातावरण तप्त आणि स्फोटक झाले. पाचसहा सहस्र अस्पृश्य लोक तळ्यावर पाणी पीत असता तेथे जाऊन त्यांना अडविण्याची त्या रूढिवीरांनी छाती केली नाही. काही विघ्नसंतोषी सवर्ण हिंदूंनी गावभर अशी कंडी पिकवली की, 'महारांनी तळे बाटविले. आता ते वीरेश्वर मंदिरात प्रवेश करणार आहेत ! देवाचे दर्शन घेऊन देऊळ बाटविणार !' सवर्ण हिंदू निमित्तासच टेकले होते. त्यांना वाटले, आता आपल्या धर्मावरच घाला पडला. हिंद्वेतरांकडून असा घाला पडला असता, तर ते धर्मवीर कदाचित कड्या लावून घरात भेकडपणे बसले असते.

परंतु हा प्रसंगच आगळा. त्यांचे स्वत:चे धर्मबांधव मंदिरात प्रवेश करून देवदर्शन घेणार होते. चोखामेळा, रोहिदास चांभार ह्या संतांना साक्षात दर्शन देणारा, कबीरासारख्या मुसलमानाकडे शेले विणणारा, त्यांचा तो देव म्हणे बाटणार होता ! तो आता भ्रष्ट होणार होता. म्हणून स्पृश्य हिंदू लाठ्या-काठ्या घेऊन सज्ज झाले ! अस्पृश्य हिंदूंनी आपल्या देवास बाटवू नये म्हणून त्यांची डोकी फोडावयास तयार झाले. हे धर्मघातकी हिंदू आपला आज घात करणार आहेत, असे त्या बिचाऱ्या अस्पृश्य हिंदूंच्या ध्यानीमनीही नव्हते. परगावांहून परिषदेला आलेले अस्पृश्य पाहुणे, दोन-दोन, चार-चार मिळून शहरात बाजार-रहाटासाठी अथवा शहर पाहण्यासाठी हिंडत होते. काही घरी परतले. काही घरी जाण्याच्या घाईत होते. काहीजण परिषदेच्या मंडपात जेवत होते.

अशा वेळी हे धर्मघातकी स्पृश्य हिंदू त्या मंडपात शिरले. 'हर हर महादेव'ची शिवगर्जना करून त्यांनी त्या निरपराधी गरिबांना घायाळ केले. स्त्रिया, मुले ह्यांनाही त्या क्रूरकर्म्यांनी सोडले नाही ! मंडपातील शिजलेल्या अन्नात त्या नराधमांनी माती कालविली ! भांड्यांची मोडतोड केली आणि बाजारपेठेत जो जो अस्पृश्य दिसला त्याला त्याला त्या पिसाटांनी पिटले. शेवटी मुसलमानांच्या घरांत काही अस्पृश्यांनी आश्रय घेऊन आपला जीव वाचविला ! या धर्ममार्तंडांची धर्मबुद्धी त्यांना आधीच सोडून गेली होती. आता त्यांचे डोकेही ठिकाणावर राहिले नव्हते.

बाबासाहेब आंबेडकर उतारू बंगल्यावर उतरले होते. त्या भीषण हल्ल्याची बातमी अस्पृश्यांच्या एका तुकडीने तेथे जाऊन त्यांना सांगितली. मामलेदार नि पोलीस अधिकारी यांनी आंबेडकरांची डाक बंगल्यावर सायंकाळी चार वाजता भेट घेतली. 'तुम्ही इतरांना आवरा. मी माझ्या लोकांना आवरतो,' असे बाबासाहेबांनी त्यांना खंबीरपणे सांगितले. बाबासाहेब दोन-तीन अनुयायांसह

बाहेर पडले. वाटेत त्यांना स्पृश्य गुंडांनी गराडा घातला. ‘देवळात प्रवेश करण्याचा आमचा इरादा नाही,’ असे बाबासाहेबांनी त्यांना शांतपणे सांगितले.

मंडपात जाऊन त्यांनी वस्तुस्थिती पाहिली. घायाळ होऊन बेशुद्ध पडलेले आणि प्राणांतिक वेदनांनी विव्हळत असलेले अनेक दलित बांधव पाहून बाबासाहेबांचे रक्त सळसळले. त्यांच्या रागाचा पारा एकदम चढला. तथापि, त्यांनी आपले मन क्षणात विवेकाने आवरले. शांतता राखण्याविषयी नि अनत्याचारी राहण्याविषयी त्यांनी आपल्या अनुयायांना आज्ञा केली. घायाळ होऊन पडलेल्या वीस अनुयायांना बाबासाहेबांनी स्वत: दवाखान्यात नेले. तेथील स्पृश्य डॉक्टरांनी ‘पाणी प्यायला पाहिजे ना ? घ्या,’ असे हिणवीत त्यांचे पाय बांधले.

त्यानंतर बाबासाहेब डाक बंगल्यावर परतले. तेव्हा तेथे संतापाने अधीर झालेले सुमारे शंभर अस्पृश्य त्यांची वाट पाहत असलेले दिसले. त्या अनुयायांच्या डोळ्यांतून जणू आगीच्या ठिणग्या बाहेर पडत होत्या. सूड घेण्यासाठी त्यांचे हात वळवळत होते. बाबासाहेबांनी नुसते हं म्हटले असते तर त्यांनी त्या स्पृश्य पिसाटांना पाणी पाजले असते. पण शांतता पाळण्याचा आपल्या एकमेव नेत्याचा आदेश त्यांनी शिरसावंद्य मानला. आणि त्या सर्वांनी रात्री आपापल्या गावी प्रयाण केले.

परिषदेला आलेल्या अस्पृश्यांपैकी शेकडो लोक निघून गेले होते. त्यांपैकी अनेकांनी पहिल्या महायुद्धात रणांगणावर तरवार गाजवलेली होती. ते सैनिक महाडात असताना हा पाशवी अत्याचार स्पृश्य गुंडांनी केला असता, तर तेथे रणकंदन माजले असते. न जाणो, चवदार तळ्याच्या बरोबरीला दुसरे रक्ताचे तळे निर्माण झाले असते.

त्याच दिवशी बाबासाहेबांना डाक बंगला खाली करून द्यावयाचा होता, तो त्यांनी दिला. तेथून ते गावात सुरबा टिपणीस यांचे घरी दोन दिवस मुक्कामास गेले. दंगलीची सर्व माहिती करून घेऊन ते २३ मार्च रोजी मुंबईस परतले.

पोलिसांनी त्या धर्मघातकी स्पृश्य गुंडांपैकी आठ जणांना पकडले. त्यांपैकी ज्यांनी पराकाष्ठेचा पशुपणा दाखविला होता अशा सातजणांना न्यायाधीशाने ६ जून १९२७ रोजी प्रत्येकी चार महिन्यांची सश्रम कारावासाची शिक्षा ठोठावली. ‘न्यायालयातील मुख्याधिकारी स्पृश्य हिंदू असते तर आपल्याला कदाचित न्याय मिळाला नसता,’ असे उद्‌गार मागाहून बाबासाहेबांनी काढले. त्यात अगदीच तथ्य नव्हते, असे म्हणता येणार नाही. ‘पेशव्यांचे राज्य असते तर

अशा सामाजिक बंडखोरांना हत्तीच्या पायाखालीच देण्यात आले असते,' असेही ते म्हणाले.

गळ्यात मडके नि कमरेस झाडाची फांदी बांधल्याविना अस्पृश्यांना पेशवाईच्या काळात पुण्याच्या रस्त्यांतून फिरण्यास परवानगी नसे. सकाळी नि संध्याकाळी जेव्हा सावली लांब पडते तेव्हा तर त्यांना पुण्यातील रहदारीचे सर्व मार्ग बंद असत.[१]

आंबेडकर मुंबईस सुखरूप परत आलेले पाहता रमाबाईंचा जीव एकदाचा भांड्यात पडला. त्या प्रभूस अनन्यभावे शरण गेल्या. दोन दिवसांत त्यांचा डोळ्याला डोळा लागला नव्हता. आंबेडकरांचे बंधू बाळाराम अर्धवट नशेत त्यांच्याकडे एकदा आले. 'म्हणे दलितांचा उद्धार करणार ! असले संकटमय प्रसंग ओढवून घेण्यापेक्षा आपल्या वकिली धंद्याकडे जरा अधिक लक्ष पुरव,' असा वडीलकीचा उपदेश त्यांनी बाबासाहेबांना केला. त्यांनी आंबेडकरांच्या स्पृश्य हिंदू मित्रांवर शिव्यांची लाखोली वाहून त्यांचा उद्धार केला. बाबासाहेबांनी वडीलबंधूचा उपदेश हू का चू न करता ऐकून घेतला. बाळाराम निघून गेल्यावर ते आपल्याशीच काहीसे पुटपुटले, 'माझे हित समाजाच्या कल्याणामध्ये आहे की वेगळे कशात आहे, हे मी चांगले जाणतो.'

अस्पृश्यांनी 'बाटवलेले' तळे शुद्ध कसे करून घ्यावे, याविषयी महाडच्या धर्ममार्तंडांनी आणि जीर्ण मतवाद्यांनी बराच खल केला. ह्यावर उपाय कोणते सुचवले आहेत, याविषयी तेथील विष्णुमंदिरात चर्चा केली. खऱ्या मानवधर्माचे चिंतन न करता त्याचे ज्यांनी पतन केले होते अशा त्या धर्मवीरांनी, अस्पृश्य हिंदूंनी शिवलेला तो तलाव, जनावरांच्या मलमूत्राने शुद्ध करून घेण्याचा शास्त्राधार काढला. तळ्यातून एकशे आठ घागरी पाणी काढले. त्यात पंचगव्य मिसळले. वेदमंत्राच्या उद्‌घोषात ते पाणी पुन्हा तळ्यात ओतले. आणि तळे शुद्ध झाल्याचे मारे घोषित केले !

अस्पृश्य हिंदू पाणी प्याले म्हणून मुसलमानांनी काही त्या तळ्यातील पाण्यावर बहिष्कार टाकला नव्हता. त्यांचा नित्यक्रम अबाधित सुरू होता. तथापि, तलावाच्या या शुद्धिकरणाच्या उक्तीस वा कृतीस महाडमधील सर्वच स्पृश्य हिंदूंचा पाठिंबा नव्हता. परंतु त्यांच्या सहानुभूतीची टिमकी त्या अत्याचारी धर्मबुडव्यांच्या नगाऱ्यापुढे ऐकू येईनाशी झाली. चवदार तळे सनातन्यांनी शुद्ध करण्यापूर्वी त्यात महाडचे त्या काळचे तरुण पुढारी बापूराव जोशी यांनी उडी

---

१. Ghurye, Dr. G. S., Caste and Class in India, p.11.

मारून स्नान केले. त्यामुळे सनातन्यांनी बापूरावांवर ग्रामण्य भरले. त्यांना ब्रह्मवृंदांनी संतापाने वाळीत टाकले ! पुराणप्रियता हा सनातनी हिंदूंचा एक अजब गुण आहे. त्यांची रूढिप्रियता इतकी आंधळी नि चिवट आहे की त्यांना रूढी हीच सत्यापेक्षा श्रेष्ठ वाटते. देशकालमानाचा त्यांच्यावर लवलेशही परिणाम होत नाही.

अशा प्रकारे महाराष्ट्रातील अस्पृश्य समाजाच्या पहिल्या प्रकट परिषदेचा आणि आपले नागरिक हक्क बजावण्यासाठी त्या समाजाने केलेल्या पहिल्या झगड्याचा शेवट झाला. भारतात नवीन युग सुरू झाल्याची नि हिंदू समाजाला जाग आणणारी तुतारीतून बाहेर पडलेली ती ललकारीच होती. राष्ट्राच्या सामाजिक पुनर्रचनेचा प्रवाह नि आंबेडकरांच्या जीवनाचा प्रवाह ह्यांना वळण देणारी ती अभूतपूर्व अशीच घटना होती. वंगभंगाची अपूर्व अशी चळवळ, टिळकांचा सुरत संग्राम, सावरकरांची मार्सेलिसमधील त्रिखंडात गाजलेली उडी, गांधीजींची दांडीयात्रा, खुदीराम बोस यांनी फेकलेला पहिला बाँब आणि सुभाषबाबूंचा शेवटचा संग्राम ह्या घटनांनी आधुनिक भारताच्या राजकीय इतिहासाला जशी महत्त्वाची कलाटणी दिली, तशीच कलाटणी एकट्या महाडसंगराने भारताच्या सामाजिक पुनर्रचनेच्या कार्याला दिली.

शतकानुशतके स्पृश्य हिंदूंच्या दास्यात जखडलेला अस्पृश्य समाज आपले मानवी हक्क प्रस्थापित करण्यासाठी स्पृश्य हिंदूंच्यापुढे दंड थोपटून उभा ठाकला. आजपर्यंत निर्माल्यवत होऊन पडलेल्या मनाचा नि अवनत मानेचा तो अस्पृश्य समाज, आता स्वाभिमानाने, स्वावलंबनाच्या निर्धाराने मान ताठ करून अन्यायाचा परिहार करण्यासाठी अनेक युगात हा प्रथमच दंड थोपटून उभा राहिला. क्रोधाची भाषा बोलू लागला. अन्यायी धर्माची बंधने आम्हास मान्य नाहीत असे बोलू लागला.

अस्पृश्यांच्या या धर्मसंगराचा परिणाम अभूतपूर्व असाच झाला. त्यांचा स्वाभिमान जागा झाला. आत्मोद्धारासाठी केलेल्या झगड्याने मनुष्यास माणुसकी मिळते, हे त्यांना उमजू लागले. उन्नतीसाठी नि माणुसकीच्या हक्कांसाठी दलितांना झगडा करणे अटळ, आवश्यक आहे हे त्यांना पटू लागले. ती जाणीव होऊ लागताच त्यांच्या स्वाभिमानाचे खड्ग अधिक धारदार होऊ लागले.

त्यांनी आपल्या नेत्याचा उपदेश तंतोतंत आचरणात आणावयास आरंभ केला. गुरेढोरे ओढणे, मृत जनावरांचे मांस खाणे, स्पृश्यांच्या घरी भाकरीचे तुकडे मागणे, असा जो त्यांचा जीवनक्रम होता त्याला त्यांनी फाटा दिला. सार्वजनिक पाणवठ्यावर पाणी पिणे हा गुन्हा होत नाही, हे त्यांना कळू लागले. मिळेल तो कामधंदा ते करू लागले.

तथापि, त्यांच्या मनावर जर प्रामुख्याने कोणता परिणाम झाला असेल तर तो संघटनेच्या नि स्वावलंबनाच्या तत्त्वाचा. जे स्पृश्य हिंदू त्यांच्या जीवनाकडे सहानुभूतीने पाहत, त्यांचे सनातन्यांपुढे काही चालेना. म्हणून आता आपल्या माणुसकीसाठी आपणच झगडा नि लढा उभारला पाहिजे, आपण तो उभारू शकतो असे त्यांना मनोमन वाटू लागले. अस्पृश्यांची चळवळ ह्या एका झुंजीने पन्नास वर्षे पुढे गेली.

खरोखर युरोपमध्ये जसा जर्मनी पराक्रमी तसा भारतामध्ये महाराष्ट्र. आधुनिक भारतात राजकीय नि सामाजिक क्रांतीचा प्रारंभ महाराष्ट्रातच झाला. अस्पृश्यांच्या ह्या स्वाभिमानी कार्यकर्त्यांच्या कार्यामुळे सनातनी वृत्तीच्या स्पृश्य हिंदूंच्या मिरासदारीला जबरदस्त धक्का बसला. ह्या ना त्या कारणावरून त्यांच्यापैकी काही प्रमुखांनी महारांवर खटले भरून महार-म्होरक्यांना तुरुंगात घातले. इतकेच नव्हे तर, त्यांनी अस्पृश्यांच्या जीवनाचा कोंडमारा करण्याचे ठरविले. त्या पामरांनी काहींना आपल्या जमिनीवरून हुसकावून लावले. त्यांचे बलुते बंद केले.

अशा रीतीने अस्पृश्यवर्गीय जनता दारुण दुःख नि कष्ट भोगून महाड परिषदेने दिलेला आदेश आपल्या आचरणात उतरवीत होती. महाडच्या मुक्तिसंग्रामाचे पडसाद महाराष्ट्रातच नव्हे, तर अखिल भारतात उमटले. महाडच्या या धर्मसंगरामुळे माणुसकी संपादण्याची मुहूर्तमेढच भारतात घातली गेली. स्पृश्यांनी अस्पृश्यांवर केलेल्या भेकड हल्ल्याचा निषेध करण्यासाठी ठिकठिकाणी सभा झाल्या.

मुंबई येथील दामोदर सभागृहात रावबहादूर केशव सीताराम बोले यांच्या अध्यक्षतेखाली एक सभा झाली. आपल्याच देशबंधूंवर जालियनवाला बागेतील अत्याचारासारखे अत्याचार करणाऱ्या क्रूरकर्म्यांचा सभेत कडकडून निषेध करण्यात आला. 'ब्राह्मण-ब्राह्मणेतर' पाक्षिकाचे संपादक देवराव नाईक आणि प्रबोधनकार केशवराव ठाकरे यांची प्रक्षोभक भाषणे झाली. सभेच्या चालकांनी लोकांच्या आग्रहावरून देवराव नाईक नि प्रबोधनकार ठाकरे आदी पुढाऱ्यांना महाराच्या हातचे पाणी प्यायला देऊन त्यांचे सत्त्व पाहिले. ते तत्त्ववीर सत्त्वास जागले. पुण्याच्या एका सभेत अण्णासाहेब भोपटकर ह्या भेकड हल्ल्याचा निषेध करून म्हणाले, ''अस्पृश्य समाजातील लोकांना जिथं आपण जातो तिथं जाऊ न देणं ही मोठी शरमेची गोष्ट आहे. माझ्या आयुष्यात एक दिवस असा उगवेल की जेव्हा स्पृश्यास्पृश्य भेदाभेद राहणार नाही.''

काही वर्तमानपत्रांनी झाले हे ठीक नाही, असे म्हणून नक्राश्रू ढाळले. काही पुणेरी हिंदुत्वनिष्ठ पुढाऱ्यांनी या प्रकरणाची स्वतंत्रपणे चौकशी केली. त्या प्रकरणात 'शेटजी-भटजीं'ची बाजू अस्पृश्यसेवक श्रीपाद महादेव माटे यांनी घेतली. त्यामुळे जशी कर्मवीर विठ्ठल रामजी शिंदे यांच्याविषयी अस्पृश्य कार्यकर्त्यांनी आमरण मनात अढी धरली, तशी माट्यांविषयीही त्यांनी अढी धरली. अनेक वर्षांची पुण्याई एका अपकृत्याने बुडते ती अशी ! ह्या सर्व प्रकरणात अस्पृश्यांची बाजू मनोभावे घेतली असेल तर ती वीर सावरकरांनी. त्यांनी 'श्रद्धानंद'मधून स्पष्टपणे घोषित केले की, 'आपल्या धर्मबांधवांना निष्कारण पशूहूनही अस्पृश्य लेखणे हा मनुष्यजातीचाच नव्हे, तर आपल्या आत्म्याचाही घोर अपमान करणे होय. त्या अन्याय्य नि आत्मघातकी रूढीचे आपद्धर्म म्हणून नव्हे, तर धर्म म्हणून, लाभकारक म्हणून नव्हे तर न्याय म्हणून, उपकारक म्हणून नव्हे तर माणुसकीची सेवा म्हणून, हिंदूंनी निर्दालन केले पाहिजे. आपल्या धर्माच्या नि रक्ताच्या हिंदू मनुष्याच्या स्पर्शाने पाणी बाटते आणि ते पशूचे मूत्र शिंपले की शुद्ध होते, ही भावना अधिक तिरस्करणीय आहे.' आंबेडकरांचा झगडा न्यायाचा आहे असे घोषित करून, त्यांनी त्याला मन:पूर्वक पाठिंबा दिला. मात्र धर्मांतराने हा प्रश्न सुटणार नाही, असेही त्यांनी बजाविले.

आंबेडकरांवर टीकाकारांचे हल्ले होऊ लागले. वर्तमानपत्रातून आपले मत प्रतिपादन करण्याची नि विरोधकांच्या मतांचे नि टीकेचे खंडन करण्याची आवश्यकता आंबेडकरांना आता तीव्रपणे भासू लागली. म्हणून त्यांनी ३ एप्रिल १९२७ रोजी 'बहिष्कृत भारत' नावाचे पाक्षिक धडाक्याने सुरू केले. ध्येयनिष्ठेने वर्तमानपत्र चालविणाऱ्यांनी वर्तमानपत्रावर निर्वाहाकरिता विसंबून राहू नये, असे आपणास वाटत असल्यामुळे आपण वकिलीचा स्वतंत्र धंदा सुरू केला, असे पहिल्या अग्रलेखात त्यांनी आत्मपरिचयात्मक निवेदन केले होते. समाजसेवकाचा आर्थिकदृष्ट्या कणा ताठ असला, तर तो अधिक सुलभरीत्या कार्य करू शकतो, असे यापूर्वीच त्यांचे मत झालेले होते. अस्पृश्य समाजाच्या हिताच्या दृष्टीने देशातील घडामोडींकडे लक्ष देऊन त्यांचे गाऱ्हाणे, त्यांची मते नि त्यांच्या प्रतिक्रिया यांची सरकारदरबारी नोंद व्हावी आणि भावी राजकीय सुधारणांच्या वेळी अस्पृश्यांना अधिकार मिळावे या हेतूने हे पाक्षिक त्यांनी सुरू केले होते. त्यांचे पहिले वृत्तपत्र 'मूकनायक' हे बंद पडले होते. ते ज्ञानदेव ध्रुवनाथ घोलप हे गृहस्थ चालवीत असत. १९२० साली बाबासाहेब लंडनला गेले त्या वेळी त्यांनी ते भटकर ह्यांच्या स्वाधीन केले होते. भटकरांनंतर घोलपांकडे सर्व व्यवस्था सोपविण्यात आली. परंतु अव्यवस्थेमुळे नि वर्गणीदारांच्या कमतरतेमुळे पत्र १९२३

पूर्वीच बुडाले. यास्तव 'बहिष्कृत भारत' नावाची एक प्रकाशनसंस्था स्थापून अस्पृश्यांचे मानवी हक्क प्राप्त करण्यासाठी जागृती केली पाहिजे नि झगडले पाहिजे असे बाबासाहेबांनी ठरविले. त्यासाठी वीस सहस्र रुपये निधी गोळा करण्यासाठी रामचंद्र कृष्णाजी कदम, भवानी पेठ, पुणे, यांना १९२४ च्या डिसेंबरमध्ये नियुक्त केले होते. दोन वर्षांनी काही निधी जमताच 'बहिष्कृत भारत' पाक्षिक सुरू झाले. मध्यंतरी घोलप हे विधिमंडळाचे नियुक्त सभासद होते. त्यांनी पुन्हा 'मूकनायक' पाक्षिक सुरू केले. परंतु ते पुन्हा बंद पडले ते पडलेच.

'बहिष्कृत भारत !' नाव किती मार्मिक नि समर्पक ! दोन शब्दांत दोन भारत ! बहिष्कृत आहे पण भारत आहे. भारत आहे पण बहिष्कृत आहे ! 'बहिष्कृत भारता'तून आंबेडकरांचा स्वकीयांना सल्ला नि टीकाकारांवर हल्ला सुरू झाला. 'पुनश्च: हरि ॐ' अशी त्यांनी टिळकांसारखी सिंहगर्जना केली. पहिली गर्जना 'मूकनायक'च्या द्वारे होऊन गेली होती. त्यांनी आता आपल्यावरील टीकेचा परामर्श घेण्यास सुरुवात केली. त्यामुळे भारताचे खरे दर्शन घडू लागले.

'जोपर्यंत आम्ही आपणांस हिंदू म्हणवीत आहो आणि तुम्ही आम्हांस हिंदू समजत आहात, तोपर्यंत देवळात जाऊन देवदर्शन घेणे हा आमचा हक्क आहे, असे आम्ही समजतो. आम्हांस एकजात निराळी देवळे नकोत. देवळांवाचून आमचे काही अडलेले नाही. ज्यांना देवभक्ती करावयाची आहे, त्यांना देऊळच पाहिजे असे नाही. सामाजिक उपासना व सामाजिक संमेलन अथवा ऐक्य यांच्यासाठी देवळे पाहिजे असतात. आम्हांला समाजात समान हक्क पाहिजेत ते आम्ही शक्यतोवर हिंदू समाजात राहून आणि जरूर तर कवडीमोल ठरलेल्या हिंदुत्वावर लाथ मारून मिळविणार आहोत आणि हिंदुत्वावर पाणी सोडण्याची पाळी आली, तर अर्थातच आम्ही देवळांच्या वाटेला जाणार नाही, हे सांगावयास नकोच,' अशी त्यांनी निर्वाणीची घोषणा त्याच वेळी करून ठेवली.

सनातन्यांना नि समाजसुधारकांना विरोध करणाऱ्या प्रतिगाम्यांना शिक्षा करून सरकारने बोले ह्यांचा ठराव कृतीत आणावा, त्यासाठी अवश्य ते कडक उपाय योजावेत अशी त्यांनी सरकारला कळकळीची विनंती केली. विचारी लोकांनी आपल्या विचाराप्रमाणे आचरण करावे. सामाजिक, राजकीय नि आर्थिक बाबतीत स्पृश्य हिंदूंबरोबर अस्पृश्यांना समान दर्जा मिळाला पाहिजे. ''हिंदू धर्माचा सिद्धान्त ख्रिस्ती व महंमदी धर्माच्या सिद्धान्तापेक्षा कितीतरी पटीने समतेच्या तत्त्वाला पोषक आहे. माणसे ईश्वराची लेकरे आहेत, एवढ्यावरच न थांबता ती ईश्वराचीच रूपे आहेत असे मोठ्या निर्भीडपणे हिंदू धर्म सांगत आहे. जेथे सारी ईश्वराचीच रूपे आहेत, तेथे कोणी उच्च, कोणी नीच, असा भेदभाव

करणे शक्य नाही. हे त्या धर्माचे एक महान तेजस्वी तत्त्व आहे. हे कोणासही नाकबूल करता यावयाचे नाही. समानतेचे साम्राज्य स्थापन होण्यास यापेक्षा दुसरा मोठा आधार सापडणे कठीण दिसते. असे असताना जी सामाजिक समता ख्रिस्ती व महंमदी राष्ट्रांतून दिसून येते, तिचा हिंदू समाजात कोठे मागमूसही दिसत नसता, व ती प्रस्थापित होण्यासाठी पवित्र प्रयत्न चालू असता हिंदुधर्मीय म्हणविणाऱ्या लोकांकडून अडथळा करण्यात यावा, यावरून हिंदुधर्मीय लोकांस खऱ्या हिंदू धर्माची किती थोडी ओळख आहे, हे दिसून येते.

''वेदांत जर नीतीचे सिद्धान्त सांगितले नाहीत आणि व्यवहारात जर नीतीची व धर्माची आवश्यकता असेल, तर वेदांतील धर्म व्यवहारोपयोगी नाही, असे म्हणण्याऐवजी तो व्यवहारोपयोगी करण्याचे धैर्य ह्या दुबळ्या लोकांत नाही, असे म्हटले पाहिजे. 'धारणाद्धर्मः यतोऽभ्युदय निःश्रेयससिद्धिः स धर्मः ॥' हे मानणारे लोक त्याप्रमाणे आचार नि प्रचार का करीत नाहीत, असे आंबेडकरांनी विचारले. एका हाताने शुद्धी करून हिंदू धर्मात घेणे व दुसऱ्या मार्गाने छळून स्वकीयांना परधर्मात घालविणे म्हणजे श्रद्धानंदप्रणीत शुद्धी नसून ते बेशुद्ध माणसाचे वर्तन आहे. शुद्धिसंघटन चळवळीसंबंधी आमचे असे मत आहे की, हिंदू लोकांना आजच्या काळी शुद्धीपेक्षा संघटनेची विशेष जरूरी आहे.

''हिंदू समाजाची शक्ती जातिभेदांमुळे व अस्पृश्यतेमुळे क्षय पावली. अस्पृश्यांचा धिक्कार करून आपल्या उज्ज्वल धर्माला काळिमा लावणाऱ्या पापाचरणी धर्मवेड्या लोकांच्या असल्या अधम कृत्यांपासून परावर्तन करणे हे त्यांचे कर्तव्य होते. हिंदू समाजाची भरती अजिबात बंद झाली असून त्याला सारखी आहोटी लागली आहे, हे उघड्या डोळ्यांनी पाहत असता हिंदू धर्मात आहेत त्यांचा छळ करून लोकविग्रह करण्याच्या दुष्ट प्रयत्नास आळा घालून त्यांना न्यायाने व समतेने वागवून लोकसंग्रह करण्याचा धडा या लोकांना अशा वेळी घालून देणे अवश्य होते. त्यास कोणी ना म्हणेल असे वाटत नाही. हिंदुसभेच्या कार्याची संघटना नि शुद्धी अशी दोन कार्ये आहेत. या दोन कार्यांपैकी आमच्या मते संघटना हेच जास्त महत्त्वाचे कार्य आहे. आमचे असे मत आहे की हिंदूंनी आपले संघटन केले, तर शुद्धीची काही आवश्यकता उद्‌भवणार नाही. हिंदूंनी चातुर्वर्ण्य नष्ट करून एकवर्णी समाज करावा.''

''अस्पृश्य हे अभक्ष्य, मेलेल्या जनावरांचे मांस खातात म्हणून त्यांना अस्पृश्य लेखण्यात येते, हे खरे नाही. अस्पृश्यांपैकी काही जाती शाकाहारी आहेत. त्यांना

का अस्पृश्य म्हणून लेखण्यात येते ? गोभक्षक मुसलमानांना का स्पृश्य समजण्यात येते ? चवदार तळे सार्वजनिक आहे. सार्वजनिक म्हणजे सरकारी हा संकुचित अर्थ नव्हे. सर्वांच्या उपयोगाकरिता ते सार्वजनिक हाच सार्वजनिक शब्दाचा अर्थ, मग ती सार्वजनिक व्यवस्था सरकारी असो, बिनसरकारी असो, निमसरकारी असो. लोकांच्या इच्छेप्रमाणे राज्य चालवा असे ब्रिटिशांच्या बाबतीत सांगण्यात येते. अस्पृश्यांच्या बाबतीत महाडच्या दंगलीत तुमची स्वराज्यविषयक नालायकी शाबीत झाली आहे. तुम्ही अल्पसंख्याकांचे हक्क कबूल करायला तयार नाही. गरीब, दुबळ्या लोकांशी न्यायाने वागण्याची तुमची इच्छा नाही. म्हणून तुमच्या तोंडी 'लोकशाही', 'स्वराज्य' हे शब्द शोभत नाहीत. अस्पृश्यता ही आजकालची नाही. एका वर्षात ती कशी जाईल, असे कोणी म्हटले, तर त्यांना आंबेडकर विचारीत, ''तुमची राजकीय गुलामगिरी अनेक शतकांची. एका वर्षात ती कशी जाईल ? राजकीय बाबतीत घोड्याच्या शक्तीप्रमाणे धावायला पाहिजे आणि सामाजिक व धार्मिक समतेचा प्रश्न निघाला की, गोगलगाईपेक्षा सावकाश !''

काही भ्याड पुढारी नि पत्रकार आपला भ्याडपणा लोकमताच्या बुरख्याखाली लपवून ठेवीत. त्यांना आंबेडकर म्हणत की, ''लोकमत अनुकूल नाही म्हणून जर अस्पृश्यता लवकर नष्ट होणार नाही, तर लोकमत तयार नसताना स्वराज्याची घोषणा कशासाठी ? अन्यायाला परंपरा नाही. तो चालत आला आहे, म्हणून तो आणखी चालावा ही विचारसरणी रानवट माणसाची आहे. न्यायाची चाड असेल तर ही रूढी बंद करा. शंभरांतून एखाद्याला राजसत्तेची आच लागते. तिचा नायनाट करण्यासाठी टिळकांनी तिच्यावर बहिष्कार घातला व इतरांनी माना डोलावल्या. अस्पृश्यांची माणुसकी जळून खाक झाली आहे, तिच्या विरुद्ध अस्पृश्यांनी बहिष्कार घालावा, असा आम्ही सल्ला दिला असता आम्हांला दूषण देण्यात येते. हा कोठला न्याय ?

''टिळकांसारखी एखादी व्यक्ती बहिष्कृत वर्गात जन्मास आली असती आणि ब्रिटिश अंमलाखाली झालेल्या मन्वंतराचा फायदा मिळून तशा गृहस्थाला तसेच उच्च शिक्षण मिळाले असते, तर त्या गृहस्थांनी 'स्वराज्य हा माझा जन्मसिद्ध हक्क आहे,' अशी गर्जना करण्याच्या भरीस न पडता, 'अस्पृश्यता नष्टमूल करणे हे माझे कर्तव्य आहे,'[१] असेच खात्रीने म्हटले असते. 'ये यथा मां प्रपद्यन्ते तां स्तथैव भजाम्यहम्' हा गीतेतील आपला आवडता श्लोक पुढे करून

---

१. अग्रलेख, बहिष्कृत भारत, २९ जुलै १९२७.

धार्मिक व सामाजिक हक्क मिळविण्याच्या बाबतीत 'बाप दाखवा नाहीतर श्राद्ध करा' असे उच्चवर्णीय लोकांना त्यांनी उघड आव्हान केले असते.''

टिळकांसंबंधी आंबेडकरांचे हे निदान अगदी अचूक होते. टिळकांसारखा प्रखर स्वाभिमानी, दुर्दम्य इच्छाशक्तीचा, स्वाभिमानाने ज्वालामुखीसारखा रसरसणारा पुरुष जर अस्पृश्य म्हणून जन्माला आला असता, तर त्याने आपले सारे सामर्थ्य सनातन्यांचे बालेकिल्ले उडवून देण्याकरिता पणास लावले असते. स्वाभिमानी अस्पृश्य तरुणांना त्यांनी तीच दीक्षा दिली असती.

ब्रिटनमधील हिंदी विद्यार्थ्यांना नि दक्षिण आफ्रिकेतील हिंदी लोकांना अपमानकारक रीतीने वागविण्यात येई म्हणून ब्रिटनचा नि दक्षिण आफ्रिकेतील राज्यकर्त्यांचा निषेध हिंदी नेते करीत. भारतात हिंदी लोक अस्पृश्यांना कशी वाईट वागणूक देतात, हे बाबासाहेब त्यांच्या निदर्शनास आणून देत. त्यांचे विसंवादी धोरण, स्वार्थीपणा, ढोंगीपणा नि कोडगेपणा हे चव्हाट्यावर मांडून त्यांचा जळजळीत शब्दांत धिक्कार करीत.

असे तेजस्वी नि तडफदार विचार आंबेडकर आपल्या सुबोध, सडेतोड नि ओजस्वी भाषेत मांडीत. आंबेडकर स्वकीयांना असा उपदेश करीत की, आगीतल्या धगीस तुच्छ मानून जिभेवर घेणाऱ्यास ती जशी त्याच्या जिभेस फोड आणून आपली कदर करण्यास लावते, तसे अस्पृश्य लोक त्यांना अस्पृश्य म्हणणाऱ्यांची जीभ उपटते, तर कोणी त्यांना अस्पृश्य म्हणते ना. अस्पृश्यता पाळणे हा जरी धर्म असला, तरी ती सुळावरची पोळी आहे, असे त्यांना वाटले पाहिजे. मुसलमान नि स्पृश्य हिंदू यांच्या तेढीची ओळख नि उपयोग करून घ्यावा; तोही हिंदूंना वठणीवर आणण्याचा एक मार्ग आहे, असे ते संतापाने उपदेशीत. 'दे ग बाई जोगवा' म्हणून हक्क मिळत नसतात. भिक्षा मागून किंवा इतरांच्या धर्मबुद्धीवर अवलंबून राहून हरण केलेले स्वत्व परत येत नाही. त्या कामी आपले तेज प्रकट केले पाहिजे. बकऱ्याला बळी देतात. सिंहाला नाही. तुमच्यात तेज आहे, परंतु त्याची जाणीव तुम्हांस नाही. तुम्ही कोंबडया-बकऱ्यांसारखे मेष राशीचे नाहीत. तुमच्या पूर्वजांची सिंह रास होती. 'वैराट गड' जिंकणारा नागनाक, खडर्याच्या लढाईत नाव गाजवणारा सिदनाक महार, रायगडचा किल्ला इंग्रजांच्या विरुद्ध लढविणारा रायनाक बाजी महार यांची त्यांनी आठवण करून दिली. आंबेडकरांची शिकवण तेजस्वी नि स्फूर्तिदायक होती. प्रखर नि परिणामकारक होती. ह्या चैतन्याचा प्रवाह दऱ्याखोऱ्यांतून खळखळत गेला. या शिकवणीमुळे गावोगावी स्वाभिमानाची धगधगणारी अग्निकुंडे पेटली.

सरकारने आंबेडकरांची मुंबई विधिमंडळावर निवड केल्यावर नवीन

विधिमंडळाचे कामकाज १२ फेब्रुवारी १९२७ रोजी सुरू झाले. आंबेडकरांचे पहिले भाषण दिनांक २४ ला अर्थसंकल्पावर झाले. प्रांताच्या एकंदर १५॥ कोटी रुपये महसुलापैकी ९॥ कोटी रुपयांचे कर कार्यकारिणीने विधिमंडळाच्या संमतीशिवाय बसविले होते. त्यामुळे अर्थसंकल्पावर परिणामकारक टीका करण्यास वाव नाही, ह्याविषयी त्यांनी प्रारंभीच खेद व्यक्त केला. 'महसुलाच्या पद्धतीचे एक मोठे वैशिष्ट्य म्हणजे ती खात्रीची असावी. सदर अर्थसंकल्प हा कर भरणाऱ्या प्रजेच्या दृष्टीने अन्याय्य आहे, तो असमर्थनीय आहे. उत्पन्नावरील कर नि जमीनमहसूल यांच्या उभारणीतील धोरणामुळे पराकोटीचा अन्याय गरीब शेतकऱ्यांवर झाला आहे. जमीन लहान असो वा मोठी असो, शेत पिको वा न पिको, शेतकऱ्याला ठराविक सारा भरलाच पाहिजे. तशी गोष्ट उत्पन्नावरील कर भरणाऱ्यांची नाही. एखाद्याचे उत्पन्न कमी झाले तर त्याला करही कमी भरावा लागतो. दुसरा फरक असा की, एका ठराविक उत्पन्नाच्या मर्यादेखाली उत्पन्नावर कर नसतो. परंतु शेतकऱ्यांपासून अत्यंत निर्दयपणे कर वसूल करण्यात येतो, मग तो श्रीमंत असो वा गरीब असो.'

दारूबंदीच्या योजनेवर त्यांनी चांगलीच कडक टीका केली. 'ह्या बाबतीत सरकारने आपले धोरण ठरविले नि ते तडीस नेण्यासाठी उपाय योजिले होते. त्यांपैकी शिधापद्धत ही एक होय. मोफत शिक्षण, औषधपाण्याची सुलभता, जीवनोपयुक्त वस्तू यांची सुलभता केली, तर दारूच्या व्यसनापासून लोक मुक्त होतील,' असे आपले मत व्यक्त केले. सरकार त्या गोष्टी करण्यास मनापासून उत्सुक आहे, अशी आशा त्यांनी व्यक्त केली.

विधिमंडळातील आंबेडकरांच्या ह्या पहिल्या भाषणावरून त्यांची अभ्यासू वृत्ती, शेतकऱ्यांच्या नि दलित समाजाच्या सहानुभूतीने भरलेले त्यांचे हृदय आणि सरकारवर निर्भयपणे टीका करण्याचे सामर्थ्य हे गुण दिसून येतात. हे पहिले भाषण माहितीपूर्ण, विचारप्रवर्तक नि उद्बोधक झाले. मार्च १९२७ मध्ये दारूबंदीवर पुन्हा बोलताना ते म्हणाले, 'देशी दारूवर मोठी जकात बसविल्यामुळे चोरट्या दारूचे उत्पादन फार वाढले आणि दारूबंदीची यशस्विता ही त्यामुळे होणाऱ्या आर्थिक नुकसानीची भरपाई आपण कशी करतो यावर अवलंबून आहे.' तथापि, पुढील काळात आंबेडकरांचा या दोन कारणांमुळेच दारूबंदीविषयीचा उत्साह कमी होत गेला.

शिक्षणाविषयी बोलताना ते म्हणाले, 'सामान्य माणसाला शिक्षण सुलभ होईल अशी व्यवस्था केली पाहिजे. खालच्या वर्गांना उच्च शिक्षण ही फार खर्चाची बाब होता कामा नये. दुसरी गोष्ट अशी की, खालच्या वर्गाला वरच्या

वर्गाच्या पातळीवर आणण्यासाठी त्यांना सवलती दिल्या पाहिजेत. पाच आणि दहा या संख्यांना दोहोंनी गुणले तर गुणाकार दहा नि वीस येईल; म्हणून पाचाला दोहोंनी गुणून दहाला एकानेच गुणले पाहिजे. म्हणजे खालच्या वर्गाला भरपूर सवलती देऊन त्यांना वरच्या वर्गाच्या पातळीवर आणले पाहिजे. असे करणे म्हणजेच समता.' असे त्यांनी आपले मत स्पष्टपणे मांडले.

'शिक्षण ही एक पवित्र संस्था आहे. शाळेत मने सुसंस्कृत होतात. शाळा म्हणजे नागरिक तयार करण्याचे पवित्र क्षेत्र. ते एक राष्ट्रीयतेचे, मानवतेचे नि अज्ञानतम दूर करण्याचे उदात्त कार्य आहे. शाळेत समबुद्धीचे, उदात्त, नि:पक्षपाती, थोर मनाचे शिक्षक पाहिजेत. शिक्षक वर्ग हा राष्ट्राचा सारथी आहे. कारण, त्याच्या हाती शिक्षणाच्या नाड्या असतात. यास्तव शिक्षक कोण असावा यासारखा, समाजसुधारणेच्या दृष्टीने पाहता, दुसरा प्रश्न महत्त्वाचा नाही. ब्राह्मण खालच्या वर्गातील लोकांचा तिरस्कार करतात. त्यांच्या बौद्धिक उत्कर्षाविषयी बेफिकीर असतात. त्यांना जनावरांपेक्षा ते कमी लेखतात. त्यांच्या कानीकपाळी सदैव ओरडतात की, शिकणे हे तुमचे काम नाही. तुमचे काम मोलमजुरी करणे; शिक्षण हे ब्राह्मणांनीच करावे. म्हणून ब्राह्मणांच्या हाती शिक्षणाची सूत्रे देण्यात येऊ नयेत,' अशी त्यांनी सरकारला सूचना केली.

ह्याच संधीस भारतास स्वातंत्र्याची संजीवनी देणाऱ्या छत्रपती शिवाजीमहाराजांच्या त्रिशतसांवत्सरिक जयंतीचा उत्सव महाराष्ट्रात साजरा झाला. त्या प्रसंगानिमित्त बदलापूरला शिवजयंतीची जी सभा झाली, तिचे अध्यक्षपद डॉ. बाबासाहेब आंबेडकरांना देण्यात आले होते. हा योगायोग, थोर मनाचे नि हिंदुधर्मशास्त्रावरील एक मोठी अधिकारी व्यक्ती असलेले पांडुरंग भास्करशास्त्री पालये ह्यांनी मोठ्या कुशलतेने नि धैर्याने घडवून आणला. त्या मोठ्या समुदायापुढे शिवाजीमहाराजांचे चारित्र्य, कार्य नि धोरण ह्यांविषयी गौरवपर उद्गार काढून, आंबेडकर पुढे म्हणाले, 'शिवाजीने संस्थापिलेले स्वराज्य समाजातील विषमतेमुळे नि पेशव्यांच्या राज्याविषयी लोकांना वाटणाऱ्या तिरस्कारामुळे धुळीस मिळाले.'[१]

मार्चच्या दुसऱ्या आठवड्यात खारा अब्राहम या गावी आंबेडकरांची विधिमंडळावर नियुक्ती झाल्यामुळे भीमजीभाई देसाई ह्यांच्या अध्यक्षतेखाली त्यांचे अभिनंदन करण्यात आले.

---

१. बहिष्कृत भारत, २० मे १९२७.

जून महिन्याच्या सुमारास मंदिर-प्रवेशाच्या चळवळीविषयी काही वर्तमानपत्रांत विचारविनिमय सुरू होता. त्याच दिवसांत ठाकूरद्वार येथील नवीन मंदिर सर्व हिंदुमात्रांस उघडे आहे, अशी बातमी प्रसिद्ध झाली होती. काही सामाजिक कार्यकर्त्यांकडून ती माहिती खरी आहे अशी खात्री करून घेऊन, बाबासाहेबांनी मंदिरप्रमुख्याच्या कार्यवाहांशी दूरध्वनीवर त्या मंदिरास भेट देण्याचा दिवस मुक्रर केला. ठरलेल्या दिवशी सीतारामपंत शिवतरकरांच्या समवेत ते त्या मंदिरात गेले. तेथे काही विघ्नसंतोषी समाजकंटकांनी त्यांना पाहताच एकच गिल्ला केला. आंबेडकर म्हणाले, 'ज्यांनी आम्हांस आमंत्रिले आहे त्यांनी आम्हांस जा असे म्हटल्यावाचून आम्ही येथून हटणार नाही.' गुंडांच्यापुढे ते कार्यवाह गयावया करू लागले. मंदिराधिपती तर गयाळ होऊन पडले. मोठ्या धीराने जमावास तोंड देऊन आंबेडकर नि शिवतरकर मंदिराबाहेर पडले.[१] बिचाऱ्या मंदिराधिपतीला गोमूत्राने मंदिर शुद्ध करता करता नाकी नऊ आले. जे आंबेडकरांच्या पतितपावन पावलांनी केले नाही ते पशूच्या मूत्राने केले ! धन्य तो मंगल देव नि पवित्र धर्मराज ! इतर धर्माचे प्रचारक परकीयांना म्हणतात, 'येथे कोणीही यावे. त्याला देवाचे दर्शन लाभेल.' हिंदू धर्माचे पुरोहित स्वकीयांना म्हणतात, 'चालते व्हा. तुम्हांला देवाचे दर्शन घडणार नाही.' हे संघटन की घरबुडवेपणा ?

जुलै महिन्याच्या तिसऱ्या आठवड्यात पुणे येथील मांगवाड्यात चांभारांच्या टीकेला आंबेडकरांनी झणझणीत असे समर्पक उत्तर दिले. चांभार समाजातील कार्यकर्त्यांचे असे म्हणणे होते की, आंबेडकर महारांनाच पुढेपुढे करून त्यांचेच हित पाहतात. इतर दलित समाजांकडे ते दुर्लक्ष करतात. सभेचे अध्यक्षस्थान 'दीनबंधु' पत्राचे संपादक नवले ह्यांनी स्वीकारले होते. सभेस सुभेदार घाटगे, राजभोज, क. म. जाधव, वऱ्हाडचे आनंद स्वामी, आर्य समाजिस्ट ओगले उपस्थित होते. आपण चालविलेली नासिक व जळगांव येथील वसतिगृहे, सर्व दलित समाजांस उघडी आहेत, असे सांगून, आंबेडकर आपल्या आवेशयुक्त भाषणात म्हणाले, 'तसे असते तर मी पी. बाळू यांना मुंबई नगरपालिकेवर नियुक्त करून घेतले असते का ? माझ्या घरी मांगाचा मुलगा शिक्षणाकरिता का ठेवला असता ? सर्व दलित बंधूंत सहभोजने का घडवून आणली ? आपली चळवळ ही अखिल दलित समाजाच्या उद्धारासाठी उभारलेली आहे. दलितांचे हितरक्षणासाठी दलित समाजातील कर्तबगार कार्यकर्तेच विधिमंडळावर जाणे योग्य

---

१. बहिष्कृत भारत, १ जुलै १९२७.

होते. तो कोणत्या दलित जातीतील आहे हे पाहणे ठीक नाही. माझ्यासारखा पुरुष महार जातीत जन्मला हे महार जातीचे भाग्य आहे. जर चांभार समाजात माझ्याहून श्रेष्ठ नेता असेल, तर त्याने माझी जागा घ्यावी. मी ती जागा सोडण्यास तयार आहे.'

आपल्या अनुयायांना इशारा देऊन त्यांनी स्वजनांस कळकळीचे आवाहन केले की, 'ब्राह्मणेतरांच्या विरुद्ध वापरण्यासाठी आपला उपयोग करू इच्छित असणाऱ्या धूर्तांच्या हातचे आपण बाहुले होणार नाही, अशी आपण खबरदारी घेतली पाहिजे. हिंदुसंघटनवाद्यांचे प्रेम मायावी आहे. मुसलमानांच्या भीतीमुळे ते तुम्हांला गोड बोलून भुलवीत आलेत नि दलित समाजांत फूट पाडीत आहेत, हे तुमच्या लक्षात कसे येत नाही ? शिक्षणाने अस्पृश्यता जात नाही, हे स्वानुभवावरून मी सांगतो. ब्राह्मणाने मुंबईत चालविलेल्या एका उपाहारगृहामध्ये मला कपातून चहा मिळाला नाही; तो ग्लासातून देण्यात आला. अस्पृश्य वर्गाने चढाईचे धोरण अवलंबले नाही, यापुढे अपमानित जीवन जगणार नाही, असे आचाराने, विचाराने नि कृतीने आपण सिद्ध केले नाही, तर आपली काहीच प्रगती होणार नाही. सार्वजनिक पाणवठ्यावर पाणी भरण्याचा नि मंदिरप्रवेशाचा हक्क प्रस्थापित करणे हाच निकडीचा कार्यक्रम सध्या तडीस न्यावा.'

मुंबई विद्यापीठाचे शिक्षणाच्या दृष्टीने अधिक कार्यक्षम असे रूपांतर करावे याविषयी एक विधेयक चर्चेसाठी जुलै महिन्याच्या अखेरीस विधिमंडळासमोर आले. मुंबई विद्यापीठ ही अध्यापन संस्था नसून प्रामुख्याने ती शिक्षणसंस्था संलग्न करणारी संस्था आहे, अशी टीका त्या संस्थेवर तिच्या प्रारंभापासून होत असे. वरील विधेयकावर चर्चा करताना डॉ. आंबेडकर म्हणाले, ''माझ्या मते महाविद्यालय नि विद्यापीठे यांना वेगळे करणे हा उत्तम मार्ग नसून, पदवीधरांच्या नि विद्यार्थ्यांच्या अभ्यासक्रमात सांस्कृतिक प्रगती करण्यासाठी महाविद्यालये नि विद्यापीठे यांनी एकत्र येऊन समानतेच्या भूमिकेवरून या कार्यात सहभागी होणे हाच उत्तम मार्ग आहे.'' सॅडलर समितीच्या शिफारशी मुंबई विद्यापीठाने नेमलेल्या समितीच्या शिफारशीपेक्षा अधिक उपयुक्त आहेत, असेही त्यांनी आपले मत दिले.

मुंबई विद्यापीठाच्या कार्यकारी मंडळाच्या रचनेविषयी आपले मत देताना आंबेडकर म्हणाले, 'मागासलेल्या नि दलित वर्गांना त्यावर प्रतिनिधित्व मिळाले पाहिजे.' त्या वेळी 'गुजराथ गुजराथ्यांकरिताच' अशी निवडणुकीच्या जाहीरनाम्यात गर्जना करून आपणांस पदवीधरांनी मते द्यावी असे कन्हैयालाल

मुनशी म्हणाले होते. त्यांना आंबेडकर म्हणाले, ‘ज्यांनी जातीयवादाची घोषणा करून निवडणुका लढविल्या, त्यांनी दलित वर्गाच्या नि मागासलेल्या जातींच्या मागणीला विरोध करावा हे आश्चर्य आहे.’ मुनशींना असा टोला बसताच, ते फणाणले, ‘हे विधान निखालस चूक आहे.’ त्यावर आंबेडकर उत्तरले, ‘हो, हो. ते विधान अगदी बरोबर आहे. राजकारणी लोकांची स्मृती दुबळी असते.’ ही चकमक थांबली नाही तोच आंबेडकर म्हणाले, ‘हिंदू नि मुसलमान हे परस्परांकडे जातीय दृष्टीने पाहतात !’ त्याबरोबर विधिमंडळ, ‘अरेरे !’ ‘नाही’ ‘सिद्ध करा,’ अशा आरोळ्यांनी निनादले. आंबेडकर प्रत्युत्तरले, “हा ढोंगीपणा आहे. असल्या नन्नावर माझा विश्वास नाही.”

प्रांताच्या सर्वांगीण उन्नतीविषयक विधेयकांच्या चर्चेत भाग घेऊनही आंबेडकर दलितांच्या हिताला डोळ्यांत तेल घालून जपत असत. दलितांवर कुठे अन्याय झाला अशी त्यांना अंधुक कल्पना जरी आली तरी ते त्यासंबंधी सरकारला विधिमंडळात प्रश्न विचारून भंडावून सोडीत. ‘अमुक अमुक नोकरांना ते लायक असूनही अस्पृश्य समाजातील असल्यामुळे वरच्या जागी नेमले नाही हे खरे का ? कारकुनाची निवड करण्यासाठी एखादे मंडळ अस्तित्वात आहे की कसे ? सरकारी किंवा निमसरकारी खात्यांत अस्पृश्य समाजातील किती नोकर आहेत ? सरकारच्या एका मुद्यावर दोन निरनिराळे निर्णय देणाऱ्या न्यायाधीशांविषयी सरकारला काही माहिती आहे किंवा नाही ?’ अशी विविध प्रश्नांची सरकारवर सरबत्ती उडे !

सरकारने प्रत्येक खेड्यातील लोकसंख्या देऊन त्यात महार किती आहेत, महारांना इनाम म्हणून दिलेल्या जमिनीचे उत्पन्न किती मिळते, बलुता म्हणून किती आणि सरकारी पगार म्हणून किती मिळतो, सर्व चाकरीविषयी महारांना एकूण किती वेतन मिळते, अशी माहिती त्यांनी मागितली. ती माहिती मिळविण्यासाठी अवाढव्य खटाटोप करावा लागेल म्हणून ते काम असाध्य आहे, असे उत्तर आंबेडकरांना देण्यात आले. एक दिवस प्रश्नोत्तरांच्या वेळी त्यांची त्या वेळचे गृहमंत्री हॉटसन ह्यांच्याशी विधिमंडळात चकमक उडाली. त्यांना त्यांनी विचारले. ‘अस्पृश्यवर्गीयांना पोलीस दलात भरती करू नये असा एखादा नियम आहे की काय ?’ हॉटसन उत्तरले, ‘तसा काही नियम नाही !’ त्यावर आंबेडकरांनी विचारले, ‘तसा नाही, तर मुंबईचे पोलीस आयुक्त (कमिशनर) अस्पृश्यवर्गीयांना पोलीस दलात भरती करून घेण्यास नकार का देतात ?’ पकडीत सापडलेले हॉटसन गरम होऊन म्हणाले, ‘हा प्रश्न बराच गुंतागुंतीचा आहे. त्यातून

एक मोठे प्रकरण उद्भवेल. मला येथे एवढेच सांगावयाचे आहे की, त्यात काही व्यावहारिक अडचणी आहेत. त्या सन्माननीय सभासदांना माहीत आहेत. पोलीस खात्यात अस्पृश्यांची मोठ्या प्रमाणावर भरती करताना त्या अडचणी आड येत आहेत. मात्र पोलीस खात्यात अस्पृश्यांना बंदी अशी नाही.'

६

मानवी स्वातंत्र्याची घोषणा

चवदार तळे महाडच्या सवर्ण हिंदूंनी शुद्ध केले ही वार्ता ऐकताच आंबेडकरांना अनिवार दु:ख झाले. त्यांना त्या कृत्याची चीड आली. सार्वजनिक तळ्यावर अस्पृश्यांचा पाणी भरण्याचा हक्क प्रस्थापित करण्यासाठी लढा देण्याचा त्यांनी निर्धार केला. हिंदूंनी मुसलमान होऊन त्या तळ्यातील पाणी भरले तर हिंदू धर्मास विटाळ होत नाही. परंतु हिंदुधर्मीय महार-चांभारांनी त्यातले पाणी भरले तर हिंदू धर्म बुडतो, अशी गर्जना करणाऱ्या धर्मघातकी हिंदूंना त्यांनी बजावले की, 'हे धर्मरक्षण नव्हे, हा धर्मद्रोह आहे.' त्यांनी भीमगर्जना केली की, 'अस्पृश्यता हा हिंदू धर्मावरील कलंक नसून तो आमच्या देहावरील कलंक आहे. तो हिंदू धर्मावर आहे असे आम्ही मानीत होतो, तोपर्यंत ते काम तुमच्यावर सोपविले होते. आता तो आमच्यावरील आहे ह्यासाठी तो धुऊन काढण्याचे पवित्र कार्य आमचे आम्हीच स्वीकारले आहे. त्या कार्याच्या सिद्धीसाठी आमच्यापैकी काहीजणांना आत्मयज्ञ करावा लागला तरी हरकत नाही. ईश्वरी नेमानेम तसा असेल तर आम्ही स्वत:स भाग्यवान समजतो. तुम्ही तळे शुद्ध करून आमची अपवित्रता सिद्ध करण्याचा जो नीचतम प्रयत्न महाड येथे केला आहात तसा आणखी हवा तर करा. पण आम्ही पवित्र आहोत हे तुमच्यामुखे वदवून घेतल्याखेरीज आमची शांती होणार नाही.' महाडला चवदार तळ्यावर सत्याग्रह करण्याचा आंबेडकरांनी आपला निर्णय प्रकट केला. तो निर्णय महाराष्ट्राच्या दऱ्याखोऱ्यांतून निनादत गेला.

संकल्पित लढ्याचे परिणाम भयंकर होतील असे काही विचारवंतांना वाटले. ते म्हणाले, 'सत्याग्रहाची चळवळ हा अविवेकी उतावळेपणा आहे. रोगापेक्षा त्याच्यावरील उपाययोजना अधिक घातुक आणि अनर्थकारक आहे. आंबेडकर स्पृश्य वर्गाच्या परंपरागत भावनांना जुमानीत नाहीत. ते कित्येक वर्षांच्या तटबंदीला एकदम सुरुंग लावीत आहेत. त्यांचे हे शंभर कोसी हनुमान उड्डाण आहे.' त्यावर आंबेडकर म्हणाले, 'तुमच्या ह्या शाब्दिक वादविवादाने

किंवा ज्ञानाच्या प्रसाराने अस्पृश्यतेचे उच्चाटन होण्याची आम्हांस आशा असती तर वरील बुद्धिवाद आम्ही कदाचित मान्य केला असता. शस्त्रप्रयोगाशिवाय युक्तिवादाच्या अथवा ज्ञानाच्या मलमपट्ट्यांनी हा रोग हटणार नाही, ही गोष्ट अनुभवसिद्ध असताना शस्त्रप्रयोग करण्यात मनाची निष्ठुरता न दाखविणे यात खरी कार्यक्षमता नसून मनाचा दुबळेपणाच आहे.' प्राणघातक रोगावर जालीम औषधाची उपाययोजनाच हवी. अशी त्यांची मनोमन खात्री पटली होती.

हा वादविवाद चालला असताना महाराष्ट्रातील जेधे-जवळकर ह्या ब्राह्मणेतर पक्षाच्या पुढाऱ्यांनी महाड सत्याग्रहाला ब्राह्मणेतर पक्षाचा संपूर्ण पाठिंबा आहे, असे आंबेडकरांना कळविले. मात्र त्या सत्याग्रहातून ब्राह्मण जातीतील कार्यकर्त्यांस सामील करण्यात येऊ नये, सत्याग्रह पूर्ण अनत्याचारी असावा, आणि महाडला मोठी परिषद भरवून मग सत्याग्रहाला आरंभ करावा, अशा त्यांच्या अटी होत्या. त्यांतील अस्पृश्योद्धाराच्या चळवळीतून ब्राह्मण कार्यकर्ते बाहेर काढावे, ही अट आपल्याला मान्य नाही, असे स्पष्ट सांगून आंबेडकर म्हणाले, 'ब्राह्मण लोक आमचे वैरी नसून ब्राह्मण्यग्रस्त लोक आमचे वैरी आहेत, असे आम्ही समजतो. ब्राह्मण्यरहित ब्राह्मण आम्हांस जवळचा वाटतो. ब्राह्मण्यग्रस्त ब्राह्मणेतर आम्हांस दूरचा वाटतो. आमच्या सत्याग्रहात भाग घेण्यास कोणाही व्यक्तीस मोकळीक आहे. मग ती व्यक्ती कोणत्याही जातीतील असो. हे भांडण तत्त्वासाठी आहे. ते कोणत्याही एका व्यक्तीशी किंवा जातीशी नाही. आमच्या पवित्र कार्यात साहाय्य करावयास तत्त्वनिष्ठेने जे पुढे येतील त्यांचे आम्ही आभार मानू.'

सत्याग्रहासाठी लोकांना 'बहिष्कृत भारत हितकारिणी सभे'च्या कार्यालयात नावे नोंदविण्यास विनंती करण्यात आली. त्यासंबंधी सभेचे मुख्य कार्यवाह सीतारामपंत शिवतरकर यांनी असे प्रसिद्ध केले की, महाड येथील परिषदेतील प्रतिनिधी पाणी प्याले म्हणून अस्पृश्य वर्गानी परिषदेच्या प्रतिनिधींवर अत्याचार केला व तळ्याची शुद्धी करून बहिष्कृत वर्गावर अपवित्रतेचा शिक्का मारला. ती अपवित्रता व तो आपल्यावरील अस्पृश्यतेचा कलंक ज्यांना घालवायचा असेल अशा बहिष्कृत वर्गातील स्वाभिमानी पुरुषांनी व इतर जातीतील लोकांनीही 'बहिष्कृत हितकारणी सभे'च्या विद्यमाने जो लवकरच महाड येथे सत्याग्रह सुरू होणार आहे, त्या सत्याग्रहात सामील होण्याकरिता आपली नावे 'बहिष्कृत हितकारिणी सभे'चे कार्यालय, दामोदर हॉल, परळ, मुंबई येथे नोंदविण्याची त्वरा करावी.

अस्पृश्य समाजाच्या सत्याग्रहाची बाजू कशी न्याय्य आहे, हे सांगताना

बाबासाहेब म्हणाले, 'धर्म हा मनुष्याकरिता आहे, की मनुष्ये धर्माकरिता आहेत हा प्रश्न आहे. जो धर्म आमची काळजी घेईल त्या धर्माकरिता आम्ही आपले प्राण देऊ. जो धर्म आमची पर्वा करीत नाही, त्याची पर्वा आम्ही का करावी ? हिंदू धर्म आमचा आहे किंवा नाही या प्रश्नाचा एकदा कायमचा निकाल आम्हांला करून घ्यायचा आहे.' आंबेडकरांच्या मते ब्राह्मण हा गायनातील 'सा'प्रमाणे आहे. तो बिघडला तर गाणे बिघडलेच म्हणून समजावे. जन्मामुळे ज्यांचे विशेष श्रेष्ठत्व मानले जाते त्यांनी कर्मविशिष्ट खरेखुरे श्रेष्ठत्व संपादन करण्याची यातायात का करावी ? तसेच ब्राह्मणांचे झाले आहे. 'अपवित्राला पवित्र करण्याची सदयता, पतितांचा उद्धार करणे, अस्वच्छाला प्रेमाने स्वच्छ करण्याची सुसंस्कृतता, त्याला बुद्धीने आपल्यासारखा करणे, पददलितांना उच्च पातळीवर आणणे, ह्याचेच नाव संस्कृती,' असे आंबेडकर प्रतिपादन करीत.

मध्यंतरी ४ ऑगस्ट १९२७ रोजी महाड नगरपालिकेने एका ठरावान्वये चवदार तळे खुले झाल्याचा आपला पूर्वीचा ठराव मागे घेतला. त्यामुळे आंबेडकरांचा निर्धार अधिकच धारदार झाला. त्यांनी ते स्पृश्य हिंदूंचे आव्हान प्रकटपणे स्वीकारले. लागलीच त्यांनी सभा भरविली. आणि सत्याग्रहाची योजना आखण्यासाठी एक समिती नेमली. त्या समितीने १५ सप्टेंबर १९२७ रोजी आंबेडकरांच्या कार्यालयात झालेल्या आपल्या बैठकीत २५-२६ डिसेंबर १९२७ हे दोन दिवस सत्याग्रहासाठी निश्चित केले.

सत्याग्रहाची तात्त्विक बाजू अनुयायांना समजावी नि सत्याग्रहाच्या यशापयशाविषयी आपल्या अनुयायांना संपूर्ण कल्पना यावी यास्तव आंबेडकरांनी आपली मतप्रणाली अनुयायांपुढे ठेविली. तिचा सारांश पुढीलप्रमाणे : 'कोणत्याही कार्यात यशप्राप्ती होईल किंवा नाही हे जितके साधनसामुग्रीच्या प्रमाणावर अवलंबून असते, तितकेच ते कार्याच्या नैतिक स्वरूपावरही अवलंबून असते. कार्याच्या मुळाशी जर सत्य असेल, तर त्यात यशप्राप्ती होण्यास चिंता करण्याचे विशेष कारण नाही. कारण सत्याग्रहींच्या ठायी आत्मबल पाहिजे. आत्मबल हे आपण करतो ती गोष्ट योग्य आहे किंवा नाही यावर अवलंबून असते. म्हणून त्या गोष्टींची खात्री पाहिजे. म्हणून सत्य म्हणजे काय त्याची खूण सत्याग्रहीस पटणे आवश्यक आहे. ज्या कार्यापासून लोकसंग्रह होत आहे ते सत्कार्य; त्यासाठी केलेला आग्रह, हा सत्याग्रह. बुद्धी शुद्ध नसेल तर लोकविग्रह होईल. स्वार्थमूलक हेतूमुळे विग्रह होईल. जिथे लोकसंग्रह आहे तिथे सत्कार्य आहे, ही विचारसरणी आमची आहे. आम्ही ती गीतेवरून घेतली आहे. सत्याग्रहच गीतेचा मुख्य प्रतिपाद्य विषय आहे. गीता हे भगवंताने दिलेले उत्तर आहे. गीतेचा आधार

देण्याचे कारण गीता हा धर्मग्रंथ अस्पृश्यांना तसाच स्पृश्यांनाही मान्य आहे. आमच्या चळवळीचा उद्देश लोकसंग्रह आहे.[१]

'अमुक एका माणसाचा सत्याग्रह आहे किंवा दुराग्रह आहे हे त्या आग्रहाच्या सिद्धीसाठी योजिलेल्या साधनांवर अवलंबून नसते. ते सर्वस्वी त्या कार्याच्या नैतिक स्वरूपावर अवलंबून असते. ते कार्य जर सत्कार्य असेल, तर त्या बाबतीत धरलेल्या आग्रहास सत्याग्रह म्हटलेच पाहिजे. आणि ते जर असत्य असेल तर त्या बाबतीत धरलेल्या आग्रहास दुराग्रह म्हणावे लागेल.

'हिंसा, अहिंसा ही केवळ त्या आग्रहाच्या सिद्धीची साधने आहेत. जसे, कर्माच्या किंवा कर्त्याच्या अनुरोधाने क्रियापदाचे रूप बदलते, तसे काही साधनांच्या अनुरोधाने आग्रहाचे नैतिक स्वरूप बदलत नाही. कारण, एखाद्या दुराग्रहीने आपला आग्रह पार पाडण्यास अहिंसेचा मार्ग पत्करला म्हणून त्याच्या दुराग्रहाला सत्याग्रह म्हणता यावयाचे नाही, किंवा एखाद्या सत्याग्रहीने सत्याग्रहाच्या सिद्धीसाठी हिंसा केली एवढ्यावरूनच त्याच्या सत्याग्रहाला दुराग्रह म्हणता येणार नाही. तसे म्हटले असते तर गीतेत श्रीकृष्ण परमात्म्याने अर्जुनास सत्याग्रहाच्या सिद्धीसाठी जो हिंसेचा मार्ग पत्करण्यास भाग पाडले त्यास काय म्हणावे ?

'अहिंसा परमो धर्म:' हे तत्त्व सर्वच ठिकाणी पाळता येणे शक्य नाही. डोळ्यांच्या पापण्या हलविल्या तरी जंतू मरतात. पाणी, फळे, हवा यांत जंतू असतात. झाडांनाही जीव आहे. तेव्हा पाणी पिणे, फळे खाणे, श्वासोच्छ्वास करणे, झाडे तोडणे हे सर्वच वर्ज्य करावे लागेल. आपला जीव घ्यावयास येणारा, स्त्रीवर बलात्कार करणारा, घरास आग लावणारा किंवा दौलत चोरणारा त्यापासून होणाऱ्या झगड्यात मेला तर त्या वेळी हत्येचे पाप हत्या करणाऱ्यास लागत नसून, जो दुष्ट मरतो तो आपल्या अधर्मानेच मारला जातो. हिंसा म्हणजे मन दुखविणे असे असेल, तर गांधींची अहिंसा ही एक हिंसाच होय. खरे म्हटले असता, शक्य असेल तोवर अहिंसा व जरूर पडेल तर हिंसा असे धोरण सत्याग्रही माणसांनी ठेवणे हे सिद्धीच्या दृष्टीने रास्त आहे. इतकेच नव्हे तर नीतीच्या दृष्टीने ते प्रशस्त आहे. परंतु आपण सर्वच नि:शस्त्र असल्यामुळे हा प्रश्न नियोजित सत्याग्रहाच्या बाबतीत उद्भवत नाही.'

हिंसा, अहिंसा, सत्याग्रह ह्यांवरील आंबेडकरांचे विचार मनन करण्यासारखे आहेत. 'विंचू देव्हाऱ्याशी आला ॥ देवपूजा नावडे त्याला ॥ येथे

---

१. अग्रलेख, बहिष्कृत भारत, २७ नोव्हेंबर १९२७.

पैजाराचे काम ॥ अधमासी व्हावे अधम ॥' किंवा 'दया तिचे नाव भुतांचे पाळण ॥ आणिक निर्दाळण कंटकांचे ।' या तुकोबांच्या उक्तीशी, महाराष्ट्रधर्माशी आंबेडकरांच्या विचारांचे किती साधर्म्य आहे पाहा. गीता त्यांना त्या वेळी मान्य होती असे दिसते. महाड सत्याग्रहासंबंधी आंबेडकर म्हणाले, 'जर ह्या सत्याग्रहात शांतताभंग होण्याचा संभव दिसला, तर त्यात सरकार पडेल; कारण, शांतता राखणे हे सरकारचे मुख्य कर्तव्य आहे. सरकारने न्याय्य हक्कांची अंमलबजावणी करण्यात दंडशासनाचा अवलंब करणे न्याय्य आहे. तसे केले तर हा प्रश्न चुटकीसरशी सुटेल. सरकारने उलट खाल्ली आणि मनाई-हुकूम काढला तर, तो सत्याग्रह दिसायला स्पृश्यांविरुद्ध असला, तरी तो अखेर सरकारविरुद्ध होणार आहे. तेव्हा सत्याग्रहाची जबाबदारी काय आहे हे बहिष्कृतांनी ओळखून असावे हे बरे. आपला आग्रह शेवटास नेण्यास बहिष्कृतांना सरकारी हुकूम मोडल्याशिवाय गत्यंतर नाही. मग सरकार त्यांना तुरुंगात टाकल्याशिवाय राहणार नाही, ही जाणीव ठेवून बहिष्कृतांनी सत्याग्रहासाठी कंबर बांधावी. खरे म्हटले असता अस्पृश्यता ही एवढी मोठी भयंकर गोष्ट आहे की, तिच्या निवारणार्थ काही लोकांचे प्राण खर्ची पडले तरी हरकत नाही. जगणे हाच काही जगातला पुरुषार्थ नव्हे. जगण्याच्या नानापरी आहेत. काकबळी खाऊन कावळेही पुष्कळ वर्षे जगतात. परंतु त्यांच्या जीवनात पुरुषार्थ आहे असे कोणी म्हणणार नाही. मृत्यूबद्दल रड किंवा डर कशाला ? नाशवंत देह खर्ची घालून यापेक्षाही शाश्वत अशी एखादी वस्तू प्राप्त करून घेण्यासाठी - उदाहरणार्थ, देशासाठी, सत्यासाठी, ब्रीदासाठी, यशासाठी, अब्रूसाठी अथवा भूतमात्रांसाठी अनेक महापुरुषांनी अनेक प्रसंगी कर्तव्याच्या अग्नीत आपल्या पंचप्राणांची आहुती दिली आहे. महाभारतात वीरपत्नी विद्धुला हिने आपल्या पुत्रास, 'कुजत किंवा शंभर वर्षे निरर्थक जीवित घालविण्यापेक्षा घटकाभर पराक्रमाची ज्योत दाखवून मेलास तर बरे,' असा उपदेश केला. तशी दरेक अस्पृश्य मातेने आपल्या पुत्रास सांगण्याची वेळ येऊन ठेपली आहे. असिधाराव्रत नको. फक्त तुरुंगात जाण्यास तयार व्हा.'

शेवटी बाबासाहेबांनी या सत्याग्रहाविषयी सरकारपुढे काही विचार ठेवले. सरकार किती लोकांना तुरुंगात घालील ? किती दिवस तुरुंगात ठेवील ? सरकारला जनलज्जा ही आहेच. शांतता भंग पावते म्हणून सरकार जर आमचे न्याय्य हक्क बजावण्याच्या आड येईल, तर आम्हांस सुधारलेल्या राष्ट्रांचे न्यायकोर्ट जो राष्ट्रसंघ त्याकडे फिर्याद लावून सरकारास त्याच्या अन्यायीपणाबद्दल लाजविता येईल. स्पृश्यांनी जर सत्याग्रह अयशस्वी केला, तर त्यांचाच तोटा होईल. अस्पृश्यांची खात्री होईल की, हिंदू धर्म हा दगडांचा धर्म आहे. त्यांच्यापुढे

कपाळ फोडून घेतले तरी काही उपयोग होणार नाही. स्पृश्यांनो, घ्या तुमचा धर्म असे म्हणून आपोआप परधर्मात जाण्यास अस्पृश्य तयार होतील !' नियोजित सत्याग्रहाच्या निर्धारामुळे स्पृश्य हिंदूंच्या संस्थांनी नि कार्यकर्त्यांनी आंबेडकरांवर टीकेची राळ उडविली. त्यांच्यावर स्वार्थीपणाचे आरोप केले. शक्यतो लवकर अस्पृश्यतेचे उच्चाटन झाले नाही, तर धर्मांतर करावे असे आंबेडकर म्हणत. त्यामुळे त्यांच्यावर स्पृश्य हिंदूंचा रोष ओढवला. त्याला उत्तर म्हणून आंबेडकर म्हणाले, 'धर्मांतरासाठी आम्ही जर आतुर असतो आणि अस्पृश्यता निवारण्याचा प्रश्न स्वत:पुरता व स्वत:च्या भावी पिढीपुरताच आम्हांस सोडवायचा असता, तर आम्ही तसे यापूर्वीच केले असते. पण शक्यतो हिंदू धर्मात राहायचे आणि अखिल बहिष्कृत वर्गाच्या दृष्टीने विचार करायचा अशीच आमची इच्छा असल्यामुळे आम्ही आमचे सत्याचे प्रयत्न चालवले आहेत. तथापि, कोणत्याही एका व्यक्तीच्या काय किंवा एखाद्या वर्गाच्या काय, सहनशीलतेला मर्यादा ही असायचीच.

'आम्ही तुमच्या लाथा खाऊ पण तुमच्या धर्मात राहू, असे आम्ही का म्हणावे ? तुमचा आमचा धर्म जर एक, तर तुम्हांला आम्हांला हक्क सारखेच. माणसामाणसांत जो धर्म पंक्तिप्रपंच करतो, कोट्यवधी लोकांना त्यांचा स्वत:चा अपराध नसता गुन्हेगारांपेक्षाही वाईट रीतीने वागवितो; विशिष्ट वर्गांतल्या लोकांना पिढ्यान् पिढ्या इहलोकाच्या नरकयातना भोगावयास लावतो, माणूस असून त्यांना जनावरांनाही मिळणाऱ्या सवलती मिळत नाहीत तो धर्म कसला ? तशा धर्मास धर्म हे नावच योग्य नाही. 'यतोऽभ्युदये नि:श्रेयससिद्धि:स धर्म: ।' ही धर्माची व्याख्या. ज्याच्या योगाने अभ्युदय (ऐहिक उन्नती) व मोक्ष यांची प्राप्ती होते तो धर्म. आधी अभ्युदय व मग मोक्ष. अभ्युदय म्हणजे संसारातील उत्कर्ष किंवा उन्नती हे धर्माचे पहिले साध्य. अस्पृश्यतेमुळे अभ्युदयाचा मार्ग बंद झाला आहे. मोकळे वावरता येत नाही. घाणेरड्या वस्तीत राहावे लागते. शिक्षण घेता येत नाही. प्रतिष्ठित धंदे करता येत नाहीत. मग अभ्युदय कसा व्हायचा ? नि:श्रेयस म्हणजे मोक्ष. तो मार्ग सर्वांना मोकळा ठेवला आहे. तो पाहिला आहे कोणी नि कुठे ? त्रिवर्णिकांची सेवाचाकरी करण्यानेच शूद्रांना नि अतिशूद्रांना सद्गती मिळेल असे धूर्त शास्त्रकारांनी लिहून ठेवले आहेच. अस्पृश्यता ही एक गुलामगिरी आहे. गुलामगिरी नि धर्म एके ठिकाणी नांदूच शकत नाहीत. ती जोडी असंभाव्य आहे. आत्मसन्मानास मुकवून कोठल्याही समाजाचा उद्धार होणार नाही. अस्पृश्यतेमुळे अस्पृश्यांचेच नुकसान झाले आहे असे नसून त्यांच्याबरोबर स्पृश्यांचे, तसेच देशाचेही अपरिमित नुकसान झालेले आहे. अस्पृश्यतेच्या गर्तेतून

निघून त्यांचे आत्मस्वातंत्र्य त्यास प्राप्त झाले, तर ते केवळ आपलीच उन्नती करतील इतकेच नव्हे तर ते आपल्या पराक्रमाने, बुद्धीने, उद्योगाने देशाच्या भरभराटीस कारणीभूत होतील. आमची चळवळ केवळ पतितोद्धाराची नसून लोकसंग्रहाची आहे. अस्पृश्यता निवारण्याच्या कामी ज्या शक्तीचा त्यांना व्यय करावा लागत आहे, तीच शक्ती त्यांना आपल्या शैक्षणिक व आर्थिक उन्नतीला लावता येईल. माणुसकी प्राप्त होण्यासाठी धर्मांतर करावे काय ? त्यांनी आपली शक्ती माणुसकी मिळविण्यासाठी खर्च करण्याचा निश्चय केला आहे. कार्य आरंभिले ते स्वत:च्या उद्धारापुरते नसून हिंदू धर्माच्या उद्धाराकरिता आहे, हेच खरे. हे राष्ट्रकार्य आहे.'

आंबेडकरांच्या वरील तत्त्वविवेचनात धर्मशास्त्राचे महत्त्व सांगितले आहे. ह्या संदेशात देशभक्तीची तळमळ आहे. मनुष्याच्या उद्धारासंबंधीचे उदात्त विचार आहेत. मानवतेचा मूर्तिमंत आविष्कार आहे. ते एक मानवतेला आवाहन आहे.

ह्याच काळात लो. टिळकांचे चिरंजीव श्रीधरपंत टिळक यांचा आंबेडकरांशी विशेष परिचय झाला. ते आंबेडकरांचे स्नेही नि चाहते होते. त्यांची सामाजिक मते पुरोगामी होती. हिंदू संघटन म्हणजे चातुर्वर्ण्य विध्वंसन; ब्रिटिश नोकरशाही नि भिक्षुकशाही ही क्षुद्र वृत्तीची आहेत असे त्यांचे मत होते. त्यांनी १९२७ च्या गणपती उत्सवात केसरीच्या विश्वस्तांचा विरोध बाजूला सारून अस्पृश्य समाजाचे तरुण कार्यकर्ते राजभोज यांच्या श्रीकृष्ण मेळ्याचे कार्यक्रम गायकवाडवाड्यात ठेवले. हा अस्पृश्य मेळा वाड्यात प्रवेश करीत असता बरीच धक्काबुक्की झाली. श्रीधरपंतांनी दाखविलेले धैर्य नि त्यांची पुरोगामी मते यांविषयी अभिमान बाळगणाऱ्या पुण्यातील अस्पृश्यांनी एक सभा भरवून त्यांचे अभिनंदन केले.

आंबेडकरांच्या तेजस्वी विचारांची, कार्याची नि व्यक्तित्त्वाची ओळख करून घेऊन तरुण पिढीने समाजाची सेवा नि संघटना करावी ह्या हेतूने अस्पृश्य समाजातील कार्यकर्त्यांनी पुण्यात अहिल्याश्रम येथे एक विद्यार्थी परिषद भरविली. अस्पृश्य समाजातील बुद्धिवान नि कर्तृत्ववान सुशिक्षितांना आंबेडकरांच्या संघटनेत आणून त्यांना कार्योन्मुख करायचे हा परिषदेचा प्रमुख उद्देश होता. परिषदेच्या स्थळी दरवाजावर बालवीर पथकांनी सुभेदार घाटगे यांच्या आधिपत्याखाली आंबेडकरांचे स्वागत केले. विद्यार्थी परिषदेसमोर भाषण करताना आंबेडकर म्हणाले, 'विद्यार्थी आपले कर्तव्य नि जबाबदारी कशी पार पाडतात यावरच समाजाचे भवितव्य अवलंबून आहे. बहिष्कृतांतील सुशिक्षित स्त्रियांनी आपले शील व कर्तव्य सांभाळून समाजाच्या प्रगतीस हातभार लावावा.' या सभेत

राजभोज, डॉ. सोळंकी ह्यांचीही भाषणे झाली. ह्या सभेत श्रीधरपंत टिळकांनी एक स्फूर्तिदायक भाषण केले. आपली सुधारणावादी मते कृतीत आणणाऱ्या अशा या कार्यकर्त्याने नि थोर मनाच्या तरुणाने पुढे काही महिन्यांनंतर आपला अंत करून घ्यावा हे दुर्दैव होय. मृत्यूस कवटाळण्यापूर्वी काही तास अगोदर आंबेडकरांना श्रीधरपंतांनी पत्र पाठवून कळविले की, 'हे पत्र आपले हाती पडण्यापूर्वीच बहुधा मी इहलोकास रामराम ठोकल्याची वार्ता आपले कानी पडेल.' महाराष्ट्रीय तरुणांनी मनावर घेतल्यास अस्पृश्यतानिवारण्याचा प्रश्न अवघ्या पाच वर्षांत सुटेल, अशी आशा प्रदर्शित करून ते पुढे लिहितात, 'माझ्या बहिष्कृत बांधवांची गाऱ्हाणी प्रत्यक्ष भगवान श्रीकृष्णाचे चरणारविंदी घालण्याकरिता मी पुढे जात आहे.' आंबेडकरांच्या अंगीकृत कार्यात परमेश्वर त्यांना यश देईल असा भरवसा त्यांनी व्यक्त केला. आपल्या स्नेह्याने आपल्या आयुष्याचा असा दुःखद शेवट करावयास नको होता, असे डोळ्यांत अश्रू आणून आंबेडकरांनी उद्‍गार काढले. आपल्या चळवळीतील एक निष्ठावंत कार्यकर्ता नि चळवळीचा एक मोठा आधार गेल्यामुळे ते हळहळत असत.

त्याच महिन्यात डॉ. हॅरॉल्ड एच्. मॅन हे मुंबई प्रांतातील शेतकी खात्याचे प्रमुख सेवानिवृत्त झाले. त्यांना निरोप देण्याचा समारंभ आंबेडकरांच्या अध्यक्षतेखाली झाला. ज्यांनी आपल्या कार्यात अनेक दृष्टींनी साहाय्य केले त्या डॉ. मॅनसाहेबांचे आपण अत्यंत ऋणी आहोत, असे आंबेडकर आपल्या भाषणात म्हणाले. त्याच संधीस डॉ. आंबेडकरांचे स्नेही, चाहते नि अनुयायी या सर्वांनी मिळून 'समाज समता संघ' नावाची एक संस्था १९२७ सालच्या सप्टेंबर महिन्यात संस्कारपूर्वक समतेचा कार्यप्रसार करण्यासाठी स्थापिली होती. त्या संघाच्या वतीने ते कार्यकर्ते अस्पृश्य वर्गातील पुरुषांना यज्ञोपविते अर्पण करीत. वैदिक मंत्र म्हणून महारांची लग्ने लावीत. संघाचे सभासद आळीपाळीने प्रत्येक सभासदाकडे भोजन करीत. या समता संघाने दोन-तीन वर्षांत सामाजिक समतेच्या कार्याचा धुमधडाका लावला होता. या कार्यात महाराष्ट्रातील विख्यात नाटककार नि कादंबरीकार भा. वि. ऊर्फ मामा वरेरकर यांनीही अस्पृश्यांना यज्ञोपविते देण्याचे कार्य केले.

४ नोव्हेंबर १९२७ रोजी मुंबईतील दामोदर सभागृहामध्ये 'बहिष्कृत हितकारिणी सभे'च्या वतीने, ब्रिटिश लोकसभेचे मजूरपक्षीय सदस्य मार्डी जोन्स ह्यांच्या सन्मानार्थ चहापानाचा समारंभ झाला. मार्डी जोन्स स्वतः खाणीत काम केलेले मजूर होते. जोन्ससाहेबांना अस्पृश्यांची खरी दुःखे, त्यांची गाऱ्हाणी, त्यांच्या आकांक्षा ह्यांची साद्यंत हकीकत माहीत करून घ्यायची होती. म्हणून त्यांनी आंबेडकरांची भेट घेतली. त्यांच्या सन्मानार्थ झालेल्या ह्या समारंभाच्या

वेळी जोन्ससाहेब म्हणाले, 'इंग्लंड, आयर्लंड नि स्कॉटलंड मिळून जी लोकसंख्या आहे तिच्यापेक्षा अस्पृश्य या देशात संख्येने अधिक आहेत. त्यांना माणुसकीचे हक्क असू नयेत ही लाजिरवाणी, लांच्छनास्पद गोष्ट आहे. इंग्रजांप्रमाणे ब्राह्मणांना वाटते, आपण सर्व जातींचे सुधारक. पोपचा पाडाव प्रॉटेस्टेन्टांनी केला, ही लक्षात ठेवण्यासारखी घटना आहे.' ते असेही म्हणाले, की सुदैवाने अस्पृश्य समाजात आंबेडकरांसारखा कर्तृत्ववान अन् थोर पुरुष निर्माण झाला आहे, तो त्यांचा उद्धार करील, असा आपला विश्वास आहे.[१]

इकडे मुंबई-पुण्यात नियोजित सत्याग्रहाविषयी चर्चा आता अगदी रंगात आली असता, तिकडे अमरावतीच्या अंबादेवी मंदिरात अस्पृश्य हिंदूंना प्रवेश मिळविण्याविषयी सत्याग्रह करण्याचा तेथील कार्यकर्त्यांनी ऑगस्ट १९२७ पासून विचार चालविला होता. मंदिराच्या विश्वस्तांना तशी लेखी सूचनाही त्या बाबतीत आगाऊ देण्यात आली होती. शेवटी तीन महिन्यांनंतर समेट झाला. परंतु तोही फिसकटला. त्यामुळे मंदिर-प्रवेशास अनुकूल असलेल्या पंजाबराव देशमुखांसारख्या पुढाऱ्यांनी नि गवई ह्यांच्यासारख्या अस्पृश्य नेत्यांनी मोठ्या धैर्याने ते प्रकरण धसाला लावण्याचे ठरविले. त्या उद्देशाने त्यांनी अमरावतीस एक परिषद बोलाविली. त्या परिषदेच्या अध्यक्षपदी डॉक्टर आंबेडकरांची निवड करण्यात आली. आंबेडकर आपल्या चळवळीतील सहकारी देवराव नाईक, सी. ना. शिवतरकर, रा. दा. कांबळी, दा. वि. प्रधान आदी पुढारी मंडळींसहित अमरावतीस पोहोचले. इंद्रभुवन नाट्यगृहात परिषदेस आरंभ झाला. बॅ. तिडके, डॉ. पंजाबराव देशमुख, चौबळ वकील, गवई-एम्. एल्. सी., केशवराव देशमुख, डॉ. पटवर्धनादी पुढारी उपस्थित होते. आरंभी डॉ. पंजाबराव देशमुखांचे सविस्तर नि जोरदार भाषण झाल्यावर डॉक्टर आंबेडकर यांचे सडेतोड, विद्वत्तापूर्ण नि ओजस्वी भाषण झाले. त्याचा गोषवारा असा : 'निराकाराचे पूजन, निराकाराचे ध्यान, परमेश्वराचा नामोच्चार हे उपासनेपैकी विविध मार्ग आहेत. साकाराचे पूजन करावयाचे असल्यास, प्रत्येक हिंदूस मोकळीक असावी. ज्याचा त्याचा देव निराळा स्थापणे हे अयोग्य आहे. काळ्या लोकांसाठी दक्षिण आफ्रिकेत निराळे डबे असतात. मग तुम्ही तक्रार का करिता ? प्रश्न नुसता प्रवासाचा नसून समानतेचाही आहे. देवळात केवळ साकाराचे प्रत्यक्ष पूजन करिता यावे म्हणून अस्पृश्यांना देवळात प्रवेश पाहिजे असे नाही. त्यांना ही गोष्ट सिद्ध करायची आहे की, त्यांच्या प्रवेशाने देवालय भ्रष्ट होत नाही. किंवा स्पर्शाने मूर्तीचे पावित्र्य कमी

१. बहिष्कृत भारत, २७ नोव्हेंबर १९२७.

होत नाही. म्हणून निरनिराळ्या देवतांची स्थापना नको. देवळे जरी स्पृश्य हिंदूंनी बांधली, तरी ती हिंदू धर्माची असून हिंदू धर्माकरिता बांधलेली आहेत. हा दाय कोणी एकाने केलेला असला तरी तो सर्व हिंदूंच्या उपयोगाकरिता आहे.

'सांस्कृतिक दृष्टीनेही हा प्रश्न अत्यंत महत्त्वाचा आहे. हिंदुत्व ही जितकी स्पृश्यांची मालमत्ता आहे, तितकीच अस्पृश्यांचीही आहे. ह्या हिंदुत्वाची प्राणप्रतिष्ठा जितकी वसिष्ठासारख्या ब्राह्मणांनी, कृष्णासारख्या क्षत्रियांनी, हर्षासारख्या वैश्यांनी, तुकारामासारख्या शूद्रांनी केली तितकीच वाल्मीकी, चोखामेळा व रोहिदास इत्यादी अस्पृश्यांनी केलेली आहे. या हिंदुत्वाचे रक्षण करण्यासाठी हजारो अस्पृश्यांनी आपली माणुसकी खर्ची घातली आहे. 'व्याध-गीते'तील अस्पृश्य द्रष्ट्यापासून तो खर्ड्याच्या लढाईतील सिदनाक महारापर्यंत ज्या अस्पृश्यांनी हिंदुत्वाच्या संरक्षणार्थ आपले शिर हातावर घेतले, त्यांची संख्या लहान होणार नाही. ज्या हिंदुत्वाची रास स्पृश्य व अस्पृश्य या उभयतांनी मूठमूठ टाकून वाढविली आणि तीवर घाला आला असता जिवाची पर्वा न करिता तिचे रक्षण केले, त्या हिंदुत्वाच्या नावाखाली उभारलेली मंदिरे जितकी स्पृश्यांची तितकीच अस्पृश्यांचीही आहेत. त्यांवर जितका स्पृश्यांचा तितकाच अस्पृश्यांचा वारसा आहे. एकदा वारसा मान्य केला की मग जुन्या वहिवाटीचा प्रश्नच शिल्लक राहत नाही. कारण, कायद्याच्या दृष्टीने पाहता सार्वजनिक बाबतीतील व्यक्तिमात्राचा हक्क कोणास काही सनद देऊन निर्माण करावयाचा नसतो. तो दरेकाच्या ठायी कायमच असतो. त्याची वहिवाट नसली किंवा त्याच्या वहिवाटीत जरी खंड पडला, तरी तेवढ्यावरून तो हिरावला जात नाही. तितकेच देऊळ, पाणवठे ह्याबाबतीतले म्हणणे हे मूर्खपणाचे होय.'

दुसऱ्या दिवशी परिषदेने तीन महिन्यांपर्यंत सत्याग्रह स्थगित केल्याचे घोषित केले. लो. टिळकांचे सहकारी गणेश श्रीकृष्ण तथा दादासाहेब खापर्डे हे वरिष्ठ विधिमंडळाचे सदस्य असून अंबादेवी मंदिराच्या समितीचे अध्यक्ष होते. परिषदेचे काम आंबेडकरांच्या जयजयकारात संपले. डॉ. आंबेडकर मुंबईस निघण्यापूर्वी त्यांच्या सन्मानार्थ 'महाराष्ट्र केसरी'चे संपादक चव्हाण आणि केशवराव देशमुख यांनी चहापानाचा समारंभ घडवून आणला.

ह्या परिषदेसंबंधी आणखी एक गोष्ट नमूद करण्यासारखी आहे. ती अशी की, आंबेडकरांचे बंधू बाळाराम आंबेडकर हे मुंबईस १२ नोव्हेंबर १९२७ या दिवशी मृत्यू पावल्याची आंबेडकरांना तार आली. तेव्हा परिषदेचे कामकाज थोडा वेळ स्थगित करण्यात आले होते. बाळाराम फर्स्ट ग्रेनेडियर पलटणीत वादक होते. पलटणीत असतानाच त्यांचे शिक्षण इंग्रजी पाच सहा इयत्तेपर्यंत झाले

होते. त्यांचे वाचन दांगडे होते. परंतु त्यांचे दारूचे व्यसनही तितकेच दांडगे होते. आंबेडकर विलायतेत होते तेव्हा त्यांचे कुटुंब विपन्नावस्थेत असताना त्या कुटुंबास त्यांनी आधार दिला होता. त्यानंतर ते वेगळे राहत असत. शरीर बळकट, मनाने निर्भय, कृतीने करारी, स्वभावाने प्रेमळ नि मनमिळाऊ अशी ही व्यक्ती स्वाध्यायशीलतेच्या जोरावर आपल्या समाजात मोठा प्रभावी वक्ता म्हणून गाजली होती. वादकाचा व गवयाचा धंदा ह्यांसारख्या पेशांवर उपजीविका करता करता बाळाराम शेवटी मुंबई नगरपालिकेच्या एका खात्यात कारकुनाच्या जागेवर स्थिरावले होते. त्यांना सेवानिवृत्त होण्यास सहा महिने अवधी होता. मृत्युसमयी त्यांना एक विवाहित मुलगी होती. तिचे नाव सखुबाई तांबुसकर. त्यांची इतर मुले नि दोन बायका ह्या पूर्वीच कालवश झाल्या होत्या. बंधूंच्या प्रेतयात्रेस प्रचंड संख्येने उपस्थित राहून सहानुभूती दाखविलेल्या शेकडो लोकांचे आंबेडकरांनी मुंबईस परतताच मन:पूर्वक आभार मानले.

याच आठवड्यात 'इंडिया अँड चायना' ह्या ग्रंथाचे लेखक फिलीप स्प्रॅट यांचा खटला मुंबईच्या वरिष्ठ न्यायालयात चालला. भुलाभाई देसाई नि बॅ. तल्ल्यारखान यांच्याबरोबर बाबासाहेब आंबेडकरांनी स्प्रॅटच्या बचावाचे काम केले. स्प्रॅट निर्दोषी ठरले. ब्रिटिश कम्युनिस्ट पक्षाचे हे सभासद पुढे भारतात स्थायिक झाले.

महाड सत्याग्रहाचा दिवस जसजसा जवळ येत चालला तसतसे महाडमधील वातावरण तापू लागले. नियोजित सत्याग्रहाचे तीन तेरा कसे करायचे ह्याचा विचार करण्यासाठी वीरेश्वर मंदिरात सनातन्यांनी १७ नोव्हेंबर १९२७ रोजी सभा भरविली होती. ती सभा रात्री १२ वाजेपर्यंत होऊ शकली नाही. सुरबा टिपणीस नि बापूराव जोशी ह्यांच्या नेतृत्वाखाली गोळा झालेल्या तरुणांनी ती सभा उधळून लावली. पुण्यातील हिंदुसभेच्या कार्यकर्त्यांनी महाडास येऊन सनातन्यांना युगधर्माची मात्रा दिली. परंतु त्यांच्या पिढीजात वेडेपणावर त्याचा काहीच उपयोग झाला नाही. दोन्ही बाजूची मते पेटू लागलेली पाहून जिल्हाधिकाऱ्यांनी महाडला भेट दिली. त्यांनी दोन्ही बाजूंच्या पुढाऱ्यांना भेटीस बोलावून प्रश्न सामोपचाराने मिटविण्याचा प्रयत्न केला. सत्याग्रहाला बंदी करण्याची स्पृश्य हिंदूंची मागणी त्यांनी धुडकावून लावली. तेव्हा स्पृश्य हिंदूंच्या वतीने पांडुरंग रघुनाथ धारप, जात-ब्राह्मण, धंदा-व्यापार, नरहरी दामोदर वैद्य, जात-ब्राह्मण, धंदा-वैदिक ब्राह्मण; रामनारायण गिरीवारी मारवाडी, जात-मारवाडी, धंदा-व्यापार; गणपत

भिकू गांधी गुजर, जात-गुजर, धंदा-व्यापार; बाळकृष्ण नारायण बागडे, जात-शिंपी, धंदा-व्यापार; नारायण अनंतराव देशपांडे, जात-कायस्थ प्रभू, धंदा-लिहिण्याचा; रामचंद्र धर्माजी जाधव, जात-मराठा, धंदा-व्यापार; मारुती सीताराम-वडके, जात-तांबट, धंदा-शेती आणि रामचंद्र आत्माराम शेटे, जात-वैश्यवाणी, धंदा-व्यापार अशा नऊ प्रतिनिधींनी दिवाणी न्यायालयात डॉ. भीमराव आंबेडकर, जात-मिराशी, धंदा-वकिली; सीताराम शिवतरकर, जात-मिराशी, धंदा-नोकरी; कृष्णनाथ ऊर्फ कृष्ण सयनाक महार, राहणार-महाड आणि गण्या मालू चांभार, राहणार-महाड ह्या चौघांवर १२ डिसेंबर १९२७ रोजी फिर्याद दाखल केली. अस्पृश्य लोकांनी चवदार तळ्यावर जाऊन त्यातील पाणी भरू नये, अशी त्यांस निरंतरची ताकीद द्यावी असे फिर्यादीचे म्हणणे होते. त्याच दिवशी अस्पृश्यांना चवदार तळ्यावर पाणी भरण्यास मनाई हुकूम काढावा, ह्यासाठी त्याच नऊ लोकांनी दुसरा दावा महाड येथील दुय्यम न्यायालयात केला. या दुसऱ्या खटल्याचा निर्णय १४ डिसेंबर १९२७ रोजी वैद्य नामक न्यायाधीशाने केला.

न्यायाधीश वैद्य ह्यांनी असे आज्ञापत्र काढले की, न्यायालयाचे दुसरे आज्ञापत्र देईपर्यंत सर्व अस्पृश्य लोकांनी अगर त्यांच्या वतीने तुम्ही, महाड येथील चवदार तळ्यावर जाऊ नये व त्या तलावावर पाणी भरू नये. हे आज्ञापत्र आंबेडकरादी उपरोक्त प्रतिनिधींवर बजावण्यात आले. ते आज्ञापत्र देताना न्यायाधीश म्हणाले, ''मला मोठे कर्तव्य करावे लागत आहे. परंतु कर्तव्याच्या हाकेपुढे आवडीनिवडीला वाव नसतो.'' अशा रीतीने सनातनी नि प्रतिगामी वृत्तीच्या हिंदूंनी आंबेडकरांना दोन आघाड्यांवर लढण्यास भाग पाडले. एका बाजूला अस्पृश्य समाजाच्या उद्धाराविषयी उदास असलेल्या परकीय सरकारने घातलेली बंदी-आज्ञा नि दुसऱ्या बाजूला सनातनी ब्राह्मणांच्या नेतृत्वाखाली सज्ज झालेले निष्ठुर असे परंपरावादी. झगडा आता अटळ झाला.

मध्यंतरी 'बहिष्कृत हितकारिणी सभे'ची बैठक होऊन हरी विलास सारडा यांनी मध्यवर्ती विधिमंडळात आणलेल्या संमती वयाच्या विधेयकास पाठिंबा देण्यात आला. वयाची मर्यादा १८ असावी असे ठरले. बाहेर सत्याग्रहाची तयारी होत असता समाजसुधारणेसाठी चाललेल्या खटपटींना डॉक्टर साथ देत होते. परिषदेच्या सिद्धतेसाठी कार्यकर्त्यांनी अतिशय कष्ट केले. परिषदेचा मंडप उभारण्याकरिता कोणी स्पृश्य हिंदू जागा देईना. म्हणून फत्तेखान मुसलमानाची जागा मिळविण्यात आली. स्थानिक व्यापाऱ्यांनी परिषदेच्या कार्यकर्त्यांवर बहिष्कार टाकल्यामुळे परिषदेच्या प्रतिनिधींना दहा दिवस पुरेल एवढा धान्यसाठा आणि इतर सामग्री त्यांना बाहेरून आणावी लागली. त्यासाठी अनंतराव चित्रे

यांनी प्रचंड खटाटोप केला. अन्नपाण्याची व्यवस्था करणे, प्रतिनिधींची सोय करणे नि परिषदेत शिस्त राखणे, ही कामे सुभेदार घाटगे ह्यांजकडे सोपविली होती. प्रतिनिधींच्या नुसत्या न्याहारीला सुमारे हजार रुपयांचे चणे-चुरमुरे घ्यावे लागले. परिषदेचा दिवस जवळ येऊन ठेपला. सरकार व सनातनी महाडला मोर्चे लावून बसले. १९ डिसेंबर १९२७ रोजी जिल्ह्यातील प्रमुख अधिकारी महाडला तळ देऊन बसले. आरक्षक तळ्याभोवती कडे धरून संग्रामास सिद्ध झाले. धर्मघातकी सनातन्यांना नि निष्ठुर परंपरावाद्यांना तर स्फुरणच चढले होते. परिषदेचे शेकडो प्रतिनिधी नि त्यांचा तो समरप्रसंग प्रत्यक्ष पाहावा म्हणून शेकडो प्रेक्षक महाडात ठाण मांडून सत्याग्रह सेनापतीच्या आगमनाची आतुरतेने वाट पाहत होते. परिषदेच्या स्थळी जाऊन जिल्हाधिकारी प्रतिनिधींना नियोजित सत्याग्रहापासून जातीने परावृत्त करू पाहत होते. २४ डिसेंबर १९२७ रोजी सकाळी पद्मावती आगबोटीने नाशिकचे भाऊराव गायकवाड, पुण्याचे राजभोज, सत्याग्रह समितीचे कार्यवाह सीतारामपंत शिवतरकर, सोशल सर्व्हिस लीगचे गं. नी. सहस्रबुद्धे, समता संघाचे प्रधान बंधू या प्रमुख सहकाऱ्यांसमवेत डॉ. आंबेडकर परिषदेसाठी मुंबईहून महाडला निघाले. परिषदेस निघण्यापूर्वी आंबेडकरांनी एक प्रकट विनंतिपत्रक काढले होते. 'सत्याग्रहास येऊन आपल्यावरील अस्पृश्यतेचा कलंक धुऊन टाका. ज्यांना शक्य असेल त्यांनी द्रव्य नि धान्य द्यावे.

जेणे कुलवंत म्हणावे । तेही वेगी हजीर व्हावे ।
हजीर न होता कष्टावे । लागेल पुढे ॥'

असे अस्पृश्य जनतेस आवाहन केले होते. आगबोट सकाळी ९ वाजता सुटली. ती हरेश्वरला सायंकाळी साडेपाचला पोहोचली. बंदरोबंदरी सत्याग्रहींचा नि आंबेडकरांचाही जयजयकार घुमत होता. धरमतरला मोटारवाले संप करून पेच निर्माण करतील म्हणून ह्या दुसऱ्या मार्गाने सत्याग्रही निघाले होते. कोलमांड गावी सत्याग्रही सेना थांबली. सकाळी अल्पोपाहार घेऊन आठ वाजता दासगावला जाण्यास अंबा नावाच्या आगबोटीवर ही सेना चढली. दि. २५ डिसेंबरला दुपारी १२-३० वाजता ही सेना दासगावाला उतरली. तेथे त्यांच्या आगमनाची वाट पाहत असलेल्या तीन हजार सत्याग्रहींनी गगनभेदी आरोळ्यांनी आपल्या नेत्याचे नि सत्याग्रहीचे स्वागत केले. पोलीस दलाचे प्रमुख फॅरन्ट आपल्या हाताखालील अधिकाऱ्यांसहित तेथे उपस्थित होते. त्यांनी आंबेडकरांची भेट घेऊन जिल्हाधिकारी हूडसाहेब यांचे त्यांना तातडीचे पत्र दिले. पत्रातील विनंतीप्रमाणे जिल्हाधिकाऱ्यांना भेटण्यास निघण्यापूर्वी सत्याग्रही सेनेने पाचा-पाचांच्या रांगा करून महाडला मिरवणुकीने शांततेने यावे, अशी आंबेडकरांनी आज्ञा दिली.

आणि पोलीसप्रमुखासहित पोलिसांच्या मोटारीने जिल्हाधिकाऱ्यांस भेटण्यास सेनानी आंबेडकर निघाले. त्यांच्यासमवेत सहस्रबुद्धे होते.

दासगाव ते महाड पाच मैल अंतर आहे. सव्वातीन हजार सत्याग्रही पाचापाचांच्या रांगेने रस्त्यातून 'हर हर महादेव', 'महाड सत्याग्रही की जय', 'बाबासाहेब आंबेडकर की जय' अशा गगनभेदी घोषणा करीत व समरगीते म्हणत महाडास निघाले. अग्रभागी बँड होते. मिरवणुकीमागे पोलीस होते. दुपारी २-३० वाजता ती मिरवणूक परिषदेच्या ठिकाणी पोचली. मंडपासमोर सत्याग्रही सेनेचे स्वागत करताना अनंतराव चित्रे यांनी रायगडकडे बोट दाखवून अंगीकृत कार्यात यश यावे म्हणून सर्व सत्याग्रहींकडून शिवाजीचा व जिजाईमातेचा जयजयकार करविला. त्या जयजयकाराने चारी दिशा दुमदुमून गेल्या. परिषदेच्या मंडपाच्या खांबांवरून सुभाषिते, संतवचने, म्हणी अन् घोषवाक्ये ह्यांचे फलक झळकत होते. साऱ्या मंडपात एकच छायाचित्र होते. ते महात्मा गांधींचे.

आंबेडकर जिल्हाधिकाऱ्यांना भेटले. भेटीत जिल्हाधिकाऱ्यांनी सौम्य शब्दांत बंदी-आज्ञा न मोडण्याविषयी आंबेडकरांचे मन वळविण्याचा प्रयत्न केला. 'सत्याग्रह कराच असा जमलेल्या लोकांना मी सल्ला देईन. परंतु माझ्या मनाचे दडपण त्यांच्यावर आणणार नाही. तथापि, जर बहुमताने सत्याग्रह करणे ठरले, तर जिल्हाधिकाऱ्यांस परिषदेमध्ये बोलण्यास संधी देऊ,' असे आंबेडकरांनी मान्य केले. तेथून आंबेडकर परिषदेच्या मंडपाकडे गेले. तेथे सर्वांसमवेत त्यांनी साधे अन्न सेवन केले. स्वत:साठी निराळे अन्न घेण्यास त्यांनी नाकारले. परिषद सुरू झाल्यापासून चवदार तळ्याच्या भोवती पोलिसांचा कडेकोट बंदोबस्त सुरू झाला. तळ्याच्या आसमंतातील भागास १४४ कलम लावले होते.

सायंकाळी ४-३० वाजता परिषदेचे कामकाज सुरू झाले. शुभ संदेश वाचण्यात आले. नंतर टाळ्यांच्या कडकडाटात नि घोषणांच्या नि जयजयकारांच्या गर्जनात आंबेडकर आपले अध्यक्षीय भाषण करण्यास उठले. आठ दहा हजार श्रोत्यांपैकी बहुतेकांची पाठ ओकी होती. त्यांच्या दाढीचे केस वाढलेले होते. गरीब पण तरतरीत दिसणाऱ्या स्त्रियांचा समुदाय मोठ्या उत्सुकतेने नि अभिमानाने साहेबांकडे पाहत होता. सर्वांचे चेहरे नवीन उत्साहाने व आशेने टवटवीत झालेले होते. नेत्याने हात वर करताच मंडपात स्तब्धता पसरली. आंबेडकरांनी आपल्या भाषणास शांत नि गंभीर स्वरात आरंभ केला. ते म्हणाले : 'महाडचे तळे सार्वजनिक आहे. महाड येथील स्पृश्य इतके समजूतदार आहेत की, ते आपणच या तळ्याचे पाणी नेतात असे नव्हते तर कोणत्याही धर्माच्या माणसाला त्या तळ्याचे पाणी भरण्यास त्यांनी मुभा ठेविली आहे.

त्याप्रमाणे मुसलमान नि परधर्मीय लोक ह्या तळ्याचे पाणी नेतात. मानव योनीपेक्षा कमी मानलेल्या पशुपक्ष्यांच्या योनीतील जीव जंतूंसही त्या तळ्यावर पाणी पिण्यास ते हरकत घेत नाहीत. महाडचे स्पृश्य लोक अस्पृश्यांना चवदार तळ्याचे पाणी पिऊ देत नाहीत. याचे कारण अस्पृश्यांना स्पर्श केला असता ते पाणी नासेल किंवा त्याची वाफ होऊन ते नाहीसे होईल अशामुळे नव्हे. अस्पृश्यांना ते पिऊ देत नाहीत याचे कारण हेच की, शास्त्राने असमान ठरविलेल्या जातींना आपल्या तळ्यातील पाणी पिऊ देऊन त्या जाती आपल्या समान आहेत असे मान्य करण्याची त्यांची इच्छा नाही. चवदार तळ्यातील पाणी प्याल्याने आम्ही अमर होऊ अशातला भाग नाही. आजपावेतो चवदार तळ्याचे पाणी प्यालो नव्हतो, तरी तुम्ही आम्ही काही मेलो नव्हतो. इतरांप्रमाणे आम्हीदेखील माणसेच आहोत हे सिद्ध करण्याकरताच त्या तळ्यावर आपणास जावयाचे आहे.

'आमची ही सभा अपूर्व अशी आहे. ही सभा समतेची मुहूर्तमेढ रोवण्यासाठी बोलावण्यात आली आहे. आजच्या आपल्या सभेत व फ्रान्समधील व्हर्साय मुक्कामी ता. ५ मे १७८९ रोजी भरलेल्या फ्रेंच लोकांच्या क्रांतिकारक राष्ट्रीय सभेत अत्यंत मोठे साम्य आहे. फ्रेंच लोकांची ही सभा फ्रेंच समाजाची संघटना करण्यास्तव बोलाविण्यात आली होती. आमची ही सभा हिंदू समाजाचे संघटन करण्यासाठी बोलाविण्यात आली आहे. फ्रेंच राष्ट्रीय सभेने जो जाहीरनामा काढला, त्याने नुसत्या फ्रान्स देशातच क्रांती केली नाही, तर सर्व जगात केली. सर्व माणसे जन्मत: समान दर्जाची आहेत व ती मरेपर्यंत समान दर्जाचीच राहतात, हे जन्मसिद्ध मानवी हक्क कायम राहावेत हाच राजकारणाचा अंतिम हेतू होय.

'नुसती रोटीबंदी किंवा बेटीबंदी गेली म्हणून अस्पृश्यता गेली असे मानण्याचा मूर्खपणा करू नका. बेटीबंदीचे उच्चाटन करणे हाच खरा समता प्रस्थापित करण्याचा मार्ग आहे. आपल्या लोकांना पोलिसांत किंवा कोर्टकचेरीत औषधालासुद्धा प्रवेश मिळावयाचा नाही. याचे कारण आपल्याला कायद्याने बंदी केली आहे असे नाही. हिंदू लोक आपणांस अस्पृश्य मानतात व हीन लेखतात म्हणून सरकार आपल्या नोकरीत आम्हांस प्रवेश देऊ शकत नाही. तसेच, अस्पृश्यतेमुळे आपल्या हातचा कोणी माल घेणार नाही म्हणून उजळ माथ्याने आपणास धंदा करता येत नाही. यास्तव हिंदू समाज समर्थ करायचा असेल, तर चातुर्वर्ण्य आणि असमानता यांचे उच्चाटन करून हिंदू समाजाची रचना एकवर्ण नि समता या दोन तत्त्वांच्या पायावर केली पाहिजे. अस्पृश्यतानिवारण्याचा मार्ग

हा हिंदू समाज समर्थ करण्याच्या मार्गापासून भिन्न नाही. म्हणून मी म्हणतो की, आपले कार्य जितके स्वहिताचे आहे, तितकेच राष्ट्रहिताचे आहे यात काही किंतु नाही.'

नंतर निरनिराळे ठराव पसार करण्यात आले. पहिल्या ठरावाने हिंदुमात्राच्या जन्मसिद्ध हक्कांचा जाहीरनामा उद्घोषित करण्यात आला. सर्व माणसे जन्मत: समान दर्जाची आहेत व मरेपर्यंत समान दर्जाची राहतील. विषमतामूलक समाजरचनेचा पुरस्कार करणाऱ्या प्राचीन नि अर्वाचीन ग्रंथांचा तीव्र निषेध करण्यात आला. श्रुती, स्मृती नि पुराण वगैरे ह्यांचे प्रामाण्य कबूल करण्यास ही परिषद तयार नाही. ज्या गोष्टीला कायद्याने मनाई केलेली नसेल, ती करण्यास सर्वांना मोकळीक असावी. रस्ते, पाणवठे, देवालये वगैरे ठिकाणी कोणासही प्रतिबंध नसावा, हा ठराव सीतारामपंत शिवतरकर यांनी मांडला. भाऊराव गायकवाड, एन्. टी. जाधव व गंगूबाई सावंत यांनी त्यावर जळजळीत भाषणे केली. दुसऱ्या ठरावाने शूद्र जातीचा उपमर्द करणारी, त्यांची प्रगती खुंटविणारी, त्यांचे आत्मबळ नष्ट करणारी, त्यांची सामाजिक, आर्थिक, राजकीय गुलामगिरी कायम ठेवणारी मनुस्मृती हिचाही परिषद दहनविधी करीत आहे, असे जाहीर करण्यात आले. हा ठराव मांडणारे सहस्रबुद्धे, नि त्याला पाठिंबा देणारे राजभोज यांची या ठरावावर परखड भाषणे झाली. तिसऱ्या ठरवान्वये असे जाहीर करण्यात आले की, सर्व हिंदू एकवर्णीय समजण्यात यावेत. चवथ्या ठरावाप्रमाणे धर्माधिकारी ही संस्था लोकमतानुवर्ती नि पुरोहित लोकनियुक्त असावेत, अशी मागणी करण्यात आली.

मनुस्मृतीचे दहन करावे असा ठराव झाल्यावर रात्री ९ वाजता परिषदेच्या समोर एका खड्ड्यात अस्पृश्य बैराग्याच्या हस्ते मनुस्मृतीची होळी करण्यात आली. अशा रीतीने अस्पृश्य समाजाच्या परिषदेने स्पृश्य हिंदूंच्या अत्यंत पूज्य अशा ग्रंथाचा प्रक्षोभकरीत्या धिक्कार केला. विषमता, निर्दयता नि अन्याय यांच्या त्या प्रतीकाला मूठमाती दिली. सर्व वक्त्यांनी मनुस्मृतीविषयी बोलताना त्यातील उपदेशाचा कठोर शब्दांत धिक्कार केला. धार्मिक ग्रंथावर झालेला हा असा भयंकर हल्ला आधुनिक भारतात पहिला नसला, तरी अपूर्वच म्हटला पाहिजे. १९२६ साली मद्रास प्रांतातील ब्राह्मणेतर पक्षाने मनुस्मृती ग्रंथाची होळी केली होती. परंतु अस्पृश्यांनीसुद्धा त्या ग्रंथाची होळी करावी, हे त्या युगमानाचे मोठे वैशिष्ट्यच म्हटले पाहिजे.

पंधराशे वर्षांपूर्वी किंवा त्याहूनही प्राचीन काळात रचलेला मनुस्मृती हा ग्रंथ सनातनी हिंदूंना सर्वज्ञ, मंगल नि परिपूर्ण असा आजही वाटतो ! शूद्रातिशूद्रांना त्यातील नियम बंधनकारक आहेत असे ब्राह्मणांना वाटते. परंतु ते स्वत: मात्र त्यातील नियम पाळीत नसतात. मनुस्मृतीतील नियमांप्रमाणे पाहता ब्राह्मणांना रासायनिक द्रव्ये, रंगीत कापड, फुले, सुवासिक द्रव्ये नि शस्त्रे यांचा धंदा वर्ज्य आहे. परंतु सांप्रतचे ब्राह्मण कपड्यांची दुकाने, रासायनिक द्रव्यांची दुकाने, अत्तरांची दुकाने, दुग्धालये, उपाहारगृहे, केशकर्तनालये इत्यादी विविध धंदे चालवितात. तरी त्यांचे समाजातील श्रेष्ठपद उणावत नाही. लो. टिळक ह्यांनी जिनिंगची गिरणी उभारली. त्यात त्यांचे ब्राह्मण्य उणावले नाही. परंतु ब्राह्मणेतरांच्या वेद वाचण्याच्या व वेदाभ्यास करण्याच्या अधिकारास त्यांनी कधीही पाठिंबा दिला नाही. असा हा सर्वधर्मकारणात ब्राह्मणांचा स्वार्थ साधून देतो, त्यालाच ब्राह्मणेतर ब्राह्मणधर्म म्हणतात !

मनुस्मृतीच्या दहनाने भारतातील तथाकथित पंडित, आचार्य आणि शंकराचार्य यांना हादराच बसला. काहींची तर गाळण उडाली. काही तर दिङ्मूढ झाले. ब्राह्मणधर्माचा मोठा वैरी म्हणून गणलेल्या भास्करराव जाधवांनाही हा हल्ला म्हणे अतिशय कठोर वाटला. कारण त्यांच्या मते मनुस्मृतीतील सर्वच गोष्टी निंद्य नव्हत्या. वर्तमान नि भविष्य काळात महान रूढिभंजक अन् मूर्तिभंजक म्हणून ज्यांती कीर्ती पसरली ते आंबेडकर खोट्या देवतांना त्यांच्या पारंपरिक उच्च नि पूज्य स्थानांवरून खाली ओढीत होते. मार्टिन ल्यूथरच्या काळानंतर एवढा मोठा मूर्तिभंजक हल्ला अहंकारी परंपरावाद्यांवर कुणीच केला नव्हता. यास्तव, २५ डिसेंबर १९२७ हा भारताच्या इतिहासात एक अत्यंत संस्मरणीय दिवस गणला जाईल. त्या दिवशी आंबेडकरांनी जुनी स्मृती जाळून हिंदूंच्या सामाजिक पुनर्रचनेला उपयोगी पडेल अशा नव्या स्मृतीची मागणी केली. अशा प्रकारे महाड हे हिंदू मार्टिन ल्यूथरचे विटेनबर्ग ठरले.

दुसऱ्या दिवशी बाबासाहेबांनी सत्याग्रहाचा ठरावा मांडला. ठराव मांडतेवेळी ते म्हणाले : 'आपल्या स्वत्वासाठी नि जन्मसिद्ध हक्कांसाठी तुम्ही लढा करण्यास सिद्ध आहात हे पाहून मला आनंद होत आहे. ह्या लढ्यात एकच गोष्ट लक्षात ठेवावयास पाहिजे. ती ही की, कोणतेही कायम स्वरूपाचे हित साधून घ्यायचे असेल तर त्रास व क्लेश सोसावे लागतात. तपश्चर्येशिवाय कोणालाही वर प्राप्त झाल्याची पुराणात किंवा इतिहासात साक्ष नाही. सुख हे नेहमी दु:खाअंती प्राप्त होत असते. तेव्हा मनाई हुकूम मोडल्यामुळे तुरुंगात जाण्याचा प्रसंग आला तर तुम्ही डगमगता कामा नये. तुरुंगात घातल्यावर कोणीही माफी मागता कामा नये.

काठ्या घेऊन सत्याग्रहास जाता येणार नाही. आपला मार्ग न्यायाचा आहे असे तुम्हांस वाटत असल्यास व अनेक हालअपेष्टा सहन करण्यास तुम्ही तयार असल्यास सत्याग्रहास संमती द्या. जर सत्याग्रह करण्याचे बहुमताने ठरले, तर जिल्हाधिकारी तुम्हांस दोन उपदेशपर गोष्टी सांगणार आहेत.'

बारा वक्त्यांनी ठरावास पाठिंबा दिला. आठ वक्त्यांनी विरोध दर्शविला. तथापि, परिषदेने प्रचंड बहुमताने ठरावास पाठिंबा दिला. त्यावर आंबेडकर पुन्हा म्हणाले, 'मी सांगतो म्हणून तुरुंगात जाऊन फशी पडणारे लोक मला नकोत. तुरुंगात जाईनच, पण माझी अस्पृश्यता मी घालवीन, असे म्हणणारी माणसे मला पाहिजेत. अशा तऱ्हेचा आत्मयज्ञ करण्यास किती माणसे तयार आहेत, हे ठरविणे प्राप्त आहे. जिल्हाधिकाऱ्यांच्या भाषणानंतर तुमचा निर्धार कायम राहिला, तर सत्याग्रह करू.'

परिषदेचे दुपारचे काम संपते न संपते तोच ब्राह्मणेतर नेते जेधे नि दिनकरराव जवळकर हे परिषदेच्या मंडपात आले. त्यांनी सत्याग्रहाच्या ठरावास आवेशयुक्त पाठिंबा दिला. आंबेडकरांसारख्या ज्ञानी नि कर्तबगार पुढारी तुमची दुःखे नाहीशी करील, असा त्यांनी परिषदेपुढे विश्वास प्रकट केला. स्वयंसेवकांनी सत्याग्रहींची नावे नोंदविली. सुमारे चार हजार लोक सत्याग्रह करण्यास उत्सुक होते. चवदार तळे जिंकू नाहीतर तुरुंगात जाऊ, नपेक्षा गावात पुन्हा तोंड दाखवणार नाही, अशी काही कडव्या कार्यकर्त्यांनी आपले गाव सोडताना प्रतिज्ञा केली होती. जिल्हाधिकारी आले. ते परिषदेला म्हणाले, 'सरकार तुमचे मायबाप आहे. कोर्टात दाव्याचा निकाल होईपर्यंत हा झगडा तुम्ही करू नका.' जवळकरांनी सत्याग्रह तहकूब करावा, असे मत दिले. सुभेदार घाटगे ह्यांनी तसेच मत दिले. अनेक वक्त्यांनी सत्याग्रह ठरावाचा तावातावाने पाठपुरावा केला. काही वक्त्यांनी बदसूर काढताच त्यांना आरडाओरडा करून प्रतिनिधींनी खाली बसविले. वातावरण तापत चालले होते. परिषदेचे काम रंगू लागले. इतक्यात ठरावावरील चर्चा दुसऱ्या दिवशी सकाळपर्यंत तहकूब केल्याचे आंबेडकरांनी जाहीर केले.

रात्री निवडक नेत्यांची बैठक होऊन तीत न्यायप्रविष्ट दाव्याचा निर्णय होईपर्यंत सत्याग्रह तहकूब करण्याचा निर्णय घेण्यात आला. तथापि, तळ्याच्या सभोवती फिरून येणारी मिरवणूक काढून परिषद संपवायची, असेही ठरले. हा निर्णय जिल्हाधिकाऱ्यांना रात्रीच कळविण्यात आला. दिनांक २७ डिसेंबरला सकाळी आंबेडकरांनी सत्याग्रह तहकूब करण्याचा ठराव स्वतःच मांडला. परिषदेत एकदम शांतता पसरली. परिषदेच्या उत्साहास, निर्धारास कलाटणी देण्याची ती वेळ होती. उत्साहाने प्रफुल्लित झालेल्या अनुयायांना आळा घालण्याचा तो समय

होता. आंबेडकरांनी मोठ्या चातुर्याने व शांतपणे बोलण्यास प्रारंभ केला. ते म्हणाले : 'आपल्यात निश्चयाचे बळ नव्हते हीच मोठी उणीव होती. ती उणीव तुम्ही भरून काढली आहे. जो समाज प्राणत्याग करण्यास तयार आहे, त्या समाजाची उन्नती झाल्याशिवाय राहणार नाही. तुम्ही सरकारचा कायदा मोडण्यास तयार आहात. असे शूर लोक आहात. यापेक्षा आणखी यश कोणते ? परंतु आज या शक्तीचा आपण उपयोग करू नये. आपला सत्याग्रह सरकारविरुद्ध होईल. सरकार साहाय्य करण्याचे आश्वासन देत असताना आम्ही सरकारविरुद्ध सत्याग्रह करणे अनुचित आहे. दुसरे असे की, महात्मा गांधींचा सत्याग्रह हा परकीय सत्तेविरुद्ध होता. म्हणून स्पृश्य हिंदूंचा त्यांना प्रचंड पाठिंबा होता. आपल्या सत्याग्रह स्पृश्य हिंदूंच्या विरुद्ध असल्यामुळे स्पृश्यांची आपणास मदत नाही.

'सत्याग्रह तहकूब केलात, तर आपली मानखंडना होईल असे तुम्ही मानू नका. मी सरकारला भीत नाही. मला तीन प्रकारची शिक्षा – कायदा मोडला म्हणून, ताकीद झिडकारली म्हणून आणि वकिली व्यवसायाच्या शिस्तीविरुद्ध वागलो म्हणून – होईल. त्याला माझी ना नाही. आज हा सत्याग्रह तहकूब करा असे जरी मी म्हणतो, तरी तळे काबीज केल्याशिवाय राहू नये हा जसा तुमचा निश्चय आहे, तसा माझा पण आहे. तो तडीस नेल्याशिवाय मी स्वस्थ बसणार नाही, हे पक्के ध्यानात असू द्या.'

हे भाषण ऐकत असताना प्रतिनिधींवरून निराशेची लाट घोंघावत गेली. ती दारुण निराशा कित्येकांना अत्यंत असह्य वाटली. अनेकांचा हिरमोड झाला. आपल्या नेत्याने ऐनवेळी मान टाकली, असे म्हणून काहीजण मनात चडफडलेसुद्धा. परंतु सत्याग्रहतहकुबीस मान तुकविण्यापलीकडे त्यांना दुसरा मार्गच नव्हता. परिषदेने ठरावास एकदाची मान्यता दिली.

लागलीच साडेदहा वाजता सर्व प्रतिनिधींची एक प्रचंड मिरवणूक निघाली. मिरवणुकीतील घोषणांनी नि जयजयकारांनी महाड गरजले. निशाणांनी व फलकांनी महाड गजबजले. चवदार तळ्याला मिरवणुकीने वळसा घातला. स्पृश्य हिंदू मात्र आपली घरेदारे बंद करून सुतक पाळीत होते. उफराटे मताचे जीर्णमतवादी सूडाच्या भावनेने शेपूट तुटलेल्या पालीप्रमाणे घरी तडफडत होते. दीड तासानंतर मिरवणूक परतून परिषदेच्या मंडपात विसर्जन पावली.

संध्याकाळी महाड येथील चांभारवाड्यात डॉ. आंबेडकरांनी एका सभेत चांभारांची चांगलीच कानउघडणी केली. ते म्हणाले : 'सत्याग्रहींची चमू ही वीरांची चमू आहे. वीरांच्या चमूत जातीपातीला थारा नाही. तुम्हांस सुख पाहिजे की माणुसकी पाहिजे ते ठरवा. माणुसकीशिवाय तुमचे वैभव व्यर्थ आहे.

तुमच्यासारख्या सुखवस्तू, स्वतंत्र व सुखी लोकांनी अस्पृश्यांना माणुसकी परत आणून देण्याचे कामात आतुरतेने भाग घेतला पाहिजे. हे पुण्य थोडे तरी जोडा. ह्यात जर तुम्ही भाग घ्याल, तर इतिहासात महारांबरोबर तुमचेही नाव अजरामर होईल. नाहीतर तुमची पुढची पिढी तुम्ही नामर्द होता, असा तुम्हांस दोष देईल.'

रात्री दहा वाजता परिषदेचे सूप वाजले. महाडात अस्पृश्य स्त्रियांची अतोनात गर्दी लोटली होती. मध्येच एक महार वृद्धा आक्रोश करीत परिषदेकडे आली. तिच्या रडण्याचे कारण विचारता ती म्हणाली, 'काही दुष्टांनी मला वाटेत सांगितले की, तुमच्या राजाचा 'खयो झाला !' दलितांचा राजा म्हणजे आंबेडकर. ते अमर. कावळ्यांच्या शापाने गुरे मरत नाहीत. परिषदेच्या मंडपात बाबासाहेबांनी स्त्रियांना उपदेश करावा म्हणून कार्यकर्त्यांनी एक सभा भरविली, त्या महिला भीडभाड सोडून रस्त्याने मंडपात येऊन बसल्या. त्यांच्या मनावर नवयुगाचे तेज फाकू लागले होते. आपल्या सुबोध, सरळ भाषेत आंबेडकर त्यांना म्हणाले, 'तुम्ही स्वत:स अस्पृश्य मानू नका. घरी स्वच्छता ठेवा. स्पृश्य हिंदू स्त्रिया नेसतात त्या पद्धतीने नेसा. फाटके का लुगडे असेना, ते स्वच्छ असावयास पाहिजे. तुमच्या पोटी जन्म घेणे हे पाप का व्हावे, इतरांच्या पोटी जन्म घेणे हे पुण्यप्रद का ठरावे, ह्याचा तुम्ही विचार करा. तुम्ही प्रतिज्ञा करा की, अशा कलंकित स्थितीत आम्ही यापुढे जगणार नाही. तुम्ही सर्वांनी जुन्या व गलिच्छ चालीरीती सोडून दिल्या पाहिजेत. सध्याच्या दिवसांत कोणी कसे वागावे यावर बंदी नाही. त्याप्रमाणे भाराभर गळसऱ्या व हातात कोपरभर चांदीचे गोट-पाटल्या, ही तुम्हांस ओळखण्याची खूण आहे. दागिना घालायचा झाला, तर तो सोन्याचा घाला. घरात कोणतीही अमंगल गोष्ट होऊ देऊ नका. मेलेल्या जनावरांचे मांस खाणे बंद करा. दारूबाज नवऱ्यांना, भावांना अगर मुलांना जेवायला घालू नका. मुलींना शिक्षण द्या. ज्ञान आणि विद्या ह्या गोष्टी स्त्रियांनाही आवश्यक आहेत. खाण तशी माती. 'पुत्र व्हावा ऐसा गुंडा । ज्याचा तिही लोकी झेंडा ॥' अशी महत्त्वाकांक्षा ठेवून जगा.' दुसऱ्या दिवशी पहाटे स्त्रियांनी आपापल्या गावात परत जाण्याच्या वेळी आपापली वेषभूषा आपल्या नेत्याच्या आदेशाप्रमाणे पालटली होती. ते दृश्य पाहून डॉ. आंबेडकर आनंदाने गहिवरले. लोकांना आश्चर्य वाटले. आंबेडकरांच्या त्या युगवाणीचाच तो प्रताप होता.

अशा रीतीने महाडचा धर्मसंगर संपला. या धर्मसंगराने जुन्या युगाचा अंत झाला. भारतातील नवीन युगाचे आगमन आंबेडकरांच्या मानवी समानतेच्या

हक्कासाठी काढलेल्या त्या जाहीरनाम्याने नि काँग्रेसच्या संपूर्ण स्वातंत्र्याच्या मद्रासच्या ठरावाने घोषित झाले. महाडची घोषणा सामाजिक स्वातंत्र्याची, तर मद्रासची घोषणा राजकीय स्वातंत्र्याची हा एक महान योगच म्हणायचा. भारताच्या धार्मिक, सामाजिक व राजकीय मूल्यांची मोजमाप करण्याची ती विवेकपूर्ण मागणी होती.

महाड संगराचे अस्पृश्यांच्या मनावर फार खोलवर पडसाद उमटले. सरकारवरही त्याचा काही थोडाथोडका परिणाम झाला नाही. अस्पृश्य वर्ग हा लेचापेचा नाही, त्याची आता उपेक्षा करता नये, असे सरकारलाही वाटू लागले. सनातनी धर्ममार्तंडांना तर प्रचंड हादरा बसला. अस्पृश्य वर्गाच्या ठायी निर्माण झालेले तेज, जागृती व स्वावलंबन ही आता दबली जाणारी नव्हती. अन्यायाचा प्रतिकार करण्यासाठी आपण आता संघटना उभारू शकतो, आपण आपले गाऱ्हाणे मांडू शकतो. आपण आता एकटे नि थिटे नाही, इतर जिल्ह्यांतील आपले अस्पृश्य बंधू संकटाच्या वेळी आपल्या साहाय्याला धावून येऊ शकतील, असा त्यांना विश्वास वाटू लागला.

महाड येथे सुरू झालेल्या सामाजिक स्वातंत्र्ययुद्धापासून आणखी एक महत्त्वाची अशी शक्ती निर्माण झाली. ती शक्ती म्हणजे आंबेडकरांचे देदीप्यमान व्यक्तिमत्त्व. आंबेडकरांचे कार्य नि कीर्ती ही भारताच्या कानाकोपऱ्यात पसरली. त्यांचे नेतृत्व हे त्या संगराचे फळ. आंबेडकरांचे नेतृत्व हे एक निरपवाद सत्य आहे, असे आता सिद्ध झाले. आंबेडकरांचे नाव भारतातील अस्पृश्य वर्गाला ललामभूत झाले. ते त्यांच्या सौभाग्याचे आणि स्वातंत्र्याचे प्रतीक ठरले. ते नाव त्यांना मंत्राप्रमाणे मुग्ध करू लागले. महाडच्या संगरामुळे आंबेडकर हे केवळ ज्ञानी पुरुष नसून राजकारणी पुरुषही आहेत, केवळ विद्याभूषण नसून कृतिशूर नेतेही आहेत, हे सिद्ध झाले. विद्येची नि व्यवहाराची बेमालूम सांगड झाली आहे, असे दिसून येते.

मनुस्मृतीच्या होळीसंबंधी आणखी विशेष सांगितले पाहिजे असे नाही. मनुस्मृती ही त्रिवर्णिकांच्या हक्कांचा जाहीरनामा होता. ती शूद्रातिशूद्रांच्या गुलामगिरीची गीता होती. म्हणूनच तिची होळी करण्यात आली. अस्पृश्यांच्या गाऱ्हाण्यांकडे, दारिद्र्याकडे, दु:खाकडे नि हालअपेष्टांकडे स्पृश्य हिंदूंचे लक्ष वेधावे म्हणून हातावर शिर घेऊन आम्ही ते दिव्य केले, असे पुढे आंबेडकरांनी त्र्यं. वि. पर्वते यांना सांगितले.[१]

---

१. पर्वते, त्र्यं. वि., मी घेतलेल्या मुलाखती, पृ. ५८-५९.

सामाजिक गुलामगिरीचे उच्चाटन करण्यासाठी आंबेडकरांनी महाड येथे केलेली मनुस्मृतीची होळी आणि राजकीय गुलामगिरीचे उच्चाटन करण्यासाठी पुण्यात सावरकरांनी केलेली विदेशी कापडाची पहिली होळी यांत बरेच साम्य आहे. प्राचीन धर्मग्रंथांविषयी महाराष्ट्रातील या दोन समाजक्रांतिकारकांच्या दृष्टिकोनांत थोडा फरक आहे. मनुस्मृतीच्या होळीमुळे सर्वसाधारण सर्वच स्पृश्य हिंदूंचे धाबे दणाणले. धार्मिक ग्रंथ, हिंदूंच्या भोळसट श्रद्धा नि गाय यांवरील सावरकरांचे प्रक्षोभक नि मूर्तिभंजक लेख व विचार वाचून तथाकथित थंड, गरम नि जुजबी समाजसुधारकसुद्धा बेचैन होत. मनुस्मृतीची होळी करणे आणि गाईचे मांस राष्ट्रसंरक्षणाच्या प्रसंगी आवश्यक तर खाऊनही शत्रूवर जय मिळवावा, असा उपदेश करणे, ह्या दोन्ही गोष्टी सनातन्यांनाच नव्हे, तर अर्धसुधारक, सनातनी सुधारक, यांना महाभयंकर वाटाव्या. परंतु सावरकरांचा हल्ला व आंबेडकरांचा हल्ला यांच्या भूमिकेत थोडा फरक आहे. जुने धर्मग्रंथ विज्ञानाच्या कसोटीवर घासून त्यातले जे जे सद्य:परिस्थितीस अनुकूल ते ते स्वीकारावे; जे जे संघटनेस अयोग्य, उन्नतीस अपायकारक ते ते त्याज्य मानावे; मनुस्मृती आजच्या हिंदू समाजाला बंधनकारक वा हितावह आहे असे सावरकरांना वाटत नाही. आंबेडकरांच्या पिढ्यान् पिढ्या मनुस्मृतीच्या गुलामगिरीखाली चिरडल्या गेल्या. त्यामुळे ते रूसोच्या घणाघाती त्वेषाने तिच्यावर हल्ला करतात. सावरकर जन्माने ब्राह्मण. त्यांच्या पूर्वजांना सामाजिक गुलामगिरीची झळ लागलेली नसल्यामुळे त्यांचे मत असे की जुने धर्मग्रंथ उपयुक्त नसतील, तर ते ऐतिहासिक दुवे म्हणून कोपऱ्यात जपून ठेवावे इतकेच. आंबेडकर ब्राह्मण असते नि सावरकर महार असते, तर त्यांनी वेगळे वर्तन केले असते यात काही संदेह नाही.

परिषद संपल्यावर आंबेडकर आणि त्यांचे सहकारी महाड येथील बुद्धकालीन लेणी पाहावयास गेले. बौद्ध भिक्षुकांची तेथे असलेली ती आसने नि बुद्धकालीन त्या मंगल मूर्ती पाहून आंबेडकरांचे नयन प्रेमाश्रूंनी भरून आले. बौद्ध भिक्षूंनी ब्रह्मचारी राहून, दारिद्र्यास कवटाळून समाजाची नि:स्वार्थ बुद्धीने कशी सेवा केली याविषयी माहिती देत असता त्यांचा कंठ दाटून आला. त्या आसनांवर बुद्धकालीन धर्मोपदेशक बसले असतील, ह्यासाठी त्यांच्या आदरार्थ आपण त्यावर बसू नये, असा त्यांनी आपल्या सहकाऱ्यांना मोठ्या भक्तिभावाने उपदेश केला.

लेणी पाहून झाल्यावर ते सर्वजण आधुनिक भारताला पवित्र अन् पूज्य वाटणाऱ्या स्थानी गेले. ते स्थान म्हणजे छत्रपती शिवाजीमहाराज ह्यांची राजधानी रायगड. शिवाजी म्हणजे आधुनिक भारताचा त्राता. स्वराज्याचे प्रतीक. राष्ट्राभिमानाचे मूळ. मंगल स्फूर्तीचा झरा. आंबेडकर रायगडाच्या मार्गावर असता

आसमंतातील वातावरणात त्यांच्या जिवाला अपाय करण्याच्या हेतूने काही अविचारी लोक दबा धरून बसले असावे. दुष्टांनी फुंकर घातल्यामुळे त्यांच्या अविचाराचे स्फुल्लिंग पेट घेत होते. अस्पृश्यांचा महाड सत्याग्रह विफल ठरावा म्हणून ज्यांनी आकांडतांडव केले होते, त्यांपैकी काही सूडाने वेडे झाले होते. आंबेडकरांच्या जिवास ते सैतान अपाय करण्याची तयारी करून वाटेत कुठेतरी दबा धरून बसले आहेत, अशी अफवा अस्पृश्य मंडळींच्या कानांवर गेली. त्यामुळे आसपासच्या दऱ्याखोऱ्यांतील अस्पृश्य मंडळी आंबेडकरांच्या संरक्षणार्थ छातीचा कोट करण्यासाठी रायगडकडे धावली.

रायगडावरील भग्न पण भव्य प्रतीके पाहून आंबेडकरांच्या मन:चक्षूंपुढून शिवकालीन वीरांच्या नि मुत्सद्यांच्या चमू सरकल्या असतील. थकून गेल्यामुळे मंडळी रात्री लवकर झोपी गेली. रायगडवरील एका दालनात ते झोपी गेले असता खालून कुणी तरी पाणी शिंपडले. कोणीतरी खाली बोलत असल्याचे ऐकू येत होते. आतील मंडळींचे धाबे दणाणले. 'सावध राहा. वैऱ्याची रात्र आहे' असे खालून अस्पष्ट आवाज आले. परंतु ह्या मंडळींना ते कोण असावेत हे कळेना. रात्र एकदाची सरली. दिवस उजाडला. पाहतात तो ते त्यांचेच रखवालदार. त्यांची आपल्या नेत्यावरील भक्ती अमर्याद होती. त्यांनी वेळीच सावधगिरी बाळगली हे ठीक झाले. म्हणूनच तो भयंकर प्रसंग टळला. सर्वांना अत्यानंद झाला. गडाखालील आवारातील अस्पृश्य स्त्रियांनी आपल्या राजाला उत्साहाने पंचप्राणांची आरती ओवाळली. त्याला सुरक्षित ठेवल्याविषयी विधात्यास धन्यवाद दिले. आंबेडकरांचे काही वाईट करता आले नाही तरी, आंबेडकर शिवाजी-महाराजांच्या सिंहासनावर बसले, अशी आवई उठवून आंबेडकरांच्याविरुद्ध लोकांच्या मनात गैरसमजाचे विष कालविण्याचा त्यांच्या शत्रूंनी प्रयत्न केलाच !

७

राजकीय क्षितिजावर उदय

दलित वर्गातील लोक आता नवीन प्रकाशात इतस्तत: विखुरलेल्या आपल्या आध्यात्मिक नि ऐतिहासिक स्फूर्तिस्थानांचा शोध करू लागले. त्यांनी नाशिक येथे १९२८ च्या जानेवारी महिन्यात आपल्या दलित वर्गातील एक महान संत चोखामेळा ह्याच्या नावाने एक देवालय बांधण्याच्या प्रश्नाचा ऊहापोह करण्याच्या उद्देशाने एक सभा बोलाविली होती. सभेचे अध्यक्षस्थान स्वीकारण्यासाठी आंबेडकरांना बळेच पाचारण केले होते. सभेत ह्या प्रश्नावर साधक-बाधक चर्चा होऊन असा निर्णय घेण्यात आला की आपल्या संतांच्या नावाने देवालये बांधण्यापेक्षा दलित वर्गाने आपला दुर्दम्य उत्साह अस्पृश्यतेचा कलंक धुऊन काढण्याच्या कार्यी लावावा. हे कार्य करणे म्हणजे संतांचे खरे स्मारक उभारणे होय. खरे म्हणजे अस्पृश्यांना निराळी देवळे असावीत ह्या कल्पनेस आंबेडकरांचा मूलभूत विरोध होता. एकतर देऊळ बांधण्याच्या खर्चाचा अवजड आर्थिक बोजा गरिबांवर पडला असता. दुसरे असे की आंबेडकरांना मूर्तिपूजेपेक्षा माणुसकीचे मूल्य अधिक वाटे.

परंतु महाराष्ट्रीय संतांच्या कार्याविषयी आंबेडकरांची भूमिका कोणती होती, हे लक्षात घेणे आवश्यक आहे. आंबेडकरांच्या मते 'एका वर्गाचे दुसऱ्या वर्गावर वर्चस्व राहणे यात चातुर्वर्ण्याचे मर्म आहे. चातुर्वर्ण्याविरुद्ध अनेक बंडे झाली. त्यात महाराष्ट्रातील भागवतधर्मी संतांचे बंड प्रमुख होय. पण या बंडातील लढा अगदी निराळा होता. इतर माणसांप्रमाणेच माणूस असलेला ब्राह्मण श्रेष्ठ की ईश्वरभक्त श्रेष्ठ, असा तो लढा होता. ब्राह्मण माणूस श्रेष्ठ की शूद्र माणूस श्रेष्ठ हा प्रश्न सोडविण्याच्या भरीस साधुसंत पडले नाहीत. या बंडात साधुसंतांचा जय झाला व भक्तांचे श्रेष्ठत्व ब्राह्मणांना मान्य करावे लागले.

'तरीसुद्धा या बंडाचा चातुर्वर्ण्यविध्वंसनाच्या दृष्टीने काहीच उपयोग झाला नाही. भक्तीच्या मुलाम्याने माणुसकीला किंमत येते असे नाही. तिची किंमत स्वयंसिद्ध आहे. हा मुद्दा प्रस्थापित करण्यासाठी संत भांडले नाहीत. त्यामुळे

चातुर्वर्ण्याचे दडपण कायम राहिले. संतांच्या बंडाचा एक मोठाच दुष्परिणाम झाला. तुम्ही चोखामेळ्यासारखे भक्त व्हा, मग आम्ही तुम्हांला मानू, असे म्हणून दलित वर्गाची वंचना करण्याची एक नवी युक्ती मात्र त्यामुळे ब्राह्मणांच्या हाती सापडली. दलित वर्गातील कुरकुरणारी तोंडे त्या उपायाने बंद होतात, असा ब्राह्मणांचा अनुभव आहे. सांप्रदायी लोक साधुसंतांच्या चमत्काराच्या दंतकथा शक्य तितक्या अतिशयोक्तीने वर्णन करतात, परंतु साधूंनी प्रतिपादिलेल्या न्यायबुद्धीची, भूतदयेची नि समतावादाची व उदार विचारांची ते हटकून पायमल्ली करतात. कारण त्यांनाही जातीच्या दुरभिमानाने पछाडलेले असते.

'रामदासी पंथांचे लोक तर पहिल्यापासूनच जातिदुरभिमानी व कडवे म्हणून प्रसिद्ध आहेत. त्या पंथाचा संस्थापक वर्णवर्चस्वाच्या अभिमानाने ग्रासलेला होता. त्यापायी त्याने वारकरी संप्रदायाशी स्पर्धा करणारा वेगळा संप्रदाय स्थापला.'[१]

आंबेडकरांची ही मते रानडे आदी विचारवंतांच्या विचारांपेक्षा निराळी आहेत, अधिक वास्तववादी नि बुद्धिप्रामाण्यवादी आहेत. रामदासांचे वाङ्मय राजकारणाला नि देशाभिमानाला स्फूर्ती देणारे ठरले, तरी रामदासांची सामाजिक भूमिका माणसांची मूल्ये ओळखणारी नसून ती ब्राह्मणधर्माची, वर्णवर्चस्वाची नि ब्राह्मण जातीची महती गाणारी होती, हे खाली दिलेल्या त्यांच्या ओव्यांवरून कळेल. आंबेडकरांचा रामदासांवरील अभिप्राय कसा अचूक होता हेही त्यावरून दिसून येते.

गुरु तो सकळांसी ब्राह्मण । जरी तो जाला क्रियाहीन ।
तरी तयासीच शरण । अनन्यभावें असावे ॥
ब्राह्मण वेद मूर्तिमंत । ब्राह्मण तोचि भगवंत ॥
पूर्ण होती मनोरथ । विप्रवाक्येंकरुनी ॥
असो ब्राह्मणा सुरवर वंदिती । तेथें मानव बापुडे किती ॥
जरी ब्राह्मण मूढमति । तरी तो जगद्वंद्य ॥
अंत्येज शब्द ज्ञाता बरवा । परी तो नेऊन काय करावा ।
ब्राह्मणसन्निध पुजावा । हें तों न घडे कीं ॥

एकोणीसशे अठ्ठावीस सालच्या आरंभी इंदूरचे महाराज सर तुकोजीराव यांचा कुमारी मिलर या अमेरिकन युवतीशी विवाह घाटत होता. उभ्या महाराष्ट्रातील पुरोगामी नि प्रतिगामी पक्षांत नि पत्रांत हा घाटत असलेला विवाह

१. बहिष्कृत भारत, १ फेब्रुवारी १९२९.

वादाचा प्रश्न होऊन बसला होता. त्या वादंगाने सारा महाराष्ट्र दुमदुमत होता. महाराजांच्या स्वत:च्या धनगर जातीत या प्रश्नावर मोठे रण माजले होते. त्या प्रश्नाचा निर्णय करण्यासाठी महाराजांच्या ज्ञातीतर्फे बारामतीस एक परिषद भरविण्यात आली. त्या परिषदेस डॉ. बाबासाहेब आंबेडकर व रावबहादूर बोले ह्यांना मार्गदर्शन करण्यासाठी आग्रहपूर्वक आमंत्रण देण्यात आले होते. त्या परिषदेत ह्या दोघाही पुढाऱ्यांनी महाराज तुकोजीरावांना पाठिंबा दिला. परिषदेने होळकर महाराजांची बाजू उचलून धरली आणि एकदाचा तो विवाह पार पडला. आंबेडकरांना अप्रिय झालेल्या हिंदू धर्मात त्या युवतीचे धर्मांतर करून घेण्यास पाठिंबा होता की तो आंतरवांशिक विवाह होता म्हणून पाठिंबा होता, हे कळण्यास मार्ग नाही.

त्याच रात्री एक सभा बोलावून रावबहादूर बोले यांच्या अध्यक्षतेखाली बारामतीच्या दलित समाजाने डॉ. आंबडेकर यांचा सत्कार करण्याची संधी साधली. आंबेडकरांवर त्यांनी स्तुतिसुमने उधळली. त्याच वेळी मुंबई प्रांत उपजिल्हाधिकाऱ्यांच्या जागी नेमण्यात आलेले अस्पृश्य समाजातील पहिले गृहस्थ म्हणून मा. का. जाधव यांचेही त्या सभेने अभिनंदन केले. सरकारी कचेऱ्यांतून वरिष्ठपदी लायक अशा अस्पृश्यांची नेमणूक व्हावी अशी डॉ. आंबेडकरांनी सरकारपुढे सतत मागणी सुरू ठेवली होती. त्याची फलश्रुती म्हणजे जाधवांची बढती. ह्या बाबतीत त्या काळचे मुंबईचे ब्रिटिश राज्यपाल सर लेस्ली विल्सन ह्यांच्याशी आंबेडकरांची एकदा खडाजंगी झाली होती. त्यांनी आंबेडकरांना राजभवनमध्ये बोलावून घेतले आणि सरकारनियुक्त सभासद असूनसुद्धा आंबेडकरांनी सरकारी कारभारावर टीका केली ह्याविषयी त्यांनी आश्चर्य व्यक्त करून नापसंती व्यक्त केली. आंबेडकर ताडकन उत्तरले, 'विधिमंडळात जे आपल्या बुद्धीला पटले ते आपण बोललो.' एवढेच नव्हे तर राज्यपाल विल्सन यांना त्यांनी निर्भयपणे असे सुनविले की, त्यांच्या राजवटीत अस्पृश्य वर्गाचे काडीचेही कल्याण झालेले नाही. त्यांच्यातील कर्तबगार नि कार्यदक्ष अशा व्यक्तींची वरच्या जागेकरिता निवड केली गेली नाही. या बाबतीत उदाहरण म्हणून त्यांनी जाधवांच्या अर्जाकडे बोट दाखविले. ह्याचा योग्य परिणाम होऊन दलित वर्गातील उमेदवारांच्या नेमणुकीबाबत सरकारी दृष्टिकोनात फरक पडू लागला.

विधिमंडळात काम करीत असता आंबेडकरांनी तेथे गरीब वर्गाची उन्नती साधण्याची आलेली एकही संधी वाया जाऊ दिली नाही. उदाहरणार्थ, स्त्री-कामगारांचे हित, स्त्री-कामगारांना प्रसूतिकाळात सवलती देण्यासंबंधी

विधेयक विधिमंडळात मांडण्यात आले होते. त्या वेळी बाबासाहेबांना गरिबांविषयी वाटणाऱ्या अपार कळवळ्याने त्यांचे हृदय उचंबळून आलेले दिसले. त्या विधेयकाला पाठिंबा देताना ते आपल्या जोरदार भाषणात म्हणाले, 'प्रत्येक मातेला प्रसूतीपूर्वकाळात आणि प्रसूतीनंतरच्या काळात काही ठराविक काळपर्यंत विश्रांती मिळणे हे राष्ट्राच्या दृष्टीने हिताचे आहे, असे मी मानतो. हे विधेयक तर त्याच तत्त्वावर आधारलेले आहे. त्या ठायी होणारा व्यय सरकारने सोसावा. तथापि, तत्कालीन परिस्थितीत तो भार मालक वर्गानेच सोसावा, असे जे विधेयकाचे उद्दिष्ट आहे ते निखालस चूक आहे असे म्हणता येणार नाही. कारण, स्त्री-कामगार नोकरीस ठेवणे मालक वर्गास फायदेशीर पडते.'

विधिमंडळात असली जनहिताची कामे आंबेडकर करीत होते, तरी ज्या विधेयकात त्यांनी आपला जीव ओतला ते स्वत: त्यांनीच विधिमंडळाच्या समोर १९ मार्च १९२८ रोजी मांडले. त्या विधेयकांचा उद्देश १८७४ सालच्या महार वतनाच्या सुधारणा-कायद्यात सुधारणा करणे हा होता. त्या कायद्यान्वये वतनदार महारांना सरकारी कामकाजात रात्रंदिन गुलामाप्रमाणे राबावे लागत असे. त्यांच्या अनुपस्थितीत त्यांच्या बापाला किंवा कुटुंबातील दुसऱ्या कोणत्याही माणसाला सरकारी कामाकरिता वेठीस धरले जाई. पण अशा ह्या दगदगीच्या, खडतर नि अहर्निश चालणाऱ्या कामापोटी त्यांना वतन म्हणून जमिनीचा एक लहानसा तुकडा, गावकऱ्यांकडून दाणागोटा आणि मासिक दोन आण्यांपासून एक रुपयापर्यंत अल्पसे वेतन मिळे. ह्यामुळे महार आकांक्षाशून्य नि आळशी बनले होते. त्यांच्या जीवनातील चैतन्यच नष्ट झाले होते. त्यांचा स्वाभिमान संपुष्टात आला होता. त्यांची शक्ती नि त्यांची आकांक्षा पिढ्यान् पिढ्या वाया जाई. गुलामगिरीच्या ह्या शृंखला तोडण्याकरिताच आंबेडकरांनी वरील विधेयक विधिमंडळासमोर विचारासाठी मांडले होते.

महार वतनांची सुधारणा करण्याचे हे विधेयक विधिमंडळात मांडण्यापूर्वी आंबेडकरांनी आपल्या ज्ञातिबांधवांना त्याची रूपरेषा नि त्याचे उद्देश यांची तोंडओळख करून दिली होती. विधेयकात अंतर्भूत असलेल्या मुद्यावर साधकबाधक चर्चा करण्यासाठी, त्याबाबत ज्ञातिबांधवांच्या शंकाकुशंकांचे निरसन करण्यासाठी आणि धूर्त नि लबाड लोकांनी अजाण अशा महार समाजात त्याविषयी पसरविलेले गैरसमज दूर करण्यासाठी जिल्ह्याजिल्ह्यांतून, महत्त्वाच्या गावी नि शहरी मोठ्या उत्साहाने एक वर्षभर अनेक सभा नि परिषदा भरविण्यात आल्या.

अशीच एक पाच हजार महारांची सभा रावबहादूर सी. के. बोले ह्यांच्या अध्यक्षतेखाली मुंबई येथे कामाठीपुऱ्यात ५ नोव्हेंबर १९२७ या दिवशी भरली होती. यानंतर एकाच आठवड्याने नाशिक जिल्हा वतनदारांच्या वतीने एक परिषद भरली. तीन हजार वतनदार महारांची दुसरी एक मोठी सभा जळगाव येथे झाली. या सभेत आंबेडकरांनी आपल्या विधेयकास आधारभूत असलेली तत्त्वे नि त्यात सुचविलेल्या तरतुदी यांचे विवरण केले.

अशा रीतीने विधिमंडळात विधेयक मांडण्यापूर्वी आंबेडकरांनी फार मोठी चळवळ सुरू केली. ३ ऑगस्ट १९२८ रोजी ते विधेयक विधिमंडळात मांडतेवेळी आपले विचार प्रदर्शित करताना आंबेडकर म्हणाले, 'आज महारांना अपुऱ्या वेतनावर रात्रंदिन कोणत्याही घटकेस गुलामाप्रमाणे कामास वेठीस धरले जाते.' महारांच्या अठरा विश्वे दारिद्र्याचे वर्णन करून ते म्हणाले की, 'महारांच्या मिळकतीची दोन साधने आहेत. पहिले साधन म्हणजे इनाम म्हणून मिळालेली जमीन व दुसरे बलुता म्हणून वतनदार महारांना गावकऱ्यांकडून मिळणारा दाणागोटा. या वतनी जमिनी महारांना प्राचीन राज्यकर्त्यांपासून मिळालेल्या आहेत.' हे सदस्यांच्या निदर्शनास आणून ते पुढे म्हणाले, 'सांप्रत वस्तूंच्या किंमती वाढलेल्या आहेत. राहणीचे मान खर्चाचे झाले आहे. सरकारी नोकरांच्या वेतनात वाढ झालेली आहे; परंतु महारांच्या लोकसंख्येत जरी वाढ झालेली आहे, तरी त्यांच्या जमिनीच्या क्षेत्रात तसूभरही भर पडलेली नाही, अथवा त्यांना मिळणाऱ्या वेतनाविषयी सरकारने क्षणभरही विचार केलेला नाही. त्यांच्या वतनजमिनीचे पिढ्यान् पिढ्या वाटण्यांमुळे तुकडे होत गेले. मग त्यापासून मिळणारे तुटपुंजे उत्पन्न हे हिशेबात न धरलेले बरे.'

म्हणून आंबेडकरांनी सभागृहास ही वतनेच नष्ट करण्यास आवाहन केले. ते आणखी म्हणाले, 'ही वतनपद्धती पराकाष्ठेची अमानुष आहे. तिचे समर्थन कोणासही करता येण्यासारखे नाही. महारांनी ही वतनदारीची कामे करावी अशी जर सरकारची इच्छा असेल, तर सरकारने महारांना देण्यात येणाऱ्या वतनांची सर्व जबाबदारी आपल्या शिरावर घेतली पाहिजे. आपण जणू कोणीतरी त्रयस्थ आहोत असे समजून आपल्यावरील जबाबदारीचा भार बेपर्वाईने तिसऱ्याच पक्षाच्या (रयतेच्या) माथी मारून सरकारने मोकळे होता कामा नये. परंतु नेमके तेच ह्या वतनपद्धतीखाली घडत आहे.'

यासाठी ह्या वतनदारी जमिनींच्या किंमती ठरवून त्यांवर शेतसारा पूर्णपणे घेऊन वतनदार जमिनी रयतावा करून टाकाव्या आणि त्यांची सरकारी नोकरीच्या खोड्यातून सुटका करावी असा प्रस्ताव आंबेडकरांनी मांडला. त्यांच्या

माहितीप्रमाणे ही वतने साठ सहस्र महारांना दिलेली होती. त्यांपैकी एक तृतीयांश सरकारी नोकर म्हणून ठेवले असता ते सरकारी काम होईल असे ते म्हणाले. वतनी महारांचा पगार सरकारने त्यांना दिलेल्या जमिनींच्या महसुलामधून नि लोकांकडून मिळणाऱ्या बलुत्याची किंमत पैशाच्या रूपात घेऊन नगद द्यावी. असे केल्यास सरकारी तिजोरीवर नवीन ओझे पडणार नाही.

'जर कायद्याने तलाठी या वर्गाच्या वेतनासाठी आर्थिक उपाययोजना पुढे मांडण्याइतका सरकारच्या ठायी उत्साह, धैर्य आणि अनुकंपा आहे, तर फक्त महारांच्याच बाबतीत सरकारने असा उत्साह, धैर्य नि अनुकंपा का दाखवू नये ?' असा प्रश्न त्यांनी सरकारला विचारला. ते पुढे म्हणाले, 'ज्या पद्धतीने आपल्या सार्वभौम बादशहांच्या प्रजेतील एक सारा वर्गच्या वर्ग गुलामगिरीत खितपत पडतो अशा ह्या दुष्ट पद्धतीस खुद्द सरकारच हातभार कसा लावू शकते, हे मला कळत नाही. मी असे म्हणू इच्छितो की, कायद्याच्या दृष्टीने काय, नैतिक दृष्टीने काय अथवा आर्थिक दृष्टीने काय, विचार केल्यास माझ्या या विधेयकातील चौथ्या कलमात नमूद केलेले तत्त्व न्याय्य नि यथायोग्य आहे असे दिसून येईल.'

भावनेच्या आवेगात आंबेडकरांनी घोषणा केली की, 'हे विधेयक मंजूर करून घेण्याचा महारांनी निर्धार केला आहे. वतनदारी ही महारांच्या उत्कर्षाच्या वाटेतील एक धोंड आहे आणि ह्या विधेयकात अनुस्यूत असलेली तत्त्वे ही महारांच्या उत्कर्षास आवश्यक असल्याची महारांची पुरेपूर खात्री झाली आहे. अशा परिस्थितीत जर हे विधेयक विधिमंडळाने नामंजूर केले, तर महार सार्वत्रिक संप करतील व मलाही विधिमंडळाच्या सदस्यत्वाचा राजीनामा द्यावा लागेल.' ते विधेयक विधिमंडळ एकमताने संमत करील अशी आशा बाळगून, त्यांनी ते सभागृहापुढे विचारासाठी मांडले आणि आपले भाषण संपविले.[१]

हे दोन तासपर्यंत चाललेले भाषण इतके अस्खलित, स्पष्टोक्तीपूर्ण नि वक्तृत्वपूर्ण होते की, त्या वेळी टाचणी पडली असती तरी तिचा आवाज ऐकू आला असता, इतकी स्तब्धता सभागृहात पसरली होती. प्राथमिक चर्चेनंतर ४ ऑगस्ट रोजी विधिमंडळातील तेवीस सभासदांच्या प्रवर (सिलेक्ट) समितीकडे हे विधेयक विचारविनिमयासाठी पाठवावे, असा आंबेडकरांनी ठराव मांडला. त्या समितीने विधेयकाविषयीचा आपला निर्णय १९२९ सालच्या जून महिन्याच्या सुरुवातीस सादर करावयाचा होता.

---

१. Bombay legislative Council Debates, Vol. XXIII, Part XI, pp. 708-21.

त्या विधेयकाचे भवितव्य मात्र फार शोचनीय ठरले. प्रवर समितीत त्या विधेयकात बदल होत होत शेवटी त्या विधेयकाचे मूळ स्वरूप पार बदलून गेले. आंबेडकरांची सूचना अशी होती की, बलुत्यांऐवजी लोकांकडून महसूल कर घ्यावा. त्याला समितीने विरोध केला. बलुत्याविषयी कलमे आधी घालू नयेत अशी समितीने शिफारस केली. बलुता-चौकशी समिती नेमू असे सरकारने आश्वासन दिले. म्हणून ही दुरुस्ती त्यांनी मान्य केली; तर वतनदारांकडे असलेल्या जमिनी पूर्ण किंमत आकारून त्यांना न देता वतनी जमिनीच्या उत्पन्नापैकी अर्धा खंड घेऊन रयतावा कराव्यात अशी प्रवर-समितीने दुरुस्ती सुचविली.

शेवटी याच मुद्यावर संघर्ष झाला. सनातनी वर्गातल्या जवळजवळ सर्वच सदस्यांनी विधेयकाकडे आपली पाठ फिरविली, तर काही थोड्या सदस्यांनी सरकार पक्षाची पाठराखणी केली. हे विधेयक सादर करण्यापूर्वी सायमन मंडळाला सादर केलेल्या निवेदनात आंबेडकरांनी मुसलमानांच्या राष्ट्रविरोधी कारवाया उजेडात आणून त्यांच्या अराष्ट्रीय वृत्तीवर जबरदस्त हल्ला चढवला होता. म्हणून मुंबई विधिमंडळातील मुसलमान सभासदांचा आंबेडकरांवर रोष होता.[१] साहजिकच त्यांनी ह्या विधेयकाला विरोध केला. सरतेशेवटी २४ जुलै १९२९ रोजी आंबेडकरांनी वैतागून आपले विधेयक मागे घेतले. तेव्हापासून पाव शतक उलटून गेले तरी महारांच्या दैन्यावस्थेत फरक पडला नाही. त्यांविषयी कुणी फारशी पर्वाही केली नाही.

भारतातील राजकीय असंतोषाची धार कमी करण्याच्या हेतूने १९१९ च्या कायद्यान्वये केलेल्या राजकीय सुधारणांचे फिरून निरीक्षण करून त्यांत काही सुधारणा करण्याचा ब्रिटिश सरकारने निर्णय घेतला. त्यासाठी एक राज्यघटना सुधारणा मंडळ नेमले. सर जॉन सायमन हे त्या मंडळाचे अध्यक्ष असल्यामुळे ते मंडळ 'सायमन कमिशन' या नावानेच प्रसिद्ध झाले. या मंडळावर ब्रिटिश उमरावसभेतील दोन व लोकसभेतील चार असे सहा सभासद असून अध्यक्ष सायमनसाहेब होते. ब्रिटिश लोकसभेतील एक संसदपटू असा सायमनसाहेबांचा लौकिक होता. ह्या सायमन मंडळाच्या शिफारशींबरहुकूम एक योजना आखून ती दोन्ही सभागृहांच्या संयुक्त समितीपुढे विचारासाठी ठेवू आणि त्या संयुक्त समितीपुढे हिंदी नेत्याची साक्ष घेण्यात येईल अशी ब्रिटिश सरकारने घोषणा केली.

---

१. अग्रलेख, बहिष्कृत भारत, १६ ऑगस्ट १९२९.

१९१९ च्या सुधारणा निर्बंधात (कायद्यात) प्रकट केल्याप्रमाणे हिंदी प्रश्नाचा फिरून विचार करण्यासाठी सायमन मंडळ भारतास पहिली भेट देण्यासाठी निघाले. मुंबईस ३ फेब्रुवारी १९२८ रोजी ते पोहोचले. सायमन मंडळावर एकाही हिंदी सदस्याचा अंतर्भाव न केल्यामुळे भारतातील सर्वच राजकीय पक्षांना आपला उपमर्द झाला असे वाटले. काँग्रेसने सर्वतोपरी त्या समितीवर बहिष्कार टाकण्याचे ठरविले. त्याप्रमाणे सायमन मंडळाचे स्वागत काळ्या निशाणांनी, 'सायमनसाहेब माघारी फिरा' अशा निषेधदर्शक फलकांनी करण्यात आले. राष्ट्रीय सभेने सर्व देशभर हरताळ पाळला नि तिने अशी विरोधी निदर्शने केल्यामुळे पोलिसांनी काही ठिकाणी गोळीबार केला. सायमन मंडळाने १९२८-२९ च्या हिवाळ्यात भारतास दुसऱ्यांदा भेट दिली. त्या वेळीही त्यांचे असेच काळ्या निशाणांनी स्वागत करण्यात आले.

अशाच एका निदर्शनाचे वेळी ब्रिटिश अधिकाऱ्याने लाहोर येथे निदर्शकांवर लाठीहल्ला केला. त्यात मार लागून काही दिवसांनी देशभक्त लाला लजपतराय मृत्यू पावले. हिरा हरपला. सर्व भारत शोकाकुल झाला. आंबेडकरांना लजपतरायांचे व्यक्तिमत्त्व, त्याग नि देशभक्ती यांविषयी नितांत आदर होता. त्यामुळे त्यांनी मुंबईत सभा घेऊन लालाजींना मोठ्या आदराने श्रद्धांजली वाहिली.

मध्यंतरीच्या काळात काँग्रेसने एक सर्वपक्षीय परिषद बोलाविली होती. ही परिषद प्रथम १९२८ च्या फेब्रुवारी महिन्यात व नंतर मे महिन्यात भरून तिने पंडित मोतीलाल नेहरू ह्यांच्या नेतृत्वाखाली हिंदी स्वराज्याच्या राज्यघटनेचा आराखडा तयार करण्यासाठी एक समिती नेमली. नेहरू समितीने १९२८ च्या जूनपासून ऑगस्टपर्यंत काम केले आणि राज्यघटनेचा खर्डा तयार केला.

राज्यघटना तयार करण्याचा हा पहिला हिंदी प्रयत्न होता. तिचा उद्देश मुख्यत: हिंदी मुसलमानांचा विरोध कमी करण्याचा होता. दलित वा पददलित समाजाविषयी नेहरू समितीच्या वृत्तान्तात म्हटले होते की, 'राज्यघटनेविषयी[१] आम्ही ज्या सूचना केल्या आहेत, त्यांत दलित वर्गाच्या विधिमंडळातील प्रतिनिधित्वाविषयी विशिष्ट अशी तरतूद केलेली नाही.' हे कार्य स्वतंत्र मतदार संघ निर्माण करून किंवा सदस्यांची नियुक्ती करून साधता येण्यासारखे आहे. तथापि, हे दोन्ही मार्ग अपायकारक नि सदोष असल्याने त्यांपैकी एकही मार्ग

१. All-Parties Conference Report, 1928, pp. 59-60.

स्वीकारावयास योग्य वाटला नाही, असे नेहरू समितीचे मत पडले. तिच्या मते मूलभूत हक्कांचा जाहीरनामा हाच दलितांच्या सर्व दुःखांवर रामबाण उपाय होता.

काँग्रेसच्या कार्यकारी मंडळाने मुसलमान, शीख, पारशी, ख्रिश्चन, अँग्लो इंडियन यांच्या प्रमुख सदस्यांना, इतकेच नव्हे तर ब्राह्मणेतरांच्या संस्थांना नि द्रविड महाजनांच्या संस्थेलाही सर्वपक्षीय परिषदेसाठी आमंत्रिले होते. परंतु आंबेडकरांनी संस्थापिलेल्या दलित वर्गाच्या संस्थेलाच नव्हे तर भारतातील दलित वर्गाच्या कोठल्याही संस्थेला पाचारण केले नव्हते. यावरून राष्ट्रीय सभेचा अस्पृश्य वर्गाच्या प्रश्नांच्या समस्येकडे पाहण्याचा दृष्टिकोन कसा होता याविषयी चांगलीच कल्पना येते. तरी बरे की दहा वर्षांपूर्वी साऊथबरो मंडळापुढे आंबेडकरांची साक्ष झाली होती. तरीसुद्धा नेहरू समितीच्या शिफारशींसंबंधी आंबेडकरांचे मत विचारार्ह नि मननीय आहे. नवीन प्रांतनिर्मितीच्या मुसलमानांच्या दुष्ट काव्यास बळी पडलेल्या नेहरू समितीच्या शिफारशींत 'हिंदूंना धोका, तसेच हिंदुस्थानवर अरिष्ट आहे' अशी आंबेडकरांनी भयसूचक घंटा वाजविली होती. मोतीलाल नेहरू मुसलमानधार्जिणे होते, हाच त्यांचा अभिप्राय होता.

'हिंदू समाजाचा आमच्यावर रोष आहेच. त्यात मुसलमान समाजाच्या रोषाची भर पडणार हे बरे नव्हे, हे आम्हांला कळत आहे. पण ज्यात आमच्या देशाचे अकल्याण आहे त्यात आमचेही अकल्याण आहे, अशी आमची भावना असल्यामुळे ही जोखीम आम्ही आमच्या शिरावर घेतली आहे.'[१] हाडाचे देशभक्त आंबेडकर यांनी त्या वेळी असा टाहो फोडला. या काळात तरवार नि लेखणी यांच्या प्रतीकाने आपल्या जीवनकार्याचा निःस्पृहपणे संदेश देणाऱ्या त्या ज्ञानी नि द्रष्ट्या पुरुषाचे बोल पुढे खरे ठरले.

जून १९२८ पासून आंबेडकरांनी मुंबईच्या सरकारी विधिमहाविद्यालयात बदली प्राध्यापकाची नोकरी स्वीकारली होती. दलितांच्या दास्यविमोचनाकरिता चालविलेला झगडा, मतामतांच्या गलबल्यामुळे चालू असलेली गरमागरम चर्चा आणि सभांना अन् परिषदांना उपस्थित राहण्याकरिता निरनिराळ्या गावांना व शहरांना दिलेल्या धावत्या भेटी यांमुळे आंबेडकरांना आपल्या वकिलीच्या धंद्यात मात्र प्रगती वा चलती करून घेण्यास पुरेसा अवसर मिळाला नाही. दलितांचा कैवारी, व्यासंगी विद्वान आणि स्वपक्षाच्या पत्राचा संपादक ह्या सर्व भूमिका वठविताना त्यांना अशिलांची वकीलपत्रे घेण्यास सवड सापडत नसे. अर्थात खर्चाची तोंडमिळवणी करण्यासाठी त्यांना ही नोकरी धरणे भाग पडले होते.

---

१. अग्रलेख, बहिष्कृत भारत, १८ जानेवारी १९२९.

सायमन मंडळाला त्याच्या कार्यात सहकार्य देण्यास केंद्र सरकारने एक अखिल भारतीय समिती नेमली होती. शिवाय मंडळासंगे कामकाज करण्यासाठी प्रत्येक प्रांतिक विधिमंडळाने आपापली समिती नेमली होती. मुंबई प्रांतिक समितीवर ३ ऑगस्ट १९२८ रोजी इतर सभासदांबरोबर आंबेडकरांचीही निवड झाली.

सायमन मंडळाचे कामकाज नि दौरे यांनी भारताचे राजकीय क्षितिज अगदी सतेज झाले होते. देशातील इतर शक्तींबरोबर आंबेडकरांची बुद्धिमत्ता आणि काळावर ठसा उमटविणारी प्रबळ इच्छाशक्ती ही सायमन मंडळाच्या कार्यामुळे जनतेच्या प्रत्ययास आली. ह्या क्षणापर्यंत फक्त महाविद्यालयातच त्यांच्या ज्वलज्जहाल, निर्भय नि निर्भीड राजकीय मतांविषयी त्यांची ख्याती झाली होती. सायमन मंडळाशी सहकार्य केल्यामुळे आंबेडकरांना ब्रिटिशांचा बगलबच्चा, विश्वासघातकी, देशद्रोही, अशी शेलकी विशेषणे बहाल करण्यात आली होती.

एके दिवशी विधिमहाविद्यालयाच्या सकाळच्या वर्गात त्यांनी प्रवेश करताच विद्यार्थ्यांनी त्यांच्या वर्गावर बहिष्कार टाकला. त्या प्रसंगी युसूफ मेहरअल्लींसारख्या एका तडफदार विद्यार्थी देशभक्ताने तर प्राध्यापक आंबेडकरांनी सायमन मंडळाशी सहकार्य केल्याविषयी त्यांच्या तोंडावर त्यांचा यथेच्छ धिक्कार केला. दुसऱ्या दिवशी झाडून साऱ्या वर्तमानपत्रांत ते वृत्त प्रसिद्ध झाले, हे सांगावयास नकोच.

दलित वर्गाच्या एकूण अठरा संस्थांनी सायमन मंडळापुढे साक्षी दिल्या आणि आपापले निवेदन सादर केले. त्यांपैकी सोळा संस्थांनी दलित वर्गाकरिता स्वतंत्र मतदार संघाची मागणी केली. बहिष्कृत हितकारिणी सभेच्या वतीने आंबेडकरांनी सादर केलेल्या निवेदनात संयुक्त मतदार संघाची नि दलित वर्गाकरिता राखीव जागांची मागणी केली होती. त्यात अशी एक तक्रार केली होती की,[१] ज्यांच्या हाती राष्ट्राच्या कारभाराची सूत्रे आहेत, त्यांना लक्षावधी अज्ञानी लोकांची आठवण राहत नाही. शिवाय असेही म्हटले होते की, ब्रिटिश हिंदुस्थानातील एकंदर लोकसंख्येच्या एक पंचमांश इतकी लोकसंख्या असलेल्या दलित वर्गावर १९१९ च्या सुधारणा कायद्याने भयंकर अन्याय केला आहे.

'बहिष्कृत हितकारिणी सभे'ने मुंबई विधिमंडळातील १४० जागांपैकी २२ जागांची मागणी केली. सभासदांच्या नियुक्तीच्या पद्धतीला तीव्र विरोध

---

१. Indian Statutory Commission, Vol. XVI, pp. 37-47.

दर्शविला आणि निवडणुकीचे तत्त्व दलित वर्गाच्या बाबतीतही लागू करावे असा आग्रह धरला. दलित वर्गाला राजकारणाच्या शिक्षणाची आवश्यकता आहे. शिवाय मंत्रिपद हा महत्त्वाचा विशेष अधिकार असल्याने मंत्रिमंडळातही त्यांच्या प्रतिनिधींचा समावेश झाला पाहिजे, अशीही मागणी केली.

लोकसंख्येच्या प्रमाणात प्रतिनिधित्व मागून 'बहिष्कृत हितकारिणी सभा' थांबली नाही. देशाच्या भावी राज्यघटनेत दोन कलमांचा अंतर्भाव करून घेण्याचा सभेने आग्रह धरला. त्यांतील पहिल्या कलमानुसार प्रांताच्या उत्पन्नावर दलित वर्गाच्या शिक्षणाचा अग्रहक्क असावा; दुसऱ्या कलमानुसार लष्कर, आरमार आणि पोलीस दल या खात्यांत दलित वर्गाला प्रवेश मिळण्याचा हक्क द्यावा, अशी मागणी होती.

बहुसंख्याक हिंदूंमधील निवडक अशा सज्जन हिंदूंच्या सद्‌गुणांकडे पाहून सर्व हिंदू समाजाविषयी चांगले मत बनवू नये, असा इशारा बहिष्कृत हितकारिणीच्या मुखाने आंबेडकरांनी सायमन मंडळास दिला. स्पृश्य हिंदूंनी दलित वर्गाच्या बाबतीत दाखवलेला निर्दयपणा, त्यांची केलेली गांजणूक नि छळणूक ह्यांमुळे त्यांनी दलित वर्गाला कसे 'दे माय धरणी ठाय' करून टाकले होते, याचाही पाढा वाचला. मात्र समंजस हिंदू नेत्यांवर 'बहिष्कृत हितकारिणी सभे'ने आपला विश्वास प्रकट केला होता. आपल्या निवेदनात 'बहिष्कृत हितकारिणी सभा' म्हणते, 'कुठच्याही भल्या हिंदूच्या राजवटीत लोक सर्वत्र सुखी होतील याविषयी दलित वर्गातील कुठच्याही व्यक्तीच्या मनात किंतू नाही.' परंतु निर्बंध आणि नियम हे केवळ चांगल्या माणसांनाच लावायचे असतात असे नाही. ते वाईट मनुष्यांनासुद्धा लावायचे असतात ही वस्तुस्थिती आहे. असेही त्या निवेदनात म्हटले होते. मद्रास मध्यवर्ती आदिद्रविड महाजन सभेने अस्पृश्याचे प्रतिनिधी सरकारने नियुक्त करावे अशी मागणी सायमन मंडळाला सादर केली. मुंबई प्रांतिक ब्राह्मणेतर पक्षाने अस्पृश्य समाजाकरिता स्वतंत्र मतदार संघ नि राखीव जागा द्याव्यात अशी शिफारस केली. मुस्लीम लीगने सिंध स्वतंत्र प्रांत करावा, वायव्य सरहद्दीवर एका नवीन प्रांताची निर्मिती करावी, मुसलमानांकरिता स्वतंत्र मतदार संघ व संघराज्याच्या राज्यघटनेत प्रांतांना शेषाधिकार द्यावे अशी पूर्वीच्याच मागण्यांची पुन्हा री ओढली.

२३ ऑक्टोबर १९२८ या दिवशी सायमन मंडळ, केंद्रीय समिती आणि मुंबई प्रांतिक समिती यांनी पुणे येथे आंबेडकरांची साक्ष घेतली. या तिन्ही समित्यांच्या बैठकीपुढे 'ब. हि. सभे'ने 'डिप्रेस्ड इंडिया असोसिएशन'ने सादर केलेली दोन्ही निवेदने होती. आरंभी सर जॉन सायमन यांनी आंबेडकरांना मुंबई

इलाख्यातील दलितवर्गीय समाजाबद्दल अनेक प्रश्न विचारले. नंतर सर हरिसिंग गौर आणि आंबेडकर या दोघांमध्ये संबंधित विषयांवर खालील प्रश्नोत्तरे झाली.[१]

प्रश्न - डॉ. आंबेडकर, दलित वर्ग आणि अस्पृश्य वर्ग हे दोन्ही शब्दप्रयोग आपण समानार्थी वापरता काय ?

उत्तर - होय.

प्रश्न - दलित वर्गाकरिता स्वतंत्र प्रतिनिधित्वाची मागणी करताना आपण ही मांगणी अस्पृश्य वर्गापुरतीच करीत आहात हे खरे काय ?

उत्तर - होय.

प्रश्न - काही आदिवासी अस्पृश्य नाहीत, असेच आपले म्हणणे आहे ना ?

उत्तर - काही ठिकाणचे आदिवासी स्पृश्य असतीलही. पण त्यांच्या वतीने बोलण्याचा माझा उद्देश नाही.

यानंतर सायमन मंडळ नि आंबेडकर यांच्यात खालील प्रश्नोत्तरे झाली.

प्रश्न - तो आकडा हिशेबात घेऊन, अस्पृश्य वर्गाच्या हिताच्या दृष्टीने भारताच्या राज्यघटनेने अथवा मुंबई प्रांताच्या घटनेने त्यांच्यासंबंधी योग्य ते करावे म्हणजे नक्की काय करावे असे तुम्हांला वाटते ?

उत्तर - पहिली गोष्ट सांगायची म्हणजे आम्हांस तुम्ही हिंदू समाजापासून वेगळी अशी स्वतंत्र अल्पसंख्याक जात म्हणून मानावी. हो, अगदी भिन्न, स्वतंत्र अशी अल्पसंख्याक जात. दुसरी गोष्ट अशी की, भारतातील दुसऱ्या कोणत्याही अल्पसंख्याक जातीपेक्षा अस्पृश्य वर्गाला राजकीय संरक्षणाची अधिक आवश्यकता आहे. ह्याचे कारण अगदी उघड आहे. ते असे की, अस्पृश्य वर्ग हा शिक्षणाच्या दृष्टीने अगदी मागासलेला आहे. आणि इतर कुठच्याही अल्पसंख्याकांपेक्षा तो वर्ग राजकीय दृष्ट्या दुबळा, आर्थिक दृष्ट्या कंगाल आणि सामाजिक दृष्ट्या गुलाम आहे. म्हणून राखीव जागा आणि प्रौढ मतदान पद्धती यांची आम्ही मागणी करीत आहोत.

प्रश्न - जर प्रौढ मतदान पद्धती नसेल तर ?

उत्तर - तर आम्ही विभक्त मतदार संघाची मागणी करू.

प्रश्न - सरकारी नोकरीत अस्पृश्यांची भरती व्हावी याविषयी तुम्ही फार उत्सुक दिसता ते का ?

उत्तर - या बाबतीत मी तुम्हांला स्पष्टपणे सांगतो, की कायद्याचा वापर अनेक गोष्टींत अस्पृश्य माणसाच्या हिताविरुद्ध केला जातो.

---

१. Indian Statutory Commission, Vol. XVI, pp. 52-57.

प्रश्न - अस्पृश्य वर्ग म्हणजे काय याची निश्चित व्याख्या तुम्ही सांगू शकता काय ?

उत्तर - ज्या जातीपासून विटाळ होतो असे मानले जाते त्या जाती.

प्रश्न - महार नि मांग ह्या दोन जातींत आंतरजातीय विवाह होतात काय ?

उत्तर - नाही. कारण स्पृश्य हिंदूंनी खालच्या सर्व जातींत हे जातीयतेचे विष पसरविले आहे.

प्रश्न - ते सहभोजन करतात का ?

उत्तर - होय. अलीकडे, अलीकडे.

प्रश्न - अस्पृश्य समाजाला तुम्ही हिंदू म्हणून मानता काय ?

उत्तर - मी संज्ञेची फारशी पर्वा करीत नाही. मी जोपर्यंत हिंदू धर्माच्या चौकटीच्या बाहेर आहे तोपर्यंत मी स्वत:ला हिंदू लेखतो की अहिंदू लेखतो याला फारसे महत्त्व नाही.

प्रश्न - तुम्ही जर हिंदू समाजाच्या चौकटीबाहेर असता, तर तुम्हांला हिंदू कायदा लागू झाला नसता. तर मग कोणता कायदा तुम्हांला लागू आहे ?

उत्तर - आम्हांला हिंदू कायदा लागू आहे.

हिंदू समाजसुधारकांचे समाजसुधारणांविषयक प्रयत्न म्हणजे केवळ व्यासपीठावरील भाषणे, असे आंबेडकरांनी समितीला स्पष्ट सांगितले.

अस्पृश्य समाजाला नागरिक हक्क मिळवून देण्यासाठी आंबेडकर नेहमी जागरूक असत. ते तसला एकही समय व्यर्थ जाऊ देत नसत. संकटांस तोंड देऊनदेखील आपापल्या हक्कांसाठी कसे झगडावे याचे शिक्षण देण्याची एकही संधी वाया जाऊ देत नसत. अशीच एक संधी त्यांना १९२८ च्या सप्टेंबर महिन्यातील गणेशोत्सवात लाभली. गणपतीची पूजाअर्चा अखिल हिंदुजनांस करता येते किंवा नाही हा होता वादाचा प्रश्न. सनातनी नि सुधारक पक्षांमधील मतभेद अगदी एकेरीवर आले. शेवटी आंबेडकरांचे प्रयत्न नि धमक्या ह्यांचा इष्ट तो परिणाम झाला. सी. के. बोले, प्रबोधनकार ठाकरे आदी समाजसुधारक मंडळी आणि आंबेडकरांचा समता संघ हे सर्व त्या बाबतीत धैर्याने झगडले. सनातनी हटले. अखेर अस्पृश्य गणलेल्या हिंदूंनी मंडपामध्ये गणपतीच्या मूर्तीची पूजा करण्याचा अधिकार संपादन केला.

त्या काळात आपल्या वकिलीच्या धंद्याकडे लक्ष द्यावयास आंबेडकरांना वेळ कसला तो मिळेना. ते पुष्कळदा महत्त्वाच्या राजकीय चर्चेसाठी वा सामाजिक कार्यासाठी जावयाचे असल्यास न्यायालयातील आपल्या अशिलाची बाजू मांडण्याचे

काम कसे तरी उरकून घेण्याच्या घाईत दिसत. तरी जेव्हा ते एखादा खटला चालविण्यास घेत, तेव्हा आपल्या अशिलाला यश मिळवून देण्यासाठी ते आटोकाट प्रयत्न करीत. त्यांनी अशिलाला कधीही तोंडघशी पाडले नाही.

याचे एक उदाहरण देता येईल. एका खुनाच्या खटल्यात त्यांचे ठाणे येथील जिल्हा व सत्र न्यायाधीशाच्या न्यायालयात ज्या दिवशी भाषण व्हावयाचे होते, त्याच दिवशी त्यांची पुण्यात सायमन मंडळापुढे साक्ष व्हावयाची होती. इकडे खटला तर फारच महत्त्वाचा. आरोपींना फासावरून सोडवायचे होते. तरी आपल्या दलित समाजाची सायमन मंडळापुढे बाजू मांडायची संधी गमवायची नव्हती. म्हणून त्यांनी न्यायाधीशांना एक खास विनंती केली की, जरी फिर्यादी पक्षाचे भाषण झाल्यानंतर बचावाचे भाषण करायचे असते, तरी माझ्या कामाची निकड लक्षात घेऊन न्यायालयाने मला बचावाचे भाषण प्रथम करण्याची परवानगी द्यावी. आपल्या पक्षकारांची बाजू मांडून आंबेडकर पुण्यास गेले. त्यांची तेथे साक्ष झाली. बचावासाठी मांडलेल्या मुद्यांची अचूकता नि आपल्या वकिली कौशल्यावरील त्यांचा विश्वास एवढा प्रगाढ होता की, त्या खटल्यातील बहुतेक आरोपी निर्दोषी म्हणून सुटले ह्यात नवल ते कोणते !

'बहिष्कृत भारत' पाक्षिक चालू ठेवण्यासाठी त्यांनी अस्पृश्य जनतेकडे निधीची मागणी केली होती. आपल्या निवेदनात ते म्हणाले, की, 'सरकारने देऊ केलेली, दरमहा अडीच हजारपर्यंत वाढू शकणारी नोकरी, समाजकार्य करण्यास मोकळीक असावी म्हणून आपण नाकारली. रूढ धर्माचारांतील नि लोकाचारांतील दोषांचे आविष्कार करण्याचे भयंकर कार्य हाती घेतल्यामुळे देशाभिमानी व धर्माभिमानी म्हणविणाऱ्या पत्रांकडून होत असलेला शिव्याशापांचा भडिमार आपण एकसारखा सोशीत आहोत. फार दिवसांच्या मित्रांचा दीर्घ रोष पत्करला. त्यामुळे धंद्यात मिळणाऱ्या त्यांच्या साहाय्यास आपण मुकलो आहो. 'बहिष्कृत भारता'चे रकाने भरून जागृतीचे काम केले व ते करताना आपल्या प्रकृतीकडे, सुखाकडे, चैनीकडे व ऐषआरामाकडे न पाहता डोळ्यांच्या वाती केल्या.' परंतु वेळेवर साहाय्य मिळाले नाही. काही महिने 'बहिष्कृत भारत' बंद पडले.

मध्यंतरी २९ जून १९२८ पासून त्यांच्या नेतृत्वाखाली समता संघाचे 'समता' पाक्षिक निघू लागले. 'बहिष्कृत भारता'चा दुसऱ्या वर्षाचा पहिला अंक १६ नोव्हेंबर १९२८ या दिवशी निघाला. 'समता' एका शुक्रवारी तर 'बहिष्कृत भारत' दुसऱ्या शुक्रवारी निघे. असे काही महिने चालून पुन्हा १९२९ साली दोन्ही पाक्षिके बंद पडली.

ह्याच संधीस दुसऱ्या एका महत्त्वाच्या प्रश्नात आंबेडकरांचे मन गुंतले होते. तो प्रश्न म्हणजे मुंबईतील कापड गिरण्यांतील कामगारांनी केलेला संप. हा विराट संप सुमारे सहा महिने चालला होता. सुमारे दीड लाख कामगार या लढ्यात सामील झाले होते. गिरणी मालकांनी नवीन तऱ्हेचे माग सुरू केले होते. एक माणूस तीन माग चालवू शके. त्यामुळे कामगारांच्या संख्येत कपात करण्याकडे मालकांचा कल झाला. कामगारांनी नवीन मागांविषयी नि नवीन पद्धतीविषयी संताप व्यक्त केला. गिरणी कामगार महामंडळ ही त्या वेळची मुंबईतील एक प्रमुख कामगार संस्था. तिने या संपाची आग भडकविली नि संप पेटला.

संपाच्या काळात अस्पृश्य कामगारांचे अतोनात हाल झाले. त्या हालांतून आपली केव्हा एकदाची सुटका होईल, अशी त्या गरिबांची मन:स्थिती झाली होती. स्वत: आंबेडकर तर संपाला अनुकूल नव्हते. कापडगिरणीच्या धंद्याला ऐंशी वर्षे होऊन गेली तरी अस्पृश्यांना गिरण्यातल्या विणकाम खात्यासारख्या किफायतशीर खात्यात शिरकाव नसे. कारण तेथे सुताचा रीळ चोखून दोरा घालावा लागे. हा काळिमा नि अडचण दूर करण्याची पर्वा कुठच्याही कामगार संस्थेने केली नव्हती. ह्यामुळे कापडधंद्यातील अस्पृश्यांची मोठी कुचंबणा झाली होती. ही गोष्ट आंबेडकरांच्या मनात शल्याप्रमाणे रुतून बसली होती. शिवाय आंबेडकरांच्या मते कम्युनिस्टांच्या पाचवीला संप पुजलेला होता. साम्यवाद नि संप ही जुळी भावंडे.

कामगार चळवळ आपला जुना मुखवटा टाकून नवीन रूप धारण करीत आहे याची आंबेडकरांना जाणीव होत होती. म्हणून त्यांचे मत असे झाले होते की सांप्रतच्या कामगार चळवळीचे ध्येय मजुरांचे आर्थिक हित करण्याचे नसून राज्यक्रांती घडवून आणण्याचे आहे. संप हे कामगारांचे कायदेशीर शस्त्र आहे. पण त्याचा उपयोग योग्य वेळीच करायचा असतो असे त्यांचे मत होते. कामगारांचा असंतोष कम्युनिस्ट वाढवितात; कामगारांची आर्थिक स्थिती सुधारण्याकडे ते लक्ष देत नाहीत. यामुळे अस्पृश्य वर्गातील कामगारांची आर्थिक स्थिती अधिक बिकट झाली. यास्तव काही स्वतंत्र असा मार्ग चोखाळावा की काय असे विचार त्यांच्या मनात घोळत होते.

अस्पृश्य कामगारांचे कामावर हजर होण्यातच हित होते. त्यांच्यापुढे तो एकच मार्ग मोकळा होता. त्या काळी इ. डी. ससून गिरण्यांचे चालक फ्रेड्रिक स्टोन्स नावाचे गृहस्थ होते. अस्पृश्य कामगारांना कामावर रुजू होण्यास सांगावे अशी त्यांनी आंबेडकरांनी विनंती केली. आंबेडकर सी. के. बोल्यांच्या मदतीने सर्व

गिरणभागात संचार करू लागले. बोले हे जुने कामगारनेते. ते दोघे आपल्या संरक्षणासाठी काही तालीमबाज लोकांना बरोबर घेऊन कामगारांना कामावर रुजू होण्यासाठी धीर देत फिरत असत. आंबेडकरांचे एक तपावर आयुष्य मुंबईतील गुन्हेगारांच्या जगात गेले होते. त्यामुळे कामगारांची नाडी त्यांना बरोबर माहीत होती.

त्या काळात वातावरण धामधूम; धोका, वितुष्टाची भावना यांनी भरलेले होते. आंबेडकरांच्या कार्यालयानजीकच गिरणीकामगार चळवळीचे मुख्य कार्यालय होते. रागाने धुमसत असणारे कामगार आजूबाजूच्या पायमार्गावर रेंगाळत असत. जवळच असलेल्या आपल्या बिऱ्हाडी आंबेडकर जेव्हा जेवायला जात, तेव्हा त्यांचे स्वामिनिष्ठ शरीररक्षक त्यांच्या आजूबाजूने मागून जात. एक दिवस बिऱ्हाडाकडून कार्यालयाकडे येताना त्या स्वामिभक्त शरीररक्षकांना त्यांनी हटकले, 'अरे, तुम्ही असे माझ्यामागून का जाता येता ?' ते बिचारे अवाक्षरही बोलले नाहीत. त्यांच्या डोळ्यांतून स्वामिनिष्ठा प्रकाशत होती. आंबेडकर वृद्धाप्रमाणे त्या आपल्या एकनिष्ठ अनुयायांना म्हणाले, 'हा मूर्खपणा सोडा. मला वाचविण्यासाठी तुम्ही आपला जीव धोक्यात घालू नका. माझा मृत्यू कोणास टाळता येणे शक्य आहे ? इतके जपण्याची काही आवश्यकता आहे, असे मला वाटत नाही.' त्यांचे परममित्र दत्तोबा पवार यांनाही बाबासाहेबांचा जीव धोक्यात आहे, असे वाटले. तशी त्यांनी चिंताही व्यक्त केली. बाबासाहेबांनी त्यांना लिहिले की, 'ह्या मार्गात संकटे आहेत हे नि:संशय. त्यांना तोंड देण्याचा निश्चय केला आहे. निष्कंटक असा कोणता मार्ग असतो ? संकटापासून दूर राहायचे असेल तर एकच मार्ग आहे. तो म्हणजे स्वस्थ घरी बसणे. ते मला मान्य नाही.' थोरांच्या अविचल धैर्यानेच समाजात सुधारणा होत असते ती अशी.

ह्या संपाचा ताण आंबेडकरांच्या मनावर पडलेला असतानाच पुणे येथे सायमन मंडळापुढे आंबेडकरांची साक्ष झाली होती. ब्रिटिश मजूर पुढारी मेजर ॲटली, जे पुढे इंग्लंडचे मुख्यप्रधान झाले ते, सायमन मंडळाचे सभासद होते. डॉ. आंबेडकरांच्या साक्षीच्या वेळी ॲटलींनी काही प्रसंगोचित असे प्रश्न आंबेडकरांना विचारले. त्या दोघांत जी प्रश्नोत्तरे झाली ती विचारार्ह आहेत. ती अशी:[१]

प्रश्न - दलित वर्गातील लोक कापडाच्या गिरण्यांत, इतर शहरी उद्योगधंद्यात काम करतात का ?

उत्तर - दलित वर्गातील सारे लोक कामगार आहेत.

---

१. Indian Statutory Commission, Vol. XVI, p. 56.

प्रश्न - माझा मुद्दा तुमच्या लक्षात आलेला नाही. मी उद्योगधंद्यांविषयी बोलत नाही. अस्पृश्य वर्गातील लोक खेड्यांत राबत असतात आणि बहुधा दुसऱ्या काही धंद्यांत काम करतात. पण ते उद्योगधंद्यांत फार मोठ्या संख्येने आहेत काय ?

उत्तर - फार मोठ्या संख्येने आहेत.

प्रश्न - त्यांची अस्पृश्यता तेथे काही अंशांनी तरी कमी होते काय ?

उत्तर - नाही. अस्पृश्य कामगारांस सर्वांत किफायतशीर असे जे विणकाम खाते त्यात प्रवेश नाही. सूत खात्यासारखी दुसरी खाती आहेत, त्यांत त्यांना प्रवेश मिळू शकतो.

प्रश्न - कारण ?

उत्तर - कारण अस्पृश्यता.

सायमन मंडळाचे काम हिवाळ्यापर्यंत चालू राहिले. प्रांतिक समित्या आपापले वृत्तान्त तयार करीत होत्या. सायमन मंडळाचे कामास साहाय्य करण्याकरिता मुंबई विधिमंडळाने नेमलेल्या समितीने सरकारी नि बिनसरकारी साक्षीपुरावे ऐकून घेऊन आपला वृत्तान्त ७ मे १९२९ या दिवशी सादर केला. सिंध प्रांताच्या विभक्तीकरणासंबंधीच्या मागणीशी आपण पूर्णपणे सहमत आहोत; परंतु आर्थिक कारणामुळे ती मागणी अव्यवहार्य ठरते असे मत त्या शहाण्यासुरत्या सभासदांनी आपल्या प्रतिवृत्तांत नमूद केले होते. कर्नाटक प्रांत वेगळा करण्याची मागणी मात्र समितीस तितकीशी तीव्र वाटली नाही. दलित वर्गाला विभक्त मतदार संघ नसावा. परंतु त्याला राखीव जागा द्याव्या म्हणजे झाले. मुसलमानांकरिता मात्र विभक्त मतदार संघ असावा. निवडणुकीच्या १४४ जागांपैकी ३३ टक्के जागा राखीव ठेवाव्या, अशी समितीच्या सभासदांनी शिफारस केली.

आंबेडकरांचा समितीशी मुळातच मुख्य मुद्यावर मतभेद झाला. त्यांनी समितीच्या प्रतिवृत्तावर स्वाक्षरी न करता, आपली स्वत:ची मते नि शिफारसी ह्यांची एक भिन्न मतपत्रिका[१] त्या समितीस १७ मे १९२९ रोजी सादर केली. त्यात कर्नाटकाच्या विभक्तीकरणास विरोध दर्शविताना आंबेडकरांनी म्हटले आहे, 'भाषावार प्रांतरचनेचे तत्त्व इतके अफाट आहे की ते प्रत्यक्षात उतरविणे कठीण आहे. त्या तत्त्वाचा कडेपर्यंत युक्तिवाद अंगीकारल्यास इतके नवे प्रांत पाडावे

१. Indian Statutory Commission Vol. III, Appendix D, pp. 87-156.

लागतील की त्यांची संख्याच त्या गोष्टीची अव्यवहार्यता सिद्ध करील.'

असे वाटते की, आंबेडकरांच्या हाडातील दूरदृष्टिसंपन्न देशभक्त बोलत होता. 'आज जर राष्ट्राला कोणत्या गोष्टीची गरज असेल, तर ती जनतेच्या मनात एकराष्ट्रीयत्वाची भावना निर्माण करण्याची होय. आपण प्रथम भारतीय असून नंतर हिंदू, मुसलमान, सिंधी वा कानडी अशी भावना निर्माण करण्यापेक्षा आपण प्रथमत: भारतीय व नंतरही भारतीयच आहोत. अशी भावना निर्माण केली पाहिजे. हा आदर्श दृष्टीसमोर ठेवायचा असेल तर ज्यामुळे संकुचित प्रांताभिमानाची व पक्षाभिमानाची वाढ होईल अशा सर्व गोष्टी कटाक्षाने टाळल्या पाहिजेत, हे क्रमप्राप्तच आहे.'

सिंध प्रांताच्या विभक्तीकरणाच्या प्रश्नाला त्या काळात भलतेच महत्त्व दिले जात होते. त्याविषयी आंबेडकरांचे मत असे होते की, ती एक जातीय स्वरूपाची मागणी होती. पाच प्रांतांतील मुसलमानांच्या जातीय बहुसंख्याकतेचे रूपांतर राजकीय बहुसंख्याकतेमध्ये करण्याचा तो एक मोठा डाव आहे. ती योजना दिसते तेवढी निरुपद्रवी व निर्हेतुक नाही, असा देशाला त्यांनी इशारा दिला. त्या योजनेमागील हेतू नि:संशय भयंकर आहे, उट्टे काढून न्याय नि शांतता राखण्याचा हा डाव आहे. 'युद्धाची सिद्धता हाच शांतता राखण्याचा सर्वोत्तम मार्ग' ह्या धोरणातूनच त्याची उत्पत्ती झाली आहे, असे त्यांनी ठोसून सांगितले.

आपल्या विधानाच्या पुष्ट्यर्थ त्यांनी गांधीवादी राष्ट्रीय मुसलमान नेते मौलाना आझाद यांनी कलकत्त्याला मुस्लीम लीगच्या बैठकीत केलेले भाषण उद्धृत केले. आझाद म्हणाले होते की, 'हिंदूंच्या नऊ प्रांतांबरोबर मुसलमानांचे पाच प्रांत निर्माण होतील. त्यामुळे हिंदूंच्या नऊ प्रांतांत मुसलमानांना जशी वागणूक दिली जाईल तशीच वागणूक मुसलमानांच्या पाच प्रांतात हिंदूंनादेखील दिली जाईल. हा मोठाच फायदा झाला नव्हे काय ? मुसलमानांना आपले हक्क प्रस्थापित करण्याकरिता हे एक नवीन शस्त्रच सापडले, असे नाही काय ?' गांधीवादी मुसलमान-राष्ट्रवाद्यांच्या मनोवृत्तीवर आंबेडकरांनी टाकलेला हा झगझगीत प्रकाश आहे.

इतके सांगून आंबेडकर मुसलमानांच्या स्वतंत्र मतदार संघाच्या मागणीकडे वळले. युरोपात भिन्न पंथांचे वा धर्माचे लोक संयुक्त मतदार संघाला विरोध न करता एकाच शासनाखाली शेजारी शेजारी कसे गुण्यागोविंदाने राहतात याचे त्यांनी वर्णन केले. ते पुढे म्हणाले, 'मुसलमान अल्पसंख्याक असलेला हिंदुस्थान हा जगात काही एकच एक देश नाही. ही गोष्ट बऱ्याच लोकांना माहीत आहे असे दिसत नाही. बऱ्याच अन्य राष्ट्रांत अशीच परिस्थिती आहे.

अल्जेरियात मुसलमानांची मोठी संख्या आहे. बल्गेरिया, ग्रीस व रुमानिया या देशांत मुसलमान अल्पसंख्याक आहेत, तर युगोस्लाव्हिया आणि रशिया या दोन देशांत ते मोठ्या प्रमाणात बहुसंख्याक आहेत. तेथील मुसलमानांनी जातीय तत्त्वावर स्वतंत्र मतदार संघाची मागणी केली आहे काय ? वेगळ्या मतदार संघाचा उपयोग न करताही त्यांचे चालू शकते हे राजकारण विषयाच्या सर्व अभ्यासूंना विदितच आहे. इतकेच नव्हे तर, त्यांना प्रमाणशीर प्रतिनिधित्वाचेही आश्वासन दिलेले नसताना त्यांचे तेथे ठीक चाललेले आहे. म्हणून माझ्या मते मुसलमानांनी आपली बाजू मर्यादेचे अतिक्रमण करून मांडलेली असल्यामुळे ती योग्य आहे, असे माझ्या मनाला पटत नाही. जातीय प्रतिनिधित्व हे मुळातच इतके चुकीचे आहे की, ह्या बाबतीत भावनेच्या आहारी जाणे म्हणजे देशाच्या घटनेत हा एक दोष चिरस्थायी करण्यासारखे आहे.

'काही वर्गास स्वतंत्र प्रतिनिधित्व मिळावे अशा मताचा मी असलो तरी, अशा प्रतिनिधित्वाकरिता स्वतंत्र मतदार संघ असावेत या मताच्या मी सर्वस्वी विरुद्ध आहे. प्रादेशिक मतदार संघ नि स्वतंत्र मतदार संघ ही दोन विरुद्ध टोके आहेत. लोकशाहीचा अभाव असलेल्या आपल्या ह्या देशात लोकशाही राज्यपद्धती रुजविण्याकरिता ज्या मतदानाच्या योजना अवलंबिल्या जातील, त्या सर्व योजनांतून ह्या दोन गोष्टी कटाक्षाने टाळल्या पाहिजेत. यातला सुवर्णमध्य म्हणजे राखीव जागा असलेली संयुक्त मतदार संघ पद्धती. ह्यात यत्किंचितही काही कमी झाले तर त्यात उणीव राहील आणि अधिक घातले तर चांगल्या राज्यपद्धतीच्या उद्दिष्टास ते मारक ठरेल.'

राज्यकारभार चालविणारे मंत्रिमंडळ कोणत्या स्वरूपाचे असावे ? प्रांतिक कार्यकारी मंडळास संपूर्ण स्वतंत्रता असावी. मंत्रिमंडळात जातीय प्रतिनिधित्व नसावे. अनैर्बंधिक कृत्याबद्दल मंत्री न्यायालयीन चौकशीच्या अधीन असावेत. मंत्र्यांची विधिमंडळासमोर अधिकृत चौकशी करण्याची तरतूद असावी. कार्यकारी मंडळाचा प्रमुख मुख्यमंत्री असावा. तो राज्यपाल नसावा. प्रौढ मतदानपद्धती अंगीकारावी.

विधिमंडळातील सदस्यत्व संपूर्णतया निवडणुकीच्या तत्त्वावर आधारलेले असावे. जातीय नि पंथीय मतदार संघाचे उच्चाटन करण्यात यावे. मुसलमान, अस्पृश्य नि अँग्लो इंडियन यांसाठी राखीव जागा ठेवण्यात याव्यात. मुंबई विधिमंडळाच्या सभासदांची संख्या १४० ठेवण्यात यावी. ह्यापैकी ३३ टक्के जागा मुसलमानांना व १५ टक्के जागा अस्पृश्यांकरिता असाव्यात. प्रांतीय राज्यात वरिष्ठ

सभागृह नसावे. प्रांतीय राज्यात संपूर्ण स्वायत्तता असावी. नोकऱ्यांचे हिंदीकरण अधिक त्वरेने करावे.

आंबेडकरांच्या ह्या भिन्न मतपत्रिकेत अंगभूत असलेली तत्त्वे, त्यांत मांडलेले सिद्धान्त आणि त्या काळातील काही इतर व्यक्तींची वैशिष्ट्ये या सर्व गोष्टी विचारात घेता आंबेडकरांची ही भिन्न मतपत्रिका सर्वात राष्ट्रहितदक्ष असून ती जितकी देशाभिमानाने ओथंबलेली आढळते तितकीच बुद्धिवादानेही बहरलेली आहे. ती जितकी समतोल आहे तितकीच स्फोटकही आहे. यामुळे ही भिन्न मतपत्रिका प्रसिद्ध होताच आंबेडकरांचे कट्टर विरोधक, दुराग्रही टीकाकार नि त्यांना नेहमी विरोध करणारी वर्तमानपत्रे ह्यांनी त्यांची अलोट प्रशंसा केली. अवघ्या एका रात्रीत आंबेडकर मोठे राजकारणपटू, थोर देशभक्त, अस्पृश्यतेच्या अगाध खाणीतील देदीप्यमान हिरा आणि अलौकिक मुत्सद्दी ठरले. भारतीयांना वाटले, एक मोठा तेजोगोल उगवला; निर्भीड असा मार्गदर्शक अवतरला. आपल्या पिढीतील एक थोर धुरंधर, राजकीय विचारवंत म्हणून आंबेडकर मान्यता पावू लागले. ह्या भिन्न मतपत्रिकेमुळे देशाच्या भवितव्याशी आंबेडकरांचे भवितव्य जे एकदा निगडित झाले ते कायमचेच !

८

शेतकरी-कामगार यांचे हित व शिक्षणप्रसार

आपल्या लोकांना घटनात्मक आणि कायदे बनविण्याचे अधिकार प्राप्त करून देण्याच्या कार्यात आंबेडकरांच्या प्रयत्नांचा, उत्साहाचा आणि बुद्धीचा बराचसा भाग व्यतीत होत होता. तर आपले लोक शिक्षणात मागासलेले असल्यामुळे शिक्षण हीच आपल्या लोकांची महत्तम गरज आहे, शिक्षण हे त्यांच्या प्रगतीचे प्रभावी साधन आहे, ही जाणीव त्यांच्या मनात सदैव जागी होती. म्हणून आपल्या लोकांत शिक्षणाचा प्रसार करण्यासाठी त्यांनी सर्व साधनांचा अवलंब केला. त्यांनी १९२८ च्या जूनमध्ये दोन छात्रालये सुरू केली.

'बहिष्कृत हितकारिणी सभे'च्या कार्यकारी मंडळाची १४ जून १९२८ रोजी सभा भरून 'बहिष्कृत हितकारिणी सभा' विसर्जन करण्याचा ठराव संमत केला आणि बहिष्कृत वर्गात शिक्षणाचा प्रसार करण्यासाठी 'भारतीय-बहिष्कृत-समाज-शिक्षण-प्रसारक मंडळ' काढण्याचे ठरले. धार्मिक, सामाजिक नि राजकीय चळवळ करण्याकरिता 'भारतीय-बहिष्कृत-समाज-सेवा समिती' या नावाची निराळी संस्था काढण्याचे ठरले. ह्या ठरावाप्रमाणे पुढील महिन्यात दलितांच्या शालेय शिक्षणाची भक्कम पायावर उभारणी करण्याच्या दृष्टीने त्यांनी 'भारतीय-बहिष्कृत-समाज-शिक्षण-प्रसारक मंडळा'ची स्थापना केली. अस्पृश्य समाजातील लोकांना आपल्या मुलांच्या दुय्यम शिक्षणावर होणारा खर्च झेपण्यासारखा नव्हता. त्या मुलांची सोय व्हावी म्हणून दलित वर्ग शिक्षणसंस्थेने छात्रालये उघडण्याचे कार्य हाती घेतले होते. त्या कार्यात साह्य करण्याविषयी आंबेडकरांनी सरकारला कळकळीने आवाहन केले.

सरकारने ८ ऑक्टोबर १९२८ रोजी एक योजना संमत केली. त्यानुसार दुय्यम शिक्षण घेणाऱ्या केवळ अस्पृश्यवर्गीय मुलांच्या उपयोगाकरिता म्हणून पाच छात्रालयांच्या योजनेस आपण मान्यता देऊ अशी राज्यपालांनी घोषणा केली.

आंबेडकरांच्या ह्या शिक्षणसंस्थेला १८६१ च्या 'चॅरिटेबल सोसायटीज रजिस्ट्रेशन ॲक्ट' क्रमांक २१ अन्वये मान्यता मिळाली होती. ह्या संस्थेची सर्व

व्यवस्था एक विश्वस्त मंडळ पाही. या मंडळाचे सभासद मेयर निस्सीम, शंकर सायन्ना परशा, डॉ. पुरुषोत्तम सोळंकी आणि आंबेडकर होते. एकोणीस सभासदांचे एक सल्लागार मंडळ होते. आंबेडकर स्वत: प्रमुख कार्यवाह आणि शिवतरकर कार्यवाह व कोषाध्यक्ष म्हणून काम पाहत. हे सर्व सदस्य कर्तव्यतत्पर असून आपल्या नेत्याच्या कल्पना व उत्साह ह्यांनी भारून गेलेले होते. त्यांची कर्तव्यदक्षता व प्रयत्न पाहून साहजिकच सरकारच्या मनात विश्वास निर्माण झाला. त्यामुळे ज्यांच्यासाठी वार्षिक नऊ हजार रुपये अनुदानाची तरतूद केली होती अशा पाच संकल्पित छात्रालयांची व्यवस्था पाहण्याचे कार्य सरकारने आंबेडकरांच्या ह्या शिक्षणसंस्थेवर सोपविले.

सरकारकडून मिळणारे ते अनुदान ह्या छात्रालयांच्या खर्चाची तोंडमिळवणी करण्यास अपुरे पडे. त्यामुळे आंबेडकरांना निरनिराळ्या ठिकाणांहून देणग्या गोळा करणे भाग पडे. त्यांनी समाजातील दानशूर लोकांच्या गाठीभेटी घेतल्या. स्थानिक ज्ञानदानसंपन्न संस्थांकडे खेटे घातले. दानधर्म करणाऱ्या संस्थांकडे याचना केली. काही उदार गृहस्थांजवळ प्रार्थना केली. काही जिल्हा लोकल बोर्डाच्या व नगरपालिकेच्या अध्यक्षांनी अस्पृश्य वर्गाच्या विद्यार्थ्यांच्या फीत सूट दिली. छात्रालये बांधण्यासाठी विनामूल्य जागा दिली. या नि अशाच अन्य मार्गांनी त्या सत्कार्यास सक्रिय सहानुभूती दाखविली.

संस्थेने जमविलेल्या निधीतून विद्यार्थ्यांच्या जेवणखाणाची व राहण्याची सोय तर केलीच; शिवाय त्यांच्या शालेय अन्य गरजाही भागविण्याची व्यवस्था केली. स्पृश्य हिंदूंच्या संस्था ह्या संस्थेच्या कार्याविषयी उदासीन असत. गरज तर निकडीची होती. त्यासाठी आंबेडकरांना मुसलमानांकडेही साहाय्यार्थ जावे लागे. मुसलमान समाजातील एका धर्मादाय निधीच्या व्यवस्थापक-विश्वस्तांना जुलै १९२९ मध्ये आवाहन करताना आंबेडकरांनी आपल्या शिक्षणसंस्थेची सविस्तर माहिती दिली. मुंबई प्रांतातील सर्व दलित वर्गात शक्यतो सर्व उपायांनी शिक्षणाचा प्रसार करणे हे या संस्थेचे ध्येय आहे, असे त्यांनी लिहिले. पारशी धर्मादाय संस्थांकडेही त्यांनी त्यासंबंधी विचारणा केली. त्यानंतर काही दिवसांनी एन्. एम्. वाडिया धर्मादाय संस्थेच्या कार्यवाहांना लिहिलेल्या अर्जात त्यांनी म्हटले, 'अस्पृश्य वर्गाच्या दारिद्र्यामुळे आणि उच्चवर्गीय हिंदूंना अस्पृश्यांविषयी वाटणारी उदासीनता वा नैसर्गिक प्रेमाभाव ह्यामुळे ह्या दोन्ही वर्गाकडून निधी गोळा करणे अत्यंत बिकट आहे, असा संस्थेचा अनुभव आहे. साहजिकच त्यामुळे आमच्या संस्थेच्या डोक्यावर ह्या छात्रालयाच्या पोषणापायी कर्जाचा बोजा झाला आहे.'

संस्थेला आपल्या विद्यार्थ्यांच्या राहण्याची सोय करणे हे एक अगदी

कठीण कर्म झाले होते. छात्रालयासाठी कोणीही सवर्ण हिंदू सहजासहजी आपले घर भाड्याने द्यावयास राजी नसे. आणि जर एखाद्याने दिलेच तर ते अव्वाचे सव्वा भाडे आकारून आणि वर आपण जणू उपकारच करीत आहो असे दर्शवून. ह्या अनंत अडचणींमुळे आंबेडकर नेहमी चिंताग्रस्त असत. जिल्ह्यातील स्थानिक संस्थांना व प्रमुख व्यक्तींना व्यक्तिशः विनंत्या करणे आंबेडकरांना भाग पडे. विनंत्याचे सत्र अखंडपणे सुरू असायचे. जिल्हा लोकल बोर्डाच्या एका सदस्याला गळ घालताना आंबेडकरांनी एकदा म्हटले, 'अस्पृश्यांच्या उद्धाराचे कार्य हे देशातील सर्वच प्रबुद्ध लोकांचे कार्य आहे असेच मानले जाते.' दुसऱ्या एका सदस्याला जिल्हा (लोकल बोर्डाच्या) मंडळाच्या सभेपुढे आपल्या संस्थेचा प्रश्न चर्चेसाठी येणार आहे, तरी त्या बैठकीस हजर राहावे अशी त्यांनी कळकळीची विनंती केली. त्या सदस्याला मोठ्या भावनास्पर्शी शब्दांत त्यांनी लिहिले, 'हे कार्य अस्पृश्य वर्गाचे आहे. आणि म्हणूनच ते जसे माझे कार्य आहे तसेच ते तुमचेही आहे. म्हणून तुम्ही त्या कार्याविषयी जागरूक राहावे असा तुम्हांस आग्रह करण्याची मुळीच आवश्यकता नाही.'

दास्यात खितपत पडलेल्या एखाद्या मानवसमाजाच्या उद्धाराचे कार्य जे नेते हाती घेतात त्यांचे दोन वर्ग पडतात. त्यांपैकी जे तत्प्रीत्यर्थ सुरू केलेल्या चळवळीच्या राजकीय बाजूचा अवलंब करतात, ते दासांचा दास्याविरुद्ध द्वेष जागृत करतात. आणि त्यांच्यावर अन्याय करणाऱ्या लोकांविरुद्ध भावना प्रक्षुब्ध करतात. ह्या उलट सुधारणेच्या उत्साहाने भारलेले नेते अंतर्मुख होऊन बौद्धिक, मानसिक व औद्योगिक अशा विविध शिक्षणाचा प्रचार करतात. टस्केजी संस्थेचा संस्थापक व नीग्रोंचा नेता बुकर टी. वॉशिंग्टन याने निग्रोंच्या मतदानाच्या अधिकारापेक्षाही प्रात्यक्षिक शिक्षणावर व आर्थिक उन्नतीवर अधिक भर दिला. त्याने अन्य जातीयांचे औदार्य, सहानुभूती आणि सक्रिय साह्य ह्यांचा आपल्या कार्यासाठी पुरेपूर उपयोग करून घेतला. परंतु आंबेडकर व बुकर टी. वॉशिंग्टन ह्यांच्या देहस्वभावांत फारच फरक होता. इकडील अस्पृश्यांप्रमाणेच नीग्रोंच्याही वाट्याला तसाच पक्षपात येई. तोच पूर्वदूषित ग्रह व तशीच बहिष्कृत राहणी त्यांच्या नशिबी आली होती. युनायटेड स्टेटस्‌मध्ये काळ्या लोकांची संख्या शेकडा १० ह्या प्रमाणात आहे. म्हणून ह्या दृष्टीने विचार केल्यासही त्यांची समस्या येथील अस्पृश्यांप्रमाणेच कठीण आहे असे दिसून येईल.

बुकर टी. वॉशिंग्टनने निग्रो लोकांचे शिक्षण व आर्थिक उन्नती ह्यांवर अधिक भर दिला. हिंदुस्थानात आंबेडकर आपल्या राजकीय क्षेत्रातील उदयोन्मुख नेतृत्वामुळे काही काळ तरी शिक्षणाच्या कार्यापासून विचलित झाले होते. ह्याचे

काही कारणही असू शकेल. आंबेडकरांच्या ठायी असे काही विशेष असावे की ज्यामुळे नेपोलियन बोनापार्टप्रमाणे आपणही आपल्या थोर समकालिनांना आश्चर्याचा धक्का देऊन त्यांना चकित करावे, जगात थोर म्हणून गणना होते त्यांच्या मालिकेत बसण्याची आपली योग्यता आहे हे त्यांच्या निदर्शनास आणून द्यावे, अशी त्यांच्या मनात उर्मी वा आकांक्षा निर्माण झालेली असावी. अशा महत्त्वाकांक्षी वृत्तीला सुधारणावादापेक्षा राजकारणाचे क्षेत्रच अधिक अनुकूल नि आकर्षक वाटते.

दुसरे असे की, हिंदी परिस्थितीविषयी आंबेडकरांनी स्वत:चे असे काही आडाखे बांधले होते. सरकारी नोकरीत आणि सैन्यात कनिष्ठ श्रेणीतील ज्या जागांची दलित वर्गाकरिता आंबेडकरांनी मागणी केली होती, त्या जागा दलित वर्गाच्या जीवनश्रेणीत वाढ करण्यास असमर्थ होत्या. जितके अधिक शिक्षण तितकी प्रगतीही अधिक व आपल्या लोकांना संधीही तितकीच अधिक सुलभ होईल, हे आंबेडकरांना खचितच माहीत होते. आपल्या लोकांना राजकीय दृष्ट्या समानता आणि राजकीय क्षेत्रात सामर्थ्यही प्राप्त करून दिल्यास त्यांच्या शिक्षणाचा प्रश्न आपोआपच सरकारी खात्याच्या वतीने सोडवला जाईल, असे त्यांस वाटत होते. म्हणून त्यांनी आपला वेळ व बुद्धी ही अस्पृश्यांची शैक्षणिक प्रगती करून घेण्यापेक्षा त्यांना राजकीय हक्क प्राप्त करून देण्याच्या कामी लावली.

तरीही शिक्षणाच्या प्रश्नास आणखी एका बाजूने अडचण येत होती. दलित वर्गातील मुलांना शाळेत प्रवेश देण्याविषयी जे सरकारी आदेश येत असत ते शाळांचे चालक धाब्यावर बसवीत व त्यांना प्रवेश या ना त्या कारणाने नाकारीत. हा प्रश्न सोडविण्यासाठी आंबेडकरांना झगडावे लागले. कर्मवीर शिंदे व वीर सावरकर ह्यांनीही महाराष्ट्रातील दलित वर्गाच्या मुलांना शाळेत इतर हिंदू मुलांबरोबर बसण्याचा अधिकार प्राप्त करून देण्यासाठी अत्यंत कष्ट सोसले. त्यात त्यांना यशही बरे मिळाले.

आंबेडकरांनी 'भारतीय-बहिष्कृत-समाज-सेवा-समिती' ही संस्था सुरू केली. त्या संस्थेचे प्रमुख कार्यवाह सीतारामपंत शिवतरकर असून अध्यक्ष स्वत: बाबासाहेब होते. व्यवस्थापक मंडळावर फक्त अस्पृश्य समाजातील प्रमुख कार्यकर्ते होते. ही समिती अस्पृश्य समाजावर धार्मिक किंवा सामाजिक अन्याय झाला तर सरकारकडे तक्रार करीत असे. त्यांना स्पृश्य हिंदूंनी नागरिक हक्क भोगीत असता त्रास दिला,

तर पोलिसांकडे ती संस्था तक्रार करी. ज्या ज्या खात्याविरुद्ध त्या तक्रारी असत, त्या त्या शासकीय विभागाकडे तक्रारीची दाद मागण्यात येई. नोकऱ्या मिळविणे, राजकीय स्वरूपाच्या भेटीगाठी घेणे, मतदार संघाविषयी निवेदन सादर करणे, याही गोष्टी ही समिती करीत असे. हे काम चार-पाच वर्षे चालले असावे.

१९२९ च्या फेब्रुवारी महिन्याच्या पहिल्या आठवड्यात मुंबईत वालपाखाडी येथे आंबेडकरांच्या अध्यक्षतेखाली एक जंगी सभा भरली होती. ह्या सभेस मराठी व गुजराथी दलित वर्गाचे लोक उपस्थित होते. आपल्या भाषणाच्या ओघात आंबेडकरांनी श्रोत्यांना मोठ्या तळमळीने उपदेश केला की, 'अस्पृश्य समाजाने आहे त्या परिस्थितीत राहण्याची वृत्ती सोडली पाहिजे. पुढच्या जन्मी आपले कल्याण होईल अशा पोकळ थापांवर त्यांनी विश्वास न ठेवता ह्याच जन्मी, ह्याच काळी आपली सर्वांगीण उन्नती करून घेऊन मानवी समाजात समान दर्जा प्राप्त करून घ्यावा, आणि हिंदू समाजाला अस्पृश्यतेच्या पापापासून मुक्त करावे.'

निर्बंधशास्त्राचे प्राध्यापक आंबेडकर यांनी विद्यार्थ्यांच्या मनावर आपल्या ज्ञानपरायणतेचा चिरंतन असा ठसा उमटविला; विद्यार्थ्यांना त्यांनी अगदी मोहित केले होते. आपल्या ठायी असलेली ज्ञानपरायणता, ज्ञानाची सखोलता व प्रगल्भता या गुणांमुळे ते आपल्या विद्यार्थी वर्गाला घटनात्मक निर्बंध मोठ्या कुशलतेने नि विचारप्रवर्तक रीतीने शिकवीत. परंतु लवकरच त्यांच्या नोकरीची मुदत मार्च १९२९ च्या शेवटी संपली. पुढील चार वर्षे हे विद्वान प्राध्यापक राजकारणाच्या भोवऱ्यात फिरत राहिले. ह्या कालावधीत गोलमेज परिषद आणि संयुक्त समिती यांच्या ऐरणीवर घडल्या जाणाऱ्या हिंदी राज्यघटनेत करावयाच्या सुधारणांचा ऊहापोह करण्यात ते मग्न झाले होते.

१९२९ सालच्या द्वितीय व तृतीय तिमाहींत आंबेडकरांनी अनेक परिषदांना उपस्थित राहून लोकांना मार्गदर्शन केले. १३ एप्रिल १९२९ ह्या दिवशी चिपळूण येथे भरणाऱ्या रत्नागिरी जिल्हा परिषदेचे अध्यक्षस्थान स्वीकारण्याविषयी त्यांस निमंत्रण गेले होते. परिषदेच्या मंडपाकरिता सोयीची जागा मिळविण्यासाठी व्यवस्थापकांस बरेच परिश्रम करावे लागले. आपल्या शहरात परिषद भरली तर येथेही महाड प्रसंगाची पुनरावृत्ती होऊन, आपल्या विहिरी हे अस्पृश्य हिंदू विटाळणार तर नाहीत ना, अशी भीती सनातनी वृत्तीच्या हिंदूंच्या मनात घर करून बसली होती. असा काही प्रकार घडू नये म्हणून त्यांनी मोठ्या सावधगिरीने व काळजीपूर्वक आपल्या विहिरी बंद केल्या होत्या. जणू काय एखाद्या शत्रूची

धाड त्यांच्या गावावर पडणार होती ! आंबेडकर आपल्या सहकाऱ्यांसह चिपळूण येथील डाॅक बंगल्यात उतरले होते.

'प्रागतिक मताचे विनायकराव बर्वे वकील व नगरपालिकेचे अध्यक्ष भि. गो. खातू वकील हे दोघे उपस्थित राहिले. ऊँस्वामी रगजी यांनी स्वागतपर भाषण केले. सवर्ण हिंदूंनी आपला दृष्टिकोन अधिक विशाल करावा अशी त्यांनी कळकळीची विनंती केली. परिषदेतील आपल्या अध्यक्षीय भाषणात आंबेडकर म्हणाले, 'तुम्ही आपली गुलामगिरी नष्ट करा. स्वाभिमानशून्यतेचे जीवन कंठणे नामर्दपणाचे आहे. त्रास होणार, छळ होणार, टाकीचे घाव सोसा.' नंतर त्यांनी कोकणातील जमिनीसंबंधीच्या ज्या पद्धतीमुळे अस्पृश्यांचे रक्तशोषण केले जात होते, त्या खोती पद्धतीचा उल्लेख केला. आपण त्या पद्धतीचे उच्चाटन करण्याकरिता पडतील ते श्रम घेणार आहो, असे त्या परिषदेला आंबेडकरांनी आश्वासन दिले. त्यासाठी कोणत्याही दिव्यातून जायची आपली सिद्धता आहे, असे सांगून ते पुढे म्हणाले, 'जर तुम्ही कोकणात दलितांच्या जागृतीकरिता आलात तर तुम्हांस गोळी घालून आम्ही ठार मारू, अशी धमकीची पत्रे मला आली आहेत. मनुष्य मरणाधीन आहे. परंतु प्रत्येकाने स्वाभिमानाच्या तत्त्वाकरिता व मनुष्यजातीस चांगले दिवस यावे म्हणून देह ठेवण्यातच खरे शौर्य आहे. आपण पतित नसून खरे क्षत्रिय आहोत. स्वाभिमानशून्य व देशाभिमानशून्य जिणे जगणे ह्यासारखी दुसरी निंद्य गोष्ट नाही.'

खोतीच्या जाचातून ज्यांना मुक्तता करून घ्यायची असेल त्यांनी स्थलांतर करावे, त्यांच्यासाठी एखाद्या दूरच्या संस्थानात लागवडीकरिता जमिनी मिळवून देण्याचा आपण प्रयत्न करू, असेही त्या वेळी आंबेडकर म्हणाले. कोकणातून आफ्रिकेत जाऊन तेथे श्रीमंत होऊन कोकणात परत येणाऱ्या त्यांच्या मुसलमान शेजाऱ्यांची त्यांनी उदाहरणे आपल्यासमोर ठेवण्यास सांगितले. विधिमंडळाच्या अन्य सभासदांबरोबर सक्कर येथील धरणाची पाहणी करण्याकरिता ते काही दिवसांपूर्वी गेले होते. ह्या धरणामुळे सहस्रावधी एकर वाळवंटाचे शेतीला योग्य अशा सुपीक जमिनीत रूपांतर होणार होते. सिंध प्रांताला दिलेल्या ह्या भेटीपासूनच अस्पृश्यांनी सिंध प्रांतात स्थलांतर करावे, अशी कल्पना त्यांच्या डोक्यात आली असेल. इंदूरच्या महाराजांशी झालेल्या नवीन परिचयामुळे अस्पृश्यांकरिता आपण थोडीफार जमीन मिळवू शकू अशी आशा त्यांना वाटली असावी.

परिषदेच्या कार्याचा समारोप करतेवेळी प्रतिनिधींना यज्ञोपवीते वाटण्यात आली. आंबेडकरांचे ब्राह्मण सहकारी देवराव नाईक ह्यांनी पौरोहित्य स्वीकारून

सहा सहस्र प्रतिनिधींचा वेदऋचांच्या गजरात हा समारंभ पार पाडला. विनायकराव बर्वे वकील ह्यांनी आंबेडकरांना मोठ्या प्रेमाने व अगत्याने रात्री भोजनास आमंत्रिले. आंबेडकरांनी त्या आमंत्रणाचा स्वीकार करताना उद्‌गार काढले की, 'ब्राह्मणांच्या पंक्तीस बसून भोजन केल्याने मोक्ष मिळतो म्हणून नव्हे, तर आंतरजातीय सहभोजनामुळे समाजातील समतेचा मार्ग सुकर होतो आणि समतेच्या तत्त्वाचा प्रसार होतो, म्हणून प्रत्येकाने अशा आंतरजातीय सहभोजनात भाग घेणे आवश्यक आहे.'

दुसऱ्या दिवशी त्याच मंडपात भरलेल्या शेतकऱ्यांच्या परिषदेचे अध्यक्षस्थान आंबेडकरांनीच मंडित केले. आपल्या अध्यक्षीय भाषणात ते म्हणाले, 'माझा जन्म सर्वसाधारण जनतेची जबाबदारी घेण्यासाठी असावा. मी एका गरीब कुटुंबात जन्मास आलो आणि मुंबईच्या इम्प्रुव्हमेंट ट्रस्ट चाळीत गरीब लोकांत वाढलो. मला तुमची गाऱ्हाणी माहीत आहेत. खोती तुमच्या रक्ताचे शोषण करीत आहे. ही खोतीची पद्धत नष्ट केली पाहिजे. तसे झाले तर तुम्हांला शांतता व समृद्धी लाभेल. तुमचे ध्येय गाठण्यासाठी ही चळवळ तुम्ही अशीच चालू ठेवली पाहिजे. चार-पाच वर्षांनी भारताच्या हाती आपल्या भवितव्याची सर्व सूत्रे मिळण्याचा संभव आहे. त्या वेळी तुम्ही तुमचे खरे प्रतिनिधी विधिमंडळावर पाठविण्याची दक्षता घ्या. जे उमेदवार खोती पद्धतीचा नायनाट करण्यास निष्ठेने झटतील अशांनाच तुम्ही निवडून द्या.'

चिपळूणहून मुंबईस परत आल्यावर गिरणी कामगार युनियनने सुरू केलेल्या कापड गिरण्यांतील संपाविरुद्ध आपल्या चळवळीला आंबेडकरांनी पुन्हा चालना दिली. पहिल्या संपाच्या वेळी अपयश आले तरी त्याची तमा न बाळगता कामगार नेत्यांच्या डाव्या गटाने कामगारांना २६ एप्रिल १९२९ या दिवशी संपावर जाण्याचा आदेश दिला होता. पूर्वीच्या संपात भाग घेतलेल्या काही कामगारांना कामावरून कमी केले होते. हेच या असंतोषाचे कारण होते. संपावर जाण्याचा कामगारांचा अधिकार आहे, हे तत्त्व आंबेडकरांना पूर्णपणे मान्य होते. तथापि, संपाचे हत्यार फार जपून वापरावे, हे क्वचित प्रसंगी वापरावे व तेही केवळ कामगारांच्या हितार्थच वापरले जावे, कम्युनिस्ट नेत्यांच्या राजकीय उद्दिष्टांसाठी त्याचा वापर केला जाऊ नये, असे त्यांचे म्हणणे होते. म्हणून आपल्या अंगभूत वैशिष्ट्यपूर्ण धैर्याने त्यांनी आपले कम्युनिस्टांविषयीचे मत पुनः पुन्हा बोलून दाखविले. कम्युनिस्टांची कामगार चळवळ ही खरीखुरी कामगार चळवळ नाही. कामगार हितापेक्षा राज्यक्रांतीच्या उद्देशानेच ती अधिक प्रेरित झालेली आहे, असे ते म्हणाले. पोटात एक आणि ओठात एक ही

कम्युनिस्टांची कार्यपद्धती ते चांगलीच ओळखून होते.

गिरण्यांतील विशेष लाभदायक खात्यांत दलितवर्गीय कामगारांना काम करण्यास त्यांच्या अस्पृश्यतेमुळे बंदी असे. या कारणामुळे कम्युनिस्ट नेत्यांच्या प्रेरणेने सुरू झालेल्या संपास आंबेडकर पूर्वीपेक्षा अधिक हिरिरीने विरोध करू लागले. आंबेडकर ह्या संपाला अनुकूल नसण्यास दुसरे एक कारण होते. ते हे की, गतवर्षीच्या संपापासून दलितवर्गीय कामगारांची स्थिती इतकी खालावली होती की पठाणांच्या कर्जामुळे त्यांच्या मानेभोवती अधिकाधिक कर्जाचे पाश आवळले जात होते. त्यांच्या अब्रूवर घाला पडला होता. आपली परिस्थिती सुधारण्याच्या उद्दिष्टाने संपाचा आश्रय करणे हे जरी बरोबर असले, तरी स्थित्यंतर घडवून आणायचे ते कामगारांची स्थिती अधिक न बिघडविता घडवून आणले पाहिजे. रोग्याची प्रकृती अधिक न बिघडविता रोगाचे निवारण केले पाहिजे असे ते म्हणाले.[१]

आंबेडकरांनी रघुनाथराव बखले व श्यामराव परुळेकर ह्या दोन कामगार नेत्यांसह गिरणी कामगार युनियनच्या प्रचाराला शह देण्यास मोठ्या आवेशाने प्रयत्न नि प्रचार केला. २९ एप्रिल १९२९ या दिवशी मुंबईस दामोदर सभागृहामध्ये गिरणी कामगारांची एक सभा भरविण्यात आली. आंबेडकरच अध्यक्षस्थानी होते. संपावर जाणे योग्य नाही असा ठराव त्या सभेत संमत झाला.

संपासंबंधी हा वाद चालू असतानाच आंबेडकरांनी नाशिक जिल्ह्यातील चितेगाव येथे भरलेल्या विराट परिषदेत भाषण केले. त्या भाषणात ते म्हणाले, 'मनुष्याचा स्वाभिमान टिकवून धरणारी शिक्षण ही एकमेव गोष्ट नाही. शिक्षणाने जर माणुसकी मिळती तर सुशिक्षित आणि अधिकारी ह्यांजकडून आमच्यावर अन्याय झाला नसता. माणुसकीसाठी निकराचा लढा करा. आपल्या ध्येयातील व मार्गातील अडथळे स्वतःच दूर करून आपल्यावरील कलंक तुम्ही स्वतःच धुवून टाका,' असे त्यांनी प्रतिनिधींना कळकळीने आवाहन केले.

आणखी एक महत्त्वाची परिषद आंबेडकरांच्या मार्गदर्शनाची पातुर्डा येथे प्रतीक्षा करीत होती. मध्यप्रांत व वऱ्हाड ह्या प्रांतांतील दलित वर्गाने २९ मे १९२९ या दिवशी ती भरविली होती. त्या वेळी आंबेडकर संपासंबंधीच्या कामात बरेच गढले होते. त्यांची बहीण तुळसाबाई धर्माजी कांतेकर नुकतीच दिवंगत झाली होती. त्या बहिणीकडे विद्यार्थीदशेत ते राहत. तिचे पती बी. बी. सी.आय्. रेल्वेच्या परळ येथील कारखान्यात रखवालदार असत. तरीही परिषदेचे अध्यक्षस्थान

१. बहिष्कृत भारत, ३१ मे १९२९.

स्वीकारण्यासाठी कशीतरी त्यांनी सवड काढली. स्पृश्य हिंदूंनी अस्पृश्यांच्या स्थितीविषयी औदासीन्य जर असेच चालू ठेवले तर अस्पृश्यांनी धर्मांतर करून कोणताही अन्य धर्म स्वीकारावा, असा त्या परिषदेत ठराव पास झाला. संपाच्या परिस्थितीमुळे आंबेडकरांना मुंबईस त्वरित येणे अगत्याचे होते. म्हणून ते तडक मुंबईस परतले.

यापूर्वी थोडे दिवस अगोदर आंबेडकर जळगांवला गेले असता तेथील अस्पृश्यवर्गीयांना त्यांनी असा स्पष्ट सल्ला दिला की, 'धर्मांतर केल्याशिवाय अस्पृश्यतेचा नायनाट होणे कठीण आहे. त्या मार्गाने जाण्यास जो सोशिकपणा पाहिजे, तो ज्यांच्या अंगी असेल त्यांनी धर्मांतर करण्याच्या विरुद्ध आपण नाही.' त्याप्रमाणे जळगांवातील अस्पृश्य मंडळींपैकी काहींनी जळगांव येथील स्पृश्य हिंदूंना पूर्वसूचना दिली की जर ठराविक कालमर्यादेच्या आत त्यांनी अस्पृश्यांना योग्य ते हक्क देऊन त्यांच्या हालअपेष्टा दूर केल्या नाहीत तर ते अन्य धर्मांत जातील.

लोकमत अजमावण्यासाठी आंबेडकरांनी जळगांव आणि पातुर्डा येथे धर्मांतराची मर्यादित घोषणा करून हिंदूंच्या मनाचा ठाव घेण्याकरिता खडा टाकून पाहिला. परंतु आंबेडकरांच्या नावाने खडे फोडणाऱ्या स्पृश्य हिंदू कार्यकर्त्यांच्या हृदयाचे खडक फुटले नाहीत. त्यांनी या घोषणेला काडीचेही महत्त्व दिले नाही. त्यांना वाटले की, स्पृश्य हिंदूंच्या भावना हलवून अधिक नागरिक हक्क पदरात पाडून घेण्याची ही एखादी आचरट युक्ती असावी. तथापि ठरलेली मुदत टळली आणि ४ जून १९२९ रोजी जळगांवातील सुमारे बारा महारांनी खरोखरीच मुसलमान धर्माची दीक्षा घेतली. मग मात्र सनातनी सुधारकांचे डोळे उघडले. त्यांची गाळण उडाली. थोडा वेळ का होईना, परंतु त्यांच्या डोक्यात त्या विदारक परिस्थितीमुळे उजेड पडला. विचारांचे थैमान सुरू झाले. 'महार मेला विटाळ गेला,' अशी ज्यांची भावना असे, त्यांनी भावनावश होऊन आढेवेढे न घेता तत्काळ दोन विहिरी अस्पृश्य समाजास खुल्या केल्या. आंबेडकरांच्या मते हा उपाय 'बैल गेला नि झोपा केला' अशापैकीच होता. त्यांची ती कृती अंत:करणापासून नव्हती. म्हणून स्पृश्य हिंदूंनी त्यात विशेष फुशारकी मारण्यासारखे काही नव्हते. हिंदू समाजाला जर न्यायाची, समतेची अन् माणुसकीची चाड असती, तर त्यांनी गोष्टी या थराला येऊन दिल्या नसत्या. मुसलमान व ख्रिस्ती धर्मांचे उपकारच मानले पाहिजेत. हे धर्म हिंदुस्थानात नसते तर अस्पृश्यांची काय स्थिती झाली असती, किती छळ सोसावा लागला असता याची कल्पनाही करवत नाही, असेही त्यांनी उद्गार काढले.

ह्या परिषदांमुळे आंबेडकरांच्या चळवळीला जोरात गती मिळाली. आपण घेतलेल्या आणाभाकानुसार आचरण न करणाऱ्या आपल्या बांधवांवर कडक बहिष्कार टाकण्याचा अस्पृश्य समाजातील लोकांनी निर्धार केला. मृत जनावरांचे मुडदे वाहून नेण्यास अस्पृश्य माणसे आता नकार देत. तशातच त्यांनी यज्ञोपवीते धारण केलेली. मग काय विचारता ? स्पृश्य लोक त्यांचा अनन्वित छळ करीत. त्यांच्या तक्रारी व दुःखे यांचा सुमार झाला. तेव्हा बोले यांच्या अध्यक्षतेखाली भरलेल्या एका प्रचंड सभेत बाबासाहेब आंबेडकरांनी त्या छलकांना चांगलीच तंबी दिली.

सप्टेंबर १९२७ पासून आंबेडकरांनी आपल्या मित्रासह चालविलेल्या 'समाजसमता संघा'च्या कार्यासंबंधी वादाची बरीच राळ उडाली होती. ह्या संस्थेचे अध्यक्ष स्वत: बाबासाहेब होते. कार्यकारी मंडळाच्या सभासदांत नि पदाधिकाऱ्यांत दे. वि. नाईक, डॉ. भाईंदरकर, भा. वि. प्रधान, द. वि. प्रधान, रा. दा. कवळी, एस. एस. गुप्ते आदी मंडळी प्रमुख होती. सर्व मनुष्ये समान आहेत. मनुष्याच्या विकासासाठी आवश्यक असणाऱ्या साधनांवर व संधीवर प्रत्येक मनुष्यास समान हक्क आहे. हा समानतेचा हक्क पवित्र, परादेय नि अबाध्य आहे हे संघाचे ध्येय होते. संस्थेच्या ह्या व्यापक व क्रांतिकारक उद्दिष्टांमुळे ज्यांची मने अस्वस्थ झाली होती, अशा लोकांनी संस्थेवर कडक टीका केली. ह्या टीकेला आंबेडकरांनी जे सविस्तर प्रत्युत्तर दिले त्यात ते म्हणतात की, 'जर एखादा मनुष्य आपल्या उक्तीप्रमाणे कृती करीत असेल, 'बोले तैसा चाले' असा वागत असेल, तर तो पूज्यच मानावयास पाहिजे. परंतु एखादे चांगले तत्त्व मान्य असूनही त्या तत्त्वाप्रमाणे जर आचार करण्याचे धैर्य काही मनुष्यांच्या अंगी नसेल, तर त्यामुळे त्या तत्त्वाच्या खरेपणाला बाध येतो असे नाही.' काही आक्षेपकांचे म्हणणे असे होते की, जगाच्या पाठीवरून सामाजिक विषमता संपूर्णपणे नष्ट अशी कधीच होणार नाही. त्यांना आंबेडकरांनी उलट प्रश्न विचारला की, 'सर्व देशांत सर्व काळी समाजात अनीती असते हे माहीत असूनसुद्धा तुम्ही नीतीचा प्रचार करता तो कशासाठी ?' सामाजिक समतेचे तत्त्व हे समाजाच्या स्थैर्यासाठी कोनशिलेइतकेच महत्त्वाचे आहे, असा त्यांचा अढळ विश्वास होता. नीतीच्या भक्कम पायावर समाजाची उभारणी करावयाची असेल, तर समाजाच्या प्रत्येक घटकाला धार्मिक, सामाजिक, राजकीय व आर्थिक क्षेत्रांत समतेचे तत्त्व लागू करणे आवश्यक आहे.

'समाज समता संघा'चे अध्यक्ष व नेते या नात्याने आंबेडकरांनी आचार्य प्रल्हाद केशव अत्रे ह्यांच्या विवाहाचे 'बहिष्कृत भारत'मध्ये स्फुट लिहून अभिनंदन

केले. 'अत्रे देशस्थ ब्राह्मण, त्यांची पत्नी गोदूताई श्यामराव मुंगी ह्या वैश्य. कवी केशवकुमार ह्या नावाने ते साहित्यभक्तांच्या परिचयाचे आहेत. औपरोधिक काव्य लिहिणारा त्यांच्या तोडीचा अन्य मराठी कवी नाही, असा त्यांचा लौकिक आहे. वधूवर स्वतंत्र व स्वावलंबी असल्यामुळे हा मिश्र विवाह सर्व दृष्टीने योग्य व आदर्श समजला पाहिजे.'

रत्नागिरी येथील जिल्हा व सत्र न्यायालयात चालू असलेल्या एका खून खटल्याच्या कामानिमित्त आंबेडकरांना तेथे १९२९ च्या सप्टेंबरमध्ये जावे लागले. ह्या संधीचा उपयोग करून घेऊन वीर सावरकरांनी रत्नागिरी येथील विठ्ठल मंदिरात आंबेडकरांनी भाषण करावे म्हणून नागरिकांच्या शेकडो स्वाक्षऱ्यांनी त्यांना आमंत्रण पाठविले. सावरकर अनुयायांनी ह्याच विठ्ठल मंदिरात सामाजिक सुधारणेसाठी यशस्वी रीतीने लढे केले होते. यामुळे त्या मंदिरास सामाजिक क्रांतीच्या लढ्याचे एक मोठे केंद्र म्हणून विशेष महत्त्व प्राप्त झाले होते. प्रतिगामी लोकांनी सभाबंदी हुकूम मिळविण्याकरिता नगर दंडाधिकाऱ्याकडे धाव घेतली. सर्व शहरभर या प्रश्नावर चर्चा सुरू झाली. पण इतक्यात आंबेडकरांना मुंबईतील निकडीच्या कामासंबंधी तार आल्यामुळे भारतभूच्या दोन थोर क्रांतिवीरांची एका व्यासपीठावरून अमोघ आणि अमोल अशी भाषणे ऐकण्याची रत्नागिरीच्या जनतेला चालून आलेली ही संधी हुकली.

या वर्षीसुद्धा आंबेडकरांनी सार्वजनिक जागेत अस्पृश्यांचा गणेशमूर्ती-पूजनाचा हक्क बजावण्याकरिता पुन्हा झगडा सुरू केला. दादर गणेशोत्सवाच्या अध्यक्षांनी 'सोशल सर्व्हिस लीग'ला असे कळविले की, आम्ही गतवर्षी जो निर्णय घेतला तो रद्द झाल्यामुळे कुणाही अस्पृश्याला मूर्तीच्या प्रतिष्ठापनेच्या जागी प्रत्यक्ष खोलीत वा खोलीजवळ येऊ देण्यात येणार नाही. उत्सवचालकांच्या या कोलांटी उडीमुळे गणेशचतुर्थीच्या दिवशी वातावरण बरेच तंग झाले. उत्सवाच्या चालकांनी पराकाष्ठेची दक्षता घेतली. पोलिसांनाही बोलाविले. मंडपात जागोजागी गुंड उभे केले. जवळ जवळ एक सहस्र अस्पृश्य हिंदू मंडपाबाहेर एकत्र जमून आत प्रवेश करण्याची परवानगी मागू लागले. आंबेडकर, बोले, प्रबोधनकार केशवराव ठाकरे आणि दुसरे स्थानिक पुढारी त्या ठिकाणी जमले. त्या प्रचंड जनसमुदायास शांत राखण्याविषयी आंबेडकरांना फारच कष्ट पडले. सनातनी हिंदूंचे एक म्होरके डॉ. जावळे यांच्याशी बोलणी सुरू केली. आंबेडकरांनी अस्पृश्यांना केवळ मानवी हक्क मिळावे म्हणून विनंती केली. ही बोलणी निरर्थक ठरणार अशी चिन्हे दिसू लागली. परिस्थिती अधिकच स्फोटक झाली. लोकसमुदायाचा रेटा क्षणाक्षणास पुढेच सरकत आहे, हे ज्या वेळी सनातनी पुढाऱ्यांच्या

दृष्टोत्पत्तीस आले, तेव्हा त्यांनी शेवटी हात जोडले. दुपारी तीन वाजता त्यांनी आपल्या निर्णयात अनुकूल असा बदल केला. त्याबरोबर अस्पृश्य हिंदूंनी विजयोत्साहाने मंडपात प्रवेश केला.

या सुमारास बाबासाहेबांनी कोल्हापुरातील वकिलीची सनद फिरून काढली. महत्त्वाचे खटले चालविण्याचे काम त्यांचे स्नेही दत्तोबा पवार मिळवून देत असत. त्यासाठी दत्तोबांना बाबासाहेबांकडून नेहमी स्मरणपत्रे जायची. अडचणीच्या वेळी धन नि दु:खाच्या वेळी मनाचा दिलासा देणारा दत्तोबांसारखा जिवलग मित्र त्या काळी बाबासाहेबांना क्वचितच असावा.

याच काळात मुंबई सरकारने नियुक्त केलेल्या स्टार्ट कमिटीच्या कामात आंबेडकर गढले होते. या समितीची नियुक्ती आंबेडकरांचे निष्ठावंत सहकारी डॉ. सोळंकी यांच्या ठरावानुसार झाली होती. मुंबई प्रांतातील अस्पृश्यांच्या व आदिवासी जमातीच्या शैक्षणिक, आर्थिक व सामाजिक स्थितीची चौकशी करून ती सुधारण्यासाठी काय उपाययोजना करावी हे तिचे उद्दिष्ट होते. त्या समितीचे अध्यक्ष ओ. बी. एच. स्टार्ट हे आय. सी. एस. गृहस्थ होते. आंबेडकर व डॉ. सोळंकी यांच्याबरोबर गांधीभक्त ए. व्ही. ठक्कर हेही त्या समितीचे सभासद होते. समितीचे सदस्य या नात्याने आंबेडकरांनी बेळगांव, खानदेश व नाशिक ह्या जिल्ह्यांतील अनेक गावांना भेटी दिल्या. समितीचे सदस्य असूनही आंबेडकरांना या भेटीत अपमानास्पद वागणूक अनुभवावी लागली. एका प्राथमिक शाळेच्या मुख्याध्यापकाने तर त्यांना वर्गात पाऊल टाकू दिले नाही. ती गोष्ट अशी : आपल्या मुलाला वर्गात बसू न देता पडवीत बसविण्यात येते, अशी तक्रार एका पालकाने केली. त्यावरून आंबेडकरांनी प्रत्यक्ष चौकशी करण्याकरिता शाळेस भेट दिली होती.

दुसरा प्रकार घडला समितीच्या सभासदांनी पूर्व खानदेशाचा दौरा केला त्या वेळी. चाळीसगावच्या अस्पृश्यांनी आंबेडकरांचे उत्साहाने स्वागत केले. त्यांच्या मनांतून आंबेडकरांना आपल्या वस्तीत न्यायचे होते. परंतु झाडून साऱ्या हिंदू टांगेवाल्यांनी अस्पृश्यांच्या नेत्याला टांग्यातून न्यावयास नकार दिला. शेवटी तडजोड म्हणून एका अस्पृश्याने टांगा हाकण्याचे ठरविले. परंतु त्याला उभ्या जन्मात टांगा हाकण्याचा अनुभव नसल्यामुळे घोडा बिथरला. त्याबरोबर आंबेडकर जे टांग्यातून बाहेर फेकले गेले ते दगडी पायऱ्यांवर घायाळ होऊन पडले.

या प्रसंगाविषयी एक महिन्याने लिहिताना ते म्हणतात[१], '२३ ऑक्टोबर १९२९ या दिवशी मी ज्या टांग्यातून प्रवास करीत होतो, तो उलटला व मी बाहेर फेकला गेलो. या अपघातामुळे माझ्या उजव्या पायाचे हाड मोडले. या अस्थिभंगाचा परिणाम म्हणून मला डिसेंबरच्या शेवटच्या आठवड्यापर्यंत बिछान्यावरच पडून राहावे लागले. आणि आज मला जरी थोडेफार चालता-फिरता येते तरी काठीच्या आधाराशिवाय मला चालता येत नाही.'

स्टार्ट समितीने पुढे १९३० च्या मार्च महिन्यात आपले प्रतिवृत्त सादर केले. त्यात असे म्हटले की, जरी अस्पृश्य जनता हिंदूंचीच धर्मकृत्ये, निर्बंध व सण पाळते व मानते, तरी तिला बहिष्कृत स्थितीत दूर निराळे राहावे लागते. तिला प्रतिबंधामुळे समाजात मिसळता येत नाही. म्हणून ती दास्यात खितपत पडली आहे. असे आपले मत देऊन समितीने पुढील सूचना केल्या. स्पृश्य हिंदूंच्याच शाळांतून अस्पृश्यांचे शिक्षण अधिक सुलभ रीतीने होण्याची व्यवस्था करावी. अस्पृश्य विद्यार्थ्यांकरिता असणाऱ्या वसतिगृहांच्या व शिष्यवृत्त्यांच्या संख्येत वाढ करावी. गिरण्या आणि रेल्वे-कारखाने यांत औद्योगिक शिक्षण घेण्यासाठी कामशिकाऊ विद्यार्थी घेण्याची आणि परदेशांत यांत्रिक शिक्षण घेण्यासाठी अस्पृश्य विद्यार्थ्यांना शिष्यवृत्ती देण्याची तरतूद करावी. ही सर्व व्यवस्था पाहण्याकरिता एका स्वतंत्र अधिकाऱ्याची नेमणूक करावी.

खेडेगावातील सहकारी तत्त्वावर चाललेल्या संस्थातून अस्पृश्यांना योग्य प्रमाणात प्रतिनिधित्व मिळावे, नगरपालिकेच्या झाडू कामगारांना 'सावकारांचा कायदा व प्रॉव्हिडंट फंड' लागू करून संरक्षण द्यावे. पोलीस व लष्कर या खात्यांत दलित वर्गाच्या लोकांची भरती करण्यात यावी. त्यांच्याकरिता शहरांत राहण्याची सोय करण्यात यावी. राने तोडून मिळालेली जमीन व. वैराण पडीक जमिनी दलितवर्गीयांना द्याव्यात. सक्कर धरण योजनेचा उपयोग त्यांच्या सुधारणेकरिता केला जावा.

वर उल्लेखिलेल्या अपघाताने आंबेडकरांना घराबाहेरील कार्य करण्यास असमर्थ बनविले होते, तरी ते काही स्वस्थ बसून राहिले नव्हते. अदम्य उत्साहशक्ती हे थोरपणाने एक महत्त्वाचे अंग असते. भिक्षुकशाही व पुरोहित वर्ग यांच्या उच्चाटनाविषयी त्यांनी एक तेजस्वी लेख लिहिला. एका पारशी गृहस्थाने १९२९ च्या ऑक्टोबरात मुंबईच्या 'क्रॉनिकल' पत्रात पारशी पुरोहित वर्गाविरुद्ध

---

१. Ambedkar's letter dated 8 December 1929 to the Director of Public Instruction.

अत्यंत तिखट शब्दांत लेख लिहिला होता. पुरोहित वर्गाची अशी एक जात बनली आहे, ती नष्ट करणे हे ज्याचे मुख्य उद्दिष्ट आहे, असे एखादे मंडळ असण्याची किती आवश्यकता आहे यावर त्या लेखकाने भर दिला होता. ह्या विचाराला पाठिंबा देण्यासाठी 'बाँबे क्रॉनिकल' पत्रात 'पुरोहित वर्ग व्यवसाय विरोधी मंडळ पाहिजे' ह्या मथळ्याखाली त्यांनी जळजळीत लेख लिहिला.[१] त्यात ते म्हणाले, 'हिंदू पुरोहित वर्ग हा सर्वसाधारण पारशी पुरोहित वर्गापेक्षा शैक्षणिक, नैतिक वा अन्य क्षेत्रात कोणत्याही प्रकारे वरचढ नाही. असे असतानासुद्धा वंशपरंपरेने उपाध्यायपणा प्राप्त झालेल्या हिंदू पुरोहितांविरुद्ध आरोप करायचे तर ते अगणित आहेत, तितकेच ते भयंकर आहेत. हा वर्ग म्हणजे संस्कृतीच्या चक्राची चालना बंद पाडणारा अडसरच होय. मनुष्य जन्माला येतो, आपल्या कुटुंबाचा पालनकर्ता बनतो आणि काही काळाने मरून जातो. पण प्रथमपासून शेवटपर्यंत त्यांच्या मानगुटीवर पुरोहिताची सावट एखाद्या पिशाच्चाप्रमाणे पडलेली असते.' भिक्षुकशाही म्हणजे माणुसकीचा हीन नमुना, असे वर्णन करून आंबेडकर पुढे लिहितात, 'अज्ञात शक्ती आणि असहाय मानव ह्यांच्यातील मध्यस्थाच्या भूमिकेची बतावणी करून त्यावर भिक्षूक आपली उपजीविका करतो. विवाहासारखा एखादा आनंदप्रद प्रसंग असो अथवा मृत्यूसारखा दुःखद प्रसंग असो, उपाध्याय वर्ग हा दोन्हींपासून आपला सारखाच लाभ करून घेतो. एका पारशी पत्रकाराने मार्मिकपणे म्हटल्याप्रमाणे आपल्या भक्ष्यावर उदरभरण करण्यासाठी त्यांच्यापैकी बहुतेक प्रार्थना करतात.' गरीब कुटुंबातील एखाद्या मयत पारशी जिवंत पारशापेक्षा आर्थिकदृष्ट्या दुःसह होतो, हे त्या पारशी लेखकाचे विधान आंबेडकरांनी आपल्या लेखात उद्धृत केले. आपल्या लेखाच्या शेवटी त्यांनी प्रबुद्ध हिंदू, मुसलमान व ख्रिश्चन गृहस्थांना कळकळीने आवाहन केले. त्यात ते म्हणाले, 'पुरोहित वर्गाच्या मगरमिठीतून भारताची सुटका करण्यासाठी काही उपाययोजना आखून पुरोहित वर्गाला शुद्ध करण्याच्या या उदात्त व शौर्यशाली अशा अवघड कार्याला ते हातभार लावतील अशी आशा आहे. कारण जर पारशी बंधूंना त्यांच्या पुरोहित वर्गाचा भार दुःसह झालेला आहे, तर इतर समाजाला आपल्या पुरोहित वर्गाचा भार सहन करण्याचे खचित त्राण उरलेले नाही. ह्याच सुमारास शिवराम जानबा कांबळे, पां. ना. राजभोज, श्री. स. थोरात, लांडगे, विनायकराव मुरकुटे ह्या पुण्याच्या दलित वर्गाच्या पुढाऱ्यांनी पुण्यातील वा. वि. साठे, देशदास रानडे, ग. ना. कानिटकर, केशवराव जेधे व

---

१. The Bombay Chronicle, 8 November 1929.

न. वि. गाडगीळ या स्पृश्य नेत्यांनी विचारविनिमय करून पुण्याच्या प्रसिद्ध पर्वतीच्या मंदिरातील दैवताची पूजाअर्चा करण्याचा अस्पृश्यांचा हक्क प्रस्थापित करण्याकरिता १३ ऑक्टोबर १९२९ ला सत्याग्रहास सुरुवात केली. मंदिरप्रवेश चळवळीच्या विरोधकांनी भीतिदायक गर्जना करून सत्याग्रहींवर दगडांचा वर्षाव केला. ह्या दगडफेकीमुळे गाडगीळ, रानडे व काही आर्यसमाजी कार्यकर्ते यांना किरकोळ दुखापती झाल्या. राजभोज यांना तर भयंकर दुखापत झाल्याने त्यांना रुग्णालयात न्यावे लागले. लष्करी पलटण आली. पांगापांग झाली. मोठ्या प्रमाणावर रक्तपात झाला असता तो टळला.

सत्याग्रहींच्या संबंधात सनातनी हिंदूंनी जे अश्लाघ्य वर्तन केले, त्याविरुद्ध सभासभांतून अनेक ठिकाणी कडक निषेध करण्यात आला. आंबेडकर स्टार्ट समितीच्या कामात व्यग्र होते. शिवाय मंदिरप्रवेश चळवळीचे नेतृत्व स्पृश्य हिंदू नेत्यांकडे असल्यामुळे ते त्या सत्याग्रहापासून थोडे अलिप्त राहिले असले पाहिजेत. तरीही मुंबईच्या एका सभेत केलेल्या आपल्या खळबळजनक भाषणात ते म्हणाले, 'पुण्याच्या दलित वर्गाने मूलभूत मानवी हक्कांकरिता चालविलेल्या लढ्याला हार्दिक पाठिंबा देणे एवढेच मुंबईच्या दलित वर्गाचे कर्तव्य नाही. त्यांना आर्थिक साहाय्य दिले पाहिजे. आवश्यक तर सत्याग्रहास पुष्टी देण्याकरिता जथ्याजथ्यांनी पुण्यास जाण्यास सिद्ध राहिले पाहिजे. काही काळ थांबा आणि स्पृश्यांचे हृदयपरिवर्तन होईपर्यंत वाट पाहा. अशी विनंती करणाऱ्या लोकांच्या मनोवृत्तीचे वाभाडे काढण्यावाचून मला राहवत नाही.' त्या काळात काँग्रेसने (राष्ट्रीय सभेने) ब्रिटिश लोकसभेला विवक्षित मर्यादेत म्हणजे ३१ डिसेंबर १९२९ पर्यंत साम्राज्यांतर्गत स्वराज्य देण्याविषयी निर्वाणीची अट घातली होती. तिचा उल्लेख करून डॉक्टर आंबेडकर स्पृश्य हिंदूंना टोमणा देण्याच्या उद्देशाने म्हणाले, 'तर मग केवळ पूजास्थानी प्रवेश करण्याचे साधे माणुसकीचे अधिकार मिळविण्यासाठी दलितवर्गीयांना अधिक काळ वाट पाहायला सांगण्यात त्यांचा लपंडाव असून बेगडी मुलामा आहे.' आपल्या भाषणाचा समारोप करताना ते म्हणाले, 'आपणही अशीच चळवळ मुंबईस सुरू करू आणि समतासंघाचा अध्यक्ष ह्या नात्याने चळवळ अंती यशस्वी होण्यासाठी मी प्रयत्न करीन. ह्या सभेस प्रबोधनकार ठाकरे, देवराव नाईक, शिवतरकर, प्रधान, खांडके, कवळी, कद्रेकर वगैरे नेते व कार्यकर्ते उपस्थित होते. पुण्याचा मंदिरप्रवेश सत्याग्रह हा त्या प्रकारचा पहिलाच सत्याग्रह नव्हता. सावरकरांनी रत्नागिरी येथील विठ्ठल मंदिरात अस्पृश्य हिंदूंना प्रवेश मिळविण्याच्या उद्देशाने अशीच चळवळ सुरू केली होती. कारवार येथील विठ्ठल मंदिरप्रवेशाचा, अमरावती येथे अंबादेवी मंदिर प्रवेशाचा,

खुलना येथील कपिलमुनी कालीमंदिर प्रवेशाचा असे अनेक ठिकाणी लढे चालू होते. पुण्याचा सत्याग्रह सुरू झाला खरा, परंतु सनातन्यांनी मंदिर बंद ठेवल्याने तो मागे घ्यावा लागला. तथापि, ह्या मुद्द्यावर पुढेमागे लढा द्यावयाचा ही कल्पना आंबेडकरांच्या मनातून नाहीशी झाली नाही.

९

अस्पृश्यांचे दुःख जगाच्या वेशीवर टांगले

भारताच्या इतिहासात सन १९३० हे वर्ष नवीन विचारांचे व नवीन तेजाचे, पराक्रमाचे व प्रतिकाराचे म्हणून गणले जाते. ह्याच वर्षी १२ मार्चला काँग्रेसचे सर्वाधिकारी महात्मा गांधी ह्यांनी दांडी मोर्चाने भारताच्या स्वातंत्र्ययुद्धातील सत्याग्रही पर्व सुरू केले. सहस्रावधी निःशस्त्र भारतीय वीरांनी सशस्त्र ब्रिटिश घोडेस्वार, गोळीबार आणि कारावास ह्यांना धैर्याने आणि शौर्याने तोंड दिले. पुन्हा एकदा सर्व भारत स्वातंत्र्याच्या घोषणांनी दुमदुमला.

२ मार्च १९३० ह्या दिवशी आंबेडकरांनी दलित हिंदूंच्या सामाजिक स्वातंत्र्यासाठी नाशिक येथे मंदिरप्रवेशाचा लढा सुरू केला. मुंबईस मंदिरप्रवेशासाठी सत्याग्रह करणार, असे जरी डॉ. बाबासाहेब आंबेडकरांनी घोषित केले होते, तरी त्यांनी तो बेत रहित केला आणि महाराष्ट्रातील स्पृश्य हिंदूंचे नाक जे नाशिक तेच दाबण्याचा निर्धार केला. राष्ट्रीय सभेचा लढा जुलमी अन् अर्थशोषण करून जनतेची पिळवणूक करणाऱ्या अन्यायी परदेशी ब्रिटिश सत्तेविरुद्ध होता, तर आंबेडकरांचा लढा माणुसकीस कलंक लावणाऱ्या अमानुष, अन्यायी व अघोर अशा स्वदेशी सनातनी ब्राह्मणी सत्तेविरुद्ध होता. एक साम्राज्यशाही, तर दुसरी धर्ममार्तंडशाही, सामाजिकशाही ! एक राजकीय गुलामगिरी तर दुसरी सामाजिक गुलामगिरी. नाशिक येथे पंचवटीतील काळाराम मंदिराच्या व्यवस्थापकांना तेथील स्थानिक सत्याग्रह समितीने विशिष्ट अवधीपर्यंत अस्पृश्य गणलेल्या हिंदूंना राम-मंदिर खुले न झाल्यास मंदिरप्रवेशार्थ आपण सत्याग्रह करणार आहोत, अशी रीतसर लेखी सूचना दिली होती. महाराष्ट्र, कर्नाटक आणि गुजरात येथून सुमारे पंधरा हजार सत्याग्रही आपल्या नेत्याच्या हाकेला ओ देऊन जमा झाले. समाज समतासंघाचे पुढारी देवराव नाईक, द. वि. प्रधान, कवळी, सहस्रबुद्धे हेही नाशिकला गेले. बाळासाहेब खेर हेही सत्याग्रही व सनातनी हिंदू ह्यांत काही तडजोड करण्याच्या उद्देशाने नाशिकला गेले होते. अस्पृश्यांचे पुढारी पांडुरंग न. राजभोज, सीतारामपंत शिवतरकर आणि स्थानिक समितीचे अध्यक्ष

पतितपावनदास, भाऊराव गायकवाड, अमृतराव रणखांबे हे प्रमुख नेते; सावळाराम दाणी, पांडुरंग सबनीस, तुळशीराम काळे, नानाशेट मेस्त्री आदी नेते वा कार्यकर्ते मोठ्या उत्साहाने सत्याग्रह समितीचे कामकाज पाहत होते. सत्याग्रहाचे प्रवर्तक, प्रचारक आणि कार्यकर्ते हे जवळजवळ सर्वच अस्पृश्य वर्गाचे होते. महाड येथील लढ्यानंतर झालेला हा पालट ठळकपणे दिसून येतो. स्पृश्य हिंदूंच्या इच्छेने, तंत्राने नि मार्गाने चाललेल्या अस्पृश्यांच्या चळवळी आता ओहोटीस लागल्या होत्या. ह्यापूर्वी अस्पृश्यतानिवारणासंबंधी जी जी सभा होई, संमेलने होत त्या त्या सभासंमेलनांतून वक्ते, बहुतेक सर्व श्रोते, अध्यक्ष आणि कार्यवाह स्पृश्य हिंदू असत. अशी सभासंमेलनेही आता दिसेनाशी झाली.

रविवार दि. २ मार्च हा सत्याग्रहाचा क्रांतिदिन उगवला. एका विस्तीर्ण शिबिरात त्याच दिवशी दहा वाजता आंबेडकरांच्या अध्यक्षतेखाली टोलेजंग परिषद भरली. त्यात सत्याग्रहाच्या कार्यपद्धतीविषयी विचारविनिमय झाला. त्याच शिबिरात पुन्हा दीड वाजता परिषदेचे कामकाज सुरू झाले. त्यात ठरल्याप्रमाणे तीन वाजता एक मैल लांबीची, सुमारे पंधरा हजार सत्याग्रहींची मिरवणूक राममंदिराकडे अत्यंत शांततेने आणि शिस्तीने निघाली. नाशिकच्या इतिहासातील ती अभूतपूर्व अशी मिरवणूक होती. तिची आघाडी गोदावरी पुलावर, तर पिछाडी देवळाली नाक्यावर होती. अग्रभागी लष्करी धर्तीचा बँड, बासरी, सनई, तुतारी ह्यांचा घोष होत होता. वादकांच्या तुकडीमागून बालवीर पथक चालले होते. त्यांच्यामागून स्त्रियांचा समूह गाणे गात चालला होता. त्यांच्यामागून बैरागी आणि वारकरी 'श्रीराम जयराम, जयजय राम' असे एकतारीवर भजन करीत चालले होते. मिरवणुकीतील शांतता व सांघिक शिस्त वाखाणण्यासारखी होती. सत्याग्रहींधील उत्साहाला उधाण आले होते. त्यांच्या डोळ्यांतून निर्धाराचे स्फुल्लिंग बाहेर पडत होते. मिरवणूक राममंदिराजवळ येताच जिल्हाधिकारी, पोलीसप्रमुख, जिल्हा न्यायाधीश हे मंदिराच्या दरवाजाजवळ गेले. मंदिराचे सर्व दरवाजे बंद असल्यामुळे मिरवणूक गोदावरीच्या घाटाकडे वळली. तेथे तिचे रूपांतर एका जंगी सभेत होऊन सत्याग्रहाच्या जयघोषात ती सभा समाप्त झाली.

रात्री अकरा वाजता कार्यकर्ते आणि पुढारी ह्यांची बैठक होऊन मंदिराच्या सर्व दरवाजांपुढे सत्याग्रह करण्याचे ठरले. ह्या ऐतिहासिक मंदिरप्रवेश सत्याग्रहाला दि. ३ मार्चला सकाळी आरंभ झाला. सत्याग्रहींच्या पहिल्या तुकडीत १२५ पुरुष आणि २५ स्त्रिया होत्या. ते मंदिराच्या चार दरवाजांवर बैठक मारून बसले. शिबिरात आठ हजार सत्याग्रही सत्याग्रहात भाग घेण्यासाठी आतुरतेने वाट पाहत होते. जवळच दलित वर्गातील तीन हजार लोकांचा जमाव ते दृश्य पाहत

उभा होता. जिल्हाधिकारी गॉर्डनसाहेब आणि पहिल्या श्रेणीतील दोन दंडाधिकारी वातावरण शांत राहावे म्हणून व्यक्तिश: काळजी घेत होते. संगिनीयुक्त बंदूक धारण करणारे हजारांवर लष्करी शिपाई देवळाभोवती कडे करून उभे होते. देवळाच्या भिंतीपासून तीनशे यार्डाच्या आत दगड, लाठी, काठी, हत्यार वगैरे काही आणता कामा नये असा हुकूम सरकारने काढला होता. पोलीस अधीक्षक रेनॉल्डस् ह्यांनी देवळाजवळच आपल्या कार्यालयाचा तंबू ठोकला होता. त्यात सत्याग्रह्यांकडे सहानुभूतीपूर्वक पाहणारे ल. सु. शेळके यांसारखे पोलीस अधिकारी होते.

आता स्पृश्य हिंदूंनाही मंदिराचे दरवाजे बंद झाले. अस्पृश्य हिंदूंनी देवाचे दर्शन घेतले तर तो बाटेल. मग धर्म बुडेल म्हणून त्या श्रीरामप्रभूसच त्यांनी बंदीत ठेवले ! खरे बोलायचे म्हणजे स्पृश्यांतही आता राम राहिला नव्हता ! तो ब्रिटिशांच्या पहाऱ्यात देवळातच स्थानबद्ध होऊन पडला ! नाशिककर स्पृश्य पुढारी त्या प्रसंगास तोंड कसे द्यावे ह्यासंबंधी गुप्त खलबत करण्यात गुंतले होते. सत्याग्रहींची पहिली तुकडी धरणे धरून सर्व दरवाजांवर बसली होती. जर स्पृश्य हिंदूंना मंदिर त्या दिवशी उघडे ठेवले असते, तर बाका प्रसंग गुदरला असता.

रात्री शंकराचार्य डॉ. कूर्तकोटी ह्यांच्या अध्यक्षतेखाली परिस्थितीचा विचार करण्यासाठी सभा भरली. सनातनी लोकांची धावपळ सुरू होती; त्यांची अतिशय गाळण उडाली होती. त्यांनी सभेवर दगड आणि जोडे फेकून सभा उधळली. वातावरण इतके पेटले होते की, प्रत्यक्ष श्रीरामचंद्राने अस्पृश्य हिंदूंना मंदिर उघडे करा असे सांगितले असते, तर त्यालाही सनातन्यांनी दूर भिरकावून दिले असते. रामाचे राज्य जाऊन युगे लोटली होती !

सत्याग्रह दि. ९ एप्रिलपर्यंत सुरूच होता. रामनवमीच्या दिवशी श्रीरामचंद्राचा रथ बाहेर पडणार होता. स्पृश्य हिंदू पुढारी आणि सत्याग्रहाचे नेते ह्यांच्यामध्ये अशी तडजोड ठरली की, दोन्ही बाजूंच्या दणकट इसमांनी श्रीरामाचा रथ ओढावा. हे रोमांचकारी दृश्य पाहण्यासाठी मंदिराजवळ अलोट जनसमुदाय लोटला. आपल्या पक्षातील दणकट, तालीमबाज असे निवडक इसम घेऊन आपल्या कार्यकर्त्यांसह आंबेडकर मंदिराजवळ येऊन ठाकले. परंतु आंबेडकरांच्या ह्या निवडक मर्दांनी रथाला हात लावण्यापूर्वीच स्पृश्य हिंदूंनी आधी अंतस्थ ठरल्याप्रमाणे हुलकावणी देऊन रथ दुसरीकडून पळविला. तो रस्ता अरुंद होता. आजूबाजूला काटेरी कुंपणे होती. तो संगिनीधारी पोलिसांनी रोखला होता. अस्पृश्य कार्यकर्ते रथामागे धावू लागले. त्यांच्यावर दगडधोंड्यांचा वर्षाव होऊ लागला. संगिनीधारी पोलीस गोळीबार करण्याच्या आज्ञेची वाट पाहत होते.

इकडे आंबेडकरांचे सहकारी एकामागून एक पुढे सरसावत होते. आंबेडकरांवर छत्री धरून दगडांपासून त्यांचा बचाव करीत होते. इतक्यात संगिनीधारी पोलिसांचे कडे फोडून भास्करराव कद्रेकर नावाचा एक भंडारी तरुण आत घुसला. थोड्याच वेळात तो रक्ताने माखून बेशुद्ध पडला. आंबेडकरांच्या सहकाऱ्यांना व त्यांना स्वत:लाही बारीकसारीक जखमा झाल्या. इकडे शहरात सर्वत्र स्पृश्य-अस्पृश्यांत मारामाऱ्या होऊन साराच हलकल्लोळ उडाला. ह्यात रामाचा पक्ष कोणता आणि रावणाचा कोणता, हे सुज्ञांना सांगणे नको !

मंदिरप्रवेश सत्याग्रहामुळे नाशिक जिल्ह्यात अस्पृश्य हिंदूंना भयंकर छळ सोसावा लागला. त्यांच्या मुलांना शाळा बंद झाल्या. रस्ते बंद झाले. गावोगावी बाजारात नित्य निर्वाहाच्या जिनसा मिळेनाशा झाल्या. 'तुम्ही माजला आहात. तुम्हांला बरोबरीचे हक्क पाहिजेत ना ? भोगा त्याची ही फळे !' अशी दमदाटी त्यांना सनातनी हिंदू देऊ लागले. ही दु:खे भोगूनही आंबेडकरांच्या अनुयायांनी नाशिकचा सत्याग्रह चालू ठेवलाच. राज्यपाल फ्रेडरिक साईक्स ह्यांना आंबेडकर जाऊन भेटले. जिल्हाधिकाऱ्यांनी जारी केलेली संचारबंदी काढून घेण्याविषयी राज्यपालांना त्यांनी विनंती केली. सत्याग्रह सुरूच राहिला. संतापाच्या भरात काही सत्याग्रही इस्लाम धर्म स्वीकारण्याविषयी बोलू लागले, तेव्हा आंबेडकरांनी त्यांना तसे न करण्याविषयी आदेश दिला. ''सनातनी हिंदूंचे हृदयपरिवर्तन करण्याची आम्हाला संधी द्या,'' अशी कूर्तकोटी आणि डॉ. बा. शि. मुंजे ह्यांनी अस्पृश्य पुढाऱ्यांना कळकळीची विनंती केली. नवकोट नारायण बिर्ला ह्यांनी आंबेडकरांची मुंबईत भेट घेतली. ह्या सर्व गोष्टींचा विचार करून नाशिकच्या अस्पृश्य नेत्यांनी सत्याग्रह स्थगित केला. डॉ. मुंजे आले नि गेले. काळाराम मंदिरप्रवेशाचा निर्णय काही केल्या होईना. त्यामुळे मंदिरप्रवेशाचा लढा पुन्हा सुरू होऊन तो थेट ऑक्टोबर १९३५ पर्यंत तसाच चालू राहिला.

नाशिकचा सत्याग्रह चालू असताना अस्पृश्य पुढारी सायमन मंडळाच्या प्रतिवृत्ताची आतुरतेने वाट पाहत होते. प्रतिवृत्त प्रसिद्ध होताच एक अखिल भारतीय दलित परिषद घेण्याचा ते विचार करीत होते. त्याप्रमाणे त्यांनी नागपुरात स्वागत समिती नेमून पुण्याचे अस्पृश्य पुढारी शिवराम जानबा कांबळे ह्यांच्याशी विचारविनिमय करून नागपूर येथे परिषद भरविण्याचे ठरविले. त्या नियोजित परिषदेत आंबेडकरांना अस्पृश्य वर्गाचे प्रतिनिधी म्हणून लंडन येथे भरणाऱ्या गोलमेज परिषदेसाठी पाठविण्याचा ठराव करावयाचा असे त्यांनी ठरविले.

सायमन मंडळाचे प्रतिवृत्त अखेर १९३० सालच्या मे महिन्यात बाहेर पडले. सायमन मंडळाने हिंदी राष्ट्रवादाचे ध्येय आणि धोरण ह्याकडे दुर्लक्ष केले. हिंदी राष्ट्रीय पुढाऱ्याच्या मागणीचा उपहास केला. त्यांनी भारतातील निवडणुकीमध्ये जातवार मतसंघ चालू ठेवण्याविषयी शिफारस केली. नेहरू समितीचे प्रतिवृत्त हे सर्वसंमत नाही, असे त्यांचे म्हणणे पडले. ह्या सायमन शिफारशीनुसार हिंदूंना मध्यवर्ती विधिमंडळात एकूण २५० जागांपैकी १५० जागा मिळणार होत्या. अस्पृश्य हिंदूंना संयुक्त मतदार संघात राखीव जागा देण्यात आल्या होत्या. परंतु अस्पृश्य वर्गातील उमेदवारांची निवडणुकीसाठी उभे राहण्याची पात्रता ठरविण्याचा अधिकार राज्यपालास दिला होता.

महाड येथील चवदार तळ्यासंबंधी चालू असलेल्या दिवाणी दाव्याची सर्व व्यवस्था पाहणे, स्वत: साक्ष देणे, साक्षीदारांना विनंती करणे, त्यासंबंधी प्रत्यक्ष धावपळ करणे, नाशिक सत्याग्रहास समक्ष व पत्रद्वारा मार्गदर्शन करणे, अशा बहुविध कामांत गुंतल्यामुळे आंबेडकरांना विधिमंडळातील कामात नियमितपणे विशेष लक्ष घालण्यास सवड नव्हती. फेब्रुवारी-मार्च महिन्यांतील अधिवेशनाच्या वेळी फक्त पाच दिवसच ते उपस्थित होते. सरकारी कामकाजाच्या पत्रिकेत त्यांच्या नावावर माध्यमिक शाळांच्या अनुदानाविषयीचा ठराव होता.

मे महिन्याच्या मध्यास नेमलेल्या पेट्रो समितीची बैठक मुंबईस झाली. तिच्या निमंत्रणावरून आंबेडकर त्या परिषदेस गेले होते. हिंदू-मुसलमान प्रश्न व अल्पसंख्याकांचा प्रश्न यावर एकमत न झाल्याने परिषद कोणताच निर्णय घेऊ शकली नाही. जुलै-ऑगस्टच्या विधिमंडळाच्या अधिवेशनामध्ये काही दिवस आंबेडकर उपस्थित होते. परंतु विधिमंडळाच्या कामकाजात त्यांनी भाग घेतला नाही. हिंदी राष्ट्रीय सभेची मागणी आणि तिला ब्रिटिशांनी दिलेला नकार ह्यांविषयीचे आपले मत अखिल भारतीय बहिष्कृतवर्ग परिषदेपूर्वी प्रदर्शित करण्याचे त्यांनी टाळले.

ठरल्याप्रमाणे अखिल भारतीय बहिष्कृत वर्गाची परिषद ८ ऑगस्ट १९३० रोजी नागपूर येथे भरली. अध्यक्षपदावरून आंबेडकर म्हणाले, 'महायुद्धानंतर लॅटव्हिया, रुमानिया, लिथुआनिया, युगोस्लाव्हिया, झेकोस्लोव्हाकिया या देशांत काय परिस्थिती उत्पन्न झाली आहे ते पाहा. युरोपातील राष्ट्रांत भिन्न वंशांचे, भिन्न भाषांचे नि भिन्न धर्मपंथांचे लोक असूनही ती स्वतंत्र राष्ट्रे म्हणून जगू शकतात. हिंदुस्थान स्वयंशासित राष्ट्र म्हणून जगण्यास हरकत नाही. हिंदुस्थानातील धार्मिक व सामाजिक गोंधळ त्याहून जास्त आहे असे मला वाटत नाही. मात्र हिंदुस्थानातल्या परिस्थितीतील भिन्नता लक्षात घेऊन

राज्यघटना केली पाहिजे. ज्याप्रमाणे कोणत्याही राष्ट्राला दुसऱ्या राष्ट्रावर राज्य करण्याचा अधिकार नाही त्याप्रमाणे कोणत्याही एका विशिष्ट वर्गाला दुसऱ्या वर्गावर अधिसत्ता गाजविण्याचा अधिकार नाही. मानवी मूल्य मान्य करणे आणि प्रत्येक व्यक्तीला आयुष्य एकदाच जगायचे असल्यामुळे, त्याच जीवनात त्याला आपला उत्कर्ष साधण्याची जास्तीत जास्त संधी दिली पाहिजे अशी श्रद्धा बाळगणे हाच आधुनिक लोकशाही राज्यपद्धतीचा मूलभूत सिद्धान्त आहे. परंतु वरिष्ठ हिंदू वर्गाची धर्मश्रद्धा व वर्तणूक ही ह्या मूलभूत सिद्धान्ताला प्रत्यक्षात प्रतिकूल आहेत.

'सामाजिक व राजकीय असे मानवी वर्तणुकीचे दोन अलग भाग असून त्यांचा एकमेकांवर काहीच परिणाम होत नाही असे मानणे ही चुकीची विचारसरणी आहे. सत्तेकरता आरडाओरडा करीत असणारा भारतीय उमरावांचा वर्गच अस्पृश्यतेचा शाप चालू ठेवण्यास जबाबदार आहे. त्या शापामुळे सहा कोटी अस्पृश्यांना माणुसकीचे हक्क आणि सुसंस्कृतता ह्यांपासून होणाऱ्या लाभास मुकविले आहे. त्यांच्याइतकीच संख्या असलेले आदिवासी व गिरिजन ह्यांना रानटी आणि भटक्या स्थितीत ठेवण्यास हे लोक जबाबदार आहेत.'

जातिभेदामुळे प्रतिष्ठित हिंदू अरेरावांकडे अनियंत्रित सत्ता गेली तर त्यापासून गरीबांचे हित होईल की नाही याविषयी त्यांनी चिंता व्यक्त केली. मात्र बहिष्कृत हिंदूंना त्या घटनेमध्ये विधिमंडळातील आपले प्रतिनिधी निवडण्याचा प्रत्यक्ष अधिकार असावा अशी दलित वर्गाने जोराची मागणी करावी, अशी त्यांनी त्यांना चालना दिली. वसाहतीच्या स्वराज्याविषयी ते असे म्हणाले की, वसाहतीचे स्वराज्य अधिक बरे. कारण त्यात स्वातंत्र्याचे सार आहे. संपूर्ण स्वातंत्र्यामुळे येणारा धोका नाही. गांधीजींनी दांडीमोर्चाने आरंभिलेली कायदेभंगाची चळवळ ही अप्रासंगिक आहे, असे त्यांनी मत दिले.

'असहकारतेच्या चळवळीत असंख्य लोक कृती करतात. क्रांती हा असहकारितेचा प्राण आहे व धावपळ वा दाणादाण ही तिची रीत आहे. अशी धावपळ वा दाणादाण मोठ्या प्रमाणावर केली तर तिचा शेवट बंडात होणे क्रमप्राप्तच असते. शिवाय क्रांती रक्तलांच्छित वा रक्तहीन असो, परिणाम एकच. क्रांती म्हणजे स्थित्यंतर. क्रांती सुरू झाली म्हणजे तिच्या निर्णयाविषयी सारीच अनिश्चितता असते. तिच्या ओघात गोंधळ व धोका ह्यापासून जास्त भय असते. क्रांती पुष्कळदा अटळ असते. तरीसुद्धा क्रांती व खुरेखुरे सामाजिक स्थित्यंतर यांतील फरक विसरता कामा नये. क्रांती एका पक्षापासून दुसऱ्या पक्षाच्या वा एका राष्ट्राकडून दुसऱ्या राष्ट्राच्या स्वाधीन राजकीय सत्ता करते. अस्पृश्यवर्गीयांनी नुसत्या राजकीय स्थित्यंतरावरच कोरडे समाधान मानून राहू नये. राजकीय सत्तेची

अशा तऱ्हेची विभागणी झाली पाहिजे की, त्यामुळे समाजात खरा पालट होऊन समाजात वावरणाऱ्या परस्पर बळाबळाच्या शक्तीत फरक पडेल. असे विचार त्यांनी व्यक्त केले.

परंतु नागपूर येथील आपल्या भाषणात बाबासाहेबांनी ब्रिटिश सरकारची हजेरी घेतली की नाही ? माधवराव रानड्यांप्रमाणे त्यांना ब्रिटिश सत्ता ही परमेश्वराचे वरदान वाटे. कारण स्वातंत्र्य, समता व बंधुभाव ह्याविषयींचे विचार व त्याविषयी जागृती ह्या शासनसत्तेमुळे भारतीयांमध्ये होत होती. त्या शासनसत्तेने हिंदी लोकांच्या मनांत त्यांच्या सामाजिक चालीरीती व नैतिक मूल्ये यांबाबत घृणा निर्माण करून सामाजिक मूल्याचे मापन पुन्हा करण्यास त्यांना भाग पाडले. शिवाय सर्वांना समान विधिपद्धती लावून त्यांच्यासाठी एकच पद्धतीची राज्ययंत्रणा निर्माण केली.

असे असले तरी त्यांनी ब्रिटिश सत्तेच्या अंतरंगाचे दर्शन घडविण्यास मागेपुढे पाहिले नाही. ते म्हणाले, 'स्वराज्य का हवे ह्याचे इतर कोणतेही कारण तुम्हांस पटले नाही, तरी दारिद्र्य हे कारण तुम्हांस पटण्यासारखे आहे. हिंदुस्थानातील दारिद्र्याशी तुलना करण्यासारखे दारिद्र्य पृथ्वीच्या पाठीवर कोठेतरी सापडेल काय ?' ते पुढे म्हणाले, 'ब्रिटिश सत्ता स्थिरावल्यापासून भारतात गेल्या शतकात एकंदर एकतीस दुष्काळ पडले व त्यांत सुमारे अडीच ते तीन कोटी लोक भुकेने मेले. याचे कारण असे की, आपल्या देशात उद्योगधंदे व व्यापार यांची वाढ होऊ द्यावयाची नाही व हिंदुस्थानातील व्यापारी पेठ सदैव खुली राहावी असेच ब्रिटिश राज्यकारभाराचे बुद्धिपुरस्पर धोरण आहे.

'ब्रिटिशांनी सुधारलेली विधिपद्धती आणि सुव्यवस्था ह्यांची देणगी हिंदुस्थानास दिली ही गोष्ट खरी. तथापि, मनुष्य केवळ विधीवर आणि सुव्यवस्थेवर जगत नाही, तर तो अन्नावर जगतो हे आपण लक्षात ठेविले पाहिजे. आपल्या दैन्यावस्थेचा शेवट ब्रिटिशांच्या राज्यात होणार नाही तर तो स्वराज्याच्या घटनेद्वारा आपल्या हाती राजकीय अधिकार आल्यानेच होऊ शकेल. त्यानंतरच लोकांचे कल्याण साधणे शक्य आहे. म्हणून आपल्या गतकाळातील घटनांचा आता विचार करून घाबरू नका. आपले मत ठरवितेवेळी कोणाच्या मर्जीचा किंवा कोणाच्या कृपेचा तुम्ही विचार करून आपल्या मतावर दडपण आणू नका. आपल्या हिताकडे लक्ष देऊन स्वराज्य हेच ध्येय मान्य करा.' असा तेजस्वी संदेश त्यांनी आपल्या लोकांना दिला.

आंबेडकरांची स्वराज्यविषयक उपरोक्त घोषणा ही अस्पृश्य समाजाच्या इतिहासातील एक अत्यंत महत्त्वाची घटना होय. ब्रिटिश सरकारने भारतीयांना

राजकीय सत्ता देऊ नये अशीच प्रार्थना अस्पृश्यांचे पुढारी आजवर करीत आले होते. आंबेडकरांनी त्यांचे नेतृत्व स्वीकारल्यापासून त्यांनी सामाजिक समता आणि राजकीय समता ह्यांविषयी झगडा सुरू केला. आपला समाज स्वराज्यवादी आहे, असे सांगून देशास स्वराज्य मिळालेच पाहिजे, अशी त्यांनी नि:संदिग्ध घोषणा केली.

काँग्रेस पक्षाविषयी बोलताना ते म्हणाले, 'सभासदत्व मान्य करताना अस्पृश्यतेचे उच्चाटन करण्याची अट तिने सभासदांना घातलेली नाही. गांधीजींनी अस्पृश्यतेविरुद्ध मोहीम सुरू केलेली नाही. अस्पृश्य व स्पृश्य ह्यांत प्रेमभाव वाढावा म्हणून गांधींनी उपोषण केले नाही. सरकार व राष्ट्रीय सभा यांवर अस्पृश्यांनी विसंबून राहू नये, आपला मार्ग आपणच चोखाळला पाहिजे आणि भवितव्य घडविले पाहिजे. आपली गाऱ्हाणी वेशीवर टांगण्यासाठी एक मध्यवर्ती संस्था असावी. अनादिकालापासून अस्पृश्यवर्गीय लोक मुके राहिले आहेत. आपल्या दैन्याविषयी आपण सरकार वा सुधारक यांच्या माथी दोष मारू नये. राष्ट्रीय सभा हा पक्ष नाही. ती चळवळ आहे. जेव्हा सत्त्वपरीक्षेची वेळ येईल, तेव्हा राष्ट्रीय सभेचे बहुतेक नेते वरच्या वर्गाच्या छावणीत दिसतील, गरीब जनतेच्या बाजूने ते लढणार नाहीत.'

राजकीय हक्कांसाठी आंबेडकर आग्रह धरीत होते, तरी त्यांनी दलितांना उपदेश केला की, 'तुम्हांला एक गोष्ट उघडपणे सांगण्याची मी संधी घेत आहे. ती म्हणजे अस्पृश्यांच्या सर्व दु:खांवर राजकीय सत्ता हाच एकमेव उपाय नाही. त्यांनी आपली सामाजिक जीवनाची पातळी उंचावण्यातच त्यांचा उद्धार आहे. त्यांनी आपली राहणी सुधारली पाहिजे. त्यांच्या राहणीत व वागणुकीत असा फरक पडला पाहिजे की, त्यामुळे त्यांच्याविषयी आदर व मैत्री वृद्धिंगत होईल. त्यांनी शिक्षण घेतले पाहिजे. निव्वळ लिहिणे, वाचणे, अंकगणित यांची ओळख असणे याने काही व्हायचे नाही. त्यांच्यापैकी अनेकांची पातळी उंचावणार नाही. मग सर्व अस्पृश्य वर्गाच्या विषयी लोकांच्या मनात आदर कसा वाढेल ? त्यांच्या केविलवाण्या आत्मसंतुष्ट वृत्तीतून त्यांना धक्के देऊन जागे करण्याची आवश्यकता आहे. त्यांच्या ठायी ज्याच्यापासून मनुष्याची उन्नती होते तो दैविक असंतोष निर्माण केला पाहिजे.'

त्या भाषणाच्या शेवटी ते म्हणाले, 'आपल्या समाजाचा उद्धार करण्यास आपल्या चळवळीस खात्रीने यश येईल आणि ती अशी समाजरचना आपल्या

---

१. केसरी, ३० ऑगस्ट १९३०.

देशात निर्माण करील की मनुष्यास राजकीय, सामाजिक नि आर्थिक अशा सर्व क्षेत्रांत समानता लाभेल.' या परिषदेच्या वेळी त्यांनी अशी एक घोषणा केली की स्पृश्य हिंदूंकडून कितीही हालअपेष्टा भोगाव्या लागल्या तरी आपण हिंदू धर्म सोडणार नाही. आंबेडकरांनी ब्रिटिश सरकारवर केलेला हल्ला पाहून 'केसरी ने आंबेडकरांना असा टोमणा मारला की जसा सीझरवर त्याचा मित्र ब्रूटस उलटला तसे ब्रिटिशांवर आंबेडकर उलटले असे ब्रिटिशांना वाटेल ! आंबेडकरांच्या स्वभावाचे वैशिष्ट्य असे की त्यांच्या भाषणात दाहकता अन् प्रकाश ही दोन्ही असावयाची. जेव्हा ते भारतीय प्रश्नांचा विचार आंतरराष्ट्रीय संदर्भात करीत किंवा ब्रिटिश साम्राज्याच्या संदर्भात करीत, तेव्हा ते आपल्या विचारावर कडवटपणाचे पटल चढू देत नसत. राजकीय आणि सामाजिक प्रश्नांची चिरफाड करतेवेळी ते जरी कठोर आणि न्यायनिष्ठूर बनत, तरी त्यांच्या हृदयातील स्वदेशाभिमानाचे स्पंदन आणि स्फुरण कधी थांबले नाही. नागपूर परिषदेनंतर आंबेडकर तापाने आजारी पडले. तापाचा अंमल वाढून बेशुद्धावस्थेत असतानाही ते आपल्या लोकांच्या भवितव्याविषयीच काहीतरी पुटपुटत असलेले आढळत. तथापि, लवकरच ते ह्या दुखण्यातून उठले.

सायमन मंडळाच्या शिफारशींनुसार हिंदी लोकांच्या मागणीचा विचार करण्यासाठी भारतातील निरनिराळ्या पक्षांतील नेत्यांना ब्रिटिश सरकारने गोलमेज परिषदेसाठी आमंत्रण दिले. त्या नेत्यांनी ब्रिटिश लोकसभेतील पक्षांच्या प्रतिनिधींसमवेत भारताच्या राज्यघटनेविषयी विचार करावा, असे ठरले होते. भारतातील इतर पुढाऱ्यांबरोबर डॉ. आंबेडकर आणि मद्रासचे रावबहादूर श्रीनिवासन ह्यांना अस्पृश्यांचे पुढारी म्हणून आमंत्रण देण्यात आले. हे आमंत्रण महाराज्यपालांकडून (गव्हर्नर जनरलकडून) त्यांना ६ सप्टेंबर रोजी मिळाले. ब्रिटिश सरकारने भारतीय पुढाऱ्यांना लंडनला पाचारण करावे ही एक अपूर्व अशी ऐतिहासिक घटना होती खरी. परंतु ज्या अस्पृश्य समाजाला भारतीय राजकारणाच्या आणि समाजकारणाच्या मानचित्रात कधीही स्थान नव्हते त्या अस्पृश्य समाजाच्या नेत्यांना भारतातील इतर राजकीय पुढाऱ्यांच्या बरोबरीचे आमंत्रण मिळाले हे आंबेडकरांनी आपल्या बुद्धीने व पराक्रमाने घडवून आणलेले एक महान परिवर्तन होय.

आंबेडकरांचे लंडनला प्रयाण होण्यापूर्वी त्यांना डॉ. सोळंकी ह्यांच्या अध्यक्षतेखाली मुंबईत एक प्रचंड सभा भरवून दसऱ्याच्या शुभमुहूर्तावर मानपत्र

आणि थैली अर्पण करण्यात आली. 'अस्पृश्य वर्गाच्या हिताप्रीत्यर्थ वाटेल तो आत्मयज्ञ करण्यास तयार असणारा आपल्यासारखा खऱ्या कळकळीचा व समर्थ असा वाली ह्या दलित वर्गास कधीही प्राप्त झाला नव्हता,' असे मानपत्रात म्हटले होते. सभेत भाषण करताना रावबहादुर बोल्यांनी आंबेडकरांचा यथोचित गुणगौरव केला.

उत्तरादाखल भाषण करतेवेळी डॉ. बाबासाहेब आंबेडकर म्हणाले की, 'गेल्या दोन वर्षांत आपल्याकडून जी काही थोडीफार कामगिरी झाली ती हजारो सद्गृहस्थांनी मदत केल्यामुळे झाली.' आपण थोडेसे उद्धट व रागीट आहोत असे सांगून ते म्हणाले की, डॉ. सोळंकी ह्यांनी मनात काही एक न बाळगता मोठ्या मनोभावाने साहाय्य केले. त्याबद्दल त्यांची त्यांनी वाखाणणी केली. त्याचप्रमाणे देवराव नाईक हे आपले उजवे हात असून ते आपल्या अनुपस्थितीत चळवळीला मार्गदर्शन करतील, असे त्यांनी प्रकटपणे आपल्या लोकांस सांगितले. शंकरराव परशा ह्यांनी बहिष्कृतांच्या चळवळीसाठी बराच पैसा खर्च केला होता म्हणून त्यांचेही त्यांनी प्रकटपणे आभार मानले.

'बहिष्कृत भारत' हे आपल्या पाक्षिकाचे नाव असल्यामुळे ते पत्र बरेच लोक घेत नाहीत. आपले म्हणणे सर्वांना कळावे हा उद्देश सफल होत नाही. म्हणून त्या पत्राचे नाव 'जनता' असे ठेविले आहे व ते देवराव नाईक ह्यांच्या संपादकत्वाखाली सुरू होईल, असे त्यांनी सांगितले. त्याप्रमाणे 'जनता' पाक्षिक २४ नोव्हेंबर १९३० ह्या दिवशी सुरू झाले. बंद पडलेल्या 'समता' व 'बहिष्कृत भारता'च्या वर्गणीदारांस त्यांची वर्गणी फिटेपर्यंत 'जनते'चे अंक विनामूल्य पाठविण्यात आले. 'जनता' पत्राचे प्रकाशक व व्यवस्थापक भास्करराव र. कद्रेकर होते.

'मी माझ्या लोकांसाठी न्याय्य हक्कांची मागणी करीनच आणि स्वराज्याच्या मागणीचाही पाठपुरावा करीन. रशिया, जर्मनी, अमेरिका आणि जपान इत्यादी देशांतील प्रमुख पुढाऱ्यांना भेटून बहिष्कृत भारतीयांचे दुःख त्यांच्यापुढे मांडीन. जमल्यास राष्ट्रसंघापुढे आपला प्रश्न मांडण्याचा प्रयत्न मी करीन. पोलीस व लष्कर ह्यांमध्ये आपल्या लोकांस मज्जाव आहे तो रद्द करविण्याचा प्रयत्न करीन,' अशी त्यांनी घोषणा केली. 'माझ्या अनुपस्थितीत सहकाऱ्यांनी आपापसांत भांडणे न करता एकमताने व एकजुटीने वागावे, खांद्यास खांदा लावून कार्यास लागावे,' असा त्यांनी कळकळीचा उपदेश केला.

आंबेडकर ४ ऑक्टोबर १९३० रोजी 'व्हॉइसरॉय ऑफ इंडिया' ह्या बोटीने मुंबईहून लंडनला निघाले. त्या वेळी सर्व भारतात असहकारतेच्या

चळवळीचा वणवा पसरला होता. काँग्रेस पक्षाला डावलून काँग्रेसेतर हिंदी नेते राजकीय प्रश्न सोडविण्याबाबत ब्रिटिशांशी सहकार्य करीत होते हे पाहून काँग्रेस पक्षाच्या नेत्यांची माथी भडकली होती. परिस्थिती तर इतकी भयानक होती की, एडनहून आंबेडकरांनी आपल्या संस्थेचे कार्यवाह आणि विश्वासू सहकारी शिवतरकर यांना जपून वागण्याविषयी सूचना केली. बोलताना, चालताना सावधानता बाळगावी, रात्रीच्या कामासाठीही बाहेर फिरू नये. पक्षाच्या कार्यालयाच्या दरवाजावर आडवी लोखंडी पट्टी घालून ते बंद करावे आणि जे देवरूखकरांसारखे अस्पृश्य पुढारी आपल्याशी सहमत नव्हते, त्यांच्या हालचालींवर पाळत ठेवावी, अशीही सूचना केली. आपला मुलगा यशवंत याच्या शिक्षणाकडे लक्ष ठेवावे आणि त्याला बँकेतील व्यवहार कसा चालवावा हे शिकवावे, अशी शिवतरकर ह्यांना त्यांनी विनंती केली. ज्या अधिकाऱ्यांनी आपल्या दोन माणसांना नोकरी देतो असे सांगितले आहे, त्यांना भेटावे आणि काँग्रेसजनांनी आपल्या लोकांवर हल्ला केला की काय किंवा आपल्या स्वयंसेवकांचा त्यांच्याशी खटका उडाला की काय, ते मार्सेलीसच्या पत्त्यावर कळविण्यास सांगितले.

जो नेता काँग्रेसशी सहमत नसेल त्याला तो काळ खरोखरच अत्यंत प्रतिकूल होता. तरुण काँग्रेस पुढाऱ्यांना प्रागतिक पक्षातील पुढाऱ्यांचा राग येत असे. इतकेच नव्हे तर काँग्रेसमध्येच देशाभिमानी लोकांचा भरणा आहे, इतर पक्षांत नाही, असा सर्वसाधारण काँग्रेस कार्यकर्त्यांचा अहंभाव होता. त्यामुळे जे पुढारी गोलमेज परिषदेबाबत ब्रिटिश सरकारशी सहकार्य करीत होते, ते ब्रिटिश सरकारचे बगलबच्चे आणि कैवारी, अतएव देशद्रोही म्हणून त्यांची ते संभावना करीत असत. 'इंडियन स्ट्रगल' ह्या आपल्या इंग्रजी ग्रंथात देशगौरव सुभाषचंद्र बोस म्हणतात, 'आंबेडकरांवर मात्र बाप ब्रिटिश सरकारने कृपाळूपणे नेतृत्व लादले, कारण राष्ट्रीय पुढाऱ्यांना पेचात टाकण्यासाठी त्यांचे त्यांना साहाय्य पाहिजे होते.'[१] हे विधान उपरोक्त विचारसरणीचा एक नमुना होय. काँग्रेसपक्षीय नेते ब्रिटिश सरकारशी संबंध येई तेव्हा अहिंसावृत्तीने वागत. मुसलमानांच्या बडग्याच्या भीतीमुळे जरी मुसलमान पुढाऱ्यांनी ब्रिटिशांशी सहकार्य केले तरी त्या पुढाऱ्यांविरुद्ध ते ब्र सुद्धा काढीत नसत. काँग्रेस पक्षाबाहेरील हिंदू पुढाऱ्यांची मात्र निर्भर्त्सना करून त्यांच्याविरुद्ध काहूर माजवावे असेच त्यांचे धोरण होते. म्हणून काँग्रेसच्या बाजूची वृत्तपत्रे आपल्या टीकेची आग गोलमेज परिषदेसाठी गेलेल्या मुसलमान पुढाऱ्यांवर क्वचितच पाखडीत. कधीमधी सर तेजबहादूर सप्रू,

---

१. Bose S. C., The Indian Struggle, p. 41.

डॉ. मुकुंदराव जयकर आणि डॉ. बा. शि. मुंजे यांवरही आग पाखडीत. परंतु आंबेडकरांवर त्यांचा रोष सदाच असे. सर तेजबहादूर सप्रू आणि डॉ. मुंजे यांनी आपल्या गोलमेज परिषदेपुढील भाषणात भारतातील ह्या कडवट व स्फोटक वातावरणाविषयी गोलमेज परिषदेला यथार्थ कल्पना दिली होती.

आंबेडकरांच्या ट्रंकांच्या चाव्या घरी राहिल्यामुळे त्यांचा प्रवास अंमळ त्रासदायकच झाला. कपडे बाहेर काढण्यासाठी त्यांच्या एका ट्रंकेचे कुलूप फोडावे लागले. सागर तर खवळलेला होता. हवा तुफानी होती. लंडन येथे दि. १८ ऑक्टोबरला पोचल्यावर त्यांनी चेस्टरफील्ड गार्डन्स्, मेफेअर, लंडन येथे वस्ती केली. नंतर थॉमस कुक अँड सन्स, बक्ले स्ट्रीट, लंडन येथे ते राहावयास गेले. दि. २८ ऑक्टोबर रोजी त्यांना किल्ल्या पोचल्या. प्रागतिक पक्षाचे पुढारी आणि इतर दुसरे प्रतिनिधी गोलमेज परिषद सुरू होण्यापूर्वीच लंडन येथे पोहोचले होते.

अस्पृश्य वर्गाच्या प्रश्नासंबंधी लंडन येथील वातावरण बरेच सहानुभूतीचे होते, असे डॉ. आंबेडकरांना आढळून आले. त्यांना इंग्लंडमधील सर्व पक्षांच्या नेत्यांची भेट घेऊन त्यांच्याशी त्या प्रश्नाबाबत विचारविनिमय करण्याची त्वरा केली. हे कार्य करीत असताना मुंबई विधिमंडळावर कोणाकोणाची सरकारकडून निवड होते आणि चवदार तळ्याच्या दाव्याचा काय निर्णय लागतो ह्यांकडेही त्यांचे लक्ष होते.

१२ नोव्हेंबर १९३० रोजी गोलमेज परिषदेस आरंभ झाला. ब्रिटिश लोकांनी या अभूतपूर्व परिषदेच्या कार्यासंबंधी बरीच उत्सुकता दाखविली असल्यामुळे परिषदेकडे जाणारे सर्व रस्ते नागरिकांनी दुतर्फा भरून गेले होते. परिषदेचे उद्घाटन करताना इंग्लंडचे बादशहा पंचम जॉर्ज म्हणाले, 'ही परिषद अपूर्व अशी आहे आणि त्यातील प्रतिनिधींची नावे भारताच्या इतिहासात नोंदली जातील.' बादशहा परिषदेतून निघून गेल्यावर 'द गव्हर्नमेंट ऑफ इंडिया' या पुस्तकाचे कर्ते आणि इंग्लंडचे मुख्य प्रधान रॅम्से मॅक्डोनाल्ड ह्यांची परिषदेच्या अध्यक्षपदी एकमताने निवड झाली. रॅम्से मॅक्डोनाल्ड ह्यांनी हिंदी समस्या सोडविण्याचा ब्रिटिश सरकारचा निर्धार प्रकट केला. गोलमेज परिषदेत आपण नवीन इतिहासास आरंभ करणार आहोत, असा त्यांनी आपला विश्वास प्रकट केला.

ही गोलमेज परिषद भारतीय राज्यघटना तयार करण्यासाठी नेमलेली घटना समिती नव्हती. हिंदी पुढारी व हिंदी संस्थानिक यांनी विलायतेस जाऊन ब्रिटिश मुत्सद्यांशी विचारविनिमय करण्यासाठी बोलविलेली ही अपूर्व अशी

परिषद होती. परिषदेच्या पुढे जे महत्त्वाचे प्रश्न येणार होते त्यांवर प्रतिनिधींचे मत काय आहे, याची नोंद करावी एवढेच ह्या परिषदेचे कार्य होते.

ह्यानंतर परिषद सेंट जेम्स राजवाड्यात भरू लागली. १७ ते २१ नोव्हेंबरपर्यंत चर्चा झाली, त्यात सप्रू, जयकर, मुंजे, जिना, बिकानेरचे महाराज आणि डॉ. आंबेडकर यांनी परिषदेपुढे परिणामकारक आणि कळकळीची भाषणे केली. परिषदेचे मित्र, मार्गदर्शक आणि आधार सर तेजबहादूर सप्रू आपल्या सुबोध भाषणात म्हणाले, 'ब्रिटिश समूहामधील तिन्ही घटकांच्या बरोबरीने आपणांस दर्जा प्राप्त झाला पाहिजे असा भारताचा निर्धार आहे. तशी भारताची मागणी आहे.'

बिकानेरच्या महाराजांनी इंग्रजी अंमलाखालील असलेल्या भारतीयांच्या आकांक्षेशी हिंदी संस्थानिक आणि आपण स्वत: सहमत आहोत असे सांगितले. त्यांनी अशी ग्वाही दिली की स्वयंशासित, एकसंध अशा ब्रिटिश अंमलाखाली भारताशी संस्थानिक संयुक्त पद्धतीची राज्यपद्धती स्वीकारण्यास राजी आहेत. पतियाळाचे नरेश व भोपाळचे नबाब यांनी बिकानेरच्या महाराजांच्या म्हणण्यास पाठिंबा दिला. आपल्या गंभीर, आकर्षक आणि ओजस्वी भाषणात, जयकरांनी वसाहतीच्या स्वराज्याची घोषणा करा, अशी ब्रिटिश मुत्सद्यांना विनंती केली. 'आम्ही भारतात रिक्त हस्ते परतलो तर स्वातंत्र्याच्या मागणीला भर आणि भरती येईल याची तुम्ही खात्री ठेवा' असेही त्यांनी ब्रिटिश सरकारला बजाविले.

पतियाळच्या महाराजांनंतर डॉ. मुंजे बोलावयास उभे राहिले. त्यांनी लॉर्ड फील्ड यांच्या भाषणाचा खरपूस समाचार घेतला. भारतात चाललेल्या कायदेभंगाच्या चळवळीचा आपण आपल्या सामर्थ्याने नायनाट करू, असा जो ब्रिटिश सत्तेचा विश्वास आहे; तो चुकीचा आहे. ती वेळ गेलेली आहे, असा त्यांनी परिषदेस इशारा दिला. ना. म. जोशी ह्यांनी कामगारांच्या हक्कांची मागणी केली. सर मिर्झा इस्माईल म्हणाले, 'भावी राज्यघटना ही संयुक्त पद्धतीची असावी.' भारताची भावी राज्यघटना सुसह्य असावी, असे सर सी. पी. रामस्वामी अय्यर म्हणाले.

ह्यानंतर लागोपाठ आणखी दोनचार प्रतिनिधींची भाषणे झाली. त्यानंतर परिषदेपुढे एक प्रतिनिधी उभा राहिला. गंभीर मुद्रेचा, सुदृढ बांध्याचा, उत्तम कपड्यांचा आणि सतेज डोळ्यांचा, अशा त्या पुरुषाने ओठ बंद करून विश्वासपूर्ण मुद्रेने त्या सभेतील नामवंत विधिज्ञ पंडित, ऐश्वर्यशाली महाराजे, विख्यात राज्यशास्त्रज्ञ, मुरब्बी मुत्सद्दी यांकडे दृष्टी फेकली. आपल्या बुद्धिवैभवामुळे आणि उद्योगशीलतेमुळे तो दारिद्र्यावर मात करून सन्मान्यतेच्या शिडीवर चढत

होता. वैभवशाली राजे-महाराजे, मुरब्बी मुत्सद्दी, विख्यात विधिज्ञ आणि बुद्धिमान राजनीतीपटू यांच्या दंडाला दंड लावून तो त्या परिषदेत बसला होता. परिषदेतील कामकाजाचे निरीक्षण तो करीत होता. भारतातील अज्ञ, अर्धनग्न, दलित, मुक्या आणि भुकेकंगाल अशा दलितांचा तो नेता आणि त्राता होता. तो काय आणि कसे बोलणार याच्याकडे सर्वांचे लक्ष लागले. ज्या महाराजांनी त्याला उच्चशिक्षण घेण्यास साहाय्य केले होते, तो महाराजा त्या परिषदेत बसला होता. त्याचे जोशीसारखे गुरुजीसुद्धा त्या सुज्ञ समूहात बसलेले होते. तो गांगरलेला नव्हता. आपण काय बोलायचे, आपले मत कसे व्यक्त करायचे हे त्याने मनाशी पक्के केलेले होते. परिषदेचे अध्यक्ष पंतप्रधान मॅक्डोनाल्ड ह्या व्यतिरिक्त दैन्याची दाहकता आणि भीषणता ह्यांची कल्पना ह्या पुरुषाखेरीज तेथे जमलेल्या कोणाही प्रतिनिधीला नव्हती. परिषदेत विख्यात पंडित आणि विद्वज्जन होते. परंतु त्या समूहात डॉक्टर ऑफ सायन्स ही महान पदवी संपादन केलेला तो बहुधा एकटाच राजकारणी असावा. तो पुरुष म्हणजे भारतातील बहिष्कृत समाजाचा कैवारी व पुढारी डॉ. आंबेडकर होय.

आपल्या भाषणाच्या सुरुवातीसच डॉक्टर बाबासाहेब आंबेडकर म्हणाले, 'ज्या लोकांची स्थिती गुलामांपेक्षा वाईट आहे, आणि ज्यांची लोकसंख्या फ्रान्स या देशातील लोकसंख्येएवढी आहे, अशा भारतातील एकपंचमांश लोकांची गाऱ्हाणी मी परिषदेपुढे ठेवीत आहे. अशा त्या दलितांची मागणी अशी आहे की, भारतातील सरकार हे लोकांनी लोकांकरिता चालविलेले लोकांचे राज्य असावे.' आंबेडकरांनी ही घोषणा करताच परिषदेतील सभासदांना आश्चर्याचा धक्काच बसला. आंबेडकर पुढे म्हणाले की, अस्पृश्य वर्गामध्ये हे आश्चर्यकारक स्थित्यंतर घडून येण्यास ब्रिटिश राजवटीचे धोरणच जबाबदार आहे. आपल्या म्हणण्याचे समर्थन करताना त्यांच्या आवाजाला धार आली. परिषदेकडे आपल्या तेजस्वी डोळ्यांनी पाहत ते पुढे म्हणाले, 'ब्रिटिश राज्य येण्यापूर्वी आमची जी कारुण्यजनक स्थिती होती त्यात काडीमात्रदेखील फरक झालेला नाही. आम्ही नुसते संधीची वाट पाहत आहोत. ब्रिटिश राजवटीपूर्वी आम्हांला खेड्यांतील विहिरींवर पाणी भरण्याची मनाई होती. ब्रिटिश सरकारने हा न्याय आम्हांला मिळवून दिला काय ? ब्रिटिश राजवटीपूर्वी आम्हांला मंदिरप्रवेशाची बंदी होती. आज आम्हांला देवळात प्रवेश करता येतो काय ? ब्रिटिश राजवटीपूर्वी आम्हांला पोलीसदलामध्ये प्रवेश मिळत नसे. ब्रिटिश सरकार आज तरी आम्हांला प्रवेश देत आहे काय ? ब्रिटिश राजवटीपूर्वी लष्करामध्ये आमच्या लोकांना नोकरी मिळत असे. आज ब्रिटिश सरकार लष्करामध्ये

आम्हांला घेते काय ? ह्या सर्व प्रश्नांची उत्तरे आम्ही नकारार्थी देतो. आमची दुःखे ही वाहत राहिलेल्या जखमांसारखीच आहेत. ब्रिटिश राजवट सुरू होऊन सव्वाशे वर्षे लोटली. तरीही आमची दुःखे दूर झालेली नाहीत. ती तशीच आहेत. आमचा प्रश्न भिजतच पडलेला आहे.'

'असले सरकार काय कामाचे ?' असा खरमरीत व रोखठोक सवाल त्यांनी परिषदेस करताच ब्रिटिश प्रतिनिधी एकमेकांकडे पाहू लागले ! हिंदी प्रतिनिधींच्या भागात चुळबूळ सुरू झाली. 'भारतातील भांडवलदार कामगारांना किमान वेतन देत नाहीत. जमीनदार शेतकरी वर्गाला पिळून काढीत आहेत. हे सरकारला माहीत आहे. ही सामाजिक दुष्कृत्ये सरकार नाहीशी करीत नाही. सामाजिक आणि आर्थिक जीवनातील ही पिळवणूक कायद्यात सुधारणा करून नाहीशी करण्याचा अधिकार आणि शक्ती या सरकारच्या हाती असूनसुद्धा केवळ आपण हस्तक्षेप केला असता आपल्यास प्रतिकार होईल या भीतीमुळे या सरकारने त्यात सुधारणा केली नाही. आम्हांला असे सरकार पाहिजे आहे की,' ते मोठ्या आवेशाने म्हणाले, 'जे देशाचे खरे हित निष्ठापूर्वक साधेल आणि न्याय आणि निकडीचे असे सामाजिक आणि आर्थिक प्रश्न कुणाच्याही रागालोभाची पर्वा न बाळगता सोडवील.'

आंबेडकरांनी वसाहतीच्या दर्जाच्या स्वराज्य मागणीला पाठिंबा दिला, परंतु त्या वसाहतीच्या स्वराज्याच्या घटनेत जर ती विशिष्ट तऱ्हेची नसली तर दलित समाजाचे हित त्यात साधेल की नाही याविषयी त्यांनी शंका प्रदर्शित केली. 'ती घटना करताना परिषदेने एक गोष्ट लक्षात ठेवली पाहिजे. ती ही की, हिंदी समाजातील मानाची चढती शिडी आणि तिरस्काराची उतरती शिडी, जातींचे चढते थर ही समतेला आणि बंधुभावनेला वाव ठेवीत नाहीत. वरच्या वर्गातील राजकीय चळवळीत पडलेल्या बुद्धिमान पुढाऱ्यांनी आपली जातीय, संकुचित वृत्ती सोडलेली नाही. म्हणून आमची दुःखे आमच्याशिवाय कोणी निवारू शकणार नाही. आमच्या हातात राजकीय सत्ता आल्याशिवाय ते शक्य नाही. हा चमत्कार घडण्याची मार्गप्रतीक्षा करता करता दलित वर्ग आता थकून गेलेला आहे, असे मी आपल्याला निक्षून सांगतो.'

हिंदी राजकारणातील चालू असलेल्या कोंडीचा उल्लेख करून, आंबेडकरांनी आपला राजकीय तत्त्वज्ञानाचा कुलगुरू एडमंड बर्क यांच्या 'बळाचा उपयोग केवळ तात्पुरता असतो' ह्या प्रसिद्ध वचनाकडे परिषदेचे लक्ष वेधले. बौद्धिक कसरतीच्या चढाओढीत गुंतलेल्या परिषदेस धोक्याची सूचना देऊन, शेवटी ते म्हणाले, 'सध्या देशातील तप्त वातावरणामुळे बहुसंख्य लोकांना ज्या

प्रकारची राज्यघटना मान्य होणार नाही, त्या प्रकारची राज्यघटना घडवून चालणार नाही. ही गोष्ट परिषदेतील बऱ्याच सभासदांच्या लक्षात आलेली दिसत नाही, ह्याबद्दल मला खेद वाटतो. तुम्ही ठरवावे व हिंदी लोकांनी ऐकावे, असा हा काळ नाही. जर राज्यघटना राबवावी असे तुम्हांस वाटत असेल तर लोकांची संमती हीच नवीन राज्यघटनेची कसोटी[१] आहे; तर्कशास्त्राचा योगायोग नव्हे.'

आंबेडकरांच्या खणखणीत वाणीतील आणि मुद्देसूद टीकेतील सत्यता, निर्भयता व निर्भीडपणा यांचा परिषदेवर मोठा परिणाम झाला. आंबेडकरांची खरी योग्यता त्या प्रसंगी पुष्कळांना कळून आली. त्यात आंबेडकरांचे तेजस्वी मराठी मन दिसले. राष्ट्रीय वृत्ती दिसून आली. त्यांनी आपले म्हणणे स्पष्टपणे आणि निर्भीडपणे मांडल्यामुळे सर्व प्रतिनिधी त्यांच्यावर खूश झाले. सर्वांनी आंबेडकरांचे त्या तेजस्वी भाषणाबद्दल प्रांजलपणे अभिनंदन केले. ब्रिटिश पंतप्रधान मॅक्डोनाल्ड तर आंबेडकरांचे भाषण ऐकून थक्कच झाले. उपसंहारात्मक केलेल्या आपल्या भाषणात त्यांनी तसे उघडपणे बोलूनही दाखविले. आंबेडकरांचे हे भाषण म्हणजे वक्तृत्वाचा एक उत्कृष्ट नमुना आहे, असे 'इंडियन डेली मेल'ने त्या भाषणाचे वर्णन केले. परिषदेतील आणखी एक मोठी व्यक्ती आंबेडकरांच्या ह्या भीमपराक्रमाने त्यांच्यावर अमाप खूश झाली. त्या व्यक्तीचे डोळे आनंदाश्रूंनी भरून आले. समाधान, कौतुक व कृतार्थता ह्यांनी हृदय ओसंडू लागले. आपल्या राजवैभवी निवासस्थानी परत जाताच ते आपल्या राणीला म्हणाले, 'आपले सारे प्रयत्न आणि पैसा ही सार्थकी लागली. आज एका महत्कार्याची सफलता झालेली पाहिली, यश लाभास आले.' आंबेडकरांचा हा मोठा चाहता दुसरा तिसरा कोणी नसून ज्या बडोद्याच्या महाराजांनी आंबेडकरांच्या शिक्षणास सक्रिय साहाय्य केले होते, तेच बडोद्याचे नरेश सयाजीराव गायकवाड होत. आंबेडकरांच्या ह्या यशाबद्दल सयाजीराव गायकवाडांनी आपल्या निवडक मित्रांना एक मोठी मेजवानी दिली. अशी ही नियतीची मोठी रोमांचकारक किमया होती की अनेक वर्षांच्या ताटातुटीनंतर या नरेशाची आणि नरवीराची भावना उचंबळून आणण्याच्या अशा एका प्रसंगी गाठ पडावी.

भारताच्या सामुदायिक आणि सार्वजनिक हिताला बाध न आणता, अडाणी मागासलेल्या जनतेचे हित अल्पकाळात साधून त्यांना इतर समाजाबरोबर आणणे,

---

१. Indian Round Table conference, pp. 123-29.

ही आंबेडकरांच्या धोरणातील व्यवहारकुशलता सर्वांना दिसली. त्यांच्या भाषणातील प्रतिक्रिया इंग्लंडमधील वृत्तपत्रांवरही जोराची झाली. अस्पृश्यता व अस्पृश्य हे काय प्रकरण आहे, याची अगदी तुटपुंजी कल्पना फारच थोड्यांना होती. परंतु आंबेडकरांची भाषणे, निवेदने, पत्रके ह्यांमुळे त्या प्रश्नाचे रौद्रस्वरूप विलायतेतील व अमेरिकेतील जनतेपुढे झाले. त्यामुळे इंग्लंडमधील वृत्तपत्रकार आणि वार्ताहर ह्या दलितांच्या नेत्याच्या बोलण्याचालण्याकडे लक्ष देऊ लागले. सहा कोटी मानवी जिवांना त्यांच्या मूलभूत हक्कांची प्राप्ती करून देण्याची संधी इंग्रजांना लाभली होती. परंतु ती त्यांनी बेपर्वाईने घालविली. बहिष्कृतांनादेखील स्वराज्य पाहिजे असे म्हणणाऱ्या आंबेडकरांविरुद्ध, आंबेडकरांच्या नागपूर परिषदेतील भाषणावर ज्या 'स्पेक्टेटर'मध्ये कडाडून हल्ला केला होता त्या लॉर्ड सिडनहॅम व ओडवायर ह्यांसारख्या ब्रिटिश हुजूर पक्षातील अरेरावांनी आंबेडकरांची स्वतंत्र, निर्भय व बाणेदार वृत्ती न रुचल्यामुळे त्यांच्याविरुद्ध ओरड करण्यास सुरुवात केली. इतकेच नव्हे तर ते आपापसांत बोलू लागले की, आंबेडकर हेही एक हिंदी क्रांतिकारक पुढाऱ्यांपैकी असावेत ! काहींनी तर एकदा नामदार लठ्ठ्यांकडे आंबेडकर हे क्रांतिकारक पुढाऱ्यांपैकी आहेत की काय ह्याविषयी गुप्तपणे चौकशीदेखील केली होती. हा त्यांचा संशय पूर्वीपासूनचा होता. १९१७ साली जेव्हा आंबेडकर अमेरिकेहून लंडनला आले, तेव्हा ब्रिटिश गुप्त पोलिसांनी त्यांची हॅटपासून बुटापर्यंत तपासणी केली होती. कारण त्या वेळी लजपतरायांचे वास्तव्य अमेरिकेत होते.

परिषदेच्या सुरुवातीला हिंदी प्रागतिक पक्षांचे सप्रू, शास्त्री व सेटलवाड ह्यांनी मुसलमान प्रतिनिधींशी जातीय प्रश्नावर सलोखा करण्याचा प्रयत्न केला होता. त्याचप्रमाणे ते सर कावसजी जहांगीर ह्यांच्या निवासस्थानी परिषदेतील हिंदू प्रतिनिधींना मुसलमान प्रतिनिधींशी तडजोड करणे शक्य आहे की काय, याचा विचार करण्यासाठी शास्त्री यांच्या अध्यक्षतेखाली जमले होते. डॉ. मुंजे आणि जयकर यांनी वसाहतीचे स्वराज्य मिळाल्यानंतर आपण ह्या प्रश्नांचा विचार करू असे आपले मत दिले. जयकर, मुंजे आणि आंबेडकर यांनी भोपाळचे नबाब, आगाखान व जिना यांच्याशी भोपाळच्या नबाबांच्या निवासस्थानी चर्चा केली. परंतु सिंध हा स्वतंत्र प्रांत व्हावा या मुसलमान प्रतिनिधींच्या मागणीस डॉ. मुंजे आणि जयकर यांनी कसून विरोध केल्यामुळे ही बोलणी फिसकटली. शिवाय जे मुसलमान पुढारी हिंदू बहुसंख्याक प्रांतांत मुसलमानांकरिता ज्या सवलती मागीत होते त्याच सवलती अल्पसंख्याक हिंदू आणि शीख यांना ज्या प्रांतांत मुसलमान बहुसंख्य आहेत त्या प्रांतात देण्याचे नाकारीत होते. हिंदू, शीख एक होऊन

आपल्या वर्चस्वाला धोका आणतील, अशी मुसलमानांना भीती वाटे ! सर्व मुसलमान पुढारी जातिनिष्ठ भावनेने एकदिल व एकजीव झालेले दिसले. समेट विफल होण्यास हेही एक कारण होते.

परिषदेच्या खुल्या अधिवेशनात सर्वसाधारण चर्चा झाल्यानंतर त्या परिषदेचे रूपांतर निरनिराळ्या समित्यांत झाले. आंबेडकरांची निवड अल्पसंख्याक उपसमिती, प्रांतविषयक उपसमिती, नोकऱ्यांविषयक समिती इत्यादी समित्यांवर मोठमोठ्या विद्वद्रत्नांसंगे झाली. त्यांची निवड फक्त संयुक्त राज्यघटना समितीवर झाली नाही. संयुक्त राज्यघटनेत संस्थानिकांना द्यावयाच्या जागा प्रजेला न देता आपणासच मिळाव्या अशी संस्थानिकांची मागणी होती. त्या मागणीला विरोध करून संयुक्त राज्यात संस्थानिक प्रतिनिधी हे लोकनियुक्त असावेत, संस्थानिकांच्या मुलुखास संयुक्त राज्यांचे निर्बंध लागू करावेत, असे निर्भीड मत व्यक्त करणारे एक निवेदन समितीचे अध्यक्ष लॉर्ड सँकी यांजकडे डॉ. मुंजे, जोशी, तांबे आणि एन्. शिवराज यांनी पाठवून दिले. प्रांत उपसमितीच्या कामकाजाच्या वेळी सर सी. वाय्. चिंतामणी यांच्या मताला दुजोरा देताना डॉ. आंबेडकर म्हणाले की, प्रत्येक प्रांताला विधिमंडळ हे एकाच सभेचे बनलेले असावे. त्याला वरिष्ठ सभा मंडळ असणे हे अनावश्यक व अनिष्ट आहे. संरक्षण समितीच्या कामकाजाच्या वेळी आंबेडकरांनी म्हटले की, सैन्यभरतीत सर्व भारतीयांना, कार्यक्षमता व पात्रता हे गुण लक्षात घेऊन प्रवेश मिळावा.

आपले ध्येय गाठण्यासाठी आंबेडकरांनी लंडनमध्ये जर का कोणती महत्त्वाची कामगिरी केली असेल तर ती अस्पृश्यांच्या मूलभूत हक्कांची मागणी करणारा जाहीरनामा प्रसिद्ध केला ही होय. अतिशय परिश्रमाने तयार केलेला तो जाहीरनामा त्यांनी चातुर्याने अल्पसंख्याक समितीला राज्यघटनेत अंतर्भूत करण्यासाठी सादर केला. त्या जाहीरनाम्याचे नाव 'हिंदुस्थानची भावी राज्यघटना आणि अस्पृश्यतानिवारण्याची योजना' असे होते. या मूलभूत हक्कांच्या जाहीरनाम्याची अशी मागणी होती की, 'हिंदुस्थानातील सर्व प्रजाजन कायद्याच्या दृष्टीने समान असून त्या सर्वांचे नागरिकत्वाचे हक्क समसमान आहेत. ही राज्यघटना अंमलात येईल त्या दिवसापासून, अस्पृश्यतेमुळे हिंदुस्थानात अस्तित्वात असलेला कोणताही निबंध अगर त्याचा रूढार्थ, कोणत्याही रूढी अगर वहिवाट, कोणताही करार अगर हुकूमनामा व त्या अन्वये कोणत्याही प्रजाजनावर लादण्यात आलेले कोणतेही निर्बंध, भेदभाव, दंड अगर शिक्षा ही सारी निरुपयोगी व रद्द समजण्यात येतील. देशातील प्रांतिक व मध्यवर्ती विधिमंडळात अस्पृश्य वर्गीयांना पुरेसे प्रतिनिधित्व मिळण्याचा हक्क असावा. सार्वत्रिक मतदान

पद्धती असावी. पहिली दहा वर्षे स्वतंत्र मतदार पद्धतीने व नंतर सामुदायिक मतदार पद्धतीने परंतु राखीव जागेच्या व्यवस्थेनुसार, आपली माणसे प्रतिनिधी म्हणून निवडून देण्याचा हक्क अस्पृश्य वर्गीयांना असावा. सरकारी नोकरीत प्रमाणशीर भरती करण्यासाठी व त्यावर नियंत्रणे ठेवण्यासाठी हिंदुस्तानातील प्रत्येक प्रांतात एक 'लोकसेवा आयोग' (पब्लिक सर्व्हिस कमिशन) नेमण्यात यावे. निर्बंधात (कायद्यात) व व्यवहारात कसलीही जातिविशिष्ट विषमता नसावी. अस्पृश्यतेची रूढी निर्बंधाने नष्ट करण्यात यावी. अस्पृश्य वर्गाच्या हितासाठी एक खास खाते निर्माण करण्यात यावे. प्रांतिक व स्थानिक सरकारने अस्पृश्यांच्या हिताची हेळसांड केली तर त्याविरुद्ध हिंदुस्थान सरकारकडे किंवा भारतमंत्र्याकडे तक्रार करण्यास अस्पृश्य प्रतिनिधींना अगर संस्थांना अधिकार असावा.'

मूलभूत हक्कांच्या ह्या जाहीरनाम्याच्या प्रती आंबेडकरांनी आपल्या अनुयायांना भारतात ठिकठिकाणी पाठविल्या आणि त्यांना असे कळविले की, 'ठिकठिकाणी सभा भरवून अल्पसंख्याक उपसमितीला अस्पृश्य प्रतिनिधींनी सादर केलेल्या जाहीरनाम्याला आमचा पूर्ण पाठिंबा आहे. त्याच आमच्या कमीत कमी मागण्या असून त्या मान्य केल्यात तरच आमचे मनापासून सहकार्य लाभेल. त्या मागण्यांचा भावी राज्यघटनेत अंतर्भाव होणार नसेल तर त्या राज्यघटनेला आम्ही संमती देणार नाही, अशा अर्थाच्या तारा ब्रिटिश पंतप्रधान रॅम्से मॅक्डोनाल्ड यांना कराव्या.' त्या आदेशानुसार हिंदुस्थानातून अशा अर्थाच्या तारांचा ब्रिटिश पंतप्रधानांवर वर्षावच झाला. गोलमेज परिषदेच्या वेळच्या एका प्रमुख घटनेची माहिती भारतीयांना जेवढी असावी तेवढी नाही असे दिसते. ती घटना म्हणजे डॉ. आंबेडकर आणि डॉ. मुंजे यांनी केलेली तडजोड ही होय. त्या घटनेप्रमाणे स्पृश्य हिंदू आणि बहिष्कृत हिंदू ह्यांच्यामध्ये आता कोणतेही मतभेद राहिले नाहीत, असे निवेदन प्रसिद्ध करण्यात आले होते. सर्वसाधारणपणे असे मत दिसले की, ब्रिटनमधील उदारमतवादी आणि मजूर पक्षाचे नेते आतून मुसलमानांच्या जातीय मागणीला अनुकूल नव्हते. 'डेली हेरल्ड'सारख्या मजूरपक्षीय वृत्तपत्रांनी तर हिंदी प्रश्नासंबंधी मुसलमानांनी जो पवित्रा घेतला होता त्याविषयी नापसंती व्यक्त केली. मुसलमान प्रतिनिधी आपल्या पायापुरतेच पाहतात व आपल्या पोळीवर तूप ओढतात, असा आंबेडकरांना अनुभव आला. अस्पृश्य वर्गाच्या मागणीला ते पाठिंबा देत नव्हते. कारण, जरी स्पृश्य हिंदू व अस्पृश्य वर्ग हे आज वेगवेगळे दिसले तरी उद्या ते सारे हिंदू या नात्याने एक होऊन मुसलमानांच्या मागण्यांना एकीने विरोध करतील, व आपणांस संयुक्त बळाने दडपून टाकतील, अशी त्यांना भीती वाटत होती.

ब्रिटिश पंतप्रधानांनी आपल्यापरीने हिंदी प्रतिनिधींना सलोख्याच्या मनोभूमिकेवर आणण्याचा प्रयत्न केला. पंतप्रधानांची कन्या मिस् इसाबेल हिने निवडक प्रतिनिधींना मेजवानी दिली. त्यांत बडोद्याचे नरेश, आंबेडकर, सर मिर्झा इस्माईल, जिना, तांबे इत्यादी प्रतिनिधी उपस्थित होते. पंतप्रधानांनी काही प्रतिनिधींना चेकर ह्या खेड्यातील आपल्या घरीही नेले होते. तेथेही प्रतिनिधींची हिंदी प्रश्नांविषयी चर्चा झाली. परंतु समेटाचा रंग दिसेना. सुरुवातीस सप्रू, चिंतामणी, शास्त्री हे राष्ट्रीय गटात गणले जात होते. परंतु जिनांसारखे राष्ट्रीय नेते जेव्हा मुसलमानांच्या गटात सामील झाले, तेव्हा हे देखील हिंदूंच्या गटात समाविष्ट झाले, असे आंबेडकरांचे स्वत:च्या निरीक्षणावरून मत बनले होते.

अल्पसंख्याक उपसमितीने आपला अहवाल परिषदेला सादर केला. अहवालाच्या शेवटच्या परिच्छेदात असे म्हटले होते की, अल्पसंख्याक व अस्पृश्य समाज यांच्या मागण्या समंजसपणे मान्य केल्या नाहीत, तर अल्पसंख्याक गट व अस्पृश्य वर्ग हे स्वयंशासित भारताच्या भावी घटनेला मान्यता देणार नाहीत.

ना. म. जोशी, भास्करराव जाधव आणि पॉल यांच्याप्रमाणे आंबेडकरांनीही मतदार संघ उपसमितीला आपली स्वतंत्र पुस्ती जोडून त्या शिफारशी अपुऱ्या आहेत, असे म्हणून प्रौढ मतदान पद्धतीची त्यांनी मागणी केली. प्रौढ मतदान पद्धती अनुसरली नाही तर शेतकरी व कामगार वर्गांचा विश्वासघात केल्यासारखे होईल असे आंबेडकरांचे मत होते. आपल्या लेखी भाषणामध्ये (जे वेळेच्या अभावी ते करू शकले नाहीत त्यात) आंबेडकरांनी अशी धोक्याची सूचना केली की, जर मतदान पद्धतीला मर्यादा घालून अस्पृश्य वर्गांचा सरकारने विश्वासघात केला, तर ज्या वर्गांनी अस्पृश्य वर्गाच्या हिताकडे कधीही लक्ष दिले नाही, त्या वर्गाच्या दयेवर इंग्लंडच्या मजूर सरकारने त्यांना विसंबून ठेवल्यासारखे होईल.

अस्पृश्य वर्गाच्या प्रश्नांविषयी व कल्याणाविषयी आंबेडकरांची कळकळ इतकी जाज्वल्य होती की त्यासाठी ते अहोरात्र झटकत होते. ते गाठीभेटी घेत देत होते. माहितीपत्रके परिश्रमपूर्वक तयार करून ते प्रसिद्ध करीत होते, ते सभांतून बोलत होते. ब्रिटिश लोकसभेच्या काही सभासदांची एक सभा होऊन त्यांनी त्यांना अस्पृश्य वर्गाच्या प्रश्नांविषयी माहिती दिली. अस्पृश्य वर्गाचा प्रश्न जगाच्या वेशीवर टांगण्यासाठी त्यांनी निरनिराळ्या देशांतील वृत्तपत्रांत लेख लिहिले. माहितीपत्रके काढली आणि भारतात युगानुयुगे अस्पृश्य वर्ग असह्य, अपमानकारक नि अतर्क्य

अशी दु:खे भोगीत आहे, याकडे सर्व जगाचे लक्ष वेधले. एकामागून एक विनंतीपत्रके काढून वृत्तपत्रांना ते आग्रहाची विनंती करीत होते की, 'भारतातील अस्पृश्य वर्ग सुसंस्कृत जगाला हाक मारीत आहे. म्हणून त्यांनी अस्पृश्य वर्गाचा हा प्रश्न सोडविण्याबाबत मानवतेच्या पातळीवरून आपले पुण्यकर्तव्य करावे.' ह्याचा परिणाम असा झाला की, भारतातील अस्पृश्य वर्गाची करुण कहाणी आणि त्यांची अवनत स्थिती अमेरिकेतील निग्रो लोकांपेक्षा वाईट आहे, ह्याची जगाला कल्पना आली. आंबेडकरांच्या ह्या कळकळीच्या विनंतीपत्रामुळे काही पुढाऱ्यांना अस्पृश्यांबद्दल कळवळा येऊन मिस् एलिनॉर, मिस् एलेन, नॉर्मन अॅन्जेल इत्यादी लोकसभेतील सभासदांनी लॉर्ड सँकी यांची भेट घेऊन अस्पृश्य वर्गाला सरसकट मतदानाचा हक्क द्यावा आणि त्यांच्या गाऱ्हाण्यांचे निवारण करावे अशी त्यांना विनंती केली. भावी राज्यघटनेत अस्पृश्य वर्गाला मतदानाचा हक्क मिळेल असे लॉर्ड सँकी ह्यांनी आश्वासन दिले. आंबेडकर खरोखरीच अस्पृश्यांचे पुढारी व प्रतिनिधी आहेत काय, अशी चौकशी लॉर्ड सँकी ह्यांनी पेट्रोजवळ केली. पेट्रो पुढे म्हणाले, 'आंबेडकर आपली बाजू आग्रही, न्यायनिष्ठूर व कठोर पद्धतीने मांडतात म्हणून येथील काही वृत्तपत्रे आंबेडकरांच्या विरुद्ध प्रचार करीत आहेत. कारण, आंबेडकर 'वसाहतीच्या स्वराज्या'विरुद्ध प्रचार करीत नसत.'[१] आंबेडकरांनीसुद्धा त्या विरोधाला जुमानले नाही. आपल्या गाढ विद्वत्तेने, प्रचंड उद्योगशीलतेने आणि पराक्रमी बुद्धिवादाने आंबेडकरांनी परिषदेचे प्रतिनिधी आणि ब्रिटिश मुत्सद्दी यांच्यावर छाप पाडली. त्यांना पाहताच काहींच्या मनांत आदरभाव निर्माण होई, तर काहींच्या मनांत द्वेषाची भावना प्रज्वलित होई. आंबेडकरांच्या कार्याविषयी त्यांना धन्यवाद देताना 'संडे क्रॉनिकल' हे पत्र म्हणाले, 'आंबेडकर हे हाडाचे राष्ट्रभक्त आहेत. कट्टर साम्राज्यवादी ब्रिटिश मुत्सद्यांच्या लाघवी भाषणाला न भुलता आपली खरी राष्ट्रीय वृत्ती ढळू न देण्यासाठी त्यांना अनेक प्रकारच्या मोहांशी झगडावे लागलेले आहे.' आपला सहकारी रावबहादूर श्रीनिवासन ह्यांनाही राष्ट्रीयत्वाच्या कक्षेत थोपवून धरण्याचे कार्य त्यांना करावे लागल्यामुळे, शुद्ध राष्ट्रीयत्वासाठी त्यांना करावा लागलेला लढा तर अधिकच बिकट होता. चेस्टर फील्ड गार्डन मेजवानीच्या वेळी त्यांनी वेळोवेळी बोलून दाखविले की, 'सर तेजबहादूर सप्रू ह्यांसारखे लोकपक्षीय प्रतिनिधी संस्थानिकांना देवाण-घेवाण करण्याच्या व्यवहारात राजेलोकांना वाजवीपेक्षा अधिक सवलती देत आहेत.' सप्रूंना त्या कठीण परिस्थितीतून मार्ग काढावा लागत असल्याची आपल्याला जाणीव आहे, हे आंबेडकरांनी मान्य केले.

---

१. आंबेडकरांचे पत्र, १९ डिसेंबर १९३०.

'इंडियन डेली मेल' ह्या वृत्तपत्राचा वार्ताहर म्हणतो, 'खरे प्रातिनिधिक स्वरूपाचे स्वराज्य बनणार नसेल, तर नुसते वरच्या वर्गाच्या हातात जाणारे स्वराज्य जनतेला नको आहे, असे आंबेडकरांनी परिषदेला सांगितले. सँकी योजनेप्रमाणे देऊ केलेले स्वराज्य, हे सामान्य जनतेचे स्वराज्य नसून ते केवळ वरिष्ठ वर्गाचे सामान्य जनतेवर राज्य होईल, असेही ते म्हणाले. ह्या त्यांच्या मताला ब्रिटनमधील नागरिक व मजूर पक्ष ह्यांची सहानुभूती आहे.'

तात्पर्य, आंबेडकर हे एक क्रांतिकारक विचारांचे, तिखट वाचेचे व लोकसत्तानुवर्ती तत्त्वांचे पुढारी आहेत अशी त्यांची ख्याती झाली.

इतक्या प्रचंड गर्दीच्या कार्यक्रमात मग्न झाले असताही आंबेडकरांच्या ठिकाणी असलेल्या विद्योपासनेची तळमळ थांबणे शक्य नव्हते. ते मधून मधून पुस्तक विक्रेत्यांच्या दुकानांतून जुने दुर्मीळ ग्रंथ शोधीत फिरत. दुर्मीळ पुस्तकांनी भरलेल्या तीन पेट्या त्यांनी मुंबईचे कामगार पुढारी व्ही. एम. पवार यांच्यासोबत पाठविल्या. चौथी पेटी त्यांचे सहकारी श्रीनिवासन यांच्याबरोबर पाठविण्यासाठी तयार होती.

त्या वेळी काही रशियन पुढाऱ्यांना आंबेडकर भेटणार होते. म्हणून आपले सहकारी शिवतरकर यांना त्या रशियन पुढाऱ्यांचे पत्ते मुंबईचे सुप्रसिद्ध पुढारी रघुनाथराव बखले ह्यांजकडून घेऊन पाठविण्यास सांगितले. रशियाला जाण्याचा त्यांचा मानस होता. अमेरिकेलाही जाऊन अस्पृश्य वर्गाच्या गाऱ्हाण्यांविषयी तेथील पुढाऱ्यांना ह्या प्रश्नाविषयी संपूर्ण माहिती द्यावयाची असे त्यांनी ठरविले होते. परंतु या देशात वेळेच्या अभावी ते जाऊ शकले नाहीत असे दिसते.

आंबेडकर लंडनमध्ये असतानाच महाड येथे दुय्यम न्यायाधीशांच्या न्यायालयात चवदार तळ्याच्या दाव्याचा निर्णय होऊन सनातन्यांवर जय मिळाल्याचे कळले. 'मोठा आनंद झाला. श्रमाचे फळ प्राप्त झाले. या निकालामुळे आपल्या कार्याला जोम येईल यात शंका नाही !' असे ते उद्‌गारले. मुंबई विधिमंडळावर त्यांची नियुक्ती झाल्याचेही वृत्त त्यांना कळले. दुसरी आनंदाची बातमी म्हणजे आंबेडकरांच्या आदेशाप्रमाणे त्यांचे सरदार देवराव नाईक व कद्रेकर ह्यांनी 'जनता' नावाचे पाक्षिक सुरू केले. आंबेडकरांच्या सामाजिक आणि राजकीय क्षेत्रांतील कार्याची जी परिणती झाली ती मोठी उद्‌बोधक आहे. त्यांच्या पहिल्या पाक्षिकाचे नाव 'मूकनायक' असे होते. दुसऱ्याचे नाव 'बहिष्कृत भारत' होते. तिसऱ्याचे नाव 'समता' असे होते. आता चौथ्याचे नाव 'जनता' असे होते. नावे निराळी, मत, ध्येय व धोरण यांत फरक नव्हता ! 'मूकनायका'त

त्यांनी मुक्यांची गाऱ्हाणी मांडली. 'बहिष्कृत भारता'त त्यांनी बहिष्कृत भारताचे दर्शन घडविले. 'समते'त सामाजिक समतेचा त्यांनी आग्रह धरला. 'जनता' ही चळवळीची चवथी अवस्था. हिंदू समाजात स्वातंत्र्य, समता नि बंधुता या तत्त्वांवर एकरूप व्हायची अस्पृश्य समाजाची इच्छा त्यांनी व्यक्त केली.

'जनता' पत्राचा अंक पाहून आंबेडकरांनी कृतज्ञतापूर्वक समाधान व्यक्त केले. आपले निष्ठावंत सहकारी देवराव नाईक व भास्करराव कद्रेकर यांनी दलित वर्गाच्या भावनांशी, सुखदु:खांशी व त्यांच्या आकांक्षांशी समरस आणि एकजीव होऊन त्यांच्या न्याय्य हक्कांसाठी झगडण्यात जे धैर्य आणि सेवावृत्ती दाखविली, त्याविषयी त्यांनी त्यांना मन:पूर्वक धन्यवाद दिले.

निरनिराळ्या उपसमित्यांचा अहवाल संमत करून गोलमेज परिषद १९ जानेवारी १९३१ रोजी स्थगित झाली. दहा आठवडे भवती नि भवती झाली. ब्रिटिश लोकसभेत लगोलग हिंदी प्रश्नावर वादविवादही झाला. परिषदेने ठरविलेल्या तत्त्वांवर हिंदी स्वराज्याची भावी घटना घडविण्यात येईल. स्वराज्यात अल्पसंख्याक लोकांचे व त्यांतल्या त्यात अस्पृश्य लोकांच्या हक्कांचे संरक्षण होणे जरूर आहे, असे रॅम्से मॅक्डोनाल्ड साहेबांनी लोकसभेत भाषण केले. त्या वादविवादप्रसंगी अस्पृश्यांच्या गाऱ्हाण्यांविषयी एक आवाज उठला. तो आवाज आयझॅक फूट नामक एका थोर मनाच्या सभासदाने उठविला होता. अस्पृश्यांना भारतात भोगाव्या लागणाऱ्या हालअपेष्टांचे वर्णन करताना हे भले इंग्रज गृहस्थ म्हणाले, 'जर आपण स्वराज्याच्या खडर्यात अस्पृश्य वर्गाच्या मानवी हक्काचे संरक्षण करण्याचे आपले कर्तव्य बजावले नाही तर त्यांचे शाप व त्यांचा तळतळाट ब्रिटिश राज्याला भोवल्याशिवाय राहणार नाही. भारतात जाणाऱ्या भावी राज्यपालांनी या समाजाला साहाय्याचा व सहानुभूतीचा हात देऊन त्यांना आपल्या पायांवर उभे करणे हेच आपले मुख्य ध्येय ठेविले पाहिजे, अशी मी त्यांना ताकीद देतो.' आयझॅक फूट यांचे ते वक्तव्य म्हणजे आंबेडकरांच्या इंग्लंडातील अखंड चाललेल्या कार्याचे चालते बोलते प्रशस्तिपत्र होते.

लंडनहून निघण्यापूर्वी गोलमेज परिषदेच्या कामकाजाविषयी आपले कार्यवाह शिवतरकर यांना त्यांनी आपले मत कळविले. परिषदेच्या फलद्रूपतेविषयी त्यांचे मन द्विधा झाले होते. तरीसुद्धा त्यांची अशी निश्चिती होती की, 'गोलमेज परिषदेने भावी स्वयंशासित भारताचा पाया घातला आहे. ह्या दृष्टीने पाहिले तर परिषद यशस्वी झाली. दुसऱ्या दृष्टीने पाहिले तर त्या पायात चुन्यापेक्षा मातीच[१]

---

१. आंबेडकरांचे पत्र, २१ जानेवारी १९३१.

जास्त आहे. म्हणून पाया भक्कम झालेला नाही. काहीही झाले तरी अस्पृश्य वर्गाची चांगली चंगळ झाली आहे.' ह्याबद्दल त्यांना आनंदीआनंद झाला. दुसऱ्या एका बातमीपत्रात ते असे म्हणाले की, 'हिंदू-मुसलमानांची दुही मिटविणे म्हणजे आपल्या सत्तेचा आधार नष्ट करणे, असे ब्रिटिशांना वाटते. फोडा नि झोडा या तत्त्वाचा त्याग करून जर ही दुही आपल्या सामर्थ्याच्या बळावर नि:पक्षपातीपणाने, सदिच्छेने मिटविली, तर ब्रिटिश राष्ट्राची इभ्रत तर वाढेलच पण हिंदुस्थानची कृतज्ञता, धन्यवाद, मैत्री यांचा इंग्लिश राष्ट्राला अखंड लाभ होईल.'

ह्या परिषदेने हिंदी राजकीय विचाराला एक मोठी गती दिली. ती म्हणजे भारताच्या राजकीय अखंडत्वाच्या कल्पनेची विचारवंतांना जाणीव झाली ही होय. दुसरी निष्पत्ती म्हणजे भारतीय राजकारणाच्या मानचित्रात अस्पृश्य वर्गाचा निश्चितपणे अंतर्भाव झाला ही होय. पण ह्या सर्वांपेक्षा अत्यंत महत्त्वाची गोष्ट म्हणजे आंबेडकरांनी अस्पृश्यांच्या असह्य आणि अतर्क्य अशा हालअपेष्टांचे गाऱ्हाणे जगाच्या वेशीवर टांगले ही होय. जातवार जागांची संख्या किती असावी आणि मतदार संघाची योजना स्वतंत्र असावी की संयुक्त असावी, ह्या मुद्यावर मतभेद झाल्यामुळे गोलमेज परिषद तहकूब झाली. तसे होण्यास आणखी एक महत्त्वाचे कारण असे असावे की, भारतातील प्रमुख अशा काँग्रेस पक्षाने गोलमेज परिषदेशी सहकार्य न केल्यामुळे परिषदेत कोणताही निर्णय घेणे हे प्रमुख पक्षाचा विचार न करता निर्णय घेण्यासारखे झाले असते.

आंबेडकर लंडनहून निघाले आणि मार्सेलिस बंदरात १३ फेब्रुवारी १९३१ रोजी एस. एस. मुलताना बोटीवर चढले. आता त्यांना थोडी विश्रांती मिळाली. इंग्लंडमध्ये असताना रात्री एक वाजण्यापूर्वी त्यांना क्वचित् विश्रांती मिळे. 'विश्रांतीची मी अपेक्षा केली नाही. हा जीवनक्रम माझ्या पाचवीला पूजलेला आहे,' असे त्यांना मनोभावे वाटे.

गोलमेज परिषदेत शेतकरी, कामगार, मागासलेला समाज व अस्पृश्य वर्ग यांच्या व संस्थानिक प्रजेच्या हक्कांसाठी अविश्रांत खटाटोप करून राष्ट्रभक्तीचे कर्तव्य बजावून आंबेडकर दि. २७ फेब्रुवारीस मुंबईस पोचले. मोल बंदरावर त्यांचे तडफदार नि निष्ठावान दलप्रमुख शंकरराव वडवळकर यांच्या नेतृत्वाखाली समाज समता दलाच्या दोन सहस्र स्वयंसेवकांनी त्यांचे मोठ्या उत्साहाने स्वागत केले. वार्ताहरांना दिलेल्या मुलाखतीत ते म्हणाले, 'गोलमेज परिषद ही मुत्सद्देगिरीचा विजय आहे. जरी नियोजित राज्यघटनेत काही दोष असले तरी ते फार महत्त्वाचे

नाहीत. ते दूर करता येतील. मताधिकार मर्यादित करण्यास आपला विरोध होता. जर सामान्य माणसाचा आणि स्त्रियांचा मतदानाचा अधिकार संपादन करण्यात गांधींचे मला साहाय्य झाले नाही, तर गांधींना मी जनतेचा कैवारी म्हणणार नाही. सत्तादानाचा प्रश्न अल्पसंख्याकांचा प्रश्न समाधानकारकरीत्या सुटल्यावाचून सुटणार नाही.' शेवटी त्यांना असा विश्वास प्रदर्शित केला की, भारताच्या भावी राज्यघटनेत अस्पृश्य वर्गाचे हित आणि त्यांच्या हालअपेष्टा संपुष्टात येतील.

भारतातील राजकीय वातावरण झपाट्याने बदलत होते. ब्रिटिश पंतप्रधानांच्या गोलमेज परिषदेपुढील शेवटच्या भाषणातील रोखाप्रमाणे महाराज्यपाल लॉर्ड आयर्विन ह्यांनी काँग्रेस पुढाऱ्यांना २६ जानेवारी १९३१ रोजी बंधमुक्त केले. महाराज्यपालांनी काँग्रेस नेत्यांशी दीर्घकाल बोलणी करून शेवटी ५ मार्च १९३१ रोजी दिल्ली येथे गांधीजी आणि महाराज्यपाल यांमध्ये संधी झाला. गांधीजींनी कायदेभंगाची चळवळ मागे घेतली. त्या वेळी गोलमेज परिषदेच्या दुसऱ्या अधिवेशनाला हजर राहण्याचे आश्वासन दिले.

मुंबईस पोहोचून तीन चार दिवस झाल्यावर आंबेडकरांनी आपले मित्र, सहकारी यांच्या गाठीभेटी घेऊन परळ येथे १ मार्च १९३१ रोजी एक मोठी सभा भरविली. त्या सभेत बोलताना ते म्हणाले की, आपल्या अनुयायांच्या व सहकाऱ्यांच्या साहाय्याने आणि चळवळीने अस्पृश्य वर्गाकरिता काही हक्क मिळविण्यात यश मिळविले आहे. म्हणून झगडा चालू ठेवण्याविषयी त्यांनी त्यांना चेतना दिली. दुसरे दिवशी आंबेडकर मुंबई विधिमंडळाच्या सभेला उपस्थित राहिले व मार्चच्या मध्यापर्यंत त्यांनी विधिमंडळाच्या कामकाजाकडे लक्ष दिले.

ह्याच संधीला नाशिकच्या मंदिरप्रवेशाच्या मोहिमेने पुन्हा गंभीर स्वरूप धारण केले. अस्पृश्य वर्गाच्या पुढाऱ्यांनी डॉ. मुंजे यांच्या आश्वासनावर अवलंबून राहून काही महिने स्थगित केलेली मंदिरप्रवेशाची चळवळ पुन्हा सुरू करण्याचा निर्धार प्रकट केला. आंबेडकर आपल्या सहकाऱ्यांबरोबर १४ मार्चला नाशिकला गेले. नाशिकला झकेरिया मणियार ह्या मुसलमान गृहस्थांच्या बंगल्यात त्यांचा मुक्काम होता. आंबेडकरांनी नाशिक येथे एक भाषण करून लोकांचा उत्साह शिगेस पोहचविला. सत्याग्रह हा संपूर्णतया अहिंसात्मक व शिस्तबद्ध असावा, असा त्यांनी उपदेश केला. नुकतेच तुरुंगातून सुटलेले ब्राह्मणेतर पुढारी दिनकरराव जवळकर ह्यांनी अस्पृश्य वर्गीयांना त्यांच्या चळवळीसंबंधी पाठिंबा दिला. लागलीच आंबेडकर मुंबईस परतले. कारण, ठाणे येथे चाललेल्या चिरनेर खटल्यात त्यांना आरोपीच्या बचावाचे काम करावयाचे होते. नाशिक येथे रविवारी दुपारी कार्यकर्त्यांनी शहरातून प्रचंड मिरवणूक काढली. मिरवणूक मुक्कामाजवळ

जाताच ब्राह्मण, अब्राह्मण गुंडांनी अस्पृश्य बंधूंना अश्लील, ओंगळ, बीभत्स शिव्याशापांची लाखोली वाहिली ! सनातन्यांनी मिरवणुकीवर दगडांचा वर्षाव केला. ह्यासंबंधी लक्षात ठेवण्याजोगी गोष्ट ही की, नाशिक जिल्हा काँग्रेसच्या अध्यक्षांनी सनातन्यांची बाजू घेतली होती. इतकेच नव्हे तर कराची येथे भरलेल्या काँग्रेस अधिवेशनामध्ये एका ठरावाने असे जाहीर करण्यात आले की, राष्ट्रीय सभा ही धार्मिक प्रश्नासंबंधी तटस्थ राहील. हे अधिवेशन भरण्यापूर्वी थोडे दिवस अगोदर गांधीजींनी मुंबईच्या मुक्कामात स्वातंत्र्य मिळाल्यावर आपण मंदिर-प्रवेशाची चळवळ हाती घेऊ असे, जाहीर केले होते. मंदिरप्रवेशाची चळवळ अन्यायी आहे असे आंबेडकरांशी बोलताना गांधीजी[१] म्हणाले होते ! गांधीजींचे हे मार्गदर्शन सूचक व स्पष्ट असेच होते. लोकमान्य टिळक तरी दुसरे काय म्हणत होते ? 'हिंदू तेवढा एक' अशी शेखी मारणाऱ्या पक्षांच्या ठायी जशी तत्त्वनिष्ठा नव्हती तशी ती फुलेवादी ब्राह्मणेतरांच्या ठायीही नव्हती. तेसुद्धा 'ब्राह्मण सांगे नि अब्राह्मण वागे' असे तत्त्वच्युत व ध्येयच्युत झाले होते ! वीर सावरकरांनी ह्या सत्याग्रहाला पाठिंबा देऊन नाशिक सवर्ण हिंदूंनी पंचवटीचे काळाराम मंदिर पूर्वास्पृश्यबंधूंना मोकळे करावे आणि हिंदू जातीची शक्ती, प्रभाव व जीवन अनेक पटींनी प्रबळ करावे असे पत्रक काढले होते. या पत्राच्या प्रती भाऊराव गायकवाडांनी नाशिककरांना वाटल्या होत्या.

चवदार तळ्याच्या दिवाणी दाव्याचा निर्णय अस्पृश्यांच्या बाजूने लागल्यावर एक महिनाभर बहिष्कृतांनी तळ्यावर पाणी भरले. सनातन्यांनी पुढे लवकरच ठाणे येथील जिल्हा न्यायालयात खटला दाखल केला. अस्पृश्यांना पाणी भरण्यास मनाई केली आहे अशी हूल उठली व तळे शुद्ध करण्यासाठी सनातनी प्रयत्न करू लागले. परंतु सावरकरपक्षीय तरुणांनी ह्या शुद्धीला हरकत घेतली. आणि आपल्या घरातील पाणी आणून तळ्यात ओतू असे सांगताच सनातन्यांनी तो नाद सोडला.

नाशिकहून मुंबईस आल्यावर आंबेडकर ठाणे येथील न्यायालयात चिरनेर खटल्याच्या कामासाठी उपस्थित राहिले. तेथे त्यांना ४९ आरोपींपैकी ४ आरोपींचा बचाव करावयाचा होता. काँग्रेसच्या जंगल सत्याग्रहातून हा खटला निर्माण झाला होता. पनवेलजवळील चिरनेर खेड्यात हा जंगल सत्याग्रह २५ सप्टेंबर १९३० रोजी सुरू झाला होता. त्या दिवशी एक मामलेदार आणि काही सरकारी नोकर ठार झाले होते. या खटल्याचे स्वरूप सरकार विरुद्ध जनता असे

---

१. जनता, १७ ऑगस्ट १९३१.

असल्यामुळे ह्या खटल्याचे प्रतिध्वनी सर्व देशभर उठत होते. जरी काँग्रेसचे इतिहासकार डॉ. पट्टाभिसीतारामय्या यांच्या इतिहासात ह्या खटल्याचा नामनिर्देश नसला, तरी हा खटला महत्त्वाचा होता. म्हणून तो खटला न्यायालयात चालविण्यासाठी महाराष्ट्रातील सुप्रसिद्ध वकील दादासाहेब करंदीकर, डॉ. आंबेडकर, के. ना. धारप आणि रेगे ह्यांना वकीलपत्र देण्यात आले होते. उन्हाळ्याच्या सुट्टीतसुद्धा न्यायाधीश संजाना यांनी काम चालविले होते. साक्षीदारांची उलटतपासणी आंबेडकरांनी चातुर्याने आणि बारकाईने केली. ह्या कामामुळे देशाभिमानी लोकांच्या स्तुतीस आंबेडकर पात्र झाले. ज्या सरकारने आंबेडकरांना गोलमेज परिषदेकरिता प्रतिनिधी म्हणून पाठविले होते, त्या सरकारच्या विरुद्ध या खटल्यात उभे राहण्यात आंबेडकरांनी जो बाणेदारपणा दाखविला, त्याविषयी लोकांनी त्यांना धन्यवाद दिले. खटला चालू असताना एका प्रसंगी सरकारी वकिलांनी आरोपी नं. १५ याला तुम्ही नाकावर असलेल्या ठिपक्यावरून ओळखता किंवा त्याच्या चेहऱ्यावरून ओळखता असे विचारताच आंबेडकर उद्गारले, 'काय हो, आरोपीचे नाक त्यांच्या मुखावर नाही ?' हे ऐकून न्यायालयात एकच हशा पिकला !

मंगळवार, २० जून रोजी आंबेडकरांनी आरोपी नं. ८, ९, १० ह्यांच्या वतीने मुद्देसूद आणि परिणामकारक असे बचावाचे भाषण केले. सर्व अभियोगाचे एका विशिष्ट पद्धतीने धीरगंभीर आवाजात त्यांनी सिंहावलोकन केले. न्यायमंडळ व न्यायाधीशांकडे पाहून ते मोठ्या आर्त स्वरात म्हणाले, 'ह्या खटल्याला एक विशिष्ट स्वरूप प्राप्त झाले आहे. जनता विरुद्ध सरकार अशा स्वरूपाचा हा खटला आहे, असे मानले जाते. या खटल्यात अंतर्भूत झालेला प्रश्न म्हणजे, सरकारचे स्थैर्य ह्याविरुद्ध लोकांचे स्वातंत्र्य. म्हणून ज्यूरी मंडळाला माझी कळकळीची विनंती आहे की, त्यांनी लोकांचे न्याय्य हक्क आणि स्वातंत्र्य यांना सरकारच्या स्थैर्यापेक्षा अधिक महत्त्व द्यावे.' गुंतागुंतीच्या आणि प्रदीर्घपणे चाललेल्या ह्या अभियोगाचा निकाल २ जुलै १९३१ रोजी लागला. २९ आरोपींना निरनिराळ्या मुदतीची शिक्षा झाली. उरलेले १७ जण निर्दोषी म्हणून सुटले.

उपरोक्त अभियोगाचे काम सुरू असतानाच आंबेडकरांनी परळ येथील गोखले एज्युकेशन सोसायटीच्या सभागृहात अस्पृश्यांच्या पुढाऱ्यांची परिषद १९ एप्रिल १९३१ रोजी बोलविली. परिषदेत बंगाल, मध्यप्रांत, गुजरात, मद्रास व महाराष्ट्र येथील दलित वर्गाचे निवडक पुढारी उपस्थित होते. अध्यक्षस्थानी मद्रासचे पुढारी एन्. शिवराज होते. आंबेडकरांनी गोलमेज परिषदेत केलेल्या

कार्याचा वृत्तान्त परिषदेस सादर करण्यात आला. तो टाळ्यांच्या गगनभेदी कडकडाटात परिषदेने कृतज्ञतापूर्वक संमत केला. अस्पृश्य वर्गाच्या प्रतिनिधींना घटना समितीवर (फेडरल स्ट्रक्चर कमिटी) निवडावे आणि दुसऱ्या गोलमेज परिषदेच्या वेळी अस्पृश्य वर्गास पुरेसे प्रतिनिधित्व द्यावे आणि अस्पृश्य वर्गाच्या प्रतिनिधींना प्रांतांच्या भावी मंत्रिमंडळात जागा द्याव्या, अशा मागण्या परिषदेने केल्या. दुसऱ्या ठरावाने अस्पृश्य वर्गाचे गोलमेज परिषदेला गेलेले पुढारी यांचे आणि आयझॅक फूट, लॉर्ड रीडिंग, लॉर्ड पील व तेजबहादूर सप्रू यांचे त्यांनी अस्पृश्य वर्गाचे हित साधण्यात जे साहाय्य केले त्याविषयी परिषदेने कृतज्ञतापूर्वक आभार मानले.

परिषदेच्या आवाराच्या बाहेर गडबड आणि गोंधळ सुरू होता. आपणांस राष्ट्रवादी समजणाऱ्या काही विघ्नसंतोषी लोकांनी परिषदेमध्ये गोंधळ करण्याचा प्रयत्न केला. परंतु त्यांचे प्रयत्न समाज समता दलाच्या शिस्तबद्ध स्वयंसेवकांनी निष्फळ ठरविले. प्रतिपक्षातील प्रमुख पुढारी बाळकृष्ण देवरुखकर यांची तर पाचावर धारण बसली. ते आंबेडकरांच्या मोटारीकडे पळत सुटले आणि आपणांस वाचविण्याविषयी आंबेडकरांकडे गयावया करू लागले ! तथापि आंबेडकरांनी गोंधळ निर्माण करणाऱ्या त्या पुढाऱ्यास उदार मनाने अभय दिले. ह्या पिसाट विरोधकास आपल्या मोटारमध्ये जागा देऊन त्याला जमावातून सुरक्षित बाहेर काढताना आंबेडकरांच्या विनोदबुद्धीला गुदगुल्या झाल्या असतील.

१०

युद्धपर्व

ह्या सुमारास मुंबई सरकारने अस्पृश्य वर्गातील लोकांना पोलीस खात्यात प्रवेश मिळेल असे जाहीर केले. आंबेडकर गोलमेज परिषदेस निघण्यापूर्वी अस्पृश्यांची ही मागणी धूर्तपणे सरकारने मान्य केली असावी, असे म्हणण्यास काहीच प्रत्यवाय नाही. आंबेडकरांनी अस्पृश्य वर्गाची दु:खे निवारण्याचे चालविलेले कार्य आता सफल होऊ लागले. उपरोक्त घोषणेमुळे अस्पृश्य वर्गास विशेष मोठी संधी लाभत नसली, तरी आर्थिक आणि मूलभूत हक्कांच्या दृष्टीने ते एक महत्त्वाचे पुढचे पाऊल होते. आंबेडकरांचे बळ ही एक आता सरकारने आणि इतर पक्षांनी विचारात घेण्यासारखी गोष्ट ठरली. त्यांनी सुरू केलेली चळवळ, त्यांनी केलेले कार्य, गोलमेज परिषदेत त्यांनी मिळविलेली प्रतिष्ठा, या सर्वांचा सरकारवर परिणाम होऊन अस्पृश्य वर्गासंबंधीचे आपले धोरण आणि आपला पवित्रा सरकर बदलू लागले.

राजकीय घटनांकडे पाहण्याच्या काँग्रेसच्या दृष्टिकोनात आता फरक पडू लागला होता. मद्रासमध्ये एका सभेत भाषण करताना पंडित जवाहरलाल नेहरू म्हणाले, 'गोलमेज परिषदेस गेलेले पुढारी देशद्रोही अगर स्वार्थी होते, असे आमचे म्हणणे नव्हते. त्यांना बहुसंख्य लोकमताचा पाठिंबा नव्हता एवढेच आमचे म्हणणे होते.' दुसऱ्या गोलमेज परिषदेच्या कामकाजात आपण कोणत्या अटीवर भाग घेऊ ह्याविषयी महाराज्यपालांशी बोलणी करण्याइतका गांधीजींनी मनाचा लवचिकपणा दाखविला, हे त्यांच्या राजकीय विचारसरणीतील एक स्थित्यंतरच होते.

जून १९३१ मध्ये कोचीन संस्थानमधील काँग्रेस कार्यकर्त्यांनी चालविलेल्या मंदिरप्रवेशाच्या झगड्यात आपण भाग घ्यावा की काय, अशी त्रिचूरच्या अस्पृश्यांनी आंबेडकरांकडे विचारणा केली. त्यांच्या साहाय्यावर आपण विसंबून राहू नये आणि तसे करणे फलदायकही होणार नाही. आपले स्वातंत्र्य आणि माणुसकी आपल्या स्वत:च्या प्रयत्नांनी मिळविली पाहिजे, असा त्यांनी त्या

कार्यकर्त्यांना सल्ला दिला. ह्याच वेळी जगप्रसिद्ध कम्युनिस्ट नेते मानवेंद्रनाथ रॉय हे डॉ. महमूद हे नाव धारण करून हिंदी पुढाऱ्यांच्या गाठीभेटी घेऊन त्यांची मते चाचपून पाहत होते. आंबेडकरांचे सहकारी द. वि. प्रधान ह्यांना बरोबर घेऊन रॉय आंबेडकरांच्या कार्यालयात त्यांच्या भेटीसाठी गेले. हिंदी राजकारणावर उभयतांची चर्चा झाली. त्या चर्चेत आंबेडकरांना असे आढळून आले की, मानवेंद्रनाथ रॉय यांनी अस्पृश्य वर्गाच्या प्रश्नांविषयी फारसा विचार केलेला नाही. रॉय निघून गेल्यावर आंबेडकर प्रधानांना म्हणाले की, 'भेटावयास आलेला पाहुणा हा बतावणी करतो त्याप्रमाणे संयुक्त प्रांतातील मुसलमान नसून तो बंगाली बाबू असावा.' आणि खरोखरीच पुढे पंधरा दिवसांनी डॉ. महमूद यांना आरक्षकांनी अटक केल्यावर ते मानवेंद्रनाथ रॉय आहेत असे जाहीर झाले. रॉय ह्यांचा चेहरा आणि त्यांचे उच्चार ह्यांवरून आंबेडकरांनी हा कयास बांधला असावा.

सत्याने आणि सहिष्णुतेने परकीयांशी, मिळमिळीतपणे मुसलमानांशी वागावयाचे आणि इतर भारतीय पक्षांतील नेत्यांशी मात्र असहिष्णुतेने वागावयाचे, अशा प्रकारच्या आपल्या मनोवृत्तीची काँग्रेस कार्यकर्त्यांनी पुन्हा एकदा चुणूक दाखविली. अस्पृश्य वर्गाच्या विद्यार्थ्यांसाठी चालविलेल्या अहमदाबाद येथील वसतिगृहास भेट देण्यास आंबेडकर गेले असता काँग्रेस कार्यकर्त्यांनी स्थानकावर काळ्या झेंड्यांची निदर्शने केली. देशातील सर्वांत मोठा राजकीय पक्ष दुसऱ्या लहान पक्षांना लोकशाही तत्त्वाचे हे असे धडे देत होता. जुलैच्या तिसऱ्या आठवड्यात गोलमेज परिषदेच्या दुसऱ्या अधिवेशनासाठी निवडलेल्या लोकांची नावे सरकारने प्रसिद्ध केली. आंबेडकर, शास्त्री, सप्रू, जयकर, सेटलवाड, मालवीय, सरोजिनी नायडू, मिर्झा इस्माईल, जिना, रामस्वामी मुदलियार इत्यादी पुढाऱ्यांना सभासद म्हणून सरकारने आमंत्रिले होते. गोलमेज परिषदेच्या पहिल्या अधिवेशनाच्या वेळी घटना समितीवर आंबेडकरांना निवडले नव्हते. त्यांचे देशाभिमानी मन, त्यांनी सामान्य माणसाच्या हिताचा आणि लोकशाहीच्या तत्त्वांचा केलेला पुरस्कार, ह्यांमुळे ब्रिटिश लोक त्यांच्यावर नाराज झाले होते. तथापि, ह्यावेळी घटना समितीवर त्यांना निवडण्यात आले. ह्या घटना समितीचे काम हिंदुस्थानची भावी घटना बनविण्याचे होते.

हिंदुस्थानच्या कानाकोपऱ्यातून डॉ. आंबेडकरांवर अभिनंदनाचा वर्षाव झाला. इंग्लंडमधील काही सद्गृहस्थांनीही त्यांचे अभिनंदन केले. विरोधी पक्षाच्या वृत्तपत्रांत आंबेडकरांचा राष्ट्राभिमान, लोकशाहीविषयी असलेले त्यांचे प्रेम आणि सामान्य जनतेच्या हिताविषयी ते बाळगीत असलेली कळकळ, ह्या सर्व गोष्टीविषयी आंबेडकरांची प्रशंसा होऊ लागली होती. महाराष्ट्रातील जिल्हा

वर्तमानपत्रांपैकी प्रमुख असलेले एक साप्ताहिक 'कुलाबा समाचार' ह्याने आंबेडकरांशी सामाजिक सुधारणेच्या बाबतीत असलेला आपला विरोध विसरून, त्यांनी चिरनेर खटल्यात दाखविलेल्या राष्ट्रीय बाण्याविषयी त्यांना धन्यवाद दिले. सायमन मंडळाच्या आगमनाच्या वेळी आंबेडकरांनी केलेली देशसेवा आणि गोलमेज परिषदेच्या पहिल्या अधिवेशनात त्यांनी दाखविलेला राष्ट्राभिमान ह्यांचाही 'कुलाबा समाचार'ने निर्देश केला. ते साप्ताहिक पुढे म्हणाले की, 'आंबेडकर हे पूर्ण राष्ट्रीय वृत्तीचे नेते असून गोलमेज परिषदेच्या दुसऱ्या अधिवेशनात स्वत:ची व मातृभूमीची कीर्ती त्यांच्या हातून वाढो. तिच्या पायांतील दास्यशृंखला गोलमेज परिषदेत तोडण्याच्या कामीही त्यांचे महात्माजीप्रभृतींना भरपूर साहाय्य मिळो.'

आंबेडकरांचे अभिनंदन करताना 'इंडियन डेली मिरर' पत्र म्हणाले, 'आंबेडकर हे राष्ट्रभक्त आहेत. भारताला स्वयंशासित सरकार प्राप्त व्हावे, असे त्यांना उत्कटतेने वाटत असते. पुढील वादविवादात व राजकीय घटनेच्या बाबतीत मतदानाच्या हक्काचा प्रश्न अत्यंत महत्त्वाचा ठरणार असून, त्याबाबतीत अस्पृश्य जनतेचा हा प्रभावशाली प्रतिनिधी अत्यंत मोलाचे कार्य केल्याविना राहणार नाही.' मिस् मेयोच्या 'मदर इंडिया' ह्या ग्रंथाच्या दुसऱ्या भागातील आंबेडकरांविषयी केलेल्या खोडसाळ विधानांना उत्तर देताना 'फ्री प्रेस जर्नल'चा बातमीदार म्हणाला, 'डॉ. आंबेडकरांची स्वतंत्र, निर्भय व बाणेदार वृत्ती ही सरकार, हिंदू व मुसलमान ह्या सर्वांनाच अप्रिय, एक प्रकारची अस्वस्थता निर्माण करणारी वाटत असली, तरी ते अस्पृश्य वर्गाच्या अंगीकृत कार्याची काळजी घेण्यास सर्वतोपरी समर्थ व लायक आहेत, ह्याबद्दल कोणालाच शंका वाटत नाही.'

आंबेडकरांच्या भाषणाइतके भारदस्त, विचारपूर्ण व सूत्रबद्ध भाषण गोलमेज परिषदेच्या पहिल्या अधिवेशनात दुसरे कोणत्याच प्रतिनिधीचे झाले नाही. 'संडे क्रॉनिकल', 'केसरी' वगैरे अनेक वृत्तपत्रांनी आंबेडकरांच्या नियुक्तीविषयी समाधान व्यक्त केले. डॉ. आंबेडकर आणि ना. म. जोशी ह्यांची निवड म्हणजे जनतेच्या खऱ्या कैवाऱ्यांचीच निवड असे 'सर्व्हंट ऑफ इंडिया' साप्ताहिकात या दोघांचे अभिनंदन करताना म्हटले होते. 'समाजाच्या खालच्या थरांतून ह्या दोघांचा उदय झाला आहे. एक गरीब मजुरांचा पुढारी, तर दुसरा जन्मत: व तत्त्वत: अस्पृश्यांचा पुढारी. ज्या गरीब आणि पददलित लोकांच्या हक्कांसाठी नि हितासाठी ते झगडत आहेत, त्या लोकांसारखेच त्यांचे ध्येय सरळ आणि साधे आहे. ते बड्या धेंडांच्या भीड-भाडेला बळी न पडता गरीब मजूर नि पददलित ह्यांच्या हितांची जी अबाधित अशी तत्त्वे आहेत त्यांच्या पुरस्कारासाठी

निर्भयपणे आग्रह धरतील.' असा विश्वास व्यक्त केला.

गांधीजी गोलमेज परिषदेस जाणार आहेत किंवा नाहीत हे अद्याप निश्चित झाले नव्हते. अर्थात सर्वांचे डोळे मुंबईतील गावदेवीतील मणिभवनकडे लागले होते. कारण, गांधीजींनी आपल्या स्वभावानुसार घोळ घालून मोठे गूढतेचे वातावरण निर्माण केले होते. त्या धांदलीत आणि गोंधळात आंबेडकरांच्या मागण्यांविषयी त्यांना चाचपून पाहावे, असे गांधीजींना वाटले. त्यांनी आंबेडकरांना ९ ऑगस्ट रोजी पत्र लिहून त्याच दिवशी रात्री ८ वाजता भेटावयास वेळ आहे की काय याविषयी त्यांजकडे चौकशी केली. आंबेडकरांना आपल्याकडे येणे सोयीचे नसेल तर आपणच आंबेडकरांच्या घरी येऊ, असे गांधीजींनी त्यांना लिहिले. एक वर्षापूर्वी सायमन मंडळाशी सहकार करणाऱ्या अस्पृश्य पुढाऱ्यांना अस्पृश्य समाजात कोणी विचारीत नाही, अशा अर्थाचे उद्गार गांधीजींनी काढले होते. हे येथे लक्षात ठेवले पाहिजे. आंबेडकर नुकतेच सांगलीहून परत आले होते. त्यांच्या अंगात ताप होता. गांधीजी आपल्याकडे भेटीस आले तर आपल्यासच लोक आढ्यतेखोर म्हणतील, असे आंबेडकरांना वाटल्यामुळे आपणच रात्री आठ वाजता भेटावयास येऊ असे त्यांनी गांधीजींना कळविले. परंतु सायंकाळी आंबेडकरांचे तापमान १०६ अंशांपर्यंत चढल्यामुळे 'मी ताप काढल्यानंतर आपल्यास येऊन भेटेन,' असा त्यांनी गांधीजींना निरोप पाठविला. त्याप्रमाणे १४ ऑगस्ट रोजी मणिभवन येथे गांधीजींना भेटण्यासाठी आंबेडकर दुपारी २ वाजता आपले सहकारी देवराव नाईक, सीतारामपंत शिवतरकर, भाऊराव गायकवाड, भास्करराव कद्रेकर, अमृतराव रणखांबे, पी. जी. काणेकर, गणपतबुवा पगारे यांच्यासमवेत गेले. त्या वेळी मणिभवनाच्या तिसऱ्या मजल्यावरील एका प्रशस्त दिवाणखान्यात गांधीजी आपल्या पक्षातील काही लोकांशी बातचीत करीत फराळ करीत होते. आंबेडकर आणि त्यांचे सहकारी ह्यांनी गांधीजींना वंदन केले आणि ते एका बैठकीवर बसले.

मुसलमान आणि युरोपियन पुढारी वा त्यांचे प्रतिनिधी ह्यांव्यतिरिक्त इतर भारतीय पुढाऱ्यांशी बोलण्याची वा वागण्याची गांधीजींची तऱ्हा काही वेगळीच असे. त्याप्रमाणे गांधीजींनी प्रथम काही वेळ आंबेडकरांकडे लक्ष दिले न दिल्यासारखे केले. ते मिस् स्लेड ह्या बाईंशी व इतरांशी गप्पागोष्टी करीत बसले. आंबेडकरांच्या सहकाऱ्यांना अशी भीती वाटली की आणखी थोडा वेळ गांधीजींनी आंबेडकरांकडे दुर्लक्ष केले, तर खटका उडाल्याशिवाय राहणार नही. त्यांच्यामध्ये किंचित चुळबूळ सुरू झाली. ती नजरेस येताच गांधीजींनी आंबेडकरांकडे आपली दृष्टी वळविली. दृष्टादृष्ट झाली. आंबेडकर या व्यक्तीला ते

प्रथमच पाहत होते. काही औपचारिक प्रश्नोत्तरानंतर उभय व्यक्ती महत्त्वाच्या मुद्याकडे वळल्या.

गांधीजी - डॉक्टर, आपले काय म्हणणे आहे ?

डॉ. आंबेडकर - आपलेच म्हणणे काय आहे ते ऐकण्याकरिता आपण मला बोलाविले म्हणून मी आलो आहे. तेच आपण मला आधी सांगा. अगर वाटल्यास मला काही प्रश्न विचारा. म्हणजे त्यांची उत्तरे मी देईन.

गांधीजी - (आंबेडकरांकडे खोचक दृष्टीने पाहून) मी व काँग्रेस ह्यांच्या विरुद्ध आपल्या काही तक्रारी असल्याचे माझ्या कानांवर आले आहे. मी माझ्या लहानपणापासून अस्पृश्यतेच्या प्रश्नाचा विचार करीत आलो आहे. तुमचा जन्मही त्या वेळी झाला नसेल. काँग्रेसच्या कार्यक्रमात हा अस्पृश्यतेचा प्रश्न गोवताना मला अतिशय आयास पडले. हा सामाजिक व धार्मिक संस्थांचा प्रश्न असल्याने काँग्रेससारख्या राजकीय संस्थेच्या कार्यक्रमात तो गोवण्यात येऊ नये म्हणून मला त्या वेळी फार विरोध झाला. हिंदू-मुसलमानांच्या प्रश्नापेक्षाही अस्पृश्यता-निवारण्याचा प्रश्न मी अधिक महत्त्वाचा व जिव्हाळ्याचा मानतो. म्हणून अस्पृश्यांसाठी काँग्रेसने आजपावेतो वीस लाख रुपये खर्च केले आहेत. अशी वस्तुस्थिती असताना माझ्या अगर काँग्रेसच्या विरुद्ध तुमची तक्रार का असावी, हे मला समजत नाही. ह्यावर आपणाला काही सांगावयाचे असल्यास आपण मला मोकळ्या मनाने सांगावे.

डॉ. आंबेडकर - माझा जेव्हा जन्म झाला नव्हता तेव्हापासून आपण हे कार्य करीत आला आहात, हे निर्विवादपणे खरे आहे. आमच्यापैकीही वडील व वृद्ध माणसे असाच वडीलकीचा मुद्दा कधीकधी पुढे आणतात. आपण माझ्यापेक्षा वयाने मोठे आहात ही वस्तुस्थिती मी कशी नाकारू ? आपल्या आग्रहामुळेच काँग्रेसने अस्पृश्यतानिवारण्याच्या कार्यक्रमाला मान्यता दिली ही गोष्टही खरी आहे. पण औपचारिक मान्यता देण्यापलीकडे काँग्रेसने विशेष काही केले नाही, ही माझी मुख्य तक्रार आहे. काँग्रेसने वीस लाख रुपये अस्पृश्यांकरिता खर्च केले असे आपण सांगता, म्हणून मी मान्य करतो. पण मी आपणाला असे निक्षून सांगतो की, हे तुमचे सारे पैसे पाण्यात गेले. एवढी मोठी रक्कम जर माझ्यासारख्याच्या हाती असती, तर तिचा योग्य रीतीने वा जिव्हाळ्याने विनियोग करून अस्पृश्य समाजाच्या प्रगतीला मी केवढी तरी मोठी चालना दिली असती. असे झाले असते तर ह्यापूर्वीच आपण स्वयंस्फूर्तीने मला भेट देण्याइतकी परिस्थिती मी निर्माण करू शकलो असतो. आपण म्हणता त्याप्रमाणे काँग्रेसला हा प्रश्न जर महत्त्वाचा वाटला असता, तर काँग्रेसचा सभासद होण्यात खादीची वगैरे

जशी अट आपण घातली आहे तशी अस्पृश्यतानिवारणासाठी एखादी अट आपण काँग्रेसचे सभासद होणाऱ्या लोकांना घालावयास पाहिजे होती. अस्पृश्यांच्या मुलांना आपल्या घरी विद्यार्थी म्हणून ठेवीन, अगर आपल्या घरी त्याला आठवड्यातून एक दिवस तरी जेवावयास बोलावीन, अथवा आपल्या घरगुती कामासाठी अस्पृश्य गरीब बाई नोकर ठेवीन असे वचन देईल त्यालाच काँग्रेसचा सभासद होता येईल, अशा स्वरूपाची अट काँग्रेसने ठेवावयास हवी होती. तसे घडते तर एखाद्या जिल्हा काँग्रेसच्या अध्यक्षाने सनातनी भिक्षुकांच्या बाजूने अस्पृश्यांच्या मंदिरप्रवेशाला विरोध करावा असे विसंगत नि हिडिस दृश्य दिसले नसते. काँग्रेसला संख्याबळाची व द्रव्यबळाची आवश्यकता असल्यामुळे अस्पृश्यता निवारणासंबंधीची अशी एखादी कृतिप्रधान अट काँग्रेसच्या सभासद होणाऱ्यास घालता येणार नाही, असे आपण म्हणाल. त्यावर आमचे म्हणणे असे की, तत्त्वनिष्ठेपेक्षा संख्याबळाला आणि द्रव्यबळाला काँग्रेस अधिक महत्त्व देते. इंग्रज सरकारचे हृदय-परिवर्तन आणि चित्तशुद्धी झालेली नाही, असे काँग्रेसचे म्हणणे आहे. आम्ही स्वानुभवाच्या जोरावर असे म्हणू शकतो की, काँग्रेसची अस्पृश्यतेच्या प्रश्नाबाबत चित्तशुद्धी झालेली नाही. जोपर्यंत अशी शुद्धी झालेली नाही तोपर्यंत आम्ही काँग्रेसवर किंवा स्पृश्य हिंदूंवर विश्वास ठेवणार नाही. आम्ही स्वावलंबनाची व आत्मविश्वासाची कास धरून आपला मार्ग चोखाळू. आपल्यासारख्या महात्म्यावरही आम्ही विसंबून राहणार नाही. आजपर्यंतच्या इतिहासाचा पुरावा असा आहे की, महात्मे धावत्या आभासासारखे असतात. त्यांच्या धामधुमीमुळे धुरळा मात्र खूप उडतो. पण ते समाजाची पातळी उंचावू शकत नाहीत. काँग्रेस माझा व माझ्या कार्याचा द्वेष करते. मला अराष्ट्रीय असे संबोधून हिंदूंच्या मनात माझ्या कार्याविषयी द्वेष का पसरविते ?

कटू सत्यता नि कडू निर्भयता यांनी भरलेल्या त्या खरमरीत उत्तरामुळे क्षणात सर्व वातावरण गंभीर झाले. आंबेडकरांची मुद्राही गंभीरतर बनली. त्यांचा चेहरा लाल झाला. डोळ्यांतील तेज फुलले. क्षणभर थांबून ते आपल्या आवाजातील कडवटपणा आणि मनातील संताप वाढवून म्हणाले, 'गांधीजी, मला मायभूमी नाही.' आंबेडकरांचा तो जमदाग्नीप्रमाणे अवतार पाहून गांधी चरकले, चमकले. ते मध्येच म्हणाले, 'डॉक्टरसाहेब, तुम्हांला मायभूमी आहे. तिची सेवा कशी करावी हे तुमच्या येथील कार्याचाच नव्हे तर गोलमेज परिषदेच्या पहिल्या अधिवेशनातील कार्याचा जो वृत्तान्त माझ्या कानांवर आला आहे, त्यावरून सिद्ध झाले आहे.

डॉ. आंबेडकर - आपण म्हणता मला मायभूमी आहे. पण मी पुन्हा

सांगतो की मला मायभूमी नाही. ज्या देशात कुत्र्याच्याही जिण्याने आम्हांला जगता येत नाही, कुत्र्यामांजरांना जेवढ्या सवलती मिळतात तेवढ्या सवलतीही आम्हांला गुण्यागोविंदाने ज्या देशात मिळत नाहीत, त्या भूमीला माझी जन्मभूमी आणि त्या भूमीतील धर्माला माझा धर्म म्हणण्यास मीच काय पण ज्याला माणुसकीची जाणीव झाली आहे नि ज्याला स्वाभिमानाची चाड आहे असा कोणताच अस्पृश्य तयार होणार नाही. ह्या देशाने आमच्या बाबतीत इतका अक्षम्य गुन्हा केला आहे की, आम्ही त्याचा कसलाही व कोणताही भयंकर द्रोह केला तरी त्यामुळे घडणाऱ्या पापाची जबाबदारी आमच्या शिरावर पडणार नाही. असे असल्यामुळे मला अराष्ट्रीय म्हणून कोणी कितीही शिव्या दिल्या तरी त्याबद्दल विषाद मानून घेण्याचेही मला प्रयोजन नाही. कारण माझ्या तथाकथित अराष्ट्रीयपणाची जबाबदारी माझ्यावर नसून, ती मला अराष्ट्रीय म्हणणाऱ्या लोकांवर अन् त्या राष्ट्रावर आहे. माझ्या पापाचे धनी ते आहेत. मी नाही. मला मायभूमी नाही. परंतु सदसद्‌विवेक बुद्धी आहे. मी ह्या राष्ट्राचा अगर राष्ट्रधर्माचा उपासक नाही. परंतु माझ्या ठायी असलेल्या सदसद्‌विवेक बुद्धीचा मी अनन्य उपासक आहे. माझ्या हातून आपण म्हणता त्याप्रमाणे जर खरोखरीच काही राष्ट्रसेवा घडत असेल, तर त्याचे श्रेय माझ्या ठिकाणी असलेल्या राष्ट्रभक्तीला नसून माझ्या ठिकाणी असलेल्या सदसद्‌विवेकबुद्धीवरील भक्तीला आहे. ज्या राष्ट्रात माझ्या अस्पृश्य बांधवांची माणुसकी धुळीप्रमाणे तुडविली जात आहे, ती माणुसकी मिळविण्यासाठी ह्या राष्ट्राचे मी कितीही नुकसान केले तरी, ते पाप न ठरता पुण्यच ठरणार आहे. त्या राष्ट्राचे नुकसान जर मी केले नसेन अगर करणार नसेन तर त्याचे श्रेय आमच्यातील सदसद्‌विवेकबुद्धीलाच आहे. तिच्याच प्रेरणेमुळे ह्या राष्ट्राचे अकल्याण न करता माझ्या अस्पृश्य जनतेचे माणुसकीचे हक्क मला कसे मिळवता येतील ह्या विवंचनेत मी असून तसा प्रयत्न ह्या देशी व परदेशीही मी करीत आहे.

आंबेडकरांच्या ह्या जळजळीत उद्‌गारांमुळे बैठकीतील वातावरण अधिकच गंभीर झाले. चेहऱ्यांवरील हावभाव बदलले. गांधीजी अस्वस्थ होत चालले होते. आंबेडकरांच्या विचाराला कलाटणी देण्याची आवश्यकता त्यांना भासू लागली. इतक्यातच आंबेडकरांनी गांधीजींना एक रोकडा प्रश्न टाकला. भेटीचा मुख्य हेतू तोच होता.

आंबेडकर - मुसलमान, शीख वगैरे अल्पसंख्यांक समाजाची स्थिती अस्पृश्य समाजाच्या स्थितीशी तुलना करता पुष्कळशी चांगली आहे. अस्पृश्य समाज सर्वतोपरी मागासलेला व नाडलेला आहे. ह्या इतर समाजाचे राजकीय

दृष्ट्या स्वतंत्र अस्तित्व गोलमेज परिषदेने मान्य केले असून काँग्रेसनेही त्या गोष्टीला मान्यता दिली आहे. गोलमेज परिषदेच्या पहिल्या अधिवेशनात अस्पृश्यांचा अल्पसंख्याकांतच अंतर्भाव केला असून राजकीय दृष्ट्या त्यांना मुसलमान, शीख वगैरे समाजाप्रमाणे स्वतंत्र घटक म्हणून मानण्यात आले आहे. त्यांना सवलती आणि पुरेसे प्रतिनिधित्व द्यावे ह्याविषयी शिफारस केली आहे. आमच्या मते ते आमच्या हिताचे आहे. आपल्याला काय वाटते ?

गांधीजी - अस्पृश्य समाज हा हिंदू समाजाचा अभिन्न असा भाग असल्यामुळे त्याला हिंदूंपासून वेगळे करण्याच्या मी विरुद्ध आहे. त्यांना राखीव जागा देण्यालाही मी वास्तविक अनुकूल नाही.

आंबेडकर - आपले हे मत प्रत्यक्ष आपल्या तोंडून कळले हे बरे झाले. मी आपली रजा घेतो.[१]

असे म्हणून डॉ. आंबेडकर उठले. गांधीजींना प्रणाम करून निघाले.

ही मुलाखत अशा प्रकारे गंभीर वातावरणात संपली. गांधी हे हिंदी राजकारणातील अत्यंत बलिष्ठ असे राजकारणी पुरुष, एका महान पक्षाचे सर्वाधिकारी. त्यांच्या देदीप्यमान कर्तृत्वामुळे दिपून गेलेल्या हिंदी लोकांचे अनभिषिक्त राजे होते. गांधीजींना प्रत्युत्तर करणे म्हणजे स्वत:वर त्यांचा रोष ओढवून घेणे, निरंतर कडवटपणा निर्माण करून घेणे. आंबेडकरांच्या हातून ही गोष्ट घडली. एका हिंदू पुढाऱ्याने अशी सडेतोड आणि कडवट प्रत्युत्तरे आपणास करावीत ही गांधीजींच्या कल्पनेबाहेरील गोष्ट होती. परंतु आता डावातील फासे पडले होते. विरोधाचे स्फुल्लिंग पेटू लागले. ही मुलाखत म्हणजे आंबेडकर आणि गांधीजी ह्यामधील युद्धाची पहिली सलामीच होती.

येथे एक गोष्ट नमूद करावयाची आहे ती अशी की, दुसऱ्या गोलमेज परिषदेपर्यंत महात्मा गांधींना वाटे की डॉ. आंबेडकर हे हरिजनांच्या हितासाठी झगडणारे कोणी ब्राह्मण नेते असावेत.[२] ते हरिजन नसावेत. आहे की नाही हा राजकारणाचा अजब अभ्यास ! टिळक इतके चाणाक्ष आणि राजकारणी पुरुष. पण ते सुद्धा गांधीजींना जैन समजत. नाहीतर ते एल्फिन्स्टनसारखे धूर्त इंग्रज मुत्सद्दी. त्या मुत्सद्यांच्या दप्तरी हिंदी नेत्यांची वैयक्तिक सर्व बारीकसारीक माहिती असावयाची.

---

१. जनता, १७ ऑगस्ट १९३१.

२. Navajivan Publishing House, the Diary of Mahadeo Desai, Vol. I, p. 52.

आंबेडकरांना निरोप देण्यासाठी मुंबईतील कावसजी जहांगीर सभागृहामध्ये सभा भरली असता आंबेडकरांनी अस्पृश्यवर्गातील स्त्रियांपुढे एक अत्यंत स्फूर्तिदायक असे भाषण केले. 'भावी पिढीला आजच्या गुलामगिरीचा मागमूसही दिसणार नाही अशी अलौकिक स्वार्थत्यागाची कामे अगदी निर्भयपणे करावयास तुम्ही सज्ज झालात की माझ्या कार्याची जबाबदारी आपोआपच पार पाडण्याचे पुण्य तुमच्या पदरात पडेल.' त्याच सभागृहामध्ये थोड्या वेळाने पुरुष वर्गाचा निरोप घेतेवेळी ते आपल्या प्रभावी भाषणात म्हणाले, 'गोलमेज परिषदेत १२५ प्रतिनिधींपैकी अस्पृश्य समाजाचे आम्ही अवघे दोघेच आहोत. पण तुम्हांला मी वचन देतो की, तुमचे कल्याण साधण्यासाठी आम्ही प्रयत्नांची पराकाष्ठा करू. तुमचे माझ्यावरील प्रेम पाहून मला कोणतेही कार्य करण्याची उमेद वाटते. आपल्या स्वातंत्र्याच्या चळवळीला जेवढे मोठे यश मिळविता येईल तेवढे मिळवीन. दुसरी एक गोष्ट मला सांगायची आहे ती म्हणजे गांधींबरोबर आज दुपारी माझी मुलाखत झाली. परंतु त्यात माझी पूर्ण निराशा झाली. आपल्या राजकीय हक्कासंबंधी गांधी आजच्या परिस्थितीत काहीच करू शकत नाहीत. अशा वेळी आपण आपले बळ वाढविले पाहिजे. आपला लढा नेटाने पुढे चालविला पाहिजे. आपल्या लढ्यानेच आपणांस सत्ता नि प्रतिष्ठा प्राप्त होईल.'

शनिवारी, १५ ऑगस्ट ह्या दिवशी दुसऱ्या गोलमेज परिषदेकरिता बहुतेक सर्व प्रतिनिधी 'एस्. एस्. मुलतान' ह्या आगबोटीने जावयास निघाले. बॅलार्ड पियरवर मोठे मनोहर दृश्य दिसत होते. राजापासून रंकापर्यंत सर्व तऱ्हेचे लोक आपापसांत त्या धक्क्यावर संभाषणात गुंतले होते. स्नेही, चाहते, अनुयायी आणि भक्त हे आपापल्या आवडीच्या प्रतिनिधींना, नेत्यांना आणि देशभक्तांना प्रेमाचा निरोप देण्यासाठी आले होते. इतक्यात एक पुढारी मोटारमधून खाली उतरला. रस्त्यावर दुतर्फा उभ्या असलेल्या दोन हजारांहून अधिक स्वयंसेवकांनी 'आंबेडकर अमर होवोत' अशा गगनभेदी जयजयकारांत त्यांचे स्वागत केले.

आगबोटीवर आंबेडकरांची व सर प्रभाशंकर पट्टणी ह्यांची गाठ पडली. गांधीजींच्या मुलाखतीपासून काय निष्पन्न झाले असे पट्टणींनी त्यांना विचारले. पट्टणींच्या आवाजातील रोखावरून आंबेडकरांनी त्यांचा हेतू हेरला. ते पट्टणींना म्हणाले, 'काल तर तेथे तुम्ही बसला होता ?' त्यावर पट्टणी म्हणाले, 'नाही, मी मध्येच उठून गेलो. मला काल गांधीजींनी विचारले की आमचे संभाषण चालले असता तुम्ही मध्येच उठून बाहेर का गेलात ? त्यावर मी गांधीजींना म्हणालो, "हिंदू धर्मशास्त्रांची अशी आज्ञा आहे की जेव्हा एखादा निंदक थोर विभूतीविषयी अनादराने बोलू लागतो तेव्हा त्याची जीभ जागच्या जागी जर छाटता येत नसेल,

तर ते बोलणे ऐकणाराने त्या स्थळी क्षणभरही बसू नये. तसे करणे शक्य नसेल तर कान बंद करून घ्यावे.'

पट्टणींचे हे अशिष्ट, अपमानकारक अन् जळफळाटाचे दुर्भाषण ऐकून आंबेडकरांना त्यांचा राग न येता त्यांचे हसूच आले. आपल्या चेहऱ्यावर रागाचा आविर्भाव न दाखविता त्यांनी पट्टणींना खोचक शब्दांत विचारले, 'काय हो, सर प्रभाशंकर तुमच्या या धर्मशास्त्राने ढोंग्यांचे व खूशमस्कऱ्यांचे काय तोडावे असे सांगितले आहे ?' बाण बरोबर मर्मस्थळी लागला. पट्टणी घायाळ होऊन म्हणाले, 'तुमच्या या कठोर हल्ल्याचा अर्थ काय ?' आंबेडकर प्रत्युत्तरले, 'मी काय म्हणतो ते तुमच्या पूर्ण ध्यानात आले आहे. माझी अशी खात्री झाली आहे की महात्माजींच्या भोवती पुष्कळशा भोंदू मुर्दाडांचा घोळका जमलेला असतो. त्यांच्या तडाख्यातून महात्माजींची शक्य तितक्या लवकर सुटका होणे आवश्य आहे !'

आपल्या अंगावर बाजू उलटताच सरसाहेबांचा चेहरा लालबुंद झाला. इतक्यात मुंबईचे पोलीस आयुक्त (कमिशनर) विल्सनसाहेब यांनी मध्यस्थी करून हे वाग्युद्ध मिटविले. सर प्रभाशंकर पट्टणी ते भावनगर संस्थानचे दिवाण होते. सरसाहेब यापुढे थोडे शहाणे झाले असतील. खरोखर जगातील थोर पुरुष जर अंतर्मुख होऊन आजूबाजूच्या तोंडपुजे लोकांच्या खुशामतीपासून आपली सुटका करून घेतील, तर जगाचे फार मोठे कल्याण होईल.

आगबोट सुटली. एडनच्या आसपास आगबोट असता आंबेडकर गंभीर झाले. समुद्राच्या लाटांच्या घनगंभीर गर्जनेमुळे मनुष्याची इतरांशी बोलण्याची इच्छा होत नाही. तो अंतर्मुख होतो. डॉ. आंबेडकर म्हणतात, 'आपणही तसेच गंभीर झालो आणि विस्मृतीच्या तळाशी बसलेल्या आठवणींशी खेळू लागलो.' त्यांनी 'जनता' पाक्षिकासाठी एक पत्र लिहिले. त्या पत्रात ते म्हणतात, 'डॉ. मुंजे यांचा या समुद्राने चोळामोळा करून टाकला आहे. डॉ. मुंजे यांची दशा म्हणजे बोटीवरील तो एक गमतीचा विषय होऊन बसला आहे. हिंदुमहासभेचा हा सेनानी फक्त जमिनीवरील सैन्याचाच सेनापती होऊ शकतो. पण खिलापतीचा कैवारी मौलाना शौकत अली जमिनीवरील व पाण्यावरील दोन्ही प्रकारच्या सैन्याचे आधिपत्य सांभाळू शकतो. अशा प्रकारची थट्टामस्करी, हास्यविनोद मधूनमधून सुरू आहे. त्यामुळे करमणूक होते.

'माझ्या मित्रांना व सहवासातल्या मंडळींना असे वाटते की, माझा स्वभाव काव्यमय नाही. मीही असेच समजतो. पण माझा स्वभाव अगर वृत्ती काव्यमय नसली तरी माझा आयुष्यक्रम, माझे जीवन म्हणजे एक अपूर्व व प्रचंड असे काव्यच बनत चालले नाही काय ?

'हिंदुस्थानातील एका अस्पृश्याचे - महाराचे पोर पुढे गोलमेज परिषदेत बसेल आणि राष्ट्राची भवितव्यता निर्माण करण्याच्या चर्चेत प्रामुख्याने भाग घेईल हे कोणाला तरी शक्य वाटले असेल का ? कल्पनेची भरारी लुळी पडावी, तिलाही आकलन करता येऊ नये इतकी ही घटना काव्यमय व चमकृतीपूर्ण नाही का ? ज्याला अद्‌भुतरम्य काव्य ऊर्फ 'रोमान्स' म्हणतात त्यात माझ्या या आयुष्यक्रमापेक्षा अधिक अभूतपूर्व असे दुसरे काय असू शकणार ?

'इतरांना तर शक्यच नाही, पण बडोदा महाराजांच्या औदार्याने प्रथम मी जेव्हा शिक्षणाकरिता न्यूयॉर्कला जाण्यासाठी निघालो तेव्हासुद्धा पुढे असे काही घडेल – विद्यार्जन करून स्वत:चे हित साधण्याच्या उद्देशाने सुरू झालेला माझा जीवनक्रम इतक्या अल्पावधीत माझ्या मुक्या व पददलित जनतेच्या आयुष्यक्रमाशी आणि सुखदु:खांशी एकजीव होण्याइतका तो सार्वत्रिक व महत्त्वपूर्ण बनेल – ह्याची खुद्द मला स्वत:लाही अंधुकदेखील कल्पना नव्हती.

'माझ्या जनतेच्या मजविषयीच्या या अलोट प्रेमाला मी पात्र आहे असे मला कधीही वाटत नाही. ज्याला दैव अगर भवितव्य म्हणतात, त्या भवितव्यतेचाच हा खेळ असून तिच्या पूर्वसंकेतानुसार, माझ्या एरव्हीच्या खाजगी महत्त्वहीन व काव्यहीन जीवनक्रमाला सांप्रतचे वळण व महत्त्व एकसारखे प्राप्त होऊन राहिले असावे, असे मला वाटू लागले आहे. ते कसेही असो, पण माझ्या जनतेच्या उद्धाराचे एक साधन व निमित्त म्हणून परमेश्वराने आज मला हाताशी धरले आहे. या जाणिवेने प्राप्त होणारे समाधान इतके दुर्मीळ आहे की ते फारच थोड्या भाग्यवंतांच्या वाट्याला येत असेल. पूर्वसंकेतानुसार मजवर पडलेल्या या जबाबदारीला व माझ्या लोकांच्या मजविषयींच्या प्रेमविश्वासाला स्वत:ला सर्वतोपरी पात्र बनवावे हे मला माझे एक आद्य कर्तव्य वाटत आहे.'[१]

सप्रू, जयकर आणि अभ्यंकर हे ह्याच आगबोटीने लंडनला चालले होते. एका मुलाखतीत त्यांनी असे सांगितले की, गांधीजी आणि मालवीय ह्यांनी गोलमेज परिषदेस यावे यासाठी आपण आटोकाट प्रयत्न करू. गांधीजींचा जाण्याचा बेत पक्का झाला नसल्यामुळे सरोजिनी नायडू आणि पं. मालवीय यांनी आपले विलायतेचे प्रयाण रद्द केले. आंबेडकरांनी आगबोटीवर दिलेल्या मुलाखतीत गांधीजींच्या गोलमेज परिषदेला जाण्याच्या नकाराविषयी म्हटले की, 'देशाच्या

---

१. जनता, १४ सप्टेंबर १९३१.

हितापेक्षा बार्डोलीचे प्रकरण अधिक महत्त्वाचे मानणे हा पराकाष्ठेचा मूर्खपणा आहे. गांधीजींनी क्षुल्लक गाऱ्हाण्यांकडे लक्ष देऊन ज्या मोठ्या प्रश्नांच्या निर्णयामुळे नोकरशाहीवर स्वामित्व मिळेल अशा प्रश्नाकडे त्यांनी दुर्लक्ष का करावे हे मला समजत नाही.'

आपल्या मागण्यांना गांधीजींच्या असलेल्या विरोधाविषयी आंबेडकरांच्या मनात सारखे विचारचक्र सुरू होते. भारतात ठिकठिकाणी सभा भरवून गांधीजींच्या दृष्टिकोनाबद्दल धिक्कार व्यक्त करण्यात यावा असे त्यांनी भारतीय बहिष्कृत समाज सेवा समितीचे कार्यवाह सीतारामपंत शिवतरकर यांना कळविले. त्यांनी शिवतरकरांना सुवेझ कालव्याहून आणखी एक पत्र लिहून अल्पसंख्याकांच्या हक्कांचा विचार करणाऱ्या उपसमितीला सादर केलेल्या जाहीरनाम्याच्या काही प्रती पाठविण्यास सांगितले. त्यांची चामड्याची एक पेटी मागे राहिली होती तीही. रावबहादूर श्रीनिवासन ह्यांजबरोबर पाठवून देण्याविषयीही त्यांस लिहिले.

नामदार जयकर, रेवा संस्थानचे महाराज आणि इतर पुढारी ह्यांनी आंबेडकरांच्या समता सेवादलाचे बळ आणि प्रभाव पाहून आंबेडकरांच्या जवळ प्रशंसोद्गार काढले. ते दृश्य पाहून शौकत अल्लींना आनंद झाला, तर ते दल पाहून डॉ. मुंज्यांना आनंदाचे भरते आले. त्यांना अंतर्यामी असे समाधान लाभले की, जरी अशा तऱ्हेचे स्वयंसेवक दल हिंदुमहासभेला उभारता आले नाही, तरी बहिष्कृत हिंदूंनी हे उभारले. ते मुसलमान स्वयंसेवकांच्या तोडीस तोड ठरेल. आंबेडकरांनी केलेल्या सेवेबद्दल अस्पृश्य वर्गातील लोक जी कृतज्ञता बाळगत होते, तिजविषयी डॉ. मुंजे यांनी आंबेडकरांचे मन:पूर्वक अभिनंदन केले. स्पृश्य हिंदूंप्रमाणे आपल्या उपकारकर्त्यांशी अस्पृश्य समाज कृतघ्न नाही ह्याविषयी त्यांनी बरेच समाधान व्यक्त केले.

एडनवाला नावाच्या एका श्रीमंताने गोलमेज परिषदेच्या प्रतिनिधींना मेजवानी दिली. इजिप्तमधील प्राचीन काळचा तलाव पाहण्याकरिता डॉ. मुंजे ह्यांच्या बरोबर डॉ. आंबेडकर गेले होते.

ऑगस्ट महिन्याच्या दि. २९ ला आंबेडकर लंडनला पोचले. तेथे ते तापाने आजारी पडले. उलटी, जुलाब यांनी ते बेजार झाले. त्या दुखण्याने ते इतके क्षीण झाले की, आपण प्रकृतीच्या दृष्टीने एका आणीबाणीच्या प्रसंगातून जात आहोत, असे त्यांनी शिवतरकरांना लिहिले. सप्टेंबरच्या सातव्या दिनांकापासून त्यांना आराम वाटू लागला, परंतु अशक्तपणा वाटत होता. आपल्या आजारीपणाविषयी एक अवाक्षरही आपल्या पत्नीजवळ काढू नये, अशी त्यांनी

शिवतरकरांना विनंती केली. एका गोष्टीचा विचार त्यांच्या मनात सारखा घोळत होता. ती गोष्ट म्हणजे महाडला दुय्यम न्यायाधीशाच्या न्यायालयात पराभव झाल्यामुळे सनातन्यांनी ठाणे येथील जिल्हा न्यायालयात चवदार तळ्याचा खटला दाखल केला होता. त्या निर्णयाची वेळ जवळ येऊन ठेपली होती. खटल्याचा निर्णय होताच लगेचच आपणास त्यासंबंधी कळवावे असे त्यांनी शिवतरकरांना कळविले.

मध्यंतरी गांधीजी, सरदार पटेल, जवाहरलाल नेहरू आणि सर प्रभाशंकर पट्टणी सिमला येथे महाराज्यपालांना भेटले. मतभेदाचे मुद्दे मिटवून गांधीजींनी लंडनला जाणारी पहिली बोट पकडण्यासाठी तातडीने मुंबईस प्रयाण केले. पंडित मदनमोहन मालवीय, सरोजिनी नायडू आदी व आपला इतर परिवार ह्यांसहित गांधीजी २९ ऑगस्ट दिनी मुंबईहून निघून १२ सप्टेंबरला लंडनला पोचले.

दुसऱ्या गोजमेज परिषदेच्या प्रतिनिधी मंडळात मुस्लिम लीगचे अध्यक्ष सर महंमद इक्बाल, ख्रिश्चनांचे प्रतिनिधी डॉ. एस्. के. दत्त, उद्योग मंडळाचे प्रतिनिधी म्हणून श्रीमान जी. डी. बिर्ला इत्यादी व्यक्ती होत्या. ह्या अधिवेशनाचे आकर्षण नि सर्वात खुलून दिसणारे वैशिष्ट्य म्हणजे गांधीजींचे गूढ व्यक्तिमत्त्व. गांधींच्या अनुपस्थितीमुळे पहिल्या गोलमेज परिषदेची स्थिती हॅम्लेटच्या अभावी हॅम्लेट नाटक कसे दिसेल तशी झाली होती. परिषदेच्या थोडे दिवस अगोदर इंग्लंडमध्ये एक मोठे राजकीय स्थित्यंतर घडून आले होते. तेथील 'मजूर सरकार' जाऊन त्याऐवजी 'राष्ट्रीय सरकार' स्थापन झाले होते. मजूर पुढारी रॅम्से मॅक्डोनाल्ड साहेबच पुन्हा मुख्य प्रधानपदावरच आरूढ झाले. मात्र वेजबूड ह्यांच्या ऐवजी सर सॅम्युअल होअर हे भारतमंत्री झाले. आपल्या स्वभावधर्माप्रमाणे हुजूर पक्षातील चर्चिलसारखे कट्टर साम्राज्यवादी पुढारी हिंदी लोकांना सत्तादान करण्याच्या विरुद्ध शंख करीत होते.

परिषद ७ सप्टेंबर दिवशी सुरू झाली. तिचे मुख्य कार्य घटना समिती आणि अल्पसंख्याक समिती यांनीच करावयाचे होते. पहिल्या अधिवेशनाच्या वेळी केलेल्या अहवालांची फेरतपासणी करणे आणि त्यांचा विस्तार, विवरण करणे हे ह्या परिषदेचे मुख्य कार्य होते. १५ सप्टेंबर रोजी आपल्या पहिल्या भाषणात गांधीजी म्हणाले, 'काँग्रेस ही संस्था कोणत्याही एका जातीच्या, धर्माच्या किंवा वर्गाच्या लोकांची प्रतिनिधी नसून सर्व धर्मांच्या, जातींच्या लोकांची एकमेव प्रतिनिधी आहे. काँग्रेसने अस्पृश्यतानिवारण आणि हिंदू-मुसलमान ह्यांचे ऐक्य ही दोन प्रमुख ध्येये ठरविली आहेत. अशा संस्थेने मला आपला एकमेव प्रतिनिधी

म्हणून मागणी करावयास पाठविले आहे. काँग्रेस ही मुसलमान वर्ग आणि इतर अल्पसंख्याक ह्यांची प्रतिनिधी आहे. थोडक्यात सर्व जातींची, सर्व धर्मांची नि सर्व वर्गाची ती एकमेव प्रतिनिधी आहे.'

काँग्रेसचे अध्यक्ष मुसलमान होते. तिच्या कार्यकारी मंडळाचे सभासद मुसलमान आहेत. म्हणून ती मुसलमानांची प्रतिनिधी आहे. डॉ. ॲनी बेझंट नि सरोजिनी नायडू ह्या काँग्रेसच्या अध्यक्ष होत्या म्हणून काँग्रेस हिंदी स्त्रियांची प्रतिनिधी आहे. अशी सर्व जमातींची व वर्गाची जी प्रातिनिधिक संस्था काँग्रेस तिचा एकमेव प्रतिनिधी म्हणून आपण बोलतो आहोत, असा गांधीजींच्या बोलण्याचा रोख होता. जेव्हा गांधीजी म्हणाले की 'काँग्रेस ही केवळ ब्रिटिश हिंदुस्थानातीलच नव्हे तर संस्थांनी जनतेतीलही ८५/९५ टक्के लोकांची प्रतिनिधी आहे असा दावा मी आपल्यापुढे करीत आहे,' त्यावर आंबेडकर म्हणाले, 'ज्या पाच टक्के लोकांचे प्रतिनिधित्व काँग्रेस करीत नाही ते कोण हो ?' काँग्रेस अस्पृश्यांचीही प्रतिनिधी आहे असे गांधीजींनी विधान करताच वारा कोणत्या दिशेने वाहतो आहे याची कल्पना आंबेडकरांना आली.

त्याच दिवशी त्याच समितीसमोर आंबेडकरांचे भाषण झाले. संस्थानिकांच्या मागण्या आंधळेपणाने ही समिती मान्य करणार नाही, असे त्यांनी बजाविले. हे ऐकून बिकानेर नरेश ताडकन उठून मध्येच बोलले की, संस्थानिकही इतरांच्या मागण्या मान्य करण्यासाठी कोरी हुंडी घेऊन बसलेले नाहीत. आपल्या मुद्याचे विवरण करताना आंबेडकर म्हणाले, 'एखाद्या संस्थानिकाने संघराज्यात सामील होण्यापूर्वी आपल्या प्रजेचे समाजजीवन सुसंस्कृत करण्यास आपण समर्थ आहो असे सिद्ध केले पाहिजे. तसेच त्यांनी संघराज्याच्या विधिमंडळांत लोकनियुक्त सभासद पाठविण्याची अट मान्य केली पाहिजे.' आंबेडकरांचे असे विचारपूर्वक ठाम मत झाले होते की, नियुक्त पद्धतीमुळे शासनयंत्रणा विधिमंडळाला जबाबदार राहत नाही. आणि बाहेरून मात्र असा देखावा दिसतो की, विधिमंडळाचा कारभार बहुसंख्याकांच्या मतानुसार चालला आहे. नियुक्तीचे तत्त्व हे जबाबदार राज्यपद्धतीला विरोधी आहे. मंत्री जेव्हा लोकनियुक्त नसतात तेव्हा विधिमंडळाचे कार्य विधिमंडळात बहुसंख्याक सदस्यांच्या मताने चालते, असा वृथा आभास निर्माण होतो. हे तत्त्व जबाबदार पद्धतीला मारक आहे. आपल्याला विशेष प्रतिनिधित्वाचे अधिकार असावे अशी जी जमीनदारांची मागणी होती त्याविषयी आंबेडकर म्हणाले, 'अशा तऱ्हेचे विशेष प्रतिनिधित्व जमीनदारांना दिल्यास स्वातंत्र्य आणि प्रगती ह्यांचे हेतू निष्फळ ठरतील, कारण जमीनदार हे नेहमी क्रांतीविरोधी सनातन्यांच्याच पक्षाला राहणार.' आंबेडकरांचे हे भाषण अत्यंत तेजस्वी झाले.

संस्थानी जनतेच्या हक्कांचे समर्थन करणारे हेच पहिले आणि अप्रतिम असे भाषण होते, हे सांगण्याची आवश्यकता नाही.

आंबेडकरांची ही जहाल मते ऐकून संस्थानिक नि जहागीरदार चांगलेच हादरले. त्याचा परिणाम असा झाला की, आंबेडकरांच्या भाषणानंतर प्रत्येक वक्त्याला आंबेडकरांनी मांडलेल्या मुद्यांवर मत व्यक्त करणे भाग पडले. आंबेडकरांचे लोकशाहीला पोषक असलेले हे विचार बहुसंख्य प्रतिनिधींना क्रांतिकारक वाटल्यास नवल नाही.

दुसऱ्या दिवशी गांधीजी आपल्या भाषणात म्हणाले, 'परिषदेतील पुढारी हे लोकनियुक्त नसून सरकारनियुक्त आहेत.' ही वस्तुस्थिती गांधीजींना लंडनला निघण्यापूर्वी माहिती नव्हती असे नाही, परंतु आता त्यांनी प्रतिनिधींचा उपमर्द करण्यास बुद्ध्याच सुरुवात केली. भावी संघराज्याच्या विधिमंडळावरील संस्थानांतील प्रतिनिधी हे लोकनियुक्त असावे असे मत आंबेडकरांनी व्यक्त केले होते. त्याविषयी गांधीजी म्हणाले, 'व्यापक अर्थाने बोलावयाचे तर माझी सहानुभूती आंबेडकरांच्या मताला आहे. परंतु विचाराने मी गेव्हिंग जोन्स आणि सर सुलतान अहंमद यांच्याशी सहमत आहे.' गेव्हिंग जोन्स आणि सुलतान अहंमद यांनी संस्थानिकांच्या मतांचीच री ओढली होती हे सांगावयास नकोच. गांधीजींनी संघराज्य बनविण्याच्या योजनेला अनुकूलता दर्शविली. परंतु संस्थानिक विरुद्ध संस्थानी प्रजा ह्या प्रश्नात त्यांनी संस्थानिकांच्या मागणीस पाठिंबा दिला आणि ते म्हणाले, 'संस्थानिकांनी आपल्या संस्थानांत काय करावे अगर काय करू नये ह्याविषयी मत देण्याचा अधिकार आम्हांला नाही, असे मी नम्रपणे सांगू इच्छितो.'

नंतर गांधीजी सर्व प्रतिनिधींना भेडसावून सोडणाऱ्या अशा महत्त्वाच्या प्रश्नाकडे वळले. तो प्रश्न म्हणजे निरनिराळ्या जमातींनी स्वत:करिता मागितलेले प्रतिनिधित्व होय. ते म्हणाले, 'हिंदू, मुसलमान व शीख यांच्या स्वतंत्र प्रतिनिधित्वाच्या प्रश्नांना विचार करून मान्यता दिलेलीच आहे. ऐतिहासिक कारणे लक्षात घेऊन अस्पृश्यांच्या मागणीविषयी म्हणाल तर आंबेडकरांना काय म्हणायचे आहे ते मला नीटसे कळले नाही. तथापि, अस्पृश्य वर्गाचे हित पुढे मांडण्याच्या जबाबदारीत काँग्रेस आंबेडकरांशी सहभागी होईल.' आणि आपल्या भाषणाच्या शेवटी गांधीजींनी असा इशारा दिला की, 'हिंदुस्थानातील इतर कोणत्याही वर्गाच्या हिताची जशी काँग्रेसला पूर्ण कल्पना आहे तशी अस्पृश्य वर्गाच्या हिताचीही आहे. म्हणून यापुढे विशेष प्रतिनिधित्व आणखी कोणालाही देण्यास मी कडकडून विरोध करीन.'

गांधीजींची ही घोषणा म्हणजे अस्पृश्य वर्गाच्या हिताविरुद्ध पुकारलेले एकपरी युद्धच होते, असे आंबेडकरांचे मत झाले. गांधीजींची ही घोषणा ऐकून ते अल्पसंख्याक समितीमध्ये पुढे काय करतील याची आंबेडकरांना कल्पना आली.

१८ सप्टेंबर रोजी घटना समितीच्या (फेडरल स्ट्रक्चर कमिटीच्या) बैठकीत आंबेडकरांनी गांधीजींना एक महत्त्वाचा प्रश्न विचारला. तो असा की, संघराज्याच्या विधिमंडळाचे आणि संघराज्याच्या कार्यकारी मंडळाचे स्वरूप कसे असावे ह्यासंबंधी गांधीजींनी मांडलेले विचार हे गांधीजींचे स्वत:चे आहेत की काँग्रेसचे आहेत. त्याच बैठकीत दिवाणबहादूर रामस्वामी मुदलियार म्हणाले, 'भारतातील राजकीय खात्यातील नोकर वर्ग, भारताबाहेरील देशांतील नोकर वर्ग जितका सदसद्विवेकबुद्धीचा आणि न्यायप्रिय असतो, तितकाच सदसद्विवेकबुद्धीचा आणि न्यायप्रिय आहे.' ह्यावर आंबेडकरांनी त्यांना चटकन् विचारले, 'अशी जर वस्तुस्थिती आहे तर तुम्ही जबाबदार सरकारची मागणी का करता ?' पं. मदनमोहन मालवीय आपल्या भाषणात म्हणाले, 'सरकारने प्राथमिक शिक्षणावर जर पुरेसा पैसा खर्च केला असता तर एव्हाना अस्पृश्यता इतिहासजमा झाली असती.' हे ऐकून आंबेडकरांनी आपले स्वत:चेच एक उदाहरण दिले. ते म्हणाले, 'तर मग मी सुशिक्षित झालो तरी अजूनही अस्पृश्यच गणला जातो ते का ?' आंबेडकरांनी वस्तुस्थिती विचारात घेतलेली नाही, अशी टीका सर अकबर हैदरी यांनी करताच, आंबेडकर म्हणाले, 'वस्तुस्थितीकडे डोळेझाक करण्याचा अपराध मी कधीच केलेला नाही.'

नियोजित संघराज्याच्या राज्यघटनेसंबंधी विचारविनिमय चालू असता संघराज्याची संस्थापना केव्हा करावी ह्या प्रश्नाला कोणीही तोंड फोडीना. आंबेडकरांनी त्या प्रश्नावरील आवरण दूर केले. ते म्हणाले, 'संघराज्यात सामील व्हावे किंवा नाही, याविषयी संस्थानिक निर्णय घेईपर्यंत जबाबदार सरकारचे गाठोडे खुंटीला टांगून ठेवावे, असे ब्रिटिश - भारतातील कोणी महाभाग म्हणेल असे मला वाटत नाही.' संघराज्याच्या घटना समितीच्या बैठकीत मतामतांचा झगडा होऊन चकमकी उडत आणि घटनाशास्त्राच्या इतिहासाची उजळणी होत असे. स्वतंत्र भारताच्या स्वातंत्र्याच्या प्रश्नाविषयीही चर्चा होत असे. या महत्त्वाच्या प्रश्नासंबंधी आंबेडकरांची भाषणे ही माहितीपूर्ण, मनोवेधक आणि उपयुक्त अशा सूचनांनी परिपूर्ण भरलेली असत. राजकीय पुढारी, घटनापंडित, अर्थशास्त्राचे प्राध्यापक, दलितांचा कैवारी आणि संस्थांनी प्रजेचा सन्मित्र अशा सर्वांगीण व्यक्तिमत्त्वाने आणि आपल्या पराक्रमी विद्वत्तेने आंबेडकरांनी ती परिषद चांगलीच गाजविली. तिच्यावर त्यांनी आपल्या बहुरंगी आणि अष्टपैलू व्यक्तित्वाचा ठसा उमटविला.

ही चर्चा होता होता सप्टेंबर महिन्याचा तिसरा आठवडा संपला. अल्पसंख्याक समितीच्या कार्याचा आरंभ २८ सप्टेंबर रोजी होणार होता. त्यापूर्वी गांधीजींचे चिरंजीव देवदास गांधी यांनी आंबेडकरांची भेट घेतली. त्यांनी गांधीजी व आंबेडकर यांची भेट सरोजिनी नायडू यांच्या वसतिस्थानी घडवून आणली.

आंबेडकरांनी आपले सर्व नि स्पष्ट म्हणणे गांधीजींसमोर मांडले. गांधीजींनी मात्र आपले अंत:करण उघडे केले नाही, असे आंबेडकरांना वाटले. इतर सभासदांनी तुमची मागणी मान्य केली, तर आपणही मान्य करू, असे गांधीजींनी आंबेडकरांना सांगितले, हे लक्षात ठेवले पाहिजे.

नियोजित कार्यक्रमाप्रमाणे अल्पसंख्याक समितीच्या कार्यास २८ सप्टेंबर १९३१ रोजी प्रारंभ झाला. गोलमेज परिषदेचे अध्यक्ष म्हणाले, 'अल्पसंख्याकांच्या प्रश्नाने आपण सर्वच दिङ्मूढ झालो आहोत.' ते पुढे म्हणाले, 'प्रतिनिधींचे एकमत होत नसल्यामुळे सरकारने या प्रकरणी लवाद नेमावा अशी काही प्रतिनिधींनी सूचना केली आहे. परंतु लवादाची कल्पना सर्वांनाच मान्य होणार नाही.' यावर आगाखान म्हणाले, 'महात्मा गांधी मुसलमान पुढाऱ्यांना आज रात्री भेटणार आहेत. त्यामुळे आजची बैठक तहकूब करावी.' आगाखानांच्या सूचनेला पं. मालवीय यांनी दुजोरा दिला.

मुसलमान आणि गांधीजी यांच्या गुप्त खलबतांचा वास आंबेडकरांना लागला होता. म्हणून आगाखान यांच्या सूचनेच्या विषयी बोलताना ते म्हणाले, 'अस्पृश्य वर्गाच्या विषयी म्हणाल तर गेल्या परिषदेत अल्पसंख्याक उपसमितीला आम्ही आमच्या मागण्या यापूर्वीच सादर केल्या आहेत. ह्या अल्पसंख्याक समितीपुढे आम्ही आता एकच गोष्ट विचाराकरिता ठेवणार आहोत. ती म्हणजे आम्हांला दरएक प्रांतात प्रतिनिधींच्या संख्येचे प्रमाण किती असावे ही होय. जातीय प्रश्न तडजोडीने मिटवण्यासाठी आणखी वाटाघाटी व्हायच्या आहेत, हे ऐकून मला आनंद होत आहे.'

आपल्या विरोधाच्या मुळाशी व्यक्तिद्वेष असत नाही असे मानणारे आंबेडकर पुढे म्हणाले, 'तथापि, सुरुवातीस मी ह्याबाबत नि:संदिग्धपणे एक गोष्ट सांगू इच्छितो. जे प्रतिनिधी ह्या प्रश्नाचा विचारविनिमय करीत आहेत, त्यांनी हे लक्षात ठेविले पाहिजे की ते याबाबतीत पूर्णाधिकारी नाहीत. गांधी किंवा काँग्रेस यांचे प्रतिनिधित्व कोणत्या का स्वरूपाचे असेना, त्यांचे म्हणणे किंवा त्यांचा करार आम्हांला बंधनकारक नाही.' समितीस धोक्याची सूचना देताना आंबेडकर शेवटी म्हणाले, 'विशेष सवलती मागणारे आणि जादा सवलती देणारे यांनी आमच्या हिश्शापैकी काही देता कामा नये.' यावर परिषदेचे अध्यक्ष रॅम्से

मॅक्डोनल्ड म्हणाले, 'डॉ. आंबेडकरांनी आपले म्हणणे त्यांच्या नेहमीच्या आकर्षक पद्धतीनुसार अगदी स्पष्टपणे मांडलेले आहे. त्यात त्यांनी काहीच संदिग्धपणा ठेवलेला नाही.'[१]

ऑक्टोबरच्या पहिल्या दिवशी गांधीजींनी फिरून एक आठवड्याची मुदत मागितली. मुसलमान पुढाऱ्यांशी आपली समेटाची बोलणी चालली आहेत अशी त्यांनी घटना समितीस माहिती दिली. हे ऐकून डॉ. आंबेडकर म्हणाले, 'अशा रीतीने समेट होत असता मला त्यात विघ्न आणावयाचे नाही. तथापि मला एवढेच विचारावयाचे आहे की, त्या समेटाच्या बोलण्यात कोणी अस्पृश्य प्रतिनिधी असणार किंवा नाही ?' गांधीजींनी होकारार्थी उत्तर दिले. आंबेडकरांनी गांधीजींचे आभार मानले आणि प्रतिनिधींकडे पाहून ते पुढे म्हणाले, 'राष्ट्रसभेचे प्रतिनिधी या नात्याने महात्मा गांधींनी परवा घटना समितीत आपणास असे सांगितले की मुसलमान आणि शीख जमातींव्यतिरिक्त दुसऱ्या कोणत्याही अल्पसंख्याकांना आपण राजकीय मान्यता देण्यास तयार नाही. परवा मी त्यांना भेटून अस्पृश्य वर्गाच्या प्रश्नाविषयी चर्चा केली. कालच त्यांच्या कार्यालयात आम्ही अल्पसंख्याक जमातीच्या प्रतिनिधींनी त्यांची भेट घेतली. तेव्हा त्यांनी स्पष्टपणे सांगितले की, घटना समितीत आपण प्रदर्शित केलेला दृष्टिकोन पूर्ण विचाराअंती ठरलेला होता आणि ते सांगण्यात मी शिष्टाचाराचा भंग केला असे मला वाटत नाही.' आंबेडकर पुढे म्हणाले, 'जर पहिल्या अधिवेशनाच्या वेळच्या समितीने जसे भावी राज्यघटनेत अस्पृश्यांचे स्थान मान्य केले तशी याही वेळी अस्पृश्य वर्गाला भावी राज्यघटनेत मान्यता मिळणार नसेल, तर अशा समितीत आपण भाग घेणार नाही, किंवा गांधींच्या तहकुबीच्या ठरावाला अंत:करणापासून पाठिंबा देणार नाही.' सर ह्यूबर्ट कार, दत्त प्रभृतींनी बैठक स्थगित करण्यास पाठिंबा दिला.

गांधीजी आणि मुसलमान पुढारी यांच्यातील वाटाघाटी एक आठवडा चालल्या होत्या. त्या उत्साहजनक आहेत अशी वर्तमानपत्रांतून बातमी येत होती. गांधीजींनी मुसलमानांच्या चौदा मागण्या मान्य केल्या आहेत अशी अफवा होती. घटक राज्यांनाच शेषाधिकार असावेत, मुसलमानांना पंजाब आणि बंगाल यांमध्ये

---

१. Proceedings of Federal Structure Committee & Minorities Committee, p. 527.

बहुसंख्य प्रतिनिधित्व द्यावे ह्यास मान्यता दिली गेली होती. शिवाय वर कोरी हुंडीही बहाल करण्यात आली. परंतु शीख-मुसलमान प्रश्नावर त्या वाटाघाटी फिसकटल्या.

८ ऑक्टोबर रोजी गांधीजी बैठकीस आले. जातीय प्रश्नावर सर्वसंमत समेट घडवून आणण्यात आपण संपूर्णतया अपेशी ठरलो आहोत, अशी गांधीजींनी अल्पसंख्याक समितीला मोठ्या खिन्नतेने कबुली दिली. आपल्या अपयशाचे खरे कारण भारतीय प्रतिनिधींच्या रचनेतच अंगभूत आहे. परिषदेस आलेले प्रतिनिधी हे त्यांच्या पक्षाचे वा समूहाचे खरे प्रतिनिधी नाहीत, म्हणून समितीचे काम बेमुदत तहकूब करावे, अशी गांधीजीनी सूचना पुढे आणली.

यावर आंबेडकरांनी गांधीजींना झणझणीत उत्तर दिले. ते म्हणाले, 'गांधींनी कराराचा भंग केला आहे. कोणाही प्रतिनिधींनी प्रक्षोभ निर्माण होईल असे काही बोलावयाचे नाही असे ठरले असताना नुसती तहकुबीची सूचना मांडण्याऐवजी त्यांनी प्रतिनिधींच्यावर शिंतोडे उडविण्यास प्रारंभ केला. आम्ही सरकारनियुक्त आहोत ही गोष्ट आम्ही अमान्य करीत नाही. परंतु माझ्यापुरते बोलायचे तर मी असे सांगतो की भारतातील अस्पृश्यांना त्यांचा प्रतिनिधी निवडण्यास सांगितले, तरी माझे स्थान त्यात अढळच राहील. मी सरकारनियुक्त असो वा नसो, मी माझ्या अस्पृश्य वर्गाचा प्रतिनिधी आहेच आहे. ह्याविषयी कोणीही शंका बाळगू नये.

'महात्मा गांधी म्हणतात की आमच्यापेक्षा काँग्रेसच अस्पृश्यांची खरीखुरी प्रतिनिधी आहे. त्यावर मला एवढेच म्हणावयाचे आहे की बेजबाबदार लोक बऱ्याच वेळा खोटे दावे मांडतात. ज्यांच्यासंबंधी ते असा दावा मांडतात, त्यांना मात्र तो मान्य नसतो.[१] ज्या गावांची वा शहरांची माझी तोंडओळखसुद्धा नाही अशा गावांतील अस्पृश्य जनतेने, हिंदुस्थानातील कानाकोपऱ्यांतून माझ्या भूमिकेला पाठिंबा देणाऱ्या तारा पाठविल्या आहेत, हे मी आपल्या लक्षात आणून देतो. एकतर हा प्रश्न समितीने सोडवावा किंवा ब्रिटिश सरकारने त्याचे निवारण करण्याचे अंगावर घ्यावे.' निराशेच्या भरात आंबेडकर आणखी म्हणाले, 'सध्याच्या परिस्थितीत सत्तांतर घडण्याविषयी अस्पृश्य जनता मुळीच अधीर झालेली नाही. तथापि, सरकार जर सत्तांतर करणार असेल तर सत्ता विशिष्ट गटांच्या किंवा श्रेष्ठींच्या किंवा हिंदू वा मुसलमान जमात यांपैकी एकाच्याच हाती

---

१. Proceedings of Federal Structure Committee & Minorities Committee, p. 534.

जाणार नाही अशी सरकारने दक्षता घेतली पाहिजे. हा प्रश्न अशा रीतीने सोडविला पाहिजे की सर्व जमातींमध्ये सत्ता प्रमाणशीरपणे विभागली जाईल.'

कोण कसा प्रतिनिधी निवडला गेला याविषयी चर्चा किंवा वैयक्तिक गुणदोषांची चिकित्सा करणे बरे नव्हे असे ब्रिटिश पंतप्रधानांनी प्रतिनिधींना बजाविले. वस्तुस्थिती काय आहे ती पाहा आणि भारतात ही जातीजातींची पक्षसमस्या आहे की नाही ते पाहा असे ते म्हणाले. ब्रिटिश पंतप्रधानांचे भाषण थोडे तिखट झाले. काहींच्या मते गांधीजींनाच उद्देशून ते टोले होते.

गांधीजींशी झालेल्या झटापटीसंबंधी लोकांना सारा प्रकार कळावा म्हणून आंबेडकरांनी विलायतेमधील प्रमुख वृत्तपत्रे नि भारतातील 'टाइम्स ऑफ इंडिया' ह्यांत त्या प्रकरणाचा स्पष्टपणे खुलासा केला. आपल्या १२ ऑक्टोबरच्या पत्रात ते म्हणतात, 'मुसलमानांशी वाटाघाटी करताना त्यांच्या चौदा मागण्या मान्य करण्यासंबंधी गांधीजींनी ज्या अटी घातल्या त्यात एक अट अशी होती की, अस्पृश्य वर्गाच्या आणि इतर लहान अल्पसंख्याक गटांच्या मागण्यांना मुसलमानांनी विरोध करावा. आम्हांला ही गोष्ट आता विश्वसनीय रीत्या समजली आहे. तुमच्या मागण्या इतरांनी मान्य केल्यावर मी त्या मान्य करीन असे उघड उघड म्हणावयाचे आणि इतरांनी त्या मान्य करू नयेत म्हणून अंतस्थपणे प्रयत्न करावयाचा; इतकेच नव्हे तर त्या मागण्या मान्य करावयास तयार असतील त्यांना विकत घ्यायचे, ही नीती आमच्या मते महात्म्यास शोभत नाही. अस्पृश्यांच्या कट्ट्या वैऱ्याकडूनच असे कृत्य घडले असते. अस्पृश्यांसंबंधी गांधीजींची ही भूमिका मित्राची तर नाहीच, पण उघड उघड शत्रूचीही नाही !'

सहकाऱ्यांना लिहिलेल्या पत्रांत आंबेडकरांनी परिषदेचा बोजवारा उडणार, असे भाकित केले होते. त्यांच्या मते गांधीजीच त्याला कारणीभूत होते. गांधीजींनी दाखविलेला पक्षपातीपणा, अल्पसंख्याक-प्रश्न सोडविण्याच्या प्रयत्नांत योजलेली भेदनीती, बोलण्या चालण्यातला त्यांचा दुटप्पीपणा, इतर प्रतिनिधींचा त्यांनी केलेला अधिक्षेप, त्यांचा त्यांनी केलेला मानभंग, ह्यामुळे अल्पसंख्याकांचा प्रश्न सोडविण्यात त्यांना अपयश आले. एका जातीच्या विरुद्ध दुसरी जात उठविण्याचा गांधीजींचा दुष्ट हेतू आता चांगलाच उघडा झाला आहे. गांधींची लोकशाहीविरुद्ध मनोवृत्ती पाहून हॅरोल्ड लास्कीसारख्या विद्वानांसही धक्का बसला, असे त्यांनी सहकाऱ्यांस कळविले होते. गांधीजींनी परिस्थिती व्यवस्थितपणे हाताळली नाही, अशी त्या वेळी विठ्ठलभाई पटेलादी नेते कुरबूर करीत होते.

आंबेडकरांच्या मागण्यांना गांधीजींनी विरोध केल्यामुळे भारतात जिकडे तिकडे अस्पृश्य जनतेवर तीव्र अशी प्रतिक्रिया झाली. रावबहादूर एम्. सी. राजा ह्यांच्या अध्यक्षतेखाली अखिल भारतीय अस्पृश्य परिषदेचे अधिवेशन भरले. परिषदेने आंबेडकरांना पाठिंबा दिला. गांधीजींचे नेतृत्व नाकारणारे ठराव संमत करण्यात आले. त्या ठरावांचा गोषवारा आंबेडकरांना तारांनी कळवण्यात आला. अशा तारांचा आंबेडकरांवर वर्षाव झाला. गांधीजींना अस्पृश्य वर्गाकडून तुरळकच तारा गेल्या. लंडनमधील सभांतून, चर्चांतून, मुलाखतींतून गांधीजींना अस्पृश्यांच्या दु:खाविषयी प्रश्न विचारण्यात येत. त्या प्रश्नांची उत्तरे देण्यास गांधीजींना त्या तुरळक तारांची शिदोरी अपुरीच पडली. आंबेडकरांच्या या वादळी प्रचाराने गांधीजी अगदी गोंधळून गेले. अस्पृश्यांच्या प्रतिनिधित्वाचा त्यांचा दावा लटका पडला.

ह्याच वेळी नाशिकच्या मंदिरप्रवेशाच्या सत्याग्रहास जोर चढला. पाच सहस्र वीर नाशिकला उभे ठाकले. आंबेडकरांचे सेनापती भाऊराव गायकवाड आणि अमृतराव रणखांबे यांचेसारखे सरदार सिद्ध झाले. अस्पृश्यांचा हा हक्क नाकारू नका, अशी डॉ. मुंजे आणि वीर सावरकर ह्यांनीही स्पृश्य हिंदूंना कळकळीची विनंती केली. गांधीजींना ती चळवळ अन्यायी वाटे म्हणून त्यांनी मौनव्रत पाळले होते. आंबेडकरांचे निष्ठावंत सहकारी भाऊराव गायकवाड, अमृतराव रणखांबे, पतितपावनदास, देवराव नाईक, सीतारामपंत शिवतरकर यांनी हिंदूंच्या मानभावी पुढाऱ्यांचे पितळ उघडेच करायचे ठरविले होते. लढा अगदी निकरास आला. निष्ठावंत नि सच्चा हिंदू पुढाऱ्यांवर तोंड लपविण्याची पाळी आली. सत्याग्रह बंद करण्याविषयी आंबेडकरांना दक्षिण विभाग आयुक्ताने पत्र पाठवून विनंती केली. परंतु आंबेडकरांनी सत्याग्रह चालकांना असा आदेश दिला की आपल्यावरील अस्पृश्यतेचा काळिमा आपणच आपल्या पराक्रमाने नि पुण्याईने पुसून टाकू. ज्या सरकारने आजपर्यंत आमची अस्पृश्यता नष्ट करण्यासाठी काहीच केले नाही, त्या सरकारची आज्ञा आम्हास बंधनकारक नाही. याबाबतीत त्याची क्षिती बाळगण्याचे कारण नाही.[१] नाशिक सत्याग्रहाचे वृत्त 'लंडन टाइम्स'मध्ये प्रसिद्ध होई. त्यामुळे आंबेडकरांचे हात बळकट होत. अस्पृश्यांची हिंदू समाजापासून ताटातूट करण्याची माझी इच्छा नाही, असे म्हणणाऱ्या गांधीजींची गाळण उडे !

गांधीजींशी झालेल्या ह्या झटापटीनंतर आंबेडकरांनी संघराज्याची

---

१. The Times of India, 4 November 1931.

आर्थिक घडी कशी असावी याविषयी झालेल्या चर्चेत भाग घेतला. त्यांनी संयुक्त न्यायालयाच्या रचनेविषयीसुद्धा मोठी विचारप्रवर्तक अशी भाषणे केली. त्यात जयकर, जिना, लॉर्ड सॅन्की आणि लॉर्ड लोथियन यांनीही भाग घेतला होता. आंबेडकरांचे मुद्दे अधिक स्पष्ट होण्यासाठी त्यांनी आंबेडकरांना काही प्रश्न विचारले.

अशा तऱ्हेने अविश्रांत कष्टाचे नि फार महत्त्वाचे असे काम परिषदेत आंबेडकर करीत असता, भेटीगाठी घेणे, निवेदने प्रसिद्ध करणे, प्रतिकूल मतांचा परामर्ष घेणे, वजनदार संस्थांच्या सदस्यांना आपली बाजू पटविणे, हे कार्य आंबेडकर जिवापाड मेहनत घेऊन करीत होते. आंतरराष्ट्रीय प्रश्नांचा विचारविनिमय करणाऱ्या संस्थेपुढे जे भाषण त्यांनी केले, त्यामुळे गांधीजींचे म्हणणे फिके पडले. त्यांची याबाबतीतली प्रतिपादने डळमळू लागली. आंबेडकरांनी गांधीजींना केलेल्या विरोधाने स्तिमित झालेले राजकारणी, पत्रकार नि पंडित आंबेडकरांचे म्हणणे तरी काय आहे ते समजावून घेण्यासाठी त्यांच्याकडे गर्दी करू लागले. ज्या म्युरायल लेक्टर नामक फ्रेंच बाईकडे गांधीजी लंडनमध्ये उतरले होते, ती आंबेडकरांना येऊन भेटली. हा कोण सवाई महात्मा असा प्रश्नचिन्हांकित चेहरा करून तिने त्यांना प्रश्न विचारले. आंबेडकरांनी आपल्या विरोधाची कारणे तिला समजावून सांगितली. आंबेडकर नि गांधीजी या दोघांचाही मित्र असलेल्या गृहस्थाने आपल्याकडे या दोघा पुढाऱ्यांना भेटवून काही तडजोड होते की काय हे पाहिले. परंतु व्यर्थ. आंबेडकरांनी गांधीजींचे अस्पृश्योद्धाराच्या कार्याविषयी प्रशंसोद्‌गार काढले. तथापि गांधीजींच्या हरिजन कार्याचा पाया भूतदयावादावर अधिष्ठित होता असे त्यांचे ठाम मत होते. त्यामुळे उभयतांच्या विचारसरणींत मूलभूत असा महत्त्वाचा फरक होता.

ऑक्टोबर १९३१ अखेरीस ब्रिटनमध्ये निवडणुका होऊन मजूर पक्षाचा धुव्वा उडाला. आंबेडकरांच्या मते सामान्य ब्रिटिश मजुराला नि सामान्य इंग्रज मनुष्याला समजेल असा मजूर पक्षाचा जाहीरनामा नव्हता. तो वाजवीपेक्षा अधिक शास्त्राधिष्ठित होता. म्हणून मजूर पक्षाचा पराभव झाला.

परिषद सुरू असतानाच ब्रिटिश सम्राटाने हिंदी प्रतिनिधींना मेजवानी दिली. मोजक्याच प्रतिनिधींनी तेथे बोलावे असे अगोदर ठरले होते. फक्त पायांत चप्पल, डोके उघडे, कमरेला पंचा, अशा थाटात गांधीजी सम्राटाच्या मेजवानीस उपस्थित होते. अस्पृश्य जनतेच्या एकंदर परिस्थितीविषयी व आयुष्यक्रमाविषयी सम्राटांनी आंबेडकरांकडे विचारपूस केली. आंबेडकरांनी थोडक्या पण खंबीर शब्दांत ती कहाणी सांगितली. आंबेडकरांचा तेजस्वी चेहरा, बोलके डोळे नि

दुथडी भरून चाललेला तो हृदयाचा आवेग ही पाहून, आणि त्यांच्या मुखातून बाहेर पडणारी ती अस्पृश्यांच्या दुर्दशेची कहाणी ऐकून, सम्राटांना अत्यंत खेद व विषाद वाटला. दुर्दैवाच्या दशावतारांची ती विलापिका ऐकून त्यांचे ओठ व हातपाय थरथर कापत होते. त्यांच्या अंगावर शहारे आले. आंबेडकरांच्या वडिलांची माहिती आणि आंबेडकरांचे शिक्षण कुठे झाले याविषयी सम्राटांनी आस्थापूर्वक चौकशी केली.

गांधीजींवरील कठोर हल्ल्यामुळे उभ्या भारतात आंबेडकरांविषयी द्वेषभावना उसळली. ते असभ्य, अतिशय उर्मट, भावनाशून्य गृहस्थ आहेत अशी त्यांची निर्भर्त्सना होऊ लागली. ते सैतान आहेत, जनतेचे शत्रू नंबर एक आहेत, ते प्रतिगामी आहेत, ब्रिटिश सरकारचे बगलबच्चे आहेत, देशद्रोही नि हिंदू धर्माचे वैरी आहेत, अशी त्यांची संभावना होऊ लागली. आंबेडकरांचा गांधीजींवरील हल्लासुद्धा तसाच कठोर नि निर्दय होता खरा. जरी गांधीजींनी मनोनिग्रहाचे गौरीशंकर गाठले होते, तरी त्यांच्या हृदयामध्ये आंबेडकरांच्या विरोधामुळे उफाळत असलेल्या क्रोधाच्या ज्वाला आटोक्यात ठेवता ठेवता त्यांना अत्यंत सायास पडले असावे ! आपला दैनंदिन कार्यक्रम, संभाषण नि मनोविकार ही पूर्णपणे कह्यात ठेवणारा गांधीजींसारखा अलौकिक पुरुष क्वचित झाला असावा. ह्या त्रयींवर विलक्षण प्रभुत्व असणाऱ्या पुरुषाने आपल्या क्रोधाचा तृतीय नेत्र उघडला की प्रतिस्पर्धी त्यात जळून खाक व्हायचा. संन्यासी वृत्तीची, शुभ्र पंचा परिधान केलेली गांधीजींची धीरगंभीर मूर्ती त्या परिषदेपुढे उघडी पडली. त्या मूर्तीचे स्वरूप बेढब करणारा हा पुरुष वयाने बराच तरुण, अनादरशील, धाष्ट्यनि संपन्न आणि अंगी बाणलेल्या मूर्तिभंजकाच्या त्वेषाने बोलणारा होता.

एका प्रचंड इच्छाशक्तीच्या असामान्य पुरुषाच्या अमर्याद महत्त्वाकांक्षेची टक्कर दुसऱ्या एका तरुण मूर्तिभंजकाच्या अतृप्त महत्त्वाकांक्षेशी झाली. एक आपल्या पराक्रमाच्या नि कीर्तीच्या शिखरावर विराजमान झालेला होता, तर दुसरा आपल्या विस्तारत चाललेल्या तेजाने तळपत राहिला होता. एकाचा संयम लोकोत्तर तर दुसऱ्याचा विलक्षण ! दोघेही धर्मपुरुष. परंतु गांधीजींनी धर्मकारणाचे राजकारणात रूपांतर केले होते. धर्म हा समाजाच्या जीवनास नि उन्नतीस उपयुक्त आहे व समाजाचा पायाच आहे असे आंबेडकरांना वाटे. दोघेही 'मी नाहीतर दुसरा कोणी नाही' या तत्त्वाचे आविष्कार होते. आपल्या प्रतिस्पर्ध्याची विद्वत्ता, त्याची बौद्धिक नि मानसिक शक्ती ह्यांविषयी गांधीजी वाखाणणी करीत, आदर

बाळगीत. तथापि, त्यांच्या ध्येयाविषयी त्यांना आदर वाटत नसे. याउलट गांधीजींची प्रचंड शक्ती नि त्यांनी भूतदयावादी दृष्टिकोनातून केलेली अस्पृश्यांची सेवा ही आंबेडकरांना मान्य होती. परंतु महात्मे नुसती राळ उडवितात, समाजाची पातळी उंचावण्याचा प्रयत्न करीत नाहीत, असे त्यांचे म्हणणे असे. स्वभावाने एक वशिष्ठ तर दुसरा विश्वामित्र ! व्होल्टेअर नि रुसो यांच्या द्वंद्वासारखे त्या दोघांत द्वंद्व. आणि आश्चर्य असे की, भूतलावरील श्रेष्ठ पुरुषांच्या मालिकेत विराजत असलेल्या गांधीजींना समाजशास्त्राचा नि राज्यशास्त्राचा गंध नसावा. उलट अस्पृश्य समाजात जन्मलेले आंबेडकर हे एक राज्यशास्त्रज्ञ आणि समाजशास्त्रज्ञ होते. ते घटनापंडित होते.

गांधीजी म्हणत, आपण अस्पृश्यांचे स्वाभाविक पालक आहोत तर आंबेडकर म्हणत, आपण अस्पृश्य वर्गाचे जन्मजात अन् स्वयंसिद्ध नेते आहोत. गांधीजींचे अस्पृश्य वर्गाचे पुढारीपण हे त्यांच्या भूतदयावादावर अधिष्ठित होते. त्याकडे पाहण्याची दृष्टी भावनाप्रधान होती. म्हणून त्यांच्या नेतृत्वाचे नाते अस्पृश्यांना कृत्रिम वाटे. तर आंबेडकरांचे नेतृत्व निसर्गसिद्ध, वास्तववादी, व्यवहारनिष्ठ होते. तरुण आंबेडकर हिंदी राजकीय क्षेत्रातील सर्वश्रेष्ठ पुरुषाची सत्ता झुगारून देत होते. भारतीय राजकीय क्षेत्रातील प्रमुख गांधीजी आंबेडकरांना एकाकी गाठून त्यांना नेस्तनाबूत करण्याचा प्रयत्न करीत होते. गांधींच्या अजिंक्य अहंकाराने त्यांच्या राजकारणपटुत्वावर मात केली. आंबेडकरांमधील क्षम्य अहंकाराने त्यांच्या अंगी असलेल्या द्वेषभावनेशी स्पर्धा केली.

गांधीजींच्या कर्तृत्वाची सावली सर्व जगभर पसरली होती. आंबेडकरांतील महापुरुष मनुष्याचा मनुष्याशी वागण्यात असलेला निर्दयपणा जगाच्या निदर्शनास आणीत होता. त्यांच्या त्या भीमटोल्यांचा निनाद साऱ्या जगात घुमू लागला होता. ज्या गांधीजींना भारतात स्तुती-स्तोत्रे ऐकण्याची सवय होती, त्यांना जगाच्या व्यवहारातील निष्ठूरपणाला आणि राजकारणातील मुरब्बी नि सडेतोड पुरुषांना तोंड द्यावे लागत होते. भारतीय वृत्तपत्रे नि भक्तांचा घोळका यांच्या कक्षेबाहेर गांधीजी होते. आंबेडकर काँग्रेस पक्षनिष्ठ नि भाडोत्री हिंदी वृत्तपत्रांच्या विरोधाला न जुमानता जगात मान्यता पावत होते, प्रकाशत होते. कुठच्याही पक्षश्रेष्ठींचा अथवा धनाचा पाठिंबा नसतानाही आपला दुर्दम्य मनोनिग्रह, अद्भुत अशी अंगभूत कार्यशक्ती, वीर्यशाली धैर्य, अलौकिक बुद्धिमत्ता यांच्या बळावर ते मान्यतेच्या शिडीवर चढत होते. आपल्या विजिगीषू बुद्धिवैभवाच्या बळावर कुठच्याही बुद्धिवाद्याशी वा क्रांतिपुरुषाशी, महात्म्याशी वा प्रेषिताशी ते टक्कर देण्यास समर्थ होते.

आंबेडकर - गांधी युद्धाचे वर्णन करताना ग्लोर्ने बोल्टन नावाचे ग्रंथकार म्हणतात,[१] ''आंबेडकरांची कीर्ती दिवसानुदिवस वृद्धिंगत होत होती. भारतातील अस्पृश्यांची त्यांनी बाजू मांडल्यापासून हुजूर पक्षाच्या किंवा समाजवादी पक्षाच्या सभांतून अस्पृश्यांच्या भयंकर दु:स्थितीचा उल्लेख ते करू लागले. त्या प्रकरणात व्यवहारापेक्षा भावनेवर भर अधिक होता. अस्पृश्यांचे प्रतिनिधी म्हणून गांधीजींनी इंग्लंडमधील प्रत्येक व्यासपीठावरून प्रशंसा मिळविली असती. परंतु आंबेडकरांनी त्यांच्या सभांचा बेरंग केला. आरंभी आरंभी मुसलमानांनाही गांधीजींची त्रेधा उडालेली पाहून समाधान वाटे. परंतु नंतर प्रत्येक प्रतिनिधीस मनापासून वाटू लागले की, आंबेडकरांनी आता गांधींच्या लौकिकास साजेसे वर्तन करावे हे ठीक.'' लॉर्ड रिडींग हे मात्र आंबेडकरांच्या झगड्याकडे सहानुभूतीने पाहत होते.

गांधीजींची अशी ब्रिटनमध्ये अप्रतिष्ठा झाल्यामुळे काँग्रेस पक्षाच्या वृत्तपत्रांनी भारतात आंबेडकरांना टीकेच्या धारेवर धरले. सत्तांतराविषयी आपण फारसे उत्सुक नाही असे आंबेडकरांनी म्हटले होते. त्या विधानाचा 'निर्लज्ज निवेदन' म्हणून भारतात चहूकडे धिक्कार करण्यात आला. आंबेडकर सभ्यता नि संयम ही दोन्ही कोळून प्याले आहेत, अशी ओरड सुरू झाली. टी. ए. रामन नावाच्या एका प्रसिद्ध भारतीय वार्ताहरास बोटीवरील एका सहप्रवाशाने सांगितले की, जर कधीकाळी मी कोणाचा खून केला तर तो मनुष्य डॉ. आंबेडकर असेल ! दुसऱ्या कोणत्याही दहा व्यक्तींपेक्षा लोक आंबेडकरांविषयीच अधिक वाईट बोलतात.[२] काही वर्षांनंतर ह्या भयंकर हल्ल्याचे वर्णन करताना आंबेडकर एडवर्ड थॉमसन ह्या ग्रंथकाराला म्हणाले, 'खरोखर मी केवळ क्षुद्र मनाचाच ठरलो, एवढेच नव्हे तर मी कवडीचुंबक ठरलो.'[३]

अशा रीतीने आंबेडकरांपुढे परिस्थिती नि पत्रकार यांनी द्वेषाचा पेला भरून ठेवला. परराष्ट्रांतील वृत्तपत्र प्रतिनिधींचा गांधी-आंबेडकर झगड्याकडे पाहण्याचा दृष्टिकोन थोडा वेगळा होता. एका अमेरिकन राजकीय निरीक्षकाने म्हटले, 'अनेक आवाजांविरुद्ध गांधींचा एकुलता एक आवाज. ते क्षुल्लक असतील; आणि महात्माजी मोठ्या वजनदार संस्थेचे प्रतिनिधी म्हणून बोलत असतील. मला असे वाटते की त्यांनी काँग्रेस पक्षातील मोठ्या अल्पसंख्याक

१. Bolton, Glorney, the Tragedy of Gandhi, pp. 266-67.

२. The Illustrated Weekly of India, 14 June 1936.

३. Thompson, Edward, Enlist India for Freedom, p. 75.

गटांतील नेते आपल्याबरोबर आणावयास पाहिजे होते. त्या नेत्यांनी सर्व प्रकारच्या टीकेस उत्तर दिले असते.'

अशाच तऱ्हेचे मत सर चिमणलाल सेटलवाड यांनी आपल्या आठवणीत दिले आहे, ते खरे आहे. तथापि, काँग्रेसमध्ये अस्पृश्यांचे प्रतिनिधित्व करावयास एवढ्या तोलामोलाचा कोण पुढारी होता ? एन. सी. राजा ह्यांनी गांधीजी आणि काँग्रेस ह्यांचा धिक्कार केला होता. आणि काँग्रेसमधील इतर अस्पृश्य वर्गीय पुढारी आंबेडकरांच्या पासंगालाही पुरले नसते. कोठे इंद्राचा ऐरावत, कोठे शामभट्टाची तट्टाणी ! अशीच त्यांची स्थिती झाली असती. इंग्लंडमधील दुसऱ्या एका निरीक्षकाने असे म्हटले आहे की, मुसलमानसुद्धा गांधीजींशी आदराने वागले. परंतु आंबेडकरांचे धैर्य त्याला धाष्टर्य वाटले आणि तो म्हणाला की, आंबेडकर गांधीजींशी फारच निर्दयपणे वागले. कारण तसे वागणे इंग्लंडमध्ये त्यांना शक्य होते, भारतात शक्य नव्हते. दुर्दैवाने या निरीक्षकाला एखादा ध्येयनिष्ठ मनुष्य जीवितकार्य संपादण्यासाठी काय करतो, कसा वागतो, याची कल्पना नसावी. त्यांनी आंबेडकरांना केवळ पाहिले होते, अभ्यासिले नव्हते.

या सर्व विदारक टीकेला आंबेडकरही तितकेच विदारक उत्तर देत. त्या निष्ठूर टीकाकारांवर भीमटोले हाणताना त्यांच्या परमप्रिय गांधीजींच्या मूर्तीवर ते तितक्याच निर्दयतेने घाव घालीत. कार्ल मार्क्स नि लेनिन हे जसे आपल्या शत्रूंवर निकराचा कठोर हल्ला करीत, तसा निकराचा हल्ला आंबेडकर गांधीजींवर करीत. गांधीजींच्या गोलमेज परिषदेतील ह्या कार्याचे वर्णन करताना आंबेडकर म्हणाले, ''प्रतिनिधी म्हणून काँग्रेसने गांधींची निवड करावी हे एक दुर्दैव होय. राष्ट्राच्या भवितव्याविषयी मार्गदर्शन करण्यास गांधींपेक्षा अधिक नालायक मनुष्याची निवड झाली नसती. प्रतिनिधींना एकत्र आणण्याच्या दृष्टीने गांधी संपूर्णतया अपयशी ठरले. गांधीजी आपण नम्र आहो असे दाखवितात; तथापि, विजयाच्या धुंदीत गांधी क्षुद्रबुद्धीने वागू शकतात हे परिषदेत त्यांच्या वागणुकीवरून दिसून आले. विलायतेस येण्यापूर्वी गांधींनी महाराज्यपालांशी केलेल्या यशस्वी तडजोडीमुळे, परिषदेतील इतर प्रतिनिधींना गांधीजी तिरस्काराने वागवीत. त्यांचा मनोभंग करण्याची एकही भलीबुरी संधी वाया जाऊ देत नसत. वर परिषदेला सांगत की, 'हे प्रतिनिधी कवडीमोलाचे आहेत. त्यांना देशात बूड नाही. मी काँग्रेसचा प्रतिनिधी असल्यामुळे देशाचा खरा प्रतिनिधी मीच आहे.' प्रतिनिधींमधले मतभेद मिटविण्याऐवजी गांधींनी ते वाढविले. ज्ञानाच्या दृष्टीने पाहावे तर गांधीजी त्या परिषदेत उघडेच पडले. घटनात्मक किंवा जातीय अशा

काही प्रश्नांवर परिषदेचे कार्य अडे, तेव्हा ते काही ठराविक ठशांची उत्तरे देऊन वेळ मारून नेत. त्यांच्याजवळ विधायक सूचना किंवा मते नव्हतीच."[१]

गांधींचे गुरू गोखले ह्यांनी हे पूर्वीच भाकित केले होते. ते म्हणाले होते की, 'जेव्हा राजकीय शिष्टाई किंवा वाटाघाटी यांचा इतिहास लिहिला जाईल तेव्हा गांधी हे त्याबाबतीत अपेशी ठरल्याचे आढळून येईल.'

मुसलमान प्रतिनिधींनी गांधींची योजना मान्य केली नाही; कारण इतर अल्पसंख्याक गटांचा त्यांना विश्वासघात करावयाचा नव्हता, हे आंबेडकरांचे म्हणणे मात्र ऐतिहासिक दृष्ट्या बरोबर नाही, असे म्हणणे क्रमप्राप्त आहे. हिंदू पुढाऱ्यांशी बोलणी करता करता त्यांना एका विशिष्ट रेषेपर्यंत आणून सोडावयाचे आणि यापेक्षा तुम्ही काय अधिक देता असे ब्रिटिशांना विचारावयाचे असा मुसलमान पुढाऱ्यांचा परिपाठ होता. हे अलिखित धोरण होते. कारण त्यांना हे पक्के माहीत होते की, त्या सवलती देण्याची शक्ती ब्रिटिशांच्या हाती होती. दुसरे असे की, ज्या सवलती मिळविण्यासाठी आपण भांडतो, ज्या न्याय्य आहेत असे आपण म्हणतो, त्या सवलती वा मागण्या दुसरा माणूस त्याच मुद्यावर मागू लागला, तर धूर्त माणूस त्या नाकारील कशा ? न्याय्य नाहीत असे म्हणेल कसे ? स्वतंत्र मतदार संघासाठी मुसलमान आकाशपातळ एक करीत होते. स्वतंत्र मतदार संघ इतर अल्पसंख्याकांना मिळू नयेत असे ते का म्हणतील ? ते न नाकारण्याएवढे ते चाणाक्ष होते. सामाजिक नि राजकीय दृष्ट्या दुभंगलेला हिंदू समाज ही त्यांच्या फायद्याची गोष्ट होती. हे ते जाणून होते. म्हणून आंबेडकरांच्या मागण्यांना त्यांची वरपांगी सहानुभूती होती एवढेच.

ते काही असले तरी आंबेडकरांसारख्या स्वतंत्र वृत्तीच्या, तडफदार नि प्रामाणिक, समाजसंजीवक पुरुषाला काँग्रेसने देशद्रोही म्हणून संबोधावे, तसा डंका पिटावा, हे योग्य होते का ? गांधीजींशी त्यांचे मतभेद होते म्हणून का त्यांना देशद्रोही मानावयाचे ? आंबेडकरांसारखा तेजस्वी, बलिष्ठ अन् आग्रही पुरुष आपला प्रतिस्पर्धी कितीही महान पुरुष असला तरी त्याच्या ओंजळीने पाणी पिणार नाही. दोन तारे एकाच दिशेने प्रवास करीत नाहीत.

काँग्रेस पक्षाने लोकांच्या मनावर असे ठसविण्याचा प्रयत्न केला की,

---

१. Ambedkar Dr. B. R., What Congress And Gandhi Have Done To the Untouchables, p. 55.

देशस्वातंत्र्य फक्त काँग्रेसलाच पाहिजे आहे. परंतु स्वातंत्र्याच्या घोषणेत तेसुद्धा सावरकरांच्या क्रांतिकारक पक्षापेक्षा मागूनच त्या क्षेत्रात उतरले. वस्तुस्थिती अशी होती की, स्वराज्य सर्व पक्षांना पाहिजे होते. परंतु ती मागणी त्या त्या पक्षांच्या मनोवृत्तींशी सुसंगत अशा स्वरूपात मांडली जाई. आंबेडकरांनाही स्वराज्य पाहिजे होते. त्यांनी आपल्या पक्षाच्या वतीने नागपूर अधिवेशनात तशी घोषणाही केली होती. दुसऱ्या अनेक परिषदांमधून नि पहिल्या गोलमेज परिषदेच्या वेळीही त्यांनी त्या मागणीचा पाठपुरावा केला होता. स्वतंत्र भारतात अस्पृश्य वर्गाचे दैव उघडेल, भवितव्य उजळेल अशी त्यांची मनोधारणा होती. तसा त्यांचा दृढविश्वास होता. परंतु जो बहुसंख्य समाज अस्पृश्यांच्या हिताला नि कल्याणाला, त्यांच्या माणुसकीच्या हक्काला विरोध करीत होता, त्याच्या हाती सत्ता पडली तर त्यांना माणुसकीचे, मताचे, विद्येचे, नोकरीचे, उत्कर्षाचे हक्क इतर नागरिकांच्या बरोबरीने मिळणार नाहीत अशी त्यांना साधार भीती वाटे. म्हणून स्वराज्य मिळण्यापूर्वी आपले मानवी हक्क मान्य करून घेण्यासाठी आंबेडकरांचे भगीरथ प्रयत्न चालले होते. आपल्या प्रयत्नांत त्यांना निराशा दिसली, अडथळा झाला की आंबेडकरांची स्वराज्याची मागणी थंडावे इतकेच !

परंतु त्यांच्या मनात या परिषदेच्या वेळी जे द्वंद्व चालले होते त्याची नोंद जेव्हा भावी इतिहासकार करतील तेव्हा आंबेडकर केवढ्या उच्च दर्जाचे देशभक्त होते हे प्रत्ययास येईल. स्पृश्य हिंदूंच्या विरुद्ध केलेल्या आपल्या भाषणाचा मुसलमान पुढारी आपल्या जातीय स्वार्थासाठी उपयोग करून घेतात. त्या भाषणाचा गैरफायदा घेतात, आणि सवर्ण हिंदूंचे प्रतिनिधी हिंदूंची सत्य बाजू नीट मांडीत नाहीत हे पाहून, मुसलमानांच्या संदर्भात हिंदूंची बाजू कशी न्याय्य आहे हे सिद्ध करण्यासाठी अनेक प्रकारची माहिती देणारे निवेदन आंबेडकरांनी ब्रिटिश मुख्य प्रधान मॅक्डोनल्ड यांना गुप्तपणे सादर केले.

या सबंध वादविवादात जर कोणाच्या बाजूला न्याय असेल तर तो आंबेडकरांच्याच बाजूला. भारतात राज्यकर्त्यांच्या अनेक पिढ्या होऊन गेल्या. त्यांपैकी एकानेही युगानुयुगे चालत आलेली अमानुष अस्पृश्यता नष्ट करण्याचे धैर्य दाखविले नाही. मनुष्याचे अधिकार देण्याच्या हेतूने कोणाही हिंदू राजाने एखादा कायदा केलेला आढळत नाही. त्यांच्या भयंकर स्थितीचे रौद्र स्वरूप अत्यंत कठोर, घणाघाती शब्दांत सर्व जगभर जाहीर करण्याचे कार्य त्यांच्यासारख्या धैर्यशाली नि पराक्रमी पुरुषाने करावे यात काही वावगे नव्हते.

स्पृश्य हिंदूंच्या मानेवर केवळ राजकीय पारतंत्र्याचे जू होते. अस्पृश्य वर्गाच्या मानेवर सामाजिक आणि राजकीय असे दुहेरी जू होते. ज्यांना राजकीय आणि सामाजिक विषमतेची झळ लागते ते आपल्या छलकांचा जळजळीत शब्दांत धिक्कार करतात, हे जगजाहीरच आहे. जर शंभर वर्षांची राजकीय गुलामगिरी नाहीशी करण्यासाठी कडक, निष्ठूर, जीवघेणे उपाय हिंदूंना न्याय्य वाटतात, तर अस्पृश्य वर्गाच्या प्रमुखाने आपल्या छलकांचा नि अस्पृश्य वर्गावर युगानुयुगे लादलेल्या सामाजिक गुलामगिरीच्या व्यवस्थेचा जळजळीत धिक्कार केला तर सहस्र पटीने योग्यच ठरले पाहिजे. ज्या समाजाने सुमारे पंचवीसशे वर्षे आपल्या एका घटकांचा अनन्वित सामाजिक छळ केला, त्याला माणुसकीस मुकविले, त्या छलकांच्या नेत्यांविषयी कोणत्या भल्या नि हळुवार शब्दांत त्या घटकाच्या नेत्याने निर्देश नि निषेध करावा ? छलकांच्याच हाती राजसत्ता पडली तर त्यांनी आपल्या कल्याणाची अपेक्षा कशी करावी ? जे लोक परकीयांच्या लाथा खात असता आपल्या दीन, दलित बांधवांना लाथा मारण्यास लाजत नाहीत, अशा लोकांविषयी त्यांनी काय म्हणावे ? ज्या पुढाऱ्यांनी प्रगत अशा अल्पसंख्याक जातींना त्यांचे ऐतिहासिक महत्त्व लक्षात घेऊन म्हणे राखीव जागा नि खास सवलती दिल्या आणि आपल्या दलित बांधवांस मनुष्याचे अधिकार देण्यास नकार दिला, त्यांच्यावर अस्पृश्य पुढारी निष्ठुरपणे, क्रूरपणे टीका करतात अशी कुरकुर करण्यास त्यांना नैतिक अधिकार काय होता ?

स्पृश्य हिंदू आपल्या मानेवरील राजकीय जू झुगारून देण्यासाठी आटोकाट प्रयत्न करीत होते. आंबेडकरांच्या पुढे अस्पृश्य वर्गाला मनुष्याचे हक्क मिळवून त्यांना मनुष्याचा दर्जा प्राप्त करून द्यायचे महान कार्य करावयाचे होते. अशी सुवर्णसंधी युगायुगांतून एकदाच येते. गोलमेज परिषदेत तशी ती चालून आलेली होती. आंबेडकरांनी ती अचूकपणे साधली. आंबेडकरांसारखा अस्पृश्य नेता त्या वेळी नसता, तर गोलमेज परिषदेत त्या दलितांच्या गाऱ्हाण्यांची गीता इतक्या निर्भयतेने नि कर्तव्यनिष्ठेने कोणी सांगितली असती ? भारताच्या राजकीय मानचित्रात त्यांना स्थान मिळवून देण्यासाठी कोण पुढे आला असता ? राजकीय स्वातंत्र्यासाठी झगडणाऱ्या स्पृश्य हिंदूंना भारतीय धनाचे, बळाचे, शौर्याचे पाठबळ होते. परंतु ज्यांची मते, विचार, हृदय, भावना, आकांक्षा अनेक युगे ह्या देशात तुडविली जात होती, अशा मुक्या भूमिहीन अन् वस्त्रहीन, बलहीन अन् धनहीन दलितांचा प्रश्न आंबेडकरांना सोडवायचा होता. राजकीय स्वातंत्र्य मिळविण्याच्या कार्यापेक्षा त्यांचे कार्य भव्यतर होते. त्यांनी अंगीकारलेले कार्य अधिक उदात्त होते. त्यांची उद्योगशीलताही अमर्याद होती हे नि:संशय.

आंबेडकरांच्या कार्यात नि यशात भावी भारतीय लोकशाहीची सुरक्षितता, सफलता, न्यायप्रियता अंतर्भूत होती. आंबेडकरांच्या यशातच खरे राष्ट्रसंघटन नि संवर्धन होते.

अस्पृश्य नेत्यांनी मानवी हक्काविषयी जागृत झालेल्या आपल्या अस्पृश्य वर्गाचे आपणच पुढारीपण करावे आणि आपणच आपला उद्धार करू असे म्हणणे ही गोष्ट केवळ अत्याचार, अहंकार आणि मग्रूरपणा यांचे निदर्शक होती, हे म्हणणे वदतोव्याघात आहे. कारण छलक हे कधी त्राते होऊ शकत नाहीत. अस्पृश्यांचा त्राता, संरक्षक, वाली त्यांच्यातूनच निर्माण होऊन, माणुसकीच्या लढ्यासाठी आपले शक्तिसर्वस्व वेचून धैर्याने लढण्यास तो त्यांना स्फूर्ती देत होता. ही एक अत्यंत महान अशी गोष्ट घडली. तो त्यांच्या मुक्तीच्या अरुणोदयाचे द्योतकच ठरला. अशा मुक्या पददलित समाजाच्या नेत्याने राजकीय प्रश्नांबाबत एवढे प्रभुत्व दाखवावे, नि घटनाशास्त्रावर एवढे प्रभावी भाष्य करावे ही अत्यंत महत्त्वाची अशी गोष्ट होती, नवयुगाची ती नांदीच होती. ह्यास्तव आंबेडकरांचे महान प्रयत्न अस्पृश्य वर्गाच्या हिताचे होतेच. परंतु साऱ्या हिंदू समाजाच्या हिताच्या दृष्टीनेही ते उपकारक ठरावे एवढे महत्त्वाचे होते. ज्यांचा समता, बंधुता आणि स्वातंत्र्य ह्या तत्त्वांवर विश्वास होता त्यांनी आंबेडकरांच्या मागणीस पाठिंबा देऊन अस्पृश्य वर्गासाठी राखीव जागा नि संयुक्त मतदार संघ देणे त्यांचे पवित्र कार्य होते. परंतु काँग्रेसच्या प्रवक्त्यांनी त्यांच्या मागण्यांना पाठिंबा देण्याऐवजी त्यांना विरोध केला. इतकेच नव्हे तर ज्यांच्या मागण्या अन्याय्य नि वक्र बुद्धीच्या होत्या त्या मुसलमानांच्या मागण्यांना मात्र त्यांनी मान तुकविली.

थोडक्यात सांगायचे म्हणजे आंबेडकरांची मन:स्थिती त्या वेळी द्विधा झाली होती. त्यांचे मन ब्रिटिश सरकार आणि गांधी ह्यांमध्ये झोके खात होते. त्यांनी ब्रिटिशांना विरोध करून गांधीजींची बाजू घेतली असती तर ब्रिटिशांकडून त्यांच्या समाजाचा काहीच फायदा झाला नसता. आणि गांधीजींनी भाषण करून पोकळ आशीर्वादापलीकडे काहीच दिले नसते. ब्रिटिशांच्या बाजूस राहून आपल्या कार्यास नि मागण्यांना मान्यता मिळवावी हाच मार्ग आंबेडकरांपुढे मोकळा होता. दुसरा मार्ग असा होता की, गांधीजींच्या बाजूस राहून अस्पृश्यांसाठी संयुक्त मतदार संघ नि राखीव जागा मिळवणे. परंतु गांधीजी तर पूर्णपणे त्या मागणीविरुद्ध होते. गांधीजींनी जर थोडी दूरदृष्टी दाखविली असती, तर हा प्रसंग टळला असता. अल्पसंख्याक समितीपुढे मुसलमान, अस्पृश्य, ख्रिश्चन, अँग्लो-इंडियन, युरोपियन यांनी एक निवेदन सादर केले. त्यात असे म्हटले होते की, कोणाही मनुष्याला नोकरी, अधिकारपद, नागरिकाचे हक्क, धंदा किंवा

व्यापार करण्याचा हक्क, यांच्या आड त्याचे जन्मकुळ, धर्म, जात किंवा पंथ येता कामा नये. अस्पृश्यांना सरकारी कचेऱ्या, सैनिक दले, पोलीस खाते, यांत नोकऱ्या मिळाव्यात. पंजाब लँड ॲलिनिएशन ॲक्टचा लाभ पंजाबमधील अस्पृश्यांना मिळावा. आणि राज्यपालांच्या कार्यकारी मंडळाने जर अस्पृश्यांची गाऱ्हाणी ऐकण्यात कसूर केली किंवा पक्षपात केला, तर राज्यपालांकडे किंवा महाराज्यपालांकडे अर्ज वा न्यायासाठी मागणी करण्याची त्यांना मोकळीक असावी.

ह्याशिवाय दुसरे एक पुरवणी निवेदन आंबेडकर नि श्रीनिवास ह्यांनी सादर करून अस्पृश्य वर्गाच्या लोकसंख्येच्या प्रमाणात अस्पृश्य वर्गास सर्व प्रांतिक केंद्रीय मंडळात खास प्रतिनिधित्व म्हणून जागा मिळाव्यात. त्यांनी स्वतंत्र मतदार संघाची मागणी केली. परंतु असेही म्हटले की जर संयुक्त मतदार संघ नि राखीव जागा ही व्यवस्था ठेवायची असेल तर वीस वर्षांनंतर अस्पृश्य मतदारांचे सार्वमत घेऊन निर्णय घ्यावा. अस्पृश्य वर्गास अवर्ण हिंदू, प्रोटेस्टंट हिंदू वा नॉनकन्फॉर्मिस्ट हिंदू म्हणावे, अशीही विनंती केली.[१]

अस्पृश्यांना स्वतंत्र मतदार संघ द्यावा अशी अल्पसंख्याकांच्या करारात नोंद झाली असे पाहताच गांधींचा संताप अनावर होऊन ते अल्पसंख्याक समितीपुढे गर्जले, 'काँग्रेसला हिंदू, मुसलमान आणि शीख यांमध्ये जो निर्णय केला जाईल तो मान्य होईल. परंतु इतर अल्पसंख्याकांना खास प्रतिनिधित्व किंवा मतदार संघ देण्यास काँग्रेसचा विरोध आहे, हे मी पुन्हा सांगतो. अस्पृश्यांच्या वतीने मांडलेल्या मागण्या ही अत्यंत वाईट गोष्ट आहे आणि तो कायमचा अडथळा होईल. आणि जर अस्पृश्यांचे सार्वमत घेतले तर मलाच सर्वांत अधिक मते मिळतील. आंबेडकरांच्या कर्तृत्वाविषयी मला आदर आहे. परंतु त्यांना आयुष्यात कटू अनुभव आल्यामुळे त्यांचे मन कलुषित झालेले आहे.'

'मी अत्यंत दायित्वपूर्वक सांगतो,' आंबेडकरांवर भडिमार करताना गांधीजी म्हणाले, 'आपणास सर्व अस्पृश्य भारताच्या वतीने बोलण्याचा अधिकार आहे, हे आंबेडकरांचे म्हणणे योग्य नाही. त्यामुळे हिंदू समाजात जे तट पडतील ते पाहता मला मुळीच समाधान वाटत नाही. यापेक्षा अस्पृश्य लोक मुसलमान किंवा ख्रिश्चन झाले तरी मी पर्वा करणार नाही. मी ते सहन करीन. परंतु प्रत्येक खेड्यात हिंदूंत दोन तट पडले, तर हिंदू समाजाच्या नशिबी जे काही येईल ते

१. Proceedings of Federal structure Committee & Minorities Committee, pp. 563-64.

माझ्याने पाहवणार नाही. जे अस्पृश्यांच्या राजकीय हक्कांविषयी बोलतात त्यांना भारताची ओळख नाही. आणि हिंदी समाजघटनेचेही त्यांना ज्ञान नाही. म्हणून मी माझे सारे बळ एकवटून सांगतो की ह्या गोष्टीला विरोध करण्याचा प्रसंग माझ्या एकट्यावरच ओढवला तर मी प्राण पणास लावून त्याला विरोध करीन.'

डिवचलेल्या गांधीजींना पुन्हा प्रत्युत्तर देण्याचे आंबेडकरांनी हेतुपुरस्सर टाळले. गांधीजींना आंबेडकरांचे शब्द झोंबले होते. त्यामुळे ते आपला अतुल्य असा दर्जा विसरले आणि आंबेडकरांचे अस्पृश्य समाजावर असलेले वजन नि आपले वजन ह्यांची तुलना करण्याचा त्यांना मोह आवरला नाही. ते खाली घसरले. भारतातून आलेले संदेश, सभा, परिषदा ह्यांमधून गांधीजींना प्रदर्शित झालेला विरोध पाहून इतर पुढाऱ्यांचे धाबेच दणाणले असते. परंतु गांधीजींचा अट्टहास सुटेना. राखीव जागा नि संयुक्त मतदार संघ देऊन हे प्रकरण गांधीजींना मिटविता आले असते. परंतु आंबेडकरांशी तडजोड करण्यास ते राजी नव्हते. मुसलमानांच्या बाबतीत मात्र त्यांनी स्वतंत्र मतदार संघ आणि स्वतंत्र प्रांत यांच्या उंटाचे तोंड घटनेच्या तंबूत घुसविले. आंबेडकरांशी सामोपचाराने घेतले असते तर आंबेडकरांचे बळ नि तोफ यांचा उपयोग मुसलमानांच्या जातीय मागण्यांचा पाडाव करण्यास झाला असता. गांधीजींच्या भाषणातून आणखी एक गोष्ट बाहेर पडली ती ही की, अस्पृश्य मुसलमान किंवा ख्रिश्चन झाले तर त्याची आपणास पर्वा नाही असे ते म्हणाले. गांधीजींनी अशा धर्मांतराविरुद्ध एक चकार शब्दही काढलेला नाही ही गोष्ट सत्य आहे. ह्यामुळेच काँग्रेसबाहेरील हिंदू पुढारी गांधीजींवर आरोप करीत की गांधीजींना पैगंबर, बुद्ध आणि ख्रिस्त ह्यांचा पूर्णावतार बनण्याची आकांक्षा आहे. खरोखर गांधीजींनी हिंदूंच्या ख्रिस्तीकरणाविरुद्ध वा मुसलमानीकरणाविरुद्ध जळजळीत निषेध केला असता, तर गांधीजींचा मुसलमान आणि ख्रिश्चन ह्यांच्याशी संघर्ष झाला असता. आणि गांधीजींच्या पूर्णावतारावरील शेंदूर हवेत उडून गेला असता !

अल्पसंख्याकांच्या प्रश्नांसंबंधी एकमत होत नाही, असे आढळताच ब्रिटिश मुख्य प्रधान मॅक्डोनाल्ड यांनी अल्पसंख्याकांच्या प्रश्नाचा निर्णय करण्यासाठी मुख्य प्रधानास समितीच्या सदस्यांनी लवाद म्हणून एकमताने मान्य करून त्यांचा निवाडा मान्य करू, अशा आशयाचे एक लेखी निवेदन सादर करावे, अशी सूचना केली. मुख्य प्रधानांनी निर्णय द्यावा म्हणून जी लेखी मागणी केली त्यावर इतर सदस्यांप्रमाणे गांधीजींनी स्वाक्षरी केली. नंतर दिनांक एक डिसेंबरला मुख्य प्रधानांनी परिषद बरखास्त केली. ही लेखी मागणी करण्यापूर्वी सर मिर्झा इस्माईल ह्यांच्या निवासस्थानी गांधी-आंबेडकर भेट झाली होती.

तडजोडीची भाषा निघाली. गांधीजींनी नवी योजना मांडली. त्यांच्या या योजनेप्रमाणे संयुक्त मतदान पद्धतीनुसार सार्वत्रिक निवडणुकीत निवडणुकीसाठी उभे राहिलेले अस्पृश्य उमेदवार जर निवडून आले नाहीत, तर त्यांनी न्यायालयात फिर्याद करावी व प्रत्येकाने न्यायालयात असे सिद्ध करून दाखवावे की, 'मी व माझ्या विरुद्ध उभा राहिलेला स्पृश्यवर्गीय उमेदवार सर्व बाबतीत सारख्या योग्यतेचे असूनही केवळ मी अस्पृश्य असल्यामुळे निवडून न येता हा निवडून आला.' न्यायाधीशाला ही गोष्ट पटून तसा निर्णय दिल्यास स्पृश्यवर्गीय हिंदू प्रतिनिधीची निवड रद्द समजावी व त्याच्या जागी त्या अस्पृश्यवर्गीय उमेदवाराची निवड कायदेशीर मानावी ! हास्यास्पद गोष्टी प्रतिष्ठितपणे बोलण्याचे कसब गांधीजींना चांगले साधलेले होते. आंबेडकरांनी मात्र ही लोकविलक्षण नि अव्यवहार्य सूचना हसण्यावारी नेली. गांधीजींच्या चेहेऱ्यावर त्यांच्या ह्या थट्टेचा यत्किंचितही परिणाम झालेला दिसला नाही. ते गंभीरपणे त्यावर चर्चा करू इच्छित होते. परंतु आंबेडकरांचे म्हणणे गांधीजींच्या लक्षात येताच मुलाखत बारगळली.

आंबेडकर विलायतेत असतानाच मुंबई सरकारने त्यांची जे. पी. च्या जागी निवड केली. त्याविषयी काँग्रेसमधले अस्पृश्य पुढारी श्री. काजरोळकर यांनी त्यांचे अभिनंदन केले. आंबेडकर अमेरिकेस निघाले. आपण पाच डिसेंबरला अमेरिकेस जाऊन एक महिन्याने मुंबईस परत येऊ असे त्यांनी शिवतरकरांना कळविले. ग्रंथांनी भरलेल्या बत्तीस पेट्या आपण श्रीनिवासांबरोबर पाठवीत आहोत, असेही कळविले. ठरल्याप्रमाणे ते न्यूयॉर्क येथील आपल्या जुन्या प्राध्यापक मंडळींना भेटण्यासाठी गेले. प्रकृतिस्वास्थ्य नि प्रचार हा प्रवासाचा दुहेरी हेतू होता. कारण ध्येयनिष्ठ पुरुषाला ध्येयाविना जगात दुसरी कोणतीही गोष्ट महत्त्वाची वाटत नाही.

गांधीजी २८ डिसेंबरला मुंबईस परतले. त्यांना निष्ठेचा मुजरा करण्यासाठी भारताच्या कानाकोपऱ्यांतून अस्पृश्यवर्गीय मंडळी येणार असल्याची वार्ता 'फ्री प्रेस जर्नल'मध्ये प्रसिद्ध झाली होती. गोलमेज परिषदेत अस्पृश्य वर्गाच्या न्याय्य मागण्यांना गांधीजींनी केलेला विरोध बुद्धीला न पटणारा, हट्टी, गूढ, हास्यास्पद ठरेल इतका असहिष्णू वृत्तीचा द्योतक असल्यामुळे अस्पृश्यवर्गीय मंडळी गांधीजींचा निषेध करण्यासाठी निदर्शने करणार आहेत, अशी भारतीय बहिष्कृत समाजसेवा समितीचे कार्यवाह सीतारामपंत शिवतरकर ह्यांनी मुंबई प्रदेश काँग्रेसचे कार्यवाह स. का. पाटील यांना धमकी दिली. पाटील उत्तरले की गांधीजींच्या स्वागतात त्यांच्यावर असलेली भक्ती, निष्ठा नि प्रेम हे दर्शविण्यापलीकडे स्वागत करणाऱ्यांचा अन्य हेतू नाही.

परंतु हे खळबळीचे वातावरण अधिकाधिक गढूळच होत गेले. २७ डिसेंबरच्या पूर्वरात्री सुमारे आठ हजार अस्पृश्य स्त्री-पुरुष मुंबईच्या धक्क्यावर गांधीजींच्या मार्गावर तळ देऊन बसले. रात्रभर थंडी मी म्हणत होती. दिनांक २८ डिसेंबरला सकाळी गांधीजी धक्क्यावर उतरताच काळ्या निशाणांची निदर्शने झाली. दोन्ही पक्षांनी परस्परांवर लाठ्या, काठ्या, विटा, सोडावॉटरच्या बाटल्या ह्यांचा भडिमार केला. स्वागताचा नि धिक्काराचा एकच हलकल्लोळ उडाला ! तत्त्ववादी नि तत्त्वनादी, तत्त्वविरोधक आणि तत्त्वनिंदक ह्यांची ती यादवी ! अहिंसेचे प्रेषित गांधीजी यांचे हे देवदुर्लभ स्वागत अशा रीतीने स्वदेशी झाले ! अत्यंत अप्रशस्त अशी ही गोष्ट घडली हे खरेच ! परंतु आंबेडकरांना काळ्या निशाणांचा अहेर काँग्रेसवाल्यांनी अहमदाबादेत केलाच होता की नाही ? काँग्रेसजनांनी साधनशुचितेचा घोष तोंडाने चालविला असतानाच आंबेडकरांच्या विरुद्ध द्वेषाची आग पसरविली होती. ब्रिटिशांचा बगलबच्चा, गवतातला साप, देशद्रोही, भीमासुर, चार्वाक अशी आंबेडकरांची संभावना सभांतून, वृत्तपत्रांतून काँग्रेस कार्यकर्त्यांनी नि त्यांच्या पित्त्यांनी केलीच होती.

११

पुणे करार

अमेरिकेहून आंबेडकर ४ जानेवारी १९३२ रोजी लंडनला परत आले. तेथून ते भारतास परत यावयास निघाले. दि. १५ जानेवारीला ते मार्सेलिस येथे आगबोटीत चढले. त्याच बोटीने ब्रिटिश सरकारने नियुक्त केलेल्या मताधिकार विचार समितीचे (फ्रेंचाइझ कमिटी) सभासद आणि मुसलमान पुढारी शौकत अल्ली प्रवास करीत होते. आंबेडकरांबरोबर नेहमीप्रमाणे खरेदी केलेल्या नवीन ग्रंथांच्या चोवीस पेट्याही होत्या.

आंबेडकरांनी मुंबईच्या धक्क्यावर २९ जानेवारी रोजी सकाळी सहा वाजता पाऊल टाकले. मोठ्या पहाटेपासून त्यांचे भक्त, चाहते व अनुयायी त्यांच्या आगमनाची उत्सुकतेने वाट पाहत होते. बाबासाहेबांना पाहताच त्यांनी गगनभेदी जयघोषात त्यांचे स्वागत केले. समता सैनिक दलाने आपल्या एकमेव नेत्यास मानवंदना दिली. पी. बाळू आणि नारायणराव काजरोळकर हे गांधीवादी असूनही आंबेडकरांच्या स्वागतास उपस्थित होते. मुसलमानांनी शौकत अल्लींचे स्वागत केले. तेथे जमलेल्या अस्पृश्य आणि मुसलमान समुदायास उद्देशून शौकत अल्ली म्हणाले, 'प्रत्येक धर्माच्या व जातीच्या व्यक्तीने आपल्या कार्याविषयी अढळ श्रद्धा व हिंमत दाखविली पाहिजे. अस्पृश्य समाजाच्या हिताच्या दृष्टीने आंबेडकरांनी गोलमेज परिषदेत दाखविलेली हिंमत खरोखरच प्रशंसनीय होती.' आंबेडकर माझे धाकटे भाऊ आहेत असेही म्हणावयास ते चुकले नाहीत !

आंबेडकर आणि शौकत अल्ली यांची मिरवणूक भायखळ्यापर्यंत आली. आंबेडकरांचे स्वागत भायखळा खिलाफत कार्यालयामध्ये झाले. नंतर परळपर्यंत त्यांची मिरवणूक काढण्यात आली.

आंबेडकर ही व्यक्ती बहिष्कृत भारताच्या आशेची, आकांक्षेची व शक्तीची प्रतिमा ठरली ! त्यांना आता कोणीही दबवू शकणार नाही असा सर्वत्र विश्वास पसरू लागला. नवीन युगाच्या उंबरठ्यावर त्यांनी दलितांना आणून उभे केले होते. अस्पृश्यांच्या मृतवत् देहात नवीन रक्त, नवीन उत्साह, नवीन ओज

ओतून त्यांनी त्यांना सचेतन केले. त्या जाणिवेमुळे, त्या शक्तीमुळे, त्या दृष्टीमुळे कोणत्याही संकटाला तोंड देऊन ते टिकाव धरतील असे आता वाटू लागले.

त्याच दिवशी एकशे चौदा संस्थांच्या वतीने डॉ. आंबेडकर यांना मानपत्र देण्यात आले. आपल्या लोकांचे आपल्यावरील प्रेम व आपल्याविषयी कृतज्ञतेची भावना पाहून ते गहिवरले. त्यांच्या तोंडावाटे काही क्षण शब्द फुटेना ! ते म्हणाले, 'गोलमेज परिषदेतील कामगिरीच्या यशाचा धनी मी नव्हे. त्या यशाचे धनी येथे जमलेले माझे असंख्य बंधुभगिनीच सर्वस्वी आहेत. नेत्याच्या प्रयत्नांना अनुयायांकडून एकमताने व एकजुटीने पाठिंबा मिळावयाला हवा. तुम्ही तुमच्या अंत:करणात जागृतीचा, स्वाभिमानाचा, स्वातंत्र्याचा दीप तेवत ठेवून तो उज्ज्वल करा. मी मनुष्य आहे, माझ्या हातून चुका झाल्या असतील, पक्षपात घडला असेल, त्याविषयी क्षमा असावी. मी गांधींना विरोध केला म्हणून काँग्रेसजनांनी मला देशद्रोही म्हटले. मी या आरोपाची मुळीच क्षिती बाळगीत नाही. माझी मनोदेवता मला सांगते की हा आरोप धादांत खोटा, द्वेषमूलक व निराधार आहे. माझ्या बांधवांची गुलामगिरीतून सुटका करण्याच्या उच्च ध्येयास महात्मा म्हणविणाऱ्या व्यक्तीकडून प्राणपणाने विरोध व्हावा हीच गोष्ट जगाच्या दृष्टीने चमत्कारिक आहे. गोलमेज परिषदेतील सर्व कार्याचा नीट, शांतपणे विचार केल्यावर हिंदूंची भावी पिढी, 'मी राष्ट्राची चोख कामगिरी बजावली,' असाच निर्वाळा देईल. अशी माझी खात्री आहे. आपण मला देवपदाला चढवू नका. एखाद्या व्यक्तीला देवपदाला चढवून इतरांनी आंधळेपणाने त्याच्यामागे धावत जावे हे मी तरी कमकुवतपणाचे लक्षण मानतो.' गांधीजींना तीनचार वेळा आपण लंडनमध्ये कसे भेटलो, गांधीजींनी आगाखानांना कशी कुराणाची शपथ घालून अस्पृश्यांच्या मागण्यांना पाठिंबा देऊ नका असे विनवले, ही माहिती त्यांनी सभेस दिली.[१]

एकशे चौदा संस्थांनी दिलेल्या मानपत्रात असे म्हटले की, 'समानतेचा दर्जा व वागणूक ह्यांवर असलेला आमचा हक्क आपण पूर्णपणे सिद्ध केला आहात. आपल्या पराक्रमाच्या अभावी आमच्या अधिकारांकडे दुर्लक्ष केले गेले असते. आमच्या हितांचे व हक्कांचे रक्षण करण्यास आपण मानवी प्रयत्नांची शिकस्त केलेली आहे. विलायतेत आपण केलेल्या भगीरथ प्रयत्नांमुळे आम्ही ह्या देशात नजीकच्या भविष्यकाळात इतर समाजांच्या बरोबरीने समपातळीवर उभे राहू. आमच्या वर्गात जी जबाबदारीची जाणीव दिसत आहे, आणि समाजाची

---

१. जनता, ३० जानेवारी १९३२.

जी मनोधारणा सर्व देशात आपले अधिकार प्रस्थापित करू पाहत आहे ते आपल्या श्रमाचे अन् मार्गदर्शनाचे फळ आहे, असे म्हटल्यास ते अतिशयोक्तीचे होणार नाही.'

मतदानाचा अधिकार ठरविणाऱ्या समितीचे नाव 'लोथियन समिती' असे होते. ह्या कामकाजात भाग घेण्यासाठी आंबेडकरांनी त्वरित दिल्लीस प्रयाण केले. समितीचे अध्यक्ष लॉर्ड लोथियन होते. दिल्लीस जाते वेळी वाटेत सर्व ठिकाणी अस्पृश्य जनतेने मोठ्या मनोभावाने आंबेडकरांचा सत्कार केला. नाशिक, इगतपुरी, देवळाली, मनमाड, भुसावळ आणि झाशी स्थानकांवर झालेला त्यांचा सत्कार उत्स्फूर्त व भव्य होता.

लोथियन समिती फेब्रुवारीमध्ये बिहारमध्ये गेली असता तेथील अस्पृश्य वर्गाने आंबेडकरांचे मोठ्या उत्साहाने स्वागत केले. आपल्या उद्धारकर्त्याचे दर्शन घेण्यासाठी आता दलित समाजात सर्व ठिकाणी आतुरता वाढू लागली. आंबेडकरांची विचारधारा मान्य असलेल्या अस्पृश्य नेत्यांनी लोथियन समितीपुढे साक्ष देताना संयुक्त मतदार संघाला विरोध केला. आणि त्यांनी स्वतंत्र मतदार संघाची मागणी केली. कारण अस्पृश्य प्रतिनिधींची निवड सर्वसाधारण संघातून व्हावी असे ठरले तर अस्सल निष्ठावान अस्पृश्य प्रतिनिधींची निवड न होता सवर्ण हिंदूंचे बगलबच्चे अस्पृश्यांचे प्रतिनिधी म्हणून निवडले जातील, असा आंबेडकरांना धोका वाटत होता. संयुक्त मतदार संघ पद्धतीत बहुसंख्य समाजाच्या ठायी मनाचा मोठेपणा असतो असे गृहीत धरले होते. परंतु तद्दर्शक सहानुभूतीचे वातावरण त्या वेळच्या परिस्थितीत दिसत नव्हते असे त्यांचे मत होते.

आता आंबेडकरांच्या मार्गात आणखी एक अडचण निर्माण झाली. हिंदुमहासभेचे नेते डॉ. वा. शि. मुंजे आणि अस्पृश्यांचे एक नेते एम्. सी. राजा यांच्यामध्ये फेब्रुवारी १९३२ च्या तिसऱ्या आठवड्यात एक करार झाला. अस्पृश्य वर्गासाठी संयुक्त मतदार संघ व राखीव जागा असाव्यात हे कराराचे मुख्य अंग होते. राजा यांनी डॉ. मुंजांशी झालेल्या कराराचा मथितार्थ ब्रिटिश पंतप्रधानांना तारेने कळविला. यापूर्वी राजा यांचे मत निराळे होते. गांधींना अस्पृश्य जनतेच्या हालअपेष्टांची पूर्ण जाणीव नसल्यामुळे, संयुक्त मतदार संघाची धोंड ते अस्पृश्यांच्या गळ्यात बांधीत आहेत, असे राजा यांचे पूर्वीचे मत होते. राजा यांनी मारलेल्या नवीन कोलांटी उडीपूर्वी त्यांचे मत स्वतंत्र मतदार संघ व राखीव जागा मिळाव्या असे होते. मध्यवर्ती विधिमंडळात राजाशिवाय दुसरा अस्पृश्य सभासद नव्हता. आणि त्यांना गोलमेज परिषदेस आमंत्रण नव्हते. तेव्हा त्यांनी सरकारला

कळविले की, आंबेडकर हे अस्पृश्यांच्या एका अल्पसंख्याक गटाचे नेते आहेत. ते अस्पृश्य वर्गाचे खरेखुरे प्रतिनिधी नाहीत. या मत्सरभावनेमुळे म्हणा किंवा गांधीजीनी अस्पृश्यांचे आपणच प्रतिनिधी म्हणून दावा सांगितला म्हणून म्हणा, त्यांनी संयुक्त मतदार संघाची आपली मागणी सोडून दिली. त्यांनी पंजाबमध्ये 'ऑल इंडिया डिप्रेस्ड क्लासेस' परिषद घेऊन स्वतंत्र मतदार संघाची मागणी केली व तसे आंबेडकरांना कळविले. त्याप्रमाणे गोलमेज परिषदेत आंबेडकरांनी अस्पृश्यांची मागणी एकमुखी व्हावी म्हणून स्वतंत्र मतदार संघ आणि राखीव जागांची मागणी केली होती.

उपरोक्त कारणांमुळे आंबेडकरांनी आपल्या धोरणात हा असा फरक केला होता. सायमन मंडळाला केलेल्या निवेदनात त्यांनी संयुक्त मतदार संघ आणि राखीव जागा यांची मागणी केली होती. आणि मुसलमानांच्या स्वतंत्र मतदार संघविषयक मागणीला कडाडून विरोध केला होता. परंतु गांधीजींनी अस्पृश्यांना राखीव जागा ठेवण्यास विरोध केला म्हणून आणि राजाप्रभृती पुढाऱ्यांच्या आग्रहामुळे आंबेडकर स्वतंत्र मतदार संघाकडे झटकन वळले.

मताधिकार-विचार समितीच्या दिल्लीच्या बैठकीत अस्पृश्य वर्गावर कोणत्याही तऱ्हेचा सामाजिक बहिष्कार घालणे हा गुन्हा आहे, असे एक कलम गुन्ह्याच्या संहितेत अंतर्भूत करावे किंवा राज्यघटनेत त्याचा समावेश करावा आणि मूलभूत नागरिक हक्क भोगण्यास त्यांना स्वातंत्र्य द्यावे, अशी डॉ. आंबेडकरांनी मागणी केली. तिला त्या समितीने मान्यता दिली.

२८ फेब्रुवारी १९३२ रोजी मद्रास येथे आंबेडकरांचे मोठ्या थाटात स्वागत झाले. अस्पृश्य, मुसलमान, ख्रिश्चन, ब्राह्मणेतर अशा सर्व समाजातील सुमारे दहा हजार लोक उपस्थित होते. अस्पृश्य, आदिद्रविड, आदिआंध्र, केरळीय अस्पृश्य समाज, कामगार संघ यांनी एकमताने त्यांना मानपत्र अर्पण केले. स्वतंत्र मतदार संघाच्या मागणीवरून संयुक्त मतदार संघ व राखीव जागा याकडे राजा कसे घसरले हे त्यांनी सभेला स्पष्ट करून सांगितले. राजा यांनी कोणत्याही तऱ्हेचा करार कामटी येथे अखिल भारतीय दलित कॉंग्रेसचे अधिवेशन भरण्यापूर्वी करायला नको होता असे ते म्हणाले. अस्पृश्य समाजाने राजकीय सत्ता काबीज करण्यासाठी झटावे. गोड भुलावणीला बळी पडू नये. ज्यांना त्यांची दुःखे कळतात त्यांचेच म्हणणे सदा ऐकावे. अस्पृश्यांचे लांच्छन धुऊन टाकावे. अस्पृश्यांची स्थिती सुधारण्यासाठी महान प्रयत्न करणारे गौतमबुद्ध व रामानुज ह्यांसारख्या थोर पुरुषांची हिंदू समाजाने कशी वासलात लावली याचे स्मरण त्यांनी ठेवावे, असे भाषणांच्या शेवटी आंबेडकरांनी सांगितले.

राजा-मुंजे कराराची माहिती कळताच बंगाल-आसामच्या अस्पृश्य नेत्यांनी त्या कराराचा धिक्कार केला आणि आंबेडकरांच्या मागणीला पाठिंबा दिला. विधिमंडळाचे सदस्य आणि बंगाल नामशूद्र असोसिएशनचे अध्यक्ष एम्. बी. मलिक, अध्यक्ष संयुक्त प्रांत आदी हिंदू असोसिएशन, अध्यक्ष आसाम डिप्रेस्ड क्लास असोसिएशन, आदिधर्ममंडळ पंजाब, डिप्रेस्ड क्लास एड सोसायटी दिल्ली या सर्वांनी राजा-मुंजे कराराला विरोध दर्शविला आणि आंबेडकरांच्या मागणीला पाठिंबा दिला. आंबेडकरांसारखा खंबीर, धीरोदात्त आणि सर्व प्रकारे लायक प्रतिनिधी लाभला अशी अभिमानाची उत्कट भावना सर्वांनी प्रकट केली. सावरकरप्रणीत रत्नागिरी हिंदू सभेने अस्पृश्य समाजाचे हक्क संपादण्याचे महान कार्य केल्याविषयी आंबेडकरांचे अभिनंदन केले. आंबेडकरांच्या धैर्यशाली कामगिरीविषयीही गुणग्राहकता सावरकरांनीच दाखविली होती, हे उघडच आहे.

नाशिक सत्याग्रहाचे परिणाम दूरवर होत होते. याच सुमारास मुंबई सरकारने सिमिंग्टन आणि झकेरिया मणियार यांची एक समिती नाशिक जिल्ह्यातील अस्पृश्य वर्गाच्या स्थितीची चौकशी करण्यासाठी नेमली. त्या वृत्तान्तात त्यांनी असे म्हटले की, 'जिल्हा बोर्डाच्या सुमारे अकराशे विहिरींवर अस्पृश्यांना पाणी भरण्यास मोकळीक नव्हती.' एप्रिलमध्ये मंदिरप्रवेश सत्याग्रहाचे नेते भाऊराव गायकवाड आणि रणखांबे यांना अटक झाली. ती वार्ता आंबेडकरांना १४ एप्रिल रोजी कळविण्यात आली. आपल्या कार्यवाहाला लिहिलेल्या पत्रात आंबेडकर म्हणाले, 'मी कामाच्या व्यापामुळे अगदी वैतागून गेलो आहे. काळ अनुकूल आहे.' मताधिकार विचार समितीचे सभासद सर सी. वाय. चिंतामणी, बखले आणि तांबे ह्या हिंदू सभासदांचा अस्पृश्यांच्या स्वतंत्र मतदार संघाच्या मागणीला विरोध होता. यामुळे ते सभासद आणि आंबेडकर ह्यांच्यात बोलणे-चालणेसुद्धा होत नव्हते. 'अशा दगदगीमुळे मी अगदी गळल्यासारखा झालो आहे. एकाच माणसास एकाच वेळी इतकी कामे करणे अशक्य आहे. मंदिरप्रवेशाच्या प्रश्नापेक्षा राजकीय हक्कांचा प्रश्न फार महत्त्वाचा आहे. त्या कामासाठी आपण कायावाचामनेकरून झटतो आहोत. ते कार्य अर्धवट टाकणे हिताचे वा शहाणपणाचे होणार नाही.' असे त्यांनी उत्तर लिहिले.

'जातीय प्रश्नावर निवाडा देण्यापूर्वी ब्रिटिश पंतप्रधानांना आपण जाऊन भेटणे आवश्यक आहे. त्या प्रवासासाठी काही द्रव्य गोळा करणे शक्य असल्यास कारण न दाखविता गोळा करावे,' अशी विनंती त्यांनी एका पत्राद्वारे शिवतरकरांना केली. लंडनमध्ये असलेल्या आगाखानांना त्यांनी वरील बाबतीत सल्ला विचारला आणि निवाडा बाहेर पडण्याचा दिवस कोणता आहे याविषयी

काही अंदाज असला तर कळवा असे लिहिले. लोथियन समितीवरील हिंदू सदस्यांविषयी त्यांनी पत्रातून वाईट मत प्रदर्शित केले. आपल्या समाजात अंतर्भूत असलेल्या अस्पृश्य समाजाला त्या सभासदांनी पायाखाली तुडविण्याएवढी स्वार्थी अन् आक्रमक वृत्ती दाखवली व बाहेरील समाजाच्या पायावर लोटांगण घालण्याएवढा भेकडपणा दाखवावा, याविषयी त्यांनी खेद प्रदर्शित केला. हिंदू समाजाबद्दल माझा एकंदरीत तिटकारा वाढत चालला आहे आणि त्यामुळे हिंदू समाजापासून सावध राहिले पाहिजे, असेही त्या पत्रात ते म्हणाले. या सुमारास संग्रहणीच्या विकाराने ते हैराण होऊन गेले होते.

नैराश्याचे व वैतागाचे असे ते काळेकुट्ट सावट आंबेडकरांच्या मनावर पडले असता, मधूनमधून त्यांना आशेची किरणेही दिसत. त्याच महिन्यात 'बंगाल नामशूद्र असोसिएशन' या संस्थेने कलकत्त्यातील अल्बर्ट हॉलमध्ये डॉ. कालिचरण मंडल यांच्या अध्यक्षतेखाली एक परिषद भरवून आंबेडकरांच्या मागण्यांना पाठिंबा दिला. परिषदेने आंबेडकरांवर अन्याय्य टीका करणाऱ्या सर्व वर्तमानपत्रांचा निषेध केला. मतदार संघाच्या बाबतीतले काँग्रेसचे धोरण अव्यवहार्य व सहानुभूतीशून्य आहे, असे मत तिने प्रकट केले.

लोथियन समितीचे कामकाज १ मे १९३२ रोजी संपले. लोथियनसाहेबांना आंबेडकरांशी काही महत्त्वाचे बोलावयाचे होते. म्हणून आंबेडकर एकदोन दिवस सिमल्यास अधिक राहिले. हिंदू सदस्यांशी मतभेद झाल्यामुळे आंबेडकरांनी लोथियन समितीला आपले स्वतंत्र निवेदन सादर केले. शेवटी त्या समितीचा अहवाल बाहेर पडला. अजूनपर्यंत 'इंडियन लेजिस्लेटिव्ह कमिटी'चा १९१६ चा निर्णय, सर हेन्री शार्प (हे भारताचे शिक्षण आयुक्त (Commissioner) असताना) साऊथबरो मताधिकार-विचार समिती, या सर्वांनी अस्पृश्यांचा गुन्हेगार जमाती, वन्यजाती, आदिवासी यांच्यात समावेश केला होता. परंतु लोथियन समितीने डिप्रेस्ड क्लास म्हणजे अस्पृश्य वर्ग हा अर्थ केला. हा आंबेडकरांचा विजय होता. अस्पृश्यता ही एक मानीव रूढी आहे. कारण शब्दश: बोलायचे तर अस्पृश्यता नाहीशी झाली असेल, परंतु व्यवहारात ती भावना आहे की नाही हे पाहणे ही अस्पृश्यता ठरविण्याची कसोटी आहे, असे आंबेडकरांनी आग्रहपूर्वक आपल्या भिन्न मतपत्रिकेत मागे म्हटले होते.

४ मे ह्या दिवशी आंबेडकर मुंबईस परत आले. ६ मे ह्या दिवशी ते कामटी येथील अखिल भारतीय डि. क्ला. परिषदेला जाण्यासाठी निघाले. आंबेडकरांच्या

सोयीसाठी हा दिवस मुक्रर केला होता. कसारा ते नागपूर मार्गावर त्यांचा सत्कार झाला. सकाळी नऊ वाजता गाडी स्थानकात आली. 'आंबेडकर अमर होवोत' या घोषणेने त्यांचे ५,००० स्त्री-पुरुषांनी थाटात स्वागत केले. साखरे यांनी स्थानकावर त्यांचे नि इतर नेत्यांचे स्वागत केले. राजा-मुंजे कराराला सहानुभूती बाळगणाऱ्या काही मूठभर तरुणांनी आंबेडकरांना काळी निशाणे दाखविण्याचा प्रयत्न केला. परंतु तो अयशस्वी ठरला. निदर्शकांना स्थानकावरून हुसकून लावण्यात आले. शांतता आणि सुव्यवस्था राखण्यासाठी पोलीस अधिकारी आणि दंडाधिकारी उपस्थित होते.

परिषदेचा मंडप १५,००० लोकांना पुरेल एवढा मोठा होता. व्यासपीठ भव्य होते. भारतातील प्रत्येक प्रांतातून अस्पृश्य समाजाचे प्रतिनिधी अधिवेशनासाठी आले होते. त्या अधिवेशनाच्या निर्णयाचा परिणाम त्यांच्या भवितव्यावर होणार असल्यामुळे परिषदेचे वातावरण तापले होते. प्रतिनिधींची उत्कंठा वाढलेली होती. दारिद्र्य मी म्हणत असतानासुद्धा एवढ्या प्रचंड लोकसंख्येने प्रतिनिधींनी उपस्थित व्हावे ही नवलाची गोष्ट होती. राजा-मुंजे कराराला पाठिंबा असणाऱ्या लोकांचा परिषदेसाठी जाण्या-येण्याचा गाडीभाड्याचा खर्च काँग्रेस पक्ष आणि हिंदुमहासभा ह्या संस्थांच्या नेत्यांनी केला होता अशी बोलवा होती. परंतु त्यामुळे त्या अस्पृश्य प्रतिनिधींच्या मनात विश्वास निर्माण झाला होता असे नाही. दुसरी महत्त्वाची गोष्ट म्हणजे राजा-मुंजे कराराला पाठिंबा देणाऱ्यांचा कामटी हा अड्डा होता. 'ऑल इंडिया डि. क्ला. असोसिएशन'चे पुढारी म. अ. गवई यांना 'संयुक्त मतदारपद्धती व राखीव जागा यांचा जर तुम्ही नाद सोडला नाही तर तुम्हां-आम्हांमध्ये भाऊबंदकीचा प्रसंग उद्भवेल,' अशी धमकी आंबेडकरांनी दिली. ह्या धमकीविरुद्ध लॉर्ड लोथियनकडे गवई ह्यांनी तक्रार केली होती.

७ मे १९३२ रोजी सायंकाळी अधिवेशनाला सुरुवात झाली. राजा-मुंजे कराराला विरोध करणारे आणि स्वतंत्र मतदार संघाला पाठिंबा देणारे सुमारे दोनशे संदेश आले होते. बौद्ध महासभेच्या कार्यवाहांनी अस्पृश्य वर्गाने बौद्ध धर्माची दीक्षा घ्यावी असा संदेश पाठविला होता. परिषदेच्या कार्यास सुरुवात होणार इतक्यात पां. न. राजभोज प्रश्न विचारावयास उभे राहिले. सभेत गलबला सुरू झाला. राजभोज यांना बाहेर काढण्यात आले. 'स्वतंत्र मतदार संघ स्वीकारून आम्ही तरू किंवा मरू' असा अभिप्राय स्वागताध्यक्ष हरदास यांनी दिला. परिषदेचे अध्यक्ष मुनी स्वामी पिले म्हणाले, 'अस्पृश्य वर्गातील आणखी दोन प्रतिनिधींना गोलमेज परिषदेच्या कामासाठी घ्यावे.'

दुसऱ्या दिवशी राजभोज यांनी गडबड करताच त्यांना नगर दंडाधिकाऱ्याने बाहेर काढले. राजभोज यांना दुखापत झाल्यामुळे इस्पितळात नेण्यात आले. अस्पृश्यांच्या कमीत कमी मागण्यांचा निर्देश अल्पसंख्याकांच्या करारामध्ये केलेला आहे, त्या मागण्यांचा विचार व्हावा. राजा-मुंजे करार हा अस्पृश्यांच्या हिताला विघातक आहे, असे जाहीर करण्यात आले. गोलमेज परिषदेतील आंबेडकर व श्रीनिवास यांच्या उत्कृष्ट कामगिरीविषयी त्यांची प्रशंसा करण्यात आली. आंबेडकरांच्या पाठीमागे अस्पृश्य समाज आहे, अशा घोषणांनी परिषद समाप्त झाली.

कामटी काँग्रेसनंतर आंबेडकरांनी सोलापूर नि निपाणी या ठिकाणी भरलेल्या जाहीर सभांतून स्वतंत्र मतदार संघाविषयी आपले म्हणणे स्पष्ट केले. २१ मे या दिवशी सायंकाळी पुण्यात मोठी मिरवणूक काढण्यात आली. आंबेडकरांच्या मोटारीपुढे अग्रभागी ओम् चिन्हांकित भगवा ध्वज डौलाने फडकत होता. अहिल्याश्रमात नामदार लठ्ठ्यांच्या अध्यक्षतेखाली आंबेडकरांना मानपत्र देण्यात आले. त्यात आंबेडकर हे भारतातील पददलितांचे अनभिषिक्त राजे होत, असा गौरव करण्यात आला. अध्यक्षपदावरून भाषण करताना अण्णासाहेब लठ्ठे म्हणाले, 'आंबेडकरांसारख्या थोर देशभक्ताला देशद्रोही म्हणून तथाकथित राष्ट्रीय वृत्तपत्रांनी संबोधणे ही अत्यंत निंद्य गोष्ट आहे. आंबेडकर हे क्रांतिकारकांच्या गटातील पुढारी आहेत की काय, अशी आपल्याकडे एका ब्रिटिश मुत्सद्याने एकदा चौकशी केली होती. आंबेडकर हे देशाभिमानी व देशहितचिंतक पुढारी आहेत. आपल्या धंद्यात लक्ष घालण्याविषयी मी त्यांना अनेक वेळा सल्ला दिला. परंतु 'माझ्या दलित समाजाचा उत्कर्ष म्हणजे माझ्या धंद्याचा उत्कर्ष' असे ते म्हणतात. अस्पृश्य वर्गाचे काम हे अत्यंत मोठे देशकार्य असून त्यांच्या उद्धारासाठी झटणे म्हणजे हिंदी राष्ट्राची नि जगाची सेवा करणे होय.'[१] लठ्ठ्यांनी आंबेडकरांना कोल्हापूरच्या राजाराम महाविद्यालयाचे प्राचार्यपदही देऊ केले होते असे म्हणतात. उत्तरादाखल केलेल्या भाषणात आंबेडकर म्हणाले, 'आज हिंदुस्थान देशामध्ये देशद्रोही, राष्ट्रद्रोही, हिंदू धर्मविध्वंसक व हिंदूहिंदूंत दुफळी पाडणारा आणि देशाचा अत्यंत मोठा शत्रू, असे जर कोणास म्हणण्यात येत असेल तर ते मलाच. परंतु सध्याच्या वादविवादाचा धुरळा जेव्हा काही दिवसांनी खाली बसेल अन् गोलमेज परिषदेतील कार्याची जेव्हा भावी इतिहासकार निर्विकार बुद्धीने छाननी करतील तेव्हा हिंदूंच्या भावी पिढ्या मी केलेल्या राष्ट्रसेवेबद्दल धन्योद्गार काढल्याशिवाय राहणार नाहीत.

---

१. जनता, २५ जून १९३२.

'मला एका गोष्टीचे समाधान वाटते. ती म्हणजे माझ्या दलित बंधूंची माझ्या कार्यावर असलेली अढळ श्रद्धा. माझ्या ध्येयावर त्यांची अपार भक्ती आहे, हीच गोष्ट मी अत्यंत मोठी समजतो. जर माझ्या कार्याची माझ्या विरोधकांना महती कळली नाही तर त्यांच्या निंदेची मी पर्वा करणार नाही. ज्या समाजात माझा जन्म झाला आहे व ज्यांच्यात मी वावरत आहे त्यांच्यातच मी मरणार आहे. हिंदूंची अंत:करणे दगडाविटांच्या भिंतीप्रमाणे निर्जीव आहेत. भिंतीवर डोके आपटून कपाळमोक्ष केला तर शेवटी रक्तस्राव होतो. हिंदू लोकांच्या अंत:करणाची कठोरता नाहीशी होणार नाही. मी माझे मतपरिवर्तन केले आहे.'

आंबेडकर २६ मे रोजी इंग्लंडला जायला निघाले. आपल्या प्रयाणाविषयी कोणालाही सुगावा लागू नये इतकी गुप्तता राखण्यासाठी शिवतरकरादी सहकाऱ्यांना त्यांनी आज्ञा केली होती. तरी 'मुंबई क्रॉनिकल' पत्राने ती बातमी कुणाकडून तरी काढली आणि आंबेडकरांच्या विलायतेच्या भेटीवर प्रकाश पाडला. एन. सी. राजा यांच्या धोरणातील फरकामुळे आंबेडकरांची चांगलीच तारांबळ उडाली होती. लोथियन समितीचा अभिप्रायही त्यांना फारसा अनुकूल नव्हता. क्वचित येणारी ही संधी आपण साधण्याची पराकाष्ठा केली पाहिजे आणि आपल्या लंडनमधील वास्तव्यामुळे आपल्या मागण्यांना बोज येऊन दलितांचे काहीतरी अधिक हित साधता येईल असा त्यांच्या मनात विचार घोळत होता. आगबोटीवरून लिहिलेल्या पत्रात आपल्या नवीन ग्रंथांच्या पेट्या दुसरीकडे नेण्याविषयी त्यांनी सूचना केली. काँग्रेसमधील अविचारी हिंदू सूडाच्या भावनेने आपला छापखाना व नवीन विकत घेतलेली पुस्तके जाळतील अशी त्यांना धास्ती वाटत राहिली होती.

जूनमध्ये ते लंडनला पोहोचले. एका आठवड्यात सर्व छोट्याबड्या, अधिकाऱ्यांना ते भेटले. तेथे त्यांनी एक सविस्तर निवेदन सादर केले. आपल्या मागण्यांची तरफदारी करण्याची त्यांनी शिकस्त केली. ब्रिटिश राज्यकर्त्यांचे आत काय घाटत आहे ह्याचा त्यांना थांगपत्ता लागत नव्हता. मात्र मुंबई, मद्रास व मध्यप्रांत या प्रांतांतील अस्पृश्य लोकांना स्वतंत्र मतदार संघ मिळतील अशी अफवा होती. १४ जूनपर्यंत काम संपले. सहानुभूती दाखविणाऱ्या काही राजकारणी पुरुषांच्या सल्ल्यावरून त्यांनी अधिक थोडे दिवस राहण्याचा विचार केला. मात्र लंडनमध्ये न राहता जर्मनीत ड्रेसडेन येथे डॉ. मोलर यांच्या आरोग्यधामामध्ये विश्रांती घ्यावी नि जरूर पडल्यास तेथून लंडनला परत जावे असे त्यांनी ठरविले. त्यांची प्रकृती ठीक नव्हती. विश्रांतीची तर जरुरी होती. पैशाची अडचण होती. म्हणून पैसा हाती आल्यास पाठवा अशी शिवतरकरांना त्यांनी

विनंती केली. त्या वेळी पैशाची त्यांना फारच निकड होती. कोल्हापूरचे त्यांचे परमस्नेही दत्तोबा पवार यांनाही खटल्याचे काम असले तर थांबवून ठेवा असे त्यांनी लंडनहून कळविले होते.

डॉ. मुंजे आणि राजा लंडनला येणार अशी वार्ता पसरली होती. आपल्याला कोंडीत अडकविणाऱ्या राजाचा त्यांना मनस्वी तिटकारा आला होता. राजा मुंबईहून निघणार असेल तर त्याची काळ्या निशाणाने बोळवण करा. मुंबईत राजाने परिषद भरविण्याचा प्रयत्न केला असला तर आपल्या अनुयायांनी ती मोडली असेल असा भरंवसा त्यांनी व्यक्त केला. आणि घडलेही तसेच ! त्या धुमश्चक्रीत एक आंबेडकर-अनुयायी दगावला. पन्नास अनुयायी जखमी झाले. राजाची इज्जत घेण्याइतकी इभ्रत त्याच्याजवळ राहिली नाही असे आंबेडकर वरपांगी म्हणत. परंतु राजाचे सर्व प्रयत्न निष्फळ ठरवून त्याला हतबल करण्यासाठी हे अत्यंत दक्षतापूर्वक प्रयत्न करीत होते.

अशा गुंतागुंतीच्या ऐतिहासिक कार्यात गुंतले असतानाही आंबेडकर आपला पुतण्या आणि मुलगा यांच्या शिक्षणाची चिंता वाहत होते. ड्रेसडेनहून त्यांच्या अभ्यासाच्या प्रगतीविषयी ते चौकशी करीत. थोर पुरुष आपल्या ध्येयात नि कार्यात इतके गुंग होऊन गेलेले असतात की त्यांना आपल्या मुलांचे संगोपन, संवर्धन व शिक्षण ह्यांकडे लक्ष देण्यास सहसा सवड मिळत नाही. महापुरुषांचे व्यक्तिमत्त्व पर्वताच्या महान शिखरासारखे असते हे खरे. परंतु त्या महापुरुषांच्या मागच्या पुढच्या पिढ्यांत अंधाराची खोल दरी असते.

जुलैच्या मध्यावर आंबेडकरांची प्रकृती सुधारली. बर्लिनमध्ये ते आठवडाभर राहिले. हिटलरच्या तत्त्वज्ञानाने फुरफुरलेला जर्मनी त्यांनी पाहिला. आपण व्हिएन्नावरून व्हेनिसला जाऊन आगबोट पकडून मुंबईस येतो, स्वागताच्या औपचारिकपणाचे विचार सोडून द्यावे, असे त्यांनी सहकाऱ्यांना कळविले. मनुष्यस्वभाव हा असा विचित्र आहे. त्याला जे मिळत नाही त्याचाच तो हव्यास धरतो. आंबेडकर विद्यार्थी म्हणून परदेशी गेले तेव्हा त्यांच्या येण्याजाण्याची कोणीही दखल घेतली नव्हती. परंतु गोलमेज परिषदांसाठी जाऊ लागल्यापासून त्यांच्या प्रयाणाच्या व आगमनाच्या वेळा म्हणजे स्वागत समारंभाचे आणि निरोप देण्याचे सुखसोहळेच !

आंबेडकर १७ ऑगस्ट रोजी मुंबईस परतले. तीन दिवसांपूर्वीच ब्रिटिश पंतप्रधानांनी अल्पसंख्याकांच्या प्रश्नावर आपला निवाडा जाहीर केला होता. या

निवाड्याप्रमाणे अस्पृश्य वर्गास राखीव जागा देऊन त्यांना आपले प्रतिनिधी निवडण्याचाही हक्क दिला होता. शिवाय त्यांना स्पृश्य हिंदूंच्या प्रतिनिधींच्या निवडणुकीतही मतदान करण्याचा अधिकार दिला होता. असे दुहेरी मतदानाचे हक्क त्यांना दिले होते.

मुंबईस आल्यावर दुसऱ्या दिवशी आंबेडकरांनी सर सॅम्युअल होअर यांना निवाड्यांतील नवव्या छेदकाविषयी स्पष्टीकरण करण्याविषयी एक तातडीचे पत्र पाठविले. त्यात ते म्हणाले की, 'आपल्या पत्राचे उत्तर येईपर्यंत मी अस्पृश्य समाजाच्या त्वेषाची वावटळ स्वत:च्या डोक्यावर फुटू न देण्याचा प्रयत्न करीत आहे. तिचा सार्वजनिक रीत्या स्फोट होऊ नये असा प्रयत्न करीत आहे. अस्पृश्यांच्या वाट्यास न्यायाने जितक्या जागा मिळावयास पाहिजे होत्या तितक्या मिळाल्या नाहीत. म्हणून हा निर्णय अस्पृश्य समाजाच्या दृष्टीने पाहता अपुरा, असमाधानकारक व अन्याय्य आहे. पंजाबातील अस्पृश्य वर्गास राखीव जागा नाकारण्यात पक्षपातीपणाचा कळस झाला आहे.'

जातीय निवाड्याने भारतातील दुहीला चिरस्थायी स्वरूप दिले. त्यामुळे भारताचे भावनात्मक तुकडे झाले. निवाड्यानुसार मुसलमान, शीख, युरोपियन, ख्रिश्चन यांना स्वतंत्र मतदार संघ देण्यात आले. निवाडा प्रसिद्ध झाल्यावर 'मुंबई क्रॉनिकल'ने त्याचे अगदी यथार्थ वर्णन केले. ते पत्र म्हणाले, 'निवाड्याचा मुख्य डाव राष्ट्रीय बहुसंख्याक अशा हिंदू समाजास अल्पसंख्याक करणे हाच आहे.'[१] त्यामुळे निवाड्याचा धिक्कार सर्वत्रच झाला.

जातीय निवाड्यामुळे भारतीय राजकारण उग्र स्वरूप धारण करीत होते. राजकारणात आणीबाणीचा प्रसंग उद्‌भवणार असा रंग दिसू लागला. विलायतेहून आल्याबरोबर गांधीजींना ४ जानेवारीला सरकारने येरवडा येथे तुरुंगात ठेवले. स्पृश्य हिंदूंपासून अस्पृश्यांना अलग करू नये असा त्यांचा आग्रह होता. तशी त्यांनी प्रतिज्ञाही केली होती. अस्पृश्यांना स्वतंत्र मतदार संघ दिले तर आपण प्राण पणास लावून त्या गोष्टीचा प्रतिकार करू, अशी त्यांनी ब्रिटिश मंत्रिमंडळाला तंबी दिली होती. आणि अस्पृश्यांना स्वतंत्र मतदार संघ दिले असे जाहीर होताच ही स्वतंत्र मतदार संघाची योजना ब्रिटिश सरकारने रद्द केली नाही तर मी मीठ किंवा सोडा घातलेले नुसते पाणी पिऊन प्राणांतिक उपोषण करीन, अशी त्यांनी येरवडा बंदीगृहातून घोषणा केली ! ख्रिश्चन, मुसलमान, शीख यांना स्वतंत्र मतदार संघ देण्यास गांधीजींचा तत्त्वत: विरोध दिसला नाही.

---

१. The Bombay Chronicle, 18 August 1932.

अस्पृश्यांना हा गांधीजींचा पवित्रा अन्यायी, जुलमी वाटावा यात नवल नाही. दुसरा महत्त्वाचा मुद्दा असा की, ब्रिटिश पंतप्रधानांना अल्पसंख्याकांच्या प्रश्नासंबंधी निवाडा देण्याविषयी अल्पसंख्याक समितीच्या सदस्यांनी ब्रिटिश पंतप्रधानांना जे विनंतीपत्रक सादर केले होते त्यावर गांधीजींनी स्वाक्षरी केली होती. नैतिक दृष्ट्या तो निवाडा त्यांना बंधनकारक होता. परंतु राजकीय दृष्ट्या पराभूत झालेल्या गांधीजींनी जगाचे लक्ष भारतावर वेधावे म्हणून आणि विशेषत: स्वतंत्र मतदार संघ मिळविण्याचे आंबेडकरांचे प्रयत्न निष्फळ ठरावेत म्हणून ह्या आमरण उपोषणाची कास धरली. गांधीजींच्या चरित्राचे खरे मर्म म्हणजे त्यांचा कर्मयोग. त्यांचा कृतिशूरपणा. उच्च ध्येयाने प्रेरित होऊन अखंडपणे कार्य करीत राहिल्यामुळे त्यांना ती प्रचंड शक्ती प्राप्त झाली होती. तुरुंगात असतानासुद्धा भारताच्या भवितव्याशी निगडीत असणाऱ्या त्या निवाड्याकडे पाहत ते स्वस्थ बसले नव्हते. गांधीजींमधील राजकारणपटूने भारतीय राष्ट्रवाद नि देशाभिमान यांच्या नावाने हिंदूंनी एकी करून एकसंघ व्हावे असे आवाहन केले. आणि वरवर पाहता तो खरोखरच अमोल उपदेश होता.

गांधीजींच्या निर्धारामुळे देशात मोठी खळबळ उडावी, हे क्रमप्राप्तच होते. गांधीजी नि सरकार यांना प्रकट विनंती करण्यात आली. राजेंद्रप्रसादांसारखे नेते म्हणाले की, हिंदू धर्माची कसोटीची वेळ आली आहे. हिंदू समाजात जिकडे तिकडे हाहाकार उडाला. अनेकांना मानसिक ताण जाणवत होता. परंतु ही गोष्ट सत्य होती की, स्पृश्य हिंदूंना अस्पृश्य समाजाच्या बाबतीतल्या आपल्या निर्दय वर्तनाची लाज वाटत होती म्हणून हिंदू समाजात तो हाहाकार उडाला नव्हता, तर त्यांच्या राजकीय नि देवतातुल्य नेत्याचे, त्यांच्या राजकीय दास्यविमोचकाचे जीवित धोक्यात आले होते. म्हणूनच संकटकाळी घाबरून व्याकूळ होणाऱ्या हिंदूंच्या ह्या परंपरागत अवसानघातकी वृत्तीने पुन्हा एकदा उचल खाल्ली आणि ते सैरावैरा धावू लागले.

हा प्रश्न सोडविण्याच्या दृष्टीने आणि गांधीजींचा प्राण वाचविण्यासाठी आपण मुंबईस १९ सप्टेंबर रोजी एक परिषद भरविणार आहोत असे सिमल्याहून पंडित मदन मोहन मालवीय यांनी एक पत्रक प्रसिद्ध केले. याविषयी डॉ. आंबेडकरांनाही त्यांनी तारेने कळविले. गांधीजींचा जीव वाचविणे म्हणजे ब्रिटिशांनी आपला निर्णय बदलणे आणि त्यात बदल करावयाचा तर ज्या आंबेडकरांनी त्या सवलती महत् प्रयासाने मिळविल्या होत्या, त्या आंबेडकरांची संमती मिळविणे. या प्रकरणात महत्त्वाची व्यक्ती म्हणून आंबेडकरांकडे सर्व भारताचे लक्ष वेधणे अपरिहार्यच होते. नियतीच्या विचित्र लीला अशा की जी

वृत्तपत्रे आंबेडकर हे अस्पृश्याचे नेते आहेत असे मानीत नव्हती, त्याच वृत्तपत्रांना आंबेडकर हे अस्पृश्यांचे प्रतिनिधी, नेते आणि प्रवक्ते आहेत असे मान्य करण्यावाचून आता गत्यंतरच नव्हते. सर्व भारताचे डोळे आता आंबेडकरांकडे आकर्षिले गेले !

गांधीजींच्या प्राणांतिक उपोषणामुळे कोणता संकटप्रसंग आपणावर उद्‌भवला आहे व त्याचे महत्त्व काय आहे नि परिणाम काय होतील याची पूर्ण जाणीव आंबेडकरांना होती. गांधीजींनी स्वत:चा जीव धोक्यात टाकून निष्कारण अस्पृश्य समाजावर पाशुपत अस्त्र सोडले. त्या अस्त्राचा प्रतिकार करण्याची आंबेडकर सिद्धता करीत होते. तेसुद्धा राजकीय क्षेत्रातील एक अनुभवी राजकारणपटू होते. पुणे येथे राज्यपालांची भेट घेऊन ह्यासंबंधी त्यांची काय भूमिका आहे हे त्यांनी प्रथम चाचपून पाहिले. लागलीच मुंबई परिषदेच्या पूर्वी त्यांनी एक निवेदन करून आपले म्हणणे मांडले. 'माझ्यापुरते बोलायचे तर मी कुठचीही गोष्ट मान्य करण्यास राजी आहे. मात्र माझ्या अस्पृश्य वर्गाचे हक्क कमी करण्यास मी मान्यता देणार नाही. मुद्याची निश्चित कल्पना असल्याविना परिषद भरविण्यात काही उपयोग नाही.'

अहमदाबादमधील एका शिष्टमंडळाला आंबेडकरांनी आपली ही भूमिका स्पष्टपणे सांगितली. लाखोपती शेट वालचंद यांच्याजवळही तसाच खुलासा केला. त्यांना ते म्हणाले की, 'गांधीजींनी आपली योजना ब्रिटिश मंत्रिमंडळापुढे विचारार्थ ठेवून त्यासंबंधी त्यांच्याशी चर्चा केली पाहिजे होती. परंतु ते तसे करीत नसल्यामुळे गांधीजीच स्वत: या प्रकरणी दोषी आहेत.' निरनिराळे पुढारी, स्नेही, पाहुणे यांची आंबेडकरांच्या घरी रीघ लागली. स्टार्ट समितीवरील त्यांचे सहकारी ठक्करबाप्पा हे त्यांपैकी एक होत. त्यांना गांधीजींच्या भूमिकेविषयी आंबेडकरांशी चर्चा करावयाची होती. आंबेडकरांना वेळ हा धनासारखा मौल्यवान वाटे. आणि त्यातही ते एका फौजदारी खटल्याच्या कामात गढलेले होते. आपले काम किती वेळात संपेल असे त्यांनी ठक्करांना विचारताच ते म्हणाले की एक तास तरी लागेल. आंबेडकर म्हणाले, 'मी फक्त पाच मिनिटे सवड काढू शकेन.' ठक्करबाप्पा अधिक वेळ देण्याविषयी विनंती करू लागले. मुलाखतीला बीजगणितातील संक्षेपाप्रमाणे संक्षेप मिळाला. आंबेडकर घरात गेले. या तऱ्हेचा अतिसंक्षिप्त आणि निर्भीड व्यवहार एखाद्या राजकीय पुढाऱ्याच्या कीर्तीला आणि कार्याला पोषक न ठरता बहुधा हानिकारकच ठरला असता. आंबेडकरांच्या विरुद्ध प्रचाराची एक मोहीम बेफामपणे सुरू करण्यात आली. सैतान, देशद्रोही, ब्रिटिशांचा हस्तक अशा शेलक्या शिव्यांनी त्यांची पुन्हा संभावना होऊ लागली.

'बॉंबे क्रॉनिकल'मध्ये बी. जी. हॉर्निमन यांनी एक अत्यंत प्रक्षोभक लेख लिहिला. त्यात ते जळफळत म्हणाले, 'आंबेडकरांनी जणू काय आपल्या मुठीत सर्व अस्पृश्य वर्ग आहे, असे मानून चालू नये. आपल्या देशबांधवांशी गाठ आहे हे त्यांनी लक्षात ठेवावे. देशाला वाकविण्याची आपल्यात शक्ती आहे असे मानून आपल्या पराकोटीच्या तुसडेपणाला चिकटून राहू नये हे बरे.' भारताच्या ह्या दत्तकपुत्राने आंबेडकरांना आणखी असा गंभीर इशारा दिला की, जर असल्या संकटप्रसंगी आंबेडकरांनी आपला अहंकार आणि तुसडेपणा बाजूला सारला नाही, तर त्या एकलकोंडेपणातच त्यांना दिवस कंठावे लागतील, हे त्यांनी ध्यानात ठेवावे.

तथापि, आंबेडकरांची शांतवृत्ती ढळली नाही. परिषदेपूर्वी त्यांनी आपले दुसरे एक निवेदन प्रसिद्ध केले. त्यात ते म्हणाले की, अस्पृश्य वर्गाचा प्रश्न विशेष महत्त्वाचा वाटत नाही असे गांधीजींनी गोलमेज परिषदेत म्हटले होते. घटना तयार झाली म्हणजे घटनेला अस्पृश्यांच्या संबंधी एक परिशिष्ट जोडू म्हणजे झाले असे त्यांना वाटे. गांधीजींनी गोलमेज परिषदेत ज्या स्वातंत्र्याच्या मागणीचा जयघोष केला, त्या स्वातंत्र्याच्या मागणीसाठी असला निर्वाणीचा उपाय योजला असता तर ते न्यायास धरून झाले असते. जातीय निवाड्यातील अस्पृश्यांना दिलेले स्वतंत्र प्रतिनिधित्व केवळ गांधीजींनी आपल्या बलिदानाचे कारण मानावे ही मोठी दु:खदायक आणि आश्चर्यकारक गोष्ट आहे. स्वतंत्र मतदार संघ केवळ अस्पृश्य वर्गासच दिले असे नाही. युरोपियन, हिंदी, ख्रिश्चन, अँग्लो इंडियन, मुसलमान, शीख यांनाही दिले आहेत. स्वतंत्र मतदार संघ मुसलमान नि शीख यांना दिल्यामुळे जर देशाचे तुकडे होत नसतील, तर अस्पृश्य वर्गाला स्वतंत्र मतदार संघ दिल्यामुळे हिंदुस्थान दुभंगला जाईल, असे म्हणणे रास्त होणार नाही. आपल्या निवेदनाच्या शेवटी ते काहीशा कडक शब्दांत म्हणाले, 'महात्मा हे काही अमरत्वाचा ताम्रपट घेऊन आलेले नाहीत. तीच गोष्ट काँग्रेस या संस्थेची. ती दुष्टबुद्धीची नाही असे गृहीत धरले तरी ती काही अमर नाही. ज्यांचे ध्येय अस्पृश्यता नष्ट करणे व अस्पृश्यांचा सामाजिक दर्जा वाढवून त्यांचा हिंदू समाजात अंतर्भाव करून घेणे हे होते, असे अनेक महात्मे या देशात होऊन गेले. परंतु त्यांपैकी प्रत्येकजण त्या बाबतीत अयशस्वी झाला. महात्मे आले नि गेले. अस्पृश्य समाज मात्र होता तसाच राहिला आहे.'

ब्रिटिश आणि मुसलमान यांखेरीज इतर समाजांशी वा संस्थांशी वागताना साधुशील नि शिष्टाचारसंपन्न गांधीजी आपला व्यवहारी दृष्टिकोन आणि मुत्सद्दीपणा किंवा विचारसरणी यांचा पुरेपूर उपयोग करीत. या कलेत त्यांचा हातखंडा होता. स्वातंत्र्याच्या मागणीसाठी किंवा मुसलमानांना मिळालेला स्वतंत्र

मतदार संघ रद्द करण्यासाठी आपण असे प्राणांतिक उपोषण आरंभिले असते तर त्याचा शेवट कसा झाला असता याची गांधीजींना पूर्ण कल्पना होती. अस्पृश्यतेचे उच्चाटन त्वरित करण्यासाठी त्यांनी प्राणांतिक उपोषण केले असते तरीही परिणाम तोच झाला असता. आंबेडकरांनी गांधीजींचे हे इंगित ओळखूनच त्यांच्यावर प्रखर हल्ले चढविले होते. गांधीजींच्या ह्या उपोषणाच्या घोषणेमुळे अस्पृश्यांच्या दु:स्थितीकडे लोकांचे अधिक लक्ष जाऊ लागले. ह्या घोषणेमुळे अस्पृश्यांच्या हृदयात जो क्रोधाचा भडका उडाला होता त्याकडे त्यांचे लक्ष खेचले गेले. स्पृश्य हिंदू, वृत्तपत्रे आणि देशभक्त यांना आपल्या समाजावरील कलंकाची तीव्रतर जाणीव होऊ लागली. राजकीय संस्था, सामाजिक संस्था, धार्मिक संस्था, राजकीय वर्तुळे यांतून एकाच मनुष्याचे नाव गर्जत होते. ते म्हणजे आंबेडकरांचे. अर्थात त्यांच्यावर पत्रांचा, तारांचा, निरोपांचा वर्षाव होऊ लागला. कोणी सहानुभूती दाखवी, कोणी धमकी देई, तर कोणी गांधीजींशी तडजोड करण्याविषयी विनंती करीत.

नियोजित परिषद १९ सप्टेंबर १९३२ रोजी इंडियन मर्चंट्स चेंबर ह्या संस्थेच्या भव्य सभागृहात अगदी तप्त वातावरणात सुरू झाली. अध्यक्षपदी पंडित मदन मोहन मालवीय हे होते. अध्यक्षांच्या शेजारीच आंबेडकर आणि त्यांचे सहकारी डॉ. सोळंकी बसले होते. उपस्थित महाजनांत सर्वश्री मनू सुभेदार, सर चिमणलाल सेटलवाड, वालचंद हिराचंद, राजेंद्रप्रसाद, कमला नेहरू, सर तेजबहादूर सप्रू, छोटीराम गिडवानी, ठक्करबाप्पा, डॉ. देशमुख, डॉ. सावरकर, माधवराव अणे, के. नटराजन, पी. बाळू, पंडित कुंझरू, स्वामी सत्यानंद, एन. शिवराज इत्यादी नेते होते. डॉ. आंबेडकरांना त्यांचे काय म्हणणे आहे ते मांडावयास सांगा, अशी विनंती अध्यक्ष महाशयांस शेट वालचंद हिराचंद यांनी केली. शांत, गंभीर नि ठाम आवाजात आंबेडकर म्हणाले, 'गांधीजींनी अस्पृश्यांच्या हिताविरुद्ध प्राणांतिक उपोषण करावे ही खेदाची गोष्ट आहे. गांधीजींचे अमोलिक प्राण वाचविण्यासाठी प्रत्येक मनुष्याने आटोकाट प्रयत्न करावेत हे उचित आहे. परंतु गांधीजींनी दुसरी स्पष्ट योजना न सुचविल्यामुळे या प्रसंगातून मार्ग काढणे कठीण होऊन बसले आहे. गांधीजींकडून तुम्ही बदली योजना आणावी. म्हणजे त्यावर विचार करता येईल. परंतु एक गोष्ट अढळ आहे. केवळ गांधीजींचे प्राण वाचविण्यासाठी, माझ्या बांधवांच्या हिताच्या विरुद्ध जी योजना असेल त्या योजनेत मी भागीदार होणार नाही.'

ते निर्भय बोल ऐकून काही पुढाऱ्यांना भीतीने कापरे भरले. काहींच्या हृदयाला तर जबरदस्त हादरा बसला ! गांधीजींना येरवड्याच्या तुरुंगात भेटून आलेल्या शिष्टमंडळाचे म्हणणे काय आहे, याचा विचार करण्यासाठी दुसऱ्या दिवशी परिषद भरली. अस्पृश्यांना राखीव जागा असण्याबद्दल गांधीजींचा व्यक्तिश: विरोध नाही असे शिष्टमंडळाचे पुढारी चुनीलाल यांनी परिषदेस सांगितले. त्यावर आंबेडकरांचे म्हणणे काय आहे, असे परिषदेने विचारले. आपण दुहेरी पेचात सापडलो आहोत असे परिषदेस सांगून आंबेडकर म्हणाले, 'मी या घटनेचा खलपुरुष व्हावे, हे माझ्या नशिबी आले आहे खरे. परंतु तुम्ही लक्षात ठेवा की मी माझ्या पुण्य कर्तव्यापासून रेसभरही ढळणार नाही. आणि माझ्या अस्पृश्य वर्गाच्या न्याय्य नि सनदशीर हक्कांचा मी घात करणार नाही. मग बेहत्तर तुम्ही मला नजीकच्या दिव्याच्या खांबावर फाशी दिलेत तरी ! तुम्ही त्यापेक्षा गांधीजींना एक आठवडा उपोषण तहकूब करण्यासाठी प्रार्थना करावी. आणि नंतर ह्या प्रश्नाचे उत्तर शोधावे हे बरे.' परिषदेस हा दुसरा भयंकर धक्का बसला. आंबेडकरांची ती गंभीर मुद्रा, तेजाने तळपणारे डोळे जणू बोलत होते – 'अहो पंडित, देशभक्त, बोलघेवडे ध्येयवादी, तुम्ही आम्हांला तुमच्यापैकी समजत नाही. आमच्यावर संयुक्त मतदार संघाची सक्ती करण्याचा तुम्हांस अधिकार नाही, अथवा तुमच्या धर्माशीही आमची सांगड घालण्याचा तुम्हांस अधिकार नाही.' परिषद दुसऱ्या दिवशी दुपारी दोन वाजेपर्यंत स्थगित झाली. ताबडतोब प्रमुख नेते बिर्ला निवासमध्ये जमले. तेथे सप्रूंनी प्राथमिक नि निर्णायक अशी दोन अंगे असलेली एक निवडणुकीची पद्धत राखीव जागांसाठी तयार केली. त्या पद्धतीप्रमाणे अस्पृश्य वर्गातील मतदारांस प्रत्येक राखीव जागेसाठी कमीत कमी तीन प्रतिनिधी निवडावेत आणि त्या तिघांपैकी कोणताही एक संयुक्त मतदार संघाने निवडावा. त्यावर आंबेडकर म्हणाले, 'मी आमच्या सहकाऱ्यांचा सल्ला घेतो व दोन तासांत त्यांचा विचार घेऊन परत येतो.' अशा प्रसंगी पु. गो. काणेकरांसारख्या गाढ विद्वानाचा विश्वसनीय सल्ला ते घेत. सहकाऱ्यांचा सल्ला घेतल्यावर रात्री त्यांनी स्वत:ची योजना परिषदेच्या नेत्यांपुढे ठेवली. त्यात प्राथमिक निवडणुकांचे तत्त्व मान्य करून मात्र जातीय निवाड्यात अस्पृश्य वर्गास राखीव जागा ठेवल्या आहेत, त्यापेक्षा अधिक जागा त्यांना मिळाल्या पाहिजेत आणि मध्यवर्ती विधिमंडळात लोकसंख्येच्या प्रमाणात अस्पृश्यांना जागा मिळाव्यात अशी पुस्ती जोडली. परिषदेच्या पुढाऱ्यांनी आंबेडकरांच्या मागण्या मान्य केल्या. जयकर, सप्रू, बिर्ला, राजगोपालाचारी आणि डॉ. राजेंद्रप्रसाद हे मध्यरात्रीच्या गाडीने पुण्यास गेले.

दिनांक २१, बुधवारी सकाळी उपरोक्त नेत्यांनी गांधीजींची येरवडा तुरुंगाच्या कार्यालयात भेट घेतली. गांधीजी म्हणाले, 'विचार करून कळवितो.' बुधवारी दुपारी गांधीजींना तुरुंगाच्या अंगणात तुरुंगाच्या दरवाजाजवळ ठेवण्यात आले. सरदार पटेल नि गांधीजींचे कार्यवाह प्यारेलाल यांना त्यांच्या खाटेशेजारी बसण्याची परवानगी देण्यात आली. त्वरित पुण्यास येण्याविषयी सप्रूंनी दुपारी दूरध्वनीद्वारा आंबेडकरांस कळविले. मध्यरात्रीच्या गाडीने आंबेडकर मुंबईहून पुण्यात गेले. त्याच दिवशी एम्. सी. राजा नि मालवीयसुद्धा पुण्यात गेले. गुरुवारी सकाळी डॉ. राजेंद्रप्रसाद नि राजगोपालाचारी यांच्याशी गांधीजींनी विचारविनिमय केला. अस्पृश्य वर्गाच्या सर्व जागांना निवडणुकीच्या प्राथमिक नि दुय्यम पद्धती लागू करण्यात याव्या असे गांधीजी म्हणाले. नॅशनल हॉटेलमध्ये डॉ. आंबेडकरांना ही गोष्ट कळविण्यात आली. पुन्हा वातावरण चांगलेच तापले. अस्पृश्य वर्गाचे स्वतंत्र मतदार संघ रद्द करण्याविषयी ब्रिटिश पंतप्रधानांना तार करावी अशी सूचना काही पुढारी करू लागले. आंबेडकरांनी त्यांना निक्षून सांगितले की, 'माझ्यासमोर दुसरी योजना असल्याशिवाय ब्रिटिश पंतप्रधानांनी दिलेल्या स्वतंत्र मतदार संघाचा त्याग करावयास मी तयार होणार नाही. हातचे सोडून मृगजळाच्या पाठीमागे जाण्यात काही अर्थ नाही.' सर्वांच्या चेहऱ्यावर निराशेची घनदाट छाया पसरू लागली. दुपारी जयकर, सप्रू आणि मालवीय यांनी गांधीजींची तुरुंगात भेट घेतली. त्यांच्यामागून पी. बाळू आणि एम्. सी. राजा यांनी गांधीजींची भेट घेऊन आम्ही समाधानकारक समेट घडवून आणू असे आश्वासन दिले.

संध्याकाळी जयकर, बिर्ला, चुनीलाल मेथा आणि राजगोपालाचारी यांचे समवेत डॉ. आंबेडकर गांधीजींना भेटावयास गेले. भारतीय राजकारणातील तो एक अत्यंत आणीबाणीचा असा संकटप्रसंग होता. आंबेडकरप्रभृती मंडळी जेव्हा तुरुंगात गांधीजींच्या भेटीसाठी गेली, तेव्हा ते एका लोखंडी खाटेवर चटई टाकून पहुडलेले होते. खाटेवर आंब्याच्या झाडाची सावली पडली होती. सरदार पटेल आणि सरोजिनी नायडू अशी दोघं शेजारी बसली होती. खाटेजवळ पाणी, मीठ आणि सोडा यांच्या बाटल्या होत्या. आंबेडकर खाटेकडे वळले. तेव्हा सभोवतालचे वातावरण नि:शब्द आणि उत्कंठित झाले. मोह निर्माण होईल अशी ती स्तब्धता आंबेडकरांवर काही परिणाम करील काय ? आंबेडकरांचा हटवादीपणा गांधीजींना पाहताच बर्फासारखा वितळून जाईल असे जयकरांनी बोलून दाखविले होते. मती गुंग करणाऱ्या त्या संधिप्रकाशातील खिन्नतेने ते वातावरण आंबेडकरांना भुरळ पाडील काय ? ज्या गांधीजींच्या गूढ आणि ग्रासून टाकणाऱ्या व्यक्तिमत्त्वाने कित्येक कर्तृत्ववान आणि प्रभावी राजकारणी पुरुषांना

गुंडाळून टाकले होते, आपल्या गूढ शक्तीच्या प्रचंड प्रवाहात वाहवून टाकले होते अशा त्या अलौकिक शक्तीसमोर आंबेडकर उभे होते. तुरुंगाबाहेर विरोधाचे प्रचंड वादळ घो घो करीत होते. तर तुरुंगात, भुरळ पाडणारी ती नि:शब्द स्तब्धता टपून बसली होती. अशा स्थितीतही आंबेडकर शांत आणि स्थिर-चित्त, धीरगंभीर होते. कमी धैर्याचा माणूस त्या झंझावाती घटनांच्या खाली जिवंत पुरला गेला असता.

आंबेडकरांचे अस्पृश्य वर्गावर प्राणापलीकडे प्रेम होते. त्यांच्या हिताची ते आपल्या प्राणांपेक्षा अधिक काळजी घेत. स्वभावत:च ते भावनाशील असल्यामुळे ते गांधीजींसभोवतालचे कारुण्यजनक दृश्य पाहून ढळाढळा रडले असते. परंतु युगानुयुगे अस्पृश्य वर्गीयांना भोगावी लागत असलेली अमानुष दु:खे आणि हालअपेष्टा यांच्या आठवणीमुळे त्यांचे मन आणि हृदय रेसभरही ढळले नाही. भावनावश होऊन ते वाहून जाऊ शकले नाहीत. शिवाय आंबेडकर हे थोर महाराष्ट्रीय असल्यामुळे आणीबाणीच्या प्रसंगी धैर्य न सोडण्याची परंपरा त्यांनी सोडली नाही. महाराष्ट्राच्या इतिहासात असे अनेक प्रसंग घडले. आपले राजकीय जीवित मुठीत धरून समोर उभ्या ठाकलेल्या प्रसंगाला ते धैर्याने तोंड देत होते.

१४ ऑगस्ट १९३१ रोजी सुरू झालेल्या युद्धाचे हे दुसरे पर्व सुरू झाले. जगातील अत्यंत श्रेष्ठ अशा कृतिशूर पुढाऱ्याशी, त्या काळच्या अत्यंत गूढ आणि प्रभावी पुरुषाशी, रूढिभंजक, मूर्तिभंजक नि क्रांतिकारक आंबेडकर यांची गाठ पडली होती. गांधीजींच्या रसायनात बनिया, बैरागी आणि बॅरिस्टर यांचे बेमालूम मिश्रण झाले होते. आणि हे मिश्रण विसाव्या शतकातील एक अद्भुत अशी गोष्ट होती. अशा प्रचंड शक्तीच्या महापुरुषांमध्ये संघर्ष झाला म्हणजे त्यांतून महाप्रलय निर्माण व्हावयाचाच. गांधीजींची काया अगदी थकली होती. ते आपल्या खाटेवर नि:शब्द पडले होते. संभाषणास आता सुरुवात झाली. सर तेजबहादूर सप्रू यांनी गांधीजींना सर्व हकीकत निवेदन केली. मालवीय यांनी हिंदूंची बाजू मांडली.

लागलीच शांतपणे हळू आवाजात आंबेडकर म्हणाले, 'महात्माजी, तुम्ही आमच्यावर मोठाच अन्याय करीत आला आहात. मी अन्यायी दिसावा अशी माझ्यावर सदोदित पाळी यावी असे माझे नशीबच आहे. माझा त्याला इलाज नाही.' गांधीजींनी शांतपणे उत्तर दिले. आंबेडकरांनी गांधीजींना सर्व परिस्थितीची पूर्ण कल्पना देऊन त्याविषयी आपले म्हणणे काय आहे, हे सांगितले. आंबेडकरांच्या या साध्या आणि प्रभावी भाषेचा परिणाम गांधीजींच्या चेहऱ्यावर उमटत होता. आंबेडकरांच्या मागण्यांची यथार्थता त्यांना पटली. शेवटी

गांधीजी आंबेडकरांना म्हणाले, 'तुमच्या म्हणण्याला माझी पूर्ण सहानुभूती आहे. डॉक्टर, तुम्ही म्हणता त्या बहुतेक बाबतीत मला तुमचे म्हणणे पटले. परंतु तुम्ही म्हणाला होतात की, माझ्या जगण्याचा तुम्हांलाही उपयोग आहे ?' आंबेडकर उत्तरले, ''होय, महात्माजी तुम्ही आपले जीवित जर अस्पृश्य वर्गाच्या हितासाठी वाहून घेतलेत, तर तुम्ही आमचे वीर पुरुष व्हाल.' त्यावर गांधीजी म्हणाले, 'ठीक आहे. माझा जीव कसा वाचवावा हे तर तुम्हांला कळते आहे. तर ते तुम्ही करून माझा जीव वाचवावा. जातीय निवाड्याप्रमाणे तुमच्या लोकांस मिळालेले अधिकार तुम्ही सोडावयास तयार नाही हे मी जाणतो, तुम्ही सुचवलेली 'पॅनेल'ची पद्धत मी मान्य करतो. परंतु ती तुमची पॅनेल पद्धती तुमच्या सर्व राखीव जागांना लागू करावी, हे माझे म्हणणे तुम्ही मान्य करावे. तुम्ही जन्माने अस्पृश्य आहात. मी मनाने आहे. आपण सर्व एक आहोत, अभंग, अविभाज्य आहोत. हिंदू समाजामध्ये होणारी ही फाटाफूट टाळण्यासाठी माझा प्राण द्यायला मी सिद्ध आहे.' आंबेडकरांनी गांधीजींची ही सूचना मान्य केली. मुलाखत संपली. आणि पॅनेल पद्धतीत किती उमेदवार असावेत, प्रत्येक प्रांतात अस्पृश्यांना किती जागा मिळाव्या, प्राथमिक निवडणुकीची पद्धत किती वर्षे चालवावी, राखीव जागांची सवलत किती वर्षे असावी, अधिकारांच्या जागेचे वाटप कसे करावे इत्यादी गोष्टीचा विचार करण्यात पुढारी मग्न झाले.

शुक्रवार दिनांक २३ सप्टेंबर उजाडला. पॅनेलमध्ये किती उमेदवार असावे ह्या मुद्याच्या चर्चेसंबंधी चार तास चांगलीच खडाजंगी झाली. ह्यानंतर आंबेडकरांनी सर्व प्रांतांतील विधिमंडळात १९७ जागा मागितल्या. तडजोड करणारे आंबेडकरांना म्हणाले, १२६ जागा घेऊन समाधान माना. बरेच तास लोटले, तरी बोलणी संपण्याचा रंग दिसेना. दहा तासांच्या चर्चेनंतर काही मुद्यांवर गांधीजींचा सल्ला घेण्यात आला. गांधीजींनी आंबेडकरांचे बरेच मुद्दे मान्य केले. तथापि, प्राथमिक निवडणुकीची पद्धत किती वर्षे चालावी आणि राखीव जागा केव्हा रद्द कराव्यात याविषयी सार्वमत केव्हा घ्यावे या मुद्यावर एकमत होईना. प्राथमिक निवडणुकीची पद्धत दहा वर्षांनी रद्द करावी. परंतु पंधरा वर्षांनी राखीव जागेच्या पद्धतीविषयी अस्पृश्यांचे सार्वमत घ्यावे असा आंबेडकर आग्रह धरू लागले. तडजोड करणाऱ्यांचे म्हणणे असे की राखीव जागा आणि स्वतंत्र अस्तित्व ह्या गोष्टी जर आपण अस्पृश्यांच्या मतावर अवलंबून ठेवल्या तर ह्या गोष्टी कायम स्वरूपाच्या होतील. पंधरा वर्षांनी राखीव जागेच्यासंबंधी अस्पृश्यांचे सार्वमत घ्यावे, असा आंबेडकरांचा आग्रह असल्यामुळे स्पृश्य हिंदूंचे नेते मनामध्ये चिंतातुर झाले. पुढच्या वीस वर्षांत अस्पृश्यता नाहीशी होईल या गोष्टीवर आपला

विश्वास नाही, परंतु या टांगत्या तरवारीच्या भीतीमुळे स्पृश्य हिंदूंना अस्पृश्यांसंबंधी आपली निर्दय आणि कलंकित दृष्टी आणि कृती यात फरक करणे भाग पडेल, असे आपले निर्भय मत आंबेडकरांनी स्पष्टपणे मांडले.

संध्याकाळ होत आली. चार वाजले. इतक्यात अशी बातमी आली की, गांधीजींची प्रकृती अत्यंत क्षीण होऊन चिंताजनक बनली आहे. गांधीजींचे चिरंजीव देवदास यांनी डोळ्यांत अश्रू आणून आपल्या वडिलांची प्रकृती फारच चिंताजनक झाल्याचे आंबेडकरांना निवेदन केले. सार्वमतासंबंधी आग्रह धरून करारावर सही करण्यास विलंब लावू नका, अशी त्यांनी आंबेडकरांना कळकळीने प्रार्थना केली. शेवटी सार्वमताच्या प्रश्नासंबंधी निर्णय घेण्यासाठी आंबेडकर निवडक पुढाऱ्यांसहित कारागृहात गांधीजींची भेट घेण्यासाठी गेले. सार्वमताच्या प्रश्नाला गांधीजींनी पाठिंबा दिला. परंतु ते म्हणाले, 'पण सार्वमत पाच वर्षांनी घ्यावे.' गांधीजींचा आवाज आता इतका क्षीण झाला होता की, ते काय पुटपुटतात हे ऐकण्यासाठी मोठा प्रयास पडे. तुरुंगातील डॉक्टरांनी संभाषण बंद करावयास सांगितले. खाटेवरील आंब्याच्या झाडांच्या पानांनी सुद्धा आवाज न करण्याचा जणू निर्धार केला होता ! सर्वत्र गाढ स्तब्धता पसरली होती. भेटीस आलेले पुढारी खिन्न मनाने परतले. आंबेडकर आपला मुद्दा सोडीनात. त्यांच्या मानसिक शक्तीवर पराकाष्ठेचा ताण पडला होता. त्यांना खुनाची धमकी देणारी पत्रे एकसारखी येत राहिली होती. त्यांच्याकडे खूनशी डोळ्यांनी लोक पाहत. काही पुढारी तर आंबेडकरांना बेतालपणे शिव्यांची लाखोली वाहण्यात बेभान झाले होते.

शुक्रवारची रात्र गंभीर आणि भीतीदायक वातावरणात संपली. शनिवारी सकाळी बोलणी पुन्हा सुरू झाली. विधिमंडळांत १४८ राखीव जागा आणि स्पृश्य हिंदूंच्या जागांपैकी मध्यवर्ती विधिमंडळातील १० टक्के जागा अस्पृश्य वर्गाला द्याव्यात, असे ठरले. सार्वमताच्या प्रश्नावर पुन्हा अनेक तास चर्चा झाली, तरी निर्णय काही होईना. आपले मत मान्य होत नाही असे पाहून गांधीजींची पुन्हा तुरुंगामध्ये भेट घ्यावी असे आंबेडकरांनी ठरविले. डॉ. सोळंकी आणि राजगोपालाचारी यांच्यासंगे आंबेडकर गांधीजींची भेट घेण्यास गेले. आंबेडकरांची मागणी तर्कशुद्ध व बिनतोड आहे; परंतु सनदशीर संरक्षण दिल्यामुळे ह्या अस्पृश्यतेच्या रोगाचे निर्मूलन होईल असे आपणास वाटत नाही, असे ते म्हणाले. हिंदू धर्माला आपल्या भूतकालातील पातकाचे निरसन करण्यासाठी एकवार संधी द्यावी, अशी गांधीजींनी आंबेडकरांना कळकळीची विनंती केली. अस्पृश्यांचे सार्वमत पाच वर्षांनी घ्यावे असे म्हणून ते निर्णायक आवाजात म्हणाले, 'पाच वर्षांनी सार्वमत घ्या किंवा आता माझा जीव घ्या.'

हे ऐकून आंबेडकर बोलणी करावयाच्या ठिकाणी परतले. सार्वमत कमीत कमी १० वर्षांनी घ्यावे हा आपला मुद्दा सोडण्यास आंबेडकर तयार होईनात. सरतेशेवटी सार्वमताच्या मुदतीचा नामनिर्देश न करता करार आटपावा असे एका तासानंतर ठरले. दुपारी तीन वाजता राजगोपालाचारी यांनी ही माहिति गांधीजींना तुरुंगात निवेदन केली. गांधीजींना ती पूर्णपणे पसंत पडली. रामकृष्ण भांडारकर रस्त्यावरील शिवलाल मोतीलाल यांच्या बंगल्यावर राजगोपालाचारी त्वरित परतले. कराराला गांधीजींचा आशीर्वाद आहे, असे सांगताच टाळ्यांचा गजर झाला. हा हा म्हणताच करारपत्राचा मसुदा तयार झाला. करारावर एम. सी. राजांची सही घेतली तर आंबेडकरांना आपण सही करू देणार नाही, असा मद्रासचे अस्पृश्य पुढाऱ्यांनी हेका धरला. त्यातही तडजोड झाली. शनिवारी पाच वाजता चहा घेता घेता गप्पा आणि आनंद यांनी भरलेल्या वातावरणात दोन्ही बाजूंच्या नेत्यांनी करारावर सह्या केल्या. राजा, मुनी स्वामीप्रभृती मंडळींनी प्रमुख ठिकाणी करारावर सह्या न करता सर्वांच्या सह्या झाल्यावर खाली कराव्या असे ठरले. तरी सह्या करतेवेळी एम. सी. राजांनी आपली सही जयकर, सप्रूंच्या सहीमध्ये घुसवलीच ! हाच करार पुढे 'पुणे करार' म्हणून प्रसिद्ध झाला. अस्पृश्य वर्गाच्या वतीने करारावर आंबेडकरांनी सही केली. सवर्ण हिंदूंच्या वतीने पंडित मदन मोहन मालवीयांनी सही केली. सह्या करणाऱ्या इतर पुढाऱ्यांत जयकर, सप्रू, बिर्ला, राजगोपालाचारी, राजेंद्रप्रसाद, श्रीनिवास, राजभोज, श्रीनिवासन, पी. बाळू, गवई, ठक्करबाबा, सोळंकी, बखले, सी. व्ही. मेथा आणि कामत हे होते. मुंबईस गेल्यावर या करारावर आणखी सह्या घेण्यात आल्या. राजगोपालाचारी हे आनंदाने इतके बेहोष झाले की, त्यांनी आणि आंबेडकरांनी झरण्यांची अदलाबदल केली.

या करारातील मुद्यांची माहिती ब्रिटिश मंत्रिमंडळ आणि महाराज्यपाल यांना तारेने कळविण्यात आली. मुंबई राज्यपालांच्या कार्यवाहांना दोन्ही पक्षांच्या पुढाऱ्यांनी प्रत्यक्षपणे माहिती दिली. दुसऱ्या दिवशी सकाळी सर्व पुढारी करार मंजूर करण्यासाठी मुंबईस आले. दुपारी दोन वाजता इंडियन मर्चट्स चेंबर सभागृहामध्ये सर्व पुढाऱ्यांची भाषणे झाली. आपल्या अध्यक्षीय भाषणात मालवीय म्हणाले की, कोणासही जन्मजात अस्पृश्य मानू नये; अस्पृश्यतेच्या रूढीचा समूळ नायनाट केला पाहिजे; अशी त्यांनी हिंदूंना आपल्या हृदयस्पर्शी भाषणात विनंती केली. मथुरादास वसनजी यांनी पुणे करारास पाठिंबा देण्याविषयी ठराव मांडला.

सप्रूंनी त्या ठरावास पाठिंबा दिला. आंबेडकरांची सप्रूंनी प्रशंसा केली आणि आपल्या लोकांच्या हक्कांसाठी आंबेडकरांनी जी पराक्रमी झुंज दिली त्या विषयी त्यांनी त्यांचे आभार मानले आणि आंबेडकर हे भावी काळात देशातील एक तेजस्वी नेते होतील असे त्यांनी भाकित केले.[१] ह्या ठरावावर आंबेडकर बोलावयास उठताच टाळ्यांचा प्रचंड कडकडाट झाला. काल घडली ती गोष्ट आपल्या ध्यानी, मनी, स्वप्नीही दिसली नव्हती, असे सांगून ते म्हणाले, 'जरी बराच वेळ कडाक्याचा वादविवाद आणि कमालीचा गोंधळ माजला तरी आपण एकदाचा निर्णय केला आहे. माझ्याप्रमाणे असल्या भयानक दुहेरी पेचात कोणीही व्यक्ती कधी सापडली नसेल. एका बाजूला भारतातील श्रेष्ठ पुरुषाच्या जीवितरक्षणाचे दायित्व माझ्यावर पडले होते, तर दुसऱ्या बाजूला माझ्या पददलित समाजाचे हक्क रक्षण्याचे कठोर कर्तव्य मला दटावत होते. परंतु सरतेशेवटी गांधीजी, सप्रू आणि राजगोपालाचारी यांच्या सहकार्याने आपण निर्णय लावू शकलो. अशा तऱ्हेची तडजोडीची वृत्ती गांधीजींनी गोलमेज परिषदेच्या वेळीच का दाखविली नाही ? गांधीजींनी माझ्या म्हणण्याचा विचार त्याच वेळी केला असता तर अशा तऱ्हेच्या दिव्यातून जाण्याचा प्रसंग त्यांच्यावर ओढवला नसता.[२] पुणे करार हा अतिपवित्र असा करार मानून तो अस्पृश्य बंधूंनी सद्भावनेने आणि प्रामाणिकपणे पाळावा.'

२६ सप्टेंबर रोजी ब्रिटिश मंत्रिमंडळाने पुणे करारावर ब्रिटिश लोकसभेकडून शिक्कामोर्तब करून तो मंजूर करून घेतला. त्याच दिवशी हिंदुमहासभेने आपल्या दिल्लीच्या अधिवेशनात पुणे कराराला मंजुरी दिली. पुणे कराराच्या बातमीच्या लाटा देशातील कानाकोपऱ्यातून पसरल्या. कराराची माहिती सर्व जगात विद्युत्‌गतीने पसरली. या करारामुळे अस्पृश्य वर्गाचे एकमेव नेते डॉ. बाबासाहेब आंबेडकर हेच आहेत, असे पुन्हा एकदा सिद्ध झाले. ज्या काँग्रेस पुढाऱ्यांनी आणि पत्रांनी पुणे करारापूर्वी आंबेडकरांचे नेतृत्व नाकारले, त्यांनीच आता आंबेडकरांशी करार करून आंबेडकर हेच अस्पृश्यांचे एकमेव प्रतिनिधी आणि एकमेव पुढारी आहेत असे मान्य केले. हा करार होत असता दोन्ही बाजूंनी देवाणघेवाण केली. जातीय निवाड्याप्रमाणे अस्पृश्य वर्गास एकंदर ७१ जागा मिळत होत्या, तर आता स्पृश्य हिंदूंनी त्यांना १४८ जागा दिल्या.

---

१. Pyarelal, the Epic Fast, p. 186.

2. Pyarelal, the Epic, Fast. p. 189.

आपले इच्छुक स्वतःच स्वतंत्रपणे निवडून, स्पृश्य हिंदूंचे प्रतिनिधीही निवडण्याचा अस्पृश्य वर्गास जातीय निवाड्याने जो हक्क दिला होता, तो हक्क आता ते गमावून बसले.

अशा रीतीने स्पृश्य हिंदूंच्या पुढाऱ्यांना आपल्या बाजूला वाकविण्याच्या शक्तीस अस्पृश्य हिंदू मुकले हे खरे. स्पृश्य हिंदूंना अस्पृश्य वर्गाचे प्रतिनिधी निवडण्याचा हक्क लाभला. हे पाहून, कमी त्रासदायक आणि जास्त प्रामाणिक अशा राजामुंजे कराराला आंबेडकरांनी का विरोध केला हे अनेकांना त्या वेळी कळले. ती योजना आणि तो करार एका सहृदयी, परंतु बलहीन पक्षाने सुचविला होता म्हणूनच त्यांनी तो धुडकावून लावला.

या प्रकरणामुळे आणखी एक गोष्ट सिद्ध झाली. ती अशी की, गांधीजींमधला महात्मा, राजकारणी गांधीजींवर जेव्हा मात करी तेव्हा साध्या प्रश्नांना गुंतागुंतीचे आणि गोंधळाचे स्वरूप प्राप्त होई. गोलमेज परिषदेच्या वेळी गांधीजींमधील महात्म्याने राजकारणी गांधीजींवर मात केली. आणि गांधीजींतील महात्म्याने जग हलवले. पण तेथे राजकारणी गांधीजींचा पराभव झाला. येरवडा येथे राजकारणी गांधीजींचा विजय झाला. परंतु प्रतिज्ञा-भंगामुळे महात्मेपदाचा पराभव झाला. गांधीजींचा हा विजय इतका परिणामकारक आणि निर्वाणीचा ठरला की ज्याप्रमाणे कर्णाची कवचकुंडले हिकमतीने हिरावून त्याला इंद्राने हतबल केले, त्याप्रमाणे गांधीजींनी अस्पृश्य समाजाची स्वतंत्र मतदार संघाची कवचकुंडले काढून घेऊन आंबेडकरांना हतबल गेले. गांधीजी राजकारणी ठरले ! गांधीजींचा प्राण वाचवून आंबेडकर महात्मा ठरले ! गांधीजींनी गोलमेज परिषदेच्या वेळी जर मनाचा मोठेपणा आणि तडजोडीची वृत्ती दाखविली असती, तर अस्पृश्य वर्गाच्या हक्कांचा प्रश्न तेथेच मिटला असता, हे आंबेडकरांचे म्हणणे रास्त होते. उपोषणाचा खडतर प्रसंग गांधीजींनी आपण होऊन स्वतःवर ओढवून घेतला आणि प्रतिज्ञा-भंगाची पुण्याई साधली !

पुणे करार झाला ! आणखी एक पर्व संपले. परंतु १४ ऑगस्ट १९३१ रोजी मुंबईतील मणिभवनमध्ये पुकारलेल्या युद्धाचा शेवट झाला की त्या युद्धाचे दुसरे पर्व संपले, की तात्पुरता संधी झाला ?

१२

मुक्तीचा खरा मार्ग

पुणे कराराचा तत्काळ परिणाम चांगला झाला. अस्पृश्य वर्गासंबंधी चळवळ करणे म्हणजे जातीय कार्य आहे असे मानणाऱ्या राजकारणी पुढाऱ्यांचे लक्ष मंदिरप्रवेशाकडे वळले. विसाव्या शतकाच्या पूर्वार्धात गांधीजी अस्पृश्यांच्या मंदिरप्रवेशाच्या बाजूचे नव्हते. ते सहभोजनाच्याही विरुद्ध होते. अनेक जिल्ह्यांतील प्रमुख काँग्रेस पुढाऱ्यांनी त्या चळवळीस विरोधच केला होता.

गांधीजींच्या उपोषणाच्या काळात काही मंदिरे अस्पृश्यांना खुली केल्याविषयी वृत्तपत्रांत वार्ता ऐकू येत असत. खुल्या झालेल्या मंदिरांची संख्या फुगत चालली होती. त्यातले सत्य मात्र निराशाजनक होते. महात्मा गांधींना सहानुभूती दाखविण्यासाठी पडकी, ओसाड, असलेली नसलेली देवळे खुली केल्याचे प्रसिद्ध करण्यात आले आणि अशा ह्या फुगविलेल्या यादीतही गुजरातमधील देवळांचे औषधालाही नाव नव्हते. गुजरात म्हणजे गांधीजींचे पितृस्थान ! परंतु सामाजिक सुधारणेच्या दृष्टीने म्हणाल तर, ते प्रतिगाम्यांचे माहेरघर; सामाजिक बाबतीत पूर्वी होते तसेच सनातनी, निष्ठुर आणि प्रतिगामी विचाराने बुरसटलेले होते.

आंबेडकरांनी सुरू केलेल्या मंदिरप्रवेशाच्या झगड्याकडे आणि केलाप्पन यांनी गुरुवायूर मंदिरासमोर आरंभिलेल्या सत्याग्रहाकडे काँग्रेस पुढाऱ्यांनी अद्यापपर्यंत दुर्लक्षच केले होते. नाशिकचा झगडा मार्च १९३० पासून सुरू होता. तर गुरुवायूरचा १९३१ पासून. २१ सप्टेंबर १९३१ पासून केलाप्पन ह्यांनी मंदिरप्रवेशाच्या बाजूने उपोषण सुरू केले. परंतु गांधीजींनी त्यांना उपोषण सोडावयास तारेने विनंती केल्यावरून त्यांनी आपला उपवास स्थगित केला. गांधीजींनी त्यांना असे आश्वासन दिले की, अस्पृश्यांना १ जानेवारी १९३३ पर्यंत मंदिर खुले करण्यात आले नाही, तर केलाप्पनसंगे आपणही उपोषण करू. केलाप्पन हे अस्पृश्यांचे मलबारमधील पाठिराखे असल्यामुळे आणि केलाप्पनचे जीवित मंदिरप्रवेशापेक्षा अधिक महत्त्वाचे आहे असे आंबेडकरांना वाटल्यावरून

त्यांनी केलाप्पनना उपोषण सोडावयास विनंती केली.

अस्पृश्य वर्गीयांनी मोक्ष मिळावा म्हणून देव देव करीत राहण्यासाठी आंबेडकरांना मंदिरप्रवेश नको होता. अस्पृश्यांना मानवी हक्कांची जाणीव व्हावी व त्यासाठी झगडण्याची इच्छा आणि चिकाटी निर्माण व्हावी म्हणून त्यांनी मंदिरप्रवेशाचा झगडा केला होता. त्या वेळी गांधीजी मूग गिळून बसले होते. अस्पृश्य समाज शिक्षणाने समृद्ध व राजकीय हक्काने संपन्न झाला, तर तो एक राष्ट्रातील बलिष्ठ घटक ठरेल म्हणून गेली काही वर्षे जे आंबेडकर मंदिरप्रवेशासाठी झगडा करीत होते, त्यांनीच आता आपल्या धोरणात एकाएकी बदल केला. त्यांनी आपल्या चळवळीचे तारू निराळ्या दिशेकडे वळविले. आपल्या लोकांनी राजकीय हक्कांकडेच अधिक लक्ष द्यावे, असे ते आग्रहाने प्रतिपादू लागले. २३ सप्टेंबर १९३२ रोजी रात्री मुंबईतील वरळी येथे भरलेल्या एका सभेत ते म्हणाले, 'आज जिकडे तिकडे तुमच्याकरिता देवालयाचे दरवाजे उघडण्याचा प्रयत्न चालू आहे. हा प्रयत्न करणाऱ्यांच्या हेतूंबद्दल शंका नाही. परंतु देवालयात जाण्यास मिळाले म्हणजे तुमचा उद्धार होणार आहे असे नाही, हे मुळीच विसरता कामा नये. देवालयातील मूर्तीभोवती खेळणाऱ्या पारमार्थिक भावापेक्षा पोटाची खळगी कशी भरेल ह्याची काळजी तुम्ही अधिक बाळगली पाहिजे. खाण्याला पुरेसे अन्न नाही, अंगभर वस्त्र नाही, शिक्षणाची सोय नाही, द्रव्याच्या अभावी औषधपाणी घेता येत नाही, अशा दैन्यावस्थेत सापडलेला आपला समाज आहे. मिळालेल्या राजकीय हक्कांचा उपयोग जीवनातील सुखसोयी उपभोगण्यास मिळतील अशा ध्येयाने, दिशेने तुम्ही केला पाहिजे.'

ह्याच सभेत दलित वर्गाच्या सर्व चळवळीचे केंद्रस्थान म्हणून एक इमारत बांधण्यासाठी आंबेडकरांनी दोन लाख रुपयांचा निधी गोळा करण्याचा संकल्प सोडला.

आंबेडकरांनी अशाच तऱ्हेचा उपदेश मुंबईस बेलासीस रोड येथे १९३२ च्या ऑक्टोबर महिन्यात केला. मरणोत्तर मोक्षप्राप्तीकरिता तळमळणारी वृत्ती काल्पनिक आहे. स्वर्गीय नंदनवनावर खिळलेली दृष्टी ही आजच्या परिस्थितीत किती आत्मघातकी आहे, इहलोकातील आयुष्यक्रम किती खडतर झाला आहे, भोळसट कल्पनांमुळे तो किती कष्टमय झाला आहे, ह्याचे हृदयस्पर्शी चित्र त्यांनी रेखाटले. स्वपराक्रमाने अन्नपाणी मिळविणे, ज्ञानार्जनाची साधने अंकित करून घेणे, जीवितक्रम सुखकर करणे ह्या जिव्हाळ्याच्या प्रश्नांकडे सर्वसाधारण समाज पराङ्मुख झाल्यामुळे सर्व देशाची उन्नती खुंटली, हे त्यांनी श्रोत्यांना पटवून दिले. 'गळ्यातील तुळशीच्या माळा तुम्हांस मारवाड्याच्या कैचीतून मुक्त करण्यास

उपयोगी पडत नाहीत. तुम्ही रामनामाचा जप करता म्हणून घरवाला भाड्याची सूट देत नाही, अगर वाणी आपले पैसे कमी करीत नाही. तुम्ही पंढरीचे वारकरी आहात म्हणून तुमचा मालक तुम्हांस पगारात वाढ देत नाही. समाजाचा अत्यंत मोठा भाग ह्या गूढ कल्पनांत गढून गेल्यामुळे काही आपमतलबी माणसांचा कावा साधतो व ते नाडून आपला डाव साधतात. ये रे माझ्या मागल्या आणि ताककण्या चांगल्या ह्याप्रमाणे जर तुम्ही वागाल तर तुम्हांला कधीच ऊर्जितावस्था येणार नाही. मला मोठी शंका येते ती हीच की आज आपल्यात जागृती होत आहे ती क्षणिक ठरेल काय ? ज्या गुलामगिरीस नेस्तनाबूत करण्यास आज आपण सज्ज झालो आहो, तिचा पगडा तर तुमच्यावर पुन्हा बसणार नाही ना ?'

सावंतवाडी येथे खुनाचा खटला चालविण्यासाठी आंबेडकर जात असता वाटेत येरवडा तुरुंगात त्यांनी गांधीजींची भेट घेतली. अस्पृश्यता विध्वंसक मंडळाचे सभासद कोण असावेत ह्याविषयी चर्चा झाली. आंबेडकर म्हणाले, 'त्या संस्थेत बहुसंख्य सभासद अस्पृश्य असावेत.' शिरगणतीच्या आवश्यकतेविषयी गांधीजींशी आंबेडकर बोलले. 'अस्पृश्यता निवारणाच्या चळवळीत उदासीनता पसरली आहे. सहभोजनाच्या आणि मंदिरप्रवेशाच्या कार्यी आपली शक्ती खर्च न करिता अस्पृश्यता विध्वंसक मंडळाने आपली शक्ती अस्पृश्यांच्या आर्थिक, शैक्षणिक आणि सामाजिक उन्नतीकडे लावावी. अस्पृश्यांच्या राजकीय आकांक्षांना व हक्कांना ती संस्था धक्का लावणार नाही, अशी खात्री पटल्याविना मी त्या संस्थेच्या मध्यवर्ती मंडळावर काम करण्यास तयार नाही,' असे आंबेडकरांनी गांधीजींना स्पष्टपणे सांगितले.

सावंतवाडी येथे पडवे प्रकरणातील आरोपीच्या बाजूने खटला चालविण्यासाठी आंबेडकरांनी न्यायालयात तीन दिवस काम केले. १९ ऑक्टोबरला काम सुरू झाले. चवथ्या दिवशी आंबेडकरांनी मराठा बोर्डिंगला भेट देऊन २० रुपयांची देणगी दिली. त्यांना लोकांच्या वतीने वाचनालयात उपाहार देण्यात आला. तुरुंगानजीकच्या महारवाड्यात जंगी सभा झाली. त्या वेळी आंबेडकर म्हणाले, 'केवळ स्वार्थाच्या व आत्मसंरक्षणाच्या दृष्टीने तरी पुढारलेल्या लोकांनी अस्पृश्यता नष्ट करावी.' मुंबईत परतताच दि. २८ ऑक्टोबर १९३२ दिनी ऋषी समाजाने त्यांना मुंबईत मानपत्र दिले. सभेत भाषण करताना जिणाभाई राठोड म्हणाले, 'आपल्या अस्पृश्य वर्गातदेखील आपण उच्च नीच भाव ठेवतो. पण डॉ. आंबेडकर हे समुद्रासारखे आहेत. हे कोणालाच उच्च अथवा नीच मानीत नाहीत.' उत्तरादाखल भाषण करताना आंबेडकर म्हणाले, 'संसारामध्ये मनुष्याला जी सुख दुःखे भोगावी लागतात, ती ईश्वरी इच्छेनेच येतात. दारिद्र्य हे

आपणासाठीच आहे असे लोक मानतात. आपणास असे नीच मानण्याची ही वृत्ती सोडा. सहभोजन व मंदिरप्रवेश ह्यांना माझा विरोध नाही, पण ह्या प्रकाराने आपणास राजकीय हक्क मिळणार नाहीत. ह्यापुढे जे कायदे व्हायचे ते अस्पृश्य वर्गाच्या संमतीनेच होतील. ही एक समाजक्रांती आहे. आपणाला संसार चालविण्याची आवश्यकता आहे. भाकर, अंगावर कपडा, राहावयास चांगली जागा आपणास मिळाली पाहिजे. अस्पृश्य वर्गातील जातिभेद नष्ट करा.' ४ नोव्हेंबर १९३२ रोजी लंडनला गोलमेज परिषदेच्या तिसऱ्या अधिवेशनास जाण्यापूर्वी आंबेडकरांना आणखी एक मानपत्र, गुजराती मेघवाल समाजाच्या वतीने देण्यात आले. त्या सभेत बाबासाहेब म्हणाले, 'मंदिरप्रवेशाची चळवळ अळवावरच्या पाण्यासारखी आहे. ते केव्हाच ओसरून जाईल. आपणाला सामाजिक दर्जा समानतेच्या पायावर मिळवावयाचा आहे. आपली आर्थिक गुलामगिरी नाहीशी केली पाहिजे.' वालपाखाडी येथे त्याच दिवशी आणखी एक सभा झाली. त्यात ते म्हणाले, 'गांधींची दिशाभूल त्यांच्या अनुयायांनी केली. आता गांधी म्हणतात की आंबेडकरांच्या पाठीशी अस्पृश्यांचा प्रचंड समुदाय आहे अशी माझी खात्री असती, तर त्यांच्या मागण्यांना मी विरोध केला नसता. तुम्ही एकी कायम ठेवा. ती दुभंगू देऊ नका. जातिभेद, वर्गभेद, जिल्हाभेद वाढवू नका.' ७ नोव्हेंबर १९३२ रोजी आंबेडकरांनी प्रयाण केले. आगबोटीवर जाण्यापूर्वी दिलेल्या मुलाखतीत ते म्हणाले की, प्रांतिक स्वायत्ततेची संस्थापना केंद्र सरकारमध्ये जबाबदारी नसेल तर शहाणपणाची ठरणार नाही. केंद्र सरकारमध्ये द्यावयाची जबाबदारी संघराज्याच्या संस्थापनेवर अवलंबून ठेवणे ही कल्पना आपणास आवडत नाही. गांधींच्या असहकारी चळवळीविषयी ते म्हणाले की, 'ज्या अर्थी ती चळवळ ब्रिटिश नोकरशाहीला पाडू शकली नाही, त्या अर्थी ती चळवळ हे बंड नव्हतेच.'

लंडनला जातेवेळी आंबेडकर अत्यंत उत्साही दिसत होते. अलौकिक कर्तृत्वाने विलसणारे ते आता अस्पृश्यांचे प्रतिपरमेश्वर बनले होते. भारतातील श्रेष्ठ राजकारणी पुरुषांशी युद्ध करून यशाने आणि तेजाने ते आता तळपत होते. त्या वेळी तळपत जाणारी व्हिक्टोरिया आगबोटही त्यांना आवडली. केवळ सौंदर्याच्या दृष्टीनेच नव्हे तर सुखसोयीच्या दृष्टीने पाहता ती आगबोट त्यांना इतकी सरस वाटली की इतर कंपन्यांच्या आगबोटी म्हणजे केवळ कचऱ्याची पिंपे वाटावी. त्या काळी 'ब्रेमेन' आणि 'युरोपा' या वेगवान आगबोटी म्हणून जगप्रसिद्ध होत्या. त्यांच्याशी स्पर्धा करू शकेल अशी ती आगबोट आहे असे त्यांना वाटले. हिंदी महासागरही प्रसन्न नि शांत दिसला. तो काचेच्या विस्तृत पृष्ठाभागाप्रमाणे स्थिर व

चकचकीत दिसत होता. तापट तांबडा समुद्रही त्यांच्या प्रसन्न मनाला न खवळता साथ देत होता. कारण तांबड्या समुद्रात त्या सुमारास प्रवास करावयाचा म्हणजे जणू काय आगीच्या भट्टीतून जाण्यासारखे वाटायचे. तांबड्या समुद्रावरील आकाशाने शीतल वाऱ्याच्या झुळकेचे छत्र त्यांच्या मस्तकावर धरले होते. आंबेडकर बोटीवर चढण्यापूर्वी झालेल्या गगनभेदी जयघोषामुळे त्यांचे आगमन हा बोटीवरील प्रवाशांचा एक कुतूहलाचा विषय बनला होता. त्यांच्याकडे सर्वांचे लक्ष वेधले गेले होते. 'ही जयजयकाराची प्रदर्शने मला बेचैन करतात. या जयजयकारांनी व्यक्त केली जाणारी विभूतिपूजेची भावना माझ्या लोकसत्तात्मक प्रवृत्तीला व्यथित व व्यग्र करून सोडते. हे जयजयकाराचे सोहळे माझ्या मनाला कष्टदायी वाटतात. आपल्या लोकांना माझ्याबद्दल वाटणाऱ्या अपेक्षेचे व त्यांच्याविषयीच्या कर्तव्याचे मला तीव्रपणे स्मरण करून देतात. एखाद्या वेळेस असे वाटते की जगात एकटे असावे. शांत व स्वतंत्र जीवनक्रम उपभोगता यावा. अशा तऱ्हेच्या सुशांत, अलिप्त आणि बिनभानगडीच्या आयुष्यक्रमाची आवड माझ्याइतकी फारच थोड्यांना असू शकेल. अशा प्रकारच्या निवान्त व सुखप्रद आयुष्यक्रमावर माझ्यापेक्षा अधिक हक्क तरी अन्य कोणाचा असू शकणार ? 'दु:खाअंती सुख' अगर 'कष्टाअंती विश्रांती' हा सिद्धांत अचूक व सर्वांना सारखा लागू पडणारा असता, तर मला पाहिजे असलेला निवान्त, स्वतंत्र, अलिप्त असा जीवनक्रम ह्यापूर्वीच लाभायला हवा होता. परंतु तो सिद्धान्त मला लागू पडणार नाही, हे मी आता समजून चुकलो आहे. गोंगाटाचा आयुष्यक्रम माझ्या पाचवीला पूजलेला असून तो मला याच्यापुढे शेवटपर्यंत पुरून उरणार आहे.'[१]

आगबोटीतील इतर प्रमुख प्रवासी गांधीजींच्या उपोषणासंबंधी बोलत होते. त्यांतला एक युरोपियन प्रवासी आंबेडकरांकडे बोट दाखवून म्हणाला, 'हिंदुस्थानच्या इतिहासाची नवीन पाने जो लिहीत आहे, तो हाच तरुण पुढारी.' आगबोटीवरील चर्चेत आंबेडकरांना असे कळून आले की, मध्यवर्ती विधिमंडळात अस्पृश्यांना जागा न देण्याविषयी ब्रिटिश अधिकारी आणि मुत्सद्दी ह्यांच्यामध्ये एक मोठे कारस्थान शिजले होते. त्या कारस्थानी पुरुषाचा डाव असा होता की, अस्पृश्यतेचा प्रश्न हा प्रांतिक राज्यांचा असल्यामुळे त्यांना मध्यवर्ती विधिमंडळात जागा देण्याची आवश्यकता नाही. त्यांच्या वाट्यास येणाऱ्या जागा

१. जनता, १४ नोव्हेंबर १९३२.

मुसलमान आणि युरोपियन लोकांना द्याव्या असा त्यांनी घाट घातला होता. त्यांच्या त्या कारस्थानाचा पट आपण पार उधळून लावल्याविषयी आंबेडकरांना अपार आनंद झाला. ज्या सुधारणा मिळतील त्या स्वीकाराव्या, असे आगबोटीवरील प्रतिनिधींचे मत पडले. आणखी काही विशेष घडामोड झाली नाही, तर सायमन मंडळाच्या शिफारसींपेक्षा अधिक हक्क मिळतील असे आपणास वाटत नाही, असे आंबेडकरांचे मत पडले.

त्या वेळी आगबोटीवर द्रूत गतीने चालून व्यायाम घेण्याचा आनंद बाबासाहेबांना उपभोगता आला नाही. कारण त्यांचा पाय दुखत होता. आपल्या आवडत्या वीर पुरुषाचे - नेपोलियनचे - चरित्र वाचण्यात ते गर्क झाले होते. गांधीजींनी येरवड्यातून काढलेली हरिजन चळवळीसंबंधी पत्रके त्यांनी वाचली. त्यांनी आपल्या मित्रांना लिहिले की, 'गांधीजी आपल्या मताचे होत आहेत. परंतु आंतरजातीय विवाह आणि सहभोजन यांना अनुकूल होण्याएवढ्या अवस्थेस गांधीजींचे मन अद्याप पोचलेले नाही. गांधीजींनी उपोषण करू नये, कारण उगाच ते आपला प्राण घालवून बसतील.' अस्पृश्यता निवारण संस्थेचे प्रमुख कार्यवाह श्री. ए. व्ही. ठक्करबाप्पा यांनी काढलेल्या पत्रकावर त्यांनी फार मोठी विधायक नि समर्पक टीका केली. हिंदू समाजसुधारकांना ती टीका मार्गदर्शक आहे. नेहमीच्या पद्धतीप्रमाणे ती टीका तिखट व प्रक्षोभक नव्हती. व्यवहारी नि निर्विवाद अशा सूचनांनी ती परिप्लुत होती. त्यात ते म्हणतात, 'स्पृश्य आणि अस्पृश्य हे दोघे सनदशीर बंधनांनी अगर स्वतंत्र मतदार संघाऐवजी संयुक्त मतदार संघाची अदलाबदल केल्याने कधीही एकजीव होणार नाहीत, एकत्र येणार नाहीत. फक्त प्रेम हेच एक बंधन त्यांना एकत्र राखू शकेल. आणि न्यायाच्या व समतेच्या अंगीकाराशिवाय प्रेमाचा प्रादुर्भाव व्हायचा नाही. जेव्हा सवर्ण हिंदूला त्याच्या विचारात नि आचारात क्रांती करावयास भाग पाडाल तेव्हाच अस्पृश्यांचा उद्धार होईल. सवर्ण हिंदूंच्या विचारात क्रांती झाली पाहिजे तरच हा प्रश्न सुटेल असे मला वाटते. म्हणून अस्पृश्य वर्गाला नागरिकत्वाचे साधे हक्क मिळवून देण्यासाठी विहिरीचे पाणी भरणे, शाळांतून त्यांच्या मुलांना सरमिसळ बसविणे, खेड्यांतील चावडीत त्यांना प्रवेश देणे, बैलगाड्या, टांगे, होड्या, मोटारी इत्यादी वाहनांचा त्यांना निर्वेधपणे उपयोग घेता येणे - मोहीम सुरू करावी.

'ही मोहीम यशस्वी करावयाची असल्यास समाजसेवकांचे एक सैन्यच आपल्याला उभारावे लागेल. ते स्वयंसेवक आपल्या हक्कांसाठी झगडण्यास अस्पृश्य जनतेला उत्तेजन देतील व प्रवृत्त करतील. सरकारी दरबारात न्याय मिळविण्यासाठी पैशाची व इतर आवश्यक मदत ते त्यांना करतील. या

कार्यक्रमामुळे समाजात मोठी खळबळ उडेल व रक्तपातही होईल ही गोष्ट खरी. पण माझ्या मते ह्या गोष्टी टाळता येणे शक्य नाही. कमीत कमी प्रतिकाराचा मार्ग हा गुळमुळीत कार्यक्रम. तो अस्पृश्यतेचे उच्चाटन करण्यास असमर्थ होईल. आपण असा धडाडीचा कार्यक्रम आखला पाहिजे की, त्यामुळे स्पृश्य हिंदूंच्या त्या जुन्या-पुराण्या आचार-विचारांना जोराचे हादरे बसतील ! काहीतरी निर्वाणीचा प्रसंग ओढवला आहे, असे स्पृश्य हिंदूला वाटले की मग तो विचार करण्याच्या मार्गाला लागतो. आणि एकदा विचाराच्या मार्गावर त्याचे पाऊल पडले की, पूर्वीची वाट सोडून नव्या मार्गाला लागण्याचा पूर्वीपेक्षा अधिक संभव असतो. धीरे धीरे उपदेश करून लोकांना न दुखविता त्यांची मते वळविण्याचा जो कार्यक्रम असतो त्यात एक मोठा दोष असा आहे की, हा कार्यक्रम लोकांना विचार करण्यास भाग पाडू शकत नाही. निर्वाणीच्या प्रसंगाशिवाय विचार किंवा हालचाल करावयास अन्य लोकमत कधीच तयार होत नाही. लाखो वर्षे तत्त्वज्ञान सांगून सौम्यपणे उपदेश करून लोकमताला जी चालना एरव्ही कधीच मिळाली नसती, ती चालना महाडच्या तळ्यावर अगर नाशिकच्या काळ्या रामावर अथवा मलबारातील गुरुवायूर मंदिरावर मोर्चे लावताच हा हा म्हणता मिळाली !

'दुसरी गोष्ट अशी की, जीवनकलहाच्या शर्यतीत भाग घेण्यासाठी अस्पृश्यांना समान संधी मिळत नाही. अस्पृश्य समाजाच्या दारिद्र्याला व दुःखाला ज्या गोष्टी व ज्या अडचणी प्रामुख्याने कारणीभूत आहेत, त्यांपैकी समान संधीचा अभाव ही एक प्रमुख आहे. स्पृश्यांच्या ठायी असलेल्या अस्पृश्यतेच्या भावनेमुळेच ही समान संधी त्याला मिळू शकत नाही. धंद्यांची द्वारे त्याला मोकळी करावी. या विषमतेविरुद्ध लोकमत तयार करण्यासाठी जागोजागी संस्था स्थापन करून हा प्रश्न लढवावा.

'तिसरी गोष्ट म्हणजे कार्यकर्त्यांची निवड. कार्यकर्ते भाडोत्री नसावे. अस्पृश्योन्नतीच्या कार्याकरिता कळकळीची व आस्थेची माणसे पाहिजेत. ती अस्पृश्य समाजातून शोधून काढली पाहिजेत. अस्पृश्योद्धाराच्या निमित्ताने स्वतःचा स्वार्थ साधणारी नि तळी पार करणारी माणसे नकोत.' पत्राच्या शेवटी टॉलस्टॉयचे वचन उद्धृत करून आंबेडकर म्हणाले, 'जे प्रेम करू शकतात तेच सेवा करू शकतात.'

भूमध्य समुद्रावर बोट फार हालू लागली. सागराच्या क्रोधाला जुमानणार नाहीत अशा आगबोटी लवकर निर्माण होतील, अशी आंबेडकरांनी मनोभावना प्रकट केली. मानवांना ही गोष्ट अशक्य नाही, असेही त्यांना वाटले. येथून लिहिलेल्या पत्रात ते म्हणतात, 'मित्रपरिवार जोडण्याचे कसब माझ्यात नाही.'

गंभीर मुद्रा, ग्रंथकीटकी वृत्ती आणि चिंतनशीलता ह्यामुळे ते घडत असावे असे त्यांना वाटे. तरीसुद्धा जतचे संस्थानिक आणि फलटणचे दिवाण गोडबोले ह्यांच्याशी आंबेडकरांचा आगबोटीवर चांगलाच परिचय झाला. गोडबोल्यांविषयी आंबेडकरांचे मत चांगले झाले. जिनेव्हा येथील 'कस्टम हॉल' पाहून त्यांना समाधान झाले. त्यांना तो वास्तुशिल्पकलेचा एक उत्कृष्ट नमुना वाटला; सौंदर्याची प्रतिभाच वाटली. ज्यामुळे ती भव्य नि सुंदर कलाकृती निर्माण झाली त्या मुसोलिनीविषयी त्यांनी धन्योद्गार काढले.

संयुक्त समितीची बैठक १७ नोव्हेंबरलाच सुरू झाली असल्याचे त्यांना लंडनला पोहचताच कळले. या वेळी प्रतिनिधींची संख्या बेताचीच होती. राष्ट्रीय सभेच्या पुढाऱ्यांची अनुपस्थिती खुलून दिसत होती. प्रतिनिधींमधील गट नि फूट पाहून आंबेडकरांच्या मनास विषाद वाटला. मुसलमानांच्या जातिविशिष्ट सर्व मागण्या पदरात पडल्या तरीसुद्धा हिंदुस्थानकरिता जबाबदार अशा राजपद्धतीची मागणी इतर पुढाऱ्यांबरोबर करून त्यांना मुसलमान नेते साथ देत नव्हते. ते पाहून आंबेडकरांना वाईट वाटले. मुसलमान पुढारी नेहमी एकीने, स्वतंत्र गटाने वागायचे आणि हिंदू पुढारी पूर्वपरंपरेनुसार दुभंगलेले, विभक्त नि एकमेकांपासून अलिप्त असायचे, हे आंबेडकरांचे पक्के मत झाले. मुसलमान पुढाऱ्यांच्यासंबंधी आंबेडकरांची मते आणखी स्पष्ट होऊ लागली. मुसलमान पुढारी हे स्वार्थपरायण होते. एवढेच नाही तर ते हिंदू कर्मठांप्रमाणे जीर्ण पुराणमतवादी, सामाजिक दृष्ट्या प्रतिगामी होते. हे पाहून त्यांना धक्काच बसला. अशा संकुचित व अधोगत मनोवृत्तीच्या पुढाऱ्यांवर अस्पृश्य वर्गाच्या उन्नतीसाठी अवलंबून राहणे धोक्याची गोष्ट आहे, हे त्यांना पटले. गझनवींना बंगालच्या सनातनी हिंदूंनी मंदिरप्रवेशास विरोध करण्यासाठी केलेल्या तारेचा त्यांनी उल्लेख केला. ही गोष्ट फार धोक्याची आहे आणि या गोष्टीचा हिंदुस्थानातील सुधारकांनी विचार करावा असे त्यांना वाटले. सनातनी हिंदूंप्रमाणे हिंदी मुसलमान ही एक अजब चीज आहे असे त्यांचे मत झाले. आंबेडकर आपल्या पत्रात लिहितात, 'केमालपाशाकडून हिंदी मुसलमानांनी खूप गोष्टी शिकण्यासारख्या आहेत.' आपणास केमालपाशाविषयी मोठा आदर व आपलेपणा वाटतो. अमानुल्लासारख्या नेत्याविषयी हिंदी मुसलमान पुढाऱ्यांना आदर नाही. ह्याचे कारण अमानुल्लांचे विचार प्रगतीपर होते. ते समाजक्रांतीवादी होते. आणि हिंदी मुसलमानांच्या धार्मिक दृष्टीला सुधारणा तर महत्पाप वाटते, असे त्यांनी त्या पत्रात म्हटले आहे.

गोलमेज परिषदेच्या तिसऱ्या अधिवेशनाचा कार्यक्रम आखल्याप्रमाणे तडीस गेला. गेल्या दोन परिषदांतील कार्यक्रमाला पूरक असे काम करणे नि

पुरवणी जोडणे हेच त्या वेळचे प्रमुख कार्य होते. लोथियन समिती, पर्सी आणि डेव्हिडसन समिती यांच्या निवेदनाच्या अनुरोधाने दुरुस्त्या व सूचना करणे हेही तिचे कार्य होते. वयात आलेल्या प्रत्येक माणसास मतदानाचा अधिकार देणे सद्य:स्थितीत अव्यवहार्य आहे, असा त्या परिषदेने निर्णय दिला. मतदार संघ विस्तृत करावेत, स्त्रियांना काही प्रमाणात मतदानाचा अधिकार द्यावा असेही ठरले. संस्थानिकांचा उत्साह थंडावला होता. ते कालहरण करीत होते. अस्पृश्य वर्गापैकी फार मोठ्या भागाला मतदार संघ मिळावा असे परिषदेने ठरविले. व्यापार संरक्षण समितीवर आंबेडकरांनी काम केले. जन्म, जात, धर्म यांवर आधारलेली विषमतेची बंधने, निर्बंध रद्द करावे अशी विनंती करणारे एक निवेदनपत्र आंबेडकर, जयकर, सर कावसजी जहांगीर, जोशी, केळकर, सप्रू, नानकचंद, एन्. एन्. सरकार यांनी सह्या करून ब्रिटिश पंतप्रधानांना दिले.

डिसेंबरच्या दुसऱ्या आठवड्यात इम्पीरियल हॉटेलमधून बाबासाहेबांनी घरी पत्र लिहिले. त्यात ते म्हणतात की, 'गोलमेज परिषदेसंबंधी प्रतिनिधींत उत्साह दिसत नाही. परिषदेच्या कार्याकडे ब्रिटिश जनता पूर्वीसारख्या कौतुकाने व आस्थेने लक्ष देताना दिसत नाही. अमेरिकेच्या द्यावयाच्या कर्जाकडे त्यांचे लक्ष वेधून गेलेले आहे. संघराज्य कसे असावे ह्या प्रश्नाचा ऊहापोह करण्यासाठी तरतूद आहे. परंतु संघराज्य केव्हा येणार या संबंधीच्या कालमर्यादेचा नामनिर्देश नाही. जातिविशिष्ट प्रश्न निकालात निघाला, तरी मुसलमान प्रतिनिधी हे पूर्वीप्रमाणेच हिंदूंशी फटकून वागतात. संस्थानिकांना तर आपले परंपरागत अनियंत्रित मोठेपण कायम राखावेसे वाटते. आपापसात तिभंगलेले लोक तिऱ्हाइतापासून भरीव असे काही मिळवू शकतील, असे आपणास वाटत नाही.'

परिषदेच्या कार्याचे सूप २४ डिसेंबर १९३२ रोजी वाजले. त्या वेळी जगामध्ये सर्वत्र दिसणारे निरुत्साहाचे वातावरण आणि मुसलमानांनी दाखविलेली अनास्था यामुळे हिंदुस्थानचे ध्येय दूरच राहिले. आंबेडकर त्वरित भारतात येण्यास परतले.

ह्याच सुमारास मंदिरप्रवेशाच्या चळवळीने सभा आणि वृत्तपत्रे यांतून मोठी खळबळ उडवली होती. दाही दिशा दुमदुमून गेल्या होत्या. केलाप्पनबरोबर आपणही उपोषण करतो अशी गांधीजींनी धमकी दिल्यामुळे गांधीजींच्या अनुयायांपैकी कित्येक जणांचे पितळ उघडे पडले. स्पृश्य हिंदूंनी गांधीजींचा प्राण वाचविण्यासाठी घाईघाईने कच्चा करारनामा केला होता, हे आता स्पष्ट झाले. ती उथळ चळवळ नि उथळ सहानुभूती आता ओसरू लागली होती. ज्या झामोरिनच्या उत्सवात मुसलमानांना भाग घेता येई त्या झामोरिनने गुरुवायूर देऊळ खुले करण्यास नाकारले.

गांधीजीही आता प्रतिज्ञेच्या दोरखंडावरून लोकशाहीच्या खांबाकडे सरकत येऊ लागले. ते म्हणाले, 'जर पोनाई तालुक्यातील बहुसंख्य लोकांनी अस्पृश्यांच्या मंदिरप्रवेशाला विरोध केला तर मी आपली मागणी मागे घेईन.' बहुसंख्य लोकांनी मंदिरप्रवेशाच्या बाजूने कौल दिला तरी झामोरिन मंदिर खुले करीना ! ह्याच सुमारास रंगा अय्यर यांनी अस्पृश्यतानिवारणाच्या संबंधित विधेयक मध्यवर्ती विधिमंडळात आणले. त्या तऱ्हेची विधेयके एम्. सी. राजा, गयाप्रसाद सिंह, बी. सी. मित्र यांनी मध्यवर्ती विधिमंडळात आणली. गांधीजींनी आपल्या उपोषणाचा दिवस १ जानेवारी १९३३ पर्यंत लांबणीवर टाकला. आणि महाराज्यपाल त्या अस्पृश्यता निवारण विधेयकासंबंधी काय धोरण ठरवितात याची वाट पाहू लागले. 'जर गांधीजी भारताचे अनभिषिक्त राजे आहेत, त्यांचा शब्द म्हणजे निर्बंध असे जर लोक मानतात, तर हा गोंधळ गांधीजी का करीत आहेत,' असा आंबेडकरवाद्यांचा आरोप होता.

आंबेडकर गंगा आगबोटीने २३ जानेवारी १९३३ रोजी मुंबईस परतले. समता दलाने त्यांचे स्वागत केले. आगबोटीवरून खाली उतरताक्षणीच 'टाइम्स ऑफ इंडिया' पत्राच्या प्रतिनिधीला दिलेल्या मुलाखतीत ते म्हणाले की, ब्रिटिशांनी हिंदुस्थानला जबाबदार पद्धतीचे राज्य देण्यासाठी संस्थानिकांच्या उत्सुकतेवर वा विरोधावर अवलंबून राहू नये.

मंदिरप्रवेश विधेयकासंबंधी विचारताच ते म्हणाले, 'त्याविषयी मी ऐकतो त्यावरून काही चिन्हे ठीक दिसत नाहीत.' त्या विधेयकावर मद्रास विधिमंडळामध्ये वा मध्यवर्ती विधिमंडळामध्ये चर्चा करण्यास महाराज्यपाल त्वरित परवानगी देणार नाहीत हे ऐकून त्यांना वाईट वाटले. गांधीजींनी अस्पृश्यांच्या मंदिरप्रवेशासाठी आपले प्राण पणास लावू नयेत. आणि महाराज्यपालांनी त्या विधेयकाची मुस्कटदाबी करू नये. जनमनाविरुद्ध ती गोष्ट असली, तर त्यांनी आपला निर्वाणीचा अंतिम अधिकार वापरावा, असे मत दिले.

बॅलार्ड पीयरवरच आंबेडकरांना गांधीजींची तार मिळाली. त्यांनी आंबेडकरांना येरवड्यास भेटीस बोलाविले होते. दिल्लीतून परत येताच आपण तुम्हांस भेटू असे त्यांनी गांधीजींना उलट तारेने कळविले. मुंबईतील मुक्कामातच त्यांना ब्रह्मी पुढारी बा. मा. आणि यू चि हॅंग यांची तार मिळाली. ब्रह्मदेश हिंदुस्थानापासून राजकीय दृष्ट्या वेगळा करू नये अशा मताचे जे ब्रह्मी नेते होते ते मध्यवर्ती विधिमंडळातील हिंदी नेत्यांशी नि आंबेडकरांशी काही घटनात्मक प्रश्नांची चर्चा करावयास दिल्लीस येणार होते. म्हणून आंबेडकरांनी आपला दिल्लीचा पत्ता कळवावा असा त्या तारेचा आशय होता. देशातील सर्व भागांतील

अस्पृश्यांच्या सदस्यांनी आंबेडकरांचे स्वागत केले. अर्नाकुलम् येथील 'थिया युवजान समाज' या संस्थेने अस्पृश्यांचे हित नि स्वातंत्र्य आणि संस्थानी प्रजेचे हक्क यांसाठी दिलेल्या धीरोदात्त लढ्याविषयी आंबेडकरांचे मन:पूर्वक आभार मानले.

महाराज्यपालांनी गोलमेज परिषदेच्या प्रतिनिधींना अनौपचारिक बैठकीसाठी दिल्लीस बोलाविले. त्यासाठी डॉ. आंबेडकर दिल्लीस गेले. तेथून परत आल्यावर 'दिनांक ४ फेब्रुवारी १९३३ ला आपण तुम्हांस भेटू' अशी गांधीजींना त्यांनी तार केली. ४ फेब्रुवारीला १२॥ वाजता वेळ सोयीची असल्याविषयी गांधीजींनी तारेने कळविले. ब्रह्मदेशातील पुढाऱ्यांची आंबेडकर गाठ घेऊ शकले नाहीत, हे उघडच आहे.

शिवतरकर, डोळस, शांताराम उपशाम, कांबळे, घोरपडे आणि केशवराव जेधे यांच्या समवेत डॉ. आंबेडकर ठरल्या वेळी येरवडा तुरुंगात गांधीजींना भेटावयास गेले. गांधीजींनी उठून हसतमुखाने पाहुण्यांचे स्वागत गेले. थोडक्याच वेळात चर्चा मंदिरप्रवेशाच्या प्रश्नाकडे वळली. डॉ. सुब्बरायन आणि रंगा अय्यर यांच्या विधेयकांना पाठिंबा देण्याविषयी गांधीजींनी आंबेडकरांना विनंती केली. आंबेडकरांनी तसे करण्यास साफ नकार दिला. कारण डॉ. सुब्बरायनच्या विधेयकाप्रमाणे अस्पृश्यतेची पद्धत मुळातच पाप आहे म्हणून तिचा धिक्कार केलेला नव्हता. त्या विधेयकाप्रमाणे एवढीच मागणी होती की, जर सार्वमत मंदिरप्रवेशास अनुकूल असेल, तर देवळे खुली करावी. परंतु देवळात जाऊन मूर्तीची पूजा करण्यासंबंधी हक्क असावेत किंवा नाही याविषयी विधेयकाने मुग्धता स्वीकारली होती. 'अस्पृश्य वर्गाला आता चातुर्वर्ण्यातील शूद्र म्हणून जगावयाचे नाही. हिंदू धर्म माझे बौद्धिक समाधान करू शकत नाही. मी मला प्रामाणिकपणे हिंदू म्हणवून घेऊ शकत नाही. मला त्यामुळे समाधान वाटणार नाही. तसे समाधान मानणे ही माझ्या सदसद्‌विवेक बुद्धीशी प्रतारणा केल्यासारखे होईल. मला प्रामाणिकपणे हिंदू म्हणवून घ्यावेसे वाटत नाही. वाईट रूढी व चाली सर्वच धर्मांत असतात. ख्रिश्चन लोकांत गुलामगिरीची पद्धत होती. तिला धर्माचा पाठिंबा नव्हता. धर्माने उचलून धरलेल्या वाईट रूढी आणि पद्धती आणि धर्माचा पाठिंबा नसलेल्या वाईट पद्धती यांत मुळातच फरक आहे. चातुर्वर्ण्याची उभारणी जन्मावर म्हणजे मनुष्याच्या आटोक्याच्या बाहेरच्या गोष्टींवर करण्यात आली आहे. ज्या धर्मात मला नीच दर्जा देण्यात आला आहे, तो माझा धर्म असे मी कसे मानू ? ही दुष्ट पद्धत चालू राहणार असल्यास मंदिरप्रवेशाचा उपयोग काय ?' असे आंबेडकर म्हणाले.

गांधीजी म्हणाले, 'चातुर्वर्ण्य कल्पनेत असमानता नाही. त्यात विघातक असे काही दिसत नाही. स्पृश्यांनी केलेल्या पापाचे अल्प निरसन व प्रायश्चित व तद्वारा हिंदू धर्माची शुद्धी एवढ्याच दृष्टीने ती चळवळ हाती घेतलेली आहे. आपण अशा वेळी स्तब्ध राहिल्यास त्याचा फायदा सरकार व सनातनी दोन्ही घेतील याची मला भीती वाटते. मला वाटते की, ही धर्मसुधारणा झाल्यास अस्पृश्यांचा ऐहिक दर्जा आपोआप वाढेल.' आंबेडकरांनी त्यांना सांगितले की जर अस्पृश्य वर्गाचा राजकीय, धार्मिक व शैक्षणिक दर्जा वाढला तर त्यांचा मंदिरप्रवेश आपोआप होईल.

गांधीजींच्या 'हरिजन' साप्ताहिकाला पाठविलेल्या संदेशातही आंबेडकरांनी आपले मत पुन्हा मांडले. 'अस्पृश्यता ही जातिभेदाचा आविष्कार वा परिणती आहे. जोपर्यंत जाती आहेत तोपर्यंत अस्पृश्यजन असणारच. जातिभेदाचे निर्मूलन केले तरच अस्पृश्यांचा उद्धार होईल. हिंदूंना भावी झगड्यात फक्त एकच गोष्ट तारू शकेल आणि ती म्हणजे हिंदू धर्माची तिरस्करणीय नि दुष्ट रूढींपासून मुक्तता करणे ही होय.' त्यांना उत्तर देताना गांधीजी म्हणाले, 'आंबेडकरांसारखे मत अनेक सुशिक्षितांचे आहे. परंतु मी त्यांच्याशी सहमत होऊ शकत नाही.

पुण्याहून आल्यानंतर आंबेडकरांनी विधिमंडळातील चर्चेत भाग घेतला. ग्राम-पंचायत विधेयकावर भाषण करताना त्यांनी हिंदू समाजावर कडक टीका केली. विधेयकाचा उद्देश गावच्या पंचायतीवर मुसलमान आणि अस्पृश्य सभासदांची निवडणूक करावी असा होता. त्या भाषणात काही मुद्यांवर विदारक टीका करताना आंबेडकर म्हणाले, 'महाराज, हिंदुस्थान म्हणजे काही युरोप नव्हे. इंग्लंड म्हणजे हिंदुस्थान नव्हे. इंग्लंडमध्ये जातिभेद नाही. आमच्यामध्ये आहे. म्हणून जी राज्यपद्धती इंग्लंडला योग्य आहे, ती आम्हांस उपयुक्त होईलच असे नाही. ही सत्य गोष्ट लक्षात ठेवली पाहिजे. आम्हांस राज्यपद्धती अशी पाहिजे की त्यात मतदानाचाच नव्हे तर माझ्या समाजाचे प्रतिनिधी विधिमंडळात पाठविण्याचा अधिकार मला असला पाहिजे. माझ्या प्रतिनिधींना त्या ठिकाणी होणाऱ्या चर्चेतच नव्हे तर निर्णय करण्याच्या कार्यातसुद्धा अधिकार असला पाहिजे. म्हणून माझे असे मत आहे की, जातीय प्रतिनिधित्व हे वाईट नाही. ते विष नाही. भिन्न जातींच्या सुरक्षिततेच्या दृष्टीने ही जातीय पद्धतीची राज्यव्यवस्था हितावह आहे. राज्यघटनेला त्यामुळे उणेपणा येतो असे मला वाटत नाही.' इतक्यात एक सभासद ओरडला 'शोभा येते !' तेव्हा आंबेडकर म्हणाले, 'होय, त्यामुळे राज्यघटनेला

शोभा येते !' आंबेडकर पुढे म्हणाले, 'न्यायालयाच्या क्षेत्रात जातीय प्रतिनिधित्व असण्याचे कारण असे की, अनेक वेळा न्यायालयीन निर्णयांत जातीय वृत्ती दिसून आली आहे. आणि काही प्रकरणांत तर आपल्या अधिकाराचा न्यायाधीशांनी दुरुपयोग केला आहे, असे आढळून आले आहे.' उदाहरणादाखल त्यांनी ज्यात ब्राह्मण आणि ब्राह्मणेतर हे वादी प्रतिवादी होते अशा काही खटल्यांचा नामनिर्देशही केला.

या भाषणामुळे विधिमंडळामध्ये आणि वृत्तपत्रांत एकच गडबड उडाली. दुसऱ्या दिवशी काही सभासदांनी आंबेडकरांच्या भाषणामुळे न्यायाधीशांची सरसकट बदनामी झाली आहे, असे म्हणून त्यांच्याविरुद्ध गिल्ला केला. त्यावर आंबेडकर म्हणाले, 'सरसकट न्यायाधीशांचा धिक्कार करावयाचा माझा उद्देश नव्हता किंवा विशिष्ट जातीच्या न्यायाधीशांवर तोंडसुख घेण्याचा माझा इरादा नव्हता.' शेवटी हे प्रकरण एकदाचे मिटले.

१२ फेब्रुवारी १९३३ रोजी मंदिरप्रवेशाच्या विधेयकासंबंधी आंबेडकरांनी आपले निवेदन प्रसिद्ध केले. त्याची एक प्रत प्रिय महात्माजींना येरवडा तुरुंगात पाठविली. रंगा अय्यरच्या विधेयकांसबंधी ते म्हणाले, 'अस्पृश्य वर्ग ह्या विधेयकाला पाठिंबा देण्याचा संभव नाही. कारण ते विधेयक एकतर मंदिरप्रवेश लोकमतावर अवलंबून ठेवते व अस्पृश्यता हे पाप आहे असे हे विधेयक मानीत नाही. पाप आणि अन्याय ही बहुसंख्य लोकांच्या हाडीमांसी खिळली आहेत किंवा बहुसंख्य लोक ती आचरतात म्हणून ती सुसह्य होऊ शकत नाहीत. जर अस्पृश्यता हे पाप आहे आणि ती अन्याय्य रूढी आहे अशी एकदा खात्री झाली म्हणजे ती बहुसंख्य हिंदू पाळीत असले तरी अस्पृश्यांच्या मते तिचा काही सबब न सांगता त्वरित नायनाट झाला पाहिजे. जर अशा चालीरीती नीतिबाह्य आणि सार्वजनिक हितास प्रतिकूल असतील तर त्यांना न्यायालये हाच न्याय लावतात. आणि रंगा अय्यरच्या विधेयकाचा हाच नेमका दोष आहे. अस्पृश्यता हे पाप आहे तर त्या पापाचे, अन्यायाचे निर्दालन बहुमतावर अवलंबून ठेवणे, म्हणजे अस्पृश्यता पाप नाही व अन्याय नाही असे म्हणण्यासारखे आहे.

'बहुजन समाजाने केले म्हणून ते पाप नाही, तो अन्याय नव्हे, अशी जर पापाची व न्यायाची व्याख्या करावयाची झाल्यास जगातील पाप व अन्याय कधीही नाहीसे व्हायचे नाहीत. एखादी गोष्ट पाप असेल तर बहुमताला न जुमानता तिचा नायनाट झाला पाहिजे हे नीतिमत्तेचे आद्य तत्त्व आहे. व्यवहारी दृष्टीने या प्रश्नाकडे पाहिले तर उच्च शिक्षण, उच्च अधिकारपदे आणि उदरनिर्वाहाचे उत्तम मार्ग यांच्या लाभामुळेच त्यांची खरी उन्नती होईल.

जीवनक्रमात ते एकदा सुस्थिर झाले म्हणजे त्यांना सन्मान मिळेल आणि अशी त्यांची प्रगती झाली म्हणजे सनातन्यांच्या धार्मिक दृष्टीत क्रांती होईल आणि ती झाली नाही तरी अस्पृश्यांचे फारसे अनहित होणार नाही. दुसरे असे की यात स्वाभिमानाचा प्रश्न निगडीत झालेला आहे. 'कुत्रे आणि हिंदीजन ह्यांना प्रवेश नाही' अशा पाट्या लावणाऱ्या युरोपियनांच्या सांस्कृतिक संस्थांमध्ये प्रवेश मिळण्यासाठी हिंदू जसे याचना करीत नाहीत तसेच देवळांवर 'सर्व हिंदू आणि कुत्र्यांसहित सर्व प्राणी यांना प्रवेश आहे. फक्त अस्पृश्यांना मज्जाव आहे,' अशी पाटी असल्यामुळे अस्पृश्य वर्ग या ठिकाणी प्रवेश मिळण्यासाठी याचना करीत नाही.'

म्हणून आंबेडकर म्हणाले, 'स्पृश्य हिंदूंना माझे सांगणे असे की तुम्ही देवळे खुली करावी किंवा न करावी ह्या प्रश्नाचा विचार तुम्ही करा. मी त्यासाठी चळवळ करणार नाही. मनुष्याच्या ठायी असलेल्या पवित्र व्यक्तिमत्त्वाविषयी सन्मान बाळगणे तुम्हांस सभ्यपणाचे लक्षण वाटत असेल, तर तुम्ही देवळे उघडा आणि सज्जनास शोभेल असे वर्तन करा. सज्जन होण्यापेक्षा तुम्हांला हिंदुजन म्हणून टेंभा मिरवायचा असेल तर देवळांचे दार बंद करा आणि आत्मनाश करा. मला त्याच्याशी काही कर्तव्य नाही. मंदिरप्रवेश हा अस्पृश्यता निवारण्याच्या मार्गावरील एक टप्पा आहे. ती त्यांच्या सामाजिक उन्नतीची अंतिम सीमा नाही, असे हिंदूंनी मानले तर ज्याप्रमाणे हिंदी लोक ब्रिटनने वसाहतीचे स्वराज्य हे भारताच्या अंतिम ध्येयातील एक टप्पा म्हणून मान्य केले तर वसाहतीचे स्वराज्य स्वीकारण्यास तयार होते. त्याप्रमाणे अस्पृश्य वर्ग मंदिरप्रवेश हा त्यांच्या अंतिम उन्नतीच्या मार्गावरील एक टप्पा समजून त्या चळवळीस पाठिंबा देण्याचा विचार करतील.

'जो धर्म असमानतेचे समर्थन करतो त्याला विरोध करायचा त्यांनी निर्धार केला आहे. तर हिंदू धर्म हा अस्पृश्यांचा धर्म आहे तर तो समानतेचा धर्म झाला पाहिजे. मग त्यांना त्याने परकीय न मानता स्वकीय मानले पाहिजे. जर हिंदू धर्म हा सामाजिक समतेचा धर्म व्हायचा असेल तर अस्पृश्यांना मंदिरप्रवेश देण्याएवढीच त्यांच्या निर्बंधांत सुधारणा करून भागणार नाही. त्यासाठी चातुर्वर्ण्य निर्मूलन करून त्याची शुद्धता केली पाहिजे. सर्व असमानतेचे मूळ चातुर्वर्ण्य हे आहे. चातुर्वर्ण्य अस्पृश्यतेची जननी आहे. कारण जातिभेद नि अस्पृश्यता ही असमानतेची अन्य रूपे आहेत. हे केले नाही तर अस्पृश्य वर्ग मंदिरांचाच नव्हे तर हिंदू धर्माचाही त्याग करतील. कारण मंदिरप्रवेश स्वीकारून समाधान पावणे म्हणजे पापाशी तडजोड करण्यासारखे आहे. मनुष्यमात्राच्या ठिकाणी जी पवित्र

भावना आहे तिचा विक्रय करण्यासारखे आहे.' शेवटी त्यांनी गांधीजींना एक महत्त्वाचा, निर्वाणीचा प्रश्न टाकला. 'मंदिरप्रवेशाचा प्रश्न मिटल्यानंतर जेव्हा अस्पृश्य लोक जातीच्याच व चातुर्वण्यांच्या उच्चाटनाचा प्रश्न हाती घेतील त्या वेळी महात्माजी कोणाची बाजू घेतील ? जर ते सनातन्यांची बाजू घेणार असतील, तर आज आम्ही त्यांच्या बाजूला नाही. उद्या होणारा शत्रू, त्याला आज मित्र म्हणण्यात अर्थ नाही !'

भारतातील रा. ब. श्रीनिवासन, मलिक, प्रेमराय आदी अस्पृश्यवर्गीय पुढाऱ्यांनी आंबेडकरांच्या विचाराला जोराचा पाठिंबा दिला.

आपल्या पत्रकात गांधीजींनी उत्तरे दिले, 'मी हिंदू कुटुंबात जन्मास आलो आहे म्हणूनच हिंदू आहे असे नव्हे, मी श्रद्धेने नि आपखुशीनेसुद्धा हिंदू आहे. मी मानत असलेल्या हिंदू धर्मात उच्चनीचता नाही. परंतु डॉ. आंबेडकरांना वर्णाश्रमी झगडा करावयाचा असल्यामुळे मी त्यांच्या पक्षात राहू शकत नाही. कारण वर्णाश्रम हा हिंदू धर्माचा अभिन्न असा भाग आहे, अशी माझी श्रद्धा आहे.''

गांधीजी-आंबेडकर यांचा मंदिरप्रवेशासंबंधी वादविवाद चालला असता आंबेडकरांना रत्नागिरी येथील पेट किल्ल्यात भागोजीशेट कीर यांनी बांधलेल्या नवीन देवळाचे उद्घाटन करण्यासाठी वीर सावरकर ह्यांनी आग्रहाने आमंत्रण धाडले. 'पूर्वनियोजित कामामुळे मी येऊ शकत नाही. परंतु आपण समाज सुधारणेच्या क्षेत्रामध्ये काम करीत आहात त्याविषयी अनुकूल अभिप्राय देण्याची ही संधी घेत आहे. जर अस्पृश्य वर्ग हिंदू समाजाचा अभिन्न भाग व्हायचा असेल तर नुसती अस्पृश्यता जाऊन भागणार नाही. चातुर्वर्ण्याचे उच्चाटन झाले पाहिजे. ज्या थोड्या लोकांना ह्याची आवश्यकता पटली आहे त्यांपैकी आपण एक आहात हे सांगावयास मला आनंद वाटतो.' असे सावरकरांना आंबेडकरांनी कळविले.

सनातनी सुधारक आणि सनातनी गट हे आपल्या धोरणातील पराकोटीचा कडवटपणा टाकून आंबेडकरांच्या धोरणाला अनुकूल होऊ लागले असतानाच आंबेडकर मात्र त्यांच्याकडे पाठ फिरवीत होते. हिंदूंनी चालविलेल्या मंदिरप्रवेशाच्या चळवळीशी आपल्या लोकांना सहकार्य करण्यास सांगण्याऐवजी आंबेडकरांनी त्यांची दृष्टी राजकीय लाभाकडे वळविली. तसे करण्यास कारणही होते. अस्पृश्यतानिवारक संघाच्या मध्यवर्ती मंडळाचे जरी ते सभासद होते, तरी त्या संस्थेच्या कुठच्याही सभेस ते उपस्थित नव्हते. मध्यंतरी गांधीजींनी त्या संस्थेचे नाव 'हरिजन सेवक संघ' असे ठेविले. 'हरिजन सेवक संघा'च्या कार्यकारी मंडळात अस्पृश्य पुढारी समाविष्ट करून घेतले गेले नाहीत म्हणून अस्पृश्य

पुढाऱ्यांच्या मनांत त्या संस्थेच्या हेतूविषयी संशय निर्माण झाला. आंबेडकरांनी त्यामुळेच त्या संस्थेचा संबंध तोडला. अस्पृश्य पुढाऱ्यांपैकी बऱ्याच जणांना असे वाटले की, गांधीजींच्या चळवळीचा हेतू आंबेडकरांच्या चळवळीस पूरक नसून तो मारक आहे. इतकेच नव्हे तर गांधीजींची चळवळ हा एक राजकीय डाव होता. तो गांधीजींचा खरा कार्यक्रम नव्हता, असेही त्यांना वाटे. आंबेडकरपक्षीयांना अशी भीती वाटे की, मंदिरप्रवेशाच्या चळवळीमुळे उत्पन्न झालेल्या उत्सवात आणि ईश्वरचिंतनात अस्पृश्य लोक मग्न होतील. आणि त्यामुळे राजकीय आणि आर्थिक समतेच्या धोरणांकडे त्यांचे दुर्लक्ष होईल. तेढीचे खरे कारण हे होते. आंबेडकरांच्या निवेदनाची प्रतिक्रिया वर्तमानपत्रांवर कशी झाली हे पाहण्यासारखे आहे. आंबेडकरांच्या निवेदनातील विदारक सत्यामुळे भडकलेल्या राष्ट्रीय वृत्तीच्या पत्रांनी आंबेडकरांच्या विरुद्ध द्वेशाची लाटच पसरविली. त्यांच्यापैकी काहीजण तर त्यांना 'भीमासुर' म्हणू लागले. मुंबईतील एका वर्तमानपत्राने त्यांना 'ब्रह्मद्वेष्टा' ही पदवी कुत्सितपणे अर्पण केली. आंबेडकरांच्या अनुयायांना 'ब्रह्मद्वेष्टा' ही पदवी दूषण नसून भूषण आहे असे वाटले. ज्याप्रमाणे सर व्हॅलेन्टाईन चिरोलने टिळकांना कुत्सितपणे बहाल केलेली 'भारतीय असंतोषाचे जनक' ही उपाधी टिळकांच्या जीवितकार्याचे यथार्थ वर्णन ठरते, त्याचप्रमाणे 'ब्रह्मद्वेष्टा' हे आंबेडकरांचे अमोल, अर्थपूर्ण आणि यथार्थ वर्णन आहे असे त्यांना वाटे. ब्रह्मद्वेष्टा ब्राह्मण्याचा कट्टर विरोधक आणि हिंदू समाज ब्राह्मण्यावर म्हणजे जातिनिष्ठ उच्चनीचपणाच्या तत्त्वावर अधिष्ठित झालेला. तो समाज अन्याय नि विषमता, असमानता नि अस्पृश्यता यांचे प्रतीक होता. अशा समाजातील अन्याय नि विषमता, अस्पृश्यता नि पिळवणूक यांचे उच्चाटन करणे हे ब्रह्मद्वेष्ट्याचे जीवितकार्य असते. आंबेडकरांचे तेच ध्येय असल्यामुळे ते खरे क्रांतिकारक, सच्चे देशभक्त नि खरे उद्धारकर्ते ठरतात.

रंगा अय्यरच्या मंदिरप्रवेशाच्या विधेयकाला केवळ बुरसटलेल्या सनातन्यांनीच विरोध केला असे नाही, तर अर्धवट वा सनातनी समाजसुधारक यांनीही केला. विरोधकांचे म्हणणे असे होते की अस्पृश्यांचा मंदिरप्रवेश हा सार्वमताने ठरवू नये. धार्मिक बाबतीत कायद्याने ढवळाढवळ करू नये. गांधीजींना केलेल्या तारेत पंडित मदन मोहन मालवीय त्वेषाने म्हणाले, 'देवळांच्या व्यवहारात कायद्याचा दुरूनसुद्धा संबंध असू नये, म्हणून आपला त्या विधेयकाला विरोध आहे. मुंबईत जो करार झाला त्यातील अटींनुसार हे विधेयक नाही.' आणि मुंबईतील करार म्हणजे पुणे कराराची पुनरुक्ती होती. गांधीजी अन् राजाजी यांच्या या चळवळीत काहीतरी मोठा डावपेच असावा असा ब्रिटिश राज्यकर्त्यांना

संशय आला. ब्रिटिशांच्या विरुद्ध अस्पृश्यांचा गट गांधीजी उठवीत आहेत असे त्यांना वाटे. एकतर त्यांचे धोरण धार्मिक बाबतीत तटस्थतेचे होते आणि दुसरे असे की राजकीय चळवळीमुळे चिडलेले लोक धार्मिक बाबतीत ढवळाढवळ केली असता अधिक चिडतील असे त्यांना वाटे. भूतकाळात अस्पृश्यता निवारणाची चळवळ कधीही न करणाऱ्या हिंदूंचाही कायद्याने अस्पृश्यता नष्ट करण्याचा निर्धार पाहून त्यांच्या मनात गोंधळ निर्माण झाला. सरतेशेवटी भारतमंत्र्याने महाराज्यपालांना विधिमंडळात अस्पृश्यविषयक विधेयक आणण्याची परवानगी दिली. डी. सुब्बरायन आणि नारायण नंबियार यांची विधेयके अखिल भारतीय स्वरूपाची असल्यामुळे महाराज्यपालांनी नामंजूर केली. बाकीची सर्व विधेयके मध्यवर्ती विधिमंडळात चर्चेसाठी आणावयास त्यांनी अनुज्ञा दिली. शेवटी रंगा अय्यर यांचे विधेयक तेवढे शिल्लक राहून बाकीची आपोआप गळली. रंगा अय्यर यांचे विधेयक २४ मार्च १९३३ रोजी मध्यवर्ती विधिमंडळात चर्चेसाठी आले. परंतु काँग्रेस सदस्यांच्या दुर्लक्षतेमुळे, सरकारने दाखविलेल्या उपेक्षेमुळे आणि सनातनी वृत्तीच्या सदस्यांच्या चालढकली वृत्तीमुळे शेवटी त्याही विधेयकाची केविलवाण्या स्थितीत इतिश्री झाली.

मंदिरप्रवेशासंबंधी प्रसिद्धीपत्रक काढल्यानंतर अस्पृश्यांच्या ठायी असलेल्या आध्यात्मिक आणि धर्मभोळेपणाच्या वृत्तींविरुद्ध आंबेडकरांनी जोराचा प्रचार सुरू केला. ह्या धर्मभोळेपणामुळे आणि आध्यात्मिक वेडामुळे अस्पृश्यांची शतकानुशतके दुर्बलता वाढतच चालली होती. देवपूजेपेक्षा पोटभर अन्न मिळणे हे अधिक महत्त्वाचे कार्य आहे, असे त्यांनी त्यांच्या मनावर बिंबविण्यास सुरुवात केली. ठाणे जिल्ह्यातील कसारा या ठिकाणी भरलेल्या एका परिषदेमध्ये भाषण करताना ते म्हणाले, 'आम्हांला हिंदू धर्मात समानता पाहिजे व चातुर्वर्ण्य नष्ट झाले पाहिजे. या देशाच्या राजकारणात कधीही घडलेली नाही अशी गोष्ट घडून येत आहे. या देशात खालच्याने दळावे व वरच्याने भाकरी खावी अशी परिस्थिती आहे. इंग्रजी राज्य आले तरी त्याने क्रांती घडवून आणली नाही. कारण ती परकीय सत्ता होती. तुमच्यामध्ये फूट पडेल असे काही करू नका व ऐक्य वाढवा. दुही मोडून टाका. दुहीमुळे कार्याचा नाश होतो. सभोवतालच्या परिस्थितीचे ज्ञान करून घ्या. कोकण आणि नाशिक येथे सत्याग्रह झाले. ते झाले नसते तर आपल्याला राजकीय सत्ता प्राप्त झाली ती झाली नसती. नाशिक सत्याग्रहाने एवढी प्रचंड खळबळ उडवून दिली की ती सत्याग्रहाची वार्ता 'लंडन टाइम्स'मध्ये

वाचून लोकांना आश्चर्य वाटत असे. जी गोष्ट वाईट होते ती ईश्वर करतो, ईश्वराने आपणाला अस्पृश्यांच्या जन्माला घातले आहे, ही त्याचीच इच्छा आहे, असली भावना टाकून द्या. तुम्ही सध्या ईश्वराविषयी विचारच करू नका. आपले वाईट झाले ते इतर लोकांनी आपला स्वार्थ साधला व आपले नुकसान केले म्हणून. गेल्या जन्मातील पातकांमुळे नव्हे. महारांना जमिनी नाहीत, याचे कारण त्या इतर लोकांनी घेतल्या म्हणून. अस्पृश्यांना नोकऱ्या नाहीत, याचे कारण इतर लोकांनी त्या लुबाडल्या म्हणून. दैवावर भरवसा ठेवून वागू नका. जे काम करावयाचे असेल ते आपल्या मनगटाच्या जोरावर करा.' मुंबईच्या माझगाव विभागात फेब्रुवारीच्या शेवटच्या आठवड्यात भाषण करताना ते म्हणाले, 'इतर समाजांचे लोक मला शिव्याशाप देत आहेत. तर दुसरीकडे माझ्या समाजात माझा गौरव होत आहे.

'स्वकीयांनी गौरव करावा, परकीयांनी शिव्याशाप द्यावे. हा जो टिळकांचा अनुभव तोच अनुभव मला येत आहे. माझ्या मनाशी मी खूणगाठ बांधून ठेवली आहे की, जोपर्यंत हे परकीय मला शिव्या देत आहेत तोपर्यंत माझ्या समाजासाठी मी जे करतो आहे ते रास्त आहे, असे समजण्यास हरकत नाही. गेल्या २००० वर्षांपासून हिंदू समाजात जी अस्पृश्यता चालू आहे ती काढून टाकण्याचा आतापर्यंत इतका प्रयत्न कोणीच केला नाही. याला कारण असे की अस्पृश्य वर्गाशिवाय हिंदुस्थानला व हिंदू समाजालाही तरणोपाय नाही हे त्यांना आता पटले आहे. हा जो एवढा खटाटोप चालला आहे तो अस्पृश्यांची वाईट स्थिती पाहून त्यांना दया आली म्हणून नव्हे. स्वत:च्या कार्याच्या सिद्धीसाठी, राष्ट्रासाठी हा प्रयत्न करणे त्यांना भाग आहे असे म्हणण्यास हरकत नाही.

'आपल्या चळवळीचे ध्येय अन्याय, जुलूम, खोट्या परंपरा आणि विशिष्ट खास अधिकार यांचा नायनाट करून लोकांना गुलामगिरीतून मुक्त करावयाचे असे आहे. आपल्या अविरत, अखंड चळवळीमुळे आपली पत वाढली आहे. मृत जनावरांचे मांस खाऊ नका. मग आम्ही काय खावे असे विचारणारांना मी सांगतो की परिस्थिती सुधारण्यासाठी पतिव्रता वेश्येचे जीवन स्वीकारीत नाही. सन्मानाने जगावयास शिका. उच्च महत्त्वाकांक्षा अंगी बाळगा. जे झगडतात त्यांनाच यश येते. नैराश्याचे युग संपले आहे. नवीन युगास प्रारंभ झाला आहे. राजकारण नि निर्बंध करण्याची सत्ता यांत तुम्ही भाग घेऊ शकल्यामुळे आता तुम्हांस सर्व काही शक्य आहे.'

मानपत्र देण्यासाठी भरलेल्या दुसऱ्या एका सभेमध्ये डॉ. बाबासाहेब म्हणाले, स्तुतिपर अलंकारयुक्त भाषेने तुम्ही तुमच्यासारख्या एका माणसास

गुणातीत ईश्वर बनविले आहे. या तुमच्या भावना तुमच्या हितास नाशक आहेत. दुसऱ्याला ईश्वर बनवावयाचे व आपल्या उद्धाराचा भार त्याच्यावर टाकावयाचा ही भावना तुम्हांस कर्तव्यपराङ्मुख करणारी आहे. या भावनेला जर तुम्ही चिकटून राहाल, तर तुम्ही प्रवाहाबरोबर वाहणारे लाकडाचे ओंडके बनाल. नवयुगात प्राप्त झालेली राजकीय सत्ता निरर्थक ठरेल. या नादान कल्पनेने तुमच्या मनात घर केल्यामुळे तुमच्या वर्गाचा समूळ नाश झाला आहे. या भावनेने तुमचाच काय परंतु सर्व हिंदू समाजाचा नाश केला आहे. आपल्या या हिंदुस्थान देशाच्या हीनत्वाला काही कारण असेल तर हे देवपण आहे. इतर देशांतील लोक समाज संकटात सापडल्यास एकोपा करून स्वत:चा उद्धार करून घेतात. परंतु आपल्या धर्माने आमची अशी समजूत करून दिली आहे की माणूस काही करू शकत नाही. समाजावर मोठे संकट आल्यास किंवा समाजाची प्रगती खुंटल्यास देव आपल्यामध्ये अवतार घेतो व संकटनिवारण करतो. सामुदायिक रीतीने संकटास तोंड न देता ईश्वराच्या अवताराची वाट पाहत बसतात. हिंदू समाज गुलामगिरीत खितपत का पडला याचा विचार केल्यास, ते आपल्या उद्धारासाठी ईश्वराची वाट पाहत बसले हेच त्याला कारण आहे, अशी माझी दृढ समजूत आहे. या जगात ईश्वर असो किंवा नसो याचा विचार करण्याची तुम्हांला काही जरूर नाही. एवढी गोष्ट मात्र खरी आहे की, जगात ज्या घडामोडी होतात त्या माणसेच करीत असतात. तुमचा उद्धार करावयास कोणीही येणार नाही. तुम्ही मनात आणाल तर तुमचा उद्धार तुम्हीच करण्यास समर्थ व्हाल. यापुढे तुमचे भवितव्य फक्त राजकारणात आहे. दुसऱ्या कशातही नाही. पंढरपूर, त्र्यंबक, काशी, हरिद्वार वगैरे ठिकाणी यात्रा करून किंवा एकादशी, सोमवार वगैरे उपवास करून किंवा शनिमहात्म्य, शिवलीलामृत, गुरुचरित्र इत्यादी पोथ्यांची पारायणे करून तुमचा उद्धार होणार नाही. तुमचे वाडवडील हजारो वर्षे या गोष्टी करीत आले तरीही तुमच्या शोचनीय स्थितीत एक तसूभर तरी फरक पडला आहे काय ? पूर्वीप्रमाणे तुमच्या अंगावर फाटक्या चिंध्या आहेत. अर्ध्याकच्च्या भाकरीच्या तुकड्यावर तुमची गुजराण चालली आहे. गुराढोरांपेक्षाही गलिच्छ अशी आजतागायत तुमची राहणी आहे. कोंबड्यांप्रमाणे तुम्ही रोगराईस बळी पडता आहात. तुम्ही केलेल्या उपोषणांनी तुमची उपासमार टळली नाही. तुमचा उद्धार करण्यास आता एकच मार्ग आहे आणि तो म्हणजे राजकारण, निर्बंध (कायदा) करण्याची शक्ती. पोटभर अन्न, राहण्यास जागा, द्रव्यार्जनाचे साधन मिळत नाही, याला कारण देव किंवा दैव दोन्हीही नाही. तुम्हांला अन्न, वस्त्र, वसतिस्थान व शिक्षण देणे हे देशातील निर्बंध करणाऱ्या सत्तेचे कार्य आहे व त्या सत्तेचा कारभार तुमच्या

संमतीने, तुमच्या साह्याने नि सामर्थ्याने चालणार आहे. या निर्बंध करणाऱ्या शक्तीत तुमचा समावेश झाला आहे. सारांश, सर्व सुखाचे आगर कायदा आहे. म्हणून कायदा करण्याची शक्ती तुम्ही पूर्णपणे हस्तगत केली पाहिजे. जप, तप पूजा-अर्चा करणे ह्यांवरील लक्ष काढून राजकारणाची कास धरा. तुमच्या उद्धाराचा हाच एकमेव मार्ग आहे. तुम्ही लक्षात ठेविले पाहिजे की, एखादा समाज जागृत, सुशिक्षित व स्वाभिमानी असेल तरच त्याचे सामर्थ्य वाढेल.'[१]

मार्च महिन्याच्या मध्यास हिंदी राज्यघटनेचे स्वरूप जाहीर करणारी 'श्वेतपत्रिका' ब्रिटिश सरकारने प्रसिद्ध केली. ब्रिटिश लोकसभेच्या दोन्ही विभागांतील एक संयुक्त समिती त्याचा विचारविनिमय करणार होती. महमद अल्ली जिना म्हणाले की, ही श्वेतपत्रिका म्हणजे ब्रिटिश राजवटीचा एक नियम आहे. सुभाष म्हणाले की, शांततेला सुरुंग लावणारी ही घटना आहे. डॉ. मुंजे यांनी त्या श्वेतपत्रिकेचे वर्णन 'काळा मुसदा' असे केले; तर जयकर म्हणाले की, संघराज्याची कल्पना आता मागे सरकत आहे !

याच वेळी बंगाल विधिमंडळाने पुणे करार रद्द करण्याविषयी ठराव केला. मुंबईच्या 'टाइम्स ऑफ इंडिया' पत्रात प्रसिद्ध केलेल्या पत्रकात आंबेडकर म्हणाले, 'पुणे करार घडवून आणण्याच्या कार्यात बंगाली हिंदू पुढाऱ्यांचा बराच मोठा भाग होता. परळला आणि इंडियन मर्चंट्स चेंबरमध्ये माझ्याशी बंगाली पुढाऱ्यांनी चर्चा केली होती. तेव्हा आपण त्यात सहभागी नव्हतो, हे त्यांचे म्हणणे साफ खोटे आहे.' पुणे कराराच्या वेळी बंगाली हिंदूंचे प्रतिनिधी नव्हते, अशी तार नरेंद्र सरकार यांनी ब्रिटिश पंतप्रधानांना केली होती. ह्याविषयी ब्रिटिश पंतप्रधानांनी आंबेडकरांकडे विचारणा केली. त्याला आंबेडकरांनी असे उत्तर दिले की, 'जातीय निवाडा सर्व ब्रिटिश हिंदुस्थानला लागू आहे. पुणे करार जरी बंगाली अस्पृश्य नेत्यांना समाधानकारक वाटत नव्हता तरी ती परिस्थिती मान्य करण्यास मी त्यांना भाग पाडले आहे. मुंबई, बिहार, पंजाब आणि ओरिसा यांतील अस्पृश्य जनतेला पुणे करार समाधानकारक वाटत नाही. अशा स्वार्थी आपमतलबी कांगाव्याला अस्पृश्य पुढारी बळी पडणार नाहीत.'

संयुक्त समितीच्या कार्यासाठी निवडलेल्या लोकांची नावे प्रसिद्ध झाली.

---

१. जनता, ११ मार्च १९३३.

जयकर, मिर्झा इस्माईल, आगाखान, सर अकबर हैदरी यांच्याबरोबर आंबेडकरांची त्या समितीवर निवड झाली. विलायतेस जाण्यापूर्वी अनेक सभांतून आंबेडकरांनी भाषणे केली. गांधीजींची येरवडा तुरुंगात भेटही घेतली. आंबेडकरांच्या कीर्तीचा प्रभाव जरी वाढत होता तरी स्पृश्य हिंदूंच्या वर्तुळातील त्यांच्याविषयी असलेला पूर्वग्रह मुळीच बदललेला नव्हता. दलित वर्गासाठी केलेल्या सेवेविषयी महाराज सयाजी गायकवाड यांचा मुंबईत सत्कार व्हायचा होता. आंबेडकरांचे नाव त्या सभेसाठी स्वागत समितीने निवडलेल्या वक्त्यांच्या यादीमध्ये होते. परंतु कुठेतरी माशी शिंकली व त्यांचे नाव गाळण्यात आले. त्यांची अस्पृश्यता आडवी आली. आंबेडकर हे एक थोर भारतीय पुढारी होते. ज्ञानाच्या क्षेत्रातील हे एक अधिकारी व्यक्ती होते. ब्रिटिश पंतप्रधानांच्या बाजूला बसून विचार करणारे एक प्रभावी नेते असे सर्वत्र त्यांचे नाव गाजत होते. परंतु भारतातील काही तथाकथित समाजसुधारकांना त्यांना बरोबरीचे स्थान देण्यात कमीपणा वाटत होता. पुणे करारानंतर काही लोक आंबेडकरांचे अभिनंदन करणार होते. परंतु सोईस्कर जागेच्या अभावी तो बेत रहित करण्यात आला. एका निर्बंध-पंडिताला आपल्या मुलाच्या लग्नाचे आमंत्रण डॉ. आंबेडकरांना द्यायचे होते. परंतु तेथेही आंबेडकरांची अस्पृश्यता आडवी आली.[१]

अस्पृश्य वर्गाच्या मुलांसाठी काढलेल्या विद्यार्थी वसतिगृहास बाबासाहेबांनी ४ एप्रिल १९३३ रोजी भेट दिली. ते वसतिगृह पनवेलहून ठाणे येथील आगाखानांच्या बंगल्यात नेण्यात आले होते. मोठ्या खटपटीने आगाखानांचा बंगला आंबेडकरांनी मिळविला होता. ते वसतिगृह पनवेल येथे एका ज्यूच्या घरात कसे सुरू झाले, स्पृश्य हिंदूंनी त्यासाठी जागा देण्याचे कसे नाकारले, अस्पृश्य चालकांच्या असहाय्यतेचा फायदा घेऊन त्या घराचे भाडे त्यांनी कसे वाढविले, हे आंबेडकरांनी आपल्या उपदेशपर केलेल्या भाषणात विद्यार्थ्यांना समजावून सांगितले. किती अनंत हालअपेष्टांत नि अत्यंत अपमानकारक परिस्थितीत आपले शिक्षण पार पडले व आता विद्यार्थ्यांना कशी सुसंधी नि सोय लाभली आहे, त्याविषयी त्यांनी विद्यार्थ्यांना पूर्ण कल्पना दिली. 'विद्यार्थ्यांनी स्वत:ची लायकी वाढविण्याचे कार्य करीत असताना राजकारणात भाग येऊ नये. स्वावलंबनाचा मार्ग चोखाळावा. आपल्या आयुष्यात आपण पुढे आल्याशिवाय राहणार नाही, असा निश्चय करून तुम्ही व्यवहारी जगात उतरलात तरच काही यश मिळेल,' असा त्यांनी उपदेश केला.

---

१. विविधवृत्त, २६ मार्च १९३३.

पुढील आठवड्यात वसई तालुक्यातील सोपारे येथे अस्पृश्य वर्गाच्या परिषदेकरिता डॉ. बाबासाहेब आंबेडकर गेले. बारा एप्रिल रोजी परळ येथे डॉ. आंबेडकरांचा आणि मुंबई नगरपालिकेच्या शिक्षण समितीचे अध्यक्ष विनायक गणपत (व्ही. जी.) राव यांचा सन्मान करण्यात आला. वि. ग. राव यांनी आपल्या कारकिर्दीत अस्पृश्य वर्गाच्या शिक्षणकार्यात मोठी सेवा केली होती. उत्तरादाखल भाषण करतेवेळी डॉ. बाबासाहेब आंबेडकर म्हणाले, 'माझे सर्व आयुष्य विद्यार्थी म्हणून जावे अशी माझी इच्छा होती. ज्ञानाची भूक लागावी म्हणून मी पोटाची भूक मारून अनेक ग्रंथ खरेदी केले. एखादी प्राध्यापकाची नोकरी पत्करून ग्रंथ वाचण्यात सुखाने काळ कंठावा अशी माझी पहिली इच्छा होती. परंतु सुदैवाने म्हणा अगर दुर्दैवाने म्हणा, मला अस्पृश्यांच्या चळवळीत पडावे लागले. ना पैसा, ना माणूस, ना बुद्धिमत्ता अशी या समाजाची परिस्थिती असता या समाजाचे काम करणे मोठे कठीण आहे.' त्याच रात्री कुर्ला येथे रावबहादूर सी. के. बोले यांच्या अध्यक्षतेखाली आंबेडकरांना एक थैली अर्पण करण्यात आली.

याच सुमारास आंबेडकरांनी अस्पृश्यांच्या प्राथमिक निवडणुकीसंबंधी गांधीजींचे मत काय आहे हे चाचपून पाहण्यासाठी त्यांची भेट घेण्याचे ठरविले. ते विलायतेस जाण्याच्या गडबडीत होते. अनेक ठिकाणांहून व्याख्यानांसाठी आमंत्रणे आली होती. न्यायालयात काही खटले चालवायचेच होते. घरगुती कामाची व्यवस्था करावयाची होती. विलायतेत बरोबर नेण्यासाठी काही ग्रंथ निवडावयाचे होते. अशा स्थितीतही ते गांधीजींना भेटावयास पुण्यात गेले. सर्वश्री मोरे, शिंदे, चित्रे, गायकवाड, चव्हाण यांच्यासमवेत त्यांनी २३ एप्रिल १९३३ रोजी येरवडा तुरुंगामध्ये गांधीजींची भेट घेतली. गांधीजी नि आंबेडकर आंब्याच्या झाडाखाली खुर्चीत बसले. गांधीजींचे कार्यवाह महादेव देसाई कागद पेन्सिल घेऊन जवळच बसले. आरंभीच डॉ. आंबेडकर म्हणाले की, अस्पृश्य वर्गातील उमेदवारांना दोन निवडणुकांचा खर्च सोसणे अत्यंत अवघड जाणार आहे. म्हणून 'पॅनेल' पद्धतीची निवडणूक सार्वत्रिक निवडणुकीत विलीन करावी. यशस्वी अस्पृश्य उमेदवारांस निवडणुकीत अस्पृश्य मतदारांची २५ टक्के तरी मते मिळाली पाहिजेत म्हणजे झाले. 'याविषयी आपले मत नक्की काय आहे हे लंडनच्या पत्त्यावर तुम्हांस कळवू,' असे गांधीजींनी आंबेडकरांना सांगितले.

गांधीजींनी आंबेडकरांना फुलांचा गुच्छ दिला. नंतर आपले संभाषण अस्पृश्यता निवारणाच्या प्रश्नांकडे वळविले. सनातनी लोक मला दैत्य म्हणतात, असे गांधीजींनी आंबेडकरांना सांगितले. सनातन्यांकडून तुम्ही आणखी कोणती

अपेक्षा करता, असे आंबेडकर उत्तरले. त्यावर गांधीजी म्हणाले, 'अस्पृश्य वर्गाचे पुढारी आंबेडकर हे स्वत: तरी कुठे माझ्या कार्यावर खुश आहेत.' संभाषणाच्या शेवटी गांधीजींनी तुम्ही लंडनहून केव्हा येणार असे आंबेडकरांना विचारले. आंबेडकर उतरले, 'ऑगस्टच्या सुमारास लंडनहून परत येईन.' आंबेडकरांचा प्रवास सुखदायक होवो, अशी गांधीजींनी इच्छा प्रदर्शित केली आणि मुलाखत संपली.

२३ एप्रिल रोजी पुण्यातील अस्पृश्य वर्गाच्या वतीने दामोदर हॉल, परळ येथे बाबासाहेबांना मानपत्र अर्पण करण्यात आले. त्या सभेत बोलताना बाबासाहेब म्हणाले, 'दुसऱ्या गोलमेज परिषदेच्या वेळी मी दुहेरी पेचात सापडलो होतो. एक, इंग्रजांबरोबर वाद करावा तर गांधीजींकडून काही प्रत्यक्ष होणार नाही व दुसरा गांधीजींना साह्य करावे तर इंग्रजांकडून काही फायदा होणार नाही. अस्पृश्यांच्या फायद्याच्या दृष्टीने ज्या काही उणिवा राहिल्या आहेत त्या मी भरून काढण्याचा प्रयत्न करणार आहे. देशाला इंग्रज सरकारपासून विशेष हक्क मिळविण्यासाठी मी आता भांडणार आहे. मला निरोप देण्यासाठी गरीब लोकांनी रोजमजुरी बुडवून बंदरावर येऊ नये. ती गोष्ट मला उचित वाटत नाही. पसंत नाही.'

२४ एप्रिलला आंबेडकर लंडनला संयुक्त समितीच्या कामासाठी निघाले. ६ मे रोजी ते लंडनला पोचले. ८ मे रोजी गांधीजींनी नव्याने सुरुवात केलेल्या आत्मशुद्धीच्या उपोषणासंबंधी लंडन येथील वृत्तपत्रांत वाचले. परंतु येथील वृत्तपत्रांत तुरळक माहिती येई म्हणून त्यांनी गांधीजींच्या उपोषणाविषयी सविस्तर माहिती पाठविण्यासाठी सहकाऱ्यांना लिहिले. राजभोज आणि इतर अस्पृश्य पुढारी यांच्या हालचालींविषयी माहिती आंबेडकर लंडनहून विचारीत असत. त्या काळात आंबेडकर हे श्रेष्ठ प्रतीच्या नेत्याप्रमाणे लोकसंग्रहासाठी जपत असत. सहकाऱ्यांच्या सुखदु:खांत आणि कार्यात समरस होत असत. त्यांना योग्य तो सल्ला देत. मार्गदर्शन करीत. त्यांचे कार्यवाह सीतारामपंत शिवतरकर यांची नेमणूक मुंबई नगरपालिकेच्या शिक्षण खात्यात पर्यवेक्षक म्हणून झाली. ते आंबेडकरांना कळताच त्यांनी शिवतरकरांचे लंडनहून अभिनंदन केले. बडोद्याच्या महाराजांनी गुरुवर्य कृष्णाजी केळुस्कर यांना काही मासिक वेतन द्यावे असे एक विनंती पत्रक त्यांनी बडोद्याच्या महाराजांकडे सादर केले. 'जनता' पत्राचे संपादक भास्करराव कद्रेकर यांच्या कार्याचा गौरव करताना ते आपल्या पत्रात म्हणतात, 'तुम्हांला ज्या अडचणींना तोंड द्यावे लागत आहे त्याची मला जाणीव आहे. अगदीच सामान्य वेतनावर तुम्ही आमच्यासाठी गुलामासारखे राबत आहात ते पाहून मला

नेहमीच असे वाटत आले आहे, आणि ही केवळ स्तुती नव्हे. आम्ही सर्व आणि व्यक्तिश: मी तर तुमच्याविषयी वाटत असलेल्या कृतज्ञतेच्या ओझ्याने भारावलो आहे.' त्याच पत्रात कद्रेकरांना धीर देताना ते म्हणतात, 'दलितांच्या उद्धाराच्या सर्व चळवळी ह्या मुळात लहानच असतात. आणि त्या कष्टदायक असतात, हे अबाधित सत्य आहे. आपली चळवळ अंती यशस्वी होईल. याविषयी माझा पूर्ण विश्वास आहे.' आपण काही गोष्टी सहकाऱ्यांना विश्वासात घेऊन करत नाही या आरोपाचे खंडन करताना ते म्हणतात, 'माझे सर्व आयुष्य तुम्हांपुढे उघडे आहे. आपला संपूर्ण ग्रंथ ज्या पुढाऱ्याने उघडा ठेविला आहे असा दुसरा कोणी पुढारी असल्यास मला माहीत नाही.'

'जनते'चा आंबेडकर विशेषांक पाहून त्यांनी समाधान व्यक्त केले. अशा विशेषांकात केवळ एका व्यक्तीचाच गौरव करावा हे ठीक नसून त्या व्यक्तीने ज्या प्रश्नासाठी आपले आयुष्य व्यतित केले आहे, त्या प्रश्नाच्या निरनिराळ्या बाजू रंगविणे अधिक बरे, असा अभिप्रायही दिला. याच वेळी ग. अ. गवई गटाच्या वतीने अशी बातमी प्रसिद्ध झाली होती की, आंबेडकर मुसलमान धर्म स्वीकारणार आहेत. सुभेदार सवादकर यांनी आंबेडकरांना लंडनला पत्र लिहून कळविले की, 'अस्पृश्य जनतेचा प्रश्न सोडविल्याविना दलितांचा राजा आंबेडकर असा कोणताही निर्णय घाईने घेणार नाही, अशी दलित जनतेची खात्री आहे.' सवादकरांना लंडनहून लिहिलेल्या उत्तरात आंबेडकर म्हणतात, 'धर्मांतराच्या प्रश्नाविषयी गवई यांच्याशी चर्चा झाली होती ही गोष्ट खरी आहे. आपण हिंदू धर्म सोडून दुसरा कुठला तरी धर्म स्वीकारणार; आपण सध्या बौद्ध धर्माकडे झुकलेलो आहोत आणि मुसलमान धर्म केव्हाही स्वीकारणार नाही, असेही गवई यांना आपण सांगितले होते. अस्पृश्य वर्गाच्या भवितव्याविषयी आपण इतके गुंतलो आहोत आणि मग्न झालो आहोत की माझे स्वत:चे व्यक्तिमत्त्व आणि स्वातंत्र्य पार विसरून गेलो आहे. त्यांचा प्रश्न सुटल्याशिवाय मला स्वत:विषयी विचार करावयास मोकळीक मिळणार नाही.'

ह्या सर्व व्यापाचा आणि खटाटोपाचा परिणाम आंबेडकरांच्या प्रकृतीवर होत होता. त्यांचे डोळे अतिशय बिघडले होते. त्यांनी चष्मा बदलून पाहिला. कोणत्याही संग्रामाला आणि संकटाला तोंड द्यावे अशी त्यांची धैर्यशाली बुद्धी. परंतु डोळे गमविण्याची कल्पनाही त्यांना असह्य होई. आपल्या डोळ्यांस आपण आता मुकणार या विचाराने एकदा ते एखाद्या मुलासारखे ओक्साबोक्शी रडले. ते स्फुंदत, स्फुंदत म्हणाले, 'डोळे गेले तर वाचन थांबेल. वाचन थांबले तर जगून उपयोग काय ?'

संयुक्त समितीच्या बैठकीसाठी गेलेल्या प्रतिनिधींनी लंडन येथे पोहोचल्यावर एक अनौपचारिक परिषद भरविली आणि श्वेतपत्रिकेतील उणिवा दाखविण्यासाठी एक समिती नेमली. त्या परिषदेत संयुक्त समितीचे सभासद डॉ. मुंजे, डॉ. सच्चिदानंद व डॉ. नानकचंद आणि हरिसिंग गौर यांजसारखे इतर पुढारी होते. त्या परिषदेत आंबेडकर म्हणाले, 'मी निराशाजनक स्थितीत सापडल्यामुळे स्वतंत्र मतदार संघाची मागणी केली. स्पृश्य हिंदूंच्या अमानुष वागणुकीमुळे माझी घोर निराशा झाली. जर हिंदूंनी आपली समाजपद्धती संपूर्णपणे एकसंध करण्यासाठी प्रयत्न केले, तर त्या कामी अस्पृश्य वर्ग मनोभावे साह्य करील.' या भाषणाविषयी डॉ. मुंज्यांनी आंबेडकरांजवळ समाधान व्यक्त केले आणि हिंदुमहासभेचे अध्यक्षपद त्यांना देऊ केले.

आंबेडकर लंडनमध्ये असताना पुणे कराराच्या विरुद्ध भारतात आगीचा डोंब उसळला. ज्या स्पृश्य हिंदू पुढाऱ्यांनी पुणे करारास मान्यता दिली होती, त्यांपैकी बहुतेक सर्व आता पुणे कराराचे विरोधक म्हणून दंड थोपटून उभे होते. गांधीजींच्या हरिजन चळवळीविषयी त्यांना वाटणारा उत्साह आता ओसरला होता. पुणे कराराच्या दुसऱ्या दिवशी ब्रिटिश मंत्रिमंडळाने पुणे करारास संमती दिली म्हणून आनंदाने बेहोष होऊन ज्या गुरुदेव टागोरांनी गांधीजींच्या अंगावरील पांघरुणात गहिवरून आपले मुख लपविले, ते टागोर आता बेसूर गाऊ लागले होते. हिंदुमहासभेच्या पुढाऱ्यांनी आपल्या दिल्ली येथील अधिवेशनात एका स्वतंत्र ठरावाने पुणे करारास मान्यता दिली होती. पंजाबात अस्पृश्यांचा प्रश्न नसल्यामुळे पुणे करार पंजाबच्या बाबतीत दुरुस्त करावा असा ते आता प्रचार करू लागले होते. भारतमंत्र्यांनी हिंदू प्रतिनिधींना असे सांगितले की, पुणे कराराला सर्व हिंदू पुढाऱ्यांची मान्यता असल्यामुळे तो अबाधितच आहे. बंगाली हिंदूंच्या म्हणण्यास दुजोरा देणारी टागोरांची तार सर नृपेन्द्र सरकार यांनी दाखविली. परंतु दुय्यम भारतमंत्र्याने त्यांच्या तोंडावर भारतमंत्र्यांच्या म्हणण्याची पुनरुक्ती केली.

३ ऑक्टोबर १९३३ या दिवशी जेव्हा संयुक्त समितीच्या कार्यास प्रारंभ झाला तेव्हा डॉ. जयकर आणि सर मनुभाई यांनी काही ब्रिटिश प्रतिगाम्यांची उलटतपासणी घेण्याचे नाकारले. विन्स्टन चर्चिलशी मोठी झटापट झाली. ब्रिटिश लोकसभेत चर्चिल ह्यांनी नुकत्याच केलेल्या एका भाषणाचा उल्लेख करून आंबेडकरांनी चर्चिल साहेबांना सळो को पळो करून सोडले. आंबेडकरांच्या ठायी असलेला आत्मविश्वास, निर्भयता आणि लढाऊपणा या गुणांमुळे ब्रिटिश साम्राज्यवाद्यांच्या मुकुटमणीस ते लंबे करू शकले. संयुक्त समितीच्या कार्याचे सूप नोव्हेंबरमध्ये वाजले. त्या समितीने श्वेतपत्रिकेला पाठिंबा

दिला. झालेल्या चर्चेच्या अनुषंगाने राज्यघटना लिहिण्यासाठी एक लहान समिती नेमली. संयुक्त समितीचे बहुतेक हिंदी सभासद स्वदेशी येण्यास परतले. हिंदी सैन्यावर ग्रंथ लिहिण्याच्या हेतूने आंबेडकर सामग्री जमविण्याच्या उद्योगात गुंतले होते. लंडनमधील ह्या भेटीत आंबेडकर आपली राहण्याची वसतिस्थाने एकसारखी बदलीत होते असे दिसते. ह्या मुक्कामातील त्यांची आरंभीआरंभीची पत्रे रसेल चौक येथील सुप्रसिद्ध 'इम्पीरियल हॉटेल'मधून लिहिलेली होती. सप्टेंबरमध्ये ते रसेल चौक येथील 'मॉटेग्यू' या हॉटेलमध्ये राहत होते. ऑक्टोबरमध्ये ब्लुम्सबरी पथावरील 'पॅलेस हॉटेल'मध्ये त्यांचे वास्तव्य होते. पॅलेस हॉटेलमधून लिहिलेल्या आपल्या खाजगी पत्रांत त्यांनी महार आणि चांभार यांच्यातील वादाचा उल्लेख केला आहे. चांभार हे अगदी अल्पसंख्याक आहेत. आंबेडकरांना महारांविषयी अधिक प्रेम असून चांभारांविषयी ते पक्षपात करितात, असे त्या वादाचे मूळ होते. आंबेडकर म्हणाले, 'हा आरोप अगदी चुकीचा आहे. जिकडे तिकडे हिंदुस्थानात हिंदूंची बहुसंख्या आहे, असे मुसलमान ओरड करतात. त्याप्रमाणेच आमच्या चळवळीत महारच प्रामुख्याने आहेत अशी चांभार ओरड करीत असतात. ह्या क्षुद्र बुद्धीच्या मनुष्यांचा मला वीट आला आहे. आणि जोपर्यंत जाती आहेत तोपर्यंत हा वाद असाच चालणार.' त्याच पत्रात ते आणखी लिहितात, 'एकीकडचा एक माणूस काढला काय आणि दुसऱ्या बाजूच्या एखाद्या माणसाकडे दुर्लक्ष केले काय त्यामुळे हा रोग बरा होईल असे वाटत नाही. ह्या कडवटपणाचा अंत जातीच्या अंताबरोबर होईल.' या बाबतीत दत्तोपंत पवार आणि बाबासाहेब यांचे त्या वेळी काही मतभेद झाले होते. १९३३ च्या ऑगस्ट महिन्यात त्यांनी दत्तोबांना वैतागाने लिहिले की, 'मला तुमचे सहकार्य मिळणार आहे असे म्हणता. परंतु त्याचा मला आता फारसा उपयोग होणार नाही. जो कोणी यापुढे अस्पृश्यांच्या चळवळीचा नेता होईल, त्याला त्याचा उपयोग होईल. गोलमेज परिषदेचे काम संपले की मी राजकारणातून निवृत्त होऊन आपल्या वकिलीच्याच धंद्याकडे सारे लक्ष केंद्रीभूत करणार आहे.'

८ जानेवारी १९३४ रोजी आंबेडकर मुंबईस पोहोचले. त्यांचा चेहरा प्रसन्न दिसत होता. मित्रांशी आणि आपल्या चाहत्यांबरोबर ते उत्साहाने, आनंदाने संभाषण करीत होते. धक्क्यावर दिलेल्या एका मुलाखतीत ते म्हणाले, 'संयुक्त समिती श्वेतपत्रिकेतील काही सूचनांत सुधारणा करील. परंतु मुख्यत: मूळ सूचनाच मान्य करण्यात येतील. आपणास मिळालेल्या सुधारणा मान्य करून जास्त मिळविण्यासाठी आपण झगडा केला पाहिजे. काहीच न करता हरी हरी करीत बसणे मला आवडत नाही. पुणे करारात काही सुधारणा घडवून आणण्यासाठी जे

हिंदू पुढारी प्रयत्न करीत आहेत. त्यांचे म्हणणे संयुक्त समितीने मान्य केले नाहीच परंतु अशा रीतीने आपल्या शब्दाची किंमत हिंदू पुढाऱ्यांनी ठेविली नाही तर हे त्यांचे वर्तन लज्जास्पद आणि निंदास्पद ठरेल.' आंबेडकरांच्या भावी कार्यक्रमाविषयी वार्ताहरांनी विचारले असता ते म्हणाले, 'राजकारणात मला विशेष गोडी वाटत नाही. 'आर्मी इन इंडिया' या नावाचा इंग्रजी ग्रंथ आपण लिहीत आहोत. कुठच्याही कामापेक्षा तो ग्रंथ आपणास महत्त्वाचा वाटतो. तो ग्रंथ पूर्ण केव्हा होईल ह्याची मला ह्या घटकेस कल्पना नसली तरी तो ग्रंथ लवकरच पूर्ण होईल अशी आशा वाटते.' लष्करी प्रश्नाचा राज्यघटनेच्या दृष्टीने विचार करणे हा त्या ग्रंथाचा उद्देश होता. परंतु हा ग्रंथ पुढे केव्हाच पूर्ण होऊ शकला नाही.

१३

विजेचा कडकडाट

गेली चार वर्षे भारतात नि विलायतेत अत्यंत परिश्रमाचे काम केल्यामुळे आंबेडकरांच्या प्रकृतीवर त्याचा परिणाम व्हावा हे साहजिकच होते. राजकीय प्रश्न आणि राज्यघटना याविषयी जी चर्चा चाले त्यांविषयी अखंड जागरूकता, अविरतपणे चाललेले सामाजिक कार्य, अखंडपणे चालविलेली स्वाभिमानरक्षणाची चळवळ आणि गुलामगिरीचे पाश तोडण्यासाठी गेली बारा वर्षे अविश्रांतपणे चालविलेला झगडा, या सर्व कार्याचा खटाटोप पाहता कुणाही नेत्याची प्रकृती टिकाव धरू शकली नसती. न थकता काम करणारे आंबेडकरांचे शरीर विश्रांतीसाठी कुरकुर करू लागले. त्यांच्या मज्जातंतूंना विश्रांतीची आवश्यकता भासू लागली. मेंदूला थकवा येत असलेला जाणवू लागला. शरीरही विश्रांतीसाठी अधीर झाल्याचे दिसत होते. ह्या दोघांच्याही स्वास्थ्यासाठी कुठेतरी शांत एकान्त हुडकणेच प्राप्त झाले. मार्च १९३४ मध्ये ते बोर्डी येथे राहावयास गेले. त्यांनतर थोडे दिवस त्यांनी महाबळेश्वर येथे घालविले. ह्या काळात त्यांना आयुर्वेदिक पद्धतीचा औषधोपचार चालू होता. बोर्डी येथे असताना त्यांना कोणी भेटायला गेले नाही म्हणजे त्यांना विश्रांती मिळे तेवढीच. तेथे एक घर बांधावे असे त्यांना वाटू लागले होते. त्या घराचा आराखडा काढण्यात ते गर्क झाले होते. कमलाकांत चित्रे यांना त्यांनी लिहिले होते की, 'येथे घर बांधण्याचा माझा विचार आहे हे ऐकून तुम्ही माझी थट्टा कराल. अपूर्वच आहे ती माझी योजना. मी आता समुद्रात पोहायला निघालो आहे. अगदी नजीक आहे समुद्र. मला तो हाक मारीत आहे. त्याला ओ ही दिलीच पाहिजे !' संपूर्ण विश्रांती अशी थोर पुरुषांना जीवनात कधी लाभतच नसते. कारण त्यांचे चिंतन व जीवित कार्य सागराच्या लाटांप्रमाणे अव्याहत चालूच राहिलेले असते.

मित्र भेटावयास आले म्हणजे आंबेडकर डॉक्टरांचा सल्ला विसरून जाऊन संभाषणात दंग होऊन जात. मित्रांची ये-जा कमी झाली की, त्यांच्या ठायी बाणत चाललेली वैराग्यशीलता त्यांच्या थकलेल्या कायेवर प्रभाव गाजवू लागे. ते संन्याशाची कफनी घालीत. डोक्याचा चमनगोटा करून घेत. ते

संन्याशासारखे दिसत. ह्या अवस्थेतली त्यांची काही छायाचित्रेही प्रसिद्ध झाली होती.

एकोणीसशे चौतीस सालच्या मे महिन्यात बाबासाहेब कोल्हापूरनजीकच्या पन्हाळा गडावर प्रकृतिस्वास्थ्यासाठी राहिले होते. पन्हाळ्यातील वास्तव्यामुळे त्यांच्या मेंदूचा शीण बराच कमी झाला. ते ताजेतवाने झाले. पन्हाळ्यातील वास्तव्यात चांगली व्यवस्था केल्याविषयी दत्तोबा पवारांचे त्यांनी आभार मानले. पन्हाळगडावर काही काळ विश्रांती घेतल्यावर आंबेडकर मुंबईस परतले. निकडीच्या अशा कोणत्याच कामाचा व्याप त्यांच्या मागे नव्हता. भावी राज्यघटनेमुळे युगानुयुगे गांजलेल्या लोकांचा आता उदय होईल. मतदानाचा हक्क मिळाल्यामुळे त्यांचा प्रातिनिधिक आवाज विधिमंडळांतून उठू लागेल. व्यक्तीचे आणि राष्ट्राचे स्वातंत्र्य म्हणजे काय याचे स्पष्टीकरण होईल. ज्या लोकांना अस्पृश्यांना शिवणे म्हणजे पाप वाटे, त्याच लोकांच्या प्रतिनिधींबरोबर अस्पृश्य वर्गाचे प्रतिनिधी खुर्चीस खुर्ची लावून आणि मान ताठ करून बसतील. आपल्या लोकांचे कल्याण साधण्यासाठी त्यांना आता संधी मिळणार आहे. दोन हजार वर्षांच्या इतिहासात प्रथमच अस्पृश्य वर्गाला मतदानाचा हक्क मिळाला. राजकारणात त्यांच्या सामर्थ्याची दखल घेतली जाऊ लागली. भारतीय राज्यघटनेचे विधेयक ब्रिटिश लोकसभेत विचारविनिमयासाठी लौकरच येणार होते. अशा विचारांमुळे आंबेडकरांना एकप्रकारची धन्यता वाटत होती.

मध्यंतरीच्या काळात आपण काहीतरी कामधंदा करावा याविषयी आंबेडकर विचार करीत होते. त्यांनी पुन्हा वकिलीच्या धंद्यास आरंभ केला. आणि मुंबईतील विधी महाविद्यालयामध्ये दिवसातून काही वेळ अध्यापन करण्याचे काम पत्करले. वास्तविक आंबेडकरांसारख्या नामवंत, विद्यासंपन्न आणि व्यासंग विधिज्ञाला सरकारने त्या महाविद्यालयाच्या प्राचार्यपदी नेमले असते तर अधिक शोभून दिसले असते. परंतु काही थोर पुरुषांचे दैवच असे खडतर असते की, त्यांच्या गुणांचे चीज ज्या वेळी व्हावयास पाहिजे त्या वेळेस ते होत नाही. अडचणी नि हालअपेष्टा ह्यांच्या दरीतूनच त्यांचा मार्ग शिखराकडे जात असतो. संघटनाचातुर्य, लौकिकत्व, कार्यक्षमता या गुणांनी संपन्न असलेल्या आंबेडकरांना साध्या प्राध्यापकाची जागा देऊन पाठवणी करणे सरकारला खास भूषणावह नव्हते. निराशेच्या अंधकारात निरुपाय म्हणून थोर माणसालाही अशा गोष्टीचा स्वीकार करावा लागतो. तसेच आंबेडकरांचेही झाले.

ह्याच काळात आंबेडकरांचे अनेक वर्षे उराशी बाळगलेले एक मोठे

स्वप्न साकार झाले. स्वत:च्या अफाट ग्रंथालयाची नीट व्यवस्था लागावी ह्यासाठीच केवळ घर बांधणाऱ्या आशियातील एखाद्या पंडिताचे नाव तुम्हांला माहीत आहे काय ? तो पुरुष म्हणजे डॉ. बाबासाहेब आंबेडकर. त्यांनी मुंबईस दादर येथे एक घर बांधले. इतर लोक घरे बांधतात तसे हे घर बांधलेले नाही. अमेरिकेचे अध्यक्ष जेफर्सन ह्यांच्याचप्रमाणे डॉ. आंबेडकर यांनी वास्तुशास्त्रावरील एक मोठा ग्रंथ अभ्यासून घराच्या मानचित्रात अनेक वेळा फरक केला. त्यामुळे घराचे बांधलेले काही भाग पुन्हा पाडावे लागत. आंबेडकरांचा हा छंद आणि ती हौस पूर्ण होईपर्यंत घराचे काम संपवायचे नाही, असे ठरते तर ते घर अपूर्णच राहिले असते. कारण युरोपमध्ये त्यांनी पाहिलेल्या एखाद्या वस्तुसंग्रहालयाच्या खिडकीसारखी, किंवा न्यूयॉर्कमधील एखाद्या ग्रंथालयाच्या मांडणीसारखी मांडणी, किंवा लंडनमधील एखाद्या भव्य इमारतीच्या खिडक्यांसारख्या खिडक्या किंवा तिच्या घुमटासारखा घुमट बांधणे अशक्य वा अवघड झाले असते. शेवटी एकदाची घरबांधणी पूर्ण होऊन त्यांचे ग्रंथालय तेथे डौलाने विराजमान झाले. तेथील त्या भव्य ग्रंथागारात प्राचीन आणि अर्वाचीन तत्त्ववेत्ते, शास्त्रज्ञ, पंडित, ग्रंथकार, इतिहासकार, चित्रकार यांच्या संगतीत नि पंक्तीत ते दंग होऊ लागले. चिंतनात आणि मननात ते मग्न होऊन बसू लागले. त्यांनी आपल्या ह्या घराचे ठेवलेले 'राजगृह' हे नाव मोठे सूचक होते. घराचा खालचा भाग कौटुंबिक व्यवहारासाठी वापरला जाई. त्या भागात साधी, धर्मशील आणि पतिपरायण अशी डॉ. आंबेडकरांची धर्मपत्नी रमाबाई काहीशा गोंधळलेल्या मन:स्थितीत आणि काही विशिष्ट भावनेने वावरताना दिसे. अन् तिचे 'साहेब' मात्र माडीवर गतकालातील तत्त्वज्ञानी, ऋषी-मुनी यांच्या सहवासात ज्ञानास्वाद घेत बसलेले आढळत.

ह्या समयी देशातील लोकांचा कल नैर्बंधिक आणि विधायक कार्याकडे झुकत चालला होता. गांधीजींच्या अहिंसक राज्यक्रांतीसाठी लोक आता फारसे उत्सुक राहिले नव्हते. स्वराज्य पक्षाच्या पुनर्जीवनास मान्यता देऊन गांधीजींनी आपला अहिंसक लढा स्थगित केला होता. मे १९३४ मध्ये काँग्रेसच्या अखिल भारतीय समितीने गांधीजींच्या ह्या नवीन धोरणाला पाठिंबा दिला. सरकारने काँग्रेसवरील बंदी उठविली आणि तिचे पुढारी आपापल्या प्रांतांत काम करू लागले.

काँग्रेसच्या पुढाऱ्यांनी श्वेतपत्रिकेचा धिक्कार केला. जातीय निवाडा राष्ट्राच्या एकीला आणि हिताला अपायकारक, विघातक म्हणून तिचा धिक्कार केला. परंतु मुस्लिम लीग जातीय निवाड्यास मान्यता देण्यासाठी उत्सुक होती.

तिला खूश करण्यासाठी काँग्रेसच्या कार्यकारी मंडळाने, 'आम्ही जातीय निवाडा मान्यही करीत नाही आणि अमान्यही करीत नाही' असे म्हणून मानभावी, दुटप्पी आणि 'नरो वा कुंजरो वा' वृत्तीचे धोरण स्वीकारले. अशी ही दुटप्पी नि निंद्य घोषणा जन्मास घालणाऱ्या गांधीनिष्ठ काँग्रेसच्या पोटात काहीतरी भयानक रोग घर करू लागला असल्याचे हे चिन्ह होते. मध्यवर्ती विधिमंडळाच्या निवडणुका ह्याच सुमारास होण्याचे प्रसिद्ध झाले. निवडणुकीच्या पूर्वी अस्पृश्य वर्गाचे नागपूर येथील पुढारी गवई ह्यांनी गांधीजीना अशी विनंती केली की, काँग्रेसने अस्पृश्य वर्गाचे पाच उमेदवार अधिकृत म्हणून उभे करावे. पुणे कराराच्या वेळी काँग्रेस पुढाऱ्यांनी असे अलिखित आश्वासन दिले होते की, अस्पृश्यांच्या निवडणुकीत आपले उमेदवार उभे करून काँग्रेस ढवळाढवळ करणार नाही. जे अस्पृश्य पुढारी राष्ट्रीय सभेच्या पंखाखाली वावरत होते, त्यांना प्राथमिक निवडणुकीत आपणांस अपयश येईल अशी साधार भीती वाटत होती. म्हणून त्यांनी गांधीजींना ही उपरोक्त विनंती केली. पुणे कराराच्या पावित्र्यावरील आपला अढळ विश्वास गांधीजींनी व्यक्त केला. त्यांनी अस्पृश्यांच्या निवडणुकीत ढवळाढवळ करण्यास नकार दिला. जी अस्पृश्य जनता आपले न्याय्य हक्क मिळविण्यासाठी स्पृश्य हिंदूंशी झगडत होती, तिला ब्रिटिशांच्या विरोधकांच्या दावणीत गोवण्याचे त्यांनी साफ नाकारले.

गांधीजींच्या या धोरणाला आंबेडकरांनी पाठिंबा दिला आणि काँग्रेसच्या जातीय निवाड्याखालील ठराव पुणे कराराला धक्का न लावता करावा अशी त्यांनी गांधीजींना विनंती केली. गांधीजींचे अभिनंदन करून ते पुढे म्हणाले, 'ज्या अस्पृश्य पुढाऱ्यांनी अस्पृश्यांच्या निवडणुकीत गांधीजींना हस्तक्षेप करावयास सांगितले, त्यांना त्या प्रश्नाशी कोणत्या गोष्टी निगडित होत्या हे माहीत नाही.' तथापि, कराराचे एक निर्माते आणि कैवारी डॉ. आंबेडकर यांना या कराराचे आपण पुढे शत्रू होऊ अशी त्या क्षणापर्यंत कल्पना नव्हती. ह्याच वेळी अस्पृश्यांची दुर्बलता निवारण करण्याच्या उद्देशाने मुंबई विधिमंडळात रघुनाथराव बखले यांनी विधेयक मांडले होते. जरी वरपांगी सरकारने नि विरोधकांनी त्या विधेयकातील उद्देशाची महती गाईली तरी त्या विधेयकापासून बरेच नुकसान होईल असे वाटल्यावरून त्या विधेयकाला वाटाण्याची अक्षता लावण्यात आली.

त्यानंतर व्यवसायानिमित्त डॉ. आंबेडकर दौलताबादेस गेले असता तेथे एक मोठी संस्मरणीय अशी घटना घडली. दौलताबादेतील कामकाज आटोपून डॉक्टर किल्ला पाहावयास गेले असता त्यांनी हातपाय धुवायला तेथील तळ्यातील पाणी घेतले. तेथील मुसलमान पहारेकरी एकदम ओरडला की, धेडांनी तळे

बाटविले. ही आरडाओरड ऐकून तेथे बरेच मुसलमान गोळा झाले. प्रसंग बाका आहे हे जाणून त्यांच्यापैकी एका म्होरक्यास आंबेडकर शांतवृत्ती ठेवून निर्भयपणे म्हणाले, 'मी जर मुसलमान झालो तर ह्या तळ्यावर पाणी पिण्यास मला प्रतिबंध करशील काय ? तुझ्या धर्माची ही शिकवण आहे काय ?' प्रकरण मिटले. परंतु तळ्यात भ्रष्टाचाराचा आणखी एखादा प्रसंग ओढवू नये म्हणून एक सशक्त शिपाई आंबेडकर आणि त्यांचा मित्र परिवार ह्यांच्याबरोबर देण्यात आला. अशा रीतीने तो प्रसंग टळला. डिसेंबर १९३४ मध्ये आंबेडकरांवर असाच एक प्रसंग ते सिंहगडावर विश्रांती घेत असता ओढवला. सिंहगडावरून ते थेट भोर संस्थानातील अस्पृश्य जनतेच्या परिषदेस उपस्थित राहण्यासाठी जाणार होते. बरोबर बरीच मंडळी होती. एक दिवस सकाळी साठ सत्तर धर्मांध स्पृश्य माथेफिरू हातात लाठ्या काठ्या घेऊन गडावर आले. तुम्ही शिवाजीचा गड बाटविलात असे म्हणून त्यांना मारण्यासाठी ते अधीर झाले. परंतु आंबेडकरांनी आपल्या निर्भय नि तेजस्वी वाणीने तो हल्ला परतविला ! रमाबाईंना ही वार्ता कळताच त्यांनी अंथरूण धरले.

मध्यंतरी संयुक्त समितीचे प्रतिवृत्त प्रसिद्ध झाले. त्यानुसार १९ डिसेंबर १९३४ रोजी ब्रिटिश लोकसभेत भारतीय राज्यघटनेचे विधेयक विचारासाठी मांडण्यात आले. संयुक्त समितीच्या प्रतिवृत्तावर आपले मत देताना आंबेडकर म्हणाले, 'अस्पृश्य समाजाचा विधान परिषदेच्या स्थापनेलाच विरोध आहे असे नाही, तर त्याच्या रचनेलाही त्यांचा विरोध आहे. कारण त्यामुळे पुणे कराराचा हेतू सफल होणार नाही.' विधान परिषदेच्या निवडणुकीमध्ये श्रीमंत आणि वतनदार स्पृश्य पुढाऱ्यांच्या पुढे अस्पृश्य वर्गाच्या इच्छुकांचा निभाव लागणार नाही, ह्याची त्यांना पूर्ण जाणीव होती.

संयुक्त समितीचे प्रतिवृत्त प्रतिगामी आणि भारताच्या प्रगतीत मोठा अडथळा आणणारे आहे असे आंबेडकरांनी त्याचे वर्णन केले. त्यावर काँग्रेस प्रणालीच्या वृत्तपत्रांनी आंबेडकर ह्याबाबतीत आपल्या पक्षाशी सहमत झाल्याविषयी आनंद व्यक्त केला. आपल्या लोकांच्या हक्करक्षणाबाबत अत्यंत जागरूक अन् सावध असलेले आंबेडकर भारताच्या घटनात्मक प्रश्नाकडे डोळे लावून बसलेले होते. अस्पृश्यांच्या हिताला किंचित जरी धक्का लागला तर ते वादळ उठविण्यास सज्ज असत. विधान परिषदेची आवश्यकता नाही असे आपले मत त्यांनी सायमन मंडळाला सादर केलेल्या प्रतिवृत्तातील भिन्न मतपत्रिकेत प्रदर्शित

केले होते. त्यांनी गोलमेज परिषदेतही असेच मत प्रदर्शित केले होते.

ब्रिटिश लोकसभेत संयुक्त समितीच्या सूचनेनुसार तयार केलेल्या 'भारत विधेयका'वर चर्चा होत होती. त्यासंबंधी एक विशेष गोष्ट लक्षात ठेवण्यासारखी आहे. ती अशी की, ए. डब्ल्यू. गुडमन ह्या हुजूरपक्षीय सभासदाने अस्पृश्यांच्या बाजूने लोकसभेत मोठा गहजब केला. अस्पृश्य वर्गास मध्यवर्ती विधिमंडळ आणि प्रांतिक विधिमंडळ ह्यांत दिलेले प्रतिनिधित्व अपुरे आहे असे त्याने निक्षून सांगितले. इकडे भारतात राजकीय सुधारणांसंबंधी होत असलेल्या चर्चेचे स्वरूप बदलत होते. मुस्लिम लीगच्या पुढाऱ्यांना अनुकूल ठरावे असे 'ना मान्य, ना अमान्य' हे धोरण जातीय निवाड्यासंबंधी स्वीकारून काँग्रेसने जातीय निवाड्याची माळ मध्यवर्ती विधिमंडळाच्या गळ्यात अडकविण्यास जिनांना परिपूर्ण साह्य केले. विधी महाविद्यालयात प्राध्यापकाचे काम करीत असताना आंबेडकर या घटनांकडे बारकाईने लक्ष पुरवीत होते. पुणे कराराच्या विरुद्ध स्पृश्य हिंदू पुढाऱ्यांनी सतत चालविलेल्या हाकाटीमुळे त्यांच्या मनात क्षोभ निर्माण झाला होता. तथापि ते स्तब्ध होते.

बाबासाहेबांची पत्नी सौ. रमाबाई आजारी होत्या. गेल्या दहा वर्षांत आपल्या कुटुंबीयाकडे लक्ष देण्यास बाबासाहेबांना फुरसत अशी कधी मिळालीच नव्हती. जेव्हा जेव्हा त्यांना थोडा वेळ मिळे तेव्हा तेव्हा ते कौटुंबिक गोष्टींकडे लक्ष पुरवीत. रमाबाईंना त्यांनी एकदा धारवाडला हवापालट करण्याकरिता नेले होते. पण प्रकृतीत काहीच सुधारणा होईना. जरी त्यांची पत्नी सुस्वभावी, कर्तव्यदक्ष आणि सदाचरणी अशी होती, तरी आंबेडकरांना सांसारिक सुख विशेषसे लाभलेच नाही. तीन मुलगे आणि एक मुलगी यांस ते मुकले होते. राजकीय क्षेत्रात जहाल तोंडाचे, निधड्या छातीचे आणि पोलादी पिळाचे नेते म्हणून बाबासाहेब प्रसिद्ध. परंतु ते स्वत:च्या सांसारिक जीवनातले आघात मात्र सोसू शकले नाहीत. म्हणून ते कौटुंबिक पाशापासून अलीकडे दूर राहत असत.

पत्नीच्या प्रकृतीत काही सुधारणा व्हावी यासाठी बाबासाहेबांनी पुष्कळ प्रयत्न केले. तथापि बऱ्या होणाऱ्या रोगावरच औषध लागू पडते. औषध लागू न पडल्याने रमाबाई दिवसानुदिवस कृश होत गेल्या आणि त्या खंगलेल्या स्थितीत त्या माउलीची २७ मे १९३५ रोजी जीवनज्योत मालवली. बाबासाहेबांच्या मनावर यामुळे दु:खाचा मोठाच आघात झाला. रमाबाई म्हणजे समाधानवृत्ती, मनाचे औदार्य, शुद्ध चारित्र्य ह्यांची एक मंगल प्रतिमाच होती. मृत्यूपूर्वी सहा महिने त्या अंथरुणास खिळल्या होत्या. त्यांची काया म्हणजे केवळ हाडांचा एक सांगाडा बनली होती. त्यांची चर्या निस्तेज अन् शुष्क दिसे.

वैवाहिक जीवनाच्या प्रारंभीच्या काळात त्यांच्यावर उपासमार, हालअपेष्टा, दु:ख नि दारिद्र्य यांचे जे प्रसंग ओढवले त्यांना त्यांनी आपल्या ठायी असलेल्या जन्मजात मनोधैर्याने तोंड दिले होते. राजगृहाचा भव्यपणा किंवा त्याची कीर्ती यामुळे चढून जाऊन आयुष्यातील खडतर प्रसंगांचे त्यांना विस्मरण झाले नव्हते. मनाची शालीनता आणि विनम्रता ढळली नव्हती. आयुष्यातील बहुतेक काळ त्या साध्वीने असह्य दारिद्र्यात, पतीच्या सुरक्षिततेविषयी वाटणाऱ्या चिंतेत कंठिला होता. त्यासाठी त्या माउलीने उपोषण, तप, जप आणि अनुष्ठाने केली होती. शनिवार तर त्या पूर्णपणे निराहार पाळीत. फक्त पाणी आणि उडदाची डाळ ह्यांवर राहून त्या ईश्वराची आराधना करीत. त्या पौर्णिमेचा उपवास करीत. आपल्या पतिराजांवर ईश्वराचा वरदहस्त असावा म्हणून त्या सदा प्रार्थना करीत. त्या साध्वीचे आयुष्य कायावाचामनेकरून पतिराजाच्या चरणी वाहिलेले फूलच होते. आतल्या आत जळून आत्मयज्ञ करणारी ती एक मंगल देवताच होती. स्वभावाने शांत, प्रकृतीने निकृष्ट अशी ती सुव्रता वागण्यात गंभीर, बोलण्यात विनयशील आणि संसारात व्यवहारदक्ष आणि सहानुभूतीयुक्त अशी होती. हृदयात पतीच्या सुरक्षिततेविषयी चिंतेची शेकोटी सतत धगधगत असल्यामुळे सभेची वा परिषदेची आमंत्रणे देऊन पतीला विश्रांती न देता धोक्याच्या ठिकाणी नेणाऱ्या लोकांचा रमाबाईंना राग येई. लोकांना शिकवायला एवढ्या असंख्य सभा आणि मोठमोठ्या परिषदा लागाव्याच का याविषयी रमाबाईंना आश्चर्य वाटे. एकदा तर असे घडले की बाबासाहेब एका परिषदेकरिता बाहेरगावी जाण्याची सिद्धता करीत असता, रमाबाईंनीसुद्धा आपल्या सामानाचे बोचके बांधले. साहेबांना त्या रागारागाने म्हणाल्या, ‘घरी राहून तुमच्या जीविताची चिंता वाहत बसण्यापेक्षा तुम्ही जिकडे जाल तिकडे मी यावयाचे ठरविले आहे.’ रमाबाईंचा राग अनावर झाला होता. उभयतांत मोठे भांडण जुंपले. शेवटी साहेबांनी रमाबाईंची भीती दूर केली. रमाबाईंची भीती म्हणजे शुद्ध भित्रेपणा होता हे त्यांना त्यांनी पटवून दिले तरी बाबासाहेबांवर सिंहगडावर प्राणांतिक संकट ओढवल्यापासून त्यांनी अंथरूण धरले ते कायमचेच.

रमाबाईंचा पिंड धर्मनिष्ठ होता. पंढरपूरला लक्षावधी लोक भक्तिभावाने जाऊन देवाचे दर्शन घेतात, आपणही एकदा पंढरपूरला जाऊन देवदर्शन घेण्याचे रमाबाईंनी ठरविले. परंतु ती पडली अस्पृश्य हिंदू स्त्री. विठोबाच्या देवळापासून एका विशिष्ट अंतरावर उभे राहून त्या पतिव्रतेला आपली प्रार्थना करावी लागली असती. परंतु स्वाभिमान-सूर्य बाबासाहेबांना आपल्या पत्नीच्या त्या संभाव्य अपमानाची कल्पना सहन न होऊन त्यांनी तिला पंढरपुरास जाण्यास नकार दिला.

त्या वेळी बाबासाहेब मोठ्या आवेशपूर्ण उद्वेगाने म्हणाले, 'जे पंढरपूर भक्तांना देवाच्या मूर्तीपासून दूर लोटते, त्या पंढरपूरची कथा ती काय ? आपल्या उभयतांच्या पुण्याईने, स्वार्थत्यागाने आणि सेवेने, ह्या दलितांच्या सेवेने, आपण दुसरी पंढरी निर्माण करू !' सत्पुरुष तीर्थे पवित्र करतात. महापुरुष ती निर्माण करतात.

दुसरे पंढरपूर ! जे हृदय मांगल्याच्या प्रेरणेने उदात्त, भव्य आणि पुनीत झाले असेल त्या हृदयातून अशा स्फूर्तिदायक, पुण्यशाली गीतेची गंगा वाहू शकेल. मानवतेच्या प्रभातकाळी अशाच एका विश्वामित्राने दुसरे जगच निर्माण करण्याची प्रतिज्ञा केली होती ! दोन हजार वर्षांपूर्वी, श्रीकृष्णानंतर जगातला अद्वितीय हिंदू जो सिद्धार्थ गौतम त्यानेही नवसमाज नि अनेक पुण्यक्षेत्रे जन्मास घालण्याचा विचार केला. तोही प्रसंग असाच असेल !

पत्नीचा मृत्यू घडण्यापूर्वी एक आठवडा बाबासाहेब वसईचे डॉ. सदानंद गाळवणकर ह्यांच्याकडे हवापालटासाठी म्हणून राहावयास गेले होते. पत्नीच्या मृत्यूच्या आदल्या रात्री ते परत आले. तिच्या मृत्युसमयी सुदैवाने ते तिच्या शय्येजवळ बसले होते. तीस वर्षांच्या वैवाहिक जीवनाचा चित्रपट झरझरा त्यांच्या मन:चक्षूंपुढून गेला. ती दु:खे, त्या अडचणी, ती भक्ती, ती सहनशक्ती ! 'बहिष्कृत भारत' ह्या आपल्या साप्तहिकात त्यांनी सात वर्षांपूर्वी जे त्या सुचरितेचे वर्णन केले होते, ते त्यांच्या कानांत घुमू लागे. 'प्रस्तुत लेखक परदेशी असताना रात्रंदिवस जिने प्रपंचाची काळजी वाहिली व जिला ती अजूनही करावी लागत आहे व तो स्वदेशी परत आल्यानंतर त्याच्या विपन्नदशेत शेणीचे भारे स्वत:च्या डोक्यावर वाहून आणण्यास जिने मागेपुढे पाहिले नाही अशा अत्यंत ममताळू, सुशील व पूज्य स्त्रीच्या सहवासात दिवसाच्या चोवीस तासांतून अर्धा तासही त्याला घालविता येत नाही.' त्यांचे हळवट हृदय दु:खभाराने विव्हळू लागले, दुथडी वाहू लागले.

जवळ जवळ दहा सहस्र गरीब, श्रीमंत, सामान्य नागरिक त्या प्रेतयात्रेस उपस्थित होते. जड अंत:करणाने, गंभीर मुद्रेने, विचार व दु:ख यांनी भारावलेल्या मन:स्थितीत आंबेडकर प्रेतयात्रेसंगे जड पावले टाकीत होते. स्मशानयात्रेहून आल्यानंतर ते दु:खाने विव्हळत खोलीत एकटेच पडले. एक आठवडाभर लहान मुलासारखे ते ओक्साबोक्शी रडत राहिले होते. दु:खाने विव्हळत असलेल्या या थोर पुरुषाचे सांत्वन करणे कठीण जाई. त्यांच्या ऐश्वर्याची ती देवता, मानवतेची सेवा करणाऱ्या महापुरुषाची ती अर्धांगी, भवसागराच्या प्रवासातली ती सहचारिणी आता गुप्त झाली होती.

उपाध्याय वर्गावर हल्ला करणाऱ्या आंबेडकरांनी आपल्या पत्नीवरील निरतिशय प्रेमामुळे हिंदू पद्धतीप्रमाणे मुलाकडून तिचे संस्कार करून घेतले. उपाध्यायाचे कार्य शंभू मोरे नावाच्या महार उपाध्यायाने केले. तो महार उपाध्याय बाबासाहेबांचा लहानपणापासूनचा सोबती होता. पत्नीच्या मृत्यूपूर्वी बाबासाहेबांनी संन्याशाची कफनी घालून मुंडण करावे ही एक ईश्वरी प्रेरणाच असावी असे श्रद्धाळू लोकांना वाटले. बाबासाहेबांनी आपले मुंडण करून घेतले. त्यांची ती गंभीर मुद्रा, मुंडण केलेले फार मोठे डोके, कारुण्यजनक डोळे, आजूबाजूची खिन्न परिस्थिती आणि त्यांची ती भगवी कफनी यामुळे ते जग हे शून्यवत आहे, माया आहे, असे सांगणाऱ्या संन्याशासारखे दिसत.

परंतु हा दु:खमिश्रित विश्रांतीचा काळ अल्प ठरला. २ जून १९३५ पासून मुंबई सरकारने त्यांची नेमणूक विधी महाविद्यालयाचे प्राचार्य म्हणून केली. ते आज्ञापत्र पत्नीच्या मृत्यूपूर्वीच मिळाले होते. जूनच्या मध्यापासून त्यांनी विधी महाविद्यालयाचे काम पाहण्यास सुरुवात केली. ही प्राचार्याची जागा म्हणजे न्यायाधीशपदाकडे नेणाऱ्या शिडीवरची एक पायंडीच होय, असे मानण्यात येई. ही जागा आंबेडकरांच्या कीर्तीस शोभेशीच होती. कारण खुशीत असले म्हणजे आंबेडकरसुद्धा 'आपण न्यायाधीश होणार' असे म्हणत असत. ते त्यांचे ध्येय दृष्टिपथात आल्यासारखे झाले. महाविद्यालयाची प्रतिष्ठा वाढविण्याच्या दृष्टीने आंबेडकरांनी मुंबई सरकारला एक योजना सादर केली.

विधी महाविद्यालयातील कामाचा ताण फार पडे. ते काम त्यांना अतिशय कडक नि कष्टाचे वाटे. त्यामुळे ते थकून जात. आपली आर्थिक परिस्थिती चांगली नसल्यामुळे आपणास हे काम सोडता येत नाही, असे त्यांनी दत्तोबा पवारांना जून १९३४ च्या शेवटी लिहिले.

बाबासाहेबांनी घर बांधले म्हणून त्यांना कर्ज झाले होते. दत्तोबा पवार कोल्हापुरातील एका बँकेकडून काही रकमेची व्यवस्था करीत होते. हे काम जून ते सप्टेंबरपर्यंत रेंगाळत चालले होते. ती रक्कम त्यांना तातडीने पाहिजे होती. शेवटी बाबासाहेबांनी पैशाची व्यवस्था अन्य ठिकाणी केली नि दत्तोबांना आपला अर्ज परत घेण्यास कळविले.

सोमवारी नि मंगळवारी आपल्यास महाविद्यालयाचे काम नसते, तरी एखाद्या खटल्याचे काम पाठविण्याची व्यवस्था करावी अशी दत्तोबांना त्यांनी विनंती केली. सदाशिवराव रणनवरे नावाच्या न्यायाधीशाने आपला कोल्हापुरातील वकिली व्यवसाय साफ बुडविला असा बाबासाहेबांचा ग्रह झाला होता. तु. आ.

गणेशाचार्य वकील हे त्यांचे कोल्हापुरातील सहकारी होते. तेही खटल्याची कामे पाठवीत असत. ते मांग समाजापैकी होते.

त्या वेळी दत्तोबा पवार नोकरीत होते. ते ती नोकरी सोडण्याच्या विचारात होते. त्यांनी नोकरी सोडू नये असा सल्ला देताना बाबासाहेब म्हणाले, 'माझा व्यवसाय चालत नव्हता तेव्हा माझी जी आर्थिक कुचंबणा झाली ती लक्षात ठेवून आणि संसारात दु:ख नि अडचणी सर्वांनाच सोसाव्या लागतात, हे जाणून तुम्ही नोकरी सोडण्याची घाई करू नये.'

जुलै महिन्यात वृत्तपत्रात अशी बातमी प्रसिद्ध झाली की आंबेडकर हे राजकारणातून निवृत्त होत आहेत. 'बॉंबे क्रॉनिकल'मध्ये एका लेखकाने म्हटले की, आंबेडकर एक तर न्यायाधीश तरी होतील किंवा नवीन राजकीय सुधारणेनुसार होणाऱ्या विधिमंडळामध्ये मंत्री तरी होतील. कायदेभंगाच्या चळवळीस आरंभ झाल्यापासून सरकारी नोकरीतील कोणतेही पद स्वीकारण्यापूर्वी आपण राजकीय चळवळीत पडणार नाही असे सरकारला लिहून द्यावे लागे. विधी महाविद्यालयाचे प्राचार्यपद स्वीकारल्यामुळे आंबेडकरही सरकारी नोकर झाले. त्यांना यापुढे राजकारणात भाग घेता येणार नाही. म्हणून त्यांना राजकारणातून निवृत्त व्हावे लागले. फेड्रिक साईक्स या राज्यपालांच्या राजवटीत आंबेडकरांना न्यायाधीश करण्याचा बेत सफल झाला नव्हता. तो आता राज्यपाल लॉर्ड ब्रेबोर्न यांच्या राजवटीत साध्य होईल, असेही तो लेखक म्हणाला. जर डॉ. आंबेडकरांनी जिल्हा न्यायाधीशाची नेमणूक पत्करली, तर पुढे त्यांना प्रांताच्या वरिष्ठ न्यायालयात न्यायमूर्ती म्हणून बढती करू असे आश्वासन देण्यात आले होते. ही गोष्ट आंबेडकरांनी एका भाषणातही सांगितली. आंबेडकरांची प्रतिक्रिया याबाबत नेमकी काय होती हे समजणे जरी कठीण असले, तरी केवळ न्यायाधीशाच्या चाकोरीत सदैव फिरत राहणे आंबेडकरांच्या मनाला मानवले नसते. जर त्यांनी न्यायाधीशाचे पद स्वीकारले असते, तर संधी मिळताच अस्पृश्यही न्यायाधीश म्हणून उच्चस्थानी कार्य करू शकतो असे त्यांनी सिद्ध केले असते. अस्पृश्य वर्गातील तरुणांना ते एक स्फूर्तिदायक असे मोठे उदाहरण ठरले असते. न्यायाधीशाचेच स्थान काय, परंतु महाराज्यपालाचेही पद आपल्या महत्त्वाकांक्षेस अपुरे आहे असे ते एकदा म्हणाले होते. आपली संघटना आपल्या अनुयायांनी आणि सहकाऱ्यांनी अभेद्य करावी या दृष्टीने ही सेवानिवृत्तीची वार्ता पसरवून त्यांनी आपल्या अनुयायांना परस्पर धमकी दिली असेल.

भारत विधेयकावर ब्रिटिश लोकसभेत चर्चा चालली होती. मिळालेल्या हक्कांचा पुरेपूर फायदा आपल्या लोकांना लाभावा म्हणून आंबेडकरांनी ती घटना

राबविण्यास साह्य करण्याचा निर्धार केला होता. त्या निर्धारामध्ये कोणताही अडथळा त्यांनी सहन केला नसता. नवीन राज्यघटनेनुसार निवडणुका होईपर्यंत बहुत काळ लोटणार होता. म्हणून त्यांनी मध्यंतरी प्राचार्याचे स्थान स्वीकारले होते. तसे त्यांनी काही काळ न्यायाधीशाचे पदही स्वीकारले असते यात काही संदेश नाही. आंबेडकरांनी ऑक्टोबर महिन्यात सिंहगड येथे विश्रांती घेतली.

१९३४ च्या मे महिन्यात पन्हाळगडावर विश्रांती घेतल्यापासून त्यांच्या मनात तेथे एक बंगला बांधावा असे आले. ती खटपट दत्तोबांनी केली. परंतु त्या काळचे कोल्हापूरचे दिवाण सुर्वे, आंबेडकरांना पाहिजे तेवढी आणि सुलभ अटींवर जमीन द्यायला तयार नव्हते. १९३७ च्या तिसऱ्या तिमाहीत मिळालेली जागा ताब्यात घेण्यासाठी बाबासाहेबांनी दत्तोबा पवारांना, राजकीय मतभेदांमुळे मने दुरावत असतानासुद्धा, विनंती केली होती.

१९३५ चा पूर्वार्ध विधी महाविद्यालयाच्या कार्यातच गेला. प्रकृती बिघडली होती. पन्हाळगडाचे आकर्षण त्यांना फार वाटत होते. १९३५ च्या मे महिन्यात ते तेथे प्रकृतिस्वास्थ्यासाठी गेले. दत्तोबांचा मुसलमान नोकर त्यांना स्वयंपाकी म्हणून चालला. सर्व व्यवस्था दत्तोबांनी केली.

तथापि, ही शांतता भारताच्या इतिहासात कधी न झालेल्या अशा एका प्रचंड वादळापूर्वीची ठरली. वृत्तपत्रांनी वार्ता पसरविली की, ऑक्टोबर १९३५ मध्ये येवले येथे होणाऱ्या परिषदेमध्ये आंबेडकर धर्मांतराची जाहीर घोषणा करणार आहेत. ही बातमी इतकी स्फोटक आणि धक्का देणारी होती की, काही विचारवंत हिंदू पुढाऱ्यांच्या हृदयात घबराट निर्माण झाली. आंबेडकरांचे स्नेही व चाहते यांनी बाबासाहेबांकडे या बातमीच्या सत्यतेविषयी चौकशी केली. आंबेडकरांच्या विशुद्ध भावनेस आवाहन करणारे, स्पृश्य हिंदू आता समजूतदारपणा दाखवतील असे आश्वासन देणारे, आणि आंबेडकरांनी धर्मांतराची घोषणा करण्यापासून परावृत्त व्हावे अशी कळकळीची विनंती करणारे पत्रक पुण्याचे न. चिं. केळकर, लक्ष्मण बळवंत भोपटकर, चिपळूणकरशास्त्री आणि श्री. म. माटे यांनी आंबेडकरांना[१] पाठवले. श्री. म. माटे हे एक मराठी ग्रंथकार आणि सनातनी सुधारक होते. अस्पृश्य वर्गातील मुलांच्या शिक्षणासाठी त्यांनी तनमनधन अर्पून

---

१. केळकर, न. चिं. गतगोष्टी, पृ. ९५९.

अनेक वर्षे निष्ठेने काम केले होते. ते सहभोजनाच्या विरुद्ध होते. चातुर्वर्ण्य सांभाळून सुधारणा करणे हे त्यांचे ध्येय होते.

हिंदू समाजात आपल्या अस्पृश्य वर्गास इतर घटकांच्या बरोबरीचे स्थान मिळावे म्हणून आंबेडकरांनी गेल्या दहा वर्षांत आटोकाट प्रयत्न केले होते. सार्वजनिक पाणवठ्यावर आपल्या लोकांनी पाणी भरण्याचा हक्क संपादन करण्यासाठी त्यांनी लढा दिला होता. अस्पृश्य वर्गाच्या शिक्षणाच्या हक्कासाठी त्यांना झुंजावे लागले होते. स्पृश्य हिंदूंप्रमाणे अस्पृश्य लेखिलेल्या जनांसही आपल्या पसंतीची वस्त्रे वापरण्याचा आणि भांडी वापरण्याचा हक्क संपादन करण्यासाठी त्यांना चळवळ करावी लागली होती. महाड नि नाशिक सत्याग्रहाच्या वेळी स्पृश्य हिंदूंनी जे वर्तन केले होते त्याविषयी त्यांना अत्यंत दु:ख झाले होते. त्या संग्रामानंतर आपण धर्मांतर करावे असे त्यांच्या मनाने घेतले होते. त्याला तत्कालिक कारणही तसे घडले होते. चवदार तळ्याचा दावा न्यायालयात सुरू असताना एकदा ते महाडला जात होते. पण नदीला पूर आल्यामुळे त्यांना मार्गातच थांबावे लागले. पावसाळ्याचे दिवस. आसमंतात अस्पृश्यांची घरे नव्हती. त्यांना त्या स्थितीत पूर ओसरेपर्यंत अन्नपाण्यावाचून तडफडावे लागले. ते अस्पृश्य असल्यामुळे स्पृश्य हिंदूंनी त्यांना अन्नपाणी दिले नाही. मुंबईस परत येताच त्यांनी आपणास एका खोलीत कोंडून घेतले आणि ते ढसढसा रडले. ज्ञानदेवांचा असाच अपमान झाल्यामुळे, ते एक दिवस खोलीचे दार लावून असेच खिन्न होऊन बसले. तेव्हा त्यांची बहीण मुक्ताबाई हिने ज्ञानदेवांची समजूत काढली.

'मजवरी दया करा । ताटी उघडा ज्ञानेश्वरा ।
संत जेणे व्हावे । जग बोलणे सोसावे ।
तुम्ही तरोनी विश्व तारा । ताटी उघडा ज्ञानेश्वरा ।

आंबेडकर काही केल्या दार उघडीनात. शेवटी त्यांच्या सहकाऱ्यांनी रावबहादूर सी. के. बोले यांना बोलावून आणले. मुक्ताबाईने ज्ञानेश्वरांस केलेल्या कळकळीच्या विनंतीप्रमाणे रावबहादूर बोल्यांनी डॉ. आंबेडकरांना अशीच दार उघडण्यासाठी कळकळीची विनंती केली. आंबेडकरांना त्यांनी शांत केले.

नाशिकजवळच्या एका गावातील अस्पृश्य लोक मुसलमान धर्म स्वीकारणार होते. परंतु काही काळ थांबून हिंदू धर्माचा उद्धार तुम्हांस करता येतो का पाहा, असा बाबासाहेबांनी त्यांना सल्ला दिला. जळगाव येथे १९२९ साली अस्पृश्यांना आंबेडकरांनी असा धर्मांतराचा सल्ला दिला होता की, 'एका ठराविक अवधीत जर स्पृश्य हिंदूंनी तुमची दु:खे निवारण केली नाहीत तर जो धर्म तुम्हांला मनुष्य म्हणून वागवील, मनुष्याप्रमाणे तुम्हांला ह्या जगात खाणे, पिणे,

राहणे आणि स्वत:चा उत्कर्ष करून घेणे इत्यादी गोष्टींना पूर्ण स्वातंत्र्य देईल असा धर्म तुम्ही बेधडक स्वीकारा.' त्याप्रमाणे तेथील बारा अस्पृश्यांनी मुसलमान धर्म स्वीकारला. मंदिरप्रवेशासाठी बाबासाहेबांनी मोठा झगडा केला. पण त्यातही त्यांना पूर्ण अपयश आले. स्पृश्य हिंदूंनी आपल्या बुद्धीची आणि मनाची कवाडे उघडली नाहीत ती नाहीतच. स्पृश्य हिंदू हे पूर्वीप्रमाणे कठोर आणि अनुतापशून्य राहिले. यापूर्वीच्या दहा वर्षांतील चळवळींमुळे आणि येणाऱ्या राजकीय सुधारणांच्या दृष्टीने, राजकीय आणि सामाजिक परिस्थितीचा आढावा घेण्यासाठी ही येवला परिषद अस्पृश्य नेत्यांनी बोलाविली आहे असे वृत्त परिषद भरण्यापूर्वी प्रसिद्ध झाले होते.

आंबेडकर आगगाडीने येवल्यास जात असता वाटेत मेघवाल समाजाने त्यांना नाशिक येथे अल्पोपाहार दिला. नाशिक येथे सहभोजनही झाले. पुढे येवले येथे पोहोचेपर्यंत अनेक ठिकाणी सत्काराचे आणि अल्पोपाहाराचे समारंभ झाले. येवला नगरपालिकेने त्यांचा सत्कार केला. ठरल्याप्रमाणे १३ ऑक्टोबर १९३५ रोजी येवला येथे ती परिषद भरली. अस्पृश्य समाजातील सर्व गटांतील दहा हजार लोक त्या परिषदेस उपस्थित होते. हैदराबाद संस्थान आणि मध्य प्रांत या भागांमधूनही प्रतिनिधी आले होते. आपल्या भवितव्याविषयी प्रतिनिधी दाखवीत असलेला उत्साह आणि जागृती पाहून, परिषदेचे स्वागताध्यक्ष अमृत धोंडिबा रणखांबे आपल्या भाषणात म्हणाले, 'अध:पात झालेल्या हिंदू धर्माला ब्राह्मण धर्म म्हणतात. कारण ह्या धर्माने कोणाची धारणा केली असेल तर ती भटाभिक्षुकांचीच.' जवळ जवळ दीड तासभर आंबेडकरांचे अतिशय भावनोत्कट असे भाषण झाले. अस्पृश्य वर्गाची आर्थिक, सामाजिक, शैक्षणिक आणि राजकीय क्षेत्रांत जी दुर्दशा झाली होती तिचे त्यांनी वर्णन केले. अस्पृश्यवर्गीय लोक हिंदुधर्मीयांचे रक्ताचे बांधव असूनही त्यांना किती दारुण हालअपेष्टा नि दु:खे सहन करावी लागली हे त्यांनी त्यांच्या निदर्शनास आणून दिले. काळाराम मंदिरप्रवेशाच्या चळवळीत गेली पाच वर्षे त्यांचा अमानुष छळ झाला होता. त्या चळवळीचा निर्देश करून ते म्हणाले, 'आपले माणुसकीचे साधे अधिकार मिळविण्यासाठी आणि हिंदू समाजामध्ये समान दर्जा प्राप्त करून घेण्यासाठी ही चळवळही निष्फळ ठरली आहे. त्या चळवळीसाठी व्यतीत केलेला वेळ, काळ आणि पैसा ही वाया गेली आहेत. ही मोठी दु:खदायक वस्तुस्थिती आहे. म्हणून आपण या गोष्टीसंबंधी अखेरचा निर्णय घेण्याची वेळ येऊन ठेपली आहे. आपली ही दुर्बलतेची आणि अवनतीची स्थिती आपण हिंदू समाजाचे घटक आहोत म्हणून आपल्यावर ओढवली आहे. म्हणून जो धर्म आपल्याला समान दर्जा देईल,

समान हक्क देईल आणि योग्य तऱ्हेने वागवील अशा एखाद्या दुसऱ्या धर्मात जावे असे तुम्हांला वाटत नाही काय ?' आवाज चढवून ते पुढे म्हणाले, 'हिंदू धर्माशी असलेला संबंध तोडा. स्वाभिमान आणि शांतता मिळेल अशा दुसऱ्या धर्मात जा. परंतु लक्षात ठेवा जो धर्म तुम्ही निवडाल त्यात समान दर्जा, समान संधी आणि समान वागणूक मिळाली पाहिजे.' आपल्या स्वत:विषयी ते म्हणाले की, 'दुर्दैवाने मी अस्पृश्य जातीत जन्मास आलो हा काही माझा अपराध नाही. परंतु मरताना मात्र मी हिंदू म्हणून मरणार नाही.'

भाषणाच्या शेवटी त्यांनी नाशिकचा सत्याग्रह बंद करण्यास सांगितले. मंदिरप्रवेशासाठी पाच वर्षे फुकट गेली होती. स्पृश्य हिंदूंच्या मनावर त्याचा काही परिणाम न होता त्यांनी अस्पृश्यांचे प्रयत्न धुळीस मिळविले होते. यापुढे अस्पृश्य समाजाने हिंदू समाजान्तर्गत न राहता त्याबाहेर राहून स्वतंत्र नागरिकास योग्यसे भवितव्य घडविण्याचा प्रयत्न करावा. एक स्वतंत्र समाज म्हणून जगण्याचा निर्धार केल्याची स्पृश्य हिंदूंना आणि बाहेरील जगाला पूर्ण कल्पना येईल, असे वागावे. हिंदू समाजात अस्पृश्यांची इतर घटकांच्या बरोबरीने सामाजिक, नागरिक, धार्मिक, राजकीय संघटना करून अभेद्य आणि बलशाली असा हिंदू समाज निर्माण करण्यासाठी गेली दहा वर्षे जो अविरत झगडा अस्पृश्य समाजाने केला, त्याविषयी स्पृश्य हिंदूंनी निष्ठुर नि अक्षम्य तुच्छता दर्शविली. त्या अर्थी तो लढा बंद करावा अशा अर्थाचा ठराव करण्यात आला. ह्यापुढे अस्पृश्य समाजाने अशा तऱ्हेचे निरर्थक झगडे करून आपली शक्ती वाया न घालविता भारतातील इतर समाजांच्या बरोबरीने मानाचे आणि समानतेचे स्थान निर्माण करण्यासाठी प्रयत्न करावा असाही ठराव झाला.

परिषद संपली. आता आंबेडकरांच्या जीवनात एक नवे पर्व चालू झाले. ह्या दिवसापासून आंबेडकरांच्या चळवळीचे ध्येय नि धोरण बदलले. ते आता खंबीरपणे, निश्चितपणे परिणामी गंभीर असा मार्ग चोखाळू लागले. आंबेडकरांच्या धर्मांतराच्या संदेशामुळे देशातील सामाजिक संस्था, राजकीय पक्ष आणि वैचारिक मंडळे यांना जबरदस्त हादरा बसला. आपल्या धर्माची अस्पृश्य हिंदूंना दीक्षा देण्यासाठी टपून बसलेले अहिंदू धर्ममार्तंड हिंदू धर्माच्या मरणाची किंकाळी ऐकण्यासाठी अधीरतेने कान टवकारून बसले. मुसलमान धर्माचे पुढारी आंबेडकरांकडे अधाशीपणे पाहू लागले. ख्रिश्चन धर्माचे प्रचारक आपले बळ वाढविण्याच्या दृष्टीने आपल्याला आता सावज दिसू लागले म्हणून मनात मांडे खाऊ लागले. आंबेडकरांच्या घोर प्रतिज्ञेनुसार जर गोष्टी घडून आल्या, तर हिंदू धर्माचे कंबरडेच मोडेल, असे त्यांना वाटू लागले. आंबेडकरांना गळ टाकून

पकडण्यासाठी शीख पंथाचे धुरीणही इच्छा धरू लागले.

धर्मांतराची भीमगर्जना झाल्यावर स्वदेशातून आणि परदेशातून तारा आणि पत्रे ह्यांचा 'राजगृहा'वर वर्षाव झाला. ख्रिश्चन आणि मुसलमान पुढारी यांची हालचाल सुरू झाली. अस्पृश्य समाजाला राजकीय, सामाजिक, आर्थिक आणि धार्मिक क्षेत्रांत समान स्थान आणि समान अधिकार द्यायला मुसलमान तयार असून त्यांच्या स्वागतास हिंदी मुसलमान सिद्ध आहेत, अशा आशयाची तार कन्हैयालाल गौबा नावाच्या विधिमंडळाच्या एका मुसलमान सभासदाने आंबेडकरांना केली. आंबेडकरांना मुसलमान प्रतिनिधींशी समक्ष चर्चा करावयाची असल्यास त्यांनी २० ऑक्टोबर १९३५ रोजी बदाऊन येथे भरणाऱ्या परिषदेकरिता त्वरित यावे, असे त्यांनी आंबेडकरांना आमंत्रण दिले. मेथॉडिस्ट एपिस्कोपल चर्चचे मुंबई येथील बिशप ब्रेनटन थॉबर्न ब्रॅडले म्हणाले, 'ख्रिश्चन धर्माच्या जीवनादर्शाप्रमाणे बोलायचे झाले तर एवढ्या मोठ्या समाजाला मनोभावे धर्मांतराची आवश्यकता वाटल्याविना ते हृदयाने खरे ख्रिश्चन होतील ही गोष्ट असंभवनीय आहे. आंबेडकरांच्या धर्मांतराचे ख्रिश्चन चर्च स्वागत करीत आहे. कारण त्या घोषणेप्रमाणे जीवनामध्ये उन्नती करून घेण्याची अस्पृश्य समाजाची महत्त्वाकांक्षा दिसत आहे. अस्पृश्य समाजाच्या नवीन युगाची प्रभात समीप आली आहे. आंबेडकरांची घोषणा ही त्याचे प्रतीक आहे.'

बनारस येथील महाबोधी संस्थेच्या कार्यवाहाने आंबेडकरांना तार करून आंबेडकर आणि त्यांचे अनुयायी यांचे बौद्ध धर्म स्वागत करीत आहे असे कळविले. आशियातील बहुसंख्य लोकांनी स्वीकारलेला बौद्ध धर्म अस्पृश्य सामाजाने स्वीकारावा अशी त्यांनी कळकळीची विनंती केली. 'बौद्ध धर्मामध्ये सामाजिक किंवा धार्मिक विषमता नाही. सर्व नव बौद्धांना समान संधी आणि समान हक्क मिळतील अशी मी तुम्हांस ग्वाही देतो. आमच्यामध्ये जातिभेद नाही. आम्ही कार्यकर्ते पाठविण्यास तयार आहोत,' अशी त्यांनी ग्वाही दिली.[१]

अमृतसरच्या सुवर्णमंदिर संस्थेचे उपाध्यक्ष सरदार दरिपसिंग दोबिया आपल्या तारेत आंबेडकरांना म्हणाले की, 'अस्पृश्यांना आवश्यक असणाऱ्या सर्व गोष्टी शीख धर्म देऊ शकतो. शीख धर्म एकेश्वरी आहे. सर्वांना ममतेने आणि समतेने वागवणारा आहे.' म. गांधी म्हणाले, 'अस्पृश्यतेला शेवटची घरघर लागली असता आंबेडकरांनी धर्मांतराची घोषणा करणे ही अत्यंत दुर्दैवाची गोष्ट आहे. आंबेडकरांसारख्या उच्च शिक्षणसंपन्न आणि उच्च ध्येयनिष्ठ मनुष्याचा राग

---

१. The Times of India, 18 October 1935.

अस्पृश्यांचा होणारा अनन्वित छळ पाहून अनावर होतो, हे आपण समजू शकतो. परंतु धर्म ही घरासारखी किंवा अंगरख्यासारखी वस्तू नाही की, ती स्वेच्छेने वाटेल तेव्हा बदलता येते. मनुष्याच्या शरीरापेक्षा त्याच्या अंतरात्म्याचा धर्म हा एक अविच्छिन्न भाग आहे.' आपल्या वक्तव्याच्या शेवटी गांधीजी म्हणाले, 'माझी खात्री आहे की धर्मांतराने आंबेडकरांना आणि त्यांच्या ठरावाला पाठिंबा देणाऱ्या लोकांना जे पाहिजे ते मिळणार नाही. कारण लक्षावधी अशिक्षित आणि भोळे हरिजन त्यांचे आणि ज्यांनी आपल्या पूर्वजांचा धर्म सोडला आहे अशांचे ऐकणार नाहीत. स्पृश्य हिंदूंशी त्यांचे हित व अहित निगडित आहे हे लक्षात आले म्हणजे ही घटना अशक्य वाटते.' रत्नागिरी येथील आपल्या स्थानबद्धतेच्या काळात सामाजिक क्रांतीचे रणशिंग फुंकणाऱ्या सावरकरांनीही अस्पृश्य वर्गाला धर्मांतराच्या ध्येयापासून परावृत्त होण्याविषयी विनंती केली. 'मुसलमान धर्म किंवा ख्रिश्चन धर्म स्वीकारून भारतात अस्पृश्यांना समानतेची वागणूक मिळेल अशी शक्यता नाही.' आणि आपल्या म्हणण्याच्या पुष्ट्यर्थ त्यांनी त्रावणकोरमध्ये सुरू असलेल्या स्पृश्य ख्रिश्चन आणि अस्पृश्य ख्रिश्चन ह्यांच्यांतील झगड्याकडे त्यांचे लक्ष वेधले. आपल्या निर्भय आणि कळकळीच्या विनंतीपत्रकात सावरकर पुढे म्हणाले, 'कोणताही 'इझम' ह्या अर्थी धर्म म्हटला की त्यात बुद्धिबाह्य आणि तर्कबाह्य अशी विशिष्ट श्रद्धा असणारच. आजच्या परिस्थितीत ज्यांना हे धार्मिक आचार आणि संकेत निरर्थक किंवा अनर्थकही वाटतात, त्यांनी ते आचार व विचार सोडून हवा तर बुद्धिनिष्ठ आणि तर्कनिष्ठ तत्त्वावर एक नवा धर्म स्थापावा. अस्पृश्यतेचे निर्मूलन आता दृष्टिपथात आले आहे. हिंदू धर्म सोडून इतर धर्म स्वीकारताच अस्पृश्यांना संपत्ती, अधिकार वा नोकऱ्या या वाढून ठेवलेल्या आहेत असे नाही. धर्मांतराने त्यांची दुर्बलता आणि दुःख वाढतील. धर्मांतर करणाऱ्या बाटग्यांसाठी मोगल साम्राज्य जे करू शकले नाही ते इतर करू शकतील असे त्यांनी स्वप्नातही आणू नये. प्रगतिप्रिय आणि सुधारक हिंदूंच्या खांद्याला खांदा लावून आपल्या उद्धारासाठी त्यांनी झटावे.'

राष्ट्रसभेचे अध्यक्ष डॉ. राजेंद्रप्रसाद यांना धर्मांतराच्या ठरावामुळे दुःख झाले. 'त्या ठरावाच्या मुळाशी असलेल्या संतापाची भावना आपण समजू शकतो. परंतु ज्यामुळे समाजसुधारकांचे कार्य दुष्कर होईल अशी एखादी गोष्ट केली जावी ही दुर्दैवाची गोष्ट आहे,' असे ते म्हणाले.

अस्पृश्य वर्गीयांचे मुंबईतील एक नेते बाळकृष्ण देवरुखकर यांनी धर्मांतराच्या धोरणाला विरोध केला. ते म्हणाले, 'दिवसानुदिवस अस्पृश्यता कमी होत असता हिंदू समाजातच राहणे बरे. सर्वच धर्मांत या ना त्या स्वरूपात

असमानता आहेच.' धर्मांतराची घोषणा ऐकून नारायण काजरोळकरांना धक्काच बसला. ते म्हणाले, 'ज्या आंबेडकरांनी अस्पृश्यांना त्यांच्या अत्यंत निराशेच्या काळात धीर दिला, त्यांनीच त्यांना आत्महत्या करावयास सांगावे हे पाहून मला अनिवार दु:ख होत आहे. धर्म ही काही व्यापारातील देवघेवीची वस्तू नाही.' नागपूरचे एक अस्पृश्य नेते म्हणाले, 'अस्पृश्य स्पृश्यांबरोबर हक्क मिळविण्याची शिकस्त करतील.' आंबेडकरांचे सहकारी डॉ. सोळंकी यांनीही त्या धर्मांतराच्या धोरणास आपली नापसंती दाखविली. ते म्हणाले, 'तरुण पिढी काही प्रगती करील. तिने आपला उत्कर्षाचा नि समतेचा झगडा सोडून देऊ नये.' आंबेडकरांचे गोलमेज परिषदेतील सहकारी श्रीनिवास म्हणाले, 'धर्मांतरामुळे अस्पृश्यांची संख्या कमी होईल आणि त्यामुळे ते दुर्बल होतील. त्यांचे छलक प्रबळ होतील. त्यांनी धर्मांतर न करता आपल्या हक्कांसाठी नि तत्त्वांसाठी झगडा सुरू ठेवावा. ह्यातच पुरुषार्थ आहे.'[१]

आंबेडकरांच्या दुसऱ्या कोठल्याही घोषणेस एवढी जगभर प्रसिद्धी मिळाली नव्हती. तो निर्णय म्हणजे पददलित लोकांनी फोडलेला शेवटचा हंबरडा होय. त्यांच्या तळमळणाऱ्या आत्म्याची ती किंकाळी होती. त्यांच्या अनंत हालअपेष्टांना, पदोपदी होत असणाऱ्या मानभंगांना, युगानुयुगे माणुसकीस मुकविणाऱ्या त्या अमानुष छळाला त्या घोषणेने पुन्हा एकदा वाचा फोडली होती. सात्विक संतापाच्या झंझावातात आंबेडकरांनी हे भयंकर अस्त्र पश्चात्तापशून्य हिंदू समाजावर फेकले होते. वृत्तपत्रांनी त्यांना एकदा रणांगणात खेचल्यावर मग काय विचारता ? ते अधिकाधिक त्वेषाने आपली प्रहारी गदा फिरवू लागले.

'असोसिएटेड प्रेस' संस्थेच्या प्रतिनिधीने त्यांना येवला निर्णयावरील गांधीजींचा अभिप्राय कळविला. तेव्हा ते निश्चयपूर्वक म्हणाले, 'हिंदू धर्म सोडण्याचा अस्पृश्यांचा निर्णय हा विचारपूर्वक केलेला आहे. हिंदू धर्माचा पायाच मुळी असमतेवर उभारलेला आहे. त्याची नीतितत्त्वे अस्पृश्यांच्या विकासास संपूर्णपणे विरोधी आहेत. मनुष्याच्या जीवनास धर्माची आवश्यकता आहे. गांधीजींच्या या मताशी मी सहमत आहे. मनुष्याच्या कल्याणास नि प्रगतीस ज्यामुळे स्फूर्ती लाभेल, त्याच्या धार्मिक आचारविचारांचे नियमन होतील यासाठी एक परिमाण म्हणून धर्म हवा. परंतु ज्या धर्मविषयक कल्पना एखाद्या मनुष्यास

१. The Times of India, 16 October 1935

तिरस्करणीय वाटल्या तरी केवळ तो त्याच्या वाडवडिलांचा धर्म आहे म्हणून त्यास चिकटून राहिले पाहिजे हे गांधींचे म्हणणे मला मान्य नाही. मी धर्म बदलण्याचा निर्धार केला आहे. जर अस्पृश्यांनी माझे अनुकरण केले तर ठीक; नाही केले तर मी ते आपले अनुकरण करतात की नाही त्याची पर्वा करणार नाही.'

निर्दय नि माणूसघाण्या सनातनी हिंदूंवर ह्या निर्णयाचा मुळीच परिणाम झाला नाही. जराग्रस्त नि जीर्ण अशी त्यांची विचारशक्ती नि चक्षुरिंद्रिय शक्ती त्यांना सोडून गेली होती. अशिक्षित ब्राह्मणेतरांना वाटले, धर्मनिर्णयाचे काम ब्राह्मणांचे. वेड्या आनंदाने बेहोष झालेल्या सनातनी हिंदूंनी सुटकेचे नि:श्वास सोडले. अस्पृश्यांनी चालविलेल्या मंदिरप्रवेश सत्याग्रहाने गेली पाच वर्षे जेरीस आलेले नाशकातले सनातनी वृत्तीचे हिंदू आता हिंदू धर्मातून अस्पृश्यांचे उच्चाटन होणार या कल्पनेमुळे राक्षसी आनंदाने नाचू लागले. अस्पृश्यांच्या या नवीन घोषणेचा विचार करून काळारामाच्या रथाच्या मिरवणुकीवरील बंदी उठविण्यासाठी त्यांनी सरकारकडे अर्ज केला. ज्ञानी, संस्कृतिसंपन्न नि राजकीय विचारप्रधान दृष्टीच्या लोकांना धर्मांतराच्या ठरावाविषयी खेद वाटला. ज्या नरेशांनी अस्पृश्यांच्या चळवळीला साहाय्य केले होते, त्यांची घोर निराशा झाली असली पाहिजे. संतप्त झालेल्या एका सिंधी हिंदूने आपल्या रक्ताने पत्र लिहून 'हिंदू धर्माचा त्याग केलात तर तुम्हांस जिवे मारणार आहोत,' अशी आंबेडकरांना धमकी दिली.[१]

येवल्याहून मुंबईस परतल्यावर डॉ. आंबेडकर वसई येथे डॉ. सदानंद गाळवणकर यांच्या घरी दोन दिवस विश्रांतीसाठी गेले होते. तेथे हिंदू मिशनरी मसुरकर महाराज यांनी त्यांची भेट घेतली. मसुरकर महाराजांनी काही दिवसांपूर्वी गोव्यातील दहा हजार ख्रिश्चनांना हिंदू धर्माची दीक्षा दिली होती. मुलाखत तीन तास चालली. मसुरकरांना आंबेडकर म्हणाले, 'अस्पृश्यांच्या धर्मांतरामुळे हिंदूंचे फारसे नुकसान होणार नाही.' मसुरकर महाराज म्हणाले, 'ती गळती तेवढ्यावरच थांबायची नाही. शेवटी हिंदू जातीचा त्यामुळे मृत्यू ओढवेल.' त्यावर आंबेडकर म्हणाले, 'काही हरकत नाही. त्यामुळे हिंदुस्थानचा इतिहास काही थांबणार नाही.' 'तसे घडले तर हिंदुस्थानचा तो इतिहास होणार नाही. तो दुसऱ्या एखाद्या पाकिस्तानसारख्या 'स्थान'चा होईल,' असे मसुरकर महाराज उत्तरले. आंबेडकर अंमळ विषण्णतेने म्हणाले, 'हो, हे खरे आहे. ती काही आनंदाची

---

१. विविधवृत्त, ३ नोव्हेंबर १९३५.

गोष्ट नव्हे. परंतु हा शोकपर्यवसायी शेवट टाळण्याचे स्पृश्य हिंदूंच्या हाती आहे.' मसुरकर महाराज म्हणाले, 'तुम्ही काही मार्ग सांगा.' त्यावर आंबेडकर म्हणाले, 'स्पृश्य हिंदू पुढाऱ्यांनी अमुक कालमर्यादेच्या आत आम्ही अस्पृश्यतेच्या पापाचे उच्चाटन करू असे अभिवचन द्यावे.' त्यावर मसुरकर म्हणाले, 'त्या प्रश्नाचे प्रचंड स्वरूप पाहता तो सुटण्यास काही अवधी लागेल. स्पृश्य हिंदू पुढाऱ्यांना या बाबतीत खटपट करता यावी म्हणून तुम्ही काही अवधी दिला पाहिजे नि धर्मांतराची घोषणा पाठीमागे घेतली पाहिजे वा धर्मांतराचा प्रश्न पुढे ढकलला पाहिजे.' 'पाच ते दहा वर्षे तुमचा हृदयपालट होण्याची आम्ही वाट पाहू. परंतु मध्यंतरी जो अस्पृश्य पुढारी 'केसरी'च्या मतप्रणालीप्रमाणे एक आदर्श हिंदू आहे त्या के. के. सकट यांस एक वर्षभर शंकराचार्यांच्या गादीवर बसवून त्याच्या पायावर शंभर एक ब्राह्मण कुटुंबांनी सामाजिक समता मान्य असल्याबद्दल नि हृदयपालटाचा निदर्शक म्हणून पाया पडावे,' असे खोचक आवाजात आंबेडकर म्हणाले, 'हिंदू कोणास म्हणावे याची निश्चित व्याख्या सांगावी,' असेही आंबेडकर म्हणाले.

त्यानंतर थोड्याच दिवसांत नाशिक येथे जाहीर सभेत ठरल्याप्रमाणे रामचंद्र गणेश प्रधान यांच्या नेतृत्वाखाली तेथील एक शिष्टमंडळ आंबेडकरांना मुंबईस येऊन भेटले. त्यांनी अस्पृश्यतेच्या रूढीचे उच्चाटन करण्यासाठी वैयक्तिक नि सांघिक रीत्या चळचळ करू असे आश्वासन दिले.

आपण या बाबतीत खरोखरीच विशेष परिणामकारक कार्य करू, पण आपण धर्मांतर करू नये, असे शिष्टमंडळाचे प्रमुख रा. ग. प्रधान ह्यांनी आंबेडकरांचे मन वळविताना आश्वासन दिले. आपल्या स्वभावातील वैशिष्ट्यपूर्ण रीतीने आंबेडकर उत्तरले, 'काही मनुष्यांना वाटते, की समाजाला धर्माची आवश्यकता नाही, या मताशी मी सहमत नाही. समाजाच्या जीवनाचा नि व्यवहाराचा पाया धर्मावर अधिष्ठित असण्याची आवश्यकता आहे असे माझे मत आहे. हिंदू समाजाचा पाया मनस्मृतीप्रणीत धर्मावर अधिष्ठित असल्यामुळे हिंदू समाजातील सामाजिक विषमता काढून टाकणे शक्य आहे, असे मला वाटत नाही. कारण हिंदू समाजाचा पायाच मनुस्मृतीप्रणीत धर्मावर आधारलेला आहे. तो उखडून त्या ऐवजी अधिक विशाल आणि न्याय्य पायावर हिंदू समाज आपली पुनर्घटना करील, ह्याविषयी मी अगदी निराश झालेलो आहे.'

धर्मांतर पाच वर्षांनी करावयाचे आहे. तेवढ्या अवधीत जर स्पृश्य हिंदूंनी आपल्या कृतीने अस्पृश्यता निवारण्याच्या बाबतीत काही भरीव कार्य करून दाखविले तर धर्मांतराच्या प्रश्नाचा आपण पुन्हा विचार करू,' असे त्यांनी

उत्तर दिले. आपला दलित समाज हा कुठल्याही प्रबळ अशा समाजात समाविष्ट करावा असा आपला विचार आहे आणि शीख धर्म स्वीकारण्याचा आपला बेत आहे, असे ते पुढे म्हणाले. मुसलमान धर्माचा उल्लेख करून ते म्हणाले, 'ज्यांच्या धार्मिक भावना नि व्यवहार यांत हात घालणे अत्यंत धोक्याचे आहे, असा जर कुठला समाज असेल तर तो मुसलमान होय.' आंबेडकरांच्या मते या स्थितीतून बाहेर पडण्यास एकच मार्ग होता व तो म्हणजे धार्मिक व सामाजिक बाबतींत एखाद्या जनहितेच्छू सर्वाधिकाऱ्याचा उदय हा होय. 'हिंदुस्थानात केमालपाशा किंवा मुसोलिनी यांच्यासारखा सामाजिक व धार्मिक बाबतीत सर्वाधिकारी पाहिजे आहे. लोकशाही हिंदुस्थानला योग्य नाही. माझी अशी आशा होती की, गांधी हे सामाजिक बाबतीत सर्वाधिकारी होतील. परंतु अशा स्थितीत सामाजिक व धार्मिक बाबतीत एखादा सर्वाधिकारी सापडणे कठीण आहे. आणि ज्या अर्थी तरुण पिढी सुखासीन झाली आहे आणि ती रानडे, गोखले व टिळक ह्यांच्यासारखी ध्येयनिष्ठ नसल्यामुळे मी भारताच्या भवितव्याविषयी अत्यंत निराश झालो आहे.'[१] असेही त्यांनी सांगितले. शेवटी शिष्टमंडळाला ते म्हणाले, 'माझ्या धार्मिक भावना माझ्या धर्मविषयक कल्पनेनुसार अत्यंत प्रबळ आहेत. परंतु मी ढोंगबाजीचा तिरस्कार करीत असल्यामुळे माझा हिंदू धर्मावर विश्वास नाही.'

येवला येथील परिषदेतील ठराव कृतीत कसा आणावा याचा विचार करण्यासाठी लवकरच नाशिक रोड येथे एक परिषद बोलावण्यात आली. भारतातील अनेक अस्पृश्य वर्गीय संस्थांना आंबेडकरांचा धर्मांतरासंबंधी संदेश अनेक पत्रकांद्वारे पाठविण्यात आला. याच संधीस आंबेडकर व त्यांचे अनुयायी लवकरच मुसलमान धर्म स्वीकारणार आहेत असे पीरजमात अल्ली यांनी उठवलेली आवई पंजाबमधील वर्तमानपत्रांत प्रसिद्ध झाली. ते वृत्त आंबेडकरांना कळताच ते म्हणाले, 'पीरजमात अल्ली यांना मी मुंबईत भेटलो होतो हे खरे आहे. त्या वेळी मुस्लिम धर्माचा स्वीकार करणे शक्य आहे की काय याविषयीही चर्चा झाली. परंतु त्यापलीकडे काहीच घडले नव्हते.' डिसेंबर १९३५ मध्ये आंबेडकरांनी फोरास रोड, मुंबई येथे एका सभेपुढे भाषण केले. त्या वेळी ते म्हणाले की, 'धर्मांतराच्या प्रश्नाचा निर्णय लवकरच होणाऱ्या महार परिषदेत करण्यात येईल.' त्याच दिवसांत धर्मांतरासंबंधी वृत्तपत्रांमध्ये अनेक पत्रे प्रसिद्ध होऊ लागली होती. त्यांतील बहुसंख्य पत्रांत आंबेडकरांचा कडक शब्दांत निषेध करण्यात आला होता. थोड्यांनी त्यांचे म्हणणे उचलून धरले. अशा अनेक

१. The Times of India, 30 November 1935.

पत्रांपैकी व लेखांपैकी एक पत्र सनातनी सुधारक पंडित सातवळेकर यांनी लिहिले होते. त्यात हे वेदपंडित कुत्सित बुद्धीने म्हणाले की जर आंबेडकर हिंदू धर्माबाहेर गेले तर त्यांना कोणीही विचारणार नाही. त्या सनातनी पंडितांच्या मते आंबेडकरांना जे महत्त्व आले होते ते त्यांच्या विद्वत्तेमुळे, बुद्धिवैभवामुळे किंवा कोणत्याही अन्य शक्तींमुळे नसून केवळ ते अस्पृश्य जातीचे होते त्यामुळेच. आंबेडकरांनी आपल्या जोरदार भाषेत ह्या वयोवृद्ध पंडिताला झणझणीत उत्तर दिले. ते म्हणाले, 'मी अध्ययन केले आहे त्या विषयात पारंगत असलेल्या ब्राह्मण जातीतील कोणत्याही विद्वानाशी मी बरोबरी करू शकेन. मी कुठेही गेलो तरी माझ्या विद्वत्तेनुरूप व बुद्धिमत्तेनुरूप जे मोठेपण मला प्राप्त व्हायचे ते होईलच. तथापि ज्या पंथात आपल्या पददलितांची उन्नती होईल त्या पंथात कीर्ती व प्रतिष्ठा ह्यांशिवाय जीवित कंठणे मी अधिक पसंत करीन.'

धर्मांतराच्या महत्त्वाच्या प्रश्नात आंबेडकर जरी गुंतले होते, तरी त्यांची इतर क्षेत्रांतील कामे चालूच राहिली होती. कुलाबा जिल्ह्यातील चरी या गावी शेतकऱ्यांची एक परिषद त्यांच्या अध्यक्षतेखाली भरली होती. आपल्या अध्यक्षीय भाषणात त्यांनी त्या गरीब शेतकऱ्यांच्या मनावर असे ठसविले की, 'जमीनदाराच्या सुखात त्यांच्या दुःखाची मुळे होती. म्हणून त्यांनी शेतकऱ्यांवर लादलेल्या गुलामगिरीविरुद्ध चळवळ उभारली पाहिजे असे त्यांनी त्यांना कळकळीचे आवाहन केले. परिषदेच्या शेवटी एक मोठा गमतीचा प्रसंग घडला. ती घटना आंबेडकरांच्या व्यक्तिमत्त्वावर चांगलाच प्रकाश टाकते. आंबेडकरांचे मित्र व सहकारी परिषदेच्या मंडपात काही प्रश्नांची चर्चा करीत असता ओल्या जमिनीवर पसरलेल्या गवतातून एका विंचवाने आपले डोके वर केले. ते पाहून तेथे गोंगाट झाला. वहाण किंवा काठी विंचवाला मारायला आणा असे प्रत्येकजण ओरडू लागला. ते पाहताच आंबेडकर चटकन उठून तिकडे गेले. त्यांनी आपल्या पादत्राणविहित पायाखाली त्या विंचवाला चेचून टाकले.

विधी महाविद्यालयाच्या निरनिराळ्या कार्यात व योजनांत आंबेडकर उत्साहाने भाग घेत असत. विद्यार्थी आणि प्राध्यापक यांच्या मनांत त्यांच्याविषयी किती आदर होता हे महाविद्यालयाच्या मासिकाच्या जानेवारी १९३६ च्या अंकावरून दिसून येते. आंबेडकर हे निर्बंधविशारद आणि पंडित यांचे पूर्णांशाने रांधा आहेत असा अभिप्राय देऊन संपादकीय स्फुट पुढे म्हणते, 'आंबेडकर हे नामांकित वकील असून ते अर्थशास्त्राचा जिव्हाळ्याने अभ्यास करणारे व्यासंगी आहेत. ते घटनाशास्त्रावरील एक अधिकारी व्यक्ती आहेत अशी त्यांची हिंदुस्थानात व इतरत्र ख्याती आहे. त्यांच्याविषयी अधिक लिहिण्याची

आवश्यकता नाही. आम्ही त्यांच्याकडून अनेक गोष्टींची अपेक्षा केली असल्यामुळे आता त्यांच्याविषयी बोलून त्यांना आम्ही गोंधळात टाकीत नाही. थांबावे आणि पाहावे हेच आम्ही अधिक पसंत करतो.' आंबेडकरांनी आपले नैर्बंधिक शिक्षणाविषयी क्रांतिकारक विचार एका प्रदीर्घ अभ्यासपूर्ण लेखात मांडले. त्या लेखाचे शीर्षक 'मुंबई प्रांतातील नैर्बंधिक शिक्षणाच्या सुधारणेविषयी विचार' असे होते. त्या लेखात वकिली करणाऱ्या लोकांचे सहा वर्ग पाडले होते. एकच धंदा करणाऱ्या या लोकांना पात्रतेच्या बाबतीत, परीक्षेच्या बाबतीत आणि त्यांच्या प्रतिष्ठेच्या बाबतीत इतके वैचित्र्य असावे, ही मोठी दु:खाची गोष्ट आहे, असा त्यांनी अभिप्राय व्यक्त केला.

नैर्बंधिक शिक्षणाच्या अभ्यासक्रमाला पूर्णता कशी येईल ह्यासंबंधी लिहिताना ते म्हणाले, 'नैर्बंधिक शास्त्राच्या मूलभूत तत्त्वांची माहिती वकिलाला असली पाहिजे. त्याला सामान्य ज्ञानाची माहिती असली पाहिजे. त्याला विषयाची मांडणी करण्याची कला अवगत असली पाहिजे. घटनांचे निवेदन करताना त्याने अचूकता साधली पाहिजे. स्पष्ट भाषेत त्याला आपले म्हणणे समजावून सांगता आले पाहिजे. त्याला जी प्रश्नांची उत्तरे मिळतात ती एकमेकांशी निगडित असली पाहिजेत. शिक्षणतज्ज्ञांच्या दृष्टीने बोलायचे झाले तर निर्बंधशास्त्राच्या अभ्यासाला इतर पूरक विषयांच्या अभ्यासाची जोड मिळाली पाहिजे. नाहीतर केवळ निर्बंधशास्त्राचा अभ्यास वकिलीच्या धंद्याला अपुराच ठरेल. वकिलांच्या अंगी वकिली मनोवृत्ती बाणली पाहिजे.' उदाहरणादाखल त्यांनी आगस्टाईन बिरेल यांचा एक उतारा उद्‌धृत केला. 'निर्बंधशास्त्र अंगी बाणलेला मनुष्य जे उघड दिसते आहे ते मुख्यत्वे ठसठशीतपणे दाखवितो. जे स्पष्ट दिसते त्याचे विवेचन करतो व सामान्य सिद्धांत असतील ते विचारपूर्वक मांडतो.'

धर्मांतराचा मुख्य प्रश्न आंबेडकरांनी तसाच अर्धवट सोडून दिला नव्हता. दि. १२, १३ जानेवारी १९३६ या दिवशी प्रा. एन. शिवराज यांच्या अध्यक्षतेखाली पुणे येथे धर्मांतराच्या प्रश्नावर निर्णय घेण्यासाठी परिषद भरविण्यात आली. आपल्या अध्यक्षीय भाषणात एन. शिवराज म्हणाले, 'अस्पृश्यतेच्या पाशातून सुटण्यासाठी माझ्या मते एकच मार्ग आहे. तो म्हणजे हिंदू धर्म सोडून दुसऱ्या कोणत्याही प्रचलित धर्मात जाणे हा नसून एखादा नवीन धर्म स्थापन करणे किंवा आर्यांनी हिंदू धर्म व त्याच्या चालीरीती हिंदुस्थानात आणण्यापूर्वी जो आदी द्रविडांचा प्राचीन धर्म होता त्याचे पुनरुज्जीवन करणे हे होय.'

आंबेडकर बोलावयास उठताच सर्व परिषद त्यांच्या जयजयकाराने निनादली. त्यांनी धर्मांतराच्या घोषणेचा पुनरुच्चार केला. ह्या महाराष्ट्रीय अस्पृश्य

वर्गीय तरुणांच्या परिषदेत तीन गोष्टी प्रामुख्याने आढळून आल्या. पहिली गोष्ट अशी की, डॉ. पुरुषोत्तम सोळंकी यांनी यापूर्वी जरी धर्मांतराच्या विचारास विरोध केला होता, तरी आता त्यांनी कोलांटी उडी मारून आंबेडकरांशी सहमत असल्याचे जाहीर केले. त्यांनी धर्मांतराच्या विचारास पाठिंबा दिला. यापुढे एक क्षणभरही असंघटित हिंदू धर्मात अस्पृश्य वर्गाला ठेवू नये. त्यांच्याकरिता एक स्वतंत्र धर्म स्थापन करावा, अशी त्यांनी आंबेडकरांना विनंती केली. दलित वर्गाला कोणी संत नको, वेद नको, गीता नको, शंकराचार्य नको, प्रेषित नको. फक्त आंबेडकरच पाहिजेत, असे मत त्यांनी व्यक्त केले. दुसरी गोष्ट अशी की धर्मांतराच्या प्रश्नावर चांभार समाजाचा मतभेद झाल्यामुळे तो आंबेडकरांच्या चळवळीपासून दूर जाऊ लागला. तिसरी गोष्ट अशी की ज्याप्रमाणे महात्मा गांधींनी गुरुवायुर मंदिर प्रवेशासाठी जाहीर केलेल्या उपोषणाची मुदत वाढविली आणि ते उपोषण कधीच केले नाही, त्याप्रमाणे आंबेडकरांनी धर्मांतर करण्याचा दिवस अनिश्चितपणे लांबणीवर टाकला. जो धर्म आपणास समान दर्जाची वागणूक देईल, त्या धर्मात आपण आणि आपला समाज प्रवेश करू असे त्यांनी प्रकट केले. आपल्या मागून लोक येवोत वा न येवोत आपण आता धर्मांतर केल्याशिवाय राहणार नाही असे त्यांनी येवला परिषदेनंतर एका मुलाखतीत जाहीर केले.

तथापि, दुसऱ्या कुठल्याही धर्मात गेल्यामुळे आपल्या नरकयातना थांबतील आणि आपल्याला समतेचा स्वर्ग लाभेल अशी चुकीची समजूत करून घेणाऱ्या आपल्या अनुयायांना त्यांनी इशारा दिला, कोठल्याही धर्मात आपण गेलो, तरी आपल्याला स्वातंत्र्यासाठी व समतेसाठी लढणे अटळ आहे, असे त्यांनी सांगितले. ते म्हणाले, 'आम्ही कोठेही गेलो, ख्रिश्चन, मुसलमान किंवा शीख धर्मांत गेलो तरी आमच्या हितासाठी आम्हांलाच लढले पाहिजे, याची आम्हांला पूर्ण जाणीव आहे. आम्ही जर मुसलमान धर्मात गेलो तर आमच्यापैकी प्रत्येकजण नबाब होईल किंवा ख्रिश्चन धर्मांत गेलो तर पोप होईल असे समजणे मूर्खपणा आहे. आम्ही कोठेही गेलो तरी आमच्या नशिबात लढा हा अटळच आहे. स्पृश्य हिंदूंनी सामाजिक समतेचा लढा सुरू ठेवावा ही जी तडजोडीची अट आहे ती हिंदू कधीही पाळणार नाहीत. कारण भाकरीच्या मुद्याचा हा काही प्रश्न नाही. ह्या प्रश्नाच्या पाठीमागे निश्चित काही दैवी उद्देश आहे, हे नि:संशय. नाहीतर कोट्यवधी रुपयांची आमिषे व देणग्या ह्या परस्पर विरोधी गटांतून (निजामाकडून)[१] पुढे आल्या नसत्या. ईश्वराची कृपा नसती तर हे घडले नसते.'

---

१. दोंदे, आचार्य मो. वा., जनता १४ एप्रिल १९५१.

गांधीजींनी चालू केलेल्या हरिजन निधीविषयी आंबेडकर म्हणाले, 'त्या निधीचा उपयोग अस्पृश्यवर्गीयांना स्पृश्य हिंदूंचे गुलाम करण्यात होणार आहे. स्पृश्य हिंदूंनी साह्य केले किंवा विरोध केला तरी आपण धर्मांतराचा निर्धार केला आहे. आता जरी प्रत्यक्ष परमेश्वर अवतरला आणि मी हिंदू धर्म सोडू नये म्हणून माझे मन वळवू लागला, तरी मी कृत निर्धारापासून रेसभरही ढळणार नाही.' आंबेडकरांचे भाषण होत असताना मधून मधून टाळ्यांचा जो कडकडाट होई, वारंवार ज्या घोषणा होत, त्यावरून असे दिसते की त्यांच्या भाषणाने त्यांचे अनुयायी व सहकारी यांच्या विचाराला चांगलीच चालना मिळाली होती. आंबेडकरांच्या कार्यक्षेत्रातील त्या तरुणांच्या परिषदेत आंबेडकरांची बाजू विजयी झाली. तथापि, आंबेडकरांच्या पक्षाबाहेरील शेकडो हितचिंतकांची आणि पाठिंबा देणाऱ्यांची सहानुभूती आंबेडकर निश्चित गमावून बसले. वर्तमानपत्रे आणि राजकीय मताचे हजारो हिंदू ह्यांच्या मनांत भीती निर्माण झाली. महार समाज सोडून इतर बहुतेक अस्पृश्य समाजाच्या नेत्यांनी आंबेडकरांच्या या पवित्र्याविषयी कडक शब्दांत नापसंती व्यक्त केली. कारण त्यांच्या मते धर्मांतराने त्यांच्या ऐहिक आणि आर्थिक जीवनात फरक तर काही होणार नव्हता. उलट त्यांचे भयंकर दुष्परिणाम होतील असे त्यांना वाटत होते. ज्या शूर, प्रामाणिक, नेकीच्या स्पृश्य हिंदूंतल्या कार्यकर्त्यांनी आणि नेत्यांनी अस्पृश्यांना सामाजिक समता मिळवून देण्यासाठी आपले जीवित व्यतीत केले होते, त्यांना ह्या धर्मांतराच्या पुनरुच्चाराने मनस्वी चीड आली. अस्पृश्यांच्या साऱ्या इतिहासात त्यांना कधीही निर्माण झाला नाही एवढा धोका निर्माण झाला. आंबेडकरांची मनोवृत्ती पळपुट्याची आहे असे त्यांपैकी काही जणांना वाटले. ख्रिश्चन आणि मुसलमान यांनी अस्पृश्यांना आपापल्या धर्मांत ओढण्यासाठी अनेक शतके चळवळ केली, ती चळवळ अस्पृश्यांच्या नरक यातना थांबवू न शकता त्यांना स्वर्गीय सुख देण्यात कशी निष्फळ ठरली होती, हे आंबेडकरांच्या निदर्शनास त्यांनी आणून दिले. धर्मांतराच्या चळवळीचा इतिहास आंबेडकरांच्या दृष्टीला पुष्टी देत नाही. परंपरा आणि धार्मिक चालीरीती यांची बंधने इतकी खोलवर रुतलेली असतात की बाटलेले हिंदूसुद्धा परधर्मात नकळत त्या तशाच चालू ठेवतात. म्हणून अस्पृश्यवर्गीयांनी, जसे आंबेडकर आजपर्यंत अस्पृश्यतेच्या उच्चाटनासाठी सुधारक हिंदूंच्या खांद्याला खांदा लावून शौर्याने लढत होते, तसेच त्यांनी लढावे; पळपुट्याप्रमाणे लढ्यातून पाय काढून पळू नये, अशी त्यांनी आंबेडकरांना कळकळीची विनंती केली. आणखी एक दूरदृष्टिसंपन्न असा सामाजिक सुधारकांचा लहान गट होता. त्यानेही आंबेडकरांच्या चळवळीचे सहानुभूतिपूर्वक मूल्यमापन

करून आपले मत दिले. आणि हिंदू समाजाची पुनर्घटना आणि हिंदू धर्माचे पुनरुज्जीवन करण्यासाठी आंबेडकर हे एक देवदूतच अवतरले आहेत असे त्यांनी आंबेडकरांचे वर्णन केले. ज्यांना धर्मांतराच्या प्रश्नाचे गांभीर्य आणि महत्त्वही कळण्याची पात्रता नव्हती, त्यांना आंबेडकरांची घोषणा ही एक पोकळ धमकी आहे, एक ढोंग आहे असे वाटले. धर्मांतरानंतर आपल्याला स्वर्गीय सुख लाभेल अशी आंबेडकरांच्या मनाला भुरळ पडली होती, असे त्यांच्याविषयी म्हणणे योग्य नाही. सवर्ण हिंदूंचे प्रवक्ते या प्रश्नाकडे एका बाजूने पाहत, तर धर्मांतराचे कट्टर पुरस्कर्ते त्या प्रश्नाच्या दुसऱ्या बाजूने पाहत. आंबेडकरांनी ह्या रेंगाळत राहिलेल्या अस्पृश्यतेच्या प्रश्नाला जोराची चालना देऊन मानवी हक्कांसाठी आपल्या लोकांनी चालविलेल्या लढ्याला पुन्हा एकदा गती दिली. त्यांनी आपल्या देहस्वभावाप्रमाणे त्यात जीव ओतून, सर्व शक्ती एकवटून, मनोधैर्याने तो लढा निश्चित निर्णयाप्रत नेऊन ठेवला. प्राणघातक रोगांना जालीम उपाय योजावे लागतात. हिंदूंच्या हाडाहाडांत रुजलेल्या ह्या अस्पृश्यतेच्या सामाजिक रोगाचे निर्मूलन करण्यासाठी विजेचे धक्के आवश्यक होते. आंबेडकरांनी तो निर्वाणीचा उपाय म्हणून योजला. अत्यंत उदात्त अशा धार्मिक वातावरणात ज्यांचे बालपणापासून संगोपन झाले ते आंबेडकर, आणि समाजाची शुद्धी करणारे आणि मूर्तिभंजक आंबेडकर, या दोघांमधील हा लढा सुरू झाला होता. अस्पृश्यतेच्या उच्चाटनासाठी सुरू केलेल्या झगड्याच्या पूर्वार्धात हिंदुत्व ही केवळ सवर्ण हिंदूंचीच मालमत्ता नाही, असे आंबेडकर म्हणत. चांभार बाईने मुसलमान धर्म स्वीकारल्याची बातमी ऐकताच ते त्या काळी चडफडत असत. जोपर्यंत स्पृश्य हिंदू अस्पृश्यांना हिंदू म्हणून संबोधित होते, तोपर्यंत त्यांना देवळात प्रवेश हक्कानेच मिळाला पाहिजे म्हणून ते झगडले. अस्पृश्य वर्गीय आपल्या झगड्याने हिंदू धर्माला शुद्ध करून आपल्या रक्ताने त्यावरील काळिमा दूर करतील अशी त्यांनी त्या वेळी घोषणा केली होती. मसुरकर महाराजांना आणि दुसऱ्या काही हिंदू मिशनऱ्यांना गोव्यातील पोर्तुगीज सरकारने अटक केली असता, गोव्यातील पोर्तुगीज सरकारला जे निषेधपर निवेदन तारेने धाडण्यात आले होते, त्यावर आंबेडकरांनीही[१] स्वाक्षरी केलेली होती. गोलमेज परिषदेच्या वेळी अल्पसंख्याक समितीला सादर केलेल्या निवेदनात अस्पृश्यांना 'प्रॉटेस्टंट हिंदू' म्हणावे अशी त्यांनी मागणी केली होती. ह्या सर्वांत विशेष लक्षात ठेवण्यासारखी गोष्ट म्हणजे पुणे करारावर त्यांनी केलेली स्वाक्षरी. आंबेडकरांनी निरनिराळ्या वेळी हिंदू धर्मात राहण्याची प्रदर्शित केलेली इच्छा

---

१. क्षीरसागर, शं. धों., गोमांतकशुद्धीचा इतिहास, परिशिष्ट, पृ. ३२.

आणि त्यांची तळमळही ह्या गोष्टींवरून स्पष्ट झाली होती. ह्या तरुण अस्पृश्य वर्गीय परिषदेसंबंधी आणखी एक गोष्ट नोंद करण्यासारखी आहे. परिषदेच्या दिवसांत डॉ. सोळंकी यांच्या समवेत आंबेडकर पुण्यातील शीखांच्या भजनाच्या कार्यक्रमाला १३ जानेवारी १९३६ रोजी उपस्थित होते. त्या वेळी आंबेडकरांनी शीख धर्माचा स्वीकार करावा, अशी शीख नेत्यांनी त्यांना विनंती केली होती. त्याच आठवड्यात पुणे येथे दोन मुसलमान शिष्टमंडळांनी आंबेडकरांची भेट घेतली आणि मुसलमान धर्म स्वीकारण्याची त्यांना विनंती केली.

ह्या तरुणांच्या परिषदेने आंबेडकरांच्या घोषणेला एकनिष्ठेने साथ दिली. सांघिक कृतीचे सर्वांनी महत्त्व लक्षात ठेवावे, अशी शिफारस केली.

१४

हिंदू समाजाची पुनर्रचना

जानेवारी १९३६ पासून आंबेडकर लाहोर येथील जातपात तोडक मंडळाच्या वार्षिक संमेलनाच्या अध्यक्षपदावरून करावयाच्या भाषणाची तयारी करीत होते. ते संमेलन लाहोर येथे 'ईस्टर' सणाच्या दिवसांत भरणार होते. त्या संमेलनाचे अध्यक्षपद आंबेडकरांनी स्वीकारावे अशी तेथील जातिभेदविरोधक संस्थेच्या नेत्यांनी त्यांना आग्रहाची विनंती केली होती. त्यासाठी इंद्रसिंग नावाचे कार्यकर्ते पंजाबहून येऊन आंबेडकरांना मुंबईत भेटले. संमेलनाच्या दिवसांत आपले पाहुणे म्हणून आंबेडकरांनी आपल्या घरी राहावे अशी डॉ. गोकुळचंद नारंग ह्या विद्वान, धनाढ्य नि प्रसिद्ध नेत्याने त्यांना खास विनंती केली होती.

पुणे येथे तरुणांच्या परिषदेपुढे आंबेडकरांनी जे भाषण केले त्याला साथ देणारी चाहत्यांची नि हितचिंतकांची पत्रे आली, तशीच विरोधकांची नि टीकाकारांचीही आली. वर्णाश्रम धर्म त्यांची गाऱ्हाणी निवारील, असे काहींचे मत पडले. वर्णाश्रम धर्माच्या आधारे समाजाची पुनर्रचना करणे कठीण आहे; खरा मार्ग एकच, जातींचा विध्वंस करणे हा होय, असे दुसऱ्या अनेकांचे मत पडले. पं. मदनमोहन मालवीय ह्यांसारखे नेते नाशिकला जाऊन अस्पृश्य हिंदू खरेच धर्मांतर करणार ही काय हे चाचपून पाहू लागले. स्पृश्य हिंदूंची गाळण उडविणारी ती भयंकर घोषणा ज्या विभागातून निघाली त्या विभागाला स्पृश्य हिंदू नेत्यांनी भेट द्यावी हे उचितच होते.

१५ मार्च १९३६ या दिवशी मुंबईत चित्तरंजन नाटक मंडळीने 'बॉम्बे थिएटर'मध्ये आंबेडकरांचा सत्कार केला. त्या वेळी ती नाटक मंडळी अप्पासाहेब टिपणीसकृत 'दख्खनचा दिवा' ह्या रोमहर्षक नाटकाचे प्रयोग करीत असे. त्या नाटकात पेशवाईच्या काळात अस्पृश्यांना किती अमानुष रीतीने वागवीत असत ह्याविषयी काही प्रसंग रंगविले होते. पुण्यातील रस्त्यांवरून जाणे-येणे करायचे झाले तर महार जातीच्या अस्पृश्यांना गळ्यात मडके नि कमरेस फांदी बांधावी लागे. आंबेडकर नाटकाचा प्रयोग पाहावयास जाणार अशी वार्ता पसरताच

नाटकास एकच गर्दी झाली. नाट्यगृहात मुंगीलासुद्धा शिरायला वाव नव्हता.

सत्कारप्रसंगी अनंत हरी गद्रे हे प्रमुख वक्ते होते. गद्रे हे अत्यंत कळकळीने अस्पृश्यतानिवारणाचे कार्य करणाऱ्या कार्यकर्त्यांपैकी एक आघाडीचे वीर, महाराष्ट्रातील सामाजिक समतेचे एक मोठे पुरस्कर्ते. आपल्या भाषणात गद्रे म्हणाले की, 'अस्पृश्यांना पेशवेकालीन महाराष्ट्रात इतक्या अपमानास्पद नि अमानुष रीतीने वागविण्यात येई की, नाटकातील नटसुद्धा त्यांच्याप्रमाणे गळ्यात मडके बांधून रंगभूमीवर यायला शरमतात.'

१९३६ च्या मार्च महिन्याच्या शेवटी जातपात तोडक मंडळाने आपले संमेलन मे महिन्याच्या मध्यापर्यंत पुढे ढकलल्याचे आंबेडकरांना कळविले. आंबेडकरांसारख्या उघड उघड 'हिंदू धर्मद्वेष्ट्या'ची संमेलनाच्या अध्यक्षपदी निवड झालेली पाहून पंजाबी वृत्तपत्रांत बरीच खळबळ उडाली होती. सनातनी लोकांनी तर 'जातपात तोडक' मंडळाचे अगदी वाभाडे काढले. ह्याचा परिणाम असा झाला की, भाई परमानंद, गोकुळचंद नारंग, महात्मा हंसराज नि राजा नरेंद्रनाथ यांच्यासारख्या कसलेल्या नेत्यांनाही मंडळाशी असलेले आपले संबंध तोडावे लागले. आंबेडकरांना लाहोरमधील परिस्थितीची माहिती देण्यासाठी सन्तराम ह्यांनी हरभगवान नावाच्या गृहस्थास आंबेडकरांच्या भेटीसाठी मुंबईस पाठविले. ते ९ एप्रिल रोजी आंबेडकरांना भेटले. आंबेडकरांच्या अध्यक्षीय भाषणाचा जेवढा भाग तयार होता तेवढा ते छापण्यासाठी घेऊन गेले. दुसऱ्या दिवशी आंबेडकरही अमृतसरला जावयास निघाले. तेथे शीख मिशनरी परिषद दि. १३ व १४ एप्रिलला भरावयाची होती. त्या शीख मिशनच्या परिषदेस शीखांचा प्रचंड मेळावा उपस्थित होता. अस्पृश्यवर्गीय लोकही पंजाब, केरळ, उत्तर प्रदेश आणि मध्यप्रदेश येथून परिषदेसाठी आले होते. सेवानिवृत्त जिल्हा न्यायाधीश सरदार बहादूर हुकूमसिंग ह्यांनी अध्यक्षपद भूषविले होते. त्या परिषदेत भाषण करताना आंबेडकर म्हणाले, 'शीख धर्मातील सामाजिक समतेची तत्त्वे मला मान्य आहेत. धर्मांतर केव्हा करावयाचे हे जरी अद्याप निश्चित झालेले नसले, तरी हिंदू धर्माचा त्याग मी करणार हे निश्चित ठरलेले आहे.' सर जोगेंद्रसिंगांनी धर्मप्रसार हे जीवितकार्य समजून काम करण्याच्या आवश्यकतेवर भर दिला. त्या कार्याकरिता एक निधी गोळा करावा व तो शीख लोकांनी जमवावा अशी विनंती केली. या परिषदेसंबंधी एक महत्त्वाची गोष्ट सांगावयाची ती अशी की, केरळमधील थिय्या समाजाचे नेते डॉ. कुहीर नि इतर चार नेते आणि इतर प्रांतांतील पन्नास अस्पृश्य प्रतिनिधी यांनी त्या परिषदेच्या वेळी शीख धर्म स्वीकारला.

आपण शीख मिशनच्या परिषदेस अमृतसरला जाणार आहोत ह्याविषयी

आंबेडकरांनी हरभगवान ह्यांच्याजवळ अवाक्षरही काढले नव्हते. म्हणूनच लाहोरहून हरभगवान ह्यांनी आंबेडकरांना लिहिले. 'मी येथे पोहोचल्यावर मला कळले की आपण अमृतसरला आला होता. माझी प्रकृती ठीक असती तर मी आपणास तेथे भेटलो असतो.' आंबेडकरांनी शीख मिशनच्या परिषदेत भाग घेतल्यामुळे त्यांच्याविषयी जातपात तोडक मंडळाच्या मनातील संशय बळावला. यावरून आंबेडकरांनी आपल्या नियोजित भाषणातील जातपात तोडक मंडळाला पसंत नसलेला भाग गाळावा अशी त्यांनी विनंती केली. आणि परिषद बेमुदत स्थगित केली. आंबेडकरांच्या भाषणात श्रुती, स्मृती नि वेद यांविषयी कडक उल्लेख होता. तो त्यांना गाळून टाकावयाचा होता. 'मी त्यातील एकही शब्द बदलणार नाही,' असे त्यांना उत्तर देऊन आंबेडकरांनी तो कार्यक्रमच रद्द केला. जातपात तोडक मंडळाच्या ह्या निर्णयाला आपण शीख मिशनच्या परिषदेस गेलो हेच बहुतांशी कारण झाले असावे, हे आंबेडकर जाणून होते. त्यांच्या शीख पुढाऱ्यांशी गुप्त मसलती चालल्या होत्या. आपण हिंदू या नात्याने हे शेवटचे भाषण करीत आहोत, असे त्यांनी होऊ घातलेल्या आपल्या अध्यक्षीय भाषणात म्हटले होते. त्यामुळे जातपात तोडक मंडळाने आंबेडकरांना अध्यक्ष म्हणून मान्य करण्यास शेवटी नापसंती दर्शविली.

त्याच वेळी गांधीजींच्या परिवारात आंबेडकरांच्या ह्या नवीन पवित्र्यामुळे खळबळ उडाली होती. ती पाहून शेठ वालचंद हिराचंद ह्यांनी गांधींची त्वरित भेट घ्यावी असा आंबेडकरांजवळ आग्रह धरला. त्याप्रमाणे आंबेडकर सेगावला गांधीजींना भेटले. परंतु अस्पृश्यतानिवारणाच्या मार्गासंबंधी परस्परांचे मतैक्य झाले नाही. हिंदुस्थान व लंडन येथील बरेच वजनदार गृहस्थ आंबेडकरांच्या पाठीमागे असल्यामुळे अस्पृश्यतेच्या प्रश्नाने भरमसाट रूप धारण केले आहे, अशी गांधीजींनी आपली चुकीची समजूत करून घेतली होती. आंबेडकर परत येत असता वर्धा स्थानकावर अस्पृश्य वर्गाने त्यांचे उत्साहाने स्वागत केले. शेठ वालचंद हिराचंद नि जमनालाल बजाज ह्या लक्षाधीश गांधीभक्तांनी आंबेडकरांना विचारले की, 'आपण गांधीजींना का येऊन मिळत नाही. त्यांना आपण मिळाला असता तर आपणांस अस्पृश्यांच्या उन्नतीसाठी अफाट साधनसामग्री मिळाली असती.' त्यावर आंबेडकर उत्तरले, 'त्यांच्याशी अनेक महत्त्वाच्या मुद्यांवर माझे मतभेद आहेत.' 'जवाहरलाल नेहरूंचेही गांधीजींशी तसेच मतभेद आहेत. स्वत:ची मते किंचित काळ बाजूला ठेवून नेहरूंचा कित्ता तुम्ही का गिरवीत नाही ?' असे त्या दोघा लक्षाधीशांनी त्यांना विचारले. त्यावर ते म्हणाले, 'नेहरूंचे उदाहरण लागू होण्यासारखा मी मनुष्य नाही. तात्कालिक यशाकरिता स्वत:च्या

विवेकबुद्धीचा बळी देणारा मी माणूस नव्हे !' आंबेडकरांचे स्वागत करण्यासाठी अस्पृश्यांचा प्रचंड जमाव पाहून ते लक्षाधीश आश्चर्यचकितच झाले. आपण ज्यांच्यासाठी एवढा अमाप पैसा खर्च करतो ते आमच्याशी अशा भावनेने वागत नाहीत असेही ते म्हणाले. आंबेडकरांनी झटकन त्यांना उत्तर दिले, 'आई नि दाई ह्यांत फरक असतो तोच फरक माझ्यात नि तुमच्यात आहे, हे विसरून कसे चालेल ?'

आंबेडकरांनी जातपात तोडक मंडळासाठी लिहिलेल्या आपल्या अध्यक्षीय भाषणाची 'जातीचे निर्मूलन' (ॲनाइलेशन ऑफ कास्ट) या नावाने पुस्तिका काढली. परिषदेच्या मृत्यूनंतर जन्मास आलेले हे मूल जातपात तोडक प्रबंध म्हणून गाजले. ह्या प्रबंधावरून आंबेडकरांचे अफाट वाचन, सूक्ष्म निरीक्षण नि मनाच्या प्रवृत्तीही प्रत्ययाला येतात. त्यांनी श्रुती-स्मृतींना तर्कशास्त्राच्या प्रखर कसोटीला लावले होते. तो प्रबंध जसा बोचक, खोचक आणि खरमरीत आहे तसाच जळजळीत नि प्रक्षोभक आहे. चिघळलेल्या जखमेस जसा काडीखार झोंबावा तसा तो स्पृश्य हिंदूंच्या मनाला झोंबला.

ह्या प्रबंधाचा मथितार्थ असा की, हिंदू समाज हा आरंभी चार वर्णांत विभागलेला होता. वर्ण हा माणसाच्या सत्त्वावर आधारलेला असे. काही काळानंतर वर्ण हा जातीवर आधारला गेला. चार वर्णांचे रूपांतर चार जातींत झाले. जातिभेद व्यवस्था ही एकाच वंशाच्या लोकांची सामाजिक विभागणी आहे. ती केवळ श्रमाची विभागणी करते असे नाही. ती श्रमिकांचीसुद्धा विभागणी करते. एखाद्या मनुष्यास जो धंदा आवडत नाही तो करण्यास ती त्याला भाग पाडते. हिंदू समाजाची चातुर्वर्ण्याच्या पायावर पुनर्रचना करणे अशक्य नि अपमानकारक आहे. कारण चातुर्वर्ण्य व्यवस्थेला अशी खोड आहे की तिचा अपकर्ष निरनिराळ्या जाती बनण्यातच होत असतो. चातुर्वर्ण्याच्या नियमांप्रमाणे शूद्राला ज्ञान संपादन करण्यास बंदी आहे. आर्थिक उत्पादनाचा धंदा त्याला करता येत नाही. त्याला शस्त्रे बाळगता येत नाहीत. त्यामुळे त्यांना कधीही बंड करता आले नाही. निरंतर दास्यात खितपत पडणे हे आपले पूर्वसंचित आहे, अशी शूद्रांनी आपली समजूत करून घेतली. जातिव्यवस्था ही मनुष्याच्या कर्तृत्वाला लुळे, निर्बल, पंगू करते. समाजाला उपयुक्त अशा कर्तृत्वास ती मुकविते.

जातिव्यवस्थेचा उगम प्रजोत्पादन शास्त्रात आहे म्हणावे तर तसेही नाही. ज्या व्यवस्थेत वरिष्ठ दर्जाचे लोक आपली सत्ता कनिष्ठ वर्गावर

लादण्याइतके बलवान होतात अशा हिंदू समाजातील लहानशा दुराग्रही गटाच्या अहंकाराने नि स्वार्थाने बरबटलेली ही सामाजिक रचना आहे. आर्थिक व्यवहाराच्या दृष्टीने जातिव्यवस्था कार्यक्षम होत नाही. कारण त्यात मनुष्याला आपल्या नैसर्गिक प्रवृत्तीप्रमाणे कामधंदा करण्याची संधी नाही.

जातिव्यवस्थेचे दुष्परिणाम हिंदूंच्या नीतिमत्तेवरही झाले आहेत. तिने सार्वजनिक हितबुद्धी नष्ट केली आहे. धर्मादाय बुद्धीचा नाश केला आहे. जनमताचे क्षेत्र संकुचित केले आहे. मनुष्याची निष्ठा ही जातीपुरतीच मर्यादित राहते. मनुष्याचे सद्‌गुण नि नीती हीसुद्धा जातिबंधनांनी आवळलेली असते. दुसऱ्या जातीतील मनुष्याच्या गुणांची चहा करायला जात आड येते.

जातींमुळे शुद्धीची चळवळ निरर्थक ठरते. कारण शुद्ध होऊन हिंदू धर्मात आलेल्या माणसास जात नसते. यास्तव जात नि शुद्धी ही विजोड आहेत. जातिव्यवस्थेने हिंदू धर्मप्रसाराची प्रवृत्तीच मारली आहे. पूर्वी हिंदू धर्म धर्मप्रसाराचे कार्य करीत असे. जात आहे तेथे शुद्धी नाही. जोपर्यंत संघटन नाही, जोपर्यंत हिंदू दीन नि दुबळे राहणार, तोपर्यंत ते अपमान नि अन्याय निमूटपणे सहन करीत राहणार. जर हिंदूंना खंत नि पश्चात्ताप न वाटून त्यांनी आदिवासी लोकांना त्यांच्या मूळच्याच रानटी अवस्थेत ठेवले आणि जर अहिंदूंनी त्यांना आपल्या कळपात ओढले तर हिंदूंच्या शत्रूंची संख्या भरमसाट वाढेल. असे घडले तर हिंदूंना आपल्या जातिव्यवस्थेला नि स्वत:लाच दोष द्यावा लागेल.

जरी जगात कुठेही सर्व समाज संपूर्णतया एकाच वर्णाचा बनलेला नाही आणि प्रत्येक समाजात वर्ग असतात, तरी इतर समाजातील वर्ग मुळातच वेगळे असतात. दळणवळण, सहकार नि एकोपा या दृष्टीने हिंदूंच्या जाती तशा नसतात. हिंदू समाजातील प्रत्येक जातीला स्वत:चे अस्तित्व असते. जरी हिंदूंच्या चालीरीती, धर्मश्रद्धा नि विचार यांत सारखेपणा दिसला तरी ते एकसंध असे बनलेले नाहीत. खऱ्या अर्थाने राष्ट्र या अभिधानास ते पात्र नाहीत. हिंदू समाज हा एक जातींचा समूह आहे. हिंदूंच्या हानीचे मूळ जातिभेदात आहे. जात ही हिंदूंच्या अवनतीचे कारण आहे. जातिव्यवस्था हिंदूंच्या अखंड पराभवास कारणीभूत झाली आहे. जातिभेदामुळे हिंदू हे हिंदुस्थानातील रोगट लोक ठरले आहेत. जातिव्यवस्थेने हिंदूंच्या वंशाचा सत्यानाश केला आहे. तिने हिंदू समाजाला नीतिभ्रष्ट नि दुबळे करून ठेविले आहे. त्याचे वाटोळे केले आहे.

ह्या परिस्थितीतून हिंदू समाजाला बाहेर पडण्यास एकच मार्ग आहे, तो म्हणजे आंतरजातीय विवाह. सहभोजनाने जातीजातींतील वेगळेपणाची वृत्ती नि जाणीव मेलेली नाही. रक्तात एकजीवत्व आले म्हणजे एकत्व नि बंधुभावना

निर्माण होऊ शकेल. ही सजातीयपणाची भावना बलवत्तर झाल्याविना जातिव्यवस्थेमुळे निर्माण झालेला जातीजातींतील दुजाभाव नाहीसा होणार नाही. हे कसे घडणार ? जात ही एक भावना आहे. ती मनाची एक अवस्था आहे. तिचा नाश करणे म्हणजे भावनात्मक फरक घडवून आणणे. हिंदू हे अमानुष नि माथेफिरू लोक आहेत म्हणून ते जाती पाळतात असे नाही. ते जाती पाळतात याचे प्रमुख कारण ते धार्मिक रूढीचे अभिमानी आहेत हेच होय. जाती पाळण्यात ते चूक करतात असे नाही. जर चूक असेल तर तो त्यांचा धर्म होय. तो त्यांच्या मनात जातिभेदाची भावना भरवीत असतो. जाती पाळण्याचा धर्म शिकविणारी हिंदूंची धर्मशास्त्रेच त्यांची खरी शत्रू आहेत. धर्मशास्त्रांच्या पावित्र्यावरील श्रद्धा नाहीशी करा. त्यांची सत्ता उलथून पाडा. ती देवप्रणीत आहेत ही समजूत नाहीशी करा. हिंदू स्त्री आणि पुरुष यांना शास्त्रांच्या मानसिक गुलामगिरीतून मुक्त करा. म्हणजे ती किंवा तो तुमच्या सल्ल्याविना आंतरजातीय विवाह करील.

ब्राह्मण स्वत:स बुद्धिमान अन् जन्मसिद्ध पुढारी समजत असतात. पुरोहित वर्गाची सत्ता नि पत नाहीशी करण्यासाठी निघालेल्या चळवळीचे नेतृत्व ब्राह्मण वर्ग करणार नाही. एका शरीराचे दोन अवयव एकमेकांशी लढणार नाहीत. म्हणून जन्मजात पुरोहितगिरीची पद्धत बंद करून पुरोहितांचा धंदा सर्व हिंदूंना खुला केला पाहिजे. जो हिंदू उपाध्यायाची परीक्षा उत्तीर्ण होईल त्याला पुरोहिताची सनद दिली पाहिजे. पुरोहितांची संख्याही कमी केली पाहिजे. यामुळे ब्राह्मणी धर्माचा शेवट होऊन हिंदू धर्म तरेल. हिंदूंनी धर्मग्रंथ असा एकच निवडावा व प्रमाण मानावा. हिंदू समाजाला नैतिक पुनरुज्जीवनाची आवश्यकता आहे. ते नैतिक पुनरुज्जीवनाचे कार्य पुढे ढकलणे हे धोक्याचे आहे.

ह्याचा अर्थ असा की, हिंदू समाजाला नवीन असे तात्त्विक अधिष्ठान दिले पाहिजे. ते अधिष्ठान स्वातंत्र्य, समता नि बंधुभाव यांना अनुरूप असले पाहिजे. थोडक्यात, ते लोकशाहीशी तादात्म्य पावणारे असावे. जीवनाविषयीच्या मूलभूत कल्पना, जीवनमूल्ये, व्यक्ती अन् समष्टी ह्यांकडे पाहण्याच्या दृष्टिकोनात फरक पडला पाहिजे.

आंबेडकरांचा निर्णय असा की, हिंदू हे हिंदुस्थानातील रोगी आहेत. जर हिंदू समाज हा एकवर्णी समाज बनला तरच आपले संरक्षण करण्याची त्यांच्या अंगी शक्ती येईल. अशा आंतरिक शक्तीच्या अभावी स्वराज्य ही हिंदूंच्या स्वातंत्र्याची पायरी न ठरता गुलामगिरीची एक पायरीच ठरेल. 'जातपात तोडक मंडळा'चे कार्य ही राष्ट्रीय हिताची गोष्ट असल्यामुळे या मंडळाला यश येवो, असे ते म्हणाले होते.

त्या प्रबंधाला एवढी प्रचंड मागणी आली की इंग्रजी आवृत्ती दोन महिन्यांत संपली. गुजराती, मराठी, पंजाबी नि तामिळ ह्या भाषांमध्ये त्याचे भाषांतर प्रसिद्ध झाले.

हिंदू समाजाच्या पुनर्रचनेसाठी जातींचे उच्चाटन केले पाहिजे असा उपदेश करणारे आंबेडकर हेच पहिले विचारवंत नाहीत. महात्मा जोतिराव फुले, स्वामी श्रद्धानंद, लाला लजपतराय, राममोहन रॉय, भाई परमानंद, आचार्य पी. सी. रे, आर. सी. दत्त, बिपिनचंद्र पाल, जदुनाथ सरकार, लाला हरदयाळ, वीर सावरकर प्रभृती यांनीही हाच उपदेश केला आहे. जातिभेदामुळे हिंदू एकराष्ट्रीयत्वाच्या भावनेस मुकले आहेत, देशभक्तीच्या नि ऐक्याच्या भावनेस ते पारखे झाले आहेत, जातिभेद राष्ट्रीय ऐक्याचा वैरी आहे, असे इतिहासकार जदुनाथ सरकारांचे मत आहे. लाला हरदयाळ म्हणत, 'जातिव्यवस्था हा भारताला एक शाप आहे. हिंदुस्थानचा नाश मुसलमान धर्माने केला नाही. इंग्लंडने केला नाही. आमचा शत्रू आमच्यातच वास करीत आहे. भटशाही आणि जातिभेद यांनी आमचा नाश केला आहे. जोपर्यंत आपण जातिभेद पाळीत आहोत तोपर्यंत भारतात स्वतंत्र राज्य स्थापणे किंवा ते टिकविणे कधीही शक्य नाही. तुम्ही व्याख्याने द्या. ठराव पसार करा. अनंतकाल राष्ट्रकुल विधेयकावर संमतिदर्शक सह्या करीत राहा. जातिभेदामुळे हिंदू एकत्र काम करू शकत नाहीत. स्वतंत्र राज्य स्थापू शकत नाहीत किंवा विजयी सैन्य निर्माण करू शकत नाहीत.' जातिभेदामुळे हिंदूंचा नाश झाला आहे, असा निर्णय भारताच्या थोर इतिहासकारांनी, समाजशास्त्रज्ञांनी, विचारवंतांनी, समाजसुधारकांनी दिला आहे.

युरोपियन लोक वंशाचा अभिमान बाळगतात, मुसलमान आपल्या धर्माचा आणि हिंदू आपल्या जातींचा अभिमान बाळगतात असे काही टीकाकार म्हणतात, हे खोटे आहे असे म्हणता येणार नाही.

पुण्यातील अस्पृश्य तरुणांच्या परिषदेने आंबेडकरांचे समाधान झाले नाही. आपल्या धर्मांतराच्या घोषणेस किती प्रमाणावर पाठिंबा आहे हे पडताळून पाहण्यासाठी त्यांनी आपल्या महार जातीची एक परिषद ३० आणि ३१ मे या दिवशी दादरला बोलाविली. त्या दिवशी खास आमंत्रणावरून स्टॅन्ले जोन्स हे युरोपियन पाद्री व भास्करराव जाधवादी नेते उपस्थित होते. व्यासपीठावर बरेच शीख व मुसलमान नेते आणि धर्मप्रचारक अस्पृश्यांच्या संकल्पित धर्मांतराची दिशा वा इशारा मिळतो की काय याकडे कान टवकारून बसले होते. येवल्याचा धर्मांतराचा ठराव कृतीत

कसा आणावा ह्याविषयी विचारविनिमय करण्यासाठी ही परिषद भरली होती. रेवजी डोळस ह्यांनी प्रतिनिधींचे स्वागत केले. हैदराबादचे अस्पृश्यवर्गीय नेते बी. एस. व्यंकटराव हे ह्या परिषदेचे अध्यक्ष होते.

आंबेडकरांचे भाषण प्रतिनिधी नि लोक मोठ्या तन्मयतेने ऐकत होते. छापील पन्नास पृष्ठांचे ते भाषण होते. 'महार समाजाचे धर्मांतरासंबंधी काय मत आहे, हे जाणून घेण्यासाठी आपण ही केवळ महारांचीच परिषद बोलाविली. दुसऱ्या काही जातींचा धर्मांतराला पाठिंबा असेल त्यांना बोलाविले नाही. कारण त्यांनी निराळ्या परिषदा भरवून आपला धर्मांतराच्या चळवळीला पाठिंबा आहे असे जाहीर करावे म्हणजे ठीक होईल. ज्यांचा धर्मांतराच्या चळवळीस पाठिंबा आहे असे जाहीर करावे म्हणजे ठीक होईल. ज्यांचा धर्मांतराच्या चळवळीला विरोध आहे त्यांना परिषदेस न बोलविल्याविषयी वाईट वाटण्याचे कारण नाही,' असे त्यांनी सांगितले.

अस्पृश्य वर्गांना भोगाव्या लागत असलेल्या दारुण हालअपेष्टांचे वर्णन करून आंबेडकर म्हणाले की, जोपर्यंत अस्पृश्य वर्ग हिंदू समाजात अंतर्भूत झालेला आहे तोपर्यंत त्याची उन्नती होणार नाही. आपणास खरे स्वातंत्र्य लाभावे यासाठी त्यांनी हिंदू समाज सोडून दिला पाहिजे. म्हणजे त्यांना कपडे करण्याचे, जेवण्याखाण्याचे, नोकरी मिळविण्याचे, शिक्षण घेण्याचे, सुसंस्कृत समाजामध्ये वसती करण्याचे स्वातंत्र्य मिळेल. ते पुढे म्हणाले, 'तुमच्याजवळ गमावण्यासारखे काहीच नाही. तुम्ही फक्त तुमच्या बेड्याच गमावणार आहात. धर्मांतराने तुम्हांस अनेक गोष्टी लाभणार आहेत. सामाजिक दृष्ट्या धर्मांतराच्या प्रश्नाकडे पाहिले तर हा झगडा वरवर जरी सामाजिक दर्जासाठी दिसला, तरी तो प्राय: वर्गीय लढाच आहे. हक्कदार नि बेकार यांच्यात जो अविरत झगडा सुरू आहे त्याचा वरिष्ठांचा जुलूम हा एक भाग आहेच. झगडा यशस्वी करण्यासाठी आवश्यक असणाऱ्या तीन शक्तींची अस्पृश्यांच्या ठायी उणीव आहे. त्या शक्ती म्हणजे मनुष्यशक्ती, द्रव्यशक्ती नि बौद्धिक शक्ती. ह्या तिन्ही शक्ती तुम्ही हिंदू समाजात असेपर्यंत तुम्हांला प्राप्त होणार नाहीत.

'आध्यात्मिक दृष्ट्या धर्मांतराच्या प्रश्नाकडे पाहिले तर असे म्हणता येईल की, वैयक्तिक विकास हे खऱ्या धर्माचे उद्दिष्ट आहे. ज्याने सर्व प्रजेचे धारण होते ती धर्माची व्याख्या मला मान्य आहे. त्यासाठी धर्माने बंधुभाव, समता नि स्वातंत्र्य या सद्गुणांची शिकवण दिली पाहिजे. हिंदू धर्म हे सद्गुण शिकवीत नाही आणि म्हणून अस्पृश्यांना हितकारक असे वातावरण तो निर्माण करू शकला नाही. अस्पृश्यांच्या विकासासाठी विद्या, वित्त नि शस्त्र ह्यांचे वैयक्तिक स्वातंत्र्य

नाकारल्यामुळे त्यानं हिंदू धर्म सोडून आपल्या उत्कर्षासाठी जो धर्म अनुकूल परिस्थिती निर्माण करील त्या धर्माचा शोध करावा लागत आहे. अस्पृश्यतेमुळे तुमचे गुण वाया गेले. तुमचे बौद्धिक नि शारीरिक गुण कवडीमोल झाले आहेत. अस्पृश्यतेमुळे तुम्हांला सैन्यात, पोलीस खात्यात, नाविक दलात प्रवेश नाही. अस्पृश्यता हा तुम्हांला शाप आहे. अस्पृश्यतेने तुम्हांस जगातील खऱ्या जीवनास, सन्मानास नि नावास मुकविले आहे. अस्पृश्यांना कायदेशीर स्वातंत्र्यापेक्षा सामाजिक स्वातंत्र्याची आवश्यकता आहे.'

आंबेडकरांनी हिंदू समाजसुधारकांविषयी आपला अभिप्राय अगदी निर्भयपणे व्यक्त केला. 'हिंदू समाजसुधारक जातीत आयुष्य कंठितात. जातीत लग्ने करतात नि जातीत मरतात. गांधीजीसुद्धा अस्पृश्यांच्या वतीने स्पृश्य हिंदूंशी लढू शकत नाहीत,' असेही ते म्हणाले. 'काही लोक म्हणतात, धर्मांतर केल्यामुळे तुम्हांस काय मिळणार ? त्याला उत्तर असे की, स्वराज्यामुळे भारतास काय लाभेल ? जितकी हिंदुस्थानला स्वराज्याची आवश्यकता आहे तितकीच धर्मांतराची आवश्यकता अस्पृश्यांना आहे. धर्मांतर नि स्वराज्य यांचा अंतिम हेतू म्हणजे स्वातंत्र्याची प्राप्ती.'

राजकीय दृष्ट्या अस्पृश्यांवर धर्मांतरामुळे काही दुष्परिणाम होणार नाहीत. ज्या समाजात ते जातील त्या समाजाचा आधार त्यांना मिळेल असे म्हणून आंबेडकर पुढे त्वेषाने उद्‌गारले, 'हिंदू धर्म सोडण्याचा मी ठाम निर्णय घेतला आहे. माझ्या धर्मांतराचा हेतू ऐहिक उत्कर्ष साधणे हा नाही. मी अस्पृश्य म्हणून जरी जगलो तरी मला अशक्य अशी कोणतीच गोष्ट नाही. आध्यात्मिक भावनेशिवाय माझ्या धर्मांतरात दुसरी कसलीही भावना नाही. माझ्या विवेकबुद्धीला हिंदू धर्म पटू शकत नाही. माझ्या स्वाभिमानाला हिंदू धर्म रुचू शकत नाही. तुम्हांला मात्र धर्मातर हे ऐहिक उत्कर्षासाठी आणि आध्यात्मिक उन्नतीसाठीदेखील आवश्यक आहे. ऐहिक उत्कर्षासाठी तुम्ही धर्म बदलत आहा असा तुम्हांला टोमणा मारणाऱ्या मूर्खांच्या बोलण्याकडे तुम्ही लक्ष देऊ नका. जो धर्म मनुष्याच्या मृत्यूनंतरच्या परलोकवासाविषयी बोलतो तो धर्म काय कामाचा ? श्रीमंत माणसाला त्याच्या फुरसतीच्या वेळी ह्या कल्पनेमुळे गुदगुल्या होत असतील. ज्यांची ह्या जगात सांपत्तिक स्थिती चांगली आहे आणि ज्यांची ऐहिक भरभराट होत आहे, त्यांनी परलोकाविषयी हवे तर चिंतन करावे. परंतु ज्या धर्माने तुम्हांस मान, वित्त, अन्न नि आश्रय यांस मुकविले आहे त्या धर्माच्या छत्राखाली तुम्ही काय म्हणून राहावे ?

'मी तुम्हांस सांगतो, धर्म हा मनुष्याकरिता आहे. मनुष्य धर्माकरिता

नाही. ह्या जगात तुम्हांस जर संघटन करायचे असेल, समाज एकसंध करायचा असेल आणि या जगात यश संपादन करायचे असेल, तर हिंदू धर्माचा त्याग करा. जो धर्म तुम्हांस माणूस म्हणून ओळखावयास तयार नाही, जो तुम्हांस पाणी मिळू देत नाही, तो धर्म या संज्ञेला अपात्र आहे. जो धर्म तुम्हांला शिक्षण मिळू देत नाही, तुमच्या ऐहिक उत्कर्षाच्या आड येतो, तो 'धर्म' या संज्ञेला पात्र नाही. जो धर्म आपल्या अनुयायांना आपल्या धर्मबांधवांशी माणुसकीने वागण्यास शिकवीत नाही, तो धर्म नसून रोग आहे. जो धर्म आपल्या अनुयायांना अमंगल जनावरांचा स्पर्श सहन करावयास शिकवितो, परंतु माणसाचा स्पर्श चालू देत नाही, तो धर्म नसून शुद्ध वेडगळपणा आहे. जो धर्म काही वर्गांना शिक्षणापासून दूर ठेवतो, त्यांना धनसंचय करू देत नाही, शस्त्र हाती घेऊ देत नाही तो धर्म नसून माणसाच्या जीवनाचे विडंबन आहे. जो धर्म अज्ञानांना अज्ञानी, निर्धनांना निर्धन राहा असे म्हणतो तो धर्म नसून शिक्षा आहे !'

मरणोन्मुख बृद्धाच्या तोंडच्या शब्दांनी आपले भाषण संपविताना बाबासाहेब म्हणाले, 'तुम्ही आपल्या बुद्धीला शरण जा.' बुद्धाचे शब्द आंबेडकरांच्या तोंडी पाहताच काहींना वाटले आंबेडकर बौद्ध धर्माकडे झुकले. आपण कोणत्या धर्माची निवड केली आहे हे त्यांनी धूर्तपणे सांगावयाचे टाळले. इलियट, बर्नाड शॉ[१] शोपेनहार, मॅक्सम्युल्लर, इमर्सन, कार्लाईल, श्लेगेल, थोरो, व्हॉल्टेअर यांच्यासारख्या इतिहासकारांनी, विचारवंतांनी नि तत्त्ववेत्त्यांनी हिंदू समाजाची महती गाईली होती. त्यांना आंबेडकरांचा हा हिंदू धर्मावरील हल्ला पाहून थडग्यातसुद्धा हादरा बसला असेल. ज्याने रोमन कॅथॉलिक धर्माचे वर्णन 'हजारो निंद्यवर्तनांनी कलंक लागलेली वेश्या' असे केले, त्या जॉन नॉक्सचा हल्ला या आंबेडकरांच्या हिंदू धर्मावरील हल्ल्यापुढे फिक्काच पडला. आंबेडकरांचा हल्ला अत्यंत विदारक नि मर्मभेदक होता. इतकेच नव्हे तर प्रतिस्पर्ध्याच्या मताची चिरफाड करून धुव्वा उडविणारा होता.

सामुदायिक रीत्या धर्मांतर करण्याची आमची तयारी आहे, असे एका ठरावान्वये परिषदेने जाहीर केले. त्या दृष्टीने पहिले पाऊल म्हणून हिंदूंच्या देवतांची अस्पृश्यांनी पूजा करू नये, हिंदू सण पाळू नयेत, हिंदू तीर्थयात्रांच्या ठिकाणी जाऊ नये, असे महार समाजाला आग्रहपूर्वक आवाहन करण्यात आले.

वरील परिषदेचे काम संपताच आंबेडकरांनी त्या मंडपात भरलेल्या महार बैराग्यांच्या सभेत भाषण केले. त्या बैराग्यांनीसुद्धा हिंदू धर्माचा त्याग करण्याचा

---

१. Narang, Dr. Gokulchand, Real Hinduism, p. 13.

निर्णय घेतला. आंबेडकरांच्या जोरदार भाषणाचा परिणाम म्हणून ते बैरागीसुद्धा आपल्या पूर्वजांच्या धर्माची बंधने तोडून टाकण्यास तयार झाले. हे त्यांच्या मनावर पडलेल्या आंबेडकरांच्या प्रभावाचे द्योतक होय. हिंदू धर्मनिदर्शक अशी जी जी चिन्हे त्यांच्यापाशी होती त्यांची त्यांची त्यांनी होळी केली. ते देवलोकातील रहिवासी. त्यांना जग हे शून्यवत वाटावे. परंतु ते बैरागी पुन्हा भूलोकाच्या व्यवहारात उतरले !

ह्या घटनेच्या थोडे दिवस अगोदर आंबेडकरांनी शीख धर्माच्या स्वीकाराच्या दिशेने एक पाऊल टाकले होते. त्यांनी आपला मुलगा यशवंत नि पुतण्या मुकुंद यांना अमृतसर येथील गुरुद्वारामध्ये पाठविले होते. हे दोघे तरुण दोनएक महिने तेथे आतिथ्यशील वातावरणात मजेने राहिले. शीख लोकांनी मोठ्या आशाळभूतपणे त्यांचा आदरसत्कार केला.

अस्पृश्य नेत्यांच्या धर्मांतराच्या घोषणेमुळे इतर धर्मांच्या अधिपतींच्या तोंडाला पाणी सुटले. त्यांची धार्मिक भूकही वाढली. आपल्या धर्मात आंबेडकरांनी यावे अशी ते आंबेडकरांना गळ घालू लागले. आपल्या धर्मात आल्याने त्यांना समता नि स्वातंत्र्य यांचा लाभ होईल अशी ते ग्वाही देऊ लागले. हैद्राबाद संस्थानच्या निजामाच्या प्रेरणेने काही मुसलमान नेते आंबेडकरांना मुसलमान धर्माच्या जाळ्यात अडकवू पाहत होते. त्यांनी आंबेडकरांना भेटण्याचा प्रयत्न केला. परंतु सर्व दिवसभर आंबेडकर शहरात मोटरमधून फिरत राहिले. शेवटी त्यांना गुंगारा देऊन महाडजवळ साव म्हणून एक उष्ण झऱ्याचे गाव आहे तेथे गेले. तथापि, ते मुंबईतील अंजुमान इस्माईल हायस्कूल या मुसलमानी शाळेत झालेल्या एका समारंभास उपस्थित होते. तेथे ते एक शब्दही बोलले नाहीत. आपला घसा दुखत आहे असा त्यांनी बहाणा केला. मुसलमानांची गोड गोड भाषणे मात्र त्यांनी ऐकून घेतली.

बौद्धधर्मीय तरी कसे निष्क्रिय राहणार ? त्यांनीही आंबेडकरांवर आपली मोहिनी टाकण्याचा प्रयत्न केला. रे. लोकनाथ नावाचे एक इटालियन बौद्ध भिक्षू आंबेडकरांना १० जून १९३६ रोजी दादर येथील राजगृहात येऊन भेटले. त्यांच्या अंगात झगा, एका हातात लोटा, दुसऱ्या हातात छत्री होती. भेटीत आंबेडकरांनी बौद्ध धर्म स्वीकारावा म्हणून त्यांचे मन वळविण्याचा त्यांनी प्रयत्न केला. ह्या भेटीनंतर पत्रकारांशी झालेल्या मुलाखतीत लोकनाथांनी त्यांना सांगितले की, 'आंबेडकरांच्या मनावर बौद्ध धर्माचा परिणाम झालेला दिसतो. ते धर्मांतराच्या प्रश्नाचा विचार करीत आहेत. आंबेडकरांनी निश्चित असे काही उत्तर दिले नाही.' ह्या लोकनाथांचे इटालियन नाव साल्हेडोर म्हणजे 'रक्षणकर्ता' असे होते.

हा ‘रक्षणकर्ता’ पुढे म्हणाला, ‘आंबेडकर हे आपल्या मतांचा स्वीकार करतील असा आपला विश्वास आहे. आणि सर्व हरिजनांना बौद्ध धर्माची दीक्षा द्यावी अशी आपली स्वत:ची महत्त्वाकांक्षा आहे.’ हा ‘रक्षणकर्ता’ मग सीलोनला गेला.

आपल्या लोकांनी कोणता धर्म स्वीकारावा ह्याविषयी आंबेडकरांनी सर्व विभागांतील अस्पृश्य वर्गीय नेत्यांबरोबर चर्चा केली. आपण शीख धर्म स्वीकारावा असे त्यांनी स्वत: ठरविले होते. शीख धर्म स्वीकारण्याच्या कार्यात आंबेडकरांना हिंदुमहासभा नेत्यांचा पाठिंबा मिळण्यासाठी प्रयत्न करावा असे आंबेडकरांच्या काही मित्रांचे नि चाहत्यांचे मत पडले. कारण शीख धर्म हा परका धर्म नव्हे, अशी हिंदुमहासभा नेत्यांची धारणा होती. हिंदू धर्माचाच तो एक पंथ आहे, अशी त्यांची मनोधारणा होती. म्हणूनच हिंदू अन् शीख ह्यांच्यामध्ये लग्ने होत. शीख हिंदुमहासभेचे सभासद होत.

त्याप्रमाणे हिंदुमहासभेचे एक प्रवक्ते डॉ. मुंजे यांना मुंबईस पाचारण करण्यात आले. दुसऱ्या दोन मित्रांसहित डॉ. मुंजे हे आंबेडकरांना १८ जून १९३६ रोजी सायंकाळी भेटले. आंबेडकरांनी सर्व मुद्यांचे स्पष्टीकरण केले. चर्चा खुल्या दिलाने झाली. दुसऱ्या दिवशी आंबेडकरांच्या म्हणण्यासंबंधी एक निवेदन तयार करण्यात आले. त्याला डॉ. मुंज्यांनी व्यक्तिश: मान्यता दिली. डॉ. मुकुंदराव जयकर नि डॉ. नारायणराव सावरकर ह्यांच्याशी चर्चा करून २२ जून रोजी डॉ. मुंजे इतर हिंदू नेत्यांचा आंबेडकरांच्या धर्मांतरास पाठिंबा मिळविण्यासाठी मुंबईहून गेले. त्यांनी आंबेडकरांचे निवेदन सर्व नेत्यांना पाठवून दिले. ज्यांनी ह्या धर्मांतराच्या धोरणास पाठिंबा दिला, त्यांत बॅ. जयकर, शेठ जुगल किशोर बिर्ला, विजय राघवाचारियर आणि राजा नरेंद्रनाथ हे होते. ३० जून १९३६ रोजी डॉ. मुंजे ह्यांनी एम्. सी. राजा ह्या अस्पृश्य नेत्याला ह्यासंबंधी पत्र धाडले. आंबेडकरांना त्यांच्या पदावरून भ्रष्ट करण्याची ही नामी संधी आहे असे वाटल्यामुळे राजा यांनी गांधीजी नि मदनमोहन मालवीय यांना त्यासंबंधी लिहिले आणि त्यांनी त्यांचा सल्ला विचारला.

ह्या वेळी कॉंग्रेस पक्षाचे एक नेते गोविंद वल्लभपंत ह्यांनी राष्ट्रसभेचे विचार व्यक्त केले. ते म्हणाले, ‘हरिजनांना दोन्ही गोष्टींचा फायदा मिळणार नाही. त्यांनी हिंदू म्हणून विशेष अधिकार भोगावेत अथवा अहिंदू बनून ते त्यागावेत.’ पंतांना उत्तर देताना आंबेडकर म्हणाले, ‘हरिजनांनी आणि मी घाबरून जाऊन येत्या निवडणुकी लढवू नयेत, असा कॉंग्रेस पक्षाचा हा डाव आहे.

आंबेडकर आणि त्यांचे अनुयायी ह्यांना हिंदू समाजात राहण्यास भाग पाडावे असा हा खास प्रयत्न आहे.'

आंबेडकरांच्या म्हणण्याचा आशय असा होता की, अस्पृश्य वर्गास ज्या जागा मिळाल्या आहेत, त्या हिंदूंच्या वाट्यापैकी नसून सर्वसाधारण मतदार संघातून मिळाल्या आहेत. अस्पृश्यांचे वर्गीकरण अस्पृश्यवर्गीय असे जे करण्यात आले आहे, ते धार्मिक दृष्टीने नसून सामाजिक नि आर्थिक दृष्टीने केलेले आहे. शिवाय त्यांनी जोपर्यंत दुसरा धर्म स्वीकारला नाही, तोपर्यंत केवळ ते म्हणतात 'आमचे हिंदू धर्मावर प्रेम नाही किंवा आम्ही त्याचा त्याग केला आहे,' एवढ्यावरून त्यांनी धर्मांतर केले असा अर्थ करणे चुकीचे आहे. आपला हा दृष्टिकोन हिंदू धर्माच्या दृष्टीने तटस्थपणाचा समजावा. दुसऱ्या धर्माचा स्वीकार केला आहे असे मानू नये आणि आपणांस 'कायदेशीर हिंदू' समजावे असे त्यांनी शेवटी म्हटले.

गोविंद वल्लभपंत नि आंबेडकर ह्यांमधील ह्या वादविवादाविषयी 'सन्डे स्टेटट्समन' पत्राने म्हटले की, आंबेडकर हे घटनात्मक निबंधांच्या विषयात लुडबुड करणारे कोणी उपटसुंभ नाहीत. त्यांना घटनाशास्त्राचा निर्बंधविशारद म्हटले तरी चालेल. एखादे वेळी एखाद्या मुद्याचा ते फार आग्रह धरतील. परंतु त्यांच्या ठायी बुद्धीचे मोठे भांडवल आहे. त्यामुळे ते अखंडपणे वादविवाद करण्याच्या सिद्धतेत असतात. आपला अभिप्राय देताना 'सन्डे स्टेट्समन' म्हणाले, 'बुद्धिस्ट, जैन किंवा दुसऱ्या अशा सर्वसाधारण म्हणून गणल्या जाणाऱ्या एखाद्या समाजात अस्पृश्य वर्गीय लोक गेले, तर त्याच्या राखीव जागा नि दुहेरी निवडणूक हे त्यांचे अधिकार जातील. आणि त्यांना सर्वसाधारण समाजापैकी एक म्हणून इतरांबरोबर जी काय संधी असेल ती लाभेल. उलटपक्षी ज्यांच्यासाठी जातिनिष्ठ जागा राखून ठेवल्या आहेत, अशा मुसलमान, ख्रिश्चन किंवा पंजाबातील शीख यांत ते समाविष्ट झाले, तर त्यांना सर्वसाधारण मतदार संघातून उभे राहता येणार नाही. जर धर्मांतर प्रचंड प्रमाणात घडले तर त्यामुळे जातीय निवाड्यातील क्रमांक उलटे सुलटे होतील आणि कदाचित जातीय निवाड्याचा फेरविचार करावा लागेल. केवळ हिंदू धर्माविषयी वीट आला आहे, असे दर्शविणे म्हणजे धर्मांतर केले असे नव्हे. त्यामुळे कोणीही वरील अधिकारास अपात्र ठरत नाही. त्याबाबत डॉक्टरांचे म्हणणे योग्यच आहे.'

गांधीजी, मालवीय नि राजगोपालाचारी यांनी आंबेडकरांच्या आणि डॉ. मुंज्यांच्या धोरणास आपला विरोध आहे असे राजांना कळविले. राजांवर विश्वास ठेवून डॉ. मुंज्यांनी पत्र लिहिले होते. परंतु गांधीजींनी राजांना ते पत्र

प्रसिद्ध करावयास भाग पाडले. राजा व डॉ. मुंजे यांमधील पत्रव्यवहार प्रसिद्ध करावयास संमती द्यावी अशी गांधीजींनी डॉ. मुंजे यांना विनंती केली. परंतु डॉ. मुंजे पुढाऱ्यांची संमती मिळविण्यासाठी फिरतीवर असल्यामुळे गांधीजींचे पत्र योग्य वेळी त्यांच्या हाती पडले नाही. राजांना गुप्त पत्रव्यवहार प्रसिद्ध करावयास लावण्यात गांधीजींचा उद्देश सरळ नव्हता. राजांच्या असंतुष्ट वृत्तीचा उपयोग करून मुसलमान, ख्रिश्चन नि सरकार यांना आंबेडकरांच्या विरुद्ध उठवावे, आंबेडकरांना पदभ्रष्ट करावे यासाठी गांधीजी धडपडत होते. राजा त्यांच्या डावपेचास बळी पडले. यास्तव, त्यांनी डॉ. मुंज्यांच्या संमतीशिवाय सर्व गुप्त पत्रव्यवहार वृत्तपत्रांत प्रसिद्ध केला.

आंबेडकरांनी आपल्या निवेदनात असे म्हटले होते की, जर अस्पृश्य वर्गाने मुसलमान व ख्रिश्चन धर्म स्वीकारण्यापेक्षा शीख धर्म स्वीकारला, तर त्यांना पुणे करारामुळे दिलेले अधिकार नवशीख म्हणून चालू राहण्यास हिंदुमहासभेचा विरोध नव्हता. मात्र त्यांनी हिंदू नि शीख यांच्याशी सहकार्य करून अस्पृश्यांना मुसलमान धर्माची दीक्षा देणाऱ्या मुस्लिम चळवळीस कळकळीने तोंड दिले पाहिजे.

आंबेडकरांचे पत्र डॉ. मुंजे ह्यांनी आपल्या पत्राला जोडले होते. आंबेडकरांच्या पत्रकाचा आशय विचार करण्यासारखा होता. दूरवर पाहूनच हा निर्णय त्यांनी घेतला होता. ते त्या पत्रकात म्हणाले की, 'राजकीय, आर्थिक आणि सामाजिक दृष्ट्या मुसलमानी धर्म अस्पृश्यांना जवळ असलेल्या गोष्टी देऊ शकतो असे दिसते. ख्रिश्चन धर्माला पाठिंबा देणाऱ्या अमेरिका, इंग्लंड या ख्रिश्चन राष्ट्रांकडून सहज लाभणारी अमर्याद साधने आहेत आणि भारतात ख्रिश्चनांना सरकारचे पाठबळ आहे. शीख धर्माकडे विशेष असे काही आकर्षण नाही. आणि राजकीय, सामाजिक नि आर्थिक दृष्ट्या शीख धर्म, ख्रिश्चन धर्म नि मुसलमानी धर्म या दोन धर्मांइतका अस्पृश्यांना सहाय्यभूत होणार नाही. तरीसुद्धा आंबेडकरांनी स्वत: हिंदुहिताच्या दृष्टीने शीख धर्माचीच निवड केली. म्हणून हिंदूंनी नवशिखांच्या मार्गातील आर्थिक नि राजकीय अडचणी दूर करण्यासाठी शीखांना साह्य करावे हे त्यांचे कर्तव्य आहे.'

आपण शीख धर्म का पसंत केला हे विशद करताना आंबेडकर म्हणाले, 'दुसरा एक प्रश्न असा आहे की, हिंदुहिताच्या दृष्टीने त्यातल्या त्यात कोणता धर्म स्वीकारावा ? मुसलमानी, ख्रिश्चन की शीख ? उघडच सांगायचे म्हणजे शीख धर्म हाच सर्वांत उत्तम धर्म. जर अस्पृश्यांनी मुसलमानी धर्म अथवा ख्रिश्चन धर्म स्वीकारला तर ते हिंदू धर्माच्या कक्षेबाहेर जातात, इतकेच नव्हे तर

हिंदू संस्कृतीबाहेर जातात. उलटपक्षी जर शीख झाले तर हिंदू संस्कृतीत राहतात. हा हिंदूंना काही लहानसहान फायदा नाही.

'अस्पृश्यांच्या धर्मांतरामुळे सर्वसाधारणपणे देशावर काय परिणाम होतील हे लक्षात ठेवण्यासारखे आहे. ते जर मुसलमानी किंवा ख्रिश्चन धर्मांत गेले तर अस्पृश्य लोक अराष्ट्रीय होतील. ते जर मुसलमान झाले तर मुसलमानांची संख्या दुप्पट होईल आणि त्यामुळे मुसलमानांचे वर्चस्व वाढेल. ते जर ख्रिश्चन झाले तर ख्रिश्चनांची संख्या पाच सहा कोटी होईल. मग ब्रिटिश सत्तेची ह्या देशावरील मगरमिठी घट्ट बसण्यात त्यामुळे साह्य होईल. उलटपक्षी जर ते शीख धर्मात गेले तर त्यामुळे हिंदुस्थानच्या भवितव्याला धोका पोहोचणार नाही. एवढेच नव्हे तर देशाचे भवितव्य घडविण्यात सहाय्यभूत होतील. ते अराष्ट्रीय बनणार नाहीत. उलटपक्षी, ते देशाच्या राजकीय प्रगतीस हातभार लावतील. यास्तव जर अस्पृश्यांना धर्मांतर करावयाचेच असले तर त्यांनी देशहिताच्या दृष्टीने शीख धर्मात जावे.'[१] हे उद्‌गार उदात्त आणि समंजस अशा भारताच्या सुपुत्राचे नव्हेत काय ?

डॉ. मुंजे यांना उत्तर देताना राजा म्हणाले, 'आम्हांला एक संघटित समाज म्हणून जगायचे आहे. आमची आम्हीच प्रगतीकडे आगेकूच करणार आहोत. परंतु आम्ही हिंदू धर्मावरील आपला जन्मसिद्ध हक्क सोडल्याविना हे उत्तमपणे साधू शकतो. हिंदू धर्मात राहून आपल्याच जातीला नव्हे तर इतर जातींनाही हे स्थित्यंतर सुखावह होईल अशा रीतीने करता येईल. जातीयवादाच्या संघर्षातील नि स्पर्धेतील आम्ही एक सोंगटी होऊ इच्छीत नाही.'

राजगोपालाचारी ह्यांनी 'आंबेडकर-मुंजे ह्यांचा हा पवित्रा शुद्ध सैतानी योजना आहे' असे म्हटले. आणि पुढे स्वत: राजाजींनीच पराकाष्ठेच्या सैतानीपणाने देशाचे विच्छेदन करणाऱ्या योजनेचा प्रचार केला. गांधीजींनी राजा यांच्या मताला दुजोरा दिला. त्यांनी म्हटले, 'अस्पृश्यतानिवारण ही स्वतंत्र अशी गोष्ट आहे असे माझे मत आहे. तो धार्मिक प्रश्न आहे. तो देवाण-घेवाणीचा प्रश्न केव्हाही होऊ शकत नाही.'

या आरोपांना उत्तर देताना आंबेडकर म्हणाले, 'न्यायाच्या दृष्टीने पाहिले तर डॉ. मुंजे यांच्या संमतीशिवाय राजा यांनी वर्तमानपत्रांस ही माहिती द्यावयास नको होती. जर राजा यांना आध्यात्मिक समाधानाची आवश्यकता होती तर त्यांना ऐहिक नि आधिभौतिक सुखावर भर देऊन हिंदू म्हणून जगण्यासाठी नि हिंदू म्हणून मरण्यासाठी विधिमंडळावर राखीव जागांची मागणी का केली ?'' गांधीजी

---

१. The Times of India, 24 July 1936.

नि मालवीय यांच्या मतांविषयी डॉ. आंबेडकर म्हणाले, 'त्यांनी आता गाऱ्हाणे मांडण्यात काही अर्थ नाही. त्यांनी पुणे कराराच्या वेळी अस्पृश्योद्धारासंबंधी जी आश्वासने दिली ती कृतीत आणली नाहीत. गांधींची भाषा हे गूढवाद्यांचे गुंजन आहे.' हे सांगून ते पुढे म्हणाले की, 'अस्पृश्यांचा प्रश्न हा देवाणघेवाणीचा प्रश्न नाही असे म्हणणे गांधींच्या तोंडी शोभत नाही. कारण पुणे कराराच्या वेळी अस्पृश्यांचा प्रश्न हा देवघेवीचा प्रश्न आहे असेच मानले होते.' राजगोपालाचारी यांच्या पत्रकासंबंधी ते म्हणाले, 'ज्या हिंदूंना आपल्या देशाच्या भवितव्याविषयी काळजी वाटते ते राजाजींच्या पत्रकातील शहाणपणाविषयी साशंक होतील.' आंबेडकर आपल्या पत्रकाच्या शेवटी भावनोत्कटतेने म्हणाले, 'अस्पृश्य वर्गांनी शीख धर्माची दीक्षा घ्यावी. या योजनेला श्रीशंकराचार्यांसहित अनेक मानवंत हिंदूंची संमती आहे. खरोखर त्यांनीच ती योजना माझ्यापुढे ठेवली. मी ती मान्य केली. मी हिंदू समाजाच्या भवितव्याला काही अंशी जबाबदार आहे असे मी मानतो. म्हणून मी हा पर्याय मान्य केला.'[१]

डॉ. मुंजे आणि डॉ. कूर्तकोटी ह्यांनी आंबेडकरांना अस्पृश्य वर्गाच्या धर्मांतरास पाठिंबा देऊन कमीत कमी धोका पत्करला हे उघड आहे. सांप्रत हिंदू नेत्यांचा, गतकालातील हिंदूंप्रमाणे असा विश्वास होता की शीख धर्म हा हिंदू धर्माचीच एक शाखा आहे. त्या धर्माची संस्कृती व तत्त्वे एकच आहेत. पूर्वी हिंदू कुटुंबातील एक मुलगा हिंदू असला तर दुसरा शीख असे. लजपतरायांची आई शीख पंथातली होती.

इतिहासकार असलेल्या आंबेडकरांनी हिंदू समाजाला एक जबरदस्त धक्का दिला. कारण त्यांना माहीत होते की, हिंदू इतर धर्मांत गेल्यामुळे हिंदुस्थानला मोठे हादरे बसले होते. मुसलमानांचे हिंदुस्थानात राज्य स्थापण्यासाठी गतकालात बाटगे हिंदूच लढले होते. ह्या धर्मांतराच्या चळवळीनंतर सहा वर्षांनी मुसलमान नेते जिना ह्यांनी लुई फिशर[२] या अमेरिकन लेखकास सांगितले की, हिंदी मुसलमानांपैकी शेकडा ७५ टक्के मुसलमान हे पूर्वाश्रमींचे हिंदूच होते. नेहरूंनी तर निधर्मी उत्साहाने तो बाटग्यांचा आकडा पंचाण्णव टक्क्यांवर नेला ! यावरून आंबेडकरांची धर्मांतराची घोषणा ही विचारी हिंदू नेत्यांना आकाशातील कुऱ्हाड

१. The Times of India, 8 August 1936.

२. Louis Fischer, Empire, p. 27.

का वाटली हे स्पष्ट होते. हिंदूंची आत्मघातकी उदासीनता नि अस्पृश्य जनांकडे पाहण्याचा माणुसकीहीन दृष्टिकोन यांमुळे राष्ट्राच्या शक्तीचा ऱ्हास होत आहे, हे त्या विचारी हिंदू नेत्यांना कळून चुकले होते.

जी काँग्रेस हिंदूंच्या संख्याबळावर नि सामर्थ्यावर पोसली तिने हिंदूंच्या धर्मांतराकडे दुर्लक्ष केल्यामुळे आसाम, पंजाब नि त्रावणकोर ह्या प्रांतांत हिंदूंची कशी दुर्दशा झाली आहे ते पुढे दिलेल्या आकड्यांवरून दिसून येईल. त्यामुळे शिवाजी, दयानंद, श्रद्धानंद, भाई परमानंद आणि वीर सावरकर बाटलेल्या हिंदूंना हिंदू धर्मात घेण्यासाठी सतत का झगडत याविषयी स्पष्ट कल्पना येते. डॉ. मुंजे नि डॉ. कूर्तकोटी हे आंबेडकरांच्या विनवण्या करीत त्यांच्या पाठीमागे का फिरत याविषयीही खुलासा होतो. कारण अस्पृश्यांच्या धर्मांतरामुळे हिंदुस्थानवर ओढवणाऱ्या संकटापासून त्यांना हिंदूंच्या एकमेव देशाला वाचवावयाचे होते.

१९०१ साली आसाममध्ये दर दहा हजार लोकसंख्येत हिंदू ५५७८ होते, मुसलमान २१८९ आणि ख्रिश्चन २३ होते. १९४१ मध्ये ती हिंदूंची संख्या दर दहा हजारात ४१२९ वर घरंगळली. मुसलमानांची ३३७३ पर्यंत आणि ख्रिश्चनांची ३५ पर्यंत वाढली. पंजाबमध्ये मुसलमानेतरांची एकंदर लोकसंख्या ५३ टक्के होती. मुसलमान ४७ टक्के होते. १९४१ मध्ये मुसलमानेतरांचे प्रमाण ४७ टक्क्यांपर्यंत खाली आले. मुसलमानांचे ५३ पर्यंत वर चढले. त्रावणकोरमध्ये १९२० साली हिंदू एकंदर लोकसंख्येच्या ८३ टक्के होते, ख्रिश्चन १२.४ टक्के होते. १९४१ मध्ये हिंदू ६०.५ वर आले तर ख्रिश्चन ३२.३ टक्क्यांपर्यंत वाढले.

अस्पृश्य वर्गापैकी जास्तीत जास्त लोक येशूच्या चरणारविंदी अर्पण कसे करावे ह्यासंबंधी विवेचन करताना 'अस्पृश्यांचा शोध' (अनूटचेबल्स क्वेस्ट) या ग्रंथाचे कर्ते गॉडफ्रे एडवर्ड फिलिप्स हे मोठ्या ऐटीत सांगतात की, हिंदू समाजातील ख्रिश्चनांपैकी ७० टक्के ख्रिश्चन हे मूळ अस्पृश्य वर्गापैकी होत. सदर ग्रंथकर्ते आणखी असे लिहितात की, '१९३१ साली संपलेल्या दशकात ख्रिश्चन समाजात दर महिन्यास आपोआप पाच हजारांवर ख्रिश्चनांची भर पडत होती. आणि दर महिन्यास ग्रामीण विभागात सात हजार लोक ख्रिश्चन धर्माची दीक्षा घेत होते.'

हिंदूंना मुसलमान धर्माची दीक्षा देण्याचे मुसलमान नेत्यांचे ध्येय मुसलमानांमध्ये पिढ्यान् पिढ्या चालत आलेले होते. याच कारणासाठी शिरगणतीच्या वेळी अस्पृश्यांची हिंदू म्हणून नोंद होऊ नये[१] अशी मुसलमानांनी

---

१. Ambedkar, Dr. B. R. Thoughts on Pakistan, p. 241.

हरकत घेतली होती आणि काँग्रेस पक्षाच्या व्यासपीठावरून मौलाना महंमद अल्ली यांनी अस्पृश्य वर्गाची हिंदूंत नि मुसलमानांत समसमान वाटणी करून घ्यावयाची अपवित्र इच्छा उघडपणे बोलून दाखविली होती. तेव्हा राष्ट्रसभेचे हिंदू पुढारी कौरवसभेतील पांडवांप्रमाणे खाली माना खालून बसले होते.

'जातीचे निर्मूलन' ह्या आंबेडकरांच्या प्रबंधावर सर्व भारतात उलटसुलट चर्चा, टीका सुरू होती. कोणी निंदा केली. कोणी स्तुती केली. आपापल्या कुवतीप्रमाणे प्रत्येक विचारी नेत्याने आंबेडकरांच्या प्रबंधाचे खंडन वा मंडन करण्याचा प्रयत्न केला. सावरकरांचे नि आंबेडकरांचे अस्पृश्यतानिवारणासंबंधी बरेचसे मतैक्य होते. परंतु हिंदूंचा इतिहास हा एक अखंड पराभवाची मालिका आहे या विधानाला त्यांनी हिंदूंच्या वैभवशाली काळाकडे बोट दाखवून उत्तर दिले. जितके आंबेडकरांचे विधान बुद्धया डिवचणारे, प्रक्षोभप्रवर्तक तितकेच सावरकरांचे उत्तर समर्थनवादी पण समर्पक !

अस्पृश्यांच्या धर्मांतरास विरोध दर्शवून आंबेडकरांना गांधीजींनी उत्तर दिले. आंबेडकरांच्या आरोपांना उत्तर देताना गांधीजी प्रतिस्पर्ध्याला स्तुतिसुमनमिश्रित चिमटे घेणाऱ्या आपल्या अतुल्य अशा शैलीमध्ये म्हणाले, 'आंबेडकर यापुढे कोणतेही नाव धारण करोत. एक गोष्ट खरी की, ते आपले नाव त्वरित विस्मृतीत सहजासहजी पडू देणार नाहीत. आपले आनुवंशिक धंदे अनुसरून उदरनिर्वाह करण्याची शिकवणूक वर्णव्यवस्था हिंदूंना देते. आंबेडकरांच्या मापकाठीने जर धर्म मोजले तर सर्व धर्म तोकडे पडतील, हिणकस ठरतील. ज्या धर्माने चैतन्य, ज्ञानदेव, तुकाराम, तिरुवलुवर, राजा राममोहन रॉय, रामकृष्ण परमहंस, देवेंद्रनाथ टागोर, विवेकानंद यांसारखी थोर रत्ने निर्माण केली तो धर्म आंबेडकर म्हणतात त्याप्रमाणे हिणकस खास नाही !' शेवटी गांधीजी म्हणाले, 'तथापि, समाजसुधारकांनी आंबेडकरांच्या या प्रबंधाकडे दुर्लक्ष करून चालणार नाही. आंबेडकर हे हिंदू धर्माला मिळालेले एक आव्हान आहे.'

ह्यावर उत्तर देताना आंबेडकर उत्तरले की, 'जातींचे निर्मूलन' हा प्रबंध प्रसिद्धिलालसेने आपण छापला असे गांधीजींनी म्हटले याविषयी आपण त्यांची कीव करतो. महात्म्यांसारखे जे लोक काचेच्या घरात राहतात त्यांनी दुसऱ्यावर दगडफेक न केलेली बरी !

'नैसर्गिक प्रवृत्तीच्या विरुद्ध आनुवंशिक व्यवसायाचे गांधीप्रणित तत्त्व नि चातुर्वर्ण्य यांत फरक नाही. गांधींनी आनुवंशिक तत्त्वाप्रमाणे तागडी न धरिता बॅरिस्टर होऊन अर्धवट संन्यासी, अर्धवट राजकारणी व्हायला नको होते,' असा मर्मभेदक सवाल आंबेडकरांनी गांधीजींना टाकला. गांधीजींनी उल्लेखिलेल्या

संतमालिकेचा निर्देश करून ते म्हणाले की, 'त्या संतांनी जातिभेदाविरुद्ध चळवळ केली नव्हती. त्यांच्या पवित्र जीवनाचा नि त्यांच्या उदात्त शिकवणीचा जनमनावर काहीच परिणाम झाला नाही. शास्त्राच्या विरुद्ध त्यांचे काही चालले नाही.' त्यांनी आपल्या पत्रकाच्या शेवटी गांधीजींना विचारले, 'अहो, असे पुरुषोत्तम हाताच्या बोटांवर मोजण्याइतके थोडे का आणि वाईट प्रमाण अतिशय मोठे का ? हिंदू धर्म नि हिंदू यांच्याशी माझे जे भांडण आहे ते त्यांच्या दोषास्पद सामाजिक वर्तणुकीसंबंधी नाही, तर त्यांची जी ध्येये आहेत त्यासंबंधी. ती ध्येये माझ्या समजुतीप्रमाणे चुकीची आहेत.' कोणत्या धर्माने युगानुयुगे पुरुषोत्तमांची मालिका निर्माण केली हे मात्र आंबेडकरांनी सांगितले नाही !

याच सुमारास गांधीजींनी गुजरातमधील एक हरिजन कार्यकर्ते किकाभाई यांना असे कळविले की, हिंदू म्हणून जन्मलेले हरिजन हिंदू धर्म सोडणार नाहीत.

गांधीजी आणि दुसरे अनेक पुढारी यांनी विरोध केला तरी धर्मांतराच्या दृष्टीने आंबेडकरांनी आणखी एक पाऊल पुढे टाकलेच. १८ सप्टेंबर १९३६ रोजी त्यांनी आपल्या अस्पृश्य अनुयायांची एक तुकडी अमृतसरला शीख मिशनकडे शीख धर्माचा अभ्यास करण्यासाठी पाठविली. त्या तेरांपैकी कोणीही विद्वान नव्हता. पहिल्या श्रेणीतला आंबेडकरवादीही नव्हता. ती तुकडी अमृतसरला पोहचल्यावर त्या तुकडीतील एका मनुष्यास पत्र लिहून आंबेडकरांनी त्यांना प्रोत्साहन दिले. धर्मांतराच्या चळवळीतील आघाडीचे वीर म्हणून त्यांनी त्यांचे अभिनंदन केले. त्यांना सुयश चिंतिले. परंतु एक गोष्ट मात्र लक्षात ठेवली पाहिजे ती ही की, त्यांनी शीख धर्माची दीक्षा घ्यावी असे त्यांनी सांगितले नव्हते.

याच वेळी आंबेडकर शीख मिशनच्या नेत्यांशी जवळचे संबंध जोडीत होते. शीख मिशन नि आंबेडकर यांच्यामध्ये मुंबईत एक महाविद्यालय काढण्यासंबंधी बोलणी चालली होती. त्याचा फायदा शीख धर्म स्वीकारणाऱ्या अस्पृश्यांना होणार होता. त्या वेळी अशी वदंता होती की, आंबेडकर त्या महाविद्यालयाचे प्राचार्य नि मार्गदर्शक व्हावयाचे होते. तिकडे अमृतसरला उत्साहाच्या भरात त्या तेरा अनुयायांनी शीख धर्म स्वीकारला. जे आंबेडकरांनी त्यांना करावयास सांगितले नाही तेच नेमके ते अनुयायी करून बसले. बिचाऱ्यांचे जेव्हा मुंबईत आगमन झाले तेव्हा त्यांना कोणी धड पुसेना. आंबेडकरांच्याच शब्दांत सांगावयाचे तर त्यांचे पुढे काय झाले ते 'देव जाणे !'

१५

स्वतंत्र मजूर पक्ष

१९३६ साल धर्मांतरासंबंधी वादविवाद करण्यात संपले. १९३७ या नवीन वर्षाच्या प्रारंभी भारतीय सरकारच्या १९३५ च्या कायद्याप्रमाणे प्रांतांना स्वायत्तता मिळाल्यामुळे नवीन राजवटीस प्रारंभ होणार होता. होऊ घातलेल्या निवडणुकीविषयी जिकडेतिकडे उत्सुकतेचे नि स्पर्धेचे वातावरण निर्माण झाले होते. प्रत्येक पक्ष निवडणुका लढविण्याची सिद्धता करण्यात गर्क झाला होता. त्या दृष्टीने आंबेडकरसुद्धा पाऊल टाकीत होते. आपल्या सहकाऱ्यांशी विचारविनिमय करून त्यांनी १९३६ ऑगस्टमध्ये 'स्वतंत्र मजूर पक्ष' नावाचा एक नवीन राजकीय पक्ष स्थापन केला. त्या पक्षाचा कार्यक्रम विस्तृतपणे मांडणारा एक जाहीरनामा त्यांनी प्रसिद्ध केला. त्यात भूमिहीन, गरीब कुळे, शेतकरी नि कामगार ह्यांच्या निकडीच्या गरजा नि गाऱ्हाणी मांडली होती.

ह्या जाहीरनाम्यात ख़ालील गोष्टींचे स्पष्टीकरणही करण्यात आले होते. 'नवीन राज्यघटनेत जबाबदार शासनपद्धती पूर्णपणे देण्यात आलेली नाही असे जरी आम्हांस वाटते, तरीसुद्धा ही राज्यघटना राबवावी असा आमच्या पक्षाने निर्णय ठरविला आहे.'

'आमच्या पक्षाचे असे ठाम मत झाले आहे की, शेतजमिनीचे झालेले तुकडे नि तिच्यावर वाढत्या लोकसंख्येचा पडलेला भार ही खरी शेतकऱ्यांच्या दारिद्र्याची कारणे आहेत. ह्याला उपाय म्हणजे जुने धंदे पुन्हा जोराने चालविणे आणि नवीन सुरू करणे. जनतेची उत्पादनशक्ती व तिची कार्यक्षमता यांची वाढ व्हावी म्हणून तांत्रिक शिक्षणाचे धंदे, आणि जेथे आवश्यक आहे तेथे शासनाच्या मालकीचे नि शासनयंत्रणेखाली चालणारे धंदे सुरू करण्याचा मोठा विस्तृत कार्यक्रम आम्ही हाती घेणार आहोत.' अशी पक्षाने घोषणा केली. कुळांना मालकांनी चालविलेल्या पिळवणुकीपासून संरक्षण मिळावे, मालकांनी त्यांना हुसकावून लावू नये म्हणून कुळांना संरक्षणाचे आश्वासन देण्यात आले होते. ज्याप्रमाणे कामगारांना काही सवलती मिळतात, त्याप्रमाणे योग्य तो फरक करून

कुळांनाही त्या देण्यात येतील, असे म्हटले होते.

'कामगारांच्या हिताच्या दृष्टीने कायदे करण्याची शिकस्त करण्यात येईल. नोकऱ्या देणे, बडतर्फ करणे, कारखान्यात बढती देणे, कामाच्या तासांची कमाल मर्यादा व वेतनश्रेणी, भरपगारी रजा देणे, कामगारांना स्वस्त नि आरोग्यदायक वसतिस्थानाची तरतूद करणे वगैरे बाबतीत कायदे करू. बेकारीपासून मुक्तता व्हावी म्हणून भूमिहीनांना जमिनी देऊन त्याच्या वसाहती स्थापण्यात येतील. जनहिताची कामे आरंभण्यात येतील. औद्योगिक धंद्यांची केंद्रे, मोठी नगरे ह्यांतून कनिष्ठ मध्यम वर्गाला घरभाडे कमी पडावे म्हणून तरतूद करण्यात येईल,' असे जाहीरनामा काढून आश्वासन दिले.

सामाजिक सुधारणांसंबंधी जाहीरनाम्यात म्हटले होते की, 'स्वतंत्र मजूर पक्ष समाजसुधारकांना साह्य करील. सनातनी नि प्रतिगामी स्वरूपाच्या सर्व शक्तींना आळा घालण्याची अत्यंत आवश्यकता आहे हे पक्षाला पटते. धर्मादाय संस्थेतून राहिलेल्या रकमेचा विनियोग शिक्षणासारख्या निधर्मी कामासाठी करण्यात येईल. खेड्यांतील आरोग्यासाठी नि घरांसाठी खेड्यांची योजना सुरू करू आणि खेड्यांना आधुनिक स्वरूप देऊ. खेड्यांना सभागृहे, वाचनालये आणि 'रोटरी' बोलपट पुरविण्याची सोय करण्यात येईल.'

हा जाहीरनामा गरीब आणि दलित वर्ग यांच्या उत्कर्षाच्या नि उद्धाराच्या ध्येयाने प्रेरित झालेला होता. इतका ध्येयपूर्ण, नि:संदिग्ध व जनहिताबद्दल दक्षता दर्शविणारा जाहीरनामा तत्कालीन राजकीय पक्षांत क्वचितच सापडेल. म्हणूनच स्वतंत्र मजूर पक्षाच्या जाहीरनाम्यावर मत देताना एका इंग्रजी दैनिकाने स्वाभाविकपणे म्हटले, 'जरी आमचे मत राजकीय पक्षांच्या संख्येत वाढ होऊ नये असे असले तरी, आंबेडकरांनी स्थापलेला नवा पक्ष ह्या प्रांतातील जीवन समृद्ध करण्याच्या दृष्टीने नि देशाच्या भवितव्याला वळण लावण्याच्या कामी अत्यंत उपयोगी पडेल. अशा पक्षाला वाव आहे. आणि त्याची आवश्यकताही आहे. समाजवाद्यांशी सहकार्य करून देशावर धो-धो करीत पसरणाऱ्या साम्यवादाच्या लाटेला थोपवून धरणारी ही एक संरक्षणाची भिंत होईल. जर मतदार संघात खास गट नसते वा वेगळे वेगळे गट पडले नसते, तर हा पक्ष थोडक्याच काळात देशातील एक वजनदार पक्ष म्हणून नावारूपास चढला असता.' हे त्या पत्राचे म्हणणे यथार्थच होते. आणि आंबेडकरांमधील ज्ञानी पुरुषापेक्षा त्यांच्यातील पक्षसंघटक अधिक प्रभावी झाला असता, तर ह्या संपादकमहाशयांच्या आशा फलद्रूप होणे असंभवनीय नव्हते.

निवडणुकीसाठी आपल्या पक्षाची पूर्वतयारी करून डॉ. बाबासाहेब

आंबेडकर ११ नोव्हेंबर १९३६ रोजी इटालियन आगबोटीने प्रकृतिस्वास्थ्यासाठी जिनेव्हा मार्गे युरोपला गेले. परंतु त्यांचा अंतस्थ हेतू निराळाच होता. अस्पृश्य वर्गाने तर शीख धर्माची दीक्षा घेतली तर नवीन राज्यघटनेप्रमाणे मिळालेल्या तरतुदीस ते मुकतील की कसे ह्याविषयी ते ब्रिटिश मुत्सद्यांचे मत चाचपून पाहणार होते. नवीन राज्यघटनेप्रमाणे सार्वत्रिक निवडणूक अगदी तोंडावर आली असता ते गुपचुप इंग्लंडला निघून जातात ह्याचा अर्थ वर म्हटल्याप्रमाणेच असावा असे म्हटले तर ते वावगे नाही.

युरोपला निघण्यापूर्वी त्यांनी 'टाइम्स ऑफ इंडिया' वृत्तपत्राला मुलाखत दिली होती. त्या वेळी ते म्हणाले, 'काँग्रेस ही पिळवणूक करणाऱ्यांची आणि पिळल्या जाणारांची झालेली एकजूट आहे. राजकीय स्वातंत्र्य मिळविण्यासाठी ह्या जुटीची आवश्यकता असेल. परंतु राष्ट्राच्या पुनर्रचनेच्या दृष्टीने ती अत्यंत निरुपयोगी आहे.' आपल्या स्वतंत्र मजूर पक्षाविषयी ते म्हणाले, 'तो पक्ष जनतेला लोकशाहीचे तंत्र आणि पद्धत यांचे शिक्षण देईल, त्याच्यापुढे योग्य अशी मतप्रणाली ठेवील आणि विधिमंडळातून राजकीय प्रगतीसाठी तो त्यांची संघटना करील.' पक्षातील सर्व सहकारी आणि नेते आंबेडकरांना निरोप देण्यासाठी धक्क्यावर उपस्थित होते.

आंबेडकरांनी केलेल्या धर्मांतराच्या घोषणेचे फार दूरवर पडसाद उमटत होते. त्यामुळे स्पृश्य हिंदूंच्या सामाजिक आत्म्यास जाग येऊ लागली. आपण अस्पृश्य हिंदूंवर शतकानुशतके करीत असलेल्या अन्यायाची त्यांना जाणीव होऊ लागली. अस्पृश्यतेच्या उच्चाटनासाठी भारतात मोठे प्रयत्न करण्याची तयारी होत होती. थोड्याच दिवसांपूर्वी म्हैसूर सरकारने एक राजाज्ञा काढून अस्पृश्यांना दसऱ्याच्या दिवशी दरबारात साजऱ्या होणाऱ्या उत्सवात भाग घेण्यास संमती दिली. म्हैसूर सरकारच्या इतिहासात अपूर्व अशी ही घटना होती. त्या घोषणेच्या पाठोपाठ त्रावणकोर सरकारने आपल्या ताब्यात असलेली जवळजवळ १६०० देवळे एका जाहीरनाम्यान्वये अस्पृश्य वर्गास खुली केली. त्या जाहीरनाम्यामुळे खरोखरीच भारताच्या आणि हिंदू धर्मांच्या इतिहासात एक नवीन पर्व सुरू झाले असे म्हणणे यथार्थ होईल. भारताच्या चारी दिशा त्रावणकोरच्या महाराजांचे धैर्य, दूरदृष्टी व शहाणपणा ह्यासंबंधीच्या गौरवोद्‌गारांनी दुमदुमून गेल्या. ह्या घटनेच्या पाठीमागे सर सी. पी. रामस्वामी अय्यर ह्यांचा मुत्सद्दीपणा असल्यामुळे त्यांचीही देशभर वाहवा झाली. इंग्लंडमधील 'मँचेस्टर गार्डियन' ह्या वृत्तपत्राने तर सर रामस्वामी

अय्यर यांची पाठ थोपटली आणि लोकशाहीच्या जीवनाला मार्गदर्शक अशीच रामस्वामींनी घडवलेली ही घटना आहे असा ह्या वृत्तपत्राने निर्वाळा दिला. एम्. सी. राजा ह्या नेत्याने असे म्हटले की, ही घोषणा पुणे करारातील तत्त्वांची आणि उद्दिष्टांची फलश्रुतीच होय. त्रावणकोर सरकारची घोषणा ही एक मुत्सद्दीपणाची दर्शक अशी घटना आहे, असा मद्रास येथील 'हिंदू' दैनिकाने आपला अभिप्राय व्यक्त केला.

ह्या घटनेचा परिणाम पंडित जवाहरलाल नेहरू ह्यांच्या मनावरही झाला. हिंदू हे हिंदुस्थानात बहुसंख्य राहिले काय किंवा धर्मांतरामुळे गळती लागून अल्पसंख्य झाले काय, ह्याविषयी सर्वथैव उदासीन असणारे आणि भारतातील सर्व पूजास्थानेच दोन तीन पिढ्यांपर्यंत बंद करून टाकावीत, असे विचार वैतागाने व्यक्त करणारे पंडित जवाहरलाल नेहरू[१] ह्या घटनेमुळे घटकाभर भारावून गेले. त्रावणकोरच्या जाहीरनाम्याविषयी बोलताना त्यांनी असे विचार व्यक्त केले की, 'अस्पृश्यांचा प्रश्न हा मुळातच भूमिहीन वर्गाचा आर्थिक प्रश्न आहे. ह्या जाहीरनाम्यामुळे जे नवीन वातावरण निर्माण झाले आहे ते लोकांच्या मनावर दूरवर परिणाम घडवून आणील. त्यामुळे अस्पृश्यांचा आर्थिक प्रश्न सोडविण्यास साहाय्य होईल, असे मला वाटते.'[२] हिंदुमहासभेने ग्वाल्हेर आणि इंदूर येथील महाराजांना, त्रावणकोरच्या महाराजांच्या पावलावर पाऊल टाकून त्यांनी अस्पृश्यांना देवळे खुली करावी, अशी विनंती केली.

'त्रावणकोरच्या ह्या घोषणेचा धर्मांतराच्या घोषणेशी संबंधच नसेल, असे आपल्याला वाटत नाही,' असे 'बॉंबे क्रॉनिकल'ने आपले मत दिले ते योग्यच होते. 'हिंदू हेराल्ड'सारखी वर्तमानपत्रे स्पष्टपणे म्हणाली की, 'जर त्रावणकोरची घोषणा स्वयंस्फूर्त असती तर ती ह्या पूर्वीच करण्यात आली असती.' अस्पृश्यांच्या अविरत झगड्यामुळे आणि त्यांनी घातलेल्या निर्वाणीच्या अटींमुळे अशी घोषणा करण्यास महाराजांस भाग पडले, असे आपले मत 'हिंदू हेराल्ड'ने दिले. खरे म्हणजे हिंदू संस्थानिकांची बुद्धी ही एका पुरुषाच्या प्रचंड कर्तृत्वामुळे क्रियाशील झाली. आणि तो पुरुष म्हणजे डॉ. बाबासाहेब आंबेडकर होय. हे सत्य जरी अनेक हिंदी वृत्तपत्रांनी झाकून ठेवले तरी ते सूर्यप्रकाशाइतके सत्य होते. आंबेडकरांच्या धर्मांतराच्या घोषणेचा परिपाक म्हणजे त्रावणकोरची घोषणा होय.

---

१. The Times of India, 28 October 1941.

२. The Hindu Herald, 20 November 1936.

आंबेडकर प्रकृतिस्वास्थ्यासाठी बराच काळ व्हिएन्ना आणि बर्लिन येथेच राहिले. मात्र एक आठवडाभर ते लंडनला राहिले होते. ते लंडनमध्ये असताना, मुंबई येथील 'विविधवृत्त' ह्या सुप्रसिद्ध साप्ताहिकाच्या लंडन येथील प्रतिनिधीने अशी बातमी प्रसिद्ध केली की, आंबेडकर यांनी एका इंग्रज बाईशी लग्न केले असून ते १४ जानेवारी १९३७ रोजी तिला घेऊन मुंबईस येत आहेत. आंबेडकर आणि 'विविधवृत्ता'चे संपादक रामभाऊ तटणीस ह्यांचे स्नेहसंबंध लक्षात घेता ती बातमी म्हणजे वृत्तपत्रातील एक शुद्ध लोणकढी थापच होती असे म्हणणे योग्य होणार नाही. थोर राजकारणी पुरुषाच्या लग्नाच्या बातमीने अनेक वेळा जगातील बातमीपत्रे थरारून जातात. असे अनेकदा घडते की, पराक्रमी पुरुषाच्या कर्तृत्वामुळे वा प्रतिभेमुळे त्यांच्याकडे स्त्रिया आकृष्ट होतात. त्या काळी अशी एक अफवा होती की, एक इंग्रज बाई आंबेडकरांच्या व्यक्तिमत्त्वावर भाळली होती. तिने त्यांच्याशी लग्न करण्याचा हट्ट धरला होता. अशा तऱ्हेचा विवाह बाबासाहेबांनी केला असता तरी त्यांच्या अढळ स्थानाला कोणत्याही तऱ्हेने धक्का लागला नसता. खोजा समाजाला जसे आगाखान वंदनीय तसेच अस्पृश्य वर्गाला आंबेडकर. १४ जानेवारी १९३७ रोजी आंबेडकर मुंबईस परत आले. बोटीवरून उतरत असता त्यांच्या लग्नासंबंधी काही वार्ताहरांनी त्यांना हटकलेच. ती बातमी अगदी निराधार होती असे सांगून ते पुढे म्हणाले, 'मला असे चोरून लग्न करण्याची काही आवश्यकता नाही.' लंडनमध्ये असताना आपण राजकीय स्वरूपाच्या गाठीभेटी घेतल्या नाहीत असेही त्यांनी सांगितले. धर्मांतराविषयी विचारताच ते हसून म्हणाले, 'माझा धर्मांतराचा निश्चय अढळ आहे. परंतु कोणता धर्म स्वीकारावयाचा ह्याविषयी मी अद्याप निर्णय ठरविलेला नाही. मुंबई विधिमंडळासाठी होणाऱ्या नवीन निवडणुका लढविणे हेच आमचे सध्याचे निकडीचे कार्य आहे.'

धक्क्यावर त्यांचे नेहमीप्रमाणे भव्य स्वागत करण्यात आले. बाबासाहेबांची इंग्रज पत्नी पाहण्यास उत्सुक असलेला तो त्यांच्या भक्तांचा अफाट जनसमुदाय रस्त्याच्या दोन्ही बाजूंना दाटीवाटीने उभा होता. बाबासाहेबांना एकटेच पाहून त्यांना आश्चर्याचा धक्काच बसला. आठव्या एडवर्डच्या विवाहामुळे निर्माण झालेल्या प्रश्नात ब्रिटिश मुत्सद्दी गुंतले होते. आंबेडकरांच्या धर्मांतराच्या प्रश्नासंबंधी चर्चा करावयास त्यांना सवड नव्हती, असे वाटते. 'गोलमेज परिषदेच्या वेळी तुम्ही मांडलेली अस्पृश्यांची गाऱ्हाणी आम्ही ऐकलेली आहेत. जे काही करावयाचे ते आम्ही त्या वेळीच केले आहे', असेच त्यांनी आंबेडकरांना सांगितले असावे. ब्रिटिश मुत्सद्द्यांशी चर्चा करण्यापूर्वी आंबेडकरांनी

काही विख्यात जर्मन निर्बंधपंडित आणि नाणावलेले इतर युरोपियन निर्बंधपंडित ह्यांच्याशी चर्चा केली. अस्पृश्यांनी शीख धर्म स्वीकारला तर त्यांना मिळालेल्या प्रांतिक विधिमंडळांतील राखीव जागा राहतील किंवा जातील, ह्याविषयी चर्चा झाली. कारण शीखांना राखीव जागा फक्त पंजाबमध्येच ठेवलेल्या होत्या. पुढे असे झाले की, शीख मिशनचे नेते व आंबेडकर ह्यांच्यामध्ये मतभेद होऊन ते एकमेकांपासून दुरावले. आणि शीख धर्म स्वीकारण्याचा प्रश्न त्या मतभेदाच्या हवेतच विरला.

मुंबईस आल्याबरोबर आंबेडकरांनी आपल्या पक्षाच्या निवडणूक प्रचाराची मोहीम सुरू केली. निवडणुकीचा दिवस जवळ येत होता. एक महिन्याने निवडणूक होणार आणि निर्णय लागणार. भारतातील सर्वांत बलाढ्य अशा काँग्रेस पक्षाशी आंबेडकरांच्या स्वतंत्र मजूर पक्षाला टक्कर द्यावयाची होती. काँग्रेस पक्षाच्या मुखाभोवती देशभक्तीच्या त्यागाचे जणू वलयच होते. कार्यकर्ते आणि पैसा यांनी काँग्रेस पक्ष अगदी समृद्ध होता. ज्या आंबेडकरांनी दलित वर्गाच्या अखिल भारतीय परिषदेचे अनेक वेळा अध्यक्षपद स्वीकारून मार्गदर्शन केले आणि ज्या मूक जनतेच्या दु:खांना वाचा फोडली त्या आंबेडकरांना निवडणुका लढविण्यासाठी एखादा अखिल भारतीय स्वरूपाचा नवीन पक्ष स्थापन करता आला नाही, ह्याविषयी आश्चर्य वाटते. आंबेडकरांच्या स्वतंत्र मजूर पक्षाचे कार्य मुंबई प्रांतापुरतेच मर्यादित राहावयाचे होते.

उशिरा का होईना, पण आंबेडकरांनी निवडणूक प्रचारास आरंभ केला. आपली नवीन भूमिका त्यांना लोकांपुढे स्पष्ट करावी लागली. आपण नवा पक्ष का काढला ह्या प्रश्नाचे उत्तर त्यांनी असे दिले की, 'प्रांतिक विधिमंडळातील १७५ जागांपैकी फक्त १५ जागा राखीव होत्या. विरोधी पक्षाच्या स्थापनेसाठी १५ सभासद अपुरे पडतात हे उघड आहे. म्हणून ज्या स्पृश्य हिंदू सहकाऱ्यांनी दलितांच्या झगड्यात कष्ट आणि दु:ख भोगून साहाय्य केले होते, त्यांच्याशी चर्चा करून सर्वांना खुल्या असलेल्या जागांसाठी दुसरे काही उमेदवार उभे करावे असे मी ठरविले.' ह्यामुळे त्यांचा दुहेरी हेतू साध्य झाला. एक असा की, आपल्या सहकाऱ्यांची सदिच्छा ते राखू शकले आणि दुसरा असा की राखीव जागेसाठी उभ्या केलेल्या उमेदवारांना स्पृश्य हिंदूंकडून अधिक मते मिळण्याचा संभव बळावला. कारण स्पृश्य हिंदूंची मते राखीव जागांच्या निवडणुकीत काही कमी परिणामकारक नव्हती. शिवाय अधिक जागा मिळविण्यात ह्या पक्षाचा

उपयोग होणार होता. आंबेडकरांनी काही स्वतंत्र उमेदवारांनाही पाठिंबा दिला होता. आंबेडकरांच्या पक्षाच्या कार्याचे क्षितिज विस्तारले होते.

मुंबई प्रांतातील सर्व जिल्ह्यांतून आंबेडकरांनी धावता प्रचार केला. नाशिक, अहमदनगर, खानदेशातील काही प्रमुख गावे, सोलापूर, सातारा ह्या ठिकाणी आंबेडकरांनी छोटी छोटी भाषणे केली. साताऱ्याला दिलेल्या आपल्या भेटीत आईच्या समाधीला अश्रूंनी भरलेल्या नयनांनी पुष्पहार घातला. आपल्या पक्षाच्या तिकिटावर उभे असलेले रोहम यांना आपल्या अनुयायांनी निवडून दिले पाहिजे असे त्यांनी नगर येथे भरलेल्या अस्पृश्यांच्या जिल्हा परिषदेत आवाहन केले. रोहम यांची योग्यता किंवा गुण ह्यांविषयी अस्पृश्य वर्गाने उगाच विचार करू नये. आपल्या अंगी शेकडो पदवीधरांची बुद्धी नि शक्ती असल्यामुळे विधिमंडळात आपल्या पक्षातील सभासदांना योग्य ते मार्गदर्शन आपण करू शकतो, असे त्यांनी छातीठोकपणे सांगितले. पनवेल व महाड येथील सभांतून त्यांनी अशीच प्रभावी भाषणे केली. या निवडणूक मोहिमेतील एक वैशिष्ट्य म्हणजे आंबेडकरांनी लोकशाही स्वराज्य पक्षाचे नेते लक्ष्मण बळवंत भोपटकर ह्यांना दिलेला पाठिंबा. पुण्यातील अस्पृश्यांची मते आपल्याला देण्याविषयी सांगण्यात यावे अशी भोपटकरांनी आंबेडकरांना विनंती केली होती. आंबेडकरांची सहानुभूती मिळविणे ही सोपी गोष्ट नव्हती. जरी भोपटकर हे सनातनी आणि प्रतिगामी लोकांनी पाठिंबा दिलेल्या पक्षाचे होते, तरी भोपटकरांचे उत्तम गुण आणि प्रामाणिक हेतू यांची आंबेडकरांना माहिती होती. कारण भोपटकरांनी अस्पृश्यांच्या कार्याची आणि प्रश्नांची तळी उचलून धरलेली होती. भोपटकरांना साह्य करण्यात आंबेडकरांचा दुसरा एक हेतू होता. तो असा की, भोपटकरांच्या पक्षाचा नवीन राज्यघटना राबविण्याचा निर्धार अढळ होता. आणि विधिमंडळात काम करण्याची सिद्धता आणि नवीन राज्यघटना राबविण्याचा निर्धार यांविषयी दणकेबाज प्रचार भोपटकरांचे पक्षनेते न. चिं. केळकर करीत होते. त्यासाठी केळकर-भोपटकरांनी आपले काँग्रेसमधील भूतपूर्व सहकारी आणि काँग्रेसनिष्ठ वृत्तपत्रे यांच्या हातून टीकेचा आणि निंदेचा भडिमार अनेक वर्षे सहन केला होता. म्हणून भोपटकरांच्या उमेदवारीला मन:पूर्वक पाठिंबा देऊन आंबेडकरांनी त्यांना यश चिंतिले. आपल्या परीने केळकरांनीही एक पत्रक काढून आपल्या मतांच्या मुंबईतील लोकांनी आंबेडकरांना मते द्यावी अशी प्रकट विनंती केली. नेहमी शब्द तोलून वापरणारे साहित्यसम्राट केळकर ह्यांनी आपल्या पत्रकात 'आंबेडकर हे दलितांचे अनभिषिक्त राजे आहेत,' असा गौरव केला. केळकर पुढे म्हणाले, 'आंबेडकरांनी आपले उच्च स्थान आपल्या बुद्धिमत्तेने, ध्येयनिष्ठेने

आणि अविरत-झगड्याने प्राप्त करून घेतले आहे.' केळकरांनी सातवळेकरांना परस्पर उत्तर दिले.

पुणेकर ब्राह्मणांना निवडणुकींमध्ये अस्पृश्य वर्गीयांनी पाठिंबा द्यावा, हे 'वदतो व्याधात' असेच म्हणावे लागेल. खरोखर राजकारणात कोण कोणाचा केव्हा सहकारी होईल याचा नेम नसतो. आंबेडकरांची आणि पुणेरी ब्राह्मणांची युती झाल्याचे पाहून मुंबईतील विख्यात कामगार नेते ना. म. जोशी ह्यांची हसता हसता मुरकुंडी वळली. ते आंबेडकरांना म्हणाले, 'अहो, ह्या युतीमुळे तुमचे गाढवही गेले आणि ब्रह्मचर्यही गेले.' त्यावर आंबेडकर तितक्याच जोषात म्हणाले, 'गेले तर गेले. पण काम तर झाले !' सार्वत्रिक निवडणुका होण्यापूर्वी एक खळबळ उडविणारी बातमी सिंधमध्ये पसरली. शेख मस्जीद या मुसलमान झालेल्या हिंदूने आपले प्रतिस्पर्धी सर शहानवाजखान भुत्तो यांच्या विरुद्ध आपल्याला मते मिळावी म्हणून एक खोटी बातमी पसरविली. जर माझ्यासारख्या मुसलमान झालेल्या हिंदूस मुसलमानांनी आपला शब्द पाळून मते दिली तर आंबेडकर धर्मांतरासाठी मुसलमान धर्म निवडतील अशी शेख मस्जीदने कंडी पिकविली. सर शहानवाजखान भुत्तो ह्यांनी तारेने आंबेडकरांकडे चौकशी करताच, आंबेडकरांनी त्यांना उलट तारेने उत्तर धाडले की, 'आम्ही मुसलमान होऊ अशा तऱ्हेचे वचन शेख मस्जीद किंवा अन्य कोणाला दिलेले नाही. शेख मस्जीदने ही खोटीच अफवा उठविलेली आहे. त्याचे म्हणणे धादांत खोटे आहे.'

काँग्रेस पक्षाने सर्व प्रांतांत निवडणुकीसाठी आपले उमेदवार उभे केले. परंतु काँग्रेस नेत्यांनी दोन जागा आपली सर्व शक्ती पणास लावून मोठ्या हिरिरीने लढवल्या. त्यासाठी त्यांनी सर्व साधने आणि युक्त्या व डावपेच योजिले. त्या दोन जागा म्हणजे मुंबईत आंबेडकर लढवीत असलेली जागा आणि दुसरी ल. ब. भोपटकर लढवीत असलेली पुण्यातील जागा. आंबेडकर तर काँग्रेसचे कठोर आणि कडवे शत्रू. काँग्रेसचे नेते आणि काँग्रेसची ध्येय-धोरणे यांचा मनापासून तिटकारा करणारे. भोपटकर हे एके काळचे महाराष्ट्र प्रांतिक काँग्रेसचे अध्यक्ष. त्यांनी काँग्रेसच्या नेत्यासंगे ब्रिटिश सत्तेच्या विरुद्ध झुंज केलेली. परंतु युद्ध सुरू झाले की, समोर कोण आहे ते पाहतो कोण ? काँग्रेसने क्रिकेटपटू बाळू बाबाजी पालवणकर ह्यांना आंबेडकरांच्या विरुद्ध आपला उमेदवार म्हणून उभे केले. शिवाय पां. न. राजभोज आणि देवरुखकर ह्यांना आंबेडकरांची मते फोडण्यासाठी निवडणुकीत उतरविले. सार्वत्रिक निवडणुका १७ फेब्रुवारी १९३७ ला झाल्या. निवडणुकीच्या निकालात काँग्रेसपक्षीय पालवणकरांचा सपशेल पराभव झाला. राजभोज आणि देवरुखकर यांचा पराभवाच्या ढिगाऱ्यात पत्ताही लागला नाही.

आंबेडकरांचा प्रचंड मतांनी विजय झाला. भोपटकर वीरश्रीने लढले. पण निवडणुकीत हरले. नवीन राज्यघटनेप्रमाणे झालेल्या ह्या पहिल्या सार्वत्रिक निवडणुकीत आंबेडकरांच्या स्वतंत्र मजूर पक्षाने दणदणीत यश संपादिले. त्यांच्या १७ उमेदवारांपैकी १३ यशस्वी झाले. आता आंबेडकर नि काँग्रेस पक्ष यांच्यामध्ये विधिमंडळात लढत रंगेल असे विचारवंतांना वाटू लागले. कारण काँग्रेसच्या काही छांदिष्ट आणि पक्षपाती मतांच्या चिंधड्या उडविणारे म्हणून आंबेडकर प्रसिद्ध हाते. त्यांच्या जालीम टीकेची त्यांना भीती वाटत असे.

आपल्या एकमेव नेत्याच्या विजयामुळे मुंबई प्रांतातल्या अस्पृश्य जनांचा आनंद गगनात मावेना. त्यांच्या आनंदाच्या लाटा महाराष्ट्रातील त्यांच्या सर्व वस्त्यांमधून घोंगावत गेल्या. सांगली येथील त्यांच्या वस्तीमध्ये आंबेडकरांचा भव्य सत्कार झाला. त्या सत्कारात अभिमानाने नि आनंदाने भाग घेण्यासाठी आजूबाजूच्या खेड्यांतील आणि शहरांतील अस्पृश्य जनतेचा प्रचंड जनसमुदाय लोटला होता.

निवडणुकीतील घवघवीत विजयाचा आनंद त्यांनी मिळविलेल्या दुसऱ्या एका विजयाने द्विगुणित झाला. महाड येथील चवदार तळ्यासंबंधी प्रतिवाद्यांनी मुंबई येथील उच्च न्यायालयात आणलेल्या दाव्याचा निर्णय दिनांक १६ मार्च १९३७ ला लागला. ठाणे येथील सहायक न्यायाधीशाने दिलेला निर्णय कायम झाला. आंबेडकरांनी आपले बोल खरे केले. तळ्याचा लढा जिंकला. चवदार तळ्याचे पाणी पिण्याचा अस्पृश्यांचा हक्क प्रस्थापित केला.

सार्वत्रिक निवडणुकीमध्ये काँग्रेसने सर्व प्रांतांत विजय मिळविला. परंतु मंत्रिमंडळे स्थापन करावयास त्यांनी नकार दिला. विधिमंडळात जाणे हराम आहे, असे म्हणणारे काँग्रेस कार्यकर्ते विधिमंडळाच्या उंबरठ्यापाशी उत्सुकतेने पण शिस्तीने उभे राहिले. काँग्रेस पक्षाने मंत्रिमंडळे स्थापण्याचे नाकारल्यामुळे, मुंबई प्रांतात सर धनजीशहा कूपर आणि जमनादास मेथा ह्यांनी मंत्रिमंडळ बनविले. मुंबई विधिमंडळातील काँग्रेसचे प्रमुख नेते बाळ गंगाधर खेर ह्यांनी कूपर मंडळावर जो अविश्वासाचा ठराव आणला होता त्यावर सही करण्यास आंबेडकरांना विनंती केली. आंबेडकर त्या वेळी जंजिरा संस्थानमध्ये काही कामानिमित्त गेले होते. तेथून त्यांनी खेरांना उत्तर धाडले. त्यात ते म्हणाले, ‘काँग्रेस पक्षाच्या ह्या मागणीत स्वत:च्या पक्षाची प्रतिष्ठा वाढविण्यापलीकडे दुसरे काही नाही. राज्यपालांना विधिमंडळ सहा महिन्यांच्या अवधीत बोलवावे लागणारच आहे. त्या वेळी काँग्रेस आमदारांना आपले म्हणणे मांडता येईलच.’

पुढे लवकरच आंबेडकरांनी नवीन राज्यघटना राबविण्यासंबंधी आपले विचार मुंबईतील कामगार मैदानावर आपल्या स्वतंत्र मजूर पक्षाच्या सभेत पुन्हा स्पष्टपणे जाहीर केले. दलित वर्गाच्या हिताच्या दृष्टीने जे काही मिळेल ते त्या राज्यघटनेपासून मिळवावे असा निर्धार त्यांनी प्रकट केला. काँग्रेस पक्षाने प्रामाणिकपणे विधिमंडळावरील बहिष्कार उठवावा अशी त्यांना चेतावणी देऊन ते म्हणाले, 'ब्रिटिश सत्तेशी काँग्रेस पक्षाचा चाललेला लढा संपेपर्यंत आमची दु:खे नि गाऱ्हाणी तशीच चालू राहावीत असे आम्हांला वाटत नाही.' आपल्या भाषणात त्यांनी पंडित जवाहरलाल नेहरू आदी काँग्रेस नेत्यांनी अस्पृश्यांच्या राखीव जागेसाठी शागीर्द उभे करावे ह्या वृत्तीचा कडकडीत निषेध केला. हरी नावाचा नेहरूंचा अस्पृश्यवर्गीय नोकर होता. तोच नेहरूंनी निवडणुकीसाठी उभा करून त्याला निवडून आणले होते. गंमत कशी आहे पाहा ! बेळगावला आंबेडकर म्हणाले, 'रोहमची योग्यता किंवा गुण पाहू नका. माझ्या कर्तृत्वाकडे पाहा.' नेहरूंनीही तेच म्हटले असावे. आपण कूपर मंत्रिमंडळात का सामील झालो नाही ह्याविषयी खुलासा करताना आंबेडकर म्हणाले, 'ज्या मंत्रिमंडळाला विधिमंडळात बहुमत नाही, त्या मंत्रिमंडळात मंत्रीपद स्वीकारणे काय कामाचे ? ते मंत्रिमंडळ फार दिवस टिकणार नाही.'

शेवटी हो ना करता करता काँग्रेस पक्षाने आपली स्वत:ची खात्री करून घेऊन १९ जुलै १९३७ रोजी मंत्रिमंडळ बनविले. एक दिवस अगोदर हंगामी कूपर मंत्रिमंडळाने राजीनामा दिला. ब्रिटिश राज्याशी निष्ठेने वागण्याची शपथ काँग्रेस आमदारांनी अनौपचारिक रीत्या का होईना पण घेतली. आणि ते विधिमंडळातील खुर्च्यांवर विराजमान झाले. गीता हातात घेऊन शपथविधी न करता, आंबेडकरांनी शपथविधी उरकला.

मुंबई विधिमंडळात विरोधी गटात आंबेडकर नि जमनादास मेथा हे दोन चतुर आणि विख्यात वादविवादपटू होते. भारतातील कुठल्याही विधिमंडळात त्यांच्या तोडीचे नि दराऱ्याचे आमदार नव्हते. जगातील कुठल्याही विधिमंडळात त्यांचा दरारा बसला असता. त्या मानाने काँग्रेस पक्षातील बहुतेक आमदार नवशिके, अनभिज्ञ होते. विधिमंडळात जाणे हराम आहे अशी ज्यांनी अनेक वर्षे शेखी मिरविली त्यांनीच आता ब्रिटिश सत्तेला शह देण्यासाठी मंत्रिमंडळे स्वीकारली. काँग्रेस आता केळकर, आंबेडकर, जयकर ह्यांच्या विचारसरणीच्या रुळावर सध्या तरी आली. ब्रिटिश सत्तेला आतून आणि बाहेरून टक्कर देणे योग्य या निर्णयावर काही वर्षे तरी काँग्रेस नेते स्थिरावले.

१६

कामगार नेता

काँग्रेस पक्षाने आपले मंत्रिमंडळ बनविले. तथापि, मुसलमान मतदार संघात त्या पक्षाचा धुव्वा उडाल्यामुळे मंत्रिमंडळात दत्तक घेण्यासाठी एखादा मुसलमान आमदार मिळतो की काय याच्या शोधात ते होते. त्या वेळी संयुक्त मंत्रिमंडळ बनविण्याचा प्रश्न उद्‌भवला नव्हता. आंबेडकरांचाही संमिश्र मंत्रिमंडळ बनविण्याच्या धोरणावर विश्वास नव्हता. तशी मंडळे क्वचित प्रसंगीच बनवायची असतात असे त्यांचे मत होते.

३१ जुलै १९३७ रोजी आंबेडकर न्यायालयाच्या कामासंबंधी धुळ्याला जात होते. त्या वेळी चाळीसगाव येथे स्थानकावर पहाटेस अस्पृश्य जनतेने त्यांचा प्रचंड जयजयकारात सत्कार केला. 'आंबेडकर कोण आहेत ? आंबेडकर आमचे बादशहा आहेत.' अशा नवीन घोषणेने त्यांचे प्रचंड स्वागत झाले. चाळीसगाव येथील उतारू बंगल्याकडे मिरवणुकीने त्यांना नेण्यात आले. न्यायालयातील काम संपल्यावर सायंकाळी तिसऱ्या प्रहरी हरिजन सेवक संघाचे नेते बर्वे यांनी आंबेडकरांच्या सन्मानार्थ चहापानाचा समारंभ घडवून आणला. सायंकाळी विजयानंद नाट्यगृहामध्ये एका सभेत आंबेडकरांनी भाषण केले. आपल्या भाषणात आंबेडकर म्हणाले, 'आपल्या समाजाच्या हिताकडे कानाडोळा करणाऱ्या ब्रिटिश राज्यकर्त्यांच्या जागी सामाजिक जीवनात आपल्याला छळणाऱ्या पक्षाचे प्रतिनिधी आता आरूढ झालेले आहेत. अस्पृश्यांच्या हिताच्या दृष्टीने हे दिवस संघटित होऊन सावधपणे पावले टाकण्याचे आहेत. काँग्रेसनिर्मित मंत्रिमंडळामार्फत ब्राह्मणी धर्म आपले घोडे कसे पुढे दामटीत आहे पाहा. काँग्रेसनिर्मित सर्व मंत्रिमंडळांचे नेते ब्राह्मण आहेत. अस्पृश्यवर्गीय एकही मंत्री त्यांच्या कुठल्याही मंत्रिमंडळात नाही.'

स्वतंत्र मजूर पक्षाची वार्षिक सर्वसाधारण सभा नागपाडा नेबरहूड हाऊस, मुंबई येथे ७ ऑगस्ट १९३७ रोजी भरली. आंबेडकरांना कोषाध्यक्ष व अध्यक्ष निवडण्यात आले. म. बा. समर्थ यांना प्रमुख कार्यवाह निवडण्यात आले.

कमलाकांत चित्रे व शां. अ. उपशाम यांना कार्यवाह आणि कमलाकांत चित्रे यांना हंगामी संघटक म्हणून निवडण्यात आले. आंबेडकरांच्या निकटवर्ती मंडळात कमलाकांत चित्रे हे प्रमुख होते. ह्या सर्वसाधारण सभेत बोलताना आंबेडकर म्हणाले, 'प्रत्येक प्रांतातील मंत्रिमंडळात दलित वर्गाचा एक प्रतिनिधी असावा, असा ठराव मांडण्याचे आपणांस गोलमेज परिषदेच्या वेळी सुचले नाही हे खरे.'

मंत्र्यांचा पगार दर महिना पाचशे रुपये असावा, शिवाय घरभाडे आणि प्रवासभत्ता मिळावा, याविषयी ऑगस्टच्या तिसऱ्या आठवड्यात एक विधेयक विधिमंडळापुढे चर्चेसाठी आले. आंबेडकर अर्थसंकल्पावरील चर्चेच्या वेळी उपस्थित नव्हते. परंतु त्यांनी आता ह्या वेतन विधेयकाला कसून विरोध केला. त्या विधेयकावर टीका करताना आंबेडकर म्हणाले, 'मंत्र्यांच्या मासिक वेतनाचा विचार करतेवेळी चार दृष्टींनी आपण त्या प्रश्नाकडे पाहिले पाहिजे. पहिली गोष्ट म्हणजे सामाजिक दर्जा. दुसरी गोष्ट म्हणजे कार्यक्षमता. तिसरी लोकशाही व चौथी राज्यकारभाराची सचोटी आणि पावित्र्य. राज्याच्या तीन घटकांपैकी मंत्रिमंडळ हे प्रमुख अंग होय; ते बुद्धिस्थान होय. ५०० रु. मासिक वेतन हे कर्तृत्ववान लोकांना क्षुल्लक वाटून ते दुसऱ्या व्यवसायाकडे वळतील. त्याचा परिणाम असा होईल की, जे पैशाची विशेष चिंता बाळगीत नाहीत पण सत्तेचा अभिलाष विशेष बाळगतात असे लोक राज्यसत्ता बळकावून बसतील. मासिक वेतन देशातील राहणीमानाला धरून जर ठेवायचे असेल तर काँग्रेस मंत्र्यांना या सभागृहात सुचविल्याप्रमाणे फक्त पाऊणशे रुपये मासिक वेतन घ्यावे लागेल. देशभक्ती हे बदमाशांचे अंतिम आश्रयस्थान असते, असे डॉ. जॉन्सनचे मत होते. परंतु मी म्हणेन ते राजकारणी पुरुषांचेसुद्धा अंतिम आश्रयस्थान असते.' विधेयकावरील चर्चेला उत्तर देतेवेळी मुख्यमंत्री खेर म्हणाले, 'मातृभूमीची सेवा हे या विधेयकातील अभिप्रेत तत्त्व आहे. देशभक्ती हे बदमाशांचे अंतिम आश्रयस्थान असले तरी सन्मान्य गृहस्थांचे ते आद्य आश्रयस्थान असते.' आपल्या भाषणात नामदार खेर यांनी बाबासाहेबांनी नि:स्वार्थ बुद्धीने केलेल्या दलितांच्या सेवेची त्यांना आठवण करून देऊन, आंबेडकरांनी जशी दलितांची सेवा केली तशीच देशाचीही नि:स्वार्थ बुद्धीने सेवा करावी असे त्यांना आवाहन केले.

आंबेडकर आपल्या पक्षाचा प्रचार धुमधडाक्याने करीत होते. सप्टेंबर १९३७ च्या आरंभी दलित वर्गाने मसूर येथे भरलेल्या जिल्हा परिषदेच्या अध्यक्षपदावरून भाषण करताना त्यांनी सांगितले की, 'गांधींच्या हातून कामगार आणि दलित वर्ग यांचे हित होणार नाही, असे आपले ठाम मत झाले आहे. जर काँग्रेस ही क्रांतिकारक संस्था असती, तर काँग्रेसमध्ये आपण गेलो असतो. परंतु

मी तुम्हांस खात्रीने सांगतो की, काँग्रेस ही क्रांतिकारक संस्था नाही. सामान्य मनुष्याला आपल्या आवडीनुसार आपला उत्कर्ष करण्यास संधी आणि स्वातंत्र्य देईल असे सामाजिक आणि आर्थिक समतेचे ध्येय काँग्रेस जाहीर करण्यास धजत नाही. जोपर्यंत उत्पादनाची साधने थोड्या व्यक्ती आपल्या स्वार्थासाठी राबवीत आहेत, तोपर्यंत सामान्य माणसाला उत्कर्षाची आशा नाही. गांधीवादाच्या तत्त्वाप्रमाणे पाहिले तर शेतकरी हा शेतातील जणू तिसरा बैलच होईल. नांगराच्या दोन बैलांबरोबर तोही एक तसाच निर्बुद्ध आणि कष्टमय जीवनाचा एक प्रतीक ठरेल.'

कम्युनिस्टांनी चालविलेल्या कामगार चळवळीसंबंधी ते म्हणाले, 'मी कम्युनिस्टांशी संबंध ठेवणे सुतराम शक्य नाही. मी कम्युनिस्टांचा कट्टर वैरी आहे.' कम्युनिस्ट हे आपल्या राजकीय ध्येयसिद्धीसाठी कामगारांना राबवीत असतात, असे त्यांचे ठाम मत होते.

अनेक अडचणींना तोंड देऊन, जीवन कंठित असलेल्या शेतकऱ्यांचे हित करण्यासाठी आंबेडकर आपली शिकस्त करीत होते. कोकणातील खोती नष्ट करण्यासाठी त्यांनी मुंबई विधिमंडळासमोर १७ सप्टेंबर १९३७ रोजी एक विधेयक मांडले. शेतजमीन कसणाऱ्या कुळांची गुलामगिरी नष्ट करण्याच्या हेतूने प्रांतिक मंडळाच्या ह्या नवीन मनूत आंबेडकर हे अशा तऱ्हेचे विधेयक मांडणारे विधिमंडळाचे पहिलेच सदस्य होते. खोती नष्ट होऊन कुळांना जमिनीचे स्वामित्व मिळावे हा त्यांच्या ह्या विधेयकाचा मुख्य हेतू होता. खोतांचे स्वामित्व नष्ट झाल्यामुळे होणाऱ्या नुकसानीची भरपाई त्यांस योग्य ती रक्कम देऊन करावी व कुळांच्या ताब्यात असलेली जमीन रयतवारी पद्धतीप्रमाणे त्यांच्याच मालकीची व्हावी असा त्यांचा हेतू होता. परंतु राज्यकर्त्यांनी हा प्रश्न रेंगाळत ठेवल्यामुळे आंबेडकर त्या विधेयकाला चालना देऊ शकले नाहीत. आंबेडकरांनी महार वतनाचे उच्चाटन करण्यासाठी ह्या वेळीही एक विधेयक मांडले. त्याच्यासाठी ते १९२७ सालापासून चळवळ करीत राहिले होते. शेवटी महार वतन विधेयकही मरगळून पडले.

या सुमारास आंबेडकर एका अब्रुनुकसानीच्या खटल्याचे काम चालवीत होते. खटला मुंबईतील माजगाव न्यायालयात चालला होता. 'हिलाल' या उर्दू साप्ताहिकाचे संपादक अलिबहादूर खान यांनी 'विविधवृत्त' या मराठी साप्ताहिकाचे विख्यात संपादक रामचंद्र काशिनाथ तटणीस यांच्यावर अब्रुनुकसानीचा खटला भरला होता. आंबेडकरांनी आपले स्नेही तटणीस यांची बाजू मोठ्या चातुर्याने नि जोराने लढविली. इंग्रजी नि हिंदी आधार देऊन जवळजवळ सात तास त्यांनी बचावाचे भाषण केले. ज्या लेखामुळे फिर्यादीची

बदनामी झाली असे गृहीत धरण्यात आले होते, तो लेख संपूर्ण वाचल्यावर वाचकाच्या मनावर त्याचा काय परिणाम होतो ते पाहावयाला हवे. केवळ जो भाग आक्षेपार्ह वाटत आहे, तेवढाच वेगळा काढून वाचला जाऊ नये, अशी त्यांनी न्यायाधीशांना विनंती केली. आरोपीने चांगल्या हेतूने तो लेख लिहिला हे जरी त्यांनी सिद्ध केले, तरी फिर्यादीच्या हद्दपारीसंबंधी जो आरोप सूचित केला होता तो सिद्ध होत नसल्यामुळे आरोपीस पाच रुपये दंड झाला.

आंबेडकरांच्या निवडणुकीतील विजयाचे पडसाद अद्याप उठत राहिलेच होते. नोव्हेंबर १९३७ मध्ये मुंबईतील 'आदिद्रविड तरुण संघा'च्या काही अस्पृश्यवर्गीय तरुणांनी त्यांचा सत्कार केला. तरुणांनी काँग्रेसमध्ये प्रवेश करू नये असा त्यांनी सत्कारास उत्तर देतेवेळी उपदेश केला. जर ते काँग्रेसमध्ये गेले तर अस्पृश्यांच्या दुःखांना वाचा फोडण्यास बाहेर कोणी उरणार नाही असा त्यांनी इशारा दिला. नोव्हेंबरच्या शेवटच्या आठवड्यात आंबेडकरांच्या पक्षातील नाशिकचे नेते भाऊराव गायकवाड यांचा मुंबईत सत्कार करण्यात आला. भाऊरावांनी दलितांच्या संघटनेचे अनेक वर्षे कळकळीने कार्य केले होते. अस्पृश्यांच्या राजकीय, सामाजिक आणि धार्मिक हक्कांसाठी आपल्या नेत्याच्या आधिपत्याखाली त्यांनी मोठ्या निष्ठेने, हिरिरीने आणि त्यागाने अविरत झगडा केला होता. त्यासाठी वीर्यशाली लढा केला होता. त्या सत्कार-समारंभात बाबासाहेबांचे भावनोद्दीपक भाषण झाले. सेवा, सहकार व त्याग या गुणांविषयी आपले सहकारी भाऊराव यांची बाबासाहेबांनी मुक्तकंठाने प्रशंसा केली. असे उत्स्फूर्त गुणगान बाबासाहेबांच्या मुखावाटे निघणे ही मोठी दुर्लभ गोष्ट होती. यातच भाऊरावांच्या कार्याची, सेवेची नि कर्तृत्वाची थोरवी दिसून येते.

३० डिसेंबर १९३७ रोजी आंबेडकर पंढरपूर येथे भरणाऱ्या अस्पृश्य वर्गाच्या सोलापूर जिल्हा परिषदेस उपस्थित राहण्यासाठी मुंबईहून निघाले. पहाटेस कुर्डुवाडी स्थानकावर त्यांचे मोठ्या उत्साहाने स्वागत झाले. तेथून एका खास मोटारमधून ते पंढरपूरला गेले. वाटेत करकंब गावी मातंग समाजाच्या सभेपुढे भाषण करताना ते म्हणाले, 'काँग्रेस पक्षापासून सावध राहा. कारण आपली पिळवणूक, छळणूक नि रक्तशोषण करणाऱ्या लोकांशी काँग्रेसने तडजोड केलेली आहे. आपली पिळवणूक करणाऱ्या लोकांनी खादीचे कपडे व खादीची टोपी यांच्या आवरणाखाली आपले कल्याण करण्याचा आव आणला आहे, हे आपण विसरता कामा नये.' दुपारी पंढरपूरला पोहोचल्यानंतर उतारू बंगल्यापर्यंत त्यांना

मिरवणुकीने नेण्यात आले. पंढरपूर नगरपालिकेचे अध्यक्ष त्या बंगल्यात जाऊन आंबेडकरांना भेटले. तेथून ते दोघे नगरपालिकेच्या धर्मशाळेकडे निघाले. तेथेच परिषद भरली होती. आजूबाजूच्या खेड्यांतून अनेक स्त्रिया नि पुरुष आपल्या थोर नेत्यांच्या दर्शनासाठी नि त्याचा उपदेश ऐकण्यासाठी परिषदेस आले होते. उपस्थितांची संख्या हजारांवर असावी.

परिषदेपुढे भाषण करताना आंबेडकर म्हणाले, 'आपल्यापुढे तीन प्रश्न आहेत. पहिला असा की, आपणांस हिंदू समाजात कधी समान दर्जा प्राप्त होईल काय ? राष्ट्रीय उत्पन्नांचा योग्य भाग मिळेल की कसे हा दुसरा प्रश्न. तिसरा प्रश्न असा की, आपण चालविलेल्या स्वाभिमान-रक्षण आणि स्वावलंबन चळवळीचे पुढे काय होणार ? पहिल्या प्रश्नाचे उत्तर असे की जोपर्यंत जातिसंस्था अस्तित्वात राहील तोपर्यंत आपणांस हिंदू समाजात समान दर्जा मिळणे शक्य नाही. काँग्रेस ही धनिकांच्या हातातील बाहुले बनली असल्यामुळे ती दलितांना वाईट रीतीने वागवीत असते. जोपर्यंत काँग्रेस धनिकांच्या वर्चस्वाखाली आहे, तोपर्यंत सध्याचे काँग्रेस सरकार दलितांच्या आर्थिक उन्नतीसाठी काही करू शकेल असा विश्वास बाळगणे व्यर्थ आहे. जे धनिक आपल्याला पिळतात त्या धनिकांच्या विरुद्ध एक आघाडी स्थापण्याची फारच आवश्यकता आहे. दलित वर्गाचे आर्थिक स्वातंत्र्य संपादन करण्याची वेळ येऊन ठेपलेली आहे. तिसऱ्या प्रश्नाचे उत्तर असे की, दलितांच्या स्वावलंबन नि स्वाभिमान रक्षण चळवळीमुळे त्यांचा झाला तर फायदाच होणार, तोटा तर नाहीच नाही, ही गोष्ट त्यांनी ध्यानात ठेवावी. मरणाची भीती मात्र त्यांनी टाकून दिली म्हणजे झाले.'

परिषदेने 'महारवतन विधेयका'ला मन:पूर्वक पाठिंबा दिला. नंतर लागलीच आंबेडकरांना पंढरपूर नगरपालिकेच्या सभागृहात नेण्यात आले. सभासदांनी त्यांचे सहर्ष स्वागत केले. नगराध्यक्षांनी समयोचित असे गौरवपर भाषण करून त्यांना पुष्पहार घातला. आंबेडकरांनीही त्या गौरवप्रसंगाला साजेसे उत्तर देऊन सर्व उपस्थितांचे आभार मानले.

पंढरपूर येथील परिषदेचे काम संपताच आंबेडकर मातंग परिषदेसाठी गेले. तेथे सोलापूर नगरपालिकेने भागवत चित्रमंदिरात ४ जानेवारी १९३८ रोजी त्यांना मानपत्र दिले. सोलापूर नगरपालिकेचे अध्यक्ष रावबहादूर डॉ. व्ही. व्ही. मुळे यांनी मानपत्र वाचले, आणि ते आंबेडकरांना अर्पण केले. आपल्या अध्यक्षीय कारकिर्दीत डॉ. वि. द. मुळे यांनी अस्पृश्यतानिवारणाच्या कामी फार मोठे सहाय्य केले होते. उत्तरादाखल केलेल्या भाषणात आंबेडकरांनी 'संसदीय लोकशाहीचे कार्य' या विषयाचे सखोल विवेचन केले.

ते म्हणाले, 'आज या देशात जी राजकीय परिस्थिती निर्माण झाली आहे, तिजमुळे काँग्रेस या एकाच पक्षास मुजरा करण्याची सवय लोकांना जडली आहे. लोकशाहीचे ध्येय हे सर्व काळी, सर्व ठिकाणी पुरस्कार करण्यासारखे आहे, असा माझा विश्वास नाही. हिंदुस्थानातील चालू परिस्थितीचे अवलोकन करता हिंदुस्थानला लोकशाही राज्याची पद्धत सर्वस्वी अयोग्य आहे. काही झाले तरी हिंदुस्थानला एखाद्या चांगल्या हेतूने प्रेरित झालेल्या सर्वाधिकाऱ्याच्या अमलाची काही काळ आवश्यकता आहे, असे माझे मत आहे.

'ह्या देशात लोकशाही आहे. परंतु त्या लोकशाहीने आपली बुद्धी चालविण्याचे स्थगित केले आहे. तिने आपले हातपाय एकाच पक्षाशी जखडून ठेवले आहेत. त्या पक्षाचे विचार आणि त्याची कृती ह्यांविषयी कठोर चिकित्सा करून न्यायनिवाडा करण्याची तिची तयारी नाही. माझ्या मते हे मोठे दुखणे आहे. तो एक रोग आहे. मोठे आजारपण आहे. त्या रोगाने आपल्या सर्व लोकांना पछाडलें आहे. त्याने ते बधिर झाले आहेत. मोठी दुर्दैवाची गोष्ट अशी की हिंदी लोक परंपरेने बुद्धिवादी नसून अतिरिक्त श्रद्धाळू वृत्तीचे आहेत. जो सर्वसामान्य माणसाहून विक्षिप्तपणे वागतो आणि जो त्या विक्षिप्त वागण्यामुळे इतर देशांत पागल ठरेल तो ह्या देशात महात्मा किंवा योगी ठरतो. आणि धनगराच्या पाठीमागून जशी मेंढरे जातात तसे लोक त्याच्या पाठीमागून जाऊ लागतात.

ज्याच्याजवळ ऐकण्यासारखे काही आहे त्याचे बोलणे लोकशाहीने सन्मानपूर्वक ऐकले पाहिजे. सोलापूर नगरपालिकेने मला मानपत्र देऊन एक मोठा नवा पायंडा पाडला आहे. कारण सर्व लोकांनी ज्या पक्षाला उचलून धरले आहे व जो आपणांस एकमेव राजकीय पक्ष समजतो त्या पक्षाचा मी सभासद नसताना सोलापूर नगरपालिकेने मला मानपत्र दिले याविषयी मला आनंद होत आहे.'[१]

आंबेडकरांनी आणखी एक भाषण करावे असा दुसऱ्या दिवशी त्यांना आग्रह करण्यात आला. कारण स्थानिक ख्रिश्चनांना त्यांची धार्मिक मते ऐकण्याची उत्सुकता होती. त्यामुळे गंगाधर जाधव यांच्या अध्यक्षतेखाली एका सभेत त्यांचे भाषण झाले. त्या वेळी बाबासाहेब जरा खवचटपणे म्हणाले की, 'धर्मांतराची घोषणा केल्यापासून आपण एक सौद्याचा आणि विनोदी नाटकाचा विषय झालो आहोत.' 'वंदे भारतम्' या आचार्य अत्रे यांच्या नाटकाचा उल्लेख करून ते म्हणाले, 'अत्र्यांनी आमच्या धर्मांतराच्या प्रश्नाची थट्टा केली आहे. तरीसुद्धा आमचा निर्णय अढळ आहे. मी धर्मशास्त्राचा तुलनात्मक अभ्यास केल्यामुळे

---

१. The Times of India, 4 January 1938.

ख्रिस्त आणि बुद्ध यांच्या व्यक्तिमत्त्वाचा माझा मनावर फार परिणाम झालेला आहे. आम्हांस असा धर्म पाहिजे की, जो एका मनुष्याने दुसऱ्या मनुष्याशी कसे वागावे हा उपदेश करून समता, बंधुता नि स्वातंत्र्य या तत्त्वत्रयींप्रमाणे मनुष्याने दुसऱ्या बांधवाविषयी आणि देवाविषयी कर्तव्य काय हे शिकवील.' बाबासाहेबांनी त्या ख्रिश्चन श्रोत्यांना असेही सांगितले की, 'तुमचे धर्मबंधू दक्षिण हिंदुस्थानात ख्रिस्ती देवळांमधून जातिभेद पाळतात. शिवाय राजकीय दृष्ट्या ते मागासलेले आहेत. जर महार विद्यार्थी ख्रिश्चन झाला तर त्याची शिष्यवृत्ती बुडते. म्हणून अस्पृश्य ख्रिश्चन झाले तर त्यांचे त्यामुळे आर्थिक हित काहीच साधणार नाही. दुसरे असे की, सामाजिक अन्याय दूर करण्यासाठी ख्रिश्चन लोक कधीही लढले नाहीत.'[१] उपरोक्त सभेत आंबेडकरांनी ज्या दोन धर्मसंस्थापकांची नावे उच्चारली ती पाहता, त्यांचे शीख धर्मावरील प्रेम लंडनभेटीनंतर विरून गेले असे दिसते. वरील भाषणाने हिंदी ख्रिश्चनांची कानउघाडणी तर झालीच; परंतु आंबेडकरांच्या मनात त्या वेळेस कोणते विचार घोळत होते त्याचेही ओझरते दर्शन घडले.

सोलापूरहून मुंबईस परत येताच आंबेडकर दुसऱ्याच एका महत्त्वाच्या कामात गढून गेले. शेतकऱ्यांची गाऱ्हाणी मांडण्यासाठी विधिमंडळावर त्यांचा मोर्चा न्यायचा होता. मुंबईच्या परिसरातील ठाणे, कुलाबा, रत्नागिरी, सातारा, नाशिक ह्या जिल्ह्यांतील शेतकरी आगगाडीने नि आगबोटीने मुंबईस आले होते. त्या शेतकऱ्यांचे कपडे फाटके होते. प्रत्येकाच्या हातात काठी, खांद्यावर घोंगडी नि भाकरीच्या जुड्या होत्या. त्यांचे चेहरे उन्हाने काळपटलेले होते. पण आपली गाऱ्हाणी आपण विधिमंडळासमोर मांडणार ह्या उत्साहाने त्यांचे चेहरे उजळून गेले होते. त्यांचा मोर्चा तीन दिशांनी विधिमंडळाच्या सभागृहाकडे चालून आला. एक परळकडून, दुसरा अलेक्झांड्रा गोदीकडून तर तिसरा चौपाटीकडून. पोलीस प्रत्येक मिरवणुकीसंगे चालत होते. महत्त्वाच्या ठिकाणी पोलीस तुकड्या उभ्या होत्या. 'खोतीचा नाश होवो', 'आंबेडकरांच्या विधेयकाला पाठिंबा द्या' अशा घोषणा ते करीत होते. दुपारी दीड वाजता बोरीबंदरजवळील आझाद मैदानावर मिरवणुकी येऊन थडकल्या. पोलीस अधिकाऱ्यांनी मिरवणुकी तेथेच थोपवून धरल्या. वीस निवडक नेत्यांना मुख्यमंत्र्यांना भेटण्यासाठी पुढे जाऊ देण्यात आले. शामराव परुळेकर, सी. चिं. जोशी, दत्तोपंत राऊत, इंदुलाल याज्ञिक, आणि अ. वि. चित्रे ह्यांचे एक शिष्टमंडळ आंबेडकरांच्या नेतृत्वाखाली मुख्यमंत्र्यांना भेटले. शिष्टमंडळाने मुख्यमंत्र्यांपुढे जी पहिली मागणी ठेवली ती शेतावर काम करणाऱ्या

---

१. जनता, १५ फेब्रुवारी १९३८.

मजुरांचे किमान वेतन ठरविण्याविषयीची. महसूल करात ज्याप्रमाणे सूट देण्यात आली होती, त्याचप्रमाणे थकलेल्या भाड्याच्या पैशात सूट द्यावी. दुसरी मागणी अशी होती की मालकांना भरपाई दिल्याशिवाय किंवा देऊन इनामदारी व खोती या पद्धती नष्ट करण्याबाबत ताबडतोब कायदा करावा. सामाजिक दृष्ट्या जुलमी, आर्थिक दृष्ट्या कुचकामी ठरलेली जमीनदारी संपुष्टात आणलीच पाहिजे. लहान शेतकऱ्यांना कालव्याच्या पाण्याचे दर निम्मे करावेत ही होती तिसरी मागणी. मंत्री म्हणाले की, आपले सरकार आपल्या परीने सर्व प्रश्नांचा विचार करीत आहे. मुख्यमंत्र्यांपुढे निवेदन मांडून शिष्टमंडळ परत आझाद मैदानावर आले. मुख्य नेत्यांनी त्या प्रचंड सभेपुढे भाषणे केली. आंबेडकरांचे भाषण जोरदार नि परिणामकारक झाले. कामगारनेते आंबेडकर म्हणाले, 'आपण कम्युनिझमसंबंधी वाचलेल्या पुस्तकांची संख्या सर्व भारतीय कम्युनिस्टांनी त्यासंबंधी वाचलेल्या पुस्तकांपेक्षा जास्त भरेल.[१] कम्युनिस्ट हा कोणत्याही प्रश्नांची व्यावहारिक बाजू कधीही पाहत नाही. जगामध्ये दोनच वर्ग आहेत. गरीब व श्रीमंत. पिळले जाणारे व पिळणारे. तिसरा मध्यम वर्ग. परंतु तो अगदी लहान आहे. म्हणून शेतकरी व कामगार यांनी आपल्या दैन्याची कारणे कोणती आहेत त्याचा विचार करावा. त्यांच्या दैन्याची कारणे त्यांना पिळणाऱ्यांच्या श्रीमंतीत आहेत असे दिसून येईल. त्याला उपाय एकच. तो म्हणजे त्यांनी जातिनिरपेक्ष बुद्धीने मजुरांची आघाडी संघटित करून आपले खरे हित करतील असेच कार्यकर्ते विधिमंडळावर निवडून देणे. त्यांनी असे जर घडवून आणले तरच त्यांना आसरा आणि वस्त्र ह्यांचा लाभ होऊ शकेल. राष्ट्रासाठी अन्न व इतर संपत्ती निर्माण करणारे जे तुम्ही ते भुकेकंगाल होणार नाही.' आंबेडकरांच्या या भाषणाचा आवेग, तर्कशुद्धता व बोचकपणा कुठल्याही कम्युनिस्ट नेत्याला लाजवील. त्यांच्या प्रतिस्पर्ध्यांना अशी भीती वाटली की, आंबेडकर हे शेतकरी, कामगार आणि भूमिहीनांचे एक प्रभावी पुढारी बनतील.

शेतकऱ्यांच्या उद्धाराची चळवळ करीत असता राज्यकर्त्या पक्षाशी ज्या प्रश्नासंबंधी आंबेडकरांची मोठी खडाजंगी झाली, तो प्रश्न अस्पृश्यांच्या दृष्टीने अत्यंत महत्त्वाचा होता. 'स्थानिक स्वराज्य' निर्बंधात (कायद्यात) दुरुस्ती करण्यासाठी राज्यकर्त्या पक्षाने एक विधेयक मांडले होते. त्यात अस्पृश्य वर्गीयांचा

---

१. जनता, १५ फेब्रुवारी १९३८.

'हरिजन' असा उल्लेख केला होता. आंबेडकरांचे प्रमुख सहकारी भाऊराव गायकवाड यांनी एक दुरुस्तीचा ठराव मांडून 'हरिजन' हे अभिधान आपल्या समाजाला लावू नये अशी विनंती केली. आपल्या सूत्रबद्ध भाषणात गायकवाड म्हणाले की, 'अस्पृश्य वर्गाने अनेक सभांतून नि परिषदांतून हे अभिधान आम्हांस नको असे घोषित केले आहे. म्हणून हरिजन या अभिधानाला सरकारने नैर्बंधिक मान्यता देऊ नये. हे जर तुम्ही ऐकले नाही तर तुमचे ते कृत्य निषेधाच्या लाटा उठविल्याशिवाय राहणार नाही.' गायकवाड यांनी शेवटचा टोला हाणला: 'महाराज, जर अस्पृश्य देवाचे लोक आहेत तर स्पृश्य वर्ग का राक्षसाचे आहेत ? जर सर्वच लोकांना हरिजन म्हणावयाचे असेल तर आमचा त्याला विरोध नाही. अस्पृश्यांना नुसते गोड नाव देऊन भागणार नाही. त्यांच्या उत्कर्षासाठी काहीतरी भरीव असे कार्य करावे.' द. व. राऊत यांनी दुरुस्ती ठरावाला पाठिंबा दिला. स्थानिक स्वराज्य मंत्री ल. म. पाटील म्हणाले की, केवळ नावात फरक केल्यामुळे अस्पृश्यांची हलाखीची स्थिती सुधारणार नाही हे खरे. परंतु अस्पृश्य ह्या शब्दाला जो काळिमा लागलेला आहे तो दूर करण्यासाठी व त्या समाजाला प्रतिष्ठा देण्यासाठी 'हरिजन' हे नाव सरकार त्यांना देत आहे.

गायकवाडांनी मांडलेला दुरुस्तीचा ठराव फेटाळला गेला. काँग्रेस राज्यकर्त्यांनी 'हरिजन' हे अभिधान अस्पृश्यांच्या गळ्याखाली बळेच उतरविले. निवडणुकीत अस्पृश्यांच्या पंधरा राखीव जागांपैकी जरी काँग्रेसला दोनच मिळाल्या होत्या, तरी त्यांनी हे बेधडक कृत्य केले, हे विशेष लक्षात घेतले पाहिजे. गायकवाडांचा ठराव फेटाळला जाताच सभागृहामध्ये आंबेडकर ताडकन उठले आणि निश्चयपूर्वक म्हणाले, 'मला दु:ख होत आहे. ह्या विषयासंबंधी अस्पृश्य समाजाच्या इच्छेला मान दिला पाहिजे होता. जर गायकवाडांचा ठराव मान्य झाला असता तर कोणीही दु:खी झाले नसते अथवा देशाच्या हिताला काही बाधा आली नसती. सरकारने आपले बळ अशा जुलमी रीतीने वापरलेले पाहून मला वाईट वाटते. आम्हीदेखील सरकारला आपली नापसंती दाखवावी म्हणून आजच्या पुढील कामकाजात भाग न घेता सर्व गटच्या गट बाहेर जातो.' मुख्यमंत्री खेर यांनी दलित वर्गाच्या सभासदांची समजूत घालण्याचा प्रयत्न केला. ते म्हणाले, 'हरिजन हा शब्द आदरशील आहे आणि तो अभिप्रेत अर्थ व्यक्त करू शकतो. तो शब्द मूळचा संतकवी नरसी मेहता यांच्या कवितेतला आहे.' आंबेडकर म्हणाले, 'आपणास येथे एवढेच सांगावयाचे आहे की, ह्यापेक्षा एखादे चांगले नाव सुचविता येणे शक्य नाही असे नाही. राज्यकर्त्या पक्षाला आपल्या पक्षाशी विचारविनिमय करून दुसरे एखादे नाव शोधून काढता आले असते.

खेरांच्या स्पष्टीकरणाने आमचे समाधान झालेले नाही.' असे म्हणून त्यांनी सभागृहाचा त्याग केला. मागून त्यांच्या पक्षाचे सभासद सभागृहाबाहेर पडले. त्यांनी 'हरिजन' अभिधान कधीच मान्य केले नाही. गुजरातमधील भूदासांना 'हरि' म्हणत असत हे आंबेडकरांना माहीत असावे.

दलितांच्या उद्धाराच्या कार्यात आंबेडकर आता अगदी समरस झाले होते. काही काळ लोकांना वाटले, आता बाबासाहेबांचा ग्रंथांशी जडलेला संबंध सुटला. ग्रंथांऐवजी त्यांना लोकांचा छंद लागला. जनतेची गाऱ्हाणी ऐकायची, प्रत्यक्ष त्या त्या स्थळी जाऊन लोकांच्या प्रश्नांची माहिती करून घ्यावयाची, त्यांविषयी त्यांना मार्गदर्शन करावयाचे आणि त्यासंबंधी सरकारकडे दाद मागावयाची. असा त्या दिवसांत त्यांचा क्रम असे. आंबेडकर म्हणजे दलितांच्या दुःखाची किंकाळी, त्यांच्या मताचे प्रतिनिधी आणि त्यांच्या आणाभाकांचे प्रतीक बनले. नगर येथे शेतकरी नि कामगार ह्यांनी आपल्या मार्गदर्शनासाठी आंबेडकरांना पाचारण केले. म्हणून २५ जानेवारी १९३८ रोजी नगर येथे त्यांनी त्यांच्या परिषदेला मार्गदर्शन केले. नगर येथे भाऊसाहेब कानवडे ह्या स्थानिक वकिलांनी त्यांना जिल्हा लोकल बोर्डात अल्पोपाहार दिला. सरदार थोरात व त्रिभुवन वकील हेही त्यात सहभागी होते. नंतर सायंकाळी त्याच जिल्ह्यातील अकोला या गावी ते खास मोटारगाडीने गेले. मार्गात अनेक ठिकाणी जनतेने त्यांचे मोठ्या उत्साहाने स्वागत केले. तेथे त्यांनी छोटेसे भाषण करून तेथे भरलेल्या परिषदेस मार्गदर्शन केले. त्या परिषदेत आंबेडकरांनी विधिमंडळात मांडलेल्या विधेयकांना पाठिंबा देण्यात आला.

शेतकऱ्यांप्रमाणे रेल्वे कामगारांचीही संघटना करण्याचे काम आंबेडकरांनी हाती घ्यावयाचे ठरविले. सन १९३८ च्या १२ आणि १३ फेब्रुवारीला मनमाड येथे अस्पृश्य रेल्वे कामगारांची एक मोठी परिषद भरली. वीस हजार कामगार त्या परिषदेस हजर होते. त्या वेळी ते आपल्या भाषणात म्हणाले, 'कुमार अवस्थेत मी आपल्या नातलगांचे जेवणाचे डबे पोचविण्याचे काम केलेले असल्याने कामगारांच्या प्रश्नांविषयी मला निकटची माहिती आहे. त्या वेळी कामगारांची स्थिती काहीशी निराळी होती. कामगारांत फूट पडेल या भीतीने अस्पृश्य कामगारांवर जो अन्याय होई तो जुने कामगार दूर करण्याचा प्रयत्न करीत नसत. आजची परिषद अपूर्व अशी आहे. आजवर सामाजिक अन्याय व गाऱ्हाणी दूर करण्यासाठी आपण लढा केला. त्यात आपण बरेच यशही मिळविले. त्याचा परिणाम राजकीय प्रतिनिधित्व मिळविण्यात झाला. आता आपण आर्थिक अडचणी दूर करण्यासाठी कार्य सुरू केले आहे. आजवर आपण अस्पृश्य वा

दलित म्हणून जमायचे, परंतु आज आपण कामगार म्हणून जमलो आहोत. मी देशाचा शत्रू आहे असे आजपर्यंत मानण्यात येई. आता मी कामगारांचा शत्रू आहे असे म्हणण्यात येते. ब्राह्मणशाही आणि भांडवलशाही हेच दोन कामगारांचे खरे शत्रू आहेत.' त्या भाषणात आंबेडकर पुढे म्हणाले, 'ब्राह्मणशाही याचा अर्थ मी ब्राह्मणांना लाभलेली सत्ता, त्यांचे विशेष हक्क वा हित असा करीत नाही. त्या अर्थाने मी ब्राह्मणशाही हा शब्द वापरीत नाही. माझ्या मते स्वातंत्र्य, समता नि बंधुभाव यांचा अभाव म्हणजे ब्राह्मणशाही. त्या अर्थाने पाहता ब्राह्मणशाही सर्व वर्गामध्ये अमर्यादपणे वास करीत आहे. ब्राह्मणशाहीचे उत्पादक ब्राह्मणच असले तरी तिची मर्यादा ब्राह्मण समाजापर्यंतच नाही. ब्राह्मणशाहीचे दुष्परिणाम केवळ सामाजिक हक्क, आंतरजातीय विवाह नि सहभोजने यांवरच होत नाहीत. तिने नागरिक हक्कसुद्धा नाकारले आहेत. ब्राह्मणशाही सर्वदर्शी असल्यामुळे आर्थिक क्षेत्रातील संधींवरही तिचे परिणाम होतात.'

आंबेडकर पुढे म्हणाले, 'आपल्या दलित वर्गाला जी संधी मिळते आणि स्पृश्य कामगाराला जी संधी मिळते त्यांची तुलना केली असता असे दिसून येईल की, अस्पृश्य कामगाराला काम मिळण्याची, नोकरी मिळण्याची व त्यात प्रगती करण्याची संधी कमीच असते. अशा पुष्कळ नोकऱ्या असतात की जेथे अस्पृश्यतेमुळे अस्पृश्य कामगारांना त्यातून वगळण्यात येते. कापड गिरण्यांतील काही विभागांत अस्पृश्य कामगार घेत नाहीत. रेल्वेत तर गँगमेनच्या नोकरीतच कुजत राहणे हे त्यांच्या नशिबी असते. फार काय त्यांना अस्पृश्यतेमुळे हमाल म्हणूनसुद्धा नेमण्यात येत नाही. कारण हमालांना स्टेशन मास्तरांच्या घरी घरकामासाठी नोकर म्हणून राबविण्यात येते. तेथे अस्पृश्य हमाल कसे चालतील ? तीच स्थिती रेल्वे कारखान्यांत. जोपर्यंत तत्त्वाच्या दृष्टीने धडधडीत अन्याय आणि संघटनेच्या दृष्टीने एकजुटीला अपायकारक असलेला हा अन्याय नि पक्षपात दूर होत नाही, तोपर्यंत कामगारांत एकजूट कशी निर्माण होईल ?' असा आंबेडकरांनी आपल्या टीकाकारांना प्रश्न केला. 'यास्तव कामगारांची एकजूट करावयाची असेल, तर त्यांनी ब्राह्मणशाहीचे निर्मूलन केले पाहिजे. तरच कामगारांची खरी जूट होईल.'[१] असा त्यांनी कामगारांना उपदेश केला.

हिंदुस्थानातील कामगार संघटना वाईट स्थितीत आहे असे त्यांनी आपले मत दिले. ते तुंबलेले, घाणेरडे डबके होते. कारण कामगार संघटनेचे नेतृत्व त्यांच्या मते भित्रे, स्वार्थी नि भलत्याच मार्गाने जाणारे होते.

---

१. The Times of India, 14 February 1938.

कामगार संघटनांचे आपापसांतले तंटे इतके भयानक होते की, प्रत्यक्ष कामगार नि भांडवलवाले यांच्यामध्ये तसे भयानक भांडण नव्हते. कम्युनिस्टांनी मिळविलेल्या सत्तेचा नि शक्तीचा दुरुपयोग केला, असेही ते म्हणाले.

काँग्रेसमध्ये वा काँग्रेसबाहेर कामगारांची स्वतंत्र संघटना असावी ह्या तत्त्वाला मानवेंद्र रॉय यांनी विरोध केला. हे पाहून आंबेडकरांना आश्चर्य वाटले. रॉय हे इतरांप्रमाणे आंबेडकरांनाही गूढ वाटले. रॉय कम्युनिस्ट असून कामगारांच्या स्वतंत्र संघटनेस विरोध करतात ही एक भयंकर विसंगती नि विरोधाभास आहे असे त्यांना वाटले. रॉय यांच्या या मतामुळे लेनीन आपल्या समाधीत तडफडला असेल असे ते म्हणाले. ते आणखी म्हणाले, 'कदाचित रॉय यांच्या मताप्रमाणे हिंदी राजकारणाचे प्रमुख ध्येय साम्राज्यशाहीचा नाश करणे हे असेल. परंतु जर साम्राज्यशाहीच्या पाडावानंतर कामगारांना जमीनदार, गिरण्यांचे मालक, यांच्याशीही लढावे लागणार आहे – कारण ते तर कामगारांचे रक्तशोषण करण्यासाठी हिंदुस्थानातच राहणार – तर साम्राज्यशाहीप्रमाणे भांडवलशाहीशीही लढण्याची तयारी त्यांनी या क्षणापासून केली पाहिजे.' असा आंबेडकरांनी कामगारांना इशारा दिला.

त्याच मंडपात अस्पृश्य तरुणांची एक परिषद भरली होती. मुरलीधर पगारे ह्यांनी स्वागतपर भाषण केल्यानंतर डॉ. बाबासाहेब यांनी एक अत्यंत बोधपर, स्फूर्तिदायक आणि हृदय थरारून सोडणारे भाषण केले. तरुणांना उपदेश करताना ते म्हणाले, 'आयुष्यात भव्य ध्येय असणे हा जीवनातील अत्यंत महत्त्वाचा नियम आहे, हे तुम्ही ध्यानात ठेवा. जीवनात स्वतःच्या उत्कर्षाचे वा देशाच्या उत्कर्षाचे कोणते का ध्येय असेना, ते गाठण्यासाठी मनुष्याने अष्टौप्रहर झटले पाहिजे. जगातील सर्व महान गोष्टी अखंड उद्योगशीलतेने नि हालअपेष्टांना तोंड देऊन साध्य झालेल्या आहेत. आपल्या ध्येयावर आपले शक्तिसर्वस्व केंद्रीभूत करावे. मनुष्याने जगण्यासाठी अन्न खावे. त्याने समाजाच्या उद्धारासाठी काम करीत जगावे.'

शिक्षणाच्या प्रश्नासंबंधी ते म्हणाले, 'शिक्षण हे दुधारी शस्त्र असल्यामुळे चालविण्यास धोक्याचे असते. चारित्र्यहीन आणि विनयहीन सुशिक्षित माणूस हा पशूपेक्षा भयंकर असतो. जर सुशिक्षित मनुष्याचे शिक्षण गरीब जनतेच्या हितास विरोधी असेल तर तो समाजाला शाप ठरतो. अशा सुशिक्षितांचा धिक्कार असो. शिक्षणापेक्षा चारित्र्य अधिक महत्त्वाचे. तरुणांची धर्मविरोधी प्रवृत्ती पाहून मला दुःख होते. काही लोक म्हणतात, धर्म ही अफूची गोळी आहे. परंतु ते खरे नाही. माझ्या ठायी जे चांगले गुण वसत आहेत ते किंवा माझ्या शिक्षणामुळे

समाजाचे जे काही हित झाले असेल, ते माझ्या ठायी असलेल्या धार्मिक भावनेमुळेच होय. मला धर्म हवा आहे. धर्माच्या नावाने चाललेला ढोंगीपणा नको.' परिषद यशस्वी झाली. संधी मिळाली तर अस्पृश्य नेतेही जनसमुदायाची संघटना करू शकतात हे या परिषदेवरून सिद्ध झाले.

मुंबईस परत आल्यावर ताडवाडी येथे १९ मार्च १९३८ रोजी बाबासाहेबांना 'विविधवृत्ता'चे संपादक रामभाऊ तटणीस यांच्या अध्यक्षतेखाली एक लहानशी थैली अर्पण करण्याचा समारंभ झाला. दलित समाजाने स्वतंत्र मजूर पक्षास मिळावे असे आपल्या भाषणात आवाहन करून बाबासाहेब पुढे म्हणाले, 'माझी प्रकृती ठीक नाही. प्रकृतिस्वास्थ्यासाठी दर शनिवारी नि रविवारी मी उपोषण करावे असा डॉक्टरांनी मला सल्ला दिला आहे. पाणीसुद्धा पिण्याची डॉक्टरांनी मला मनाई केली आहे. सोमवारी दुपारी उपोषण सुटते. काही लोक आपला नवस फेडण्यासाठी उपोषण करतात किंवा देवाने प्रार्थना ऐकावी या उद्देशाने उपोषण करतात. परंतु मी माझी पचनक्रिया सुधारण्यासाठी उपोषण करीत आहे. आंबेडकरांच्या ह्या उपोषणाचा प्रतिध्वनी विधिमंडळातही उठला. त्या वेळचे मुंबईचे गृहमंत्री कन्हैयालाल मुनशी यांनी दोन जुगारी कैद्यांची शिक्षा माफ करून त्यांना सोडून दिले. त्या कृत्याचा निषेध करताना आंबेडकरांनी विधिमंडळात तडाखेबाज भाषण केले. भाषण करीत असता ते एक घोट पाणी प्याले. एका काँग्रेस आमदाराने सभापतींना विचारले, 'महाराज, सभागृहात पेय घेता येते की कसे ?' त्यावर आंबेडकरांनी वरीलप्रमाणे खुलासा केला.

विधिमंडळाच्या निवडणुकीमध्ये यश लाभल्यामुळे आंबेडकरांना जिल्हा लोकल बोर्डाच्या निवडणुकीकडे लक्ष देण्यासाठी हुरूप आला. इस्लामपूर येथे त्यांनी भाषण करून सातारा जिल्हा मंडळावर (लोकल बोर्डावर) आपल्या पक्षाचे उमेदवार निवडून देण्याची जनतेस विनंती केली. तेथील भाषणात त्यांनी 'मराठ्यांनी काँग्रेसव्यतिरिक्त एक स्वतंत्र पक्ष स्थापावा' असे सुचविले. कारण काँग्रेस ही शेटजी नि भटजी यांच्या हातातले बाहुले असल्यामुळे शेतकरी नि मध्यम वर्ग यांच्या हितार्थ तो काहीही करू शकणार नाही असे त्यांनी सांगितले. येते वेळी सातारा आणि पुणे शहरांना भेटी देऊन ते मुंबईस परतले.

त्याच महिन्यात विधिमंडळात प्राथमिक शिक्षणाच्या निर्बंधात सुधारणा करण्याच्या उद्देशाने एक विधेयक राज्यकर्त्यांनी विचारविनिमयासाठी मांडले होते. त्यावर चर्चा होत असताना गृहमंत्री कन्हैयालाल मुनशी आणि आंबेडकर

यांच्यामध्ये चकमकी उडाल्या. मुनशी हे एक तडफदार वकील व निष्णात वादविवादपटू होते. या दोघांच्या विचारसरणीत मूलभूत फरक होता, तसाच त्यांच्या स्वभावातही ठसठशीत वेगळेपणा होता. ते एकमेकांना कडकडून विरोध करीत.

त्या विधेयकावर चर्चा होत असताना आंबेडकरांनी गांधीप्रणीत वर्धा शिक्षण योजनेवर हल्ला केला. मुनशींचा राग अनावर झाला. हे उठून म्हणाले की, आंबेडकर वर्धा योजनेवर मत देण्यास योग्य असे अधिकारी पुरुष नाहीत. इतकेच नव्हे तर विधिमंडळातील इतर आमदारांनाही त्या विषयाची यथार्थ कल्पना नसल्यामुळे त्यांचीही त्यावर मत देण्याची पात्रता नाही.

सभागृहाचा मुनशींनी केलेला हा अपमान पाहून आंबेडकर ताडकन उठून म्हणाले, 'असे असेल तर तुम्ही विधिमंडळ अजिबात बडतर्फ करावे !' त्यावर प्रश्नोत्तरे वाढत गेली.

मुनशी - मान्यवर सभासदांना विधिमंडळाच्या सर्वसामान्य तत्त्वांची आणि निरनिराळे तांत्रिक कार्य कसे चालते हे जाणण्याची बुद्धीही नाही. सरकार जे नियम करते ते छापण्यास सभासदांच्या बहुमतांची मंजुरी लागते.

आंबेडकर - याचा अर्थ विरोधी पक्षाला काही मतच नाही असे आमच्या सन्माननीय मित्राला म्हणावयाचे आहे की काय ?

मुख्यमंत्री खेर - जे सरकार तुम्ही उखडू शकला नाहीत, ज्याच्यावर दाब आणू शकला नाहीत किंवा तुमचे म्हणणे मान्य करायला ज्याचे मन वळवू शकला नाहीत अशा सरकारच्या अधिकाराखाली तुम्ही जेव्हा वागत होता तेव्हा...

आंबेडकर - (किंचित रागाने) सध्याची परिस्थिती तिजहून वेगळी आहे काय ?

सभापती - शांतता राखा ! शांतता राखा !

येथे एक गोष्ट लक्षात ठेवली पाहिजे ती ही की, आंबेडकर हे केवळ शिक्षण विषयावरील अधिकारी पुरुष होते एवढेच नव्हे तर ते विधी महाविद्यालयाचे प्राध्यापक होते. आणि मुनशी तर केवळ वकील होते. आंबेडकरांपेक्षा त्यांचे शिक्षणशास्त्रविषयक ज्ञान मुळीच अधिक नव्हते. आंबेडकर शिक्षणक्षेत्रात प्रत्यक्ष वावरले होते. शिक्षणक्षेत्रातील अनेक प्रश्नांचा त्यांनी अभ्यास केला होता. त्या क्षेत्रातील त्यांचा अनुभवही मोठा होता.

एप्रिल १९३८ च्या पहिल्या आठवड्यात विधिमंडळात राष्ट्रीय दृष्टीने महत्त्वाच्या अशा एका प्रश्नाची चर्चा होत होती. तो प्रश्न म्हणजे स्वतंत्र

कर्नाटकाची मागणी. कर्नाटक मुंबई प्रांतापासून वेगळे करण्याची ती मागणी होती. त्या ठरावावर मत देताना आंबेडकरांनी अशी भीती व्यक्त केली की, कर्नाटक हा केवळ लिंगायतांचा प्रांत होईल आणि तो बिगरलिंगायतांचा विरोधक बनेल. अशा प्रकारच्या जातीय विभागणीच्या विरुद्ध ब्रिटिश सरकार होते. त्या सरकारने ज्या दोन देणग्या या देशास दिल्या त्यांविषयी आंबेडकरांनी कृतज्ञता व्यक्त केली. त्यांपैकी पहिली देणगी म्हणजे सर्वांना लागू केलेला एकच एक निर्बंध, आणि दुसरी देणगी म्हणजे केंद्रीय सरकार. आंबेडकर आणखी म्हणाले की, 'सर्व भारतीयांनी आपण भारतीय आहोत अशी भावना निर्माण करणे हेच सर्वांचे समान ध्येय असले पाहिजे.' त्यांनी सभागृहाला आणि देशाला पुढील शब्दांत धोक्याचा इशारा दिला. 'आपण सर्व भारतीय आहोत या भावनेने अद्याप अंकुर धरलेला नाही. आणि आता ती कुठे अंकुर धरू लागली आहे न लागली आहे तोच आपल्या वेगळ्या प्रांतिक अभिमानाच्या, संस्कृतीच्या आणि देशभक्तीच्या कल्पनांना मोकाट सोडणे हा माझ्या दृष्टीने गुन्हा होय. माझ्यापुरते बोलायचे तर मी ह्या ठरावाशी सहमत होऊ शकत नाही. ह्या ठरावाला ह्यासाठीच मी कडाडून विरोध करीत आहे.' देशभक्तीने भारावलेल्या ह्या भाषणाचा सभागृहावर चांगलाच परिणाम झाला. त्यांचे हे भाषण टाळ्यांच्या गजरात संपले.

विधिमंडळात आणखी एक विधेयक त्या वेळी चर्चेस मांडले गेले होते. मुंबई शहराच्या पोलीस निर्बंधात सुधारणा करण्याचा त्या विधेयकाचा उद्देश होता. ह्या विधेयकावर जेवढा प्रखर हल्ला झाला आणि जेवढी कडवट चर्चा झाली तेवढी दुसऱ्या कोणत्याही विधेयकावर झाली नव्हती. विरोधी पक्षांतील प्रत्येक नेत्याने त्याचे वाभाडे काढले. विरोधी पक्षांतील नेत्यांनी त्या विधेयकात सुचविलेले पर्याय आणि योजना दंगेखोरांनाच लागू कराव्या अशी परोपरीची सूचना करण्यात आली. त्या विधेयकाला उपसूचना मांडताना आंबेडकर म्हणाले, समाजातील अत्यंत दुष्ट व घातकी वर्तनाच्या गुंडांकडून जनतेला पीडा आणि जनतेच्या जीविताला धोका उत्पन्न होतो, ही गोष्ट मी मान्य करतो. मुंबईतील गुन्हेगारीच्या जगात २० वर्षांहून अधिक काळ मी वावरलो आहे. इतर कोणापेक्षा किंबहुना पोलीस आयुक्त (कमिशनर) साहेबांपेक्षाही मला त्या जगाची अधिक माहिती आहे. गरीब लोकांना हे मवाली दादा पीडा देतात. त्यांना आपल्या गाऱ्हाण्यांची दाद लावून घेणे दुरापास्त होते. अधिक पीडा होऊ नये म्हणून ते बिचारे गप्प बसतात. त्या समाजकंटकांना शासन करविण्यासाठी ते न्यायालयाकडे मवाल्यांच्या भीतीमुळे धाव घेऊ शकत नाहीत हे आपणांस पूर्ण माहीत आहे.'

जातीय दंग्यांचा उल्लेख करून ते म्हणाले, 'प्रतिवर्षी घडणारा हा रक्तपात कायमचा बंद झाला पाहिजे याविषयी दुमत नाही. परंतु पोलीस आयुक्ताने ह्या सत्तेचा दुरुपयोग करू नये म्हणून निर्बंधात काही तरतुदी आताच करून ठेवल्या पाहिजेत. शासनाला ह्या तजविजींचा उपयोग दुसऱ्या कोणत्याही कारणासाठी करता येऊ नये. ज्या कारणांसाठी ह्या तरतुदी आहेत त्या कारणांसाठीच त्या वापरल्या पाहिजेत. त्यात कुठेही पळवाट किंवा उणिवा ठेवता कामा नये' अशी सभागृहाला त्यांनी विनंती केली.

ह्या विधेयकाची चर्चा होत असताना काही गमतीचे क्षण सभागृहाला लाभले. जमनादास मेथांनी विधेयकाच्या पहिल्या वाचनाच्या वेळी विरोध केला होता. ते म्हणाले, 'गुन्हेगार टोळीपैकी प्रत्येकाला बचावाचा अधिकार असलाच पाहिजे.' त्यावर आंबेडकरांनी त्यांना विचारले, 'हा काय आदर्श आहे ?' त्यावर जमनादास म्हणाले की, 'नागरिक स्वातंत्र्याची अशी गळचेपी करणे अमेरिकन लोकांनाही योग्य वाटले नाही.' थोड्या वेळानंतर आंबेडकर म्हणाले की, 'ही उपाययोजना कामगारांच्या कलहाला लावू नये. या बाबतीत मला जमनादास मेथांपेक्षा अधिक चिंता वाटते.' त्यावर जमनादास उत्तरले, 'नाही, माझ्याइतकीच चिंता, अधिक नाही.' त्यावर पुन्हा आंबेडकर म्हणाले, 'तुमच्या परवानगीने मी म्हणतो की, मला तुमच्यापेक्षा अधिक चिंता आहे !'

आंबेडकरांनी गृहमंत्र्यांना 'कम्युनिटी' ह्या शब्दाचा अर्थ स्पष्ट करण्यास विनंती केली.

मे १९३८ च्या पूर्वार्धात आंबेडकर सतनामी गुरूंच्या खटल्याच्या बाबतीत नागपूर येथे न्यायालयात काम चालविण्यास गेले होते. ते काम संपल्यावर तेथील लोकांनी त्यांचा मोठा सत्कार केला. रात्री वादळ, पाऊस आणि विजा ह्यांनी थैमान घातलेले असताही लोकांच्या झुंडीच्या झुंडी त्यांचे भाषण ऐकावयास जमल्या होत्या. दुसऱ्या दिवशी सकाळी कामटी येथे भरलेल्या विद्यार्थ्यांच्या सभेत त्यांनी मार्गदर्शनपर भाषण केले. नंतर ते मुंबईस परतले.

काँग्रेस पक्षाची मुंबई प्रांतात जरी राजवट सुरू झाली होती तरी आंबेडकर विधी महाविद्यालयाचे प्राचार्य म्हणून काम करीत होतेच. त्यांनी मे १९३८ मध्ये त्या पदाचा राजीनामा दिला. त्यांच्या कार्याविषयी विधी महाविद्यालयाच्या मासिकात म्हटले होते, 'विद्यार्थ्यांना ज्यांच्या ज्ञानाविषयी व कर्तृत्वाविषयी आदर वाटत आहे अशा प्राचार्यास कॉलेज मुकले आहे हे नि:संशय. त्यांची व्याख्याने व्यासंगपूर्ण असत व विद्यार्थी ती एकचित्त होऊन ऐकत. प्राचार्य आंबेडकरांच्या कारकिर्दीत महाविद्यालयाचे ग्रंथालय समृद्ध झाले.' असे ह्या

मासिकाने कृतज्ञतापूर्वक म्हटले असून 'निर्बंधशास्त्रासंबंधीचे त्यांचे विचार फार क्रांतिकारक होते' असेही नमूद केले आहे.

१३ मे १९३८ रोजी आंबेडकर कोकणच्या दौऱ्यावर निघाले. कोल्हापूरमार्गे ते कणकवली येथे परिषदेसाठी गेले. दौऱ्यासाठी कोल्हापूरचे दत्तोबा पवार यांना मोटारची व्यवस्था करण्यास सांगितली. कोकणातील शेतकरी चळवळीमध्ये प्रमुख असलेले अनंतराव चित्रे, कवळी, प्रधान, टिपणीस आदी सहकारी उपस्थित होते. कणकवली गावाला ध्वनिक्षेपकाचे या वेळीच प्रथम दर्शन झाले. महाराष्ट्रातील वीस लाख महारांनी आपले हक्क संपादन करण्यासाठी आणि सन्मानाने उदरनिर्वाह करण्यासाठी अविरत झगडले पाहिजे असा त्यांनी त्या परिषदेस उपदेश केला. अस्पृश्यांनी भीक मागून उष्ट्या तुकड्यावर जगण्याची खोड टाकून द्यावी. विधिमंडळातील आपल्या प्रतिनिधींच्या कामाकडे त्यांनी लक्ष ठेवावे. खोती नष्ट करून त्यांना गुलामगिरीतून मुक्त करण्याचा आपला निर्धार त्यांनी प्रकट केला. आपण मांडलेले विधेयक जर विधिमंडळात मंजूर झाले नाही, तर त्यांनी नि:शस्त्र प्रतिकाराची चळवळ करण्यास तयार असावे, असा इशाराही दिला.

दुसऱ्या दिवशी आंबेडकरांनी देवरुख नि आरवली या गावांना भेटी दिल्या. तेथे त्यांनी अस्पृश्य समाजासमोर छोटी छोटी भाषणे केली. मे १५ ला रात्री ते चिपळूणला पोहोचले. सकाळी गुहागरच्या सभेत भाषण करून ते पुन्हा सभेसाठी चिपळूणला परतले. चिपळूणच्या सभेत ते म्हणाले की, 'गांधींची मोहिनी विद्या माझ्यावर छाप पाडू शकली नाही. जवाहरलाल नेहरू व सुभाष बोस गांधींना शरण गेले. परंतु मी गांधींना कधीही शरण जाणार नाही. आणि जर कधी काळी मी काँग्रेसमध्ये गेलो तर स्वत:च्या गुणवत्तेने तेथेसुद्धा छाप पाडीन. माझे खोती नष्ट करण्याचे विधेयक काँग्रेसने दहा महिने बुद्ध्या पाडून ठेवले आहे. पाठिंब्याच्या अभावी जर का ते विधेयक यशस्वी झाले नाही, तर शेतकऱ्यांनी करबंदीची चळवळ सुरू करावी. मी स्वत: त्या प्रश्नावर तुरुंगात जाण्यास तयार आहे. ऐंशी टक्के लोकसंख्या असलेल्या शेतकऱ्यांच्या कुटुंबांपैकी एखाद्यास या प्रांताचे मुख्य प्रधानपद प्राप्त झाल्याचे दृश्य मला पाहावयाचे आहे.'

खेड व दापोली येथे छोटी छोटी भाषणे करून ते महाडला पोहोचले. महाड ही समरभूमी. तेथेच त्यांनी कोकणातील सनातनी हिंदू आणि प्रतिगामी शक्तींशी पहिले युद्ध केले होते. महाडातील प्रचंड सभेत त्यांनी हृदय थरारून सोडणारे भाषण केले. ते म्हणाले, 'चालू राजवटीचे धोरण अगदी निराशाजनक

आहे.’ सुमारे सहाशे मैल प्रवास करून आंबेडकर २१ मे रोजी मुंबईस परतले. भाषणांमागून भाषणे करून त्यांचा घसा कोरडा पडला होता. आवाज साफ बसला होता. तो इतका की शेवटच्या सभेत त्यांच्या मुखावाटे शब्द फुटेना.

मुंबईत परत आल्यावर आंबेडकरांनी एका मुलाखतीत सांगितले, ‘आमच्या पक्षाला वाढता पाठिंबा मिळत आहे हे पाहून मला अत्यंत समाधान वाटत आहे. खोती नष्ट करून त्याची गुलामगिरी नष्ट करण्याचे जे मी प्रयत्न करीत आहे, त्याविषयी लोकांना कृतज्ञतेची जाणीव असून त्याला मान्यताही आहे. आमचा स्वतंत्र मजूर पक्ष निवडणुकीच्या जाहीरनाम्यात दिलेल्या वचनांची पूर्ती करण्यासाठी झटत आहे. परंतु जर काँग्रेस पक्षाने घटनात्मक मार्गातून त्यांची प्रगती करण्याचे नाकारले व लोकांचा काँग्रेस पक्षावरील विश्वास उडाला, तर पुढील मार्ग स्पष्टच आहे. समाजवाद्यांचा दृष्टिकोन पाहून मी आश्चर्यचकित झालो आहे. अनेक वर्षे ते जमीनदारी पद्धतीचा व भांडवलशाहीचा नायनाट करण्याच्या आरोळ्या मारीत आहेत. परंतु ते उद्दिष्ट साधण्यासाठी जेव्हा मी प्रत्यक्ष विधेयक मांडले त्या वेळी ते मूग गिळून बसले.’

ह्याच सुमारास मध्यप्रांतामध्ये काँग्रेस पक्षाच्या मंत्रिमंडळात पेचप्रसंग निर्माण झाला. काँग्रेसच्या बड्या नेत्यांनी डॉ. ना. भा. खरे यांना दंडेलीने बंडखोर ठरवून बडतर्फ केले. लोकशाहीच्या दृष्टीने आपले वर्तन, आपली भूमिका कशी योग्य आहे हे लोकांना विशद करून सांगण्यासाठी डॉ. खरे यांनी महाराष्ट्रातील काही प्रमुख ठिकाणी सभेतून आपले म्हणणे मांडले. ऑगस्ट १९३८ च्या पहिल्या आठवड्यात अशीच एक सभा मुंबईत आर. एम. भट माध्यमिक शाळेमध्ये भरली होती. सभेला अतोनात गर्दी लोटली होती. सभेला तीन आकर्षणे होती. सत्यशोधक गांधीजींनी डॉ. खऱ्यांच्या राजीनाम्याचा कच्चा खर्डा आपण लिहिलेला नाही, असे खोटे निवेदन केले होते. डॉ. खऱ्यांनी गांधीजींचे निवेदन धादान्त खोटे आहे असे सिद्ध केले होते. तिसरे आकर्षण म्हणजे डॉ. खऱ्यांना एक हरिजन मंत्री घेण्यास गांधीजींनी केलेला विरोध. यामुळे डॉ. खऱ्यांच्या शोकांतिकेला फारच रंग चढला होता. काँग्रेसने फटकारलेल्या डॉ. खऱ्यांना आपली सहानुभूती दर्शविण्यासाठी डॉ. बा. शि. मुंजे उपस्थित होते. डॉ. मुंजे, बॅ. जमनादास मेथा नि आंबेडकर यांची भाषणे झाली. मध्यप्रांताच्या विधिमंडळातील प्रमुख पक्षाचे नेते म्हणून डॉ. खऱ्यांना आपल्या निवडीचे मंत्रिमंडळ बनविण्याचा अधिकार आहे असा सर्वांनी अभिप्राय दिला. डॉ. आंबेडकरांनी डॉ. खऱ्यांचा दृष्टिकोन उचलून धरला. सत्य डॉ. खरे यांच्या पक्षाला आहे. डॉ. खऱ्यांवर काँग्रेस-श्रेष्ठींनी अन्याय करून लोकशाहीच्या नावाला हरताळ फासला आहे. गाडीला दोन

चाके असल्याशिवाय गाडी चालणार नाही. दोन प्रभावी पक्ष असल्याविना कोणत्याही देशाचा राज्यकारभार सुरळीत चालणार नाही, असा डॉ. आंबेडकरांनी अभिप्राय दिला. गंमत अशी की, डॉ. खरे स्वत: हरिजन सेवक संघाच्या कार्यकारी मंडळाचे सभासद होते. गांधीजींनी डॉ. खऱ्यासंगे मध्यप्रांतात हरिजनकार्यासाठी दौरा काढला होता. तरीसुद्धा गांधीजींनी डॉ. खऱ्यांना हरिजन मंत्री घेण्यास कसून विरोध केला. यापूर्वी एक सभा या सर्व्हंट्स् ऑफ इंडिया सोसायटीमध्ये भरली होती. काँग्रेस-श्रेष्ठींच्या लोकशाहीविरोधी कृत्याचा सर्वांनी जळजळीत विरोध केला. या सभेचे अध्यक्ष डॉ. आंबेडकर होते. 'बहुमतामुळे राज्यकर्ता पक्ष भ्रष्ट बनतो. अनिर्बंध बहुमताने तो पूर्णपणे भ्रष्ट होतो.' ह्या राजकीय सुभाषिताची त्यांनी सभेला आठवण करून दिली. आंबेडकरांच्या ह्या बोलात मोलाचे विचार आहेत. सध्या देशात या बोलाचा प्रतिध्वनी उमटला आहे.

त्या काळी डॉ. आंबेडकरांच्या समक्ष गांधीजी पवित्र माणूस आहेत असे कोणी म्हटले तर बाबासाहेब ताडकन् बोलत, 'गांधीजी घुबडासारखे अपवित्र, अशुभ आहेत.' गांधींचे गोलमेज परिषदेच्या वेळचे वागणे अत्यंत विश्वासघातकीपणाचे होते. एखाद्या घोटीव बदमाशानेही असले नीच कपट केले नसते, असे त्यांनी त्वेषाने त्याच समयास 'चित्रा' नावाच्या मराठी साप्ताहिकाला मुलाखत देताना उद्‌गार काढले. त्या मुलाखतीत आंबेडकर पुढे म्हणाले, 'मुखमे राम और बगलमे छुरी अशा प्रकारच्या माणसाला जर महात्मा म्हणता येत असेल तर मोहनदास महात्मा आहेत.'[१] भारतीय राजकारणात इतकी तिखट जीभ त्या वेळी दुसऱ्या कोणत्याही नेत्याची नसावी. खरा क्रांतिकारक हा गुळमुळीत भाषा बोलत नसतो. तो धूळ नि धूर उठविल्याविना वावरत नसतो !

अहमदाबादपासून पंचवीस तीस मैल दूर असलेल्या बावला गावातील अस्पृश्य बंधूंनी आंबेडकरांना मानपत्र दिले. तेथील दलितांची केविलवाणी स्थिती पाहून ते गहिवरले. त्यांनी महाराष्ट्रातील अस्पृश्य बंधूंप्रमाणे अंगी धैर्य बाणवावे, आत्मविश्वास बाळगावा, असे बाबासाहेबांनी त्यांना उत्तेजन दिले. परत येताना त्यांचे क्षेमाभाई सभागृहामध्ये भाषण झाले. त्या वेळी ते म्हणाले, 'मी गांधीजींना विरोध करतो हे सत्य आहे. कारण गांधीजींवर आपला विश्वास नाही. गांधीजी अस्पृश्य वर्गाचे कल्याण करतील असे मला मुळीच वाटत नाही. जर गांधीजी प्रामाणिक आहेत तर ते मध्यप्रांत मंत्रिमंडळात आणि मुंबई मंत्रिमंडळात अस्पृश्य वर्गाचे प्रतिनिधी घ्यायला का आज्ञा देत नाहीत ?' ते पुढे म्हणाले, 'काँग्रेसपक्षीय राज्यकर्ते जमिनीवरील कर कमी करीत नाहीत. श्रीमंतांवर कर बसविण्यास राजी

---

१. केळकर, न. चिं. गतगोष्टी, पृ. ७३४.

नाहीत. पूर्वीच्या सरकारने दलितवर्गीयांना कसण्याकरिता जमीन, पोलीस दलात नोकऱ्या आणि काही प्रमाणात सरकारी नोकऱ्यांमध्ये राखीव जागा अशा तरतुदी केल्या होत्या. परंतु काँग्रेस सरकार त्यांची पर्वा करीत नाही.' ऑक्टोबरच्या शेवटच्या दिवशी स्वतंत्र मजूर पक्षाच्या बेळगाव शाखेने निपाणीला बोलविलेल्या परिषदेसाठी आंबेडकर गेले. तेथे त्यांचा भव्य सत्कार करण्यात आला. गगनभेदी आरोळ्यांनी आसमंत निनादला. आंबेडकरांना रथात बसवून एक मैल लांबीची मिरवणूक काढण्यात आली. रथाला पन्नास बैल जुंपले होते. त्या काळी महान नेत्यांची मिरवणूक ही अशीच निघायची.

मध्यंतरी औद्योगिक कलहाचे विधेयक सप्टेंबर १९३८ मध्ये मुंबई विधिमंडळात विचारासाठी मांडले गेले. आंबेडकर नि जमनादास मेथा यांनी त्या विधेयकाला कडकडून विरोध केला. ज्या अर्थी काही विशिष्ट परिस्थितीत संप करणे बेकायदेशीर ठरविले आहे त्या अर्थी सदर विधेयक वाईट आहे. रक्ताने डागळलेले आहे. रक्तपिपासू आहे. जे विधेयक कामगारांच्या संप करण्याच्या हक्काला बाध आणते ते मालकांना मात्र आपला अर्थसंकल्प उघड करण्यास भाग पाडत नाही. आणि पोलीस दलाचा उपयोग कामगारांविरुद्ध करण्याची मुभा मागत आहे, असा विरोधकांच्या म्हणण्याचा सूर वाहत होता.

आंबेडकरांनी आपले मत असे दिले की, 'संप करणे हा दिवाणी अपराध आहे, फौजदारी गुन्हा नव्हे. मनुष्याच्या इच्छेविरुद्ध त्याला काम करण्यास भाग पाडणे म्हणजे त्याला गुलाम बनविणे होय. कामगाराला शिक्षा करणे म्हणजे त्याला गुलाम करणे. आणि युनायटेड स्टेट्सच्या घटनेत म्हटल्याप्रमाणे गुलामगिरी म्हणजे अनैच्छिक दास्य होय. संप म्हणजे कामगारांचा आपण कोणत्या अटींवर नोकरी करण्यास तयार आहोत हे सांगावयाचे स्वातंत्र्य असलेला हक्क होय. जर काँग्रेस नेत्यांना स्वातंत्र्याचा हक्क हा पवित्र आहे, असे वाटत असेल तर कामगारांचा संप करण्याचा हक्क हासुद्धा पवित्र आहे, असे माझे म्हणणे आहे.'

विधेयकाला 'कामगारांच्या नागरिक स्वातंत्र्याच्या गळचेपीचा कायदा' हे नाव यथार्थपणे शोभून दिसले असते, असे सांगून आंबेडकर पुढे म्हणाले, 'ते पुच्छगामी व प्रगतिविरोधक असल्यामुळे कामगारांच्या संप करण्याच्या हक्काला त्याने मर्यादा घातली आहे. संप करणे त्याने अशक्य केले आहे. तो बेकायदेशीर ठरविला आहे. आणि म्हणूनच या विधेयकाचा जनक हा १९२९ च्या औद्योगिक कलहाचा कायदा करणाऱ्यांपेक्षाही अधिक प्रगतिविरोधी आहे.' हा शेवटचा टोला

मुनशींच्या वर्मी बसला. त्यामुळे पुन्हा उभयतांची जुंपली. त्यातील शेवटची उत्तरे प्रत्युत्तरे खालीलप्रमाणे होती.

मुनशी - मोलमजुरी करणाऱ्यांच्या नशिबी त्यामुळे गुलामगिरी आली असती.

आंबेडकर - ती पुरेशी आहे. या विधेयकात त्याच्याही पुढे आणखी एक पाऊल टाकायला तुम्हांला अशी लाज वाटायला नको होती.

सभापती - शांतता राखा. शांतता राखा.

इतके झाल्यावर आंबेडकरांनी सरकारची पुन्हा एकदा भंबेरी उडवली. ते म्हणाले, 'जे सरकार आपण कामगारांच्या मतांवर निवडून आलो असा दावा सांगते त्या सरकारने निवडणुकीच्या वेळी कामगारांना दिलेल्या आश्वासनांना हरताळ फासला आहे. ही लोकशाही कामगारांना गुलामगिरीत टाकीत आहे. ही लोकशाही कसली ? ही लोकशाहीची विटंबना आहे.' आंबेडकर नि जमनादास मेथा या दोन कामगारनेत्यांनी आपल्या वादकुशलतेच्या आणि श्रेष्ठ दर्जाच्या बुद्धिमत्तेच्या बळाने त्या विधेयकावर असा निकराचा हल्ला केला, त्यावर असे त्वेषाने घण घातले की, मंत्रिमंडळ त्यामुळे चांगलेच हैराण झाले. परंतु काँग्रेस मंत्रिमंडळाने ते विधेयक 'शेंडी तुटो की पारंबी तुटो' ह्या निर्धाराने संमत करून घेण्याचे ठरविले असल्यामुळे त्यांनी विधिमंडळाकडून ते मंजूर करून घेतलेच.

काँग्रेस मंत्रिमंडळाच्या ह्या दुराग्रही कृतीमुळे विधिमंडळाच्या बाहेर औद्योगिक शहरांतून त्या कायद्याचा 'काळा कायदा' म्हणून धिक्कार करण्यात आला. त्या काळ्या कायद्याविरुद्ध विरोधाची लाट उसळली. कामगारांनी नापसंती दर्शविली. सात नोव्हेंबर १९३८ रोजी स्वतंत्र मजूर पक्ष नि गिरणी कामगार युनियन ह्यांनी एक दिवसाचा संप करण्याचे जाहीर केले. त्याबरोबर नियोजित संपाच्या बाजूने कामगार नेत्यांनी आणि संपाचा बार वाया जावा म्हणून काँग्रेस नेत्यांनी मुंबईत तुफानी प्रचार सुरू केला.

निरनिराळ्या सुमारे साठ कामगार संघांनी संपाचे शिंग फुंकले. संपाच्या आदल्या दिवशी रात्री आठ वाजता गिरणी कामगार युनियनची जमनादास मेथा यांच्या अध्यक्षतेखाली बैठक भरून त्याच्या कार्यक्रमाची रूपरेषा पक्की करण्यात आली. आंबेडकर, परुळेकर, मिरजकर, डांगे, निमकर आणि इतर नेते सभेस उपस्थित होते. कार्यकारी मंडळाने एक प्रचंड मिरवणूक काढायचे ठरविले. गिरण्यांच्या नि कारखान्यांच्याही समोर शांततेने निरोधन करण्याचे ठरविले. तसेच औद्योगिक शहरांतील कामगारांना ह्या कामगारविरोधी विधेयकावरील आपला संताप व्यक्त करण्यास त्या बैठकीत आवाहन करण्यात आले.

आंबेडकरांनी आपल्या पक्षाचे आमदार बोलावून एक कृती समिति नेमली. संप यशस्वी करण्याच्या दृष्टीने काळजीपूर्वक कार्यक्रम आखण्यात आला. ह्या सभेला जमनादास मेथा उपस्थित होते. पक्षातील कार्यकर्त्यांना काम करण्यासाठी शहरातील निरनिराळे भाग नेमून देण्यात आले. मानवेंद्र रॉय ज्यांना पाय वर नि डोके खाली केलेले गांधीवादी म्हणत त्या काँग्रेस समाजवाद्यांनी आंबेडकरांशी सहकार्य करायचे नाकारले. कारण त्यांना असे वाटले की, आंबेडकर संपाचा उपयोग आपला पक्ष बलवान करण्यासाठी करीत आहेत. काँग्रेस पक्षाचे धुरंधर अन् धूर्त संघटक स. का. पाटील ह्यांनी कामगार विभागात काँग्रेसच्या काही सभा भरविण्याचे ठरविले. त्याप्रमाणे कॉटनग्रीन येथे एका सभेत त्यांनी स्वत: एक जोरदार भाषण ठोकले. काँग्रेस संघटनेची प्रतिष्ठा वा अस्तित्व धोक्यात येईल तेथे तेथे विघ्नहर्ता म्हणून पाटलांना आवाहन करण्यात येते ते त्यांच्या संघटनचातुर्यामुळे.

सरकारने मुंबईच्या आसपास असलेल्या जिल्ह्यांतून तीनशे हत्यारी पोलीस नि बारा अधिकारी बोलावून त्यांना मुंबईच्या गिरण्यांच्या आसपास, मोक्याच्या ठिकाणी पहाऱ्यावर ठेवले. स्वतंत्र मजूर पक्ष हा संपाचा खरा कणा होता. त्या पक्षाने आपल्या हजारो स्वयंसेवकांच्या हस्ते शहराच्या निरनिराळ्या भागांत पत्रके वाटून संप यशस्वी करण्यासाठी मार्गदर्शन केले होते. अशा रीतीने सरकार आणि कामगार दोन्ही पक्ष दंड थोपटून उभे राहिले.

आदल्या दिवशी सायंकाळी सुमारे ऐंशी हजार कामगारांची प्रचंड सभा कामगार मैदानावर झाली. त्या सभेचे अध्यक्ष जमनादास मेथा होते. त्यांनी काँग्रेस मंत्रिमंडळाचे वाभाडे काढले. दुसऱ्या कामगार नेत्यांनी जोरदार भाषणे करून त्या कामगारविरोधी कायद्याचा धिक्कार केला. कामगारांनी काळ्या कायद्याचे पाश तोडून टाकावेत असे इंदुलाल याज्ञिक म्हणाले. काँग्रेस नेत्यांच्या हास्यास्पद विचारसरणीची डांगे यांनी टिंगल केली. आंबेडकरांनी काँग्रेस मंत्रिमंडळावर चौफेर हल्ला केला आणि संप यशस्वी करा, अशी कामगारांना कळकळीची विनंती केली.

ह्या सभेनंतर कामगारांच्या त्या प्रचंड मेळाव्याने मिरवणूक काढली. ती परळ, लालबाग, डिलाईल रोडमार्गे वरळी येथील जांभोरी मैदानात विसर्जन पावली.

६ नोव्हेंबर १९३८ च्या रात्री कामगार नेत्यांची पुन्हा बैठक भरली. संपाचे नियंत्रण करण्यासाठी एक समिति नेमण्यात आली. तिच्याही अध्यक्षपदी जमनादासांना निवडण्यात आले. आंबेडकर, डांगे, निमकर, मिरजकर आणि प्रधान त्या समितीचे सभासद होते. नव्वद टक्के स्वयंसेवक आंबेडकरांच्या स्वतंत्र मजूर पक्षाचे होते.

७ नोव्हेंबर १९३८ ची प्रभात उजाडली. दिशा फाकताच पोलीस अधिकाऱ्यांची धावपळ सुरू झाली. ते आपापल्या जागी सिद्ध राहिले. गृहमंत्री मुनशी यांना परिस्थितीची कल्पना होती. त्यांनी पोलीस आयुक्तांना अशी ताकीद दिली होती की शांतताभंग होऊ नये म्हणून व्यवस्थेत जरासुद्धा कुचराई होता कामा नये. ठरल्याप्रमाणे सकाळी संप शांततेच्या गंभीर वातावरणात सुरू झाला. संपनिरोधनाच्या कार्यक्रमांत कामगारांना एक अत्यंत मौजेचे दृश्य दिसले. जमनादास नि आंबेडकर ही कामगार नेत्यांची जोडगोळी लाल निशाणांनी सुशोभित केलेल्या एका मोटारमधून कामगारांना ध्वनिक्षेपकावरून संप यशस्वी करण्यासाठी आज्ञा देत फिरत होती. बहुतेक सर्व कापड गिरण्या नि नगरपालिकेचे कारखाने बंद होते. दोन चार गिरण्यांत काही कामगार काम करीत होते.

जनतेच्या सरकारविरुद्ध भारतात कामगार नेत्यांनी संघटित विरोधास तोंड देऊन हा संप लढविला गेला होता. भांडवलशाहीने पोसलेली व काँग्रेसभक्तांकडून चालविलेली वृत्तपत्रे मात्र संपाच्या विरुद्ध होती. त्यांनी सरकारला पाठिंबा दिला. नवीन सुधारणा करण्याच्या दृष्टीने काँग्रेस पक्ष अधिकारावर राहावा असे ज्यांना वाटे, ती अँग्लो इंडियन पत्रे संपाच्या विरुद्धच होती. त्या सर्वांनीच संपाचे महत्त्व कमी करण्याच्या दृष्टीने नि कामगार-जगातील आंबेडकरांच्या वाढत्या वजनाचे वैषम्य वाटत असल्याने संपाविषयी बनावट प्रतिवृत्ते प्रसिद्ध केली.

डिलाईल रोड हे कामगारांचे शक्तिकेंद्र, त्यांचा बालेकिल्ला, तो विभाग दोन्ही पक्षांच्या सामन्यांचे केंद्र व्हावे हे साहजिकच होते. तेथे दगडफेकीमुळे काही माणसांना किरकोळ दुखापती झाल्या. एक पोलीस अधिकारी आणि काही पोलीस जखमी झाल्यामुळे पोलिसांनी गोळीबार केला. त्यांत दोन इसमांना जखमा झाल्या. परळ रस्त्यावर एक वाईट गोष्ट घडली. एका मनुष्याने मुनशींच्या गाडीवर हल्ला केला. गाडीच्या काचांचा चक्काचूर झाला. सरदार पटेल, मथुरादास त्रिकमजी आणि भवानजी अर्जुन खिमजी हे मुनशींच्या गाडीत होते. सुदैवाने त्यांपैकी कुणालाच दुखापत झाली नाही. एकंदर ७२ लोक जखमी झाले. अकरा जणांना प्राणांतिक जखमा झाल्या. पस्तीस लोकांना अटक झाली. सर्व शहर निदर्शनांनी गरजले.

मुंबईतील कामगार नेत्यांच्या आवाहनानुसार सर्व प्रांतभर औद्योगिक शहरांतून काही प्रमाणात संप झाला. त्या ठिकाणी मिरवणुका निघाल्या. निरोधने नि निदर्शने झाली. अहमदाबाद, अमळनेर, जळगाव, चाळीसगाव, पुणे, धुळे ह्या ठिकाणांपर्यंत संपाचे लोण पोचले होते.

संपाच्या कार्याची तर मोठी रंगदार भैरवी झाली. संध्याकाळी कामगार

मैदानावर कामगारांची प्रचंड सभा भरली. सभेचे अध्यक्ष जमनादास मेथाच होते. सभेत रणदिवे, निमकर, डांगे, मिरजकर प्रभृती कम्युनिस्ट नेत्यांनी त्या काळ्या कायद्याचा कडकडून धिक्कार केला. काळ्या कायद्याचे एक प्रतीक आणि दुसरे गृहमंत्र्यांचे प्रतीक असे दोन पुतळे सभेच्या शेवटी जाळण्यात आले. आंबेडकरांचे तेथे एक जळजळीत भाषण झाले. भाषणाच्या आरंभी त्यांनी संप यशस्वी केल्याविषयी कामगारांचे हार्दिक अभिनंदन केले. ज्या सायंकाळच्या वृत्तपत्रांत संप फसल्याविषयी विपर्यस्त माहिती दिली होती, त्यांचे त्यांनी सरकारचे बगलबच्चे असे वर्णन करून निषेध केला. संप पूर्णपणे यशस्वी झाल्याची त्यांनी ग्वाही दिली. ते कामगारांना म्हणाले, 'केवळ सभांना उपस्थित राहून घसा फुटेपर्यंत काळ्या कायद्याचा निषेध करून किंवा निषेध व्यक्त करून तुमचे कार्य होणार नाही. आपले प्रतिनिधी निवडून देऊन तुम्ही राज्यसत्ता हस्तगत केली पाहिजे.' आपल्या भाषणाच्या शेवटी ते म्हणाले, 'काँग्रेसने ब्रिटिश साम्राज्यशाहीविरुद्ध जर खराखुरा लढा उभारला तर मी काँग्रेसला जरूर जाऊन मिळेन.'

संपाविषयी आपल्या निवेदनात सरदार पटेल म्हणाले की, 'संपाच्या नेत्यांनी बळजबरीने मार्ग अवलंबिले.' यावर आंबेडकर म्हणाले, 'पटेलांचे निवेदन म्हणजे अथपासून इतिपर्यंत असत्याने विणलेले जाळे आहे.'

ह्या संपातून दोन गोष्टी निष्पन्न झाल्या. पहिली गोष्ट अशी की, आंबेडकर कामगार क्षेत्रात आपले वजन पाडू शकले. त्यांच्या संघटनेने महत्त्वाचे कार्य केले. आणि ती श्रेष्ठ प्रतीची ठरली. प्रथम श्रेणीचे कामगारनेते म्हणून आंबेडकरांची कीर्ती झाली. त्यामुळे अखिल भारतीय कामगारांच्या प्रश्नाशी त्यांचे भविष्यकाळात जे नाते जोडले जाणार होते त्याचा तो पाया ठरला. दुसरी गोष्ट अशी की, कामगारांच्या हितासाठी कम्युनिस्ट नि आंबेडकर यांनी एक आघाडी बनविली. तथापि, आंबेडकरांनी आपला पक्ष नि संघटना ही धूर्तपणे आणि सावधपणे कम्युनिस्टांपासून अलग ठेवली. आणि त्या क्षेत्रात त्यांनी आपली छाप बसविलीच.

७ नोव्हेंबरचा संप ही फार महत्त्वाची अशी गोष्ट ठरली. त्याचे महत्त्व एवढे होते की, संयुक्त प्रांतातले नाणावलेले किसान पुढारी स्वामी सहजानंद आंबेडकरांना मुंबईत त्यांच्या निवासस्थानी येऊन भेटले. मुंबईतील कामगारांचे प्रश्न नि सर्वसाधारण भारतातील शेतकऱ्यांचे प्रश्न ह्यांवर त्यांनी आंबेडकरांशी चर्चा केली. ब्रिटिश साम्राज्यवादाविरुद्ध एकजूट करण्यासाठी आंबेडकरांनी काँग्रेसला मिळावे असा त्यांनी आंबेडकरांशी आग्रह धरला. आंबेडकर म्हणाले, 'काँग्रेसने ब्रिटिश साम्राज्यशाहीविरुद्ध जर लढा पुकारला असता, तर मी त्या

पक्षाला मिळालो असतो. परंतु वस्तुस्थिती तशी नाही. काँग्रेस पक्ष आपल्या हाती आलेली घटनात्मक यंत्रणा राबवीत आहे. त्याने शेतकरी व कामगार ह्यांच्या हिताचा बळी दिला आहे. असल्या ह्या संघटनेला मी मिळू शकणार नाही.'[१]

डिसेंबर १९३८ च्या शेवटच्या आठवड्यात औरंगाबाद येथे औरंगाबाद जिल्हा दलित वर्गाच्या परिषदेचे अध्यक्षपद बाबासाहेबांनी स्वीकारले. अशा तऱ्हेची दलित वर्गाची हैद्राबाद संस्थानातील ही पहिलीच परिषद. त्या परिषदेच्या स्वागताध्यक्षांनी तेथील दलित वर्गाच्या स्थितीचे वर्णन मोठ्या परिणामकारक भाषेत केले. तेथील दलितवर्गीयांचा कसा छळ होत असतो, त्यांना मुसलमान धर्मात कसे जबरीने ओढले जाते, आणि मुसलमानांचे साह्य घेऊन ब्राह्मण अस्पृश्यांचे सार्वजनिक तळ्यावर पाणी भरण्याचे नि मंदिरप्रवेशाचे प्रयत्न कसे हाणून पाडतात. ह्यावर त्यांनी विदारक प्रकाश पाडला. आंबेडकरांनी त्यांना 'स्वावलंबी बना' असा संदेश दिला.

---

१. जनता, ३१ डिसेंबर १९३८.

१७

संघराज्य की पाकिस्तान ?

जानेवारी १९३९ च्या पहिल्या आठवड्यात महाड येथे शेतकऱ्यांची मोठी परिषद भरली. त्या परिषदेत भाषण करताना बाबासाहेब आंबेडकरांनी शेतकऱ्यांची दु:ख निवारण्यात काँग्रेस मंत्रिमंडळ अपयशी ठरले आहे असे त्यांच्या मनावर ठसविण्याचा प्रयत्न केला. ते म्हणाले, 'मुख्यमंत्री खेर हे केवळ गुळाचे गणपती आणि इतर मंत्री हे सरदार पटेलांच्या दारचे कुत्रे आहेत.' सरदार पटेलांचीही त्या भाषणात त्यांनी हजेरी घेतली. मुंबई राज्याचे मुख्यमंत्री बाळ गंगाधर खेर ह्यांच्या गुजराथमधील एका सत्काराच्या वेळी पटेल म्हणाले होते की, खेरांचा सत्कार ते गांधीभक्त म्हणून करण्यात येत आहे. मुख्यमंत्री म्हणून नव्हे. तसे नसते तर त्यांनी खेरांना त्यांचा सत्कार न करता परत पाठविले असते. ह्या गोष्टीचा उल्लेख करून आंबेडकर म्हणाले, 'एका महाराष्ट्रीयाचा असा अपमान केल्याबद्दल पटेलांचा मी सूड घेईन. पटेलानी असा जर माझा अपमान केला तर मी त्यांना जोड्याने मारीन.' हे जाहीर भाषण होते. ते स्वगत वा खाजगी नव्हते. काँग्रेस नेत्यांच्या उद्धट वर्तनाचा तिटकारा बाळगणाऱ्या बाबासाहेबांनी आपल्या तोंडाचा तोफखाना सोडला म्हणायचा. रागाचा हा तीव्र उद्रेक होता. पण ज्याचा तो पडला गुळाचा गणपती ! आपण त्याला राव कसा करणार ! हे आंबेडकरांना कळत नव्हते असे नाही. परंतु काँग्रेस पक्षाच्या बाबतीत जशास तसे वागणे हा त्यांचा खाक्या असे.

मुंबईस परत आल्यावर आंबेडकरांनी आपल्या स्वतंत्र मजूर पक्षाच्या स्वयंसेवक दलाला त्याच्या सेवेबद्दल नि त्याने अत्यंत जबाबदारीने केलेल्या कार्याबद्दल धन्यवाद दिले. सरदार पटेल नि मुख्यमंत्री खेर ह्यांनीही दलाविषयी प्रशंसोद्‌गार काढल्याचे त्यांनी आपल्या भाषणात सांगितले. विरोध आणि वैर ह्यांतला फरक जे जाणतात तेच खरे शहाणे ! खेर काही बाबासाहेबांचे शत्रू नव्हते. सरदार पटेलही नव्हते.

नियोजित संघराज्याची प्रस्थापना करण्याच्या प्रश्नाला भारतीय

राजकारणात पहिल्या प्रतीचे महत्त्व प्राप्त झाले होते. महाराज्यपाल (व्हाइसरॉय) लंडनहून परत आले ते ब्रिटिश राज्यकर्त्यांकडून संघराज्याच्या संस्थापनेच्या दृष्टीने काही सूचना घेऊन आले असणार असे राजकीय वर्तुळात बोलले जात होते. हिंदी संस्थानिकांनी आपल्या संस्थानांचे लोकशाहीकरण केले नाही तरी त्यांना संघराज्यात येऊ द्यावे असा ब्रिटिश मुत्सद्यांच्या मनाचा कल दिसू लागला. थोडक्यात सांगावयाचे म्हणजे, काँग्रेसमधील उजवा गट हिंदी संस्थानांत जबाबदार पद्धतीची राज्ययंत्रणा अस्तित्वात आणवून भावी संघराज्यात आपले बहुमत प्रस्थापित करण्यासाठी झगडत होता. काँग्रेसचे अध्यक्ष सुभाषचंद्र बोस ह्यांचा संघराज्य पद्धतीला उघड उघड विरोध होता. मुसलमानांनी तर संघराज्य योजनेला कडाडून विरोध सुरू केला. मुसलमानांच्या फुटीर वृत्तीला आळा बसून भारत अविभाज्य नि एकसंध व्हावा ह्या उद्देशाने संघराज्य लवकर प्रत्यक्षात यावे असे हिंदुमहासभेच्या नेत्यांना वाटत होते.

ज्या तऱ्हेचे संघराज्य भारतात येणार होते, त्या तऱ्हेच्या संघराज्य पद्धतीला आंबेडकरांचा विरोध होता. त्यांच्या मते संघराज्याची घटना अपुरी असून त्यात स्वाभाविक दोष होते. संस्थानांना वाजवीपेक्षा जास्त प्रतिनिधित्व, संघविधिमंडळाच्या अप्रत्यक्ष निवडणुका, महाराज्यपालांना दिलेले विशेष अधिकार, सार्वभौमत्वाचे राखीव अधिकार आणि लष्कर नि तिजोरी यांवर ताबा मिळण्याची अशक्यता इत्यादी दोष होते. डिसेंबर १९३८ मध्ये एकदोन वेळा त्यांनी त्याविषयी आपले मत व्यक्त केले होते. आपला आवाज संघराज्यपद्धतीविरुद्ध जेवढा जास्त तीव्र करता येईल तेवढा करावयाचा आणि काँग्रेसमधील जहाल गटास या बाबतीत पाठिंबा द्यावयाचा असे आता त्यांनी ठरविले होते. संघराज्याविषयी आपले विचार प्रकट करण्याची त्यांना एक सोनेरी संधी लाभली. पुण्यातील अर्थशास्त्र व राजकारण ह्यांचे शिक्षण देणाऱ्या गोखले अर्थशास्त्र संस्थेने त्यांना व्याख्यान देण्यास आमंत्रण दिले. २९ जानेवारी १९३९ ह्या दिवशी त्यांनी तेथे दोन तास भाषण केले. ह्या आपल्या भाषणात आंबेडकरांनी संघराज्य संस्थापनेमुळे देश स्वातंत्र्याजवळ तर जाणार नाहीच परंतु ती त्याच्या मार्गातील कायमची धोंड होऊन बसेल असे मत व्यक्त केले. त्याचे कारण त्यांनी असे सांगितले की, 'संघराज्यघटनेप्रमाणे ब्रिटिश भारतातील लोक कोणताही निर्णय घेण्यास स्वतंत्र असतील; तर हिंदी संस्थानांत जबाबदार पद्धतीचे राज्य नसल्यामुळे तेथून मध्यवर्ती विधिमंडळावर ब्रिटिश मुत्सद्यांनी संस्थानिकांकरवी निवडलेले त्यांचे हस्तकच येतील.

नियोजित संघराज्यात सर्वांना नागरिकत्वाचे समान हक्क असणार नाहीत;

कारण संस्थानांतील लोक हे संस्थानांचेच नागरिक राहणार. त्यांच्यावर संघराज्याचा सरळ सरळ अधिकार चालणार नाही. आपण जरी संघराज्य योजनेच्या विरुद्ध नसलो, तरी एकसंध राज्याची कल्पना आपणांस अधिक पसंत आहे. कारण एक संघराज्यपद्धती ही राष्ट्रवादाशी सुसंगतच आहे. नव्हे, ती भारताला चालू काळात अनुरूप अशीच गोष्ट आहे. तथापि, नियोजित संघराज्य भारताच्या एकीकरणास तितकेसे सहाय्यभूत होणार नाही. कारण एकतर सर्व संस्थानांना त्या संघराज्यात सामील होता येत नाही आणि दुसरे असे की संरक्षण खाते नि परराष्ट्र खाते ही दोन्ही खाती संघराज्याच्या अंमलाखाली ठेवलेली नसल्यामुळे हे संघराज्य खरे जबाबदार पद्धतीचे राज्य होणार नाही. थोडक्यात, संघराज्य आले की स्वराज्य गेलेच, असा त्यांनी निष्कर्ष काढला होता.

त्याच भाषणात आंबेडकरांनी रानडेयुग आणि गांधीयुग ह्यांची तुलना केली. रानडेयुग हे प्रामाणिक नि अधिक ज्ञानसंपन्न नि तमोनाशक होते. रानडेयुगात नेत्यांनी भारताचे आधुनिकीकरण करावयाचे ठरविले होते. नेते नीटनेटके कपडे वापरण्याची दक्षता घेत. व्यासंगविन्मुख राजकीय पुढारी ही एक उपद्रवकारी व्यक्ती मानली जाई. त्या युगात जीवनातील प्रश्नांचा अभ्यास नि चिंतन करण्यात लोक मग्न असत. ते आपल्या चिंतनातून निघालेल्या निर्णयाप्रमाणे आपले जीवित नि चारित्र्य घडविण्याचा प्रयत्न करीत. गांधीयुगात अर्धनग्न राहण्यात नेत्यांना अभिमान वाटू लागला. ते भूतकालीन आदर्शानुसार भारताची प्रतिमा घडविण्याचा प्रयत्न करू लागले. विद्वत्ता अन् व्यासंग ह्यांची आवश्यकता राजकारणात कार्य करणाऱ्या व्यक्तीला नाही, अशा प्रकारची विचारसरणी प्रसृत होऊ लागली. आपल्या जीवितासंबंधी व देशाच्या भवितव्यासंबंधी स्वतंत्रपणे व शास्त्रशुद्ध रीतीने विचार करण्याची प्रवृत्ती गांधीयुगातील लोकांत राहिली नाही. त्यांच्या बुद्धीचा कोंडमारा झाला. ते पाहूनच बाबासाहेबांना आपल्या भाषणात 'गांधीयुग हे भारतातील तमोयुग आहे,'[१] असे आपले स्पष्ट मत व्यक्त करणे प्राप्त झाले.

एकोणीसशे एकूणचाळीस सालच्या फेब्रुवारीत मुंबई विधिमंडळात आंबेडकरांनी अर्थसंकल्पावर कडक टीका केली. तेव्हा त्यांनी सांगितले की, 'महसुलाच्या दृष्टीने पाहिले असता अर्थसंकल्प बेलगाम आणि खर्चाच्या दृष्टीने म्हणाल तर निर्बुद्धपणाचा आहे; कारण स्वत: काँग्रेस पक्षाने जाहीररीत्या ज्या स्टँप-कराला विरोध केला होता तो करच त्यांनी स्वत: वाढविला आहे. काँग्रेस

---

१. Ambedkar, Dr. B. R. Federation Versus Freedom, p. 153.

पक्षाने विजेच्या वापरावर अधिक करपट्टी बसविली आणि जे रॉकेल तेल जनतेच्या आरोग्यास अपायकारक आहे त्याचा वापर वाढत्या प्रमाणात करण्यास अप्रत्यक्षपणे चालना दिली.'

दुसऱ्या प्रश्नाकडे वळून ते म्हणाले, 'सरकारने १२५ लक्ष रुपये आपल्या दारूबंदीच्या धोरणामुळे आलेला तोटा भरून काढण्यासाठी वाया घालविले आहेत. आता ह्या प्रश्नाचे स्वरूप मर्यादित झाले आहे. मद्यपान हा वादविवादाचा विषय आहे काय ? तो तसा असल्यास तातडीचा आहे काय ? मद्यपान ही अनिष्ट गोष्ट आहे हे मान्य करणे म्हणजे मद्यपान हा वादविवादाचा प्रश्न आहे असे मान्य करणे नव्हे. आणि तो तातडीचा प्रश्न आहे अशी मान्यता देण्याचाही प्रश्न उद्‌भवत नाही,' असे म्हणून त्यांनी इंग्लंड, आयर्लंड, डेन्मार्क, नॉर्वे, ऑस्ट्रेलिया, कॅनडा ह्या देशांतील अबकारी उत्पन्नाच्या आकड्यांकडे सरकारचे लक्ष वेधले आणि मुंबई प्रांतात १८० लाख लोकसंख्येवर ३२५ लक्ष रुपयांचे अबकारी उत्पन्न होणे हा काही मोठा प्रश्न नाही असे मत व्यक्त केले. अमेरिकेतील संयुक्त संस्थानांतील दारूबंदीच्या प्रश्नाचा उल्लेख करून त्यांनी फेल्डमनच्या 'प्रोहिबिशन' पुस्तकातील अभिप्राय उद्‌धृत केले. आंबेडकरांचे म्हणणे असे होते की मद्यपान हा काही विशेष विचारार्ह प्रश्न नाही. देशातील तो एक समस्या विषय होऊ शकत नाही. त्याची महत्त्वाची कारणे दोन. पहिले महत्त्वाचे कारण असे की, मद्यपान हे पाप आहे अशी सर्व धर्मांनी आपल्या अनुयायांस आज्ञा केलेली आहे. धर्माने दुसरी अनेक अपकृत्ये केलेली असतील, परंतु भारतातील सर्व धर्मांनी एक गोष्ट चांगली केली आहे, ती म्हणजे हिंदू, मुसलमान, पारशी या धर्मांनी मद्यपान निषिद्ध मानले आहे ही होय. ह्याचा लक्षावधी लोकांवर नकळत सुपरिणाम झालेला आहे. मद्यपानाच्या बाबतीत आपल्या देशाचा आगळेपणा, इतर देशांहून वैशिष्ट्यपूर्ण असा आहे. तो असा की, मद्यपानाचा व्यवहार सरकारच्या हाती आहे. शेवटी त्यांनी सरकारला एक रोखठोक सवाल केला की, दारूबंदी हा खरोखरच एवढा निकडीचा प्रश्न आहे काय, की इतर सर्व प्रश्न बाजूला सारून ह्याच एका प्रश्नाकडे आपण आपले सर्व लक्ष केंद्रीभूत करावे. सारांश, सरकारने प्रांताच्या इतर हितांकडे लक्ष देऊन दारूबंदीचे धोरण आता सोडून द्यावे, आणि सभेपुढील कामकाजपत्रिकेत कोणत्या प्रश्नांना कोणता अनुक्रम द्यावा ह्याविषयी काही तत्त्व ठरविलेले असावे.

पुढे अठरा वर्षांनी आंबेडकरांनी असे जाहीर केले की, 'दारूबंदीमुळे समाजाचे अध:पतन झाले. लोक घरांत दारू गाळत असल्यामुळे पुरुषांबरोबर बायकाही दारू पिऊ लागल्या. एका बाजूने सरकारी उत्पन्न बुडाले; दुसऱ्या बाजूने

पोलीस खात्यावर भरमसाट खर्च वाढला. काँग्रेस पक्ष सर्व देशभर दारूबंदी करणार. परमेश्वर काँग्रेसचे भले करो.'

७ नोव्हेंबरच्या संपाचे प्रतिध्वनी मुंबई विधिमंडळात अजून ऐकू येत होते. संपाच्या दिवशी जो गोळीबार झाला होता त्याची चौकशी करण्यासाठी सरकारने एक समिती नेमली होती. त्या समितीने आपल्या प्रतिवृत्तात कम्युनिस्ट नि आंबेडकर ह्यांनाच त्या दिवशीच्या शांतताभंगाला जबाबदार धरले आणि गोळीबार न्याय्य होता असा आपला निर्णय व्यक्त केला. हे काँग्रेसरचित प्रतिवृत्त जेव्हा विधिमंडळापुढे विचारासाठी ठेवण्यात आले तेव्हा तेथील वातावरण कधी झाले नव्हते इतके गरमागरम झाले. जमनादास मेथा म्हणाले, 'हा अहवाल एकांगी आहे. समितीने जो निर्णय व्यक्त केला आहे तो समितीचा स्वत:चा नसून कुणीतरी आयता तयार करून दिलेला आहे.' हा टोमणा वर्मी बसला. आपली बाजू मांडताना आंबेडकर आवेगाने म्हणाले, 'माझ्याविषयी म्हणाल तर मी संपाच्या कृतिसमितीचा सभासद होतो. त्यामुळे मी न्यायालयासमोर जाब द्यावयास उभा राहण्यास तयार आहे. जो पुरावा मांडण्यात आला आहे, त्यावर ज्या कोणाचा विश्वास असेल, त्याने हिंमत असेल तर मला न्यायासनासमोर खेचावे. समितीने म्हटले आहे की, गोळीबार रास्त होता. गोळीबार करण्यास तशीच कारणे घडली ! मला एकच प्रश्न विचारावयाचा आहे की शांतता नि सुरक्षितता पाळीत असता व्यक्तिस्वातंत्र्याचा आपण विचार करणार की नाही ? आणि जर स्वराज्य ह्याचा अर्थ – आणि मलाही असेच वाटते की त्याचा अर्थ – गृहमंत्र्यांनी जनतेवर खुशाल गोळीबार करावा व बाकीच्या लोकांनी फक्त त्या घटनेकडे पाहून हसावे किंवा ते विशिष्ट पक्षाचे असल्याने त्यांना पाठिंबा देण्यास उभे राहावे यापेक्षा अधिक नसेल, तर मला म्हणावेसे वाटते की, स्वराज्य हा भारताला मिळालेला शाप आहे; ते वरदान नव्हे.' (टाळ्यांचा कडकडाट.)

आंबेडकरांना उत्तर देताना गृहमंत्री नामदार मुनशी म्हणाले, 'आंबेडकर त्या समितीसमोर माहिती द्यावयास आले नाहीत. ते संपाच्या दिवशी अकरा वाजता न्यायालयात एक खटला चालवीत होते. संध्याकाळी ते संपात सामील झाले.' मुनशी उपहासगर्भ स्वरात पुढे म्हणाले की, 'आपणा सर्वांस आंबेडकरांच्या पोकळ शब्दजंजाळ, अविवेकी आव्हानाची ओळख झालेली आहे. आपल्या दहा मिनिटांच्या उपस्थितीत ते चर्चेला शोभा आणतात आणि अशी आव्हाने देतात.' तळपायांची आग मस्तकास पोचून क्षुब्ध झालेले मुनशी शेवटी म्हणाले, 'जर

आंबेडकरांनी कायद्याचे उल्लंघन करणारी भाषणे केली आणि हुतात्मेपद संपादन करण्यासारख्या अशाच गोष्टी केल्या, तर त्यांना न्यायालयात खेचून हुतात्माच बनवू.' आमदार देहलवींनी उपरोक्त 'अविवेकी' ह्या शब्दाला हरकत घेतल्यामुळे मुनशींनी तो मागे घेतला. आंबेडकर मध्येच म्हणाले, 'तुमच्यापाशी जो पुरावा आहे त्याच्या बळावर ज्या कामगारांनी संपाच्या दिवशी कामावर जाणाऱ्या कामगारांची डोकी फोडली असा तुम्ही आरोप करीत आहा त्यांच्यावर तुम्ही खटले का भरीत नाही ?' त्यावर जमनादास मेथा आंबेडकरांना म्हणाले, 'त्यांच्या असल्या बोलण्यांवर तुम्ही विश्वास ठेवू नका.'

आंबेडकर जेव्हा काँग्रेस पक्षावर वादविवादात मात करीत आणि युक्तिवादात पडते घेत नसत तेव्हा मंत्री त्यांना नामोहरम करण्यासाठी एक निर्वाणीचे शस्त्र उपशीत असत. ते म्हणजे 'तुम्ही विधिमंडळात उशिरा येता नि धूळभेट देऊन मग अदृश्य होत असता.' पण ते लुळे पडे. परंतु काही वर्षांनंतर आंबेडकरांच्या विधिमंडळांतील कार्यासंबंधी बोलताना स्वत: मुख्यमंत्री खेरांनीच त्यांचा मोठा गौरव केला. त्या वेळी खेर म्हणाले, 'विरोधी पक्षांतील नेते आंबेडकर ह्यांनी परिणामी हितकारक अशी टीका केली, उपयुक्त सूचना केल्या आणि आमच्या कारभारातील दोष दाखवून दिले.' ह्यावरून मुनशी ह्यांच्या उत्तरांत आवेश नि द्वेष यांचा भाग किती होता हे समजेल. आंबेडकरादी विरोधी पक्षांतील नेत्यांना कोणत्या परिस्थितीत काम करावे लागत होते याची कल्पना जमनादासांच्या एका भाषणावरून चांगलीच येते. राज्यकर्त्यांचे विधिमंडळातील कामकाज करण्याची पद्धत कशी होती हे विशद करताना जमनादास म्हणाले, 'आम्ही सरकारला सरळसरळ विरोध केला, तर सरकार म्हणते विरोधी पक्ष केवळ विरोध करावयाचा म्हणून विरोध करीत असतो. आणि जर आम्ही तत्त्वाला पाठिंबा दिला नि त्यातल्या अडचणी निदर्शनास आणून दिल्या, तर सरकार म्हणते की हा मुळी पाठिंबाच नव्हे. मला असे वाटते की, ही वृत्ती जितकी कमी कमी होत जाईल तितके चांगले.'

फेब्रुवारी १९३९ पासून राजकोट संस्थानात राजकीय सुधारणेसाठी चळवळ जोरात सुरू झाली होती. आपल्या इच्छेच्या विरुद्ध काँग्रेसने अध्यक्षपदाची माळ सुभाषबाबूंच्या गळ्यात घातल्यामुळे आपल्याला एकपरी तिने पराभूत केले आहे. अशी समजूत करून घेऊन त्रस्त मनाने गांधीजी राजकोटला धावले. जरी वरवर त्या संस्थानचा प्रश्न सोडविण्यासाठी ते तेथे गेले असे दिसले, तरी त्यांचा खरा हेतू सुभाषबाबू त्रिपुरी काँग्रेसचे अध्यक्षस्थानी विराजमान होतील त्या वेळी पेचप्रसंग निर्माण करावयाचा हाच होता. राजकोट संस्थानातील राजकीय

सुधारणांचा विचार करण्यासाठी तेथे नेमलेल्या मंडळावर आपला प्रतिनिधी घ्यावा, अशी मागणी करण्यासाठी राजकोट येथील अस्पृश्य जनतेने आंबेडकरांना पाचारण केले. त्याप्रमाणे राजकोटला १८ एप्रिल रोजी आंबेडकर विमानाने गेले. त्यांनी त्याच दिवशी राजकोटचे राजेसाहेब ठाकूर ह्यांची भेट घेतली. रात्री अस्पृश्य वर्गीयांची एक सभा भरली. आपल्या राजकीय हक्कांसाठी त्यांनी झगडा करावा, असा त्यांनी अस्पृश्य वर्गाला चैतन्यपूर्ण आदेश दिला. दुसऱ्या दिवशी सकाळी 'अस्पृश्य वर्गीयांचा एक प्रतिनिधी सुधारणा समितीवर घ्यावा' याविषयी पाऊण तास आंबेडकरांनी गांधीजींशी चर्चा केली.

राजकोट येथे दिलेल्या मुलाखतीत आंबेडकर म्हणाले की, आपण सर्व मुद्यांची सविस्तर चर्चा गांधींशी करू शकलो नाही. कारण गांधींना एकाएकी ताप चढला. तथापि, आपण मांडलेल्या शर्ती सर तेजबहादूर सप्रूंसारख्या घटनापंडिताकडे विचारार्थ ठेवाव्यात, ही आपली सूचना गांधींना अमान्य झाली. शेवटी गांधीजी राजकोटच्या भांडणात राजकोटचे दिवाण वीरावाला ह्यांचा अहिंसक मार्गाने हृदयपालट करू शकले नाहीत. म्हणून त्यांनी दबावाच्या मार्गाचा अवलंब करून महाराज्यपालांना राजकोटच्या राज्यकारभारात हस्तक्षेप करावयास विनंती केली. हृदयपरिवर्तन आणि अहिंसावाद ह्या तत्त्वांचे प्रेषित असलेल्या गांधीजींनीच त्या वेळी जाहीररीत्या कबुली दिली की आपला अहिंसावाद पूर्णत्वास पोचलेला नाही. आणि म्हणून त्यांनी, त्यांच्याच शब्दांत सांगावयाचे म्हणजे, भंगलेल्या आशेने नि खंगलेल्या शरीराने राजकोटचा निरोप घेतला.

राजकोटमधील भांडणाच्या मुद्यावर संघराज्याचे सरन्यायाधीश सर मॉरिस ग्वायर ह्यांनी निवाडा दिला. सर मॉरिस ग्वायर ह्यांच्या निवाड्यातील 'शिफारस' ह्या शब्दाचा अर्थ बरोबर नाही, असे आंबेडकरांनी आव्हानपूर्वक जाहीर केले. 'प्रस्तुत प्रश्नाच्या संदर्भात पूर्वीचा काही निर्णयात्मक दाखला सापडत नसल्यामुळे सर मॉरिस ग्वायर ह्यांना तसा निर्णय करावा लागला आहे,' असे ते म्हणाले. आणि आपल्या म्हणण्याच्या पुष्टीसाठी त्यांनी दोन दाव्यांचा आधार उद्धृत केला.

जुलै १९३९ च्या पहिल्या आठवड्यात आंबेडकरांनी चांभार समाजाच्या एका सभेत भाषण केले. ती सभा रोहिदास शिक्षण समितीच्या विद्यमाने परळ येथील आर. एम. भट माध्यमिक शाळेच्या सभागृहामध्ये भरली होती. आंबेडकरांची ह्या सभेतील उपस्थिती वैशिष्ट्यदर्शक होती. कारण चांभार समाजाचे नेते धर्मांतराच्या मुद्यावर डॉ. आंबेडकरांशी मतभेद होऊन बाहेर पडले होते. १९३७ सालच्या सार्वत्रिक निवडणुकीपासून ते आंबेडकरांपासून दूर गेले होते. आंबेडकरांच्या धर्मांतराच्या धोरणाला त्यांचा पाठिंबा नव्हता. 'तुमचा एकही उमेदवार मी उभा

करणार नाही,' असे आंबेडकरांनी त्यांना निक्षून सांगितले होते. त्यामुळे अनेक वर्षे आंबेडकरांच्या चळवळीत ज्यांनी अंग मोडून काम केले, जिवाचे रान केले ते सीताराम नामदेव शिवतरकरांसारखे सहकारी आणि दत्तोबांसारखे जिवलग स्नेही त्यांना अंतरले. सभेत भाषण करताना आंबेडकर म्हणाले, 'सर्व दलित समाजाच्या उद्धारासाठी मी कार्य सुरू केलेले आहे. मी विशिष्ट जातीवादी किंवा पंथवादी कल्पनेचा अथवा धोरणाचा माझ्या कार्यात कधीही अवलंब केला नाही. दलित समाजामधील जातिभेदांचे उच्चाटन व्हावे ह्या मताचा मी आहे. त्या दृष्टीने मी कार्य करीत असतो. अस्पृश्यांमधील जातीजातींत बेटीव्यवहार घडवून आणण्याचा प्रश्न हा जबरदस्तीने सोडविता येणार नाही. महार मुलीचे लग्न चांभार मुलाशी किंवा मांग मुलीशी जबरदस्तीने, जणू जादूची कांडी फिरवल्यासारखे, घडवून आणता येणे शक्य नाही. ज्या मुलामुलींना असे धैर्य आहे त्यांना पाठिंबा देणे हे तसले धैर्य दाखविणाऱ्यांचे काम आहे.' राजकीय प्रश्नाचा उल्लेख करून ते म्हणाले, 'काही अस्पृश्य नेत्यांना माझ्या पक्षाविरुद्ध उभे करून काँग्रेस पक्ष दलित समाजामध्ये युक्तीने फूट पाडीत आहे. काँग्रेसच्या ह्या फसव्या प्रचाराला बळी पडू नका. मी काँग्रेसमध्ये नाही म्हणूनच इतर दलित समाजांतील नेत्यांची काँग्रेसचे नेते खुशामत करतात. स्वतंत्र मजूर पक्षाचे बहुसंख्य सभासद महारच आहेत हे मी मान्य करतो. परंतु महार हे अस्पृश्य समाजात बहुसंख्य आहेत हा काही माझा दोष नव्हे.[१] जातिभेदाच्या भावनांपासून मुक्त व्हायचे असेल तर त्यावर उपाय एकच आहे, आणि तो म्हणजे धर्मांतर करणे हा होय.'

ह्यानंतर थोड्याच दिवसांनी नाशिक येथील हंसराज प्रा. ठाकरसी महाविद्यालयात आंबेडकरांच्या सन्मानार्थ चहापानाचा समारंभ झाला. त्या वेळी त्यांना काही लेखी प्रश्न विचारण्यात आले. त्यांतील एका प्रश्नाचे उत्तर देताना ते म्हणाले, 'कराच्या रूपाने सरकार जो पैसा उभा करीत आहे तो शेतकऱ्यांच्या कर्जफेडीसाठी, दारिद्र्याचे उच्चाटन करण्यासाठी आणि शिक्षणासाठी त्याने खर्च केला पाहिजे. परंतु जर दारूबंदीला अग्रस्थान किंवा इतर तातडीच्या प्रश्नांपेक्षा जास्त महत्त्व दिले, तर ते शक्य होणार नाही.' त्याच दिवसांत सर शिकंदर हयातखान ह्यांनी भारताचे सात राजकीय विभाग पाडावे अशी एक योजना विचारासाठी मांडली होती. त्याविषयी बोलताना आंबेडकर म्हणाले की, 'ती योजना आपणास मान्य नाही. पाकिस्तान स्थापण्याच्या मार्गावरील ते एक पाऊल असावे असा आपणास संशय येतो.' ब्रिटिश राजवटीविषयी ते म्हणाले की,

---

१. जनता, ८ जुलै १९३९.

तिच्यामध्ये जे दोष आहेत नि त्यामुळे भारतास जी दुःखे भोगावी लागत आहेत त्यांचा विचार जरा बाजूला केला तरी त्यांनी दोन गोष्टी भारतीयांना बहाल केल्या आहेत. पहिली गोष्ट म्हणजे मध्यवर्ती सरकार. दुसरी म्हणजे जरी निरनिराळ्या धर्मांचे आपण लोक असलो तरी आपण एका सरकारचे घटक आहोत ही भावना होय.

याच समयास मुंबई विधिमंडळात अर्थ खात्याच्या सुधारणांविषयी दुसऱ्या विधेयकासंबंधी बोलताना आंबेडकरांनी सरकारची चांगलीच खरडपट्टी काढली. ज्या मंत्रिमंडळात पाच नामांकित निर्बंधपटू आहेत त्यांनी ह्या विधेयकात गतकालापासून दंड लागू करण्याची मागणी करणारे विधेयक पुढे मांडावे याविषयी आपण चकित झालो आहोत, असे ते म्हणाले.

याच संधीस पोलंडच्या सुरक्षिततेच्या प्रश्नावर युरोपमध्ये दुसरे जागतिक युद्ध पेटले. ब्रिटिश महाराज्यपालांच्या एका घोषणेने जर्मनीविरुद्ध हिंदुस्थानास युद्धात गुंतविण्यात आले. प्रमुख भारतीय नेत्यांनी जागतिक युद्धासंबंधी आपली मते व्यक्त केली. हिंदी उदारमतवादी पक्षातील नेत्यांनी सरकारला युद्धकार्यात विनाअट साहाय्य करावे असे मत दिले. मुसलमानांच्या मुस्लीम लीग ह्या प्रमुख राजकीय संस्थेचे नेते जिना म्हणाले की, ब्रिटिशांनी हिंदी मुसलमानांच्या मनात सुरक्षितता नि मुक्ती यांची भावना निर्माण करावी. महायुद्धारंभी सरदार वल्लभभाई पटेलांसह सर्व काँग्रेसनेत्यांनी आणि चँग कै शेक ह्यांना भेटून उल्हसित मनाने भारतात परत आलेले पंडित नेहरू ह्यांनी, महायुद्धात ब्रिटिशांना विनाअट सहाय्य करावे अशीच घोषणा केली. महायुद्धाच्या त्या आणीबाणीच्या काळात सौद्याची भाषा बोलावयास त्यांचे मन घेईना.

गांधीजी तर दुःखात चूर होऊन गेले ! ते ब्रिटिश महाराज्यपालांना म्हणाले की, 'ब्रिटिश लोकसभागृह नि वेस्ट मिन्स्टर ॲबे यांचा नाश झाला तर आपणास अत्यंत दुःख होईल.' हिंदुमहासभेचे नेते सावरकर म्हणाले, 'जोपर्यंत ब्रिटन हिंदुस्थानला पारतंत्र्यात खितपत ठेवीत आहे तोपर्यंत ब्रिटन मानवजातीच्या स्वातंत्र्याशी निगडित असणाऱ्या उच्च तत्त्वांच्या संरक्षणासाठी महायुद्धात उतरले आहे ही त्यांची घोषणा एक शुद्ध बनवेगिरी मानण्यात येईल.'

११ सप्टेंबर रोजी एक फार महत्त्वाची घटना घडली. जरी संघराज्य हेच सरकारचे खरे ध्येय होते, तरी ते सद्यःस्थितीत स्थगित ठेवण्यावाचून गत्यंतर नाही, अशी ब्रिटिश महाराज्यपालांनी घोषणा केली.

स्वतंत्र मजूर पक्षाच्या वतीने काढलेल्या आपल्या पत्रकात आंबेडकर म्हणाले, 'पोलंडच्या बाजूला विशेष न्याय आहे असे नाही. कारण ज्यूंचा पोलंडनेही छळ केला आहे. पोलंडचा प्रश्न हा केवळ ह्या युद्धातील एक घटना आहे एवढेच. परंतु आपल्याशी ते सहमत होणार नाहीत, त्यांच्यावर आपले मत आपण लादणारच हा जर्मनीचा दावा हे सर्व जगावर कोसळलेले मोठे अरिष्टच आहे.' ब्रिटिशांची अडचण ती आपली संधी आहे असे मानणाऱ्या भारतीयांचे मत आंबेडकरांना मान्य नव्हते. ज्या योगे भारतीय लोक पुन्हा नवीन गुलामगिरीत पडतील अशा मार्गाने त्यांनी जाऊ नये, असा त्यांनी अभिप्राय व्यक्त केला.

आंबेडकर पुढे म्हणाले की, भारताला आपल्या परराष्ट्रीय धोरणात युद्ध किंवा तह करणे यासंबंधी मत देण्याचा अधिकार असू नये ही गोष्ट अन्यायाची आहे. भारताने ब्रिटिश राष्ट्रकुलात राहून इतर घटकांच्या बरोबरीने आपणास दर्जा प्राप्त करून घेण्यासाठी झगडावे, हे बरे. ब्रिटिशांनी हिंदी लोकांना आपल्या देशाचे संरक्षण करण्यास समर्थ करण्याच्या दृष्टीने काही योजना आखावी असे त्यांनी सांगितले. गोलमेज परिषदेच्या वेळी भारताचे संरक्षण भारतीयांनीच करावे हे तत्त्व ब्रिटिशांनी मान्य केले होते. त्याची त्यांना त्यांनी आठवण करून दिली. आपल्या पत्रकाच्या शेवटी आंबेडकर म्हणाले की, 'युद्ध संपल्यावर भारतास ब्रिटिश साम्राज्यात कोणता दर्जा प्राप्त होईल याविषयी ब्रिटनने आश्वासन देणे ब्रिटनचे कर्तव्य आहे. युद्धकालानंतर भारताला ज्या तत्त्वांपासून काही फायदा होण्यासारखा नसेल त्या तत्त्वांसाठी भारत स्वखुशीने मन:पूर्वक लढणार नाही.'

चौदा सप्टेंबर १९३९ रोजी काँग्रेस नेत्यांनी जागतिक युद्धाविषयीचे आपले धोरण बदलले. त्यांनी असे घोषित केले की, स्वतंत्र लोकशाहीप्रधान भारत इतर स्वतंत्र देशांशी एकमेकांच्या संरक्षणासाठी सहकार करील. ब्रिटिश साम्राज्यवाद नि लोकशाही यांच्या संदर्भात, आणि विशेषत: हिंदुस्थानच्या दृष्टीने ब्रिटिश सरकारने आपले युद्धविषयक धोरण जाहीर करावे अशी विनंती केली.

काँग्रेस पक्षाच्या ह्या अनिश्चित धोरणाशी आंबेडकर सहमत नव्हते. काँग्रेस ही सर्व भारताची प्रतिनिधी आहे हा गांधीजींचा दावा काँग्रेसेतर नेत्यांना मुळीच मान्य नव्हता. 'तो दावा फॅसिस्ट वृत्तीचा आहे आणि तो हिंदी लोकशाहीस प्राणघातक ठरेल,' असे पत्रक वीर सावरकर, न. चिं. केळकर, जमनादास मेथा, चिमणलाल सेटलवाड, सर कावसजी जहांगीर आणि सर विठ्ठलराव चंदावरकर ह्यांनी काढले. आंबेडकरांनीही त्याच्यावर सही केली. हे सात नेत्यांच्या सहीचे पत्रक त्या वेळीच बरेच गाजले.

ऑक्टोबरच्या पहिल्या नि दुसऱ्या आठवड्यांत ब्रिटिश महाराज्यपाल

लॉर्ड लिन्लिथगो यांनी सुमारे बावन्न भारतीय नेत्यांच्या भेटीगाठी घेतल्या. त्यांत सर्व वर्गाचे नि पक्षांचे प्रतिनिधी होते. त्यांत गांधी, जिना, नेहरू, सावरकर, पटेल, राजेंद्रप्रसाद, सुभाष बोस, आंबेडकर आणि इतर पुढारी होते. महाराज्यपालांनी आंबेडकरांची भेट ९ ऑक्टोबर रोजी घेतली. आपल्या भेटीत आंबेडकरांनी महाराज्यपालांच्या मनावर दलित वर्गाची भारतीय घटनेच्या प्रगतीच्या संदर्भात कोणती स्थिती राहणार आहे हे ठसविण्याचा प्रयत्न केला. पुणे कराराची फलनिष्पत्ती समाधानकारक नाही, राजकीय सुधारणेचा फेरविचार करतेवेळी आम्ही तो प्रश्न पुन्हा उपस्थित करू, असेही त्यांनी महाराज्यपालांना सांगितले.

भारतीय नेत्यांशी चर्चा केल्यानंतर महाराज्यपालांनी एक पत्रक प्रसिद्ध करून हिंदी लोकांच्या आशा नि आकांक्षा ह्यांविषयी ब्रिटिश सरकारचे काय म्हणणे आहे ते त्यात विशद केले. त्यातील एक महत्त्वाचे विधान असे होते की, युद्धसमाप्तीनंतर सर्व प्रमुख पक्षांच्या संमतीने हिंदुस्थान सरकारच्या शासनाविषयी कायद्यात दुरुस्ती घडवून आणू. आणि कोणतीही महत्त्वाची राजकीय सुधारणा घडवून आणीत असता ती अल्पसंख्याकांच्या संमतीशिवाय केली जाणार नाही. युद्धकाळात सर्व पक्षांच्या प्रतिनिधींचे एक सल्लागार मंडळ नेमण्यात येईल असे त्यांनी जाहीर केले.

काँग्रेसच्या कार्यकारिणीने महाराज्यपालांचे निवेदन संपूर्णतया असमाधानकारक आहे आणि ब्रिटनला दिलेल्या सहाय्याचा अर्थ ब्रिटिशांच्या साम्राज्यवादी धोरणाला आपली संमती आहे असा होईल असे म्हटले. ह्यासाठी काँग्रेसने सर्व प्रांतिक मंत्रिमंडळांना राजीनामा देण्याचा आदेश दिला. असे करण्यात काँग्रेसने ज्या धोरणाचा तिला तिटकारा वाटत होता ते धोरण सोईस्कररीत्या पुढे चालविण्यास ब्रिटनला नकळत मुभा दिली.

आंबेडकरांनी दिल्लीहून एक जाहीर निवेदन प्रसिद्ध केले. त्यात त्यांनी म्हटले होते 'गांधी नि काँग्रेस ह्यांनी काँग्रेसच्या बाहेरील व्यक्ती नि पक्ष यांच्या बाबतीतला आपला अहंमन्य नि अहंकारी दृष्टिकोन टाकून दिल्याशिवाय अल्पसंख्याकांचा प्रश्न सुटू शकणार नाही. देशभक्ती ही काही एकट्या काँग्रेसवाल्यांची मिरास नव्हे; म्हणून काँग्रेसच्या मतप्रणालीपेक्षा वेगळी मतप्रणाली असणाऱ्या व्यक्तींना ती तशी बाळगण्याचा हक्क आहे. तसेच तिला मान्यता मिळविण्याचा हक्कही त्यांना आहे.' मुस्लीम लीगने काँग्रेस मंत्रिमंडळावर केलेल्या आरोपांचा उल्लेख करून ते म्हणाले की, त्या आरोपांवर आपला विश्वास नाही. मुसलमानांचा काँग्रेस राजवटीत छळ होतो आहे किंवा ते त्रस्त झाले आहेत यावर आपला विश्वास नाही. इतर अल्पसंख्याकांप्रमाणे त्यांनाही राज्यकारभारात आपला

भाग असावा असे वाटते. शेवटी ते म्हणाले की, 'जर मुस्लीम लीगच्या भारतविच्छेदनाच्या मागणीने मुसलमानांच्या मनाची पकड घेतली, तर भारत अखंड राहण्याची आशाच बाळगायला नको. दलित वर्गाने जर अन्य धर्म स्वीकारला तर त्याचे सर्व दायित्व काँग्रेसवरच पडेल.'

उपरोक्त सात नेत्यांचे संयुक्त पत्रक, त्याचप्रमाणे दक्षिण हिंदुस्थानातील काँग्रेसेतर नेत्यांनी काढलेले संयुक्त पत्रक ह्यामुळे काँग्रेस नेत्यांच्या मनांमध्ये अस्वस्थता निर्माण झाली असावी असे दिसते. त्या दोन्ही संयुक्त पत्रकांवर दलित वर्गाच्या प्रतिनिधींच्या सह्या होत्या. त्या वेळी काँग्रेसच्या युद्धसमितीचे अध्यक्ष पंडित जवाहरलाल नेहरू होते. त्यांनी अस्पृश्यांच्या मागण्या तरी काय आहेत हे समजून घेण्यासाठी ऑक्टोबर १९३९ च्या तिसऱ्या आठवड्यात डॉ. आंबेडकरांशी दोन दिवस चर्चा केली.[१] ही पहिली आंबेडकर-नेहरू भेट. नेहरूंना ते आपल्या खाजगी संभाषणात चौथ्या इयत्तेतला शाळकरी मुलगा म्हणत. ही भेट मुंबई प्रांताचे मुख्यमंत्री खेर ह्यांनी घडवून आणली होती. ह्या भेटीनंतर लागलीच मुंबई प्रांतिक काँग्रेसचे अध्यक्ष नि काँग्रेस कार्यकारिणीचे एक सभासद भुलाभाई देसाई ह्यांच्या बंगल्यावर काँग्रेस नेत्यांशी तीन-चार दिवस डॉ. आंबेडकरांची चर्चा झाली. गांधीजींचे कार्यवाह महादेव देसाई या कामासाठी खास वर्ध्याहून आले होते. आंबेडकरांचे विचार गांधीजींना नि इतर काँग्रेस नेत्यांना त्यांनी कळवावयाचे होते. ही बोलणी मुंबई मंत्रिमंडळाच्या राजीनाम्याच्या प्रश्नापुरतीच मर्यादित होती.

काँग्रेस पक्ष राज्य करीत असलेल्या सर्व विधिमंडळांत राजीनामे देण्यापूर्वी युद्धविषयक ठराव मांडला गेला. मोठ्या गंभीर वातावरणात मुंबई विधिमंडळात काँग्रेस पक्षाने युद्धविषयक ठराव मांडला. त्या ठरावात म्हटले होते की, ब्रिटिश सरकारने भारतीय लोकांना त्यांच्या संमतीशिवाय ब्रिटन नि जर्मनी ह्यांमध्ये चाललेल्या युद्धात एक भागीदार म्हणून गोवले आहे; इतकेच नव्हे तर, ब्रिटिश सरकारने भारतीयांचे मत धाब्यावर बसवून प्रांतिक सरकारचे अधिकार आणि कार्य यांना प्रतिबंधक असे कायदे संमत केले आहेत नि उपाय योजले आहेत.

आंबेडकरांनी काँग्रेसच्या ठरावातील शेवटच्या विधानाला आक्षेप घेऊन तो भाग गाळावा अशी सभागृहापुढे सूचना मांडली. आपल्या विधिमंडळातील ठरावात देशाच्या सर्व मागण्या काँग्रेस पक्षाने अंतर्भूत केल्या नाहीत. जेवढी काँग्रेसश्रेष्ठींनी आज्ञा केली तेवढ्याच मांडल्या. म्हणून आंबेडकरांनी मुख्यमंत्री खेर यांना दोष दिला. आंबेडकरांनी आपले युद्धासंबंधीचे धोरण पुन्हा एकदा स्पष्ट

---

१. The Times of India, 30 October 1939.

केले. आणि असे जाहीर केले की, 'दलित वर्ग हा शूद्राच्या नीच स्थानी कुजत राहील असा राजकीय दर्जा दलित वर्ग मान्य करणार नाही. अस्पृश्यांवरील हिंदूंच्या सामाजिक, आर्थिक आणि धार्मिक वर्चस्वात आणखी राजकीय वर्चस्वाची भर पडणार असेल, तर ती मी सहन करणार नाही.' आंबेडकरांनी काँग्रेसला स्पॅनिश साम्राज्यातून फुटून निघालेल्या स्पॅनिश अमेरिकन वसाहतीची गत काय झाली त्याची आठवण दिली. त्या वसाहतवाल्यांनी ब्रिटनच्या जेरेमी बेनथॅमला आपली राज्यघटना करण्यास आमंत्रिले. बेनथॅमने गलबते भरून इंग्लंडहून ग्रंथ, साधनसामग्री मागविली. त्याने बनविलेली राज्यघटना त्या देशात कशी सपशेल पडली आणि तिची जाहीर होळी कशी झाली याचे आंबेडकरांनी स्मरण करून दिले. राज्यघटना ही पोशाखाप्रमाणे अंगास चांगली चपखल बसली पाहिजे असेही त्यांनी सांगितले.

'बहुसंख्य लोक अस्पृश्यांच्या उत्कर्षाला आवश्यक असणाऱ्या स्वातंत्र्य, समता नि बंधुता नाकारीत आहेत. शंभर मामलेदारांत दलित वर्गापैकी एक मामलेदार आणि चौतीस महालकऱ्यांपैकी एकही दलितवर्गीय नाही. दोनशे सेहेचाळीस मुख्य कारकुनांपैकी एकही दलितवर्गीय नाही. महसूल खात्यातील २४४४ कारकुनांपैकी फक्त ३० दलितवर्गीय आहेत. सरकारी बांधकाम खात्यातील ८२९ कारकुनांपैकी फक्त सात दलितवर्गीय आहेत. अबकारी खात्यात १८९ पैकी तीन. ५३८ पोलीस निरीक्षकां(इन्स्पेक्टर)पैकी फक्त दोन दलितवर्गीय; ३३ उपजिल्हाधिकाऱ्यांपैकी फक्त एक दलितवर्गीय असे हे प्रमाण आहे.'

कळकळीने ओतप्रोत भरलेल्या परिणामकारक आवाजात आंबेडकर पुढे म्हणाले, 'माझी भूमिका काय आहे, ते या देशात यथार्थपणे समजले नाही, हे मला माहीत आहे. तिच्याविषयी गैरसमज आहेत. त्यासाठी माझी भूमिका स्पष्ट करावयास ह्या संधीचा मला फायदा घेऊ द्या. अध्यक्ष महाराज, मी प्रतिज्ञापूर्वक सांगतो की, जेव्हा जेव्हा माझे वैयक्तिक हित नि सर्व देशाचे हित यांत संघर्ष निर्माण झाला तेव्हा तेव्हा मी देशाच्या हिताला प्राधान्य दिले.

'स्वत:च्या हिताला दुय्यम मानले. (ऐका, ऐका) स्वहितबुद्धीने मी आयुष्यात मार्ग चोखाळलेला नाही. जर मी आपल्या शक्तीचा नि परिस्थितीचा स्वत:साठी उपयोग केला असता, तर आज मी दुसऱ्याच एखाद्या स्थानी असतो. देशाच्या मागण्यांचा जेव्हा जेव्हा प्रश्न आला, तेव्हा तेव्हा मी इतरांच्या पाठीमागे तसूभरही नव्हतो. याविषयी गोलमेज परिषदेवेळचे माझे सहकारी माझ्या म्हणण्याला पुष्टी देतील अशी माझी खात्री आहे. गोलमेज परिषदेतील ब्रिटिश मुत्सद्दी तर

माझा पवित्रा पाहून गोंधळून गेले होते. त्यांच्या मतांप्रमाणे गोलमेज परिषदेत नको ते प्रश्न विचारणारा मी एक भयंकर कारटा ठरलो होतो.

'परंतु या देशातील जनतेच्या मनात मी नसती शंका राहू देणार नाही. मी दुसऱ्या एका अशा काही निष्ठेला बांधला गेलो आहे की, तिला मी कधीही अंतर देऊ शकणार नाही. ती निष्ठा म्हणजे माझा अस्पृश्य वर्ग. त्यांच्यात मी जन्मास आलो. त्यांचा मी आहे. जिवंत जीव असेपर्यंत मी त्यांना अंतर देणार नाही. यास्तव या विधिमंडळाला मी दृढनिश्चयपूर्वक सांगतो की जेव्हा अस्पृश्यांचे हित व देशाचे हित यांमध्ये संघर्ष निर्माण होईल त्या वेळी माझ्यापुरते मी सांगतो, की अस्पृश्यांच्या हितालाच मी प्राधान्य देईन. जी छळ करणारी बहुसंख्याक जमात आहे, ती देशाच्या नावाने बोलत असली तरी तिला मी पाठिंबा देणार नाही. ही माझी भूमिका प्रत्येकाने नि प्रत्येक ठिकाणी समजून घ्यावी. देशाचे हित आधी की माझे हित आधी असा प्रश्न उद्‌भवला तर मी आधी देशाचेच हित पाहीन. तसेच माझ्या समाजाचे हित आधी की देशाचे हित आधी असा जेव्हा प्रश्न उपस्थित होईल, तेव्हा मी अस्पृश्य वर्गाच्या हिताच्याच बाजूने उभा राहीन. मी तुमच्या ठरावाला ह्या ज्या दोन दुरुस्त्या सुचविल्या आहेत, त्यासंबंधी मला हेच म्हणावयाचे होते.'

शेवटी आंबेडकर म्हणाले, 'तुमच्या सत्तात्यागाला माझ्या अनुमतीची का आवश्यकता आहे ? तुमच्या पक्षातील गटाने ती गोष्ट ठरवायची आहे.' त्यांचे चांगले दीड तासभर भाषण झाले. त्यावर सभापती म्हणाले, की इतर सभासदांनी आता आपली भाषणे थोडक्यात आटपावी. ते ऐकून आंबेडकर म्हणाले, 'क्षमा असावी महाराज.'

काँग्रेसश्रेष्ठींच्या आदेशानुसार काँग्रेस मंत्रिमंडळांनी अखेर नोव्हेंबरच्या पहिल्या आठवड्यात राजीनामे दिले. काँग्रेस मंत्रिमंडळे राजीनामे देऊन बाहेर पडल्याचे पाहून जनाब जिनांचा आनंद गगनात मावेना. भारतीय मुसलमानांनी सुटकेचा नि:श्वास सोडला आहे असे म्हणून त्यांनी मुसलमानांना 'मुक्तिदिन' पाळण्याविषयी फर्मान सोडले. दारूबंदी धोरणामुळे ज्या पारशी मंडळींचे नुकसान झाले होते, त्यांनीसुद्धा काँग्रेसने सत्तात्याग केल्याविषयी आनंद व्यक्त केला. जिनांना त्यांनी साथ दिली. गंमत कशी आहे पाहा. आंबेडकरांनी पंधराच दिवसांपूर्वी भारतीय मुस्लिमांचा काँग्रेसच्या राजवटीत छळ होतो ह्या मुसलमानांच्या हाकाटीवर आपला विश्वास नाही, अशी दिल्लीहून घोषणा केली होती, तेच आंबेडकर जिनांच्या राजकीय जलशात सामील होताना म्हणाले, 'जिनांचे पत्रक वाचले. त्यांनी नकळत मला मागे टाकण्याएवढी मी त्यांना संधी दिली याविषयी

मला लाज वाटते. जिनांनी जी भाषा व भावना व्यक्त केली, ती वापरण्याचा खरा अधिकार त्यांच्यापेक्षा माझाच होता.' आंबेडकर पुढे म्हणाले, 'जर जिनांनी आरोप केल्याप्रमाणे मुसलमानांवर जुलूम झाल्याची शेकडा पाच उदाहरणे सिद्ध केली, तर मी अस्पृश्य समाजावर जुलूम झाल्याची शंभरांपैकी शंभर उदाहरणे कोणत्याही नि:पक्षपाती न्यायासनापुढे सिद्ध करीन. मुक्तिदिन हा काही हिंदूंच्या विरोधी डाव नाही. मुक्तिदिनाचा रोख काँग्रेसविरोधी आहे म्हणून ती संपूर्णपणे राजकीय आहे.' शेवटी ते असेही म्हणाले की, 'जर मुक्तिदिन हा हिंदूंवर हल्ला आहे असे हिंदूंनी मानले तर त्याचा अर्थ असा होईल की काँग्रेस ही हिंदूंची संस्था आहे असे इतरांनी मानले तर त्याचे जे काय परिणाम होतील त्याविषयी त्यांनी स्वत:लाच दोष द्यावा हे बरे.'

ह्या मुक्तिदिनाचे एक वैशिष्ट्य असे की, गांधीजी नि काँग्रेस ह्यांच्या ह्या दोन प्रमुख विरोधकांनी, जिना व डॉ. आंबेडकर यांनी, भेंडीबाजारातील मुक्तिदिनाच्या सभेत एकमेकांशी हस्तांदोलन केले. आणि काँग्रेसच्या नेतृत्वावर दोघांनीही आग पाखडली. ती सभा मुस्लीम लीगने भरविली होती.

त्याच समयास एका प्रश्नाने आंबेडकरांचे मन बराच काळ गुंतवून टाकले होते. मुंबई सरकारने महार वतनांवर अधिक कर बसविला. तो प्रश्न सोडविण्यासाठी आंबेडकर १९२७ सालापासून प्रयत्न करीत होते. परंतु त्या अनाथांना त्या गुलामगिरीच्या जाचातून सोडविण्याऐवजी सरकारने त्यांच्या वतनांवर अधिक कर बसवून त्यांच्या जखमेवर मीठ चोळले. या गाऱ्हाण्यांना वाचा फोडण्यासाठी महाराष्ट्रातील नि कर्नाटकातील महार, मांग आणि वेठबिगार यांनी आंबेडकरांच्या अध्यक्षतेखाली हरेगाव येथे डिसेंबर १९३९ च्या मध्यावर एक परिषद भरविली. त्या वीस हजार वतनदारांपुढे भाषण करताना आंबेडकरांनी तो जुलमी हुकूम रद्द करण्याविषयी सरकारला गंभीर इशारा दिला. जर सरकारने तो जुलमी हुकूम परिषदेच्या दिवसापासून सहा महिन्यांच्या आत रद्द करून त्या वतनदारांना त्या विनामूल्य आणि सक्तीच्या कामापासून मुक्त केले नाही, तर त्या छळणुकीचा निषेध म्हणून त्या वतनदारांना ते सरकारी काम नाकारण्यावाचून दुसरा मार्ग उरणार नाही. इतर सरकारी नोकरांप्रमाणे त्या वतनदारांना वेतन द्यावे आणि त्यांची गुलामगिरीतून मुक्तता करावी, अशी सरकारकडे त्यांनी कळकळीची मागणी केली.

एकोणीसशे चाळीस साल उजाडले. राजकीय आखाडे गरम होऊ लागले. १९ मार्च १९३९ रोजी आंबेडकर महाडला गेले. १९ मार्च हा दिवस स्वातंत्र्यदिन म्हणून अस्पृश्यवर्गीय लोक पाळीत. त्याच दिवशी काही वर्षांपूर्वी

महाड येथे अस्पृश्यांच्या मानवी स्वातंत्र्याचा लढा सुरू झाला होता. सुमारे आठ दहा हजार लोकांपुढे भाषण करताना ते म्हणाले, 'हिंदी लोकांनी राजकीय प्रश्नावर आपली सर्व शक्ती केंद्रित करावी नि अत्यंत महत्त्वाच्या सामाजिक नि आर्थिक प्रश्नांकडे दुर्लक्ष करावे ही अगदी चुकीची गोष्ट आहे. हिंदू समाजाने आपली प्राचीन समाजरचना मोडून टाकून आपली संघटना आधुनिक विचारांवर रचण्याची वेळ येऊन ठेपली आहे.' त्याच दिवशी रात्री महाड नगरपालिकेने आंबेडकरांना मानपत्र दिले.

काँग्रेसचे वार्षिक अधिवेशन १९४० च्या एप्रिलमध्ये रामगड येथे भरले. देशाची मनुष्यशक्ती दुभंगू पाहणाऱ्या प्रयत्नांचा धिक्कार करण्यात आला. त्याच वेळी मुस्लीम लीगने लाहोर येथील आपल्या अधिवेशनात वायव्य सरहद्दीवरील नि पूर्वेकडील ज्या विभागांत मुसलमान बहुसंख्याक आहेत, तेथे स्वतंत्र राज्य स्थापावे अशी मागणी केली.

ब्रिटिशांविरुद्ध मुसलमानांचे बळ वापरण्याच्या उद्देशाने गांधीजींनी जातीय वृत्तीच्या अलिबंधूंचे नेतृत्व जिनांविरुद्ध उचलून धरले. नेहरू समितीने जिनांना दिलेली अपमानास्पद वागणूक, केमालपाशाच्या जीवनापासून त्यांनी घेतलेली स्फूर्ती आणि पंडित जवाहरलाल नेहरू यांनी योजलेले मुस्लीम संघटन यामुळे जिनांचा जातीय अहंकार जागृत झाला. ज्या उदारमतवादी राजकारणात ते वाढले होते ते राजकारण त्यांनी सोडून दिले. आता उघडपणे त्यांनी जातीयवादाचा स्वीकार केला. केमालपाशाच्या चरित्रापासून स्फूर्ती घेऊन त्यांनी हिंदू-मुसलमानांच्या ऐक्याच्या दूताची भूमिका फेकून दिली. आणि मुसलमानांचे स्वतंत्र राष्ट्र स्थापण्याची त्यांनी आता प्रतिज्ञा केली. जिनांचा तेजोभंग हा खऱ्या राष्ट्रीयत्वाचा तेजोभंग ठरला. तेथूनच आता पाकिस्तानच्या घडणीस आरंभ झाला.

आंबेडकर या घटनांचा बारकाईने अभ्यास करीत होते. आपल्या पक्षाला नि संघटनेला मार्गदर्शन करीत होते. त्यांनी महार पंचायत ही संस्था मोहिते गुरुजींसारख्या कार्यकर्त्यांना मार्गदर्शन करून स्थापिली. आणि त्या संस्थेच्या विद्यमाने एका परिषदेत भाषण करून त्या कार्याचे महत्त्व विशद केले.

ह्याच सुमारास हिटलरच्या सैन्याने बेल्जम, हॉलंड, नॉर्वे आदी राष्ट्रे पादाक्रांत केल्यामुळे दुसऱ्या जागतिक युद्धाला अतिगंभीर स्वरूप प्राप्त झाले. ब्रिटन आणि मित्र राष्ट्रे यांची पाचावर धारण बसली. काँग्रेस नेत्यांनी गांधीजींच्या नेतृत्वास तात्पुरती सोडचिठ्ठी दिली. आणि जर भारतात पूर्ण प्रातिनिधिक असे मध्यवर्ती सरकार बनविण्यात आले, तर ब्रिटनच्या युद्धप्रयत्नात सहकार करू असे त्यांनी जाहीर केले. त्या मागणीचा त्यांनी अखिल भारतीय काँग्रेस समितीच्या पुणे

बैठकीत पुनरुच्चार केला. म्हणून पुणे प्रस्ताव नावाने ती मागणी प्रसिद्ध आहे. जिनांनी पुणे प्रस्तावास विरोध केला. त्यामुळे हिंदूंचे चिरंतन बहुमत असलेले असे सरकार स्थापन होईल अशी जिनांना भीती वाटत होती. इतक्यात स्वत: महाराज्यपालांनी आपल्या कार्यकारिणीच्या सभासदांच्या संख्येत वाढ करण्याची नि युद्धाचे काम पाहणारी एक युद्ध समिती नेमण्याची योजना जाहीर केली. काँग्रेसने त्या योजनेला आपली नापसंती दर्शविली. त्यांना ती योजना भारताच्या हिताला बाधक आहे असे वाटत होते.

ह्याच समयास सुभाषचंद्र बोस ह्यांना काँग्रेसच्या अध्यक्षपदावरून शेवटी गांधीजी नि त्यांचे सहकारी यांनी खाली ओढले. त्यामुळे सुभाषबाबू अगदी बेचैन झाले. स्थानभ्रष्ट झालेले सुभाषचंद्र बोस देशाला गौरव वाटत असले तरी गांधीजींना ते कौरव वाटत होते. ब्रिटिश सत्ता जीवन्मरणाच्या संग्रामात गुंतली असता तिच्याविरुद्ध हिंदी बळ एक करण्याच्या प्रयत्नात सुभाषचंद्र बोस होते. त्यांनी मुंबईस येऊन २२ जून १९४० या दिवशी जिना, आंबेडकर आणि सावरकर यांची भेट घेतली. संकल्पित संघराज्य योजनेचे ते कट्टर विरोधक होते. आंबेडकरही त्या योजनेविरुद्ध असल्यामुळे सुभाषचंद्र बोस ह्यांस आंबेडकर आपल्याशी सहकार्य करावयास तयार होतील असे वाटले असावे. संघराज्य योजनेविरुद्ध चर्चा झाल्यावर आंबेडकरांनी सुभाषचंद्र बोस ह्यांना दोन महत्त्वाचे प्रश्न विचारले. पहिला प्रश्न : 'आपण काँग्रेसच्या विरुद्ध निवडणुकीत उमेदवार उभे करणार काय ?' सुभाषचंद्र बोस यांनी नकारार्थी उत्तर दिले. दुसरा प्रश्न : 'अस्पृश्यांच्या प्रश्नांविषयी तुमच्या पक्षाची ठाम अशी कोणती भूमिका राहील ?' ह्या प्रश्नांना सुभाषचंद्र बोस निश्चित असे काहीच उत्तर देऊ शकले नाहीत. ज्यांना माणुसकीस मुकविले होते त्यांना, राष्ट्रीयत्वाची भूमिका घ्या असे गुळमुळीत बोलून वेळ मारून नेणे या पलीकडे ह्या महान राष्ट्रभक्तांची मजल जात नसे. एवढ्या मोठ्या भयंकर प्रश्नांची त्यांना तिडीक कसली ती नव्हती हेच खरे. सावरकरांशी सुभाषचंद्र बोस ह्यांची जी चर्चा झाली, ती त्यांना स्फूर्तिदायक वाटली. त्या दिवसापासून ते ब्रिटिश सत्तेशी भारताबाहेरून स्वातंत्र्ययुद्ध करण्यासंबंधी विचार करू लागले.

काँग्रेसचा पुणे येथील प्रस्ताव सरकारने विचारात घेतला नाही. तेव्हा काँग्रेस पुन्हा गांधीजींच्या सर्वाधिकारी भूमिकेकडे वळली. गांधीजी जगातील एक महान शक्तिकेंद्र. त्यांच्या कुडीत प्राण असेपर्यंत ब्रिटिशांविरुद्ध अन्य कोण सर्व देशभर रान उठविणार ? गांधीजींची शक्ती नि आपली युक्ती एक झाली पाहिजे असे एखाद्या नेत्यास वाटले असते तरी गांधीजी तसे थोडेच वागणार ! शेवटी

गांधीजींनी भारतीयांनी दुसऱ्या जगातिक युद्धात भाग घेऊ नये असा प्रचार करण्यासाठी अहिंसेच्या तत्त्वावर वैयक्तिक सत्याग्रहाला सुरुवात केली. झाले, बहुतेक सर्व काँग्रेस नेत्यांना तुरुंगात डांबण्यात आले. गांधीजींच्या या नवीन पवित्र्यांचा अर्थ ब्रिटिशांना पैसा नि मनुष्यबळ मिळू नये असा होता. म्हणजेच भारताच्या संरक्षण कायद्याचा हा भंग होता, असे डॉ. आंबेडकरांनी आपले मत व्यक्त केले. याविषयी डॉ. आंबेडकर पुढे म्हणाले, 'जरी सर्व विचारी मनुष्यांनी हिंसक मार्गाचा धिक्कार केला पाहिजे, हे खरे असले तरी बळाचा उपयोग हिंसेचा पाडाव करण्यासाठी करणे ही गोष्ट वेगळी आणि बळाच्या जोरावर मिळविलेल्या जयाचा उपयोग पराजितांवर हीन आणि अन्यायी अटी घालण्यासाठी करणे ही गोष्ट वेगळी. हे समजणे गांधीजींच्या विचारसरणीच्या पलीकडे आहे. माझे मत असे आहे की दुःखाचे मूळ बळाच्या उपयोगात नसून जयाचा दुरुपयोग करण्यात आहे. गांधीजी आणि युद्धविरोधी प्रचार करणारे सर्व आणि अहिंसावादावर विश्वास ठेवणारे लोक यांना तहाच्या अटी पराजितांना हीन नि अन्याय्य अशा वाटल्या तर त्यांनी प्राणांतिक उपोषण करावे. हे केले तर मानवजातीवर त्यांचे चिरंतन उपकार होतील. मला असे वाटते की युद्धविरोधी प्रचार करणाऱ्या लोकांनी आपल्या जीवितहेतूचा विपरीत अर्थ काढला आहे. त्याने अन्याय्य संधीच्या विरुद्ध उभे राहिले पाहिजे, बळाच्या नव्हे. बळाचा उपयोग करू नका असे जनतेला सांगणारा, शांततावाद्याने मनुष्यबळाचा उपयोग विजय मिळविण्याकडे केला पाहिजे असे म्हणणाऱ्यांनाच सहाय्य करतो.' त्या वेळी काँग्रेसमधून फुटून राघोबागिरी करणारे राजाजी म्हणाले होते की, 'मी जर महाराज्यपाल असतो तर जुनी राज्यपद्धतच चालू ठेवली असती.' त्यावर आंबेडकर म्हणाले, 'काँग्रेस देशासाठी लढते आहे हे म्हणणे शुद्ध ढोंग आहे. सत्तेच्या किल्ल्या हातात घेण्यासाठी काँग्रेस लढत आहे. गांधीजींना भारत संरक्षण कायद्याच्या विरुद्ध सत्याग्रह करावयाचा होता तर त्यांनी तो कायदा एक वर्षापूर्वी संमत झाला तेव्हाच तसे का केले नाही ?'

एकोणीसशे चाळीस सालच्या शेवटी आंबेडकरांचा मुख्य ग्रंथ 'थॉट्स ऑन पाकिस्तान' (पाकिस्तानविषयी विचार) हा प्रसिद्ध झाला. भारतीयांची मनःस्थिती अतिशय बावरी नि संकटग्रस्त झाली असता त्या तापलेल्या वातावरणात या ग्रंथाने एकदम मोठा स्फोट केला. भारतातील एक महान विद्याभ्यासी, महान घटनापंडित आणि राजकारणात मुरलेला एक राजकारणपटू अशा पहिल्या श्रेणीतील

विचारवंताचे भारताच्या प्रमुख राजकीय प्रश्नासंबंधी दीर्घ चिंतनानंतर बाहेर पडलेले विचार त्यात व्यक्त झालेले होते. भारताचे हिंदुस्थान नि पाकिस्तान असे दोन तुकडे करा नि हिंदूंच्या उत्कर्षाचा, शांततेचा नि उद्धाराचा मार्ग मोकळा करा असे होते त्याचे पालुपद. ग्रंथ हिंदूंनाच उद्देशून लिहिलेला होता.

मुसलमान हे राष्ट्र आहे हे मिथ्या वादविवाद केल्याशिवाय मान्य केले पाहिजे, असे सांगून ग्रंथ पुढे म्हणतो, पाकिस्तान जन्मास आले तर राष्ट्रीय संरक्षणाच्या दृष्टीने आपल्याला सुरक्षित सरहद्द राहणार नाही अशी शंका बाळगून हिंदूंनी किमपिही घाबरू नये. कारण, भौगोलिक कारणे आधुनिक जगात नि आधुनिक तांत्रिक युगात निर्णायक ठरत नाहीत. पाकिस्तानपेक्षा हिंदुस्थानमध्ये साधने विपुल आहेत. त्यामुळे पाकिस्ताननिर्मिती हिंदुस्थानला कमजोर करील असे वाटत नाही. ग्रंथ हिंदूंच्या मनावर ही गोष्ट ठसविण्याचा प्रयत्न करतो की, ज्यांची भारतावरील निष्ठा संशयास्पद आहे, ते मुसलमान हिंदुस्थानात राहून शत्रुत्व करीत राहण्यापेक्षा हिंदुस्थानबाहेर राहून ते शत्रुत्व करीत राहिले तरी चालेल. मुसलमानांचं वर्चस्व नसलेले सैन्य जवळ असणे हे सुरक्षित सरहद्दीपेक्षा अधिक चांगले.

पाकिस्तानच्या विषावरही हा ग्रंथ उतारा सुचवितो. आपसातील यादवी युद्धे नाहीशी करण्यासाठी जशी तुर्कस्तान, ग्रीस आणि बल्गेरिया या देशांतील यच्चयावत विधर्मीय लोकांची अदलाबदल केली, तशी हिंदुस्थानातून मुसलमानांची नि संकल्पित पाकिस्तानमधून हिंदूंची अदलाबदल करावी. शांतता प्रस्थापित करण्यासाठी आणि एकजिनसी राष्ट्र निर्माण होण्यासाठी हा एक रामबाण उपाय आहे.

परंतु मानवेंद्रनाथ रॉय ह्यांच्या 'हिस्टॉरिकल रोल ऑफ इस्लाम' ह्या ग्रंथाप्रमाणे इस्लामी मनाचे नि संस्कृतीचे गोडवे न गाता आंबेडकरांनी त्यांच्या प्रतिगामी वृत्तीवर चांगलाच प्रकाश टाकला आहे. आंबेडकरांच्या ग्रंथाचे मत असे आहे की, मुसलमानांच्या मनावर लोकशाहीचा प्रभाव पडत नाही. मुसलमानांना जर कशाविषयी प्रबळ आस्था वाटत असेल तर ती धर्माविषयी. त्यांचे राजकारण हे मुख्यत: धर्मनिष्ठ असते. मुसलमान समाज सुधारणेचा विरोधक आहे. आणि सर्व जगभर तो प्रतिगामी वृत्तीनेच वागत आहे. हा ग्रंथ पुढे सांगतो की, मुसलमानांना मुसलमान धर्म हा जागतिक धर्म वाटतो. तो सर्व मनुष्यमात्रास सर्व काळात, सर्व परिस्थितीत उपयुक्त आहे असे त्यांना वाटते. पण इस्लामचे बंधुत्व हे सर्वव्यापक नाही. सार्वत्रिक नाही. ते बंधुत्व मुसलमान समाजाच्या अनुयायांपुरतेच मर्यादित असते. मुसलमानेतरांविषयी त्यात तिरस्कार आणि शत्रुत्वच असते. मुसलमानांची

राज्यनिष्ठा मुसलमान राज्य करीत असलेल्या देशांशीच असते. ज्या देशावर मुसलमान राज्य करीत नाही ती त्याची शत्रुभूमी. म्हणून इस्लामी धर्म खऱ्या मुसलमानाला हिंदुस्थान ही मातृभूमी आहे नि हिंदू हा आपला इष्टमित्र आहे असे विचार त्याच्या मनासही शिवू देणार नाही, असे ह्या ग्रंथाचे म्हणणे आहे. आक्रमक वृत्ती ही मुसलमानाला मिळालेली नैसर्गिक देणगी आहे. ते हिंदूच्या दुबळेपणाचा फायदा घेऊन झोंडगिरीचा अवलंब करतात.

मुसलमानांच्या प्रतिगामी वृत्तीचे वर्णन करणारा काही खरमरीत नि बोचक भाग मित्रांच्या भिडेखातर आंबेडकरांनी गाळला. नाहीतर प्रख्यात इंग्रज ग्रंथकार एच्. जी. वेल्स यांना मुसलमानांच्या बाबतीत अनुभव आला तसाच आंबेडकरांनाही आला असता !

आंबेडकरांचा ग्रंथ हिंदूंना सांगतो की, मुसलमानांना आता एका नवीन जीवनाची जाग आलेली आहे. आपले स्वतंत्र राष्ट्र प्रस्थापित करावयाचेच असा त्यांनी निर्धार केला आहे. अद्यापपर्यंत ते आपणास एक अल्पसंख्याक जमात मानीत होते परंतु त्यांना आपल्या भवितव्यतेचा शोध लागला आहे. ज्या मुसलमानास ह्या नवीन भवितव्यतेचे मोहक सौंदर्य दिसणार नाही तो मूर्खच असला पाहिजे. पाकिस्तान ही त्यांची नवीन भवितव्यता, नवीन दृश्य, पूर्ण प्रकाशाने तळपणारा त्यांच्या भाविकतेचा सूर्य.

पाकिस्तानचे तात्त्विक नि गंभीर समर्थन करून मुसलमानांना त्यांच्या विशाल नि उज्ज्वल भवितव्याचा उलगडा करून नि हिंदूंच्या पुढे वादविवाद घालून ग्रंथ हिंदूंना सोज्वळपणे सांगतो, 'ज्याच्यासाठी लढावे असे अखंड भारत हे ध्येय आहे काय ? सक्ती हा उपाय नव्हे. जर तुम्ही पाकिस्तान मान्य केलेत तर त्यामुळे एकमेकांच्या हक्कांवर आक्रमण करण्याच्या आणि गुलामगिरीत पडण्याच्या भीतीपासून तुम्ही मुक्त व्हाल. तुम्ही ग्रीक, तुर्कस्तान आणि इतर देशांच्या इतिहासाच्या सूक्ष्म अभ्यासाने काही फायदा करून घेऊन, भारताचे हिंदुस्थान नि पाकिस्तान असे दोन भाग करावे. भरसमुद्रात जहाज बुडून जाऊ नये म्हणून जरुरीपेक्षा जादा असलेला माल फेकून द्यावा. जहाजाचा पाण्यावरील भाग तळाला जाऊ नये म्हणून काळजी घेतली पाहिजे. प्रबळ मध्यवर्ती सरकार हवे असेल तर भारताची फाळणी करा. नाहीतर परिणाम भयंकर होतील. बळजबरीने निर्माण केलेली एकी प्रगतीला अडथळा करील. भारताच्या स्वातंत्र्याच्या सर्व आशा फोल होतील. भारत अंखड राहावा असा कोणी आग्रह धरील तर त्याच्या पदरी पूर्ण निराशाच पडेल. अखंड हिंदुस्थान कधीही एकजीव होणार नाही. तिसरा पक्ष जो ब्रिटिश सत्ता ती हा प्रश्न सोडवू शकणार नाही. द्वैतमताचे विष

पुन्हा उसळेल. भारत हे एक रक्तक्षयी रोगट राज्य होईल. जिवंतपणीच प्रेतवत् होऊन पडेल. आणि भारत जर हिंदुस्थान नि पाकिस्तान यांमध्ये विभागला गेला, तर जो देखावा दिसेल त्याच्याशी तुलना करा. फाळणीमुळे प्रत्येकाला आपले भवितव्य गाठण्यासाठी, आपल्या इच्छेप्रमाणे वसाहतीचे स्वराज्य वा संपूर्ण स्वातंत्र्य ह्यांपैकी जे काही मिळविण्यासाठी जो मार्ग चोखाळावयाचा असेल तो मोकळा होईल.'

ह्या ग्रंथाच्या प्रकाशनानंतर ग्रंथकार आंबेडकर यांनी राजगोपालाचारी यांचे वर्णन आपल्या 'गांधी आणि अस्पृश्यजनांचे बंधविमोचन' (मिस्टर गांधी ॲन्ड दि इमॅन्सिपेशन ऑफ दि अनूटचेबल्स) ह्या ग्रंथात कसे केले आहे पाहा. ते म्हणतात, 'राजगोपालाचारी यांची राजकीय महत् कृत्ये इतकी ताजी आहेत की ती विसरणे शक्य नाही. त्यांनी मुस्लीम लीगचा सैनिक म्हणून नाव नोंदविले, आणि आपल्या इष्टमित्रांविरुद्ध युद्ध जाहीर केले. आणि ते कशासाठी ? त्यांनी मुसलमानांच्या रास्त मागण्या नाकारल्या म्हणून नव्हे, तर मुसलमानांची अमर्याद अशी पाकिस्तानची मागणी अमान्य केली म्हणून !'[१]

येथे एका गोष्टीचे स्मरण होते. सायमन मंडळाला देशभक्ती नि बुद्धिवाद यांना आवाहन करणारी जी भिन्न मतपत्रिका आंबेडकरांनी सादर केली होती त्यामुळे त्यांची सर्व देशात वाहवा झाली होती. त्यात त्यांनी मुसलमानांच्या स्वतंत्र मतदार संघाच्या मागणीवर हल्ला केला होता, त्यावर विदारक प्रकाश टाकला होता. ती मागणी हास्यास्पद करून टाकली होती. परंतु आता त्याच आंबेडकरांनी मुसलमानांच्या पाकिस्तानचे समर्थन करून तिचा पाठपुरावा करावा हेच आश्चर्य होते. जीवन हे सुसंगत नसते हेच खरे. थोर पुरुष हेही मानवच असतात ना ! तथापि, डॉ. आंबेडकरांनी स्वत:च यासंबंधी निर्वाळा असा दिला आहे की, 'सुसंगतीच्या नावाखाली पूर्वी व्यक्त केलेल्या विधानाला विचारवंत व्यक्ती कधीच चिकटून राहत नाही. पुनर्विचार करण्याचे आणि तद्नुसार मतांतर करण्याचे धाडसही जबाबदार व्यक्तीच्या अंगी असावे लागते.' नि:स्वार्थ बुद्धीने नि देशहित बुद्धीने कार्य करणाऱ्या विचारवंताच्या जीवनात जेव्हा असे प्रसंग येतात तेव्हा ते असेच वागतात.

खरे म्हणजे आंबेडकरांनी आपल्या ग्रंथात भारताच्या रोगाचे निदान अगदी वैद्याच्या विकाररहित मनाने केले. तथापि अतिओजस्वी व्यक्तिमत्त्वाच्या

---

१. Ambedkar, Dr. B. R. Mr. Gandhi and the Emancipation of the Untouchables.

व्यक्तीचा ग्रंथ नि:पक्षपाती नसण्याचा संभव असतो. ग्रंथातील विषयाचे विवेचन स्पष्टोक्ती, अधिकारवाणी, विद्वत्ता, धैर्य नि सौंदर्य यांनी तळपत आहे. 'पाकिस्तानविषयी विचार' ह्या ग्रंथात विद्वत्ता नि विचार ही एकमेकांशी समरस झालेली आहेत. त्यांचा उच्च दर्जाचा आविष्कार येथे पाहावयास सापडतो. त्यातली जादू मती गुंग करून टाकणारी आहे. त्यातील मांडणी चक्रव्यूहासारखी आहे. भाषाशैली सफाईदार आहे. आणि विवेचनपद्धती स्फोटक आहे. शास्त्रोक्त पद्धतीने एखाद्या विषयाचा प्रसार कसा करावा याचा हा ग्रंथ एक आदर्श आहे !

राजकीय विचारवंतांपैकी एडमंड बर्क हा आंबेडकरांच्या सर्वांत अत्यंत आवडीचा होता. त्याच्या तत्त्वज्ञानाचे पडसाद आंबेडकरांच्या वाणी-लेखणीतून आढळतात. अमेरिकेत वसाहतीचे बंड पुकारण्यात आले. बर्कने तेव्हा 'विद्यमान असंतोषाची कारणमीमांसा' (थॉटस् ऑन दि कॉज ऑफ दि प्रेझेन्ट डिसकंटेन्टस्) हा ग्रंथ लिहिला. इंग्लंडपासून शेकडो मैल दूर असलेल्या वसाहतींची बाजू बर्कने हिरिरीने घेतली आणि त्याला पाठिंबा दिला. आंबेडकरांनी अस्तित्वात असलेल्या एका देशाचे दोन तुकडे करावयास सांगितले. फ्रेंच राज्यक्रांतीवरील विचार (रिफ्लेक्शन्स ऑन दि रेव्हल्यूशन इन फ्रान्स) या आपल्या ग्रंथात बर्कने फ्रेंच राज्यक्रांतीवर निंदेचा वर्षाव नि हल्ला करण्यात त्याच्या हातून मोठा ढळढळीत प्रमाद घडला. भावी इतिहासकार आंबेडकरांच्या 'पाकिस्तानविषयी विचार' या ग्रंथाविषयी तसाच अभिप्राय देतील. आंबेडकरांनी राजाजींच्या पाकिस्तान प्रचारकाच्या भूमिकेसंबंधी जो शेरा मारला आहे तोच शेरा भावी इतिहासकार 'पाकिस्तानविषयी विचार' या ग्रंथाच्या कर्त्याला बहाल करतील असे म्हणावयास हरकत नाही.

या ग्रंथाचा परिणाम फार भयंकर झाला. या ग्रंथाने अनेक हिंदू नेत्यांचे विचारतन्तू छिन्नविच्छिन्न केले. हिंदी राजकारणात त्या ग्रंथाने आपल्या ध्येयाला उचलून धरल्याबद्दल मुसलमानांना आनंदाच्या उकळ्या फुटल्या. 'आम्ही स्वीकारीत नाही आणि धिक्कारीतही नाही' या निंद्य तत्त्वज्ञानात मुरलेले काँग्रेस नेते एकमेकांकडे पाहून डोळे मिचकावू लागले. राजगोपालाचारी यांचा पाकिस्तान प्रचारासाठी संचार जोरात सुरू झाला. हिंदुमहासभेचे जे नेते राष्ट्रीय नि बुद्धिवादी विचारसरणीमुळे पाकिस्तान योजनेचे कट्टर शत्रू बनले होते, त्यांच्यापैकी काहींच्या मनात हा ग्रंथ वाचून गोंधळ उडाला. तथापि, त्यांचे नेते वीर सावरकर ह्यांनी हिंदुस्थानच्या अखंडत्वासाठी आपले सर्वस्व पणाला लावले आणि मोठ्या धैर्याने पाकिस्तानच्या योजनेचे वाभाडे काढले. संकटापासून पळून जाऊन आक्रमकास शरण जाण्यात मुत्सद्दीपणा किंवा शौर्य नाही. आक्रमक लोक कधीही तृप्त वा

शांत होत नाहीत. जर पाकिस्तान अस्तित्वात आले, तर हिंदूंच्या या उघड उघड शत्रूचे हात बळकट होतील आणि त्याच्या टोळ्या भारतावर स्वारी करतील. जर पाकिस्तान निर्माण झाले तर भारताची शांतता, सुरक्षितता, स्वातंत्र्य नि उत्कर्ष यांना मोठाच धोका निर्माण होईल, असा वीर सावरकरांनी देशाला धोक्याचा इशारा दिला. आता हेही करुणास्पद सत्य आहे की, आंबेडकरांच्या प्रबंधाचे खंडन तितक्याच शक्तीने, विद्वत्तेने, धैर्याने नि तेजस्वीपणाने करण्यासाठी पहिल्या श्रेणीचा हिंदू नेता पुढे आला नाही. दोन महाराष्ट्रीय वृत्तपत्रपंडितांनी आंबेडकरांना उत्तर देण्याचा प्रयत्न केला. परंतु त्यांचे ग्रंथ एकतर मराठीत नि दुसरे असे की 'पाकिस्तानविषयी विचार' ह्या ग्रंथावरचीच ती भाष्ये होती. या विषयावर विद्वत्ताप्रचुर असा एक ग्रंथ डॉ. राजेंद्रप्रसाद यांनी लिहिला. परंतु त्यातील तेज चंद्रप्रकाशाचे होते. ही परिस्थिती लक्षात घेऊन डॉ. मुंजे यांनी साहित्यसम्राट केळकर यांना आंबेडकरांच्या प्रबंधास उत्तर देण्यास विनंती केली.[१] तथापि अनेकांना हे सांगावयास नकोच की केळकरांचा न्यायप्रिय पण निर्णयात्मकतेचा अभाव असलेला स्वभाव ह्या कामाच्या दृष्टीने उपयुक्त नव्हता. हे दायित्व अखंड हिंदुस्थानासाठी झगडणाऱ्या हिंदुमहासभेचे होते. परंतु त्या पक्षाने त्या आणीबाणीच्या काळात आरडाओरड करण्यापलीकडे काही केलेच नाही.

आंबेडकर स्वतंत्र मजूर पक्षाच्या कार्यात गुंतल्यापासून धर्मांतराचा प्रश्न मागे पडला. त्या काळात आंबेडकर एकटे किंवा बहुधा मित्रांसहित भायखळा मुंबई येथे मिस ड्रेसर नावाच्या अमेरिकन बाईकडे जात असत. ती बाई अमेरिकेतील कुठल्यातरी मिशनशी संबंधित असावी. तिने आपल्या संस्थेची हिंदी शाखा काढली होती. आंबेडकर कधी कधी तिच्याकडे भोजन करीत असत. आंबेडकरांच्या बुद्धिवैभवावर आकृष्ट झालेली ती बाई त्यांची मोठी भक्त होती. जेव्हा डॉ. आंबेडकर एखादे नवीन पुस्तक वा लेख प्रसिद्ध करीत तेव्हा तेव्हा त्याची एक प्रत ते त्या बाईकडे पाठवीत. आंबेडकर मंत्री झाल्यावर त्यांच्या भेटीत खंड पडला. आंबेडकरांच्या कार्यासंबंधी त्या बाईला अभिमान नि आत्मीयता वाटे. पुढे ती बाई अमेरिकेस परतली.

---

१. केळकर, य. न., केळकरांचा खासगी पत्रव्यवहार, पृ. ३३.

१८

धुळीतून शिखराकडे

एकोणीसशे एकेचाळीसमधील पहिल्या तिमाहीत आंबेडकर अस्पृश्य वर्गीयांच्या सैन्यभरतीच्या प्रश्नासंबंधी विचार करीत होते. विशेषत: महारांची जात ही लढवय्यी असूनसुद्धा त्यांना सैन्यात प्रवेश मिळत नसे, याविषयी त्यांना चीड येई. यासंबंधी मुंबईच्या राज्यपालांची त्यांनी भेट घेऊन सरकारच्या सैन्यभरतीच्या धोरणाविषयी आपले गाऱ्हाणे मांडले. लढाऊ व बिनलढाऊ जाती असा मूर्खपणे फरक करून सरकारने महारांना वृथा बंदी केली आहे असे त्यांनी राज्यपालांच्या निदर्शनास आणून दिले. महारांनी ईस्ट इंडिया कंपनीची फार मोठी सेवा केलेली आहे. त्यांना पुढील काळात सैन्यात प्रवेश नाकारण्यात आला. परंतु पहिल्या महायुद्धाच्या वेळी त्या लोकांची पलटण सरकारने उभारली होती. युद्ध आटोपताच सरकारने त्यांना नोकरीतून आर्थिक कारणे दाखवून कमी केले. ही सर्व हकीकत त्यांनी राज्यपालांना निवेदन केली. आणि महारांची एक पलटण दुसऱ्या जागतिक युद्धात प्रत्यक्ष भाग घेण्यासाठी उभारावी अशी राज्यपालांना त्यांनी कळकळीची विनंती केली.

त्याप्रमाणे सरकारने महारांची एक पलटण उभारण्याचे निश्चित केले. महारांनी आपल्या देशाच्या संरक्षणासाठी आणि आपल्या स्वत:च्या कल्याणासाठी या संधीचा फायदा घेऊन सैन्यात जावे असे आंबेडकरांनी आवाहन केले. थोड्याच दिवसांत एक महार पलटण उभारण्यात आली. महार जातीतील पुष्कळ तरुणांनी त्यात प्रवेश मिळविला. त्यांच्यापैकी काहींची सैन्यभरती करणाऱ्या अधिकाऱ्यांच्या जागी नेमणूक करण्यात आली. त्यात आंबेडकरांचे एक निष्ठावंत सहकारी ग. म. जाधव तथा मडकेबुवा हे होते. ते एक कुशल संघटक होते. महारांच्या सैनिकीकरणाच्या बाबतीत आंबेडकरांनी जे प्रयत्न चालविले होते त्यांविषयी वीर सावरकर ह्यांनी आपले असे मत व्यक्त केले की, आंबेडकरांच्या योग्य मार्गदर्शनाखाली महारबंधूंच्या लष्करी गुणांना पुन्हा उजाळा मिळून त्यांच्यातील लढाऊ शक्तीचा उपयोग सांघिक शक्ती वाढण्यात होईल, असा मला

भरवसा आहे. हिंदुस्थान हे एक लढाऊ राष्ट्र व्हावे यासाठी स्वत: सावरकर धडपडत होते.

जुलै १९४१ च्या शेवटच्या आठवड्यात महाराज्यपाल यांनी आपल्या कार्यकारी मंडळात आठ हिंदी प्रतिनिधी घेऊन ते अधिक व्यापक व सर्वसमावेशक केले. त्याबरोबरच एक संरक्षण सल्लागार समितीही नेमली. त्या संरक्षण समितीवर जमनादास मेथा, रामराव देशमुख, एम्. सी. राजा इत्यादी नामांकित हिंदी नेते आणि हिंदी संस्थानिक यांच्याबरोबर आंबेडकरांची निवड करण्यात आली. तथापि, शीख आणि दलित समाज यांनी आपले प्रतिनिधी महाराज्यपालांनी आपल्या कार्यकारी मंडळात घेतले नाहीत म्हणून नापसंती दर्शविली.

आपल्या दलित समाजावर सरकारने अन्याय केला म्हणून आंबेडकरांनी निषेध व्यक्त केला. भारतमंत्री अमेरी यांना तार पाठवून असे कळविले की, महाराज्यपालांच्या कार्यकारी मंडळात दलित वर्गाच्या प्रतिनिधींचा समावेश न झाल्याने दलित समाजाला आपल्यावर हा घोर अन्याय झाला आहे आणि सरकारने आपला विश्वासघात केला आहे असे वाटत आहे. आंबेडकरांनी केलेली मागणी वीर सावरकरांनी उचलून धरली. आंबेडकरांना आपल्या कार्यकारी मंडळात घ्यावे अशी महाराज्यपालांना वीर सावरकरांनी तार केली.

हरेगावच्या परिषदेमध्ये केलेल्या मागणीचा सरकारने विचार केला नाही, यास्तव तेथील कार्यकर्त्यांनी ऑगस्ट १९४१ च्या मध्यावर सिन्नर येथे एक जंगी परिषद भरविली. त्या परिषदेत भाषण करताना आंबेडकर म्हणाले, 'सरकारला एक निवेदन पाठवून देशपांडे आणि देशमुख यांच्यासारखे वतनदार सरकारी कामातून जरी मुक्त झाले होते, तरी ते आपली वतने कशी उपभोगीत होते हे मी निदर्शनास आणून दिले आहे. सरकारच्या या हट्टी धोरणामुळे महारांना करबंदीसारखी अत्यंत कडक उपाययोजना करणे भाग पडेल,' असा सरकारास इशारा देण्यात आला. त्रस्त झालेल्या महार वतनदारांना सरकारने बसविलेला जादा कर रद्द करीपर्यंत सरकारशी असहकारितेचे धोरण स्वीकारावे असा परिषदेने आदेश दिला.

मुंबईस परत आल्यावर आंबेडकरांनी राज्यपाल रॉजर लम्ले यांची भेट घेतली. आय्. ए. इझीकेल नावाच्या नामांकित पत्रपंडिताने आंबेडकरांचे सिन्नरचे भाषण आदल्या दिवशी संध्याकाळच्या वर्तमानपत्रांत प्रमुखपणे प्रसिद्ध केले होते. त्या वेळी ब्रिटिश महाराज्यपाल लिनलिथगो हे मुंबईस होते. आंबेडकरांचे ते सिन्नरचे भाषण योगायोगाने त्यांच्या वाचनात आले. त्यांनी रॉजर लम्ले यांना अस्पृश्य वर्गास सरकारच्या विरुद्ध अकारण उठविल्याबद्दल दोष दिला. त्यानंतर

थोड्याच दिवसांत मुंबई सरकारने जादा कराचे ते अन्यायी आज्ञापत्र रद्द केले. आंबेडकरांच्या चळवळीचा जय झाला. दोन आठवड्यांनंतर आंबेडकरांनी सैन्यभरतीच्या प्रचारासाठी अनेक सभांतून भाषणे केली. मुंबईतील अशाच एका सभेत आवेशपूर्ण भाषण करताना ते म्हणाले, 'जरी मध्यवर्ती सरकारने आपल्या कार्यकारिणीत अस्पृश्य वर्गाचा प्रतिनिधी घेण्याचे नाकारले असले, तरी ज्या लोकांना सरकारला मदत करू नये असे वाटत आहे त्यांनी सारासार विचार सोडला आहे आणि गोष्टीचे सापेक्ष मूल्य सोडले आहे. अशा लोकांनी लक्षात ठेवले पाहिजे की, नाझींनी जर हा देश पादाक्रांत केला, तर कार्यकारी मंडळच भांडणासाठी शिल्लक उरणार नाही. आता ह्यापुढे राज्यकर्त्यांत अदलाबदल करण्यास आणि स्वराज्याचा झगडा पुन्हा पहिल्यापासून सुरू करण्यास आपण तयार नाही. महार तरुणांनी आपला विद्याभ्यास सध्या स्थगित करून सैन्यातील अधिकाऱ्यांच्या परीक्षा देऊन त्यांत उत्तीर्ण व्हावे आणि महारांची सैनिकपरंपरा अभंग ठेवावी.'

ह्या सैनिकीकरणाच्या चळवळीत आंबेडकरांनी उत्साहाने भाग घेतला होता. डिसेंबर १९४१ च्या दुसऱ्या आठवड्यात राष्ट्रीय संरक्षण मंडळाच्या दुसऱ्या अधिवेशनाला ते दिल्ली येथे उपस्थित होते. त्या मंडळाचे तिसरे अधिवेशन १९४२ च्या फेब्रुवारी महिन्यात भरले होते. त्यातही त्यांनी उत्साहाने भाग घेतला होता. या सुमारास आंबेडकर 'हिंदूंनी आम्हांला कसे वागविले' हा ग्रंथ लिहिण्यात मग्न झाले होते. या ग्रंथाच्या लेखनास त्यांनी १३ फेब्रुवारी १९४२ ला आरंभ केला होता असे दिसते. एका अमेरिकन प्रकाशकाने त्या पुस्तकाच्या प्रकाशनाविषयी त्यांच्याशी बोलणीही सुरू केली होती. हा ग्रंथ १९४५ मध्ये 'व्हॉट काँग्रेस ॲन्ड गांधी हॅव डन् टू दि अनूटचेबल्स' या नावाने प्रसिद्ध झाला. इतक्यात राजकीय वर्तुळात अशी बातमी पसरली की, महाराज्यपाल आपल्या कार्यकारी मंडळात फेरफार करून ते अधिक व्यापक करण्याच्या बेतात आहेत.

राजकीय पेचप्रसंग अद्याप सुटला नव्हता. काँग्रेसचे नेते कारागृहात होते. त्यांचे सर्वाधिकारी गांधीजी हे बाहेर होते. काही राजकारणी लोकांची अशी समजूत होती की, गांधीजी हिंदू-मुसलमानांच्या एकीसाठी आमरण उपोषण करतील. कारण त्या वेळी मुसलमानांनी पाकिस्तान मिळविण्यासाठी दंगे सुरू केले होते. पण केवळ हृदयपालट करण्याने शांतता प्रस्थापित होईल असे जिनांचे मत होते. हिंदू-मुसलमानांचे ऐक्य घडल्याविना भारताला स्वातंत्र्य मिळावयाचे नाही असे २० वर्षे लोकांच्या कानीकपाळी घोष करणाऱ्या गांधीजींना आपल्या त्या ब्रीदवाक्याची विफलता आणि त्यासंबंधी केलेली ऐतिहासिक घोडचूक यांची

कल्पना आली असावी. नाहीतर मुसलमानांच्या सहाय्याची अपेक्षा करीत न बसता 'करेंगे या मरेंगे' असा संदेश देण्याच्या निर्णयापर्यंत ते येऊन ठेपले नसते.

फेब्रुवारी १९४२ च्या मध्यावर मुंबई येथील वागळे हॉल येथे वसंत व्याख्यानमालेच्या निमित्ताने आंबेडकरांच्या 'पाकिस्तानविषयी विचार' या इंग्रजी ग्रंथावर तीन दिवस उद्बोधक चर्चा झाली. त्या वेळी स्वत: आंबेडकर उपस्थित होते. अध्यक्षस्थानी त्यांचे स्नेही, सहकारी व एक नामांकित शिक्षणतज्ज्ञ आचार्य मो. वा. दोंदे होते. चर्चेला उत्तर देतेवेळी आंबेडकर म्हणाले, "ज्यांना पाकिस्तान हा चर्चेचा विषय आहे असे वाटत नाही, त्यांच्याशी वाद घालण्यात अर्थ नाही. त्यांना जर पाकिस्ताननिर्मिती ही अन्यायाची वाटत असेल, तर होऊ घातलेले पाकिस्तान ही त्यांना अत्यंत भयंकर अशी गोष्ट वाटेल. इतिहास विसरा असे लोकांना सांगणे हे चूक आहे. जे इतिहास विसरतात ते इतिहास घडवू शकणार नाहीत. भारतीय सैन्यांतील मुसलमानांचे वर्चस्व कमी करून ते सैन्य एकजीव आणि निष्ठावंत करणे ही गोष्ट शहाणपणाची आहे. आपल्या मायभूमीचे संरक्षण आम्ही करूच करू ! पाकिस्तान मिळाले तर मुसलमान सर्व हिंदुस्थानवर आपले साम्राज्य पसरवितील असा खोटा समज करून घेऊ नका. हिंदू त्यांना धुळीस मिळवितील. स्पृश्य हिंदूंशी काही मुद्यांवर माझे भांडण आहे हे मी मान्य करतो. परंतु तुमच्यासमोर मी अशी प्रतिज्ञा करतो की, आमच्या देशाचे स्वातंत्र्य रक्षण करण्यासाठी मी आपला प्राण अर्पण करीन.'[१] भाषणाच्या शेवटी आंबेडकरांच्या जयजयकारांनी सभागृह निनादले.

याच सुमारास सर स्टॅफोर्ड क्रिप्स हे ब्रिटिश मुत्सद्दी रशियातील आपली कामगिरी यशस्वी करून लंडनला परत गेले. भारतातील पेचप्रसंग सोडविण्याचे काम त्यांच्यावर सोपविले आहे, असे घोषित करण्यात आले. आंबेडकरांनी आपली योजना क्रिप्ससाहेब येण्याच्या संधीस प्रसिद्ध केली. चँग कै शेक यांनी असे म्हटले होते की, भारताला इंग्रजांनी त्वरित राजकीय सत्ता द्यावी. या मुद्याचा उल्लेख करून आंबेडकर म्हणाले की, 'चँग कै शेक ह्यांनी तसे घडण्यात ज़्या अडचणी आहेत त्यांचे निराकरण केलेले नाही. ब्रिटिश सरकारने हिंदुस्थानला जागतिक महायुद्ध संपल्यापासून तीन वर्षांच्या आत वसाहतीचे स्वराज्य देऊ असे अभिवचन द्यावे. जर हिंदी राजकीय पक्षांनी तह झाल्यापासून एक वर्षाच्या आत

---

१. लोकमान्य, २० फेब्रुवारी १९४२.

सर्वसंमत अशी योजना तयार केली नाही, तर भारतीय पक्षांचा कलह आंतरराष्ट्रीय न्यायासनापुढे निर्णयासाठी ठेवावा आणि तो निर्णय आपण कृतीत आणून भारताला साम्राज्याचा घटक म्हणून मान्य करू अशी घोषणा करावी.'

जिनांच्या पन्नास टक्के प्रतिनिधित्वाच्या मागणीचा उल्लेख करून आंबेडकर म्हणाले, 'जिनांची मागणी आसुरवृत्तीची आहे.' महाराज्यपाल लॉर्ड लिनलिथगो यांनी जिनांची ती मागणी धुडकावून लावल्याबद्दल आंबेडकरांनी त्यांचे अभिनंदन केले. आणि जर हंगामी राष्ट्रीय सरकार स्थापन करणे म्हणजे जिनांची पन्नास टक्के प्रतिनिधित्वाची मागणी मान्य करण्यासारखे होत असेल तर हंगामी सरकार स्थापन करू नये असे त्यांनी आपले मत व्यक्त केले. आंबेडकरांच्या योजनेवर ज्यांनी टीका केली त्या आक्षेपकांनी नि टीकाकारांनी मुस्लीम लीग ही आंतरराष्ट्रीय न्यायासनाच्या निर्णयाला मान तुकवील असे इतिहासकार आणि घटनापंडित आंबेडकरांना वाटावे याविषयी आश्चर्य व्यक्त केले.

मध्यंतरी महायुद्धात जपानने सिंगापूर घेऊन ब्रिटिशांचा नक्षा उतरविला. ब्रिटिश साम्राज्यावरचा सूर्य आता मावळू लागला होता. हे साम्राज्य आता कोसळू लागले होते. युद्धक्षेत्रातील पराभवाने घाईस आलेल्या इंग्रज सरकारने चीन आणि अमेरिका यांच्या दाबामुळे भारतातील राजकीय पेचप्रसंग सोडविण्याचे ठरविले. मार्च १९४२ च्या तिसऱ्या आठवड्यात सर स्ट्रॅफोर्ड क्रिप्स हिंदुस्थानविषयक पेचप्रसंग सोडविण्यासाठी एक योजना घेऊन दिल्लीस आले. त्यांनी काँग्रेस, मुस्लीम लीग, हिंदुमहासभा, शीख संस्था आणि संस्थानिक यांच्या प्रतिनिधींच्या भेटी घेऊन त्यांच्यासमोर आपली योजना ठेवली. एम्. सी. राजा यांच्यासमवेत डॉ. आंबेडकर यांनी ३० मार्च १९४२ रोजी क्रिप्ससाहेबांची भेट घेतली. क्रिप्स योजनेचा मथितार्थ असा होता की, दुसरे जागतिक महायुद्ध संपताच भारतात घटना-समिती बोलवावी. त्या समितीने हिंदी संस्थानिकांच्या सहकाराने राज्यघटना तयार करावी; परंतु हिंदी संघराज्याला मिळण्याचा वा त्याच्या बाहेर राहण्याचा अधिकार प्रांतांना द्यावा. शेवटी घटना समितीने ब्रिटिश सरकारशी तह करावा.

'बुडू घातलेल्या पेढीवर पुढील तारखेची दिलेली ही हुंडी आहे' असे क्रिप्स योजनेनुसार दिल्या गेलेल्या आश्वासनांसंबंधी गांधीजींनी उद्गार काढले. हिंदुस्थानचे तुकडे पाडण्याची ही योजना आहे आणि ती सर्वच्या सर्व टाकाऊ आहे, असे म्हणून सावरकरांनी तिचा धिक्कार केला. उदारमतवादी पक्षाचे नेते म्हणाले, की क्रिप्स योजना ही स्वयंनिर्णयाची निव्वळ थट्टा आहे. जरी अप्रत्यक्षपणे पाकिस्तानच्या ध्येयाला क्रिप्स योजना पोषक होती, तरी त्यात पाकिस्तानची निश्चित अशी घोषणा नव्हती म्हणून मुस्लीम लीगने ती

झिडकारली. क्रिप्स योजनेप्रमाणे भारताचे तुकडे होतील याकडे काँग्रेस नेत्यांचे लक्ष नव्हते. त्यांचे लक्ष तात्कालिक सत्तान्तर घडवून आणण्याकडे जास्त होते. त्यांनी हिंदुस्थानच्या फाळणीची गोळी बेसावधपणे गिळली. परंतु संरक्षण खाते हिंदी लोकांच्या स्वाधीन व्हावे या मुद्यावर ते घुटमळत होते.

इतर प्रांतांतील अस्पृश्य नेत्यांशी पूर्ण विचारविनिमय करून आंबेडकरांनीही क्रिप्स योजना फेटाळली. अस्पृश्य नेत्यांच्या मते त्या योजनेमुळे हिंदू राजसत्तेशी अस्पृश्यांचे हातपाय बांधून टाकण्यात येणार होते. त्यामुळे प्राचीन भारतामध्ये दलित वर्गाला जसा भयंकर त्रास झाला तसा होईल, अशी त्यांना भीती वाटली. ज्या राज्यघटनेला अस्पृश्य वर्गाची संमती नाही, ती अस्पृश्यांवर लादली गेली तर ब्रिटिशांनी आमचा विश्वासघात केला असे आम्ही मानू असा ब्रिटिश सरकारला आमचा निरोप सांगा, अशी क्रिप्सला त्यांनी विनंती केली.

दुसऱ्या एका पत्रकाद्वारे आंबेडकरांनी ब्रिटिश धोरणाचा खरपूस समाचार घेतला. आपल्याला वाचवण्यासाठी दुसऱ्याला बळी देण्याची 'म्यूनिच वृत्ती' अस्पृश्यांच्या बाबतीत ब्रिटिशांनी दाखविली असे त्यांनी त्या धोरणाचे यात वर्णन केले. क्रिप्स योजनेने मुस्लीम लीगला पाकिस्तान निर्माण करण्याचा हक्क बहाल केला आहे, असेही मत या पत्रकात आंबेडकरांनी व्यक्त केले. ही योजना म्हणजे ब्रिटिश सरकारच्या अवसानघातकीपणाचा, तत्त्वच्युतीचा आणि विश्वासघाताचा एक परिपाकच आहे. म्हणून ब्रिटिश सरकारने कोलांटी उडी मारली असा आंबेडकरांनी क्रिप्स योजनेवर हल्ला केला.

अस्पृश्यांच्या बाबतीत ब्रिटिश सरकारने अवलंबिलेल्या नवीन धोरणामुळे कामगार नेत्याची घेतलेली भूमिका आंबेडकरांना बदलावी लागली. सर स्ट्रॅफोर्ड क्रिप्स यांच्याशी चर्चा झाली तेव्हा आंबेडकर हे कामगारांचे प्रतिनिधी की दलित वर्गाचे प्रतिनिधी आहेत आणि त्यांच्या पक्षाचे बळ किती आहे असे क्रिप्ससाहेबांनी त्यांना विचारले होते. त्यामुळे आंबेडकरांना आपली भूमिका एकदम बदलावी लागली. ज्या दलित वर्गाच्या हितासाठी गेली २५ वर्षे ते झगडत होते, त्या वर्गाच्या नेतृत्वाची धुरा पुन्हा आपल्या खांद्यावर घेण्याचे त्यांनी ठरविले. तसे करणे त्यांना शहाणपणाचे आणि न्यायाचे वाटले. यास्तव, त्यांनी मार्च ३०-३१ ला दिल्ली येथे अस्पृश्य नेत्यांची परिषद बोलावून क्रिप्स योजनेसंबंधी चर्चा केली. एम्. सी. राजा यांनी आपले आंबेडकरांबरोबरीचे मतभेद मिटविले. राजभोजही त्यांना जाऊन मिळाले. १९४२ जुलैमध्ये नागपूर येथे अखिल भारतीय दलित वर्गाची परिषद घेण्याचे दिल्ली

परिषदेत सर्वानुमते ठरले. दहा वर्षांनी अशी ही अखिल भारतीय स्वरूपाची परिषद पुन्हा भरणार होती. भारतातील प्रांताप्रांतांतील अस्पृश्य वर्गाच्या संस्था एकत्र आणून एक अखिल भारतीय संघटना उभारावी, असा नागपूर येथे परिषद बोलाविण्यात त्यांचा उद्देश होता.

आंबेडकरांचा पन्नासावा वाढदिवस १४ एप्रिल १९४२ रोजी मुंबईत आणि महाराष्ट्रातील इतर प्रमुख शहरी साजरा झाला. स्वतंत्र मजूर पक्ष आणि मुंबई आणि इतर उपनगरे यांतील ४९ सार्वजनिक संस्था यांनी आंबेडकरजयंती साजरी करण्याचा ९ दिवसांचा कार्यक्रम आखला होता. त्याप्रमाणे अनेक ठिकाणी ध्वजवंदनाचे कार्यक्रम झाले. मिरवणुका निघाल्या. जाहीर सभाही झाल्या. समारंभाला सुरुवात १२ एप्रिलला मुंबईतील व उपनगरांतील सर्व विभागांतून एकदम झाली. पुण्यात महत्त्वाच्या रस्त्यांवरून मिरवणुका निघाल्या. आंबेडकरांच्या नि:स्वार्थी सेवेबद्दल त्यांना धन्यवाद देण्यात आले. पुणे येथील शनिवारवाड्यासमोर झालेल्या सभेत एम्. सी. राजा व राजभोज यांची प्रा. श्री. म. माटे यांच्या अध्यक्षतेखाली आंबेडकरांविषयी गौरवपर भाषणे झाली. आंबेडकरांचे जीवन सुखी होवो व त्यांना दीर्घायुष्य लाभो अशी त्या सभेने प्रार्थना केली. अशीच आणखी एक सभा पुणे नगरपालिकेच्या सभागृहामध्ये नगराध्यक्ष गणपतराव नलावडे यांच्या अध्यक्षतेखाली भरली. त्या सभेत दलित वर्गाच्या महान नेत्यावर स्तुतिसुमनांचा वर्षाव करण्यात आला. डॉ. मोहिले, पोपटलाल शहा, चव्हाण आणि राजाराम रा. भोळे यांनी आंबेडकरांचे कर्तृत्व नि कामगिरी याविषयी गौरवपर उद्‌गार काढले. आंबेडकरजयंती साजरी करण्याकरिता आणखी एक सभा पुणे जिल्हा लोकलबोर्डात मोठ्या उत्साही वातावरणात झाली. जिल्हा मंडळाचे अध्यक्ष आवटी यांनी आंबेडकरांच्या छायाचित्राचे अनावरण केले. आपल्या भाषणात आवटी म्हणाले, ‘आंबेडकरांचे छायाचित्र लावण्याबद्दल जिल्हामंडळाला अभिमान वाटत आहे. आंबेडकर हे केवळ दलित समाजाचेच पुढारी नसून ते भारतातील थोर नेत्यांपैकी एक होत. आंबेडकरांनी आपल्या त्यागाने देशाच्या हृदयात स्वत:चे असे एक विशिष्ट स्थान निर्माण केले आहे.’ केशवराव जेधे आणि बापूसाहेब गुप्ते यांनी आंबेडकरांविषयी गौरवपर भाषणे केली. १९ एप्रिल रोजी सकाळी कल्याण येथे ‘रोहिदास तरुण सुधारक संघा’च्या स्त्रियांच्या शाखेचे आंबेडकरांनी उद्‌घाटन केले. त्या वेळी आपल्या भाषणात बाबासाहेबांनी तरुणांना असा उपदेश केला की, त्यांनी हिंदू संस्था आणि हिंदू आश्रयदाते यांच्याकडून मदत स्वीकारून आपली स्वातंत्र्यवृत्ती गमावू नये. त्यांनी आपल्यापुढे कचाचा आदर्श ठेवावा. ज्याप्रमाणे कच आपल्या ध्येयापासून ढळला नाही, त्याप्रमाणे तरुणांनीही आपल्या

ध्येयापासून ढळू नये. आंबेडकरांच्या भाषणाचे हे एक वैशिष्ट्यच होते. ते जेव्हा आपल्या लोकांपुढे भाषणे करीत तेव्हा महाभारतातील स्फूर्तिदायक गोष्टी त्यांना सांगत असत. द्रोणाचार्यांचा स्वाभिमान, ययातीची गोष्ट आणि कचाची भक्ती यांविषयी ते भावनोत्कट असा उल्लेख करीत.

जयंतीच्या सुवर्णमहोत्सवाची मुख्य सभा मुंबई येथे चौपाटीवर १९ एप्रिल रोजी डॉ. मुकुंदराव जयकर यांच्या अध्यक्षतेखाली भरली. सभेच्या ठिकाणी शहरातील अनेक ठिकाणांहून मिरवणुका येऊन मिळाल्या. सुवर्णमहोत्सवाच्या समितीचे अध्यक्ष आचार्य मो. वा. दोंदे यांनी आंबेडकर हे भारतातील शककर्त्या पुरुषांपैकी एक होत, असे आंबेडकरांचे वर्णन केले. सभेचे अध्यक्ष डॉ. मुकुंदराव जयकर यांनी आंबेडकरांना दलित वर्गाची दीर्घकाळ सेवा केल्याबद्दल धन्यवाद दिले. जयकर पुढे म्हणाले की, 'सभेस आलेला प्रचंड जनसमुदाय पाहून आंबेडकरांची स्वतंत्र कामगिरी आणि विचारसरणी ह्यांमुळे अस्पृश्य वर्गामध्ये कल्पनातीत अशी जागृती निर्माण झाली आहे, असे म्हणावयास हरकत नाही. आंबेडकरांच्या त्या कार्यामुळे जशी दलित वर्गात स्फूर्ती निर्माण झाली आहे तशी स्पृश्य हिंदूंच्या मनातही त्यांनी जागृती निर्माण केली आहे.' आंबेडकरांनी गोलमेज परिषदेत केलेल्या कार्याचा आणि पुणे कराराच्या वेळी दाखविलेल्या धैर्याचा जयकरांनी उल्लेख केला. दलित वर्गाने आपल्या नेत्याला दिला आहे तसाच निष्ठेने पाठिंबा द्यावा असे जयकरांनी अस्पृश्य वर्गाला शेवटी आवाहन केले. मुंबईचे त्या वेळचे शेरीफ एम्. आर. ए. बेग यांनी आंबेडकर हे एक थोर नेते आहेत असे आपले मत व्यक्त केले. ना. म. जोशी म्हणाले की, आपला एकेकाळचा विद्यार्थी एवढ्या महान् योग्यतेला चढला हे पाहून मला धन्यता वाटते ! त्यांनी आणखी सांगितले की, आंबेडकर हे हुशार[१] व धीट विद्यार्थी होते. 'आंबेडकर चौथ्या इयत्तेत असताना आपण त्यांचे गुरू होतो,' असे त्यांनी अभिमानाने सांगितले.

२१ एप्रिल १९४२ रोजी महाराष्ट्रातील सर्व प्रमुख वृत्तपत्रांनी आंबेडकरांची सेवा आणि विद्वत्ता यांविषयी त्यांचा गौरव करून त्यांचे अभिनंदन केले. जी काही थोडी अस्पृश्यांच्या दर्जात सुधारणा झाली आहे त्याचे जास्तीत जास्त श्रेय आंबेडकरांच्या तुफानी प्रचाराला आहे, असे सांगून मुंबईचे 'टाइम्स ऑफ इंडिया' पत्र म्हणाले, 'आर्थिक आणि राजकीय सत्तेशिवाय हरिजनांना सामाजिक समता प्राप्त होणे कठीण जाईल आणि याची आंबेडकरांना पूर्ण

१. The Times of India, 20 April 1942.

जाणीव आहे, हे विशेष होय. त्यांच्या अंगीकृत कार्यासाठी त्यांच्या अंगी चांगलेच बुद्धियातुर्य आहे. तुरट आणि मधून मधून बोचक बोलण्याची त्यांना चांगलीच हातोटी साधली आहे. अस्पृश्यतेच्या उच्चाटनाने हिंदू समाजरचना बळकट होणार आहे. भारतीयांच्या एकंदर प्रगतीमध्ये भर पडणार आहे. म्हणून अस्पृश्यांचा उद्धार करण्याचे जे प्रयत्न आंबेडकरांनी चालविले आहेत त्यात त्यांना प्रचंड पाठिंबा मिळाला पाहिजे.'

आंबेडकरांनी केलेल्या अस्पृश्य वर्गाच्या थोर सेवेचा गौरव करून 'बाँबे क्रॉनिकल' पत्र म्हणाले, 'दलितांना मिळत असलेली अमानुष वागणूक याविषयी अष्टौप्रहर विचार करीत असलेल्या आंबेडकरांची दलितांवरील भक्ती जितकी मोठी आहे तितकाच दलितांच्या छळकांविषयी त्यांना वाटत असलेला द्वेष मोठा आहे.' नागपूर येथील 'महाराष्ट्र' पत्राने असे म्हटले की, 'आपल्या कर्तृत्वाने, स्वार्थत्यागाने आणि विद्वत्तेने जे थोडे महाराष्ट्रीय पुढारी हिंदी राजकारणात चमकले त्यांत आंबेडकरांची गणना होते. दलित वर्गाला जो स्वतंत्र राजकीय दर्जा प्राप्त झाला आहे ते त्यांच्याच प्रयत्नाचे फळ होय.' पुण्यातील 'ज्ञानप्रकाश' वर्तमानपत्राने सरकार व लोकाग्रणी या दोघांवर निर्भयतेने आणि निस्पृहतेने टीका केल्याबद्दल आंबेडकरांना धन्यवाद दिले. आंबेडकरांचे जीवन हे हिंदी लोकांना एक महान् आदर्श आहे. कारण, आंबेडकरांनी यशाकरिता आपली सदसद्विवेक बुद्धी कधी भ्रष्ट होऊ दिली नाही असा 'ज्ञानप्रकाश'ने निर्वाळा दिला. पुण्याचे 'काळ' वृत्तपत्र म्हणाले, 'आंबेडकर हे महाराष्ट्राचे प्रातिनिधिक पुढारी आहेत. इतर थोर महाराष्ट्रीय नेत्यांप्रमाणे त्यांच्या अंगी केवळ कर्तृत्व आणि बुद्धिमत्ता आहे एवढेच नव्हे तर त्यांच्या अंगी त्याग, विद्वत्ता नि प्रामाणिकपणाही आहे.' मुंबईचे 'प्रभात' मराठी दैनिक म्हणाले, 'आधुनिक भारतातील आंबेडकर हे क्रांतिकारक पुरुष होत. आंबेडकरांनी जेवढे दलितोद्धाराचे कार्य केले तेवढे दुसऱ्या कोणी क्वचित केले असेल. दयानंद, गांधी आणि सावरकर यांचे प्रयत्न लक्षात घेऊनही म्हणता येईल की, आंबेडकरांनी ह्या प्रश्नाला जेवढी जोराची चालना दिली तेवढी दुसऱ्या कोणी दिली नाही'.

परंतु आंबेडकरांच्या कार्याचे खरे मूल्यमापन आणि गौरव करणारा संदेश वीर सावरकरांनी प्रसिद्ध केला. एका थोर क्रांतिकारकाने दुसऱ्या थोर क्रांतिकारकाचे मूल्यमापन केले. आंबेडकरांना आयुरारोग्य चिंतून आणि त्यांचे अभिनंदन करून सावरकर म्हणाले, 'आंबेडकरांचे व्यक्तिमत्त्व, त्यांची विद्वत्ता, त्यांचे संघटनाचातुर्य आणि नेतृत्व करण्याचे सामर्थ्य ह्या गुणांची जोड त्यांना मिळाल्यामुळेच ते आज देशाचे एक मोठे आधार म्हणून गणले गेले असते. परंतु

अस्पृश्यतेचे उच्चाटन करण्यात आणि लक्षावधी अस्पृश्यवर्गीयांत धाडसी आत्मविश्वास व चैतन्य निर्माण करण्यात जे त्यांनी यश मिळविले आहे त्यामुळे भारताची बहुमोल अशी त्यांनी सेवा केली आहे. त्यांचे कार्य चिरंतन स्वरूपाचे स्वदेशाभिमानी व मानवतावादी आहे. आंबेडकरांसारखी महान व्यक्ती तथाकथित अस्पृश्य जातीत जन्मास आली ही गोष्ट अस्पृश्यांच्या हृदयातली निराशा संपविल्याशिवाय आणि तथाकथित स्पृश्यांच्या वरचढपणाला आव्हान देणारी स्फूर्ती आंबेडकरांच्या जीवनापासून त्यांना मिळाल्यावाचून राहणार नाही. आंबेडकरांच्या व्यक्तिमत्त्वाविषयी आणि कार्याविषयी आदर बाळगून मी त्यांना आयुरारोग्य आणि मोठे घडामोडीचे आयुष्य चिंतितो !'[१] मुंबई प्रांतिक हिंदुसभेने खास ठराव करून डॉ. आंबेडकरांचे अभिनंदन केले. 'बाँबे सेंटिनल' पत्राचे संपादक हॉर्निमन म्हणाले, 'आंबेडकर हे आपली महान बुद्धिमत्ता, देशसेवा आणि दलित वर्गाची सेवा यामुळेच देशातील प्रथमश्रेणीच्या नेतृत्वपदी आरूढ झाले. त्यांचे कार्य जगातील जे जे लोक मानवी स्वातंत्र्याकरिता झगडत आहेत त्यांच्या आणि विशेषत: हिंदुस्थानातील लोकांच्या आदरास पात्र होईल.'

सुवर्णमहोत्सव समितीने आपली शेवटची सभा कामगार मैदानावर सुवर्णमहोत्सव समितीचे अध्यक्ष आचार्य मो. वा. दोंदे यांच्या अध्यक्षतेखाली भरविली. त्या वेळी डॉ. आंबेडकरांना एक थैली अर्पण करण्यात आली. उत्तरादाखल केलेल्या भाषणात त्या अफाट लोकसमुदायाला उद्देशून बाबासाहेब म्हणाले, 'माझा वाढदिवस साजरा करण्याची ही सवय तुम्ही टाकून द्या. कारण जो समाज एखाद्या मनुष्याचा देवाप्रमाणे उदोउदो करतो तो नाशाच्या मार्गावर आहे असे मी समजतो. कोणासही अतिमानवाचे गुण लाभलेले नाहीत. जो तो आपल्या प्रयत्नांमुळेच चढतो किंवा पडतो.'

दलित वर्गाच्या प्रगतीचा आढावा घेताना ते म्हणाले, 'दलितांच्या राजकीय, सामाजिक आणि आर्थिक परिस्थितीत बरीच प्रगती झाली आहे. खुशीने किंवा नाखुशीने का होईना अस्पृश्य वर्ग हा हिंदू समाजाचा एक अवयव आहे. महाड आणि नाशिक येथे हिंदूंनी अस्पृश्यांना समान हक्क देऊन स्वीकृत करावे यासाठी मी मोठा झगडा केला. परंतु त्याला यश आले नाही.' भाषणाच्या शेवटी ब्रिटिश सरकारला त्यांनी इशारा दिला की, जी योजना अस्पृश्यांच्या कायदेशीर हक्काला आणि आकांक्षेला मान्यता देणार नाही, त्या योजनेचा प्रतिकार अस्पृश्यांच्या हाती असलेल्या सर्व साधनांचा उपयोग करून ते करतील.

---

१. Bhide, A. S., Free Hindusthan, 14 April 1946.

हिंदू समाजाला उद्देशून ते म्हणाले, 'जर तुम्ही अस्पृश्यांना समान हक्क देऊन आपल्या समाजात समाविष्ट करून घेतले, तर तुमच्या बाजूने दलित वर्ग कुठल्याही लढ्यात उभा राहील.'

जूनच्या तिसऱ्या आठवड्यात महाराज्यपाल आपले कार्यकारी मंडळ अधिक विस्तृत करणार आहेत अशी बातमी प्रसिद्ध झाली. संभाव्य कार्यकारी मंडळाच्या यादीत सर सी. पी. रामस्वामी अय्यर, सर महंमद उस्मान, डॉ. आंबेडकर, सर जे. पी. श्रीवास्तव, सर जोगेंद्रसिंग, मानवेंद्रनाथ रॉय, जमनादास मेथा आणि सर षण्मुखम् चेट्टी ही नावे होती. २ जुलै १९४२ रोजी नवीन कार्यकारी मंडळाची जी नावे घोषित करण्यात आली त्यांत शेवटची तीन सोडून बाकी सर्व होती. आता महाराज्यपालांच्या कार्यकारी मंडळामध्ये १४ हिंदी मंत्री तर ५ युरोपियन मंत्री होते. आंबेडकरांची निवड हा विशेष टीकेचा विषय झाला नाही. कॉंग्रेसच्या पुढ्यातील वर्तमानपत्रांनी थोडीशी गुळमुळीत टीका केली. परंतु आंबेडकर कामगारांकरिता काही करू शकतील अशी आशा त्यांनी व्यक्त केली होती. मुंबईतील 'संडे स्टँडर्ड' या इंग्रजी वर्तमानपत्राने म्हटले की, 'आंबेडकरांना योग्य असेच मंत्रिपद मिळाले. कारण त्यांचे आयुष्य गोरगरिबांच्या आणि कामगारांच्या हितासाठीच व्यतीत झाले आहे. स्वतंत्र वृत्तीचे आंबेडकर जरी सरकारच्या डोळ्यांत सलले नाहीत तरी ते होयबांचे काम करतील असेही नाही.' टाइम्स ऑफ इंडिया' पत्र म्हणाले की, 'एका अस्पृश्य हिंदूची भारतीय सरकारच्या कार्यकारी मंडळात नेमणूक झाली हे या देशाच्या इतिहासातले पहिलेच उदाहरण होय.'

आणि खरोखरच ही अपूर्व अशीच घटना होती. भारताच्या इतिहासात कुठच्याही अस्पृश्य जातीच्या मनुष्याला देशाच्या राज्यकारभारात एवढे मोठे अधिकारपद यापूर्वी कधीही प्राप्त झाले नव्हते. अपवादादाखल एखादे उदाहरण द्यायचे तर खुश्रूंचे देता येईल. ह्या मुसलमान झालेल्या अस्पृश्याने 'खुश्रू' हे नाव धारण करून मोठा पराक्रम केला. त्याने दिल्लीच्या खिलजी घराण्याचा पाडाव करून हिंदू राज्य स्थापन केले आणि मुसलमानांना 'दे माय धरणी ठाय' करून सोडले. तथापि, आंबेडकरांची ही नेमणूक दुसऱ्या दृष्टीने अपूर्व अशी होती. महाराज्यपालांच्या कार्यकारिणीत मंत्री म्हणून नेमलेले आंबेडकर हे पहिले लोकनेते होते. दुसरी महत्त्वाची गोष्ट अशी की, अस्पृश्य वर्गाने अशा तऱ्हेने आपल्याला प्रतिनिधित्व द्यावे अशी सरकारकडे मागणी करून सरकारवर दाबही आणण्याचा प्रयत्न केला. महाराज्यपालांच्या कार्यकारी मंडळात असले पद भूषविलेल्या

कोणाही हिंदी व्यक्तीपेक्षा आंबेडकर हे अधिक लायक होते. जगातील कामगार चळवळीचा, कामगारांच्या प्रश्नांचा आणि त्यासंबंधी झालेल्या देशातील व परदेशातील कायद्यांचा त्यांचा व्यासंग अफाट होता. सर्वांत महत्त्वाची गोष्ट अशी की, देशाचा राज्यकारभार चालविणाऱ्या मुख्य कार्यकारिणीमध्ये नेमले जाणारे आंबेडकर हे पहिले सामाजिक बंडखोर होत.

काही दिवसांपूर्वी आंबेडकरांना एखाद्या न्यायालयात न्यायाधीशाचे पद भूषविण्याची संधी मिळत होती. आणि ज्यांनी त्यांच्याकडे न्यायालयात काम करीत असताना नाक मुरडले होते त्यांची भाषणे ऐकण्याचा आणि त्यांच्यावर निर्णय देण्याचा मान त्यांना मिळाला असता. पण ते पद त्यांनी नाकारले होते.

स्वत:च्या भवितव्याचे नियंते असलेले आंबेडकर आपल्या गुणांच्या बळावर धुळीतून निघून धुरंधरांच्या मांडीला मांडी लावून बसले. शुद्ध चारित्र्य, अखंड उद्योगशीलता, सेवापरायणता, त्यागी वृत्ती आणि नैतिक धैर्य ह्या अलौकिक गुणवत्तेमुळे एक अस्पृश्य मुलगा वैभवाचे शिखर चढू शकला. त्यांनी आपल्या प्रेरणात्मक व्यक्तिमत्त्वाचा भारतातील सामाजिक आणि राजकीय विचारांवर मोठा प्रभाव पाडला. ते भारतातील लक्षावधी लोकांच्या हृदयावर अनिवार्य अशी सत्ता गाजवीत होते. आंबेडकरांची महाराज्यपालांच्या कार्यकारी मंडळावर नेमणूक झाल्यावर भारतातील नामांकित नेत्यांनी आणि मुत्सद्यांनी त्यांचे अभिनंदन केले. स्वातंत्र्यवीर सावरकर, सर तेजबहादूर, सप्रू, लोकनायक माधवराव अणे, सर सुलताना अहमद, बिकानेरचे महाराज, मुंबईचे सर न्यायाधीश, सर चिमणलाल सेटलवाड, रावबहादूर एम. सी. राजाप्रभृती नेत्यांनी आंबेडकरांना अभिनंदनपर संदेश पाठविले.

राष्ट्रीय संरक्षण मंडळाच्या बैठकीस उपस्थित राहण्यासाठी ५ जुलै रोजी आंबेडकर मुंबईहून दिल्लीस निघाले आणि ११ जुलैला बैठक झाल्यावर मुंबईस परत आले. त्याच दिवशी आंबेडकरांना त्यांच्या मित्रांनी आणि चाहत्यांनी रेडिओ क्लब, मुंबई येथे त्यांच्या सन्मानार्थ भोजन दिले. त्या वेळी भाषण करताना आचार्य दोंदे यांनी आंबेडकरांचे मित्र आणि सहकारी यांनी आंबेडकरांच्या कार्यासाठी कसे कष्ट सहन केले होते, कशी अखंड निष्ठा दाखविली होती याचा अभिमानाने उल्लेख केला. आणि त्यांनी आंबेडकर आपल्या दलित वर्गाला गुलामगिरीतून मुक्त करून भारतीय कामगारांची परिस्थिती सुधारण्यात यश मिळवतील अशी आशा व्यक्त केली. उत्तरादाखल केलेल्या भाषणात आंबेडकर म्हणाले, 'माझा जन्म गरिबांत झाला आहे, मी गरिबांत वाढलो आहे. त्यांच्यामध्ये राहिलो आहे. गोणपाटे टाकलेल्या दमट जागेत मी त्यांच्याप्रमाणे

झोपलो आहे. त्यांची सर्व दु:खे आणि अडचणी मी स्वत: भोगलेल्या आहेत.' आपल्या मित्रांविषयी ते म्हणाले की, आपले दिल्लीतील घर त्यांना सदा उघडे राहील. आणि नवीन अधिकारप्राप्तीमुळे आपल्या वृत्तीत काहीही फरक पडणार नाही, असे त्यांनी आश्वासन दिले.

दुसऱ्या दिवशी स्वतंत्र मजूर पक्षाने आणि 'मुंबई म्युनिसिपल कामगार संघा'ने एक सभा भरवून आंबेडकरांचे अभिनंदन केले. त्या वेळी त्यांनी कामगारांना असे सांगितले की, देशाचे संरक्षण हाच मुख्य प्रश्न कार्यकारिणीपुढे आहे. आणि जे काही कामगारांकरिता आपणास करता येईल ते आपल्या इतर सहकाऱ्यांवर अवलंबून राहील. अशाच दुसऱ्या एका सभेच्या वेळी आर. एम. भट माध्यमिक शाळेमध्ये कोकण जिल्ह्यातील शेतकऱ्यांपुढे बोलताना ते म्हणाले, 'कामगारांच्या हिताच्या रक्षणाचा आणि त्यांच्या परिस्थितीत सुधारणा करण्याचा लढा मी कधीही सोडणार नाही. परंतु लहानसहान गोष्टींसाठी प्रत्येक वेळी कार्यकारिणीतील माझ्या सहकाऱ्यांना मी राजीनाम्याची धमकी देणार नाही.' अस्पृश्य वर्गाकरिता स्वतंत्र संस्था काढली तर ती अखिल कामगारांच्या हिताला आणि एकीला बाधक ठरेल असा आरोप करणाऱ्या लोकांना त्यांनी उत्तर दिले की, 'समाजातल्या अतिखालच्या थरांतील लोकांचा लढा हा इतर वर्गांतील कामगारांच्या हिताला खात्रीनेच साह्यभूत होईल. कारण जेव्हा तळातील दगड आपल्या जागेवरून हलतो तेव्हा त्या दगडावरील दुसरे दगडही आपोआप हलतात.' ते पुढे म्हणाले की, 'स्पृश्य हिंदू कामगारांनी अस्पृश्य कामगारांच्या बाबतीतील आपली दृष्टी सुधारलेली नाही.' अनंतराव चित्रे अध्यक्षपदी होते. त्यांनी आपल्या भाषणात आंबेडकरांना अशी विनंती केली की, त्यांनी आपल्या कार्याचे क्षेत्र एवढे वाढवावे की, त्यात जे अस्पृश्य नाहीत अशाही कामगारांना प्रवेश देऊन भारतातील सर्व कामगारांचे नेतृत्व स्वीकारावे.

महार पंचायतीनेही आंबेडकरांचा सत्कार केला. तेव्हा त्यांनी आपल्या बालवयात सातारहून मुंबईस पळून जाऊन गिरणी कामगार होण्यासाठी आपण कसा प्रयत्न केला होता, परंतु तिकिटाला लागणारे पैसे आतेच्या कनवटीवरील पिशवीतून पसार करण्यात आपण कसे अयशस्वी झालो ही एक चित्त थरारून सोडणारी गोष्ट सांगितली. सभेत इतर वक्त्यांनी सांगितल्याप्रमाणे त्यांनी म्हटले की, आपणाला कार्यकारिणीत घेण्यासाठी सरकारवर दलित समाजाने दाब आणला ही गोष्ट सत्य होती. परंतु त्यांनी हेही लक्षात ठेवले पाहिजे की, जर त्या योग्यतेचा आणि शिक्षणाचा मनुष्य दलित समाजामध्ये नसता तर सरकारला ही गोष्ट करणे अशक्य झाले असते.

जुलै १८ व १९ रोजी अखिल भारतीय दलित वर्ग परिषद नागपूरला भरणार होती म्हणून आंबेडकर व नियोजित अध्यक्ष एन्. शिवराज हे १९ जुलै रोजी सकाळी ९ वाजता नागपूरला पोहोचले. चाळीस हजार लोकांनी गगनभेदी आरोळ्यांत आंबेडकर व नियोजित अध्यक्ष यांचे स्वागत केले. परिषद नागपूर येथील मोहनपार्क येथे भरली. पंजाब, बंगाल आणि मद्रास प्रांतांतील बरेच कार्यकर्ते आणि नेते उपस्थित होते. आपल्या अध्यक्षीय भाषणात एन्. शिवराज यांनी आंबेडकरांची महाराज्यपाल-कार्यकारिणीत नेमणूक झाली म्हणून त्यांचे दलित वर्गाच्या वतीने अभिनंदन केले. त्यांच्या या नेमणुकीमुळे अस्पृश्य जनतेच्या सेवेसाठी एक नवीन मार्ग उपलब्ध झाला असेही त्यांनी परिषदेस सांगितले. आंबेडकर भाषण करावयास उठताच परिषदेतील त्या ७० हजारांच्या जनसमुदायाने टाळ्यांच्या कडकडाटात त्यांचे स्वागत केले. आंबेडकरांनी गोलमेज परिषदेपासून तो क्रिप्स योजनेपर्यंतच्या अस्पृश्यांच्या झगड्याच्या इतिहासाचे सिंहावलोकन केले. क्रिप्स योजनेने दलित समाजाचा विश्वासघात केला असेही ते म्हणाले.

मुस्लिम लीगच्या पाकिस्तान योजनेचा उल्लेख करून ते म्हणाले, 'जेव्हा जिना मुसलमान ही अल्पसंख्याक जमात आहे असे मानीत तेव्हा इतर अल्पसंख्याक जमातींना त्यांचा मोठा आधार वाटे. परंतु जिना आपल्या जमातीला आता राष्ट्र समजू लागल्यामुळे इतर जमातींना आपला लढा पुढे चालविण्यास एकेकट्यांना भाग पडले आहे. कदाचित असेही घडण्याचा संभव आहे की, जर कधी काळी कोणाच्या विरुद्ध अस्पृश्यांना लढावे लागले तर ते कदाचित मुसलमानच असतील. सर्व क्षेत्रांत अस्पृश्य समाजाने प्रगतीची पावले टाकली आहेत हे पाहून मला अतिशय समाधान वाटते. अस्पृश्य समाजात जी राजकीय जागृती झाली आहे तशी फार थोड्या समाजांमध्ये झाली असेल. त्यांनी शिक्षणामध्ये खूप प्रगती केली आहे. देशातील सरकारी नोकऱ्यांतून त्यांनी आता पाय रोवला आहे. अतिशय महत्त्वाची गोष्ट म्हणजे दलित समाजातील स्त्रियांनी केलेली प्रगती उत्तेजन देणारी आणि आश्चर्यचकित करणारी अशी आहे. त्याविषयी सर्वांना योग्य अभिमान वाटला पाहिजे. हिंदूंनी घातलेल्या भिक्षेतून ती प्रगती निष्पन्न झाली नाही. आपल्या राजकारणाची बैठक आता हीच झाली आहे की, आपण हिंदू समाजाचे घटक नाही. आता आपण भारतीय समाजाचे एक स्वतंत्र आणि वैशिष्ट्यपूर्ण असे मुसलमानांप्रमाणे स्वतंत्र घटक आहोत. म्हणून आपणास स्वतंत्र राजकीय हक्क पाहिजेत. गांधी हे आपले मोठे विरोधक आहेत. अस्पृश्य समाजाला महाराज्यपालांच्या कार्यकारी मंडळामध्ये स्थान मिळाले याचा अर्थ ब्राह्मणशाहीला एक मरणप्राय टोलाच मिळाला आहे !'

आंबेडकरांनी दुसऱ्या महायुद्धात ब्रिटनला विनाअट पाठिंबा दिला. ते म्हणाले, 'हे महायुद्ध झोटिंगशाही आणि लोकशाही यांमध्ये जुंपले आहे. ही झोटिंगशाही कोणत्याही नैतिक पायावर आधारलेली नाही. ती वांशिक अभिमानावर आधारलेली आहे. नाझीवादाने मनुष्यमात्राच्या भवितव्याला मोठा धोका निर्माण केला आहे. या जगताच्या पाठीवरून माणसामाणसांमध्ये मनुष्याचे नाते जोडणारी लोकशाही नष्ट होऊ नये म्हणून तुम्ही प्रयत्नांची पराकाष्ठा केली पाहिजे. म्हणून दलित समाजाने जगातील इतर लोकशाह्यांच्या बाजूने लोकशाहीची मूल्ये आणि संस्कृती यांचे जतन करण्यासाठी झगडले पाहिजे. जर लोकशाही नष्ट झाली तर आपल्या भवितव्याचेही वाटोळे होईल. म्हणून माझा तुम्हांला शेवटचा एकच उपदेश आहे की, तुम्ही शिक्षण घ्या, चळवळ करा, संघटना करा, स्वत:वर विश्वास ठेवा. न्याय आपल्या बाजूने असल्यामुळे आम्ही लढाईत हरू असे मला वाटत नाही. अशा तऱ्हेची लढाई करण्यात मला एक तऱ्हेचा आनंद होत आहे. आपली ही लढाई संपूर्ण अर्थाने आत्मोन्नतीची आहे. त्यात सामाजिक किंवा भौतिक असे काही नाही. कारण आमची ही लढाई संपत्तीसाठी वा सत्तेसाठी नाही. आमची ही लढाई स्वातंत्र्यासाठी आहे. मानवी हक्क आणि मनुष्याचा दर्जा संपादन करण्यासाठी ही लढाई आहे.' परिषदेने 'अखिल भारतीय शेड्यूल्ड कास्ट फेडरेशन' स्थापन झाल्याचे जाहीर केले. एका ठरावान्वये सरकारने आपल्या खर्चाने अस्पृश्य वर्गाकरिता स्वतंत्र गावे वसवावी अशी मागणी करण्यात आली. परिषदेच्या शेवटी आंबेडकरांचे स्फूर्तिदायक भाषण झाले. त्यात भावना नि प्रेरणा यांचा सुंदर मिलाफ झाला होता. ते म्हणाले, 'मी भेटीगाठींविषयी उदासीन असतो आणि पुस्तकांत रमतो हा माझ्यावरील आरोप चुकीचा आहे. माझ्या मनात कोणत्याही व्यक्तीविषयी वाईट भावना नाहीत आणि कोणाचाही अपमान करण्याचे माझ्या मनात नाही. मला कमीत कमी वेळात अधिकाधिक कार्य करावयाचे आहे. पुष्कळ हिंदू मला आपला शत्रू समजतात. परंतु माझे वैयक्तिक मित्र ब्राह्मण समाजातलेसुद्धा आहेत. जे ब्राह्मण माझ्या लोकांना कुत्र्यामांजरापेक्षा वाईट रीतीने वागवतात, त्यांच्या त्या समाजद्रोही कृत्यांवर कोरडे ओढण्याचे माझ्या नशिबी आले आहे. त्या परिस्थितीला माझा नाइलाज आहे.' आंबेडकरांच्या विचाराविषयी सहानुभूती दर्शवून मद्रासच्या 'हिंदू' या इंग्रजी पत्राने म्हटले, 'वसाहतीच्या मागणीच्या प्रश्नासंबंधी आंबेडकरांनी विचार करावा.' जरी आरोग्याच्या दृष्टीने आणि वरांच्या दृष्टीने ही मागणी सुखकारक वाटली तरी त्यामुळे अस्पृश्यता चिरस्थायी होईल अशी भीती 'हिंदू'ने व्यक्त केली.

नागपूर येथे परिषदेच्या त्याच मंडपात आंबेडकरांनी आणखी दोन भाषणे केली. एक भाषण अमरावतीच्या सुलोचनाबाई डोंगरे यांच्या अध्यक्षतेखाली झालेल्या दलित वर्गाच्या स्त्रियांच्या परिषदेत झाले. 'स्त्रियांची संघटना असावी या मताचा मी आहे. स्त्रियांना आपल्या कर्तव्याची महती समजली म्हणजे त्या समाजसुधारणेसाठी कार्य करू शकतील याची मला कल्पना आहे. समाजातील घातुक चालीरीतींचे उच्चाटन करून तुम्ही मोठी सेवा केली आहे. तुमच्या प्रगतीविषयी मला समाधान नि खात्री वाटते. स्वच्छ राहावयास शिका. दुर्गुणांपासून दूर राहा. मुलांना शिक्षण द्या. त्यांच्या मनामध्ये महत्त्वाकांक्षा जागृत करा. तुम्ही जगात मोठेपणा मिळवू शकाल असे विचार त्यांच्या मनावर बिंबवा. त्यांच्या मनांतून न्यूनत्वाची भावना काढून टाका. लग्न करण्यात घाई करू नका. लग्न ही एक जबाबदारी असते. तुमची मुले ती जबाबदारी आर्थिक दृष्ट्या पेलण्यास समर्थ झाल्याविना ती त्यांच्यावर लादू नका. लग्न करतील त्यांनी हे लक्षात ठेवावे की, अनेक मुले जन्माला घालणे हे एक पाप आहे. आपल्यापेक्षा जीवनात वरच्या पातळीवर प्रत्येक मुलाला आरंभ करून देणे हे आईबापांचे कर्तव्य आहे. सर्वांत महत्त्वाची गोष्ट म्हणजे जे प्रत्येक मुलीने लग्नानंतर नवऱ्याशी निष्ठेने राहिले पाहिजे. त्याच्याशी मित्रत्वाने आणि बरोबरीच्या नात्याने वागावे. त्याची दासी होऊ नये. जर तुम्ही ह्या उपदेशाप्रमाणे वागलात तर तुम्हांला सन्मान नि वैभव प्राप्त झाल्याशिवाय राहणार नाही,' असा स्त्रियांना त्यांनी हितोपदेश केला.

ही स्त्रियांची परिषद म्हणजे पददलित वर्गातील स्त्रियांत किती जागृती झाली आहे त्याचे हे गमक होते. त्यांच्या नेत्या सौ. इंदिराबाई पाटील आणि सौ. कीर्तिबाई पाटील यांच्या कार्याचा तो गौरव होता. परिषदेने बहुपत्नीत्वाची चाल बंद करावी आणि कामगारांना वेतन नि भरपगारी रजा द्यावी असे ठराव केले. दुसरी परिषद समता सैनिक दलाची होती. तिचे अध्यक्ष सरदार गोपालसिंग हे होते. सैनिकांपुढे भाषण करताना आंबेडकर म्हणाले, 'अहिंसेच्या तत्त्वाविषयी मला प्रेम आहे. परंतु अहिंसा आणि शरणागती यांत फरक आहे. शरणागतीचे, गुलामगिरीचे आणि असहाय्यतेचे जीवन जगणे मनुष्यास शोभत नाही. मला तुकारामाचे म्हणणे पटते. दुष्टांचे निर्दालन नि सुष्टांचे पालन हीसुद्धा एकप्रकारची अहिंसाच होय. जरी प्राण्यांवर दया करणे हे अहिंसेच्या तत्त्वाचा एक भाग आहे तरी दुष्टांचे निर्दालन हाही अहिंसा तत्त्वाचा भाग आहे. त्याविना अहिंसा म्हणजे पोकळ कवची ठरते. कोरडे परमसुख ठरते. शक्ती आणि शील हेच तुमचे ध्येय असावे.'

नागपुरात आंबेडकरांचे वास्तव्य असता लाला जयनारायण यांनी त्यांच्या सन्मानार्थ चहापान समारंभ केला. नागपूरला महाराज्यपालांकडून संदेश घेऊन एक राजदूत आला होता. त्या संदेशाप्रमाणे आंबेडकरांनी तारेनेच २० जुलै १९४२ रोजी सकाळी मजूरमंत्र्यांच्या खात्याचे काम स्वीकारले. दिल्लीहून आलेल्या त्या राजदूताला थोडा विचित्र अनुभव आला. नागपूर स्थानकामध्ये आणि बाहेर त्यांनी शेड्यूल्ड कास्ट फेडरेशनच्या अधिवेशनाच्या स्थळाची चौकशी केली. परंतु जे स्पृश्य हिंदू त्याला भेटले त्यांनी त्याविषयी त्या राजदूताला काही माहिती न देता उदासीनता दाखविली. इतका द्वेष किंवा उदासीनता आंबेडकर नि त्यांचे कार्य ह्यांविषयी उच्चवर्णीयांना वाटत होती.

आंबेडकर मुंबईस परत आल्यावर मुंबईतील दलित समाजातील स्त्रियांनी त्यांच्या अभिनंदनाची सभा श्रीमती दोंदे यांच्या अध्यक्षतेखाली भरवली. अस्पृश्यवर्गीय शिक्षित तरुण मुलींनी उच्चवर्णीय तरुणांशी लग्न करू नये असा आंबेडकरांनी उपदेश केला. महार स्त्रियांच्या ठिकाणी राजकीय जागृती इतर मराठा, भंडारी किंवा आग्री स्त्रियांच्यापेक्षा अधिक प्रमाणात झाली आहे हे पाहून त्यांनी समाधान व्यक्त केले.

१९

मजूरमंत्री

दिल्लीला मुक्काम हलविण्यापूर्वी २७ जुलै १९४२ रोजी सायंकाळी आंबेडकरांनी 'टाइम्स ऑफ इंडिया' पत्राच्या प्रतिनिधीला मुलाखत दिली. त्या वेळी ते म्हणाले, 'गांधीजींचा 'करेंगे या मरेंगे' हा आदेश बेजबाबदारपणाचा नि मूर्खपणाचा आहे. त्यांच्या राजकीय मुत्सद्देगिरीचे दिवाळे वाजल्याचे तो द्योतक आहे. महायुद्ध सुरू झाल्यापासून काँग्रेसची घसरलेली पत सावरण्याचा तो प्रयत्न आहे. रानटी लोक हिंदुस्थानवर आधिपत्य स्थापण्यासाठी हिंदुस्थानच्या वेशीपाशी आले असता देशातील कायदा नि व्यवस्था ही कमजोर करणे हा वेडेपणा आहे. भारतीयांच्या संबंधात बोलायचे तर ब्रिटिश आता शेवटच्या खंदकात लढत आहेत. जर लोकशाहीचा जय झाला, तर भारतीय स्वातंत्र्याच्या आड कोणी येऊ शकणार नाही.' ते पुढे म्हणाले की, गांधीजी वृद्ध झाल्यामुळे ते उतावळीने ग्रासले आहेत.

काँग्रेसधार्जिण्या वृत्तपत्रांनी गांधीजींवरील हा कटू हल्ला परतवून लावण्यासाठी आंबेडकरांवरही तितकाच कठोर हल्ला केला. ब्रिटिश सरकारने त्यांना महाराज्यपालांच्या कार्यकारी मंडळात मजूरमंत्र्यांच्या जागी नेमल्यामुळे गांधीजींना दूषण देऊन आंबेडकर ब्रिटिशांचे ऋण फेडीत आहेत, असे आंबेडकरांना त्यांनी दूषण केले. गांधीजींना असा विरोध करणारे त्या वेळेस डॉ. आंबेडकर हे केवळ एकटेच राजकारणी पुरुष होते असे नाही. मुस्लीम लीगने तर आपल्या अनुयायांना गांधीजींच्या ह्या संकल्पित लढ्यापासून चार हात दूर राहण्याविषयी स्पष्टपणे बजावले होते. हिंदुमहासभेचे अध्यक्ष वीर सावरकर म्हणाले, 'जर काँग्रेसने भारताची एकी आणि अविभाज्यता यांच्या बाजूने आपण ठाम उभे राहू असे लढा सुरू करण्यापूर्वी प्रतिज्ञापूर्वक आश्वासन दिले, तर आपण काँग्रेसच्या ह्या लढ्याला अवश्य पाठिंबा देऊ.' 'तथापि,' सावरकर पुढे म्हणाले, 'गांधीजींची वृत्ती पाहता ते एकच काय पण अनेक पाकिस्तानांना मान्यता द्यावयास तयार होतील.'

आंबेडकर दिल्लीस गेल्यावर एक आठवडाही लोटला नाही तोच काँग्रेसने ८ ऑगस्ट रोजी आपला लढा सुरू केला. महाराज्यपालांच्या कार्यकारी मंडळाची तातडीची बैठक भरली. काँग्रेसचा निर्णय हा देशाला गोंधळाच्या परिस्थितीत टाकून अराजक माजविण्यास सहाय्यभूत होणारा आणि मानवी स्वातंत्र्याच्या रक्षणासाठी जे प्रयत्न चालले आहेत ते वेडेपणाने मोडून टाकणारा आहे; म्हणून देशाला ते एक प्रकारचे आव्हानच आहे, असा कार्यकारी मंडळाने ठराव केला.

काँग्रेसच्या नेत्यांची नि कार्यकर्त्यांची सर्व देशभर धरपकड सुरू होऊन त्यांना स्थानबद्ध करण्यात आले. त्यामुळे साऱ्या देशात क्षोभाची प्रचंड लाट उसळली. जनतेने सर्वत्र बंडाळी केली. आणि सरकारने ती मोडण्यासाठी जे कठोर उपाय योजले त्यामुळे सर्व देशात हाहाकार उडाला. मुसलमान जनता ह्या लढ्यापासून दूर राहिली. हिंदुमहासभावादीही तटस्थ राहिले. आंबेडकरांचे अनुयायी त्या लढ्यापासून दूर राहिले. त्यांनी सैनिकीकरणाच्या प्रश्नावर सर्व लक्ष केंद्रित केले होते.

२३ ऑगस्ट रोजी दिल्लीत 'दलित वर्ग हितकारिणी मंडळा'ने आंबेडकरांचा सत्कार केला. त्या वेळी आंबेडकर निर्भीडपणे म्हणाले, 'मला अधिकार पक्षाचा मोह वाटत नाही. आणि जर सामान्य माणसांची स्थिती सुधारण्याचे माझे प्रयत्न निष्फळ ठरले, तर राजीनामा देऊन मी परत मुंबईस जाईन. महाराज्यपालांच्या कार्यकारी मंडळात अस्पृश्यांच्या प्रतिनिधींपेक्षा मुसलमानांचे तिप्पट प्रतिनिधी आहेत. मुसलमानांची संख्या जवळजवळ अस्पृश्यांच्या संख्येइतकीच असल्याने ह्या गोष्टींचा अस्पृश्यांना संताप आला आहे.'

आंबेडकर ह्यांना जरी अधिकार नि वैभव ही प्राप्त झाली होती, तरी त्यांचे खाजगी आयुष्य चिंतेने पेटलेले होते. त्या वेळच्या त्या उत्पाती परिस्थितीत आपला मुलगा व पुतण्या ह्यांच्या सुरक्षिततेबद्दल त्यांना काळजी लागून राहिली होती. ते दोघे मुंबईत होते. तेथे तर राजकीय दंग्यांना ऊत आला होता. आंबेडकरांनी दूरध्वनीद्वारा त्यांचे क्षेम समजून घेण्याचा प्रयत्न केला. परंतु तोही निष्फळ ठरला. तेव्हा त्यांनी त्या दोघांना एक तातडीचे पत्र लिहून 'सावधगिरीने राहा', असा इशारा देऊन ठेवला. आपल्यामुळे त्या दोघांवर हुल्लडखोरांचा कदाचित रोष ओढवेल अशी त्यांना भीती वाटे.

मध्यवर्ती विधिमंडळामध्ये ऑगस्ट लढ्यातील बंडाळीमुळे उत्पन्न झालेल्या राजकीय परिस्थितीविषयी चर्चा झाली. त्या चर्चेला उत्तर देताना आंबेडकर म्हणाले, 'आपला गेल्या दोन तीन वर्षांतला अनुभव असा आहे की

अहिंसेच्या तत्त्वास आता उतरती कळा लागली आहे. भारतमंत्र्यांस निर्णय फिरविण्याचा जो अधिकार आहे तो त्यांनी विधिमंडळास दिला पाहिजे. तथापि, नव्या निवडणुका न झाल्यामुळे सध्याचे विधिमंडळ हे पूर्ण प्रातिनिधिक आहे असे मानणे शक्य होणार नाही.'

मजूरमंत्री आंबेडकर यांनी १३ नोव्हेंबर १९४२ या दिवशी मुंबईहून आकाशवाणीवर 'भारतीय मजूर आणि महायुद्ध' या विषयावर भाषण केले. आपल्या भाषणात ते म्हणाले, 'हे युद्ध केवळ पृथ्वीवरील प्रदेश वाटून घेण्यासाठी सुरू झालेले नाही, तर ते माणसामाणसांत नि राष्ट्राराष्ट्रांत सहजीवनाचे कसे नाते असावे या विषयी मूलभूत फरक घडवून आणण्यासाठी घडत आहे. सहजीवनाच्या अटींच्या फेरतपासणीची मागणी करणारी ही क्रांती आहे. सामाजिक पुनर्रचनेची ही मागणी आहे. म्हणून नाझीवादाचा जय झाला तर नाझी समाजरचनेखाली स्वातंत्र्याची गळचेपी होईल. समता नाकारण्यात येईल आणि एक अनिष्ट मत म्हणून बंधुता समूळ उखडून टाकण्यात येईल. स्वातंत्र्य नि नवीन समाजरचना ही फळे लोकशाहीच्या विजयामुळे लाभतील. तथापि, निव्वळ स्वातंत्र्य मिळून पुरेसे कार्य होत नाही. स्वातंत्र्याचे मूल्य तुम्ही कोणत्या तऱ्हेची समाजरचना नि राज्यघटना उभारू पाहता यांवर अवलंबून आहे. म्हणून कामगारांनी आपली सर्व शक्ती एकवटून 'छोडो भारत' ही मागणी करण्यापेक्षा नवीन भारताची मागणी करावी. हिंसेच्या शक्तीला शरण जाऊन मिळविलेली शांतता ही खरी शांतता नव्हे. ती आत्महत्या होय; तसे करणे म्हणजे सुखी, सुंदर अन् स्वास्थ्यपूर्ण जीवन जगण्यासाठी जे काही उदात्त नि आवश्यक असते त्याची होळी करून रानटीपणाला आणि अनाचारीपणाला शरण जाण्यासारखे आहे. हल्ला झाला असता केवळ लढण्याचे नाकारून युद्धाचा नायनाट होणार नाही. युद्धाचा नायनाट करावयाचा असेल, तर युद्ध जिंकून न्यायाने तह प्रस्थापित केला पाहिजे.'

'पॅसिफिक रिलेशन्स कमिटी'ने क्विबेक येथे १९४२ च्या डिसेंबर महिन्यात भरणाऱ्या सभेपुढे 'भारतातील अस्पृश्य' ह्या विषयावर एक प्रबंध वाचावा अशी डॉ. आंबेडकर ह्यांना विनंती केली होती. आंबेडकरांनी प्रबंध लिहिला. तो वाचण्यासाठी एन्. शिवराज ह्या आपल्या सहकाऱ्यास त्यांनी क्विबेकला पाठविले. त्या प्रबंधात आंबेडकर म्हणाले, 'गुलामगिरी, शेतकीवरील गुलामगिरी आणि जमीन भोगून नीच काम करणारी गुलामगिरी जगातून नष्ट झाली आहे. परंतु भारतातील अस्पृश्यतेची इतिश्री काही केल्या होत नाही.' म्हणून त्यांनी प्रबंधाच्या शेवटी अमेरिकन लोकांना आवाहन केले की, काँग्रेसच्या हिंदू प्रचारावर भुलून न जाता त्यांनी काँग्रेसचे हे युद्ध अस्पृश्य मानण्यात येणाऱ्या

लक्षावधी लोकांचे हितविरोधी ठरणार नाही ह्याची खात्री करून घ्यावी. हा प्रबंध त्यांनी 'गांधी आणि अस्पृश्य वर्गाचे विमोचन' (गांधी अॅन्ड दि इमॅन्सिपेशन ऑफ दि अनूटचेबल्स) या नावाने पुढे प्रसिद्ध केला.

आंबेडकरांनी जानेवारी १९४३ च्या मध्यावर सुरतेतील नागरिक दलापुढे भाषण केले. सैनिकी शिक्षणाचे महत्त्व पटवून देताना ते म्हणाले की 'नागरिक दलात शिकून तयार झालेले सैनिक हेच भावी स्वातंत्र्याचे रक्षण करतील.'

सुरतेहून आंबेडकर मुंबईस आले. त्याच दिवशी सायंकाळी रामचंद्र भट माध्यमिक शाळेमध्ये मराठा नि तत्सम जाती ह्यांच्याकडून त्यांचा सत्कार झाला. आपल्या भाषणात त्यांनी ब्राह्मणेतर पक्षांचा मद्रास नि मुंबई ह्या प्रांतांमध्ये अपकर्ष का झाला याची कारणे सांगितली. 'सुमारे वीस वर्षे त्यांच्या हाती सत्ता असतानाही त्यांचा ऱ्हास झाला. याचे पहिले कारण असे की, त्या पक्षांनी स्वकीयांना नोकऱ्या देण्यापलीकडे सत्तेचा काहीही उपयोग केला नाही. त्यांचे धोरण संकुचित होते. त्यांच्या योजनांचा आवाका मोठा नव्हता. त्यांचे अनुयायी सामान्य जनता, शेतकरी नि कामगार होते. त्यांचा त्यांना पाठिंबा होता. पण त्यांच्या हिताकडे त्यांनी दुर्लक्ष केले. आणि तितकीच खेदाची गोष्ट अशी की ज्यांना त्यांनी नोकऱ्या लावून दिल्या ते एकदा त्यांत स्थिर झाल्यावर ज्या समाजांतून ते वर चढले होते त्यांना ते विसरले. ते परकी माणसांप्रमाणे उद्धट नि अरेराव बनले. पाश्चिमात्य देशांत लोकशाहीचे ध्येय सफल झाले नाही. कारण ती हुजूर पक्षाच्या म्हणजे परंपरावादी लोकांच्या हाती पडली होती. जर अल्पसंख्याक ब्राह्मण जातीच्या हाती सत्ता गेली, तर या देशाची अशीच अवस्था होईल. कोणत्याही राजकीय पक्षाच्या बळकटीला तीन गोष्टी लागतात. पहिली गोष्ट पक्षाचा नेता एवढा मोठा असावा की तो कोणत्याही प्रतिपक्षांच्या नेत्यांशी समतुल्य ठरावा. दुसरी गोष्ट म्हणजे शिस्तबद्ध संघटना. तिसरी गोष्ट म्हणजे असा कार्यक्रम. भारतात जर लोकशाही यशस्वी व्हायची असेल आणि ती प्रतिगामी लोकांच्या तडाख्यातून वाचवायची असेल, तर ह्या गोष्टींची पूर्तता झाली पाहिजे.'

न्यायमूर्ती महादेव गोविंद रानडे ह्यांच्या जन्मशताब्दीच्या उत्सवाच्या निमित्ताने १९ जानेवारी १९४३ रोजी पुणे येथे एक मोठी सभा भरली. रानडे भारताचे सुपुत्र, थोर समाजसुधारक, उदारमनस्क अन् सात्त्विक वृत्तीचे देशभक्त. आंबेडकरांना त्या प्रसंगी भाषण करण्याविषयी आग्रहाने आमंत्रण देण्यात आले होते. त्यांचे हे भाषण त्यांनी आजवर केलेल्या अनेक भाषणांत फार महत्त्वाचे ठरले. प्रारंभीच त्यांनी थोर पुरुषांचे मूल्यमापन करण्याच्या ज्या तीन प्रचलित सिद्धांतरूप पद्धती होत्या त्यांच्याशी श्रोत्यांचा परिचय करून दिला. ते म्हणाले,

'ऑगस्टाईनचे मत असे की इतिहास म्हणजे विधात्याच्या योजनेचा विकास. तो होत असताना मानवजात युद्ध नि त्याग यांच्या खाईतून जाते. आणि ती ईश्वरी योजना मुक्तिदिनापर्यंत पूर्ण होते. ऑगस्टाईनचे हे मत आता फक्त ब्रह्मवेत्तेच मानतात. भूगोल आणि भौतिक शास्त्र हीच इतिहास घडवतात, असे बकलचे म्हणणे आहे. कार्ल मार्क्सचे म्हणणे असे की आर्थिक कारणामुळे इतिहास घडतो. बकल आणि कार्ल मार्क्स ह्यांचे म्हणणे संपूर्ण सत्य नाही. व्यक्ती इतिहास घडवीत नाही, तर व्यक्तिनिरपेक्ष अशा शक्ती तो घडवीत असतात हे त्यांचे म्हणणे बरोबर नाही. आगीच्या ठिणग्या पाडण्यासाठी घासाव्या लागणाऱ्या गारगोट्यांस व्यक्तीची शक्ती लागतेच.

'लष्करी वृत्तीचे वीर पुरुष राष्ट्राचे हित विशेषसे साधत नाहीत. सामाजिक जीवनावर त्यांच्या जीवनाचा परिणाम घडलेला दिसत नाही. मनुष्याच्या थोरपणाची व्याख्या करताना कार्लाईल म्हणतो, की कळकळ हा गुण थोर पुरुषाच्या अंगी असावा लागतो. रॉसबेरी याच्या मते थोर मनुष्य हा समाजातील घाण झाडून स्वच्छ करण्यासाठी नैसर्गिक वा अतिमानवी शक्ती घेऊन अवतरलेला असतो. या सर्व कसोट्या अपुऱ्या आहेत. कुठचीही कसोटी पूर्ण नाही.' आपल्या म्हणण्याचा निष्कर्ष काढून ते म्हणाले, 'थोर पुरुष समाजाला जोराची गती देण्याच्या भावनेने प्रेरित झालेला असतो. तो समाजावर वेळप्रसंगी टीकेचे कोरडे ओढून त्याचे मालिन्य धुऊन टाकीत असतो.'

ही कसोटी रानड्यांना लावली तर आंबेडकरांच्या मते रानडे हे त्यांच्या काळातील प्रचलित असलेल्या कसोट्यांप्रमाणे नि:संशय थोर पुरुष ठरतात. परंतु त्यावेगळी कोणतीही कसोटी त्यांना लावली तरीही ते थोर पुरुष ठरतात. रानड्यांचे सारे आयुष्य हे सामाजिक अन्यायाविरुद्ध एक कठोर झगडा होता. समाजसुधारणेसाठी तो लढा होता. रानडे सामाजिक अधिकार निर्माण करण्यासाठी झगडले. रोगग्रस्त व नि:सत्त्व होऊन पडलेल्या हिंदू समाजाच्या अंत:करणात चैतन्य निर्माण करून सामाजिक लोकशाही निर्माण करण्याचा त्यांनी महान प्रयत्न केला.

रानड्यांची तुलना गांधीजी नि जिना यांच्याशी करताना आंबेडकर आपल्या भाषणात पुढे म्हणाले, 'गांधी आणि जिना यांच्या बेफाट आत्मश्लाघेशी स्पर्धा करणाऱ्या दुसऱ्या दोन व्यक्ती शोधूनही सापडणे कठीण ! स्वत:चे माहात्म्य अन् अधिकार वाढविणे हेच त्यांचे वर्चस्व आहे. देशकारण हे ते आपल्या खेळातील प्यादे आहे असे ते मानतात. तोंडपुजेपणा करणाऱ्या लोकांच्या तोंडची स्तुती ऐकून त्यांना वाटत असते की आपण दोषातीत आहोत.'

आंबेडकरांसारख्यांनी हे उद्‌गार काढावेत ह्यावरून गांधीजी नि जिना ह्यांच्यामधील अहंकार किती शिगेला पोचला होता ह्याची कल्पना येते !

आंबेडकर पुढे म्हणाले, 'हिंदी वृत्तपत्रांचा व्यवसाय हे पूर्वी एक उच्च ध्येय होते. परंतु आता तो एक धंदा बनला आहे. काँग्रेसधार्जिण्या वृत्तपत्रांतील लेख म्हणजे भाडोत्री लेखकांनी आपल्या लाडक्या वीरांविषयी गाइलेले अतिरिक्त स्तुतिपाठ होत.'

एखाद्या विभूतीविषयी आत्यंतिक आदर दाखविणे ही गोष्ट वेगळी आणि ती विभूती सांगेल त्याप्रमाणे आंधळेपणाने वागणे ही गोष्ट वेगळी. काही दिवसांनंतर आंबेडकरांचे हे व्याख्यान 'रानडे, गांधी आणि जिना' ह्या नावाने पुस्तक रूपाने प्रसिद्ध झाले. त्या पुस्तकाच्या प्रस्तावनेत आंबेडकरांनी म्हटले आहे की, 'जो कोणी आपल्या कालखंडावर आपल्या व्यक्तिमत्त्वाचा ठसा उमटवायची ईर्षा बाळगतो आणि महान तत्त्वांना नि ज्वलंत प्रश्नांना जे सहाय्य देणे शक्य आहे ते देण्यासाठी झगडतो, त्याच्या रागाला नि द्वेषाला धार असली पाहिजे. नाहीतर ते कार्य त्याच्या हातून होणार नाही. मी अन्याय, पिळवणूक, बढाई आणि भोंदुगिरी यांचा द्वेष करतो. आणि ज्यांच्या अंगी हे दुर्गुण आहेत ते मला तिरस्कार्ह वाटतात. माझ्या टीकाकारांना मला सांगावयाचे आहे की, माझ्यात वसत असलेला द्वेष ही एक शक्ती आहे असे मी मानतो. कारण ज्या प्रश्नासंबंधी मला प्रेम वाटते, ज्यांच्यावर माझा विश्वास आहे आणि ज्यांच्याबद्दल मला कसलीच खंत वाटत नाही, त्यांची ही दुसरी बाजू आहे.' त्यांनी प्रस्तावनेत पुढे म्हटले आहे की, कधीतरी माझ्या देशबंधूंना व्यक्तीपेक्षा देश श्रेष्ठ आहे हे पटावे.

'द्वेष' ही एक शक्ती आहे हे तत्त्व आंबेडकरांनी बौद्धतत्त्वज्ञानातून ग्रहण केलेले नव्हते. ते अद्याप बौद्ध बनलेले नव्हते. ती अवस्था त्यांच्या आयुष्यात अद्याप यावयाची होती. द्वेषाचे निर्मूलन द्वेषाने होत नाही हे बुद्धतत्त्व. बुद्धाचे तत्त्व अंतिम साध्य ह्या दृष्टीने आंबेडकरांना मान्य होते. परंतु सापेक्ष हिंसा हे एक परिणामकारक साधन आहे असाही त्यांचा विश्वास होता. त्यांच्या मते गांधीजींचे अहिंसा तत्त्व हे बौद्ध धर्मापासून घेतलेले नसून ते जैन धर्मापासून घेतलेले होते. कारण बुद्धाने अहिंसा तत्त्व जैनाप्रमाणे दुसऱ्या टोकापर्यंत ताणले नव्हते.[१]

पूर्वतयारी न करता आणि स्पष्ट आदेश न देता काँग्रेसने सुरू केलेली ऑगस्टची क्रांती काही आठवडे दंगे, बंडाळी, मोडतोड अन् विध्वंस करून शेवटी थंडावली.

---

१. देसाई, ह. वि. मोठ्यांच्या मुलाखती, पृ. २४.

अशा रीतीने त्या क्रांतियुद्धाचा शेवट झालेला पाहून, आगाखान महालात स्थानबद्ध असलेल्या गांधीजींनी २१ दिवसांच्या उपोषणास २० फेब्रुवारी १९४३ रोजी आरंभ केला. आपली बाजू जगापुढे ठेवण्यासाठी आणि आपली सुटका करून घेण्यासाठी गांधीजींनी हा डाव टाकला होता. त्या उपोषणामुळे देश हादरला. 'गांधीजींची मुक्तता करा' ह्या आरोळ्यांनी आकाश दुमदुमून गेले. महाराज्यपालांच्या कार्यकारी मंडळातील सभासदांनी राजीनामे द्यावेत म्हणून त्यांच्यावर दडपण आणण्यात आले. सभासदांपैकी डॉ. आंबेडकर आणि हिंदुमहासभेचे जे. पी. श्रीवास्तव हे अविचलित राहिले. माधवराव अणे, होमी मोदी नि नृपेंद्रनाथ सरकार यांचे मनोबल खचल्यामुळे त्यांनी राजीनामा दिला. त्यांच्या राजीनाम्याची बातमी ऐकून उपोषण करीत असलेल्या गांधीजींच्या मुखावर हास्य चमकून गेले. राजीनामा न दिल्यामुळे आंबेडकरांच्या प्रतिष्ठेत किंवा लोकप्रियतेत काहीही फरक पडला नाही. थोड्या दिवसांनंतर सर चिमणलाल सेटलवाड आंबेडकर-जयंतीच्या दिवशी भाषण करताना म्हणाले की, 'आंबेडकर हे अभिजात बुद्धिमत्ता, दीर्घोद्योग आणि धैर्य यांचे अलौकिक असे एक प्रतीक आहेत.'

आंबेडकर कामगार - कल्याणाकरिता झटत होते. कामगारांचे सद्गुण अन् दुर्गुण, त्यांच्या गरजा आणि त्यांची दुःखे त्यांच्या परिचयाची होती. कामगार समितीची स्थायी समिती सर फेरोजखान नून यांच्या कारकिर्दीत स्थापन झाली होती. त्यावर कामगार, सरकार नि मालक यांचे प्रतिनिधी होते. तिची बैठक मुंबईतील सचिवालयात ७ मे १९४३ रोजी मजूरमंत्री डॉ. आंबेडकरांच्या अध्यक्षतेखाली झाली. त्या वेळी एक महत्त्वाचा प्रश्न विचारासाठी ठेवण्यात आला होता. तो म्हणजे निदान युद्धसाहित्याचे काम करीत असलेल्या कारखान्यांतून एक संयुक्त कामगार नियामक समिती नेमणे हा होय. अशा तऱ्हेच्या समित्या अमेरिकन संयुक्त संस्थानांमध्ये नि ब्रिटनमध्ये चालू होत्या. दुसरा महत्त्वाचा प्रश्न म्हणजे सेवायोजन कार्यालयाची (एम्प्लॉयमेंट एक्स्चेंज) स्थापना हा होय. कामगारांच्या हिताच्या दृष्टीने याची आवश्यकता होती. त्या काळी जे अनुभवी नि अर्धशिक्षित तंत्रज्ञ निरनिराळ्या योजनांतून तयार होत होते, त्यांना नोकरीसाठी भटकावयास लागू नये, त्यांना नोकरी मिळविण्याचे मार्ग मोकळे असले पाहिजेत, हा सेवायोजन कार्यालय स्थापण्याचा मुख्य उद्देश होता.

१० मे १९४३ रोजी 'इंडियन फेडरेशन ऑफ लेबर' ह्या संस्थेच्या मुंबई शाखेने मजूरमंत्री डॉ. आंबेडकरांच्या सन्मानार्थ चहापान समारंभ घडवून आणला. त्या वेळी आपल्या भाषणात कामगार संघटनेचे ध्येय नि तिचे विभागलेले बळ

याविषयी मजूरमंत्र्यांनी आपले विचार मांडले. त्यांनी कामगार चळवळीत जी दुही उत्पन्न झाली होती त्याविषयी नापसंती व्यक्त केली. त्या दुहीमुळे कामगार चळवळ ही पोकळ नि उथळ झाली आहे असा त्यांनी आपला अभिप्राय व्यक्त केला. यास्तव त्यांनी कामगारनेत्यांना कामगार चळवळीतील दोष निवारण्यास कळकळीने आवाहन केले. भाषणाच्या शेवटी मजूरमंत्री म्हणाले, 'माझे स्पष्ट मत असे आहे की, भारतातील कामगारांनी कामगार मंत्रिमंडळ स्थापण्याचा प्रयत्न करावा. भारतास स्वातंत्र्य मिळणे एवढीच गोष्ट पुरेशी नाही. ते स्वराज्य कोणत्या लोकांच्या हातात पडते याला महत्त्व आहे.'

त्याच दिवशी महाराष्ट्र चेंबर ऑफ कॉमर्स, मुंबई, ह्या संस्थेत आंबेडकरांचे भाषण झाले. तेथे ते म्हणाले, 'जगाला आता युद्धाचा वीट आला आहे. त्याला तीन रोगांची बाधा झाली आहे. पहिला रोग म्हणजे एका देशाचे दुसऱ्या देशावर साम्राज्य. दुसरा रोग म्हणजे काळ्या-गोऱ्यांचा झगडा. हा कोणत्या तरी मार्गाने लवकरच सोडविला पाहिजे. तो तसा सोडविला गेल्यास शांततेला यापुढे धोका निर्माण होणार नाही. तिसरा रोग म्हणजे दारिद्र्य. राष्ट्राराष्ट्रांत समान परिस्थिती निर्माण करायची म्हणजे दुर्बळ देशास सबळ करणे होय.' इंग्रज आणि इतर युरोपियन राष्ट्रांचे प्रतिनिधी पेशव्यांच्या पुढे कसे गुडघे टेकीत याची आठवण करून देऊन ते पुढे म्हणाले, 'पाश्चिमात्य राष्ट्रे पौर्वात्य राष्ट्रांकडे चढेल दृष्टीने पाहतात ह्याचे कारण त्यांचे आर्थिक नि औद्योगिक बळ हेच होय. यास्तव माझे मत असे आहे की, भारताची जेव्हा आर्थिक व औद्योगिक शक्ती वाढेल तेव्हा साम्राज्यवाद नि काळ्या-गोऱ्यांचा वाद हे मिटतील.'

दारिद्र्याच्या प्रश्नाचा उल्लेख करून आंबेडकर म्हणाले, 'मानवसंस्कृतीचा विध्वंस करण्यात गगनाला भिडेल एवढा प्रचंड खर्च राष्ट्रे दररोज करीत आहेत. जे ब्रिटन युद्धासाठी दररोज चौदा कोटी रुपये खर्च करीत आहे, जी अमेरिकन संयुक्त संस्थाने दररोज तेवढाच खर्च करीत आहेत – आणि भारत कमी करीत आहे असे नाही – ती राष्ट्रे शांततेच्या काळात ह्यांपैकी निम्मा खर्च दारिद्र्याचे निर्मूलन करण्यासाठी नि दारिद्र्यात पिचत असलेल्या मानवजातीची स्थिती सुधारण्यासाठी का खर्च करीत नाहीत, हे मला समजत नाही. जगातले दुःख निवारण्यासाठी जगाला काहीतरी सुधारणा केली पाहिजे; उराशी धरलेल्या अधिकारांपैकी काही अधिकारांचा त्याग केला पाहिजे.'

ह्या समयी आंबेडकरांनी राजकीय पेचप्रसंग सोडविण्याच्या दृष्टीने देशापुढे एक योजना मांडली होती. त्यावर वर्तमानपत्रे आपले विचार प्रदर्शित करीत होती. त्या योजनेत आंबेडकरांनी असे म्हटले की, ब्रिटिश लोकसभेने एक

निर्बंध संमत करून प्रांतांची सरहद्द आखून देणारी एक समिती नेमावी आणि दोन वेळा सार्वमत घेण्यात यावे. पहिल्या सार्वमताने मुसलमानांना पाकिस्तान पाहिजे की नको हे ठरवावे. दुसऱ्या सार्वमताने मुस्लिमेतर लोकांनी नियोजित पाकिस्तानमध्ये राहावयाचे की नाही याविषयी निर्णय ठरवावा. जर मुस्लिमेतरांनी त्या पाकिस्तानमध्ये राहावयाचे ठरविले तर प्रांतांच्या चालू सरहद्दी तशाच ठेवाव्यात. जर त्यांनी पाकिस्तानला विरोध केला तर एक 'सरहद्द मंडळ' नेमून मुसलमान बहुसंख्य असलेले भाग कोणते ते ठरवावे आणि दोन वर्षांनंतर मुसलमानांना पाकिस्तान हवे आहे किंवा काय त्याचा निर्णय करावा.

त्रिपक्ष कामगार परिषदेचे दुसरे अधिवेशन मजूरमंत्री डॉ. आंबेडकरांच्या अध्यक्षतेखाली नवी दिल्ली येथे ६ आणि ७ सप्टेंबर १९४३ रोजी भरले. आपल्या जोरदार भाषणात त्यांनी अन्न, कापड, निवारा, शिक्षण, सांस्कृतिक साधने आणि आरोग्याची साधने ह्यांविषयी कामगारांच्या मागण्या मांडल्या. एका ठरावान्वये कामगारांचा पगार नि उत्पन्न याविषयी संशोधन करण्याच्या आणि कामगारांनी सामाजिक संरक्षण मिळवून देण्याच्या दृष्टीने माहिती गोळा करावी असे ठरले.

त्याच महिन्यात डॉ. आंबेडकरांनी ऑस्ट्रेलियन मुत्सद्दी कर्टीन ह्यांनी सुचविलेल्या 'ब्रिटिश साम्राज्यविषयक विचारविनिमय मंडळा'विषयी आपले मत एका मुलाखतीत दिले. 'वसाहती राज्या'मध्ये हिंदुस्थान स्वेच्छेने भागीदार म्हणून राहील असे वसाहतीचे स्वराज्य भोगणाऱ्या देशांनी घडवून आणणे त्यांच्याच हिताचे आहे. तथापि, आंबेडकरांनी आणखी असे जाहीर केले की हिंदुस्थानला साम्राज्याविषयी काडीचेही प्रेम राहिलेले नाही. कारण ते साम्राज्य हिंदी लोकांना आपली प्रजा मानते. आपल्या बरोबरीच्या दर्जाचे नागरिक म्हणून मानायला तयार नाही.

१९४३ च्या ऑक्टोबर महिन्यात प्यारेलाल कुरील तालीब ह्या संयुक्त प्रांतीय खासदाराने अस्पृश्य वर्गाच्या सैनिकांना सैन्यात वरच्या जागा मिळविण्यात जी काही बंधने होती ती रद्द करण्याविषयी जो ठराव मांडला तो संमत झाला.

आपण मध्यवर्ती विधिमंडळावरील नि प्रांतिक विधिमंडळावरील अस्पृश्य प्रतिनिधींच्या संख्येत सरकारकडून वाढ केली, त्याविषयी आंबेडकरांना समाधान वाटत होते. अधिकार स्वीकारल्यापासून दलित वर्गाच्या प्रगतीसाठी आपण काय करू शकलो, ह्याविषयी माहिती देण्यासाठी त्यांनी नोव्हेंबर १९४३ मध्ये दिल्ली येथे अस्पृश्य समाजाचे कार्यकर्ते नि नेते यांची बैठक भरविली. सरकारी नोकऱ्यांत अस्पृश्य वर्गासाठी ८ १/३ राखीव जागा, दलित वर्गातील विद्यार्थ्यांकरिता लंडन

येथे तांत्रिक शिक्षणासाठी काही राखीव जागा, मध्यवर्ती विधिमंडळात एक जादा सभासदाची जागा, या गोष्टी दलित वर्गासाठी आपण मिळविल्या आहेत, असे त्यांनी निवेदिले.

दलित वर्गासाठी ठराविक जागा सरकारी नोकरीत राखून ठेवण्याविषयी आंबेडकरांनी हा आग्रह धरला याची कारणे लक्षात ठेवण्यासारखी आहेत. जर स्पृश्य हिंदूंचे सरकारी नोकरीत प्राबल्य नसते, तर अस्पृश्य वर्गावर होत असलेल्या जुलमाला कायम स्वरूप आले नसते. दुसरे असे की दलित वर्गातील लोक सरकारी सेवेत राहिले तर अस्पृश्य समाजास न्याय मिळविण्याच्या दृष्टीने अधिक प्रगती करता येण्यासारखी होती. शिवाय त्यांचा आर्थिक दर्जा वाढणार होता.

दलित वर्गाचे लोक सरकारी नोकरीत घुसविण्याचे आंबेडकरांचे धोरण स्वार्थ परायणतेत लडबडणाऱ्या लोकांच्या डोळ्यांत सलू लागले. अशांपैकीच एका मद्रासी गृहस्थाने आंबेडकरांना टोमणा मारला की, 'आंबेडकरांचे राजकारण म्हणजे नोकऱ्यांसाठी धडपड.' आंबेडकर ताडकन् उत्तरले, 'असे जर आहे तर तुम्ही मद्रासी लोक येथे नव्वद टक्के नोकऱ्या बळकावून का बसला आहात ? नोकऱ्यांविषयी तुमच्या मनात एवढा तिरस्कार आहे, तर तुम्ही ह्या नोकऱ्या सोडून का बरे जात नाही ? तसे केलेत तर आम्हांस त्या जागा तरी मिळतील !'

कामगार स्थायी समितीची लखनौ येथे २६ जानेवारी १९४४ ला बैठक झाली. मजूरमंत्री डॉ. आंबेडकर अध्यक्षस्थानी होते. लखनौहून ते २६ जानेवारीला शेड्यूल्ड कास्ट फेडरेशनच्या अधिवेशनाकरिता कानपूरला गेले. अधिवेशन २९ जानेवारीला भरले. अधिवेशनाचे अध्यक्ष एन्. शिवराज आपल्या भाषणात म्हणाले, 'दलित वर्ग सत्तांतराच्या विरुद्ध नाही. मात्र दलित वर्गाच्या नागपूर येथे भरलेल्या अधिवेशनात ज्या मागण्या केल्या आहेत त्यांचा विचार करण्यात आला म्हणजे झाला.

त्या प्रचंड जनसमूहापुढे भाषण करताना आंबेडकर म्हणाले, 'हिंदुस्थानचे सरकार चालविण्यात हिंदू, मुसलमान आणि दलित वर्ग हे भागीदार असलेच पाहिजे. हिंदुस्थानचा राज्यकारभार चालविण्यात दलित समाजाला जर योग्य तो वाटा मिळाला नाही तर तो मिळविण्यासाठी ते झगडा सुरू करतील.' सरकारने तांत्रिक आणि उच्च शिक्षण ह्यासाठी देऊ केलेल्या सवलतींचा अस्पृश्य वर्गातील विद्यार्थ्यांनी पुरेपूर फायदा घ्यावा असा त्यांनी कळकळीने उपदेश केला. अस्पृश्य वर्गाच्या जुन्या नेत्यांनी समाजाची सेवा अचल धैर्याने, अदम्य उत्साहाने

नि अढळ श्रद्धेने केली आहे, हे लक्षात ठेवावे; त्यांच्या कार्याविषयी गैरसमज करून घेऊ नये, असा त्यांनी तरुणांना इशारा दिला.

कामगारांच्या हिताच्या दृष्टीने आंबेडकरांनी आणखी एक सुधारणा केली. त्यांनी मध्यवर्ती विधिमंडळात एक विधेयक संमत करून घेतले. त्या विधेयकात कारखान्यांतील बारमाही कामगारांना भरपगारी रजा द्यावी असे एक कलम होते.

ह्यानंतर थोड्याच दिवसांनी शरीरप्रकृतीच्या निमित्ताने गांधीजींची आगाखान महालातून सुटका झाली. प्रकृतिस्वास्थ्यासाठी गांधीजी पाचगणीला गेले. तेथे राजगोपालाचारी यांनी असे जाहीर केले की, गांधीजींनी स्थानबद्धतेत असता पसंत केलेली एक योजना मी जिनांकडे पाठविली आहे. राष्ट्रीय वृत्तीच्या पत्रकारांनी या देशद्रोही योजनेविरुद्ध एक अवाक्षरही काढले नाही. त्यांची खट्टू झालेली मने मूग गिळून बसली होती. प्रागतिकांनी राजाजी योजनेचे वर्णन 'देशाच्या सुरक्षितेला धोका' असे केले. वीर सावरकर म्हणाले की, राजाजी एकटेच ह्या कपट-नाटकातील खलपुरुष नाहीत.

घटनापंडिताच्या भूमिकेतून आंबेडकर ह्या घटनेकडे पाहत होते. त्यांनी राजगोपालाचारींच्या ह्या घातकी कृत्याचा अर्थ राजाजी शहाणपणाकडे वळले असा केला. परंतु थोड्याच दिवसांपूर्वी पॅसिफिक रिलेशन्स समितीसाठी लिहिलेल्या प्रबंधात त्यांनी राजगोपालाचारी यांच्या कृत्याचा धिक्कार केला होता. गांधीजींनी पाकिस्तानचे तत्त्व मान्य केल्याविषयी आंबेडकरांनी त्यांचे अभिनंदन केले. परंतु गांधीजींनी ती योजना जिनांपुढे स्वत: ठेवली असती आणि कोणतीही अट घातली नसती तर बरे झाले असते, असे मत व्यक्त केले. तथापि जिनांनी ती योजना का फेटाळावी ह्याचा नीटसा उलगडा त्यांना झाला नाही. सार्वमत स्वीकारण्यात धोका होता, परंतु काही झाले तरी जनतेच्याच हाती शेवटचा निर्णय आहे हे विसरून चालणार नाही, असे आंबेडकर म्हणाले.

गांधीजींनी ह्या भूमिकेचा अवलंब करण्याचे ठरविण्यात एवढा काळ गमवावा हे पाहून आंबेडकरांना वाईट वाटले. काँग्रेस नेत्यांना एक कोपरखळी मारून ते म्हणाले, 'गांधीजींचा पाकिस्तान योजनेला विरोध आहे, असे समजून बिचाऱ्यांनी पाकिस्तान योजनेला विरोध केला. परंतु आता त्यांची फजिती झाली आहे.' हिंदूंच्या मालकीची वृत्तपत्रे हिंदुमहासभेचा गळा दाबतील याविषयी किमपिही संशय नाही, असेही त्यांनी मत व्यक्त केले.

हिंदूंच्या मालकीच्या वृत्तपत्रांविषयी आंबेडकरांनी केलेले भाकित मात्र खरे ठरले. हिंदुमहासभा हे अखंड भारताला निष्ठा वाहिलेल्या कार्यकर्त्यांचे शेवटचे आश्रयस्थान होते. हिंदूंच्या मालकीच्या वर्तमानपत्रांनी त्यांचा गळा दाबला.

गांधीजींनी जिनांकडे गोडीगुलाबीची भाषा करताच पाकिस्तान योजनेसंबंधी आंबेडकरांचा उत्साह मात्र तसाच राहिला नाही. आपल्या 'पाकिस्तानविषयी विचार' ग्रंथाच्या दुसऱ्या आवृत्तीत त्यांनी असे म्हटले की, 'पाकिस्तानची मागणी हा एक सापळा आहे. त्यातून निर्णयाचा मार्ग निघेल असे दिसत नाही.' त्या वेळची परिस्थिती पाहता तो प्रश्न अधिक बिकट झाला होता हे खरे.

आंबेडकरांनाही गांधींशी तडजोड करण्याचा लोभ सुटला. त्यांना वाटले, गांधीजी आता तडजोड करण्याच्या मन:स्थितीत असावेत. म्हणून त्यांनी गांधीजींना पत्र लिहिले. त्या पत्रात ते म्हणाले, 'जर हिंदी राजकीय ध्येय गाठायचे असेल तर हिंदू-मुस्लिम प्रश्नाच्या निर्णयाबरोबर स्पृश्य-अस्पृश्य प्रश्नाचाही निर्णय करणे आवश्यक आहे. ज्या मुद्यांचा निर्णय करावयाचा आहे ते मुद्दे आपण मांडावयास तयार आहोत.' दि. ६ ऑगस्टच्या आपल्या पत्रात गांधीजींनी आंबेडकरांना उत्तर दिले की, 'दलित वर्गाचा प्रश्न हा धार्मिक नि सामाजिक आहे. मला तुमच्या कर्तृत्वाची पूर्ण कल्पना आहे. तुमच्यासारखा पुरुष माझा सहकारी झाल्यास मला आनंद वाटेल. तथापि ह्या महत्त्वाच्या प्रश्नासंबंधी आपले मतभेद आहेत, ते एकदा मी मोठी किंमत दिल्यामुळे मला माहीत झाले आहे.' मग्रुरांना डोक्यावर चढवावयाचे नि विनम्रांना लाथा मारावयाच्या ही पद्धत नवीन नाही. राजकारणी गांधीजी त्याला अपवाद कसे असणार ?

ऑगस्ट १९४४ च्या शेवटी आंबेडकरांनी कलकत्त्यास भेट दिली. तेथे दलित वर्गाच्या अनेक संस्थांनी त्यांना मानपत्र दिले. मानपत्रास उत्तर देतेवेळी ते म्हणाले, 'नवीन घटनेप्रमाणे हिंदुस्थानला वसाहतीचे स्वराज्य मिळेल. महायुद्ध संपणार. यश दृष्टिपथात आहे. मात्र तुम्ही सर्वांनी संघटित राहावे. भारतात सत्तांतर होण्यापूर्वी हिंदू, मुसलमान नि अस्पृश्य या तिघांत समेट झाला पाहिजे असे महाराज्यपालांनी गांधीजींना सांगितले, ही महाराज्यपालांनी चांगली गोष्ट केली. जर हिंदुसभेने आपल्या मागण्या केल्या तर आपण हिंदुमहासभेस मिळू. काँग्रेसने मान्य केल्या तर काँग्रेसला मिळू.'

कलकत्त्याच्या भाषणाचा आधार घेऊन डॉ. मुंजे यांनी आंबेडकरांना पत्र लिहून त्यांच्या अटी काय आहेत ह्याविषयी विचारणा केली. त्यांना उत्तर मिळाले नाही. परमानंद-मुंजे-सावरकरनिष्ठ हिंदुमहासभेने अस्पृश्य वर्गाच्या न्याय्य मागण्यांना कधीही विरोध केला नाही.

ह्यानंतर आंबेडकरांनी निजामाच्या हैद्राबादला भेट दिली. तेथे केलेल्या भाषणात ते मोठ्या त्वेषाने म्हणाले, 'अस्पृश्य वर्ग हा एक समाजाचा स्वतंत्र घटक आहे. हिंदुस्थानच्या स्वातंत्र्यावरील त्याची भक्ती इतरांपेक्षा किंचितही कमी नाही. परंतु त्याला हिंदुस्थानच्या स्वातंत्र्याबरोबर आपले स्वत:चेही स्वातंत्र्य पाहिजे आहे.'

हैद्राबादहून आंबेडकर मद्रासला गेले. तेथे त्यांना तामीळनाड दलित वर्गाने आणि ख्रिश्चन संस्थेने एक निवेदन सादर केले. त्यात त्यांनी म्हटले होते की, आम्ही दलित वर्गातून ख्रिश्चन धर्मात गेल्यामुळे आमची धार्मिक नि सामाजिक परिस्थिती अस्पृश्य वर्गासारखीच दीनवाणी आहे. उच्च जातीचे ख्रिश्चन हे पूर्वाश्रमींची जातिबंधने पाळत असल्यामुळे दलित वर्गातील ख्रिश्चनांना वाईट तऱ्हेने वागवितात. जातपात पाळणाऱ्या वरिष्ठ ख्रिश्चन जातींनी स्वत:ची वृत्ती सुधारावी म्हणून ख्रिश्चन धर्मोपदेशक काहीच प्रयत्न करीत नाहीत. निवेदनाच्या शेवटी बिचारे दलितवर्गीय ख्रिश्चन पश्चात्तापपूर्वक म्हणाले, 'महाराज, आम्हांला आमच्या वरिष्ठ ख्रिश्चन धर्मबांधवांपासून वाचवा आणि तसेच दुसऱ्या समाजापासूनही संरक्षण द्या.'

मद्रास महापालिकेने आंबेडकरांना २२ सप्टेंबर १९४४ रोजी रिपन भवनामध्ये मानपत्र दिले. काँग्रेस पक्षाच्या सभासदांनी समारंभावर बहिष्कार टाकला होता. उत्तरादाखल केलेल्या भाषणात आंबेडकर म्हणाले, 'आपण स्वराज्य, राष्ट्रीय सरकार वा स्वातंत्र्य यांच्या विरुद्ध नाही. एकदा वयात आलेल्या सर्व लोकांच्या मताप्रमाणे लोकशाही सरकार स्थापन केले, की लोकांची दु:खे नाहीशी होतील असा इतिहासाचा दाखला नाही. जो वर्ग केवळ आपणालाच शिक्षण नि समृद्धी लाभली पाहिजे, दुसऱ्या वर्गांनी जन्मास येऊन गुलामगिरीतच मरावे असे मानतो, त्या वर्गाच्या हाती सत्ता पडली तर राष्ट्रीय सरकार प्रचलित सरकारपेक्षा चांगले नाही असे म्हणण्याची पाळी येईल.'

सायंकाळी 'आन्ध्र चेंबर ऑफ कॉमर्स' ह्या संस्थेने त्यांना मानपत्र दिले. मानपत्रात असे म्हटले होते की, कामगारांकडे पाहण्याच्या सरकारी दृष्टिकोनास आंबेडकरांनी हितकारक अशी कलाटणी दिली. त्याविषयी समाधान व्यक्त करण्यात आले. नव्या धोरणाचा मुख्य उद्देश असा होता की, कामगार, मालक आणि सरकार ह्या त्रिवर्गात एकमेकांच्या मतांविषयी समजूतदारपणा वाढून सलोखा वृद्धिंगत व्हावा. ह्या समारंभानंतर लगोलग मजूरमंत्र्यांच्या सन्मानार्थ कुमारराजा सर मुथय्या चेट्टिआर यांनी आपल्या बंगल्याच्या हिरवळीवर चहापान समारंभ केला.

दुसऱ्या दिवशी 'मद्रास सदर्न मराठा रेल्वे'च्या स्पृश्यवर्गीय नि दलित-वर्गीय कामगारांनी मजूरमंत्र्यांना मानपत्रे दिली. दोन्ही वर्गातील स्पृश्य नि अस्पृश्य असे कामगार एका सभेत मिसळलेले पाहून आपणास आनंद झाला आहे, सर्वांनी कामगारांच्या दारिद्र्याचे उच्चाटन करण्यासाठी एकजुटीने उभे राहावे, पण हे लक्षात ठेवावे की, राजकीय सत्ता काबीज करणे ही गोष्ट कामगारसंघ स्थापन करण्यापेक्षा अधिक महत्त्वाची आहे, असा त्यांनी कामगारांना उपदेश केला.

२४ सप्टेंबर १९४४ रोजी सकाळी मद्रासच्या 'बुद्धिवादी समाजा'च्या विद्यमाने प्रभात चित्र मंदिरात आंबेडकरांचे भाषण झाले. त्या भाषणात आंबेडकर म्हणाले, 'प्राचीन भारतीयांचे जेवढे समृद्ध नि गतिमान राजकीय जीवन होते तेवढे दुसऱ्या कोणत्याही राष्ट्राच्या प्राचीन काळात तसे जीवन नव्हते. त्या काळी हिंदुस्थान हा क्रांतीचा देश होता. त्या क्रांतीच्या पुढे फ्रेंच राज्यक्रांती हीसुद्धा क्षुद्र ठरावी. त्यासंबंधी विशेष महत्त्वाची गोष्ट अशी की, बौद्ध धर्म नि ब्राह्मण धर्म ह्यांत मोठा झगडा होऊन ब्राह्मण धर्माने बौद्ध धर्माच्या विरुद्ध प्रतिक्रांतीचा लढा सुरू केला. वादाचे मूळ एकच होते. ते म्हणजे सत्य म्हणजे काय ? बुद्ध म्हणे सत्य म्हणजे दशेंद्रियांनी जे काही सिद्ध करता येते ते. ब्राह्मणांच्या मते सत्य म्हणजे जे काही वेदांनी सांगितले ते.' वेदांच्या काही पैलूंचे पृथक्करण करताना आंबेडकर म्हणाले, 'वेदांतील विशिष्ट भाग नंतरच्या काळात घुसडलेला आहे. ज्या वेदांत महामूर्खपणाशिवाय काही भरलेले नाही. त्या वेदांवर प्राचीन काळच्या ब्राह्मणांसारख्या हुशार लोकांनी एवढा मोठा पवित्रपणा नि अधिकार लादावा याविषयी आपणास आश्चर्य वाटते. आपण प्रतिक्रांतिकारकांच्या पकडीत सापडलो आहोत. जर आपण यातून लवकर सुटका करण्याकरिता त्वरित काही केले नाही, तर या देशावर आपण मोठे संकट आणल्याशिवाय राहणार नाही.'[१]

दुपारी पी. बाळसुब्रह्मण्यम् मुदलियार यांनी डॉ. आंबेडकरांच्या सन्मानार्थ मेजवानी दिली. त्या वेळी ब्राह्मणेतर पक्षाच्या अपकर्षाची कारणे विशद करताना आंबेडकर म्हणाले, 'ब्राह्मणेतरांपैकी अनेक नेते दुसऱ्या दर्जाचे ब्राह्मण बनले होते. त्यांनी ब्राह्मण धर्माचा त्याग केला नाही. ज्या धर्माची त्यांनी थट्टा केली होती त्याच्याच तत्त्वांना ते चिकटून राहिले. ब्राह्मणेतर पक्षाला चांगला नेता पाहिजे, चांगली संघटना पाहिजे, आणि स्पष्ट विचारप्रणाली पाहिजे.' सायंकाळी पार्क टाऊन येथील मेमोरियल हॉलमध्ये आंबेडकरांना शेड्यूल्ड कास्ट फेडरेशन आणि दक्षिण हिंदुस्थान बुद्धिस्ट असोसिएशन यांनी मानपत्रे दिली. आपल्या भाषणात

१. The Free Press Journal, 26 September 1944.

आंबेडकरांनी राष्ट्रीय जीवनात जमातीच्या स्थानाविषयी महाराज्यपालांनी जो निर्णय ठरविला होता त्याला पाठिंबा दिला. आणि श्रीनिवास शास्त्री यांना खरमरीत उत्तर दिले. श्रीनिवास शास्त्री म्हणाले होते की, आंतरराष्ट्रीय शांतता परिषदेत आंबेडकरांची उपस्थिती देशाच्या हिताला बाधक होईल. ते कळताच आंबेडकरांच्या पायाची आग मस्तकाला पोचली. ते म्हणाले, 'माझ्या सार्वजनिक जीवनाच्या इतिहासात मला लांच्छनास्पद असे काही घडलेले नाही की ज्यामुळे मी आंतरराष्ट्रीय परिषदेमध्ये भारताच्या बाजूने बसावयास अयोग्य ठरेन. शास्त्री हेच स्वत: ब्रिटिश सरकारचे कुलुंगी कुत्रे आहेत. शास्त्रींनी जर काही महत्त्व संपादन केले असेल किंवा जागतिक कीर्ती मिळविली असेल तर ती ब्रिटिशांनी त्यांना आपला नाच्यापोऱ्या समजून नाचविल्यामुळेच.'[१]

गोलमेज परिषदेतील काही प्रसंगांचा उल्लेख करून आंबेडकर पुढे म्हणाले, 'भारताला जर कोणी दगा दिला असेल तर तो अस्पृश्य वर्गाने नव्हे. तो गांधी, शास्त्री इत्यादी मंडळींनी. खरे म्हणजे अस्पृश्य वर्गाने एडवर्ड कार्सन साहेबाप्रमाणे 'खड्ड्यात गेले तुमचे संरक्षण' अशी वृत्ती धारण करावी अशी हजारो कारणे असतानासुद्धा, अस्पृश्यांनी आपल्या मनाचा मोठेपणा दाखवून स्वराज्याच्या मागणीला पाठिंबा दिला. तसे करताना त्यांनी फक्त न्याय्य असे संरक्षण मागितले. ब्राह्मणशाहीखाली गेली दोन हजार वर्षे अस्पृश्य समाजाने दु:ख भोगले आहे. तरी त्यांनी नुसत्या योग्य मागण्या करण्याएवढा देशाभिमान दाखविला.' शेवटी आंबेडकरांनी हिंदूंना आपल्या वृत्तीत आमूलाग्र बदल करावयास आवाहन केले आणि म्हणाले, 'आपण समेट करू या, आणि हा प्रश्न सोडवू या.'

मद्रासमध्ये असतानाच आंबेडकरांची जस्टीस पक्षाचे नेते रामस्वामी यांच्याशी मद्रासमधील प्रश्नांसंबंधी प्रदीर्घ चर्चा झाली. ते मद्रासहून एलोरला गेले. तेथे त्यांना जिल्हा शेड्यूल्ड कास्ट फेडरेशन, ख्रिश्चन फेडरेशन, वेस्ट गोदावरी जिल्हा बोर्ड आणि एलोर नगरपालिका यांनी मानपत्रे दिली.

एलोर नगरपालिकेच्या मानपत्रास उत्तर देते वेळी ते म्हणाले की, 'गांधींच्या दोषांपैकी एक महत्त्वाचा दोष असा आहे की, त्यांना मुळात राजकीय दृष्टीच नाही. देशाचे भवितव्य साकार होण्याची वेळ येईल तेव्हा देशाचे तुकडे होतील असे काँग्रेस संस्थापकांना स्वप्नातही वाटले नसेल.' अल्पसंख्याकांच्या प्रश्नाचा उल्लेख करून आंबेडकर म्हणाले, ''जी भूमिका लिंकनने[२] निग्रो

---

१. The Free Press Journal, 26 September 1944.

२. The Hindu, Madras, 29 September 1944.

प्रश्नासंबंधी घेतली होती तशीच गांधींनी हिंदी अल्पसंख्याकांच्या बाबतीत घेतली आहे. संघराज्याच्या ऐक्याला निष्ठा वाहिलेल्या लिंकनने निग्रो लोकांची मते उत्तर संस्थानांना मिळावी म्हणून १७६२ साली स्वातंत्र्याचा जाहीरनामा काढला. त्याचप्रमाणे गांधींना स्वातंत्र्य नि चातुर्वर्ण्य पाहिजे आहे. जर सर्व पक्षसंमत अशी राज्यघटना तयार झाली तर गांधींनी ब्रिटिश पंतप्रधानांना भारताचा एकमेव प्रतिनिधी म्हणून खुशाल भेटावे.'

सर स्ट्रॅफर्ड क्रिप्स ब्रिटनला परत गेल्यावर आंबेडकरांनी ब्रिटिश सरकार नि हिंदुस्थान सरकार यांना अस्पृश्य वर्ग हा राष्ट्राचा महत्त्वाचा घटक आहे हे पटवून देण्याचा प्रयत्न केला. त्यांना भारतीय समाजाच्या सामाजिक, आर्थिक, राजकीय रचनेमध्ये समानतेचे स्थान मिळाले पाहिजे, हाच त्यांच्या झंझावाती दौऱ्याचा मथितार्थ होता. त्या बाबतीत महाराज्यपालांना आपल्या बाजूला वळविण्यात आंबेडकरांना बरेच यश मिळाले होते. अस्पृश्य वर्गाच्या ह्या वाढत्या झगड्याचे त्या वेळी 'टाइम्स ऑफ इंडिया' या वृत्तपत्राने आपल्या समतोल नि तेजस्वी अग्रलेखात[१] वर्णन केले आहे. 'अस्पृश्य वर्गाशी देशभर मैत्री दाखविणारे जे गांधीजींचे थाटामाटाचे समारंभ झाले आहेत त्यात कळकळीपेक्षा भपकाच अधिक होता. अनुभवाने हे आता स्पष्ट झाले आहे की, तो सहानुभूतीचा क्षणिक पुळका होता. खऱ्या कळकळीपेक्षा गांधींच्याविषयी अनुयायांना वाटत असलेल्या आदराचा तो देखावा होता.' त्या अग्रलेखात आणखी असे म्हटले की, 'मंदिरप्रवेश, विहिरी खुल्या करणे, समान स्मशानभूमी असणे इत्यादी सुधारणा या अस्पृश्यतानिवारणाच्या मुख्य प्रश्नाला स्पर्शही करू शकत नाहीत. आणि त्या प्रश्नाला बगल देण्याचा प्रयत्न केला तर तो देशहिताला हानिकारक ठरल्यावाचून राहणार नाही.'

नोव्हेंबरच्या पहिल्या आठवड्यात आंबेडकर पुण्यास गेले. तेथे राजभोज यांनी त्यांच्या सन्मानार्थ एक समारंभ आयोजित केला होता. त्या समारंभाच्या वेळी आंबेडकर म्हणाले, 'प्राचीन काळी लिहिलेला प्रत्येक धार्मिक ग्रंथ हा राजकीय ग्रंथही असे. आणि भगवद्गीता हा ग्रंथ वेदांच्या शिकवणीस पाठिंबा देऊन ब्राह्मण धर्माला वरिष्ठ पातळीवर ठेवण्याच्या उद्देशाने लिहिलेला राजकीय ग्रंथ आहे, असे मानले पाहिजे.'

ह्याच दरम्यान सप्रू समिती भारतीय राजकारणातील पेचप्रसंग सोडविण्याचा प्रयत्न करीत होती. आंबेडकरांनी त्या समितीशी सहकार्य करण्याचे

---

१. The Times of India, 26 September 1944.

नाकारले. कारण त्या समितीच्या काही सभासदांवर आंबेडकरांचा विश्वास नव्हता.

जानेवारी १९४५ च्या पहिल्या आठवड्यात आंबेडकरांनी कलकत्त्याला भेट दिली. तेथे दलितांच्या 'पीपल्स हेराल्ड'चे प्रकाशन करताना ते म्हणाले की, गांधींच्या मृत्यूनंतर काँग्रेसचे तुकडे होतील. शेड्यूल्ड कास्ट फेडरेशन या संघटनेचे महत्त्व सांगताना ते म्हणाले, 'राजकीय नि नैतिक दृष्ट्या पाहिले असता हा पक्ष या देशात चिरंतन राहील. कारण कोणत्याही नेत्याला या देशात उदात्त असे जर कोणते कार्य करता येण्यासारखे असेल तर तो दलिताचा उद्धार होय.' कलकत्त्याच्या वास्तव्यात ते दौलतराव गुलाजीराव जाधव यांच्याकडे जेवावयास होते. दुसऱ्या दिवशी जाधवांकडचा स्वयंपाकी नि इतर नोकर ह्या सर्वांनी जाधवांच्या घरी नोकरी करण्याचे नाकारले. कारण अस्पृश्य आंबेडकर त्यांच्या घरी जेवले व जाधवांचे घर बाटले होते. रेल्वेमध्ये मोठे अधिकारी असलेले हे जाधव महार आहेत हे त्या नोकरांना माहीत नसावे. आंबेडकर महाराज्यपालांच्या कार्यकारिणीचे सभासद होते. मजूरमंत्री होते. अपमानाने योगिराज ज्ञानदेवसुद्धा होरपळून गेले. आंबेडकरांचा हा योग त्यांच्यापेक्षाही भयंकर दिसतो. आंबेडकरांचा जाधवांवर लोभ होता. त्यांच्या उत्कर्षास आंबेडकरच कारणीभूत झाले. जाधव आपल्या कर्तृत्वाने महत्पदी चढले तरी त्यांना इतर कारस्थानी अधिकाऱ्यांच्या त्रासातून आंबेडकरांनी अनेकदा सोडविले. कलकत्त्याहून ते आंबेडकरांना तत्परतेने ग्रंथ व मासे पाठवीत.

हिंदुस्थानचे महाराज्यपाल लॉर्ड वेव्हेल मार्च १९४५ मध्ये एक योजना घेऊन विचारविनिमयासाठी लंडनला गेले. काँग्रेसचे नेते भुलाभाई देसाई नि मुस्लीम लीगचे लियाकत अल्लीखान यांच्यात हिंदू-मुसलमानांना समान प्रतिनिधित्व असावे या मुद्यावर करार झाला होता. त्याला सप्रू समितीने आपला कणा वाकवून पाठिंबा दिला. लंडनला गेलेल्या लॉर्ड वेव्हेलनांही सप्रू समितीने तसे तारेने कळविले. मध्यंतरी आंबेडकरांनी 'पाकिस्तानविषयी विचार' ह्या आपल्या इंग्रजी ग्रंथाची 'पाकिस्तान की हिंदुस्थानची फाळणी' ह्या नावाखाली दुसरी आवृत्ती प्रसिद्ध केली. नव्या आवृत्तीत एक प्रकरण नवीन घातले होते. त्यात आंबेडकरांनी हिंदुस्थानची सांस्कृतिक नि भौगोलिक एकता मान्य केली. एका राज्यघटनेखाली दोन किंवा तीन राष्ट्रीय समाज गुण्यागोविंदाने कॅनडा, स्वित्झर्लंड, दक्षिण अमेरिका इत्यादी देशांत कसे एकत्र राहू शकतात हे निवेदन केले. तथापि स्वतंत्र हिंदुस्थानच्या संरक्षणाचा मार्ग मोकळा करण्यासाठी नि मुसलमानांना आता राष्ट्र व्हायचे म्हणून हिंदूंनी पाकिस्तान द्यावे असा आपल्या पहिल्याच मताचा

पुनरुच्चार केला. हिंदी राजकीय पेचप्रसंग सोडविण्याचे जोरात प्रयत्न सुरू झाले होते. पाकिस्तानच्याऐवजी क्रिप्स योजना, रेजिनाल्ड कुपलँडकृत विभागणी योजना, सर आर्देशीर दलाल यांची योजना, मानवेंद्रनाथ रॉय यांची योजना, डॉ. राधाकुमुद मुकर्जी यांची योजना आणि सर सुलतान अहमद यांची योजना अशा सुमारे नऊ योजना पुढे मांडण्यात आल्या होत्या.

आंबेडकरांनीही आपली एक योजना ६ मे १९४५ रोजी शेड्यूल्ड कास्ट फेडरेशन संस्थेच्या वार्षिक अधिवेशनात आपल्या कार्यकर्त्यांसमोर विचारासाठी ठेवली. त्या योजनेत म्हटले होते की, बहुसंख्य जमातींच्या हाती राज्यकारभार असावा असला विचार आता असमर्थनीय वाटतो, आणि व्यावहारिक दृष्ट्या अन्यायाचा वाटतो. आंबेडकर योजनेने अल्पसंख्याकांना विधिमंडळात अधिक प्रतिनिधित्व देण्याची शिफारस केली. हिंदूंनी मात्र सापेक्ष बहुसंख्येवर समाधान मानावे. त्या योजनेप्रमाणे जरी हिंदुस्थान एकसंघ राहणार होता, तरी आंबेडकरांनी आपली योजना स्वीकारण्यास मुसलमानांना विनंती केली. कारण त्या योजनेप्रमाणे त्यांना अधिक चांगले संरक्षण मिळणार होते. वाढीव प्रतिनिधित्व सतत राहणार होते. मुसलमानांची हिंदुराज्याच्या भीतीपासून मुक्तता होणार होती. त्या योजनेचे वैशिष्ट्य असे की, हिंदू-मुसलमान या पक्षांचे भवितव्य अस्पृश्य वर्गाच्या हाती दिलेले होते. मात्र वन्य जातींना मतदानाचा अधिकार देण्यात आला नव्हता. कारण आंबेडकरांच्या मते त्यांना तेवढी समज अद्याप आलेली नव्हती. आंबेडकरांच्या योजनेप्रमाणे घटना समिती हीच मुळी अनावश्यक गोष्ट वाटत होती. घटना समितीची ही मागणी आवश्यकतेपेक्षा जास्त मागणीचे कृत्य वाटले. कदाचित् राष्ट्राला यादवीत गुंतविणारी ही भयंकर मागणी आहे असे त्यांना वाटले असावे. त्यांनी म्हटले, राज्यघटनेचे बहुतेक कार्य १९३६ च्या कायद्याने अगोदरच झालेले आहे. आंबेडकरांच्या योजनेने सप्रू समितीचे प्रतिवृत्त टाकाऊ ठरविले.

आंबेडकरकृत योजनेचे वृत्तपत्रांनी मात्र वाभाडे काढले. नेहमी अहिंदूंची तळी उचलून धरणाऱ्या 'टाइम्स ऑफ इंडिया' पत्रालासुद्धा जनाची नाही तरी मनाची लाज वाटली. ते म्हणाले की, जरी ही योजना नियतीचा तडाखा म्हणून मानली तरी तिच्यात एकांतिक मते असून अस्पृश्य समाजाला एक राज्यकर्ती जमात बनविण्याचे योजिले आहे. आंबेडकरांच्या योजनेने हिंदूंवर अन्याय करण्यात सप्रू समितीवरही ताण केली होती. त्यांच्या योजनेप्रमाणे भारताचा पंतप्रधान आणि इतर स्पृश्य हिंदू मंत्री हे अल्पसंख्याकांच्या प्रतिनिधींनी निवडायचे होते. अल्पसंख्याकांतील मंत्री अल्पसंख्याकांच्या प्रतिनिधींनीच निवडायचे होते ! त्यामुळे

बहुतेक हिंदू वृत्तपत्रांनी एकमताने आंबेडकरांची ही योजना म्हणजे अल्प-संख्याकांचे भारतावरील राज्य असे म्हटले. डॉ. आंबेडकर स्पृश्य हिंदू असते तर त्यांनी ह्या योजनेचे वाभाडे काढले असते. परंतु दुर्दैवाने ते विरुद्ध बाजूला होते. जगातील कुठल्याही राष्ट्राच्या इतिहासात त्या राष्ट्रातील बहुसंख्य लोकांची एवढी मानखंडना झाली नसेल तेवढी आंबेडकरांच्या योजनेने हिंदूंची मानखंडना केली, असेही काही वर्तमानपत्रांनी आंबेडकरांच्या योजनेचे यथार्थ वर्णन केले.

आंबेडकरांनी आपल्या योजनेत वन्य जातींना मतदानाचा अधिकार नाकारल्यामुळे ठक्करबाप्पांनी त्यांच्यावर टीकेचे शस्त्र उपसले. त्यांना उत्तर देताना आंबेडकर म्हणाले, 'दु:खग्रस्त मानवांचा मी एकमेव नेता आहे असा अभिमान मी केव्हाही बाळगलेला नाही. माझ्या अल्पशक्तीला अस्पृश्य वर्गाचा प्रश्न पुरेसा आहे. दुसरे प्रश्न कमी उदात्त आहेत असे मी म्हणत नाही, परंतु आयुष्य हे अल्प आहे, हे जाणून प्रत्येकजण एक प्रश्न हाताळू शकतो. मी स्वत: तर अस्पृश्यांच्या सेवेशिवाय दुसरी कोणतीही सेवा करण्याची महत्त्वाकांक्षा बाळगलेली नाही.' गिरीजनांच्या जातीला मतदानाचा हक्क असू नये असे आपण म्हटले त्याविषयी स्पष्टीकरण करताना ते म्हणाले, 'मतदानाचा हक्क आपल्या हिताच्या दृष्टीने बजावण्याएवढे वन्य जातींमध्ये सामर्थ्य उत्पन्न झालेले नाही.' आणि गंमत अशी की हीच कारणे दाखवून कनिष्ठ वर्गाला आणि विशेषत: अस्पृश्य वर्गाला वरिष्ठ वर्ग मतदानापासून वंचित करण्याची भाषा बोले तेव्हा आंबेडकरांच्या पायाची आग मस्तकाला झोंबे !

नामदार मजूरमंत्र्यांच्या सन्मानार्थ मुंबई येथील केप मॉडेल ह्या उपाहारगृहात २० मे १९४५ रोजी त्यांच्या मित्रांनी भोजन दिले. त्या वेळी भाषण करताना आंबेडकर म्हणाले, 'हिंदुस्थानने स्वातंत्र्यापेक्षा वसाहतीचे स्वराज्य घ्यावे. जर हिंदी लोकांना स्वातंत्र्याचे रक्षण करणे शक्य नसेल, तर त्यांनी वसाहतीचे स्वराज्य पसंत करावे. आंतरराष्ट्रीय कायद्याप्रमाणे वसाहतीचे स्वराज्य म्हणजे पूर्ण स्वातंत्र्यच होय.'

जून १९४५ मध्ये आंबेडकरांचा आणखी एक इंग्रजी ग्रंथ प्रसिद्ध झाला. त्याचे नाव 'काँग्रेस आणि गांधी यांनी अस्पृश्य वर्गास कसे वागविले' (व्हॉट काँग्रेस ॲन्ड गांधी हॅव डन् टू दि अनटचेबल्स). हा ग्रंथ वादविवादाच्या त्वेषाने भरलेला आहे. शैली जोरदार आणि परिणामकारक आहे. माहिती व मुद्दे आकड्यांनी आणि खात्री पटविणाऱ्या गोष्टींनी भरलेले आहेत. हा ग्रंथ बाँबगोळा पडावा त्याप्रमाणे काँग्रेस पक्षावर पडला. ह्या ग्रंथातील मुख्य मुद्दा असा की, काँग्रेसने १९१७ पासून अस्पृश्यांच्या उद्धाराचे सुरू केलेले कार्य हे काँग्रेसच्या

कार्यक्रमांपैकी एक काम होते. ते करण्यात काँग्रेसचा हेतू अस्पृश्यांची प्रत्यक्षपणे दुर्बलता नाहीशी करण्यापेक्षा ते राष्ट्रीय जीवनापासून वेगळे घटक दिसू नयेत असाच होता. या ग्रंथात गांधीजींच्या हरिजनकार्याविषयी जरी आंबेडकरांनी टीका केली, तरी स्वामी श्रद्धानंदांचा अस्पृश्यांचा महान कैवारी असा गौरवपर उल्लेख केला आहे. ह्या ग्रंथाच्या एका भागात गांधी आणि गांधीवाद ह्यांपासून अस्पृश्य वर्गाने सावध राहावे असा इशारा आंबेडकरांनी दिला आहे.

आंबेडकरांच्या मते गांधीवाद म्हणजे दुसरे काही नसून ग्रामीण जीवनाचे पुनरुज्जीवन, निसर्गाकडे परत जाणे, जनावरांचे जीवन जगणे अणि आधुनिक यंत्रयुग मानवाला शाप आहे असे मानणे. आर्थिक समानतेविषयी तळमळ नसल्यामुळे गांधीवाद हे सामाजिक नि आर्थिक दृष्ट्या प्रतिगामी तत्त्वज्ञान बनले आहे; हे आपल्या ध्वजावर 'भूतकालाकडे वळा' अशी घोषणा करीत बाहेर पडले आहे. धर्मापासून अफूची गोळी बनवून ती लोकांना भ्रमिष्ट बनविण्यास जर कोणत्या तत्त्वज्ञानाचा उपयोग झाला असेल तर तो गांधीतत्त्वज्ञानाचा होय. खोट्या श्रद्धा आणि सुरक्षिततेच्या भ्रामक कल्पना यांत गुरफटून ठेवणारे जर कोणते तत्त्वज्ञान असेल तर ते गांधीवादी तत्त्वज्ञान होय. आंबेडकरांनी ह्यासाठी गांधीवादाच्या धाडीपासून अस्पृश्य वर्गाने सावध राहावे असा त्यांना इशारा दिला. ग्रंथाच्या शेवटी अमेरिका व ब्रिटन ह्यांमधील पुरोगामी विचारवंतांनी हिंदी प्रतिगामी नेत्यांपासून सावध राहावे, अशी धोक्याची सूचना दिली आहे. कारण सर्व जगाला फसविण्यासाठी आणि त्याच्या डोळ्यांत धूळ फेकण्यासाठी ते स्वातंत्र्याच्या घोषणेचा गैरवापर करीत आहेत ! ह्या ग्रंथाने जाहीर केले की, गांधींच्या अस्पृश्योद्धारासंबंधीची भाषणे ही केवळ व्यासपीठावरून केलेली दिखाऊ भाषणे होती. तो कृतीत आणावयाचा कार्यक्रम नव्हता. म्हणून गांधी हे अस्पृश्य वर्गाचे त्राते किंवा मोक्षदाते नाहीत.

हा ग्रंथ एका इंग्रज बाईला आंबेडकरांनी अर्पण केला आहे. आपल्या इंग्लंडमधल्या वास्तव्यात ह्या बाईबरोबर त्यांनी बायबलचा अभ्यास केला होता. त्या बाईशी त्यांचा विवाह झाला होता, अशी आवई उठली होती. तिच्याशी त्यांचा जिव्हाळ्याचा, सुखदु:खाचा पत्रव्यवहार असे. ती हीच इंग्रज विदुषी असावी. तिचे नाव फॅनी फिझराल्ड असावे असे म्हणतात.

ह्या पुस्तकावर मोठा कडाक्याचा वादविवाद निर्माण झाला. राजगोपालाचारी यांनी आंबेडकरांच्या ह्या ग्रंथाला उत्तर देण्याचा प्रयत्न केला, परंतु आंबेडकरांच्या घणापुढे त्यांच्या हातोडीचा आवाज फारसा ऐकू आला नाही. सन्तानम यांनी आंबेडकरांना उत्तर देण्याचा अधिक चांगला प्रयत्न केला खरा.

त्यात त्यांची विद्वत्ता व कल्पकता दिसून येते. त्यांनी आकडेवार माहिती देऊन आपल्या ग्रंथाचे महत्त्व वाढविले आहे. तथापि, आंबेडकरांनी गांधीजी आणि गांधीवादावर केलेला आरोप कोणालाही खोडून काढता आला नाही.

आंबेडकरांचा गांधीवादाला असलेला विरोध हा विवेकवादावर अधिष्ठित होता. तो विरोध काही नवीन होता असे नाही. दहा वर्षांपूर्वी एका अमेरिकन अधिकाऱ्याने त्यांच्यापुढे गांधीवादाची भरभसाट स्तुती केली तेव्हा त्यांनी त्याला सांगितले, 'तू एक तर ढोंगी तरी असला पाहिजेस किंवा वेडा तरी असला पाहिजेस. जर गांधीवाद असा आदर्शवत असेल तर तू अमेरिकन लोकांना आपले सैन्य, नौदल काढून टाकायला का नाही सांगत ? मोठमोठे कारखाने, गगनचुंबी इमारती पाडून टाकून मानवांच्या प्राथमिक अवस्थेतील आयुष्यक्रम तुम्ही का स्वीकारीत नाही ? तुझ्यासारख्या लोकांचा गांधीवादावर खरा खरा विश्वास नाही. परंतु हिंदी आणि अमेरिकन लोकांना भूल पाडण्यात तुम्ही यशस्वी झाला आहात.'

नऊ आठवड्यांच्या वास्तव्यानंतर भारताचे महाराज्यपाल लॉर्ड वेव्हेल जूनच्या पहिल्या आठवड्यात लंडनहून हिंदुस्थानात परत आले. त्यांनी जी योजना आखली होती तिचे नाव 'वेव्हेल योजना.' महाराज्यपालांनी काँग्रेसच्या नेत्यांना तुरुंगातून सोडले. आणि सिमल्याला जून १९४५ च्या शेवटच्या आठवड्यात एक परिषद बोलाविली. त्या परिषदेत स्पृश्य हिंदूंचा प्रतिनिधी म्हणून काँग्रेस पक्षाचे मुसलमान अध्यक्ष मौलाना अबुल कलम आझाद होते. मुसलमानांचे प्रतिनिधी म्हणून जिना होते. दलित वर्गाचे प्रतिनिधी म्हणून एन्. शिवराज होते. शीखांचे प्रतिनिधी शीख नेते होते. आणि सर्व प्रांतिक राज्यांचे भूतपूर्व मुख्यमंत्री होते. हिंदुमहासभेला वगळण्यात आले होते. आंबेडकर महाराज्यपालांच्या कार्यकारी मंडळात असल्यामुळे त्या परिषदेत भाग घेऊ शकले नाहीत. तथापि, दलित वर्गाच्या गाऱ्हाण्यांचे निवेदन तयार करण्यात ते गर्क झाले होते. त्यांच्या निवेदनात महत्त्वाचा मुद्दा असा होता की, जर मुसलमानांना त्यांच्या संख्येच्या प्रमाणाप्रमाणे कार्यकारी मंडळात पाच प्रतिनिधी मान्य करण्यात आले, तर अस्पृश्यांचे त्यांच्या लोकसंख्येच्या प्रमाणात तीन तरी प्रतिनिधी घेतले गेले पाहिजेत. ह्या परिषदेचे तारू हंगामी मंत्रिमंडळात कोणाचे किती प्रतिनिधी असावेत ह्या प्रश्नाच्या खडकावर फुटले. काँग्रेसचे म्हणणे असे होते की, मंत्रिमंडळात घ्यावयाचे मुसलमान प्रतिनिधी काँग्रेस पक्षाचे असावेत.

१९४५ सालच्या जुलै महिन्यात ब्रिटनमध्ये सार्वत्रिक निवडणुका झाल्या. त्यात

हुजूर पक्षाचा धुव्वा उडाला. मजूर पक्षाचे मंत्रिमंडळ सत्तारूढ झाले. त्याच समयास जपानसुद्धा शरण गेले. हुजूर पक्षाचे नेतृत्व बाजूला सारून मजुरांच्या प्रतिनिधींच्या हाती सत्ता दिल्याविषयी आंबेडकरांनी ब्रिटिश मतदारांचे अभिनंदन केले.

आंबेडकर थोड्या दिवसांकरिता मुंबईला आले. त्या वेळी 'टाटा इन्स्टिट्यूट ऑफ सोशल सायन्सेस' ह्या संस्थेच्या विद्यार्थी संघापुढे त्यांनी जुलै १९४५ च्या शेवटच्या आठवड्यामध्ये भाषण केले. आपल्या भाषणात त्यांनी सांगितले की, सक्तीची तडजोड किंवा लवाद हे कामगारांना अत्यंत हितावह आहे. मी हे तत्त्व कामगारांच्या न्यायपद्धतीत कायम स्वरूपाचे करीन, अशी मला आशा आहे.' त्यांनी आणखी अशीही आशा व्यक्त केली की, ज्या तांत्रिक शिक्षणाच्या शाळा हिंदी सरकारने शिक्षणाच्या कार्यक्रमापैकी एक भाग म्हणून सुरू केल्या आहेत, त्या तशाच चालू राहतील.

ऑगस्टच्या शेवटच्या आठवड्यात कामगार स्थायी समितीची बैठक नवी दिल्ली येथे झाली. औद्योगिक क्षेत्रातील कामगारांसाठी घरे बांधण्यासंबंधीची मालकांवरील जबाबदारी आणि भरपगारी रजा ह्या विषयींच्या नियमांवर चर्चा झाली. आंबेडकर अध्यक्षस्थानी होते.

भारतातील राजकारणातील पेचप्रसंग सुटत नाही असे पाहून लॉर्ड वेव्हेल पुन्हा ऑगस्टच्या शेवटी लंडनला विचारविनिमयासाठी गेले. सप्टेंबर महिन्याच्या मध्यानंतर ते हिंदुस्थानात परत आले. त्यांनी सार्वत्रिक निवडणुका घेण्याची घोषणा केली.

सर्व पक्ष निवडणुकांच्या आखाड्यात उतरले. निवडणुकीची यंत्रणा आणि अमाप पैसा ह्यांचे पाठबळ असलेली काँग्रेस 'छोडो हिंदुस्थान' ही घोषणा पुकारून निवडणुकीच्या रिंगणात उतरली. जिनांची घोषणा 'पाकिस्तान की विनाश' अशी होती आणि हिंदुमहासभेची घोषणा 'स्वातंत्र्य आणि अखंड हिंदुस्थान' अशी होती. पैशाचे पाठबळ आणि निवडणुका लढविणारी यंत्रणा हाताशी नसताही आंबेडकरांची शेड्यूल्ड कास्ट फेडरेशन निवडणुकीच्या आखाड्यात उतरली. आंबेडकरांनी निवडणुकीच्या प्रचाराचा नारळ ४ ऑक्टोबर रोजी पुण्याच्या एका सभेत फोडला. तेथे त्यांनी तीन मुद्यांवर भर दिला. अस्पृश्य वर्गाने काँग्रेसच्या नेतृत्वावर भरवसा ठेवू नये. कारण त्यांचे धोरण शरणागतीने बरबटलेले आहे. काँग्रेस समाजसुधारणेविषयी उदासीन आहे. म्हणून तिने दलितांवरील अन्याय दूर करण्याकरिता कधीही प्रयत्न केला नाही.

परंतु त्या बिकट परिस्थितीतून बाहेर पडण्यास एकच मार्ग आहे. तो

म्हणजे दलितांनी आपल्या हाती सत्ता घेतली पाहिजे. ती त्यांची आता जीवनशक्ती बनली आहे. त्यांनी आता राज्यकर्ती जमात बनावे आणि आपले हक्क सांभाळावे. नाहीतर ते हक्क कागदावरच राहतील. अजूनपर्यंत आपण दलित वर्गासाठी सोयी आणि हक्क कसे मिळविले हे त्यांनी सांगितले. शेवटी ते म्हणाले की, आगामी निवडणुका हा त्यांच्या जीवनमरणाचा प्रश्न आहे. कारण घटना समितीवर निवडून जाणारे लोक प्रांतिक विधिमंडळेच निवडून देण्याचा संभव आहे, हे त्यांनी दलित वर्गाच्या नजरेस आणून दिले. त्या सार्वत्रिक निवडणुकीचे हे महत्त्व मानवेंद्रनाथ रॉय सोडले तर, दुसऱ्या पक्षांतील नेत्यांना तितकेसे उमगले नव्हते.

त्यानंतर आंबेडकर दिल्लीला परतले. तेथे त्यांच्या अध्यक्षतेखाली २७ नोव्हेंबर १९४५ रोजी सातवी हिंदी कामगार परिषद भरली. आपल्या अध्यक्षीय भाषणात आंबेडकर म्हणाले, 'कामगार धनिक वर्गाला एक महत्त्वाचा प्रश्न विचारू शकेल. आणि तो हा की, जर युद्धाच्या खर्चासाठी तुम्ही कर देण्यास काकू करीत नाही तर तुम्ही कामगारांच्या जीवनाचा दर्जा वाढविण्यासाठी जो निधी उभारावयाचा आहे त्याला विरोध का करता ? जो युद्धावर खर्च झाला तो लोककल्याणासाठी खर्च झाला असता, तर त्यात कितीतरी लोकांचे शिक्षण झाले असते आणि कितीतरी रोगी बरे झाले असते ?'

आंबेडकरांच्या शेड्यूल्ड कास्ट फेडरेशनने निवडणुकीचा प्रचार जोराने सुरू केला. निवडणुकीच्या प्रचाराला चालना मिळावी म्हणून त्यांनी २९ आणि ३० नोव्हेंबर १९४५ रोजी अहमदाबाद येथे परिषद बोलाविली. गुरुजी गोविंद परमार अध्यक्षस्थानी होते. परिषदेस उपस्थित राहण्यासाठी आंबेडकर अहमदाबादला गेले. तेथे त्यांना मानवेंद्रनाथ रॉय यांच्या पक्षाचे कार्यकर्ते, कम्युनिस्ट आणि हिंदुसभा कार्यकर्ते भेटले. त्या दिवशी सर्व गिरण्या बंद होत्या. बुद्धनगर नामक मोठ्या मंडपात साबरमतीच्या काठावर आंबेडकरांनी परिषदेस सांगितले की, जे काही फायदे अस्पृश्य वर्गास मिळू लागले होते, ते सर्व त्यांनी स्वत: संपादन केले होते, गांधीजींनी दिलेले नव्हते. गांधीजींनी त्यांच्या मागण्यांस विरोध करण्यासाठी मुसलमानांच्या साहाय्याची याचना केली होती.

नोव्हेंबर ३० रोजी अहमदाबाद नगरपालिकेने आंबेडकरांना मानपत्र दिले. त्या वेळी ते म्हणाले की, 'जर हिंदी सरकारने ऑगस्ट १९४२ मध्ये कडक उपाय योजले नसते तर जर्मन किंवा जपानी सैनिकांनी सारा देश व्यापून टाकला असता, हिंदुस्थानची दुर्दशा केली असती.' आपला सन्मान केल्याविषयी अहमदाबाद नगरपालिकेचे त्यांनी मन:पूर्वक आभार मानले आणि ते पुढे म्हणाले,

'अहमदाबाद नगरपालिकेने जो आदरभाव व्यक्त केला आहे तो, आणि माझ्या अभिनंदनाच्या ठरावाचा कार्यक्रमपत्रिकेत अंतर्भाव करण्यास नकार देऊन मुंबई नगरपालिकेने जी वृत्ती दाखविली ह्यात केवढा फरक आहे ?' भाषणाच्या शेवटी ते म्हणाले, 'देशाला स्वराज्य नको असे कोणीतरी, कधीतरी म्हणू शकेल काय ? मला संपूर्ण स्वराज्य हवे. स्वराज्य आपल्या दृष्टिपथात आहे. ब्रिटिश सरकार आता फार काळ राहू शकणार नाही.'

डिसेंबरच्या पहिल्या आठवड्यात मुंबईच्या सचिवालयात विभागीय कामगार प्रशासकांची परिषद भरली. तिचे उद्‌घाटन करताना आंबेडकर म्हणाले, 'औद्योगिक अशांतता टाळण्यासाठी किंवा ती कमी करण्यासाठी तीन गोष्टींची आवश्यकता आहे. पहिली गोष्ट, समेट घडवून आणावयास योग्य यंत्रणा पाहिजे. दुसरी गोष्ट, औद्योगिक कलह निर्बंधात सुधारणा केली पाहिजे. तिसरी म्हणजे कामगारांना कमीत कमी पगार किती असावा हे ठरविले पाहिजे. पहिल्या गोष्टीला सुरुवात झालेली आहे. दुसऱ्या दोन्ही गोष्टींचा विचार लवकरच सुरू होईल.

औद्योगिक शांतता प्रस्थापित करण्याच्या शक्यतेविषयी आपले मत व्यक्त करताना ते म्हणाले, 'ह्यापुढे सत्तेच्या बळावर औद्योगिक शांतता प्रस्थापित करता येणे शक्य नाही. कायद्याच्या बळावर ती शक्य आहे. परंतु खात्री देता येत नाही. ती सामाजिक न्यायनीतीच्या बळावर करता येणे शक्य आहे. ही सूचना आशादायक वाटते. त्यात तीन बाजू गुंतलेल्या आहेत. पहिली म्हणजे स्वत: कामगारांनीच आपले काम करण्याचे कर्तव्य ओळखले पाहिजे; म्हणजे त्यांनी कामचुकारपणाची वृत्ती टाकून दिली पाहिजे. मालकाने योग्य ते वेतन देणे ह्याचेच नाव पिळवणूक थांबविणे. आणि त्यांनी काम करण्यास सुखावह परिस्थिती निर्माण करणे, याचेच नाव कामगार कल्याण होय. तिसरी गोष्ट म्हणजे सरकार नि समाज ह्यांनी औद्योगिक संबंध सलोख्याचे राहावे ह्यासाठी जपले पाहिजे. हे सार्वजनिक काम आहे. हे मालक आणि कामगार ह्यांमधील केवळ करार नाही, हे ओळखले पाहिजे.' कामगार खात्याचे मुख्य प्रशासक सी. चिं. जोशी आपल्या स्वागतपर भाषणात म्हणाले की, औद्योगिक-संबंध यंत्रणा ही कामगार वा मालक ह्या दोन पक्षांपैकी कोणाचीही वकील नाही.

आंबेडकर लागलीच मनमाड येथे होणाऱ्या शेड्यूल्ड कास्ट फेडरेशनच्या परिषदेस मार्गदर्शन करण्यासाठी गेले. परिषदेत भाषण करताना ते म्हणाले, 'काँग्रेसबरोबर

अस्पृश्यांच्या हक्कासंबंधी समेट करण्याचा गेली कित्येक वर्षे मी प्रयत्न केला, परंतु यश आले नाही. आता सर्व राखीव जागा आपण जिंकल्याशिवाय तरुणोपाय नाही.' नंतर त्यांनी अकोल्यास भाषण करून नागपूर येथे १३ डिसेंबर १९४५ रोजी जाहीर सभेत भाषण केले. ते म्हणाले, 'लवकरच सुरू होणाऱ्या स्वयंशासनाचा आराखडा काँग्रेसने जनतेसमोर ठेवावा. अस्पृश्यतेचे निवारण करण्याची काँग्रेसची मोहीम पूर्णतया अयशस्वी झाली आहे.' आपणास पुरी येथील प्रसिद्ध जगन्नाथाच्या देवळाचे दर्शन कसे दुरूनच घ्यावे लागले ही गोष्ट त्यांनी सांगितली.

आपल्या पक्षाच्या निवडणुकीतील प्रचाराला उठाव देण्यासाठी त्यांनी दक्षिण हिंदुस्थानात दौरा काढला. मद्रास येथे भाषण करताना त्यांनी असे सांगितले की, 'काँग्रेसच्या निवडणुकीचा जाहीरनामा ही फक्त मोठी भूलथाप आहे, कारण भावी राज्यघटनेविषयी तो जाहीरनामा मूग गिळून स्वस्थ बसला आहे.' मदुरेलाही त्यांनी प्रचाराचे भाषण केले. कोईमतूरच्या सभेत त्यांनी सांगितले की, 'जे उमेदवार ह्या निवडणुकीमध्ये यशस्वी होतील, तेच ह्या देशाची राज्यघटना ठरवतील.'

दलित वर्गासाठी विधिमंडळातून राखीव जागा, शासनव्यवस्थेत प्रमुख जागा, त्यांच्या शिक्षणकार्यासाठी भरघोस अनुदान आणि खेड्यांतून जमिनीची तरतूद अशा मागण्या त्यांनी देशापुढे ठेवल्या. काही वर्तमानपत्रांनी आणि इतर पक्षांतील नेत्यांनी आंबेडकर आपल्या अधिकारपदाचा आपल्या पक्षाच्या प्रचारासाठी दुरुपयोग करीत आहेत, अशी तक्रार केली. काँग्रेसच्या राजवटीतील दिल्ली सरकारचे मंत्री व प्रांतिक मंत्रिमंडळांतील मंत्री यांनी हेच म्हणणे सार्वत्रिक निवडणुकीच्या वेळी स्वत:च्या आचरणात आणून दाखविले असते, तर आंबेडकरांवरील त्यांच्या आक्षेपाला बळकटी आली असती.

परत येताना मद्रासमधील पार्क टाऊन येथील मेमोरियल हॉलमध्ये आंबेडकरांनी 'दक्षिण भारत प्रागतिक पक्षाचा विकास नि प्रभाव' ह्याविषयी विचार मांडले. गोखल्यांच्या नेतृत्वाखालील मवाळ पक्ष हा लोकांना दुबळा पक्ष वाटला. क्रांतिकारकांच्या पक्षाने लोकांच्या मनाची पकड घेतली होती. त्यांच्यासारखे आत्मबलिदान करणारे राज्यक्रांतिकारक थोडेच निघाले. काँग्रेसचे सामर्थ्य गांधींच्या नेतृत्वात आहे. राजकीय आणि धार्मिक या दोन्ही वृत्तींच्या लोकांना गांधी भारू शकतात. जस्टिस पक्षाला नेता, शिस्त आणि कार्यक्रम यांची आवश्यकता आहे. असे घडले, तर त्या पक्षाला यश येईल, असे मत त्यांनी व्यक्त केले.

नंतर सभागृहामध्ये ब्राह्मणेतर वकिलांच्या संस्थेच्या दुसऱ्या वार्षिक

परिषदेचे आंबेडकरांनी उद्‌घाटन केले. आपल्या भाषणात त्यांनी मनुस्मृती व दुसरे धार्मिक ग्रंथ ह्यांवर कडाडून हल्ला चढविला. त्या भाषणामुळे दक्षिण हिंदुस्थानातील हिंदूंत विरोधाचे वादळ निर्माण झाले. त्यांनी आंबेडकरांवर पत्रातून शिव्यांची लाखोली वाहिली, त्यांचा जीव घेण्याचीही धमकी दिली.

मद्रास येथे भाषण केल्यानंतर आंबेडकर त्वरित दिल्लीस परतले. जानेवारीच्या पहिल्या आठवड्यात ब्रिटिश लोकसभेचे दहा सभासदांचे एक शिष्टमंडळ नवी दिल्ली येथे आले. १० जानेवारी १९४६ रोजी महंमदअल्ली जिना, पं. जवाहरलाल नेहरू आणि डॉ. आंबेडकर यांच्याशी त्यांनी नवी दिल्ली येथे चर्चा केली. जिनांशी त्यांची बोलणी दोन तास चालली. त्यानंतर शिष्टमंडळाच्या सभासदांनी आंबेडकरांशी नव्वद मिनिटे चर्चा केली. नंतर त्या सभासदांनी पंडित नेहरूंशी चर्चा केली. इतर प्रमुख नेत्यांशीही त्यांनी चर्चा केली. शिष्टमंडळ भारतात चार आठवडे होते. त्यांपैकी काही दिवस त्यांनी दौरा काढला. काही ठिकाणी भेटी दिल्या. शिष्टमंडळ १० फेब्रुवारीला लंडनला परतले.

१३ जानेवारी १९४६ रोजी आंबेडकर मुंबईस आले. तेथून ते सोलापूरला गेले. तेथे सोलापूर नगरपालिका आणि जिल्हा मंडळ (लोकल बोर्ड) ह्यांनी त्यांना मानपत्र दिले. त्यांनी त्या संस्थांनी अस्पृश्य वर्गाच्या उद्धाराचे चांगले कार्य केल्याविषयी त्यांचे आभार मानले. आपल्या भाषणात आंबेडकर डॉ. वि. वि. मुळे यांचा मोठा भावनापूर्ण उल्लेख करून म्हणाले, 'डॉ. मुळे यांच्या सहकार्याने मी वीस वर्षांपूर्वी सार्वजनिक कार्यास आरंभ केला.' अस्पृश्य वर्गाकरिता सोलापूर येथे एक विद्यार्थिगृह चालविण्यात डॉ. मुळचे यांनी आंबेडकरांना साहाय्य केले होते. सोलापूरच्या प्रकट सभेत भाषण करताना त्यांनी प्रतिज्ञा केली की, 'जर शेड्यूल्ड कास्ट फेडरेशनचे उमेदवार निवडून आले नाहीत, तर मी काँग्रेसला शरण जाईन, पांढरी टोपी घालीन आणि काँग्रेसमध्ये जाईन.'

मुंबईस परत आल्यावर आंबेडकराना त्यांच्या शेड्यूल्ड कास्ट फेडरेशनने थैली अर्पण केली. सभेत तिकिटाने प्रवेश होता. त्या वेळी ते म्हणाले, 'आपण हिंदुस्थानचे नागरिक आहात हे सिद्ध करण्यासाठी अस्पृश्य वर्गाने आटोकाट प्रयत्न करावेत. अस्पृश्य वर्ग मुसलमानांप्रमाणे भूभाग तोडून मागत नाही, त्यांना समान हक्क पाहिजे आहेत. आश्रय नको. जर काँग्रेसला वाटत असेल की आमच्या मागण्या न्याय्य नाहीत तर ते प्रकरण निःस्पृह अशा जागतिक न्यायासनापुढे जाऊ द्या. आपण त्या न्यायासनाचा निर्णय मानायला तयार आहोत.'

आंबेडकरांच्या उपरोक्त भाषणाच्या पूर्वी काही दिवस अगोदर सरदार

वल्लभभाई यांचे भाषण झाले होते. तेव्हा ते म्हणाले होते की, 'अस्पृश्यतेचे उच्चाटन काँग्रेस मंत्रिमंडळे कायद्याच्या बळावर करतील. आंबेडकरांच्या अस्पृश्य जनतेच्या उत्कर्षाविषयी बाळगलेल्या आकांक्षा योग्य आहेत. परंतु त्यांचे मार्ग चुकीचे आहेत. पुणे करारामुळे अस्पृश्यांचा फायदा झाला, तरी आंबेडकर काँग्रेसला आणि गांधीजींना शिव्या देत आहेत.'

सरदार पटेलांच्या विरुद्ध अस्पृश्य वर्गातल्या लेखकांनी वृत्तपत्रांमध्ये एकच ओरड केली. आंबेडकरांची बाजू कशी बरोबर आहे आणि पुणे करार अस्पृश्यांच्या हिताला कसा बाधक ठरला आहे, हे त्यांनी सिद्ध करण्याचा प्रयत्न केला.

दिल्लीच्या कार्यालयात पंधरा दिवस काम करून, आंबेडकर आग्रा येथे १० मार्च रोजी संयुक्त प्रांत शेड्यूल्ड कास्ट फेडरेशनच्या अधिवेशनात उपस्थित राहिले. अध्यक्षपदी एन्. शिवराज होते. त्या वेळी आंबेडकर म्हणाले की, जर स्वराज्य ह्याचा अर्थ बहुसंख्य पक्षाने अल्पसंख्याक पक्षांच्या सहकार्याने नि संमतीने राज्य करणे असा होत असेल, तर स्वराज्य स्वागतार्ह आहे.

प्रांतिक विधिमंडळाच्या निवडणुका झाल्या. बाबासाहेबांनी आज्ञा केल्याप्रमाणे ते निष्ठावंत अस्पृश्य मतदार मतदानकेंद्रावर सर्व ठिकाणी पायीच गेले. भल्या पहाटेपासून ते रांगेत उभे राहिले. त्यांनी शेवटच्या मिनिटापर्यंत मतदान केले. परंतु काँग्रेसने आपल्या स्पृश्य हिंदूंच्या प्रचंड शक्तीने त्यांच्या इच्छुकांवर लीलेने मात केली. बाबासाहेबांच्या शेड्यूल्ड कास्ट फेडरेशनची धूळधाण झाली. स्पृश्य हिंदूंच्या सहकार्याकडे पूर्ण दुर्लक्ष आणि पक्षात संघटनेचा अभाव ह्या दोन कारणांमुळे त्यांनी सोलापूरला केलेली प्रतिज्ञा अशी बारगळली. ह्या तडाख्याने आंबेडकर दिङ्मूढ झाले. पुढारी म्हणून जी त्यांची प्रतिष्ठा होती तिला मोठा धक्का बसला. त्यामुळे तीव्र निराशेपायी त्यांचे कडवट मन पुन्हा जालीम उपायांचा शोध करू लागले. काँग्रेस, आंबेडकर आणि हिंदुसभा ह्या हिंदूंच्या मतांवर अवलंबून असणाऱ्या पक्षांचा पाडाव करू शकली. परंतु आपण मुसलमानांचेही प्रतिनिधित्व करतो ही काँग्रेसची शेखी पार छाटून टाकून मुसलमान मतदारांनी तिला चारी मुंडया चीत केले. तिच्या राष्ट्रवादाची प्रतिष्ठा मुसलमानांनी साफ रसातळास पोचविली ! जे काँग्रेसने आंबेडकरांचे केले तेच जिनांनी काँग्रेसचे केले.

देशगौरव सुभाषचंद्र बोस ह्यांच्या हिंदी राष्ट्रीय सैन्याने केलेला स्वातंत्र्याचा लढा, हिंदी नौदल आणि वायुदल ह्यांनी केलेली बंडे, यांमुळे इंग्रजांचे भारतीय साम्राज्य पुरे खिळखिळे झाले. हिंदी सैन्याला स्वातंत्र्याचा वेध लागला

होता, हे दिसून येत होते. हिंदी सैनिकांच्या हृदयात राष्ट्रवाद नि राजकारण यांनी पेट घेतला होता. ब्रिटिशांना कळून चुकले की, यापुढे भारत गुलामगिरीत ठेवणे अशक्य आहे. म्हणून ब्रिटनचे मुख्य प्रधान क्लेमंट ॲटली यांनी आपल्या १५ मार्चच्या घोषणेत हिंदुस्थानचा स्वातंत्र्यसंपादनाचा अधिकार मान्य केला. आणि ते म्हणाले, 'मग हिंदुस्थान ब्रिटिश राष्ट्रकुलात राहो किंवा त्यातून फुटून जावो.' ते पुढे म्हणाले, 'कोणत्याही अल्पसंख्य समाजाला बहुसंख्याकांची प्रगती थांबविण्याचा मनाई हक्क वापरता येणार नाही.'

ब्रिटिश सरकारने सर स्टॅफर्ड क्रिप्स, ए. व्ही. अलेक्झांडर आणि त्या वेळी भारतमंत्री असलेले लॉर्ड पेथिक लॉरेन्स अशा तीन मंत्र्यांचे एक शिष्टमंडळ भारतात पाठविले. शिष्टमंडळ २४ मार्च १९४६ रोजी नवी दिल्ली येथे पोचले. महाराज्यपालांच्या राजभवनात अनेक मुलाखती झाल्या. उच्च वर्तुळातील मुत्सद्यांनी विचारविनिमय केला. अगदी हळुवार मनाने मसलती केल्या. नेहरू, पटेल, गांधीजी, जिना, डॉ. मुकर्जी यांच्या त्या मंत्रित्रयाने मुलाखती घेतल्या. परंतु त्या राजकीय चर्चेचे वैशिष्ट्य असे होते की, काँग्रेसचे अध्यक्ष मौलाना आझाद हे काँग्रेसचे प्रतिनिधी, जिना मुस्लिम लीगचे प्रतिनिधी आणि भोपाळचे नबाब हिंदी संस्थानिकांचे प्रतिनिधी, अशा तीन मुसलमान नेत्यांनी त्या त्रयीशी प्रातिनिधिक बोलणी केली.

अशा या वातावरणामध्ये आंबेडकर नि मास्टर तारासिंग या अल्पसंख्याकांच्या प्रतिनिधींच्या मुलाखती त्यांनी ५ एप्रिल रोजी घेतल्या. निवडणुकीतील प्रतिकूल निर्णयाने आंबेडकरांची स्थिती फार केविलवाणी झाली होती. ते गुदमरले होते. शेड्यूल्ड कास्ट फेडरेशनचे एकमेव प्रतिनिधी म्हणून त्यांनी आपली बाजू शिष्टमंडळापुढे चातुर्याने मांडली. हिंदुस्थानच्या राजकीय प्रगतीला अस्पृश्य लोक अडथळा करीत आहेत, ह्या आरोपाचे त्यांनी निराकरण केले. शिष्टमंडळापुढे आपले निवेदन ठेवून त्यांनी हिंदी राज्यघटनेत आपले प्रतिनिधी निवडण्यासाठी अस्पृश्यांना स्वतंत्र मतदार संघ द्यावेत अशी मागणी केली. नवीन वसाहतीची आवश्यकता, त्यासाठी वसाहत-शासकाची नेमणूक, मध्यवर्ती नि प्रांतिक विधिमंडळात पुरेसे प्रतिनिधित्व, अस्पृश्यांना सरकारी नोकऱ्यांत राखीव जागा, सेवायोजना कार्यालयात प्रतिनिधित्व, अस्पृश्य वर्गातील विद्यार्थ्यांना विद्यार्जनासाठी भरपूर अनुदान, ह्या मागण्यांवर त्यांनी भर दिला. इतकेच नव्हे तर त्या मागण्यांचा राज्यघटनेत अंतर्भाव केला पाहिजे असा आग्रह धरला.

१६ मे रोजी, ब्रिटिश मंत्र्यांच्या शिष्टमंडळाने आपला निर्णय 'राजपत्रिका' (स्टेट पेपर) म्हणून प्रसिद्ध केला. त्यात तीन प्रांतिक संघांनी

जोडलेले असे एक दुबळे नि सामान्य संघराज्य, घटना समिति बनविण्याचा अधिकार आणि तात्पुरते सरकार ह्या मुख्य गोष्टी मांडल्या होत्या. आंबेडकरांच्या मागण्यांना वाटाण्याच्या अक्षता लावण्यात आल्या.

हिंदुस्थानात सार्वत्रिक निवडणुकांमध्ये यशस्वी झालेल्या भारतीय पक्षांचे सरकार स्थापावयाचे ठरविल्यामुळे आपल्या कार्यकारी मंडळाला आपण रजा देणार आहोत असे महाराज्यपाल लॉर्ड वेव्हेल यांनी कार्यकारी मंडळाला सांगितले. डॉ. आंबेडकर ह्यांनी दिल्ली सोडली. ते १९४६ सालच्या मे महिन्यात मुंबईस परतले.

२०

घटना-समिती मंत्रमुग्ध झाली

मुंबईस परत आल्यावर आंबेडकरांना तेथील वातावरण खळबळ, गडबड नि क्षोभ यांनी भरलेले आढळले. त्यांचे अनुयायी नि स्पृश्य हिंदू यांच्यामध्ये दंगेधोपे चालू होते. त्यांचा मुलगा चालवीत असलेले त्यांचे भारतभूषण मुद्रणालय त्या दंग्यात जाळून खाक करण्यात आले होते. त्यांना त्यांच्या मुंबई पक्षाचे कार्यवाह आणि इतर सभासद यांनी जे काही घडले होते त्याविषयी साद्यंत वृत्तान्त निवेदन केला. जूनच्या पहिल्या आठवड्यात त्यांनी आपल्या पक्षाच्या कार्यकारिणीची बैठक दादर येथील 'राजगृहा'त बोलाविली. कार्यकारिणीने १६ मे रोजी प्रसिद्ध झालेली ब्रिटिश शिष्टमंडळाची योजना अपायकारक आहे असे म्हणून तिचा धिक्कार केला. जर त्या योजनान्वये दलित वर्गावर केलेला अन्याय दूर केला नाही, तर अस्पृश्य वर्गाला सरळ प्रतिकाराचा मार्ग अवलंबावा लागेल असे घोषित केले. काँग्रेस गुंडांनी अस्पृश्य वर्गातील लोकांवर हल्ला केला आणि त्या दंग्यात आंबेडकरांचे मुद्रणालय जाळले याविषयी कार्यकारिणीने दुसरा एक ठराव करून निषेध केला. त्यानंतर आंबेडकर दिल्लीस परत गेले. 'काळजीवाहू सरकार' बनविण्याच्या गडबडीत महाराज्यपाल होते. तेव्हा कार्यकारिणीच्या सभासदांनी त्यांचा जून १९४६ च्या तिसऱ्या आठवड्यात निरोप घेतला. आंबेडकरांनी कर्तृत्ववान, कार्यक्षम आणि ध्येयनिष्ठ मजूरमंत्री म्हणून नाव मिळविले होते हे सांगावयास नकोच. त्यांच्याकडे मध्यवर्ती सरकारचे बांधकाम खातेही होते. हिंदुस्थानातील अनेक विमानतळ त्यांच्याच कारकिर्दीत बांधून झाले. त्यांची कार्यक्षमता पाहून त्या वेळच्या भारताच्या सेनापतींनी आश्चर्य व्यक्त केले.

नवभारताची मागणी करणाऱ्या आंबेडकरांनी नवभारत निर्मितीच्या शुभकार्यास आरंभ केला होता. त्यांनी डॉ. खोसला यांच्या सल्ल्याने 'दामोदर योजना' तयार केली होती. तिची एक छोटी प्रतिमा तयार करून घेतली होती. सिंधुसागर नि बंगालचा उपसागर जोडण्याची त्यांची मनीषा मात्र अपूर्ण राहिली. सिंधुसागराला मिळणारी एखादी मोठी नदी बंगालच्या उपसागराला मिळणाऱ्या

एखाद्या नदीला जोडावी अशी त्यांची भव्य योजना होती !

बाहेर राजकीय क्षेत्रात अनिश्चित असे वातावरण असता शिक्षणक्षेत्रात आंबेडकरांचे एक महान स्वप्न साकार झाले. ते स्वप्न साकार करण्यासाठी त्यांनी १३ सप्टेंबर १९४५ पासून धडपड चालविली होती. राजकारणातील धकाधकी, दौरे आणि गाठीभेटी यांच्या गर्दीतही त्यांनी ते स्वप्न साकार करण्यासाठी प्रचंड नि अखंड धडपड सुरू ठेवली होती. ते स्वप्न म्हणजे कनिष्ठ मध्यमवर्गीयांमध्ये आणि विशेषत: दलित वर्गामध्ये उच्च शिक्षणाचा प्रचार करण्याच्या उद्देशाने आधुनिक साहित्य आणि उत्तम शिक्षक वर्ग यांनी संपन्न असे एक महाविद्यालय सुरू करावयाचे हे होय. त्यांनी 'पीपल्स एज्युकेशन सोसायटी' ही शिक्षणसंस्था स्थापन करून तिच्या आधिपत्याखाली २० जून १९४६ रोजी सिद्धार्थ महाविद्यालय सुरू केले. आवश्यक तो निधी जमण्याबाबत स्नेही आणि हितचिंतक यांनी व्यक्त केलेली भीती खोटी ठरली. निधी जमविण्यात त्यांना यश आले. त्यांच्या व्यक्तिमत्त्वामुळे कर्तृत्ववान आणि कर्तव्यतत्पर असा नोकरवर्ग संस्थेकडे आकर्षिला गेला. भगवान गौतम बुद्धांची जी अनेक नावे आहेत त्यांपैकी सिद्धार्थ हे नाव प्रसिद्ध आहे. तेच त्यांनी आपल्या महाविद्यालयास दिले.

२५ जून रोजी जेव्हा आंबेडकर मुंबईस परतले तेव्हा बॉंबे सेन्ट्रल स्थानकावर त्यांचा भव्य सत्कार करण्यात आला. त्या वेळी ते म्हणाले, 'अस्पृश्य वर्गीयांनी न्यायासाठी आणि मानवी हक्कांसाठी लढा करावा. आपल्या हक्कांविरुद्ध जी कारस्थाने नि कट चालले आहेत ते उधळून लावण्यासाठी त्यांनी हातावर शिर घेऊन लढावे.' हे आवाहन त्यांनी अतिआवेशाने केले. ह्या वेळीच आपल्या हक्कांसाठी अस्पृश्यांनी झटले पाहिजे, त्यांचा निर्धार राज्यकर्त्यांना कळला पाहिजे याची आंबेडकरांना अत्यंत निकड वाटत होती. कारण त्यांना वाटे, स्वतंत्र भारत पुन्हा गतकालीन परंपरेकडे वळला तर आपला दलित वर्ग पुन्हा भुकेकंगाल होईल. त्याच्याकडे संपूर्ण दुर्लक्ष होईल. सरकारी नोकऱ्या आणि समाज यांतून त्याची पुन्हा उचलबांगडी होईल.

२९ जून रोजी 'काळजीवाहू' सरकार जाहीर झाले. इतर गोष्टी महाराज्यपालांना ठरवायला सांगून ब्रिटिश शिष्टमंडळ लंडनला परतले.

काँग्रेसच्या अखिल भारतीय समितीच्या मुंबईत होणाऱ्या बैठकीला विरोध करून दलित वर्गाने आपल्या लढ्यास आरंभ केला. काँग्रेस समितीच्या मंडपासमोर दलित वर्गाच्या नेत्यांनी नि कार्यकर्त्यांनी निदर्शने केली. काँग्रेस पक्ष आपले हक्क नि प्रतिनिधित्व यासंबंधी काय ठरविणार आहे, ह्याविषयी त्यांच्या निदर्शकांनी खुलासा मागितला. राजभोज यांनी पुण्यात गांधीजींची भेट घेऊन

त्यांना सांगितले की, काँग्रेस पक्षाचे हरिजन नेते हे दलित वर्गाचे खरे प्रतिनिधी नव्हेत. मुंबई विधिमंडळाचे पावसाळी अधिवेशन १५ जुलैला सुरू झाले. त्या दिवशी आंबेडकरांच्या अनुयायांनी सत्याग्रहाला पुण्यात आरंभ केला.

दलित वर्गाच्या वतीने प्रतिनिधित्व करण्याचा व गाऱ्हाणे मांडण्याचा हक्क काँग्रेसने बळकाविला म्हणून त्यांचा हा लढा काँग्रेसच्या विरुद्ध होता. स्वयंसेवकांचे जथे पुण्यात लोटू लागले. सभा नि मिरवणुका काढण्यास जिल्हा दंडाधिकाऱ्याने बंदी केली होती. ती मोडून त्यांनी सत्याग्रह केला. पुण्यातील विधिमंडळाच्या सभागृहासमोर एकामागून एक अनेक स्वयंसेवकांचे असे जथे पकडले गेले. लढा सुरू झाला त्या वेळी आंबेडकर मुंबईत होते. पुण्यास जाण्यापूर्वी त्यांनी १७ जुलैला वार्ताहरांना मुलाखत दिली. ब्रिटिश शिष्टमंडळाच्या योजनेविरुद्ध त्यांनी सत्याग्रह आरंभला होता. जरी सेनापतीला लढाईत भाग घेण्याची आवश्यकता नसली, तरी प्रसंग पडल्यास आपणही लढ्यात भाग घेऊन तुरुंगात जाऊ अशी त्यांनी घोषणा केली. आंबेडकरांच्या लढ्याला इतर पक्षांतील काही नेत्यांनी पाठिंबा दिला. परंतु गांधीजींच्या हरिजन सेवा संघाच्या कार्यवाहाने अशी धमकी दिली की, जर आंबेडकरांनी लढा मागे घेतला नाही तर प्रतिसत्याग्रह करू. आंबेडकरांच्या पक्षाने कानपूर आणि लखनौ येथे त्याच वेळी लढा सुरू केला.

प्रांतिक विधिमंडळांनी घटना-समितीवर जाणाऱ्या प्रतिनिधींची निवड केली. घटना-समिती ब्रिटिश शिष्टमंडळाच्या योजनेप्रमाणे दिल्ली येथे भरणार होती. काँग्रेस पक्षाने आपले सभासद निवडले. त्यांच्यापैकी बरेच सभासद त्यांना घटनाशास्त्राचे ज्ञान होते म्हणून निवडले नव्हते, तर त्यांनी काँग्रेसच्या लढ्यात तुरुंगवास भोगला होता म्हणून. मुंबई विधिमंडळात आंबेडकरांच्या पक्षाचे सभासद नव्हते. त्यामुळे बंगाल विधिमंडळातील दलित वर्गाच्या प्रतिनिधींनी घटना समितीसाठी आंबेडकरांचे नाव सुचविले. तेथे मुस्लीम लीगच्या पाठिंब्याने ते निवडून आले. जी गोष्ट पक्षांधतेमुळे काँग्रेसने केली नाही, ती महान गोष्ट मुस्लीम लीगने कृतज्ञतेने म्हणा किंवा स्वार्थी बुद्धीने म्हणा केली. एरवी लढाऊ अशा आपल्या जीवनात स्वत:चे सामर्थ्य, कर्तृत्व नि प्रभाव दाखविण्याची योग्य वेळ येताच, तत्त्वच्युती न करता, निर्माण झालेल्या परिस्थितीवर स्वार होण्याची संधी आंबेडकर वाया घालवीत नसत. एखादे महान कार्य घडवून आणण्यासाठी जे शत्रूशी संधी करतात ते संधिवेत्ते होते. आंबेडकर तसेच होते. त्यांची राजकीय दृष्टी तरतरीत असे. त्यांची आकलनशक्ती तर अचूक असे.

१९ जुलै १९४६ या दिवशी मुंबई प्रांताचे मुख्यमंत्री खेर यांनी दलित

वर्गाचा हा लढा कशासाठी पुकारलेला आहे हे आपणास माहीत नाही, अशी आपल्या गांधीधर्माला जागून घोषणा केली. आपल्या खोचक पद्धतीने ते म्हणाले, 'ब्रिटिश शिष्टमंडळाने त्यांच्या मागण्या मान्य केल्या नाहीत म्हणून शिष्टमंडळाच्या विरुद्ध त्यांचा लढा सुरू झाला आहे, की आंबेडकरांचा आणि त्यांच्या पक्षाचा गेल्या निवडणुकीमध्ये पराभव झाला म्हणून हा लढा सुरू झाला आहे, की वैफल्याच्या सामान्य भावनेमुळे झाला आहे, हे कळत नाही.'

सर्व आरोपांना नि धमक्यांना उत्तर देताना, वार्ताहरांना २१ जुलै रोजी दिलेल्या मुलाखतीत, आंबेडकर म्हणाले, 'ब्रिटिशांनी हिंदुस्थान सोडावयाचे ठरविले आहे. सत्ता स्पृश्य हिंदू नि मुसलमान ह्यांच्या हाती पडणार आहे. म्हणून आम्ही काँग्रेसला असे विचारीत आहोत की, तुम्ही या सहा कोटी दलित समाजाला नवीन घटनेप्रमाणे कोणते हक्क देणार याचा आराखडा प्रसिद्ध करा. अस्पृश्यांचे न्याय्य हक्क प्राप्त करून घेण्यासाठी सर्व हिंदुस्थानभर लढा सुरू होईल. त्याची ही केवळ नांदी पुण्यास होत आहे. पुण्याचा हा लढा फार उच्च नैतिक पातळीवरून चालला आहे. सर्व स्वयंसेवकांनी जी अहिंसा वृत्ती पाळली आहे ती आपल्याला सत्याग्रह शास्त्रातील 'प्राचार्य' समजणाऱ्या गांधीजींनासुद्धा आदर्श वाटेल.' पुणे कराराचा उल्लेख करून ते म्हणाले, 'तो करार रद्द झाला पाहिजे. ह्या करारामुळे दलित वर्गाचे खरे प्रतिनिधी निवडून येऊ शकत नाहीत. ह्यामुळे अस्पृश्य वर्गाचा मतदानाचा हक्क हिरावून घेतल्यासारखे झाले आहे. जर नैतिक मार्ग विफल ठरले, तर दलित वर्ग आपला निषेध नोंदविण्याचा अन्य मार्ग शोधून काढील.' आपल्या अनुयायांनी हा लढा तडीस नेला पाहिजे, असे पुण्यातील एका प्रकट सभेत त्यांनी सांगितले. काँग्रेसचे हरिजन नेते आंबेडकरांच्या झगड्यातून निर्माण होणारे फायदे उपटीत. परंतु काँग्रेसने आज्ञा देताच आंबेडकरांच्या चळवळीवर कृतघ्नपणे तुटून पडत. दलितांच्या मागण्यांना विरोध करणाऱ्यांना नेहमी पाठिंबा देत.

आंबेडकरांच्या ह्या लढ्याविषयी बोलताना गांधीजी आपल्या 'हरिजन'[१] साप्ताहिकामध्ये म्हणाले, 'आंबेडकरांनी घडवून आणलेल्या दिखाऊ सत्याग्रहात सत्याग्रहाची थट्टा आहे. जरी त्यांची साधने अहिंसक आहेत, तरी त्यांची कारणे स्पष्ट नाहीत.' एक पंधरवडाभर सत्याग्रह अखंडपणे चालला. त्याच्या दाबामुळे विधिमंडळाचे पुणे अधिवेशन बंद करावे लागले. काँग्रेस नेत्यांना आंबेडकरांशी तडजोड व्हावी अशी आवश्यकता वाटू लागली. ह्यास्तव मुंबई प्रांतिक काँग्रेसचे

---

१. Harijan, 4 August 1946.

नेते स. का. पाटील यांनी सिद्धार्थ महाविद्यालयात जाऊन आंबेडकरांची दि. २७ जुलैला भेट घेतली. तेथून ते दोघेजण नारायण मल्हार जोशी ह्यांना घेऊन सरदार वल्लभभाई पटेल यांना भेटले. पुणे सत्याग्रह नि घटना-समितीवरील प्रतिनिधित्व ह्यासंबंधी त्यांची सुमारे एक तासभर बोलणी झाली. त्यात तडजोड होऊ शकली नाही असे दिसते. नाहीतर ८ ऑगस्ट रोजी वर्धा येथे भरलेल्या काँग्रेसच्या अखिल भारतीय समितीच्या बैठकीपुढे भाऊराव गायकवाड आणि पां. न. राजभोज ह्यांसारख्या नेत्यांनी तेथे निदर्शने केली नसती.

त्यानंतर थोड्याच दिवसांनी आंबेडकरांनी सरदार पटेलांना पत्र लिहून कळविले की, 'मी स्वत: कुठल्याही व्यक्तीस देशापेक्षा मोठी मानीत नाही. मग ती व्यक्ती कितीही मोठी असो. एखादी व्यक्ती काँग्रेस पक्षाची अनुयायी नसतानाही मोठी राष्ट्रभक्त असू शकेल.' आपण काँग्रेसमधील कुठल्याही नेत्यापेक्षा महान देशभक्त आहोत असेही आंबेडकरांनी त्यात ठासून म्हटले होते.

ऑगस्ट २४ रोजी महाराज्यपालांच्या हंगामी मंत्रिमंडळातील मंत्र्यांची नावे घोषित करण्यात आली. त्यांत नेहरू, पटेल, आझाद, राजगोपालाचारी आणि शरश्चंद्र बोस यांच्याबरोबर बिहार प्रांतातील दलित समाजाचे नेते जगजीवन राम यांचेही नाव प्रसिद्ध झाले. मुस्लीम लीगने सहकार करण्याचे नाकारले. त्यामुळे मंत्रिमंडळात इतर मुसलमान नेत्यांची निवड झाली. त्यांच्यापैकी एकाला एका मुसलमान माथेफिरूने भोसकून घायाळ केले.

२४ ऑगस्ट रोजी आंबेडकर पुण्यात होते. त्यांच्या पक्षाच्या कार्यकारिणीची सभा राजकारणाचे सिंहावलोकन करीत होती. महाराज्यपालांच्या घोषणेने आंबेडकरांची आणि त्यांच्या पक्षाची दारुण निराशा झाली. अस्पृश्य वर्गाला मध्यवर्ती सरकारच्या नवीन मंत्रिमंडळात पुरेसे प्रतिनिधित्व न दिल्याविषयी त्यांनी अतिशय तीव्र नापसंती व्यक्त केली. जगजीवन राम यांचे मंत्रिमंडळातील नाव पाहून कार्यकारिणी आश्चर्यचकित झाली. कारण महाराज्यपालांच्या कार्यकारी मंडळामध्ये अस्पृश्य वर्गाला जास्त जागा मिळाव्या म्हणून जेव्हा आंबेडकरांनी ब्रिटिश पंतप्रधानांना तार केली होती तेव्हा जगजीवन राम यांनी त्यांना पाठिंबा दिला होता. जगजीवन राम यांनी कार्यकारी मंडळात पद स्वीकारू नये असा शेड्यूल्ड कास्ट फेडरेशनने ठराव करून तशी त्यांना विनंती केली. नवीन सरकार आदरास पात्र नसल्यामुळे ब्रिटिश सरकारने दिलेल्या बहुमानाच्या पदव्यांचा त्याग करावा असा कार्यकारिणीने दलितांना आदेश दिला. सप्टेंबरच्या पहिल्या आठवड्यात दलित संघाने कानपूर येथे लढा सुरू केला. थोडक्या काळात तो तीव्रतर होऊन आठ हजार स्वयंसेवक पकडले गेले. आंबेडकरांनी हे

जाणले की यापुढे निषेध खलिते नि निदर्शने यांनी काम भागणार नाही. त्यायोगे होणारी फलनिष्पत्ती मर्यादित असते. यास्तव आपण स्वत: ब्रिटनला जाऊन शेवटची धडपड करून काही बदल घडवून आणता आल्यास पाहावे. त्याप्रमाणे ते कराचीमार्गे १५ ऑक्टोबरला लंडनला निघाले. कराचीत वृत्तपत्रांच्या प्रतिनिधींनी त्यांची भेट घेतली असता, आपण लंडनला निघालो असल्याचे त्यांनी त्यांस सांगितले. परंतु आपल्या प्रवासहेतूबद्दल काहीही बोलण्याचे त्यांनी नाकारले. लंडनला पोहोचल्यावर तेथील वार्ताहरांकडे ते म्हणाले की, 'मजूर मंत्रिमंडळाने दलित वर्गाचा विश्वासघात केला आहे.' दिल्लीच्या मंत्रिमंडळात मुस्लीम लीगने २ ऑक्टोबरपासून प्रवेश केला होता. त्याविषयी विचारता ते स्पष्टपणे उद्गारले, 'एका देशाचा राज्यकारभार दोन राष्ट्रे चालवीत आहेत. हिंदुस्थानात यादवी सुरू झाली आहे. हिंदुस्थानात १९३५ च्या कायद्याप्रमाणे राज्यकारभार सुरू करून, दहा वर्षांनी अखंड हिंदुस्थानचे राज्य हिंदुस्थानातील पक्षांच्या स्वाधीन करावे.' असे त्यांनी ब्रिटिश सरकारला सुचविले.

लंडनमध्ये आपले निवेदन छापून त्यांनी प्रत्येक पक्षाच्या श्रेष्ठींना गाठले. 'अस्पृश्यांना इस्लाम धर्म स्वीकारण्यास आपण सुचविले आहे किंवा कसे ?' असे रॉयटरच्या प्रतिनिधीने त्यांना विचारले असता, ते म्हणाले, 'छे, छे, तसा सल्ला मी त्यांना दिलेला नाही.'

अस्पृश्य समाजाची स्थिती त्रिशंकू राजासारखी झाली. त्रिशंकूप्रमाणे अस्पृश्य समाजाला ब्रिटिश देवांनी खाली लोटून दिले. आता विश्वामित्राप्रमाणे आंबेडकर त्यांना तारण्यासाठी धडपड करीत होते. परंतु त्या दारुण निराशेला तोंड देता देता त्यांचा जीव मेटाकुटीला आला. सर्व आयुष्यभर केलेले कार्य आता वाया जाणार की काय अशी त्यांना भीती वाटली. त्यांना एकच प्रश्न सारखा भेडसावीत होता. दलित वर्गास मंत्रिमंडळात नि विधिमंडळात पुरेसे प्रतिनिधित्व मिळणार की नाही ? तो हेतू साध्य करून घेण्यासाठी ते जिवापाड कष्ट करीत होते. आपण निराश झालो आहोत अशी त्यांनी कबुली दिली. त्यांच्या स्नेह्यांना त्यांच्या ढासळलेल्या प्रकृतीची चिंता वाटू लागली होती. एका गोष्टीमुळे त्यांच्यावरील आघाताचा जोर कमी झाला होता. आंबेडकरांच्या पक्षाचे जोगेंद्र मंडल यांना मुस्लीम लीगने आपल्यासंगे हंगामी मंत्रिमंडळात घेतले. दलित वर्गाच्या आता एकाऐवजी दोन जागा हंगामी मंत्रिमंडळात झाल्या.

हिंदुस्थानशी राजकीय दृष्ट्या संलग्न असलेल्या इंग्लंडमधील राजकारणी पुरुषांशी ३१ ऑक्टोबरला आंबेडकरांनी चर्चा केली. ब्रिटनचे मुख्य प्रधान ॲटली आणि भारतमंत्री या दोघांशी त्यांनी चर्चा केली. एके काळचे भारतमंत्री लॉर्ड

टेंपलवुड म्हणून पूर्वीचे सर सॅम्युअल होअर यांच्याशी त्यांनी विचारविनिमय केला. लोकसभेतील हुजूर पक्षाच्या हिंदी समितीची एक बैठक त्यांनी भरविली. त्या बैठकीस मजूर पक्षाच्या लोकसभेचे सभासद उपस्थित होते. वृत्तपत्रांना ही बैठक खुली नव्हती. आंबेडकरांनी त्यांना आकडेवार माहिती दिली. सर्व गोष्टी त्यांच्यापुढे मांडल्या. सत्य परिस्थिती कथन केली. तथापि, तोंडदेखली वरवरची सहानुभूती दाखविण्यापलीकडे त्यांजकडून काहीच घडले नाही. आंबेडकरांच्या भाषणात मजूरपक्षीय सभासदांनी मधूनमधून बारकाईने प्रश्न विचारून अडथळा केला. त्यावरून त्यांचा सूर निराळ्या दिशेने वाहत होता असे दिसते. जातीय प्रश्न पुन्हा उकरून काढण्याची त्यांची मनीषा नव्हती. बदललेल्या परिस्थितीशी मिळतेजुळते घेऊन घटना समितीत काही करता आल्यास पाहावे, असा त्यांनी आंबेडकरांना सल्ला दिला. अशा ह्या निरुत्साही अन् खचलेल्या मन:स्थितीत त्यांना भारतास परत फिरावे लागले.

मुंबईस आल्यावर आंबेडकरांनी ग्लोब वृत्तपत्र संस्थेस दिलेल्या एका मुलाखतीत सांगितले की, 'अस्पृश्य समाज हिंदू समाजामध्ये एकजीव होईल, अशी आशा करणे व्यर्थ आहे. आंतरजातीय विवाह आणि एकत्र अन्नपान या खऱ्या तत्त्वावर तो समाज एकजीव व्हायला तयार आहे. परंतु त्या प्रश्नाची दुसरी बाजू अशी आहे की, जर अस्पृश्य वर्गाचा सामाजिक दर्जा स्पृश्य हिंदूंच्या बरोबरीचा झाला तर हिंदू समाजाशी एकजीव होणे त्याला सुलभ होईल.' कालेकरून हिंदू समाज कदाचित सुधारेल आणि अस्पृश्य वर्ग त्याच्याशी एकजीव होईल, अशी अंधुक आशा त्यांनी व्यक्त केली. तोपर्यंत मात्र अस्पृश्य समाजाने आहे तसेच वेगळे राहावे. कारण एका समाजातून दुसऱ्या समाजात मनुष्यांना नेऊन बसविणे ही गोष्ट तितकी सोपी नाही. अस्पृश्य समाजाने ख्रिश्चन धर्म स्वीकारावा ह्या रे. लिव्हिंगूस्टन यांच्या सूचनेचा उल्लेख करून ते म्हणाले, 'ख्रिश्चन आणि ख्रिश्चनेतर समाजांमध्ये धर्म ही एक वारशाची बाब मानली आहे. ख्रिश्चन आपल्या बापाच्या वतनाप्रमाणेच त्यांच्या धर्माचाही वारसा घेत असतो. ख्रिश्चन धर्माची दुसऱ्या धर्माशी तुलना करण्याचा विचार त्याला कधी शिवत नाही. ख्रिश्चन धर्माच्या आध्यात्मिक मूल्यांविषयी आपले स्वत:चे तो मत बनवीत नाही.'

ह्याच समयास आंबेडकरांचा 'शूद्र पूर्वी कोण होते ?' (हू वेअर दि शूद्राज ?) हा ग्रंथ प्रसिद्ध झाला. महात्मा जोतीराव फुले यांना तो ग्रंथ अर्पण केलेला आहे. भारतातील महान समाजसुधारकांपैकी महात्मा फुले हे एक होत, अशी आंबेडकरांची धारणा होती. ग्रंथ मोठा विद्वत्ताप्रचुर आहे. त्यावरून ग्रंथकाराची अफाट व्यासंगाची आणि संशोधनाची कल्पना येते. एकामागून एक

पुराव्यांची साखळी तयार करून प्रत्येक मुद्याची सूक्ष्म मीमांसा करण्याची ग्रंथकाराची हातोटी अप्रतिम आहे. शूद्र हे पूर्वी क्षत्रिय होते हा ग्रंथाचा प्रतिपाद्य विषय आहे. पूर्व काळात त्यांना दास नि दस्यू म्हणत. सूर्यवंशांपैकी तो एक समाज होता. त्यांचा ब्राह्मणांशी संघर्ष झाल्यामुळे समाजातील त्यांचा दर्जा कमी झाला. कारण ब्राह्मणांनी त्यांचे मौंजीबंधने करण्याचे नाकारले. त्यामुळे त्यांना चौथा वर्ण असे अभिधान देण्यात आले. त्यापूर्वी ब्राह्मण, क्षत्रिय नि वैश्य असे तीनच वर्ण होते.

नोव्हेंबरच्या तिसऱ्या आठवड्यात हंगामी मंत्रिमंडळातील विधिमंत्री जोगेंद्र मंडल ह्यांनी मुंबईस भेट दिली. 'आंबेडकरांनी लंडनमध्ये जी खटपट केली ती पाहून आपणांस समाधान झाले. हंगामी मंत्रिमंडळातील आपल्या प्रवेशाला आंबेडकरांचा पूर्ण पाठिंबा आहे,' असे त्यांनी मुलाखतीत वार्ताहरांजवळ उद्गार काढले.

९ डिसेंबर रोजी डॉ. सच्चिदानंद सिंह यांच्या अध्यक्षतेखाली घटना समिती भरली. त्यांची त्या जागी तात्पुरती नेमणूक झालेली होती. मुस्लीम लीग नेत्यांनी घटना-समितीवर बहिष्कार टाकला होता. घटना समितीने डॉ. राजेंद्रप्रसादांची अध्यक्षस्थानी निवड केली. कामकाजासंबंधी नियम करण्यासंबंधी एक समिती नेमण्यात आली. पंडित जवाहरलाल नेहरू यांनी घटना-समितीचे उद्देश व साध्य स्पष्ट करणारा ठराव १३ डिसेंबरला एक अपूर्व असे भाषण करून मांडला. सर्वसाधारणपणे नेहरू हे चांगले वक्ते. त्यात आणखी ते पडले एक स्वप्नाळू, तळमळीचे ध्येयवादी नेते. राष्ट्राच्या जीवनातील दिव्य अशा समयी आणि आपल्या आयुष्यातील अलौकिक अशा प्रसंगी नेहरूंच्या प्रतिभेने नि प्रज्ञेने कल्पनेच्या विश्वात गरुडभरारी मारली. त्यांनी भारत आता स्वतंत्र, सार्वभौम प्रजासत्ताक झाल्याची घोषणा केली. राजर्षी टंडन यांनी परिणामकारक भाषण करून नेहरूंच्या ठरावास पाठिंबा दिला. भारतातील एक थोर विधिज्ञ डॉ. मुकुंदराव जयकर यांनी आपल्या शांतताप्रिय नि मध्यममार्गी वृत्तीस शोभेल अशी नेहरूंच्या ह्या ठरावाला एक दुरुस्ती सुचविली. मुस्लीम लीग नि हिंदी संस्थानिक यांचे प्रतिनिधी घटना-समितीत येईपर्यंत हा उद्देश आणि साध्य यांचा ठराव संमत करू नये, अशी त्यांनी सूचना मांडली. ही दुरुस्ती त्यांनी मुस्लीम लीगपुढे लोटांगण घालण्याच्या काँग्रेसच्या नि नेहरूंच्या प्रवृत्तीला अनुसरून सुचविली असावी. काँग्रेस नि सरकार या दोन पक्षांमध्ये तडजोड करण्याचे कार्य काही वेळा डॉ. जयकरांनी केले होते. परंतु या वेळी त्यांचा पवित्रा चुकला. समयाला न शोभणारे भाषण अपमानाला पात्र ठरते. जयकरांचे ते शांतिपर्व

केव्हाच इतिहासजमा झाले होते. काळ मात्र घटना समितीच्या कानाकोपऱ्यातून निषेधरूपाने उभा राहिला होता. मोहक नि विख्यात वक्ते जयकर यांची मृदू नि सुमधुर वाणी घटनासमितीत पुन्हा ऐकू आली नाही.

सरदार पटेल यांनी जयकरांच्या सूचनेवर कडाडून हल्ला केला. एम्. आर. मसानी यांनी स्वत:स लोकशाही समाजवादी मानून नेहरूंच्या ठरावास पाठिंबा दिला. फ्रँक अँथनी यांनी ठरावातील पवित्र ध्येय मान्य करूनही जयकरांच्या सूचनेला कायद्याच्या नि तांत्रिक दृष्टीने पाठिंबा दिला. हिंदुमहासभेचे डॉ. शामाप्रसाद मुकर्जी म्हणाले, की ठराव पुढे ढकलण्यात काही अर्थ नाही. तसे करणे म्हणजे लीगला बाहेर राहून प्रगतीला अडथळा करण्यास उत्तेजन देण्यासारखे होईल, अशी त्यांनी भीती व्यक्त केली.

इतक्यात घटना-समितीच्या अध्यक्षांनी अचानकपणे एका सभासदाचे नाव पुकारून त्यांना बोलावयास सांगितले. त्यासरशी एक मोठ्या डोक्याची, खंबीर हनुवटीची, लंबवर्तुळाकार, गंभीर नि तेजस्वी चर्येची आणि उत्तम पोषाखातील भरदार व्यक्ती जयकरांच्या सूचनेला पाठिंबा देण्यास उभी राहिली. ती व्यक्ती म्हणजे डॉ. भीमराव आंबेडकर. ते काँग्रेसचे कट्टर विरोधक. त्यांनी काँग्रेसच्या मतप्रणालीची नि नेत्यांची जाहीर नि खासगी रीत्या अनेक वेळा टर उडविली होती. साहजिकच घटना-समितीवरील सर्व सभासदांच्या नजरा त्या वक्त्याकडे खेचल्या गेल्या. आंबेडकरांनी सर्व सभासदांवर आपली नजर एकदा फिरविली. प्रत्येक सभासदाला वाटले की जयकरांच्या ठरावाला पाठिंबा देऊन जयकरांबरोबरच आंबेडकरही आपली पत-प्रतिष्ठा घालवून बसणार. काँग्रेसचे नेते हे राष्ट्रातील कर्तुमकर्तुमन्यथा कर्तुमशक्तीचे प्रतीक. त्यांच्याविरुद्ध बोलणे म्हणजे स्वत:च्या लौकिक जीवनाची इतिश्री करून घेण्यासारखे होते. काँग्रेसचे सभासद आपल्या कट्टर शत्रूला पाणी पाजावयास आतुर झाले होते.

राष्ट्रातील महान नेते आपल्या अवती-भवती बसलेले आहेत याची आंबेडकरांना जाणीव होती. त्यांच्या विरोधकांनी त्यांच्याविषयी अनेक गोष्टी ऐकल्या होत्या. प्रत्यक्ष भाषण ऐकण्याचा तो पहिलाच प्रसंग होता. आंबेडकरांनी गंभीर स्वरात अन् वक्तृत्वपूर्ण भाषेत आपल्या भाषणास मोठ्या आत्मविश्वासाने सुरुवात केली. ते म्हणाले, 'पंडित नेहरूंच्या ठरावाचा पहिला भाग निर्विवाद आहे. घटना समितीचा उद्देश नि साध्य प्रकट करणाऱ्या त्यांच्या ठरावाचा तो भाग जरी पांडित्यप्रचुर आणि आपल्या हक्कांचे प्रतिपादन करीत असला आणि ज्यांना आज अन्याय होत आहे त्यांना त्याचे निवारण कसे करावे हे तो सांगत नसला, तरी तो वादग्रस्त खास नाही.'

काँग्रेसपक्षीय सभासद स्तब्ध झाले. सभागृहाची मन:स्थिती ओळखून बाबासाहेबांनी झटकन् मुद्यास हात घातला. ते म्हणाले, ‘आज आपण राजकीय, सामाजिक आणि आर्थिक दृष्ट्या दुभंगलेलो आहोत, याची मला जाणीव आहे. आपण विरोधी छावण्या करून आहोत आणि मीही कदाचित युद्धाची छावणी ठोकून राहिलेल्या एका जमातीचा नेता आहे. परंतु असे असले तरी माझी पूर्ण खात्री आहे की, परिस्थिती नि काळ येताच, आपल्या एकीस कोणतीही गोष्ट अडथळा करू शकणार नाही. जरी जाती नि पंथ अनेक असले तरी आपण एकराष्ट्र होऊ याविषयी माझ्या मनात संदेह नाही. जरी मुस्लीम लीग हिंदुस्थानच्या फाळणीसाठी चळवळ करीत आहे, तरी एखाद्या दिवशी त्यांच्या मनावर प्रकाश पडून अखंड हिंदुस्थान सर्वांसाठी अधिक हितकर आहे असे त्यांना वाटावयास लागेल असे म्हणावयास मला संदेह वाटत नाही.’

बलवान अशी मध्यवर्ती सत्ता दुबळी करण्यास काँग्रेस नेत्यांनीच संमती दिल्याविषयी काँग्रेस नेत्यांना आंबेडकरांनी दोष दिला. ते म्हणाले, ‘सभागृहास असला हा ठराव संमत करण्याचा अधिकार आहे किंवा कसे हा माझा प्रश्न नाही. तसा अधिकार या सभागृहाला असेलही.’ आपल्या तेजस्वी नयनांनी न्याहाळीत ते पुढे म्हणाले, ‘मी तुम्हांस प्रश्न विचारीत आहे तो हा की, असे करणे दूरदर्शीपणाचे आहे काय ? असे करणे शहाणपणाचे आहे काय ? सत्ता ही गोष्ट वेगळी अन् शहाणपणा नि दूरदर्शीपणा ही गोष्ट वेगळी. काँग्रेस सभासदांनी समेट घडवून आणण्याचा पुन्हा एकदा प्रयत्न करावा. राष्ट्राचे भवितव्य ठरविताना नेते, व्यक्ती किंवा राजकीय पक्ष यांच्या प्रतिष्ठेला महत्त्व देण्यात येऊ नये.’ ह्या कळकळीच्या आवाहनाचा सभागृहाच्या मनावर हळूहळू परिणाम होत होता.

भाषणाच्या शेवटी आवर्जून आंबेडकर म्हणाले, ‘तीन मार्गांनी हा प्रश्न सोडविता येईल. एका पक्षाने दुसऱ्या पक्षाला कायमचे शरण जाणे हा पहिला. संधीविषयी बोलणी करून संधी करणे हा दुसरा. तिसरा मार्ग युद्धाचा. युद्धाची कल्पनाच माझा थरकाप करून सोडते हे मान्य करतो. हे युद्ध मुसलमानांविरुद्ध किंवा त्यातल्या त्यात वाईट म्हणजे ब्रिटिश आणि मुसलमान या जोडगोळीच्या विरुद्ध होण्याचा संभव आहे.’ असा त्यांनी इशारा दिला. आणि अमेरिकेशी तडजोड करा म्हणणाऱ्या बर्कच्या भाषणातील एक उतारा उद्‌धृत करून आपल्या आवेशयुक्त भाषणात ते म्हणाले, ‘जर तुम्हांला असे वाटत असेल की, हा प्रश्न युद्धाने सुटेल किंवा मुसलमानांना जिंकून त्यांना पसंत नसलेल्या घटनेला शरण जावयास भाग पाडू, तर हा देश मुसलमानांना जिंकण्यासाठी सतत युद्धामध्ये गुंतेल. बर्कने म्हटल्याप्रमाणे सत्ता देणे एक वेळ सोपे असते, परंतु शहाणपण देणे

कठीण आहे. आपल्याबरोबर देशातील सर्व वर्गांना नेण्याची आणि अंती एकी होईल असा मार्ग स्वीकारण्याची आपल्या अंगी ताकद नि शहाणपणा आहे हे आमच्या वागणुकीने आपल्या प्रत्ययास आणू या.'

आंबेडकरांचे हे भाषण इतके कळकळीने ओतप्रोत भरलेले होते की, त्याचा घटना-समितीवर उत्कृष्ट परिणाम झाला. त्यांचे भाषण होत असताना काँग्रेस सभासदांनी मधून मधून त्यांना टाळ्यांनी साथ दिली. डॉ. जयकरांच्या भाषणाचा विषय तोच असतानासुद्धा त्या भाषणाने सभासदांच्या मनात चीड निर्माण झाली. आंबेडकरांच्या प्रभावी वक्तृत्वामुळे त्यांच्या मनात सहकाराची भावना निर्माण झाली. आणि जे हात त्यांना मारण्यासाठी उगारले गेले होते, तेच हात टाळ्या वाजवून आंबेडकरांचे आता अभिनंदन करू लागले. आंबेडकरांच्या रोमहर्षक जीवनातील संस्मरणीय असा तो समरप्रसंग आणि दिवस. निंदक म्हणून गणले गेलेले आंबेडकर आता घटना-समितीचे सल्लागार बनले. त्यांचा उपहास करणारे लोक त्यांचे आता मित्र बनले होते. त्यांनी काँग्रेस सभासदांना अगदी भारून टाकले होते. वक्त्याच्या जीवनाला कलाटणी देणारी आणि सभा जिंकणारी अशी भाषणे गतकालात क्वचितच झाली असतील. त्या नेहरू ठरावावरील विचारविनिमय पुढे ढकलण्यात आला. शेवटी २० जानेवारी १९४७ रोजी तो ठराव संमत करण्यात आला.

नुकत्याच स्थापलेल्या पीपल्स एज्युकेशन सोसायटीच्या कामाची घडी नीट बसविण्यासाठी आंबेडकर लगोलग मुंबईस परतले. त्यांचे अनुयायी आणि काँग्रेसचे पक्षपाती लोक यांच्यातील तेढ अद्याप कमी झाली नव्हती. जानेवारीच्या पूर्वार्धात देवरूखकर नावाच्या मुंबईतील दलित वर्गाच्या नेत्याला भोसकून ठार मारण्यात आले. सिद्धार्थ महाविद्यालयामध्ये आंबेडकरांना कोणीतरी म्हटले की 'राजगृहा'च्या अवती-भवती गुंड फेऱ्या मारीत आहेत; तरी त्यांनी तेथे जाऊन आपला जीव धोक्यात टाकू नये. त्याबरोबर त्यांच्या अंगावर ओरडून बाबासाहेब आंबेडकर म्हणाले, 'पुत्र, पुतण्या आणि प्राणांपेक्षा प्रिय असलेले माझे ग्रंथालय धोक्यात टाकून केवळ आपला जीव वाचविण्यासाठी तेथे न जाण्याचा भेकडपणा मी करणार नाही. बेहेत्तर मला तेथे मरण आले तर.' ते मोठा धोका पत्करूनही ताबडतोब 'राजगृहा'त राहावयास गेले. २७ फेब्रुवारी १९४७ रोजी देवळाली येथे लष्करी न्यायालयापुढे काही सैनिक-आरोपींच्या खटल्यामध्ये बचावाचे भाषण करावयास बाबासाहेब आंबेडकर गेले. आरोपी बिहारमधील अस्पृश्यवर्गीय होते. त्यांनी त्यांच्या बचावाचे भाषण केले. त्या खटल्यात त्यांना बॅरिस्टर म. बा. समर्थ, गं. ज. माने आणि पुं. तु. बोऱ्हाळे यांनी साहाय्य केले.

मध्यंतरी ब्रिटिश सरकारने जून १९४८ पर्यंत ब्रिटिश भारताची सत्ता कोणत्याही प्रकारचे एक मध्यवर्ती सरकार बनवून त्याच्या स्वाधीन करणार किंवा प्रांतिक सरकारच्या स्वाधीन करणार अशी घोषणा केली. मुसलमानांची कड घेण्यात आपल्या एकुलत्या एका डोळ्याचा अधिकात अधिक उपयोग करणाऱ्या महाराज्यपाल लॉर्ड वेव्हेल यांना ब्रिटिश मजूर मंत्रिमंडळाने माघारी बोलाविले.

घटना-समितीच्या ऐरणीवर घडल्या जाणाऱ्या घटनेचा घाट कसा असावा याविषयी आपले विचार स्पष्टपणे मांडण्याची हीच वेळ आहे, असे काळाची गती नि पावले ओळखणाऱ्या आंबेडकरांनी हेरले. त्यांनी घटनेचा एक खर्डा तयार केला त्यात अस्पृश्य समाजाला जेथे राखीव जागा ठेवल्या जातील तेथेच फक्त स्वतंत्र मतदार संघ असावेत, अन्य ठिकाणी संयुक्त मतदार संघ असावेत अशी त्यांत मागणी केली.

ती घटना 'राज्ये नि अल्पसंख्याक' (स्टेट्स् ॲन्ड मायनॉरिटीज) या नावाने प्रसिद्ध केली. ती घटना भारतीय संघराज्यासाठी त्यांनी तयार केलेली होती. ती अत्यंत मनोवेधक व उद्‌बोधक असल्यामुळे डॉ. आंबेडकरांचे राजकीय तत्त्वज्ञान म्हणून तिचा सारांश खाली दिला आहे.

आंबेडकरांच्या मते लोकशाही म्हणजे मुख्यत: समाजाची एक रचना आहे. त्यात दोन गोष्टी अगदी स्पष्टपणे अभिप्रेत आहेत. पहिली गोष्ट म्हणजे मनाची वृत्ती. ही वृत्ती समाजाच्या इतर घटकांकडे समतेने आणि आदराने पाहण्याची असली पाहिजे. दुसरी गोष्ट म्हणजे सामाजिक रचनेत कडक बंधने नसावीत. नाहीतर लोकशाही अपूर्ण ठरते. अलगपणा नि एकलकोंडेपणा ही लोकशाहीशी विसंगत आहेत. कारण त्यांची परिणती विशेष हक्क असलेले आणि कोणतेच हक्क नसलेले, सत्ताधारी मूठभर व असहाय्य अन् सत्ताहीन बहुत, अशा व्यवस्थेत होते. अशी समाजरचना लोकशाहीशी विसंगत असते.[१]

लोकशाही समाजव्यवस्थेने प्रत्येक नागरिकाला उसंतीच्या जीवनाची हमी दिली पाहिजे. म्हणून लोकशाहीवर्धक समाजव्यवस्थेची घोषणा 'यंत्रे, अधिकाधिक यंत्रे आणि सुधारणा' अशी असली पाहिजे. यंत्रयुगाचे आंबेडकर स्वागत करतात. यंत्रे आणि आधुनिक सुधारणा यांमुळे पुष्कळ दु:खे निर्माण झालेली आहेत, ही गोष्ट मान्य केली पाहिजे. परंतु त्यांच्याविरुद्ध हे समर्थन होऊ शकत नाही. त्या दु:खांना सदोष समाजरचना कारण झालेली आहे. कारण त्या समाजरचनेत खाजगी मालमत्तेचा वैयक्तिक नफ्यासाठी उपयोग करणे हे अत्यंत

---

१. Ambedkar, Dr. B. R., Ranade, Gandhi and Jinnah, pp. 36-37.

पवित्र गणले जाते. जर यंत्ररचनेने नि सुधारणेने प्रत्येक व्यक्तीला फायदा झाला नाही तर त्या दोहोंचा धिक्कार करणे हा उपाय नव्हे. समाजरचनेत असा फरक घडवून आणला पाहिजे की, यंत्ररचना नि सुधारणा यांपासून होणारे फायदे हे मूठभर व्यक्तींना न मिळता सर्वांना मिळतील.

प्राणिमात्राच्या जगामध्ये मनुष्यास अत्यंत महत्त्व आहे. पशुजीवनाचे अंतिम साध्य म्हणजे त्यांच्या शारीरिक वासनांची तृप्ती. मनुष्याने आपले मन पूर्ण सुसंस्कृत केल्याशिवाय जीवनाचे ध्येय सफल होत नाही. थोडक्यात मनुष्य आणि पशू यांच्यातले अंतर म्हणजे संस्कृती. म्हणून मानवी समाजाचे ध्येय मनुष्याला सुसंस्कृत जीवन जगण्यासाठी समर्थ करणे हे असले पाहिजे. याचाच अर्थ असा की, मानवी मनाचे संस्कृतीकरण; शारीरिक वासनातृप्ती नव्हे. सुसंस्कृत जीवन जगण्यासाठी मनुष्याला मोकळा वेळ पाहिजे. तसेच मनुष्याच्या गरजा भागविण्याला आवश्यक अशा वस्तू निर्माण करण्याचे साधन शोधून काढल्याशिवाय मनुष्याचे कष्ट कमी होणार नाहीत व त्याला विश्रांतीचे क्षण लाभणे शक्य नाही. यंत्राने[१] मनुष्याची जागा घेतल्याविना हे शक्य नाही. म्हणूनच आंबेडकरांनी यंत्रयुगाचा द्वेष करणाऱ्या गांधीवादाला विरोध केला. गांधीवाद स्वीकारला तर सामान्य माणसाचा नाश झालाच म्हणून समजावे. कारण गांधीवादाला आर्थिक समतेविषयी मुळीच तळमळ वाटत नाही, असे त्यांचे ठाम मत होते.

'इति मार्क्स आणि एन्गल्स' असे उठताबसता घोषणा करणाऱ्या पोथिनिष्ठ मार्क्सवाद्यांचा आंबेडकरांना राग येई. आंबेडकरांना नवीन कल्पना, नवीन दृष्टिकोन आवडत. परंतु त्यांचे म्हणणे असे की लेखणीच्या एका फटकाऱ्याने कोणीही ध्येयाची प्रत्यक्ष सृष्टी निर्माण करू शकत नाही. समाज सतत प्रयोगशील मन:स्थितीत असावा. मार्क्सचे[२] तत्त्वज्ञान हे जीवनाच्या खालच्या अवस्थेची तृप्तता करणारे आहे. ते मार्गदर्शक आहे. तो संप्रदाय नव्हे. रशियन साम्यवाद हे एक थोतांड[३] आहे, असे त्यांनी म्हटले आहे.

राज्यशासित समाजवादावर त्यांचा विश्वास होता. राज्यशासित समाजवाद (स्टेट सोशॅलिझम) देशाच्या जलद औद्योगिकीकरणाला आवश्यक आहे. खासगी औद्योगिक साहसे ते घडवून आणण्यास असमर्थ असतात. तसे

---

१. Ambedkar, Dr. B. R., What Congress and Gandhi Have Done to the Untouchables ?, pp. 283-84.

२. देसाई, ह. वि., मोठ्यांच्या मुलाखती, पृ. २६.

३. नवयुग आंबेडकर विशेषांक, १३ एप्रिल १९४७.

कदाचित घडून आले तरी युरोपमध्ये खासगी भांडवलदारीने ज्या प्रकारची आर्थिक असमानता निर्माण केली आहे त्या प्रकारची असमानता येथे निर्माण होईल. भारतीयांनी हा धोका लक्षात घेतला पाहिजे. जमिनीच्या एकत्रीकरणाने किंवा कूळ कायद्याने सहा कोटी अस्पृश्यांचे काहीही कल्याण होणार नाही. कारण ते भूमिहीन आहेत. फक्त सामुदायिक शेतीच त्यांना हितावह ठरेल.

मूलभूत उद्योगधंदे सरकारच्या मालकीचे असले पाहिजेत, असे सांगून ते म्हणतात, 'विमा योजना ही सरकारच्याच अधिकारातील बाब व्हायला हवी. शेतकीचा उद्योग हा सरकारी व्हायला हवा. जमीन सरकारच्या मालकीची होईल आणि ती ग्रामस्थांना जातपातनिरपेक्ष बुद्धीने भाडेपट्ट्याने दिली जाईल. असे घडले म्हणजे कोणी जमीनदार नाही, कोणी कूळ नाही, कोणी भूमिहीन नाही, असे होईल.'

यासाठी आंबेडकरांना घटनेच्या द्वारे राज्यशासित समाजवाद स्थापावयाचा होता. कारण कायद्याने किंवा मंत्रिमंडळाच्या आज्ञेने या मूलभूत तत्त्वांत काहीएक फरक होणार नाही. राज्यशासित समाजवाद लोकशाहीवर्धक साधनांनी प्रत्यक्ष कृतीत आणला पाहिजे. लोकशाही हीच पद्धत स्वतंत्र समाजाला योग्य अशी आहे. याच पद्धतीने तिहेरी हेतू साध्य होतील. ते म्हणजे समाजवादाची स्थापना होईल, संसदीय पद्धत टिकून राहील, आणि हुकूमशाही टळेल.

जर लोकशाही 'सर्व मनुष्ये समान अन् मूल्येही समान' हे तत्त्व पाळणार असेल, तर राज्यघटनेच्या नियमांनी केवळ रचनेचे स्वरूप आणि आकार कसे असावेत हे ठरवून भागणार नाही, तर समाजाच्या आर्थिक रचनेचे स्वरूप नि आकार ठरविले पाहिजेत.

तथापि, आंबेडकरांचे मत हिंदी समाजवाद्यांच्या मतांशी जुळते नाही. त्यांनी हिंदी समाजवाद्यांचे लक्ष सामाजिक प्रश्नांकडे वेधण्याचा प्रयत्न केला. ते म्हणाले, 'केवळ आर्थिक हेतूनेच माणूस प्रेरित होतो असे नाही. आर्थिक सत्ता हीच जगातील एकमेव सत्ता आहे असे मानवी समाजाच्या इतिहासाचा विद्यार्थी मान्य करणार नाही. धर्म हेही एक शक्तीचे उत्पत्तिस्थान आहे हे या देशातील इतिहासाने असंदिग्धपणे सिद्ध केले आहे.' वानगीदाखल त्यांनी रोमन साम्राज्यातील कनिष्ठवर्गीय लोकांचे (प्लेबियन्स) उदाहरण दिले. आर्थिक फायद्याकरिता त्यांनी आपला धर्म सोडलेला नाही. आपल्या धर्मासाठी ते निकराने लढले.

युरोपियन समाजाच्या सद्य:कालीन अवस्थेत मालमत्ता हे सत्तेचे प्रभावी उत्पत्तिस्थान दिसले तरी हिंदुस्थानातही तसेच प्रत्ययास येईल किंवा पूर्वीही युरोपात

तसेच घडले असेल अशी भ्रामक कल्पना भारतीय समाजवादी उराशी बाळगून आहेत. धर्म, सामाजिक दर्जा नि मालमत्ता ही तिन्ही सत्तेची उत्पत्तिस्थाने आहेत, असे त्यांनी निक्षून सांगितले.

संपत्तीची समान वाटणी झाली म्हणजे खरी सुधारणा झाली आणि तीच सुधारणा सर्वप्रथम झाली पाहिजे, हे समाजवाद्यांचे म्हणणे त्यांना मान्य नव्हते. समाजाच्या रचनेत बदल घडवून आणल्याविना समाजात आर्थिक समता वावरू शकेल काय, असा समाजवाद्यांना त्यांचा सवाल आहे. 'जर समाजवाद्यांना आवडीच्या वाक्प्रचाराची पोपटपंची करावयाची नसेल आणि समाजवाद कृतीत आणावयाचा असेल, तर त्यांनी हे ध्यानात ठेवले पाहिजे की, समाजसुधारणेचा प्रश्न हा मूलभूत प्रश्न असून तो सोडविल्यावाचून त्यांना गत्यंतर नाही. त्याशिवाय त्यांना अभिप्रेत असलेली क्रांती घडविताच येणार नाही. क्रांतीनंतर त्यांना जातिव्यवस्थेच्या प्रश्नाची दखल घ्यावी लागेल. त्यांनी क्रांतिपूर्व कालात त्याची दखल जर घेतली नाही तर क्रांत्युत्तर कालात ती घेणेच भाग पडेल.'

संदिग्ध ब्रिटिश धोरण, मुसलमानांनी केलेले अत्याचार आणि प्रसंगोचित कर्तृत्व दाखविण्यास असमर्थ ठरलेले काँग्रेस नेते, यामुळे हिंदू-मुसलमान यादवी युद्धात आपला अधिक नाश होऊ नये याविषयी हिंदू दक्षता घेऊ लागले. त्यांनी पंजाबच्या आणि बंगालच्या फाळणीची मागणी केली. यासंबंधी दिल्लीत दिलेल्या एका मुलाखतीत डॉ. आंबेडकर म्हणाले, 'जे अस्पृश्य स्थलांतर करतील त्यांची पुनर्वसाहत करण्यासाठी स्पृश्य हिंदू काय करणार आहेत ते मला कळले पाहिजे.'

घटना समितीचे तिसरे अधिवेशन एप्रिल १९४७ मध्ये भरले. सल्लागार समितीचे आणि मूलभूत हक्क समितीचे अशी दोन प्रतिवृत्ते स्वीकृत करण्यात आली.

२९ एप्रिल १९४७ ला घटना समितीने सर्व जगास गर्जून सांगितले की, अस्पृश्यतेची रूढी बंद झालेली आहे. कोणत्याही स्वरूपात ती आता शिल्लक राहणार नाही. अस्पृश्यतेच्या कारणामुळे मनुष्यावर दुर्बलता लादली गेली तर तो गुन्हा ठरेल. घटना-समितीपुढे ते विधान मांडण्याचे भाग्य सरदार पटेल यांना लाभले. हिंदुस्थानच्या इतिहासात सुवर्णाक्षरांनी लिहून ठेवण्यासारखा तो दिवस. त्या दिवशी राज्यकर्त्यांनी अस्पृश्यतेचा कलंक धुवून काढण्याचा राष्ट्राचा निर्धार प्रकट केला. जगातील वृत्तपत्रांनी 'अस्पृश्यांचे स्वातंत्र्य', 'अस्पृश्यांच्या अस्पृश्यतेला हद्दपार करणारी ऐतिहासिक घटना', 'मानवी स्वातंत्र्याचा एक

विजय' असे त्या घटनेचे वर्णन केले. 'न्यूयॉर्क टाइम्स' पत्र म्हणाले, 'अनेक युगे लागलेला हा काळिमा धुवून टाकण्याच्या या त्यांच्या प्रगतीची तुलना आपण निग्रोंची केलेली मुक्ती आणि रशियन शेतकरी कुळाची सुटका यांच्याशीच करता येईल.' 'न्यूज क्रॉनिकल' लंडन, या वृत्तपत्राने 'इतिहासातील महत्तम कामगिरीपैकी ही एक होय,' असे या घटनेचे वर्णन केले. 'अस्पृश्यता नष्ट करण्याचा ठराव म्हणजे दुसऱ्या महायुद्धानंतरचा जगातील एक टवटवीत नि स्वच्छ किरणांचा झोत होय,' असे 'न्यूयॉर्क हेरॉल्ड'ने त्या ठरावाचे वर्णन केले आहे.

या महान कामगिरीविषयी सर्व जगाने गांधीजींवर स्तुतिसुमने उधळली. वरवर असे दिसत होते की काँग्रेस पक्षच अस्पृश्यतेच्या निर्मूलनाची घोषणा करीत आहे, आणि महात्मा गांधी हे काँग्रेसचे अनभिषिक्त राजे. परराष्ट्रांतील वृत्तपत्रांनी आंबेडकरांचा उल्लेख केलाच नाही. खरे म्हटले तर त्यांच्या नैतिक दाबामुळेच हिंदी राष्ट्र हे महत्कृत्य करावयास उद्युक्त झाले. श्रीकृष्णाचे नाव वगळून महाभारताचे वर्णन करावे तसाच प्रकार ह्या परदेशी वृत्तपत्रांकडून घडला होता. आंबेडकरांच्या बाबतीत असा हा अन्याय घडला तर महात्मा फुले, स्वामी दयानंद, स्वामी श्रद्धानंद आणि वीर सावरकर ह्यांच्या अस्पृश्यतानिवारण कार्यातील महनीय कामगिरीचा उल्लेख होऊन त्यांना न्याय तरी कसा मिळावा ?

२१

आधुनिक मनू

महाराज्यपाल लॉर्ड माऊंटबॅटन यांनी परिस्थितीचा अभ्यास करून लंडनला प्रयाण केले. ३ जून १९४७ रोजी ते परत आले. त्यांनी नवीन योजना जाहीर केली. त्या योजनेप्रमाणे दोन मध्यवर्ती राज्ययंत्रणा, दोन घटना समित्या नेमणे व सिल्हेट आणि वायव्य सरहद्द प्रांत ह्यांत सार्वमत घेणे अशी व्यवस्था करावयाची होती. सिल्हेट व वायव्य सरहद्द प्रांत यांत घ्यावयाचे सार्वमत त्यांनी पाकिस्तान किंवा भारत ह्यांपैकी कोणत्या राज्यात सामील व्हायचे ह्याच्या निर्णयार्थ होते. गांधीजी आणि नेहरू यांनी आपले सर्वस्व पणाला लावून काँग्रेसच्या अखिल भारतीय समितीला देशाच्या फाळणीला संमती देण्यास भाग पाडले. गांधीजींमधील सत्यशोधक हा त्यांच्यामधील राजकारणी पुरुषाला बळी पडला. आणि त्यांनी हिंदुस्थानच्या ऐक्याच्या दफनपेटीवर शेवटचा खिळा ठोकला. ज्या गांधीजींनी पाकिस्तान हे पाप आहे, धडधडीत असत्य आहे, असे म्हणून फाळणीवाद्यांना 'अगोदर माझे तुकडे करा आणि मग देशाची फाळणी करा,' असे गंभीरपणे सांगितले होते, त्या गांधीजींतील सत्यशोधकाचा असा हा दु:खजनक अंत झाला. भारतीय समाजवादी पक्षाचे नेते हे कौरव सभेतील पांडवांप्रमाणे खाली माना घालून बसले. त्यांची ही तटस्थ वृत्ती फाळणीच्या गुन्ह्याला एकप्रकारे पोषक नि प्रोत्साहन देणारी होती. हिंदुसभेने खूप अकांडतांडव केले. पण ते अगदी फोलपट ठरले.

याच वेळी त्रावणकोर संस्थान आणि निजामाचे हैद्राबाद संस्थान यांनी भारत १५ ऑगस्ट १९४७ रोजी वसाहती राज्य झाल्यावर आपण स्वतंत्र होऊ अशी घोषणा केली. त्यांच्या या पवित्र्याचा उल्लेख करून आंबेडकरांनी त्यांना आपले सार्वभौमत्व भारतीय संघराज्यामध्ये विलीन करण्याचा सल्ला दिला. त्यांनी स्वतंत्र होऊन राष्ट्रसंघाकडून संरक्षण व मान्यता मिळविण्याची आशा करणे म्हणजे स्वत:च्या कल्पना-साम्राज्यात व्यर्थ वावरण्यासारखे आहे असे ते म्हणाले.

जुलैच्या पहिल्या आठवड्यात, ब्रिटिश लोकसभेत मांडलेल्या भारत विधेयकासंबंधी (इंडिया बिल) आपले मत देताना आंबेडकर म्हणाले, 'ब्रिटिश

सरकार आणि निजाम यांच्यामधील करार संपुष्टात आल्यामुळे वऱ्हाड प्रांत निजामाकडे जाईल.' हे त्यांचे मत घटनाशास्त्रावर आधारलेले होते की ब्रिटिश सरकार आणि निजाम यांच्या करारात तशी अट होती याविषयी त्या काळी अनेकांना बोध झाला नाही.

आंबेडकर ३ जुलै १९४७ रोजी मुंबईस परत आले. ते घटना समितीच्या ध्वज समितीचे सभासद होते. त्या वेळी राष्ट्रध्वज कोणत्या स्वरूपाचा असावा याविषयी सर्वत्र चर्चा सुरू होती. या बाबतीत काही महाराष्ट्रीय नेत्यांनी आणि मुंबई प्रांतिक हिंदुसभेच्या कार्यकर्त्यांनी त्यांच्या निवासस्थानी त्यांची भेट घेतली. जर वजनदार गोटातून या बाबतीत चळवळ होऊन प्रभावी लोकमत निर्माण झाले, तर आपण ध्वजाचा रंग भगवा असावा ह्या त्यांच्या सूचनेला ध्वज समितीत उचलून धरू, असे त्यांनी अनंतराव गद्रे, प्रबोधनकार ठाकरे आणि गावडे यांना अभिवचन दिले. १० जुलैला आंबेडकर जेव्हा दिल्लीला जावयास निघाले तेव्हा सांताक्रूझ विमानतळावर मुंबई प्रांतिक हिंदुसभेचे नेते आणि काही मराठे पुढारी यांनी आंबेडकर विमानात बसावयास जातेवेळी त्यास एक भगवा ध्वज अर्पण केला. भगव्या ध्वजासंबंधी जर चळवळ झाली, तर त्याला आपण पाठिंबा देऊ असे त्यांनी त्यांस अभिवचन दिले. त्या वेळी मुंबई हिंदुमहासभेचे नेते रावबहादूर सी. के. बोले, अनंतराव गद्रे यांना आंबेडकर विनोदाने म्हणाले, 'एका महाराच्या मुलाकडून घटना समितीवर भगवा ध्वज लावण्याची अपेक्षा तुम्ही करता आहात नाही का ?'

घटना समितीने बावीस जुलै रोजी अशोक चक्रांकित तिरंगी झेंडा हा राष्ट्रध्वज असावा असे निश्चित केले. आंबेडकर भगव्या ध्वजाच्या सूचनेच्या बाजूने ध्वज समितीत चार शब्द बोलले असे म्हणतात. परंतु संबंधित नेत्यांनी भगव्या ध्वजासाठी तशी विशेष अशी चळवळ न केल्यामुळे त्यांनी अशोक चक्रांकित ध्वज मान्य करून घेण्यासाठी आपले वजन खर्च केले. ध्वज समितीचे अध्यक्ष डॉ. राजेंद्रप्रसाद यांना वीर सावरकरांनी चरख्याच्या ऐवजी ध्वजावर चक्र घाला अशी आग्रहाची तार पाठविली होती. राष्ट्रध्वजावर अशोक चक्राचा स्वीकार व चरख्याचा धिक्कार झालेला पाहून म. गांधींना अतिशय दुःख झाले. ते उद्गारले, 'जर ध्वजाचे मूलभूत अंग बदलून खादी आणि चरखा त्यावरून लुप्त झाली, तर ह्या ध्वजाशी आपला काडीचाही संबंध राहणार नाही. अशा ध्वजाला आपण वंदनही करणार नाही,' असे त्यांनी तावातावाने जाहीर केले. अवतारकार्य संपले की पराभव अटळ होतो.

सीमामंडळाच्या कार्याकडे भारतीय सरकारचे लक्ष वेधून घेण्यासाठी नवी

दिल्ली येथून आंबेडकरांनी एक पत्र काढून भारतीय सरकारला इशारा दिला. 'जर माझी भीती खरी ठरली आणि सरहद्द मंडळाने ठरविलेली सरहद्द जर नैसर्गिक नसेल तर भारतीय सरकारला तिचे संरक्षण करावयास अतिशय कठीण होईल. त्यायोगे देशाची सुरक्षितता आणि संरक्षण यांना मोठाच धोका निर्माण होईल. म्हणून उशीर झाला आहे तरी, संरक्षण खाते जागे होऊन वेळ निघून जाण्यापूर्वी आपले कर्तव्य करील अशी मला आशा आहे.' महाराष्ट्रीय देशभक्ताच्या दृष्टीतील हा कठोर वास्तववाद आणि मुत्सद्याची जागरूकता आंबेडकरांच्या राष्ट्रभक्तीत पूर्णपणे दिसून येते. तथापि 'पाकिस्तानविषयी विचार' या आपल्या ग्रंथात 'भौगोलिक परिस्थिती आधुनिक जगातील तंत्रामध्ये परिणामकारक ठरत नाही,' असा आंबेडकरांनी मुद्दा मांडला होता. त्यांनी आता ते मत बदलून राष्ट्रास समयानुसार इशारा दिला.

ब्रिटिश लोकसभेने हिंदी स्वातंत्र्याचा ठराव १५ जुलै रोजी स्वीकृत केला. आता घटना समिती सार्वभौम झाली. आरंभी ती सर्व देशाची होती. आता मात्र ती खंडित भारताची झाली. बंगालची फाळणी झाली. टिळककालीन बंगाली हिंदूंनी ब्रिटिशांनी केलेली बंगालची फाळणी रद्द करून घेतली. गांधीकालीन हिंदूंनी दाती तृण धरून फाळणीची याचना केली. बंगालच्या फाळणीमुळे घटना समितीवरील काही सभासदांच्या जागा कमी झाल्या. त्यांत आंबेडकर एक होते. परंतु डॉ. जयकरांच्या राजीनाम्यामुळे रिकाम्या झालेल्या जागी मुंबई विधिमंडळातील काँग्रेस पक्षाने घटना समितीवर आंबेडकरांची निवड केली.

जुलैच्या अखेरीअखेरीस भारताच्या पहिल्या मंत्रिमंडळातील संभाव्य मंत्र्यांची नावे प्रसिद्ध होऊ लागली. या यादीत मद्रासचे मुनी स्वामी पिले यांचे नाव वर्तमानपत्रांत दिसू लागले. तरी आंबेडकरांच्या नावाचा सुगावा जून महिन्यापासून वर्तमानपत्रांना लागला होता असे दिसते. तेव्हा आंबेडकर दिल्लीतच होते. त्यांच्या नियतीचे धागे विणण्याचे काम भर रंगात आले होते. काँग्रेसश्रेष्ठींच्यामध्ये आंबेडकरांच्या नियुक्तीविषयी दूरध्वनीवर बोलणी झाली. त्या बोलण्यातील प्राथमिक निर्णय घेण्यात आल्यावर पंडित नेहरूंनी आपल्या सचिवालयात आंबेडकरांना बोलावून 'स्वतंत्र भारताच्या मंत्रिमंडळात विधिमंत्रिपद आपण स्वीकारण्यास तयार व्हाल काय?' अशी पृच्छा केली. नेहरूंनी त्यांना असेही आश्वासन दिले की शेवटी त्यांच्याकडे नियोजन वा विकास खाते देण्यात येईल. आंबेडकरांनी होकार दिला. पंडित नेहरूंनी नियोजित मंत्र्यांची यादी घेऊन दिल्लीत भंगी कॉलनीमध्ये गांधीजींची भेट घेतली. गांधीजींनीसुद्धा त्याला संमती दिली. ब्रिटिशांकडून सत्तेचा वारसा घेणाऱ्या काँग्रेस नेत्यांनी आंबेडकरांशी जुळते

मिळते घेण्याची इच्छा प्रदर्शित केली. ते आंबेडकरांच्या गुणाचे चीज करण्याच्या मनोभूमिकेत होते. आतापर्यंत त्यांनी आंबेडकरांच्या भीमशक्तीचा राष्ट्रकार्यासाठी उपयोग करून घेण्याचे दुर्लक्षिलेच होते. आता स्वातंत्र्याच्या स्थैर्यासाठी व वृद्धीसाठी त्यांच्या गुणांचा उपयोग करून घ्यायचे त्यांनी ठरविले. स्वत: आंबेडकरसुद्धा काँग्रेसबरोबरचे हेवेदावे विसरून गेले. काँग्रेस नेत्यांनी पुढे केलेला मैत्रीचा हात त्यांनी स्वीकारला. हिंदुमहासभेचे नेते डॉ. श्यामाप्रसाद मुकर्जी यांनाही भारताच्या पहिल्या मंत्रिमंडळात काँग्रेस नेत्यांनी घेतले.

तीन ऑगस्ट रोजी भारताच्या मंत्रिमंडळातील मंत्र्यांची नावे प्रसिद्ध झाली. त्यांमध्ये डॉ. आंबेडकरांचे नाव झळकले. त्या दिवशी ते मुंबईत होते. त्यांनी चेंबूर येथे मुंबई नगरपालिका कामगार संघाच्या विद्यमाने एका सभेत भाषण केले. त्या वेळी त्यांच्या संकल्पित इमारतनिधीला दोन हजार रुपयांची देणगी देण्यात आली. हा इमारतनिधी ते १९३२ सालापासून जमवीत होते. आंबेडकरांचे नाव नवभारताचे पहिले विधिमंत्री म्हणून जाहीर होताच त्यांच्या स्नेह्यांना आणि चाहत्यांना अभिमानाचे भरते आले. त्या सर्वांनी आनंदाने बेहोष होऊन त्यांचे अभिनंदन केले. वृत्तपत्रांनीसुद्धा त्यांचे अभिनंदन करून त्यांना सुयश चिंतिले. खरोखर धुळीतून निघून धुरंधरांच्या पंक्तीत जाऊन बसण्याचा आंबेडकरांनी जो पराक्रम केला तो अपूर्वच होय. भारताच्या मध्यवर्ती मंत्रिमंडळात एका अस्पृश्य हिंदूने एवढे लोकप्रिय पद संपादन केल्याचे भारतीय इतिहासातील हे पहिलेच उदाहरण होय. ज्यांनी आंबेडकरांचा 'ब्रिटिशांचा बगलबच्चा' असे म्हणून धिक्कार केला होता, त्याच त्यांच्या गतकालीन काँग्रेसविरोधकांनी आता त्यांचा मुत्सद्दी म्हणून जयजयकार केला. मुंबईतील वकिलांच्या संस्थेने ६ ऑगस्ट रोजी स्वतंत्र भारताच्या पहिल्या मंत्रिमंडळातील मंत्री म्हणून त्यांचा सत्कार केला. आंबेडकरांनी वकिलांच्या कार्यक्षेत्रापलीकडे झेप घेतली होती.

मानव जातीच्या इतिहासातील १५ ऑगस्ट १९४७ हा सोन्याचा दिवस उगवला. त्या दिवशी भारत स्वतंत्र झाला ! मानवजातीचा एक पंचमांश भाग गुलामगिरीतून मुक्त झाला. भारतीय स्वातंत्र्याच्या रूपाने आशियात एक प्रचंड शक्ती जन्मास आली. परंतु त्या स्वातंत्र्याच्या सुखसोहळ्याला एका बाजूने गालबोट लागले होते. कारण भारताचे विच्छेदन होऊन त्या रक्तलांच्छित कुशीतून पाकिस्तान नावाचे जगातील सर्वात मोठे धर्मनिष्ठ मुसलमान राष्ट्र जन्मास आले.

अशी घटना घडते न घडते तोच आंबेडकर वैभवाची आणखी एक पायरी वर चढले. २९ ऑगस्ट रोजी घटना समितीने घटनेचा मसुदा करण्यासाठी एक लेखन समिती नेमून तिचे अध्यक्षपद डॉ. बाबासाहेब आंबेडकरांना दिले. काय

योगायोग आहे पाहा. स्पृश्य हिंदूंनी आंबेडकरांना विद्यार्थीदशेत गाडीतून लोटून दिले होते. शाळेत त्यांना कोपऱ्यात बसविले होते. प्राध्यापक झाल्यावर त्यांचा अपमान केला होता. वसतिगृहे, उपाहारगृहे, केशकर्तनालये व देवळे यांतून हाकलून दिले होते. एक तिरस्करणीय महार म्हणून त्यांना हिणविले होते. ब्रिटिशांचा बगलबच्चा म्हणून त्यांची हेटाळणी केली होती. त्यांना पाषाणहृदयी सैतान म्हटले होते. महात्मा गांधींचा निंदक म्हणून त्यांचा धिक्कार केला होता. महाराज्यपालांच्या मंत्रिमंडळातील सरकारजमा मंत्री म्हणून त्यांच्यावर टीका केली होती. तेच डॉ. बाबासाहेब आंबेडकर स्वतंत्र भारताचे पहिले विधिमंत्री झाले. इतकेच नव्हे तर भारताच्या नव्या मनुस्मृतीचा निर्माता, आधुनिक मनू म्हणून ते कीर्तिशिखरावर आरूढ झाले. भारताची इच्छा, आकांक्षा आणि उद्दिष्टे यांना मूर्त स्वरूप देण्यासाठी भारताने त्यांना स्मृतिकार महामुनी मनू ह्यांच्या स्थानी बसविले. ही घटना म्हणजे भारताच्या इतिहासातील एक महान चमत्कार होय. भारताने अनेक युगांतील आपल्या अस्पृश्यतेच्या पापाचे क्षालन करण्यासाठी आपला नवा मनू, नवा स्मृतिकार शतकानुशतके माणुसकीस मुकवून सत्त्वहीन केलेल्या समाजातील निवडला, ही विधिघटना अतर्क्यच आहे खरी ! ज्याने वीस वर्षांपूर्वी मनुस्मृतीची होळी केली होती, त्याच बंडखोरास आपली नवीन स्मृती रचण्यास आवाहन करावे, हा स्पृश्य हिंदूंवर नियतीने उगविलेला सूडच होय, असे म्हणावेसे वाटते. कदाचित कालचक्राचा फेरा पूर्ण व्हायचा होता असेही असेल !

आंबेडकर जरी विधिमंत्री झाले, तरी त्यांनी सिद्धार्थ महाविद्यालयाच्या विकासाकडे लक्ष ठेवले होते. ते त्यांचे अत्यंत लाडके बाळच होते. त्या महाविद्यालयाच्या वक्तृत्व शाखेचे उद्घाटन त्यांनी २५ सप्टेंबर १९४७ रोजी केले. विद्यार्थीसंसदीय संस्थेचेही त्यांनी उद्घाटन केले. आपल्या विचारप्रवर्तक भाषणात त्यांनी तारुण्याने मुसमुसलेल्या विद्यार्थ्यांना वक्तृत्वकला संपादन करण्याविषयी उपदेश केला. त्या कलेचे महत्त्व त्यांच्या मनावर बिंबविले. संसदीय संस्थेमध्ये सभागृहाला आपल्या सौम्य अथवा तीक्ष्ण तर्कशुद्ध आणि माहितीपूर्ण भाषणाने जो सभासद भारून टाकू शकतो तोच सभासद यशस्वी होऊ शकतो. ती शक्ती प्राप्त करून घेण्यासाठी विद्यार्थ्यांनी सर्व प्रकारे साधना केली पाहिजे. त्यांनी आपली मने विशाल केली पाहिजेत. त्यांनी आपली दृष्टी व्यापक केली पाहिजे. लोकांना जे प्रश्न भेडसावतात ते सोडविण्याचे सामर्थ्य आणि विचारशक्ती यांचा त्यांनी विकास केला पाहिजे. संसदेच्या कामकाजातील अनेक अंगांचे त्यांनी आपल्या भाषणाच्या शेवटी विवरण केले. शेवटी ते म्हणाले, 'सरकार म्हणजे निश्चयात्मक निर्णय. तडजोडीच्या वृत्तीने वागणारे सरकार हे सरकारच नव्हे. कारण तडजोडीकडे प्रवृत्ती

असलेल्या सरकारचा जो निर्णय बाहेर पडत असतो, तो धड मासाही नसतो आणि पक्षीही नसतो.'

सप्टेंबर १ रोजी मुंबई नगरपालिकेतील काँग्रेस पक्षाने पंडित नेहरू, सरदार पटेल, डॉ. राजेंद्रप्रसाद व मौलाना आझाद यांना मानपत्र देण्यासाठी एक ठराव केला. विरोधी पक्षांतील सभासदांनी भारतातील नवीन मंत्रिमंडळातील आंबेडकर, गाडगीळ आणि भाभा यांच्यासहित सर्व मंत्र्यांना मानपत्र द्यावे अशी सूचना केली. परंतु मुंबई काँग्रेसचे त्या काळचे अधिपती स. का. पाटील यांनी त्यांना असे उत्तर दिले की, 'नेहरू, राजेंद्रप्रसाद व आझाद हे अलौकिक श्रेणीचे नेते असल्यामुळे त्यांना वेगळे मानपत्र देणे युक्त आहे.' मुंबई शहरातील काँग्रेस नेत्यांचा आंबेडकरांविषयीचा पूर्वग्रह अद्याप नाहीसा झाला नव्हता. ते त्यांना आपल्या राजकीय श्रेष्ठींच्या पंक्तीस बसवायला तयार नव्हते. पूर्वग्रह विरणे वा विसरणे कठीण असते. स्वार्थावर वा मूर्खत्वावर आधारलेली विभूतिपूजा सदा अंधच असते. यानंतर काही दिवसांनी मुंबई महापालिकेने आंबेडकरांना मानपत्र देण्याचा ठराव केला. तथापि आंबेडकरांनी त्या वेळच्या महापौरांच्या पत्राची दखलही घेतली नाही. क्षमा सदा श्रेयस्कर नसते हेच खरे !

ऑक्टोबरच्या पहिल्या आठवड्यात आंबेडकरांनी दलित वर्गाच्या तरुणांपुढे मुंबईस भाषण केले. आपल्या उपदेशपर भाषणात ते म्हणाले, 'स्वातंत्र्य इतके एकाएकी आले की आपण आता यापुढे कोणते धोरण आखावे याविषयी माझ्या डोक्यात या क्षणी कोणतीही स्पष्ट कल्पना नाही. शेड्यूल्ड कास्ट फेडरेशन या संस्थेचे संरक्षण आणि संवर्धन करा. कोणत्याही स्थितीत ती अबाधित राहावी ह्यासाठी सर्वांनी तिजकडे लक्ष दिले पाहिजे.'

मध्यंतरी हिंदुस्थानच्या फाळणीचे परिणाम भयंकर झाले. सर्व देशास भयंकर हादरा बसला. त्या दंगलीचा कमलाकांत चित्रे यांना लिहिलेल्या एका पत्रात उल्लेख करून बाबासाहेब म्हणाले, 'ते दंगे नसून ते एक बंड होते. दिल्लीतील लोकसंख्येच्या मानाने पाहिले तरी मृतांची आणि घायाळांची संख्या प्रचंड आहे. गेले काही दिवस दिल्लीतील दैनंदिन जीवन अडखळून राहिले आहे.' यादवी युद्ध आणि त्याबरोबर होणारे हत्याकांड टाळण्यासाठी आंबेडकरांनी हिंदुस्थानमधून मुसलमानांचे आणि पाकिस्तानातून हिंदूंचे स्थलांतर करावे अशी योजना सुचविली होती. लिंकनप्रमाणे वीर सावरकरांनी यादवी युद्धाला तोंड देण्यासाठी देशाने तयार व्हावे, देशाचे अखंडत्व सोडू नये असे म्हटले. परंतु ज्या काँग्रेसपक्षीय नेत्यांच्या

हाती देशाची भवितव्यता पडली होती, त्यांनी देशाची फाळणी तर मान्य केलीच पण आणखी कत्तलीही स्वीकारल्या. पाकिस्तानची कल्पना पाकिस्तान जाहीर होण्याच्या दिवसापर्यंत जशी त्यांना चार गुंडांची मागणी आहे असे वाटले, तितक्याच अदूरदर्शीपणाने त्यांनी ह्या दोन जमातींच्या स्थलांतराला निधर्मीपणाच्या दुराग्रहामुळे कडकडून विरोध केला. स्थलांतराच्या कल्पनेची अवहेलनाही केली. त्यांच्या या आडमुठेपणामुळे आणि अवसानघातामुळे पाकिस्तानातील हिंदूंच्या दैन्यात आणि दु:खात अधिक भर पडली. अशा प्रकारे आंबेडकरांचे भाकित आणि भीती ही अक्षरश: खरी ठरली. ते त्या योजनेचे तत्त्ववेत्ते ठरले.

ह्या हत्याकांडात लक्षावधी लोकांना आपल्या घरादारांना मुकावे लागले. दोन लाख लोकांची कापाकाप झाली. सैतानांनी मुलांचे अमानुषपणे चंदन केले. पिसाट नरपशूंनी स्त्रियांची अब्रू घेऊन विटंबना केली. स्त्रियांचे अपहरण करण्यात आले. जबरदस्तीने मुसलमान धर्माची त्यांना दीक्षा देण्यात आली. रस्ते मुंडक्यांनी व धडांनी भरले. मरणोन्मुख पुरुष, मुले आणि स्त्रिया यांच्या वेदनांनी रस्ते भयानक दिसत होते. अस्पृश्य हे हिंदू असल्यामुळे त्यांच्याही नशिबी हे दु:ख भोगणे आले. जोगेंद्र मंडल हे पाकिस्तानचे विधी आणि मजूरमंत्री होते. पाकिस्तानमधील अस्पृश्यांनी जिनांना आपला त्राता म्हणून समजावे असा पाकिस्तानमधील अस्पृश्यांना जोगेंद्र मंडलांनी फतवा काढला. अस्पृश्यांनी आपल्या मनगटावर मुसलमान धर्माच्या मैत्रीचे द्योतक म्हणून एक बिल्ला लावावा असाही त्यांनी निर्लज्जपणे सल्ला दिला होता. परंतु जोगेंद्र मंडलांचे ते सुखस्वप्न आता वाऱ्यावर उडाले होते. पाकिस्तानमधील घडामोडी पाहून त्यांचे हृदय आता विदीर्ण झाले होते. आंबेडकरही अतिशय क्षुब्ध झाले. त्यांनी एक पत्रक काढून पाकिस्तान सरकारचा निषेध केला. दलित समाजाला हिंदुस्थानात यायला पाकिस्तान सरकार अनुज्ञा देत नाही आणि त्यांना तिकडे जबरदस्तीने मुसलमान धर्माची दीक्षा दिली जाते, अशी आंबेडकरांनी तक्रार केली. मुसलमानांची संख्या वाढावी म्हणून निजामच्या हैद्राबाद संस्थानमध्येदेखील दलित समाजातील लोकांना मुसलमान धर्माची दीक्षा दिली जात आहे असेही त्यांनी आपल्या पत्रकात म्हटले. त्यामुळे आंबेडकरांनी आपल्या लोकांस असा उपदेश केला की, 'पाकिस्तानमध्ये पेचात सापडलेल्या दलित समाजाने सापडेल त्या मार्गाने व साधनाने हिंदुस्थानात यावे, असे मी सांगू इच्छितो. दुसरी एक गोष्ट मला सांगावयाची आहे ती अशी की, पाकिस्तान किंवा निजामचे हैद्राबाद संस्थान यांतील मुसलमानांवर किंवा मुस्लीम लीगवर विश्वास ठेवण्याने दलित समाजाचा घात होईल. दलित वर्ग हिंदू समाजाचा तिरस्कार करतो म्हणून मुसलमान आपले मित्र आहेत असे मानण्याची

वाईट खोड त्यांना जडली आहे. ती अत्यंत चुकीची आहे.' पाकिस्तान आणि हैद्राबादमधल्या दलित समाजाला इस्लाम धर्माच्या दीक्षेला त्यांनी केवळ जीव वाचविण्याच्या हेतूने बळी पडू नये, असा आंबेडकरांनी सल्ला दिला. ज्यांना बळजबरीने पाकिस्तानात किंवा हैद्राबादमध्ये इस्लाम धर्माची दीक्षा दिली होती, त्या दलित लोकांना त्यांनी असे आश्वासन दिले की, त्यांचे धर्मांतर होण्यापूर्वी त्यांना जसे वागविण्यात येई तशीच त्यांना येथे आल्यावर पुन्हा स्वीकृत करून घेऊन बंधुभावाची वागणूक मिळेल. हिंदूंनी त्यांचा कितीही छळ केला तरी त्यांनी आपले मन कलुषित करून घेऊ नये. हैद्राबादमधील दलित वर्गांनी निजामाची – जो उघडउघड हिंदुस्थानचा शत्रू आहे – त्याची बाजू घेऊन आपल्या समाजाच्या तोंडाला काळिमा लावू नये.[१] असा त्यांनी अस्पृश्य वर्गास इशारा दिला. पाकिस्तानमधील दलितवर्गीय लोकांना हिंदुस्थानात आणण्याची भारत सरकारने त्वरित व्यवस्था करावी, अशी त्यांनी भारताचे पंतप्रधान नेहरू यांचेकडे मागणी केली. निजामच्या हैद्राबाद संस्थानविरुद्ध भारतीय सरकारने जेव्हा दोन वर्षानंतर पोलीस कारवाई केली तेव्हा आंबेडकरांनी त्या कारवाईचे प्रमुख गृहमंत्री सरदार पटेल यांना मोठ्या नेटाचा पाठिंबा दिला.

आंबेडकरांच्या अंत:स्वरूपाचे खरेखुरे दर्शन घडविणाऱ्या त्या पत्रकामुळे देशातील सर्व वृत्तपत्रांनी त्यांच्यावर स्तुतिसुमनांचा वर्षाव केला. त्यांच्या मनातील ही भावना पाहून अनेकांनी त्यांना धन्यवाद दिले. मद्रासच्या 'हिंदु' दैनिकाने तर भूतकाळात स्पृश्य हिंदूंकडून वाईट वागणूक मिळाली म्हणून हरिजनांनी हिंदू धर्माचा त्याग करावा असे आंबेडकरांना आता वाटत नाही, याविषयी आनंद प्रदर्शित केला. त्यावरून आपल्या पूर्वजांच्या धर्माविषयी हरिजनांना किती तीव्र जिव्हाळा आहे; आणि जबरदस्तीने हिंदू धर्मापासून तोडण्याचे प्रयत्न करण्यात आले तरी हिंदू समाजाला ते कसे बिलगून राहिले आहेत हे दिसून येते असेही त्या पत्राने पुढे म्हटले. याच वेळी मुंबईतील काँग्रेस मंत्रिमंडळाने हरिजनांच्या मंदिर-प्रवेशासंबंधी होत असलेला सामाजिक अन्याय दूर होण्यासाठी बरीच आघाडी मारली होती. त्यांनी मंदिरप्रवेश कायदा १९४७ सप्टेंबरमध्ये संमत करून घेतल्यामुळे आणि जनतेच्या चळवळीमुळे पंढरपूर येथील विठोबाचे, आळंदी येथील ज्ञानेश्वरांचेही देवालयेही हरिजनांना खुली झाली. नाशिक येथील काळ्या रामाचे देवालयात प्रवेश मिळावा म्हणून आंबेडकरांनी सत्याग्रह केला होता, ते देवालयही दलित समाजाला खुले करण्यात आले. कार्तिकी एकादशीला पंढरपूरचे

---

१. The Free Press Journal, 28 November 1947.

विठूराया बंधमुक्त झाले. त्याचे बरेचसे श्रेय साने गुरुजींना आहे. त्या वेळचे मुंबईचे हरिजन मंत्री तपासे यांनी कार्तिकी एकादशीचे मुहूर्तावर ११ नोव्हेंबर १९४७ रोजी पंढरपूरच्या विठोबा मंदिरात प्रवेश केला. विठोबा, ज्ञानेश्वर आणि राम हे खऱ्या अर्थाने पतितपावन ठरले. ज्याच्याकरिता दलित समाजाने पंधरा वर्षे अखंड झगडा केला होता, तो झगडा आता सफल झाला होता. मंदिर प्रवेशाच्या या चळवळीने आणि कायद्याने हिंदू समाजावरील तो गलिच्छ कलंक पार धुऊन टाकला. वातावरण शुद्ध झाले. नवीन युगाच्या आगमनाला शोभेल अशी पावले भारत टाकीत होता.

याच वेळी घटना समिती विधिमंडळ म्हणून कार्य करू लागली. त्या काळच्या आरोग्यमंत्री राजकुमारी अमृतकुंवर यांनी आपल्या एका भाषणात असे कबूल केले की, जरी जवळ जवळ प्रत्येक राज्यात अस्पृश्यांवरील दुर्बलता दूर करण्याच्या दृष्टीने निर्बंध पसार करण्यात आले आहेत, तरी ते पाळण्यापेक्षा मोडण्याचीच उदाहरणे अधिक दिसतात. मंत्री अमृतकुंवर यांनी केलेले हे सत्यकथन नोंद करून ठेवण्यासारखे आहे. याच सुमारास डॉ. आंबेडकरांनी प्राध्यापक पी. लक्ष्मी नरसू यांच्या 'बुद्ध धर्माचे सार' (इसेन्स ऑफ बुद्धीझम) ह्या इंग्रजी ग्रंथाच्या प्रकाशनाची व्यवस्था केली. त्या ग्रंथाला लिहिलेल्या प्रस्तावनेत आंबेडकरांनी म्हटले आहे की, तोपर्यंत प्रसिद्ध झालेल्या बौद्ध धर्मावरील सर्व ग्रंथांत प्रा. नरसूंचा ग्रंथ सरस आहे. त्यातील विवेचन खुसखुशीत आहे. त्यांची शैली सुंदर अन् गुणसंपन्न आहे, असे आपले मत देऊन आंबेडकरांनी प्रा. नरसू हे मोठे मूर्तिभंजक व समाजसुधारक होते, अशी त्यांची प्रशंसा केली आहे.

घटना तयार करण्याच्या महान कार्यात आंबेडकर आता अगदी गर्क झाले होते. आपल्यावर राष्ट्राने सोपविलेले ते महान कार्य आपली सर्व शक्ती केंद्रिभूत करून, आपल्या बिघडत जाणाऱ्या प्रकृतीची तमा न बाळगता, त्याचे सर्व दायित्व आपणावर घेऊन तडीस नेण्यासाठी ते जिवापाड मेहनत घेत होते. त्यांनी त्यासाठी किती कष्ट केले, ते कसे पार पाडले आणि त्यांना घटनेचे शिल्पकार का म्हणतात हे समजून घ्यावयाचे असेल तर घटनेचा मसुदा तयार करण्यासाठी नेमलेल्या लेखन-समितीचे एक सभासद टी. टी. कृष्णाम्माचारी ह्यांनी घटना समितीत ५ नोव्हेंबर १९४८ रोजी जे भाषण केले त्यावरून कल्पना येईल. सभागृहाचे लक्ष वेधून कृष्णाम्माचारी म्हणाले, 'सभागृहाला कदाचित माहीत असेल की, आपण निवडलेल्या सात सभासदांपैकी एकाने राजीनामा दिला. त्याची जागा भरण्यात आली नाही. एक सभासद मृत्यू पावला. त्याचीही जागा रिकामीच राहिली. एक अमेरिकेस गेले. त्यांचीही जागा तशीच राहिली. चौथे सभासद

संस्थानिकांसंबंधीच्या कामात गुंतलेले राहिले. त्यामुळे ते सभासद असूनही नसल्यासारखेच होते. एक दोन सभासद दिल्लीपासून दूर होते. त्यांची प्रकृती बिघडल्यामुळे तेही उपस्थित राहू शकले नाहीत. शेवटी असे झाले, की घटना तयार करण्याचा सर्व भार एकट्या डॉ. आंबेडकरांवरच पडला. अशा स्थितीत त्यांनी ज्या पद्धतीने ते काम पार पाडले तिजबद्दल ते नि:संशय आदरास पात्र आहेत. अशा या अडचणीतूनही मार्ग काढून त्यांनी हे कार्य पूर्ण केले त्याबद्दल आपण त्यांचे सदैव ऋणी राहू, असे मी निश्चितपणे तुम्हांला सांगतो.' कृष्णाम्माचारी ह्यांनी घटना-समितीच्या समोर उभे केलेले हे चित्र आणखी एक गोष्ट सांगितली असता पूर्ण होईल. ती म्हणजे घटनेचा मसुदा तयार करण्यास नेमलेल्या लेखन-समितीच्या बैठकीस अनेक वेळा आंबेडकर व त्यांचे कार्यवाह असे दोघेच उपस्थित असत. अशा रीतीने हे ऐतिहासिक कार्य डॉ. आंबेडकरांनी पूर्ण करीत आणले होते.

१९४८ च्या जानेवारीच्या मध्यावर आंबेडकर मुंबईस आले. आपल्या मुक्कामात ते 'धोबी तलाव नाईट स्कूल' या शाळेच्या वक्तृत्व स्पर्धेच्या बक्षीस समारंभास उपस्थित राहिले. तो समारंभ सिद्धार्थ महाविद्यालयामध्ये झाला. आपल्या भाषणात त्यांनी मुलांना सांगितले की, वक्तृत्वकला ही कष्टाने संपादन होऊ शकते. आपल्या पुढील आयुष्यात महान वक्ते म्हणून प्रसिद्ध झालेले गोपाळ कृष्ण गोखले हे आपल्या पहिल्या भाषणाच्या वेळी सभाकंप होऊन कसे मटकन खाली बसले ही आठवण त्यांनी त्या मुलांना सांगितली. फिरोझशहा मेथा यांनी वक्तृत्वकला कशी संपादन केली याविषयी रसभरीत वर्णन केले. मेथांनी एक खोली आरशांनी सजवली होती. त्या खोलीत मेथांनी आपण बोलताना आपले हावभाव व हातवारे कसे होतात याचा अभ्यास केला होता. इतकेच नव्हे तर आपला पोशाख आकर्षक आणि व्यक्तिमत्त्व हे प्रभावी कसे होईल याचीही ते काळजी घेत असत, हे आंबेडकरांनी विद्यार्थ्यांच्या मनावर ठसविले. शेवटी ते म्हणाले, 'चर्चिलसारखा महान वक्तासुद्धा तयारी केल्याशिवाय भाषण करीत नाही.'

देशाच्या फाळणीतून निर्माण झालेल्या दु:खाचे आघात भारतावर होत होते. पं. जवाहरलाल नेहरूंनी राष्ट्राला रक्त आणि अश्रू यांच्या पुरामधून वाट काढावी लागत आहे अशी कबुली दिली. गांधीवादावरील लोकांचा विश्वास उडाल्याचे दिसत होते. गांधीवादावरील काँग्रेसपक्षीय नेत्यांची श्रद्धा साफ गारठून गेली होती. राजर्षी टंडन एका सभेत बोलताना म्हणाले की, 'गांधीजींचे निर्भेळ अहिंसावादाचे तत्त्व देशाच्या फाळणीला बव्हंशी कारणीभूत झाले आहे.' स्वातंत्र्य उजाडण्याच्या पूर्वी एक दिवस अगोदर कलकत्त्यामध्ये गांधीजींवर लोकांनी

दगडांचा वर्षाव केला होता. अशा परिस्थितीत १३ जानेवारी १९४८ ला सुरू झालेल्या गांधीजींच्या उपोषणामुळे तर परिस्थितीचा कडेलोटच झाला. दिल्लीतील निर्वासितांनी व्यापलेल्या मशिदी खाली करून, मुसलमानांच्या वहिवाटीला पुन्हा द्याव्यात या आणि इतर उद्देशांनी गांधीजींनी हे उपोषण सुरू केले होते. आणि याचा परिणाम असा झाला की, हिंदी सरकारला पाकिस्तानला ५५ कोटी रुपये देणे भाग पडले. आपण पाकिस्तानला हे पैसे देणार नाही, अशी सरदार पटेलांसहित सर्व प्रमुख नेत्यांनी यापूर्वी गर्जना केली होती.

सर्वत्र दारुण निराशा, गोंधळ आणि हाहाकार उडाला असताना, नथुराम गोडसे याने महात्मा गांधी यांना ३० जानेवारी १९४८ रोजी दिल्ली येथे गोळ्या घालून ठार मारले. मानवी इतिहासात एक महान पुरुष म्हणून मानला जाईल अशा गांधीजींचा इतका भयंकर रीतीने शेवट झाल्याचे पाहून सर्व जग दु:खाने हादरले. परंतु फुलासारखे कोमल नि खडकासारखे कठोर असणाऱ्या आंबेडकरांचे हृदय या भयंकर घटनेने विचलित झाले नाही. वर उल्लेखिलेली राष्ट्राची भयंकर स्थिती आणि गतकालातील कटू आठवणी ह्यांमुळे आंबेडकरांच्या हृदयातील गांधीजींसंबंधी असलेली अढी दूर झाली नव्हती. गांधीजींच्या हत्येविषयी त्यांनी एक अवाक्षरही प्रकटपणे काढले नाही. गांधीजींच्या प्रेतयात्रेत थोडा वेळ सामील होऊन ते परतले आणि आपल्या अभ्यासिकेत जाऊन बसले. हिंदी लोकशाहीचा श्वासोच्छ्वास गुदमरून सोडणाऱ्या गांधीजींच्या प्रचंड व्यक्तित्वाची धोंड बाजूस झाल्याने आता श्वासप्रवाह अविरोध राहू लागेल, असे त्यांना वाटले असावे. ज्युलियस सीझरच्या मरणाची बातमी ऐकून सिसिरो उद्गारला होता की, 'बरे झाले ! आता स्वातंत्र्याची प्रभात उजाडली आहे !' गांधीजींच्या हत्येच्या दिवशी सिसिरोच्या ह्या उद्गारांची आंबेडकरांना आठवण झाली असे म्हणतात.

फेब्रुवारी १९४८ च्या पहिल्या आठवड्यात आंबेडकरांनी घटनेचा कच्चा खर्डा घटना समितीचे अध्यक्ष डॉ. राजेंद्रप्रसाद यांना सादर केला. लोकमत अजमावण्यासाठी तो कच्चा खर्डा देशासमोर ठेवण्यात आला. घटनेच्या उपोद्घातातील 'प्रजासत्ताक' या शब्दाऐवजी 'राज्य' हा शब्द त्यांना सुचवायचा होता. त्यांना तशी दुरुस्ती सुचवायची होती. 'प्रजासत्ताक' राज्यपद्धतीने भारत आणि ब्रिटिश राष्ट्रकुल यांच्यातला संबंध आपोआपच तत्काळ तुटतो. असे घडू नये असे आंबेडकरांना वाटत होते. राज्य हा शब्द अधिक तटस्थ असून तो आयर्लंड आणि दक्षिण आफ्रिका यांच्या घटनांत स्वीकृत केलेला आहे. परंतु देशातील बहुतेक नेत्यांना नि वृत्तपत्रांना ती कल्पना पसंत पडली नाही.

घटनेचा कच्चा खर्डा पूर्ण केल्यानंतर आंबेडकरांना विश्रांतीची आवश्यकता वाटू लागली. औषधोपचारासाठी ते मुंबईस आले. म्हातारपणी आपली काळजी घेईल अशी सोबत त्यांना पाहिजे होती. ज्या रुग्णालयात ते विश्रांती घेत होते, त्यातच कुमारी शारदा कबीर नावाच्या डॉक्टर काम करीत होत्या. ऑगस्ट १९४७ पासून ते आपल्या प्रकृतीविषयी चिंताक्रांत झाले हाते. त्यांची प्रकृती झपाट्याने ढासळत होती. गेले पंधरा दिवस आपला डोळ्याशी डोळा लागलेला नाही, असे त्यांनी ऑगस्ट १९४७ मध्ये एका पत्रात लिहिले. रात्र पडली म्हणजे त्यांना मोठी भीती वाटत असे. अनेक दिवस त्यांचे मज्जातंतूचे दुखणे रात्रीचे सुरू होई. त्यांना कण्हत कुथत सर्व रात्र काढावी लागे. त्या दिवसांत ते इन्शुलीन घेत असत. होमिओपाथिक औषधेही घेत असत. परंतु त्यांना कुठलेच औषध लागू पडेना. ते म्हणाले, 'जे बरे होत नाही ते सहन करावयास मी आता शिकत आहे.' ऑगस्ट १९४७ मध्ये मुंबईचे डॉक्टर काय म्हणतात याविषयी त्यांनी त्या पत्रात चौकशी केली.

जानेवारी १९४८ मध्ये लिहिलेल्या एका पत्रात त्यांनी अशी कहाणी सांगितली आहे की आपल्या पायांतील वेदना पहाटे सुरू होऊन दिवसभर चालू राहतात. त्यानंतर एका महिन्याने कमलाकांत चित्रे यांना लिहिलेल्या पत्रात ते म्हणाले, 'माझी प्रकृती एकाएकी ढासळली आहे आणि दुखण्याने फिरून उचल खाल्ली आहे. चार दिवस डोळ्याशी डोळा लागलेला नाही. पायांतील वेदना तर असह्य झाल्या आहेत. रात्रभर जागरण करून नोकरांना आपली सेवा करावी लागली. दिल्लीतील दोन नामांकित वैद्यांनी मला तपासले. त्यांचे मत असे पडले की, जर पायांतील वेदना त्वरित थांबल्या नाहीत तर त्या वेदना नेहमीच राहतील आणि कधीच बऱ्या होणार नाहीत. माझ्या प्रकृतीची काळजी घ्यायला कोणीतरी माणूस पाहिजे, या तुमच्या सूचनेचा मी पूर्वीपेक्षा आता अधिक आस्थेने विचार करीत आहे. मी डॉक्टर कबीर हिच्याशी विवाहबद्ध व्हायचे ठरविले आहे. माझ्या आढळात तिच्याइतकी योग्य जोड दुसरी नाही. बरोबर किंवा चूक असो, हा मी निर्णय ठरविला आहे. याविषयी तुम्हांस काही सांगावयाचे असल्यास तसे कळवा.'

नाशिकचे भाऊराव गायकवाड यांनाही त्यांनी आपल्या संकल्पित विवाहासंबंधी माहिती दिली. त्यात ते म्हणाले, 'पहिल्या पत्नीच्या निधनानंतर पुन्हा लग्न न करण्याचा मी निर्धार केला होता. परंतु आता दुसरा विवाह करण्याचा मी निर्णय ठरविला आहे. जी सुगृहिणी असून वैद्यकशास्त्रातही पारंगत आहे अशा पत्नीची मला आवश्यकता आहे. दलित समाजात अशी स्त्री सापडणे

अशक्य असल्याने मी एका सारस्वत बाईची निवड केली आहे.'[१] आपला एक सहकारी, माझा मुलगा यशवंत आणि माझी नियोजित पत्नी डॉ. कबीर यांची मने एकमेकांविषयी कलुषित करीत आहे हे मला कळविण्यास अत्यंत दुःख होत आहे' असे त्यांनी कमलाकांत चित्रे यांना लिहून पुढे म्हटले, 'लग्न पुढे ढकलले तर याविषयी लोकांत दिवसेंदिवस जास्त बभ्रा होईल. आणि दुष्ट लोक माझी बदनामी करावयास ती एक मोठी पर्वणीच साधतील, अशी मला भीती वाटते. त्यामुळे एप्रिल १५ ला मी विवाहबद्ध होण्याचे निश्चित केले आहे.' लग्नसमारंभाला चित्र्यांनी उपस्थित राहावे अशी विनंती करून आंबेडकर आपल्या पत्रात पुढे म्हणतात, 'ही गोष्ट करण्यात मी काही नैतिक गुन्हा करीत आहे असे मला वाटत नाही. तक्रार करायला मी कोणालाही जागा ठेवलेली नाही. यशवंतलासुद्धा नाही. त्याला मी आजपर्यंत सुमारे तीस हजार रुपये दिले असून कमीत कमी ऐंशी हजार रुपये किंमतीचे एक घरही दिले आहे. माझी खात्री आहे की कुठल्याही बापाला आपल्या मुलाकरिता जे करता येईल त्यापेक्षा मी माझ्या मुलाकरिता जास्त केले आहे.' लग्न ठरल्यावर डॉ. कु. शारदा कबीर या विमानाने नवी दिल्ली येथे गेल्या. १५ एप्रिल १९४८ ला सकाळी आंबेडकरांच्या दिल्ली येथील हार्डिंज ॲव्हिन्यू या निवासस्थानी त्यांच्याशी त्यांचा विवाह झाला. दोन दिवसांपूर्वी आंबेडकरांना ५६ वर्षे पूर्ण होऊन त्यांनी ५७ व्या वर्षात पदार्पण केले होते. विवाहाच्या प्रसंगी काही थोडे निवडक मित्र उपस्थित होते. त्यांना दुपारी आंबेडकरांनी लग्नाप्रीत्यर्थ भोजनही दिले. एखाद्या संस्थानिकाने सामान्य बाईशी लग्न करण्यात जे वैशिष्ट्य आहे त्यापेक्षा आंबेडकरांच्या ह्या विवाहाला मोठे वैशिष्ट्य आहे, असे 'न्यूयॉर्क टाइम्स'ने म्हटले.

आपल्या मुलाला एखाद्या धंद्यात गुंतवावे असा डॉ. आंबेडकरांच्या मनात गेली चार वर्षे विचार सुरू होता. मुलाच्या भवितव्यतेचा प्रश्न त्यांना चांगलाच भेडसावीत होता. त्या उद्देशाने त्यांनी मुंबईतील नवल भथेना या पारशी स्नेह्याला पत्र पाठवून आपल्या मुलाला आणि पुतण्याला सन्मानाने निर्वाह करण्याचे साधन म्हणून एखादा धंदा काढून द्यावा आणि त्यासंबंधी एक योजना आखून आपल्याकडे पाठवावी असे कळविले. 'हे घडले तर मला शांतपणे मरण येईल. बाप आपल्या मुलाच्या हितासाठी जसा झटतो तसा तू माझ्या·मुलासाठी झटून त्याला काहीतरी सतत चालेल असा धंदा शिकव.' त्याप्रमाणे काही दिवसांनी भथेना ह्यांनी मुलास व पुतण्यास एक उद्योग काढून दिला. परंतु

१. शंकरराव खरात, डॉ. बाबासाहेब आंबेडकरांची पत्रे.

आंबेडकरांचे पितृहृदय त्या धंद्यातील अपयशामुळे निराशेने चांगलेच पोळून गेले.

आंबेडकरांचा वाढदिवस याही वर्षी मोठ्या थाटाने साजरा झाला. मुंबईचे मुख्यमंत्री बाळासाहेब खेर यांनी त्यांच्या गुणगौरवार्थ असे एक भाषण केले. 'आंबेडकर हे देशाच्या राजकीय पुढाऱ्यांमधील एक अत्यंत थोर विद्वान होत. ते केवळ अस्पृश्य समाजाचे नेते नसून ते अखिल भारताचे एक नेते होत.' असे त्या वाढदिवसानिमित्त झालेल्या सभेत खेरांनी उद्‌गार काढले. मुंबईतील शिवडी येथे बाबासाहेबांच्या वाढदिवसानिमित्त झालेल्या सभेत स. का. पाटील यांचे भाषण झाले. ते म्हणाले, 'आंबेडकर हे थोर समाजसेवक असून त्यांची शक्ती प्रचंड आहे. आंबेडकर हे भावी राज्यघटनेचे एक थोर शिल्पकार आहेत. त्यांच्या ठायी असलेले गुण इतके मोठे आहेत की भारताचे मध्यवर्ती सरकार ते एकटे चालवू शकतील.' राष्ट्रीय कार्यासाठी अशा या भारताच्या थोर सुपुत्राला देवाने आणखी २५ वर्षांचे आयुष्य द्यावे, अशी पाटलांनी प्रार्थना केली. मुंबईच्या 'नॅशनल स्टँडर्ड' पत्राने असे म्हटले की, आंबेडकरांची सुधारणावादाची कल्पना एवढी भव्य आहे की त्या कल्पनेने हिंदूंच्या पुनर्जीवनाचे सर्व क्षेत्रच्या क्षेत्र व्यापले आहे.' आंबेडकरांना अलौकिक राजकीय बुद्धिमत्तेची देणगीच लाभलेली आहे, असे सांगून ते वृत्तपत्र पुढे म्हणाले, 'आंबेडकर हे तत्त्वासाठी लढणारे योद्धे आहेत. त्यांचा ध्येयवाद समाजातील अन्याय दूर करण्यासाठी आणि दलितांचा उद्धार करण्यासाठी बद्धपरिकर झाला आहे. विधिमंत्री म्हणून ते आपल्या सहकाऱ्यांना मोठे विश्वासाचे बळच वाटतात.'

एप्रिल १९४८ च्या शेवटच्या आठवड्यात आंबेडकरांनी उत्तर प्रदेश दलित वर्गाच्या परिषदेत भाषण केले. तेव्हा ते म्हणाले, 'राजकीय सत्ता हीच समाजाच्या प्रगतीची किल्ली आहे. म्हणून दलित समाजाने आपली संघटना करावी आणि बलवान असा तिसरा पक्ष स्थापून राजकीय सत्ता काबीज करावी. ते करीत असताना काँग्रेस आणि समाजवादी या दोन राजकीय पक्षांमध्ये सत्तेचा समतोलपणा साधावा तरच त्यांचे कल्याण होईल.

'मी मध्यवर्ती सरकारला जाऊन मिळालो आहे; काँग्रेस पक्षाला नव्हे. काँग्रेस पक्ष हे एक आग धुमसत असलेले घर आहे. एक दोन वर्षांत त्या पक्षाचा नाश झाला तर आपल्याला आश्चर्य वाटणार नाही. जर मी काँग्रेसमध्ये गेलो तर पाण्यात जसा दगड अभंग राहतो तसा मी अभंग राहीन. परंतु तुम्ही मात्र काँग्रेसमध्ये गेलात तर ढेकळाप्रमाणे विरघळून जाल. म्हणून तुमची ही संघटना अलिप्त आणि अभंग ठेवा.' आंबेडकरांच्या या भाषणामुळे साहजिकच काँग्रेसचे नेते चिडले. कमलाकांत चित्रे यांना यासंबंधी लिहिलेल्या एका पत्रात आंबेडकर

म्हणतात, 'माझ्या भाषणामुळे येथे चांगलाच गोंधळ उडाला आहे. सरदार पटेल आणि पंडित नेहरू यांचा माझ्याशी मोठा कडाक्याचा वाद झाला. माझ्यामुळे जर त्यांना अडचणीची परिस्थिती निर्माण होत असेल, तर मी खुशीने राजीनामा द्यावयास तयार आहे असे मी त्यांना सांगितले आहे. या गोष्टीचा बरावाईट निर्णय थोडक्या दिवसांतच लागेल.' तथापि त्यांनी दिल्ली येथून एक पत्रक प्रसिद्ध केले. आणि आपल्या आयत्या वेळी केलेल्या भाषणाचा विपर्यास करण्यात आला आहे असे जाहीर केले. 'मी मंत्रिमंडळात सहकारी झालो, कारण मंत्रिमंडळाला येऊन मिळण्यासाठी मला जे पाचारण करण्यात आले होते ते विनाअट होते. मंत्रिमंडळात जाऊन दलितांचे हित मला साधता येईल या विचाराने मी मंत्रिमंडळात गेलो. केवळ विरोधाकरिता विरोध करणे या तत्त्वाचा आपणांस तिरस्कार वाटतो,' असेही त्या पत्रकात त्यांनी म्हटले. परंतु ऑगस्ट १९४८ पर्यंत हे प्रकरण विझले नव्हते असे दिसते. कारण, 'राजकीय घटना या पुन्हा डोके वर काढू लागल्या आहेत आणि त्यामुळे मंत्रिमंडळ केव्हा कोसळेल याचा नेम नाही, म्हणून मुंबईची माझी भेट मी स्थगित केली आहे,' असे आंबेडकरांनी त्या वेळच्या एका पत्रात म्हटले आहे.

बडोद्यातील ग. म. जाधव यांच्याशी आंबेडकरांनी याच सुमारास युद्धशास्त्राविषयी चर्चा केली. काही वर्षांपूर्वी 'भारतीय सेना' नावाचा ग्रंथ लिहिण्याचा आंबेडकरांचा मानस होता. त्यांचा हा विषय आवडीचा होता. जाधवांचा या विषयाचा व्यासंग दांडगा होता. त्यांच्याकडे या शास्त्रावरील आणि भारताच्या संरक्षणाच्या प्रश्नासंबंधी ग्रंथभांडारही मोठे होते. आपल्या सिद्धार्थ महाविद्यालयामध्ये युद्धशास्त्राचे शिक्षण देण्यासाठी एक वर्ग काढावा आणि त्या विद्यार्थ्यांना शिकविण्यासाठी जाधवांना प्राध्यापक म्हणून नेमावे अशी त्यांची इच्छा होती. युद्धशास्त्राच्या शिक्षणाविषयी आंबेडकरांनी एवढा ध्यास घेतला होता की, कमलाकांत चित्रे यांना लिहिलेल्या एका पत्रात ते म्हणाले, 'आपल्या महाविद्यालयाने युद्धशास्त्राचे शिक्षण हे आपले एक शैक्षणिक वैशिष्ट्य म्हणून सुरू केले पाहिजे. यामुळे देशाची मोठी सेवा होईल. एवढेच नव्हे तर दलित समाजाचेही मोठे हित होईल.' परंतु त्यांचा हा हेतू सफल झाला नाही. त्या विषयावरील काही पुस्तके मात्र जाधवांकडून त्यांनी सिद्धार्थ महाविद्यालयासाठी खरेदी केली. याच सुमारास भारत सरकारने भाषावार प्रांतरचनेच्या मागणीचा विचार करण्यासाठी एक मंडळ नेमले. महाराष्ट्राच्या वतीने ज्यांनी त्या मंडळासमोर साक्ष दिली त्यांपैकी आंबेडकर हे एक प्रमुख होत. आपल्या व्यासंगपूर्ण वैशिष्ट्याने भरलेले एक निवेदन तयार करून ते त्यांनी धार मंडळापुढे मांडले.

१४ ऑक्टोबर १९४८ रोजी धार मंडळाला सादर केलेल्या निवेदनात ते म्हणाले, 'भाषिक प्रांतरचना ही लोकशाहीला आवश्यक अशा गोष्टी निर्माण करते. उदाहरणार्थ, भाषावर प्रांतरचना सामाजिक एकसंधता निर्माण करून ती संमिश्र प्रांतांतील लोकशाहीपेक्षा तेथील लोकशाहीला अधिक कार्यक्षम करते. भाषिक राज्य निर्माण करण्यात काही धोका नाही. धोका आहे तो भाषिक राज्य निर्माण करून प्रत्येक राज्याची दप्तरी भाषा प्रांतिक भाषा करण्यातच आहे. एखाद्या प्रांताची भाषा ही त्या राज्याची भाषा झाली तर प्रांतिक राष्ट्रवाद निर्माण होईल. प्रांतिक राज्याची दप्तरी भाषा जर प्रांतिकच राहिली, तर प्रत्येक प्रांताची संस्कृती वेगळी ठळक आकाराची ठसठशीत आणि घट्ट होईल. त्यामुळे हिंदुस्थान हा एकसंध राहण्याच्या ऐवजी युरोपचे झाले तसे याचे तुकडे होतील.' यास्तव सर्व राज्यांत हिंदी राष्ट्रभाषा ही राज्यव्यवहाराची भाषा म्हणून स्वीकारावी असे त्यांचे मत होते. महाराष्ट्र राज्य हे एकसंध असावे, असे आपले मत देऊन ते पुढे म्हणाले, 'असा हा महाराष्ट्र आर्थिक दृष्ट्या बलवान होईल एवढेच नव्हे तर क्षेत्रफळ, लोकसंख्या आणि उत्पन्न या दृष्टीनेही बलवान होईल.' ते आणखी म्हणाले, 'महाराष्ट्र आणि मुंबई ही एकमेकांवर अवलंबून आहेत. ती दोन्ही एक आणि अविभाज्य आहेत. आणि बायबलच्या भाषेत सांगावयाचे म्हणजे मुंबई आणि महाराष्ट्र यांची सांगड देवानेच घातली आहे. यासंबंधांत लवाद नेमणे म्हणजे विवाहविषयक प्रश्न लवादापुढे नेण्यासारखे आहे. मुंबई ही एक सर्व भारताची मोठी पेठ आहे. म्हणून तिच्यावरील महाराष्ट्राचा अधिकार नाकारू नये. प्रत्येक बंदर ज्या विभागात ते असते त्या विभागापेक्षा जास्त प्रदेशाची सेवा करते. कलकत्त्यामध्ये बंगाली लोक अल्पसंख्याक आहेत व तेथील उद्योगधंदे हे बिगरबंगाली लोकांच्या ताब्यात आहेत, म्हणून कलकत्ता बंगालपासून तोडता येईल का ? बिहारमधील कोळशाच्या खाणी या बिहारच्या आहेत की त्या खाणीचे जे मालक गुजराथी, काठेवाडी व युरोपियन आहेत त्यांच्या आहेत ? मुंबईचे उद्योगधंदे महाराष्ट्रातील कामगारांच्या श्रमावर मुख्यत: युरोपियन लोकांनी सुरू केले आहेत. महाराष्ट्रीयांना कोण्या दुष्ट हेतूने पछाडलेले नाही. ती व्यापारी जमात नाही. इतर जमातींप्रमाणे महाराष्ट्रीय लोकांना पैशाचा सोस नाही. आणि हा त्यांचा मोठ्यांतला मोठा सद्गुण आहे, असे ज्यांना वाटते त्यांच्यापैकी मी एक आहे. धन हे महाराष्ट्रीय लोकांचे कधीही दैवत नव्हते. तो त्यांच्या संस्कृतीचाही गुणधर्म नव्हे. नाहीतर त्यांनी महाराष्ट्राच्या बाहेरून येणाऱ्या इतर समाजांना उद्योगधंद्यांची मक्तेदारी बळकावून घेण्याची संधी दिली नसती.'

ऑक्टोबर १९४८ मध्ये आंबेडकरांचा 'अस्पृश्य' (दि अनूटचेबल्स) हा

इंग्रजी ग्रंथ प्रसिद्ध झाला. आपल्या प्रकांड व्यासंगाने नि बुद्धिमत्तेने त्यांनी त्या ग्रंथात अस्पृश्य हे पूर्वी पराभव पावलेले लोक होते आणि त्यांनी बौद्ध धर्म नि गोमांस खाणे न सोडल्यामुळे त्यांना अस्पृश्य लेखण्यात आले, असे म्हटले आहे. त्यांच्या मते अस्पृश्यतेचा उगम इसवी सन चारशेच्या सुमारास असावा. त्यांनी आपल्या प्रचंड विद्वत्तेने सिद्ध केले की, बौद्ध धर्म नि ब्राह्मण धर्म यांमध्ये श्रेष्ठपणासाठी जो झगडा झाला त्यातून अस्पृश्यता जन्मास आली. आपल्या वाचकांस आंबेडकर सांगतात की, बौद्ध धर्माच्या उदयामुळे नष्ट झालेली आपली प्रतिष्ठा नि सत्ता पुन्हा संपादन करण्यासाठी ब्राह्मणांनी गोमांस सोडले नि बौद्ध धर्माचे मार्ग नि रीतीभाती स्वीकारल्या.

अस्पृश्य बौद्ध होते हे मत कर्नल अल्कॉट यांनी आपल्या 'द पुअर पॅरिया' या ग्रंथात आणि बाबू नागेंद्रनाथ बसू यांनी आपल्या 'आधुनिक बौद्ध धर्म आणि त्याचे ओरिसातील अनुयायी' या ग्रंथात यापूर्वीच मांडले होते. हिंदू धर्माच्या पुनरुज्जीवनात सामील होण्यास ज्या बौद्धधर्मीयांनी नाकारले ते अस्पृश्य ठरले, असे त्यांनीही म्हटले होते.

आंबेडकरांच्या या ग्रंथावरून असे सिद्ध होते की, आंबेडकर-लिखाणात डॉ. जॉन्सनप्रमाणे भाषाप्रभाव, विचारशक्ती हे दोन प्रभावी गुण असून त्यांची लेखणी प्रतापशाली होती. त्यांच्या लिखाणात एक प्रकारचा सुवासिक साधेपणा नि सरळपणा होता. त्यांची शैली पाणीदार, तर्कप्रधान, न्यायाधीशाला शोभेल अशी होती. ती काही वेळा प्रकृतीने गंभीर असूनसुद्धा अशा काही आवेशाने वक्तृत्वाच्या शिगेला पोचते की त्या शैलीच्या शालीखाली लपतछपत असलेली वकिली दृग्गोचर होत नसे. आंबेडकरांची शैली नि वाक्प्रचार ही वक्रोक्तीपूर्ण वाक्ये अन् मनोहर सुभाषिते यांनी सुशोभित झाली होती. त्यांचे ज्ञान प्रचंड, सर्वसंग्राहक, सखोल आणि ज्ञानकोशासारखे विस्तीर्ण होते. त्यांची विद्वत्ता बोधकारक होती. त्यांचे विचार प्रक्षोभक होते. त्यांचे लिखाण हे लेखकांसाठी आणि विचारवंतांसाठी होते. तरीसुद्धा हे सत्य आहे की त्यांनी आपली लेखणी कलावंत म्हणून वापरली नसून एक महान विचारवंत म्हणून वापरली आहे. त्यांनी नावलौकिकासाठी ग्रंथ लिहिले नाहीत. ते महान प्रश्न सोडविण्यासाठी लिहिले. यास्तव काही टीकाकारांच्या मते इतिहासकार आंबेडकरांचे लिखाण अंमळ कठोरच होते. आंबेडकरांतील इतिहासकारांवर आंबेडकरांतील प्रेषित हा प्रभाव पाडीत असे. केवळ विरोधकांच्या मुद्याचा पाडाव करून आंबेडकरांना समाधान वाटत नसे. आपला विरोधक घेरी येऊन पडेपर्यंत ते त्याच्यावर वार करीत असत. ते अपरिहार्य होते. कारण शस्त्रक्रियेच्या वेळी रक्तस्राव अटळ असतो.

घटनेचा कच्चा मसुदा लोकांच्या समोर सहा महिने ठेवल्यानंतर ४ नोव्हेंबर १९४८ रोजी आंबेडकरांनी तो मसुदा घटना-समितीसमोर विचारासाठी ठेवला. त्यात ३१५ कलमे असून आठ परिशिष्टे होती. 'हा अतिविस्तृत असा दस्तऐवज झाला आहे' असे त्या खर्ड्याचे वर्णन करून त्यांनी आपल्या आकर्षक, रम्य आणि शैलीदार भाषणात नियोजित घटनेची वैशिष्ट्ये सांगितली. आंबेडकरांचे भाषण ऐकत असताना सर्व घटना-समिती चित्रासारखी तटस्थ झाली. घटनेवर केलेल्या टीकाकारांच्या टीकेला उत्तर देताना ते म्हणाले, 'ती टीका, टीकाकारांचे अपसमज आणि त्यांना कलमांचे झालेले अर्धवट ज्ञान यांवर आधारलेली होती.' घटना-समितीच्या दृष्टीसमोर कोणते राज्य आहे याविषयी विवेचन करताना ते म्हणाले, 'अमेरिकन पद्धतीच्या राज्यकारभाराला अध्यक्षीय पद्धतीचे शासन म्हणतात. त्या अध्यक्षीय पद्धतीप्रमाणे राष्ट्राध्यक्ष हा मुख्य कार्यकारिणीचा प्रमुख असतो. आपल्या नियोजित घटनेप्रमाणे अध्यक्षांचा दर्जा इंग्लिश राज्यघटनेतील राजाप्रमाणे आहे. तो राज्याचा प्रमुख तर असतोच, परंतु तो कार्यकारिणीचा प्रमुख नसतो. तो राष्ट्राचा प्रतिनिधी असतो. परंतु राष्ट्राचा राज्यकारभार करीत नाही.'

मंत्रिमंडळासंबंधी ते म्हणाले, 'अमेरिकन मुख्य कार्यकारिणी हे लोकशाहीप्रधान कार्यकारी मंडळ नसते. कारण लोकसभेतील बहुमतावर त्या कार्यकारिणी मंडळाचे अस्तित्व अवलंबून नसते. ब्रिटिश राज्यपद्धतीप्रमाणे कार्यकारी मंडळ हे लोकशाहीनिष्ठ असते. कारण त्याचे अस्तित्व ब्रिटिश लोकसभेतील मतांवर अवलंबून असते. अमेरिकन लोकसभेला तिचे कार्यकारी मंडळ लोकनियुक्त नसले तरी आपल्या कार्यकारी मंडळाच्या कार्याचे दायित्व नाकारता येत नाही. साहजिकच या कार्यकारी मंडळाचा कल अमेरिकन लोकसभेला कमीत कमी जबाबदार असण्याकडे होतो. उलटपक्षी, लोकशाहीनिष्ठ कार्यकारी मंडळाची प्रवृत्ती लोकसभेला जास्तीत जास्त जबाबदार राहण्याकडे होते. नियोजित राज्यपद्धतीप्रमाणे जास्तीत जास्त जबाबदारीचे तत्त्व पसंत केले आहे.' घटनेतील वैशिष्ट्यांचा निर्देश करताना ते म्हणाले, 'नियोजित राज्यघटना ही जरी दुहेरी राज्यव्यवस्थेची असली, तरी सर्व हिंदुस्थानमध्ये एकच नागरिकत्व आहे. न्यायमंडळ एकसंध आहे. घटनात्मक निर्बंधांसंबंधी जेव्हा मतभेद उत्पन्न होतील तेव्हा त्यांवरील अधिकार हा त्या न्यायमंडळाचाच राहील. आणि उपायही तेच न्यायमंडळ सुचवील. दिवाणी निर्बंध किंवा दंडनीय निर्बंध हे सर्व हिंदुस्थानात सारखेच आहेत. अखिल भारतीय पातळीवर नोकरी करणारे अधिकारी समान आहेत. उलटपक्षी, अमेरिकन संघराज्याच्या राज्यघटनेप्रमाणे अमेरिकेत दुहेरी नागरिकत्व असते. एक नागरिकत्व अमेरिकन संघराज्याचे तर दुसरे

वैयक्तिक राज्याचे. तेथे एक संघाचे न्यायमंडळ तर दुसरे राज्याचे न्यायमंडळ असते. तेथे संघराज्याचा नोकरवर्ग आणि वैयक्तिक राज्याचा नोकरवर्ग असे दोन वेगळे प्रकार असतात. प्रजासत्ताक राज्यपद्धती स्वीकारल्यावर अमेरिकन संघराज्यातील कोणतेही राज्य आपली स्वतंत्र राज्यघटना करायला मोकळे असते. उलट भारताची राज्यघटना व घटक राज्याची राज्यघटना ही एकच असून तिच्यातून कोणालाही बाहेर पडता येत नाही. राज्यघटनेच्या कक्षेतच दोघांनीही राहिले पाहिजे.' राज्यघटना लवचिक नाही असे म्हणणाऱ्या टीकाकारांना उत्तर देताना ते म्हणाले, 'प्रांतांना सुपूर्द केलेल्या विषयावर शांततेच्या वेळी कायदे करण्याचा अधिकार लोकसभेला देऊन आणि राज्यघटनेत सुधारणा करण्याची सोय करून ते दोष दूर करण्याचा प्रयत्न केला आहे. म्हणून घटनेचे मुख्य वैशिष्ट्य असे की ते एक लवचिक संघराज्य आहे.'

राज्यघटनेत विशेष काही नावीन्य नाही असा आरोप करणाऱ्या टीकाकारांना ते म्हणाले, 'पहिली राज्यघटना लिहून झाल्यावर आता सुमारे शंभर वर्षे लोटली आहेत. त्यानंतर अनेक राष्ट्रांनी आपल्या राज्यघटना शब्दांत व्यक्त केल्या आहेत. राज्यघटनेची मर्यादा किंवा कक्षा काय असावी हे फार पूर्वी ठरलेले आहे. त्याचप्रमाणे घटनेची मूलभूत तत्त्वे कोणती असावीत हे सर्व जगभर आता मान्य झालेले आहे. या गोष्टी मान्य केल्यावर सर्व राज्यघटनांमध्ये राज्यकारभाराच्या मुख्य व्यवस्था सारख्याच आहेत हे सांगावयाची आवश्यकता नाही. इतक्या अलीकडच्या काळात केलेल्या या घटनेत जर काही नवीन गोष्टी असल्याच तर ते घटनेतील दोष निवारण करण्यासाठी आणि देशाच्या गरजा भागविण्यासाठी केलेले फरकच म्हणून असणार. हिंदी सरकारच्या १९३५ च्या निर्बंधाचा या घटनेने पुष्कळ उपयोग करून घेतला आहे. यासंबंधी कमीपणा मानण्याचे काहीच कारण नाही. कोणाकडून काही घेण्यासारखे असेल तर ते घेण्यात लाज वाटण्याचे कारण नाही.'

ग्रामराज्यासंबंधी ज्या सूचना केल्या गेल्या त्या संबंधी आपले विचार स्पष्ट करून आंबेडकर म्हणाले, 'खेडे म्हणजे त्या भागातील एक स्थानिक वादाचे कोंडाळे; अज्ञानाची, कोत्या मनाची आणि जातीयवादाची गुहा. म्हणून राज्यघटनेने खेडे हे घटक न मानता व्यक्ती ही घटक मानली. याविषयी मला आनंद होत आहे.' भाषणाच्या शेवटी ते म्हणाले, 'ही घटना प्रत्यक्षात आणण्यासारखी आहे. ती लवचिक आहे. आणि शांततेच्या आणि युद्धाच्या वेळी देशाला एकत्र ठेवण्याच्या बाबतीत ती अत्यंत सामर्थ्यवान व सक्षम आहे.'

'खरोखर जर या नवीन राज्यघटनेप्रमाणे गोष्टी सुरळीत चालल्या नाहीत

तर त्याला कारण आमच्या राज्यघटनेतील दोष नसून, मनुष्य समाजातील अधमपणा हाच असेल असे मला म्हणावे लागेल !' असा निर्वाळा देऊन त्यांनी राज्यघटना घटना-समितीपुढे विचारासाठी मांडली.

आंबेडकरांचे राज्यघटनेवरील भाषण ऐकून सर्व घटना-समिती उल्हसित झाली. वक्त्यांमागून वक्त्यांनी त्यांच्या मधुर, स्पष्ट व वजनदार भाष्याबद्दल आणि अनन्यसाधारण विश्लेषण पद्धतीविषयी त्यांना धन्यवाद दिले. प्रा. के. टी. शहा, पंडित लक्ष्मीकांत मित्र आणि घटना मसुदा-समितीचे सदस्य टी. टी. कृष्णाम्माचारी यांनी त्यांचे मन:पूर्वक अभिनंदन केले. पंजाबराव देशमुख यांनी आंबेडकरांचे घटनेवरील भाष्य मनोवेधक आणि उत्कृष्ट झाले असे म्हणून आनंद व्यक्त केला आणि म्हटले की, आंबेडकरांना घटना लिहिण्यात वाव मिळाला असता तर कदाचित ही राज्यघटना वेगळ्या तऱ्हेची झाली असती. काझी सय्यद कमरुद्दीन यांनी आंबेडकरांचे अभिनंदन केले आणि आंबेडकरांना भावी पिढ्या राज्यघटनेचा महान शिल्पकार म्हणून ओळखतील, अशी आपल्याला निश्चिती वाटते असे मत व्यक्त केले.

घटनेतील कलमांवर बरीच चर्चा होऊन ती एकामागून एक स्वीकृत करण्यात आली. २० नोव्हेंबर १९४८ रोजी घटनेचे अकरावे कलम स्वीकृत करण्यात आले आणि भारतातील अस्पृश्यतेचा काळिमा मोठ्या जयघोषात धुऊन टाकण्यात आला. १८ डिसेंबर १९४८ रोजी आंबेडकर मुंबईला आले आणि त्यांनी शेड्यूल्ड कास्ट फेडरेशनचे कार्यकर्ते आणि नेते यांच्या मेळाव्यासमोर भाषण केले. मनमाड येथे त्यांना दिनांक १५ जानेवारी १९४९ रोजी थैली अर्पण करण्यात आली. त्याप्रसंगी भाषण करताना ते म्हणाले की, ''दलित समाजाचे लोक, शेतकरी आणि कामगार यांच्या राज्यात, भारतात खरा समाजवाद स्थापन करतील.' आपल्या श्रोत्यांच्या मनावर त्यांनी असे ठसविण्याचा प्रयत्न केला की, कोणत्याही समाजाची प्रवृत्ती ही तो समाज शिक्षणात किती पुढे जातो यावर अवलंबून असते.

नंतर थोडे दिवस हैद्राबाद येथे त्यांनी मुक्कम केला. त्यांना औरंगाबाद येथे एक महाविद्यालय सुरू करावयाचे होते. त्यासंबंधी ते काही खटपट करीत होते. त्या मुक्कामात त्यांनी अजिंठ्यातील लेणी पाहिली. जानेवारीच्या तिसऱ्या आठवड्यात आपल्या पक्षाच्या सभेस उपस्थित राहून ते दिल्लीस परतले. मार्च आणि मे १९४९ मध्ये ते दोनदा मुंबईस आले. मुंबईस होणाऱ्या या धावत्या भेटी

त्यांच्या पीपल्स एज्युकेशन सोसायटीच्या कामकाजाच्या निमित्ताने, त्याचप्रमाणे वैद्यकीय सल्ला घेण्यासाठी होत असत.

२६ मे रोजी घटना-समितीने आपल्या कामास पुन्हा सुरुवात केली आणि १० जून रोजी आपले काम स्थगित केले. ७ जुलै रोजी आंबेडकर मुंबईस आले. ह्याच वेळी मुंबई म्युनिसिपल कामगार संघाने पुकारलेल्या संपात आणीबाणीची परिस्थिती निर्माण झाली होती. आंबेडकर त्या कामगार संघाचे अध्यक्ष असल्यामुळे ते बिकट पेचात सापडले. त्यांनी तो संप मिटविण्याची इच्छा प्रदर्शित केली. 'तुम्ही कामगार संघाचा राजीनामा द्या किंवा मंत्रिमंडळातील जागा तरी सोडा,' असे त्यांना सांगण्यात आले. बाबासाहेब आंबेडकरांनी मंत्रिमंडळाच्या जागेचा राजीनामा देऊ नये अशी कामगार संघाच्या नेत्यांनी त्यांना विनंती केली. कारण त्यांचे मंत्रिमंडळातील अस्तित्व दलित वर्गाच्या अधिक हिताचे होते, अशी त्यांची खात्री होती.'[१]

३० जुलै १९४८ पासून दिनांक १७ ऑक्टोबरपर्यंत घटना समितीचे अधिवेशन सुरू होते. मध्यंतरी सप्टेंबर महिन्यात एक पंधरवड्याची सुटी पडली तेव्हा श्रीनगरमध्ये आंबेडकरांनी थोडी विश्रांती घेतली आणि ३ ऑक्टोबरला ते दिल्लीस परतले. प्रकृती बिघडली असतानासुद्धा आंबेडकर घटना-समितीचे काम दृढनिश्चयाने पुरे करीत होते. ते घटना-समितीसमोर बहुधा प्रत्येक कलम मांडीत. त्याचे विवरण करीत. शंकांचे निरसन करीत. या अधिवेशनामध्ये आंबेडकरांनी राज्यघटनेचे दुसरे वाचन पुरे केले.

सप्टेंबरमध्ये त्यांना राष्ट्रीय स्वयंसेवक संघाचे प्रमुख माधवराव गोळवलकर हे नवी दिल्ली येथे भेटले. नोव्हेंबरच्या पहिल्या आठवड्यात आंबेडकर औषधोपचारासाठी मुंबईस आले ते १० नोव्हेंबरला त्वरित दिल्लीस परत गेले. महत्कार्याची पूर्ती अपार नि अखंड कष्टाने साधते हेच खरे.

१४ नोव्हेंबरपासून घटना-समितीने राज्यघटनेच्या तिसऱ्या वचनास आरंभ केला. त्या दिवशी आंबेडकर घटना-समितीच्या सभासदांना म्हणाले, 'घटना-समितीने पसंत केल्याप्रमाणे राज्यघटना मंजूर करावी.' त्यांनी तसा ठराव मांडला. आंबेडकरांचे आता भाषण होणार या अपेक्षेने घटना-समितीच्या काही सभासदांनी त्यांचा जयजयकार केला. तथापि, आपल्या आधी इतर सभासदांनी राज्यघटनेसंबंधी आपले मत मांडावे असे आंबेडकरांनी ठरविले. मुनी स्वामी पिले

---

१. Statement by the Secretary of the All India Municipal Workers' Federation.

म्हणाले की, 'हरिजन समाजाने आतापर्यंत नंदनारसारखा मोठा भक्त निर्माण केला, तिरुपन्नलवारसारखा थोर वैष्णव साधू निर्माण केला, तिरुवलुवरसारख्या थोर तत्त्वज्ञान्यास जन्म दिला. आता तर त्या समाजाने आंबेडकरांसारख्या पुरुषास जन्म देऊन जगास असे दाखवून दिले आहे की, दलित समाजसुद्धा सर्वोच्च शिखरावर पोचू शकतो. आणि जगाची सेवा करू शकतो.' सभासदांच्या सदिच्छेस मान देऊन आंबेडकरांनी घटना तयार केली, त्याविषयी त्यांचे उपसभापतींनी हार्दिक अभिनंदन केले. पंडित ठाकुरदास भार्गव यांनी आंबेडकरांना काँग्रेस पक्षाला येऊन मिळण्यासाठी आणि अखिल राष्ट्राचा नेता होण्यास आवाहन केले. कारण काँग्रेसजनांच्या हृदयांत त्यांना निश्चित असे स्थान निर्माण झाले आहे, असे ते म्हणाले.

सर्व सभासदांना राज्यघटना आवडली होती असे मुळीच नाही. थोड्या सभासदांनी बदसूर काढले होतेच. एक सभासद म्हणाला, 'प्रांतांना नगरपालिकांच्या अवस्थेस ह्या घटनेने पोहोचविले. म्हणून ही घटना टाकाऊ आहे.' गांधीजींची विकेंद्रीकरणाची आवडती कल्पना राज्यघटनाकर्त्यांने अव्हेरलेली आहे, असे दुसऱ्या एकाने दुःख प्रदर्शित केले. तिसरे एक सभासद म्हणाले की, राज्यघटनेने गोहत्याबंदीविषयी काही व्यवस्था केली नाही म्हणून वाईट वाटते. काहींच्या मते भारतीय राज्यघटना ही जगातील घटनांची खिचडी होती, आणि म्हणून ती वकिलांचा स्वर्ग बनेल. राज्यघटना जरी एक उत्तम दस्तऐवज झाला असला, तरी ती गांधीजींचा सामाजिक आणि आर्थिक दृष्टीचा ध्येयवाद कृतीत आणीत नाही असे काहींचे म्हणणे पडले. हे सर्व तऱ्हेचे आक्षेप आणि आरोप आंबेडकरांनी अपेक्षिले होते. त्यांना आपल्या प्रास्ताविक भाषणात त्यांनी उत्तरेही दिली हाती.

या अनेक भाषणांतील एका भाषणाचा येथे उल्लेख केला पाहिजे. एम्. सादुल्ला हे घटना मसुदा-समितीचे सभासद होते. त्यांनी सभागृहास सांगितले की, घटनेचा मसुदा तयार करावयास नेमलेली लेखन-समिती ही पूर्णपणे स्वतंत्र नव्हती. तिच्या मार्गात अनेक प्रकारच्या अडचणी होत्या. त्यामुळे लोकशाहीच्या तत्त्वास विरोधी असतील अशा पुष्कळ गोष्टींचा त्या समितीला अंतर्भाव करावा लागला. कारण त्या समितीवर इतर वरिष्ठ शक्तींचे नियंत्रण होते.

२५ नोव्हेंबर १९४९ रोजी घटना समितीने केलेल्या प्रचंड जयजयकारात वादविवादाला उत्तर देण्यासाठी राज्यघटनेचे प्रमुख शिल्पकार डॉ. आंबेडकर हे भाषण करण्यास उभे राहिले. 'मी घटना-समितीत आलो तो दलित वर्गाचे हित साधण्यासाठी आलो. घटना-समितीने माझी निवड घटना

लिहिण्यासाठी नेमलेल्या लेखन-समितीवर केलेली पाहून मला आश्चर्यच वाटले. याविषयी मी घटना-समितीचा अत्यंत ऋणी आहे. तसेच घटनेचा खर्डा तयार करणाऱ्या लेखन-समितीने आपल्यावर एवढा मोठा विश्वास टाकून मला त्यांनी आपले साधन म्हणून वापरून राष्ट्राची अशी सेवा करावयास मला संधी दिली याविषयी मी त्या समितीचा ऋणी आहे.' तसेच घटनेचा खर्डा तयार करणाऱ्या लेखन-समितीने आपल्यावर एवढा मोठा विश्वास टाकून मला त्यांनी आपले साधन म्हणून वापरून राष्ट्राची अशी सेवा करावयास मला संधी दिली याविषयी मी त्या समितीचा ऋणी आहे.' घटना-लेखनाच्या कार्यात ज्यांनी सहकार्य केले, त्या सर बी. एन्. राव आणि लेखन-समितीतील आलादि कृष्णस्वामी अय्यर, घटना-समितीच्या कार्यालयातील लेखक एस्. एन्. मुकर्जी आणि इतर सचिव वर्ग आणि कामत, देशमुख, सक्सेना, शहा, पंडित ठाकुरदास, सिध्वा नि कुंझरू यांनी घटना-समितीच्या कामात उत्साह दाखवून त्यात रंग आणला म्हणून त्यांचेही त्यांनी मन:पूर्वक आभार मानले.

राज्यघटनेच्या गुणांविषयी बोलताना ते म्हणाले, 'राज्यघटनेत गुंफलेली तत्त्वे ही चालू पिढीची मते आहेत. आणि माझे हे विधान कदाचित अतिरंजित वाटले तर हे ह्या सभागृहाचे मत आहे असे मानावे. राज्यघटना कितीही चांगली वा वाईट असली तरी शेवटी ती चांगली की वाईट हे ठरणे हे राज्यकर्ते तिचा वापर करतील त्यांच्यावरच अवलंबून राहील.' राष्ट्राच्या भवितव्यतेचा विचार करून त्यांनी चिंता व्यक्त केली आणि ते म्हणाले, 'माझ्या मनाला अतिशय दुःख होते ते ह्या गोष्टीमुळे की, भारताला यापूर्वी आपले स्वातंत्र्य गमावण्याची वेळ एकदाच येऊन गेली असे नाही. परंतु ते भारताच्या जनतेच्या स्वतःच्याच विश्वासघातामुळे, देशद्रोहीपणामुळेच त्याला गमवावे लागले. जेव्हा महंमद बीन कासीमने सिंधवर स्वारी केली तेव्हा राजा दाहीरच्या सेनापतीने महंमद बीन कासीमच्या मुनीमाकडून लाच खाऊन आपल्या राजाच्या बाजूने लढण्याचे साफ नाकारले. महंमद घोरीला हिंदुस्थानवर स्वारी करण्यास आमंत्रण देऊन पृथ्वीराजाच्या विरुद्ध लढण्यास आमंत्रण देणारा जयचंद हा पुरुष होय. त्याने महंमद घोरीला सोळंकी राज्याचे आणि आपले सहाय्य देण्याचे वचन दिले होते. जेव्हा शिवाजी महाराज हिंदूंच्या स्वातंत्र्यासाठी युद्ध करीत होते तेव्हा इतर मराठे सरदार व रजपूत मोगल बादशहाच्या बाजूने लढत होते. जेव्हा शीख राज्यकर्त्यांविरुद्ध ब्रिटिश लढत होते तेव्हा त्यांचे सेनापती मूग गिळून बसले होते. शीखांचे स्वातंत्र्य रक्षण करण्यासाठी त्यांनी मुळीच प्रयत्न केले नाहीत. १८५७ साली हिंदुस्थानच्या मोठ्या विभागाने ब्रिटिशांविरुद्ध स्वातंत्र्ययुद्ध पुकारले असता

शीख लोक ते युद्ध शांतपणे प्रेक्षक वृत्तीने पाहत राहिले.'

इतिहासाची पुनरावृत्ती होईल काय ? असे सभागृहास विचारून ते म्हणाले, 'हिंदू लोकांचे जातिभेद आणि पंथभेद ह्या जुन्या शत्रूंमध्ये एकमेकांच्या विरुद्ध असलेल्या नवीन पक्षांची आणखी भर पडली आहे. ह्या जाणिवेमुळे माझी चिंता दुणावली आहे.' म्हणून भारतीय जनतेला आंबेडकरांनी असा इशारा दिला की, 'जर त्यांनी आपल्या पक्षाचे मत राष्ट्रहिताच्यापेक्षा श्रेष्ठ मानले, तर भारतीयांचे स्वातंत्र्य दुसऱ्यांदा धोक्यात येईल आणि कदाचित ते कायमचे नष्ट होईल. तरी रक्ताचा शेवटचा थेंब शरीरात असेपर्यंत आपण आपल्या स्वातंत्र्यासाठी लढण्याचा निर्धार केला पाहिजे.' हे अमोल बोल ऐकून सभागृहाने आंबेडकरांचा मोठा जयजयकार केला. यानंतर आंबेडकर कोणत्या मार्गाने लोकशाहीचे समर्थन करावे या विचाराकडे वळले. ते म्हणाले, 'लोकांनी पहिली गोष्ट केली पाहिजे ती ही की, आपले सामाजिक आणि आर्थिक हेतू साध्य करताना घटनात्मक साधनांचा मार्ग स्वीकारला पाहिजे. असहकाराचे, कायदेभंगाचे नि सत्याग्रहाचे मार्ग त्यांनी सोडून द्यावे. कारण घटनाबाह्य मार्ग म्हणजे केवळ अराजकांचे व्याकरण होय.'

स्वातंत्र्याला दुसरा धोका लोकांच्या विभूतिपूजेतून निर्माण झाला आहे, असे सांगून त्यांनी जॉन स्टुअर्ट मिल या ब्रिटिश तत्त्ववेत्त्याच्या मताची सभागृहाला आठवण दिली. त्या ब्रिटिश तत्त्ववेत्त्याने लोकशाहीच्या संरक्षकांस असा इशारा दिला आहे की, एखादा माणूस कितीही थोर असला तरी त्याच्या चरणावर त्यांनी आपले स्वातंत्र्य अर्पण करू नये किंवा आपल्या संस्थेचा नाश करण्यास तो समर्थ होईल एवढी मोठी सत्ता त्याच्या स्वाधीन करू नये. देशात प्रचलित असणाऱ्या निर्बुद्ध आणि आंधळ्या विभूतिपूजेविरुद्ध आंबेडकरांनी इशारा देताना म्हटले, 'ज्या थोर लोकांनी आयुष्यभर राष्ट्राची सेवा केली, त्यांच्याविषयी कृतज्ञता बाळगण्यात काही गैर नाही. परंतु त्या कृतज्ञतेस काही मर्यादा असते. आयरिश देशभक्त ओकानेल यांनी म्हटल्याप्रमाणे आपल्या आत्मप्रतिष्ठेचा बळी देऊन कोणीही मनुष्य कृतज्ञ राहू शकत नाही; आपल्या शीलाचा बळी देऊन कोणीही स्त्री कृतज्ञ राहू शकत नाही; आणि आपल्या स्वातंत्र्याचा बळी देऊन कुठलेही राष्ट्र कृतज्ञ राहू शकत नाही. दुसऱ्या कोणत्याही देशापेक्षा भारतात सावधगिरी बाळगणे अत्यंत आवश्यक आहे. कारण भारतामध्ये राजकारणात विभूतिपूजेचा इतका जबरदस्त परिणाम होतो की, तसा परिणाम जगातील कोणत्याही दुसऱ्या देशाच्या राजकारणात होत नाही. धर्मामध्ये भक्ती ही आत्म्याला मुक्ती मिळविण्याचा मार्ग असू शकेल. परंतु राजकारणात भक्ती अथवा विभूतिपूजा हा अधोगतीचा आणि अंती हुकूमशाहीचा निश्चित मार्ग आहे म्हणून समजावे.

'भारतीय लोकशाहीचे संरक्षण करताना भारतीयांनी तिसरी गोष्ट केली पाहिजे ती ही की, त्यांनी राजकीय लोकशाहीमुळे संतुष्ट राहू नये. राजकीय लोकशाहीचे त्यांनी सामाजिक आणि आर्थिक लोकशाहीत रूपांतर केले पाहिजे. राजकीय लोकशाही ही जर सामाजिक लोकशाहीवर अधिष्ठित केली नाही, तर ती टिकूच शकणार नाही. कारण सामाजिक लोकशाही, स्वातंत्र्य, समता आणि बंधुभाव ही जीवनाची तत्त्वे म्हणून ओळखते. स्वातंत्र्य, समता आणि बंधुभाव ही एक अखंड आणि अभंग अशी त्रिमूर्ती आहे. जर सामाजिक समता नसेल तर स्वातंत्र्याचा अर्थ मूठभर लोकांचे जनतेवर राज्य असणे असा होईल. जर समता ही स्वातंत्र्यशून्य असेल, तर ती व्यक्तीच्या जीवनातील स्वयंप्रेरणा नष्ट करील. जर बंधुभाव नसेल तर स्वातंत्र्य आणि समता याची वाढ साहजिकपणे होणार नाही. हिंदी जनतेने एक गोष्ट मान्य केली पाहिजे ती ही की हिंदी समाजात दोन गोष्टींचा अभाव आहे. त्या दोन गोष्टी म्हणजे सामाजिक समता आणि आर्थिक समता या होत.' आपल्या आवेशयुक्त भाषणात देशाला धोक्याची सूचना देताना आंबेडकर म्हणाले, '२६ जानेवारी १९५० रोजी आम्हांला राजकीय समता लाभेल. पण सामाजिक आणि आर्थिक जीवनात असमता राहील. जर ही विसंगती आपण शक्यतो लवकर नष्ट करण्याचा प्रयत्न केला नाही, तर ज्यांना विषमतेची आच लागलेली आहे ते लोक घटना-समितीने इतक्या परिश्रमाने बांधलेला हा राजकीय लोकशाहीचा मनोरा उद्ध्वस्त करून टाकल्यावाचून राहणार नाहीत.' शेवटी त्यांनी भारतीयांना असे आवाहन केले की, ज्या जातिभेदामुळे सामाजिक जीवनात तट पडले आहेत आणि जातीजातींत मत्सर आणि शत्रुत्व निर्माण झाले आहे, त्या जातिभेदाचा त्याग करून भारतीयांनी सामाजिक आणि भावनिक अर्थाने एक राष्ट्र बनावे. आंबेडकरांचे ४० मिनिटे चाललेले हे मधुर, अस्खलित नि भविष्यवाणीने भरलेले ऐतिहासिक भाषण ऐकताना सर्व घटना समिति तल्लीन झाली होती. मधून मधून ती आंबेडकरांचा जयजयकार करीत होती. आंबेडकरांचे ते भाषण म्हणजे हिंदुस्थानच्या प्रचलित राजकीय परिस्थितीचे यथातथ्य आणि वास्तव चित्र आहे, असे त्या भाषणाचे वर्णन करण्यात आले.

दुसऱ्या दिवशी भारतीय वर्तमानपत्रांनी मोठ्या आनंदाने आणि अभिमानाने आंबेडकरांचे भाषण प्रसिद्ध करून त्यांच्या दूरदर्शी आणि शहाणपणाच्या उपदेशाबद्दल त्यांच्यावर स्तुतिसुमने उधळली.

घटना समितीने २६ नोव्हेंबर रोजी घटना स्वीकृत केली. आपल्या समारोपाच्या भाषणात घटना-समितीचे अध्यक्ष डॉ. राजेंद्रप्रसाद म्हणाले, 'या

खुर्चीत बसून घटना-समितीच्या कार्याचे मी प्रत्येक दिवशी निरीक्षण करीत आलो आहे. घटना समितीच्या लेखन-समितीवरील सभासदांनी किती उत्साहाने, चिकाटीने नि निष्ठेने कार्य पार पाडले ह्याची खरी जाणीव अन्य कोणापेक्षाही मला अधिक आहे. विशेषत: त्या लेखन-समितीचे अध्यक्ष डॉ. आंबेडकर यांनी आपल्या प्रकृतीची क्षिती न बाळगता ते काम तडीस नेले आहे. घटना तयार करण्याच्या लेखन-समितीवर आंबेडकरांची निवड करण्यात आणि तिच्या अध्यक्षपदी त्यांची निवड करण्यात जो निर्णय घेतला त्याच्याइतका अचूक निर्णय घटना-समितीने दुसरा कोणताही घेतला नाही. आंबेडकरांनी आपल्या निवडीची यथार्थता पटवून दिली. इतकेच नव्हे तर त्यांनी जे कार्य केले त्याला त्यांनी एक प्रकारचा तेजस्वीपणा आणला.' सभागृहात मधून मधून टाळ्यांचा गजर होत होता.

एका गांधीवादी साप्ताहिकाने डॉ. आंबेडकरांची तुलना बुद्धभक्त उपाली याच्याशी केली. बुद्धाच्या महानिर्वाणानंतर तीन महिन्यांनी जमलेल्या बुद्ध महासभेने विनयपीटक लिहिण्याचे कार्य ह्या उपालीवर सोपविले होते. उपाली हा जन्माने न्हावी, ज्ञानाने बृहस्पती ! दैवायत्तं कुले जन्म मदायत्तं तु पौरुषम् । हे सत्य या दोन महाभागांनी सिद्ध केले !

२२

बौद्ध धर्माच्या छायेत

घटना-समितीत मिळविलेल्या यशानंतर डॉ. आंबेडकर २ जानेवारी १९५० रोजी मुंबईस आले. विमानतळावर त्यांच्या सहकाऱ्यांनी त्यांचे अत्यंत उत्साहाने स्वागत केले. घटना-समितीचे कार्य पूर्ण झाले. आता आंबेडकरांनी एका नवीन युद्धाची घोषणा केली. ऑक्टोबर १९४८ मध्ये त्यांनी हिंदुसंहिता (हिंदुकोड) तपासून आणि सुधारून घटना-समितीच्या विधिमंडळासमोर मान्यतेसाठी मांडली होती. हिंदू कायद्याची सुधारणा करून ते एकाच संहितेत एकत्र करण्याचे काम दहा वर्षे चालले होते. १९४१ मध्ये भारत सरकारने सर बी. एन. राव यांच्या अध्यक्षतेखाली एक समिती नेमली होती. त्या समितीने सर्व देशभर दौरा काढून नामांकित विचारवंतांची आणि कायदेपंडितांची मते घेऊन हिंदुसंहिता विधेयक तयार केले होते. १९४६ पासून ते विधेयक मध्यवर्ती विधिमंडळाच्या समोर विचारासाठी मधूनमधून येत असे आणि ते या ना त्या कारणामुळे पुनर्विचारासाठी परत पाठविण्यात येत असे. डॉ. आंबेडकरांनी ते संहितेचे काम आपल्या हाती घेतले. त्याचे त्यांनी परिष्करण व नूतनीकरण केल्यावर, त्यातील एकत्र कुटुंब पद्धती आणि स्त्रियांचा मालमत्तेवरील अधिकार ह्यासंबंधीचा त्यातील भाग लोकांना आणि विशेषत: प्रवर समितीला (सिलेक्ट कमिटीला) भीतिदायक वाटू लागला. प्रतिगामी विचारांच्या विरोधकांना त्यामुळे मोठा धक्काच बसला.

डॉ. आंबेडकरांचा हिंदुसंहितेस हात लागताच आणि ते तिचे प्रवक्ते होताच भारतातील बुद्धिमान लोकांत दोन तट पडले. एका गटाने आंबेडकरांच्या मताची तारीफ केली, तर दुसऱ्याने जोरात त्याचा धिक्कार केला. रूढी आणि नवविचार यात झगडा सुरू झाला. दांभिकपणा आणि सामाजिक प्रगती, पारंपरिक पांडित्य आणि क्रांतिवादी विचारसरणी यांमध्ये संग्राम सुरू झाला. शास्त्राचे मत आपल्या बाजूला आहे असे दोन्ही गट ग्वाही देऊ लागले. एका बाजूला मनू तर दुसऱ्या बाजूला आंबेडकर. हिंदुसंहितेच्या विरोधकांचा विरोध हा वेगवेगळ्या कारणांसाठी होता. पहिली सार्वत्रिक निवडणूक झाल्यानंतर हिंदुसंहिता

विचारासाठी घ्यावी असे काही विरोधकांचे मत होते. जे नवीन प्रदेश संघराज्यास येऊन मिळाले होते त्यांच्या विचारासाठी ती अगोदर ठेवावी असे काही विरोधक म्हणू लागले. तर दुसऱ्यांनी ओरड केली की, हिंदुसंहितेने हिंदू चालीरीती व परंपरा रद्द ठरविल्या आहेत. काही विरोधकांनी तर घटनेतील मूलभूत हक्कांकडे बोट दाखवून हिंदुसंहितेचा उद्देश मूलभूत हक्कांची पायमल्ली करणारा आहे असा कंठशोष केला.

११ जानेवारी १९५० रोजी आंबेडकरांनी हिंदुसंहितेचे समर्थन करणारे एक जोरदार भाषण सिद्धार्थ महाविद्यालयाच्या लोकसभेपुढे केले. आपल्या भाषणात ते म्हणाले, 'हिंदुसंहिता ही आमूलाग्र बदल घडविणारी किंवा फार मोठी क्रांतिकारक गोष्ट आहे हे म्हणणे चूक आहे. ते विधेयक जरी प्रगतीचे नवीन मार्ग चोखाळीत आहे, तरी जुन्या चालीरीतींना त्या विधेयकाचा विरोध नाही. नवीन राज्यघटनेने सर्व देशासाठी म्हणून एक दिवाणी संहिता करण्याविषयी आदेश दिलेला आहे. काही शाखांतील हिंदू कायद्याचे एकसूत्रीकरण करणे आणि काही बाबतीत निर्बंधांत (कायद्यात) सुधारणा करणे हेच हिंदुसंहिता विधेयकाचे उद्दिष्ट आहे. हिंदूंच्या सामाजिक आणि धार्मिक जीवनावर नियंत्रण करणारे सर्व देशात एकाच पद्धतीचे निर्बंध असावे हे देशाच्या ऐक्याच्या दृष्टीने हिताचेच आहे. हिंदू निर्बंधांत सुधारणा करण्यात येत आहे ती हिंदू समाजही निर्बंधांच्या पुनरुज्जीवनास विरोध करण्यास असमर्थ आहे म्हणून नव्हे, तर भारतभर हिंदूंच्या निर्बंधात एकसारखेपणा असावा म्हणून. हिंदुसंहिता ही दिवाणी संहितेची एक पायरीच आहे. निर्बंध सहज समजण्यासारखे असावेत. ते देशातील कुठच्याही भागात सर्वांना सारखे लागू झाले पाहिजेत. दुसरी गोष्ट अशी की, एखाद्या हिंदूला हिंदू समाजाच्या कुठच्याही थरातील माणसाला दत्तक घेता येते. मृत्युपत्र करून आपल्या मुलीस तो वारसाहक्क नाकारू शकतो.

कोणत्या आधारावर हिदुसंहितेतील सुधारणांचा मसुदा तयार करण्यात आला आहे हे सांगताना ते म्हणाले, 'त्या सुधारणा हिंदू शास्त्रे आणि स्मृती यांवरच आधारलेल्या आहेत. दायभाग पद्धतीने हिंदूंच्या मालमत्तेचे नियंत्रण होते. मुलाची जात पितृसावर्णी पद्धतीप्रमाणे बापाचीच असते. पराशरस्मृती आणि कौटिल्य यांचा काडीमोडीला पाठिंबा आहे. बृहस्पती स्मृतीत स्त्रियांचा मालमत्तेवरील हक्क मान्य केलेला आहे.'

११ जानेवारी १९५० रोजी सायंकाळी मुंबईत परळ येथे एका प्रचंड सभेत भारताच्या राज्यघटनेची प्रत आंबेडकरांना करंडकातून अर्पण करण्यात आली. ती सभा शेड्यूल्ड कास्ट फेडरेशन, मुंबई, या संस्थेने भरविली होती. या

सभेत बोलताना आंबेडकर म्हणाले, 'मी दलित वर्गाच्या हिताचे रक्षण करण्यासाठी घटना-समितीत गेलो. घटनेचा मसुदा तयार करण्याच्या उद्देशाने नव्हे. तथापि काही परिस्थितीमुळे ते कार्य माझ्या अंगावर पडले आणि घटनेच्या शिल्पकाराच्या नावाशी माझे नाव निगडित झाले आहे, याविषयी मला अभिमान वाटतो. कारण अशी संधी एखाद्याच्या जीवनात क्वचितच येते. मी ब्रिटिशांचा बगलबच्चा आहे, मुसलमानांच्या बाजूचा आहे, अशी माझी नालस्ती गेली २० वर्षे होत राहिली आहे. मला आता अशी आशा वाटते की, माझे हे राज्यघटनेविषयीचे कार्य पाहून हिंदूंना माझी चांगली ओळख होईल. आणि त्यांनी माझ्यावर केलेले आरोप कसे खोटे होते ते त्यांना कळेल.'

घटनेचे प्रमुख शिल्पकार म्हणून आंबेडकरांचा भारतभर झालेला गौरव पाहून आंबेडकरांचे मन भारावून गेले होते. मनाच्या त्या अतिउत्साहाच्या भरात त्यांनी आपल्या लोकांना सर्व देशाचे हित आणि उन्नती या दृष्टीनेच विचार करावा असा उपदेश केला. त्या वेळेपर्यंत सर्व देशाच्या भवितव्यासंबंधीचे विचार आंबेडकरांच्या अनुयायांच्या मनात सहसा येत नसत. तथापि सर्व देशाच्या हिताच्या[१] दृष्टीने आता आपण विचार करावा अशी वेळ येऊन ठेपली आहे असे त्यांच्या मनावर बिंबविण्याचा त्यांनी प्रयत्न केला. आपले वेगळे व्यक्तिमत्त्व सोडून देऊन देशातील सर्व राजकीय पक्षांची सहानुभूती त्यांनी मिळवावी, असा त्यांनी कळकळीचा उपदेश केला. माझ्या पायाखालची वाळू घसरत आहे हा माझ्या विरोधकांचा आरोप कसा खोटा आहे ते ह्या प्रचंड सभेने सिद्ध केले आहे. माझ्या पायाखालील जमीन पक्की आणि पूर्वीपेक्षाही भक्कम आहे, असेही ते आपल्या भाषणाच्या शेवटी म्हणाले.

२९ जानेवारी १९५० रोजी दिल्लीतील महाराष्ट्रीय संस्थांनी आंबेडकरांचा सत्कार केला. सत्काराला उत्तर देताना ते म्हणाले, 'महाराष्ट्रीय लोक इतर कोणापेक्षाही अधिक प्रामाणिक, राष्ट्राविषयी अधिक जागरूक आणि राष्ट्रकार्यासाठी अधिक त्याग करावयास सदैव तयार असतात. मध्यवर्ती मंत्रिमंडळात दोन महाराष्ट्रीय मंत्री आहेत आणि रिझर्व बँकेचा प्रमुखही महाराष्ट्रीयच आहे, याविषयी मला अभिमान वाटतो.' राजकारणात, विद्वत्तेत आणि त्यागात महाराष्ट्रीय आघाडीवर आहेत, असे आणखी त्यांनी सांगितले.

आंबेडकरांनी आता कीर्तीचे गौरीशंकर गाठले होती. त्यांची जयंती सर्व भारतभर मोठ्या प्रमाणात साजरी व्हावी हे साहजिकच होते. जयंतीच्या समारंभात

---

१. The Times of India, 12 January 1950.

न्यायमूर्ती महंमदअल्ली करीम छागलांसारख्या मुंबईच्या वरिष्ठ न्यायालयाच्या मुख्य न्यायाधीशांनी भाग घेतला. मुंबईतील नायगाव येथील जयंतीच्या सभेत बोलताना ते लोकप्रिय नि नामांकित न्यायमूर्ती म्हणाले, 'आपणास लाभलेले नवीन हक्क भोगीत असताना प्रत्येक भारतीय नागरिक आंबेडकरांची कृतज्ञतेने आठवण करील. मी या समारंभास उपस्थित राहिलो याचे कारण आंबेडकर हे केवळ दलित समाजाचे नेते नसून सर्व राष्ट्राचे एक नेते आहेत, असे मी मानतो हे होय. आंबेडकर व मी एकाच वेळी इंग्लंडमध्ये निर्बंधांचा अभ्यास करीत होतो. त्यांनी आणि मी एकाच वेळी वकिलीस प्रारंभ केला. आम्ही दोघेही एकाच वेळी सरकारी विधिमहाविद्यालयात प्राध्यापक होतो. जगातील एक थोर घटनापंडित म्हणून आंबेडकर आता विख्यात झाले आहेत. राज्यशास्त्रावर अधिकारवाणीने बोलू शकणाऱ्या प्रमुख नेत्यांत त्यांची गणना होते.'[१]

नवी दिल्ली येथे आंबेडकर जयंतीच्या दिवशी भाषण करताना लोकसभेचे सभासद हनुमंतय्या म्हणाले, 'आंबेडकरांना भावी पिढ्या एक उद्धारकर्ता आणि घटनाशास्त्रावरील एक मोठी अधिकारी व्यक्ती म्हणून ओळखतील. असाही एक दिवस उगवेल की, आंबेडकर हे भारताचे प्रधानमंत्री झाल्याचे दृश्य लोकांच्या नजरेस पडेल.' लोकसभेचे दुसरे एक सभासद सिध्वा म्हणाले, 'खरे सांगायचे म्हणजे आंबेडकरांच्या कर्तृत्वाचा आणि कार्याचा गांधीजींवर प्रभाव पडल्यामुळेच गांधीजींना दलित वर्गाच्या राजकीय हक्कांसाठी काहीतरी केले पाहिजे असे वाटू लागले.' सिध्वा पुढे म्हणाले, 'आंबेडकर पददलितांचे जसे मुक्तिदाते तसेच एक महान द्रष्टे आहेत.'

आंबेडकरांनी मूर्तिभंजनाचे कार्य पुन्हा सुरू केले. बुद्धजयंतीच्या वेळी नवी दिल्ली येथे एका सभेत बोलताना त्यांनी हिंदूंचे देव आणि दैवते यांवर मोठा हल्ला चढविला. ते म्हणाले, 'बौद्ध धर्म नीतीवर अधिष्ठित आहे. तसेच बुद्ध हा मार्गदाता आहे. उलटपक्षी, श्रीकृष्ण म्हणतो, मी देवांचा देव आहे. ख्रिस्ताने सांगितले, मी देवाचा पुत्र आहे; तर महंमद पैगंबराने सांगितले, मी देवाचा प्रेषित आहे. बुद्धाखेरीज सर्व धर्मसंस्थापकांनी आपण मोक्षदाते आहोत ही भूमिका घेतली आणि स्वत: स्खलनातीत आहोत अशी ग्वाही दिली. उलटपक्षी, बुद्धाने आपल्याकडे मार्गदर्शकाची भूमिका पत्करली. बुद्धाचा धर्म म्हणजे नीती ! बौद्ध

---

१. जनता, २२ एप्रिल १९५०.

धर्मात देवाची जागा नीतीने घेतली आहे. धर्म या शब्दाचा क्रांतिकारक अर्थ बुद्धाने विचारार्थ मांडला. ब्राह्मणांच्या मताप्रमाणे धर्म म्हणजे यज्ञ आणि देवाला दिलेली आहुती. कर्माच्या ऐवजी बुद्धाने धर्माचे नवनीत म्हणून नीतीच मानले. हिंदू धर्माचे सामाजिक तत्त्व असमता आहे, तर बौद्ध धर्म हा समतेसाठी उभा आहे. गीतेने चातुर्वर्ण्यच उचलून धरले आहे.' त्यांचे हे भाषण फार महत्त्वाचे नि मूलगामी विचारांचे गणले जाते.

'बुद्ध आणि त्याच्या धर्माचे भवितव्य' नावाचा एक महत्त्वाचा लेख डॉ. आंबेडकरांनी याच दरम्यान लिहिला. तो महाबोधी संस्थेच्या मासिकात १९५० च्या मे महिन्यात प्रसिद्ध झाला. त्यामध्ये आंबेडकरांनी बौद्ध धर्मावरील विचार थोडक्यात मांडलेले आहेत. (१) समाजाच्या स्थैर्याला निर्बंधांचा किंवा नीतीचा आधार पाहिजे. यांपैकी कोणत्याही एकाच्या अभावी समाज खात्रीने रसातळाला जाईल. (२) जर धर्म चालू राहावयाचा असला तर तो बुद्धिप्रामाण्यवादी असला पाहिजे. विज्ञान हे बुद्धिप्रामाण्यवादाचे दुसरे नाव आहे. (३) धर्माने केवळ नीतीची संहिता बनणे हे काही धर्माचे सर्वस्व नाही. धर्माच्या नैतिक संहितेने स्वातंत्र्य, समता नि बंधूता या मूलभूत तत्त्वांना मान्यता दिली पाहिजे. (४) धर्माने दारिद्र्याला पवित्र मानता कामा नये किंवा त्याला उदात्त स्वरूप देता कामा नये.

आंबेडकरांच्या मते या सर्व अपेक्षा बौद्ध धर्म पूर्ण करतो. म्हणून प्रचलित धर्मामध्ये जगाने स्वीकार करावा असा हा एकच धर्म आहे. बौद्ध धर्माच्या प्रचाराला एक आधारभूत ग्रंथ पाहिजे. प्रचलित बौद्ध भिक्षूंच्या अंगी ज्ञान आणि सेवा यांचा अभावच आहे, असे त्या लेखात आंबेडकरांनी मत व्यक्त केले आहे.

बौद्ध धर्मावरील व्याख्यानानंतर आंबेडकर ५ मे १९५० रोजी मुंबईस परतले. आपण बौद्ध धर्म स्वीकारला आहात की काय, असे आंबेडकरांच्या 'जनता' पत्राच्या प्रतिनिधीने त्यांना विचारताच, ते म्हणाले, 'बौद्ध धर्माकडे माझ्या मनाचा कल निश्चित झाला आहे. कारण बौद्ध धर्माची तत्त्वे टिकाऊ आहेत आणि समानतेवर आधारलेली आहेत.' 'जनता' पत्राचे संपादक त्यांचे चिरंजीव यशवंतराव आंबेडकर हे होते. आपण बौद्ध धर्माचा स्वीकार केलेला नाही हे मात्र त्यांनी स्पष्ट केले. अनुयायांना तो धर्म स्वीकारण्याची आपण आज्ञा केलेली नाही, असेही त्यांनी सांगितले.

१९ मे १९५० रोजी आंबेडकर हैद्राबादला गेले. औरंगाबाद येथे लवकरच सुरू करावयाच्या महाविद्यालयासंबंधी तेथे काही काम होते. सिलोनमधील 'यंग मेन्स बुद्धिस्ट असोसिएशन'ने आपणास कोलंबो येथे भरणाऱ्या

बौद्ध धर्म परिषदेसाठी आमंत्रिले आहे असे त्यांनी प्रकट केले. हैद्राबाद येथील 'वोट क्लब'मध्ये त्यांनी एक भाषण केले. त्या भाषणातही त्यांनी धर्मातीतपणा म्हणजे धर्माचे उच्चाटन नव्हे हे विशद केले.

डॉ. सौ. सविता आंबेडकर आणि दलित पक्षाचे कार्यवाह पांडुरंगराव राजभोज यांच्यासमवेत डॉ. आंबेडकर २५ मे १९५० रोजी विमानाने कोलंबोला पोचले. बौद्ध धर्माचे संस्कार आणि विधी कसे असतात हे पाहावयास आणि सिलोनमध्ये बौद्ध धर्म कितपत जिवंत आहे हे पाहण्यास आपण आलो आहो असे त्यांनी वार्ताहरांना सांगितले.

कॅन्डी येथे बौद्ध धर्म परिषदेत डॉ. आंबेडकरांनी परिषदेचे प्रतिनिधी म्हणून भाषण करण्यास नकार दिला. परिषदेने संमत केलेल्या काही ठरावांविषयी त्यांनी नापसंती व्यक्त केली. तथापि परिषदेने गुरुबंधुत्व निर्माण करण्याचेच नव्हे तर बौद्ध धर्माचा प्रचार करून त्यासाठी त्याग करू असे जाहीर करावे, असा त्यांनी परिषदेकडे आग्रह धरला. आपल्या भेटीसंबंधाने स्पष्टीकरण करताना ते म्हणाले, 'मी बौद्ध बंधुत्वाचा अद्याप स्वीकार केलेला नसला तरी माझ्या भेटीचा उद्देश फार गहन आहे.'

आंबेडकरांनी परिषदेच्या प्रतिनिधींसमोर भारतातील बौद्ध धर्माचा विकास नि विनाश या विषयावर कोलंबो येथे भाषण केले. बौद्ध धर्म हिंदुस्थानातून नष्ट झाला आहे हे म्हणणे साफ चुकीचे आहे असे सांगून ते म्हणाले, 'बौद्ध धर्म भौतिकदृष्ट्या नष्ट झाला आहे हे म्हणणे मी मान्य करतो. परंतु आध्यात्मिक शक्ती म्हणून तो अजून जिवंत आहे.' हिंदू धर्माविषयी आंबेडकर म्हणाले, 'तो धर्म तीन अवस्थांतून गेला आहे. वैदिकधर्म, ब्राह्मणधर्म आणि हिंदुधर्म. हिंदू धर्माची दुसरी अवस्था सुरू असतानाच बौद्ध धर्माचा उदय झाला. ब्राह्मण जातीने असमानता प्रचारली. बौद्ध धर्माने समानता शिकविली. शंकराचार्यांच्या उदयानंतर बौद्ध धर्म भारतातून नष्ट झाला हे म्हणणे सत्य नाही. त्यानंतर तो अनेक वर्षे चालू होता. खरे म्हणजे शंकराचार्य नि त्यांचे गुरू हे दोघेही बौद्धधर्मीय होते.'

भारतातील बौद्ध धर्माच्या ऱ्हासाची नि पाडावाची कारणे देताना ते म्हणाले, 'त्यासंबंधी मी संशोधन करीत आहे. परंतु माझ्या मते ती कारणे अशी आहेत. बौद्ध धर्माच्याविरुद्ध जोरात प्रचार करणाऱ्या वैष्णव नि शैव धर्मपंथांच्या लोकांनी बौद्ध धर्मातील काही आचार नि चालीरीती यांचा स्वीकार केला. अल्लाउद्दीनने स्वारी केली तेव्हा बिहारमधील हजारो बौद्ध भिक्षूंची कत्तल झाली. त्याचा परिणाम म्हणून त्यांच्यापैकी काही भिक्षू तिबेट, चीन आणि नेपाळ येथे जीव वाचविण्यासाठी पळून गेले. आणि मध्यंतरीच्या काळात बौद्ध धर्माच्या

असंख्य अनुयायांनी हिंदू धर्माचा स्वीकार केला. तिसरे कारण असे की, बौद्ध धर्मातील संस्कार उरकण्यास अवघड होते. हिंदू धर्माचे तसे नव्हते. चवथे कारण असे की, हिंदुस्थानातील राजकीय वातावरण बौद्ध धर्माच्या प्रगतीला अनुकूल नव्हते.'[१]

परंतु काही हिंदू विद्वान, विचारवंत नि परदेशीय विद्वान यांच्या मते बौद्ध धर्माच्या पाडावाला अनेक कारणे झाली. त्यांची मते आंबेडकरांच्या मतांहून वेगळी आहेत. विश्वव्यापी महत्त्वाकांक्षेमुळे त्या धर्माचा फैलाव सर्व जगभर झाला. परंतु त्याला प्रादेशिक केंद्र कुठेच शिल्लक राहिले नाही. बौद्ध धर्माने हिंदुस्थानातील सर्व राष्ट्रीय देवदेवता आणि देवस्वरूप पुरुषांचा अव्हेर केला. आणि बुद्धाचा सर्वांत मोठा देव म्हणून जयजयकार केला. ज्या हीन गणलेल्या विभूतिपूजेच्या विरुद्ध बुद्धाने बंड केले त्या विभूतिपूजेचा अंगीकार करून बौद्धधर्मीयांनी बुद्धाचे दात, केस आणि रक्षा या अवशेषाच्या मिरवणुका काढून त्या तत्त्वाचा सूड घेतला. जोपर्यंत बौद्ध धर्म ही समाजात सुधारणा घडवून आणण्याची चळवळ आहे असे भारतीयांना वाटत होते तोपर्यंत बौद्ध धर्माची प्रगती झाली परंतु बहुजनांचा राष्ट्रीय धर्म असलेल्या वैदिक धर्माविरुद्ध जेव्हा बौद्ध धर्म उघडपणे कार्य करू लागला तेव्हा बौद्ध धर्माविषयी भारतात असलेली सहानुभूती नष्ट झाली. वैदिकधर्मीय हिंदू मुसलमानांच्या विरुद्ध शौर्याने लढले; पण आपली मातृभूमी सोडून इतर देशात पळून गेले नाहीत. परंतु प्रादेशिक केंद्र कुठेही नसलेले आणि विश्वव्यापी महत्त्वाकांक्षेने प्रेरित झालेले बौद्ध जीव घेऊन परदेशांत पळाले. असेही म्हणतात की, अहिंदूंनी जेव्हा जेव्हा भारतावर स्वारी केली तेव्हा तेव्हा बौद्धांनी त्या स्वारीचे घंटा वाजवून स्वागत केले.

शिवाय बौद्ध धर्मातील निरीश्वरवाद, मुक्ती मिळविण्यावर दिलेला भर, त्या धर्माचा उदास स्वर, जगाविषयी त्या धर्मास वाटत असलेली अनास्था, कुटुंबाविषयी वाटत असलेला निष्काळजीपणा यामुळे बौद्धांची महान कार्ये हाती घेण्याची वृत्ती खच्ची झाली. म्हणून सांप्रतच्या हिंदुधर्मीय नेत्यांनी अस्पृश्य हिंदूंना असा इशारा दिला आहे की, जर बाहेरील बौद्ध जगातील लोक त्यांचे भवितव्य उजाळण्यासाठी प्रयत्न करतील या आशेने ते बौद्ध धर्मात गेले, तर ते घोडचूक करीत आहेत हे त्यांनी लक्षात ठेवावे. कारण गतकालात भारताबाहेरील देशांकडे बौद्धधर्मीयांनी आपली नजर आणि सहानुभूती वळविल्यामुळे त्यांना भारतात पाठिंबा आणि सहानुभूती मिळू शकली नाही.

---

१. जनता, १० जून १९५०.

आंबेडकरांनी नंतर कोलंबो येथील नगर सभागृहामध्ये एक व्याख्यान दिले. तेथील अस्पृश्यांनी बौद्ध धर्म स्वीकारावा अशी त्यांनी कळकळीची विनंती केली. तेथील अस्पृश्य समाजाने स्वतंत्र संघटना ठेवण्याची आवश्यकता नाही असे त्यांनी सांगितले. सिलोनमधील बौद्धधर्मीयांना त्यांनी अशी विनंती केली की, 'दलित वर्गाच्या हितांसाठी त्यांनी आईबापाच्या कळकळीने झटावे. आणि त्यांना आपल्या धर्मात घ्यावे.'

परिषद संपल्यावर आंबेडकर भारतास यावयास निघाले. वाटेत त्यांनी त्रिवेंद्रम आणि मद्रास येथे व्याख्याने दिली. त्रिवेंद्रम येथील विधिमंडळाच्या सभागृहात बोलताना त्यांनी असे जाहीर केले की, घटनात्मक नीती ही राज्यघटनेपेक्षा महत्त्वाची आहे आणि जर हिंदुस्थानात लोकशाही यशस्वी करावयाची असेल तर लोकांनी आणि शासनसंस्थांनी विशिष्ट संकेत आणि नीती पाळली पाहिजे. नि:स्पृह राज्यकारभाराचे उदाहरण म्हणून ब्रिटनकडे बोट दाखवून ते म्हणाले, 'हिंदुस्थानातील राज्यकर्ते हे वशिलेबाजी चालू देतात अशी पुष्कळ उदाहरणे आहेत !' त्रावणकोरच्या मुख्यमंत्र्यांशी त्यांनी सरकारी आतिथ्य-गृहात हिंदुसंहिता विधेयकाविषयी चर्चा केली. तेथील महा-अधिवक्ता (ॲडव्होकेट जनरल), नामांकित निर्बंध पंडित अणि सेवानिवृत्त न्यायाधीश यांच्याशी त्यांनी चर्चा केली. त्रिवेंद्रममधील वास्तव्यात आंबेडकरांना तेथील काही देवळे दाखविण्यात आली. देवळांचे आणि तेथील ब्राह्मण पुरोहितांचे नीट निरीक्षण करून ते म्हणाले, 'शिव शिव ! काय हा संपत्तीचा आणि अन्नाचा नाश !'

मुंबईस परत आल्यावर आंबेडकरांनी रॉयल एशिॲटिक सोसायटीच्या मुंबई शाखेच्या विद्यमाने २५ जुलै रोजी एक व्याख्यान दिले. आपले बौद्ध धर्मावरील विचार हे संधिसाधूपणाचे आहेत असा आरोप करणाऱ्या लोकांना त्यांनी त्या भाषणात उत्तर दिले. आपल्या विद्यार्थीदशेपासून बौद्ध धर्माविषयी आवड निर्माण झाली आहे असे त्यांनी सांगितले. त्याच सभेत डॉ. व्यं. मं. कैकिणी म्हणाले, 'आधुनिक हिंदू धर्म म्हणजे महायान बौद्ध धर्माची शाखा आहे. मात्र त्यात काही विशिष्ट चालीरीती, श्रद्धा आणि जातिसंस्था मिळविलेली आहे.' त्या सभेचे अध्यक्ष प्रा. ना. के. भागवत हे होते. नंतर आंबेडकर आपल्या नवी दिल्ली येथील निवासस्थानी गेले. ऑगस्टच्या मध्यापासून सप्टेंबरच्या मध्यापर्यंत ते डोळ्यावर उपचार करून घेण्यासाठी मुंबईत होते. २९ सप्टेंबर १९५० रोजी वरळी येथील बौद्ध मंदिरामध्ये त्यांनी एक भाषण केले. आपल्या हालअपेष्टा थांबविण्यासाठी लोकांनी बौद्ध धर्म स्वीकारावा असा त्यांनी उपदेश केला. एक हजार वर्षांपूर्वी प्रचलित हिंदू धर्म हा बौद्ध धर्मासारखाच होता असे त्यांनी

सांगितले. तो प्रचलित हिंदू धर्म दुसरे काही नसून बौद्ध धर्मच होता. परंतु मुसलमानांच्या स्वाऱ्यांमुळे आणि दुसऱ्या काही कारणांमुळे त्यातील पावित्र्य नष्ट झाले आणि त्यात भेसळ झाली. आपले उर्वरित आयुष्य बौद्ध धर्माचे पुनरुज्जीवन आणि प्रसार करण्यासाठी व्यतीत करीन, अशी त्यांनी त्या सभेत घोषणा केली.

राजकीय क्षेत्रातून निवृत्त होण्याचा आंबेडकरांचा निर्णय ऐकून 'टाइम्स ऑफ इंडिया' ह्या पत्राने खेद व्यक्त केला. ते पत्र पुढे म्हणाले की, ज्या लोकांना ह्या प्रकांड पंडिताचा आणि शूर योद्ध्याच्या आर्थिक आणि सामाजिक विचारांची माहिती आहे त्यांनी आंबेडकर राजकीय वस्त्रे परिधान करून एखाद्या प्रागतिक मताचा पक्ष काढतील असा भ्रम कधीच नव्हता. आंबेडकरांना राजकारणाचा वीट आला आहे म्हणून त्यांना हे वैराग्य आले असावे, असे त्या पत्राने म्हटले. दिल्ली येथील 'शंकर्स विकली' या इंग्रजी व्यंगचित्र साप्ताहिकाने खवटचपणे म्हटले की, ज्या भारतीयांना अधिकार आणि सत्ता यापेक्षा संन्यास अधिक पसंत पडतो त्यांपैकीच डॉ. आंबेडकर हे होत. आंबेडकरांना ऑल्डस् हक्सले आणि अरविंद बाबू यांच्यासारख्या तत्त्वचिंतकांच्या स्वाधीन मोठ्या दुःखाने करावे. आणि त्यांना भिक्षू आंबेडकर असे म्हणावे. आंबेडकर दिल्लीला परत गेल्यावर त्यांनी तयार होत असलेल्या हिंदुसंहिता विधेयकावर आपली सर्व शक्ती केंद्रित केली. देशकालानुरूप अशा नवीन नि उदार विचारांद्वारे समाजाच्या मूलभूत चौकटीत कायद्याने फरक करण्याची ती एक सुवर्ण आणि अभूतपूर्व अशी संधी चालून आली होती. हिंदू समाजाच्या मूलभूत चौकटीमध्ये फरक करण्याचे कार्य एका महाराने करावे या कल्पनेने काही महिने आंबेडकर भारून गेले होते. ते अगदी देहभान विसरले होते. हिंदुसंहिता विधेयक तयार करताना त्यांना सर्व स्मृतींचा आणि शास्त्रांचा अभ्यास करावा लागला होता. शेकडो पंडितांशी आणि निर्बंध पंडितांशी त्यांना चर्चा करावी लागली होती. आधारभूत ग्रंथ-सामग्री आणि हस्तलिखिते यांनी एक खोली भरली होती. ते अष्टौप्रहर अदम्य उत्साहाने काम करीत होते. त्यांनी आपल्या प्रकृतीकडे बहुधा दुर्लक्ष केले. जरी लिहिण्या-वाचण्याची डॉक्टरांनी त्यांना बंदी केली होती, तरी या प्रचंड साहित्याचे वाचन करून त्यांनी आपले डोळे बिघडवून घेतले होते.

ऑक्टोबरच्या शेवटी औषधोपचारासाठी ते पुन्हा मुंबईस आले. हिंदुसंहिता विधेयकासंबंधी विचारांच्या तंद्रीत असलेले बाबासाहेब नोव्हेंबरमध्ये दिल्लीला गेले. लोकसभेच्या सभासदांना त्यांनी एक ३९ पानांची पुस्तिका छापून वाटली. त्या पुस्तिकेत देशातील निरनिराळ्या हिंदुसंस्थांच्या प्रतिनिधींशी चर्चा करून मूळ हिंदुसंहिता विधेयकाच्या खडर्यात आपण काय फरक केला हे दाखवून

दिले. हिंदुसंहिता विधेयक लोकसभेपुढे विचारविनिमयासाठी लवकरच घेण्यात येईल असे त्या वेळी त्यांना वाटले होते. परंतु १९५० च्या डिसेंबरपर्यंत ते लोकसभेपुढे विचारासाठी ठेवण्यातच आले नाही. डिसेंबर १९५० मध्ये आंबेडकरांनी लोकसभा आणि विधिमंडळे यांचे सभासद होण्यासाठी इच्छुकांच्या अंगी कोणती लायकी असावी आणि निवडणुका कशा घ्याव्या हे ठरविणारे विधेयक मांडले.

दिनांक २२ डिसेंबरला लोकसभा ५ फेब्रुवारी १९५१ पर्यंत तहकूब झाली. आंबेडकर मुंबईस परतले. वरळी येथील बौद्ध विहारात त्यांनी १४ जानेवारी १९५१ रोजी भाषण केले. बौद्ध धर्म सुमारे १२०० वर्षे हिंदुस्थानात नांदला असे त्यांनी आपल्या भाषणात सांगितले. त्याच आठवड्यात मुंबई येथील गोदी कामगारांकडून ते थैली स्वीकारणार होते; परंतु पायांतील वेदनांमुळे ते त्या समारंभास उपस्थित राहू शकले नाहीत. त्यांच्या वतीने राजाराम रा. भोळे यांनी ती थैली स्वीक़ारली.

२३

विरोधी पक्षात पुनरागमन

हिंदुसंहिता विधेयकावरील वादाचा दिवस उजाडला. सर्व विरोधकांनी एक फळी उभारली. त्या विधेयकाने देशात सर्वत्र कडवट वादविवादाचे वादळ उठविले. सामाजिक प्रतिगाम्यांनी धर्माच्या नावाने त्या विधेयकाच्या विरुद्ध आरडाओरड केली. या विषयावर लोकांकडून कौल घेतलेला नाही असे काँग्रेसचे राजकीय विरोधक म्हणू लागले. म्हणून सरकारने ते विधेयक लोकसभेत घाईघाईने संमत करून घेणे हे शहाणपणाचे ठरणार नाही, अशी ते ओरड करू लागले. अशा तऱ्हेचे सामाजिक परिवर्तन घडवून आणण्यास काळ अनुकूल नाही, म्हणून हे वादग्रस्त विधेयक विचारात घेऊ नये, असे काही विरोधक म्हणाले. जर ते विधेयक आहे त्या स्थितीत संमत झाले, तर हिंदू समाजाचे तुकडे होतील असे काहींचे मत पडले. काँग्रेसच्या कट्टर विरोधकांनी काँग्रेसच्या १९४५ सालच्या जाहीरनाम्याकडे बोट दाखवून त्यात हिंदुसंहिता विधेयकाचा नामनिर्देश नाही असे सांगितले. जी लोकसभा राज्यांच्या विधिमंडळातून अपरोक्षपणे निवडून आली, तिला ह्या विषयावर कायदा करण्यास लोकांनी अधिकार दिलेला नाही, असेही त्यांनी म्हटले. जे सरकार स्वत:ला राष्ट्राचे 'काळजीवाहू सरकार' म्हणविते त्या सरकारला हा अधिकार पोचत नाही असेही त्यांचे मत पडले. विरोधक आणखी असेही म्हणाले की, धर्मातीतपणा म्हणजे हिंदू समाजाच्या रचनेविषयी फेरफार घडत असताना त्यासंबंधी हिंदू समाजाने मूग गिळून बसणे असा अर्थ नव्हे.

काँग्रेस पक्षात तर या विधेयकामुळे तट पडले होते. अमेरिकेहून परत आल्यावर नेहरूंनी मोठ्या आवेशाने अशी घोषणा केली होती की, जर लोकसभेने हिंदुसंहिता विधेयक स्वीकृत केले नाही तर आपले सरकार राजीनामा देईल. काँग्रेस पक्षाचे दुसरे नेते सरदार पटेल यांनी ह्या विधेयकाला असलेला आपला विरोध उघड उघड बोलून दाखविला होता. ते विधेयक विचारासाठी लोकसभेत मांडण्यात येणार नाही असेही जाहीर केले होते. या क्षणापर्यंत नेहरूंनी आपले वजन ह्या विधेयकाच्या बाजूने टाकले होते. सरदार पटेल आणि डॉ. राजेंद्रप्रसाद

यांनी आपले वजन उघडपणे विरुद्ध पारड्यात टाकले होते.

अशा परिस्थितीत आंबेडकरांनी ५ फेब्रुवारी १९५१ रोजी हिंदुसंहिता विधेयक लोकसभेमध्ये मांडले. त्या विधेयकासंबंधी बोलताना पंडित ठाकूरदास भार्गव म्हणाले की, ह्या विधेयकाच्या कक्षेतून पंजाब गाळावा. शीखांचे प्रवक्ते सरदार हुकूमसिंग यांनी या विधेयकाला विरोध करून म्हटले की, हे विधेयक म्हणजे हिंदूंनी शीख जमात हिंदू समाजात पचवून टाकण्याचा हा छुपा प्रयत्न आहे. दुसरे एक सभासद म्हणाले की, लोकसभेला लोकांनी याबाबतीत आदेश दिलेला नाही.

विरोधकांना उत्तर देतांना आंबेडकर म्हणाले, 'हिंदुसंहिता सर्व हिंदुस्थानभर सारख्या स्वरूपात लागू करण्यात येईल.' शीखांच्या आक्षेपाला उत्तर देताना ते म्हणाले, 'शीख, बुद्ध आणि जैन यांच्या बाबतीत हिंदुसंहिता लागू करणे ही ऐतिहासिक परिणती आहे. त्याला विरोध करणे समाजशास्त्र दृष्ट्या इष्ट नव्हे. आता ती वेळ टळून गेलेली आहे. जेव्हा वैदिक ब्राह्मणांशी बुद्धाचे मतभेद झाले तेव्हा त्याने ते धर्मपंथासंबंधीच मानले होते. परंतु बुद्धाने हिंदूंच्या निर्बंधशास्त्रात काहीच ढवळाढवळ केली नाही. आपल्या शिष्यांकरिता निराळे निर्बंध केले नाहीत. तीच गोष्ट महावीर आणि शीखांचे दहा गुरू यांची. त्यांनीही हिंदू निर्बंध पाळला. ब्रिटिश प्रिव्हि कौन्सिलने १९३० मध्ये शीखांना हिंदुनिर्बंध लागू आहे असा निर्णय दिला आहे.'[१] ज्यांना दिवाणी संहिता (सिव्हिल कोड) पाहिजे होती त्यांना उद्देशून आंबेडकर म्हणाले, 'हिंदुसंहिता विधेयकाचे विरोधक रातोरात दिवाणी संहितेचे पुरस्कर्ते झाले हे पाहून आपल्याला आश्चर्य वाटते. त्यामुळे ह्या देशाला चांगला निर्बंध असण्याविषयी त्यांच्या गंभीर हेतूचा नि पवित्र उद्देशाचा मला संशय येतो.' निधर्मीपणाच्या मुद्याचा उल्लेख करून ते म्हणाले की, 'राज्यघटनेत अंतर्भूत असलेले निधर्मी राज्य म्हणजे धर्माचे उच्चाटन नव्हे. त्याचा अर्थ असा की, सरकारला लोकांवर अमुक एका धर्माची सक्ती करता येत नाही.' हिंदुसंहितेसंबंधी लोकांचे सार्वमत घ्यावे या सूचनेचा अव्हेर करताना त्यांनी असे सांगितले की, 'लोकसभा ही सार्वभौम सत्ता असल्यामुळे ती कोणताही निर्बंध करण्यास अथवा रद्द करण्यास समर्थ आहे.' तीन दिवस वादविवाद चालला होता. शेवटी सप्टेंबर १९५१ मध्ये भरणाऱ्या लोकसभेच्या अधिवेशनापर्यंत हिंदुसंहिता विधेयकासंबंधी विचार स्थगित करण्यात आला.

याच सुमारास डॉ. आंबेडकरांनी 'महाबोधी' ह्या मासिकामध्ये 'हिंदू

१. The Times of India, 7 February 1951.

स्त्रियांची उन्नती आणि अवनती' नावाचा एक विस्तृत लेख लिहिला. हिंदू स्त्रियांच्या अवनतीला गौतम बुद्धच जबाबदार आहे असे विधान एका लेखकाने मुंबईतील 'इव्ह्ज् विकली' ह्या स्त्रियांच्या साप्ताहिकाच्या जानेवारी १९५० च्या अंकामधील आपल्या लेखात केले होते. त्याला उत्तर म्हणून डॉ. आंबेडकरांनी हा अभ्यासपूर्ण लेख लिहिला होता. आंबेडकरांनी त्या लेखाचा खरपूस समाचार घेतला आणि म्हटले की, 'बुद्धाविरुद्ध हा अत्यंत गंभीर आणि दुष्ट आरोप नेहमीच करण्यात येत असतो.' आंबेडकरांच्या मते त्या लेखकाने ज्या उताऱ्याच्या आधारावर आपला निष्कर्ष काढला होता तो उताराच मुळी पुढील काळातील बौद्ध भिक्षूंनी घुसडला होता. गौतम बुद्ध स्त्रियांना टाळीत नसे किंवा त्यांच्याविषयी तिरस्कार दाखवीत नसे. बुद्धाचा उदय होण्यापूर्वी ज्ञान मिळविण्याचा प्रत्येक व्यक्तीचा जन्मसिद्ध अधिकार स्त्रीला नाकारण्यात आला होता. आपला आत्मिक उत्कर्ष साधण्याचाही अधिकार तिला नाकारण्यात आला होता. हा स्त्रियांवर धडधडीत अन्याय होता. स्त्रीला परिव्राजकाचा आयुष्यक्रम स्वीकारण्यास स्वातंत्र्य देऊन बुद्धाने एका फटकाऱ्यात स्त्रीवर होत असलेले हे दोन्ही अन्याय दूर केले. पुरुषांप्रमाणेच स्त्रियांनी ज्ञान मिळवावे व आपली आत्मिक उन्नती करून घ्यावी अशी बुद्धाने स्त्रियांना मोकळीक दिली. भारतीय स्त्रियांना स्वातंत्र्य आणि प्रतिष्ठा देणारी ती एक मोठी क्रांती होती. मनू हा बुद्धाचा प्रखर विरोधक होता. त्याने घरांत बौद्ध धर्माचा प्रवेश होऊ नये म्हणून स्त्रियांवर ही बंधने घातली. त्यांच्या डोक्यावर असमानतेच्या राशी रचल्या होत्या. आपल्या लेखाचा निष्कर्ष सांगताना आंबेडकर म्हणाले, 'भारतीय स्त्रियांच्या अवनतीला आणि नाशाला जर कोणी कारण झाला असेल तर तो मनू होय; बुद्ध नव्हे.'[१]

एकदा का वाचनालयाच्या बाहेर आंबेडकर पडले म्हणजे आपल्याभोवती गांधीलमाशांचे मोहोळ उठविण्याची त्यांना सवयच जडली होती. नवी दिल्ली येथील आंबेडकर भवनाची कोनशिला बसवीत असताना एप्रिल १९५१ मध्ये त्यांनी मध्यवर्ती सरकारवर कडाडून हल्ला केला. मध्यवर्ती सरकार हे दलित वर्गाच्या हितासंबंधी अत्यंत उदास आहे असा त्यांनी आरोप केला. हा मोठाच भडिमार ठरला. त्यामुळे काँग्रेस पक्षात सर्व भारतभर हाहाकार उडाला. या आरोपामुळे काँग्रेस पक्ष क्षुब्ध झाला. पंतप्रधान नेहरूंनी आंबेडकरांच्या विधानाविषयी पत्राद्वारे तीव्र नापसंती दर्शविली. काही काँग्रेस नेत्यांनी तर ज्या मंत्रिमंडळाचे धोरण आंबेडकरांना पसंत नाही त्या मंत्रिमंडळात त्यांना ठेवू नये

१. The Maha Bodhi, May and June 1951.

अशी कुरकुर सुरू केली. त्यावर आंबेडकरांचे चाहते म्हणाले, 'आंबेडकरांच्या भाषणाचा वृत्तान्त हाच मुळी चुकीचा आहे.' इतर पक्षांचे नेते म्हणाले की, आंबेडकरांनी आपली मते बोलून दाखविण्याचा त्यांना पूर्ण अधिकार आहे आणि आपल्या दलित वर्गाच्या हिताशी निगडित असलेल्या प्रश्नांविषयी मत व्यक्त करण्याचा त्यांना अधिकार आहेच आहे. मध्यवर्ती मंत्रिमंडळ समाईक की वैयक्तिक दायित्वाचे तत्त्व पाळते याविषयी वर्तमानपत्रांनी जाहीर विचारणा केली.

दोन दिवसांनंतर आंबेडकरांनी लोकांचे प्रतिनिधित्व (दुरुस्ती) विधेयक लोकसभेमध्ये मांडले. तेव्हा त्यांच्या उपरोक्त भाषणाचा प्रतिध्वनी लोकसभेतही उठला. त्या विधेयकावर बोलताना काही सभासदांनी त्या विधेयकाचे कडवटपणे असे वर्णन केले की, आंबेडकर आपणाला दलित वर्गाचे एकमेव उद्धारकर्ते समजून जास्तीत जास्त फायदा घेण्याच्या दृष्टीने हा निवडणुकीच्या पूर्वी चित्तवेधक पवित्रा टाकीत आहेत. आंबेडकरांनी खासदार कपूरांच्या विधानाला विरोध केला आणि म्हटले, 'माझ्या रविवारच्या टोल्यापूर्वी हे विधेयक लोकसभेमध्ये मांडलेले होते.' दुःखावेगाने ते आणखी म्हणाले, 'कपूर, तुमचा हल्ला चालूच ठेवा. गेली पंचवीस वर्षे मी अशा प्रकारांना तोंड देत आलो आहे.' त्यावर कपूरांनी प्रत्युत्तर केले की, ज्यांनी आपल्या मंत्रिमंडळातील सहकारी आणि लोकसभेतील सभासद बंधू यांच्याविरुद्ध आरोप केले आहेत असे डॉ. आंबेडकर हे जादा धीट आणि उद्धट गृहस्थ आहेत. सर्व बाजूंनी कडवट भावनेस आता ऊत येऊ लागला. अशा गंभीर परिस्थितीत आपले मंत्रिमंडळ पुन्हा बनविण्यासाठी मुभा मिळावी म्हणून चालू अधिवेशनाच्या शेवटी पंतप्रधान नेहरू राष्ट्राध्यक्षांकडे आपला राजीनामा सादर करणार आहेत आणि आपला आरोप पाठीमागे घेत नसाल तर राजीनामा द्या, असे त्यांनी आंबेडकरांना कळविले आहे, अशी त्या वेळी बातमी पसरली होती. गोष्टी या थराला आल्या होत्या. एप्रिल १९५१ च्या शेवटी जेव्हा आंबेडकर मुंबईस परतले तेव्हा त्यांच्या जवळच्या सहकाऱ्यांपैकी काही म्हणाले की, केवळ हिंदुसंहिता विधेयक भावी निवडणुकीपूर्वी संमत करून घेण्याच्या उद्देशानेच आंबेडकर मंत्रिमंडळात राहिले आहेत.

मे १९५१ मध्ये डॉ. आंबेडकरांनी 'लोकप्रतिनिधित्व विधेयक' लोकसभेपुढे मांडले. सभासदांच्या शंका आणि अपसमज ह्यांचे शांतपणे निरसन करून किंवा काहींच्या मतांचे खंडन करून त्यांनी आपले नव्वद मिनिटे चाललेले भाषण संपविले. लोकसभेचा सभासद होऊ इच्छिणाऱ्या व्यक्तीची कमीत कमी योग्यता काय असावी यावर चर्चा चालली असताना आंबेडकर म्हणाले की, लोकसभेचे रूपांतर सदोदित एका सुरात पालुपद गाणाऱ्या मुलींच्या मेळ्यात होऊ

नये. अशा तऱ्हेच्या गंभीर कामकाजात मधून मधून हास्याचे फवारे उडत. पांडित्यपूर्ण विवेचनात अधून मधून विनोद चमकत राहिल्याने सभागृहात चैतन्य पसरे. ज्या सभासदाला संसदपटू व्हायचे आहे त्याला संसदपटू आणि परवाने मिळविणारा मालक हे दोन्ही होता येणार नाही. त्याने कुठलेतरी एक पद निवडावे असे आंबेडकर म्हणाले. त्यावर मध्येच बंगालचे लक्ष्मीकांत मिश्र म्हणाले, 'हो, पण दोहोंपैकी फायदेशीर असेल ते करावे !'

वादविवाद चालू असताना डॉ. परमार यांनी आंबेडकरांना विचारले, 'संस्थानिकांना लोकसभेत सभासद म्हणून येण्याची बंदी करावी काय ?' त्यावर विधिमंत्री आंबेडकर म्हणाले, 'पहिला इंग्रजी शब्दकोशकार डॉ. जॉन्सन यांनी सेवानिवृत्त नोकर म्हणजे सरकारचा दास अशी व्याख्या केली होती. परंतु त्यानंतर स्वत: त्याने सरकारी निवृत्तिवेतन स्वीकारले. म्हणून अतितर्ककठोर होण्यात अर्थ नाही.' त्यानंतर डॉ. परमार ह्यांनी विचारले, 'राज्यकारभारातील सेवानिवृत्तांना ब्रिटिश लोकसभेचे सभासद होण्यास बंदी असते काय ?' त्यावर हजरजबाबी आंबेडकर चटकन् उद्‌गारले, 'नाही. उमराव आणि उन्मादग्रस्त ह्यांनाच फक्त बंदी असते.' त्याबरोबर साऱ्या लोकसभेत हास्यकल्लोळ उसळला !

मध्यंतरी काही राज्यांतील वरिष्ठ न्यायालयांच्या काही न्याय-निर्णयांमुळे, तसेच सर्वोच्च न्यायालयाच्या एका महत्त्वाच्या निर्णयामुळे राज्यघटनेतील पंधरावे कलम आणि कलम १९ (२) यांविषयी काही महत्त्वाचे मुद्दे उपस्थित झाले होते. महाविद्यालयातील विद्यार्थ्यांच्या प्रवेशासंबंधी आणि नोकरीच्या प्रवेशासंबंधी मद्रास सरकारने जी आज्ञा काढली होती ती सर्वोच्च न्यायालयाने फेटाळली होती. १९ (२) आणि ३१ ही भाषणस्वातंत्र्य आणि मालमत्ता यासंबंधी असलेली कलमे न्यायालयातून बेकायदेशीर ठरविली गेली होती. त्यामुळे सरकारने राज्यघटना दुरुस्ती विधेयक लोकसभेत मांडले. जे विचार घटनेत अनुस्यूत आहेत तेच विचार स्पष्ट करणे हा या विधेयकाचा उद्देश आहे असे सरकारने म्हटले. आता आंबेडकर कोणते मत देतात याकडे सर्वांचे लक्ष केंद्रीभूत झाले. लोकसभेच्या सभासदांची उत्सुकता वाढली. कारण राज्यघटनेचे शिल्पकार आंबेडकर त्या दुरुस्तीच्या बाजूने बोलावयास उठले. 'टाइम्स ऑफ इंडिया' पत्राच्या शब्दांत सांगावयाचे म्हणजे धिम्मेपणाने अन् विचारपूर्वक परंतु वाफेच्या रुळाच्या निर्धाराने आणि बळाने त्या दुरुस्तीचा खरा उद्देश आणि अर्थ यांचे त्यांनी विवरण केले. त्यांनी प्रतिस्पर्ध्यांची बरीचशी टीका वायफळ ठरविली. आरंभी नेहरूंनी जेव्हा त्या विधेयकावर चर्चा केली तेव्हा प्रतिस्पर्ध्यांनी नेहरूंच्या निवेदनाची धूळधाण उडविली होती. परंतु आंबेडकरांच्या मुद्देसूद विवेचनामुळे सभागृहाचा रंग बदलला.

सर्वोच्च न्यायालयाचा उल्लेख करून आंबेडकर म्हणाले की, त्या न्यायालयाने मद्रास सरकारच्या आज्ञापत्रात जातीजातींत आपपरभाव दिसून येतो म्हणून मद्रास सरकारचा 'जातीय हुकूम' रद्द केला आहे ही गोष्ट अत्यंत असमाधानकारक अशी घडली व ती घटनेच्या कलमाप्रमाणे झाली नाही. हे ऐकताच लोकसभेमध्ये वादळ उत्पन्न झाले. ते शांत झाल्यावर आंबेडकरांनी सर्वोच्च न्यायालयाने कलम २९ (२) मधील 'केवळ' ह्या मुख्य शब्दाकडे दुर्लक्ष केल्याचे सभागृहास सांगितले. २९ (२) कलमात असे म्हटले होते की केवळ धर्म, जात, वंश या कारणामुळे कोणत्याही शैक्षणिक संस्थेमध्ये कुठल्याही नागरिकाला प्रवेश नाकारण्यात येणार नाही. कलम ४६ ने दुबळ्या वर्गाचे हित करण्याची सरकारला आज्ञा दिलेली आहे. जर कलम ४६ फलद्रूप व्हायचे असेल तर कलम १६ (४), २९ (२) यांत दुरुस्ती केली पाहिजे असे ते म्हणाले.

घटनेचे कलम १९ (२) यात तीन अधिक नियंत्रणांच्या बाबी घालण्याची आवश्यकता निर्माण झाली होती. त्याचा अर्थ असा की, भाषणस्वातंत्र्य, सार्वजनिक शांतता, गुन्ह्याला प्रोत्साहन आणि परराष्ट्रांशी असलेले संबंध या बाबतीत सरकारला निर्बंध करावयास परवानगी असावी. याही दुरुस्तीला आंबेडकरांनी पाठिंबा दिला.

आंबेडकरांच्या भाषणाचा परिणाम असा झाला की, लोकसभेने ते विधेयक विचारात घेऊन ते प्रवर समितीकडे सोपविले. आंबेडकरांच्या वक्तृत्वप्रचुर भाषणाचा परिणाम सभासदांवर झाल्यामुळेच प्रस्तावाच्या बाजूने प्रचंड बहुमत पडले. 'टाइम्स ऑफ इंडिया' या वृत्तपत्राच्या वार्ताहराने त्या तेजस्वी भाषणाचे वर्णन करताना म्हटले होते की, 'आंबेडकरांच्या भाषणाचा उपसंहार हा आजवर लोकसभेत झालेल्या वादविवादांमध्ये श्रेष्ठ दर्जाचा गणला जाईल. कठीण, नाजूक, घटनात्मक आणि निर्बंधाच्या प्रश्नासंबंधी आपल्या विवेचनात त्यांनी जी सुबोधता आणि मर्मभेदकता दाखविली ती अवर्णनीय अशी होती.'[१]

तथापि इतक्या घाईघाईने घटनेत दुरुस्ती केली म्हणून भारतीय वृत्तपत्रांनी सरकारला दोष दिला. भाषणस्वातंत्र्याचे कैवारी सत्तास्थानी निर्धास्त बसल्यावर आता स्वत:च्या त्या तत्त्वाची गळचेपी करीत होते. प्रचलित लोकसभेला घटनेत दुरुस्ती करण्याचा अधिकार नाही, असे काहींचे म्हणणे पडले. घटना दुरुस्तीच्या बाजूने आंबेडकरांनी सरकारला पाठिंबा दिला म्हणून त्यांना काहींनी दोष दिलाच.

---

१. The Times of India, 19 May 1951.

मे महिन्यात आंबेडकरांनी बुद्धजयंतीच्या समारंभाच्या प्रसंगी नवी दिल्ली येथे पुन्हा एकदा हिंदू धर्मावर टीकेचा भडिमार केला. आपल्या भाषणात ते म्हणाले, 'हिंसा, अनीती आणि सरकारी अधिकाऱ्यांच्या ठायी असलेले लाचलुचपतीसारखे दुर्गुण हिंदू धर्माच्या अवनतीमुळे हिंदूंच्या अंगी जडले आहेत. आणि जर सर्व हिंदूंनी बौद्ध धर्म स्वीकारला तरच त्यांचा उद्धार होईल.' फ्रान्सचे राजदूत या सभेचे अध्यक्ष होते. दिल्लीतील जवळजवळ सर्व राष्ट्रांचे राजदूत या सभेस उपस्थित होते. आंबेडकर हिंदुसंहिता संमत करून घेण्याच्या महान कार्यात गुंतले असता आणि त्यामुळे सरकारशी मिळते घेऊन वागत असता, उठता बसता स्पृश्य हिंदूंच्या भावना दुखवीत होते याविषयी त्यांच्या टीकाकारांनी आश्चर्य व्यक्त केले. आंबेडकरांच्या या भाषणामुळे अनेक वर्तमानपत्रांतून त्यांच्यावर टीका झाली. आंबेडकरांचा उपरोक्त आरोप ऐतिहासिक दृष्ट्या सत्य नाही असेही काहींनी म्हटले. प्रथम श्रेणीच्या हिंदू नेत्यांवर या भाषणाचा काडीमात्र परिणाम झाला नाही. आंबेडकरांच्या ह्या एकापाठून एक गर्जत जाणाऱ्या धमक्या ह्या काहींना तर चक्कीच्या आवाजाइतक्यासुद्धा त्रासदायक वाटल्या नाहीत. मग त्या त्यांना प्रक्षोभक वाटल्या नाहीत हे सांगावयास नकोच.

जुलै आणि ऑगस्टमध्ये आंबेडकर आपल्या शैक्षणिक कामात गढून गेले होते. त्यांनी औरंगाबाद येथे जून १९५० मध्ये पी. इ. एस्. कॉलेज नावाचे एक नवीन महाविद्यालय सुरू केले होते. त्या महाविद्यालयाचे पहिले प्राचार्य म. भि. चिटणीस होते. आणि तेथील महाविद्यालयाच्या इमारतीचा कोनशिला समारंभ १ सप्टेंबर रोजी भारताच्या प्रजासत्ताकाचे अध्यक्ष डॉ. राजेंद्रप्रसाद यांच्या हस्ते करण्यात आला. आंबेडकरांच्या विद्वत्तेविषयी आणि कनिष्ठ वर्गात शिक्षणाचा फैलाव करण्यासाठी त्यांनी जी तळमळ दाखविली त्याविषयी डॉ. राजेंद्रप्रसादांनी त्यांची फार प्रशंसा केली. पीपल्स एज्युकेशन सोसायटीच्या ध्येयाची आणि उद्दिष्टांची त्यांनी मुक्तकंठाने स्तुती केली. पुढे १९५५ च्या ऑक्टोबरमध्ये आंबेडकरांनी ह्या महाविद्यालयाचे नाव मिलिंद महाविद्यालय असे ठेवले आणि सभोवतालच्या वनाचे नाव नागसेन असे ठेवले.

आंबेडकर आता अगदी शिणलेले दिसत होते. १० ऑगस्ट १९५१ रोजी त्यांनी पंतप्रधान जवाहरलाल नेहरूंना एक कळकळीचे नि निकडीचे पत्र लिहून कळविले की, 'माझ्या प्रकृतीची मला आणि माझ्या डॉक्टरांना चिंता वाटत आहे. तथापि डॉक्टरांच्या स्वाधीन स्वत: होण्यापूर्वी हिंदुसंहिता विधेयक हातावेगळे करण्याची मला उत्कंठा लागून राहिली आहे. तरी आपण त्या विधेयकाला अग्रक्रम देऊन १६ ऑगस्ट रोजी ते विधेयक लोकसभेपुढे

विचारासाठी ठेवावे म्हणजे सप्टेंबरपर्यंत त्यावरील चर्चा पूर्ण होईल.' आंबेडकर पुढे म्हणाले, 'मी या विधेयकाला किती महत्त्व देतो आणि ते विधेयक लोकसभेने संमत करावे म्हणून त्यासाठी वाटेल तितके शारीरिक कष्ट करण्यास मी कसा तयार आहे हे पंतप्रधानांना माहीत आहे.'

पंतप्रधान नेहरूंनी त्यांना त्याच दिवशी कळविले की, 'तुम्ही जरा धिमेपणाने घ्यावे; हिंदुसंहिता विधेयकाला आत आणि बाहेर दोन्हीकडे विरोध असल्यामुळे ते लोकसभेच्या विचारासाठी सप्टेंबरच्या आरंभी घ्यावे असे मंत्रिमंडळाने ठरविले आहे.'

त्याप्रमाणे सप्टेंबरच्या पहिल्या आठवड्यात संसदीय काँग्रेस बैठकीत हिंदुसंहिता विधेयक त्वरित हातावेगळे करावे अशी त्यांनी विनंती केली. लोकसभेचे ते शेवटचे अधिवेशन होते. लोकसभेतील बहुसंख्य काँग्रेस सभासद त्या विधेयकाच्या विरुद्ध होते. नवीन लोकसभा निवडून येईपर्यंत ते विधेयक विचारात घेऊ नये असे त्यांनी ठरविले होते. म्हणून त्यांनी लोकसभेतील आपल्या सभासदांना त्यांच्या इच्छेप्रमाणे मतदान करण्यास मुभा दिली होती. सप्टेंबरच्या पहिल्या आठवड्यात ते विधेयक विचारात घेण्यात आले नाही. त्याच वेळी संसदीय काँग्रेस पक्षाच्या बैठकीत असा निर्णय घेण्यात आला की, 'हिंदुसंहिता विधेयकाचा विवाह आणि घटस्फोट हा एक भाग सप्टेंबर १७ रोजी विचारात घ्यावा. त्यातील मालमत्तेसंबंधी असलेली कलमे जर सवड असेल तर त्यानंतर विचारासाठी घ्यावी.' सप्टेंबर महिन्याचा दि. १७ उजाडला. सकाळपासून लोकसभेच्या सभागृहाभोवती पोलिसांचा कडक पहारा ठेवण्यात आला. लोकसभेच्या पुढे सकाळी स्त्रियांनी निदर्शने केली. त्यांना पोलिसांनी अडवून धरले होते. अशा परिस्थितीत लोकसभेने हिंदुसंहिता विधेयकाचा विचार करण्यास आरंभ केला.

हिंदुसंहिता विधेयकाच्या विरोधकांनी आपल्या तोफा डागल्या. डॉ. श्यामाप्रसाद मुकर्जी म्हणाले, 'हिंदुसंहिता विधेयकामुळे हिंदुसंस्कृतीच्या भव्य रचनेचा विध्वंस होईल. आणि ज्या गतिमान अन् उदार जीवन पद्धतीने अनेक शतकांत आश्चर्यकारक रीतीने योग्य ते फरक स्वीकृत केले तिचे ती विघटन करील.' तथापि डॉ. मुकर्जी ह्यांनी अशी सूचना केली की, सर्व धर्मांच्या अनुयायांना मानवी कायदा म्हणून ही संहिता लागू करावी. आपले धर्मातीतपणाचे तत्त्व कृतीत आणण्यास सरकारला ही एक मोठीच संधी आहे, असा त्यांनी सरकारला टोमणा मारला. न. वि. गाडगीळ यांनी विधेयकाच्या बाजूने तडफदार भाषण केले. ते म्हणाले, 'लोकांच्या प्रचलित नीतीशी सुसंगत असा कायदा

करण्यास या विधेयकाची अत्यंत आवश्यकता आहे.' सरदार भूपेंद्रसिंग मान यांनी हिंदुसंहिता हा एक धर्मांतराचा कायदा आहे, असे वर्णन केले. आंबेडकर धर्माचा नवा मनू आपल्यावर जबरदस्तीने लादू नये असे त्यांनी पुढे म्हटले. आपल्या गंभीर आणि वैशिष्ट्यपूर्ण पद्धतीने पंडित कुंझरू यांनी विधेयकाला पाठिंबा दिला. निर्बंधाविषयी लोकांच्या मनात असलेली आदराची भावना डावलू नये, अशी सूचना पंडित केशवदेव मालवीय यांनी केली. राज्यघटनेवर जो आपला विश्वास आहे त्याचेच हे विधेयक प्रतीक होय, असे काही स्त्री सभासदांनी वर्णन केले.

हिंदुसंहिता विधेयकावर अशी गरमागरम चर्चा चालली असतानाच पंतप्रधान नेहरूंनी हातपाय गाळले. विवाह व घटस्फोट हे हिंदुसंहिता विधेयकाचे भाग स्वतंत्र मानावे अशी त्यांनी तडजोड सुचविली. त्याप्रमाणे १९ सप्टेंबर रोजी आंबेडकरांनी लोकसभेत असे निवेदन केले की, 'काही अपरिहार्य आणि आकस्मिक अडचणींमुळे या अधिवेशनामध्ये हिंदुसंहिता विधेयकाच्या दुसऱ्या भागापेक्षा अधिक भागांवर सभागृहास विचार करणे शक्य होणार नाही. ह्यासाठी स्वयंपूर्ण असलेला विवाह आणि घटस्फोट हा भाग स्वतंत्र विधेयक म्हणून आता मानण्यात यावा.'

अशा प्रकारे लुळ्या बनलेल्या त्या विधेयकावर विरोधकांनी जोराचा हल्ला केला. त्यावर वेळखाऊ भाषणे करून सर्व वेळ त्यातच खर्ची घालावयाचा असा त्यांनी डाव योजलेला दिसला. काँग्रेस पक्षाच्या प्रतोदांनी त्या सभासदांवर दडपण आणले नाही. त्यांच्या भाषणांवर वेळेचे बंधन घालण्यात आले नाही. अशा आणीबाणीच्या वेळी स्वत: आंबेडकरांनी हिंदुसंहितेच्या विरोधकांना वृथा भडकविले. सभासदांनी बेफाट भाषणे करून मागच्या अधिवेशनात तीन दिवस संपविले होते. आता त्यांनी हेतुत: चार दिवस बोलून वाया घालविले. त्यामुळे विधेयकाची प्रगती दुसऱ्या कलमाच्या पुढे कशी ती होईना. हे पाहून आंबेडकर निराशेने अगदी बेहोष झाले. त्यांनी २० सप्टेंबर रोजी एक जहाल भाषण केले. त्यात त्यांनी रामाने सीतेचा अन्याय्य त्याग केला या गोष्टीचा उल्लेख करताच सभागृहात मोठी आरडाओरड झाली. या प्रसंगामुळे बाहेरील जनतेचे मत आंबेडकरांच्याविषयी कलुषित होऊ लागले. राम-सीता ह्यांविषयी केलेल्या उल्लेखाने काही हिंदू सभासदांची मने नि धार्मिक भावना दुखावल्या. त्यांपैकी एक खासदार प्रक्षुब्ध होऊन उठला आणि ओरडून म्हणाला, 'आम्ही प्रगतीच्या बाजूचे आहोत आणि विधिमंत्र्यांनी हिंदू धर्मास केलेली शिवीगाळ व वाहिलेली निंदोक्ती ऐकल्याशिवाय आम्ही विधेयक संमत करावयास तयार आहोत.' त्यावर आंबेडकर म्हणाले, 'हे जर तुम्ही अगोदर केले असते तर माझ्याही भाषणाचा

अतिरेक झाला नसता. कोणाची भावना दुखविण्याचा माझा मुळीच उद्देश नव्हता. जर नकळत कोणाचे मन दुखवले गेले असेल तर त्याची मी क्षमा मागतो.' एका सभासदाने ज्या मुद्यावर ते रण माजविले तेवढा तो रामसीतेचा उल्लेख करणारा छेदक सरकारी दप्तरातून गाळून टाकावा अशी इच्छा प्रदर्शित करताच आंबेडकरांनी त्याला मान्यता दिली.

वादविवादाला उत्तर देताना आंबेडकर म्हणाले, 'डॉ. मुकर्जींच्या म्हणण्याचा विशेष विचार करण्याचे फारसे कारण नाही. कारण, मंत्रिमंडळात ते असताना त्यांनी या विधेयकाला विरोध केलेला नाही. परंतु आता ते विरोधाकरताच विरोध करीत आहेत.' आंबेडकर निश्चयपूर्वक पुढे म्हणाले, 'जेव्हा जेव्हा हिंदूनिर्बंधांत मागे दुरुस्ती करण्यात आली तेव्हा तेव्हा ते निर्बंध शीखांनाही लागू करण्यात आले आहेत.' सरदार भूपेंद्रसिंग मान यांच्या भाषणाचा उल्लेख करून ते म्हणाले, 'ते भाषण तिटकारा येण्यासारखे होते.' त्यावर 'तुमचेच भाषण तिटकारा वाटण्यासारखे आहे.' अशी सभासदांनी एकच ओरड केली.

आंबेडकरांनी राम आणि सीता यांच्यावर उगाच केलेल्या हल्ल्याने आणि त्यांची तिखट, तुरट आणि बेफाम वाणी ह्यांमुळे परिस्थिती चिघळली. त्यामुळे बहुतेक सभासदांचे मन विटले. आंबेडकरांनी उठवलेल्या गांधीलमाश्यांपैकी काही नेहरूंना डसल्या. त्या वेदनांमुळे पं. नेहरूंचे अवसान गळले. त्या गोंधळलेल्या परिस्थितीत आंबेडकरांना त्यांनी ते विधेयक सोडून द्यायला सांगितले. नेहरूंच्या मनाची त्या वेळची स्थिती वर्णन करताना एका वृत्तपंडिताने गॅरिकचा 'गोल्ड स्मिथच्या थडग्या'वरील प्रख्यात लेख उद्धृत केला. 'तो देवदूताप्रमाणे लिहीत असे आणि बिचाऱ्या पॉलप्रमाणे पोपटपंची करीत असे.' नेहरूंच्याही बाबतीत तेच खरे आहे.

दि. २२ सप्टेंबरला हिंदुसंहिता विधेयकाच्या चौथ्या कलमावरील चर्चा संपली. सप्टेंबर २४ रोजी चर्चेला पुन्हा प्रारंभ झाला. रामनारायण म्हणाले, 'आंबेडकरांची तुलना मनूबरोबर करतात, परंतु मनू हे सर्वांना मान्य होते. ते निर्बंध करीत असताना पोलिसांना त्यांचे संरक्षण करावे लागले नव्हते.' २५ सप्टेंबर रोजी हिंदुसंहितेचे चौथे कलम सभागृहाने विनाउत्साह व विनाधिक्कार मान्य केले. चर्चेसाठी दुसरी विधेयके सभागृहापुढे येताच प्रेक्षकांची गर्दी कमी झाली. आजपर्यंत हिंदुसंहिता विधेयकाच्या विवाह आणि घटस्फोट या दोन भागांचासुद्धा पूर्णपणे विचारविनिमय होऊ शकला नाही. मोठ्या केविलवाण्या परिस्थितीत त्या विधेयकाचा त्याग करण्यात आला. आंबेडकरांच्या शब्दांत

सांगावयाचे म्हणजे चार कलमे संमत झाल्यावर ते विधेयक ठार मारून पुरण्यात आले. त्या वेळी कोणीही रडले नाही. कोणीही त्याचा शोक केला नाही.

ही घटना घडण्यापूर्वी चार महिने अगोदर मुंबईच्या वरिष्ठ न्यायालयाचे नामांकित विधिज्ञ व संस्कृत भाषेचे पंडित न्यायमूर्ती प्र. बा. गजेंद्रगडकर यांनी कर्नाटक विद्यापीठाच्या विद्यार्थ्यांसाठी हिंदुसंहिता विधेयकावर बोलताना सार्थ अभिमानाने म्हटले होते की, 'जर आंबेडकरांनी आपणास हिंदुसंहिता दिली तर त्यांची कामगिरी इतिहासात सद्‌गुणांचा परिपोष आणि दुर्गुणाला शिक्षा ह्या कवींच्या न्यायानुसार चिरंतन राहील.' नियतीने मात्र आंबेडकरांना आधुनिक मनूचा पूर्ण मान देण्यास नाखुशी दाखविली.

आता आंबेडकरांची अगदी दारुण निराशा झाली. त्यामुळे ते चिडखोर आणि कष्टी बनले. त्यांच्या राजीनाम्याचे वृत्त वर्तमानपत्रांमध्ये झळकले. त्यांनी आपल्या मंत्रिपदाचा २७ सप्टेंबरपासून राजीनामा दिला. आपल्या राजीनाम्यात त्यांनी प्रधानमंत्र्यांना उद्देशून म्हटले की, 'आपल्या जागेचा राजीनामा द्यावा असा विचार मी अनेक दिवस करीत आहे. परंतु लोकसभेचे हे शेवटचे अधिवेशन संपण्यापूर्वी हिंदुसंहिता विधेयक आपण प्रत्यक्षात आणू या एकाच आशेमुळे माझा तो बेत मी कृतीत आणला नाही. मी त्या विधेयकाचे भाग पाडण्यासही मान्यता दिली. आणि त्याची मर्यादा विवाह आणि काडीमोड या विभागांपर्यंत आणून ठेवली. असे करण्यात मला खुळी आशा वाटत होती की आपल्या परिश्रमापैकी निदान एवढ्यातरी कष्टाचे चीज होईल. परंतु विधेयकाच्या त्याही भागाचा शोचनीय असा अंत करण्यात आला. तुमच्या मंत्रिमंडळाचा मंत्री म्हणून राहण्यात आता मला काहीच स्वारस्य वाटत नाही.' तथापि आपल्या नावावरील विधेयकाचे आणि सूचना यांचे काम पूर्ण होईपर्यंत शिष्टाचार म्हणून मंत्रिमंडळात काम करण्याचे त्यांनी मान्य केले. हिंदुसंहिता विधेयकासंबंधी आंबेडकरांनी केलेल्या प्रचंड परिश्रमाबद्दल पं. जवाहरलाल नेहरूंनी आंबेडकरांना लिहिलेल्या उत्तरात त्यांना धन्यवाद दिले. दैव आणि कार्यपद्धतीचे नियम ही विधेयकाच्या विरुद्ध होती असे नेहरूंनी म्हटले. चालू अधिवेशनाच्या शेवटच्या दिवसापासून आपला राजीनामा मी स्वीकारण्याचे ठरविले आहे, असे त्यांनी आंबेडकरांना कळविले आणि आंबेडकर आपल्या राजीनाम्याविषयी लोकसभेत जे भाषण करणार होते त्याची एक प्रत नेहरूंनी आगाऊ मागितली. आंबेडकरांनी ४ ऑक्टोबर रोजी पंतप्रधानांना कळविले की, 'मी जर माझे भाषण अगोदर तयार केले तर त्याची एक प्रत आपणांस देईन.' त्यांनी पं. नेहरूंना असेही कळविले की, माझ्या नावावर जी कामे आहेत ती ११ ऑक्टोबर रोजी पूर्ण झाल्यावर माझे निवेदन

करण्यास उपसभापतींनी मला परवानगी दिली आहे. दसऱ्याची सुटी संपेपर्यंत आंबेडकर मंत्रिमंडळात राहिले.

११ ऑक्टोबर १९५१ रोजी लोकसभेचे काम सुरू झाले. त्या दिवशी प्रश्न विचारावयाचा तास नव्हता. सीमानिर्धारक विधेयकावरील (डी-लिमिटेशन) चर्चा प्रथमत: घेण्यात आली. ते काम संपताच उपसभापतींनी मेहताब यांना उद्योगधंदे, विकास आणि नियंत्रण विधेयक सभेपुढे मांडावयास सांगितले. त्याच क्षणाला आंबेडकर उभे राहिले आणि म्हणाले, 'प्रथमत: माझे म्हणणे मला मांडावयास परवानगी मिळावी.' त्या वेळी उपसभापती म्हणाले की, जर आंबेडकरांनी स्वत:च्या भाषणाची आगाऊ प्रत आपणांस दिली असती तर आपण त्यांना बोलावयास परवानगी दिली असती. उपसभापतींचे हे म्हणणे ऐकून आंबेडकरांना आश्चर्याचा धक्काच बसला. आंबेडकरांनी सायंकाळी ६ वाजता भाषण करावे, अशीही आणखी पुस्ती उपसभापतींनी आपल्या भाषणास जोडली. 'याचा अर्थ आंबेडकरांचे भाषण तपासले जाणार असा होत नाही काय ?' असे कुंझरू आणि कामत यांनी उपसभापतींना विचारले. अशा प्रश्नांपैकी एका प्रश्नाला उत्तर देतेवेळी उपसभापती म्हणाले, 'लोकसभेच्या हक्काचा आणि विशेष हक्काचा मी रक्षक असल्यामुळे आंबेडकरांच्या निवेदनात काही अप्रासंगिक किंवा बदनामकारक मजकूर आहे की काय हे पाहणे आवश्यक आहे.' लागलीच त्यांनी आंबेडकरांकडे पाहिले व म्हटले, 'सन्माननीय मंत्री...' ते ऐकताच 'मी आता मंत्री नाही,' असे म्हणून आंबेडकरांनी त्यांना कटवले. अशा तऱ्हेच्या अरेरावीला मान तुकवायची माझी इच्छा नाही, अशी त्यांनी गर्जना केली. त्या क्षणीच त्यांनी आपले सर्व कागदपत्र गोळा केले आणि निषेध म्हणून ते सभागृहाच्या बाहेर पडले. अशा रीतीने घटनेच्या प्रमुख शिल्पकारांना त्यांनी मंत्रिमंडळातील आपले पद सोडताच सभागृह सोडून जाणे भाग पाडले. गोष्टी या थराला याव्या याविषयी अनेक सभासदांना दु:ख झाले. आंबेडकरांचे निवेदन ऐकण्याची सभासदांना उत्कंठा लागली होती. आंबेडकर बाहेर पडत असताना त्यांनी टाळ्यांचा गजर केला. कामकाजाच्या नियमातील १२८ व्या नियमाप्रमाणे राजीनामा देणाऱ्या मंत्र्याने आपले निवेदन लोकसभेत करण्यापूर्वी त्याची प्रत सभापतीला दिली पाहिजे असा त्यात स्पष्ट उल्लेख नाही. उपसभापती सायंकाळी ६ वाजता म्हणाले की, डॉ. आंबेडकरांनी आपल्या निवेदनाची प्रत आगाऊ तपासण्यासाठी दिली नसती तरी आपण डॉ. आंबेडकरांना त्यांचे निवेदन वाचू दिले असते. जर सकाळी १०। वाजता भाषणाच्या आगाऊ तपासणीची आवश्यकता होती तर ती सहा वाजता अनावश्यक कशी ठरली हे आपणाला कळत नाही, असे काही सभासद म्हणाले.

दुसऱ्या दिवशी विरोधी पक्षाचे नेते म्हणून सभागृहाने डॉ. आंबेडकरांचे स्वागत केले.

लोकसभेच्या सभागृहाबाहेर येताच आंबेडकरांनी आपले निवेदन वृत्तपत्रांच्या प्रतिनिधींना दिले. मंत्रिमंडळाशी मतभेद असलेल्या पाच मुद्यांचा त्यांनी त्या निवेदनात उल्लेख केला. नेहरूंनी आपणांस विधिमंत्रिपद देऊ केले तेव्हा पुढे नियोजन खाते तुम्हांला देऊ असे आपणांस पंडित नेहरूंनी आश्वासन दिले होते परंतु प्रत्यक्षात आपणांस मंत्रिमंडळाच्या एकाही समितीवर घेतले नाही. हा त्यातला पहिला मुद्दा. सरकार दलित वर्गाच्या बाबतीत उदासीन होते असा त्यांनी सरकारवर आरोप केला. हा होता दुसरा मतभेद. तिसरा मतभेद काश्मीरवरील धोरणाबाबत होता. आंबेडकरांचे मत असे होते की, काश्मीरची फाळणी करून तेथील हिंदू आणि बौद्ध लोकांचा भाग भारताला जोडावा. मुसलमान लोकांचा भाग पाकिस्तानला जोडावा. चौथा मतभेद भारताच्या परराष्ट्रीय धोरणासंबंधी होता. भारताचे परराष्ट्रीय धोरण चुकीचे असल्यामुळे भारताला मित्रांपेक्षा शत्रूच अधिक झाले होते. त्या चुकीच्या धोरणामुळे ३५० कोटी उत्पन्नापैकी १०८ कोटी एवढा अवाढव्य खर्च भारताला सैन्यावर लागत होता. कारण आणीबाणीच्या प्रसंगी मदत करील असा एकही मित्र भारताला नव्हता. मतभेदाचा पाचवा मुद्दा म्हणजे हिंदुसंहिता विधेयक याविषयी पं. नेहरूंचे नरम गरम धोरण. आंबेडकरांच्या मते पं. नेहरू जरी प्रामाणिक होते तरी हिंदुसंहिता विधेयक नेटाने शेवटास नेण्यासाठी त्यांनी जितकी कळकळ आणि निर्धार दाखवायला पाहिजे होता तितका दाखविला नाही. एकूण आपण आजारी माणूस म्हणून मंत्रिमंडळातून बाहेर पडलो नाही, तर निराश मनुष्य म्हणून बाहेर पडलो. कारण आजारीपणाच्या सबबीवर कर्तव्याचा त्याग करणारा माणूस आपण नव्हे, असे त्यांनी पत्रकात म्हटले होते.

आंबेडकरांच्या राजीनाम्याकडे लोकांनी आणि वृत्तपत्रांनी सहानुभूतीने पाहिले. त्यांची प्रतिक्रिया आंबेडकरांच्या बाजूची होती. 'टाइम्स ऑफ इंडिया' पत्राने आपल्या अग्रलेखात म्हटले, 'जरी मनूचा मुकुट आंबेडकरांना मिळाला नाही तरी मंत्रिमंडळात बरीच भरीव कामगिरी बजावून आंबेडकर बाहेर जात आहेत. अगोदरच मंत्रिमंडळामध्ये बुद्धिवान लोकांची कमतरता आहे. आणि आंबेडकरांसारखा सूक्ष्म दृष्टीचा पंडित आणि सार्वजनिक कामाचा व्यासंगपूर्ण अभ्यास करणारा मंत्री गेल्यामुळे मंत्रिमंडळाचे तेज मर्यादित झाले आहे. राजकीय

आठवणी लोक त्वरित विसरतात हे खरे आहे. परंतु आपला पूर्वग्रह सोडून आपण नवीन जबाबदाऱ्या आणि प्रसंग यांना साजेसे वर्तन करण्यास समर्थ आहोत हे आंबेडकरांनी दाखवून दिले. या कर्तृत्ववान राजकारणी पुरुषाकडून होणाऱ्या सेवेस आचवणे हे भारताच्या हिताचे नाही. आंबेडकरांनी राष्ट्रीय व्यासपीठ सोडून पुन्हा जातीय राजकारणात पदार्पण केले तर ती जशी वैयक्तिक तशीच राष्ट्रीय शोकांतिका ठरेल. ते एक जबरदस्त मित्र असून जबरदस्त विरोधकही आहेत. गेली २ वर्षे त्यांनी आपली अलौकिक कार्यशक्ती विधायक कार्यासाठी जुंपली होती.' आंबेडकर जर त्याच मार्गाने गेले तर देश आणि आंबेडकरांचा समाज यांचा फायदा होईल, असेही त्या अग्रलेखाच्या शेवटी म्हटले होते. मुंबईतील 'नॅशनल स्टँडर्ड' पत्र म्हणाले, 'नियोजन, अर्थ किंवा व्यापार आणि उद्योगधंदे यांचे मंत्रिपद स्वीकारण्यात आंबेडकरांच्या इतक्या लायक व गुणांनी संपन्न अशा व्यक्ती या देशात अगदी थोड्याच आहेत. जे सरकारने गमावले आहे ते आंबेडकरांच्या विरोधी पक्षातील विधायक सहकार्यामुळे लाभेल अशी देशाला आशा आहे.' मुंबईतील 'फ्री-प्रेस जर्नल' दैनिकाने आंबेडकरांसारख्या प्रख्यात मंत्र्याला इतक्या दु:खी अंत:करणाने मंत्रिमंडळातून जावे लागले या गोष्टीविषयी दु:ख व्यक्त केले. उपसभापतींच्या उपरोक्त निर्णयासंबंधी त्या पत्राने म्हटले, 'उपसभापतींना शहाणपणामुळे काही निराळेच वाटले. 'असंबंधित', 'बदनामीकारक' नि अयोग्य निवेदने बंद करण्याची सभापतींना सत्ता आहे असे म्हणून उपसभापतींनी शिंतोडे उडविले आहेत. हा मंत्रिमहाशयांवर अन्याय आहे. अशा तऱ्हेची त्यांना वागणूक देणे हे त्यांना शोभले नाही. मंत्रिमहाशयांना त्यांचे निवेदन वाचावयाला दिलेच पाहिजे होते.'

महाराष्ट्रातील शेतकरी कामकरी पक्ष व शेड्यूल्ड कास्ट फेडरेशन या दोन पक्षांच्या नेत्यांमध्ये महाराष्ट्रात एक संयुक्त आघाडी बनविण्याविषयी काही महिन्यांपासून बोलणी चालली होती. जयप्रकाश नारायण आणि अशोक मेहता व आचार्य मो. वा. दोंदे यांची, तसेच समाजवादी नेते आणि आंबेडकर पक्षाचे नेते यांचीही निवडणूकसंबंधी आघाडी बनविण्याविषयी बोलणी चालली होती. आचार्य दोंदे आंबेडकरांना दिल्ली येथे जाऊन भेटले. आंबेडकरांचे असे ठाम मत होते की शंकरराव मोरे यांच्या नेतृत्वाखाली असणारा शे. का. पक्ष हा रशियन मतप्रणालीला जोडलेला आहे; शिवाय तो पक्ष म्हणजे महाराष्ट्रातील प्रामुख्याने मराठ्यांची एकप्रकारची जातीय स्वरूपाची आघाडी आहे. म्हणून आंबेडकरांनी शे. का. पक्षाशी सहकार्य करण्याचे नाकारले. त्याच वेळी जयप्रकाश नारायण यांनीही आंबेडकरांना शंकरराव मोरे हे कम्युनिस्टांच्या बाजूचे आहेत असे

सांगितले.[1] शंकरराव मोऱ्यांच्या राजकीय विचारसरणीत जातीयवाद नि कम्युनिझम यांचे प्रमाण किती आहे याचे पृथक्करण कोणी अद्याप केलेले नाही. शेड्यूल्ड कास्ट फेडरेशनच्या कार्यकारी मंडळाची ऑक्टोबर १९५१ च्या पहिल्या आठवड्यात नवी दिल्ली येथे निवडणुकीच्या जाहीरनाम्याचा विचार करण्यासाठी बैठक भरली. तो जाहीरनामा आंबेडकरांनी फार परिश्रम घेऊन तयार केला होता. आपण काँग्रेस, हिंदुमहासभा किंवा कम्युनिस्ट यांच्याशी मुळीच सहकार्य करणार नाही असे शेड्यूल्ड कास्ट फेडरेशनने जाहीर केले. रॉयवादी रॅडिकल डेमोक्रॅट यांची आंबेडकर पक्षाच्या निवडणुकीच्या जाहीरनाम्याविषयी विशेष चांगली प्रतिक्रिया झाली. आचार्य दोंदे यांना मणिबेन कारांनी सांगितले की मानवेंद्रनाथ रॉय यांना आंबेडकरांचा जाहीरनामा पसंत पडला. आंबेडकरांच्या काश्मीरविषयक धोरणाशी ते पूर्ण सहमत होते.

आता आंबेडकर आपल्या पक्षाच्या व्यासपीठावर यायला आणि बोलायला पूर्णपणे मोकळे होते. जालंदर येथे ऑक्टोबरच्या शेवटच्या आठवड्यात त्यांनी एका जाहीर सभेत भाषण केले. तेथे त्यांनी जाहीर केले की काँग्रेस पक्षाच्या हृदयात दलित वर्गाला स्थान नाही. पंडित नेहरूंना मुसलमानांचे वेड लागले आहे आणि त्यांचे हृदय दलित समाजाविषयी निर्दय झाले आहे. त्यानंतर थोड्याच दिवसांनी लखनौ विद्यापीठाच्या विद्यार्थ्यांसमोर बोलताना ते म्हणाले, 'राष्ट्राने मागासलेल्या जातीच्या हिताकडे दुर्लक्ष करता कामा नये. दलित समाज समानतेचा दर्जा मिळविण्याच्या आपल्या महान प्रयत्नात जर निष्कळ ठरला, निराश झाला तर शेड्यूल्ड कास्ट फेडरेशन कम्युनिस्ट तत्त्वप्रणाली स्वीकारील आणि मायदेशाच्या भवितव्याचा विध्वंस होईल.' काश्मीरच्या प्रश्नाचा उल्लेख करून ते म्हणाले, 'जर आपण सर्व काश्मीर वाचवू शकत नाही तर निदान आपल्या रक्तामांसाचे तेथील लोक तरी वाचवू या. ही उघड गोष्ट आहे. ती नाकारून चालणार नाही.'

दि. १८ नोव्हेंबरला आंबेडकर मुंबईस राहावयास आले. बोरीबंदरच्या स्थानकावर शेड्यूल्ड कास्ट फेडरेशन आणि समाजवादी पक्ष यांनी त्यांचे भव्य स्वागत केले. या उत्साही स्वागतानंतर सिद्धार्थ महाविद्यालयापर्यंत त्यांची मिरवणूक काढण्यात आली. लागलीच त्यांनी निवडणुकीच्या प्रचाराला आपल्या पक्षाची संघटना करण्याचे काम हाती घेतले. निवडणुकीच्या प्रचारासाठी सुरुवात मुंबईच्या चौपाटीच्या सभेने केली. त्या सभेत ते म्हणाले, 'सुभाषबाबूंनी भारताला

---

१. खरात, शंकरराव रा. डॉ. बाबासाहेब आंबेडकरांची पत्रे.

स्वातंत्र्य मिळवून दिले. काँग्रेसने नव्हे.' दुसऱ्या दिवशी सर कावसजी जहांगीर सभागृहामध्ये शेड्यूल्ड कास्ट फेडरेशन व समाजवादी पक्ष यांच्या विद्यमाने भरलेल्या सभेत ते म्हणाले की, काँग्रेस मंत्रिमंडळांनी जनतेला शुद्ध राज्यकारभार दिला नाही. देशातील लाचलुचपतीचे व्यवहार सरकारचे त्वरित लक्ष वेधण्याइतके मोठे नव्हते असे पं. नेहरूंनी काँग्रेसच्या अध्यक्षपदी असताना म्हणावे याबद्दल आंबेडकरांनी पूर्ण नापसंती व्यक्त केली. आंबेडकर हे काँग्रेस पक्षाशी कृतघ्नपणे वागले असे म्हणणाऱ्या आपल्या टीकाकारांना त्यांनी एका तत्त्वज्ञानाच्या उक्तीच्या द्वारा उत्तर दिले. 'आपल्या स्वत:च्या इभ्रतीचा बळी देऊन कोणीही माणूस कृतज्ञ राहू शकत नाही. स्वातंत्र्याचे बलिदान देऊन कुठलाही देश कृतज्ञ राहू शकत नाही, आणि शीलाचा त्याग करून कोणतीही स्त्री कृतज्ञ राहू शकत नाही.'

दुसऱ्या एका प्रश्नाला उत्तर देताना ते म्हणाले, 'स. का. पाटील यांच्या प्रयत्नाने आपण मंत्रिमंडळात गेलो ही गोष्ट खरी नाही. घटना-समितीतील माझ्या प्रवेशाला काँग्रेसचा कट्टर विरोध असताना मी मंत्रिमंडळामध्ये कसा गेलो हे माझ्या आयुष्यातील एक कोडे आहे. नेहरूंनी आपणांस बोलावून मंत्रिमंडळात येण्याविषयी विनंती केली.' बोलूनचालून हे निवडणुकीतील प्रचाराचे भाषण. बाबासाहेबांचा मंत्रिमंडळात प्रवेश होण्यापूर्वी आचार्य दोंदे, पाटील, पटेल यांची यासंबंधी बोलणी झाली होती यात बरेच तथ्य आहे.

नरे पार्क, मुंबई येथील प्रचंड सभेत बोलताना आंबेडकर म्हणाले, 'काँग्रेस दलित समाजाच्या आणि मागासलेल्या समाजाच्या हिताकडे दुर्लक्ष करते.' २५ नोव्हेंबर रोजी शिवाजी पार्कमध्ये दोन लाख लोकांच्या समुदायासमोर बोलताना ते म्हणाले, 'नेहरूंनी समाजवादी पक्षास मिळून देशाची धुरा वाहावी.' देशातील बाल्यावस्थेत असलेल्या लोकशाहीला बळकट करण्यासाठी आणि राज्यकर्त्यांवर नियंत्रण ठेवण्यासाठी देशाला विरोधी पक्षाची अत्यंत आवश्यकता आहे, असे लोकांच्या मनावर ठसविण्याचा आंबेडकरांनी प्रयत्न केला. आपल्या झंझावाती दौऱ्यात नेहरूंनी मुंबई आणि मद्रास शहरांना भेटी देऊन प्रचंड सभांतून भाषणे केली. त्या भाषणांत त्यांनी समाजवादी पक्ष आणि शेड्यूल्ड कास्ट फेडरेशन यांची ही एकजूट अपवित्र आहे म्हणून धिक्कार केला. आंबेडकर मंत्रिमंडळात जवळजवळ चार वर्षे असताना त्यांनी परराष्ट्रीय धोरणाला कधीही विरोध केला नाही ही मोठी चमत्कारिक नि आश्चर्यकारक गोष्ट आहे असे नेहरू म्हणाले. हिंदुसंहिता विधेयकावर आंबेडकरांनी डॉ. श्यामाप्रसाद मुकर्जींना अशाच प्रकारचा टोला दिला होता त्याचे त्यांना या पं. नेहरूंच्या टोल्यामुळे स्मरण झाले असेल. काँग्रेस पक्षाच्या विरुद्ध बोलताना आवेशात येऊन मुंबईतील मुसलमान

समाजापुढे भाषण करताना आंबेडकरांनी मुसलमानांच्या मनावर स्वतंत्र मतदार संघाचे महत्त्व पटविण्याचा प्रयत्न केला. या भाषणाविषयी आंबेडकरांच्या हितचिंतकांनी आणि अभिमान्यांनी दु:ख प्रदर्शित केले. घटना-समितीच्या जनकाच्या तोंडी हे भाषण शोभत नाही असा अभिप्राय त्यांनी व्यक्त केला.

काँग्रेस पक्ष हा देशातील अत्यंत जुना आणि संघटित होता. निवडणुकीची सिद्धता काँग्रेस कार्यकर्ते पद्धतशीर रीत्या आणि उत्साहाने अनेक महिने करीत होते. शिवाय ते राज्यकर्ते होते. पक्ष संघटित करण्याच्या दृष्टीने आंबेडकर विशेष काही करू शकले नाहीत. प्रकृती ठीक नसल्यामुळे मुंबईबाहेर ते प्रचारासाठी जाऊ शकले नाहीत. गेली दहा वर्षे ते आपल्या पक्षाच्या यंत्रणेपासून दूर होते. काही वर्षे ते कामगारमंत्री होते, तर काही वर्षे न्यायमंत्री होते. आपल्या पक्षाच्या बळाविषयी आणि कर्तृत्वाविषयी त्यांना बरोबर कल्पना नव्हती. समाजवादी पक्षाच्या बळाविषयी त्यांना काही माहिती नव्हती हे सांगावयास नकोच. लोकसभेच्या आणि विधिमंडळाच्या निवडणुका जानेवारी १९५२ मध्ये झाल्या. निवडणुकीतील यशाची लाट पं. नेहरूंच्या मागून धावत गेली. आंबेडकर समाजवादी पक्षासहित त्या लाटेबरोबर वाहून गेले. आंबेडकरांना १ लक्ष २३ हजार ५७६ मते मिळाली. तर काँग्रेसचे इच्छुक नारायणराव काजरोळकर यांना १,३७,९५० मते मिळाली. राखीव जागेची ५० हजारांपेक्षा जास्त मते हेतुत: वाया घालविण्यात आली. कम्युनिस्टांनी तसा प्रचार केला होता. त्या निवडणुकीत भारतीय कम्युनिस्ट पक्षाचे नेते श्री. अ. डांगे हेही सपशेल पडले.

आंबेडकरांचा पराभव हे भयंकर अपयश होते. आकाशातून रॉकेट जमिनीवर आदळावे तसे आंबेडकर निवडणुकीत आदळले. राजकारणात कृतज्ञतेला जागा नसते हे पुन्हा एकदा सिद्ध झाले. ज्या राष्ट्राने थोड्या दिवसांपूर्वी आंबेडकरांचे देवदुर्लभ असे स्वागत केले होते, त्याच राष्ट्राने त्यांच्या बाबतीत साधी कृतज्ञताही दाखविण्याचे नाकारले. काश्मीरच्या फाळणीच्या बाजूने व्यक्त केलेले मत, मुंबईतील मुसलमानांना स्वतंत्र मतदार संघाची मागणी करायला दिलेला सल्ला आणि देशाचे निश्चित काय करावे याविषयी विधायक कार्यक्रमाचा अभाव, यांमुळे आणि त्यांच्या पक्षातील संघटनेच्या दुबळेपणामुळे आंबेडकर पक्षाची निवडणुकीत दाणादाण झाली. त्यांच्या पराभवाविषयी लिहिताना एका वर्तमानपत्राने असे लिहिले की, 'आंबेडकरांनी आपल्या निवडणुकीच्या प्रचार मोहिमेत काँग्रेस सरकारचे दोष दाखविले. परंतु दुसरी विधायक बाजू मांडण्यावर जोर दिला नाही. निवडणुकीच्या त्या पानपतामध्ये वाचलेले आंबेडकरांचे सरदार पां. न. राजभोज लोकसभेवर निवडून आले. आणि बी. सी. कांबळे हे मुंबई विधानसभेवर निवडून

आले. मुंबईत मतदान झाल्यावर आंबेडकर दिल्लीला गेले होते. ५ जानेवारीला दिल्लीहून काढलेल्या पत्रकात ते म्हणाले की, मुंबईच्या जनतेने दिलेला एवढा मोठा भरघोस पाठिंबा हा वाया कसा गेला याविषयी खरोखर निवडणूक आयुक्ताने (कमिशनरने) चौकशी करण्यासारखे आहे. समाजवादी नेते जयप्रकाश यांनी कलकत्त्याहून काढलेल्या आपल्या पत्रकात म्हटले की, मुंबईतील समाजवाद्यांना अनेक बाजूंनी प्रचंड पाठिंबा असताही त्यांची दाणादाण कशी झाली याविषयी आंबेडकरांप्रमाणे माझ्याही मनात संभ्रम निर्माण झाला आहे. मुंबई निवडणुकीतील लोकसभेचे निर्णय जाहीर झाले तेव्हा आंबेडकर दिल्लीत होते. आंबेडकरांच्या पराभवामुळे लोकांना मोठे आश्चर्यच वाटले. दिल्लीतील आंबेडकर वर्तुळात वातावरण खिन्न झाले. आपल्या मनाची तशी तयारीच असल्यामुळे पराभवाचा धक्का आपल्याला विशेष जाणवला नाही असे आंबेडकर म्हणाले. कम्युनिस्ट पक्षाचे नेते डांगे यांच्या कारस्थानामुळे आपला पराभव झाला असे त्यांना वाटले. तथापि, आपल्या पक्षातील मुंबईचे निष्ठावंत नेते रा. धों. भंडारे यांना निवडणुकीच्या निकालाविषयी लिहिताना ते म्हणाले, 'निवडणुका हा एक जुगार आहे... तरी आपण यशाजवळ मजल मारली होती. आपण धीर सोडता कामा नये. आपल्या लोकांची उमेद खचू देता कामा नये. समाजवाद्यांना नाव ठेवण्यास जागा नाही.'

जरी निवडणुकीमध्ये पराभव झाला तरी संसदीय आयुष्यक्रम सुरू ठेवण्याची आंबेडकरांची आशा खुंटली नव्हती. यास्तव त्यांनी कमलाकांत चित्रे यांना मुंबई विधिमंडळाकडून आपली राज्यसभेवर निवड होऊ शकेल की काय याबद्दल काही व्यक्तींची व पक्षांची मते अजमावून पाहावयास कळविले. मुरारजी देसाई ह्यांच्यासाठी काँग्रेस कार्यकर्ते जे काही करीत होते तसे आंबेडकरांच्या पक्षातील कार्यकर्त्यांनी आंबेडकरांसाठी करावे असे त्यांच्या पत्नीने कमलाकांत चित्रे यांना सुचविले. तळमळून लिहिलेल्या आपल्या पत्रात डॉ. सौ. सविताबाई आंबेडकर म्हणाल्या, 'राजकारण हे डॉक्टरांचे जीवन आहे. तेच त्यांच्या मानसिक आणि शारीरिक प्रकृतीला शक्तिवर्धक औषध आहे. संसदीय कार्याची त्यांना निरतिशय आवड आहे. त्यांचा रोग शारीरिक असण्यापेक्षा तो मानसिक आहे.' डॉ. सौ. सविताबाईंनी अगदी तळमळीने आणि उल्हसित मनाने चित्र्यांना आणखी असे लिहिले की, 'जर आंबेडकर हिंदुस्थानचे पंतप्रधान होतील तर (आणि हे 'जर तर' फारच मोठे आहे) ते आनंदाने धावतील अशी त्यांची आकांक्षा आहे. ती

कधीतरी सफल होईल, अशी आपण प्रार्थना करू या. जरी त्यांनी सध्याचा पराभव लीलेने सोसला आहे तरी गतकालात राजकीय घडामोडींमुळे त्यांच्या प्रकृतीत चढउतार झालेला आहे. जर आपण लोकसभेवर निवडून आलो तर कोणती कामे हाती घ्यायची, याचा आराखडा डॉक्टरांनी तयार केलेला आहे. लोकसभा हीच आंबेडकरांच्या लौकिकाला आणि कर्तृत्वाला योग्य अशी जागा आहे. नेमके या ठिकाणीच त्यांचा विश्वासू सरदार म्हणून तुमच्या कार्याला आरंभ होतो. मला असा पूर्ण भरवसा वाटतो की तुम्ही या बाबतीत खटपट कराल आणि निराशा होऊ देणार नाही.' ह्या आदेशाप्रमाणे खटपट करण्यात आली. मुंबई राज्यातून ज्या सतरा जागांची राज्यसभेवर निवड होणार होती, त्यांतील एका जागेसाठी आंबेडकरांचा अर्ज मार्च १९५२ च्या मध्यावर भरण्यात आला. त्या महिन्याच्या शेवटी झालेल्या निवडणुकीच्या अखेर आंबेडकरांची निवडही झाली. एप्रिल महिन्यामध्ये दलित वर्गाने त्यांची जयंती साजरी केली. आंबेडकरांच्या भाषणातील काँग्रेस पक्ष आणि हिंदू धर्म यांवरील हल्लच्यामुळे ज्यांचा आंबेडकरांवर दात होता असे सुशिक्षित लोक खेड्यांतील दलितवर्गीयांना असे सांगू लागले की, 'आंबेडकर हटले. ते दिल्लीहून मुंबईस परत आले. पण तेथेही ते टिकाव धरू शकले नाहीत. आता त्यांचे अवतारकार्य संपुष्टात आले आहे.' आंबेडकरांच्या निंदकांवर ते दलित हताशपणे कुरकुरत आणि गुरगुरत.

आंबेडकरांना आपल्या महाविद्यालयासाठी अनेक गोष्टी करावयाच्या होत्या. ते औरंगाबादला आपल्या संस्थेच्या सभेला उपस्थित राहण्यासाठी गेले. तेथे त्यांनी वार्ताहरांना सांगितले की उस्मानिया विद्यापीठाचे हिंदी विद्यापीठात रूपांतर करणे ही गोष्ट चुकीची आहे. त्यासाठी मध्यवर्ती सरकारला उत्तर हिंदुस्थानातील एखादे विद्यापीठ निवडता आले असते.

दिल्लीला परत गेल्यावर आंबेडकर मे १९५२ च्या शेवटच्या आठवड्यात राज्यसभेत उपस्थित राहिले. आपल्या अर्थसंकल्पावरील भाषणात त्यांनी असे सांगितले की, 'संरक्षण खात्याचा अर्थसंकल्प हा देशाच्या प्रगतीच्या मार्गातील मोठ्यात मोठी धोंड आहे. देशाच्या कल्याणासाठी जो पैसा वापरण्यात आला असता तो सैन्यच खात आहे. जर संरक्षण खात्याचा अर्थसंकल्प ५० कोटींनी कमी केला तर देशाचे बरेच हित होईल. जर भारताचे परराष्ट्रीय धोरणाचे ध्येय सर्व जगतात शांतता आणि सलोखा राखण्याचे आहे, तर भारताचे असे कोण शत्रू आहेत की ज्यांच्याविरुद्ध एवढे मोठे सैन्य भारतास राखावयास पडावे ?'

याच सुमारास दिल्लीतील सर्वोच्च न्यायालयात आंबेडकरांनी उत्तर प्रदेशातील जमीनदारांच्या बाजूने 'उत्तर प्रदेश जमीनदारी उच्चाटन व शेतकी

सुधारणाविषयक कायदा' यासंबंधी पुनर्न्यायाचा (अपिलाचा) दावा चालवला. आंबेडकरांचे असे म्हणणे होते की तो निर्बंध करण्यात निर्बंध करण्याविषयीच्या अधिकाराच्या ज्ञानाचा आणि सार्वजनिक हिताच्या दृष्टीचा अभाव होता. तथापि सर्वोच्च न्यायालयाने त्या दाव्यात त्यांच्याविरुद्ध निर्णय दिला.

एवढ्यात आंबेडकरांना कोलंबिया विद्यापीठ आपल्या द्विशतसांवत्सरिक उत्सवाच्या वेळी ५ जून १९५२ रोजी 'डॉक्टर ऑफ लॉज' ही बहुमानाची पदवी अर्पण करणार आहे अशी बातमी प्रसिद्ध झाली. 'विद्वान् सर्वत्र पूज्यते' ह्या अमर वचनाची ही प्रचीती. विद्यापीठाचे अध्यक्ष सेनापती आयसेन हॉवर यांच्या हस्ते त्यांना ही पदवी यापूर्वीच मिळणार होती. परंतु निवडणुकीतील कार्यक्रमामुळे आंबेडकर न्यूयॉर्कला जाऊ शकले नव्हते. कोलंबिया विद्यापीठ आंबेडकरांना ही पदवी त्यांच्या अनुपस्थितीत देऊ इच्छित नव्हते असे म्हणतात. आंबेडकरांनी त्या वेळी वार्ताहरांना असे सांगितले की, 'पुरेसे पैसे खर्च करावयास सरकारी परवानगी मिळत नसल्यामुळे मी आपल्या पत्नीला बरोबर नेऊ शकत नाही.'

आंबेडकर शनिवार, ३१ मे १९५२ रोजी दिल्लीहून मुंबईस आले. त्या दिवशी रात्रौ क्रिकेट क्लब ऑफ इंडिया येथे त्यांचे अभीष्टचिंतन करण्यासाठी सिद्धार्थ महाविद्यालयाचे प्राचार्य डॉ. व. सी. पाटणकर आणि सचिव कमलाकांत चित्रे यांनी एक भोजन समारंभ घडवून आणला. त्या वेळी प्राचार्य पाटणकर म्हणाले की, 'भारतीय राज्यघटनेचे प्रमुख शिल्पकार असलेल्या डॉ. आंबेडकरांना कुठल्याही भारतीय विद्यापीठाने त्यांचा सन्मान करण्याची बुद्धी दाखविली नाही. इतकेच नव्हे तर ज्या मुंबई विद्यापीठाचे आंबेडकर हे विद्यार्थी होते त्या मुंबई विद्यापीठानेसुद्धा ही बुद्धी दाखविली नाही. आणि आंबेडकरांचा सन्मान करण्यात एका परदेशी विद्यापीठाने पुढाकार घ्यावा ही एक विचित्र विधिघटना आहे.' त्या वेळी भाषण करताना आंबेडकर म्हणाले, 'जरी माझा स्वभाव तापट असला आणि सत्ताधारी लोकांशी अनेक प्रसंगी माझे खटके उडालेले असले तरी मी भारताविषयी परदेशात काही कडवट बोलेन असा चुकीचा ग्रह त्यांनी करून घेऊ नये. मी देशाशी केव्हाही विद्रोह केला नाही; देशाचे हितच हृदयात सतत बाळगले. गोलमेज परिषदेच्या वेळी देशाच्या हिताच्या दृष्टीने मी गांधींच्याही पुढे २०० मैल होतो.' आंबेडकर १ जून १९५२ रोजी मुंबईहून विमानाने न्यूयॉर्कला जायला निघाले. त्यांच्या अनुयायांनी आणि चाहत्यांनी सांताक्रूझ विमानतळावर त्यांना निरोप दिला. कोलंबिया विद्यापीठात ५ जून रोजी पदवीदान समारंभ झाला. त्या दिवशी ५ विख्यात गृहस्थांना डॉक्टर ऑफ लॉज ही बहुमानाची पदवी देण्यात आली. 'भारतीय घटनेचे शिल्पकार, मंत्रिमंडळाचे सदस्य व राज्यसभेचे सभासद,

भारतीय नागरिकांपैकी एक प्रमुख नागरिक, एक महान समाजसुधारक आणि मानवी हक्कांचा आधारस्तंभ असणारा एक पराक्रमी पुरुष,' असे कोलंबिया विद्यापीठाने आंबेडकरांना अर्पण केलेल्या पदवीच्या अवतरणात त्यांचे वर्णन केले आहे. आंबेडकरांना पदवी मिळाली तेव्हा ६८४८ विद्यार्थी आपल्या पदव्या घेण्यासाठी उपस्थित होते. ज्यांना अशा सन्मानार्थी पदव्या मिळाल्या त्यांत कॅनडाचे परराष्ट्रमंत्री लिस्टर वी. पियर्सन आणि फ्रेंच वाङ्मयाचे इतिहासकार एम्. डॅनियल मॉर्नेट हे होते.

आंबेडकर १४ जून रोजी मुंबईस परत आले. दुसऱ्या दिवशी वृत्तपत्रांच्या प्रतिनिधींना दिलेल्या भेटीत ते म्हणाले की, 'अमेरिकन लोक पाकिस्तानच्या बाजूला वळलेले दिसतात असे आपले मत झाले.' हे असे कसे ? याबद्दल तेथील लोकांना विचारताच आंबेडकरांना कळले की परदेशांत पाठविण्यात येणाऱ्या प्रतिनिधींची व राजदूतांची निवड पाकिस्तान काळजीपूर्वक करते आणि भारतातून परदेशात जाणारे प्रतिनिधी व राजदूत हे अननुभवी असतात. हिंदुस्थानला भेट देऊन गेलेल्या अमेरिकन प्राध्यापकांचे मत असे झाले आहे की येथील विद्यार्थ्यांना फार कनिष्ठ प्रतीचे शिक्षण मिळते. त्यांना पुरेसे ज्ञान आणि मार्गदर्शन मिळत नाही. संशोधनांसाठी आणि स्वतंत्र विचारासाठी येथे त्यांना प्रेरणा मिळत नाही, असेही ते म्हणाले.

थोड्या दिवसांनंतर आंबेडकर व अशोक मेहता यांनी मुंबईतील झालेली लोकसभेची निवडणूक रद्द व्हावी असा निवडणूक न्यायमंडळापुढे अर्ज केला. त्यात त्यांनी म्हटले होते की, दुहेरी मतदार संघातील एकाच इच्छुकाला दोन मते टाकण्याविषयी प्रचार झाल्यामुळे त्या निवडणुकीमध्ये भ्रष्टाचार झाला, म्हणून त्या निवडणुका रद्द ठरवाव्या. त्या अर्जाविरुद्ध श्री. अ. डांगे, देशमुख, डॉ. वि. वा. गांधी आणि नारायणराव काजरोळकर इत्यादी प्रतिपक्षी होते. १९५२ सालच्या ऑक्टोबरच्या पहिल्या आठवड्यात निवडणूक न्यायमंडळापुढे अर्जाची सुनावणी झाली. आंबेडकर स्वत: आपली बाजू मांडताना म्हणाले, 'मते कुजविण्यासाठी केलेला प्रचार हा अवैध होता. अशा तऱ्हेने मतदारांच्या मनामध्ये जातीय भावना चेतविणे हे निर्बंधाला विकृत स्वरूप दिल्यासारखे आहे.' तथापि आंबेडकर व अशोक मेहता यांचा अर्ज न्यायमंडळाने फेटाळला.

२८ सप्टेंबर रोजी दलित संस्थांची नरे पार्क, मुंबई येथे मोठी सभा झाली. त्या सभेत आंबेडकरांनी इमारत निधी गोळा करणाऱ्या आपल्या कार्यकर्त्यांवर जाहीर टीका केली आणि हिशेब त्वरित सादर करावेत असा त्यांना त्यांनी इशारा दिला. दलित समाजाच्या सुशिक्षित लोकांवर आपला विश्वास नाही,

आपला विश्वास अशिक्षित लोकांवरच आहे असे त्यांनी सांगितले. ते त्या वेळी रागाने इतके बेहोष झाले होते की, त्यांच्या त्या दहा मिनिटांच्या भाषणात व्यासपीठावर कोणी काहीतरी पुटपुटताच आंबेडकरांनी भीमगर्जना केली, 'मी हे सहन करणार नाही. उद्या माझ्यापुढे हिशेब सादर करा.' या भाषणामुळे त्यांच्या अनुयायांत आणि कार्यकर्त्यांत मोठी खळबळ उडाली. इमारत निधीस १९३१ मध्ये सुरुवात झाली तरी अद्यापपावेतो पुरेसे पैसे जमले नव्हते.

नोव्हेंबर १९५२ च्या पहिल्या आठवड्यात आंबेडकर दिल्लीस गेले. १ महिन्याने मुंबईस परत आले. १६ डिसेंबर १९५२ रोजी एल्फिन्स्टन महाविद्यालयाच्या वार्षिक स्नेहसंमेलनाच्या वेळी विद्यार्थ्यांपुढे बोलताना त्यांनी 'आधुनिक विद्यार्थ्यांचे प्रश्न' या विषयावर भाषण केले. त्यांत त्यांनी असा उपदेश केला की, 'विद्यार्थ्यांनी विद्यापीठातील शिक्षणाची पुनर्घटना करावी. आधुनिक जगातील गरजा पुरविणारे ते शिक्षण असले पाहिजे. विद्यापीठ हे ज्ञानाचे केंद्र असले पाहिजे, कारकून करण्याचे नव्हे.' विद्यार्थ्यांनी लीनतेने व दीनपणे न वागता धैर्याने नि निर्भयतेने वागले पाहिजे. शालीनतेने वागल्यास कदाचित स्वर्ग मिळेल, परंतु या जगातील सुखाला व संपत्तीला तो पारखा होईल, असा त्यांनी औरंगाबाद येथील मिलिंद महाविद्यालयातील विद्यार्थ्यांना यापूर्वी उपदेश केला होता.

पुणे जिल्हा विधी वाचनालयाच्या नवीन विभागाचे उद्घाटन डॉ. आंबेडकरांच्या हस्ते २२ डिसेंबर १९५२ रोजी पुणे येथे झाले. त्याच वेळी एल्. आर्. गोखले यांच्या छायाचित्राचे अनावरणही त्यांनी केले. त्या वेळी डॉ. आंबेडकरांचे लोकशाही यशस्वी रीतीने चालण्यासाठी कोणत्या गोष्टींची आवश्यकता आहे या विषयावर भाषण झाले. आपल्या ह्या महत्त्वाच्या भाषणात ते म्हणाले, 'लोकशाही आपले स्वरूप बदलत आहे. एकाच देशात ती आहे त्या परिस्थितीत राहू शकत नाही. तिचे उद्देश बदलत असतात. आधुनिक लोकशाहीचे ध्येय हे एखाद्या अनियंत्रित राजाचे अधिकार कमी करणे हे नसून लोकांचे कल्याण साधणे हे आहे.' 'लोकशाही म्हणजे चर्चेच्या रूपाने मार्गदर्शन घडून चालणारे सरकार' ह्या वॉल्टर बेजहॉट ह्याच्या लोकशाहीच्या व्याख्येचा उल्लेख केला. तसाच लोकशाही म्हणजे लोकांचे, लोकांकरिता, लोकांनी चालविलेले राज्य, ह्या लिंकनच्या लोकशाहीच्या व्याख्येचाही त्यांनी उल्लेख केला. आपली व्याख्या याहून वेगळी आहे असे ते म्हणाले. 'ज्या सरकारी पद्धतीत लोकांच्या आर्थिक आणि सामाजिक जीवनांत क्रांतिकारक स्थित्यंतरे रक्तपाताशिवाय घडवून आणण्यात येतात ती लोकशाही.' या विषयावर त्यांनी विस्तृत असे भाषण केले.

लोकशाही यशस्वी रीतीने चालावयास पहिली आवश्यक गोष्ट म्हणजे समाजात ढळढळीत असमानता असू नये. भरडला जाणारा किंवा दळला जाणारा वर्ग त्यात असू नये. सरकार कुठे चुकते आहे हे दाखविण्यासाठी एक विरोधी पक्ष असला पाहिजे, ही दुसरी आवश्यक गोष्ट. तिसरी गोष्ट अशी की, न्यायासनापुढे आणि राज्यव्यवस्थेमध्ये व्यक्तीची समानता पाळली पाहिजे. चौथी गोष्ट म्हणजे घटनात्मक नीतीचे पालन केले पाहिजे. पाचवी महत्त्वाची गोष्ट म्हणजे समाजामध्ये नैतिक व्यवस्थेचे पालन केले पाहिजे. कारण नैतिक व्यवस्था लोकशाहीत गृहीत धरलेली असते. सहावी गोष्ट म्हणजे सार्वजनिक सदसद्विवेक बुद्धी. आंबेडकरांच्या या विचारप्रवर्तक भाषणावर वृत्तपत्रांतून आणि संस्थांतून अनेक दिवस चर्चा झाली. पुण्याहून आंबेडकर कोल्हापूरला गेले. तेथे त्यांचे २४ डिसेंबर १९५२ रोजी राजाराम महाविद्यालयाच्या विद्यार्थ्यांच्या वार्षिक स्नेहसंमेलनात भाषण झाले. आपल्या भाषणात त्यांनी विद्यार्थ्यांना असा उपदेश केला की, 'ज्ञान हाच मनुष्याच्या जीवनाचा पाया आहे. विद्यार्थ्यांनी बौद्धिक शक्तीचे संवर्धन करण्यासाठी आणि आपल्या बुद्धीला चालना देण्यासाठी आटोकाट प्रयत्न केले पाहिजेत. विद्यार्थ्यांनी आपली विचारशक्ती वाढविली पाहिजे. मिळालेल्या ज्ञानाचा उपयोग केला पाहिजे.' डॉ. सौ. सविताबाई आंबेडकर यांनी बक्षिसांचे वितरण केले.

कोल्हापुरातील स्त्रियांचा प्रचंड समुदाय आंबेडकरांना मानपत्र देण्यासाठी जमला होता. त्यांच्या मानपत्रास उत्तर देताना आंबेडकरांनी हिंदुसंहिता विधेयकाचा उल्लेख केला. आणि त्यांना सांगितले की भारतातील प्रमुख स्त्री-नेत्यांपैकी कोणीही स्त्रियांच्या सामाजिक प्रगतीमध्ये उत्साह दाखविला नाही. हिंदुसंहिता विधेयकाची स्थिती आता नासक्या रसायनात दूध मिसळावे तशी झाली आहे. जर भारतीय स्त्रियांना हिंदुसंहिता विधेयक लोकसभेकडून स्वीकृत करून घ्यावयाचे असेल तर उपोषण करणाऱ्या भल्या दोन लठ्ठ बाया त्यांनी शोधून काढाव्या म्हणजे काम भागेल. बेळगाव जिल्ह्यातील दलित फेडरेशनच्या बेळगाव जिल्हा शाखेच्या विद्यमाने भरलेल्या सभेत ५० हजार लोकांपुढे भाषण करताना त्यांनी राज्यकर्त्यांना असा इशारा दिला की, जर पुढच्या निवडणुकांपर्यंत दलित वर्गाची सुधारणा झाली नाही तर दलित फेडरेशनला कडक उपाय योजावे लागतील. मग सरकारी शासनयंत्र खिळखिळे होऊन अराजक माजेल. गतकालीन फ्रेंच आणि रशियन राज्यक्रांत्यांमुळे झालेल्या भयंकर परिणामांची राज्यकर्त्यांना आठवण देऊन त्यांनी भीमगर्जना केली, 'मी दोनतीन वर्षे किंवा पुढच्या निवडणुकीपर्यंत वाट पाहीन. त्या मुदतीत दलित समाजाच्या लोकांचे दारिद्र्य

आणि दु:ख कमी झाली नाहीत आणि विचारविनिमय होऊन त्यातून एखादी नवीन योजना पुढे आली नाही, तर मला कडक उपाय योजणे भाग पडेल.'[१] दलित समाजाच्या भवितव्याचा प्रश्न या भाषणात त्यांनी राष्ट्राच्या विचारासाठी मांडला. बहुतेक सर्व वृत्तपत्रांनी आंबेडकरांच्या या भाषणावर टीका केली. जरी काहींना आंबेडकरांच्या तळमळीतील उदात्तता व सखोलता यांची जाणीव होती, तरी काहींना असे वाटले की आंबेडकरांना अशी मधून मधून धमकी देण्याची सवयच असल्यामुळे या नवीन धमकीचा विशेष विचार करण्याचे कारण नाही.

१२ जानेवारी १९५३ रोजी हैद्राबाद येथील उस्मानिया विद्यापीठाने आंबेडकरांना 'डॉक्टर ऑफ लिटरेचर' ही पदवी त्यांचे ज्ञान नि देशातील त्यांचे उच्च स्थान यांच्या सन्मानार्थ अर्पण केली. भारतीय राज्यघटनेचे प्रमुख शिल्पकार, एक विख्यात आणि प्रकांड पंडित डॉ. आंबेडकर यांचा सन्मान करण्याचा बहुमान हिंदुस्थानातील एकाच विद्यापीठाकडे जातो हे या विद्यापीठाला मोठे अजोड असे भूषण आहे.

फेब्रुवारी १९५३ मध्ये भारत-जपान सांस्कृतिक संस्थेचे उपाध्यक्ष एम. आर. मूर्ती यांच्या स्वागतार्थ राजभोज यांनी केलेल्या समारंभात भाषण करताना आंबेडकर म्हणाले, 'चालू पिढीला किंवा भावी पिढ्यांना बुद्धाचा मार्ग आणि कार्ल मार्क्सचा[२] मार्ग यांतून कोणता तरी एक निवडावा लागेल. पाश्चिमात्य देशांपेक्षा पौर्वात्य देशांना अधिक महत्त्व आले आहे. परंतु बुद्धाच्या तत्त्वज्ञानाचा पौर्वात्य देशांनी स्वीकार केला नाही तर युरोपच्या इतिहासात जसा झगडा झाला तसाच झगडा आशियामध्ये निर्माण होईल.'

आंबेडकरांच्या ह्या धमक्या व्यर्थ जात नव्हत्या. १९५३ मध्ये लोकसभेने टाळ्याच्या गजरात अस्पृश्यतानिर्मूलनाच्या दृष्टीने एक ठराव करून प्रगती केली. अस्पृश्यांचा प्रश्न सोडविण्यासाठी एक व्यापक निर्बंध करावा असा त्या ठरावांद्वारा निर्णय पक्का करण्यात आला. लोकसभेमधील ज्या काही थोड्या सभासदांनी त्या ठरावावरील चर्चेत भाग घेतला त्यांनी लोकसभेत सांगितले की, अस्पृश्यता ही फक्त कागदोपत्रीच नाहीशी झाली आहे; प्रत्यक्ष व्यवहारात झालेली नाही. अस्पृश्यतेच्या बाबतीत होणाऱ्या गुन्ह्यांना कडक शासन करण्याची आवश्यकता आताच अधिक उद्‌भवली आहे असे काही म्हणाले. एका हरिजन सभासदाने लोकसभेत सांगितले की आपण चहा प्यालेला कप आणि आपल्याबरोबरच्या

---

१. The Times of India, 29 December 1952.

२. The Free Press Journal, 16 February 1953.

हरिजन आमदारांनी चहा प्यालेला कप एका उपाहारगृहाच्या मालकाने लाथेच्या ठोकरीने उडवून दिला. हैद्राबादमधील एका हरिजन मंत्र्याला त्याने मंदिरात जाण्याचा प्रयत्न केला म्हणून तंबी देण्यात आली. दिल्लीतील एका न्हाव्याने लोकसभेतील एका हरिजन सभासदाचे केस कापण्याचे नाकारले असेही लोकसभेत उपरोक्त ठरावावरील चर्चेच्या वेळी सांगण्यात आले. अशा गोष्टी घडत असतानासुद्धा स्पृश्य नेते कुरकुर करीत आणि म्हणत, 'आंबेडकर अद्याप कडवट बोलतात. ते भूतकाल विसरत नाहीत.'

मे १९५३ मध्ये मुंबईत डॉ. आंबेडकरांनी स्फूर्तिदायक भाषण करून बौद्ध धर्मावर सुमने उधळली, श्रद्धेची पुनरुक्ती केली आणि त्या धर्मासाठी आपले जीवित व्यतीत करण्याची पुन्हा घोषणा केली. त्यानंतर थोड्याच दिवसांनी क्रॉवले यांना त्यांच्या परदेशी मासिकास पाठविण्यासाठी एक मुलाखत दिली. त्या वेळी त्यांनी सांगितले की, 'जर समाजरचना बदलली नाही तर प्रचलित समाजव्यवस्था लवकरच कोलमडून पडेल. लोकशाही हिंदुस्थानात चालली नाही तर त्याला दुसरा पर्याय म्हणजे साम्यवादासारखी दुसरी काहीतरी समाजव्यवस्था येईल.'[१]

जुलै आणि ऑगस्ट १९५३ मध्ये आंबेडकर आपल्या शैक्षणिक कार्यात गुंतले होते त्या वेळी त्यांचा औरंगाबाद येथे मुक्काम होता. महाराष्ट्रातील एक ऐतिहासिक नि सांस्कृतिक केंद्र नि मध्यवर्ती ठिकाण म्हणून त्यांना औरंगाबादविषयी ओढा नि अभिमान वाटे. त्या वेळी हैद्राबाद दलित फेडरेशनच्या कार्यकर्त्यांच्या सभेपुढे भाषण करताना ते म्हणाले, 'राजकारण म्हणजे राष्ट्राचे सर्वस्व नाही. हिंदी प्रश्नांचा राजकीय, सामाजिक, धार्मिक आणि आर्थिक दृष्टीनी विचार करून त्यांनी दलितांच्या उद्धारासाठी लढा द्यावा.' त्या वेळी त्यांनी आपल्या लोकांना असा इशारा दिला की जे लोक पंढरपूरला यात्रेला जातील त्यांना आपण जातिबहिष्कृत करू. पंढरपूरच्या यात्रेला जाण्याने दलितांचे काहीच हित साधत नाही, असे ते म्हणाले. औरंगाबादच्या मुक्कामात त्यांनी वार्ताहरांना असे सांगितले की, ज्या अर्थी आता आंध्र राज्य अस्तित्वात आले त्या अर्थी दुसरी भाषिक राज्ये ह्यापुढे निर्माण होणारच. मग भाषिक राज्याचे परिणाम काहीही होवोत. जर राज्यव्यवस्थेच्या दृष्टीने मराठी भाषिक राज्याचे दोन तुकडे करावयाचे झाले, तरी त्याला आपला पाठिंबा आहे असे ते म्हणाले. काश्मिरातील घडामोडींचा उल्लेख करून ते म्हणाले की ज्या अर्थी हिंदी लोकांनी काश्मीरवर कोट्यवधी रुपये खर्च केले आहेत, त्या अर्थी तुम्ही भारतात विलीन होणार की

१. The Illustrated Weekly of India, 12 July 1953.

नाही असे काश्मिरी जनतेला विचारणे हा त्यांचा हक्क आहे.

औरंगाबादच्या मुक्कामात त्यांनी दुसरी एक महत्त्वाची गोष्ट लोकांकडून करून घेतली. जे लोक त्यांच्या भेटीसाठी येत असत त्यांपैकी प्रत्येकाने तेथील महाविद्यालयाच्या विस्तीर्ण निर्जन आवारात एक झाड लावावे अशी अट घातली. त्यांनी एकदा महाड येथील वसतिगृहाचे आवार आपल्या खांद्यावर फावडे, कुदळ, टोपली घेऊन सहकाऱ्यांच्या सहाय्याने स्वच्छ केले होते. हाती घेतलेल्या रचनात्मक कार्यासंबंधी चाहत्यांत नि अनुयायांत उत्साह निर्माण करण्याची ही हातोटी काही और होती. 'य: क्रियावान स पंडित:।' हेच खरे !

२४

सरकारवर टीकेचे प्रहार

थोड्याच अवधीत आंध्र राज्य विधेयकामुळे देशात भाषिक राज्य निर्मितीसाठी विधिमंडळे, वृत्तपत्रे नि लोकसभा यांत वादंग रंगू लागले. ह्या विधेयकानुसार आंध्र राज्य निर्माण व्हावयाचे होते. २ सप्टेंबर १९५३ रोजी आंबेडकरांनी त्या विधेयकावर बोलताना सरकारच्या भाषिक राज्यनिर्मितीविषयक धरसोडीच्या धोरणावर कडाडून हल्ला केला. भाषिक राज्य पुनर्रचनेमुळे हिंदुस्थानचे तुकडे पडतील हे मत आपणास पटत नाही असे ते म्हणाले. भाषिक आंध्र राज्य निर्माण करण्यासाठी एका पुरुषास – पोटी श्रीरामलू यांना आत्मबलिदान करावे लागले. जे तत्त्व मान्य झालेले आहे त्या तत्त्वासाठी दुसऱ्या एखाद्या देशात अशा रीतीने मनुष्याचा शेवट झाला असता, तर त्या देशाच्या सरकारला लोकांनी आपल्याच अधिकारात जिवंत जाळून टाकले असते.

त्या आंध्र राज्य विधेयकात हिंदूंचा जुलूम, छळ नि जातीयवाद ह्यांपासून अस्पृश्यवर्गीयांचा बचाव करण्यासाठी काटजू यांनी काहीच तजवीज केली नाही म्हणून आंबेडकरांनी काटजूंना दोष दिला. अल्पसंख्याकांच्या हितांचे रक्षण करण्यासाठी राज्यपालांना विशेष अधिकार देण्याच्या तरतुदीचा अभाव घटनेत होता, याविषयी त्यांना खेद वाटला. 'आपण परंपरेचा वारसा घेतला आहे. लोक मला एकसारखे म्हणतात, अहो, तुम्ही तर घटनेचे शिल्पकार ! माझे त्यांना उत्तर असे आहे की, मी भाडोत्री लेखक होतो. जे मला करायला सांगितले ते मी माझ्या मनाच्या विरुद्ध केले,' असे ते चिडखोरपणे म्हणाले.

या भाषणाला सभासदांनी अडथळे आणले; त्यामुळे वादविवादाच्या गरमपणात नि कडवटपणात भर पडली. खासदारांच्या रागाचा पारा चढला. स्वत: आंबेडकरांनीच घटनेचे समर्थन केले होते असा टोमणा मारून एका सभासदाने तर आगीत तेल ओतले. आंबेडकर स्वत:च राज्यघटनेचे शिल्पकार होते असे म्हणून गृहमंत्री काटजू यांनी निखारे प्रज्वलित केले. पहिल्या आरोपाला उत्तर देताना आंबेडकर म्हणाले, 'आम्ही वकील लोक अनेक गोष्टींचे समर्थन करतो.'

दुसऱ्या आरोपाला उत्तर देताना ते म्हणाले, 'तुमच्या ठायी असलेल्या दोषांचा आरोप तुम्ही माझ्यावर करीत आहात.' आणि नंतर त्यांनी क्रोधाग्नीचा भडिमार सुरू केला. ते म्हणाले, 'महाराज, मला लोक म्हणतात, मी राज्यघटना केली. परंतु माझी असे म्हणण्याची तयारी आहे की राज्यघटना मीच प्रथम जाळून टाकीन. मला ती नको आहे. ती कोणाच्याच सोयीची नाही. परंतु ते काही का असेना, जर आपल्या लोकांना पुढे जावयाचे असेल तर त्यांनी येथे बहुसंख्याक नि अल्पसंख्याक गट आहेत हे लक्षात ठेवावे. तुम्हांला मान्यता देणे म्हणजे लोकशाहीस अपाय करणे होय असे म्हणून तुम्ही अल्पसंख्याकांकडे दुर्लक्ष करता कामा नये. मी सांगतो की त्यामुळे देशाचे अत्यंत नुकसान होईल. मला अशी भीती वाटते की, जर अल्पसंख्याकांना आमच्या मुंबई राज्यामध्ये जशी वागणूक मिळते तशी मिळाली तर – मला संकुचित मनाने या गोष्टीचा विचार करावयाचा नाही – तर शेवटी काय होईल हे मला कळत नाही. मला स्वत:ला महाराष्ट्रीय म्हणायला आवडत नाही. मला हिंदी भाषा आवडते. परंतु दु:खाची गोष्ट अशी आहे की हिंदी भाषिक लोकच हिंदी भाषेचे शत्रू आहेत.'

शेवटच्या दोन असंबंधित वाक्यांवरून दिसून येते की वादळाने जहाजाची शिडे तोडून टाकल्यामुळे जहाज जसे भलतीकडेच भटकत जाते तसे त्या दिवशी बाबासाहेबांचे झाले. शेवटी सभापतींनी 'मुद्यावर या' असा इशारा देऊन म्हटले, 'डॉ. आंबेडकर स्वगत असावे हे आपले बोलणे !' डॉ. आंबेडकर उत्तरले, 'हो ते स्वगत आहे !'

आंबेडकरांचा राज्यघटनेवरील हा हल्ला विषारी होता हे खरेच. अत्यंत दारुण निराशेच्या नि वैफल्याच्या भावनेमुळे त्यांनी हा हल्ला करून गडगडाट केला. त्यांच्या असमाधानात सात्त्विक संतापाची भर पडली. वृत्तपत्रजगताने त्या भाषणाविषयी खेद प्रदर्शित केला. आंबेडकरांची ही रागीट प्रतिक्रिया पाहून वृत्तपत्रांनी राज्यघटनेच्या तिसऱ्या वाचनाच्या वेळी आंबेडकरांनी जे वैभवशाली भाषण केले त्याची त्यांना आठवण करून दिली. अल्पसंख्याकांना जादा हक्क देण्याविषयी आंबेडकरांनी जे गाऱ्हाणे मांडले त्याचा उल्लेख करून पी. कोदंडराव म्हणाले, 'आमच्या आधुनिक मनूने स्वत:स अस्पृश्य म्हणावे ही दु:खाची गोष्ट आहे.' काहींनी तर आंबेडकरांची तुलना आपल्या मुलाचा धिक्कार करून इतरांना त्याचे तुकडे करावयाला आमंत्रण देणाऱ्या कोपिष्ट आईशी केली.

तथापि आंबेडकरांचा राग आईसारखा प्रेममूलक होता; तो द्वेषमूलक नव्हता, हे आपली बाजू सावरण्याचा प्रयत्न त्वरित केला त्यावरून दिसून येते. पुढील आठवड्यात सरकारनेच अभावितपणे राज्यघटनेवर आक्रमण केले. मग

काय विचारता ! आंबेडकरांनी सरकारला धारेवर धरले. पेप्सुमध्ये राज्यपालांची राजवट चालू ठेवण्यासाठी घटनेच्या ३५६ व्या कलमाचा सरकारने आधार घेतला. त्या कृत्यामुळे सरकारच्या तोंडाला काळिमा लागेल, असा आंबेडकरांनी राज्यसभेत इशारा दिला. ते म्हणाले, 'ही गोष्ट चुकीची आहे. ती करता कामा नये.' त्याच भाषणात त्यांनी सरकारने मद्रासच्या विधान परिषदेचे सामान्य सभासद असणाऱ्या राजगोपालाचारी ह्यांना मद्रासचे मुख्यमंत्री नेमल्यामुळे आणि सार्वत्रिक निवडणुकीत पराभव झालेल्या मुरारजी देसाई ह्यांना मुंबई राज्याचे मुख्यमंत्री नेमल्यामुळे सरकारवर घणाघाती हल्ला केला. त्या दोघांची पदवृद्धी ही सरकारने राज्यघटनेवर केलेल्या अत्यंत निर्दय अशा प्रहाराची दोन उदाहरणे होत, असे त्यांनी राज्यसभेच्या निदर्शनास आणून दिले.

थोड्याच अवधीत 'खास विवाह विधेयक' राज्यसभेत विचारासाठी मांडण्यात आले. त्यावर भाषण करताना आंबेडकरांनी सरकारला असे बजावले की 'हिंदी कायद्याचे पृथक पृथक भाग पाडून त्यावर विचार करण्याने सुधारणा साधण्यापेक्षा गोंधळच जास्त निर्माण होईल. १८७२ सालचा कायदा रद्द करण्यापेक्षा त्यात विधेयकाने सुधारणा करावयास हवी होती. हिंदू समाज हा सनातनी वृत्तीचा आहे. म्हणून ज्या स्थित्यंतराला लोकांचा पाठिंबा आहे ते घडवून आणण्याची संधी सरकारने घेणे सरकारचे कर्तव्य होते.'

स्थावर जंगम मालमत्तेवर कर बसविण्यासाठी मांडलेल्या विधेयकावर राज्यसभेत भाषण करताना १८ सप्टेंबर १९५३ रोजी आंबेडकरांनी सरकारला अशी सावधगिरीची सूचना दिली की, 'इस्टेट करामुळे सरकारास मिळणारे उत्पन्न ते गोळा करण्यासाठी नि त्यावर नियंत्रण ठेवण्यासाठी जो व्यय होईल तितकेही होणार नाही. इतर काही देशांत काही गोष्टी घडल्या म्हणून आपणही तशा करण्यासाठी सरकार अविचाराने घाव मारीत आहे. भारताने युरोपचे आंधळेपणाने अनुकरण करू नये. जे युरोपच्या हिताचे ठरले असेल ते भारताच्या हिताचे असू शकेलच असे नाही. असे उपाय योजण्याच्या पूर्वी युरोपमधील लोक प्रगतीच्या ज्या टप्प्याला पोचले आहेत त्या टप्प्याला भारतातील लोकांनी आधी पोचावे.'

जर भारत कम्युनिस्ट देश असता तर ती गोष्ट वेगळी होती, असे ते म्हणाले. उपरोधिक आवाजात ते आणखी म्हणाले, 'पुढे मागे भारत हा कम्युनिस्ट देश होणार. परंतु भारताने जोपर्यंत रशियन राज्यपद्धती स्वीकारलेली नाही तोपर्यंत अशा तऱ्हेचे उपाय योजून भारताने भांडवल जमविण्याची गती मंद करू नये. माझा ह्या विधेयकास विरोध नाही. परंतु ज्यांचा लोक द्वेष करतात त्या

भांडवलवाल्यांत आणि भांडवलांत फरक करण्यात यावा एवढीच माझी इच्छा आहे. हे मी म्हणतो म्हणून भांडवलशाहीची मी बाजू घेतो असे नाही.'

मराठवाड्यात भूमिहीन दलित वर्गाने दलित फेडरेशनच्या विद्यमाने भूमीसाठी सत्याग्रह सुरू केला होता. आंबेडकरांनी तो सत्याग्रह मागे घेतला. सरकारने अनुकूलता दर्शविली म्हणून हा निर्णय त्यांनी घेतला. सुमारे सतराशे सत्याग्रहींना अटक झाली. अकराशेंना विनाअट सोडण्यात आले. सत्याग्रह आंदोलन सुरू असताना काही सत्याग्रहींनी अविचाराने झाडे तोडली म्हणून त्यांच्या त्या कृत्याविषयी आंबेडकरांनी पश्चात्ताप व्यक्त केला. सत्याग्रह अराजकतेचे व्याकरण आहे, असे त्यांनी घटना समितीला बजावले होते ते उगाच नाही.

आंबेडकरांच्या घणाघाती हल्ल्यामुळे सरकारवर थोडा थोडा परिणाम होत होता. डिसेंबर १९५३ मध्ये सरकारने एक विधेयक प्रसिद्ध केले. त्याचे नाव 'अस्पृश्यता (गुन्हे) निर्बंध १९५३.' ते मार्च १९५४ मध्ये राज्यसभेत विचारासाठी मांडण्यात आले. अस्पृश्यतेचा समूळ नायनाट करण्याचा त्या विधेयकाचा हेतू होता. जो तो कायदा मोडील त्याला त्याच्या गुन्ह्याप्रमाणे तुरुंगवासाची, दंडाची किंवा व्यापाराचा, धंद्याचा, नोकरीचा परवाना रद्द करण्याची आणि जे अहिंदूही तो गुन्हा करतील त्यांनाही शिक्षा करण्याच्या त्या विधेयकात तरतुदीही होत्या. सर्व लोकांनी त्या विधेयकाचे स्वागत केले. आंबेडकरांनी त्यावर भाषण करून सरकारला काही सूचना केल्या.

आंबेडकरांची प्रकृती पुन्हा ढासळली. हॉटेल मिराबेल या मुंबईतील प्रख्यात विश्रामगृहात ते औषधोपचारासाठी दोन महिने राहिले. जरी ते अंथरुणास खिळले होते तरी प्राचार्य प्र. के. अत्रे यांच्या 'महात्मा फुले' या बोलपटाच्या मुहूर्तसमारंभास ४ जानेवारी १९५४ रोजी 'फेमस पिक्चर्स' कलागृहात उपस्थित राहिले. बोलपटाचा मुहूर्त त्यांच्या हस्ते झाला. बोलपट निर्माते आचार्य अत्रे यांना यश चिंतून बाबासाहेब म्हणाले, 'आजकाल जो उठतो तो राजकारण व चित्रपट यांच्या पाठीमागे लागतो. परंतु सामाजिक सेवेलाही अधिक महत्त्व आहे. कारण तिने शीलवर्धन होते. अत्रे यांच्या बोलपटामुळे भारतातील समाजसुधारक जोतीराव फुले ह्यांच्याविषयी स्मृती पुन्हा जागृत होईल.' आचार्य अत्रे हे अष्टपैलू व्यक्तिमत्त्व असलेले एक थोर निर्माते. 'श्यामची आई' ह्या त्यांच्या बोलपटाला राष्ट्रपतींकडून सोन्याचे पदक मिळालेले. त्यांनी महात्मा जोतीरावांचे तेजस्वी नि सत्य जीवन

दर्शविणारा बोलपट काढला. राष्ट्राध्यक्षांनी त्यांना त्यांच्या त्या अतिशय महत्त्वाच्या अशा ऐतिहासिक कार्याबद्दल आणि प्रचंड उद्योगशीलतेबद्दल रौप्यपदक देऊन भूषविले. तो बोलपट पाहून डॉ. बाबासाहेब आंबेडकरांनी आचार्य अत्रे यांना उत्कृष्ट बोलपट काढल्याबद्दल धन्यवाद दिले. विषयाची मांडणी आणि देखावे या दृष्टीने पाहता तो उत्कृष्ट आहे असा अभिप्राय आपल्या २० जानेवारी १९५५ च्या पत्रात आंबेडकरांनी व्यक्त केला.

१९५३ च्या डिसेंबर महिन्याच्या शेवटी आंबेडकरांनी अखिल भारतीय साईभक्त मेळाव्याचे परळ येथील सेंट झेवियर महाविद्यालयाच्या क्रीडांगणावर उद्‌घाटन केले. आपल्या भाषणात ते म्हणाले, 'आज आपल्या सर्व लोकांच्या धर्मात देवही नाही नि नीतीही नाही. मनुष्याच्या मनाची ही अवनतदशा आहे याविषयी मला संशय नाही. धर्मास पुन्हा शुद्ध नि उदात्त स्थिती प्राप्त करून देणे हे भावी पिढ्यांचे काम आहे.' ते पुढे म्हणाले, 'आमच्या काळात हिंदुस्थानात धर्म असा राहिलेला नाही. ती केवळ मूर्तीची पूजा आहे. मग त्या मूर्ती साधुसंत किंवा जादूगार यांच्याही असतील. धर्माच्या प्रथमावस्थेत धर्म ही मनुष्याच्या वैयक्तिक आत्मोन्नतीची बाब होती. दुसऱ्या अवस्थेत मनुष्यमात्रांनी एकमेकांशी कसे वर्तन ठेवावे यासंबंधी नियंत्रण ठेवणाऱ्या नियमावर अधिष्ठित असणाऱ्या बंधुभावाचा परिपोष करणे हे धर्माचे उद्दिष्ट होते. धर्माच्या तिसऱ्या अवस्थेत, ज्या व्यक्ती आपल्या जीवनाच्या गरजा पुरवितात त्यांची पूजा करणे हा धर्माचा अर्थ होऊ लागला. संतांच्या नावाने गोळा केलेल्या निधीचा विनियोग रुग्णालये, शिक्षण, गोरगरीब नि विधवा यांच्या चरितार्थासाठी छोट्या उद्योगधंद्याच्या स्थापनेसाठी खर्च करण्यात यावा.' आपण साईबाबांचे अनुयायी नाही किंवा त्यांना भेटण्याचीही आपणाला कधी संधी आली नाही, असे त्यांनी भाषणारंभीच सांगून टाकले.

मार्च १९५४ च्या मध्यावर राज्यसभेच्या अधिवेशनासाठी आंबेडकर दिल्लीस गेले. तेथून ते एप्रिलच्या शेवटच्या आठवड्यात भंडारा विभागातून होणाऱ्या लोकसभेची पोटनिवडणूक लढविण्यासाठी नागपूरला गेले. निवडणूक प्रचाराच्या मोहिमेतील एका भाषणात ते म्हणाले, 'राष्ट्र विनाशाच्या गर्तेकडे जात आहे. लोकसभेत विरोधी पक्षांत राहून दुसरी बाजू मांडून लोकांना मार्गदर्शन करावे म्हणून मी निवडणूक लढवीत आहे. जर मी काँग्रेस पक्षाशी तडजोड करण्यास सिद्ध असतो तर मला लोकसभेमध्ये राहणे सुलभ झाले असते.' नेहरू सरकार नि नेहरूंचे नेतृत्व यांच्यावर त्यांनी आपल्या भाषणात कडाडून हल्ला चढविला व जनतेस आवाहन करीत ते म्हणाले, 'नेहरूंच्या परराष्ट्रीय धोरणामुळे भारत मित्रहीन

राष्ट्र झाले आहे. नेहरूंनी काश्मीर प्रश्नासंबंधी गोंधळ करून ठेवला आहे. त्यांनी लाचखाऊ लोकांना जवळ केले आहे. भारताच्या एका बाजूने मुसलमान व दुसऱ्या बाजूने सर्व आशिया पादाक्रांत करून तो समाजसत्तावादाच्या छत्राखाली आणण्याच्या उद्देशाने प्रेरित झालेली रशिया आणि चीन ह्या जोडगोळीचा गराडा पडला आहे. जर यातून तुम्हांला आपली सुटका करून घ्यायची असेल तर तुमच्याजवळ बंदुका पाहिजेत. सौम्य भाषणाने काहीही वळावयाचे नाही. तुम्ही आता निश्चित निर्णय ठरविला पाहिजे. तुम्हांला संसदीय सरकार पाहिजे काय ? परिस्थितीतून बाहेर पडण्याची खरी कसोटी तीच आहे. परंतु तुम्हांस लोकशाही सरकार पाहिजे असेल तर लोकशाहीनिष्ठ राष्ट्रांशी मैत्रीचे संबंध जोडले पाहिजे. तसे करून आपल्या सरकारचे संरक्षण केले पाहिजे. जर तुम्हांस लोकशाही सरकार नको असेल, तर रशिया आणि चीन ह्या राष्ट्रांना आपण जाऊन मिळू या. आणि त्यांच्याशी मैत्री जोडू या. ज्या सरकारला आपल्यात काय धमक आहे हे सिद्ध करण्यास अनेक वर्षांचा अवधी मिळूनही एकही प्रश्न सोडवता आला नाही ते सरकार लोकांनी बदलून टाकणे हे त्यांचे कर्तव्य आहे.'

सार्वत्रिक निवडणुकीमध्ये समाजवादी उमेदवारांच्या झालेल्या दाणादाणीमुळे आंबेडकरांचा त्यांच्याविषयी भ्रमनिरास झाला होता. त्यांचा पक्ष कोठेही मूळ धरू शकला नाही अशी त्यांची खात्री झाली होती. त्या पक्षाची वाढ शहरांतून होण्याची शक्यता होती. परंतु ग्रामीण विभागात त्यांना वाव नाही असेच त्यांचे मत पडले. ज्या पक्षाला ग्रामीण विभागात पाठिंबा नाही त्याला भवितव्य नाही असे त्यांनी म्हटले. 'समाजवादी कार्यक्रम ग्रामीण समाजाच्या गरजा पुरविण्याच्या विचारांपासून इतका दूर आहे आणि कनिष्ठ मध्यमवर्गीयांच्या मनात गोंधळ उडवून देणारा आहे की समाजवाद्यांना पाठिंबा तरी कुठून अन् कसा मिळवायचा हे त्यांचे त्यांनाच ठाऊक !' असे ते म्हणाले. यास्तव आपल्यासंगे पोटनिवडणुकीत सर्वसाधारण जागेसाठी लढणारा एखादा स्वतंत्र इच्छुक असावा असे त्यांना वाटत होते. तथापि, अशोक मेहता हे वरचे चांगले उमेदवार असल्यामुळे त्यांनाच पाठिंबा देण्याचे त्यांनी ठरविले. मे १९५४ च्या पहिल्या आठवड्यात ती पोटनिवडणूक घेण्यात आली. जरी आंबेडकरांना एक लक्ष बत्तीस हजार चारशे त्र्याऐंशी मते पडली, तरी आठ हजार तीनशे एक्याऐंशी मतांनी कॉंग्रेसचे इच्छुक भाऊराव बोरकर यांनी त्यांचा पराभव केला. अशोक मेहता मात्र कॉंग्रेस इच्छुकाचा पराभव करून निवडून आले.

या पोटनिवडणुकीच्या निकालाच्या वेळी बुद्धजयंतीसाठी डॉ. आंबेडकर विमानाने रंगूनला गेले होते. दिल्लीहून निघण्यापूर्वी त्यांनी

कमलाकांत चित्रे यांना लिहिले, 'इतर ठिकाणांहून आलेल्या बातम्यांवरून असे दिसते की, मी पोटनिवडणुकीत पडण्याचाच संभव अधिक आहे. हे अशक्य नाही. माझ्या मनाची तयारी मी केलेली आहे.' रंगूनमधील एका वृत्तपत्रात त्यांनी आपल्या पराभवाची बातमी वाचली. रंगूनमध्ये एक पंधरवडा घालवून ते दिल्लीस परतले.

आंबेडकरांच्या प्रकृतीत सुधारणा झाली नव्हती तरी ते राज्यसभेच्या अधिवेशनास उपस्थित राहिले. २६ ऑगस्ट १९५४ रोजी त्यांनी राज्यसभेत परराष्ट्रीय धोरणावर एक मोठे विचारप्रर्वतक भाषण केले. इंग्लंडमधील व्यंगचित्रकार लो यांनी काढलेल्या एका व्यंगचित्राची त्यांनी राज्यसभेला आठवण करून दिली. त्या चित्रात युरोपातील परराष्ट्रीय मंत्री नाचताना आणि गाताना म्हणतात, 'आम्हाला बिनतत्त्वाची शांतता द्या.' 'पंतप्रधानांची काही तत्त्वे आहेत. त्याप्रमाणे ते मार्ग क्रमीत आहेत. नेहरूंचे परराष्ट्रीय धोरण तीन गोष्टींवर आधारलेले आहे. ते म्हणजे शांतता, साम्यवाद व लोकशाही. यांमध्ये सहजीवन आणि सीटो कराराला विरोध,' असे सभागृहास सांगून आंबेडकर पुढे म्हणाले की, रशियाने दहा युरोपियन राष्ट्रे गिळंकृत केली आणि चीन, माँचूरिया नि कोरिया यांचे प्रदेश रशियाला जोडून टाकले आहेत. तेव्हा राज्यसभेतील एका कम्युनिस्ट सभासदाने त्यांना अडविण्यास सुरुवात केली. शांततेसाठी जगातील अनेक राष्ट्रांची फाळणी आणि मोडतोड करण्यात येत आहे, असेही आंबेडकर म्हणाले.

रशियाचा उल्लेख करून आंबेडकर म्हणाले, 'रशियाकडे पाहा. तो राष्ट्रीय स्वातंत्र्यदानाचे आमिष दाखवून लोकांना आपल्या घशात घालीत आहे. मला जे काही कळते त्यावरून तुम्हांस मी सांगतो की रशियाने स्वतंत्र केलेल्या देशात गुलामगिरी येते. त्यापासून स्वातंत्र्य येत नाही. तुम्ही अशा प्रकारच्या शांततेने दुसरे काही करीत नसून प्रत्येक वेळी राक्षसाने जबडा उघडताच तुम्ही त्याला भक्ष्य पुरवीत आहात ! म्हणून भारतीयांनी एक प्रश्न लक्षात ठेवला पाहिजे आणि त्याकडे दुर्लक्ष करून चालणार नाही. तो प्रश्न म्हणजे रशियाच स्वत: हिंदुस्थानवर उलटणार नाही कशावरून ?' साम्यवाद नि लोकशाही ही एकत्र नांदू शकतील ही विचारसरणी आंबेडकरांच्या मताप्रमाणे अगदी चुकीची होती. 'कारण साम्यवाद म्हणजे अरण्यातील वणवा आहे. जे जे त्याच्या मार्गात येईल त्याचा त्याचा विध्वंस करीत, स्वाहा करीत तो जातो. त्या वणव्याच्या आसमंतात असणाऱ्या देशांना मोठाच धोका निर्माण झाला आहे. कुठल्याही देशाच्या परराष्ट्रीय धोरणात भौगोलिक घटक हा फार महत्त्वाचा असतो, हे विसरता कामा नये. प्रादेशिक भूगोलाच्या गरजेप्रमाणे राष्ट्राच्या परराष्ट्रीय धोरणात बदल होत

असतो. जे इंग्लंडला हितावह असेल ते हिंदुस्थानला हितावह ठरणार नाही. म्हणून सहजीवन हे तत्त्व पंतप्रधानांनी खोल विचार केल्याशिवाय स्वीकारले आहे असे मला वाटते.' हिटलरच्या विरुद्ध जय मिळविण्यासाठी आपण किती राष्ट्रांचे स्वातंत्र्य बळी देण्याचा अपराध केला आहे याच्या जाणिवेने चर्चिललाही कसा पश्चात्ताप होत आहे याची सभागृहाला आंबेडकरांनी आठवण दिली. अमेरिकन संस्थानांचे संघराज्य आणि ब्रिटन यांनी त्यांचे स्वातंत्र्य परत मिळवून देणे हे त्यांचे कर्तव्य आहे. परंतु ह्या दोघांपैकी एकाही राष्ट्रात ते महान कार्य हाती घेण्याचे त्राण उरलेले नाही असे त्यांनी आपले मत व्यक्त केले. 'रशिया आणि चीन यांनी आणखी आक्रमण करून जगातील इतर स्वतंत्र राष्ट्रे व्यापू नयेत म्हणून सीटो संघटना त्यांना प्रतिबंध करीत आहे. सीटो संघटना इतर राष्ट्रांवर आक्रमणास पायबंद घालण्यासाठी आहे. नेहरू नि अमेरिकन संस्थानांचे संघराज्य यांच्यातील काही बेबनावामुळे आणि सीटोला आपण मिळालो तर रशिया काय म्हणेल या भीतीमुळे नेहरूंचा सीटोला विरोध निर्माण झाला आहे असे वाटते. भारताला एका बाजूने पाकिस्तान व दुसरी मुसलमान राष्ट्रे यांनी गराडा घातला आहे. आपल्या पंतप्रधानांनी चीनला आपली सरहद्द भारताच्या सरहद्दीला भिडविण्यास खरोखरी साहाय्य केले आहे. ह्या सर्व गोष्टींचा विचार केला असता मला असे वाटते की हिंदुस्थानवर आक्रमणाचा आताच जरी नसला तरी ज्या लोकांना दुसऱ्या लोकांवर आक्रमण करण्याची खोड जडली आहे त्यांच्याकडून आक्रमण होण्याचा धोका निर्माण झाला आहे; असे वाटले नाही तर तो शुद्ध अविचार होईल.'

आंबेडकर पुढे म्हणाले, 'पंतप्रधानांनी, माओने मान्यता दिलेल्या पंचशीलावर, आणि अनाक्रमणाचा तिबेट करार यात पंचशीलाचा समावेश करण्यात आला आहे म्हणून त्यावर विसंबून राहू नये. जे पंचशील बौद्ध धर्माचे महत्त्वाचे अंग आहे त्या पंचशीलावर माओचा किंचित्तरी विश्वास असता तर त्याने आपल्या देशात बौद्धधर्मीयांना खचितच वेगळ्या रीतीने वागविले असते. पहिली गोष्ट अशी की, राजकारणामध्ये पंचशीलाला स्थान नाही. दुसरी गोष्ट कम्युनिस्ट देशांतील राजकारणामध्ये पंचशीलाला स्थान नाही. कम्युनिस्ट राष्ट्रांत कोणतीही कृती दोन तत्त्वांनुसार घडत असते. पहिले तत्त्व म्हणजे नीती ही सतत बदलत असते. दुसरे असे की नीतीला मुळी अस्तित्वच नाही. आजची नीती उद्याला नाही. आशिया हा एक रणक्षेत्र बनला आहे. अर्धाअधिक आशिया कम्युनिस्ट झाला आहे. आशिया खंडाच्या अर्ध्याअधिक भागाने जीवनपद्धती व राज्यशासन ह्या संबंधीची वेगळी विचारसरणी स्वीकारलेली आहे. जर आपली स्वातंत्र्यावर श्रद्धा असेल तर आपण ज्या राष्ट्रांना लोकशाहीनिष्ठ स्वतंत्र राष्ट्रे असे

मानतो त्या देशांशी आपण एकजूट करावी हे अधिक बरे. आपल्या देशाचे प्रश्न सोडविण्यापेक्षा दुसऱ्या देशाचे प्रश्न सोडवणे हेच आपल्या परराष्ट्रीय धोरणाचे आजचे मुख्य सूत्र आहे.'

गोव्याचा उल्लेख करून आंबेडकर म्हणाले, 'जर आपण गोवा जोडू वा विकत घेऊ शकत नसू तर तो कराराने घ्यावा. भारतीयांना गोव्याचा ताबा मिळण्यास भारत सरकारने साधी पोलीस कारवाई केली असती तरी पुरे होते. परंतु नेहरू नुसते पोर्तुगीजांविरुद्ध आरडाओरडा करण्यापलीकडे काही करत नाहीत.' आपल्या भाषणाच्या शेवटी ते म्हणाले, की चेंबर्लेनच्या मनधरणीच्या धोरणाचे काय परिणाम झाले त्याकडे नेहरूंनी दुर्लक्ष करू नये.

६ सप्टेंबर १९५४ रोजी वर्गीकृत जाती आणि वर्गीकृत अन्य जाती आयुक्त (कमिशनर) यांच्या प्रतिवृत्तावर भाषण करताना आंबेडकरांनी अस्पृश्यांच्या बाबतीतल्या सरकारी धोरणावर आणि हिंदूंच्या वृत्तीवर खरमरीत टीका केली. उठता बसता राज्यघटनेत दुरुस्ती करण्यास आपला विरोध असला तरी सर्व पडीक जमीन मध्यवर्ती सरकारच्या कक्षेत आणण्यासाठी घटनेत दुरुस्ती करावी अशी त्यांनी सूचना केली. मिठावर पुन्हा कर बसवावा आणि 'गांधी निधी' उभारून तो पैसा दलित वर्गाच्या उन्नतीसाठी उपयोगात आणावा. पडीक जमिनीवर दलित पुनर्वसाहत करण्यासाठी त्या निधीचा व्यय करावा. मध्यवर्ती सरकारने जमिनीची किमान मर्यादा ठरवून आणि जास्त जमीन असेल तर ती घेऊन किंवा दलित वर्गाला जमीन विकत घ्यायला पैसे पुरवून ही गोष्ट करावी. मिठावरील करामुळे सरकारला वीस कोटी रुपयांचे उत्पन्न होईल, असा त्यांनी सल्ला दिला. आंबेडकर पुढे म्हणाले, 'मिठावरील कराचे उच्चाटन गांधींच्या स्मृतीसाठी करण्यात आले. मला गांधीजींविषयी आदर वाटतो. आपणा सर्वांना माहीत आहे की कसे झाले तरी अस्पृश्य हे गांधींना प्राणप्रिय होते. या योजनेला गांधी स्वर्गातूनही आशीर्वाद देतील.'

'तथापि नेहरू हे अस्पृश्यांसंबंधी केवळ उदासीन आहेत एवढेच नव्हे तर ते अस्पृश्यांच्या विरुद्ध दिसतात.' नेहरूंवरील ह्या आरोपाची आंबेडकरांनी पुनरुक्ती केली. काँग्रेसमधील हरिजनांनी स्वतंत्र परिषद भरविण्यास नेहरूंचा विरोध आहे. अस्पृश्यतेचा नायनाट करण्याचा सरकारी प्रयत्न कुचकामाचा आहे असेही ते म्हणाले. अपवित्र गोष्टीला पवित्र रूप देण्यात कुशल असलेले राजगोपालाचारी यांनी मध्यवर्ती सरकारात शिक्षणमंत्री असताना दलित वर्गातील विद्यार्थ्यांना

परदेशी शिक्षणासाठी पाठविण्याची योजना कशी बंद केली हे आंबेडकरांनी राज्यसभेच्या निदर्शनास आणून दिले. त्यावर गृहमंत्री काटजू यांनी मध्येच उठून सांगितले की, 'अस्पृश्य समाजाचे विद्यार्थी प्रचलित काळातही परदेशांत शिक्षणासाठी शिष्यवृत्ती घेऊन जात आहेत, याविषयी आंबेडकरांना माहिती नसण्याचा कदाचित संभव आहे.'

आपण चिडून केलेल्या घटनेवरील आघाताचे आंबेडकरांनी आता जणू परिमार्जन करावयाचे ठरविलेले होते. जेव्हा जेव्हा सरकारचे पाखंडी हात घटनेवर वार करावयास उठत तेव्हा तेव्हा ते आपली पसरलेली पत पुन्हा सावरण्याची संधी अचूकपणे साधत असत. राज्यघटनेचे स्थैर्य आणि पावित्र्य राखण्यासाठी सरकारशी दोन हात करीत असत. याच सुमारास घटनादुरुस्तीचे तिसरे विधेयक सातव्या परिशिष्टातील विधिमंडळविषयक यादीतील एक कलम बदलण्यासाठी लोकसभेत मांडण्यात आले. व्यापार आणि उद्योगमंत्री यांना उत्पादनावर नियंत्रण ठेवण्याचा नैर्बंधिक अधिकार देण्याचा त्या विधेयकाचा उद्देश होता.

लोकांच्या अनुमतीशिवाय सरकार ज्या पद्धतीने राज्यघटनेत वेळोवेळी दुरुस्त्या करीत होते त्या पद्धतीवर आंबेडकरांनी अगदी कडवट टीका केली. ते म्हणाले, 'राज्यघटनेचे वय चार वर्षे आणि काही महिने आहे. परंतु तेवढ्या अवधीत सरकारने राज्यघटनेत दोनदा दुरुस्ती केली. आताही ते तिसरी दुरुस्ती करीत आहे. सत्तारूढ पक्षाने इतक्या घाईने आणि अविचाराने ज्या राज्यघटनेत दुरुस्ती केली अशी एखादी राज्यघटना पृथ्वीच्या पाठीवर असेल की काय हे मला माहीत नाही. सरकारला केवळ बहुमत आहे म्हणून आपल्याला वाटेल तो निर्बंध करण्याची आणि लोकांना आपला हेतू कळल्याशिवाय राज्यघटनेत दुरुस्ती करण्याची सत्ता आहे, अशी सरकारने आपली समजूत करून घेतली आहे.' असा आंबेडकरांनी सरकारवर टोला हाणला. सरकारला राज्यघटनेविषयी किती तिटकारा आणि अनादर वाटत आहे हे आपण पाहत आलो आहोत असेही त्यांनी सांगितले.

सरकारला राज्यघटना आणि निर्बंध यांतील महत्त्वाचा फरक कळला पाहिजे. सरकारने राज्यघटनेला अधिक आदराने वागविले पाहिजे असे सरकारला त्यांनी बजावले. या वेळी आंबेडकरांचा टोला सरकारच्या वर्मीच बसला असला पाहिजे. कारण देशातील प्रमुख वृत्तपत्रांनी आंबेडकरांचे म्हणणे उचलून धरले. अशा केविलवाण्या अवस्थेत असणारी राज्यघटना आपल्या लहरीला, धोरणाला, योजनेला योग्य होण्यासाठी सरकार तिचा छळ करून तिला बेढब करीत आहे हे पाहिल्यावर आंबेडकरांच्या मातृहृदयाला अत्यंत वेदना झाल्या.

‘अस्पृश्यताविषयक गुन्हे’ ह्या विधेयकावर ६ सप्टेंबर १९५४ रोजी राज्यसभेत बोलताना आंबेडकर म्हणाले, ‘अस्पृश्यांबाबत गुन्हा करणाऱ्यांना शासन केल्याविना अस्पृश्यतेचे निर्मूलन होणार नाही. सामाजिक बहिष्कार टाकणाऱ्यांना शिक्षा दिली पाहिजे. कारण, ते आपल्या सांपत्तिक स्थितीमुळे खेड्यांतून अस्पृश्यांवर बहिष्कार टाकून त्यांना घटनेने दिलेले अधिकार उपभोगण्यास प्रतिबंध करू शकतात. सरकारला आपल्या सत्तेचा उपयोग करून पंजाबमधील जमिनीच्या निर्बंधासारख्या बऱ्याच निर्बंधांत अस्पृश्य वर्गाच्या हिताच्या दृष्टीने दुरुस्ती करता येईल. पंजाबच्या निर्बंधाप्रमाणे अस्पृश्यांना दुजाभावाने वागविण्यात येते. अस्पृश्य वर्ग नि कनिष्ठ वर्ग यांना पंजाबात कायम स्वरूपाची घरे बांधावयास मिळत नाहीत.’

आंबेडकरांनी गृहमंत्री नि विधिमंत्री यांच्या मंत्रालयांना आळशी म्हटले आणि त्यांना त्या बाबतीत काही कार्य करण्याची आस्था वा आच नाही, आणि ध्येयवादसुद्धा नाही, असाही त्यांच्यावर आरोप केला. त्या विधेयकाला ‘नागरिक हक्क (अस्पृश्य वर्गाचे संरक्षण) निर्बंध’ असे नाव देता आले असते. गृहमंत्र्यांनी त्या विधेयकातच अस्पष्टपणे म्हटले पाहिजे होते की अस्पृश्यांना आपल्या नागरिक वा घटनात्मक हक्कांचा उपभोग घेण्याच्या मार्गात येणारा कोणताही अडथळा दूर करण्याचे या विधेयकाचे ध्येय आहे असे म्हटले असते तर बरे झाले असते, असेही ते शेवटी म्हणाले.

३ ऑक्टोबर १९५४ रोजी डॉ. आंबेडकरांचे आकाशवाणीवर ‘माझे वैयक्तिक तत्त्वज्ञान’ या मालिकेत एक भाषण झाले. त्यात ते म्हणाले, ‘प्रत्येक मनुष्यास जीवनाचे तत्त्वज्ञान असले पाहिजे. कारण आपली वर्तणूक मोजण्यास प्रत्येकाजवळ कोणती तरी मापकाठी असावयास हवी. तत्त्वज्ञान म्हणजे दुसरे काही नसून ज्याने आपले जीवन मोजायचे ती मापकाठीच होय. भगवद्गीतेतील नकारात्मक हिंदू सामाजिक तत्त्वज्ञान मी झिडकारतो. ते तत्त्वज्ञान शंकराचार्यांच्या तत्त्वज्ञानातील त्रिगुणांवर अधिष्ठित आहे. आणि शंकराचार्यांचे तत्त्वज्ञान तर कपिल मुनींच्या तत्त्वज्ञानाचा धडधडीत विपर्यास आहे. शंकराचार्यांच्या तत्त्वज्ञानामुळे जातिसंस्था नि असमानतेची उतरंड ही हिंदूंच्या सामाजिक जीवनाचा निर्बंध बनली आहे. माझे सामाजिक तत्त्वज्ञान हे निश्चितपणे तीन शब्दांत गुंफले जाण्याचा संभव आहे. ते शब्द म्हणजे स्वातंत्र्य, समता व बंधुभाव. तथापि हे माझे तत्त्वज्ञान फ्रेंच राज्यक्रांतीपासून मी उसने घेतले आहे असे कोणीही समजू नये. मी ते उसने घेतलेले नाही. माझ्या तत्त्वज्ञानाची मुळे धर्मात आहेत; राज्यशास्त्रात नाहीत. माझा गुरू बुद्ध याच्या शिकवणीपासून ते मी काढले आहे.

माझ्या तत्त्वज्ञानात स्वातंत्र्य आणि समता यांना जागा आहे. परंतु अपरिमित स्वतंत्रतेने समतेचा नाश होतो आणि निर्भेळ समानता स्वातंत्र्याला वाव ठेवीत नाही. माझ्या तत्त्वज्ञानात स्वातंत्र्य नि समता यांचे उल्लंघन होऊ नये म्हणून, केवळ संरक्षण म्हणून निर्बंधाला स्थान आहे. परंतु निर्बंध हा स्वातंत्र्य नि समता यासंबंधी होणाऱ्या उल्लंघनाविरुद्ध हमी देऊ शकतो असा माझा विश्वास नाही. माझ्या तत्त्वज्ञानात बंधुतेस फार उच्च स्थान आहे. स्वातंत्र्य नि समता यांच्याविरुद्ध संरक्षण फक्त बंधुभावनेचेच आहे. त्याचेच दुसरे नाव बंधुता किंवा मानवता. आणि मानवता हेच धर्माचे दुसरे नाव होय.

'निर्बंध हा निधर्मी असतो. तो एखाद्याला मोडता येतो. परंतु बंधुता किंवा धर्म हा पवित्र आहे. बंधुतेविषयी आदर वाटला पाहिजे. माझ्या तत्त्वज्ञानाचा प्रचार हेच मला माझे जीवितकार्य बनवायचे आहे. मला माझ्या मताला लोक अनुकूल करून घ्यायचे आहेत. त्रिगुणांच्या अनुयायांना त्यांचा अव्हेर करून माझे तत्त्वज्ञान स्वीकारण्यास मी त्यांना भाग पाडणार आहे. भारतीयांच्या विचारांवर दोन मतप्रणाली नियंत्रण करतात. राज्यघटनेच्या उपोद्घातात जे राजकीय ध्येय मांडले आहे ते स्वातंत्र्य, समता नि बंधुता ह्यांना प्राधान्य असलेल्या जीवनाची ग्वाही देते. पण भारतीयांच्या धर्मात जे सामाजिक ध्येय गुंफले आहे ते स्वातंत्र्य, समता नि बंधुता नाकारते. जे बहुतेक सर्व भारतीयांना राजकीय ध्येय म्हणून मान्य झाले आहे ते सर्वांचे सामाजिक ध्येय होईल.' असा अढळ विश्वास त्यांनी घोषित केला. अलिगड विद्यापीठाच्या एका पदवीधराने आंबेडकरांच्या या भाषणाची वाहवा केली आणि बहुसंख्याकांच्या सामाजिक आणि धार्मिक तत्त्वज्ञानांत विरोध आहे तो दाखविल्याबद्दल आंबेडकरांची वाखाणणी केली.

२९ ऑक्टोबर १९५४ रोजी आंबेडकरांना १,१८,००० रुपयांची थैली मुंबई शहर दलित (शेड्यूल्ड कास्ट) फेडरेशनने अर्पण केली. काही दिवसांपूर्वी त्याच संस्थेने आंबेडकरांच्या षष्ठ्यब्दिपूर्तीचा समारंभ करण्यासाठी एक समिती नेमली होती. १४ एप्रिल १९५१ रोजी तो समारंभ पार पडला पाहिजे होता. परंतु तसा तो पार पडला नाही हे खरे. त्या संस्थेचे अध्यक्ष रा. धों. भंडारे यांच्या हस्ते त्यांना ती थैली अर्पण करण्यात आली. बाबासाहेबांच्या विश्वासातील एक कार्यकर्ते शांताराम अनाजी उपश्याम यांनी हा निधी जमविण्याचे काम अत्यंत कळकळीने केले होते. त्या थैलीचा उपयोग दादरला उभारण्यात येणाऱ्या इमारतीसाठी करण्यात येईल, असे आंबेडकरांनी थैली स्वीकारण्याच्या प्रसंगी आपल्या लोकांना आश्वासन दिले. 'ह्या इमारतीत एक वाचनालय आणि एक

सभागृह ह्यांचा समावेश करण्यात येईल. माझे आत्मचरित्र लवकरच मी प्रसिद्ध करणार आहे. विनय आणि ज्ञान यांवर माझी आत्यंतिक निष्ठा आहे. अस्पृश्य समाजात मी जन्मास आलो ह्याबद्दल मला अभिमान वाटतो. मी जे जे काही यश संपादन केले ते आपल्या समाजाने सर्वस्वी पाठिंबा दिल्यामुळेच संपादन करू शकलो,' असे ते म्हणाले.

२५

सोनेरी सायंकाळ

आंबेडकरांचे वय आता ६३ झाले. राज्यघटनेशी झगडून आणि ती पिळून आपल्या वित्तहीन आणि वस्त्रहीन, भूमिहीन नि भुकेकंगाल लोकांचे कल्याण करण्यासाठी त्याच्या बंडखोर बुद्धीला त्यांची खंगलेली देहयष्टी आता साथ देऊ शकत नव्हती. आपल्या दलित जनतेला सुखाचा दिवस आणू ही त्यांची आशा आणि आकांक्षा बरीचशी अपुरी राहिली, ही गोष्ट त्यांच्या मनाला टोचत राहिली होती. आंबेडकरांनी वेळोवेळी केलेल्या ज्वलज्जहाल हल्ल्यामुळे लोकांची मने विभागली असली, तरी आंबेडकर हे 'लांडगा आला रे आला,' अशी खोटी आरोळी मारीत होते हे म्हणणे वस्तुस्थितीस धरून नाही. आंबेडकरांच्या सरकारवरील आरोपांचा मथितार्थ असा होतो की, सरकारने ह्या भूमिहीन लोकांच्या आर्थिक आणि सामाजिक प्रश्नांची तड लावण्यास ज्या हिरिरीने पुढे यावयास पाहिजे होते त्या हिरिरीने पुढे येत नव्हते; त्याने ज्या प्रकारची उपक्रमशीलता व प्रवर्तनशीलता दाखवायला हवी त्या प्रकारची त्याजकडून दाखविली जात नव्हती. ह्या लोकांचे प्रश्न न सोडवल्यामुळे शांततेला आणि लोकशाहीला जबर धोका पोचेल हे दूरदृष्टीच्या अभावी सरकारच्या लक्षात येत नाही, असे त्यांचे म्हणणे होते.

आंबेडकरांनी अस्पृश्यांसाठी काय साधले ? अस्पृश्य हिंदूंचे भूतकाळातील जीवन भीषण अंधकार भरलेले होते. अमेरिकेतील निग्रोंच्या दुर्दैवापेक्षा भारतातील ह्या सहा कोटी लोकांचे दुर्दैव अधिक खडतर होते. गोऱ्या लोकांच्या घरी या निग्रोंना नोकरी तरी मिळत असे. इजिप्तमधील इस्राईल लोक, अमेरिकेतील निग्रो लोक व जर्मनीतील ज्यू लोक यांच्या स्थितीपेक्षा अस्पृश्य लोकांची स्थिती, ते स्वदेशात असूनसुद्धा, सर्वात निकृष्ट आणि पराकाष्ठेची हीन होती.

गेल्या अडीच हजार वर्षांच्या इतिहासात त्यांना सुखदायी व आशादायी भवितव्याचा सूर्य क्षितिजावर प्रथमच दिसला. त्यांच्या रक्तामांसांचे असलेले

आंबेडकर ह्यांनी सर्व जगाचे लक्ष त्यांच्या नागरिक, सामाजिक आणि राजकीय हक्कांकडे आणि स्वातंत्र्याच्या प्रश्नांकडे वेधून घेतले. अस्पृश्यता हा दैनंदिन चर्चेचा महत्त्वाचा विषय बनविला. त्यांच्या प्रश्नाला जागतिक प्रसिद्धी दिली. आंबेडकरांच्या अखंड, अविश्रांत आणि चिकाटीच्या झगड्यामुळे आणि खंबीरपणामुळे त्यांच्या दुःखाला तोंड फुटले. प्रकाशाचे आणि स्वातंत्र्याचे युग सुरू झाले. आंबेडकरांनी अस्पृश्यांमध्ये आत्मप्रतिष्ठा आणि स्वाभिमान ह्यांची जाणीव जागृत केली, आणि गुलामगिरीपेक्षाही हीनतर असलेल्या अस्पृश्यतेविषयी असीम तिटकारा निर्माण केला. आंबेडकरांनी त्यांना खातेऱ्यातून बाहेर काढले. त्यांच्या मनावरील नैराश्येचे आणि भीतीचे पटल दूर केले. माणुसकीस मुकलेल्या त्यांच्या संस्कारहीन मनांत त्यांनी धैर्य आणि नवजीवन ओतले. त्यांच्यातील मावळलेले आत्मतेज चेतवून धगधगीत केले. त्यांना आपली गाऱ्हाणी निर्भीडपणे मांडण्यास उद्युक्त केले. आंबेडकरांच्या आगमनापूर्वी त्यांना ह्या देशात कुत्र्यामांजरांपेक्षाही वाईट रीतीने वागविले जात असे. त्यांनी केलेल्या झगड्यामुळे त्या लोकांना इतर समाजांच्या बरोबरीने राजकीय हक्क मिळाले; इतकेच नव्हे तर, त्यांच्या ह्या महान झगड्यामुळे, मिशनरी आणि मौलवी यांना अस्पृश्य समाज धर्मांतर घडवून आणण्यास एक मोकळे रान बनल्यासारखे होते ते बंद झाले. मौलवींच्या नि मिशनऱ्यांच्या बाटवाबाटवी करण्याच्या उद्योगाला जबरदस्त धक्का बसला. त्यांचे मनोरथ धुळीला मिळाले. आपल्या राजकीय हेतूंसाठी भुकेकंगाल अस्पृश्यांना संघटित करण्याचा कम्युनिस्टांचा डाव उधळला गेला. आंबेडकरांनी जे काही साधले ते हे.

भारताच्या लाजिरवाण्या जिण्याचे, निराशेचे, अंधकाराचे दिवस आता संपले होते. जीर्ण झालेल्या रूढींच्या भिंती आता कोसळत होत्या. हिमालयाच्या पायथ्याशी नवीन भारताचा उदय होत होता. अस्पृश्य वर्ग धुळीतून वर येत होता. त्यांना आस्ते आस्ते सरकारी यंत्रणेत, पोलीस दलात, न्यायालयात, सैन्यात, नौदलात आणि वायुदलात नेमण्यात नि रोवण्यात येत होते. त्यांची गेल्या काही वर्षांतील प्रगतीही काही कमी उत्साहदर्शक नव्हती. आपल्या बाजूने त्यांनीही आपली राहणी, सवयी आणि स्वच्छता यांत बरीच सुधारणा केली होती. राजकीय दृष्ट्या ते आता पूर्णपणे जागरूक झाले होते. ते आता मार्गदर्शनासाठी आणि नेतृत्वासाठी दुसऱ्यांवर अवलंबून नव्हते. त्यांचे कार्यकर्ते मोठमोठ्या सभा आणि परिषदा यशस्वी रीतीने भरवीत. त्यांच्या नेत्यांनी काही महत्त्वाच्या संस्थांचा कारभार नेटकेपणे व सक्षमतेने चालविला होता. परंतु दुर्दैवाची गोष्ट अशी की, ज्या अस्पृश्यांनी आपली वैयक्तिक प्रगती करून घेतली त्यांनी त्या समाजाकडे पाठ

फिरविली. ते अस्पृश्यांतील नवीन ब्राह्मण बनले.

ग्रामीण भागातील अस्पृश्य वर्गास सामाजिक, आर्थिक नि भूमीविषयक दु:खे नि हालअपेष्टा भोगाव्या लागत होत्या, हे निर्विवाद आहे. भारतीय जीवनाच्या तळाशी कुंथत नि तळमळत पडलेल्या त्या जिवांना आता नव्या जीवनाची जाणीव झाल्यामुळे साहजिकच असे वाटले की, ज्या भारतीय सरकारने जगावर शिष्टमंडळांचा लोंढा सोडून दिला होता त्या सरकारने आपल्या प्रश्नांचा कळकळीने विचार केला नाही. खेड्यांतील आपल्या जीवनातील दु:खे कमी करून ग्रामीण भूदासगिरीतून आणि आर्थिक गर्तेतून सरकारने आपणांस वर काढून आपली खेड्यांत इतर सामान्य मनुष्याप्रमाणे पुनर्वसाहत केली नाही, याविषयी त्यांच्या मनात विषाद वाटत होता. सर्व राज्य सरकारांनी शेतकीविषयी मूलभूत फरक करणारे धोरण स्वीकारावे असे त्यांना वाटे. विचारवंतांना वाटे, सारा घेऊन ह्या भूमिपुत्र-भूमिहीनांना जमिनी द्याव्यात. त्यांना हिंदू उपाहारगृहांमध्ये नि खानावळीमध्ये जागा मिळाली पाहिजे. त्यासंबंधी केलेल्या निर्बंधाचा भंग झाला तर, तसा भंग करणाऱ्या त्या मालकाचा तो गुन्हा दंडनीय म्हणून मानण्यात यावा. म्हणजे मालकांना खोटी सबब तयार करून दलित वर्गातील लोकांना प्रवेश नाकारता येणार नाही. खेड्यात पिण्याच्या पाण्याची त्यांची सोय केली पाहिजे. पाण्याचे दुर्भिक्ष ही खेड्यातील त्यांच्या जीवनातील मोठीच उद्वेगकारक गोष्ट आहे.

संशोधक म्हणतात, 'त्यांची घरकुले जस्ताच्या पत्र्याची वा माडाच्या झावळांची बनलेली असतात. राहणी अतिशय दाटीची असते. त्याचा परिणाम त्यांच्या प्रकृतीवर आणि नीतिमत्तेवरही होतो. त्यांच्या एकाकी अलग असलेल्या वस्त्या मोडून त्यांना चांगल्या वस्तीत निवारा मिळाला पाहिजे.' जरी सरकारी नोकऱ्यांत गुणवत्तेनुसार बढती मिळणे योग्य असले, तरी कापड गिरण्यांत, कारखान्यांत नि रेल्वेत त्यांना कोणत्याही सबबीवर बढती नाकारण्यात येऊ नये. घटनेप्रमाणे त्यांना मिळालेले राखीव जागेचे प्रमाण सरकारी खात्यांतून कटाक्षाने पाळले पाहिजे. खेड्यांत आणि शहरांत त्यांना दारुण दारिद्र्याला तोंड द्यावे लागते. जीवन भरडून टाकणारे दारिद्र्य त्यांना भिकाऱ्यांच्या कळपात फेकून देते. त्यामुळे त्यांच्या आत्मसन्मानाला, शिष्टाचारांना तडे गेले आहेत. ते धर्मांतराचे संभाव्य बळी म्हणून गणले गेले आहेत. जेथे त्यांना आपली लज्जा लपविण्यासाठी पटकूरही नाही, तेथे सुधारणेच्या आधिभौतिक सर्व सुखांचा उपभोग घेणाऱ्या लोकांनी अस्पृश्यांच्या फाटक्या अन् मलिन कपड्यांकडे पाहून आश्चर्य व्यक्त करणे हे चमत्कारिक होय. राष्ट्रातील विचारवंतांची अशी विचारसरणी घडविण्यात

आंबेडकरांचे कार्य, व्यक्तिमत्त्व नि पराक्रम हीच बहुतांशी कारणीभूत होती, हे त्रिवार सत्य आहे. हिंदू समाजाला जडलेला हा मानसिक रोग आता बरा होत होता. तो क्रमश: नाहीसा होत होता. परंतु त्या परिस्थितीतून अस्पृश्य अद्याप बाहेर पडलेले होते असे नाही, हे समंजस हिंदू जाणून असे. ज्याची निकृष्ट परिणती अस्पृश्यता आहे ती जातिव्यवस्था खिळखिळी झाली होती. परंतु नाश पावली नव्हती. जे त्या प्रश्नाकडे दुर्लक्ष करून जबाबदारी टाळीत होते त्यांनी हिटलरला उद्देशून म्हटलेल्या एका ज्यू मुलीचे शब्द लक्षात ठेवले असते तर बरे झाले असते. हिटलरला शिक्षा काय करावी असे त्या मुलीला विचारताच ती उत्तरली, 'त्याचा रंग काळा करा नि अमेरिकेत त्याला राहावयास पाठवा.' स्वतंत्र भारतात एकच नेता हिंदूंच्या कानीकपाळी अष्टौप्रहर ओरडत होता. तो नेता म्हणजे वीर सावरकर. 'जर शेवटचा श्वासोच्छ्वास करीत असलेल्या अस्पृश्यतेचे समूळ उच्चाटन आता करून तो शाप दूर केला नाही, तर तो शाप भारतभूवर पुन्हा अवतरून तिचा नाश करील. भारतातून अस्पृश्यतेचे उच्चाटन करणे म्हणजे भारताने एक महायुद्ध जिंकण्यासारखे आहे' असेही सावरकरांनी हिंदूंच्या मनावर ठसविण्याचा प्रयत्न केला. अस्पृश्यांच्या दारिद्र्याचा प्रश्न राष्ट्राच्या दारिद्र्याचा आणि बेकारीचा प्रश्न आहे असे म्हणणाऱ्या आंबेडकरांच्या विरोधकांचे म्हणणे रास्त नव्हते. दारिद्र्याचा प्रश्न सुटताच अस्पृश्यता नाहीशी होईल, असे म्हणून अस्पृश्यतेच्या उच्चाटनाचे कार्य पुढे ढकलणे धोक्याचे होते. अस्पृश्यतेचे भूत गाडण्यासाठी आर्थिक नि सामाजिक पुरुज्जीवनाचे कार्यक्रम एकाच वेळी हाती घेतले पाहिजेत असे काहींना वाटे. जी खेडी अस्पृश्यतेचे निर्मूलन करण्यासाठी योजलेले उपाय आणि नियम पाळणार नाहीत त्यांच्यावर दंड बसवावा. सरकारने अस्पृश्यतेचे उच्चाटन करण्यास जीवन वेचणाऱ्या समाजसेवकांना भरपूर सहाय्य करावे असे सुज्ञांना वाटे. ह्याच सुमारास अमेरिकेचे डॉ. के. एच. होम्स मुंबईतील भाषणात म्हणाले, 'तुमच्याकडे अस्पृश्य आहेत तसे आमच्याकडे आहेत. ते एक कोटी चाळीस लक्ष आहेत.' आणि लक्षात ठेवण्यासारखी गोष्ट ही की, अमेरिकेच्या राज्यघटनेप्रमाणे अमेरिकेतून गुलामगिरीचे काही दशकांपूर्वी उच्चाटन केल्याची घोषणा करण्यात आली होती. अमेरिकेतील निग्रो संस्थेचा एक चालक क्लॅरेन्स मायकेल ह्यांनी निग्रो मुलांना सैनिक तळावरील शाळांतून वेगळे बसविण्यात येते ही गोष्ट जाहीर केली आणि अमेरिकेच्या संरक्षण खात्याला ते गाऱ्हाणे दूर करण्याची विनंती केली होती. दक्षिण आफ्रिकन संघराज्याचे अध्यक्ष डॉ. मालन यांनी भारत सरकारला निरुत्तर करण्यासाठी 'अस्पृश्यांना तुम्ही कसे वागविता' याची आठवण करून देऊन टोला हाणला नि कानउघाडणी केली.

अस्पृश्यांच्या नेत्यांना वाटे की जागतिक घडामोडींनी हवालदिल होऊन त्यातून मार्ग काढण्यासाठी जिवाचा आटापीटा करणारे काँग्रेस पुढारी स्वदेशातील अस्पृश्यांच्या अमानुष हालअपेष्टांचा क्षणभरही विचार करावयास तयार नाहीत हे पाहून ते अतिकष्टी होत. शहरांतून नि खेड्यांतून वीज निर्माण करून दिवे लावण्यापेक्षा सरकारने आपणास युगानुयुगे चिरडून टाकीत असलेली प्राणघातक अस्पृश्यतेची शिळा दूर करावी असे साहजिकच त्यांना वाटे.

पददलित समाजाला मनुष्याचा दर्जा मिळवून देणे, त्याच्या आत्मसन्मानाची वाढ करणे आणि त्याला आत्मोद्धार करण्यास समर्थ करणे, हे आंबेडकरांचे जीवितकार्य होते. थोडक्यात सांगावयाचे म्हणजे त्यांना खरी माणसे बनविणे हे होते. आंबेडकर हे बुद्धाप्रमाणे महान शिक्षक होते. मनुष्याने आपल्या सुप्त शक्तीवर विश्वास ठेवून ती जागृत नि वृद्धिंगत करून त्याने आपला उद्धार करण्यासाठी आपल्या पायांवर उभे राहावे असा उपदेश ते सामान्य माणसाला करीत. आपण केवळ लांकडाचे ओंडके आहोत, आपणास या जगतात काही किंमत नाही, असे मनुष्याने मानू नये.

पददलित वर्गातील लोकांना आणि विशेषत: त्यातील तरुणांना आंबेडकरांचा उपदेश सदा संस्मरणीय व चिंतनीय असा होता. तरुणांनी स्वत:वर अवलंबून राहावे. स्वत:च्या कष्टावर जगावे. स्वत:च्या बुद्धीवर विश्वास ठेवून तिचा उपयोग करावा, विवेकबुद्धीला शरण जावे; ज्ञानापेक्षा अधिक पूजनीय असे अन्य काहीही नाही. निसर्गाने कोणालाही दास म्हणून जन्माला घातलेले नाही. आपल्या भाग्याचे ते स्वत: शिल्पकार आहेत. कोणीही माणूस जन्माने मंदमतीचा नसतो. रानडे, टिळक आणि गोखले यांच्या वैभवशाली परंपरेची, अखंड उद्योगशीलतेची, उच्च ध्येयाची आणि सार्वजनिक कार्याच्या जाणिवेची विद्यार्थ्यांना आंबेडकर आठवण करून देत असत. ग्रीक पुराणातील एक कथा ते आपल्या अनुयायांना नेहमी सांगत असत. त्या कथेतील डिमेटर नावाची देवता एका लहान मुलातील महान शक्ती वृद्धिंगत करण्यासाठी ती ते मूल विस्तवावर ठेवीत असे. म्हणून त्यांचा दलित वर्गाला असा संदेश होता की त्यांनी अखंड उद्योग करावा. मोठ्या भवितव्यासाठी सध्याच्या सुखाचा त्याग करावा. विस्तवाच्या दिव्यातून चालत जावे. ध्येय संपादन करीपर्यंत त्याग, झगडा थांबवू नये. ‘तुमच्या ध्येयावर तुमची अढळ श्रद्धा असली पाहिजे. तुमचे ध्येय उदात्त आहे. तुमचे जीवितकार्य उज्ज्वल, अत्युत्कृष्ट, अतिश्रेष्ठ आहे. ज्या समाजात आपण जन्मास आलो त्या समाजाबाबत आपले काही कर्तव्य

आहे अशी ज्यांना कर्तव्याची जाणीव झालेली आहे ते धन्य होत. जे आपले जीवित तनमनधनेकरून गुलामगिरी नाहीशी करण्यासाठी व्यतीत करतात ते धन्य होत. गुलामांना गुलामगिरीतून मुक्त करण्यासाठी संकटे, मानखंडना, वादळे यांना तोंड देऊन जे आपला लढा करतात ते धन्य होत.' यास्तव आंबेडकरांना वाटे की आपल्या भुकेकंगाल लोकांनी भाविकतेच्या गुंत्यात अडकवून घेऊ नये. भक्तिभाव ही विवेकशक्तीस लुळी करणारी एक प्रकारे अफूची गोळीच आहे. आपल्या दैवावर हवाला ठेवून मनुष्याने बसू नये. आपल्या प्राक्तनातच तसे आहे, ईश्वराची इच्छाच तशी आहे, असे मानू नये. अज्ञानी लोकांना असा विश्वास होता की त्यांच्या कपाळावर सटवीने जे काही लिहिले असेल त्या प्रारब्धापुढे मनुष्य जाऊ शकत नाही. ते अटळ असते. दलितांची मने असल्या ह्या रोगट समजुतींपासून आंबेडकरांना मुक्त करावयाची होती. म्हणून विवेकानंदांप्रमाणे आपल्या अनुयायांना ते असा उपदेश करीत की भक्ती ही खुळचट गोष्ट आहे. भक्तीने त्यांना तेजोहीन बनविले आहे. देवभोळेपणाच्या वृत्तीमुळे त्यांचे मज्जातंतू ठिसूळ, क्षीण नि दुर्बळ झाले आहेत.

पारलौकिक विचारातून अस्पृश्यांचीच मने खेचून ती त्यांच्या सध्याच्या जीवनातील निकृष्टावस्थेकडे वा पतनाकडे केंद्रित करण्याचा आंबेडकरांनी प्रयत्न केला. भौतिक सुखाचा उपभोग घेऊन त्यांनी बहुसंख्य लोकांच्या सांस्कृतिक पातळीवर यावे अशी त्यांची इच्छा होती. माणुसकीस मुकलेल्या नि आधारहीन झालेल्या, आपले दैवच खोटे असे मानणाऱ्या दलित वर्गाला हा एक उताराच होता. भौतिक सुखात डुंबत असणाऱ्या समाजाला नि व्यक्तीला आंबेडकर हळूच म्हणत की, 'भौतिक सुख म्हणजे काही मानवाचे सर्वस्व नव्हे. त्याने मानवाची दु:खे हरण होणार नाहीत. मनुष्य केवळ भाकरीवर जगत नाही. त्याला सुसंस्कृतीची गरज आहे.'

म्हणूनच आंबेडकरांचे जीवित ही हिंदू धर्माच्या पुनरुज्जीवनातील आणि हिंदूंच्या सामाजिक परिवर्तनातील एक महत्त्वाची अवस्था आहे असे विचारवंत मानीत. आणि 'एक महान प्रॉटेस्टंट हिंदू नेता' असे आंबेडकरांचे वर्णन करीत. हिंदू समाजाचे पहिले पुनरुज्जीवन उपनिषदांनी आपल्या नवीन विचारांच्या लाटांनी समाजमनावर आघात करून घडविले. त्यासरशी देव, पुरोहित आणि यज्ञयाग यांची पीछेहाट झाली होती. पुन्हा प्रतिगामी पुरोहितांनी यज्ञयागांचे अन् कर्मकांडाचे पुनरुज्जीवन करताच अवनतीस प्रारंभ झाला. या वेळी धार्मिक नि सामाजिक पद्धतीचे पुनरुज्जीवन आणि पुनर्घटन करण्यासाठी भगवान बुद्धाने पुढाकार घेतला. त्यांनी पुरोहित संस्थेवर आणि यज्ञयाग संस्थेवर हल्ला केला. त्यांचे मत

समाजातील अनेक घटकांचे एकीकरण करण्याच्या बाजूचे होते.

शंकराचार्यांचा उदय होताच हिंदू धर्माने धूर्तपणे बौद्ध धर्मातील तत्त्वे समाविष्ट करून घेतली. मात्र जातिभेद आणि कर्मकांड यांवरील आपले नियंत्रण करकचून आवळले. त्यानंतर रामानुज, चक्रधर, कबीर, रामानंद, नानक, चैतन्य, ज्ञानदेव आणि महाराष्ट्रातील इतर संतकवी यांच्या शिकवणीमुळे हिंदू धर्माचे तिसऱ्यांदा पुनरुज्जीवन झाले. चौथ्या स्थित्यंतराला प्रारंभ राममोहन रॉय, महात्मा फुले, स्वामी दयानंद सरस्वती, न्यायमूर्ती रानडे यांच्या कार्याने झाला. त्या स्थित्यंतराच्या कार्यात स्वामी विवेकानंद यांनी मोठीच कामगिरी केली. सावरकरांनी त्या स्थित्यंतराला बुद्धिप्रामाण्यवादाची जोड दिली. म. गांधींचे कार्य हे सामाजिक प्रेरणेपेक्षा भूतदयावादाने अधिक प्रेरित झाले होते.

आंबेडकरांच्या चळवळीने पुनरुज्जीवनाच्या पाचव्या स्थित्यंतरास आणि हिंदूंच्या सामाजिक पुनर्घटनेस प्रारंभ झाला. हिंदू धर्म आणि हिंदू समाज यांच्याविरुद्ध आंबेडकरांनी पुकारलेले बंध धरणीकंपासारखे हादरे देणारे होते. त्याचे स्वरूप बुद्धापासून सावरकरांपर्यंतच्या क्रांतिकारकांनी ज्या प्रकारचे बंड पुकारले त्या प्रकारच्या बंडांहून वेगळे होते. कारण गेल्या पंचवीसशे वर्षांत आंबेडकर हे पददलित समाजामध्ये जन्मलेले पहिले महान क्रांतिकारक नेते होते. त्यांनी हिंदूंची समाजरचना आणि हिंदू धर्म यांच्याविरुद्ध बंड पुकारले. इतकेच नव्हे तर त्यांनी हिंदू धर्माच्या इतिहासात अभूतपूर्व अशा क्रांतीचे पर्व सुरू केले. त्या क्रांतीचे उद्दिष्ट हिंदू धर्माची शुद्धी करून त्यात क्रान्ती घडवून आणणे, हिंदू समाजाची पुनर्घटना करून त्याचे पुनरुज्जीवन करणे आणि त्याची अवनती नि मानहानी थांबविणे हे होते. यास्तव त्यांनी हिंदू धर्म आणि हिंदुस्थान यांच्या बाबतीत जी कामगिरी केली आहे, तो आधुनिक भारताच्या पुनरुज्जीवनाच्या कार्यात मोठा वाटा असलेल्या राममोहन रॉय, जोतीराव फुले, स्वामी दयानंद, स्वामी विवेकानंद आणि रानडे यांच्या कार्यापेक्षा अधिक महनीय आणि चिंतनीय आहे. कारण आंबेडकरांनी भारताच्या घटनात्मक, राजकीय आणि सामाजिक विचारांत टाकलेली भर ही नि:संशय मोलाची आहे.

आंबेडकरांना हिंदू समाजाची पुनर्रचना ही स्वातंत्र्य, समता आणि बंधुभाव या तत्त्वत्रयीवर अधिष्ठित व्हावयास पाहिजे होती. थोडक्यात, सामाजिक लोकशाहीवर ती अधिष्ठित व्हावयास पाहिजे होती. जर हिंदूंनी त्यांची तत्त्वे आचरणात आणली असती तर त्यांचा समाज स्वतंत्र, बलिष्ठ, तेजस्वी आणि गतिमान झाला असता. आंबेडकरांच्या सामाजिक तत्त्वज्ञानाप्रमाणे प्रत्येक हिंदूला आपल्या धर्मबांधवांशी सर्व नैर्बंधिक रीत्या संबंध जोडावयास स्वातंत्र्य पाहिजे.

हिंदूंनी सर्वांना समान अशी सामाजिक संहिता रचली पाहिजे. जर आपल्या धर्मबांधवांत लग्न करण्याचे, त्यांचे बरोबर जेवण्याचे आणि जीवनाच्या सर्व क्षेत्रांत बरोबरीने काम करण्याचे त्यांना स्वातंत्र्य असते, तर हिंदू समाज एकसंध होऊन तो बलवान होण्यास आणि इतर लोकांस आपल्या धर्मात घेऊन पचविण्यास समर्थ झाला असता. हिंदी ही राष्ट्रभाषा व्हावी असे त्यांचे ठाम मत होते. नागरी लिपीचे ते मोठे कैवारी होते. प्रत्येक वर्गाने आपला आपण विचार करावा. विचार करण्याचे काम दुसऱ्या एखाद्या विशिष्ट वर्गावर सोपविणे हितावह नाही. तसे केले तर ते लोक आपल्याला ज्ञानाचे रखवालदार समजतात. आपले भवितव्य, धर्म आणि देश यांच्यावर परिणाम करणाऱ्या प्रश्नांचा विचार करण्याचे सामर्थ्य आपल्या अंगी वाढविले पाहिजे, असा त्यांचा उपदेश असे.

अशा रीतीने आंबेडकरांच्या सामाजिक तत्त्वज्ञानाने हिंदू धर्माच्या शृंखला तोडून हिंदू समाजाला संघटित करण्याचे आवाहन दिले. त्यांचे तत्त्वज्ञान हिंदू तत्त्वज्ञानाचे पुनरुज्जीवन करावयास, जातिभेदाचे उच्चाटन करावयास आणि स्पृश्यास्पृश्य वादाचा शेवट करावयास सांगते. आंबेडकरांनी जातिभेदाचे उच्चाटन करण्यावर एवढा प्रचंड भर दिला की कार्ल मार्क्स याचा 'वर्गकलह' हा शब्द जसा जगातील कानाकोपऱ्यात निनादला, तसा 'जातिभेद' हा शब्द आंबेडकरांनी जगात निनादून सोडला. यावरून त्यांचे ध्येय हे हिंदू समाजाचे, देशाचे नि मानवतेचे संवर्धन करणे हेच होते हे स्पष्ट होते. सहा कोटी अस्पृश्य हिंदूंची सेवा ही जगातील दलितांतीलही पददलितांची सेवा होय, हे लक्षात ठेवले म्हणजे त्यांच्या कार्याची महती कळेल.

आयुष्याच्या सायंकाळी आंबेडकरांच्या व्यक्तिमत्त्वाला गांभीर्याची नि भव्य तेजाची जोड मिळाली. शरीराने ते भव्य, भरदार आणि गतिमान होते. त्यांचा चेहरा निमगोल नि उग्र असून डोक्यावर टक्कल होते. ते पाच फूट सात इंच उंच होते. त्यांचे वजन १८० पौंड होते. छाती चव्वेचाळीस इंच होती. त्यांचे विशाल भाल त्यांच्या विशाल महत्त्वाकांक्षेचे निदर्शक होते. त्यांची महत्त्वाकांक्षा इतकी उत्तुंग होती की राष्ट्रातील उच्चतम पदसुद्धा आपल्या योग्यतेच्या दृष्टीने छोटेच ठरेल असे त्यांना वाटे. त्यांची पुढे आलेली आव्हान देणारी भरदार हनुवटी आकाश कोसळले तरी अंगीकृत कार्य तडीस नेण्याच्या अलौकिक धैर्याची निदर्शक होती. सर्व जगाच्या तिरस्काराचे तीन तेरा करील एवढी त्यांच्या हनुवटीच्या बाकात शक्ती होती. त्यांची बाकदार नासिका ही जणू वादळातून सुरक्षितपणे नेणाऱ्या त्यांच्या

जीवननौकेचे सुकाणूच होती. त्यांचे डोळे भेदक आणि तेजस्वी असत. परंतु त्यात पोळलेल्या मनाची संशयी वृत्ती डोकावत असल्याचा भास होई. ते रागावले म्हणजे गत कालातील सर्व कडवटपणा जणू एकवटून त्यांच्या डोळ्यांतून ओसंडत आहे असे वाटे. त्यांच्या ओठातून अस्पृश्यांना वाटत असलेल्या द्वेषाचे स्फुल्लिंग बाहेर पडत. आंबेडकर प्रतिजमदग्नीच होते. तथापि जेव्हा त्यांच्या मनाची वृत्ती आनंदित नि उल्हसित असे तेव्हा त्यांचा चेहरा दीपगृहासारखा प्रकाशे. स्वयंप्रकाशित मनुष्य दुसऱ्याभोवती केव्हाही उपग्रह म्हणून फिरत नसतो. आंबेडकर स्वयंभू, स्वयंप्रकाशित, स्वतंत्र प्रज्ञावंत होते. आंबेडकर हे वादळी मनोवृत्तीचे होते. जर काही मनाविरुद्ध घडले तर त्यांच्या रागाचा पारा चढे. मेजावरील ग्रंथ किंवा कागद जरा इकडचे तिकडे झालेले दिसले की ते आरडाओरड करीत, 'अरे, पुस्तके कुठे आहेत ? ते कागद कुठे आहेत ? कुणी हलवली इथली पुस्तके ?' हा गडगडाट ऐकताच त्यांची डॉ. पत्नी आणि नोकर ह्यांची पाचावर धारण बसे. मग हळूच कोणीतरी अभ्यासिकेत प्रवेश करून विचारीत, 'कसले कागद ? पुस्तक की वही ? कोणत्या आकाराची आणि कोणत्या रंगाची ?' पुस्तक वा वही सापडेपर्यंत शोधाशोधीत सर्वांची तारांबळ उडे. ते समोर ठेवताच ते म्हणत, 'अरे हेच ते कुठे होते ?' थोर पुरुषाचा राग हा क्षणिक असतो. तो दुसऱ्याच क्षणी शांत होतो.

आंबेडकर हे कुटुंबवत्सल गृहस्थ होते असे म्हटले तर फारसे चूक होणार नाही. ते मात्र आपल्याला असंग समजत. सतत दौरे, अखंड अभ्यास आणि सार्वजनिक कार्यासाठी भेटी यांतच मोठा नेता गुरफटतो, गुंग असतो. अर्थात तो आपल्या कुटुंबीयानासुद्धा नेता वाटतो. मुलास अणि पुतण्यास आंबेडकर पुढारी वाटत. त्या तटस्थपणात बाबासाहेब इतके मुरले होते की स्वत:च्या मुलाच्या लग्नास उपस्थित राहण्याची त्यांनी पर्वा केली नाही. त्या लग्नास त्यांची नापसंती होती किंवा त्या वेळी पहिल्या पत्नीची आठवण उचंबळून आली की आंबेडकरांमधील नेत्याची कठोरता जागृत झाली यांपैकी काय प्रभावी ठरेल हे सांगणे कठीण आहे. त्यांची दुसरी पत्नी डॉ. सौ. सविताबाई ह्यांनी यशवंतरावांच्या लग्नास उपस्थित राहून समारंभ साजरा केला. तथापि पुढे यशवंतरावांचा मुलगा प्रकाश याला पाहताच आजोबा आंबेडकरांनी त्याला सहर्ष गोंजारले.

आंबेडकरांचा उग्र चेहरा नि अखंड अभ्यासूवृत्ती हे गुण सलगीला पोषक नव्हते, त्यांच्या अवतीभोवती असणाऱ्या लोकांत ज्याचा अपमान अथवा हिरमोड झाला नसेल असा माणूस क्वचितच. काही नामांकित लोक त्यांना ब्रिटिश

'बुलवांग' म्हणून संबोधित. सरोजिनी नायडू त्यांना 'मुसोलिनी' म्हणत. त्यांचे कर्तृत्व, सचोटी, प्रकांड पांडित्य, अपार त्याग हे गुण त्यांच्या अनुयायांत श्रद्धा नि भक्ती निर्माण करीत. तरीसुद्धा एखाद्या गतकालीन साम्राज्याच्या ढिगाऱ्याखाली अनेक शहरे लुप्त झालेली असावीत तसे आंबेडकरांच्या विस्मृतीच्या नि बेपर्वाईच्या दरीत अनेक सहकारी, स्नेही लुप्त झाले ! 'परमप्रिय'चे 'श्रीयुत' झाले ! कालगती !

आपल्याशी एकनिष्ठ राहणाऱ्या मित्रांच्या नि सहकाऱ्यांच्या उन्नतीकडे मात्र त्यांनी कधी कधी लक्ष दिले हे खरे. तथापि प्रेमाची सलगी कोणाशी ठेवणे त्यांच्या गावी नव्हते. कोणाचे कोडकौतुक मायेने करणे, भले केलेस असे खूश होऊन सहज उद्गार काढणे हा त्यांचा स्वभाव नव्हता. ते तसे दुराराध्य दैवतच होते. जरी त्यांच्या विरोधकांनी काही कारणपरत्वे त्यांच्याशी तडजोड केली, तरी त्यांच्या विरोधकांनी त्यांना मनाचा उदारपणा दाखविला नाही. त्यांनीही त्यांच्याशी वागताना मनाचा दिलदारपणा दाखविला नाही. त्यांची सत्यप्रियता स्फोटक होती. ते सत्यासारखे कठोर होते. महापुरुष म्हणजे कार्यशक्तीचे बाष्पयंत्र. तसेच आंबेडकर होते. ते वेळेचा उपयोग कंजूषपणे करीत. बुद्धाच्या दृष्टीसारखी त्यांची दृष्टी भव्य होती. परंतु विनय त्यांच्या पाचवीला पुजलेला नव्हता. विनयशीलतेचा नसता गुण त्यांच्या अंगी कोणी कधीही चिकटविला नाही. त्यांचा स्वभाव अहंकारी होता. त्यांचा आत्मविश्वास अहंगंडाची सीमा गाठी. तथापि आपल्या गुणाविषयी त्यांना वाटत असलेल्या अफाट आत्मविश्वासाची त्यांनी राष्ट्राच्या केलेल्या सेवेने यथार्थता पटवून दिली. मग आपल्या अनुयायांनी पाडलेल्या नमस्काराच्या नवीन पद्धतीला त्यांनी स्वत: 'जयभीम'ने पत्रांच्या शेवटी साथ दिली यात विशेष नवल नाही.

तरी लोकहितवादी, शाहूमहाराज, टिळक, आगरकर, राजारामशास्त्री भागवत, वीर सावरकर, डॉ. शामाप्रसाद मुकर्जी, सरदार पटेल, डॉ. राजेंद्रप्रसाद, नरीमन, डॉ. खरे यांच्याविषयी त्यांना आदर वाटे. काँग्रेसमधील पंडित जवाहरलाल नेहरू नि मौलाना आझाद ही संस्कृतीची प्रतीके म्हणून त्यांच्याविषयी कौतुकयुक्त आदर वाटे. महमदअल्ली जिना, कन्हैयालाल मुनशी नि पंडित गोविंद वल्लभपंत यांच्याविषयी त्यांना तिरस्कार वाटे. नवोदित नेते श्री. म. जोशी नि अशोक मेहेता यांच्याविषयी त्यांना कौतुक वाटे. आपण कीर्तीने मोठे होत जातो तसे एकलकोंडे बनत जातो असे म्हणतात. हे जरी आंबेडकरांच्या बाबतीत खरे होते तरी ते विश्रांती घेत तेव्हा गप्पांना ऊत येई. त्या वेळी त्यांनी लुंगी आणि पैरण हा पोशाख परिधान केलेला असे. त्यांचे भाषण पाहुण्यांना करमणूक आणि

मुद्दे पुरवी. त्यांनी कोणाला टोला दिला की तीनमजली हास्य ते करीत आणि त्या हास्यकल्लोळात जर कोणी प्रतिटोला हाणला तर तो त्या फवाऱ्यात विरून जाई. आनंद आणि हास्यकल्लोळ यांची ती एक मेजवानीच म्हणाना. त्यांची विनोदबुद्धी जागृत होती. गावंढळ थट्टामस्करी, चुटके नि ग्रामीण वाक्प्रचार यांची गोडी त्यांना अवीट वाटे. ती थट्टामस्करी आणि विनोद जहाल, खरमरीत, आडदांड, प्रक्षोभक आणि मुरकुंडी वळविणारा असे. आजूबाजूच्या लोकांना हसता हसता पुरेवाट होई. त्यांनी मारलेल्या मार्मिक टोमण्यांत वा चतुरोक्तीत आनंदाने ते डुंबत असत. तरी त्यांचा विनोद झोंबणारा असे. कित्येकदा तो उद्धटपणाचे स्वरूप धारण करी. निकृष्ट नि गुन्हेगारी जगात त्यांचे जीवन गेले. त्याचा हा वारसा होता. त्या सर्व गप्पाटप्पांचे वैशिष्ट्य असे की आंबेडकरांच्या सान्निध्यात एका तासात जितकी थट्टामस्करी चाले तितकी इतर राजकारणी पुरुष पाच वर्षांतसुद्धा करीत नसत. मात्र त्या ज्ञानमय प्रकाशात अधून मधून विजेचा कडकडाट होई.

आंबेडकरांची ही आनंदी वृत्ती ढासळत चाललेल्या प्रकृतीबरोबरच मावळत गेली. आयुष्याच्या सायंकाळी एखाद्या संस्थानिकासारखी ऐषारामी थाटात त्यांची दिनचर्या चाले. भेटीस आलेल्या लोकांची भेट घेण्यापूर्वी ते येत आहेत अशी सूचना देण्यात येई. ते कधी कधी बंद पायजमा नि वेलबुट्टी असलेला कुडता पेहरीत. ते खुर्चीत पहुडले म्हणजे नोकर त्यांचे पाय खाली उशीवर ठेवीत. बाहेरील भक्तांच्या थव्यात गुणगुण सुरू होई. कठीण कवचीच्या आत मधुर गर असतो. जरी चेहेऱ्याने गंभीर आणि उग्र दिसले तरी आंबेडकर हे भावनांचे कारंजे होते. बोलपटातील करुण प्रसंग पाहून ते विव्हल होत, आणि कित्येकदा अर्धवट बोलपट पाहून ते बाहेर पडत. त्यांचा लाडका कुत्रा एकदा आजारी पडला. त्याच्या प्रकृतीची चौकशी करण्यासाठी ते रुग्णालयात दिवसातून दोनदा जात. तो कुत्रा मृत्यू पावला असे ऐकताच मृत्यू पावलेल्या मुलाची आई जशी आक्रोश करते तसे ते खुर्चीत बसून शोक करू लागले. ती वार्ता घेऊन येणाऱ्या बिचाऱ्या इसमाला बाबासाहेबांचा शोक पाहून हसावे की रडावे हेच समजेना. त्याने आपले हसे मोठ्या कष्टाने आवरले. भर थंडीच्या रात्री आपले सहकारी बळवंतराव वऱ्हाळे यांना आपले पांघरूण देऊन आपण पहाटेच्या कडाक्याच्या थंडीत तसेच झोपी गेले. एकदा एका बाईने राजगृहाचे दार रात्री दोन वाजता ठोठावले. तिने बाबासाहेबांना दु:खित हृदयाने सांगितले, ‘माझा नवरा अत्यवस्थ आहे. त्याला गेल्या बारा तासांत प्रयत्न करूनसुद्धा रुग्णालयात प्रवेश मिळू शकला नाही.’ आंबेडकरांनी तिला नि तिच्या नवऱ्याला गाडीत घालून तडक रुग्णालयाकडे नेले. आणि तिच्या नवऱ्यास प्रवेश मिळवून दिला. पहाट झाली. तेथून तडक ते

आपले स्नेही आचार्य मो. वा. दोंदे यांच्या घरी गेले. खालून ओरडून म्हणाले, 'अहो दोंदे, चहा करा.' ज्या खटल्यात वा दाव्यात गोरगरिबांचे हित धोक्यात असेल किंवा त्यांच्या हक्काचे संरक्षण करावयाचे असेल असे कित्येक खटले व दावे त्यांनी विनावेतन चालविले. एकदा त्यांचे डोळे अतिशय बिघडले. आपली दृष्टी गेली तर वाचन बंद पडेल आणि मग जग शून्यवत होईल या विचाराने ते स्फुंदून स्फुंदून रडू लागले. सुभेदार सवादकरांसारख्या सहकाऱ्याच्या शवाचे स्मशानात अंत्यदर्शन घेताना ते ओक्साबोक्शी रडले.

अनेक तऱ्हेच्या कार्यात, वाचनात, वादळात, अथवा चिंतनात आंबेडकरांचे मन गुंतले असले तरी अलीकडे अलीकडे काही क्षण गाणे ऐकण्यात वा एखादे वाद्य वाजविण्यास शिकण्यात ते घालवीत. ते खरे रसिक होते. प्रत्येक मनुष्याने गायनाची गोडी चाखली पाहिजे असे त्यांचे मत होते. ब्रिटनचे त्या वेळचे पंतप्रधान विन्स्टन चर्चिल यांच्याप्रमाणे त्यांना चित्रकलेची आवड होती. चित्र हुबेहूब वठले आहे असे नोकरांनी सांगताच बाबासाहेब 'हां, हां !' करीत खूश होत. परंतु चित्रकार आंबेडकरांना चित्र काढण्याच्या किंवा रंगविण्याच्या लहरीत हळूहळू कळत न कळत आणावे लागे. ते कठीण काम त्यांच्या डॉक्टर पत्नी नि निष्ठावंत नोकर खुबीने करीत. कारण अनेक दिवस साहेब वाचन थांबवीनातसे झाले म्हणजे ही युक्ती त्यांना योजावी लागे. सुरेख चित्रे आणि उत्तम शिल्पकलेच्या नमुन्यांचे त्यांना आकर्षण वाटे. भारतात कलेविषयी गुणग्राहकता जातिनिष्ठ असते याविषयी त्यांना दुःख होई. अमुक एक कला शिकायची तर अमक्या समाजात जन्म झालेला पाहिजे. त्यामुळे कलेला उत्तेजन मिळाले नाही, ऊर्जितावस्था आली नाही असे त्यांचे मत झाले होते.

आंबेडकरांचे 'राजगृह' म्हणजे सर्वसंगपरित्याग केलेल्या विरक्ताची पर्णकुटी नव्हती. त्यांचे प्रचंड वाचनालय, त्यांचे तऱ्हेतऱ्हेचे मौल्यवान, ऐटदार कपडे, त्यांच्याजवळच्या अमोल अशा झरण्या, त्यांची भरदार मोटार, त्यांची नाना प्रकारची पादत्राणे नि बूट, त्यांनी जमविलेली दुर्मीळ अशी चित्रे नि शिल्पकलेचे नमुने ह्या काही केवळ मनाला विरंगुळा देण्यासाठी जमविलेल्या वस्तू नव्हत्या, तर त्या आपल्या विजिगीषू जीवनातील अडचणी दूर करून पुढे जात असता आपल्याला जे जे ह्या जगात मिळविता येणे शक्य आहे ते ते मिळवून कृतकृत्य झालेल्या त्या व्यक्तिमत्त्वाच्या मार्गातील यशाच्या खुणा होत्या. त्या मौल्यवान दुर्मीळ वस्तू त्यांच्या मनाचा विरक्तपणा दाखवीत नाहीत, तर त्या वस्तू म्हणजे त्यांच्या जीवनप्रवासातील यश आणि वैभव, सत्ता आणि ज्ञान यांचा दिमाख दाखविणारी प्रतीके होती. आपल्या स्वामीच्या पराक्रमी मनाच्या प्रगतीच्या

मार्गावर त्या प्रकाश टाकीत होत्या. ज्या मनुष्याने आपल्या विद्यार्थीदशेत अनंत अडचणी सोसल्या, ज्याला घाणेरड्या वस्तीमध्ये राहावे लागले, ज्याला अपमानाच्या खाईतून जावे लागले, परंतु ज्याने नोटांच्या पुडक्यांच्या सावलीतच आपण झोपू अशी प्रतिज्ञा केली होती, त्याच्या मार्गातील ही प्रगतीची विजय-चिन्हे होती.

आंबेडकरांना मोठमोठ्या आकाराच्या नि निरनिराळ्या प्रकारच्या झरण्यांचा अतीव मोह वाटे. अद्ययावत, मौल्यवान नि ऐटदार कपड्यांचा त्यांना अतिशय षौक होता. भारतीय राजकारणातील व्यक्तींमध्ये जिना नि आपणच काय ते ऐटदार कपडे घालतो याविषयी त्यांना अभिमान वाटे. आपले वैभव आणि शक्ती यांचे मोठ्यात मोठे स्वरूप दाखविण्यात त्यांना मनातून अपार आनंद वाटत असावा असे दिसते. तरीपण आयुष्यातील इतर व्यवहारामध्ये, तारुण्यावस्था पैशाच्या टंचाईत गेल्यामुळे, काटकसरीचा त्यांच्या मनावर ताबा चाले. ते सिगारेट ओढत नसत. ते पूर्णपणे मद्यत्यागी होते.

आंबेडकरांतील ग्रंथकीटकाला मंडळीत जाण्यायेण्याला वा उठण्याबसण्याला वेळ कसला तो सापडतच नसे. केव्हातरी ते एखादा बोलपट पाहावयास जात. पहिल्या पत्नीच्या समवेत त्यांनी 'अंकल टॉम' हा चित्रपट पाहिला होता. 'अछूत कन्या' हा निरंजन पालकृत बोलपट त्यांनी पाणावलेल्या डोळ्यांनी पाहिला. तो चित्रपट म्हणजे अस्पृश्य जीवनाची मानवतेला हाक होती. डॉ. सौ. सविताबाईंच्या संगतीत त्यांनी 'ऑलिव्हर ट्विस्ट' हा इंग्रजी बोलपट पाहिला. खालच्या निकृष्ट जगाचे, गरिबांचे किंवा पददलितांचे जीवन पाहताना त्यांच्या हृदयाचे स्पंदन वाढे. आपल्या बालवयात ते क्रिकेट खेळत. धारवाडला प्रकृती सुधारण्यासाठी त्यांची पहिली पत्नी गेली असता तेथील दलित समाजाच्या विद्यार्थ्यांसाठी त्यांनी स्वत: चालविलेल्या वसतिगृहातील मुलांसंगे ते क्रिकेट खेळले. एकोणीसशे वीसच्या आसपास ते गंजीफ्याच्या खेळात रंगत असत. ब्रिजसुद्धा खेळण्याचा आस्वाद घेत. त्या काळी समुद्रात स्नान करण्यात ते रंगत असत.

बाबासाहेब स्वत: पाकशास्त्रात प्रवीण होते तरी आपणास अमुकच तऱ्हेचे जेवण पाहिजे असा त्यांचा आग्रह नसे. कधीकधी ते वाचनालयातच जेवण घेत. कुटुंबातील मनुष्यांवर ते रागावले म्हणजे पुतळ्याप्रमाणे निश्चल राहत. बोलणे नाही, जेवणे नाही. मग त्या वेळी म्हणत, 'अरे मी असंग आहे.' त्यांनी अनेक वर्षे चालविलेला कष्टाचा नि चिकाटीचा झगडा, पददलितांविषयी वाहिलेली चिंता, जीवनमार्गात ओढवलेली प्राणांतिक संकटे नि रोगांमुळे झालेले शारीरिक कष्ट यांची त्यांच्या तेजस्वी चेहऱ्यावर काही खूण राहिलेली नव्हती.

त्यांना रक्तदाब नि अपेंडिसायटिस हे विकार जडले होते. म्हातारपणात मधुमेहाने त्यांचे शरीर पोखरून जर्जर केले होते. शेवटी त्यांच्या निर्व्यसनी शरीरावर मधुमेहाने मात केली. परंतु त्यांची इच्छाशक्ती अजिंक्य राहिली. त्यांच्या मनाच्या अलौकिक शक्ती खंगल्या नव्हत्या. हातातील काठीच्या आधारावर वैयक्तिक कार्यवाहाच्या किंवा नोकरांच्या खांद्यावर हात टाकून ते लंगडत लंगडत चालत.

आंबेडकरांचे हस्ताक्षर डौलदार होते. त्यावरून मनोनिग्रह नि स्वच्छता दिसे. डौल डोकावे. त्यांना कुत्री आवडत असत. जर चांगल्या जातीचा कुत्रा दिसला, तर ते वाटेल त्या ठिकाणाहून आणीत.

आंबेडकरांना भेटावयास जाणे म्हणजे एखाद्या पदार्थसंग्रहालयाशी संभाषण करण्यासाठी जाणे होते. त्यांचे संभाषण मनोवेधक, उत्साही, कथनोत्सुक नि ज्ञानचक्षू उघडणारे होते. आपल्या मनातील प्रचंड पदार्थसंग्रहालयात साठविलेल्या ज्ञानाचा प्रकाश ते नानाविध विषयांवर टाकीत. इतिहासरूपी दिव्याच्या साहाय्याने ते आपल्या श्रोत्याला जगातील सर्व गतयुगांतून फिरवून आणीत. शेवटी त्याला ज्ञानाच्या पामीर पठारावर नेऊन जगाचे विहंगमावलोकन करवून आणीत. भूतकाळातील गोष्टींचा अर्थ ते समजावून सांगत. पुराणातील गोष्टींच्या अर्थावर नवीन प्रकाश टाकीत. जुन्या आणि नव्या तत्त्वज्ञानांचे, मतप्रणालीचे नि तत्त्वांचे विवरण करीत. श्रोत्यावर त्या ज्ञानाची छाप अचूक पडे. त्याला आपल्या युगातील एका महान मनाचा सहवास घडे. त्याला ज्ञानेशाकडून अमृतानुभव लाभे.

मजूरमंत्री म्हणून आंबेडकरांची नेमणूक होईपर्यंत त्यांची दिनचर्या आखीव अशी होती. त्या दिवसांत ते पहाटेस उठत किंवा रात्रभर वाचीत बसून पहाटेस झोपी जात नि सकाळी बऱ्याच उशिरा उठत. थोडा व्यायाम घेऊन नंतर स्नान आणि न्याहारी करीत. वर्तमानपत्रे चाळल्यानंतर ते जेवण घेत. नंतर आपल्या गाडीतून जाताना टपालाने आलेले एखादे नवे पुस्तक वाचीत वाचीत ते ज्या न्यायालयात त्यांचे काम असे त्या न्यायालयात जात. न्यायालयात काम असले तर ते कधी कधी दुपारी उपाहारगृहामध्ये जेवत. न्यायालयातले काम संपल्यावर ते पुस्तकविक्रेत्याच्या दुकानात जाऊन भला मोठा पुस्तकांचा भारा घेऊन घरी येत. किंवा दुर्मीळ पुस्तक एखाद्या ओळखीच्या गृहस्थांकडून हस्तगत करावयाचे असल्यास त्याच्या घरी जाऊन त्यास चकित करीत. नंतर रात्री ग्रंथ हातात घेऊन वाचनालयाच्या कोपऱ्यात जेवण होई. आणि वाचन पहाटेपर्यंत चालू राहावयाचे. वाचनात गढलेल्या बाबासाहेबांना भेटावयास आलेल्या माणसाशी बोलावयास वेळ नसावयाचा. वाचन सुरू होण्यापूर्वी जेवण घेतले नसल्यास जेवावयास वेळ

नसायचा. कुणावर रागवावयासही वेळ नसायचा. आपणास भेटावयास आलेल्या व्यक्तीकडे एखादा दृष्टिक्षेप टाकून ते वाचनात गढून जात. भेटावयास आलेला मनुष्य तिष्ठत बसे. तो गोंधळून जायचा. ह्या तपस्व्याची तपश्चर्या भंग करणे पाप आहे असे मानून तो हळूच पसार व्हायचा. 'थ्री मस्केटीयर्स'चा लेखक अलेक्झांडर डुमास हा येणाऱ्या मित्राचे डाव्या हाताने स्वागत करावयाचा, उजव्या हाताने लिहिणे सुरू ठेवायचा. आंबेडकर एवढेसुद्धा करीत नसत. अशा वेळी ते डोळ्याची पापणीसुद्धा हलवायचे नाहीत. झोपी जाण्यापूर्वी ते एक पेला दूध घेत. द्वितीय विवाहानंतर दिनचर्या नीटनेटकी आखण्याचा प्रयत्न त्यांच्या डॉक्टर पत्नीने केला. पण तिला ते आकाशातील तारे मोजण्याइतके अवघड नि अशक्य काम वाटले असेल.

वेळेचा सदुपयोग याविषयी बाबासाहेबांच्या नावासभोवती अनेक आख्यायिका फिरत राहिल्या. त्यांचा वेळ कोणीही वाया घालवू शकत नसे. नेपोलियनला वेळ म्हणजे सर्वस्व. उद्योगपतीला वेळ म्हणजे धन. परंतु आंबेडकरांना वेळ म्हणजे ज्ञान. आपल्या युगातील दोन भारतीय महापुरुषांनी आपल्या आयुष्यातील प्रत्येक क्षण सोन्याच्या कणासारखा वेचला. ते महान पुरुष म्हणजे गांधीजी नि आंबेडकर होत. वेळ म्हणजे त्यांची सोन्याची खाणच. ह्या महाभागांनी आपल्या ह्या युगात अढळ ध्येयनिष्ठेने, अविरत उद्योगशीलतेने आणि वेळेची काळजीपूर्वक बचत करून सामर्थ्य संपादन केले नि आपली कार्यक्षमता वाढविली. तशी साध्या माणसांना दहा जन्मांत साध्य करता येणार नाही. आंबेडकरांच्या मते ग्रंथवाचन हे ज्ञानसंपादनाचे नि स्वत:चे व्यक्तिमत्त्व वाढविण्याचे मोठेच साधन. तसेच करमणूक नि आनंद संपादन करण्याचे उत्कृष्ट साधन होय. 'जे मला शिकविते ते माझे रंजन करते,' असे बाबासाहेब मानीत. ते खरे ज्ञानयोगी होते.

ग्रंथांच्या संगतीत आंबेडकरांना स्वर्गीय आनंद लाभे; गंभीर, विलोभनीय अलगपणा वाटे. कारण विद्येने मनुष्य स्वत:चा मित्र बनतो. वर उल्लेखिलेल्या प्रमाणे रात्री जेवण घेतल्यावर वाचन सुरू व्हायचे. सकाळ उजाडे. आजूबाजूंच्या घरांतून माणसांचे आवाज हळूहळू कानावर पडू लागले, तरी जगातील महापुरुषांबरोबर नि विचारवंतांशी बोलण्यात तो ज्ञानी पुरुष रंगलेला असावयाचा. तेच त्यांचे आध्यात्मिक पूर्वज होत. त्यांचा कुत्रा पीटर सकाळ झाली म्हणजे त्यांना अभिवादन करावयास जाई. सकाळ झाली हे त्याच्या आगमनावरून त्यांना कळे. घंटेच्या निनादापासून, गाडीच्या खडखडाटापासून, घणाच्या घणघणाटापासून आणि मोटारींच्या फुरफुरण्यापासून कुठेतरी दूरदूर राहावे असे

त्यांना वाटे. सतत ज्ञान संपादणे हे त्यांचे ब्रीद. त्यांची ज्ञानलालसाही एखाद्या साम्राज्यासारखी अफाट, विस्तीर्ण होती. एखाद्या निर्जन निबिड अरण्यात ग्रंथालय उभारून तेथे प्राचीन ऋषिमुनी नि तत्त्ववेत्ते यांच्याशी संभाषण करण्यात उर्वरित आयुष्य कंठावे अशी त्यांची अखेरची इच्छा होती. त्यांचे मन दैवी प्रकाशाच्या शोधात होते की मनुष्याच्या हृदयातील अहंकार, न्याय नि स्वार्थ यांच्या शोधात होते ? परंतु पददलितांना मानवी हक्क संपादन करून देण्यासाठी त्यांनी जो आत्मयज्ञ केला, त्यामुळे तत्त्वज्ञ आंबेडकरांचा विकास खुंटला हेच खरे. थॉमस जेफरसन म्हणत असे की, माझी पहिली आवड म्हणजे ज्ञानार्जन. भारताचे पहिले लोकनेते लोकमान्य टिळक म्हणत, मी स्वतंत्र भारतात गणिताचा प्राध्यापक होईन. स्वातंत्र्यावरील प्रेम नि न्यायाची जाणीव यामुळे महापुरुष कित्येक वेळा राजकारणाच्या भोवऱ्यात गोवले जातात. तरी संधी मिळताच ह्या व्यवहारी जगातील गर्दी टाळून ते आपल्या चिंतनिकेत मग्न असतात. भारताच्या गुलामगिरीने टिळकांना राजकारणात खेचले. अस्पृश्यतेच्या किंकाळीने आंबेडकरांना राजकारणात गोवले. नाहीतर आंबेडकरांनी विधिमंडळात प्रवेश करण्याची पर्वा केली नसती. आंबेडकर महान तत्त्ववेत्ते, ज्ञानेश्वर झाले असते. बडोद्यातील सचिवालयातील शिपायांचे नि अधिकाऱ्यांचे, त्यांनी आंबेडकरांवर अपमानाचा जो वर्षाव केला त्याबद्दल, आभार मानावयास हवेत. नाहीतर हिंदी राजकारण नि जगातील गुलामगिरीचा प्रश्न ही एका महान रोमांचकारी जीवनाला नि दलितांच्या रक्षणकर्त्याला मुकली असती.

जर्मन कवी गटे म्हणे की आपल्याला थोडे ज्ञान असले की ते पक्के असते. कारण ज्ञानाच्या अभिवृद्धीबरोबर शंका वाढत जातात. आंबेडकरांचे ज्ञान अभिवृद्धीने पक्के होई. आंबेडकरांच्या ठायी सावरकर वा नेहरू यांच्यासारखी प्रतिभेची भरारी नव्हती. पण आपला मुद्दा सिद्ध करताना ते जगातील महान विचारवंतांच्या म्हणण्याचा आधार घेत. त्यामुळे त्यांचे म्हणणे सर्वांत महत्त्वाचे, अनिवार्य नि अजिंक्य ठरे. विख्यात आंग्ल पंडित डॉ. जॉन्सन हा प्रथमपासून शेवटपर्यंत ग्रंथ क्वचितच वाचीत असे. तसे कोणी करतो यावरही त्याचा विश्वास नसे. परंतु आंबेडकरांना वाचलेल्या ग्रंथाचा आकार, रंग नि त्यांतील प्रकरणे यांची साग्रसंगीत आठवण असे. त्यांचा ग्रंथाविषयी हव्यास गंगानदीच्या पाण्यासारखा अखंड वाहत, वाढत होता. त्यांच्या संग्रही हजारो ग्रंथ होते. त्यांत जगातील दुर्मीळ ग्रंथ होते. एकदा पं. मदनमोहन मालवीय यांनी आंबेडकरांचा ग्रंथसंग्रह दोन लाख रुपयांस विकत घ्यायची इच्छा प्रदर्शित केली होती. आंबेडकरांनी त्यांची इच्छा मान्य केली नाही. आंबेडकर उत्तरले, 'ग्रंथसंग्रह जाणे

म्हणजे माझ्या कुडीतून प्राण जाणेच होय.' ग्रंथांना प्राण समजणाऱ्या आंबेडकरांची दुसऱ्याकडून वाचावयास आणलेल्या ग्रंथांसंबंधीची वृत्ती मात्र निराळी असे. त्यांना उसना दिलेला ग्रंथ परत येईलच असा भरवसा नसे.

आंबेडकरांच्या ग्रंथालयातील ग्रंथांना कुणालाही हात लावण्याची परवानगी नसे. ते एकदा असे म्हणाले की, 'जर माझ्या ग्रंथांवर बेलिफ जप्ती घेऊन आला तर त्याने पुस्तकाला हात लावण्यापूर्वीच त्याला मी तत्क्षणी यमसदनास पाठवीन.' ग्रंथ म्हणजे त्यांच्या जीवनाचा श्वासोच्छ्‌वास. ग्रंथांच्या संगतीत राहण्यासाठी मी सर्वस्वाचा त्याग करीन असे प्रसिद्ध रोमन वक्ता नि मुत्सद्दी सिसिरो म्हणत असे. भारतातील सर्व संपत्ती माझ्या ग्रंथांच्या आवडीपुढे क्षुद्र आहे असे इतिहासकार गिबन म्हणत असे. जर ग्रंथ वाचावयास मिळणार नसतील, तर मी राजासुद्धा होणार नाही असे इंग्लंडचा पंडित मेकॉले म्हणत असे. आपल्या आयुष्यातील जीवश्चकंठश्च ग्रंथरूपी मित्रांचा शेवटचा दुःखद निरोप घेतेवेळी सर वॉल्टर स्कॉट ढसढसा रडला. आपली दृष्टी जाणार या भीतीने आंबेडकर एकदा अतिशय रडले. कारण मग जीवित इतिश्री करीन असे ते म्हणत.

जेव्हा आंबेडकर एखादा ग्रंथ लिहून पूर्ण करीत तेव्हा त्यांना अपूर्व आनंद होई. आपले विचार ग्रंथात छापलेले पाहून त्यांना स्वर्गीय आनंद होई. आपल्या बुद्धिवैभवातून वाहिलेली ती पुस्तकरूपी गंगा पाहून त्यांना पुत्रजन्मापेक्षा अधिक आनंद होई. कर्ज निवारण्यासाठी जेफरसनने आपला ग्रंथसंग्रह अमेरिकन सरकारला विकला. आंबेडकरांनी आपला ग्रंथसंग्रह सहकाऱ्यांच्या अनिवार्य आग्रहामुळे आपल्या आवडत्या सिद्धार्थ महाविद्यालयाच्या उपयोगासाठी बिर्लांनी देऊ केलेल्या किमतीच्या निम्म्या रकमेत दिला. मानी नि महान मुत्सद्यांना आपण जास्त जगलो तर जीवन कसे कंठायचे याची भीती भेडसावत असावी. आंबेडकरांची आर्थिक परिस्थिती विशेष चांगली नव्हती. तथापि, नवी दिल्ली येथे त्यांच्या निवासस्थानी दुसरे एक ग्रंथालय फोफावले. ग्रंथ किती विकत घ्यावे याला सीमाच नसे.

मनुष्याच्या अंगी जे काही थोरपण येते ते त्याच्या अखंड उद्योगशीलतेतून, तपश्चर्येतून निर्माण होते. 'मी भोगलेल्या हालअपेष्टांची नि कष्टांची तुम्हांला कल्पना यायची नाही. दुसऱ्या एखाद्या मनुष्याचा त्यात समूळ नाश झाला असता.' असे त्यांनी एका वृत्तपत्रपंडिताला सांगितले, ध्येयासाठी अविरत परिश्रम केल्यामुळे मनुष्याला कार्य करण्याची अफाट शक्ती नि प्रशंसनीय नैतिक धैर्य

लाभते. आपल्या अंगी असलेली शक्ती वाढविण्यासाठी आंबेडकरांनी सर्व आयुष्यभर सायास केले, साधना केली. ती संपादन केलेली शक्ती गुलामगिरीत पडलेल्या आपल्या बांधवांच्या शृंखला तोडण्याच्या कार्यी व्यतीत केली. ते कार्य म्हणजे त्यांचा श्वासोच्छ्वास. त्यांच्या रक्ताच्या धमन्यांतून ते ध्येय वाहत होते. त्या ध्येयावर त्यांनी आपल्या सर्व ज्ञानाची शक्ती एकवटली होती. आपले सर्व सुख, उद्योगशीलता ही त्यांनी त्यासाठी वेचली होती. ते कृतिशील पंडित होते. पंडित राजकारणी होते. ज्ञानाशिवाय कृती आंधळी असते. आंबेडकरांच्या ठायी ज्ञान नि कृती यांचा संगम झाला होता. त्यांनी विद्वानांच्या जगात नि राजकारणात प्रभाव पाडला. त्यांचे ज्ञान अगाध होते. त्यांचे अनुभव नि शिक्षण नानाविध होते.

तीन महान व्यक्तींचा आंबेडकरांच्या जीवनावर आणि जीवितकार्यावर परिणाम झाला होता. महात्मा बुद्धाचे जीवन, महात्मा कबीराची शिकवण नि महात्मा जोतिरावांचे कार्य यांचा परिणाम त्यांच्या जडण-घडणीवर झाला. याच तीन महान व्यक्तींनी त्यांना आत्मिक शक्ती दिली. पाश्चिमात्य शिक्षणाने त्यांना शस्त्रे दिली. ज्ञानयोग नि व्यवहार हे दोन गुण अंगी बाणल्यामुळे आंबेडकर हे रानडे, भांडारकर, टिळक नि तेलंग यांच्या पंक्तीत बसतात. त्यांनी भारतीय विद्वत्तेचा झेंडा जगात लावला होता. टागोरांची गीतांजली, डॉ. रामन यांचे किरणांसंबंधी शास्त्रीय संशोधन, बोस यांचे वनस्पतीशास्त्रातले संशोधन, राधाकृष्णन् यांचे तत्त्वज्ञान यांनी जगास सुशोभित केले आहे, तसेच जगातील ज्ञानसंपत्ती वाढविली आहे. तथापि ती श्रेणी वेगळी होती. आंबेडकर हे व्यासंगी राजकारणी श्रेणीतला शेवटचा दुवा होते. हा वर्ग आता भारतात हळूहळू दिसेनासा होत आहे. वकील राजकारणी वर्गाचे सप्रू, जयकर, श्रीनिवास शास्त्री यांनी काही काळ राजकारण गाजविले. परंतु भरमसाट उत्पन्न असणाऱ्यांच्या पाठिंब्याने राजकारणात कर्तृत्व गाजवणारा वर्ग आता सर्वत्र प्रभाव पाडीत आहे. सत्ता काबीज करीत आहे. तरीसुद्धा लोकमान्य टिळक सोडून इतर व्यासंगी राजकारणी पुरुषांवर एका बाबतीत आंबेडकरांनी मात केली आहे. आंबेडकरांच्या आयुष्यात राजकीय वादळे झाली, त्यांनी राजकीय लढे लढविले. नि:शस्त्र प्रतिकाराच्या चळवळी केल्या. आवश्यक तेव्हा लढ्याच्या अग्रभागी ते स्वत: उभे राहिले. त्यांच्या मते संकटात अविचाराने उडी मारणे म्हणजे जीवन जगणे नव्हे. त्यांनी क्रूर हल्ल्यांना तोंड दिले. तडाख्याला तडाख्याने उत्तर दिले. परंतु केव्हा ? जेव्हा त्यांना बाहेर पडण्यास भाग पाडण्यात आले तेव्हा. जेव्हा त्यांना वाटे की आपण बाहेर पडलो नाही तर अस्पृश्यांची बाजू न मांडल्यामुळे नुकसान होईल तेव्हा. जेव्हा जेव्हा त्यांना फसवून ग्रंथसंग्रहालयातून बाहेर काढण्यात येई, जेव्हा जेव्हा ते

दिवंगत थोर पुरुषांशी चाललेल्या अमर संवादातून जागे होत आणि कृती करण्यास त्यांना भाग पडे तेव्हा एका क्षणात लढ्याला कोठे नि कसा आरंभ करावा हे त्यांना कळे. मग ते भीमगर्जना करून प्रतिपक्षाला शिबिराबाहेर रणसंग्रामासाठी बाहेर खेचीत.

यास्तव त्यांची भारतातील प्रभावी पुरुषांमध्ये गणना होई. त्यांना भारतातील दहाबारा पुरुषांपैकी आश्चर्यचकित करणारी व्यक्ती म्हणून जग ओळखे. भारताच्या शूरांतील एक शूर पुत्र म्हणून त्यांचा उल्लेख करण्यात येई. काहींना तर आंबेडकर हे जगातील एक पहिल्या श्रेणीचे बुद्धिमान पुरुष आहेत असे वाटे. आणि खरोखर ते एक महान पुरुष होते. ते नावाप्रमाणे भीमपुरुष होते. आंबेडकरांविषयी विचार करणे म्हणजे एखाद्या प्रचंड पर्वताची आठवण करणे होय असे काहींचे मत होते. ज्ञानगंगोत्रीचा तो अपार ठेवाच वाटे. विद्वत्ता आणि राज्यशास्त्र यात ते जगातील कोणत्याही महान राजकारणी नि विद्वान पुरुषांची बरोबरी करू शकत. ज्यांना आपल्या विद्वत्तेची नि राज्यशास्त्रातील पारंगतेची घमेंड होती ते ज्ञानाचे डोंगर पचविलेल्या आंबेडकरांच्या राजगृहात अखंडपणे चाललेल्या ज्ञानयज्ञाच्या प्रकाशाच्या झोतात आपल्या ज्ञानाची पणती निस्तेज झालेली पाहून नतमस्तकाने बाहेर पडत. आंबेडकर हे व्यासपीठावर, विधिमंडळात नि लोकसभेत प्रभावी वक्ते म्हणून लौकिक पावले. विजेचे झटके देणारे नि प्रतिस्पर्ध्यांनी गोंधळून जावे इतक्या निकराने त्यांचे भाषण प्रतिस्पर्ध्यावर गोळ्यांची फैर झाडीत असे. बर्कसारखे त्यांचे वक्तृत्व अष्टपैलू नव्हते. सरळ, साध्या नि आवेशपूर्ण अशा त्यांच्या वक्तृत्वाला एक आगळीच गोडी होती. आपल्या व्यासंगामुळे संपादन केलेला आत्मविश्वास नि विषयांचा संपूर्ण अभ्यास, भाषेवर प्रभुत्व या बळामुळे त्यांच्या निर्भय सल्ल्याला एक प्रकारची धार येई. ते जे काही सांगत ते तत्त्व बरोबर आहे असा त्यांचा आत्मविश्वास असे. ज्यांना ते फटके लागत, ते म्हणत, 'आंबेडकरांचा आदेश नि झपाटा हा मूर्तिमंत उद्धटपणा आहे.'

अढळ विचाराच्या नि जीवितकार्यासाठी झटत असलेल्या पुरुषांना शत्रू असायचेच. त्याप्रमाणे आंबेडकरांनाही स्तुतिपाठक नि निंदक लाभले होते. वैयक्तिक प्रामाणिकपणाविषयी आणि निर्भय बौद्धिक प्रामाणिकपणाविषयी त्यांचा लौकिक होता. तरीसुद्धा कामाचे नि मालाचे पैसे देतेवेळी ते काही काही वेळा फार कंजूषपणा दाखवीत असत. हिशेब पूर्ण करण्यासाठी एखादी व्यक्ती गेली, म्हणजे ते तक्रारीच्या स्वरूपात सांगत की, 'तुमचे पैसे अगोदरच चुकते केलेले आहेत.' या म्हणण्यात केव्हा केव्हा थोडे तथ्यही असे. आणि पुष्कळदा पैसे

देण्याच्या पद्धतीत काही घोटाळे होत किंवा आजूबाजूच्या परिस्थितीमुळे अपसमज निर्माण होत. जरी त्यांचे सार्वजनिक आयुष्य स्फटिकासारखे शुद्ध होते तरी त्यांची निंदा करणारे नि त्यांच्याविरुद्ध छुपी, निंदाप्रचुर चोपडी प्रसिद्ध करणारे भेकड खलपुरुष होते. प्रत्येक मूर्तिभंजक देव्हाऱ्यातील जुन्या पिढ्यांच्या जुन्या मूर्ती फोडतो आणि आपण स्वत: त्यात जाऊन बसतो. बुद्ध स्वत: एक मूर्तिभंजक होता. परंतु त्याच्या मृत्यूनंतर त्याचे दैवतीकरण झाले. आणि त्याची अवतार म्हणून पूजा होऊ लागली. आंबेडकरांचे बोल म्हणजे अस्पृश्य जनतेचा वेद. त्यांनी आंबेडकरांचे दैवतीकरण केले आहे. प्रत्येक वर्षी आंबेडकर जयंतीच्या दिवशी पालखीतून आंबेडकरांच्या मूर्तीची व छायाचित्राची ते मिरवणूक काढतात. त्यांची जयंती त्यांच्या अनुयायांकडून मोठ्या भक्तिभावाने करण्यात येते. जशी रामकृष्ण, बुद्ध, गांधीजी, सावरकर, नेहरू यांची जयंती आणि टिळकांची पुण्यतिथी त्यांच्या भक्तांकडून साजरी होते तशीच त्यांचीही होते.

आपल्या लोकांवरील आंबेडकरांचा प्रभाव अढळ होता. त्याचे प्रत्यंतर अनेकदा येई. एकदा आंबेडकरांनी हिंदूंच्या दैवतांची पूजा करू नका अशी आज्ञा सोडली. काही काळ ही आज्ञा त्यांनी अक्षरश: व्रत म्हणून पाळली. परंतु चालीरीती नि परंपरा या रक्तात भिनलेल्या असतात. त्या सहजासहजी लहान झाडांसारख्या उपटून टाकता येत नाहीत. अज्ञानामुळे लोकांच्या मनातील भीती दुणावते. त्याप्रमाणे त्यांच्यापैकी बऱ्याच जणांना देवाच्या क्रोधाची भीती वाटू लागली. काहींनी पूर्ववत् हिंदू देवतांची पूजाअर्चा सुरू केली. अशांपैकी बाबासाहेबांचा एक भक्त एकदा बाबासाहेबांकडे येऊन म्हणाला, 'मला गणपतीची मूर्ती आणण्याची नि माझा नवस फेडण्याची परवानगी द्या.' त्या निष्पाप मनुष्याचे हृदय पाहून आंबेडकर किंचित् हसून म्हणाले, 'अरे, देवावर माझा विश्वास नाही असे तुला कोणी सांगितले ? जा, तुला आवडेल ते तू कर.' त्यावर त्या गरीब भक्ताने गणपती आणून आपला नवस फेडला. दुसरे उदाहरण. एका काँग्रेस मंत्र्याने एका आंबेडकरभक्ताला पहारेकऱ्याची नोकरी दिली. त्या पहारेकऱ्याच्या मुलाने बाबासाहेबांच्या विरोधकाकडे अन्न नि निवारा यासाठी आपला बाप गेला म्हणून त्याचे पितर उद्धरले. त्यावर तो पहारेकरी त्या मंत्र्याकडे पळत जाऊन अगदी हळूवारपणे म्हणाला, 'मी ही नोकरी करू शकत नाही. कारण ती याचना करून मिळविलेली नोकरी म्हणजे आमचा राजा आंबेडकर याच्याशी केलेला द्रोह होय !'

आंबेडकरांच्या ठायी एक आश्चर्यकारक गुणाची जोडी होती ती म्हणजे हट्टीपणा नि लवचिकपणा यांचा मनोहर संगम. त्यामुळे त्यांना जेव्हा जेव्हा संधी

साधता आली तेव्हा तेव्हा त्यांनी तोरणे बांधली. हा लवचिकपणाचा गुण राजकारणात तारक ठरतो. आंधळी भक्तीच मात्र स्वत:ला अढळ निष्ठेची 'सती' समजते. त्यांनी आपल्या अंगी ही जी लवचिकपणाची छटा बाणवली होती ती संधिसाधू वृत्ती नव्हती. कारण यशासाठी ते तत्त्वभ्रष्ट झाले नाहीत वा आपल्या सदसद्‌विवेकबुद्धीशी त्यांनी प्रतारणा कधीच केली नाही. मनुष्यास जागे करावयास पहाट दोनदा येत नाही. परिस्थितीचा आपल्या कार्यासाठी उपयोग करण्याची संधी आली म्हणजे तिचा उपयोग करण्याची त्यांची हातोटी अगदी और होती. आपल्या विशीतच त्यांनी आपल्या वडिलांच्या मित्राला जीवनात संधी एकदाच येते ह्या शेक्सपीयरच्या अमर वचनाची आठवण करून दिली होती. त्यांनी सायमन मंडळाशी सहकार्य केले म्हणून त्यांचा भारतीय राजकारणाच्या क्षितिजावर उदय झाला. गोलमेज परिषदेच्या घटना तयार करण्याच्या कार्यात त्यांनी अविरत परिश्रम घेतले म्हणून त्यांच्या ठायी असलेले घटनाशास्त्राचे ज्ञान विलसित झाले. महाराज्यपालांच्या कार्यकारी मंडळात काम केल्यामुळे कामगारांची परिस्थिती सुधारण्यासाठी त्यांना किती अखंड तळमळ राहून लागलेली होती हे दिसून आले. त्यांना राज्यकारभाराचा फार मोठा अनुभव मिळाला. त्यांनी भारताची राज्यघटना तयार करण्यासाठी अवाढव्य परिश्रम घेतले नि नेकीची कर्तृत्वशक्ती दाखविली. त्यामुळे त्यांना घटनापंडित म्हणून जागतिक कीर्ती लाभली. एका अपमानित अस्पृश्याचा मुलगा त्रिलोकी झेंडा कसा लावू शकतो, हे त्यांनी जगास दाखवून दिले. स्वयंप्रकाशित आणि स्वयंपराक्रमी आंबेडकरांच्या जीवनाची सकाळ धुळवडीने भरलेली होती. दुपार तेजस्वी होती. आणि सायंकाळ सोनेरी होती. हे क्रमप्राप्तच झाले.

आंबेडकरांनी हिंदू धर्मात राहण्याविषयीचा आपला लढा सोडून दिल्यावर म्हणा किंवा जसजसे त्यांचे विचार क्रांतिकारक होऊ लागल्यावर म्हणा, त्यांनी भगवद्‌गीतेचे प्रामाण्य झुगारून दिले. गीता हातात घेऊन त्यांनी शपथ कधीच घेतली नाही. गीता हा नीतितत्त्वाचा बेजबाबदार ग्रंथ आहे. त्यात सर्व प्रमादांची तडजोड केलेली आहे, असा त्यांनी आयुष्याच्या उत्तरार्धात विचारांती निर्णय ठरविला. धर्माच्या आवश्यकतेवर त्यांचा विश्वास होता. गरीब मनुष्य उदरनिर्वाहासाठी चोरीचा आसरा करीत नाही; कारण तो निर्बंधाच्या परिणामाला घाबरतो म्हणून नव्हे तर त्याच्या मनावर धर्माचा प्रभाव आहे म्हणून. धर्माचा संबंध थेट हृदयाशी असतो; निर्बंधाचा बुद्धीशी असतो, अशी त्यांची श्रद्धा होती. जीवनात भावना मोठे कार्य घडवून आणतात. म्हणून मनुष्याच्या घडणीत धर्माला मोठे स्थान आहे, असे ते म्हणत. आपल्या ठायी ज्या काही चांगल्या गोष्टी

आहेत ती धर्माची फळे आहेत, असा त्यांचा विश्वास होता.

आंबेडकरांचा देवावर विश्वास होता तो इतपतच. त्यांना वाटे की मनुष्याच्या जीवनाचे नियंत्रण करणारी कुठेतरी अज्ञात अशी शक्ती असावी. त्या अज्ञात शक्तीवरील विश्वास ते कधी कधी बोलून दाखवीत. एकदा ते एका लहान शहरातून जात असता त्यांची गाडी पुलावरून घसरून खालच्या मोठ्या दगडाच्या आधारामुळे नदीतील पाण्यावर लोंबकळत राहिली. त्यांच्या मोटारहाक्याने आणि त्यांनी डोळ्याचे पाते लवते न लवते तोच खाली उडी मारली. आणि ते भीतीने दगडासारखे अचल उभे राहिले. त्यांनी अदृश्य शक्तीस आपला जीव वाचविल्याबद्दल प्रार्थनापूर्वक धन्यवाद दिले. परत आल्यावर मुलगा नि पुतण्या यांना पोटाशी धरून त्यांनी म्हटले की, 'नियतीचे देणे आणि अदृश्य शक्तीची कृपा म्हणून माझा प्राण वाचला.' असे म्हणून ते आक्रंदून रडू लागले. आपला धर्मावर नि देवावर विश्वास नाही अशी जो घमेंड मारील त्याच्यावर आपला विश्वास बसणार नाही असे ते म्हणत असत. ज्यांचा ईश्वरावर नि धर्मावर विश्वास नव्हता आणि जे आंबेडकरांच्या राजकारणाचा अनुनय करण्यात गुंतले होते त्या समाजवाद्यांपुढे ही गहन समस्याच होती. निरीश्वरवादी बौद्धांपुढे हा एक मोठाच प्रश्न होता. बौद्ध धर्माच्या पुनरुज्जीवनाचा प्रत्यक्ष प्रचार करण्यास आरंभ केल्यावर ही अदृश्य शक्तीवरील श्रद्धा त्यांनी बुद्धाच्या मूर्तीपुढे सकाळ-संध्याकाळ प्रार्थना करून, त्याची पूजा करून बुद्धभक्तीत विलीन केली. कधी कधी ते भक्तिभावाने म्हणत की, अमुक गोष्ट माझ्या इच्छेप्रमाणे घडली तर बुद्धापुढे मी प्रार्थना करीन !

पहिल्या प्रतीच्या नेत्याला शोभेल अशा रीतीने त्यांनी प्रांताप्रांतांच्या प्रादेशिक भांडणांत भाग घेतला नाही. परंतु जेव्हा चर्चा निघे तेव्हा ते म्हणत, 'महाराष्ट्रीय लोकांनी देशद्रोहाचे पातक कधीही केलेले नाही.' आणि लंडनमधील देशभक्त महाराष्ट्रीय विद्यार्थ्यांच्या आदर्श वागणुकीची ते नेहमी उदाहरणे कथन करीत. तशाच आवेशात ते म्हणत की, 'महाराष्ट्रीय लोक संकल्पित पाकिस्तानला कधीही भीक घालणार नाहीत. कारण त्यांनी मुसलमानांचा लढाईमागून लढाईत धुव्वा उडविला आहे. तो गतकाल त्यांच्या स्मृतीत ताजा आहे.' मुंबईसह स्वतंत्र महाराष्ट्र झाला पाहिजे असा त्यांनी निर्भयपणे आग्रह धरला आणि महाराष्ट्रीयांनी या ध्येयापासून एक रेसभरही ढळू नये अशी त्यांना चेतावणी दिली होती.

आंबेडकर हे जनतेचे नेते होते. प्रागतिक पक्षाचा प्रभाव वरिष्ठ वर्गावर असे. टिळकांनी मध्यम वर्गाला कार्यान्वित केले नि आपले कार्य सामान्य

जनतेपर्यंत पोचविले. गांधीजींनी अखिल जनतेला कार्यप्रवृत्त केले. आंबेडकरांनी भारतीय समाजाचा निकृष्ट वर्ग जागा केला. आंबेडकरांनी टिळक, गांधीजी, नेहरू, सावरकर, सुभाष यांच्याप्रमाणे सर्व देशभर दौरे काढले. आपली मतप्रणाली जनतेपुढे मांडली. जीवितकार्यासाठी जन्म पावलेल्या महापुरुषांच्या मालिकेतील आंबेडकर हे एक महापुरुष होत. त्यामुळे त्यांचे जीवन एखाद्या संस्थेत मावण्यासारखे नव्हते. ते एका महान ध्येयाचे प्रतीक होते. खऱ्या नेत्याने जनतेच्या लहरीप्रमाणे वागू नये असे ते म्हणत. आंबेडकरांनी जनतेसमोर मोठ्या धैर्याने तिच्या उद्धाराचा मार्ग ठेवला. असले नेतृत्व लोहचुंबकाप्रमाणे परिणामकारक ठरते. परंतु त्याच्या कार्याचा संबंध पक्षसंघटनेपेक्षा भव्य ध्येयाशी अधिक निगडित असतो.

अर्थात आपल्या राजकीय पक्षाला आधुनिक पद्धतीने संघटित करण्याचा आंबेडकरांनी प्रयत्न केला नाही. व्यक्तीव्यक्तीमध्ये दुवे जोडून संघटन करण्याची त्यांच्या ठायी आवड राहिली नव्हती. त्यांनी वार्षिक परिषदा वा सभा योग्य वेळी भरवल्या नाहीत. ज्या संस्थांशी त्यांचा संबंध होता त्यांच्या सर्वसाधारण सभाही त्यांनी योग्य वेळी घेतल्या नाहीत. ते जेथे नि जेव्हा बसत ती जागा म्हणजे त्यांच्या परिषदेचे ठिकाण. आणि तीच रेंगाळत पडलेल्या प्रश्नांचा निर्णय घेण्याची वेळ. अध्यक्ष, कार्यवाह किंवा कार्यकारी मंडळ यांना तीच व्यवस्था नि तोच निर्णय मान्य करणे भाग पडे. त्यांच्या ठायी असलेल्या प्रामाणिकपणा, सामर्थ्य, त्याग आणि ज्ञान या गुणांमुळेच त्यांचे अनुयायी त्यांच्याकडे आकृष्ट झाले होते. कुटे नि गट बनविणे, कारस्थाने करून वृत्तपत्रांत आपल्या श्वासाचे प्रबंध जाहीर करणे किंवा एका सहकाऱ्याला दुसऱ्याच्या विरुद्ध उठविण्याचा क्षुद्र पाताळयंत्रीपणा करणे यात त्यांना रस वाटत नसे. जेव्हा आपले लोक आपल्या ध्वजाखाली गोळा व्हावयास पाहिजेत तेव्हा ते त्यांना बिगुल वाजवून स्फुरण देत. आणि तो पक्ष पावसाळ्यातील हिरवळीप्रमाणे उत्साहाने उभा राही. उन्हाळा आला की रखरखाट ! ध्वज बाबासाहेबांच्या अभ्यासिकेच्या कोनाड्यात उभा नि लोक आपल्या घरी स्वस्थ बसलेले !

२६

बौद्ध धर्माचे पुनरुज्जीवन

आयुष्याच्या शेवटी आंबेडकरांनी बौद्ध धर्माचा ध्वज हिंदुस्थानात उभारण्याचा निर्धार केला. बौद्ध धर्मने भारतात बाराशे वर्षांहून अधिक काळ वनवास भोगला होता. त्याला आता हिंदुस्थानात परत आणण्याचा त्यांनी जणू विडाच उचलला होता. त्यांनी बौद्ध धर्माचा ध्वज उभारला व त्यांचे लोक त्या ध्वजाच्या मागून जाऊ लागले. अशा प्रकारे आंबेडकरांच्या महाभारताचे हे शेवटचे पर्व सुरू झाले. १९५४ सालच्या डिसेंबर महिन्याच्या पूर्वार्धात आंबेडकर तिसऱ्या जागतिक बौद्ध परिषदेला उपस्थित राहण्याकरिता रंगूनला गेले. त्यांची पत्नी व त्यांचे वैयक्तिक निष्ठावंत कार्यवाह काशिराम विश्राम सवादकरही बरोबर होते. आंबेडकरांच्या प्रकृतीत विशेष सुधारणा झालेली नव्हती तरीही त्यांनी त्या परिषदेपुढे भाषण केले. भाषणाच्या पूर्वी काही क्षण ते सद्‌गदित झालेले दिसत होते. त्यांच्या डोळ्यांतून अश्रूंच्या धारा वाहू लागल्या होत्या. बौद्धिक, मानसिक आणि आध्यात्मिक दृष्ट्या त्यांच्या भावना उचंबळून आल्या होत्या. त्यांच्या भाषणाचा ओघ जसजसा पुढे सरकू लागला तसतसा त्यांचा चेहरा सतेज दिसू लागला. तो अधिकाधिक प्रफुल्लित होत असलेला दिसू लागला. आपल्या भाषणात बौद्ध धर्माच्या कार्याविषयी व प्रचाराविषयी त्यांनी जे चिंतनशील विचार मांडले त्यामुळे परिषद मंत्रमुग्ध झाली. ते म्हणाले, 'बौद्ध धर्म चालू असलेल्या देशांत सिलोन आणि ब्रह्मदेश हेच बौद्ध धर्माच्या दृष्टीने आघाडीवर आहेत. परंतु अलोट पैशाची उधळपट्टी बौद्ध धर्माच्या धार्मिक उत्सवासाठी व त्यातील सजावटीसाठी करण्यात येते. भपक्याला बौद्ध धर्मात थारा नाही. ब्रह्मदेशातील आणि सीलोनमधील बौद्धांनी आपले पैसे बौद्ध धर्माचा इतर देशात प्रचार आणि पुनरुज्जीवन करण्यासाठी खर्च करावेत.'

आव्हान देणाऱ्या ज्ञानाने संपन्न असणाऱ्या आंबेडकरांनी बौद्ध धर्माच्या विरोधकांना आपल्याशी वादविवाद करावयास यावे असे त्या वेळी आव्हान दिले. ते पुढे म्हणाले, 'मी सर्व पंडितांचा या बाबतीत पराभव करीन. हिंदू धर्मावर बौद्ध

धर्माचे दूरवर परिणाम झाले आहेत. आणि गोरक्षण हा बौद्ध धर्माच्या अहिंसेचाच एकप्रकारे विजय आहे.'

आंबेडकरांनी असे जाहीर केले की, 'मीसुद्धा हिंदुस्थानात सर्व दृष्टीने पूर्वतयारी झाल्यावर बौद्ध धर्माचा प्रचार करणार आहे. राज्यघटना बनवीत असता त्या दृष्टीने अनुकूल होतील अशा कलमांचा मी अंतर्भाव केलेला आहे.

'पाली भाषेच्या अभ्यासासच उत्तेजन मिळण्याची तजवीज मी करून ठेवलेली आहे. दिल्ली येथील राष्ट्रपती भवनाच्या दर्शनी भागावर बौद्धधर्मीय ग्रंथांतील एक सुभाषित कोरलेले आहे. अशोकचक्र भारताच्या ध्वजावर झळकत आहे. ती माझीच कामगिरी आहे. भारत सरकारने बुद्धजयंतीची सुटी जाहीर केली हे मुख्यत: माझ्याच प्रयत्नांचे फळ आहे. ह्या गोष्टी अविरोध घडवून आणल्या याविषयी मला अभिमान वाटतो. ह्या गोष्टी मान्य करून घेताना लोकसभेत मी इतके मधुर आणि परिणामकारक विवरण केले की त्या तिला मान्य झाल्या. बौद्ध धर्माच्या परिषदेला उपस्थित असलेल्या अठरा राष्ट्रांच्या प्रतिनिधींपैकी कोणीही अशी प्रगती केलेली नाही. शिवाय मुंबई येथे एक आणि औरंगाबाद येथे एक अशी दोन महाविद्यालये मी स्थापन केली आहेत. तेथे ३४०० विद्यार्थी अध्ययन करीत आहेत. बौद्ध धर्माच्या अभ्यासाला मी तेथे चालना आणि उत्तेजन देणार आहे. बौद्ध धर्म आमच्या मायभूमीतून नाहीसा झाला आहे याविषयी मला दु:ख होते. जर पैशांचे भरपूर साह्य झाले तर बौद्ध धर्म हिंदुस्थानात पसरविता येणे शक्य आहे. त्यासाठी आवश्यक असलेली मनोभूमी आता तयार आहे. तरीसुद्धा ते ध्येय मी तुमच्या साह्याने किंवा त्याविनाही गाठू शकेन.'

भारतात परत आल्यावर पुढे लौकरच आंबेडकरांनी पुण्याजवळील देहू रोड येथील नवीन बांधलेल्या बुद्धविहारामध्ये बुद्धाच्या मूर्तीचे अनावरण केले. त्यांनी ती मूर्ती रंगूनहून आणली होती. बुद्धाच्या मूर्तीची बाराशे वर्षांनंतर भारतात प्राणप्रतिष्ठा करण्याचा मान आपल्या दलित समाजाचा आहे असे त्यांनी त्या वेळी मोठ्या अभिमानाने सांगितले. ही फार महत्त्वाची अशी घटना आहे आणि त्याची इतिहासात नि:संशय नोंद होईल असे त्यांनी सांगितले. बौद्ध धर्माच्या प्रचाराकरिता मी माझे आयुष्य व्यतीत करीन असे त्यांनी जाहीर केले. त्या वेळी ते आणखी म्हणाले, 'बौद्ध धर्मावर सामान्य माणसांसाठी सोप्या भाषेत मी एक ग्रंथ लिहीत आहे. तो पूर्ण होण्यास एक वर्ष लागेल. तो पूर्ण झाल्यावर मी बौद्ध धर्माचा स्वीकार करीन.' त्या भाषणात आपल्या श्रोत्यांना डॉ. आंबेडकरांनी असे सांगितले की, 'पंढरपूरच्या विठोबाची मूर्ती ही वस्तुत: बुद्धाची आहे. आणि या विषयावर मला एक प्रबंध लिहावयाचा आहे. तो पूर्ण झाल्यावर पुणे येथील भारत संशोधन

मंडळाच्या पुढे मी तो वाचणार आहे. विठोबाचे पांडुरंग हे नाव पुंडरीक या शब्दापासून बनलेले आहे. पुंडरीक म्हणजे कमळ आणि कमळालाच पालीमध्ये पांडुरंग म्हणतात. म्हणजे पांडुरंग दुसरा कोणी नसून बुद्धच होय.' आपल्या भाषणात त्यांनी तर्कतीर्थ लक्ष्मणशास्त्री जोशी यांनी लिहिलेल्या एका लेखाचा उल्लेख केला. त्यात जोशी म्हणाले होते की, आंबेडकरांचे जीवितकार्य आता संपुष्टात आले आहे. लक्ष्मणशास्त्री जोश्यांसारख्या पंडिताने असे विचार व्यक्त करावेत याविषयी त्यांच्या मनाला खेद वाटला. आणि आताच कोठे आपल्या जीवितकार्याला उत्साहाने सुरुवात होणार आहे असे ते म्हणाले.

मार्च १९५५ मध्ये लोणावळे येथे असताना आंबेडकरांनी आपला पांडुरंगावरील - पंढरीच्या विठोबावरील - प्रबंध लिहिण्यास सुरुवात केली. त्यांनी वहीची फक्त चारपाच पानेच लिहिली होती. पुढे प्रबंध अपुराच राहिला. १९५५ सालच्या आरंभी आंबेडकर हे बौद्ध धर्म स्वीकारणार आहेत अशी बातमी पसरली. कलकत्त्यामधील महाबोधी सोसायटीचे कार्यवाह देवप्रिय वालीसिंह यांनी आंबेडकरांनी मे १९५६ मध्ये धर्मांतर करायचे ठरविले म्हणून त्यांचे हार्दिक अभिनंदन केले. वालीसिंह म्हणाले, 'मानवजातीचे एक मोठे हितकर्ते अशी आंबेडकरांची इतिहासात नोंद होईल. जर सहा कोटी दलित वर्गाच्या लोकांनी बौद्ध धर्म स्वीकारला तर या देशाला नवीन जीवन लाभेल आणि तो आपली जलद गतीने प्रगती करील.' आंबेडकर बौद्ध धर्माचे एक महान योद्धे म्हणून बाहेर पडताच भारतातील अनेक बौद्ध संस्थांनी व्याख्यान देण्यासाठी त्यांना आग्रहाची आमंत्रणे पाठविली.

एका ख्रिश्चन धर्मोपदेशकाने येशू ख्रिस्ताच्या शुद्ध आणि तेजस्वी चरित्राविषयी गंभीर विचार करावा, अशी आंबेडकरांना विनंती केली. त्या ख्रिश्चन धर्मोपदेशकाने आंबेडकरांच्या कार्याविषयी व व्यक्तिमत्त्वाविषयी पुष्कळ गोष्टी युरोपमध्ये ऐकल्या होत्या. 'काँग्रेस आणि गांधी यांनी आम्हांस कसे वागविले' ह्या आंबेडकरकृत ग्रंथातील स्पष्टोक्ती आणि कळकळ पाहून त्यांचे ख्रिश्चन हृदय भारावले आणि लोभावले होते.

बौद्ध धर्माच्या प्रचाराला आंबेडकरांनी आता चांगलीच गती दिली. त्यांनी देवप्रिय वालीसिंह यांना कळविले की, 'धर्मदीक्षेच्या समारंभासाठी आपण एक संस्कारपद्धती तयार केली आहे. बौद्ध धर्माची दीक्षा घेताना प्रत्येकाला ते संस्कार करावे लागतील. कारण माझे असे ठाम मत झाले आहे की, 'सर्वसामान्य अज्ञ माणसांचे धर्मांतर हे मुळी धर्मांतरच नव्हे. ती नुसती नामधारी गोष्ट होते. हिंदुस्थानातून बौद्ध धर्म नाहीसा झाला याचे कारण असे की, अज्ञ लोकांनी

आपल्या मनाच्या अनिश्चित धोरणामुळे बुद्धाच्या पूजेबरोबर बौद्ध धर्मात आपल्या पूर्वजीवनात ब्राह्मण असलेल्या व्यक्तींनी घुसडलेल्या दुसऱ्या देवदेवतांची पूजाही मांडली. म्हणून बौद्ध धर्माची दीक्षा घेताना एक विशिष्ट समारंभ केला पाहिजे.'

याच सुमारास त्यांनी एका महत्त्वाच्या प्रश्नाचा अभ्यास सुरू केला होता. सरकार महाविद्यालयांना जे अनुदान देते त्याविषयी निरनिराळ्या राज्यांत प्रचलित नियम कोणते आहेत नि त्यांत सरकारने कोणत्या सुधारणा केल्या पाहिजेत याविषयी आपले मत ते अभ्यासाने बनवीत होते. त्यासाठी निरनिराळ्या राज्यांतील अधिकाऱ्यांना आपणांस ती माहिती पाठविण्याविषयी ते पत्रव्यवहार करीत होते. चिकाटीची अखंड उद्योगशीलता, व्यासंगप्रियता आणि अदम्य उत्साह यांशिवाय जगात कोणीही भरीव लोकोपयोगी कार्य करू शकत नाही. आंबेडकरांची उद्योगशीलता आणि व्यासंग ही अशी गंगा नदीप्रमाणे अखंड वाहत असे.

डॉ. आंबेडकरांनी १९५५ सालच्या आरंभी दुसरी एक घोषणा केली. भारतात बौद्ध धर्माचा प्रचार करण्यासाठी बंगलोर येथे एक बौद्ध वादकथासभा (सेमिनरी) काढावयाचे त्यांनी ठरविले. ह्या सभेच्या इमारतीसाठी म्हैसूरच्या महाराजांनी, जेव्हा जून १९५४ मध्ये आंबेडकर त्यांना भेटले तेव्हा पाच एकर जागा देण्याचे मान्य केले होते. ब्रह्मदेशाला दिलेल्या दोन भेटींतून ही गोष्ट निष्पन्न झाली. जागतिक बौद्ध मंडळ आणि बौद्ध शासन मंडळ ह्या दोन संस्थांनी आंबेडकरांना आर्थिक आणि तांत्रिक मदत देण्याचे अभिवचन दिले होते. लवकरच वर्गणी गोळा करावयास आपण बाहेर पडू अशी त्यांनी घोषणा केली. वादकथासभेच्या आसपास देवळे आणि वर्ग यांची सोय करण्यात येईल. तेथे एक मोठे वाचनालय, शिक्षक, विद्यार्थी आणि संशोधक पंडित यांच्यासाठी एक धर्मशाळा आणि जगातील निवडक पंडितांनी बौद्ध धर्मावर लिहिलेले ग्रंथ छापण्यासाठी एक मुद्रणालय, अशी व्यवस्था करण्यात येईल, असे त्यांनी जाहीर केले.

ही घोषणा करण्यापूर्वी टोकियोतील डॉ. फेलिक्स वायली यांच्याशी त्यांचा पत्रव्यवहार सुरू होता. टोकियो येथे होणाऱ्या गोलमेज परिषदेत आंबेडकरांनी भाग घेऊन 'भारतीय तत्त्वविचाराचे मूळ' या विषयावर बौद्ध धर्म आणि जैन धर्म यांच्या संदर्भात एक प्रबंध वाचावा अशी आंबेडकरांना विनंती केली होती. टोकियोत भरणाऱ्या परिषदा 'आंतरराष्ट्रीय सांस्कृतिक संपर्क सभा' या संस्थेच्या विद्यमाने भरवल्या जाणार होत्या. ही संस्था जपानी सरकारच्या पाठिंब्याने निघालेली होती. 'तुम्ही या गोलमेज परिषदेत भाग घेणे हे अत्यंत

महत्त्वाचे आहे. भारतातील एक बौद्ध पुढारी म्हणून तुमचे नाव जपानमध्ये सर्वत्र विख्यात आहे. तुमची जागतिक कीर्ती आमच्या कार्याला जागतिक महत्त्व देईल,' असे डॉ. फेलिक्स वायली यांनी आंबेडकरांना लिहिले. डॉ. फेलिक्स यांनी आपल्या पत्रात आंबेडकरांकडे अशी विचारणा केली की, 'ज्या अमेरिकन श्रीमंत बाईने तुम्हांला बौद्ध धर्माच्या प्रसाराकरिता पैसे देऊ केले आहेत ती बाई बंगलोर येथे निघणाऱ्या संस्थेमध्ये सांस्कृतिक इतिहास, तत्त्वज्ञान आणि धर्म यांचा तुलनात्मक अभ्यास करण्यासाठी त्या पैशाचा उपयोग करावयास देईल की नाही ?' म्हैसूरच्या महाराजांकडून आंबेडकर जमीन मिळवू शकले की नाही ह्याविषयी त्यांनी पत्रातून विचारणा केली.

मुंबईतील कौन्सल जनरल यांनी जपानच्या परराष्ट्रीय खात्याच्या आदेशानुसार आंबेडकरांना पत्र लिहिले. त्यात ते म्हणाले की, 'जपान आणि भारत यांमध्ये विद्यार्थ्यांची देवघेव करण्याची शक्यता आहे की काय आणि तसे झाले तर भारतातील जपानी विद्यार्थ्यांचा खर्च जपानमधल्या 'आंतरराष्ट्रीय सांस्कृतिक संपर्क सभा' ह्या संस्थेकडून करण्यात येईल आणि जपानमधील भारतीय विद्यार्थ्यांचा खर्च बंगलोर जेथे जी आंबेडकरांच्या सल्ल्यावरून 'भारत-जपान सांस्कृतिक सभा' स्थापन होईल तिच्या वतीने करण्यात येईल.' आपल्या पुढील पत्रात जपानी कौन्सल जनरल यांनी आंबेडकरांना असे सुचविले की, आंबेडकरांनी डॉ. फेलिक्स वायली यांची जेवणाखाण्याची आणि राहण्याची व हिंदुस्थानला परत येण्याच्या तिकिटाची सोय करावी. आंबेडकरांनी उत्तर दिले की, 'डॉ. फेलिक्स यांना साह्य करण्यास मी असमर्थ आहे. आणि तो खर्च करील असा कोणीही माणूस येथे आढळत नाही; कारण बौद्ध धर्माचे कट्टर अनुयायी या देशात जवळजवळ नाहीत.'

आंबेडकरांनी डॉ. फेलिक्स यांना कळविले की, 'तुम्ही उल्लेखिलेली अमेरिकन बाई ही बौद्ध नाही. तिला बौद्ध धर्माची गोडी नाही.' त्यावर डॉ. फेलिक्स यांनी आंबेडकरांना अशी सूचना केली की, बौद्ध धर्माचा आणि जैन धर्माचा अभ्यास करण्यासाठी बंगलोर येथे उभारण्यात यावयाची ती संस्था पुण्यातच स्थापन व्हावी असा आग्रह धरणाऱ्या रतनचंद हिराचंद यांना भेटावे. तथापि, पुणे हे प्रतिगामी ब्राह्मणांचे केंद्र असल्यामुळे आपल्या कार्यासाठी ते स्थळ अनुकूल नाही अशी डॉ. फेलिक्स यांनी भीती व्यक्त केली. ज्याप्रमाणे टोकियोत एक संस्था उभारण्यात आली आहे त्याप्रमाणे भारत-जपान संस्था हिंदुस्थानात उभारण्याचा डॉ. फेलिक्स यांचा उद्देश होता. त्याप्रमाणे त्यांनी पं. नेहरू व डॉ. राधाकृष्णन यांना याविषयी पत्रे लिहिली.

बँक ऑफ जपानचे राज्यपाल हिसोटा इथिनादा हे त्या वेळी टोकियोतील भारत- जपान संस्थेचे अध्यक्ष होते. त्यांनी डॉ. फेलिक्स यांना असे लिहिले की, 'दुसऱ्या महायुद्धाच्या वेळी जपान्यांची भारतामध्ये जप्त केलेली मालमत्ता जपानी मालकांना भारताचे पंतप्रधान पं. नेहरू देऊ इच्छीत आहेत. मात्र त्यांची अट अशी आहे की त्या पैशांतील काही भाग भारत आणि जपान ह्यांमध्ये निकटचे सांस्कृतिक संबंध जोडण्याच्या कामीच खर्च करण्यात यावा.' डॉ. आंबेडकरांनी उत्तर दिले की, 'भारत पूर्वीप्रमाणेच आताही बुद्धाच्या पुनरागमनाला अनुकूल नाही.' एप्रिल १९५५ मध्ये डॉ. फेलिक्स आंबेडकरांना दोन जपानी विद्वानांच्या समवेत भारतात येऊन भेटले. डॉ. फेलिक्स यांच्या मुंबईतील भेटीत एक प्रकरण घडले. मुंबईतील सिद्धार्थ महाविद्यालयाच्या विद्यार्थ्यांसमोर बौद्ध धर्मावर भाषण करीत असताना डॉ. फेलिक्स यांनी काही विधाने केली. पाहुण्यांचे आभार मानताना सिद्धार्थ महाविद्यालयातील इतिहासाचे प्रा. डॉ. केणी यांनी डॉ. फेलिक्स यांच्या विधानांवर जाता जाता टीका केली. त्याचा परिणाम असा झाला की, सिद्धार्थ महाविद्यालय हे पीपल्स एज्युकेशन सोसायटीचे महाविद्यालय असल्यामुळे आणि त्या संस्थेचे अध्यक्ष डॉ. आंबेडकर असल्यामुळे त्यांनी डॉ. केणी ह्यांना प्राध्यापकपदावरून दूर केले. प्राध्यापकाच्या बडतर्फीला प्राध्यापकाने पाहुण्यांचे आभार मानताना सभेचे शिष्टाचार पाळले नाहीत हे कारण झाले, की पीपल्स एज्युकेशन सोसायटीचे अध्यक्ष डॉ. आंबेडकर यांना डॉ. केणी यांनी केलेली बौद्ध धर्मावरील टीका सहन झाली नाही म्हणून त्यांना बडतर्फी मिळाली, हे समजणे कठीण आहे.

डॉ. आंबेडकर यांची भारताचे गृहमंत्री पं. गोविंद वल्लभपंत यांच्याशी राज्यसभेत एक शाब्दिक चकमक उडाली. जमिनीचा ताबा घेतेवेळी पोलीस सत्ता आणि राज्यातील सर्व जमिनीवरील राज्याची सत्ता यांमध्ये फरक कोणता आहे, हे ठरविण्याच्या उद्देशाने त्या वेळी राज्यघटनेत दुरुस्ती विधेयक आणण्यात आले होते. त्यासंबंधी चर्चा सुरू होती.

ते विधेयक अगदीच सामान्य व क्षुद्र आहे, असे आंबेडकरांनी त्याचे वर्णन केले. ते पुढे म्हणाले, 'मूलभूत हक्कांवर असे अतिक्रमण करण्यापेक्षा सरकारने जमीन ताब्यात घेण्याविषयी सध्याच्या प्रचलित निर्बंधांऐवजी एक योग्य असा निर्बंध करून जमिनीसंबंधी योग्य ती भरपाई देण्यासाठी लोकसभेला कायमचा अधिकार देऊन टाकावा. राज्यघटनेत एकसारखे फरक केल्यामुळे अनिश्चिती निर्माण होईल आणि सामाजिक मूल्यांमध्ये अस्थिरता निर्माण होईल.' त्यांनी सभागृहाला सांगितले की, 'घटनेचे ३१ वे कलम हे राज्यघटना तयार करणाऱ्या

उपसमितीचे काम नसून ते पटेल, नेहरू आणि पंत या तिघांमधील तडजोडीचे फळ आहे. पटेलानी जमिनीबद्दल नुकसानभरपाई द्यावी असे मत दिले. नेहरूंनी त्याला विरोध केला. पंतांनी सुवर्णमध्य साधला.'

आंबेडकरांनी घटनेत पहिली दुरुस्ती सुचविणारे विधेयक मांडताना जे भाषण केले होते त्यातील उतारे वाचून पं. पंत खवचटपणाने म्हणाले की, 'विरोधी पक्षात बसलेले डॉ. आंबेडकर यांच्यापेक्षा विधिमंत्री डॉ. आंबेडकर यांच्या संगतीत चूक करणे आम्हांला अधिक आवडेल.' आंबेडकरांनी त्या विधेयकावर केलेली जोरदार चर्चा पाहून पं. पंत आंबेडकरांना चिमटा घेत म्हणाले, 'आंबेडकरांची प्रकृती चांगली ठणठणीत झाली आहे याविषयी मला खात्री वाटते आणि इतर बाबतींतही त्यांची सुधारणा लवकर होईल अशी मी आशा व्यक्त करतो !'

मे महिन्यात आंबेडकरांनी मुंबईत 'भारतीय बौद्धजन समिती' स्थापन केली. तिचे इंग्रजी नाव 'बुद्धिस्ट सोसायटी ऑफ इंडिया' असे होते. आपल्या अनुयायांपैकी निवडक कार्यकर्ते घेऊन ही संस्था त्यांनी सुरू केली. पुढे बाबासाहेबांनी बौद्ध धर्माची दीक्षा घेतल्यावर त्या संस्थेचे 'भारतीय बौद्ध महासभा' असे नामकरण केले.

जुलै महिन्याच्या शेवटी आंबेडकरांनी 'मुंबई राज्य कनिष्ठ गावकामगार असोसिएशन' स्थापन केली. महार वतनाचा प्रश्न सोडविण्यासाठी हा शेवटचा प्रयत्न होता. सरकारवर न्यायालयात फिर्याद दाखल करावयाची होती. इतक्यात सरकारनेच महार वतने नष्ट करण्याचा प्रश्न हाती घेतला. शेवटी १९५९ साली काँग्रेस पक्षाने शतकानुशतके चालत असलेल्या ह्या गुलामगिरीस मूठमाती दिली. दलित (शेड्यूल्ड कास्ट) फेडरेशनच्या कार्यकारी मंडळाची डॉ. आंबेडकरांच्या अध्यक्षतेखाली २७ ऑगस्ट १९५५ रोजी बैठक झाली. त्या वेळी संमत झालेल्या एका ठरावात कार्यकारी मंडळाने लोकसभा, राज्यमंडळे, जिल्हा परिषदा यांतून अस्पृश्य वर्गांना दिलेले खास प्रतिनिधित्व रद्द करण्यात यावे अशी मागणी केली. त्या खास सवलती बंद करण्याची वेळ आली आहे आणि अशा सवलतींची आवश्यकता नाही, असे कार्यकारी मंडळाने जाहीर केले. आंबेडकरांनी मागासलेल्या वर्गाच्या स्थितीची चौकशी करणाऱ्या मंडळापुढे साक्ष देताना तसेच विचार मांडले होते. सार्वत्रिक निवडणुकीमध्ये उडालेल्या धुव्व्यामुळे त्यांचे मन उद्विग्न झाले हाते. काँग्रेसच्या हरिजन उमेदवारांच्या उंदरांनी दलित फेडरेशनच्या सिंहाची दाढी त्याच्या गुहेतच पिरगळली होती. दलित फेडरेशनने आणखी एक ठराव करून गोवा हिंदुस्थानला जोडण्याविषयी पाठिंबा दिला. त्याच बैठकीत

कार्यकारी मंडळाने पक्षाची नवीन घटना स्वीकृत केली. तसेच पां. न. राजभोज यांच्याऐवजी खोब्रागडे यांची कार्यवाह म्हणून नेमणूक केली. १० वर्षे सतत काम केल्यानंतर राजभोज यांनी आपल्या नेत्याला सोडताना आंबेडकरांनी अवैध रीतीने अध्यक्षपदाचे अधिकार बळकाविले आहेत आणि आंबेडकर हुकूमशहा वृत्तीने वागतात, असे जाहीर केले. आंबेडकरांच्या विवाहानंतर ते आपल्या पक्षापासून तोडले गेले अशी राजभोज यांनी तक्रार केली. आपण निष्ठा देऊनही आंबेडकरांनी आपल्याला बाहेर फेकून दिले अशी शिवराज यांनीही त्या वेळी कुरबूर केली होती.

मे १९५५ पासून आंबेडकरांची प्रकृती अधिक द्रूत गतीने ढासळू लागली. डॉक्टरांच्या सल्ल्यावरून त्यांचे दात यापूर्वीच काढण्यात आले होते. उठताना आणि घरात चालताना त्यांना आधार लागत असे. श्वासोच्छ्वास करतानाही त्यांना दम लागे. त्यांना प्राणवायू देण्यासाठी प्राणवायूचे यंत्र आणण्यात आले होते. त्यांना मधून मधून प्राणवायू देण्यात येई. परंतु आपले अनुयायी भीतीने गोंधळून जातील अशी त्यांना भीती वाटत असल्यामुळे प्राणवायूचे हे प्रकरण त्यांच्याच आज्ञेवरून गुप्त ठेवण्यात आले. पुढे पुढे त्यांना आठवड्यातून दोनदा प्राणवायू देण्यात येई. हिवाळ्यात त्यांच्या शरीराला यंत्राने ऊब देण्यात येई. विद्युतस्नानही त्यांना कधी कधी घालण्यात येई. त्यांची पत्नी डॉ. सौ. सविताबाई आंबेडकर आणि त्यांना औषधोपचार करणारे डॉ. मालवणकर यांनाच फक्त हे प्राणवायूचे गुपित माहीत होते. बाबासाहेबांचे वैयक्तिक कार्यवाह आणि काही जवळचे भक्त यांना त्यांच्या या शारीरिक अवस्थेची माहिती होती. जरी आंबेडकरांनी तीव्र नापसंती दाखविली तरी त्यांना हिवाळ्याच्या दिवसांत थोडी ब्रँडी आणि उन्हाळ्यामध्ये जेवणापूर्वी थोडी बीअर देण्यात येई. प्रकृतीत सुधारणा व्हावी ह्या हेतूने पण डॉक्टरांच्या सल्ल्यावरूनच ही व्यवस्था केलेली होती.

पाश्चिमात्य पद्धतीचे जेवण त्यांना देऊन पाहिले. परंतु त्यांना ते मानवेना. त्यासाठी केलेली व्यवस्था मोडण्यात आली. बाबासाहेबांचे वजन फारच कमी झाले. त्यांच्या शरीराचा भव्य बांधा आता अवकळल्यासारखा दिसे. म्हणून त्यांचे कपडेसुद्धा शिंप्याकडून पुन्हा दुरुस्त करून घेण्यात आले. बाबासाहेबांची प्रकृती तपासण्यासाठी डॉक्टर लोकांचे एक मंडळ नेमावे ही बाबासाहेबांच्या सहकाऱ्यांची इच्छा बरीच अपूर्ण राहिली.

ह्या मानसिक आणि शारीरिक परिस्थितीत असताना आंबेडकरांनी स्वत: आपल्या जीवनातील मोठा आधार असलेला एक खांब निर्दयपणे निखळून टाकला. बाजीप्रभूच्या निष्ठेने ज्या सहकाऱ्याने आंबेडकरांची तीस वर्षांपेक्षा

अधिक काळ सेवा केली होती. त्याच्याशी त्यांनी एकाएकी संबंध तोडले. आपल्या धन्याच्या जीवितकार्यामध्ये मोठ्या निष्ठेने आणि नि:स्वार्थीपणे ज्यांनी अष्टौप्रहर जिवाचे रान केले त्या चित्र्यांना त्यांनी निर्दयपणे दूर लोटले. यापूर्वीच काही सहकाऱ्यांशी त्यांनी ताटातूट केली होती. त्यांनी काही सहकाऱ्यांना तर प्रतिपक्षांत निर्दयपणे लोटले होते. शिवतरकर सोडून गेले. 'परमप्रिय' दत्तोबा 'श्रीयुत' झाले. आणि आता तर आंबेडकरांच्या सर्वांगीण कार्याची धुरा वाहणाऱ्या कमलाकांत चित्र्यांना दूर लोटल्यामुळे जुन्या आणि निष्ठावान सहकाऱ्यांच्या साखळीतील सर्व दुवे जवळजवळ नाहीसे झाले. त्यांच्या आजारीपणातील शेवटच्या दिवसांत त्यांच्या सभोवताली असणाऱ्या कारस्थानी व महत्त्वाकांक्षी मनुष्यांनी बाबासाहेबांना जवळजवळ कोंडूनच ठेवले होते. त्यामुळे चित्र्यांचा बळी पडला. महापुरुषाची पत्नी होणे हे एक दिव्यच असते. परंतु महापुरुषाचा कार्यवाह होणे ही एक खचितच सत्त्वपरीक्षा आहे. त्याला स्वत:ला अत्यंत मानसिक यातना भोगाव्या लागतात किंवा स्वत: संबंधीचे अपसमज मुकाटपणे सहन करावे लागतात. कमलाकांत चित्र्यांच्या बाबतीत असेच घडले.

आंबेडकरांची प्रकृती बिघडली होती. त्यांच्या शिक्षणक्षेत्रातील कार्याला पैशाची नेहमी तूट पडे. त्या विवंचनेमुळे त्यांना त्रास होई. पैसे मिळविण्यासाठी त्यांची धडपड चालू असे. विद्यामंदिरांसारख्या पवित्र संस्थांना केवळ पैशासाठी चारित्र्यहीन धनिकांची नावे देणे ही कल्पनाच त्यांना असह्य वाटे. ते त्यांनी अनेकदा उघड बोलूनही दाखविले. म्हणून साह्यासाठी त्यांना अनेक ठिकाणी खटपट करावी लागे. त्यांनी मुंबईहून ५ ऑगस्ट १९५५ या दिवशी, प्रकृतीवर औषधोपचार चालले असतानासुद्धा पंतप्रधान नेहरूंना एक पत्र लिहून आपल्या शिक्षणसंस्थेला पैसा मिळण्यासाठी जे विनंतिपत्रक काढले होते त्यावर सही करण्यास विनंती केली. त्याप्रमाणे नेहरूंनी त्यांना संदेश पाठविला. परंतु नेहरूंच्या त्या मूळ संदेशात आपण सुचविलेला आणखी एक परिच्छेद घालून पुन्हा एक संदेश पाठवावा अशी त्यांनी नेहरूंना फिरून विनंती केली. पं. नेहरू रशियाहून सुरक्षित परत आल्याबद्दल त्यांनी त्याच पत्रात त्यांचे अभिनंदन केले. १९५५ सालच्या नोव्हेंबरमध्ये आंबेडकरांनी अमेरिकेत प्राध्यापक म्हणून काम करीत असलेले आपल्या महाविद्यालयाचे पूर्वीचे प्राध्यापक आणि बौद्ध धर्माचे एक व्यासंगी पंडित बा. गो. गोखले यांना तेथे काही विश्वस्त मंडळांकडून शैक्षणिक कार्यासाठी पैसा मिळविण्यासाठी पत्र लिहिले. आपल्या पत्रात ते पुढे म्हणाले, 'अमेरिकेतील निरनिराळ्या विश्वस्त मंडळांना आपल्या साहाय्यास येण्यासाठी मन कसे वळवावे हे मला कळत नाही. कदाचित तुमची प्रत्यक्ष बोलणी फलदायक

होतील.' या वेळी आंबेडकर औरंगाबाद येथे राहत होते. प्रकृती जास्त बिघडल्यामुळे राज्यसभेच्या अधिवेशनास ते हजर राहू शकले नाहीत. त्यांनी अर्ज केल्यामुळे १९ मार्च १९५५ पासून त्या अधिवेशनाच्या शेवटच्या दिवसापर्यंत त्यांची रजा मंजूर करण्यात आली होती.

१९५६ च्या आरंभी आंबेडकरांनी बौद्ध धर्मावरील आपला महान ग्रंथ जवळजवळ पूर्ण करीत आणला होता. १९५१ सालच्या नोव्हेंबरमध्ये तो ग्रंथ लिहावयास त्यांनी आरंभ केला होता. त्या ग्रंथाबरोबर 'रेव्होल्युशन अॅन्ड कौन्टररेव्होल्यूशन इन इंडिया', 'बुद्ध आणि कार्ल मार्क्स' असे आणखी दोन ग्रंथ त्यांनी त्या ग्रंथाबरोबर लिहावयास घेतले होते. हेतू हा की आपला प्रमुख ग्रंथ नीट समजावा. मार्च १९५६ पर्यंत 'बुद्ध आणि कार्ल मार्क्स' हा ग्रंथ अपूर्णच होता. त्यात आणखी एका प्रकरणाची भर घालावयाची होती. दुसऱ्या ग्रंथात आणखी काही प्रकरणांची भर टाकून त्यांचे महत्त्व सिद्ध करावयाचे होते. परंतु हे दोन्ही ग्रंथ अपूर्णच राहिले. 'बुद्ध आणि त्याचा धम्म' हा ग्रंथ मात्र त्यांनी पुरा केला. १९५४ च्या डिसेंबरात 'दि रिडल ऑफ हिंदुइझम' या नावाचा एक ग्रंथ त्यांनी लिहावयास घेतला होता. त्यात त्यांनी भारताचे त्या काळचे राष्ट्राध्यक्ष डॉ. राजेंद्रप्रसाद हे ब्राह्मण पुरोहितांचे पाय धूत असल्याचा उल्लेख केला आहे. 'बुद्ध आणि त्याचा धम्म' या ग्रंथाचे टंकलिखित अनेक वेळा सुधारण्यात आले. छेदक वर खाली करण्यात आले. त्यांचे क्रमांक अनेक वेळा बदलण्यात आले. कधीकधी संपूर्ण प्रकरणच पुन्हा लिहिण्यात आले. हे प्रचंड काम होते. हे काम त्यांचे वैयक्तिक कार्यवाह नानकचंद रट्टू आणि प्रकाशचंद यांनी अनेक महिने झटून केले. रट्टूंना मध्यरात्रीपूर्वी घरी जेवायला जायला फुरसत मिळत नसे. 'बुद्ध आणि त्याचा धम्म' हा ग्रंथ प्रथम 'बुद्ध अॅन्ड हिज गॉस्पेल' या नावाने मित्रमंडळींच्या खाजगी वाचनासाठी छापण्यात आला होता. सुमारे पन्नास प्रती तज्ज्ञांचे खाजगी मत घेण्यासाठी पाठविण्यात आल्या. फेब्रुवारी १९५६ मध्ये त्याला दोन अधिक प्रकरणे जोडण्यात आली. त्यांची नावे 'ईश्वर नाही' आणि 'आत्मा नाही.'

प्रकृती बिघडली तरी परिस्थितीचा जास्तीत जास्त उपयोग करून घ्यायचा असा त्यांचा निर्धार होता. ते कित्येक तास टेबलाशी लिहीत बसलेले असत. १९५६ सालच्या मार्चमध्ये एका शनिवारी त्यांनी 'उद्या सकाळी लवकर ये' असे रट्टूंना सांगितले. त्या वेळी ते त्या महान ग्रंथाचा उपोद्घात आणि प्रस्तावना लिहीत होते. बाबासाहेबांनी आज्ञा केल्याप्रमाणे रट्टू रविवारी सकाळी

आले. परंतु बाबासाहेब आदल्या दिवशीच्या खुर्चीत तसेच लिहीत बसलेले पाहून त्यांना आश्चर्य वाटले. खुर्चीजवळ ते सुमारे पाच मिनिटे उभे राहिले. तरी कामात गर्क असलेल्या बाबासाहेबांचे लक्ष त्यांच्याकडे जाईना. त्यांचे लक्ष वेधून घेण्यासाठी त्यांनी टेबलावरील एक-दोन पुस्तके हेतुत: हलविली. त्याबरोबर बाबासाहेबांनी वर पाहिले आणि 'तू अजून घरी गेला नाहीस का ?' असे रट्टूला विचारले. रट्टू म्हणाले, 'मी मध्यरात्री घरी जाऊन आता सकाळी पुन्हा आपली सेवा करावयास परत आलो आहे.' त्यावर बाबासाहेब आश्चर्यचकित होऊन म्हणाले, 'अरे मला वाटलं तू घरी गेला नाहीस. इथेच माझ्याजवळ आहेस ! दिवस उजाडला हे मला माहीतच नाही. मी लिहीतच बसलो होतो. मी इथून हललो नाही.' हे त्या ऋषितुल्य तपस्व्याचे उद्गार ऐकून रट्टू गहिवरले. आंबेडकरांनी बुद्धमूर्तीपुढे सकाळची प्रार्थना केली. लोखंडी बारावर व्यायाम केला. थोडा चहा घेतला. आणि पुन्हा लेखनाचे काम सुरू केले. १५ मार्च १९५६ रोजी आंबेडकरांनी आपल्या ग्रंथाची प्रस्तावना स्वत:च्या हस्ताक्षरात लिहून ती रट्टूंना टंकलेखनासाठी वाचून दाखविली.

या गोष्टी होत असतानाच राज्यसभेमध्ये विरोधकांच्या घणाचा घणघणाट ऐकू येत होता. भाषिक प्रांतरचनेच्या प्रश्नांविषयी १ मे १९५६ रोजी आंबेडकरांनी आवेशपूर्ण भाषण केले. त्यांनी सभागृहाला सांगितले की, 'मुंबई हे या वादळी चर्चेचे केंद्र बनले आहे. भारताच्या ज्या मुख्य नगरीने देशातील इतर विभागांना राजकारणाचे आणि नागरिक जीवनाचे धडे दिले, त्या नगरीला सरकारने केंद्रशासित अंदमानासारख्या बेटाच्या दर्जाला नेऊन बसवावे ही मोठी दु:खाची गोष्ट आहे. मुंबई ही महाराष्ट्राची आहे. या नगरीचे मूळ रहिवासी कोळी होते. लक्ष्मीबाई नावाच्या एका विधवेची ही इस्टेट पोर्तुगीज सत्तेने एका करारान्वये भाड्याने घेतली. शेवटी तिची सर्व मालकी त्यांनी आपल्याकडे घेतली.' महाराष्ट्रात मुंबई घालावी असे जे महाराष्ट्रीय म्हणतात त्यांच्याशी आपले मतभेद असून आपण संयुक्त महाराष्ट्राच्या विरुद्ध आहोत असे त्यांनी सांगितले. हे भाषण संपल्यावर आंबेडकर म्हणाले, 'माझे भाषण कोणालाच आवडणार नाही.' तरी पुन्हा पंधरा दिवसांनंतर त्यांनी ह्या विषयावर फिरून एक योजना प्रसिद्ध केली. त्यामध्ये सह्याद्रीच्या दोन बाजूंना पूर्व आणि पश्चिम महाराष्ट्र अशी दोन मराठी राज्ये निर्माण करावी आणि जर संयुक्त महाराष्ट्र करावयाचा असेल तर पुणे अथवा नागपूर ह्या ऐवजी औरंगाबाद ही संयुक्त महाराष्ट्राची राजधानी करावी असे म्हटले होते.

सहा महिन्यानंतर भाषिक राज्य पुनर्रचनेसंबंधी आंबेडकरांनी आपले

परिपक्व मत व्यक्त केले. 'थॉट्स ऑन लिंग्विस्टिक् स्टेट्स्' या पुस्तिकेत ते म्हणतात, 'एकभाषिक राज्य नेहमी प्रभावी नि बलशाली असते. परंतु प्रादेशिक भाषा दप्तरी भाषा होऊ नये. हिंदी राष्ट्रभाषा सुरू होईपर्यंत इंग्रजी ठेवावी. मोठी एकभाषिक राज्ये ठेवू नयेत. त्यांची लहान राज्ये करावीत. म्हणजे मध्यवर्ती सत्तेला धोका निर्माण होणार नाही. राज्यकारभाराच्या दृष्टीने ती सोयीची होतील. महाराष्ट्राची चार राज्ये करावीत. महाराष्ट्र (मुंबई) शहर राज्य, पश्चिम महाराष्ट्र, पूर्व महाराष्ट्र नि दक्षिण महाराष्ट्र. मध्यप्रदेशाची दोन, बिहारची दोन आणि उत्तर प्रदेशाची तीन राज्ये करावीत. असे केले तर अल्पसंख्याकांना अधिक प्रतिनिधित्व मिळेल. कार्यक्षमता, प्रत्येक विभागाच्या गरजा, त्या भागातील जनतेच्या भावना या दृष्टीने ही लहान राज्ये सोयीची होतील.' काँग्रेस संसदीय पक्षात हिंदी राष्ट्रभाषा व्हावी की न व्हावी या विवाद्य मुद्यावर प्रत्येक बाजूस ७८ मते पडली. दुसऱ्यांदा मतदान झाले तेव्हा हिंदीच्या बाजूने ७८ आणि हिंदीविरोधी ७७ मते पडली. हिंदीला केवळ एक मत अधिक पडल्यामुळे ती राष्ट्रभाषा ठरली हे आंबेडकरांनी उपरोक्त पुस्तिकेत नमूद करून ठेविले आहे.

लंडन येथील ब्रिटिश ब्रॉडकास्टिंग कॉर्पोरेशनने मे १९५६ मध्ये आंबेडकरांचे एक भाषण प्रसिद्ध केले. भाषणाचा विषय होता 'मला बौद्ध धर्म का आवडतो, आणि सद्य:परिस्थितीत जगाला तो कसा उपयुक्त आहे ?' आपल्या ह्या भाषणात ते म्हणाले, 'मला बौद्ध धर्म आवडतो, कारण कुठल्याही धर्मात जी तीन तत्त्वे सापडत नाहीत ती मला बौद्ध धर्मातच फक्त सापडतात. बौद्ध धर्म मला प्रज्ञा शिकवितो. तो मला अंधश्रद्धा नि अद्भुतता शिकवीत नाही. तो मला प्रज्ञा, करुणा आणि समता ही तत्त्वे शिकवितो. मनुष्याच्या चांगल्या आणि सुखी जीवनाला याची आवश्यकता आहे. देव किंवा आत्मा समाजाचा उद्धार करू शकत नाही. मार्क्सवाद आणि साम्यवाद यांनी जगाचे सर्व धर्म हादरून टाकले आहेत. बुद्ध हाच कार्ल मार्क्सला पूर्ण उत्तर आहे. ज्या बौद्ध देशांनी साम्यवादाचा स्वीकार केला आहे, त्यांना साम्यवाद म्हणजे काय हे समजत नाही. रशियन साम्यवाद्यांचा उद्देश रक्तरंजित क्रांती घडवून आणणे हा आहे. बुद्धप्रणीत साम्यवाद हा रक्तहीन क्रांती घडवून आणतो. रशियाच्या जाळ्यात उडी घेणाऱ्या आग्नेय आशियातील राष्ट्रांनी सावधगिरी बाळगावी. बुद्धाच्या शिकवणुकीला राजकीय स्वरूप द्यावे एवढेच त्यांना करावयाचे आहे. दारिद्र्य सध्या सर्वत्र आहे आणि पुढेही राहील. रशियातसुद्धा दारिद्र्य आहे. तथापि मानवी स्वातंत्र्याचा बळी देण्यासाठी दारिद्र्याची सबब सांगू नये. एकदा बौद्ध धर्म सामाजिक तत्त्व आहे असे मान्य झाले म्हणजे त्याचे पुनरुज्जीवन ही एक चिरकालीन घटना होईल.'

याच सुमारास त्यांनी व्हाईस ऑफ अमेरिका ह्या संस्थेने योजिलेल्या एका संवादमालिकेत 'भारतातील लोकशाहीचे भवितव्य' ह्या विषयावर भाषण केले. त्यात ते म्हणाले 'लोकशाही म्हणजे प्रजासत्ताक किंवा संसदीय सरकार नव्हे. लोकशाहीची मुळे सरकारी पद्धतीत, संसदीय किंवा दुसऱ्या कोणत्याही पद्धतीत नसतात. लोकशाही म्हणजे सहजीवनाने राहण्याची एक पद्धती. लोकशाहीची मुळे सामाजिक संबंधांत शोधावयाची असतात. जे लोक तो समाज बनवतात त्यांच्या सहजीवनाच्या संदर्भात तिची मुळे शोधावयाची असतात. हिंदी समाज हा जातिभेदावर अधिष्ठित आहे. आणि जाती या अलग असतात. भारतातील मतदान आणि उमेदवारांची निवड ही जातिनिष्ठेनेच करण्यात येते. उद्योगधंद्यात उद्योगपतीचे जातभाई मोठ्या अधिकाराच्या जागा बळकावतात. मोठमोठी व्यापारी घराणी हे एकाच जातीचे संघ आहेत. धर्मादाय पद्धतीसुद्धा जातिनिष्ठ आहे. जातिसंस्था ही तिरस्काराची उतरंड आहे. जात आणि वर्ग यांत फरक असा आहे की जातिपद्धतीत जितका अलगपणा असतो तितका वर्गपद्धतीत नसतो.'

भारतीय समाजाच्या खालच्या थरातील लोकांना जातिव्यवस्था सोडावयाची आहे. खालच्या थराला जर तुम्ही शिक्षण दिलेत तर ही जातिव्यवस्था मोडून पडेल. आजकाल अमेरिकन सरकार आणि भारतीय सरकार शिष्यवृत्त्या देऊन शिक्षणाला जी भरमसाट मदत करीत आहेत ते शिक्षण जातिव्यवस्था बळकट करणार आहे. ज्यांना जातिव्यवस्था मोडावयाची आहे त्यांना शिक्षण दिले तर भारतात लोकशाहीचे भवितव्य उजळेल. आणि लोकशाही सुरक्षित राहील. भारतीय लोकशाहीच्या भवितव्याविषयी विचार करणाऱ्या शिक्षणतज्ज्ञांना नि नेत्यांना हे भाषण चिंतनीय वाटेल.

रिपब्लिकन पक्ष या नावाचा एक राजकीय पक्ष आंबेडकर स्थापन करणार होते. आपल्या प्रकृतीत थोडी सुधारणा झाली म्हणजे त्यासंबंधी आपण खटपट करू असे ते म्हणाले. ५ मे १९५६ रोजी त्यांनी सिद्धार्थ महाविद्यालयाचे ग्रंथपाल शां. शं. रेगे यांना लिहिले की, 'एक निकडीचे काम आहे. त्याच्याकडे तुम्ही लक्ष द्यावे. ते काम म्हणजे 'बुद्ध आणि त्याचा धम्म' या पुस्तकाचे प्रकाशन होय.' ते म्हणाले, 'मला हे पुस्तक प्रसिद्ध करावयाचे आहे आणि ते जेनीवाँगच्या 'बुद्ध, हिज लाइफ अँड टीचिंग' या पुस्तकाच्या आकाराचे व नमुन्याप्रमाणे करावयाचे आहे. मुंबईतील जी. क्लॅरिज आणि कंपनी यांच्याकडे जाऊन त्यांचे दर काय आहेत ते कळवा.' रेग्यांना लिहिलेल्या पत्रात ते पुढे म्हणाले, 'मला फार घाई आहे आणि हा ग्रंथ उशिरात उशिरा सप्टेंबर महिन्यापर्यंत प्रसिद्ध व्हायला मला पाहिजे आहे. मुद्रकाने पुस्तक हाती घेण्याची

तयारी दाखविताच मी तो ग्रंथ त्याच्या स्वाधीन करायला तयारच आहे. त्याचे दर काय आहेत हे मला तारेने कळवा. मला दोन हजार प्रती हव्या आहेत.'

रेगे यांच्या देखरेखीखाली 'बुद्ध आणि त्याचा धम्म' या ग्रंथाची छपाई सुरू झाली. आंबेडकर उपमुद्रिते तपासण्याच्या कामात चूर झाले. उपमुद्रिते तपासताना केव्हा केव्हा काही परिच्छेदात नवीन मजकुराची भर घालण्यात येत असे. पुन्हा जुळाऱ्याकडे तो मजकूर जात असे. रेग्यांना फार मोठी जबाबदारी पार पाडावयाची होती. उपमुद्रितांमध्ये पुन्हा नवीन मजकूर घालण्यात आला तर ग्रंथ ठराविक वेळी तयार होणे दुरापास्त आहे असे रेग्यांनी त्यांना कळविले. त्यावर त्यांनी दिल्लीहून लिहिले, 'माझी प्रकृती ढासळत चालली आहे हे तुम्हांस माहीत आहे. हा ग्रंथ सर्व दृष्टींनी परिपूर्ण व्हावयास पाहिजे. हे माझ्या जीवनातील एक महत्त्वाचे कार्य आहे. कुठेही त्यात कसर राहता कामा नये.' मुंबईतील सर दोराबजी टाटा विश्वस्त मंडळाने पुस्तकाच्या प्रकाशनासाठी तीन हजार रुपयांची रक्कम मंजूर केली होती.

देशातील लोकशाहीविषयक विचाराला आणि कार्याला परिणामकारक चालना मिळावी, त्याचप्रमाणे आपल्या नियोजित रिपब्लिकन पक्षामध्ये तरुणांची भरती होत राहावी ह्या हेतूने राजकारणात प्रत्यक्ष भाग घेऊ इच्छिणाऱ्या लोकांसाठी मुंबई येथे एक प्रशिक्षण विद्यालय (ट्रेनिंग स्कूल) सुरू करावे असे आंबेडकरांनी ठरविले. ग्रंथपाल शां. शं. रेगे यांच्या सहाय्याने हे प्रशिक्षण विद्यालय स्थापण्यासंबंधी ते खटपट करीत होते. जे विधिमंडळात कामकाज करण्याची महत्त्वाकांक्षा बाळगतात त्यांच्या शिक्षणाची व्यवस्था या प्रशिक्षण विद्यालयात करावयाची होती. त्या प्रशिक्षण विद्यालयाच्या मुख्याध्यापकाच्या जागेसाठी त्यांना लायक व्यक्ती पाहिजे होती. शिक्षक होऊ इच्छिणारा मनुष्य आपल्या विषयात प्रवीण पाहिजे. त्याला उत्तम रीतीने व्याख्याने देता आले पाहिजे. त्याचे व्यक्तित्व आकर्षक पाहिजे. विद्यालयाचा लौकिक शिक्षकांच्या कर्तृत्वावर आणि वक्तृत्वाच्या सामर्थ्यावर बराच अवलंबून असतो, असे त्यांनी रेग्यांना लिहिले. १ जुलै १९५६ ते मार्च १९५७ पर्यंत शां. शं. रेगे यांच्या देखरेखीखाली ते प्रशिक्षण विद्यालय चालले. त्याचे संस्थापक आणि चालक डॉ. आंबेडकर यांना त्या विद्यालयाला भेट देण्याचा योग आला नाही हे दुर्दैव. ते प्रशिक्षण विद्यालय त्यांच्या मृत्यूनंतर पोरके होऊन बंद पडले. ते विद्यालय अत्यंत उपयुक्त ठरले असते. राज्यकारभाराला योग्य वळण लावण्यासाठी जाणत्या नि लायक, तज्ज्ञ नि कर्तृत्ववान आमदारांचा नि खासदारांचा विधिमंडळांना नि लोकसभेला पुरवठा झाला असता !

१९५६ सालच्या मे महिन्याच्या प्रारंभी आंबेडकर मुंबईस आले. २४ मे रोजी त्यांनी नरे पार्क येथे बुद्धजयंतीच्या समारंभाच्या प्रसंगी आपण ऑक्टोबर महिन्यात बौद्ध धर्माची दीक्षा घेणार आहोत अशी घोषणा केली. त्या भाषणात त्यांनी वीर सावरकरांवर आग पाखडली. वीर सावरकरांनी त्यापूर्वी थोडे दिवस अगोदर बौद्ध धर्मप्रणीत अहिंसावादावर एक लेखमालिका लिहिली होती. संतापाच्या भरात सावरकरांना उत्तर देतेवेळी डॉ. आंबेडकर म्हणाले, जर सावरकरांनी त्यांना काय म्हणावयाचे आहे ते स्पष्ट म्हटले तर आपण त्यांना उत्तर देऊ. सावरकरांचे लेख त्यांच्या इतर लिखाणाप्रमाणे विचारप्रवर्तक, धारदार आणि तर्कप्रधान होते. त्यांची मते म्हणजे एका वैचारिक नेत्याचे विचार होते. आंबेडकर उपरोक्त सभेला निघण्यापूर्वी आणि व्यासपीठावर त्यांच्या खूशमस्कऱ्यांनी सावरकरांना उत्तर देण्याविषयी त्यांना डिवचले होते. हिंदू धर्माचे नेते आणि बौद्ध धर्माचे नेते यांमध्ये उग्र असा हा वादविवाद पुन्हा सुरू झाला असे दिसू लागले ! ज्यांनी अस्पृश्यांच्या उद्धारासाठी प्रयत्न केले त्यांनीच आपल्यावर टीका करावी, आपल्या टीकाकारांनी आपल्याला त्रास देऊ नये, आपणांस आणि आपल्या लोकांना खड्ड्यात पडण्याचे स्वातंत्र्य त्यांनी द्यावे असे आंबेडकर त्वेषाने उद्‌गारले. ते स्पष्टपणे म्हणाले, 'माझे लोक ही माझी मेंढरे आहेत अन् मी त्यांचा पालक आहे. माझ्या इतका मोठा धर्मवेत्ता कोणीही नाही. माझ्यापाठून तुम्ही या. म्हणजे तुम्हांला हळूहळू ज्ञान मिळेल आणि काही दिवसांनी तुम्ही सज्ञान व्हाल.' आंबेडकरांच्या मते बौद्ध धर्म हिंदू धर्मापासून फारच वेगळा होता. आपल्या वरील भाषणात ते पुढे म्हणाले, 'हिंदू धर्माचा ईश्वरावर भरवसा आहे, बौद्ध धर्मात ईश्वर नाही. हिंदू धर्माचा आत्म्यावर विश्वास आहे. बौद्ध धर्माच्या मते आत्मा नाही. हिंदू धर्म चातुर्वर्ण्य आणि जातिव्यवस्था मानतो. बौद्ध धर्मात चातुर्वर्ण्य आणि जातिभेद यांना थारा नाही.' आपला बौद्ध धर्मावरील ग्रंथ लवकरच प्रसिद्ध होईल. त्यात बौद्ध धर्माच्या संघटनेतील छिद्रे आपण बुजविली आहेत आणि तो आपण संघटित करणार आहोत. त्यामुळे बौद्ध धर्माची लाट हिंदुस्थानात आता कधीही मागे फिरणार नाही. मार्क्सवाद्यांनी बौद्ध धर्माचा अभ्यास करावा म्हणजे त्यांना मानवांची दुःखे कशी निवारावी हे कळेल, असे त्यांनी सांगितले. त्यांनी आपल्या उपरोक्त भाषणात आपली तुलना ज्यू धर्मातील मोझेसबरोबर केली. मोझेसने ज्यू लोकांना इजिप्तमधून पॅलेस्टाईनच्या स्वातंत्र्यभूमीत नेले. धर्माची तीन कारणांमुळे अवनती होते असे त्यांनी सांगितले. अबाधित धर्मतत्त्व, अष्टपैलू आणि विजिगीषू वादविवादपटू आणि सामान्य जनास समजण्यास सोपी अशी धर्मतत्त्वे यांचा अभाव ही ती कारणे होत. भाषणाच्या शेवटी त्यांनी बुद्धाचे एक भव्य मंदिर बांधण्याची

घोषणा केली. बाबासाहेबांचे मुंबईतील अशा रीतीने हे शेवटचे भाषण संपले.

आंबेडकर हे बायबलचे मोठे निष्ठावंत अभ्यासू होते. त्यांच्या ग्रंथालयात बायबलसंबंधी अनेक ग्रंथ होते. म्हणूनच त्यांना आपली तुलना मोझेसबरोबर करण्याचे सुचले. ती तुलना यथार्थच होती. मोझेसला इस्राईल लोकांवर जबरदस्तीने लादलेले कष्ट आणि त्यांची अखंडित गुलामगिरी यांपासून त्यांना मुक्त करावयाचे होते. मोझेसचे संगोपन आणि शिक्षण एका राणीने केले होते. आंबेडकरांच्या शिक्षणाची सोय एका महाराजांनी केली होती. मोझेसचे शिक्षण ऑन येथील विद्यापीठात झाले होते. आंबेडकरांचे शिक्षण शोषक जिज्ञासू आणि शोधक बुद्धीने जगातील तीन प्रसिद्ध विद्यापीठांमध्ये झाले. मोझेसप्रमाणे आंबेडकरही दृढनिश्चयी आणि धैर्यशाली पुरुष होते. तथापि ईश्वरावरील भक्तिभावामुळे मोझेस हे अत्यंत विनयशील पुरुष होते. आंबेडकर बुद्धाच्या पायांशी विनयशीलपणाचे धडे घेत होते. दोघांनीही आपल्या लोकांना दास्यातून मुक्त केले. त्यांच्यासाठी धर्म व विधिनियम तयार करून त्यांचे भवितव्य त्यांना स्वत:ला घडविता येईल अशी स्वातंत्र्यभूमी त्यांच्यासाठी निर्माण केली. आपल्या लोकांना मुक्त केले तेव्हा मोझेसचे वय ऐशी वर्षांचे होते. आंबेडकरांचे वय ह्या वेळी ६५ वर्षांचे होते. मोझेसप्रमाणे आंबेडकरांनीही राष्ट्राच्या विधिनियमांची संहिता संघटित करून तिचे विस्तृत असे विवरण केले.

१९५६ सालाच्या जूनपासून ऑक्टोबर महिन्यापर्यंत दिल्लीतील अलीपूर रस्त्यावरील घर क्र. २६ मध्ये आंबेडकरांचे वास्तव्य होते. जून आणि जुलैमध्ये त्यांचे मन दारुण निराशेने विव्हळत हाते. त्यांच्या पायाला त्यांच्या शरीराचे ओझे पेलत नव्हते. त्यांची दृष्टी अतिगतीने अधू होत होती. घरामध्ये त्यांना कोणाचा तरी आधार घेतल्याशिवाय हिंडताफिरता येत नव्हते, बाहेर पडता येत नव्हते. गेली दहा वर्षे त्यांची प्रकृती ठीक नव्हती. एकसारखी औषधे घेण्याने माणसाला वाईट खोड जडते. त्यामुळे माणसाच्या मनावर ती वृत्ती ताबा चालवू लागते. या ना त्या मित्रांकडून किंवा दुसऱ्या कोठून तरी औषधे मिळविण्याचा त्यांचा प्रयत्न अखंडपणे आणि बेफामपणे चालला होता. अशी औषधे आल्यानंतर त्यांच्या पत्नीला ती औषधे बाबासाहेबांना देणे योग्य वाटले नसावे. जगण्याची बाबासाहेबांना आता आशा उरली नव्हती. एका फ्रेंच डॉक्टर स्त्रीने त्यांना 'कॉस्मिक रेडिएशन'च्या तत्त्वावर आधारभूत असलेले उपचार करण्याची इच्छा प्रदर्शित केली. त्यामुळे त्यांच्या पायांचे स्नायू व कण्यातील मज्जातंतू पूर्ववत

जोमदार होण्याची शक्यता होती. शक्तिमान वाढण्याची शक्यता होती. परंतु त्यांची डॉक्टर पत्नी स्वत:च नामांकित वैद्य असल्यामुळे त्यांनी त्या फ्रेंच बाईचा उपहास केला. आंबेडकर केव्हा केव्हा आपल्या पत्नीवर रागावत, ओरडत आणि म्हणत, 'जर तुझे डॉक्टर मला गेली आठ वर्षे बरे करू शकले नाहीत तर दुसऱ्या डॉक्टरांनी माझ्यावर औषधोपचार का करू नयेत, त्याला तुझा विरोध का ?' असे बोलणे झाले म्हणजे ते जेवत नसत. औषधही घेत नसत. बाबासाहेबांना गोड बोलून समजूत घालून त्यांना जेवण आणि औषध घेण्याच्या मन:स्थितीत आणण्यासाठी एखाद्या त्यांच्या भक्ताचे किंवा त्यांच्या वैयक्तिक कार्यवाहाचे साहाय्य घेण्यात येत असे.

बाबासाहेब आता पंगू आणि शिथिलगात्र झाले होते. त्यांच्या हृदयात अपरंपार दु:ख होते. आपले जीवितकार्य आपण पूर्ण करू शकत नाही या दु:खित जाणिवेने दु:खातिशयाने ते ओक्साबोक्शी रडत. आपल्या लोकांना आपल्या डोळ्यांदेखतच राज्यकर्ती जमात त्यांना बनवायची होती. परंतु आता तर ते रोगाने जर्जर झालेले ! जे काही त्यांनी मिळविले होते, त्याचा उपयोग अस्पृश्य वर्गातील सुशिक्षित घेत होते. खेड्यातील दलित समाज आर्थिक दृष्ट्या पूर्वी होता तसाच राहिला. त्यांच्यासाठी काही करण्याचे त्यांचे विचार होते. परंतु जीविताचा आता फारसा भरवसा वाटत नव्हता. आपल्या कार्याची धुरा खांद्यावर घेऊन आपले कार्य तडीस नेईल असा कोणी नेता त्यांना दिसत नव्हता. यामुळे त्यांना दारुण निराशा वाटत होती. त्यांच्या पक्षातील उपनेत्यांमध्ये नेतृत्व व सत्ता यासाठी लठ्ठालठ्ठी चाललेली पाहून त्यांना दु:ख वाटे.

आपले संकल्पित ग्रंथ आपण पूर्ण करू शकत नाही या असहाय्यतेच्या जाणिवेमुळे ते अतिकष्टी होत. 'बुद्ध आणि कार्ल मार्क्स,' 'रेव्हल्यूशन अँड काऊन्टर रेव्हल्यूशन इन इंडिया' आणि 'रिडल ऑफ हिंदुइझम' हे ग्रंथ पूर्ण करून प्रकाशित करावयाचे होते. देशाच्या उद्धाराकरिता आणखी काही प्रयत्न करावे, असेही त्यांना वाटे. परंतु प्रचलित अवस्थेमध्ये देशाच्या कारभाराकडे लक्ष देणे मोठे कठीण काम झाले होते. कारण पंतप्रधान नेहरू यांच्याशी मतभेद असलेल्या विचारवंतांचे म्हणणे लोकच मुळी ऐकावयास तयार नव्हते. ते सुस्कारा टाकून म्हणाले, 'ज्या देशात इतके पूर्वग्रहदूषित मनाचे लोक असतात त्या देशात जन्म घेणे हे मोठे पाप आहे. मला सर्व बाजूंनी शिव्याशाप खावे लागले तरी मी केलेले कार्य पुष्कळच मोठे आहे. मी माझे कार्य मृत्यूपर्यंत असेच चालू ठेवीन.' असे म्हणून ते रडू लागले. एके दिवशी ते नानकचंद रट्टूला म्हणाले, 'माझ्या लोकांना सांग की, जे काही मी केले आहे ते मी अनंत हालअपेष्टा आणि आयुष्यभर दु:खे

भोगून आणि माझ्या विरोधकांशी लढून मी मिळविले आहे. महत् प्रयासाने हा काफिला जेथे दिसतो आहे तेथे आणून ठेवला आहे. मार्गात कितीही अडचणी आणि संकटे आली तरी तो काफिला आता मागे फिरता कामा नये. जर माझ्या सहकाऱ्यांना तो काफिला पुढे नेता येत नसेल, तर तो तेथेच त्यांनी ठेवावा. पण काही झाले तरी तो मागे नेता कामा नये. हाच माझ्या लोकांना माझा संदेश आहे.' असह्य शोक आणि असह्य चिंता यांमुळे हे स्वगतपर भाषण त्यांनी केले असावे. त्यांच्या डोळ्यांतून अश्रुधारा वाहत आणि अन्नपाण्यावरील वासना उडून ते अंथरुणावर निपचित पडून राहत.

१४ ऑक्टोबर १९५६ हा धर्मांतरासाठी योजिलेला दिवस जवळ येत चालला होता. त्यांचे निष्ठावंत अनुयायी मोठ्या उत्सुकतेने त्यांच्याशी चर्चा करीत होते. ऑगस्टच्या पहिल्या आठवड्यात आंबेडकरांनी आपला निष्ठावंत अनुयायी शंकरानंद शास्त्री यांच्याशी त्यासंबंधी चर्चा केली. त्या वेळी त्यांनी शंकरानंद शास्त्री यांना सांगितले की, 'दीक्षासमारंभ मुंबई, सारनाथ किंवा नागपूर या ठिकाणी पार पाडू. तथापि आपला कल नागपूरकडेच अधिक आहे. कारण बुद्धधर्मीय नागलोक यांची ती प्राचीनकाळची पुण्यभूमी आहे. मी बौद्ध धर्माचे चक्र पुन्हा गतिमान करीन. माझ्या गुरूचा उपदेश दाही दिशांत पसरवीन.' एकाने आंबेडकरांजवळ अशी भीती व्यक्त केली की, जर आंबेडकरांच्या सर्व भक्तांनी त्यांच्याबरोबर एकदम धर्मांतर केले नाही तर तो धक्का आंबेडकरांना हानिकारक ठरून हतबल करील. आंबेडकरांनी त्याला असे उत्तर दिले की, 'या प्रश्नासंबंधी मी अनेक दिवस गंभीरपणे विचार केलेला आहे. आणि म्हणूनच धर्मांतराचा हा प्रश्न मी कसातरी पुढे ढकलीत आलो आहे. दिवसेंदिवस माझी प्रकृती खंगत चालली आहे आणि माझा अंत जवळच येत आहे असे मला वाटते. त्यामुळे आता धर्मांतराचा प्रश्न मी आणखी पुढे ढकलणार नाही. ज्यांना माझ्याबरोबर धर्मांतर करावयाचे आहे त्यांचे मी स्वागत करीन. ज्यांना माझ्याबरोबर यायचे नाही त्यांना कुठेही जायला मोकळीक आहे.'

त्याप्रमाणे भारतीय बौद्धजन समितीच्या शाखेचे कार्यवाह वा. म. गोडबोले यांना त्यांनी दिल्लीला बोलावून घेतले. नागपूरला दीक्षा समारंभ कसा साजरा करावयाचा याबद्दल सविस्तर चर्चा केली. कारण त्यांना तो समारंभ अत्यंत यशस्वी आणि आकर्षक रीत्या करावयाचा होता. दलित समाजाच्या लोकांनी पांढरे कपडे करून मोठ्या संख्येने बौद्ध धर्माची दीक्षा घेण्यासाठी नागपूरला यावे, असे एक जाहीर पत्रक भारतीय बौद्धजन समितीने प्रसिद्ध केले.

२३ सप्टेंबर रोजी आंबेडकरांनी एक पत्रक काढून आपण नागपूर येथे

विजयादशमीच्या दिवशी १४ ऑक्टोबर १९५६ ला सकाळी ९ ते ११ ह्या वेळेत बौद्ध धर्माची दीक्षा घेणार असल्याची घोषणा केली. त्यासाठी गोरखपूर जिल्ह्यातील कुसीनारा येथील महास्थविर चंद्रमणी यांना खास नागपूरला आपणांस ऑक्टोबर १४ रोजी दीक्षा द्यावयास यावे असे पाचारण केले. महास्थविर चंद्रमणी यांना त्यांनी लिहिले की, 'आपण दीक्षा समारंभाचे पुरोहितत्व करावे. आपण भारतातील सर्वांत वृद्ध असे भिक्षू असल्यामुळे तुमच्याकडून दीक्षासमारंभ व्हावा, म्हणजे ते योग्य होईल असे आम्हांस वाटते. तुम्हांस नागपूरला आणावयास आम्ही मनुष्य पाठवू. मग तुम्ही विमानाने या किंवा गाडीने या. तुमची सोय तशी करू.'

११ ऑक्टोबरला त्यांनी आपली पत्नी आणि नानकचंद रट्टू ह्यांसह विमानाने नागपूरला जावयाचे ठरविले. भारतीय महाबोधी संस्थेने या समारंभात भाग घ्यावा, अशी देवप्रिय वालीसिंह ह्यांच्यापाशी त्यांनी इच्छा प्रदर्शित केली. 'तिथे कोणते संस्कार असतील त्यांशिवाय आणखी मी स्वत: एक शपथविधीची पद्धती तयार केली आहे. तो शपथविधी दीक्षासमारंभाच्या वेळी एखाद्या भिक्षूने किंवा दुसऱ्या एखाद्या व्यक्तीने सांगावयाचा आहे.' आंबेडकरांनी देवप्रिय वालीसिंह यांना समारंभास उपस्थित राहण्यासाठी आग्रह धरला. त्यांनी आपल्या मित्रांकडून आणि बौद्ध धर्माच्या चाहत्यांकडून काही वर्गणी मिळण्याची शक्यता आहे की काय ते पाहण्याची विनंती केली. ५ ऑक्टोबर रोजी देवप्रिय वालीसिंह यांना त्यांनी पुन्हा लिहिले की, 'जर दीक्षासमारंभासंबंधी तुमच्या आमच्यात काही मतभेद असले तर ते मिटविण्यासाठी नागपूरला समारंभाच्या पूर्वी यावे.'

जवळ आलेल्या ह्या दीक्षासमारंभाचे वर्णन करताना 'महाबोधी' मासिकाचा आनंद गगनात मावेना. त्या मासिकाने स्वर्गीय आनंदाने उत्फुल्ल होऊन उद्गार काढले. 'आगामी विजयादशमीच्या दिवशी जेव्हा हा धैर्यशाली पुरुष आपल्या अनुयायांसहित ते फार महत्त्वाचे पाऊल टाकील तेव्हा 'साधु, साधु' (फार उत्तम, फार उत्तम) असे प्रशंसोद्गार बौद्धजगतातील कानाकोपऱ्यात निनादू लागतील. ती घोषणा देवतासुद्धा उचलतील. आणि त्याचा प्रतिध्वनी सर्व विश्वात उठून तो तथागताच्या चरणापर्यंत पोहोचेल. आणि ज्यांनी बौद्ध धर्माच्या पुनरुज्जीवनासाठी उन्हातान्हातून आजपर्यंत कष्ट केले ते तो ध्वनी ऐकून क्षणभर आपले काम थांबवतील आणि लाट आता फिरली आहे हे कळताच ते आनंदाने बेहोष होतील !'

आंबेडकर आपली पत्नी आणि वैयक्तिक कार्यवाह नानकचंद रट्टू ह्यांच्या समवेत ११ ऑक्टोबरला दुपारी विमानाने दिल्लीहून नागपूरला आले. त्यांची राहण्याची सोय नागपुरातील श्याम हॉटेलमध्ये केली होती. हजारो लोकांना

आपल्या रक्षणकर्त्याच्या पदकमलाचे दर्शन घ्यावयाचे होते. तथापि आंबेडकरांच्या मार्गावरील पायांची धूळ आपल्या कपाळाला लावून त्यांनी समाधान मानले.

अस्पृश्य वर्गाचे पण विशेषत: महार जातीचे हजारो स्त्री-पुरुष व मुले एक आठवडाभर नागपूरमध्ये लोटत होते. ते मध्यप्रांत, वऱ्हाड आणि मुंबई राज्य या भागातून मोटारगाड्यांतून किंवा आगगाड्यांतून तेथे गेले. गरीब लोकांनी आपल्याजवळ असलेले किडूकमिडून विकून आपल्या नेत्याच्या सांगण्यावरून पांढरी वस्त्रे परिधान केली. ज्यांना पैशाच्या किंवा वाहतुकीच्या साधनाच्या अभावी योग्य वेळी नागपूरला जाता आले नसते, अशा हजारो दलितवर्गीयांनी पायी प्रवास केला. 'भगवान बुद्ध की जय', 'बाबासाहेब की जय' अशी घोषणा ते रस्त्याने करीत होते. आपल्या घरी परत जाणाऱ्या प्रवाशांप्रमाणे ते आनंदाने फुलले होते. काहींची राहण्याची सोय शाळागृहांतून करण्यात आली. स्वयंसेवकांची एक मोठी तुकडीच त्यांना मार्गदर्शन करीत होती. काही उपाहारगृहांमध्ये खाणे खात. काही उघड्या मैदानावर आपले जेवण करीत. सर्व नागपूर बौद्ध धर्माच्या पवित्र वातावरणाने फुलले होते. बौद्ध धर्माचा महान पंडित-नेता नागार्जून याच्या वास्तव्यामुळे पूर्वी पुनीत झालेल्या नागपूर नगरीचे आता एका फार महत्त्वाच्या ऐतिहासिक, सांस्कृतिक आणि धार्मिक नगरीत रूपांतर होऊन ती एक आता पुण्यनगरी बनली. लक्षावधी लोकांचा तो समुदाय सागरासारखा अथांग, सर्वत्र पसरला होता. आणि येता जाताना ते जेव्हा 'बाबासाहेब करे पुकार, बौद्ध धर्माचा करो स्वीकार.' 'आकाशपातळ एक करा, बौद्ध धर्माचा स्वीकार करा.' अशा घोषणा करीत तेव्हा सर्व वातावरण त्या घोषणांच्या निनादाने दुमदुमून जाई.

श्रद्धानंद पेठेतील चोखामेळा वसतिगृहाशेजारी १४ एकर जमिनीच्या भव्य पटांगणाला कुंपण घातले होते. त्या मैदानाच्या उत्तरेच्या बाजूला विस्तीर्ण असे व्यासपीठ उभारले होते. ते श्वेत वस्त्राने आवृत करून सुशोभित केले होते. सांचीच्या स्तुपाच्या आकारासारखा आकार त्याला दिलेला होता. व्यासपीठासमोर उजव्या व डाव्या अंगांस दोन भव्य मंडप होते. एक पुरुषांकरिता आणि दुसरा स्त्रियांकरिता. बौद्ध धर्माच्या निळ्या, तांबड्या आणि हिरव्या पट्ट्या असलेल्या पताका सर्वत्र फडफडत होत्या. त्या ठिकाणी येणारे सर्व मार्ग तोरणांनी अन् ध्वजांनी सुशोभित केलेले होते.

१३ ऑक्टोबर रोजी सायंकाळी आंबेडकरांनी वृत्तपत्रांच्या प्रतिनिधींना

सांगितले की, 'भगवान बुद्धाने जी धर्मतत्त्वे उपदेशिली आहेत, तीच मी पाळणार आहे. हीनयान आणि महायान ह्या बौद्ध धर्मातील पंथांमुळे जे मतभेद झाले आहेत त्यांपासून मी माझ्या लोकांना अलिप्त ठेवणार आहे. आपला बौद्ध धर्म म्हणजे एक प्रकारचा नवबौद्ध धर्म किंवा नवायान आहे.' 'आपण बौद्ध धर्म का स्वीकारीत आहात ?' असे विचारताच ते रागाने म्हणाले, 'मी हिंदू धर्माचा त्याग करून बौद्ध धर्माचा स्वीकार का करीत आहे हा प्रश्न तुम्ही स्वत:ला किंवा तुमच्या पूर्वजांना का विचारीत नाही ?' त्यांनी वार्ताहरांना असेही विचारले की, 'राखीव जागांचे फायदे उपभोगण्याकरिता माझ्या लोकांनी हरिजन म्हणून राहावे असे तुम्हांला का वाटते ? त्या सवलती उपभोगण्याकरिता ब्राह्मण अस्पृश्य होतील का ? आम्ही आपले मनुष्यपण मिळविण्याचा प्रयत्न करीत आहोत. मी एकदा या अस्पृश्यांच्या प्रश्नासंबंधी गांधीजींशी चर्चा करीत असताना त्यांना म्हणालो होतो की, अस्पृश्यतेच्या प्रश्नासंबंधी तुमच्याशी माझे मतभेद असले तरी वेळ येईल तेव्हा मी या देशाला कमीत कमी धोका लागेल असा मार्ग स्वीकारीन. म्हणून बौद्ध धर्म स्वीकारून मी या देशाचे जास्तीत जास्त हित साधत आहे. कारण बौद्ध धर्म हा भारतीय संस्कृतीचाच एक भाग आहे. या देशाची संस्कृती, इतिहास यांच्या परंपरेला धोका लागणार नाही अशी मी खबरदारी घेतली आहे.'

आपले डोळे तेजाने फुलवीत त्यांनी भविष्यवाणी उच्चारली की, 'पुढील दहापंधरा वर्षांत बौद्ध धर्माच्या दीक्षेची ही लाट सर्व देशभर पसरेल आणि भारत हा बौद्ध देश होईल. अर्थात् ब्राह्मण सर्वांत शेवटी बौद्ध धर्म स्वीकारतील. बौद्ध धर्म स्वीकारणारे ते शेवटचे लोक ठरू द्या.' वार्ताहरांना त्यांनी रोमन साम्राज्याचे पतन झाले तेव्हा प्लेबियन या खालच्या वर्गातील लोकांच्या धर्मांतराविषयीची आठवण दिली. आपले अनुयायी अज्ञानी आहेत हे त्यांनी मान्य केले. आपल्या ग्रंथांतून आणि उपदेशामधून बौद्ध धर्माची तत्त्वे त्यांच्या मनावर बिंबवीन, असे त्यांनी सांगितले. दलितवर्गीयांनी भाकरीपेक्षा प्रतिष्ठा अधिक पसंत केली आहे. तरीसुद्धा आपल्या आर्थिक परिस्थितीची सुधारणा करण्याचा ते आटोकाट प्रयत्न करतील असे त्यांनी निवेदन केले

आगामी सार्वत्रिक निवडणुकीच्या अगोदर 'रिपब्लिकन' नावाचा एक राजकीय पक्ष आपण काढणार आहोत, असे त्यांनी जाहीर केले. तो पक्ष सर्वांना उघडा असेल. त्याची मार्गदर्शक तत्त्वे स्वातंत्र्य, समता आणि बंधुभाव ही असतील. आपण योग्य अशा मतदार संघातून लोकसभेची जागा लढवू, असेही त्यांनी सांगितले. मुंबईच्या द्विभाषिक राज्याचा शेवट करण्यासाठी आपण यत्न करू. त्या हेतूने जी संयुक्त महाराष्ट्र समिती संयुक्त महाराष्ट्रासाठी झटत आहे तिला

आपण अंत:करणपूर्वक पाठिंबा देऊ असे त्यांनी जाहीर केले. त्यांनी संध्याकाळी आणखी एक मुलाखत दिली. आंबेडकरांसारख्या कडक आणि तापट व्यक्तीला वार्ताहरांशी बोलताना क्वचित यश येते. त्या मुलाखतीत ते मधून मधून भडकू लागले. वार्ताहरांना त्यांच्याशी बोलणे अशक्य झाले. आपला पाठलाग अनेक वर्षे वृत्तपत्रकार करीत आले आहेत, परंतु ते आपले काही वाकडे करू शकले नाहीत, असे ते रागाने म्हणाले.

१३ ऑक्टोबरच्या रात्री आंबेडकर आणि त्यांचे निवडक सहकारी यांच्यामध्ये धर्मांतर पुढील सार्वत्रिक निवडणुकीनंतर केले तर चालेल की कसे याविषयी कडाक्याची चर्चा झाली. काही सहकाऱ्यांनी मतभेद व्यक्त केल्यामुळे आंबेडकर फार संतापले होते. जर सहकाऱ्यांनी टाळाटाळ केली आणि अडखळत राहिले तर त्यांना त्याचे परिणाम भोगावे लागतील अशी आंबेडकरांनी तंबी दिली. त्यावर ते सहकारी कोकरांप्रमाणे बेंबटत बाहेर पडले.

१४ ऑक्टोबर १९५६ रोजी सकाळी आंबेडकर प्रात:काळी उठले. स्नानाकरिता गरम पाण्याची सोय करावयास रट्टूला सांगितले आणि दीक्षाभूमीवरील सर्व व्यवस्था पूर्ण झाली की नाही ते पाहून यायला सांगितले. रट्टूने चौकशी केली आणि सर्व काही ठीक आहे असे येऊन सांगितले.

कोरा करकरीत शुभ्र पांढरा लांब कोट, पांढरा सदरा, आणि नवीन पांढरे रेशमी धोतर परिधान करून डॉ. आंबेडकर सकाळी साडेआठ वाजता श्याम हॉटेलमधून रट्टू आदी मंडळी नि पत्नीसमवेत दीक्षाभूमीवर यायला मोटारगाडीने निघाले. डॉ. सौ. सविताबाई आंबेडकर यांनीही पांढरे लुगडे परिधान केले होते. सर्व व्यवस्था प्रचंड प्रमाणात करूनही अपुरी पडली. आंबेडकरांची भव्य, तेज:पुंज मूर्ती दीक्षास्थानी पोचली. व्यासपीठावर त्यांना घेऊन जाण्यात येत असताना त्या लक्षावधी लोकांनी अतिउत्साहाने त्यांचे स्वागत केले. एका हातात सोटा घेऊन व दुसरा हात रट्टूच्या खांद्यावर ठेवून, ते आपल्या लक्षावधी अनुयायांना दर्शन देण्यास उभे राहिले. तेव्हा त्या जनतासागराने टाळ्यांच्या लाटांचा त्यांच्यावर वर्षाव केला. आता ९। वाजले होते. छायाचित्रकारांची छायाचित्रे घेण्यात चढाओढ लागली होती. वार्ताहर वृत्त लिहून घेण्यात गर्क झाले होते. व्यासपीठावरील एका टेबलावर बुद्धाची एक लहान ब्राँझ धातूची मूर्ती ठेवली होती. त्याच्या दोन बाजूंना दोन वाघ होते. धुपाचा घमघमाट सुटला होता. व्यासपीठावर महाबोधीचे कार्यवाह देवप्रिय वालीसिंह, सारनाथचे थेरो भिक्षू सद्धातीसा, भिक्षू परमशांती, सामथचे संघरत्ना, सांचीचे पन्नातिसा, हुबळीचे परमशांती भिक्षू पण्णानंदा हे बौद्ध धर्मोपदेशक बसले होते.

समारंभाला सुरुवात एका मराठी गीताने झाली. ते गौरवगीत कुमारी इंदुमती बळवंत वऱ्हाळ यांनी म्हटले. डॉ. आंबेडकरांच्या वडिलांच्या पुण्यतिथीनिमित्त तो प्रचंड लोकसमुदाय एक मिनिट स्तब्ध उभा राहिला. मग मुख्य समारंभाला आरंभ झाला. छायाचित्रे घेण्यासाठी छायाचित्रकारांची झुंबड लागली होती. ऐंशी वर्षांचे वयोवृद्ध महास्थविर चंद्रमणी आणि भगव्या कफन्या परिधान केलेले दुसरे चार भिक्षू हे पालीतून डॉ. आंबेडकर आणि त्यांची पत्नी यांना 'बुद्धं सरणं गच्छामि', 'धम्मं सरणं गच्छामि', 'संघं सरणं गच्छामि' ह्या सरणंत्तयं म्हणवून घेत असताना आणि जीवहत्त्या, चोरी, असत्य भाषण, अनाचार आणि मद्य यांपासून अलिप्त राहण्याविषयीची पंचशीले म्हणवून घेत असताना तीन लाखांहून अधिक असलेला तो स्त्रीपुरुषांचा समुदाय तो समारंभ अत्यंत उत्सुकतेने आणि तन्मयतेने पाहत होता. आंबेडकर शपथ घेताना बुद्धाच्या मूर्तीसमोर भक्तिभावाने मस्तक नम्र करून उभे होते. शपथविधी होताच पाली भाषेतील मंत्र त्यांनी मराठीत म्हटले. भगवान बुद्धाच्या चरणी मस्तक ठेवून तीन वेळा वंदन केले. बुद्धमूर्तीला कमलांचा पुष्पहार वाहिला. हे झाल्यावर आंबेडकरांचे बौद्ध धर्मात आगमन झाल्याचे घोषित करण्यात आले. त्याबरोबर 'बाबासाहेब आंबेडकर की जय', 'भगवान बुद्ध की जय' असा गगनभेदी जयजयकार झाला. आणि विजयादशमीच्या सुमुहूर्तावर सीमोल्लंघन झाले ! सर्व समारंभाचा चित्रपट घेण्यात आला. आता सकाळचे ९-४५ झाले होते. 'बहुजनहिताय, बहुजनसुखाय' बाबासाहेबांचा बौद्ध धर्मात प्रवेश होताच त्यांच्या प्रेमळ भक्तांनी त्यांना पुष्पहार घातले. देवप्रिय वालीसिंह यांनी आंबेडकर आणि डॉ. सौ. सविताबाई यांना चिकणमातीची भगवान बुद्धाची प्रतिमा भेट म्हणून दिली. नंतर डॉ. आंबेडकरांनी घोषित केले, 'मी माझ्या जुन्या धर्माचा त्याग करून आज पुन्हा जन्म घेत आहे. तो धर्म असमानता आणि छळणूक यांचा प्रतिनिधी होता. अवतारकल्पनेवर माझा विश्वास नाही. बुद्ध विष्णूचा अवतार होता, असे म्हणणे चूक आणि लबाडीचे आहे. मी कोणत्याही हिंदू देवदेवतेचा भक्त उरलेला नाही. मी श्राद्ध करणार नाही. बुद्धाने सांगितलेला अष्टमार्ग मी कसोशीने पाळीन. बौद्ध धर्म हा खरा धर्म आहे. ज्ञान, सुमार्ग आणि करुणा या तत्त्वाप्रमाणे मी माझे आयुष्य क्रमीन.'' त्यांनी जेव्हा हिंदू धर्मातील देवतांची पूजा करणार नाही अशी शपथ घेतली आणि मी आज हिंदू धर्माचा त्याग करीत आहे अशी घोषणा केली, तेव्हा त्यांचा कंठ एकदोन वेळा दाटून आला. त्यांच्या कंठातून शब्द बाहेर फुटेना. शपथविधीचा हा भाग त्यांनी स्वत: तयार केला होता. त्या बावीस शपथा होत्या. त्यांनी हिंदू धर्माचा, त्याच्या चालीरीतींचा, त्याचा परंपरेचा धिक्कार

करून, अशी घोषणा केली की, 'मी यापुढे मनुष्य जातीमध्ये समानतेचा प्रसार करण्यासाठी आयुष्य व्यतीत करीन.' आता बौद्ध झालेल्या आंबेडकरांनी आपल्या अनुयायांना म्हटले की 'ज्यांना बौद्ध धर्माची दीक्षा घ्यावयाची आहे त्यांनी उभे राहावे.' जनतेचा तो प्रचंड समुदाय उठून उभा राहिला. बुद्धाने धर्मचक्रप्रवर्तन सारनाथला केले. आंबेडकरांनी धर्मचक्रप्रवर्तनास नागपुरातून प्रारंभ केला. त्यांनी त्यांना तीन शपथा, पंचशील आणि बावीस शपथा म्हणावयास सांगितल्या. त्यांनी मोठ्या आनंदाने त्या शपथा आणि पंचशील यांचा मोठ्या आवाजात पुनरुच्चार केला. जवळ जवळ तीन लाख अनुयायांनी बौद्ध धर्माचा स्वीकार केला. आंबेडकरांनी धर्मचक्रप्रवर्तन घडवून आणले. अस्पृश्य हिंदूंना महात्मा गांधींनी हरिजन नाव दिले; डॉ. आंबेडकरांनी त्यांना बुद्धजन बनविले. आंबेडकर ख्रिश्चन आणि ख्रिश्चनेतरांना असा टोमणा मारीत की, ते धर्म हा आपल्या बापाच्या इतर मालमत्तेबरोबर बापाचा वारसा म्हणून स्वीकारीत असतात. खरे सांगायचे म्हणजे ज्यांनी धर्मशास्त्राचा तुलनात्मक अभ्यास करून धर्माचा स्वीकार केला असेल असे फारच थोडे लोक जगात असतील. आणि म्हणूनच 'कालचा समारंभ आज व आजचा समारंभ काल व्हायला पाहिजे होता, ही अनुचित गोष्ट घडली,' असे बाबासाहेबांनी दुसऱ्या दिवशी म्हटले त्यात तथ्य होते.

ज्यांनी आंबेडकरांबरोबर बौद्ध धर्म स्वीकारला त्यात नागपूर वरिष्ठ न्यायालयाचे भूतपूर्व मुख्य न्यायाधीश डॉ. एम्. भवानीशंकर नियोगी आणि आंबेडकरांचे काही प्रमुख महाराष्ट्रीय सहकारी होते. आंबेडकरांनी बौद्ध धर्म स्वीकारताना हिंदू धर्माचा जो धिक्कार केला, तो बौद्ध धर्माच्या संस्कारात सांगितलेला नाही, असे डॉ. नियोगी म्हणाले. हा समारंभ १०। वाजता संपला.

आंबेडकर आणि त्यांचे अनुयायी यांचे बौद्ध धर्मात स्वागत करणारे संदेश ब्रह्मदेशाचे पंतप्रधान यू. बा. स्वे, ब्रह्मदेशाचे भूतपूर्व पंतप्रधान यू. नू., कलकत्त्याचे डॉ. अरविंद बारुआ आणि कोलंबोचे एच्. डब्ल्यू. अमरसूरिया यांनी पाठविले होते. एक महत्त्वाची गोष्ट लक्षात ठेवली पाहिजे ती ही की, भारताचे पंतप्रधान पंडित जवाहरलाल नेहरू, उपराष्ट्रपती डॉ. राधाकृष्णन्, राजगोपालाचारी, किंवा राष्ट्रपती डॉ. राजेंद्रप्रसाद यांनी संदेश पाठविले नाहीत. मग वीर सावरकरांसारख्या नेत्यांनी पाठविले नाहीत यात आश्चर्य ते कोणते ? पंडित नेहरूंचे तर असे मत होते की, 'हिन्दू तत्त्वज्ञान, धर्म आणि लोकशाही ह्यांमध्ये विसंगत असे काहीच नाही. हिंदू धर्माच्या उदरात एक तेजस्वी विश्ववाद आहे. हिंदू धर्म कुठच्याही स्थित्यंतराशी मेळ घालू शकतो. निरनिराळ्या आणि परस्परविरोधी विचारांचा समावेश करण्याएवढा हिंदू धर्म विशाल आहे.

भारतातील धर्म लोकांचे सर्वसाधारण कल्याण ज्यात दृग्गोचर होईल ते नवीन स्थित्यंतर करावयास चुकणार नाही. यापूर्वी हिंदू धर्माने मोठी स्थित्यंतरे पचविली आहेत. बौद्ध धर्म जन्मास आल्यावर हिंदू धर्माने त्याच्याशी स्पर्धा केली नाही, त्याला शोषून घेतले.'[१] डॉ. राधाकृष्णनूच्या मते हिंदू धर्माचे शुद्धीकरण करण्याचा बुद्धाने प्रयत्न केला.[२]

दुसऱ्या दिवशी त्याच स्थळी अनुयायांच्या मोठ्या समुदायाला बौद्ध धर्माची दीक्षा दिली. त्या वेळी ते म्हणाले, ''जरी दलित वर्ग बौद्ध धर्मात गेला, तरी त्यांना मिळालेल्या सवलती त्यांना नाकारण्यात येणार नाहीत. राज्यघटना हे माझ्या श्रमाचे फळ आहे आणि मी ह्या सर्व सवलती अबाधित ठेवण्यास समर्थ आहे.' मी हिंदू म्हणून जन्मास आलो तरी मी हिंदू म्हणून मरणार नाही, अशी जी त्यांनी १९३५ साली प्रतिज्ञा केली होती त्याची लोकांना आठवण करून देऊन ते पुढे म्हणाले, 'आपली प्रतिज्ञा मी पूर्ण केली आहे आणि हिंदू धर्माच्या नरकातून मी बाहेर पडलो आहे याविषयी मला दैवी समाधान वाटत आहे. असली गोष्ट घाईने करणे यावर माझा विश्वास नव्हता आणि म्हणून हा परिपक्व असा निर्णय मी वीस वर्षांवर विचार करून घेतला आहे.'

कार्ल मार्क्सच्या तत्त्वाचा उल्लेख करून आंबेडकर म्हणाले, 'मनुष्य केवळ भाकरीवर जगत नाही. त्याला मन आहे. त्या मनाला विचाराचे खाद्य पाहिजे. धर्म मनुष्याच्या हृदयात आशा निर्माण करतो. त्याला काम करावयास प्रवृत्त करतो. पददलितांच्या उत्साहावर हिंदू धर्माने पाणी ओतले आहे. म्हणून धर्म बदलण्याची आवश्यकता मला पटली. आणि मी बौद्ध धर्म स्वीकारला. बौद्ध धर्माला काळ आणि वेळ यांचे बंधन नाही. तो कुठल्याही देशात भरभराट पावू शकेल. ज्या देशातील लोक मानसिक संस्कारापेक्षा भाकरीला जास्त महत्त्व देतात, त्या देशाशी मी संबंध ठेवणार नाही. जर हिंदू धर्माने दलित वर्गाला शस्त्र धारण करण्याचे स्वातंत्र्य दिले असते तर हा देश कधीही गुलामगिरीत पडला नसता.

'बौद्ध धर्माची प्रतिष्ठा सांभाळण्याची मोठी जबाबदारी तुमच्या शिरावर पडली आहे. आणि जर तुम्ही कडकपणे आणि उदात्तपणे तत्त्वे पाळली नाहीत, तर महारांनी बौद्ध धर्माचे वाटोळे केले असे जग म्हणेल. जगातील कुठल्याही माणसावर जेवढी प्रचंड जबाबदारी पडलेली नाही तेवढी आज माझ्यावर पडलेली आहे.' असे त्यांनी आपल्या भाषणाच्या शेवटी सांगितले.

---

१. Norman Cousins, Talks with Nehru, pp. 10-11.

२. The Times of India, 7 February 1956.

श्याम हॉटेलमध्ये त्यांनी आपल्या पक्षातील लोकांची सभा घेतली. त्या वेळी ते म्हणाले, 'मला माहीत आहे की तुम्हांस धर्मापेक्षा राजकारणात अधिक उत्साह वाटतो. परंतु मला राजकारणापेक्षा धर्मात विशेष रस वाटतो. शेड्यूल्ड कास्ट फेडरेशनने दलित वर्गात स्वाभिमान व आत्मप्रतिष्ठा निर्माण केली आहे. परंतु दलितवर्गीयांनी आपल्यामध्ये आणि इतर समाजामध्ये एक मोठी भिंत उभी केली आहे. परिस्थिती अशा थराला आली आहे की, अस्पृश्य वर्गातील उमेदवारांना इतर लोक मते देत नाहीत आणि ते स्वत:सुद्धा दुसऱ्या पक्षातील उमेदवारांना मते देत नाहीत. तेव्हा त्यांनी ज्या लोकांना दलितांच्या गाऱ्हाण्यांविषयी सहानुभूती आहे, त्यांच्या साह्याने एक राजकीय पक्ष स्थापावा आणि दुसऱ्या पक्षातील नेत्यांबरोबर काम करण्याचा प्रयत्न करावा. आता परिस्थितीचा आढावा घेण्याची वेळ आली आहे.'

आंबेडकरांचे हे शेवटचे राजकीय भाषण होय. स्वतंत्र मजूरपक्ष मोडल्यानंतर पंधरा वर्षांनी हा त्यांना वस्तुनिष्ठ अनुभव आला होता. दुसऱ्या समाजाशी मिसळण्यास आणि सहकार्य करावयास त्यांनी आपल्या पक्षातील लोकांना किंवा अनुयायांना उत्तेजन बहुधा दिले नव्हते. देशाच्या उन्नतीच्या आणि भरभराटीच्या दृष्टीने त्यांनी नीट विचार करून आपला संकुचित दृष्टिकोन टाकावा असा उपदेश आपल्या अनुयायांना त्यांनी एकदाच केला होता. ती वेळ म्हणजे भारतीय राज्यघटनेचा प्रमुख शिल्पकार म्हणून सर्व देशाने त्यांच्या केलेल्या गौरवाचे नि जयजयकाराचे निनाद ऐकू येत होते तेव्हा.

जरी देशातील प्रमुख नेते आणि विचारवंत यांनी आंबेडकरांच्या बौद्ध धर्माच्या स्वीकाराकडे दुर्लक्ष केले, तरी भारतातील प्रमुख वृत्तपत्रांनी ती गोष्ट किती गंभीर आणि चिंता करण्यासारखी होती हे दाखवून दिले. आंबेडकर आता धर्मांतर करून एक आदर्श द्विज झाले आहेत असे म्हणून डॉ. आंबेडकरांचे अभिनंदन करताना मुंबई येथील 'इंडियन एक्स्प्रेस' हे दैनिक म्हणाले, 'जरी पारंपरिक हिंदू-सामाजिक रचनेतून परावृत्त झाले तरी आंबेडकरांनी शीख पंथ, ब्रह्मसमाज, आर्यसमाज या पंथांप्रमाणे ठसठशीतपणे भारतीय परंतु हिंदू धर्माचा एक निराळे स्वरूप असलेला पंथ स्वीकारावा ही आनंदाची गोष्ट आहे.' ह्या शतकातली हे धर्मांतर ही महान घटना आहे असे वर्णन करून नागपूरचे 'हितवाद' दैनिक म्हणाले, 'सम्राट अशोक आणि इतिहासप्रसिद्ध पुरुष यांच्या रांगेत डॉ. आंबेडकरांसारख्या एका बुद्धिप्रामाण्यवादी आणि विज्ञानवादी विचारवंताने बौद्ध धर्माचा एक मोठा प्रेषित म्हणून उभे राहावे ही मोठी विलक्षण घटना आहे. नागपूर येथे घडलेले हरिजनांचे धर्मांतर हा हिंदू समाजसुधारकांना मोठा इशारा आहे.'

ज्याची पितृभूमी आणि पुण्यभूमी हिंदुस्थान आहे तो हिंदू, अशी व्याख्या करणाऱ्या वीर सावरकरांनी 'आंबेडकरांचे पंथांतर हे हिंदू धर्मात विश्वासपूर्वक घेतलेली उडी आहे; बौद्ध आंबेडकर हे हिंदू आंबेडकरच आहेत,' असे वर्णन केले. त्यांच्या मते आंबेडकरांनी एक अवैदिक पण हिंदुत्वाच्या कक्षेत बसणारा भारतीय धर्मपंथ स्वीकारला, म्हणून ते धर्मांतर नव्हे. शिवाय धर्मपंथ बदलण्याने अस्पृश्यांचा प्रश्न सुटणार नाही असेही सावरकर म्हणाले. येथे लक्षात ठेवण्यासारखी एक गोष्ट आहे आणि ती ही की, महास्थविर चंद्रमणी आणि इतर भिक्षू यांनी धर्मांतराच्या दीक्षासमारंभाच्या वेळी जे पत्रक प्रसिद्ध केले, त्यात हिंदू धर्म आणि बौद्ध धर्म ह्या एकाच वृक्षाच्या फांद्या आहेत असे म्हटले होते.

बौद्धधर्मीयांच्या मतांप्रमाणे हे महान धर्मांतर म्हणजे आधुनिक भारतात सुरू झालेले एक नवे पर्व होते. 'ह्या स्थित्यंतराचे वर्णन करावयास धर्मांतर ही संज्ञा योग्य नव्हे. कारण बळजबरी आणि मोह यांचा संबंध धर्मांतरांशी असतो,' असे एका बौद्ध लेखकाने म्हटले. ते स्वत:चे मतांतर आहे, धर्मांतर नव्हे, कारण धर्मांतराचा अर्थ आपला स्वत:चा धर्म राखून दुसरा परकीय धर्म स्वीकारणे असा होतो, असेही त्यांनी आणखी म्हटले. दुसरे काही बौद्धधर्मीय म्हणाले, 'ह्या निघड्या छातीच्या नेत्याने धर्मचक्र पुन्हा फिरावयास लावले. आणि ही आधुनिक भारताने पाहिलेली सर्वांत मोठी क्रांती होय.'

१५ ऑक्टोबर १९५६ रोजी नागपूर महानगरपालिकेने नगर सभागृहात आंबेडकरांना मानपत्र दिले. तेथे ते म्हणाले, 'काँग्रेस नेत्यांनी राजकारणाचा बट्ट्याबोळ केला आहे. जर सध्या अधिकारावर असलेला पक्ष बराच काळ सत्तेवर राहील तर देश पेटेल. राज्यघटनेचा एक शिल्पकार म्हणून ती कशी राबवली जाते आणि तिची परिणती भारतात लोकशाही स्थापण्यात होईल की नाही याविषयी मी सदोदित विचार करीत असतो.' आपण स्वत:स घटनेचा एक शिल्पकार म्हणतो ते दिमाखाने नव्हे. कारण ज्यांनी घटना तयार केली असती असे अनेक पंडित या देशात आहेत असे ते म्हणाले. त्यांनी नेहरू सरकारवर जळजळीत टीका केली आणि ते पुढे म्हणाले, ''मी ते सरकार जवळून पाहिले आहे. सुशिक्षित स्त्रिया वाममार्गास लागल्या आहेत आणि निवडणुकीचे तिकीट मिळविण्यासाठी त्या वाटेल ते करतील.''

बाबासाहेबांसारख्या थोर प्रतिष्ठेच्या एका समाजसुधारकाचे, तत्त्वज्ञान्याचे आणि विद्वान घटनापंडिताचे स्वागत करताना आपणांस आनंद होत

आहे असे नागपूर महापालिकेने त्या मानपत्रात म्हटले होते.

पं. जवाहरलाल नेहरूंच्या परराष्ट्रीय धोरणाला आंबेडकरांचा विरोध होता. सुएझ कालव्याच्या प्रकरणात नेहरूंचे धोरण चुकीचे होते असे त्यांचे स्पष्ट म्हणणे होते. सुएझ कालवा आंतरराष्ट्रीय मालकीचा असावा असे त्यांना वाटत होते. जर सर्व मुस्लीम राष्ट्रे भारताच्या विरुद्ध एक झाली तर सुएझमधून भारताला येणारे साहाय्य नि माल बंद होईल असे त्यांना वाटे.

१६ ऑक्टोबर रोजी चांदा येथे होणाऱ्या दीक्षासमारंभाला डॉ. आंबेडकर उपस्थित होते. तेथे त्यांनी पंचशील नि शपथा अनुयायांना म्हणावयास सांगून त्यांना दीक्षा दिली.

चांद्याहून ते आगगाडीने दिल्लीला निघाले. आगगाडीत रट्टूने त्यांना धर्मांतराविषयी निरनिराळ्या वर्तमानपत्रांतले अभिप्राय नि बातम्या वाचून दाखविल्या. नागपूर येथे पोचल्यावर त्यांनी आपला बेत बदलून दिल्लीला विमानाने जावयाचे ठरविले. त्याप्रमाणे ते आवश्यक मंडळींसमवेत विमानाने दिल्लीस गेले. जरी ते थकलेले दिसत होते तरी ते फार उत्साहात दिसत होते. तीन दिवस पूर्ण विश्रांती घेतल्यावर ते ताजेतवाने झाले. त्यांचे मन जरा टवटवीत झाले. त्या उत्साहाच्या भरात ते मोठ्याने गाणी म्हणू लागले. त्यात कबीराचे दोहे असत. 'बुद्धं सरणं गच्छामि' ही त्यांची आवडती तबकडी रेडिओग्रॅमवर लावण्यात आली. प्रकृती खंगली होती तरी मुद्रा धन्यता आणि अहंता यांनी विलसत होती. त्या युगप्रवर्तक घटनेचे ते शिल्पकार होते हे खरेच होते. ती युगप्रवर्तक घटना घडवून आणण्याविषयी बौद्ध धर्माचे चक्र फिरावयास लावून भारतात बुद्ध धर्माचे पुनरुज्जीवन केल्याविषयी त्यांना धन्यता वाटत होती. बौद्ध धर्माचे भारतात पुनरुज्जीवन होणे ही एक शक्य गोष्ट आहे, असे सर वुइल्यम हंटर यांनी १८८१ मध्ये केलेले भविष्य[१] आंबेडकरांनी खरे करून दाखविले. गुरुदेव रवींद्रनाथ टागोर[२] यांनीसुद्धा 'होवो बुद्ध धर्माचे पुनरागमन' अशी कविता करून भारतात बुद्धाच्या पुनरागमनाची वाट पाहिली होती.

---

१. Hunter W. W., Ancient India, P. 175.

२. Buddhadeo, p. 17.

२७

अखेरचा प्रवास

मनाच्या अत्यंत उत्साही अवस्थेत आंबेडकरांनी आपल्या निकटवर्ती मंडळींना धर्मांतराच्या समारंभाच्या वेळी घेतलेली छायाचित्रे दाखविली. आपण आता दिल्ली, उत्तर प्रदेश आणि पंजाब या विभागांत धर्मांतर घडवून आणू अशी इच्छा त्यांनी त्यांच्याकडे बोलून दाखविली. जो जो त्यांचा चाहता त्यांना भेटावयास येई त्याला त्याला ते आपल्या धर्मांतराच्या हकिकतीचे मोठ्या उत्साहभराने नि सद्‌गदित अंत:करणाने रसभरित वर्णन करून सांगत.

ह्याच सुमारास मुंबई येथील एल्फिन्स्टन महाविद्यालयाच्या प्राचार्यांनी आंबेडकरांना पत्र लिहून आपण कोणत्याही आवडत्या विषयावर एक लेख महाविद्यालयाच्या शतसांवत्सरिक उत्सवाच्या निमित्ताने निघणाऱ्या स्मृतिग्रंथासाठी लिहावा अशी विनंती केली. आंबेडकरांनी ते आमंत्रण स्वीकारून प्राचार्यांकडे आपण 'लोकशाही म्हणजे काय नि ती भारतात यशस्वी होण्याची शक्यता आहे की काय ?' ह्या विषयावरही बोलू अशी इच्छा प्रदर्शित केली. आपली दृष्टी अधू झाली असून प्रकृती नीट नसल्यामुळे आपण भाषण करू शकू अशी मला खात्री वाटत नाही, असेही त्यांनी प्राचार्यांना कळविले. उपरोक्त महाविद्यालयासाठी निधी गोळा करण्याच्या हेतूने एक पत्रक काढण्यात येणार होते. त्यावर आंबेडकरांनी स्वाक्षरी केली. परंतु सोबतच्या पत्रात आपल्या स्वाक्षरीमुळे निधी गोळा करण्यास विशेष काही साहाय्य होईल किंवा कसे ह्याविषयी शंका प्रदर्शित केली. जर एल्फिन्स्टन महाविद्यालयाच्या अधिकारी वर्गाची इच्छा मी समारंभाला उपस्थित राहावे अशी असली, तर मला त्यासाठी मुंबईस खास खेप मारावी लागेल, असेही त्यांनी कळविले.

देवप्रिय वालीसिंह यांच्या २५ ऑक्टोबर १९५६ च्या पत्राला त्यांनी ३० ऑक्टोबर रोजी उत्तर लिहून कळविले की, दीक्षासमारंभ ही मोठीच घटना होती. धर्मांतरासाठी पुढे आलेला लोकसमुदायसुद्धा अपेक्षेपलीकडे होता. भगवान बुद्धाच्या कृपेने सर्व काही ठीक झाले. त्याच पत्रात ते देवप्रिय वालीसिंहांना

म्हणाले, 'जे लोक माझ्या सांगण्यावरून बौद्ध धर्म स्वीकारतील आणि ज्यांनी स्वीकारला आहे, त्यांना बौद्ध धर्माचे ज्ञान देण्याविषयी काही तजवीज करण्याचा विचार केला पाहिजे. मला असे वाटते की, संघाला आपल्या दृष्टिकोनात काही सुधारणा केली पाहिजे. तसेच बौद्ध धर्मोपदेशकांनी निव्वळ बैरागी बनण्यापेक्षा त्यांनी ख्रिश्चन धर्मोपदेशकांप्रमाणे समाजसेवक नि समाजोपदेशक व्हावे.'

आंबेडकरांची प्रकृती ठीक नव्हती, तरी त्यांच्या सान्निध्यातील मंडळींनी मोठ्या उत्साहाने आंबेडकरांनी नेपाळातील खाटमांडू येथे भरणाऱ्या जागतिक बौद्ध मातृसंघाच्या परिषदेस उपस्थित राहावे, अशी खटपट नि व्यवस्था केली. आंबेडकरांच्या नेपाळमधील वास्तव्याची सर्व व्यवस्था एम्. ज्योती नावाच्या कलकत्त्यातील गृहस्थांकरवी करण्यात आली. आंबेडकरांच्या प्रकृतीची काळजी घेणारे नि स्वास्थ्यरक्षणाची व्यवस्था पाहणारे मुंबईचे डॉ. माधवराव मालवणकर यांना आंबेडकरांच्या संगे नेपाळमध्ये जाण्यासाठी खास पाचारण करण्यात आले. प्रवासात वेळ सापडला तर अपूर्ण ग्रंथ पूर्ण करावे अशा हेतूने आपली हस्तलिखिते आंबेडकरांनी आपल्या बरोबर घेण्याची व्यवस्था केली. ते पाटण्याहून खाटमांडूला जाणार होते. इतक्यात त्यांना काही आर्थिक व्यवहारासंबंधी अडचणी उपस्थित झाल्या. मुंबईतील राजगृहाच्या काही भागाचा विस्तार करण्यात आला होता. त्याबद्दल ठेकेदाराचे पैसे चुकते करावयाचे होते. त्या ठेकेदाराने मुंबई वरिष्ठ न्यायालयात आंबेडकरांविरुद्ध दावा गुदरला होता. दिल्लीतील आपल्या एका मित्राकडे आंबेडकरांना काही रक्कम मिळाली. बाकीची रक्कम त्यांनी मुंबईत उभी केली. आणि एकूण ४०,००० रुपये न्यायालयात भरणा केले. ती सर्व व्यवस्था करण्यासाठी डॉ. सौ. सविताबाई आंबेडकर मुंबईस येऊन परत दिल्लीस गेल्यानंतर आंबेडकर आणि मंडळी पाटण्याहून दि. १४ नोव्हेंबरला खाटमांडूला विमानाने गेली. त्या मंडळीत औरंगाबाद येथील मिलिंद महाविद्यालयाचे प्राध्यापक म. भि. चिटणीस आणि बळवंत ह. वराळे हे होते.

बौद्ध भ्रातृसंघाची ही चौथी जागतिक परिषद खाटमांडू येथे भरली. १५ नोव्हेंबर १९५६ रोजी दुपारी सिंग दरबार गॅलरी सभागृहामध्ये त्या परिषदेचे उद्घाटन राजा महेंद्र यांनी केले. त्या दिवशी नेपाळच्या हिंदू राजाने सार्वत्रिक सुटी दिली होती. इतकेच नव्हे तर दुसऱ्या धर्माला अतिउदारपणाची वागणूक मिळाली पाहिजे ह्या थोर हिंदू परंपरेला जागून जनतेस त्या दिवशी शंकराचार्य यांच्या जीवनावर हिंदुस्थानात निघालेला चित्रपट दाखविण्यास बंदी केली.

हिंदू धर्माचा महान नेता शंकराचार्य याने बौद्ध धर्माचा भारतात पाडाव

केला होता. त्या चित्रपटातील काही प्रसंग बौद्धविरोधी आहेत, असा आक्षेप घेण्यात आला होता. आणि राजाने घेतलेल्या या पारंपरिक उदार दृष्टिकोनाला जणू उतारा म्हणून खाटमांडूच्या हिंदू पुरोहितांनी बौद्धांना अलीकडेच पशुपतिनाथ मंदिरात प्रवेश करण्याचा दिलेला हक्क रद्द केला. या विचित्र निर्णयाची वेळ व आंबेडकरांच्या बुद्ध भिक्षुकांतील उपस्थितीची वेळ एकत्र जमून आली हे आश्चर्य नव्हे ? त्या परिषदेत बोलताना डॉ. आंबेडकर म्हणाले, 'बौद्ध धर्म हा जगातील सर्वांत मोठा धर्म आहे. कारण तो केवळ धर्म नसून तो एक महान सामाजिक सिद्धान्त आहे. हे मी जगाला जाहीर करण्यास येथे आलो आहे.' त्या परिषदेच्या पहिल्या दिवशी आंबेडकर जेव्हा बोलावयास उठले तेव्हा परिषदेतील सर्व प्रतिनिधींनी त्यांचा प्रचंड जयजयकार केला.

परिषदेचे अध्यक्ष डॉ. मालालासेकर हे डॉ. आंबेडकरांच्या एक महिन्यापूर्वी केलेल्या धर्मांतराची वाखाणणी करून म्हणाले, 'अशा पाच लाख लोकांसहित आंबेडकरांनी केलेले धर्मांतर सर्वांत महान धर्मांतर आहे.' २० नोव्हेंबर १९५६ रोजी आंबेडकरांना 'बौद्ध धर्मातील अहिंसा' या विषयावर व्याख्यान देण्यास विनंती करण्यात आली. परंतु बहुसंख्य प्रतिनिधींनी 'बुद्ध आणि कार्ल मार्क्स' या विषयावर बोलण्याचा त्यांना आग्रह केला. त्या विषयावर बोलताना आंबेडकरांनी बौद्ध देशांतील तरुणांच्या भवितव्याविषयी चिंता व्यक्त केली. कारण त्या तरुणांना मार्क्स हाच काय तो एकमेव पूजनीय वाटत होता. ते म्हणाले, 'बुद्ध नि मार्क्स यांचे ध्येय एकच होते. मार्क्सच्या मते खाजगी मालमत्ता हीच दुःखाच्या मुळाशी आहे. त्याची परिणती पिळवणूक, दुःख नि गुलामगिरी यात होते. बुद्धालासुद्धा दुःख नाहीसे करावयाचे होते. आणि दुःख या शब्दाचा अर्थ बौद्ध वाङ्मयात खाजगी मालमत्ता असा केलेला आहे. बुद्धाचे म्हणणे असे की, सर्व काही नाशवंत आहे. म्हणून मालमत्तेसाठी झगडण्याची आवश्यकता नाही. बौद्ध भिक्षूंना खासगी मालमत्ता ठेवायची अनुज्ञा नव्हती. बुद्धाने आपल्या धर्माचा पाया देव वा आत्मा यावर उभारलेला नाही. म्हणून खाजगी मालमत्ता नाकारण्याचे तत्त्व सर्व समाजाला लावण्याच्या मार्गात बौद्ध धर्म अडथळा करणार नाही. 'तथापि, बौद्ध धर्म नि साम्यवाद यांचे आपापले उद्दिष्ट साधण्याचे मार्ग भिन्न आहेत. खासगी मालमत्तेचे निर्मूलन करण्याचा साम्यवादाचा मार्ग अत्याचारी आहे. खाजगी मालमत्तेचे उच्चाटन करण्याचा बौद्ध धर्माचा मार्ग हा अनत्याचारी आहे. मार्क्सच्या मार्गाने फळ त्वरित लाभते. बुद्धाचा मार्ग जरी दीर्घसूत्री असला तरी तो अनत्याचारी आहे. पण तो सर्वांत खात्रीचा मार्ग आहे. मनुष्याच्या मनाची नि जगाच्या मनाची सुधारणा झाल्याविना जगाची सुधारणा होणार नाही. एकदा

का मनुष्याच्या मनाचे असे स्थित्यंतर झाले की मग त्रास होणार नाही. ती कामगिरी कायम स्वरूपाची होईल. मार्क्सचा मार्ग हा हिंसेवर अधिष्ठित आहे. जर रशियातील हुकूमशाही अयशस्वी झाली तर राज्याची मालमत्ता गिळंकृत करण्यासाठी रक्तलांछित उठाव होतील. उलटपक्षी बौद्ध धर्माची पद्धत ही लोकशाहीची पद्धती आहे आणि साम्यवादी पद्धती ही हुकूमशाहीवर अधिष्ठित आहे. म्हणून बुद्धाचा मार्ग हा अत्यंत सुरक्षित नि समर्थ आहे. बौद्ध भिक्षूंनी लोकांत धर्मप्रचार करण्यासाठी ख्रिश्चन धर्मोपदेशकांचा मार्ग अनुसरावा.' त्यांचे हे भाषण अतिशय परिणामकारक झाले. अध्यक्षस्थानी नेपाळचे महाराज महेंद्र होते.

जॉर्ज वॉशिंग्टनने म्हटले आहे की, देव नि बायबल यांच्या साह्याशिवाय जगाचे नियंत्रण करणे अशक्य आहे. आंबेडकरांच्या मते बुद्ध आणि त्याचा धम्म अनुसरल्याविना जगात शांतता नि सुरक्षितता नांदणे अशक्य आहे.

आंबेडकरांच्या विरुद्ध मुंबई वरिष्ठ न्यायालयातील दावा न्यायाधीशापुढे येताच तो के. जी. काळे या वकिलांनी चालविला. काळे यांनी पाठविलेली तार रट्टू ह्यांनी आपल्या साहेबांना खाटमांडूला पाठवून दिली. येतेवेळी आंबेडकरांनी बनारस विद्यापीठात आणि काशी विद्यापीठात आव्हानाने भरलेली भाषणे केली. बुद्धीने जग जिंकण्यावर त्यांचा अमर्याद विश्वास होता. मी शंकराचार्य नाही असे जरी ते म्हणत तरी जी कामगिरी शंकराचार्यांनी हिंदू धर्मासाठी केली, ती आपण बौद्ध धर्मासाठी करू अशी विजिगीषा ते बाळगीत असत. बनारस विद्यापीठाच्या सभागृहामध्ये त्यांनी शंकराचार्यांच्या तत्त्वज्ञानावरील 'ब्रह्म सत्यं जगन् मिथ्या' या सिद्धान्तावर एक व्याख्यान दिले. जर ब्रह्म सर्व ठिकाणी आहे अन् सर्व जग आपले आहे तर ब्राह्मण आणि अस्पृश्य हे समान आहेत. परंतु शंकराचार्यांनी आपला तो सिद्धान्त सामाजिक व्यवस्थेला लावलेला नाही. त्यांनी आपली मते वेदान्ताच्या पातळीवरच ठेवली. जर त्यांनी तो सिद्धान्त समाजाला लावला असता आणि सामाजिक समता प्रचारली असती तर त्यांच्या मताला भव्यता आली असती. तेच जग मिथ्या आहे, हा त्यांचा चुकीचा समज जरी बाजूस ठेवला, तरी तो सिद्धान्त विचारार्ह ठरला असता. म्हणून विद्यार्थ्यांना आंबेडकरांनी असा प्रश्न केला की, 'तुम्ही पुरुषसूक्तात मांडलेल्या असमानतेच्या उतरंडीतला पाठिंबा देणारी हिंदुशास्त्रे अनुसरणार की, राज्यघटनेमध्ये मांडलेल्या स्वातंत्र्य, समता नि बंधुता या तत्त्वांच्या बाजूने उभे राहणार आणि हिंदुशास्त्रात मांडलेल्या असमान उतरंडीच्या तत्त्वांचे खंडन करणार ?'

मार्गात आंबेडकरांनी भारतातील बौद्ध धर्माच्या पवित्र स्थळांना दुसऱ्यांदा भेट दिली. ते कुशीनगरहून परतले आणि दिल्लीला १४ नोव्हेंबर १९५६ रोजी

विमानाने परत आले. विमानतळावरून निवासस्थानी जाताना त्यांनी रट्टूजवळ आपल्या कुत्र्याच्या प्रकृतीची चौकशी केली. त्या कुत्र्यास थोड्याच दिवसांपूर्वी रुग्णालयात ठेवण्यात आले होते. दुसरा प्रश्न त्यांनी मुंबई वरिष्ठ न्यायालयात चाललेल्या दिवाणी दाव्यासंबंधी विचारला. त्याविषयी रट्टूंनी त्यांना माहिती दिली.

दिल्लीतील निवासस्थानी पोहोचल्यावर ते अतिशय खिन्न, वैतागलेले नि उदासीन दिसत होते. आंबेडकरांच्या पत्नीचे वडील कृष्णराव कबीर, भाऊ बाळू कबीर आणि डॉ. माधवराव मालवणकर हे आंबेडकरांबरोबरच त्यांच्या निवासस्थानी त्या दिवसांत राहत होते. आंबेडकर फारच थकले असल्यामुळे त्यांनी रट्टूला रात्री ठेवून घेतले. दि. १ डिसेंबरच्या सकाळी आंबेडकर ७। वाजता उठले. त्यांनी चहा घेतला. आणि त्यांना ताजेतवाने वाटू लागले. त्याच दिवशी सायंकाळी ते मथुरा पथावर भरलेले प्रदर्शन पाहण्यासाठी गेले. त्यातील बुद्धिस्ट आर्ट गॅलरी पाहून ते बाहेर आले. प्रदर्शनाच्या बाहेर असलेल्या आपल्या मोटारीमध्ये बसले त्या वेळी त्यांना एका चाहत्याने विचारले की, निरनिराळ्या देशांतून आलेल्या बुद्धाच्या मूर्तीमध्ये एवढा फरक कसा ? त्या मूर्तींच्या अंगप्रत्यंगांच्या घडणीत असा फरक का ? तेव्हा त्यांनी उत्तर दिले की, 'बुद्धाच्या महानिर्वाणानंतर सहाशे वर्षेपर्यंत बुद्धाचे चित्र कोणीही रेखाटले नव्हते. किंवा त्याची मूर्तीही घडविली नव्हती. कोणीतरी त्यानंतर आपल्या कल्पनेप्रमाणे बुद्धाचा पुतळा केला त्यानंतर अनेक देशांत त्या देशांतील सौंदर्याच्या कल्पनेप्रमाणे बुद्धाच्या मूर्ती वा पुतळे करण्यात आले.' घरी परत येताना त्यांनी कॅनॉट प्लेस-मधील एका पुस्तकविक्रेत्याच्या दुकानाला भेट दिली. नवीन ग्रंथ पाहिले. त्यांतले काही घरी पाठविण्यास सांगितले.

२ डिसेंबर रोजी अशोक विहारमध्ये दलाई लामांच्या सन्मानार्थ झालेल्या समारंभाला आंबेडकर उपस्थित होते. दलाई लामा त्या वेळी बुद्धगया येथे साजऱ्या होणाऱ्या बुद्धमहानिर्वाणाच्या २५०० व्या पुण्यतिथी समारंभात भाग घेण्यासाठी आले होते. सायंकाळी आपल्या निवासस्थानाच्या आवारातील हिरवळीवर त्यांनी काही भक्तांशी गप्पा मारल्या व भोजनही तेथेच केले. रात्री १०॥ वाजता ते झोपी गेले. थोड्याच वेळात गाढ झोपले. ३ डिसेंबर रोजी सायंकाळी त्या अतिशय थकलेले दिसले. नोकराला हिरवळीवर खुर्च्या आणून ठेवण्यास सांगितले. ते सर्वांबरोबर आंबेडकर पतीपत्नींची आंबेडकरांचे मेहुणे बाळू कबीर यांनी छायाचित्रे घेतली. त्या छायाचित्रांसाठी आंबेडकरांची पत्नी, त्यांचे वडील कृष्णराव कबीर आणि डॉ. माधवराव मालवणकर इत्यादी मंडळी बाबासाहेबांबरोबर बसली होती.

काळोख पडल्यावर बाबासाहेब एका हातात काठी घेऊन नि दुसरा हात रट्टूच्या खांद्यावर ठेवून आपल्या माळ्याच्या प्रकृतीची चौकशी करावयास गेले. तो म्हातारा माळी तीनचार दिवस तापाने फणफणलेला होता. त्याची पत्नी त्याच्या अंथरुणाजवळ उभी होती. आपण मेलो तर आपली म्हातारी बायको निराश्रित होऊन रस्त्यावर पडेल म्हणून तो चिंताक्रांत झाला होता. धन्याला पाहताना किंचित हास्य करून त्याने हात जोडून धन्याचे स्वागत केले आणि तो रडू लागला. आपल्या धन्याच्या दयाळूपणामुळे तो गहिवरला. त्याने दीर्घ श्वास सोडला आणि हुंदके देत तो म्हणाला, 'प्रत्यक्ष भगवानाने मला भेट दिली आहे. परंतु महाराज, मला जगण्याची आता आशा नाही. आणि माझ्या पत्नीला....' त्याला पुढे बोलवेना. केविलवाण्या वदनाने तो हुंदके देऊ लागला. त्याचे सांत्वन करताना बाबासाहेब म्हणाले, 'रडू नकोस. प्रत्येक जण केव्हा ना केव्हा तरी मरणार आहे. मीसुद्धा केव्हातरी मरणार आहे. धीर धर. मी पाठवितो ते औषध घे. तू बरा होशील.' माळ्याच्या खोपटातून बाहेर पडताना ते रट्टूला म्हणाले, 'पाहा. या गरीब मनुष्याला मरणाची भीती वाटत आहे. मी भीत नाही. मृत्यू कोणत्याही क्षणाला येवो !' मृत्यूने आंबेडकरांवर गेली दोन वर्षे आपली सावली पाडली होती. तो हे ऐकत होता काय ?'

थोड्या वेळाने आंबेडकरांनी रट्टूंना १४ डिसेंबरच्या रेल्वे तिकिटांची नोंद करण्यासंबंधी चौकशी करावयास सांगितले. १६ डिसेंबर १९५६ या दिवशी त्यांना आपल्या मुंबईतील अनुयायांना दीक्षा द्यायचे कार्य उरकायचे होते. त्यानंतर त्यांनी आपल्या ग्रंथालयातून मार्क्सचा 'डास कॅपिटॉल' हा ग्रंथ घेऊन 'बुद्ध आणि कार्ल मार्क्स' ह्या ग्रंथाचे शेवटचे प्रकरण लिहून टंकलेखनासाठी दिले. मंगळवार ४ डिसेंबर या दिवशी आंबेडकर राज्यसभेत काही वेळ उपस्थित होते. राज्यसभेच्या दिवाणखान्यात काही सभासदांशी त्यांनी औपचारिक चर्चा केली. आंबेडकरांची ही राज्यसभेला अखेरची भेट ठरेल असे कोणालाही वाटले नसेल. सायंकाळी त्यांनी दोन पत्रे लिहून घेण्यास सांगितले. एक आचार्य प्र. के. अत्रे नि दुसरे श्री. म. जोशी यांना. हे दोघे काँग्रेसच्या विरोधी पक्षातील प्रमुख महाराष्ट्रीय नेते होते. आणि संयुक्त महाराष्ट्र चळवळीतील आघाडीवरचे नेते होते. ह्या दोघांनी आंबेडकर काढीत असलेल्या रिपब्लिकन पक्षाला येऊन मिळावे अशी त्यांना आंबेडकरांनी त्या पत्रात विनंती केली होती. म. वा. समर्थ यांच्या बंधूंचा बंगला मुंबईच्या वास्तव्यात आपणांस राहावयास मिळेल की कसे असे विचारण्यासाठी म. वा. समर्थांना लिहावयाच्या पत्राचा मजकूर त्यांनी सांगितला.

आंबेडकर व त्यांचा परिवार १४ डिसेंबरला मुंबईस जाणार होता. परंतु

त्या कार्यक्रमात फरक करण्यात आला. आंबेडकरांच्या पत्नीचे वडील, भाऊ आणि जाधव हे ४ डिसेंबर रोजी रात्री दिल्लीहून आगगाडीने मुंबईस यावयास निघाले. आगगाडीचा प्रवास आपल्या प्रकृतीस झेपणार नाही म्हणून आंबेडकरांनी १४ डिसेंबर रोजी मुंबईस विमानाने जाण्याचे ठरविले. रट्टूंनी टंकलेखनाचे काम रात्री १॥ वाजेपर्यंत केले आणि ते आंबेडकरांच्या निवासस्थानीच झोपी गेले.

५ डिसेंबरच्या सकाळी रट्टू लवकर उठले. बाबासाहेब झोपलेले होते असे त्यांनी पाहिले. बाबासाहेब सकाळी ८॥ वाजता उठले. रट्टूंनी त्यांचा निरोप घेतला आणि सायकलवरून ते आपल्या नोकरीवर गेले. वाटेत ते एका उपाहारगृहात जेवले.

डॉ. मालवणकरांसंगे डॉ. सौ. सविता आंबेडकर काही खरेदीसाठी दुपारी १॥ वाजता बाजारात गेल्या. आंबेडकरांनी बऱ्याच वेळानंतर दोनतीन वेळा घंटा वाजविली. पत्नीविषयी चौकशी केली. परंतु डॉ. सौ. सविताबाई परत आलेल्या नव्हत्या. सुदामा गंगावणे ह्या स्वयंपाक्याने दिवा लावला व त्यांना न्हाणीत नेले. आंबेडकरांनी चहा घेतला. पुन्हा त्यांनी घंटा वाजवून पत्नी आली किंवा नाही याविषयी चौकशी केली. त्यांचा चेहरा रागाने लाल झाला. रट्टू सायंकाळी ५॥ वाजता आंबेडकरांकडे आले. आंबेडकर अत्यंत संतापले आहेत असे त्यांनी पाहिले. रट्टूंना त्यांनी टंकलेखनाचे काम दिले. इतक्यात डॉ. सौ. सविताबाई डॉ. माधवराव मालवणकरांसमवेत घरी परतल्या. सविताबाईंनी आत डोकावून पाहिले मात्र आणि आंबेडकरांनी त्यांना अपशब्द बोलून उद्धार केला. त्यांनी साहेबांना शांत करावयास रट्टूंना विनविले.

रात्री ८ वाजता संताप कमी झाला होता. तितक्यात जैनांचे प्रतिनिधी मंडळ पूर्वी भेट ठरल्याप्रमाणे भेटीस आले. त्या जैन प्रतिनिधी मंडळास दुसऱ्या दिवशी भेटावे असे त्यांना एकवार वाटले. परंतु ते आता आलेच होते. त्यामुळे त्यांचे म्हणणे आजच ऐकून घेतले तर बरे, असे म्हणून त्यांनी त्यांची भेट घेतली. त्यानंतर सुमारे वीस मिनिटांनी ते न्हाणीत जाऊन आले. नंतर रट्टूंच्या खांद्यावर हात टाकून ते दिवाणखान्यात आले. तेथे एका कोचावर ते डोळे मिटून जेमतेम बसले.

जैन नेते आदरपूर्वक उठून उभे राहिले. नंतर खाली बसले. काही क्षण निस्तब्धता पसरलेली होती. जैन नेते तटस्थ होऊन त्यांच्या मुखाकडे एकटक पाहत राहिले होते. काही क्षणांनंतर आपली नजर वर करून त्यांनी त्या नेत्यांना

त्यांच्या भेटीचा उद्देश विचारला. त्यांनी बाबासाहेबांच्या प्रकृतीची औपचारिक चौकशी केली. त्यावर ते उत्तरले, 'ठीक, चलता है.' नंतर काही वेळ बौद्ध धर्म नि जैन धर्म यांसंबंधी थोडी चर्चा केली. त्यांच्या मनावर त्या चर्चेचा परिणाम झालेला दिसला. त्यांनी बाबासाहेबांच्या हातात 'जैन और बुद्ध' या ग्रंथाची एक प्रत प्रेमादरपूर्वक ठेवली. दुसऱ्या दिवशी सकाळी त्यांचा एक समारंभ होणार होता. त्या समारंभास उपस्थित राहून आपल्या मुनींशी काही मुद्यांची चर्चा करावी अशी त्यांनी आंबेडकरांना विनंती केली. प्रकृती नीट असली तर आपण उपस्थित राहू असे बाबासाहेब उत्तरले. आणि भेटीस आलेल्या शेवटच्या लोकांनी त्यांचा निरोप घेतला. आंबेडकर जैन नेत्यांशी बोलत असतानाच त्यांचे पाहुणे डॉ. माधवराव मालवणकर रात्रीच्या विमानाने मुंबईस परतले.

नानकचंद रट्टू बाबासाहेबांचे पाय रगडू लागले. आपल्या डोक्यावर तेल चोळण्यास त्यांनी रट्टूंना सांगितले. तसे त्यांनी केले. बाबासाहेबांना थोडे बरे वाटले. इतक्यात एकाएकी एक शांत आनंददायी मधुर आवाज ऐकू येऊ लागला. आवाज बाबासाहेबांचा आहे हे रट्टूंनी ओळखले. ते डोळे मिटून उजव्या हाताच्या बोटांनी सोफ्याच्या हातावर ठेका धरून गाणे गात होते. हळूहळू गाणे स्पष्ट ऐकू येऊ लागले. 'बुद्धं सरणं गच्छामि' ह्या पदाच्या ओळी स्पष्टपणे ऐकू येऊ लागल्या. रेडिओग्रामवर त्या आवडत्या गाण्याची तबकडी लावण्यास त्यांनी रट्टूंना आज्ञा केली. त्या तबकडीबरोबरच ते गाणे अगदी तन्मयतेने तालसुरात म्हणू लागले.

त्याच वेळी सुदामा गंगावणे या स्वयंपाक्याने वर्दी दिली की जेवण तयार आहे. बाबासाहेब म्हणाले, 'थोडा भात घेऊन ये. दुसरे काही नको.' ते त्या गाण्याच्याच तंद्रीत होते. स्वयंपाक्याने दुसऱ्यांदा वर्दी दिल्याबरोबर बाबासाहेब जेवणाच्या खोलीत जावयास निघाले. रट्टूंच्या खांद्यावर हात ठेवून चालत जात असता, स्वयंपाकघरात प्रवेश करण्यापूर्वी, त्यांनी निरनिराळ्या कपाटांतून काही ग्रंथ काढून घेतले. जीवनातील त्या महान नि खऱ्या मित्रांकडे पुन्हा एक आशाळभूतपणे दृष्टिक्षेप टाकून ते आत गेले. रट्टूंच्या मदतीने ते एका खुर्चीत स्वयंपाकघराकडे तोंड करून बसले. त्यांनी अगदी थोडे अन्न खाल्ले आणि रट्टूंना डोके चोळावयास सांगितले. त्यांनी दोनचार मिनिटे डोके चोळल्यावर हातात सोटा घेऊन कबीराचे 'चलो कबीर तेरा भवसागर डेरा' हे पद गुणगुणत ते उठले. स्वयंपाकघराला लागून असलेल्या शेजघरात ते गाणे गुणगुणत त्यांनी प्रवेश केला.

पंधरावीस मिनिटांपूर्वी कपाटातून आणलेले ग्रंथ त्यांनी चाळून पाहिले. ते टेबलावर तसेच ठेवून दिले. ते आपल्या बिछान्यावर पडले आणि रट्टूंना

हळूहळू पाय रगडावयास सांगितले. आता रात्रीचे ११। वाजले होते. आदल्या रात्री रट्टू घरी गेले नव्हते. बाबासाहेबांच्या डोळ्यावर झोप आहे असे पाहून आपणही आता घरी जावे असे रट्टूंना वाटले. त्यांचे लक्ष वेधून घेण्यासाठी रट्टूंनी टेबलावरचे एकदोन ग्रंथ इकडचे तिकडे ठेवले. बाबासाहेबांनी वर पाहिले. तेव्हा रट्टूंनी बाबासाहेबांची रजा घेतली आणि आपली सायकल बाहेर काढली. त्यांना आता भूक लागली होती. त्यांची पत्नी घरी वाट पाहत असेल याविषयी त्यांना टोचणी लागली होती. सायकलीवरून ते आवाराच्या दरवाजापर्यंत जातात न जातात तोच त्यांना सुदामाने हाक मारली. 'बाबासाहेब तुम्हांला बोलावताहेत,' असे तो म्हणाला. बाबासाहेबांनी 'बुद्ध आणि त्याचा धम्म' या ग्रंथाचा उपोद्घात नि प्रस्तावना यांच्या टंकलिखित प्रती तसेच आचार्य प्र. के. अत्रे, श्री. म. जोशी नि ब्रह्मदेशचे सरकार यांना लिहिलेल्या पत्रांच्या प्रती कपाटातून काढून आणून टेबलावर ठेवण्यास सांगितले. 'उपोद्घात नि प्रस्तावना रात्री पुन्हा वाचून पाहीन. ती पत्रे वाचीन.' असे ते म्हणाले. ती पत्रे दुसऱ्या दिवशी टपालातून रवाना होणार होती. सुदामाने साहेबांच्या खाटेजवळ कॉफीने भरलेला थर्मास नि मिठाईची एक बशी ठेवली. गेली पाच वर्षे बाबासाहेबांच्या जिवास जपणारी त्यांची डॉ. पत्नी किंवा त्यांचा नोकर यांना बाबासाहेबांच्या खाटेच्या मागे मृत्यू दबा धरून बसला होता ह्याची किंचितसुद्धा कल्पना नव्हती.

६ डिसेंबर १९५६ च्या सकाळी डॉ. सौ. सविताबाई नेहमीप्रमाणे उठल्या. साडेसहा वाजता त्यांनी आपल्या पतीकडे पाहिले तेव्हा त्यांचा एक पाय उशीवर टेकलेला दिसला. बागेत एक चक्कर मारून त्या नेहमीप्रमाणे बाबासाहेबांना उठविण्यास गेल्या. त्यांनी त्यांना उठविण्याचा प्रयत्न केला. पण त्यांना चिरनिद्रा लागली होती ! आपले पतिराज हे जग सोडून गेले आहेत असे समजताच त्यांना भयंकर धक्काच बसला. त्यांनी रट्टूंना आणावयास गाडी पाठविली. रट्टू आले. रट्टूंना पाहताच डॉ. सविताबाई सोफ्यावर दुःखभराने कोसळता कोसळता असहायपणे उद्गारल्या, 'रट्टू, बाबासाहेब आपल्याला सोडून गेले !' रट्टूंना ती दुःखद वार्ता सहन झाली नाही. आपल्या कापऱ्या आवाजात ते अडखळत उद्गारले, 'काऽय बाबाऽऽसाहेब गे...' ती दोघे बाबासाहेबांच्या शयनघरात गेली. बाबासाहेबांच्या मृत शरीरात हृदयाचे पुन्हा चलन करण्याचा त्यांनी प्रयत्न केला. त्यांचे हातपाय रगडले. खाली वर केले. छाती आणि पोट यांतील पडदा रगडून तोंडात एक चमचाभर ब्रँडी ओतली. परंतु श्वासोच्छ्वास सुरू झाला नाही. झोपेतच त्यांचे प्राणोत्क्रमण झाले होते. आंबेडकरांना मधुमेहाच्या विकारामुळे मज्जातंतूचा असाध्य असा विकार जडला

होता. त्यांची हृदयक्रिया गेली दोन वर्षे क्षीण होत चालली होती. ती आज कायमची बंद पडली !

डॉ. सविता आंबेडकरांनी दु:खाने हंबरडा फोडला. बाबासाहेबांच्या शवावर ओणवे राहून रट्टूंनी आक्रोश केला. 'बाबासाहेब मी सेवेला आलो आहे. मला काम द्या.' असे म्हणून त्यांनी टाहो फोडला. कोणी चिमनलाल शहा नावाचे गृहस्थ या वेळी आंबेडकरांच्या निवासस्थानी राहत होते. ते गृहस्थ योग नि गूढशास्त्र यांचे अभ्यासू होते. त्यांची आणि आंबेडकरांची चांगली जानपछान होती.

दहा वर्षांपूर्वी बाबासाहेब म्हणाले होते की, जोपर्यंत दलित वर्गाच्या सेवेसाठी माझ्या अस्तित्वाची आवश्यकता आहे तोपर्यंत मला आयुष्य लाभेल. त्याच दुर्दम्य श्रद्धेमुळे ते सर्व प्रकारच्या दारुण निराशेतून आणि शारीरिक अस्वास्थ्यातून अनेकदा बाहेर पडले होते. देवाने फार जरी नाही तरी आपल्या कार्याला आवश्यक तेवढे आयुष्य द्यावे अशी ते प्रार्थना करीत. थोर पुरुष आपले जीवितकार्य संपले म्हणजे देहविसर्जन करतो असे त्यांना वाटत असावे. आपण आता फार काळ जगत नाही, तरी तुमच्या मनाची तशी तयारी ठेवा, असे त्यांनी चार वर्षांपूर्वीच आपले मुख्य सहकारी भाऊराव गायकवाड यांना कळविले होते.

नानकचंद रट्टूंनी बाबासाहेबांच्या वर्तुळातील लोकांना ही दु:खदायक वार्ता कळविली. मध्यवर्ती सरकारच्या मंत्र्यांनाही ही बातमी कळविली. वणव्याप्रमाणे ती भयंकर बातमी दिल्लीत पसरली.

सर्व चाहते, सरकारी अधिकारी आणि भक्त २६ अलिपूर रस्ता येथे धावून आले. तासाभरात बाबासाहेबांच्या अंत्यदर्शनासाठी लोकांची निवासस्थानाच्या बाहेर प्रचंड गर्दी जमली. मुंबईतील सहकाऱ्यांना नि भक्तांना मुंबईतील सिद्धार्थ महाविद्यालयामध्ये दूरध्वनीने बातमी कळविण्यात आली. 'रात्रीच्या विमानाने शव मुंबईस आणण्यात येईल,' असे दिल्लीतील कार्यकर्त्यांकडून कळविण्यात आले.

पंतप्रधान जवाहरलाल नेहरू आंबेडकरांच्या निवासस्थानी धावत आले. 'आंबेडकर हे भारताच्या मंत्रिमंडळातील एक अमोल रत्न आहे,' अशी आंबेडकरांची पंडित नेहरू परदेशीय पाहुण्यांना आंबेडकर विधिमंत्री असताना ओळख करून देत असत. बाबासाहेब जेव्हा त्यांना संसदेच्या दिवाणखान्यामध्ये किंवा कोठे समारंभात भेटत तेव्हा त्यांच्या प्रकृतीची ते आस्थापूर्वक चौकशी करीत. त्यांनी आंबेडकरांच्या निवासस्थानी येताच अत्यंत सहानुभूतीने डॉ. सविताबाईंजवळ विचारपूस केली. 'प्रेतयात्रेसंबंधी कोणती व्यवस्था

करावयाची तुमची इच्छा आहे, अशी आंबेडकरांच्या अनुयायांकडे त्यांनी चौकशी केली. गृहमंत्री गोविंद वल्लभपंत, दळवळणमंत्री जगजीवन राम आणि राज्यसभेचे उपसभापती इत्यादी आंबेडकरांच्या अंत्यदर्शनासाठी आले. सर्व गोष्टी लक्षात घेऊन जगजीवन राम यांनी मुंबईस बाबासाहेबांचे शव नेण्यासाठी विमानाची सोय केली. दुपारी आकाशवाणीवरून ती बातमी ऐकताच लक्षावधी भारतीयांचे हृदय दुःखाने हादरून गेले. एव्हाना हजारो लोकांनी आंबेडकरांच्या निवासस्थानाबाहेर प्रचंड गर्दी केली होती. आजूबाजूच्या वस्तीतील रहदारी बंद पडली. एका मोठ्या ट्रकमध्ये व्यासपीठ तयार करून, त्यावर बाबासाहेबांचे शव ठेवण्यात आले. आणि 'बाबासाहेब अमर रहे' या घोषणेने प्रेतयात्रेला त्यांच्या निवासस्थानापासून आरंभ झाला. मार्गावर हजारो लोक दुतर्फा उभे होते. शवाची गाडी येताच ते त्या महान पुरुषास वंदन करीत. विमानतळाजवळ यायला प्रेतयात्रेला पाच तास लागले. रात्रीचे नऊ वाजले. नेहरूंनी एका खास दूताकरवी शवास हार घातला. लोकसभेचे कार्यवाह आणि राज्यसभेचे कार्यवाह यांनी त्या महान संसदपटूला पुष्पहार घातले. लोकसभेचे अनेक सभासद, दिल्लीतील प्रमुख वकील यांनी त्या विख्यात विद्वान राजकारणी पुरुषाला वंदन केले. विमान दिल्लीहून रात्री ९॥ वाजता निघाले. त्यात शंकरानंदशास्त्री, भिक्कू आनंद कौसल्यम्, डॉ. सविताबाई आंबेडकर, रट्टू, सुदामा आणि शंकरलाल शास्त्री आणि काहीजण होते. विमान सांताक्रूज विमानतळावर पहाटेस ३ वाजता आले. तेथे जमलेल्या हजारो लोकांनी मूकपणे या थोर नेत्याचे शव दादर येथील बाबासाहेबांच्या पूर्वीच्या निवासस्थानी नेले. तेथे लक्षावधी शोकग्रस्त भक्त आपल्या परित्रात्याचे अंत्यदर्शन घेण्यासाठी आठ-दहा तास विव्हळत बसले होते. सर्व मुंबापुरी त्या दुःखसागरात बुडून गेली होती. ७ डिसेंबर रोजी मुंबईतील सर्व कारखाने, गोद्या, रेल्वेकारखाने नि कापडगिरण्या बंद राहिल्या. मुंबई नगरपालिकेतील झाडलोट खात्यातील नोकरवर्ग कामावर गेला नाही. शाळा, महाविद्यालये, चित्रपटगृहे बंद होती. नागपूर आदी निरनिराळ्या शहरांत उत्स्फूर्तपणे हरताळ पाडण्यात आला. मिरवणुका निघाल्या. अहमदाबाद येथील कापडगिरण्या बंद करण्यात आल्या. त्या भयंकर दुःखद वार्तेने अनेक लोकांचे हातपाय गळाले. काहींना तर मूर्च्छा आली.

दुपारी प्रेतयात्रेसंबंधी सर्व व्यवस्था पूर्ण झाली. बाबासाहेबांचे शव फुलांनी आणि पुष्पहारांनी भरलेल्या एका ट्रकवर ठेवण्यात आले. शवाच्या उशाजवळ भगवान बुद्धाची मूर्ती ठेवण्यात आली. सभोवती पेटविलेल्या मेणबत्त्या ठेवण्यात आल्या. चारी कोपऱ्यांत धूप ठेवण्यात आला होता. दुपारी १॥ वाजता प्रेतयात्रेस आरंभ झाला. ज्या रस्त्याला आता आंबेडकर रस्ता म्हणतात तो पूर्वीचा

व्हिन्सेंट रस्ता, पोयबावडी, एल्फिन्स्टन पूल, सयानी रस्ता, गोखले रस्ता या मार्गाने प्रेतयात्रा दादर हिंदू स्मशानात आली. उत्तर मुंबईतील सर्व रहदारी पाच तासांवर बंद पडली होती. एवढ्या मोठ्या प्रचंड मार्गावर त्या महापुरुषाच्या दर्शनासाठी दुतर्फा मुंग्यांसारखी माणसे गर्दी करून उभी होती. घरांची छप्परे, गच्च्या, झाडे ही माणसांच्या रंगीबेरंगी कपड्यांनी भरली होती. आसपासच्या जिल्ह्यांतील शेकडो लोक खास गाड्या करून आले आणि त्या दोन मैल लांबीच्या प्रेतयात्रेत सामील झाले. प्रेतयात्रेची गाडी समोरून जात असता शवावर शोकग्रस्त लोकांनी फुले नि पुष्पहार यांचा पाऊस पाडला. शवाचे दर्शन जनतेला नीट व्हावे म्हणून हारांचा अन् फुलांचा वाढत जाणारा ढीग दर चारपाच मिनिटांनी बाजूला करण्यात येई. मुंबईतील मंत्री नि काँग्रेसचे नेते यांनी रस्त्यात शवाला पुष्पहार घातले.

अशा प्रकारे चार तासांनंतर मुंबई शहराच्या आठवणीतील सर्वांत मोठी प्रेतयात्रा दादर हिंदू स्मशानभूमीत आली. शेकडो पोलीस स्मशानभूमीत व्यवस्थेसाठी उभे होते. उच्च श्रेणीचे पोलीस अधिकारी जातीने व्यवस्था पाहत होते. पाच लाखांपेक्षा अधिक मोठ्या जनसमुदायाने स्मशानात बौद्ध भिक्षूंकडून अंत्यसंस्काराचे विधी होत असताना पाहिले. आपल्या दिवंगत नेत्याची अंतिम इच्छा पुरी करण्यासाठी एक लक्षावर अनुयायांनी त्यांच्या देहा-समक्ष बौद्ध धर्माची दीक्षा घेतली. आंबेडकरपुत्र यशवंतराव यांनी सायंकाळी ७॥ वाजता चिता पेटविताच तो जनसमुदाय दुःखसागरात बुडून गेला. मुंबई नगरीच्या पोलिसांनी मृत महान नेत्याला शेवटची मानवंदना दिली. अशा तऱ्हेचा सन्मान बिनसरकारी व्यक्तीला मुंबईत हा प्रथमच देण्यात आला.

चितेजवळ बोलताना भिक्कू आनंद कौसल्यम् म्हणाले, 'डॉ. आंबेडकर हे एक महान नेते होते. त्यांनी देशाची सेवा करून निर्वाण प्राप्त करून घेतले.' मलायातील नि सिलोनमधील भिक्षूंनी मृत बौद्ध नेत्याला आदरांजली वाहिली. आचार्य प्र. के. अत्रे यांनी आपल्या पहाडी आवाजात म्हटले की, 'आंबेडकरांनी दलितांच्या हक्कासाठी त्याग केला आणि लढा केला.' अत्रे यांचे भाषण ऐकून त्या जनसागराला पुन्हा दुःखाची भरती आली. स्मशानाबाहेर समुद्रकिनाऱ्यावर शोकग्रस्त अवस्थेत उभ्या असणाऱ्या जनतासागराच्या दुःखात सागरसुद्धा समील झाला ! अत्रे पुढे म्हणाले, 'आंबेडकरांनी अन्याय, छळ नि विषमता यांच्याशी लढा केला. 'हिंदू धर्माच्या विरुद्ध त्यांनी बंड केले नाही. तो सुधारण्याचा प्रयत्न केला.'

मुंबई विधिमंडळाचे सभापती सीलम, मुंबई सरकारचे मुख्य सचिव,

डॉ. सविता आंबेडकर, मुकुंदराव आंबेडकर, रावबहादूर बोले, आंबेडकरांचे सहकारी भाऊराव गायकवाड, रा. धों. भंडारे, बा. चं. कांबळे, पुं. तु. बोराळे आणि आंबेडकरांचे मित्र मो. वा. दोंदे आदी मान्यवंत नेते नि प्रतिष्ठित नागरिक स्मशानात उपस्थित होते. ज्या दिवशी सांची येथे आठ दिवसांचा २५०० वा बुद्धजयंतीचा उत्सव पूर्ण झाला त्याच ७ डिसेंबर १९५६ ला आंबेडकरांचा पार्थिव देह दृष्टिआड व्हावा ही विधिघटना किती विलक्षण !

सर्व राष्ट्राने आंबेडकरांच्या निधनासंबंधी शोक केला. त्यांच्या मृत्यूमुळे देशाचा एक महान सुपुत्र हरवला आहे असे सर्व पक्षांनी उद्‌गार काढले. ज्यांनी गेल्या तीस वर्षांपेक्षा अधिक काळ राष्ट्राच्या घडामोडीत धडाडीने भाग घेऊन अनेकविध महत्त्वाचे नि प्रभावी कार्य केले ती व्यक्ती हिंदी राजकारणाच्या पटावरून काळाने हिरावून नेली. त्यांच्या मृत्यूने जगातील लोकशाही निर्बल झाली. लोकशाहीच्या मतप्रणालीचा एक मोठा कैवारी नाहीसा झाला. राज्यघटनेचे प्रचंड कार्य नि हिंदुसंहितेसंबंधी कार्य करून त्यांनी राष्ट्राची जी सेवा केली त्याविषयी स्मरण करून पंतप्रधान जवाहरलाल नेहरू लोकसभेत म्हणाले की, 'हिंदू समाजातील छळ करणाऱ्या सर्व प्रवृत्तींविरुद्ध बंड करणारी व्यक्ती म्हणून आंबेडकरांचे प्रामुख्याने स्मरण राहील. त्या छळ करणाऱ्या प्रवृत्तींविरुद्ध त्यांनी जळजळीतपणे विरोध केला म्हणून लोकांची मने जागृत राहिली होती. जरी ती एक मोठी वादग्रस्त व्यक्ती होती, तरी त्यांनी सरकारी कामकाजात मोठे विधायक नि महत्त्वाचे कार्य केले. त्यांनी ज्याविरुद्ध बंड केले त्याविरुद्ध प्रत्येक व्यक्तीने बंड केले पाहिजे.' पंतप्रधान नेहरू आंबेडकरांना अलौकिक पुरुषांच्या मालिकेतील एक पुरुष मानीत असल्यामुळे त्यांनी लोकसभेचे कामकाज त्यांच्या सन्मानार्थ एक दिवस बंद ठेवावे अशी विनंती केली.

'आंबेडकरांच्या मृत्यूमुळे भारत एका खऱ्या महापुरुषाला मुकला,' असे वीर सावरकर उद्‌गारले. त्या वेळचे मुंबई सर्वोच्च न्यायालयाचे हंगामी न्यायाधीश कोयाजी म्हणाले, 'आंबेडकर ध्येयनिष्ठ जीवन जगले. दलितांचा उद्धार करणे त्यांचे जीवितकार्य होते. त्यांची पताका त्यांनी उंच धरली आणि ते कार्य त्यांनी शेवटच्या घटकेपर्यंत सोडले नाही.' भारताचे राष्ट्रपती डॉ. राजेंद्रप्रसाद म्हणाले, 'आंबेडकर आमच्या घटनेचे शिल्पकार आहेत आणि त्यांची अनेक क्षेत्रांतील सेवा आणि विशेषत: दलितांच्या उद्धाराकरिता केलेली सेवा फार महनीय आहे.'

राजगोपालाचारी म्हणाले, 'आंबेडकरांच्या रागाचे दर्शन म्हणजे त्यांच्या तथाकथित बौद्ध धर्माची त्यांनी घेतलेली दीक्षा. दुर्दैवाने त्या कृतीत बौद्ध धर्माची अनुकंपा नि नीतिमत्ता ह्या तत्त्वांच्या अंगीकारापेक्षा हिंदू धर्माचे शत्रुत्वच अधिक

दिसून आले.' आंबेडकर हे व्यक्तिश: अत्यंत प्रामाणिक मनुष्य होते असे वर्णन करून राजाजी पुढे म्हणाले, 'ते तीक्ष्ण बुद्धीचे निर्बंधपंडित असून त्यांचे हृदय गर्विष्ठ आणि दुराराध्य होते. त्यांची विद्वत्ता गाढी होती. तथापि जर योग्य रीतीने प्रथम त्यांच्याशी बोलणी केली तर ते अत्यंत जिव्हाळ्याचे स्नेही होत. अशा या पुरुषाला अधूनमधून कार्य केल्यानंतर शांतता लाभली.'

अस्पृश्यांचा चिकाटीचा, शूर, दुर्दम्य कैवारी असे डॉ. आंबेडकरांचे वर्णन वृत्तपत्रांनी केले. ते भारताचे एक थोर सुपुत्र होते, एक प्रकांडपंडित, निर्बंधपंडित, जागतिक कीर्तीचे घटनापंडित आणि महान संसदपटू होते, हे सर्वांनी मान्य केले. परंतु त्यांच्यापैकी अनेकजण म्हणाले की, आंबेडकर कडवट, भांडखोर आणि दुराराध्य बनले होते. अस्पृश्यतेचा कलंक धुऊन काढण्यात भारताने जी झपाट्याने प्रगती केली, त्याकडे आंबेडकरांनी हेतुत: कानाडोळा केला होता, असे त्यांचे मत पडले. आंबेडकर ही एक कर्तृत्ववान, बुद्धिमान आणि अष्टपैलू व्यक्ती होती. निराळ्या परिस्थितीत त्यांनी आपल्या समाजाची आणि देशाची याहीपेक्षा फार मोठी सेवा केली असती, असे मुंबईच्या 'टाइम्स ऑफ इंडिया' दैनिकाने मृत्युलेखात म्हटले.

अंबाल्यातील 'ट्रिब्यून' ह्या दैनिकाने म्हटले, 'जर असे कार्य हाती घेणारे आंबेडकर कार्य करीत असता बहुतांशी एकाकी पडले, तर त्यांच्या जीवनाला जी निराशा आणि विफलता ग्रासून टाकते ती व्यक्त करण्याचे त्यांनी टाळावे अशी अपेक्षा करणे व्यर्थ आहे.' दिल्लीच्या 'हिंदुस्थान टाइम्स' दैनिकाने म्हटले, 'त्यांनी केलेल्या देशाच्या महान सेवेची आठवण मागे राहील.' मुंबईचे 'फ्री प्रेस जर्नल' दैनिक म्हणाले, 'अन्यायाच्या विरुद्ध सात्त्विकपणे झगडणारा एक नेता म्हणून देशाला आंबेडकरांची आठवण चिरकाल राहील.'

आंबेडकरांची कारकीर्द म्हणजे बुद्धिमत्ता नि मनोनिग्रह यांचा झगडा होय, असे वर्णन करून कलकत्त्याच्या 'स्टेट्समन' दैनिकाने म्हटले, 'त्यांची प्रकांड विद्वत्ता व निर्बंधशास्त्र, अर्थशास्त्र, समाजशास्त्र, कामगार आणि राजकारण या निरनिराळ्या शास्त्रांतील नि क्षेत्रांतील त्यांचा अनुभव ह्यांनी त्यांना वेगळ्या परिस्थितीत आणखी ठसठशीत अशी भर टाकण्यास समर्थ केले असते.' आंबेडकरांच्या आश्चर्यकारक कारकिर्दीचा गौरव करून, कलकत्त्याचे 'अमृत बझार पत्रिका' दैनिक म्हणाले, 'अन्यायी नि माणुसकीचे हक्क नाकारणाऱ्या समाजरचनेचा विध्वंस करण्याचा जणू आंबेडकरांच्या लढाऊ वृत्तीने विडाच उचलला होता. ज्या थोर गुणांमुळे ते देशाचे सुपुत्र ठरले होते, त्या थोर गुणांचे नि थोर देशभक्तीचे सर्व देशबंधूंना पुन्हा एकदा त्यांच्या मृत्यूने स्मरण दिले आहे.'

'न्यूयॉर्क टाइम्स' दैनिक म्हणाले, 'मुख्यत: अस्पृश्यांचे कैवारी म्हणून आंबेडकरांचे नाव सर्व जगास माहीत होते. जे कदाचित माहीत नव्हते ते हे की, त्यांनी आपल्या व्यक्तित्वाचा ठसा भारताच्या नैर्बंधिक रचनेच्या मोठ्या भागावर उठविलेला आहे.' लंडन येथील 'टाइम्स' दैनिक म्हणाले, 'ब्रिटिश सत्तेच्या शेवटच्या काळातील भारतातील सामाजिक आणि राजकीय उत्क्रांतीचा जेव्हा इतिहास लिहिला जाईल तेव्हा त्यात आंबेडकरांच्या नावाचा प्रामुख्याने नि:संशय उल्लेख होईल. निर्धार आणि धैर्य ह्या भरदार व्यक्तिमत्त्वाच्या चष्माभूषित पुरुषाच्या मुखावर कोरलेली होती. मात्र त्यांच्या आचरणात वा भाषणात त्यांनी तीन खंडांत परिश्रमपूर्वक संपादित केलेल्या विद्याभ्यासाचा प्रत्यय आढळत नसे. कारण त्यांनी आपल्यावर झालेल्या संस्कारांचे परिष्करण करण्याची काळजी कधीच घेतली नाही.' ब्रह्मदेशाचे त्या वेळचे पंतप्रधान यांनीही आपले मत एका समारंभाच्या अध्यक्षपदावरून बोलून दाखविले. ते म्हणाले, 'आंबेडकर ही एक नामांकित व्यक्ती होती. बदलणारे प्रवाह आणि परिस्थिती जेव्हा राष्ट्राच्या सामाजिक रचनेवर आणि जीवनावर मोठा परिणाम करीत आहेत, त्या वेळी त्यांनी हिंदुस्थानातील मोठी ऐतिहासिक कामगिरी केली. देशातील सामाजिक जीवनपद्धतीत फरक घडून येत असता तिला गती देणाऱ्यांपैकी आंबेडकर हे एक होत. त्या पद्धतीस लक्षावधी लोकांच्या जीवनात प्रगती करण्यासाठी नि सुख देण्यासाठी समर्थ करण्यात येत आहे.'[१]

आंबेडकरांच्या मृत्यूनंतर अकराव्या दिवशी त्यांच्या अनुयायांनी दिल्ली येथे भरविलेल्या एका मोठ्या सभेत आंबेडकरांना कोणत्या परिस्थितीत मृत्यू आला त्या परिस्थितीची पूर्ण तपासणी सरकारने करावी असा ठराव करण्यात आला. एक शिष्टमंडळ पंतप्रधान नेहरू, गृहमंत्री गोविंदवल्लभ पंत आणि राष्ट्रपती डॉ. राजेंद्रप्रसाद यांना भेटले. आंबेडकरांच्या मृत्यूसंबंधी सरकारने तपास करावा अशी मागणी करण्यात आली. दिल्लीतील पोलीस अधिकाऱ्यांकडे यशवंतराव आंबेडकर यांनी तशी तक्रार दाखल केली. त्याप्रमाणे सरकारने मृत्यूसंबंधी चौकशी केली. २६ नोव्हेंबर १९५७ रोजी गृहमंत्री पंडित पंत यांनी लोकसभेत निवेदन केले की, दिल्लीच्या उपमहानिरीक्षकाने (डेप्युटी इन्स्पेक्टर जनरल ऑफ पोलीस) केलेल्या तपासाप्रमाणे डॉ. आंबेडकरांना नैसर्गिक मृत्यू आला होता.

आंबेडकरांच्या ठायी असलेल्या निर्बंधपंडिताने 'बुद्ध आणि त्याचा धम्म' या ग्रंथासाठी लिहिलेल्या उपोद्घातात कृतज्ञतेने एक ऋण मानले होते हे

---

१. The Maha Bodhi, January 1958.

जगास माहीत नाही. त्यात आंबेडकरांनी लिहिले होते की, गेल्या पाच वर्षांत माझ्या प्रकृतीत अनेक वेळा चढउतार झाले. एका वेळी माझी प्रकृती इतकी बिघडली की, डॉक्टर लोक माझे वर्णन मालवती ज्योत म्हणून करीत. ती मालवती ज्योत पुन्हा प्रज्वलित करावयास माझ्या पत्नीचे वैद्यकीय शास्त्रातील प्रावीण्य जसे कारणीभूत झाले तसेच जे माझ्यावर उपचार करीत आहेत ते डॉ. मालवणकरही आहेत. त्यांचा मी अत्यंत ऋणी आहे. त्यांनीच मला हा ग्रंथ पूर्ण करण्यास समर्थ केले आहे.' तयार असलेला उपोद्घात आणि विशेषेकरून त्यातला हा भाग त्या ग्रंथात का छापला गेला नाही, हे एक गूढच आहे.

आपल्या काठमांडू येथील भाषणात आंबेडकरांनी सांगितले होते की, बौद्ध शास्त्रात दु:ख याचा अर्थ मालमत्ता होतो. लोकमान्य टिळकांच्या मृत्यूनंतर जसे त्यांचे वारस न्यायालयात गेले, तसे आपले वारस न्यायालयात जाऊन शोभा करणार नाहीत असे आंबेडकर म्हणत असत. परंतु दुर्दैवाने त्यांची आशा फोल ठरली. त्यांचा पुत्र नि पत्नी मालमत्तेतील आपापला हिस्सा मिळावा म्हणून न्यायालयात गेली. न्यायालयात शेवटी त्यांनी तडजोड केली.

आंबेडकरांच्या निधनानंतर थोड्याच दिवसांत त्यांच्या जीवनाशी निगडित असलेल्या काही घटना घडल्या. आपल्या समयज्ञ, चतुर व समतोल धोरणाविषयी विख्यात असलेले महाराष्ट्र राज्याचे पहिले मुख्यमंत्री यशवंतराव चव्हाण यांनी लोकमताला मान देऊन आंबेडकर जयंतीची महाराष्ट्रात सार्वत्रिक सुटी जाहीर केली. नागपूर येथे ज्या भूमीवर १४ ऑक्टोबर १९५६ रोजी दीक्षा समारंभ झाला होता, त्या भूमीपैकी अकरा एकर जागा सरकारने संबंधित बौद्ध संस्थेला दिली. दादर हिंदू स्मशानभूमीत जेथे आंबेडकरांच्या शवाचा अंत्यसंस्कार झाला, ती लहानशी जागाही संबंधित बौद्ध संस्थेला सरकारने दिली. डॉ. बाबासाहेबांचा पुतळाही मुंबईतील दोन्ही सचिवालयांच्या मध्यभागी उभारण्यात आला.

आंबेडकरांनी स्थापिलेली 'जनतेची शिक्षण संस्था' (पी. ए. सो.) आपले कार्य निष्ठेने करीत आहे. रा. रा. भोळे, दौलतराव जाधवादी बाबासाहेबांचे सहकारी आणि संस्थेचे कार्यवाह कृ. भि. तथा घनश्याम तळवटकर यांनी ते शिक्षणकार्य उत्साहाने वृद्धिंगत केले आहे.

आंबेडकरांच्या मार्गदर्शनानुसार रिपब्लिकन पक्ष स्थापण्यात आला. परंतु 'रिपब्लिकन पक्ष' म्हणजे 'शेड्यूल्ड कास्ट फेडरेशन' या पक्षाचे केवळ रूपांतर ठरले एवढेच. महाराष्ट्र राज्य निर्माण झाल्यावर त्या पक्षात दोन तट पडले. एका

तटाने संयुक्त महाराष्ट्राच्या संघटनेवर, प्रभुत्व असणाऱ्या लाल पक्षाबरोबर सहकार केला. तर दुसऱ्याने ज्या प्रजासमाजवादी पक्षाबरोबर बाबासाहेबांनी सहकार केला होता, त्याच्याशी सहकार केला. इतर पक्षांतील एकही नेता रिपब्लिकन पक्षाला येऊन मिळाला नाही. त्या पक्षाच्या नावात फरक झाला एवढेच.

आंबेडकरांच्या निधनानंतर त्यांचा महान इंग्रजी ग्रंथ 'बुद्ध आणि त्याचा धम्म' प्रसिद्ध झाला. त्या ग्रंथात आंबेडकरांनी बौद्ध धर्माचा कोणता अर्थ लावला आहे आणि 'बौद्ध धर्म म्हणजे काय ?' हे विशद केलेले आहे. तो ग्रंथ काहीसा आत्मनिष्ठ आणि सरळ आहे. एक आदर्श नमुना आहे. भाषा रेखीव आणि सतेज आहे. ते भव्य असे एक भाष्य आहे. त्यातला बुद्धिवाद रसरशीत आहे. महान ग्रंथात ग्रंथकाराचे वैशिष्ट्य दिसून येते. 'बुद्ध आणि त्याचा धम्म' हा खरोखर आंबेडकरांच्या व्यक्तिमत्त्वाचा आणि बुद्धाच्या तत्त्वज्ञानाचा रांधा आहे. जसे गीतारहस्य म्हणजे गीता नि टिळक यांचा रांधा आहे.

तथापि, 'महा बोधी' या भारतातील प्रसिद्ध बुद्धिस्ट मासिकाने आपले मत असे दिले की, 'बुद्ध आणि त्याचा धम्म' हा भयंकर ग्रंथ आहे. कर्मसिद्धान्तावरील आंबेडकरांचे विवरण, अहिंसेसंबंधीचे विचार, आणि बौद्ध धर्म हे सामाजिक तत्त्व आहे हे त्यांचे मत, हे बौद्ध धर्माचे शुद्ध विवरण नव्हे. ते नवीन मत आहे. ग्रंथपरीक्षणकर्ता म्हणाला, 'खरे सांगावयाचे म्हणजे हा ग्रंथ जे नवबौद्ध आपल्या मनात द्वेष नि आक्रमक वृत्ती बाळगतात नि दाखवितात त्याचे विवरण आहे.' तो ग्रंथपरीक्षणकर्ता पुढे म्हणाला, 'आंबेडकरांचा बौद्ध धर्म हा द्वेषावर आधारलेला आहे. आणि बुद्धाचा धर्म करुणेवर अधिष्ठित आहे. आंबेडकरांच्या ग्रंथातील बुद्धाचे शब्द कोणते आहेत याविषयी जागरूक राहणे हे अधिक महत्त्वाचे काम आहे असे दिसते.' तो टीकाकार पुढे म्हणाला, 'ह्या ग्रंथाचे नाव 'बुद्ध आणि त्याचा धम्म' असे न ठेवता 'आंबेडकर आणि त्यांचा धम्म' असे ठेवावे. कारण जो धर्मच नाही तो आंबेडकरांनी धर्म म्हणून राजकीय आणि सामाजिक सुधारणेच्या हेतूने उपदेशिला आहे.'[१] रंगून येथील 'लाईट ऑफ धम्म' या मासिकाने आपले मत असे दिले की, हा ग्रंथ एका महापुरुषाने लिहिला आहे. परंतु दुर्दैवाने तो ग्रंथ महान नाही. ग्रंथकर्त्याच्या अंगी अनेक सद्गुण असले, तरी हा ग्रंथ लिहावयास हा ग्रंथकर्ता पात्र नाही. आंबेडकरांनी त्या ग्रंथाच्या मूळ सूत्रातसुद्धा ढवळाढवळ केली आहे. आणि जेव्हा जेव्हा बौद्ध धर्मातील मते त्यांना आपल्या मनात गैरसोयीची वाटली आहेत ती बौद्ध धर्मातील मते भिक्षूंनी घुसडली

---

१. The Maha Bodhi, December 1959.

आहेत असे म्हणून ग्रंथकर्त्याने त्यांचा धिक्कार केला आहे. तथापि ग्रंथकार हा एक महान आणि चांगला मनुष्य होता. या ग्रंथाची शोकांतिका अशी आहे की, तो ग्रंथ महानही नाही आणि चांगलाही नाही.'[१] असे टीकाकारांनी अभिप्राय व्यक्त केले आहेत.

टीकाकारांनी काही म्हटले तरी आंबेडकरांचा बौद्ध धर्म हा भारतातील ब्राह्म समाज, सत्यशोधक समाज, आर्य समाज आणि प्रार्थना समाज यांप्रमाणे एक सुधारक पंथ होईल. झेन (ध्यान) बौद्ध धर्म असा एक बौद्ध धर्माचा प्रकार आहे. 'नाट' पूजा करणारा ब्रह्मी बौद्ध धर्म निराळा आहे. महायान बौद्ध धर्म आणि हिनयान बौद्ध धर्म हे पंथ आहेतच. आंबेडकरांना प्रॉटेस्टंट हिंदू धर्म पाहिजे होता. आंबेडकरांच्या बौद्ध धर्माला तुम्ही आंबेडकरयान म्हणा किंवा बुद्धाचा नवा करार म्हणा, तो याच देशातील नवबौद्धधर्म म्हणून उदयास येऊन बुद्धाची पूजा करील आणि भारतीय मनाच्या तळात रुजलेले संस्कार, चालीरीती आणि परंपरा यांनाच चिकटून राहील. हिंदू धर्म आणि बौद्ध धर्म या एकाच वृक्षाच्या फांद्या आहेत; जसे कॅथॉलिक पंथ व प्रॉटेस्टंट पंथ ख्रिश्चन धर्माच्या फांद्या आहेत. यास्तव भारतात बुद्धाची पूजा करणाऱ्या लोकांनी डॉ. ऱ्हिस डेव्हिड यांचे मत लक्षात ठेवावे हे बरे. 'गौतम हा हिंदू म्हणून जन्मास आला. हिंदू म्हणून जगला व हिंदू म्हणून मृत्यू पावला. त्याची शिकवणूक जरी दूरवर परिणाम करणारी व स्वतंत्र असली, प्रचलित धर्माचे विध्वंसन करणारी असली, तरी ती सर्व दृष्टींनी भारतीयच होती. तो सर्व हिंदूंत थोर, शहाणा आणि उत्कृष्ट हिंदू होता.'[२]

भारत या नावाचे आंबेडकरांना एक प्रकारचे आकर्षण वाटे. त्या नावात त्यांना अतीव आनंद वाटे. त्यांनी आपल्या एका पाक्षिकाचे नाव 'बहिष्कृत भारत' असे ठेवले होते. त्यांच्या मुद्रणालयाचे नाव 'भारतभूषण प्रिंटिंग प्रेस' असे होते. मंदिरप्रवेशाचा त्यांनी केलेला लढा हा त्यांच्या आंतरिक झगड्याविषयी पुरावा देऊ शकतो. एक वेळ लॉर्ड हॅलिफॅक्स यांच्या धर्मांतरावर तुम्ही विश्वास ठेवाल, पण आंबेडकरांनी धर्मांतर केले यावर कोणी विश्वास ठेवणार नाही. जर धर्मांतर म्हणजे परदेशात जन्मास आलेल्या धर्मांचा स्वीकार करणे असा धर्मांतराचा अर्थ केला तर, आंबेडकरांच्या धर्मांतरास धर्मांतर म्हणता येणार नाही. गोलमेज

---

१. The Light of Dhamma, January 1959.

२. Davids, Dr. Rhys, Buddhism, pp. 116-17.

परिषदेच्या वेळी दलित वर्गाला प्रॉटेस्टंट हिंदू किंवा नॉन कन्फॉर्मिस्ट हिंदू म्हणा अशी आंबेडकरांनी मागणी केली होती. त्यांच्या मनातील भावनांचे प्रतिध्वनी उठविणारे त्यांचे संस्मरणीय शब्द कोणीही विसरता कामा नये. 'जर माझ्या मनात द्वेष असता आणि सूडाची भावना असती तर पाच वर्षांच्या आत मी या देशाचे वाटोळे केले असते.' हिंदू संस्कृती न सोडण्याविषयीची त्यांनी घेतलेली ही खबरदारी किंवा 'जो धर्म या देशातील प्राचीन संस्कृतीला धोका देईल किंवा अस्पृश्यांना अराष्ट्रीय बनवील असा धर्म मी केव्हाही स्वीकारणार नाही. कारण या देशाच्या इतिहासात विध्वंसक म्हणून स्वत:च्या नावाची नोंद करून घेण्याची माझी इच्छा नाही,' हे त्यांचे अपार कळकळीचे व तेजस्वी विचार हेच सिद्ध करतात की, आंबेडकरांचा धर्म हा या देशातील संस्कृती, इतिहास आणि परंपरा यांच्याशी विसंगत असणार नाही. त्यांचा धर्म आणि त्यांचे राजकारण ही जोडी अभेद्य होती. म्हणूनच आंबेडकरांचे टीकाकार म्हणतात की, आंबेडकरांनी उपदेशिलेला धर्म हा बौद्ध धर्म नसून आंबेडकरधर्म आहे. आणि ते सत्यच आहे. त्यांचा धर्म आवश्यक असेल तेव्हा हत्या करावयास अनुज्ञा देतो. त्यांचा भारतीयांना अमर संदेश असा आहे की, त्यांनी या देशाच्या स्वातंत्र्यासाठी रक्ताचा शेवटचा थेंब असेपर्यंत लढले पाहिजे.'

अशी आहे आंबेडकरांची ही रोमहर्षक जीवनकथा ! आंबेडकरांच्या मृत्यूनंतर सर्व भारतात ज्या शोकसभा झाल्या तेव्हा लोकांच्या दृष्टीसमोरून त्यांच्या जीवनाचा हा पट सरकू लागला. सर्वांनी मान्य केले की, आंबेडकर मानवाच्या प्रतिष्ठेकरिता लढणारा एक योद्धा होते आणि ते पददलितांचा त्राता होते. या देशातील किंवा परदेशातील कोणत्याही माणसाची आंबेडकरांशी तुलना होऊ शकणार नाही, इतके त्यांचे जीवन मनोवेधक, अलौकिक, अनेकविध आणि अद्‌भुत होते. उकिरड्यावर जन्मास येणे, अस्पृश्य म्हणून आयुष्यास आरंभ करणे, बालपणात महारोग्याप्रमाणे वाळीत टाकण्यात येणे आणि सर्व तारुण्यात समाजापासून झिडकारण्यात येणे; केशकर्तनालये, उपाहारगृहे, वसतिगृहे, देवळे, सरकारी कार्यालये यांतून पावलोपावली अपमान होऊन गचांडी मिळणे हा आयुष्यातील अत्यंत कटू अनुभव आहे. नातलगांचे जेवणाचे डबे नेणे, जगातील प्रसिद्ध विद्यापीठांतून पुरेशा अन्नाविना तडफडत अभ्यास करणे, आपले आयुष्य विद्यार्जनासाठी व्यतीत करणे, कधी हातात शास्त्रे घेऊन तर कधी शस्त्र घेऊन आयुष्यातील पायऱ्या लढत लढत वर चढणे; पाठीशी कुटुंबाचे धन नाही, राजकारणात राजकीय वारशाचा आधार नाही, आणि तरीसुद्धा कट्टर राजकीय विरोधाला आणि संकटांना न जुमानता देशाच्या प्रथम श्रेणीच्या पुरुषांत लौकिक

मिळविणे ही गोष्ट खरोखरीच असामान्य आणि भूषणावह आहे. देशाच्या विकासाच्या सर्व टप्प्यांमध्ये आणि सर्व योजनांमध्ये भाग घेऊन, मतदान-विचारमंडळे, अर्थशास्त्र समित्या आणि घटना-समिती यांवर काम करून सरकारच्या कार्यकारी मंडळात मजूरमंत्री होणे, स्वतंत्र देशाचा पहिला विधिमंत्री होणे आणि स्वतंत्र देशाच्या घटनेचा प्रमुख शिल्पकार ठरणे ही गोष्ट अनन्यसाधारण होय. परंतु आंबेडकरांचे आणखी वैशिष्ट्य असे की, ज्या देशाने त्यांना बालवयात पायांखाली तुडविले त्या देशात ही गोष्ट घडली म्हणून ती अनन्यसाधारण आहे. राष्ट्रातील एका गटाला लागलेल्या अस्पृश्यतेच्या काळिम्यापासून मुक्त करणे, युगायुगातून त्यांच्यावर लादलेल्या दास्यांच्या शृंखला तोडणे ही खरोखरीच मनुष्यजातीच्या इतिहासातील अतुलनीय अशी कामगिरी आहे. यास्तव एका अस्पृश्य हिंदूचा हा पुत्र या प्राचीन देशाच्या इतिहासात शिक्षणतज्ज्ञ, अर्थशास्त्रज्ञ, ग्रंथकार, प्राध्यापक, निर्बंधपंडित, नेता, देशभक्त, निर्बंध करणारा, संहिता देणारा, गुलामगिरी नष्ट करणारा, दलितांचा उद्धारकर्ता, सामान्य जनतेचा कैवारी, समाजसंजीवक म्हणून ओळखला जाईल.

आंबेडकरांनी साप्ताहिके व पाक्षिके चालविली. त्यांनी अर्थशास्त्रावर, इतिहासावर आणि राजकारणावर ग्रंथ लिहिले. त्यांनी वसतिगृहे व वाचनालये चालविली. ते एका विधी महाविद्यालयाचे प्राचार्य होते. त्यांनी शेकडो सामाजिक व राजकीय परिषदांचे अध्यक्षपद भूषविले. सामान्य जनतेचे ते नेते असल्यामुळे त्यांनी सामाजिक, राजकीय आणि कामगार चळवळी केल्या. त्यांनी राजकीय पक्ष स्थापले. महाविद्यालये चालविली. त्यांनी मुत्सद्याचे शहाणपण, नेत्याचे गुण, वीराचे धैर्य, हुतात्म्याची सहनशक्ती आणि विद्वानाची व्यासंगप्रियता ही गुणसंपदा आपल्या जीवनात दाखविली. त्यांनी मोठमोठी स्थाने आपल्या ज्ञानाने, लोकशाहीनिष्ठ वृत्तीने नि मानवतेच्या प्रतिष्ठेवरील प्रेमाने गाजविली, भूषविली. एका अस्पृश्याच्या मुलाने आपल्या जीवनात इतका बहुविध लौकिक नि विद्वत्ता साधावी हा एक आधुनिक जगातील महान चमत्कार आहे.

थोर पुरुष राजवाड्यात जसे जन्मास आले तसे ते झोपड्यांतही जन्मास आले. ते चांभार, शिंपी, खाटिक, गवंडी आणि लोहार यांच्यातूनही निर्माण झाले. परंतु आंबेडकरांचे अलौकिकत्व अनन्यसाधारण असे की, ते धुळीतून शिखराकडे गेले. ज्या कुटुंबात त्यांचा जन्म झाला त्या कुटुंबातील शंभर पिढ्या या देशात कुत्र्यामांजरांपेक्षा वाईट रीतीने वागविण्यात आल्या. त्यांचा स्पर्श अमंगल मानला जात होता. त्यांच्या सावलीचा विटाळ मानण्यात येई.

यास्तव आंबेडकरांचे नाव देशाच्या इतिहासाशी सदैव निगडित राहील.

त्यांच्या ध्येयांपैकी अनेक ध्येयांचा राज्यघटनेत समावेश झालेला आहे. त्यांनी मनूविरुद्ध बंड केले आहे. आणि मनूला त्याच्या गादीवरून खाली ओढले. या विजयाला ह्या देशाच्या इतिहासात तोड नाही. अस्पृश्य जातीची महत्त्वाकांक्षा, कर्तृत्व आणि स्वप्न यापलीकडील गोष्टी आंबेडकरांनी संपादन केल्या. या युगातील पहिल्या श्रेणीतील अलौकिक पुरुषांमध्ये त्यांचे स्थान आहे. जे आजवर जगात पददलितांचे रक्षणकर्ते नि कैवारी होऊन गेले, मानवी स्वातंत्र्याचे शिल्पकार होऊन गेले त्यांत त्यांचे स्थान उज्ज्वल आहे. त्यांनी सहा कोटी लोकांच्या भवितव्यतेला आकार दिला. त्यांचे भवितव्य त्यांनी घडविले. त्यांनी आपल्या व्यक्तिमत्त्वाचा ठसा आपल्या काळावर उमटविला. आपल्या देशाच्या भविष्यकालावर आणि मानवी स्वातंत्र्याच्या इतिहासात त्यांनी आपले नाव आपल्या पराक्रमाने कोरून ठेविले आहे.

आंबेडकरांच्या जीवनाने हे सिद्ध केले की, पददलित जातींच्या बीजामध्ये उत्कर्षाची शक्ती नष्ट झालेली नाही. त्यांच्या ठायी असलेले धैर्य, पौरुष आणि सद्‌गुण जिवंत आहेत याचा हा भरभक्कम पुरावा आहे. जो मनुष्य आपल्या व्यक्तित्वाचा विकास अखंड उद्योग, व्यासंग, तळमळ, कळकळ, अलौकिक धैर्य आणि स्वार्थत्याग या गुणांवर करावयाचा निर्धार करतो त्याच्या मार्गात वर्गाची, जातीची, विशेष अधिकाराची व श्रीमंतीची धोंड आड येऊ शकत नाही. पददलित मानवांना त्यांचे जीवन हे धडे देत आहे. जो वर्ग व्यक्तीचा उत्कर्ष आणि कामगिरी ही विशिष्ट वर्गाची मत्ता आहे असे समजतो त्या वर्गाच्या मगरुरीवर त्यांनी निर्दयपणे प्रहार केले आहेत. आपणाला आंबेडकरांसारखा पुरुष पुन्हा दिसणार नाही. कारण 'महापुरुष जन्मास येताच त्याची मूस निसर्ग मोडून टाकतो,' असे इमर्सनचे वचन आहे. त्याचा मथितार्थ हाच आहे.

'तिरस्करणीय गुलामगिरी नि अमानुष अन्याय यांच्या गर्तेत पिचत पडलेल्या ज्या समाजात मी जन्मास आलो आहे त्या समाजाची गुलामगिरी नष्ट करण्यात मी अपेशी ठरलो तर स्वत:ला गोळी घालीन,' अशी आंबेडकरांनी घनघोर प्रतिज्ञा केली होती. स्वतंत्र भारताच्या राज्यघटनेनुसार अस्पृश्यतेचे उच्चाटन झाले आहे. ती प्रतिज्ञा पूर्ण झाली. स्वप्न साकार झाले. महत्त्वाकांक्षा सफल झाली. गुलामगिरी नष्ट झाली. त्यांनी असे अभिवचन दिले होते. त्यांनी आपले बोल खरे केले.

अशा रीतीने विश्वभूषण आंबेडकर यांच्या अलौकिक जीवनाने भारतात ज्ञानाचे एक नवीन तीर्थ निर्माण झाले आहे. भक्तांसाठी नवीन प्रेरणेचे एक केंद्र जन्मास आले आहे. त्या जीवनातून एक नवी देवता अवतरली आहे. आणि ह्या

मंदिरमय देशातील त्या देवतेच्या मंदिरातील तो नंदादीप जगातील कुठल्याही कोपऱ्यातून प्रकाशात असलेला दिसेल. ज्ञानाचे एक नवे विद्यापीठ जन्मास आले आहे. काव्याला एक नवे स्फूर्तिस्थान लाभले आहे. यात्रेसाठी एक नवीन तीर्थ निर्माण झाले आहे. तसेच वाङ्मयाला एक नवीन संधी लाभली आहे. अमर कृती करतात ते असेच देवपण पावतात.

डॉ. बाबासाहेब आंबेडकर जीवनपट

१४ एप्रिल १८९१ - तत्कालीन मध्य प्रांतातील महू (MHOW मिलिटरी हेड क्वार्टर फॉर वार्स) येथील लष्करी छावणीत सुभेदार रामजी मालोजी सकपाळ (आंबावडेकर) व भीमाबाई यांचे पोटी जन्म. भीमराव १४ वे अपत्य होते. सुभेदार त्यावेळी महू येथील लष्करी शाळेत शिक्षक म्हणून कार्यरत होते.

१८९४ - सुभेदार रामजी लष्करी सेवेतून निवृत्त होऊन दापोलीला स्थलांतरित झाले. काही दिवस दापोलीस राहून त्यांनी आपले बिऱ्हाड साताऱ्यास हलविले. पेन्शनच्या रकमेत कुटुंबाचा खर्च भागत नसल्याने सुभेदारांनी सातारा जिल्ह्यातील गोरेगाव येथे सार्वजनिक बांधकाम (PWD) खात्यात स्टोअरकीपरची नोकरी पत्करली. भीमरावांचे नाव सातारा येथील प्राथमिक शाळेत नोंदविण्यात आले.

डिसेंबर १८९६ भीमाबाईचे मस्तकशूळाने निधन झाले.

७ नोव्हेंबर १९०० - भीमरावांचे नाव सातारा येथील सरकारी माध्यमिक शाळा- सातारा हायस्कूल - (आताचे प्रतापसिंह हायस्कूल) या शाळेत सुभेदारांनी नोंदविले. या शाळेतील भीमरावांचे ब्राह्मण शिक्षक कृष्णाजी केशव आंबेडकर या शिक्षकाने भीमरावांचे (मूळ गाव आंबडवे, ता, मंडणगड, जिल्हा - रत्नागिरी) मूळ गावावरून पडलेले 'आंबावडेकर' हे नाव बदलून आपले स्वत:चे 'आंबेडकर' हे आडनाव दिले व शाळेच्या दप्तरात तशी नोंदही करून टाकली.

नोव्हेंबर १९०४ - भीमराव सातारा हायस्कूलमधून इंग्रजी चौथी परीक्षा उत्तीर्ण झाले.

डिसेंबर १९०४ - मुलांना चांगले शिक्षण मिळावे म्हणून सुभेदारांनी आपले बिऱ्हाड मुंबईस हलविले. मुंबईत ते एल्फिन्स्टन रोडच्या डबक चाळीत राहवयास गेले. सुभेदारांनी प्रथम भीमरावांना मराठा हायस्कूलमध्ये दाखल केले. परंतु तेथील अभ्यासक्रम उच्च दर्जाचे नसल्याने भीमरावांना एल्फिन्स्टन हायस्कूलमध्ये दाखल केले.

जानेवारी १९०७ - भीमराव मॅट्रिकच्या परीक्षेत उत्तीर्ण झाले. अस्पृश्य समाजातील मॅट्रिक उत्तीर्ण झालेले ते पहिले विद्यार्थी होत. भीमराव मॅट्रिकची परीक्षा उत्तीर्ण झाल्याबद्दल त्यांचे अभिनंदन करण्यासाठी रावबहाद्दर सी. के. बोले यांच्या अध्यक्षेखाली सभा आयोजित करण्यात आली. या प्रसंगी सुभेदारांचे मित्र व भीमरावांचे मार्गदर्शक गुरुवर्य कृष्णाजी अर्जुन केळुस्कर यांनी आपले 'भगवान बुद्धाचे चरित्र' (१८९८) हे पुस्तक भेट दिले.

३ जानेवारी १९०८ - भीमरावांनी एल्फिन्स्टन महाविद्यालयात Previous च्या वर्गात प्रवेश घेतला.

एप्रिल १९०८ - सुभेदारांनी भीमरावांचा विवाह दापोली येथील भिकू धोत्रे (वणंदकर) यांची कन्या राणीबाई हिच्याशी लावून दिला. हा विवाह भायखळ्याच्या जुन्या भाजी मार्केटमध्ये बाजार बंद झाल्यानंतर रात्री उशिरा रात्री १० वाजता उरकण्यात आला. लग्नानंतर सुभेदारांनी वधूचे नाव रमाबाई ठेवले.

११ नोव्हेंबर १९०८ - आपला गणित हा विषय कच्चा असल्यामुळे आपण ह्या वर्षीच्या परीक्षेला बसणार नाही असे भीमरावांनी एल्फिन्स्टन महाविद्यालयाच्या प्राचार्यांना कळविले.

१९०९ - भीमराव प्रीव्हिअस परीक्षा ८४० पैकी २८२ गुण मिळवून उत्तीर्ण झाले.

१९१० - बडोद्याचे महाराज सयाजीराव मुंबईत मलबार हिल येथील जय महाल बंगल्यात मुक्कामास असता गुरुवर्य

कृ. अ. केळुस्कर यांनी हिंदुप्रकाश छापखान्याचे मालक दामोदर सावळाराम यंदे यांच्या मध्यस्थीने भीमरावांना महाराजांच्या भेटीस नेऊन महाविद्यालयीन शिक्षणासाठी आर्थिक मदत करावी अशी विनंती केली. महाराजांनी शिष्यवृत्ती देण्याचे आश्वासन दिले.

२० एप्रिल १९११ - बडोद्याच्या संस्थानाने भीमरावांना दरमहा २५ रुपयांची शिष्यवृत्ती मंजूर केली आणि पदवी प्राप्त केल्यानंतर बडोदा संस्थानाची नोकरी करण्याची अट घातली.

नोव्हेंबर १९१२ - भीमराव एल्फिन्स्टन कॉलेजमधून मुंबई विद्यपीठाच्या बी. ए. च्या परीक्षेला अर्थशास्त्र, राज्यशास्त्र विषय घेऊन बसले.

जानेवारी १९१३ - भीमराव बी. ए. ची पदवी परीक्षा उत्तीर्ण झाले.

१५ जानेवारी १९१३- बडोदा सरकारच्या शिष्यवृत्ती करारानुसार भीमराव बडोदा सरकारच्या मिलिटरी डिपार्टमेंटच्या (फर्स्ट इन्फन्ट्री) अकाऊंट जनरलच्या कार्यालयात प्रोबेशनर म्हणून रुजू झाले. त्यांना दरमहा ७५ रु. पगार होता.

१ फेब्रुवारी १९१३ - वडील आजारी असल्याची तार भीमरावांना बडोद्यात मिळाली आणि ८ दिवसांची रजा घेऊन ते मुंबईत येण्यास निघाले.

२ फेब्रुवारी १९१३ - भीमराव दुपारी उशिरा मुंबईत पोहचले. सुभेदारांनी भीमरावांना डोळे भरून पाहिले. पाठीवरून हात फिरवला आणि प्राण सोडला.

४ एप्रिल १९१३ - बडोदे संस्थानने भीमरावांना परदेशातील उच्च शिक्षणासाठी दरमहा साडेअकरा पौंडाची शिष्यवृत्ती दोन वर्षांसाठी मंजूर केली. (पुढे भीमरावांच्या विनंतीवरून ही शिष्यवृत्ती एक वर्षाने वाढवून देण्यात आली.)

४ जून १९१३ - बडोदे संस्थान व भीमराव यांच्यात परदेशातील उच्च शिक्षणासंबंधीचा करार बडोदा येथे शिक्षण उपमंत्री यांच्या कार्यालयात उभय पक्षांनी सह्या करून केला. या करारानुसार शिक्षण पूर्ण होताच दहा वर्षे बडोदा संस्थानची नोकरी करण्याची अट घालण्यात आली.

२० जुलै १९१३	-	भीमरावांनी न्युयॉर्क येथील कोलंबिया विद्यापीठातील राज्यशास्त्र शाखेत प्रवेश घेतला.
१५ मे १९१५	-	भीमरावांनी दररोज अठरा तास अभ्यास करून 'ॲडमिनिस्ट्रेशन अँड फायनान्स ऑफ ईस्ट इंडिया कंपनी' या विषयावर प्रबंध लिहून कोलंबिया विद्यापीठाला एम. ए. च्या पदवीसाठी सादर केला.
२ जून १९१५	-	भीमरावांनी सादर केलेला हा शोधनिबंध कोलंबिया विद्यापीठाने स्वीकारून भीमरावांना एम. ए. ची पदवी बहाल केली.
९ मे १९१६	-	भीमरावांनी 'कास्ट्स इन इंडिया : देयर मेकॅनिझम, जेनिसीस अँड डेव्हलपमेंट' हा शोधनिबंध लिहून कोलंबिया विद्यापीठाचे प्राध्यापक डॉ. ए. ए. गोल्डनवेअर यांनी आयोजित केलेल्या परिसंवादात मानववंशशास्त्राच्या विद्यार्थ्यांसमोर वाचला.
मे १९१६	-	भीमराव न्युयॉर्कहून लंडनला जाणाऱ्या बोटीत बसले व २० जून १९१६ रोजी लंडनला पोहोचले.
जून १९१६	-	भीमरावांनी पीएच्. डी. च्या पदवीसाठी 'द नॅशनल डिव्हिडंड ऑफ इंडिया : अ हिस्टॉरिकल ॲण्ड ॲनालेटिकल स्टडी' या नावाचा प्रबंध कोलंबिया विद्यापीठाला सादर केला; तो विद्यापीठाने स्वीकारला.
११ ऑक्टोबर १९१६	-	लंडनच्या 'लंडन स्कूल ऑफ इकॉनॉमिक्स ॲण्ड पोलिटिकल सायन्स' या संस्थेत अर्थशास्त्राच्या 'मास्टर ऑफ सायन्स' आणि 'डॉक्टर ऑफ सायन्स' या पदव्यांसाठी प्रवेश घेतला.
११ नोव्हेंबर १९१६	-	लंडनमधील ग्रेज-इन या संस्थेत बॅरिस्टरीचा अभ्यासक्रम करण्याच्या हेतूने भीमरावांनी आपले नाव दाखल केले.
१२ डिसेंबर १९१६	-	भीमराव व रमाबाई या दांपत्याला पुत्ररत्न झाले. (बी. आय. टी. चाळ नं. १, रुम नं. ५०, परळ, मुंबई) त्याचे नाव यशवंत ठेवण्यात आले. बाबासाहेबांच्या पश्चात यशवंतराव भैय्यासाहेब म्हणून ओळखले गेले.

१८ डिसेंबर १९१६ - लंडन विद्यापीठाच्या सिनेटने भीमरावांच्या अर्जावर चर्चा करून भीमरावांना सरळ M.Sc. च्या पदवी परीक्षेला बसण्याची परवानगी देणारा ठराव संमत केला.

मे १९१७ - भीमरावांचा 'कास्ट्स इन इंडिया : देयर मेकॅनिझम जेनिसीस अ‍ॅण्ड डेव्हलपमेंट' हा शोधनिबंध 'इंडियन अ‍ॅण्टीक्वेरी'च्या अंकात प्रसिद्ध झाला.

२१ ऑगस्ट १९१७ - बडोदा सरकारच्या शिष्यवृत्तीची मुदत संपल्याने भीमरावांना आपला अभ्यासक्रम अर्धवट सोडून भारतात परतावे लागले.

३१ ऑगस्ट १९१७ - भीमराव महाराज सयाजीराव यांना बडोद्यात भेटले. शिष्यवृत्तीच्या अटीनुसार त्यांना बडोदा सरकारची नोकरी करणे भाग होते. भीमरावांची (अंतिम नेमणूक प्रलंबित ठेवून) मिलिटरी डिपार्टमेंटच्या (फर्स्ट इन्फन्ट्री) अकाऊंटंट जनरलच्या कार्यालयात प्रोबेशनर (हंगामी) म्हणून नोकरीवर ठेवण्यात आले. पगार द. म. १५०/- रु. होता. भीमराव अस्पृश्य असल्याने त्यांना राहायला जागा मिळेना. भीमरावांनी राहाण्याच्या जागेसाठी प्रयत्न केला पण यश आले नाही. तेव्हा त्यांनी मुंबईला जाण्याचा निर्णय घेतला.

११ नोव्हेंबर १९१७ - सर नारायणराव चंदावरकर यांचे अध्यक्षतेखाली अस्पृश्य वर्गाची सभा भरली. तीत भीमरावांनी उच्च शिक्षण घेतल्याबद्दल अभिनंदनाचा ठराव संमत केला. भीमराव सभेला अनुपस्थित राहिले तेव्हा खुद्द रावबहादूर सी. के. बोले भीमरावांना सभास्थानी आणण्यासाठी बी. आय. टी. चाळ, परळ येथील भीमरावांच्या घरी गेले. पण भीमरावांनी सत्कार करून घेण्यास नम्रपणे नकार दिला.

५ डिसेंबर १९१७ - भीमरावांनी सिडनहॅम कॉलेजातील प्राध्यापकाच्या जागेसाठी अर्ज केला.

१० नोव्हेंबर १९१८ - मुंबईतील सिडनहॅम कॉलेजात भीमरावांची हंगामी प्राध्यापक म्हणून १ ऑक्टोबर १९१८ च्या

हुकमानुसार (नं. २५६०) द. म. ४५०/- रु. पगारावर एका वर्षासाठी नेमणूक झाली. पुढे त्यांना मुदतवाढ देण्यात आली.

२७ जानेवारी १९१९ - डॉ. आंबेडकरांनी ब्रिटिश सरकारने मताधिकाराची चौकशी करण्यासाठी नेमलेल्या साऊथबरो समितीपुढे अस्पृश्यांच्या वतीने मुंबईत साक्ष दिली. तसेच या समितीला आपले स्वतंत्र निवेदन सादर करून अस्पृश्यांना ९ जागा देण्याची त्यांनी मागणी केली.

३१ जानेवारी १९२० - अस्पृश्यांत जागृती करण्यासाठी तसेच अस्पृश्यांची बाजू देशासमोर/सरकारपुढे मांडण्यासाठी डॉ. आंबेडकरांनी 'मूकनायक' हे पत्र सुरू केले. सरकारी नोकरीत असल्याने त्यांना अधिकृतपणे संपादक राहता येत नसल्याने त्यांनी पांडुरंग नंदराम भटकर यांना 'मूकनायक'चे संपादक नेमले होते.

१५ मार्च १९२० - भीमरावांनी सिडनहॅम कॉलेजातील प्राध्यापक पदाचा राजीनामा दिला व त्यांना २० मार्च १९२० रोजी सेवामुक्त करण्यात आले.

२१-२२ मार्च १९२० - कोल्हापूर संस्थानातील माणगाव येथे दक्षिण महाराष्ट्रातील बहिष्कृत वर्गाची परिषद (बैठक पहिली) डॉ. आंबेडकरांच्या अध्यक्षतेखाली भरली. या परिषदेला दुसऱ्या दिवशी छत्रपती शाहूमहाराज जातीने हजर राहिले व त्यांनी द्रष्टेपणाने भाकीत केले की, ''डॉ. आंबेडकर हे तुमचा उद्धार केल्याशिवाय कधी राहणार नाहीत. इतकेच नव्हे तर अशी एक वेळ येईल की, ते सर्व हिंदुस्थानचे पुढारी होतील.'' डॉ. आंबेडकरांच्या सार्वजनिक जीवनातील ही पहिली परिषद होय.

३० मे - १ जून १९२० - नागपूर येथे भारतीय बहिष्कृत परिषदेचे अधिवेशन छत्रपती शाहूमहाराजांच्या अध्यक्षतेखाली भरले. या परिषदेला डॉ. आंबेडकरांना निमंत्रित करण्यात आलेले होते. विठ्ठल रामजी शिंदे यांनी डिप्रेस्ड क्लासेस मिशनच्या वतीने अस्पृश्यांच्या प्रतिनिधींच्या

नेमणुकीसंबंधी सरकारला दिलेले निवेदन अस्पृश्यांच्या हिताला बाधक असल्याचे सांगून डॉ. आंबेडकरांनी शिंद्यांच्या धोरणाचा विरोध करून तसा ठराव परिषदेत संमत करून घेतला.

५ जुलै १९२० - डॉ. आंबेडकर आपला उर्वरित अभ्यासक्रम पूर्ण करण्यासाठी 'सिटी ऑफ एक्झीटर' या बोटीने लंडनला रवाना झाले.

३० सप्टेंबर १९२० - डॉ. आंबेडकरांनी लंडन स्कूल ऑफ इकॉनॉमिक्स ॲण्ड पोलिटिकल सायन्स या संस्थेत एम्. एस्सी. साठी प्रवेश मिळवला. तसेच ग्रेज-इन या संस्थेत नाव दाखल करून त्यांनी बॅरिस्टरीचाही अभ्यास सुरू केला.

१९२० - डॉ. आंबेडकरांनी 'मूकनायक'च्या संपादकपदी भटकरांच्या जागी ज्ञानदेव ध्रुवनाक घोलप यांची नेमणूक केली.

२० जून १९२१ - 'प्रॉव्हिन्शियल डिसेंट्रलायझेशन ऑफ इंम्पिरियल फायनान्स इन ब्रिटिश इंडिया' या प्रबंधावर डॉ. आंबेडकरांना लंडन विद्यापीठाने एम्. एस्सी. ही पदवी बहाल केली.

जानेवारी-मार्च १९२२ - 'डॉक्टर ऑफ सायन्स'च्या पदवीकरिता 'द प्रॉब्लेम ऑफ रुपी' हा प्रबंध लंडन विद्यापीठाला सादर केला.

एप्रिल-मे, १९२२ - डॉ. आंबेडकर यांनी अर्थशास्त्रावर एखादी डॉक्टरेट करावी या हेतूने बॉन विद्यापीठात प्रवेश घेतला. प्रबंध जर्मन भाषेत सादर करावयाचा असल्याने त्यांनी जर्मन व फ्रेंच भाषेचा अभ्यास सुरू केला. तेवढ्यात त्यांचे शिक्षक एडवीन कॅनन यांचे पत्र आले की 'डि. एस्सी.' साठी सादर केलेला प्रबंध स्वीकारण्यास समितीचे सभासद तयार नसल्याने ताबडतोब लंडनला निघून या.' डॉ. आंबेडकर लंडनला परतले.

६ मे १९२२ - छत्रपती शाहू महाराज यांचे मुंबईतील 'पन्हाळा लॉज' बंगल्यावर वयाच्या ४८ व्या वर्षी निधन.

२८ जून १९२२ - लंडनच्या ग्रेज-इन या संस्थेच्या न्यायसभेने डॉ. आंबेडकरांना बार-ॲट-लॉ (बॅरिस्टर) ही पदवी प्रदान केली.

३ एप्रिल १९२३ - डॉ. आंबेडकर भारतात परतले.

२५ जून १९२३ - डॉ. आंबेडकरांनी वकिलीची सनद मिळावी म्हणून मुंबई उच्च न्यायालयात अर्ज केला.

५ जुलै १९२३ - डॉ. आंबेडकरांनी मुंबई उच्च न्यायालयात वकिली सुरू केली.

४ ऑगस्ट १९२३ - रावबहादूर सी. के. बोले यांनी 'अस्पृश्यांना सरकारी व सार्वजनिक पाणवठे, धर्मशाळा, विद्यालये, न्यायालये या सर्व ठिकाणी मुक्तद्वार असावे,' असा क्रांतिकारक ठराव मुंबई विधिमंडळात मांडला.

ऑगस्ट १९२३ - प्रो. कॅनन यांच्या सूचनेनुसार डॉ. आंबेडकरांनी 'प्रॉब्लेम ऑफ दि रुपी' हा प्रबंध सुधारून D Sc. पदवीसाठी लंडनला पाठविला.

११ सप्टेंबर १९२३ - 'बोले ठराव' अंमलात आणण्यासाठी मुंबई सरकारने परिपत्रक काढले.

नोव्हेंबर १९२३ - 'दि प्रॉब्लेम ऑफ दि रुपी' हा प्रबंध स्वीकारून लंडन विद्यापीठाने डॉ. आंबेडकरांनी डि. एस्सी. ही पदवी बहाल केली.

९ मार्च १९२४ - अस्पृश्य वर्गाच्या अडचणी सरकारपुढे मांडण्यासाठी एक मध्यवर्ती मंडळ असावे या विषयी डॉ. आंबेडकरांच्या अध्यक्षतेखाली दामोदर हॉल, परळ येथे विचार विनिमय झाला व अशी संस्था स्थापन करण्याचा ठराव संमत करण्यात आला.

१९ जून १९२४ - डॉ. आंबेडकर व रमाबाई यांना पुत्ररत्न झाले त्याचे नाव 'राजरत्न' असे ठेवण्यात आले. राजरत्न याचे १९ जुलै १९२६ रोजी न्युमोनियाने निधन झाले.

२० जुलै १९२४ - दामोदर हॉल, परळ येथे डॉ. आंबेडकरांच्या अध्यक्षतेखाली सभा होऊन 'बहिष्कृत हितकारिणी सभा' या संस्थेची ९ मार्च १९२४ च्या ठरावानुसार स्थापना. 'शिका, संघटित व्हा आणि संघर्ष करा' हे

या संस्थेचे ब्रीदवाक्य होते. या सभेचे अध्यक्ष सर चिमणलाल हरिलाल सेटलवाड होते. कार्यकारी मंडळाचे अध्यक्ष डॉ. आंबेडकर आणि कार्यवाह सीताराम नामदेव शिवतरकर होते.

४ जानेवारी १९२५ - बहिष्कृत हितकारिणी सभेच्या विद्यमाने डॉ. आंबेडकरांनी जिवाप्पा ऐदाळे यांच्या सहकार्याने सोलापूर येथे अस्पृश्य विद्यार्थ्यांसाठी पहिले मोफत वसतिगृह सुरू केले.

एप्रिल १९२५ - लंडनच्या पी. एस. किंग ॲण्ड कं. या प्रकाशकांनी 'इव्हाल्युशन ऑफ प्रोव्हिन्शियल फायनान्स इन ब्रिटिश इंडिया' या नावाने बाबासाहेबांचा प्रबंध प्रसिद्ध केला. त्यानंतर त्यांना पीएच.डी.ची पदवी अधिकृतरीत्या प्रदान करण्यात आली.

१०-११ एप्रिल १९२५ - निपाणी (जि. बेळगांव) येथे बहिष्कृत हितकारिणी सभेच्या विद्यमाने मुंबई इलाखा प्रांतिक परिषदेच्या तिसऱ्या अधिवेशनात डॉ. आंबेडकरांनी अध्यक्षीय भाषणात भारतात प्राप्त परिस्थितीत राजकीय सुधारणांपेक्षा सामाजिक सुधारणांना प्राधान्य देण्याच्या आवश्यकतेवर भर दिला.

१३ ऑगस्ट १९२५ - अस्पृश्यांना लोकसंख्येच्या प्रमाणात राखीव जागा ठेवाव्यात अशी दुरुस्ती सुचविणारे विधेयक रावबहादूर बोले यांनी मुंबई विधिमंडळात मांडले.

१५ डिसेंबर १९२५ - भारताच्या चलन पद्धतीत योग्य त्या सुधारणा घडवून आणण्याच्या दृष्टीने शिफारशी करण्यासाठी ब्रिटिश सरकारने 'रॉयल कमिशन ऑन इंडियन करन्सी ॲण्ड फायनान्स' हे कमिशन सर एडमंड हिल्टन यंग यांच्या अध्यक्षतेखाली नेमले होते. त्या कमिशनसमोर डॉ. आंबेडकरांची साक्ष झाली. या कमिशनने आंबेडकरांसह एकूण अर्थतज्ज्ञांच्या साक्षी घेतल्या. त्या वेळी कमिशनच्या प्रत्येक सदस्यांच्या हाती डॉ. आंबेडकरांच्या 'इव्हल्युशन ऑफ प्रॉव्हिन्शियल फायनान्स इन ब्रिटिश इंडिया' या ग्रंथांची प्रत होती.

१५ जून १९२६ - भीमराव रमाई यांना पुत्ररत्न झाले. त्याचे नाव राजरत्न ठेवण्यात आले. त्याचे १९ जुलै १९२६ रोजी न्युमोनियाने निधन झाले.

५ ऑगस्ट १९२६ - मुंबई विधिमंडळाने संमत केलेल्या 'बोले ठरावा'ची (४-८-१९२३) अंमलबजावणी न करणाऱ्या नगर संस्था, जिल्हा परिषदा, लोकल बोर्ड यांचे अनुदान बंद करण्याची तरतूद असलेला सुधारीत ठराव रावबहादूर बोले यांनी मांडला. तो ८ ऑगस्ट १९२६ रोजी मुंबई विधिमंडळाने संमत केला.

१८ ऑक्टोबर १९२६ - ब्राह्मणेतर चळवळीतील नेते बागडे-जेधे-जवळकर-यांच्यावर, जवळकरांनी ब्राह्मणेतर चळवळीच्या प्रचारार्थ लिहिलेल्या 'देशाचे दुष्मन' या पुस्तकात टिळकांची बदनामी झाली म्हणून टिळकवाद्यांनी पुण्याच्या कोर्टात खटला भरला. डॉ. आंबेडकरांनी बिनतोड युक्तिवाद करून बागडे-जेधे-जवळकर यांना निर्दोष सोडविले.

डिसेंबर १९२६ - डॉ. आंबेडकर व डॉ. पी. जी. सोळंकी यांची मुंबई सरकारने सरकार नियुक्त सदस्य म्हणून मुंबई विधिमंडळावर नेमणूक केली.

२५ डिसेंबर १९२६ - मुंबई विधिमंडळावर निवड झाल्याबद्दल नायगावच्या वाय. एम. सी. ए. च्या हॉलमध्ये उभयतांचे जाहीर अभिनंदन करण्यात आले.

१ जानेवारी १९२७ - पुण्याजवळील भीमा-कोरेगाव विजय - स्तंभासमोर डॉ. आंबेडकरांच्या अध्यक्षतेखाली भरली तेव्हा डॉ. आंबेडकर म्हणाले की, "ज्या महार जातीच्या शेकडो सैनिकांनी अनेक लढ्यांत ब्रिटिश सरकारला यश मिळवून दिले त्या महार जातीतील तरुणांना सैन्यात प्रवेश नाकारून सरकारने महार जातीचा विश्वासघात केला आहे."

१८ फेब्रुवारी १९२७ - डॉ. आंबेडकर व डॉ. पी. जी. सोळंकी यांचा मुंबई विधिमंडळाचे सदस्य म्हणून शपथविधी झाला.

१९-२० मार्च १९२७	-	महाड येथे 'कुलाबा जिल्हा बहिष्कृत परिषद' डॉ. आंबेडकरांच्या अध्यक्षतेखाली बहिष्कृत हितकारिणी सभेच्या विद्यमाने भरली. दुसऱ्या सकाळी ठरल्याप्रमाणे आभार प्रदर्शनाच्या ठरावावर बोलतांना अनंत चित्रे यांनी चवदार तळ्यावर जाऊन पाणी पिण्याची व त्याद्वारे बोले ठराव अंमलात आणण्याची सूचना केली. त्यावर एकमत होऊन डॉ. आंबेडकरांच्या नेतृत्वाखाली भव्य मिरवणूक चवदार तळ्यावर गेली. प्रथमत: डॉ. आंबेडकर तळ्याच्या पायऱ्यांवरून तळ्यात उतरले आणि ओंजळ भरून पाणी प्याले. त्यांचे अनुकरण हजारो सत्याग्रहींनी केले. अशा प्रकारे डॉ. आंबेडकरांनी आपल्या समता प्रस्थापनेच्या चळवळीची मुहूर्तमेढ रोवली. डॉ. आंबेडकर डाक बंगल्यावर गेले. पण परतणाऱ्या अस्पृश्य सत्याग्रहींवर सवर्णांनी लाठ्याकाठ्यांनी हल्ला केला. शिजवलेल्या जेवणात माती कालवली.
२१ मार्च १९२७	-	अस्पृश्यांनी तळे बाटवले म्हणून महाडातील ब्राह्मणांनी शास्त्रोक्त विधी करून तळ्याचे शुद्धीकरण केले.
३ एप्रिल १९२७	-	डॉ. आंबेडकरांनी स्वत:च्या संपादकत्वाखाली चळवळीचे मुखपत्र म्हणून 'बहिष्कृत भारत' हे पाक्षिक सुरू केले.
४ सप्टेंबर १९२७	-	डॉ. आंबेडकरांनी संस्कारपूर्वक - समतेचा कार्यप्रचार करण्यासाठी 'समाज समता संघ' ही संस्था स्थापन केली.
१२ नोव्हेंबर १९२७	-	डॉ. आंबेडकरांचे ज्येष्ठ बंधू बाळाराम यांचे मुंबईत हृदयविकाराने निधन. त्या वेळी डॉ. आंबेडकर अमरावती येथे अंबादेवी मंदिर प्रवेश सत्याग्रहाला पाठिंबा देण्यासाठी गेलेले होते.
२५-२६ डिसेंबर १९२७	-	महाड सत्याग्रह परिषद डॉ. आंबेडकरांच्या अध्यक्षतेखाली पार पडली. २५ डिसेंबर रोजी डॉ. आंबेडकरांच्या नेतृत्वाखाली विषमतेची शिकवण देणाऱ्या 'मनुस्मृती' या हिंदूंच्या पवित्र ग्रंथाची

बापूसाहेब सहस्रबुद्धे यांच्या हस्ते परिषदेच्या मंडपासमोर खास तयार केलेल्या वेदीत दहन कण्यात आले.

२१ फेब्रुवारी १९२८ - डॉ. आंबेडकरांनी मुंबई विधिमंडळात अंदाजपत्रका (बजेट) वरील चर्चेत भाग घेऊन सरकारी धोरणावर टीका केली. तसेच कर्मचारी स्त्रियांना बाळंतपणाची रजा मिळावी व रजेच्या काळात खर्च शासनाने किंवा मालकाने करावा अशी सूचना केली.

४ मार्च १९२८ - इंदूरचे महाराज तुकोजीराव होळकर यांनी कु. मॅन्सी मिलर या अमेरिकन युवतीशी विवाह करण्याचे ठरविल्याने असा विवाह त्यांच्या धनगर समाजाच्या विरुद्ध असल्याने बारामतीला या प्रश्नाचा निर्णय घेण्यासाठी धनगर समाजाची परिषद भरली. या परिषदेत डॉ. आंबेडकर व रावबहादूर बोले यांनी महाराजांची बाजू उचलून धरली व आंतरजातीय विवाहास पाठिंबा दिला. त्यामुळे या विवाहाला परिषदेनेही आपला पाठिंबा जाहीर केला.

१९ मार्च १९२८ - डॉ. आंबेडकरांनी मुंबई विधिमंडळात महार वतन सुधारणा विधेयक मांडले.

२२ मार्च १९२८ - समाज समता संघाच्या विद्यमाने दामोदर हॉल, परळ येथे ५०० महारांचे व्रतबंध पंडित पाल्य शास्त्री यांच्या पौरोहित्याखाली करण्यात आले. याप्रसंगी डॉ. आंबेडकर, देवराव नाईक, बापूसाहेब सहस्रबुद्धे, शिवतरकर, डॉ. उदगावकर उपस्थित होते.

८ एप्रिल १९२८ - लोकमान्य टिळकांचे चिरंजीव श्रीधरपंत टिळक यांनी समाज समता संघाची शाखा गायकवाड वाड्यात स्थापन केली. याप्रसंगी डॉ. आंबेडकर आणि अनेक स्पृश्य अस्पृश्य मान्यवर हजर होते. समाज समता संघाच्या धोरणानुसार गायकवाड वाड्यात स्पृश्यास्पृश्यांचे सहभोजन आयोजित करण्यात आले.

३ मे १९२८ - डॉ. आंबेडकरांनी मुंबई विधिमंडळात 'मुंबई नगरपालिका कायदा' या बिलावर भाषण केले.

२५ मे १९२८ - लोकमान्य टिळकांचे चिरंजीव श्रीधरपंत टिळक यांनी भांबुर्डा (आताचे शिवाजी नगर) रेल्वे स्टेशनजवळ सायंकाळी पूना मेलखाली स्वत:ला झोकून देऊन आत्महत्या केली.

२६ मे १९२८ - डॉ. आंबेडकरांनी जळगांव येथील अस्पृश्य वर्गाच्या सभेत हिंदु महासभेच्या कामापेक्षा समाज समता संघाचा कार्यक्रम कसा परिणामकारक आहे हे सोदाहरण पटवून दिले.

२९ मे १९२८ - डॉ. आंबेडकरांनी अस्पृश्यांना गाऱ्हाणी व मागण्यांचे दोन छापील खलिते सायमन कमिशनला बहिष्कृत हितकारिणी सभेच्या वतीने पाठविले.

१४ जून १९२८ - 'बहिष्कृत हितकारिणी सभा' विसर्जित करून डॉ. आंबेडकरांनी 'भारतीय बहिष्कृत समाज शिक्षण प्रसारक मंडळ' आणि 'भारतीय समाज शिक्षण प्रसारक मंडळ' या संस्था स्थापन केल्या.

२० जून १९२८ - मुंबई विधिमंडळात 'ऑन स्मॉल होल्डिंग रिलीफ बिल' या विधेयकावर डॉ. आंबेडकरांनी प्रभावी भाषण केले.

२१ जून १९२८ - मुंबईतील शासकीय विधी महाविद्यालयात डॉ. आंबेडकरांची प्राध्यापक म्हणून सरकारने नेमणूक केली.

२९ जून १९२८ - आपल्या चळवळीचा प्रचार व प्रसार करण्यासाठी तसेच अस्पृश्य समाजात जागृती निर्माण करण्यासाठी देवराव नाईक यांच्या संपादकत्वाखाली 'समता' पत्र सुरू केले. समाज समता संघाचे ते मुखपत्र होते.

जून १९२८ - डॉ. आंबेडकरांनी अस्पृश्य विद्यार्थ्यांसाठी सोलापूर व बेळगांव येथे वसतिगृहे सुरू केली.

२८ जुलै १९२८ - मुंबई विधिमंडळात मांडलेल्या स्त्री कामगारांना प्रसूती काळात रजा वगैरे सवलती संबंधीच्या बिलास डॉ. आंबेडकरांनी ठाम पाठिंबा जाहीर केला.

३ ऑगस्ट १९२८ - महार वतने नष्ट करण्यासंबंधीचे विधेयक मुंबई विधिमंडळात मांडले.

५ ऑगस्ट १९२८ - सायमन कमिशनवर (प्रांतिक समिती) काम करण्यासाठी मुंबई विधिमंडळाने डॉ. आंबेडकरांची निवड केली.

१३ एप्रिल १९२९ - डॉ. आंबेडकरांची बहीण तुळसा हिचे मुंबईत निधन.

१३-१४ एप्रिल १९२९ - 'भारतीय बहिष्कृत समाज सेवा संघा'च्या विद्यमाने रत्नागिरी जिल्हा बहिष्कृत परिषदेचे दुसरे अधिवेशन डॉ. आंबेडकरांच्या अध्यक्षतेखाली चिपळूण येथे संपन्न झाले. दुसऱ्या दिवशी (१४ एप्रिल १९२९) याच ठिकाणी त्यांच्या अध्यक्षतेखाली रत्नागिरी जिल्हा शेतकरी परिषद झाली.

२९ एप्रिल १९२९ - दामोदर हॉल, परळ येथे डॉ. आंबेडकरांच्या अध्यक्षतेखाली सभा भरविण्यात येऊन कामगारांनी संपावर जाणे योग्य नाही असा ठराव संमत करण्यात आला.

२६ मे १९२९ - नाशिक जिल्ह्यातील चितेगाव येथे स्वाभिमान संरक्षक परिषदेचे अधिवेशन डॉ. आंबेडकरांच्या अध्यक्षतेखाली भरले.

२५ मे १९२९ - वऱ्हाडातील बुलढाणा जिल्ह्यातील पातुर्डा येथे डॉ. आंबेडकरांच्या अध्यक्षतेखाली मध्य प्रांत व वऱ्हाड अस्पृश्य परिषदेचे अधिवेशन पार पडले. परिषदेत धर्मांतराच्या ठरावावर ऊहापोह होऊन ठराव संमत करण्यात आला.

२९-३० मे १९२९ - विदर्भातील जळगांव-जामोद येथे मध्य प्रांत व वऱ्हाड प्रांतातील दलित वर्गाची परिषद डॉ. आंबेडकरांच्या अध्यक्षतेखाली भरली. अस्पृश्यांनी धर्मांतर करून अन्य धर्म स्वीकारावा असा ठराव संमत करण्यात आला.

१३ जून १९२९ - महाडच्या चवदार तळ्यासंबंधीच्या दावा सबजज्ज व्ही. व्ही. पंडीत यांनी काढून टाकला. अस्पृश्यांसाठी महाडचे चवदार तळे खुले झाले.

२९ जून १९२९ - समाज समता संघाच्या विद्यमाने गोविंद आडरेकर यांचा मुलगा केशव याचा विवाह विठाबाई तिडेकर हिच्याशी डॉ. आंबेडकरांच्या पुढाकाराने दामोदर हॉल

परळ येथे वैदिक पद्धतीने संपन्न झाला.

१३ ऑक्टोबर १९२९ - पुण्यात पर्वतीवरील मंदिरप्रवेशाचा सत्याग्रह सुरू झाला. सत्याग्रह समितीचे अध्यक्ष शिवराम जानबा कांबळे आणि सेक्रेटरी पां. ना. राजभोज होते.

१६ ऑक्टोबर १९२९ - डॉ. आंबेडकरांनी दामोदर हॉल, परळ येथे सभा घेऊन पर्वती सत्याग्रहाला आपला पाठिंबा जाहीर केला.

२३ ऑक्टोबर १९२९ - स्टार्ट कमिटीबरोबर डॉ. आंबेडकर बेळगाव, नाशिक व खानदेशच्या दौऱ्यावर असताना चाळीसगाव येथील अस्पृश्यांनी त्यांचे स्वागत करून आपल्या वस्तीत न्यावे म्हणून टांगा हवा होता. पण अस्पृश्य असल्याने एकही टांगेवाला त्यांना नेण्यास तयार होईना. शेवटी एका अस्पृश्याने टांगा हाकावा या अटीवर टांगा ठरविण्यात आला. टांगा हाकणारा नवखा असल्याने घोडा उधळला व डॉ. आंबेडकर टांग्याबाहेर फेकले जाऊन दगडावर आदळले. त्यांचा उजवा पाय फ्रॅक्चर झाला त्यामुळे ते डिसेंबरपर्यंत जायबंदी होऊन राहिले.

२८ डिसेंबर १९२९ - 'बहिष्कृत भारत'चा शेवटचा अंक प्रकाशित झाला.

२८ डिसेंबर १९२९ - 'धारवाड जिल्हा बहिष्कृत परिषद - बैठक पहिली' धारवाड येथे डॉ. आंबेडकरांच्या अध्यक्षतेखाली भरली. 'माझा इंग्रज सरकारवर विश्वास नाही. आमचा उद्धार आम्हीच करून घेतला पाहिजे,' असे त्यांनी आपल्या भाषणात सांगितले.

२ मार्च १९३० - नाशिक येथे डॉ. आंबेडकरांच्या अध्यक्षतेखाली परिषद होऊन नाशिक येथील काळाराम मंदिर प्रवेशासाठी सत्याग्रह करण्याचे ठरविण्यात आले. सायंकाळी सभा होऊन दुसऱ्या दिवसापासून मंदिर प्रवेश मिळेपर्यंत सत्याग्रह करण्याचे ठरविण्यात येऊन सत्याग्रह सुरू करण्यात आला. हा सत्याग्रह भाऊराव गायकवाड आणि अमृतराव रणखांबे यांनी नेटाने १२ ऑक्टोबर १९३५ पर्यंत चालविला.

९ एप्रिल १९३० - काळाराम मंदिर सत्याग्रहादरम्यान सवर्ण व सत्याग्रही अस्पृश्यांत समझोता झाला की, रामनवमीला (९-४-

३०) रामाचा रथ स्पृश्य अस्पृश्यांनी एकत्रितपणे ओढावयाचा. डॉ. आंबेडकर आपल्या सहकाऱ्यांसह हजर होते. पण अस्पृश्यांनी रथाला हात लावण्यापूर्वीच पूर्व नियोजित कटानुसार स्पृश्य हिंदूंनी तो रथ दुसरीकडून पळविला. डॉ. आंबेडकर व त्यांच्या सहकाऱ्यांवर दगडफेक सुरू झाली. खुद्द डॉ. आंबेडकर भा. र. कद्रेकर, पां. ना. राजभोज व अनेक सत्याग्रही जखमी झाले. स्वत:ची पर्वा न करता डॉ. आंबेडकरांनी जखमींना दवाखान्यात भरती केले.

८ जुलै १९३० - डॉ. आंबेडकरांची मुंबई विद्यापीठाच्या निवड समितीवर (सिलेक्ट कमेटी) नियुक्ती झाली.

८-९ ऑगस्ट १९३० - अखिल भारतीय डिप्रेस्ड क्लासेस परिषद (पहिले अधिवेशन) डॉ. आंबेडकरांच्या अध्यक्षतेखाली कामठी येथे भरले. या परिषदेत जातिभेद, दारिद्र्य असहकारिता चळवळ यांचे विवेचन करून अस्पृश्यांसाठी देशातील विधिमंडळांमध्ये योग्य प्रमाणात प्रतिनिधित्व व सार्वजनिक सरकारी नोकऱ्यांत योग्य आरक्षण असावे अशा मागण्या केल्या.

९ सप्टेंबर १९३० - लंडन येथील गोलमेज परिषदेत भारतीय अस्पृश्यांचे प्रतिनिधी म्हणून डॉ. आंबेडकरांना निमंत्रण मिळाले.

२ ऑक्टोबर १९३० - गोलमेज परिषदेत भाग घेण्यासाठी लंडनला रवाना होण्यापूर्वी अस्पृश्य वर्गातर्फे दामोदर हॉल, परळ येथे डॉ. सोळंकी यांच्या अध्यक्षतेखाली डॉ. आंबेडकरांना मानपत्र व थैली अर्पण करण्यात आली.

४ ऑक्टोबर १९३० - गोलमेज परिषदेत भाग घेण्यासाठी 'व्हॉईसरॉय ऑफ इंडिया' या बोटीने डॉ. आंबेडकर लंडनला रवाना झाले.

१८ ऑक्टोबर १९३० - अस्पृश्यांचे प्रतिनिधी डॉ. आंबेडकर आणि मद्रासचे आर. श्रीनिवासन तसेच इतर प्रतिनिधी लंडनला पोहोचले.

१२ नोव्हेंबर १९३० - ब्रिटनचे राजे पंचम जॉर्ज यांनी गोलमेज परिषदेचे उद्घाटन केले.

२० नोव्हेंबर १९३० - गोलमेज परिषदेत आंबेडकरांनी आपले पहिलेच भाषण अत्यंत प्रभावी, मुद्देसूद, परिणामकारक करून भारतातील अस्पृश्यांची दयनीय स्थिती कथन करून भारतीय अस्पृश्यांचे दु:ख प्रथमत:च जगाच्या वेशीवर टांगले.

२४ नोव्हेंबर १९३० - डॉ. आंबेडकरांनी जाहीर केल्याप्रमाणे 'बहिष्कृत भारत' या पत्राचे नामकरण 'जनता' करण्यात येऊन देवराव विष्णू नाईक यांच्या संपादकत्वाखाली पहिला अंक मुंबईतून प्रकाशित झाला.

डिसेंबर १९३० - डॉ. आंबेडकरांनी गोलमेज परिषदेच्या कामकाजाच्या धकाधकीतही लंडन येथे अस्पृश्यांच्या मूलभूत हक्कांच्या मागण्या आणि अस्पृश्यांची लष्करात भरती असे दोन जाहीरनामे प्रसिद्ध केले.

५ जानेवारी १९३१ - खिलाफत चळवळीचे नेते व गोलमेज परिषदेचे प्रतिनिधी मौलाना मोहम्मद अली जोहर यांचे लंडनमध्ये निधन झाले. तेव्हा पॅन्टागॉन हॉलमध्ये डॉ. आंबेडकरांनी त्यांचे अंत्यदर्शन घेऊन श्रद्धांजली वाहिली.

१९ जानेवारी १९३१ - दुसऱ्या गोलमेज परिषदेचे कामकाज संपले.

१३ फेब्रुवारी १९३१ - डॉ. आंबेडकर लंडनहून निघून मॉर्सेलिस बंदरात 'एस. एस. मुलतान' बोटीने मुंबईला निघाले.

२७ फेब्रुवारी १९३१ - डॉ. आंबेडकर मुंबईस पोहोचले.

१ मार्च १९३१ - मुंबई इलाख्यातील अस्पृश्य समाजातर्फे दामोदर हॉल, परळ येथे डॉ. पी. जी. सोळंकी यांच्या अध्यक्षतेखाली भव्य स्वागत सोहळा संपन्न झाला.

१४ मार्च १९३१ - नाशिक येथे भरलेल्या सभेत काळाराम मंदिर प्रवेश सत्याग्रहात भाग घेणाऱ्या सत्याग्रहीना प्रोत्साहन देऊन आंबेडकरांनी हा सत्याग्रह पूर्णतया अहिंसात्मक आणि शांततापूर्ण असावा असा उपदेश केला.

२३-२४ मे १९३१ - पुणे जिल्हा बहिष्कृत परिषदेचे पहिले अधिवेशन नारायणगाव (ता. जुन्नर) येथे डॉ. आंबेडकरांच्या अध्यक्षतेखाली भरले. अध्यक्षीय भाषणात डॉ. आंबेडकर म्हणाले की, अस्पृश्यतेची रूढी

आपल्या दु:खाला कारणीभूत आहे.

८ जून १९३१ - महाडचे चवदार तळे अस्पृश्यांना खुले करण्याच्या महाड कोर्टाचे सबजज्ज व्ही. आर. सराफ यांच्या निकालाविरुद्ध महाडच्या सवर्ण हिंदू फिर्यादींनी जिल्हा कोर्टात ठाणे येथे अपील केले.

जुलै १९३१ (३ रा आठवडा) - लंडन येथे भरणाऱ्या गोलमेज परिषदेच्या दुसऱ्या सत्रात प्रतिनिधींची नावे जाहीर करण्यात आली. त्यांत अस्पृश्यांचे प्रतिनिधी म्हणून डॉ. आंबेडकरांचे नाव झळकले.

१४ ऑगस्ट १९३१ - मुंबईतील मणिभवन येथे म. गांधी आणि डॉ. आंबेडकर यांची पहिली भेट झाली.

१५ ऑगस्ट १९३१ - गोलमेज परिषदेच्या दुसऱ्या सत्रात भाग घेण्यासाठी डॉ. आंबेडकर 'एस. एस. मुलतान' या बोटीने लंडनला रवाना झाले.

२९ ऑगस्ट १९३१ - डॉ. आंबेडकर लंडनला पोहोचले. याच दिवशी गांधीजी दुसऱ्या गोलमेज परिषदेत भाग घेण्यासाठी मुंबईहून लंडनला जाणाऱ्या बोटीत चढले.

७ सप्टेंबर १९३१ - गोलमेज परिषदेच्या दुसऱ्या सत्रात भाग घेण्यासाठी गांधीजी लंडनला पोहोचले.

७ सप्टेंबर ते १ डिसेंबर १९३१ - दुसऱ्या गोलमेज परिषदेत डॉ. आंबेडकरांसह काँग्रेसतर्फे गांधीजीही सहभागी झालेले होते. या परिषदेत अस्पृश्यांना इतर अल्पसंख्याकांसह स्वतंत्र मतदर संघ देण्याच्या मुद्यावरून गांधी व डॉ. आंबेडकरांत तीव्र मतभेत निर्माण झाले.

२९ जानेवारी १९३२ - दुसरी गोलमेज परिषद आटोपून डॉ. आंबेडकर भारतात परतले.

१७ ऑगस्ट १९३२ - ब्रिटिश पंतप्रधानांनी अल्पसंख्याकांच्या प्रश्नावर लवाद म्हणून आपला निवाडा जाहीर केला.

२० सप्टेंबर १९३२ - ब्रिटिश पंतप्रधान रॅम्से मॅकडोनाल्ड यांनी अस्पृश्यांना स्वतंत्र मतदार संघ बहाल केल्याच्या निर्णयाविरुद्ध गांधीजींनी येरवडा तुरुंगात आमरण उपोषण सुरू केले.

२४ सप्टेंबर १९३२ - काँग्रेसच्या नेत्यांनी पं. मदनमोहन मालवीय यांच्या

नेतृत्वाखाली डॉ. आंबेडकरांशी वाटाघाटी केल्या. कारण गांधीजी आमरण उपोषणाला बसले होते. शेवटी २४ सप्टेंबर रोजी काँग्रेसचे नेते व डॉ. आंबेडकर व सहकारी यांच्यात तडजोड मान्य होऊन त्या करारावर उभय पक्षाच्या नेत्यांनी सह्या केल्या. हाच 'पुणे करार' होय.

२६ सप्टेंबर १९३२ - ब्रिटिश मंत्रिमंडळाने पुणे करारावर ब्रिटिश संसदेकडून शिक्कामोर्तब करून तो मंजूर करून घेतला. गांधीजींनी आपले उपोषण सोडले.

३० सप्टेंबर १९३२ - गांधीजींनी हरिजन सेवक संघाची स्थापना केली व अमृतलाल ठक्कर तथा ठक्करबाप्पा यांना संघाचे सरचिटणीस नेमले.

७ नोव्हेंबर १९३२ - गोलमेज परिषदेच्या तिसऱ्या सत्रात भाग घेण्यासाठी डॉ. आंबेडकर बोटीने लंडनला रवाना झाले.

११ फेब्रुवारी १९३३ - म. गांधी यांच्या 'हरिजन' साप्ताहिकाचा पहिला अंक प्रकाशित झाला.

१९३३ - मुंबई विद्यापीठाच्या कला आणि कायदा शाखेचे फेलो म्हणून डॉ. आंबेडकराची नेमणूक झाली.

फेब्रुवारी १९३४ - डॉ. आंबेडकर बी. आय. टी. चाळ, परळ येथून हिंदू कॉलनी, दादर येथे खास आपल्या ग्रंथसंग्रहाच्या सोयीसाठी बांधलेल्या 'राजगृह' या इमारतीत राहावयास आले.

१९३५ - डॉ. आंबेडकरांची मुंबई विद्यापीठाच्या ॲकेडेमिक कौन्सिल आणि सिंडिकेटचे सदस्य म्हणून नेमणूक झाली. या पदावर ते १९३७ पर्यंत होते.

२७ मे १९३५ - डॉ. आंबेडकरांची पत्नी रमाबाई आंबेडकर यांचे 'राजगृह' दादर या राहात्या घरी निधन झाले.

२ जून १९३५ - मुंबईतील शासकीय विधी महाविद्यालयाच्या प्राचार्यपदी सरकारने डॉ. आंबेडकरांची नेमणूक केली.

१३ ऑक्टोबर १९३५ - येवले (जि. नाशिक) येथे डॉ. आंबेडकरांच्या अध्यक्षतेखाली भरलेल्या अखिल मुंबई इलाखा परिषदेत

(धर्मांतर परिषद म्हणून प्रसिद्ध) डॉ. आंबेडकरांनी घोषणा केली की, ''माझ्या दुर्दैवाने अस्पृश्य हिंदू म्हणून मी जन्माला आलो. ही उणीव दूर करण्याचे सामर्थ्य माझ्यात नाही. परंतु अस्पृश्य म्हणून मला भोगाव्या लागणाऱ्या अपमानास्पद नियमांपुढे मान वाकवण्याचे नाकारण्याचे, हिंदू धर्माचा त्याग करण्याचे माझ्या स्वाधीनच आहे. मी असे जाहीरपणे निक्षून सांगतो की, मी जरी अस्पृश्य हिंदू म्हणून जन्माला आलो असलो तरी हिंदू म्हणून मरणार नाही.'' या परिषदेचे स्वागताध्यक्ष विंचूरचे अमृतराव रणखांबे होते.

१२-१३ जानेवारी १९३६ - पुणे येथील अहिल्याश्रमात धर्मांतराच्या प्रश्नावर विचारविनिमय व निर्णय घेण्यासाठी रावबहादूर एन. शिवराज यांच्या अध्यक्षतेखाली परिषद भरली.

१५ मे १९३६ - लाहोरच्या जातपाततोडक मंडळाच्या परिषदेसाठी तयार केलेले भाषण, त्यातील वेद व हिंदू धर्मावरील टीका असल्याने नामंजूर करत मंडळाने परिषदच रद्द केली. पण न झालेले 'ॲनिहिलेशन ऑफ कास्ट्स' हे भाषण डॉ. आंबेडकरांनी पुस्तकरूपाने प्रकाशित केले.

३१ मे - २ जून १९३६ - दादर (मुंबई) येथे हैद्राबादचे बी. एस. वेकंटराव यांच्या अध्यक्षतेखाली अखिल मुंबई इलाखा महार परिषद संपन्न झाली या परिषदेत डॉ. आंबेडकरांनी 'मुक्ती कोन पथे?' हे प्रसिद्ध भाषण केले. रेवजीबुवा डोळस स्वागताध्यक्ष होते. परिषदेत 'सार्वजनिकरीत्या धर्मांतर करण्याची आमची तयारी असल्याचा' ठराव संमत करण्यात आला.

१ जून १९३६ - अखिल मुंबई इलाखा महार परिषदेला जोडून संत परिषद घेण्यात आली. या परिषदेचे स्वागताध्यक्ष महंत शंकरदास नारायणदास बर्वे होते. डॉ. आंबेडकरांचे भाषण झाले. सभा मंडपात साधूंनी माळा होमकुंडात टाकून दिल्या, दाढ्या जटा कापल्या व धर्मांतराला पाठिंबा जाहीर केला.

२ जून १९३६ - अखिल मुंबई इलाखा महार परिषदेच्याच मंडपात विष्णू केशव बोताळने यांच्या अध्यक्षतेखाली मातंग

परिषद संपन्न झाली. डॉ. आंबेडकरांच्या धर्मांतराच्या घोषणेला पाठिंबा देण्यात आला.

१० जून १९३६ - इटालियन भिक्षू लोकनाथ यांनी डॉ. आंबेडकरांची 'मुंबईत' राजगृह येथे भेट घेऊन बौद्ध धर्मावर चर्चा केली व बौद्ध धर्म स्वीकारण्याची विनंती केली.

१५ जून १९३६ - हिंदू महासेभेचे नेते डॉ. मुंजे यांनी डॉ. आंबेडकरांची 'राजगृह', दादर येथे भेट घेऊन शीख धर्म स्वीकारण्याचे सुचविले.

१६ जून १९३६ - दामोदर हॉल, परळ येथे कामाठी पुऱ्यात राहणाऱ्या मुरळ्या, देवदांसी, जोगतिणी यांची सभा डॉ. आंबेडकरांच्या अध्यक्षतेखाली झाली. डॉ. आंबेडकरांनी जातीस बट्टा लावण्याचे काम करू नका. हीन कामाचा त्याग करण्याचा उपदेश केला.

८ जुलै १९३६ - मोतीपूर येथे भरलेल्या राजनंदगाव अस्पृश्य परिषदेने डॉ. आंबेडकरांच्या धर्मांतराच्या घोषणेस पाठिंबा देऊन साधूंनी दाढ्या, जटा कापल्या व तुळशीमाळा होमकुंडात टाकल्या.

१५ ऑगस्ट १९३६ - भारतीय कायदा १९३५ नुसार होऊ घातलेल्या प्रांतिक विधिमंडळाच्या निवडणुका लढविण्यासाठी डॉ. आंबेडकरांनी मुंबईत स्वतंत्र मंजूर पक्षाची स्थापना करून पक्षाचा जाहीरनामा, ध्येय व धोरणे जाहीर केले.

८ सप्टेंबर १९३६ - डॉ. आंबेडकरांनी शीख धर्माचा अभ्यास करण्यासाठी १६ लोकांची एक तुकडी अमृतसर येथे शंकरदास बर्वे यांच्या नेतृत्वाखाली पाठविली.

१८ सप्टेंबर १९३६ - डॉ. आंबेडकरांनी 'खोती बिल' मुंबई विधिमंडळात मांडले.

११ नोव्हेंबर १९३६ - ब्रिटिश मुत्सद्द्यांपुढे अस्पृश्यांचे प्रश्न मांडण्यासाठी तसेच विश्रांतीसाठी डॉ. आंबेडकर जिनिव्हामार्गे लंडनला रवाना झाले.

१४ जानेवारी १९३७ - डॉ. आंबेडकर लंडनहून मुंबईस परतले.

१७ फेब्रुवारी १९३७ - भारत सरकार कायदा १९३५ नुसार सार्वत्रिक

निवडणुका झाल्या. डॉ. आंबेडकरांच्या स्वतंत्र मंजूर पक्षाने १८ उमेदवार उभे केले. १४ उमेदवार निवडून आले.

१६ मार्च १९३७ - महाड येथील चवदार तळ्यासंबंधीच्या मुंबई उच्च न्यायालयातील दाव्याचा निकाल अस्पृश्यांच्या बाजूने लागला. त्यानुसार अस्पृश्यांचा चवदार तळ्याचे पाणी पिण्याचा अधिकार सिद्ध झाला.

१९ मार्च १९३७ - मुंबईतील माझगांव येथे सोमवंशीय हितकारी समाज व इतर मंडळींतर्फे डॉ. आंबेडकरांना मानपत्र व १०१ रुपयांची थैली रामभाऊ तटणीस यांचे हस्ते अर्पण करण्यात आली. ही थैलीची रक्कम इमारत फंड स्थापन करून त्यांनी दान दिली.

७ ऑगस्ट १९३७ - स्वतंत्र मजूर पक्षाची वार्षिक सर्वसाधारण सभा होऊन तीत डॉ. आंबेडकर अध्यक्ष व कोषाध्यक्ष, म. बा. समर्थ प्रमुख कार्यवाह, कमलाकांत चित्रे व शां. अ. उपशाम कार्यवाह म्हणून निवडण्यात आले.

१७ सप्टेंबर १९३७ - मुंबई विधिमंडळात डॉ. आंबेडकरांनी खोती व महार वतन नष्ट करणाऱ्या बिलावर भाषण केले.

३१ डिसेंबर १९३७ - पंढरपूर येथे भरलेल्या सोलापूर जिल्हा अस्पृश्य परिषदेत डॉ. आंबेडकरांचे भाषण. पंढरपूर नगरपरिषदेतर्फे सत्कार.

४ जानेवारी १९३८ - सोलापूर नगरपालिकेकडून अध्यक्ष रावबहादूर व्ही. व्ही. मुळे यांचे हस्ते डॉ. आंबेडकरांचा सत्कार करून मानपत्र अर्पण करण्यात आले.

२२ जानेवारी १९३८ - मुंबई विधिमंडळातील चर्चेदरम्यान 'हरिजन' या नावाने अस्पृश्यांना संबोधण्यास भाऊराव गायकवाड यांनी हरकत घेतली. तीस डॉ. आंबेडकरांनी पाठिंबा जाहीर केला.

३१ जानेवारी-
२ फेब्रुवारी १९३८ - स्वतंत्र मजूर पक्षातर्फे ठाणे, कुलाबा, रत्नागिरी, सातारा, नाशिक, जळगाव या जिल्ह्यांतील शेतकऱ्यांचा खोतीविषयक विधेयकाला पाठिंबा देण्यासाठी मुंबई विधिमंडळावर डॉ. आंबेडकरांच्या

नेतृत्वाखाली प्रचंड मोर्चा.

१२-१३ फेब्रुवारी १९३८ - मनमाड (जि. नाशिक) येथे जी. आय. पी. रेल्वेच्या अस्पृश्य वर्गातील कामगारांच्या परिषदेत डॉ. आंबेडकरांनी भाषण केले. त्यावेळी त्यांनी ब्राह्मणशाही आणि भांडवलशाही हे दोन मोठे शत्रू असून त्यांच्या विरोधात संघटित झाले पाहिजे असे सांगून स्वातंत्र्य, समता नि बंधुभावाचा अभाव म्हणजे ब्राह्मणशाही होय असे प्रतिपादन केले.

१९ मार्च १९३८ - ताडवाडी मुंबई येथे 'विविधवृत्ता'चे संपादक रामभाऊ तटणीस यांचे हस्ते डॉ. आंबेडकरांना १०१ रुपयांची थैली अर्पण करण्यात आली ती त्यांनी इमारत स्थापून त्यात दान दिली.

मे १९३८ - डॉ. आंबेडकरांनी शासकीय विधी महाविद्यालयाच्या प्राचार्यपदाचा राजीनामा दिला.

१३ मे - २१ मे १९३८ - डॉ. आंबेडकरांनी कोकण प्रांताचा दौरा करून ठिकठिकाणी आयोजित सभांत भाषणे केली. खोती पद्धत नष्ट करण्यात अस्पृश्य वर्गाचे कसे हित आहे हे पटवून सांगितले.

१७ जून १९३८ - धुळे, खानदेश येथे कोर्टाच्या कामानिमित्त गेले असता डॉ. आंबेडकरांचे तेथील शाळा नं. ५ च्या पटांगणावर भरलेल्या जाहीर सभेत भाषण.

१८ जून १९३८ - धुळे जिल्ह्यातील लळींग येथे जाहीर सभेत भाषण करून महार सैनिकांची प्रशंसा केली. तसेच सार्वजनिक विहिरीवर पाणी भरून आपला माणुसकीचा हक्क प्रस्थापित करण्यास सांगितले.

१९ जून १९३८ - चाळीसगाव येथे अस्पृश्य विद्यार्थी बोर्डिंगच्या पटांगणातील प्रचंड सभेत डॉ. आंबेडकरांनी काँग्रेसने अस्पृश्यांसाठी काही केले नसल्याचे सांगून स्वतंत्र मजूर पक्ष बळकट करण्याचे आवाहन केले.

११ सप्टेंबर १९३८ - विधिमंडळात 'औद्योगिक तंटा' या विधेयकावर डॉ. आंबेडकरांनी कामगारांचा संप करण्याचा हक्क डावलण्याला विरोध केला.

१ ऑक्टोबर १९३८ - गुजरातमधील बावला गावी अस्पृश्यांच्या सभेत डॉ. आंबेडकरांना मानपत्र अर्पण करण्यात आले. त्यांनी भाषणात गांधीजींना विरोध का याचे विश्लेषण केले.

६ नोव्हेंबर १९३८ - मजूर नेते जमनादास मेहता यांचे अध्यक्षतेखाली मुंबईतील कामगार मैदानावर साठ औद्योगिक कामगार युनियनची सभा डॉ. आंबेडकर, परुळेकर, मिरजकर, डांगे आदी उपस्थित. ७ तारखेपासून होणाऱ्या संपाची रूपरेखा आखण्यात आली.

७ नोव्हेंबर १९३८ - स्वतंत्र मजूर पक्ष व गिरणी कामगार युनियन ह्यांनी एक दिवसाचा संप केला. डॉ. आंबेडकर कामगार नेते म्हणून पुढे आले.

११ डिसेंबर १९३८ - श्रीरामपूर, जि. नगर येथे महार परिषदेत अध्यक्षीय भाषण केले.

डिसेंबर १९३८ - तत्कालीन निझाम राजवटीतील औरंगाबाद येथे बहिष्कृत वर्गाच्या प्रथमच भरलेल्या परिषदेत, अस्पृश्यांनी स्वावलंबी बनावे असा उपदेश केला.

६ जानेवारी १९३९ - महाड येथे भरलेल्या शेतकऱ्यांच्या परिषदेत डॉ. आंबेडकरांनी मार्गदर्शन केले. सारा भरण्याच्या विरोधात मत प्रदर्शित केले.

८ जानेवारी १९३९ - मुंबईत समता सैनिक दलाच्या संमेलनात भाषण करताना शिस्त, संघटना आणि स्वार्थत्याग हाच बाणा ठेवण्याचे सैनिकांना आवाहन केले.

२९ जानेवारी १९३९ - पुणे येथील गोखले अर्थशास्त्र संस्थेत डॉ. आंबेडकरांनी 'फेडरेशन व्हर्सेस फ्रीडम' या विषयावर विद्वत्तापूर्ण भाषण केले.

६ फेब्रुवारी १९३९ - सयाजीराव गायकवाड महाराज यांचे मुंबईत 'जय महाल' या बंगल्यात निधन झाले.

१२ फेब्रुवारी १९३९ - विजापूर येथे डॉ. आंबेडकरांनी अस्पृश्य वर्गाच्या परिषदेत भाषण केले.

१८ एप्रिल १९३९ - राजकोट येथे डॉ. आंबेडकरांनी तेथील राजे ठाकूरसाहेब यांची निमंत्रणावरून भेट घेऊन अस्पृश्यांचे प्रश्न व राखीव जागा यावर चर्चा केली.

९ ऑक्टो. १९३९	-	व्हॉईसरॉय लॉर्ड लिनलिथगो यांनी डॉ. आंबेडकरांशी अस्पृश्यांच्या प्रश्नावर चर्चा केली.
२५,२६ व २७ ऑक्टोबर १९३९	-	मुख्यमंत्री बाळासाहेब खेर यांनी 'दुसऱ्या महायुद्धात भारताचा सहभाग' या बिलावर विधिमंडळात आपले विचार प्रकट केले.
ऑक्टोबर १९३९	-	युद्ध उप-समितीचे अध्यक्ष पं. जवाहरलाल नेहरू यांनी डॉ. आंबेडकरांशी मुंबईत दोन दिवस चर्चा केली. ही आंबेडकर-नेहरू यांची प्रत्यक्ष पहिली भेट होय.
१६ डिसेंबर १९३९	-	हरेगांव, ता. श्रीरामपूर, जि. नगर येथे भरलेल्या वतनदार महार, वेठबिगार परिषदेत वतनावरील अधिक सारा देण्याच्या विरोधात मत व्यक्त केले.
२२ जुलै १९४०	-	सुभाषचंद्र बोस यांनी डॉ. आंबेडकरांची मुंबई भेट घेऊन नियोजित फेडरेशन स्थापनेबद्दल चर्चा केली. डॉ. आंबेडकरांनी त्यात अस्पृश्यांचे काय स्थान व महत्त्व राहील याची विचारणा केली.
२६ ऑगस्ट १९४०	-	मुंबई पालिकेतील कर्मचाऱ्यांसमोर पोयबावडी परळ येथे वृत्तपत्र चळवळीचे प्रभावी साधन याविषयी डॉ. आंबेडकरांचे भाषण झाले.
२८ डिसेंबर १९४०	-	डॉ. आंबेडकरांचा 'थॉट्स ऑन पाकिस्तान' हा महत्त्वपूर्ण ग्रंथ प्रकाशित झाला.
२४ मे १९४१	-	खार येथे महार ज्ञाती पंचायत समितीची डॉ. आंबेडकरांनी स्थापना केली.
१२ जुलै १९४१	-	म्युनिसिपल कामगार संघाच्या अधिवेशनात डॉ. आंबेडकरांनी भाषण केले.
जुलै १९४१	-	भारताच्या गव्हर्नर जनरलनी डिफेन्स ॲडव्हायझरी कमिटीची स्थापना केली. या कमिटीवर डॉ. आंबेडकर, एम. सी. राजा, जमनादास मेहता आदींची सदस्य म्हणून नेमणूक केली.
१६ ऑगस्ट १९४१	-	सिन्नर, जि. नाशिक येथे डॉ. आंबेडकरांच्या अध्यक्षतेखाली भरलेल्या परिषदेत 'जुडी कर' अन्यायकारक असल्याचे सांगून भाषणात निषेध व्यक्त केला.

२४ सप्टेंबर १९४१ - परळ येथे भरलेल्या सभेत डॉ. आंबेडकरांनी सांगितले की 'इंग्रजांना वाचवण्यासाठी नव्हे तर आपल्या घराची राखरांगोळी होऊ नये म्हणून फलटणीत सामील व्हा' असे अस्पृश्य वर्गाला आवाहन केले.

फेब्रुवारी १९४२ - राष्ट्रीय संरक्षण सल्लागार मंडळाच्या तिसऱ्या अधिवेशनास दिल्लीत हजर राहून डॉ. आंबेडकरांनी चर्चेत भाग घेतला.

१८-२० फेब्रुवारी १९४२ - मुंबईत हेमंत व्याख्यानमालेत वागळे हॉलमध्ये डॉ. आंबेडकरांच्या 'थॉट्स ऑन पाकिस्तान' या ग्रंथावर आचार्य दोंदे यांच्या अध्यक्षतेखाली तीन दिवस चर्चा झाली.

१८ फेब्रुवारी १९४२ - वागळे हॉलमधील चर्चेला उत्तर देताना डॉ. आंबेडकर म्हणाले की, 'आमच्या देशाचे स्वातंत्र्य रक्षण करण्यासाठी मी आपला प्राण अर्पण करीन.'

३० मार्च १९४२ - भारतातील राजकीय पेचप्रसंग सोडविण्यासाठी ब्रिटिश सरकारने सर स्टॅफोर्ड क्रिप्स यांचे अध्यक्षतेखाली एक योजना घेऊन शिष्टमंडळ भारतात पाठविले. एम. सी. राजासह डॉ. आंबेडकरांनी शिष्टमंडळाची भेट घेऊन अस्पृश्यांची बाजू मांडली.

१९ एप्रिल १९४२ - रोहिदास तरुण सुधारक संघाच्या महिला शाखेचे कल्याण (जि. ठाणे) येथे डॉ. आंबेडकरांच्या हस्ते उद्घाटन करण्यात आले. 'इतरांच्या मदतीवर जगू नको स्वावलंबी व्हा' असा त्यांनी तरुणांना उपदेश केला.

सायंकाळी कामगार मैदान परळ येथे आचार्य दोंदे (म्युनिसिपल कॉर्पोरेटर) यांच्या अध्यक्षतेखाली भरलेल्या डॉ. आंबेडकर सुवर्णमहोत्सव जयंती समितीने आयोजित सभेत डॉ. आंबेडकर म्हणाले, 'वाढदिवस साजरा करण्याची सवय टाकून द्या. एखाद्या माणसाला आपण आपल्या श्रद्धेने आणि भक्तीने देवत्वास नेऊन पोचविले तर समाजाचा ऱ्हास झाल्याशिवाय राहणार नाही.'

२ जुलै १९४२	-	व्हॉइसरॉय लिनलिथगो यांनी आपल्या कार्यकारी मंडळाच्या सदस्यांची नावे जाहीर केली. त्यांत डॉ. आंबेडकरांचा समावेश होता. त्यांना मजूर खात्याचा कार्यभार सोपविण्यात आला होता. डॉ. आंबेडकरांच्या रूपाने देशाच्या इतिहासात प्रथमत:च एका अस्पृश्य व्यक्तीचा सरकारच्या केंद्रीय मंत्रिमंडळात समावेश करण्यात आला.
१९-२० जुलै १९४२	-	नागपूर येथे अखिल भारतीय दलित वर्ग परिषद एन. शिवराज यांच्या अध्यक्षतेखाली भरविण्यात आली. वस्तुत: डॉ. आंबेडकरच या परिषदेचे नियोजित अध्यक्ष होते. परंतु व्हॉईसरॉयच्या कार्यकारी मंडळात त्यांचा समावेश झाल्याने त्यांनी शिवराज यांची अध्यक्ष म्हणून नेमणूक केली. या परिषदेतील ठराव क्र. ५ नुसार 'अखिल भारतीय शेड्युल्ड कास्ट्स फेडरेशन' या राजकीय पक्षाची स्थापना करण्यात आली. या परिषदेच्या दरम्यान व्हॉईसरॉयचा खास दूत कार्यकारी मंडळातील नेमणुकीचे व्हॉईसरॉयचे पत्र २० जुलै रोजी नागपूर येथे घेऊन आला तेव्हा डॉ. आंबेडकरांनी तारेनेच आपल्या नेमणुकीबद्दल आपली संमती कळविली. याच परिषदेच्या मंडपात २० जुलै रोजी सुलोचनाबाई डोंगरे यांचे अध्यक्षतेखाली 'दलित वर्गीय महिला परिषद' तसेच 'समता सैनिक दला'ची परिषद घेण्यात आली. परिषद पंजाबचे सरदार गोपालसिंग यांचे अध्यक्षतेखाली झाली.
२७ जुलै १९४२	-	डॉ. आंबेडकरांनी दिल्लीत प्रत्यक्षात मजूर खात्याचा कारभार स्वीकारला.
७-८ ऑगस्ट १९४२	-	भारत सरकारने मजूरमंत्री या नात्याने डॉ. आंबेडकरांनी आपल्या अध्यक्षतेखाली चौथी मजूर परिषद महायुद्धामुळे उद्भवलेल्या परिस्थितीचा विचार करण्यासाठी दिल्लीत बोलावली.
९ ऑगस्ट १९४२	-	दिल्ली येथे महाराष्ट्र समाज, बृहन्महाराष्ट्र मंडळ आदी

संस्थातर्फे महाराष्ट्र क्लबमध्ये दिल्लीत सत्कार केला.

२३ ऑगस्ट १९४२ - दिल्ली येथे दलितवर्गीय हितकारणीतर्फे डॉ. आंबेडकरांचा सत्कार करण्यात आला. तेव्हा ते म्हणाले की, 'अस्पृश्य समाजाला बरोबरीने स्थान प्राप्त करून देणे हे माझे साध्य आहे. तुम्ही इतरांचे गुलाम राहू नये यासाठी शासनाची सूत्रे तुमच्या हाती द्यावयाची आहेत.'

३ नोव्हेंबर १९४२ - डॉ. आंबेडकरांचे दिल्लीहून मुंबई सेंट्रलवर आगमन. हजारो अनुयायी तसेच 'समता सैनिक दला'तर्फे भव्य स्वागत.

८ नोव्हेंबर १९४२ - कामगार मैदान, परळ येथे शेड्युल्ड कास्ट्स फेडरेशनच्या एन. शिवराज यांच्या अध्यक्षतेखाली भरलेल्या सभेत डॉ. आंबेडकरांनी गांधीजींनी पुकारलेल्या असहकार चळवळीवर टीका करून अस्पृश्यांनी त्यात भाग घेऊ नये असे सांगितले.

१३ नोव्हेंबर १९४२ - डॉ. आंबेडकरांनी मुंबई आकाशवाणीवर 'भारतीय मजूर आणि दुसरे महायुद्ध' या विषयावर भाषण केले.

डिसेंबर १९४२ - कॅनडातील क्युबा या शहरात 'इन्स्टिटच्यूट ऑफ पॅसिफिक रिलेशन्स' या संस्थेच्या आठव्या परिषदेत डॉ. आंबेडकरांनी 'अनटचेबल्स अॅण्ड द इंडियन कॉन्स्टिटच्युशन' हा शोधनिबंध सादर केला. हाच शोधनिबंध त्यांनी 'मिस्टर गांधी अॅण्ड इमॅन्सिपेशन ऑफ अनटचेबल्स' या नावाने ग्रंथरूपाने (१९४२) प्रसिद्ध केला.

१८ जानेवारी १९४३ - पुण्यातील गोखले इन्स्टिटच्यूट ऑफ इकॉनॉमिक्स या संस्थेच्या विद्यमाने न्या. रानडे यांच्या १०१ व्या जयंतीदिनानिमित्ताने डॉ. आंबेडकर यांचे भाषण झाले. त्यात महापुरुष कोणाला म्हणावे याची चर्चा केली आहे. हे भाषण त्यांनी 'रानडे, गांधी अॅण्ड जिना' या शीर्षकाखाली पुस्तकरूपाने प्रकाशित केले (१९४३).

१० मे १९४३ - मुंबईतील महाराष्ट्र चेंबर ऑफ कॉमर्स या संस्थेत भाषण झाले. त्यात ते म्हणाले, 'साम्राज्य विस्तार, वर्णविद्वेष

आणि दारिद्र्य या तीन रोगांची जगाला बाधा झालेली आहे. भारताची आर्थिक नि औद्योगिक शक्ती वाढेल तेव्हा साम्राज्यवाद आणि काळ्या-गोऱ्याचा वाद मिटेल.'

७-८ मे १९४३ - मुंबईतील सचिवालयात भारत सरकारचे मजूरमंत्री डॉ. आंबेडकर यांच्या अध्यक्षतेखाली स्थायी मजूर समितीची (स्टॅन्डिंग लेबर कमिटी) बैठक होऊन कामगार, व्यवस्थापन आणि सरकार यांची त्रिपक्ष संयुक्त समिती स्थापण्याचा तसेच सेवायोजन केंद्रे स्थापन करण्याचे महत्त्वाचे निर्णय घेण्यात आले.

६-७ सप्टेंबर १९४३- मजूर मंत्री डॉ. आंबेडकरांच्या अध्यक्षतेखाली त्रिपक्षीय (Tri-party) मजूर परिषदेचे दुसरे अधिवेशन झाले. आपल्या भाषणात त्यांनी अन्न, वस्त्र, निवारा, शिक्षण, सांस्कृतिक साधने आणि आरोग्याची साधने यांविषयी कामगारांच्या मागण्या मांडल्या.

९ सप्टेंबर १९४३ - प्लंबरी मजूर परिषदेसमोर डॉ. आंबेडकरांनी औद्योगिकीकरणावर तसेच बंगाल सरकारने स्थापलेल्या मजूर संघ सल्लागार संघासमोर दिल्लीत भाषण दिले.

१७ सप्टेंबर १९४३ - डॉ. एम. एन. रॉय यांच्या नेतृत्वाखाली हिंदी कामगार फेडरेशन (इंडियन फेडरेशन ऑफ लेबर) या संघटनेतर्फे निवडक कार्यकर्त्यांचा शिक्षणवर्ग ८ ते १७ सप्टेंबर दरम्यान आयोजित करण्यात आला. या शिक्षणवर्गाचा समारोह १७ सप्टेंबर रोजी डॉ. आंबेडकरांनी केला. डॉ. एम. एन. रॉय यांच्या अध्यक्षतेखाली झालेल्या समारोपाच्या या कार्यक्रमात डॉ. आंबेडकरांनी 'मजूर आणि संसदीय लोकशाही' या विषयावर भाषण दिले.

८ नोव्हेंबर १९४३ - भारत सरकारचे मजूरमंत्री म्हणून संसदेत 'इंडियन ट्रेड युनियन अॅक्ट' या कायद्यात दुरुस्ती सुचविणारे विधेयक मांडले. या विधयेकानुसार मजूर संघटनांना मान्यता देण्याची सक्ती करण्यात आली.

३० नोव्हेंबर १९४३ - टोकीवाडा येथे पूर्व गोदावरी जिल्हा बोर्डाच्या सभेत भाषण करताना डॉ. आंबेडकर म्हणाले, 'सध्याच्या परिस्थितीत अल्पसंख्याकांना संरक्षणाची आवश्यकता

आहे हे बहुमतवाल्या पक्षाने ध्यानात ठेवले तर जातीय प्रश्न चुटकीसरशी सुटेल.'

१ डिसेंबर १९४३ - डॉ. आंबेडकर यांचे मुंबईत आगमन. त्यांची ही भेट टेक्निकल ट्रेनिंग सेंटरच्या पुनर्बांधणी संदर्भात होती.

५ डिसेंबर १९४३ - डॉ. आंबेडकरांनी केलेल्या कार्याचा गौरव करण्यासाठी परळ, मुंबई (गोकुळदास पास्ता रोडजवळील मैदान) येथे मडकेबुवा यांचे अध्यक्षतेखाली डॉ. आंबेडकरांचा भव्य सत्कार करण्यात आला. या प्रसंगी डॉ. आंबेडकर म्हणाले की, 'अस्पृश्य समाज आज लुळा पांगळा आहे. परंतु त्याने स्वत:च्या पायावर उभे राहण्यास शिकावे, गुणावर व लायकीवरच वर चढण्याची उमेद बाळगावी.'

८ डिसेंबर १९४३ - डॉ. एम. एन. रॉय स्थापित हिंदी कामगार फेडरेशनच्या (इंडियन फेडरेशन ऑफ लेबर) वार्षिक अधिवेशनाचे डॉ. आंबेडकरांच्या हस्ते मुंबईतील वरळी जेलजवळील मैदानात उद्‌घाटन झाले.

९ डिसेंबर १९४३ - भारत सरकारचे मजूरमंत्री डॉ. आंबेडकर यांनी बिहारमधील धनबाद येथील भुलन बरारी कोळसा खाणींची ४०० फूट खाणीत उतरून प्रत्यक्ष पाहाणी केली. मजुरांना भेटून त्यांचे प्रश्न समजून घेतले. कामगारांच्या वसाहतीला भेट देऊन त्यांच्या अडीअडचणी समजून घेतल्या.

१० डिसेंबर १९४३ - बिहारमधील राणीगंज कोळसा खाणींना भेट देऊन मजूरमंत्री डॉ. आंबेडकरांनी खाणीतील मजुरांची सुरक्षितता, प्रसाधन व्यवस्था, आरोग्य सुविधा आदींची तसेच मजुरांच्या वसाहतींची पाहणी केली.

२६ जानेवारी १९४४ - मजूरमंत्री डॉ. आंबेडकरांच्या अध्यक्षतेखाली कामगार स्थायी समितीची लखनौ येथे बैठक झाली.

३०-३१ जानेवारी १९४४ - कानपूर येथे अखिल भारतीय शेड्युल्ड कास्ट्स फेडरेशनचे (शे. का. फे.) अधिवेशन एन. शिवराज यांच्या अध्यक्षतेखाली संपन्न झाले. दुसऱ्या दिवशी

(३१ जानेवारी १९४४) डॉ. आंबेडकर परिषदेला उपस्थित राहिले, त्यांचे प्रचंड स्वागत करण्यात आले.

११ एप्रिल १९४४ - डॉ. आंबेडकरांचे दिल्लीहून बॉम्बे सेंट्रल स्टेशनवर आगमन. अनुयायांतर्फे प्रचंड स्वागत. त्यांनी अलेक्झान्ड्रा व मँचेस्टर मिलला भेट देऊन कामगारांच्या वसाहतीची, सोयी सवलतींची पाहणी केली. त्यांचा मुंबईत २४ एप्रिलपर्यंत मुक्काम होता, त्या दिवशी ते धनबादला रवाना झाले.

२८ एप्रिल १९४४ - मजूरमंत्री डॉ. आंबेडकर बिहारमधील कोडमा परिसरातील खाणीत प्रत्यक्ष उतरून पाहणी केली.

२९ एप्रिल १९४४ - कोडमा येथे खाण अभ्रक परिषदेत अध्यक्ष म्हणून भाषण करताना अभ्रक उद्योगाला भक्कम पायावर उभे करण्याचा मानस व्यक्त केला.

२९ जुलै १९४४ - डॉ. आंबेडकरांनी द शेड्युल्ड कास्ट्स इन्प्रुव्हमेंट ट्रस्टची मुंबईत स्थापना केली. या संस्थेचे खुद्द डॉ. आंबेडकर अध्यक्ष, उपशाम गुरुजी ऑन. सेक्रेटरी आणि भाऊराव गायकवाड, डी. जी. जाधव (मडकेबुवा), जी. टी. परमार व पां. ना. राजभोज सदस्य होते.

२५ ऑगस्ट १९४४ - कलकत्ता येथील अनेक संस्थांतर्फे डॉ. आंबेडकरांचा सत्कार करून त्यांना मानपत्र अर्पण केले. उत्तरादाखल केलेल्या भाषणात अस्पृश्यांपुढे 'आताच किंवा कधीच नाही' हा प्रश्न असून अस्पृश्यांनी संघटित व्हावे असे प्रतिपादन केले.

१० सप्टेंबर १९४४ - मुंबईतील माटुंगा लेबर कॅम्प येथे गैनिनाथ महाराज यांचे अध्यक्षतेखाली भरलेल्या संत महंत व गोसाव्यांच्या परिषदेला डॉ. आंबेडकर हजर राहिले. या परिषदेत संतांसाठी एक मध्यवर्ती संस्था स्थापण्याचे ठरविण्यात आले.

२० सप्टेंबर १९४४ - हैद्राबाद राज्य शे. का. फे. च्या महिला व विद्यार्थी शाखांनी डॉ. आंबेडकरांचे नामपाली स्टेशनवर भव्य स्वागत करण्यात आले. तेथून ते सिंकदराबादला रवाना

झाले. हैद्राबाद राज्य शे. का. फे. तर्फे सभेत जे. एच. सुबय्या यांचे हस्ते त्यांना मानपत्र देऊन सत्कार करण्यात आला. तेथून मद्रास येथे एन. शिवराज यांचे अध्यक्षतेखाली होत असलेल्या शे. का. फे. च्या कार्यकारी मंडळाच्या बैठकीसाठी रवाना झाले.

२२ सप्टेंबर १९४४ - मद्रास महापालिकेने रिपन भवनात डॉ. आंबेडकरांना मेयर डॉ. सय्यद नियामुल्ला यांचे हस्ते चांदीच्या करंडकातून मानपत्र अर्पण करण्यात आले.

२३ सप्टेंबर १९४४ - मद्रास येथे रावबहादूर एन. शिवराज यांच्या अध्यक्षतेखाली त्यांच्या निवासस्थानी शे. का. फे. च्या कार्यकारी मंडळाची बैठक झाली. या बैठकीला डॉ. आंबेडकर उपस्थित होते.

२४ सप्टेंबर १९४४ - मद्रास येथे बुद्धिवादी सभेने आयोजित जाहीर सभेत 'भारताचे बौद्धिक संस्करण' या विषयावर भाषण करताना वेदांवर व भगवत गीतेवर टीका करून कडाडून हल्ला चढविला. दिवसभर निरनिराळ्या सभांत भाषणे केली. त्यांना मानपत्रे अर्पण करण्यात आली.

२५ सप्टेंबर १९४४ - एम. सी. राजा हॉलमध्ये डॉ. आंबेडकरांचा सत्कार करून त्यांना मानपत्र अर्पण करण्यात आले.

२६ सप्टेंबर १९४४ - आंध्र प्रदेशातील रामचंद्रपूरमला येथे डॉ. आंबेडकरांचे भव्य स्वागत. काकीनाडा येथील सभेत त्यांना मानपत्र अर्पण.

२८ सप्टेंबर १९४४ - राजमहेंद्री येथे डॉ. आंबेडकरांना मानपत्र अर्पण करण्यात आले. उत्तरादाखल भाषणात ते म्हणाले, 'गांधींना वर्णाश्रम धर्म नष्ट करावयाचा नाही. त्यांना दूरदृष्टी मुळीच नाही.'

१ ऑक्टोबर १९४४ - एलोर (आंध्र प्रदेश) येथील अस्पृश्यांच्या जाहीर सभेत बोलताना ते म्हणाले, 'आपले हक्क जिंकण्यासाठी आपले रक्तदान करण्यासही अस्पृश्यांनी कचरू नये.' गुडीवाडा येथे त्यांना अस्पृश्य वर्गातर्फे मानपत्र अर्पण करण्यात आले.

३ ऑक्टोबर १९४४ - त्यांचे पूना एक्सप्रेसने मुंबईत आगमन. दादर स्टेशनवर

प्रचंड स्वागत व मिरवणुकीने ‘राजगृह’ या निवासस्थानी नेण्यात आले.

२७ नोव्हेंबर १९४४ - डॉ. आंबेडकरांचे मुंबईहून पुण्यास आगमन. त्यांचा ३० तारखेपर्यंत मुक्काम. घोरपडे पेठेतील घरी पां. ना. राजभोज यांनी डॉ. आंबेडकरांना चहापार्टी दिली. या प्रसंगी त्यांनी गीता, वेद व बौद्ध धर्म यावर विवेचन केले.

४ डिसेंबर १९४४ - मुंबई सेंट्रलहून सायंकाळी फ्रॉन्टीयर मेलने दिल्लीस रवाना झाले.

३० डिसेंबर १९४४ - कानपूर येथे एन. शिवराज यांच्या अध्यक्षतेखाली भरलेल्या समता सैनिक दलाच्या दुसऱ्या अधिवेनात बोलताना ‘अस्पृश्य तरुणांनी शे. का. फे.च्या पाठीमागे आपली ताकद उभी केली पाहिजे. असे झाल्यास कोणालाही अस्पृश्यांच्या न्याय्य हक्कांकडे दुर्लक्ष करण्याची हिंमत होणार नाही.’ असे सांगितले.

२ जानेवारी १९४५ - कलकत्ता येथे अखिल भारतीय दलित वर्ग विद्यार्थी संघाच्या सभेत राजकारण हाच विद्यार्थी चळवळीचा हेतू होय. हा बऱ्याच पुढाऱ्यांचा दृष्टिकोन आपणास मान्य नसल्याचे सांगून राजकारणापासून अलिप्त राहण्यासाठी अस्पृश्य विद्यार्थ्यांनी आपली स्वतंत्र संघटना स्थापन करावी असा उपदेश केला.

९ जानेवारी १९४५ - डॉ. आंबेडकरांचे बनारसहून बोरीबंदर येथे आगमन. प्रचंड स्वागत. त्यांचा तीन दिवस मुक्काम होता. नंतर ते दिल्लीस रवाना.

फेब्रुवारी १९४५ - ‘थॉट्स ऑन पाकिस्तान’ या ग्रंथाची दुसरी सुधारीत आवृती डॉ. आंबेडकरांनी ‘पाकिस्तान ऑर पार्टिशन ऑफ इंडिया’ या नावाने प्रकाशित केली.

१९ एप्रिल १९४५ - शिमला येथे भरलेल्या ‘नॅशनल सर्व्हिस ट्रिब्युनल’ परिषदेत टेक्निकल ट्रेनिंग, नॅशनल सर्व्हिस आर्डिनन्स आणि रोजगार योजना (एम्लॉयमेंट एक्सचेंज) यावर त्यांनी विचार मांडले.

५ मे १९४५ - डॉ. आंबेडकरांचे दिल्लीहून दुपारी आगमन. सायंकाळी

सहा वाजता नरे पार्क येथे अखिल भारतीय शे. का. फे.चे तिसरे अधिवेशन एन. शिवराज यांच्या अध्यक्षतेखाली दोन दिवस भरले. दोन्ही दिवशी डॉ. आंबेडकर हजर होते. स्वागताध्यक्ष मडकेबुवा होत. या परिषदेत केलेले भाषण पुढे डॉ. आंबेडकरांनी इंग्रजीत 'कम्युनल डेडलॉक अ‍ॅण्ड वे टू सॉल्व इट' या नावाने प्रकाशित केले.

६ मे १९४५ - सकाळी परिषदेत अखिल भारतीय अस्पृश्य वर्ग परिषद व दुपारी एन. शिवराज यांच्या पत्नी मिनांबल यांच्या अध्यक्षतेखाली दलित वर्ग महिला परिषद झाली.

जून १९४५ - 'व्हॉट काँग्रेस अ‍ॅण्ड गांधी हॅव डन टू द अनटचेबल्स' हा डॉ. आंबेडकरांचा राजकीय विषयाशी संबंधित ग्रंथ प्रकाशित झाला.

८ जुलै १९४५ - अस्पृश्य वर्गाच्या विद्यार्थ्यांना उच्च शिक्षण घेता यावे म्हणून डॉ. आंबेडकरांनी 'पीपल्स एज्युकेशन सोसायटी' या शैक्षणिक संस्थेची स्थापना केली.

१० जुलै १९४५ - मुंबई म्युनिसिपल कामगार संघाच्या अध्यक्षपदी डॉ. आंबेडकरांची १९४५-४६ या वर्षासाठी निवड करण्यात आली.

२३ ऑगस्ट १९४५ - कलकत्ता येथे बंगाल व बिहार सरकारच्या प्रतिनिधींसमोर डॉ. आंबेडकरांनी दामोदर खोरे योजनेवर विवेचन केले.

२७ नोव्हेंबर १९४५ - मजूरमंत्री डॉ. आंबेडकर यांच्या अध्यक्षतेखाली दिल्लीत भरलेल्या सातव्या हिंदी कामगार परिषदेत मार्गदर्शन.

१२ नोव्हेंबर १९४५ - नागपूर येथे भरलेल्या अस्पृश्यांच्या प्रचंड सभेत डॉ. आंबेडकरांनी काँग्रेसला प्रश्न विचारला की, 'देशाला मिळणारे स्वातंत्र्य या देशात राहणाऱ्या सर्व जनतेचे की विशिष्ट अशा ब्राह्मण, मारवाडी व गुजराथ्यांचे ?'

२९-३० नोव्हेंबर १९४५ - अहमदाबाद येथे साबरमती नदीच्या काठावर बुद्धनगर मुंबई प्रांत शे. का. फे. चे पहिले अधिवेशन जी. टी. परमार गुरुजी यांच्या अध्यक्षतेखाली भरले. ३०

तारखेला डॉ. आंबेडकरांचे भाषण झाले. सायंकाळी अहमदाबाद नगरपालिकेतर्फे त्यांना मानपत्र अर्पण करण्यात आले.

६-७ डिसेंबर १९४५	-	मुंबईच्या सचिवालयात भारताचे मजूरमंत्री डॉ. आंबेडकर यांनी विभागीय कामगार आयुक्तांच्या परिषदेचे उद्घाटन केले.
८ डिसेंबर १९४५	-	मनमाड येथे भरलेल्या शे. का. फे. च्या परिषदेतील भाषणात डॉ. आंबेडकरांनी 'येऊ घातलेल्या निवडणुकांसंदर्भात सांगितले की, 'आता सर्व राखीव जागा जिंकल्याशिवाय तरणोपाय नाही.'
९-१० डिसेंबर १९४५	-	वऱ्हाड प्रांतिक शे. का. फे. च्या अकोला येथे भरलेल्या पहिल्या अधिवेशनात निवडणूक प्रचाराच्या दृष्टीने मार्गदर्शन केले.
१३ डिसेंबर १९४५	-	नागपूर येथे भरलेल्या प्रचंड सभेत त्यांनी भाषण केले. या प्रसंगी गुरू घंटाळची गोष्ट सांगून काँग्रेस गुरू घंटाळची भूमिका बजावत असल्याचे सांगितले.
२३ - २७ डिसेंबर १९४५	-	डॉ. आंबेडकरांनी मद्रास प्रांताचा दौरा करून निवडणूक प्रचार केला.
१० जानेवारी १९४६	-	ब्रिटिश लोकसभेचे दहा सदस्यांचे एक शिष्टमंडळ दिल्लीत आले होते. त्यांनी डॉ. आंबेडकरांना निमंत्रित करून अस्पृश्यांच्या प्रश्नांवर दीड तास चर्चा केली.
१६ जानेवारी १९४६	-	सोलापूर नगर पालिकेने तसेच जिल्हा लोकल बोर्डाने डॉ. आंबेडकरांचा सत्कार करून मानपत्र अर्पण केले.
४ फेब्रुवारी १९४६	-	दिल्ली शे. का. फे.च्या प्रांतिक परिषदेत डॉ. आंबेडकरांनी भाषण केले.
३ मार्च १९४६	-	मुंबईत नरे पार्क येथे भरलेल्या निवडणूक प्रचार सभेत भाषण. त्यांना १७,०००/- रु. ची थैली अर्पण करण्यात आली.
१० मार्च १९४६	-	आग्रा येथे भरलेल्या शे. का. फे. च्या अधिवेशनात ते म्हणाले, 'जर स्वराज्य याचा अर्थ बहुसंख्याक पक्षाने अल्पसंख्याक पक्षाच्या सहकार्याने नि संमतीने राज्य करणे असा होत असेल तर स्वराज्य स्वागतार्ह आहे.'

५ एप्रिल १९४६	-	अस्पृश्यांच्या मागण्या राखीव जागा, हक्क व संरक्षण या संबंधीचे निवेदन डॉ. आंबेडकरांनी दिल्लीत कॅबिनेट मिशनला सादर केले.
२९ मे १९४६	-	दि बॉम्बे शेड्युल्ड कास्ट्स इम्प्रुव्हमेंट ट्रस्टची पहिली सभा डॉ. आंबेडकरांच्या अध्यक्षतेखाली झाली.
जून १९४६	-	पीपल्स एज्युकेशन सोसायटीचे सिद्धार्थ महाविद्यालय डॉ. आंबेडकरांनी सुरू केले.
१९ जुलै १९४६	-	घटना समितीसाठी बंगालमधील निकाल जाहीर झाले. सत्तावीस जनरल जागांपैकी काँग्रेसने पंचवीस व डॉ. आंबेडकर (शे. का. फे.) व सोमनाथ लाहिरी (कम्युनिस्ट) यांनी जिंकल्या.
२१ जुलै १९४६	-	पुणे येथे शे. का. फे.च्या सत्याग्रही कार्यकर्त्यांच्या उपोषण शिबिरास डॉ. आंबेडकरांनी भेट देऊन सत्याग्रहींचे कौतुक करून त्यांचे नीतिधैर्य वाढविले. सायंकाळी अहिल्याश्रम येथे झालेल्या जाहीर सभेत भाषण केली.
२५-२६ ऑगस्ट १९४६	-	शे. का. फे. च्या कार्यकारी मंडळाची बैठक पुण्यात रावबहादूर एन. शिवराज यांच्या अध्यक्षतेखाली डॉ. आंबेडकरांच्या उपस्थितीत होऊन राजकीय स्थितीचा आढावा घेण्यात आला. ब्रिटिश सरकारचा निषेध करण्यासाठी एन. शिवराज यांनी आपली रावबहादूर ही पदवी टाकून दिली.
१३ ऑक्टोबर १९४६	-	डॉ. आंबेडकरांचा 'हू वेअर द शूद्राज?' हा ग्रंथ प्रकाशित झाला.
४ नोव्हेंबर १९४६	-	डॉ. आंबेडकर यांनी इंग्लंडमध्ये विन्स्टन चर्चिल यांना त्यांच्या निवासस्थानी भेटून अस्पृश्यांची बाजू मांडली.
५ नोव्हेंबर १९४६	-	ब्रिटिश संसदेच्या हाऊस ऑफ कॉमन्समध्ये 'कॉन्झर्वेटिव्ह इंडिया कमिटी'च्या सभेत डॉ. आंबेडकरांनी भाषण करताना कॅबिनेट मिशनबद्दलचा अस्पृश्यांचा भ्रम प्रकट करून पंतप्रधान मॅकडोनाल्ड यांनी अस्पृश्यांना बहाल केलेला जातीय निवाडा लागू करण्याची मागणी केली.

९ डिसेंबर १९४६	-	भारतीय घटना समितीची पहिली बैठक संपन्न होऊन तीत डॉ. राजेंद्र प्रसाद यांची घटना समितीच्या अध्यक्षपदी निवड झाली.
२५-२७ डिसेंबर १९४६	-	अखिल भारतीय शे. का. फे. विद्यार्थी फेडरेशनचे दुसरे अधिवेशन जोगेंद्रनाथ मंडल यांच्या अध्यक्षतेखाली भरले. वस्तुत: या अधिवेशनाचे नियोजित अध्यक्ष डॉ. आंबेडकर होते. पण घटना समितीच्या कार्यबाहुल्यामुळे ते हजर राहू न शकल्याने त्यांनी मंडल यांना अध्यक्ष नेमले व आयोजक गेडाम यांना आपला संदेश पाठविला.
२५ डिसेंबर १९४६	-	घटना समितीत डॉ. आंबेडकरांनी प्रभावी भाषण करून भारताच्या ऐक्यावर भर दिला. प्रसिद्ध तत्त्ववेत्ते एडमंड बर्क यांचे वचन (It is very easy to give power, but it is difficult to give wisdom) उद्‌धृत केले.
१८ जानेवारी १९४७	-	पंतप्रधान पं. नेहरू यांनी संसदेत मांडलेल्या 'घटनेची उद्दिष्टे' या विधेयकावरील चर्चेत भाग घेताना डॉ. आंबेडकरांनी राष्ट्रीय एकात्मतेवर भर देऊन अत्यंत विद्वत्तापूर्ण भाषण केले. संपूर्ण घटना समिती त्यांच्या भाषणाने स्तंभित झाली.
२७ फेब्रुवारी १९४७	-	देवळाली (जि. नाशिक) येथे बिहारी अस्पृश्य सैनिकांविरुद्ध चालविलेल्या खटल्यात डॉ. आंबेडकरांनी आरोपींतर्फे बचावाचे काम पाहिले.
१५ मार्च १९४७	-	भारताला लवकरच स्वातंत्र्य मिळणार याचा द्रष्टेपणाने अंदाज घेऊन डॉ. आंबेडकरांनी घटनेचा मसुदा करून आपल्या शे. का. फे. च्या वतीने घटना समितीला सादर केला. हा मसुदा म्हणजे म्हणजे भारतीय घटनेचा आराखडाच होता. हा मसुदा डॉ. आंबेडकरांनी 'स्टेट्स ॲण्ड मायनॉरिटीज' या नावाने पुस्तकरूपाने प्रकाशित केला.
२९ एप्रिल १९४७	-	भारतीय संसदेने घटनेचे अस्पृश्यता निवारणाविषयीचे १७ वे कलम संमत केले.
१५ जुलै १९४७	-	ब्रिटिश संसदेने भारताच्या स्वातंत्र्याचा ठराव संमत केला.

२२ जुलै १९४७ - घटना समितीने अशोकचक्रांकित तिरंगा झेंडा राष्ट्रध्वज म्हणून स्वीकारला. डॉ. आंबेडकर ध्वज समितीचे सदस्य होते.

२३ जुलै १९४७ - मुंबई विधिमंडळ काँग्रेस पक्षाने घटना समितीचे सदस्य डॉ. मुकुंदराव जयकर यांनी राजीनामा दिल्याने रिक्त झालेल्या जागेवर डॉ. आंबेडकरांना निवडून आणले.

३ ऑगस्ट १९४७ - पं. जवाहरलाल नेहरू यांच्या नेतृत्वाखालील स्वतंत्र भारताच्या मंत्रिमंडळातील सदस्यांची नावे जाहीर झाली. त्यात कायदेमंत्री म्हणून डॉ. आंबेडकरांचे नाव जाहीर झाले.

१५ ऑगस्ट १९४७ - भारत स्वतंत्र झाला.

२९ ऑगस्ट १९४७ - घटना समितीने स्वतंत्र भारताच्या घटनेला अंतिम स्वरूप देण्यासाठी घटना खर्डा समितीची नेमणूक केली. या समितीवर डॉ. आंबेडकर, अलादि कृष्णास्वामी अय्यर, एन. गोपालस्वामी अयंगार, के. एम. मुंशी, सय्यद मोहम्मद सादुल्ला, बी. एल. मित्तर व डी. पी. खेतान आदी सदस्य होते.

३० ऑगस्ट १९४७ - घटना खर्डा समितीच्या पहिल्याच बैठकीत डॉ. आंबेडकरांची या समितीचे अध्यक्ष म्हणून एकमताने निवड करण्यात आली.

२५ जानेवारी १९४८ - शेडयूल्ड कास्ट फेडरेशनच्या (संयुक्त प्रांत) लखनौ येथे भरलेल्या परिषदेत डॉ. आंबेडकरांनी मार्गदर्शन केले. तसेच काँग्रेस राजवटीवर अस्पृश्यांच्या प्रती काँग्रेस राजवटीने दाखविलेल्या उपेक्षा व उदासीनतेबद्दल खरपूस टीका केली.

३० जानेवारी १९४८ - दिल्लीतील बिर्ला हाऊस येथे सायंकाळच्या प्रार्थनेसाठी जात असताना नथुराम गोडसे याने प्रत्यक्ष समोरून म. गांधींवर तीन गोळ्या घातल्या. बिर्ला हाऊसमध्ये उपचार चालू असताना सव्वा सहा वाजता गांधीजींचे निधन झाले.

१५ फेब्रुवारी १९४८ - घटना खर्डा समितीचे अध्यक्ष डॉ. आंबेडकर यांनी घटनेचा कच्चा आराखडा घटना समितीचे अध्यक्ष डॉ. राजेंद्र प्रसाद यांना सादर केला.

१० मार्च १९४८ - प्रा. लक्ष्मी नारसूलिखित 'दि इसेन्स ऑफ बुद्धिझम' या ग्रंथाची तिसरी आवृत्ती डॉ. आंबेडकरांनी प्रकाशित करून या आवृत्तीची प्रस्तावना लिहिली.

२० मार्च १९४८ - डॉ. आंबेडकरांचे चळवळीतील खंदे पुरस्कर्ते गणपत महादेव जाधव ऊर्फ मडकेबुवा यांचे हृदयविकाराने मुंबईत निधन झाले. घटना लेखनाच्या कार्यात अतिव्यस्त असल्याने डॉ. आंबेडकर मुंबईत येऊ शकले नाहीत. त्यांनी आपला शोकसंदेश तारेने पाठविला.

१५ एप्रिल १९४८ - डॉ. आंबेडकरांनी दिल्लीत मुंबईच्या डॉ. शारदा कबीर यांच्याशी नोंदणी पद्धतीने विवाह केला.

२५ एप्रिल १९४८ - लखनौ येथे शे. का. फे. च्या परिषदेत भाषण.

२१ जुलै १९४८ - घटना समितीचे अध्यक्ष डॉ. राजेंद्र प्रसाद यांनी हिंदू कोड बिलाला विरोध केला.

२२ जुलै १९४८ - पं. नेहरूंनी त्यांचा हिंदू कोड बिलाला पूर्ण पाठिंबा असल्याचे सविस्तर पत्र डॉ. राजेंद्र प्रसाद यांना पाठविले.

१२ ऑगस्ट १९४८ - सुधारीत हिंदू कोड बिल डॉ. आंबेडकरांनी संसदेत मांडले.

१४ ऑक्टोबर १९४८ - डॉ. आंबेडकरांनी 'महाराष्ट्र ॲज अ लिंग्विस्टिक स्टेट' हे निवेदन (मेमोरॅण्डम) धर समितीला दिले. या निवेदनात मुंबई व महाराष्ट्र कसे अविभाज्य आहेत हे त्यांनी साधार पटवून दिले.

१८ ऑक्टोबर १९४८ - डॉ. आंबेडकरांचा 'दि अनटचेबल्स' हा ग्रंथ प्रकाशित झाला.

४ नोव्हेंबर १९४८ - घटना खर्डा समितीचे अध्यक्ष डॉ. आंबेडकरांनी ३१५ कलमे व ८ परिशिष्टे असलेला घटनेचा मसुदा घटना समितीला सादर केला.

१७ नोव्हेंबर १९४८ - घटनेचे तिसरे वाचन सुरू झाले.

२५ नोव्हेंबर १९४८ - डॉ. आंबेडकरांनी संसदेत अत्यंत प्रभावी भाषण केले. घटना कशी प्रभावी आहे व त्यात काय काय तरतुदी आहेत याचे सखोल विवेचन केले.

२६ नोव्हेंबर १९४८	-	भारतीय संसदेत स्वतंत्र भारताची घटना संमत झाली.
२८ नोव्हेंबर १९४८	-	हिंदू कोड बिल संमत करण्यासाठी कटिबद्ध असल्याचा पं. नेहरू यांचा पुनरुच्चार.
२२ डिसेंबर १९४८	-	शे. का. फे. च्या वतीने मुंबईतील आर. एम. भट हायस्कूलच्या पटांगणात डॉ. आंबेडकर व सौ. माई यांना चहापान देण्याचा कार्यक्रम झाला.
१६ जानेवारी १९४९	-	मनमाड (जि. नाशिक) येथील रेल्वे मैदानावर जाहीर सभेत डॉ. आंबेडकरांना इमारत फंडासाठी थैली अर्पण करण्यात आली.
२१ जानेवारी १९४९	-	औरंगाबाद येथील आम खास मैदानावर प्रचंड जाहीर सभेत डॉ. आंबेडकरांचे भाषण झाले.
२२ जानेवारी १९४९	-	डॉ. आंबेडकर, माई आंबेडकर, भाऊराव गायकवाड व इतर अजिंठा बौद्ध लेणी पाहावयास गेले.
७ मार्च १९४९	-	डॉ. आंबेडकरांचे घनिष्ठ ज्येष्ठ सहकारी संभाजी तुकाराम गायकवाड यांचे निधन.
२६ मे १९४९	-	घटना समितीचे कामकाज सुरू होऊन १० जून १९४९ रोजी स्थगित झाले.
१० ऑगस्ट १९४९	-	घटनेच्या ५ व्या कलमात डॉ. आंबेडकरांनी अनेक सुधारणा सुचविल्या.
सप्टेंबर १९४९	-	घटना समितीला सुटी पडली तेव्हा काश्मिरचे मुख्यमंत्री शेख अब्दुला यांच्या निमंत्रणावरून डॉ. आंबेडकर श्रीनगरला विश्रांतीसाठी गेले.
७ सप्टेंबर १९४९	-	राष्ट्रीय स्वयंसेवक संघाचे (RSS) सरसंघचालक गोळवलकर गुरुजी डॉ. आंबेडकरांना दिल्लीत भेटले.
३ ऑक्टोबर १९४९	-	डॉ. आंबेडकर श्रीनगरहून दिल्लीला परतले.
४ नोव्हेंबर १९४९	-	डॉ. आंबेडकरांनी भारत सरकार कायदा (दुरुस्ती) बिल घटना समितीपुढे मांडले.
१७ नोव्हेंबर १९४९	-	घटना समितीत घटनेच्या तिसऱ्या वाचनास सुरुवात. 'घटना समितीने मान्य केल्याप्रमाणे राज्यघटना संमत करावी' असा ठराव डॉ. आंबेडकरांनी मांडला.
२५ नोव्हेंबर १९४९	-	घटना समितीतील वादविवादाला उत्तर देताना भारतीय घटनेचे शिल्पकार डॉ. आंबेडकर म्हणाले की, '२६

जानेवारी १९५० रोजी आम्हांला राजकीय समता लाभेल पण सामाजिक आणि आर्थिक जीवनात असमानता राहील आणि जर ही विसंगती आपण लवकरात लवकर नष्ट करण्याचा प्रयत्न केला नाही, तर ज्यांना या विषमतेची झळ पोहोचलेली आहे ते लोक, घटना समितीने अत्यंत परिश्रपूर्वक उभारलेला हा राजकीय लोकशाहीचा मनोरा उद्ध्वस्त करून टाकल्यावाचून राहणार नाहीत.'

२६ नोव्हेंबर १९४९ - घटना खर्डा समितीचे अध्यक्ष डॉ. आंबेडकर यांनी घटना समितीला सादर केलेली स्वतंत्र भारताची राज्यघटना घटना समितीने स्वीकृत केली. या प्रसंगी घटना समितीचे अध्यक्ष डॉ. राजेंद्र प्रसाद यांनी डॉ. आंबेडकरांच्या घटना निर्मितीच्या कार्याचा मुक्त कंठाने गौरव केला.

१९ डिसेंबर १९४९ - पंतप्रधान पं. नेहरू यांनी हिंदू कोड बिल संमत करण्याच्या कटिबद्धतेचा पुनरुच्चार केला.

२० डिसेंबर १९४९ - डॉ. आंबेडकरांनी औरंगाबाद येथे आमखास (आताचे शिवाजी मैदान) येथे जाहीर सभेत भाषण केले.

११ जानेवारी १९५० - सिद्धार्थ महाविद्यालयातील विद्यार्थ्यांसमोर (विद्यार्थी संसद) हिंदू कोड बिलावर भाषण केले. सायंकाळी मुंबई प्रदेश शे. का. फे. तर्फे नरेपार्क येथे चांदीच्या करंडकातून घटनेची प्रत डॉ. आंबेडकरांना अर्पण करण्यात आली.

१९ जानेवारी १९५० - दिल्लीत महाराष्ट्र मंडळ व इतर मराठी संस्थांतर्फे घटनानिर्मितीबद्दल सत्कार. सत्काराला उत्तर देताना मराठी असल्याचा अभिमान असल्याचे सांगितले.

२ मे १९५० - बुद्ध जयंतीनिमित्त आयोजित दिल्लीतील कार्यक्रमात प्रथम बुद्ध धम्माचा उघडपणे पुरस्कार केला. बुद्ध धर्म हाच मानवधर्म असल्याचे सांगितले.

मे १९५० - कलकत्त्याच्या महाबोधी सोसायटीच्या 'महाबोधी' मासिकात डॉ. आंबेडकरांनी 'बुद्ध व त्यांच्या धम्माचे भवितव्य' हा लेख लिहिला.

२५ मे १९५०	-	श्रीलंकेत बौद्ध धर्म कसा पाळला जातो याचे निरीक्षण करण्यासाठी डॉ. आंबेडकर सपत्नीक कॅण्डी येथे गेले.
५ जून १९५०	-	श्रीलंकेतील कोलंबो येथे 'यंग मेन्स बुद्धिस्ट असोसिएशन'च्या कार्यकर्त्यांसमोर त्यांनी 'भारतातील बौद्ध धर्माचा उदय आणि अस्त' यावर भाषण केले.
१९ जून १९५०	-	डॉ. आंबेडकरांनी औरंगाबाद येथे पीपल्स एज्युकेशन सोसायटीतर्फे अस्पृश्य व गरीब विद्यार्थ्यांना उच्च शिक्षण मिळावे म्हणून कॉलेज सुरू केले.
५ फेब्रुवारी १९५१	-	डॉ. आंबेडकरांनी संसदेत 'हिंदू कोड बिल' मांडले.
१६ एप्रिल १९५१	-	डॉ. आंबेडकरांनी दिल्लीत 'आंबेडकर भवन'ची कोनशिला बसविली.
२० मे १९५१	-	दिल्ली येथे आंबेडकर भवनात आयोजित बुद्ध जयंतीच्या कार्यक्रमात डॉ. आंबेडकरांनी हिंदू धर्मावर टीका करून बौद्ध धर्म कसा श्रेष्ठ व मानवता व समतावादी आहे हे विशद केले.
जून १९५१	-	सिद्धार्थ कॉलेज मरीन लाइन्स हटमेंटमधून फोर्टमधील 'मेनकवा' व 'अल्बर्ट' या प्रशस्त इमारतीत हलविण्यात आले. त्या इमारतीचे डॉ. आंबेडकरांनी अनुक्रमे 'बुद्धभवन' आणि 'आनंदभवन' असे नामकरण केले.
जुलै १९५१	-	डॉ. आंबेडकरांनी 'भारतीय बौद्ध जनसंघ' या संस्थेची स्थापना केली.
१० ऑगस्ट १९५१	-	डॉ. आंबेडकरांनी पंतप्रधान नेहरू यांना औरंगाबादहून पत्र लिहून 'हिंदू कोड बिल' १६ ऑगस्टपूर्वी लोकसभेत ठेवण्याची विनंती केली.
१ सप्टेंबर १९५१	-	औरंगाबाद येथे डॉ. आंबेडकरांनी पीपल्स एज्युकेशन सोसायटीच्या विद्यमाने सुरू केलेल्या कॉलेजच्या नव्या इमारतीची कोनशिला स्वतंत्र भारताचे राष्ट्रपती डॉ. राजेंद्र प्रसाद यांचे हस्ते बसविली. कार्यक्रमानंतर डॉ. आंबेडकर राजेंद्र प्रसाद यांना वेरुळची लेणी पाहावयास घेऊन गेले.
१७ सप्टेंबर १९५१	-	डॉ. आंबेडकरांनी 'बुद्ध उपासना पाठ' ही बुद्ध वंदनेची पुस्तिका प्रकाशित केली.

१९ सप्टेंबर १९५१ - संसदेत हिंदू कोड बिलावर बोलताना डॉ. आंबेडकरांनी, विवाह आणि घटस्फोट हा भाग स्वतंत्र विधेयक मानण्यात यावे असे निवेदन केले.

२८ सप्टेंबर १९५१ - डॉ. आंबेडकरांनी हिंदू कोड बिलाच्या मान्यतेवरून आपला राजीनामा पंतप्रधान नेहरू यांना सोपविला.

६ ऑक्टोबर १९५१ - शे. का. फे.च्या कार्यकारिणीची बैठक डॉ. आंबेडकरांच्या २६ अलिपूर रोड, दिल्ली या निवासस्थानी संपन्न झाली.

११ ऑक्टोबर १९५१ - डॉ. आंबेडकरांनी आपल्या राजीनाम्यावर निवेदन करण्याची परवानगी उपसभापतींना केली. पण ती नाकारल्याने सभात्याग केला व निवेदनाच्या प्रती पत्रकारांना दिल्या.

२६-२९ ऑक्टोबर १९५१ - पुढील वर्षी येऊ घातलेल्या निवडणुकांसाठी पंजाबचा प्रचार दौरा केला. जालंदर, लुधियाना, पाटियाळा.

७ नोव्हेंबर १९५१ - पटना येथे समाजवादी नेते जयप्रकाश नारायण यांची भेट घेऊन निवडणूक युतीबद्दल चर्चा केली.

२२ नोव्हेंबर १९५१ - मुंबई शे. का. फे. ने आयोजित भोईवाडा मैदान (परळ) येथे डॉ. आंबेडकरांचा स्वागत सोहळा संपन्न झाला. या प्रसंगी डॉ. आंबेडकरांनी काँग्रेस व नेहरू अस्पृश्यांसाठी काहीच करीत नसल्याचा आरोप केला.

२५ नोव्हेंबर १९५१ - मुंबईतील शिवाजी पार्क येथे शे. का. फे. व समाजवादी पक्षातर्फे अशोक मेहता यांच्या अध्यक्षतेखाली निवडणूक प्रचार सभा झाली. या प्रसंगी प्रमुख वक्ते म्हणून बोलताना डॉ. आंबेडकरांनी नेहरूंच्या धोरणावर टीका केली.

२२ डिसेंबर १९५१ - डॉ. आंबेडकरांचे वरळी येथील बुद्ध विहारात बौद्ध धर्मावर भाषण झाले.

२४ डिसेंबर १९५१ - शे. का. फे. व समाजवादी पक्षातर्फे मुंबईतील चौपाटीवर निवडणूक प्रचार सभा झाली. डॉ. आंबेडकरांनी प्रभावी विरोधी पक्षाची आवश्यकता असल्याचे सांगून केवळ काँग्रेसला विरोध करण्यासाठी समाजवादी पक्षाशी युती केली असल्याचे सांगितले.

२ जानेवारी १९५२ - स्वतंत्र भारतातील पहिल्या निवडणुका झाल्या. डॉ. आंबेडकर पूर्व मुंबईतून शे. का. पक्षातर्फे उमेदवार होते. त्यांच्या विरुद्ध चांभार समाजातील नारायणराव काजरोळकर यांना काँग्रेसने उभे केले होते.

५ जानेवारी १९५२ - निवडणुकांचा निकाल लागला. डॉ. आंबेडकर पराभूत झाले व काँग्रेसचे काजरोळकर निवडून आले.

८ मार्च १९५२ - मुंबई राज्यातून (विधिमंडळ) राज्यसभेवर १७ सदस्याची निवड व्हावयाची होती. त्यांतील एका जागेसाठी डॉ. आंबेडकरांनी अर्ज केला. त्या निवडणुका होऊन त्यांची राज्यसभेवर निवड झाली.

१३ मे १९५२ - राज्यसभेचे सदस्य म्हणून डॉ. आंबेडकरांचा शपथविधी झाला.

३१ मे १९५२ - कोलंबिया विद्यापीठाने एल. एल. डी. बहाल केल्याबद्दल मुंबईत क्रिकेट क्लब ऑफ इंडिया येथे डॉ. आंबेडकरांचे अभीष्टचिंतन करण्यात आले.

१ जून १९५२ - कोलंबिया विद्यापीठाने बहाल केलेली एल. एल. डी. पदवी स्वीकारण्यासाठी विमानाने न्युयॉर्कला रवाना झाले.

५ जून १९५२ - कोलंबिया विद्यापीठ, न्युयॉर्क येथे 'डॉक्टर ऑफ लॉज' ही पदवी बहाल करण्यात आली. भारतीय घटनेचे शिल्पकार, महान समाजसुधारक व मानवी हक्कांचा आधारस्तंभ असणारा एक पराक्रमी पुरुष असा पदवीच्या अवतरणात त्यांचा गौरव करण्यात आला.

१७ ऑगस्ट १९५२ - मुंबईतील सिद्धार्थ विद्यालयात शे. का. इम्प्रुव्हमेंट ट्रस्टच्या प्रमुख कार्यकर्त्यांच्या बैठकीत त्यांनी मार्गदर्शन केले.

२ सप्टेंबर १९५२ - राज्यसभेत बोलताना, 'नवा प्रांत उत्पन्न करणे हे भाषेच्या तत्त्वावर आधारीत करणे बरोबर नाही' असे सुचविले.

१६ नोव्हेंबर १९५२ - एल्फिन्स्टन महाविद्यालयाच्या वार्षिक स्नेहसंमेलनात प्रमुख पाहुणे म्हणून केलेल्या भाषणात विद्यार्थ्यांना

उपदेश केला की, विद्यापीठ हे ज्ञानाचे केंद्र असले पाहिजे.

२२ डिसेंबर १९५२	-	पुणे जिल्हा विधी वाचनालयाच्या नव्या विभागाचे डॉ. आंबेडकरांनी उद्‌घाटन केले. त्या वेळी लोकशाही यशस्वी रीतीने चालविण्यासाठी कोणत्या गोष्टींची आवश्यकता आहे यावर भाषण केले.
१२ जानेवारी १९५३	-	उस्मानिया विद्यापीठाने डॉ. आंबेडकरांना डी. लिट्. ही सन्मान्य पदवी बहाल केली.
१९ एप्रिल १९५३	-	डॉ. आंबेडकराचे पुत्र यशवंतराव यांचा मीराबाई यांच्याशी परळच्या आर. एम. भट हायस्कुलात बौद्ध पद्धतीने विवाह झाला. डॉ. आंबेडकर मुंबईत असूनही विवाहाला हजर राहिले नाहीत, मात्र डॉ. माई आंबेडकर उपस्थित होत्या.
२७ मे १९५३	-	नरे पार्क तसेच वरळी येथे बुद्धाच्या महानिर्वाण दिनानिमित्त आयोजित सभांमधून डॉ. आंबेडकरांनी अनुयायांना बौद्ध धर्म स्वीकारण्याचे आवाहन केले.
जून १९५३	-	डॉ. आंबेडकरांनी मुंबईत सिद्धार्थ कॉलेज ऑफ कॉमर्स ॲण्ड इकॉनॉमिक्स सुरू केले.
३० जुलै १९५३	-	मराठवाडा शे. का. फे.च्या औरंगाबाद येथे भरलेल्या परिषदेत डॉ. आंबेडकरांनी भाषण केले.
५ ऑक्टोबर १९५३	-	डॉ. आंबेडकरांचे मिरत येथे भव्य स्वागत करून इमारत फंडासाठी थैली अर्पण करण्यात आली.
२५ डिसेंबर १९५३	-	निपाणी येथे भरलेल्या सभेत बोलताना निवडणुकीच्या पराभवाने निराश न होता चळवळ जिवंत ठेवण्याचा अनुयायांना संदेश दिला.
४ जानेवारी १९५४	-	आचार्य अत्रे यांच्या ‘महात्मा फुले’ या चित्रपटाचा फेमस पिक्चर्सच्या कलागृहात डॉ. आंबेडकरांच्या हस्ते मुहूर्त करण्यात आला.
२४ जानेवारी १९५४	-	परळ येथील सेंट झेवियर्सच्या मैदानावर अखिल भारतीय साईभक्त संमेलनाचे डॉ. आंबेडकरांनी उद्‌घाटन केले. आपल्या भाषणात त्यांनी बुद्ध तत्त्वज्ञानाचा ऊहापोह केला.

२० एप्रिल १९५४	-	भंडारा येथे निवडणूक प्रचारासाठी नागपूरला आगमन.
२१ - २९ एप्रिल १९५४	-	भंडारा प्रचार दौरा. भंडारा मतदार संघात होणाऱ्या पोट निवडणुकीत डॉ. आंबेडकर उभे होते.
२ - ५ मे १९५४	-	भंडारा येथे पोटनिवडणूक झाली. शे. का. फे. तर्फे डॉ. आंबेडकर व काँग्रेस पक्षातर्फे बोरकर उभे होते. या निवडणुकीत डॉ. आंबेडकरांचा पराभव झाला.
१६ मे १९५४	-	रंगून, ब्रह्मदेश येथे भरणाऱ्या जागतिक बौद्ध परिषदेसाठी विमानाने पोहोचले. रंगूनमध्ये जूनच्या पहिल्या आठवड्यापर्यंत होते.
१ जुलै १९५४	-	मुंबईतील कामा हॉल येथे शे. का. फे.च्या कार्यकर्त्यांना पराभवाने खचून न जाण्याचा सल्ला दिला.
२६ ऑगस्ट १९५४	-	पंतप्रधान पं. जवाहरलाल नेहरूंच्या परराष्ट्र धोरणावर डॉ. आंबेडकरांनी राज्य सभेत कडाडून टीका केली.
१२ सप्टेंबर १९५४	-	'अस्पृश्यताविषयक गुन्हे' या बिलाला 'दि अनटचेबल सिव्हिल राईट बिल' संबोधावे असे राज्यसभेत सुचविले.
३ ऑक्टोबर १९५४	-	'माझ्या जीवनाचे तत्त्वज्ञान' या विषयावर त्यांनी ऑल इंडिया रेडिओवर भाषण केले.
२० ऑक्टोबर १९५४	-	औरंगाबाद कॉलेजात विद्यार्थ्यांना मार्गदर्शन करताना विद्या, विनय आणि शील हा आदर्श नेहमी डोळ्यांसमोर ठेवण्याचा उपदेश केला.
२८ ऑक्टोबर १९५४	-	मुंबईतील पुरंदरे स्टेडियमवर शे. का. फे.च्या वतीने त्यांना १ लाख १८ हजाराची थैली अर्पण करण्यात आली.
१ डिसेंबर १९५४	-	रंगून येथे भरणाऱ्या जागतिक बौद्ध परिषदेत भाग घेण्यासाठी रंगूनला पोहोचले.
४ डिसेंबर १९५४	-	बौद्ध परिषदेच्या प्रतिनिधींसमोर डॉ. आंबेडकरांनी म्हटले की, 'मी पार्लमेंटमध्ये असताना बौद्ध धर्माच्या पुनरुत्थानासाठी काही गोष्टी करून ठेवल्या आहेत.'
२५ डिसेंबर १९५४	-	डॉ. आंबेडकरांनी देहू रोड (जि. पुणे) येथे बुद्ध विहाराचे उद्घाटन केले. भाषणात पंढरपूरच्या विठ्ठलाची मूर्ती ही बुद्धाचीच मूर्ती असल्याचे सांगितले.
१४ जानेवारी १९५५	-	वरळी येथे आयोजित सभेत बौद्ध धर्माचे जागतिक महत्त्व विशद केले.

३ एप्रिल १९५५ - ब्रह्मदेशाच्या सुप्रीम कोर्टाचे सरन्यायाधीश यू यान टन यांचा सिद्धार्थ महाविद्यालयात सत्कार करण्यात आला. त्या प्रसंगी डॉ. आंबेडकर प्रमुख पाहुणे म्हणून हजर होते.

४ मे १९५५ - भारतीय बौद्ध महासभा (दि बुद्धिस्ट सोसायटी ऑफ इंडिया) या संस्थेची त्यांनी मुंबईत स्थापना केली.

३१ जुलै १९५५ - 'मुंबई राज्य कनिष्ठ गावकामगार असोसिएशन' या संस्थेची त्यांनी मुंबईत स्थापना केली.

ऑक्टोबर १९५५ - औरंगाबाद येथे विश्रांतीसाठी.

२० नोव्हेंबर १९५५ - औरंगाबाद येथील महाविद्यालयात प्रा. म. भि. चिटणीस लिखित 'युग यात्रा' या नाटकाचा प्रयोग त्यांनी पाहिला.

१२ डिसेंबर १९५५ - डॉ. आंबेडकरांनी औरंगाबाद येथील महाविद्यालयाचे मिलिंद महाविद्यालय असे नामकरण केले व विद्यार्थ्यांना उपदेश केला.

२९ डिसेंबर १९५५ - 'थॉट्स ऑन लिंग्विस्टिक स्टेट्स' हा डॉ. आंबेडकरांचा ग्रंथ प्रकाशित झाला.

४ फेब्रुवारी १९५६ - 'जनता' पत्राचे 'प्रबुद्ध भारत' असे त्यांनी नामकरण केले.

२४ फेब्रुवारी १९५६ - 'बुद्ध पूजा पाठ' हे पाली गाथा व त्यांचे भाषांतर असलेले वंदनेचे पुस्तक डॉ. आंबेडकरांनी प्रकाशित केले व त्याला प्रस्तावना लिहिली.

१७ मार्च १९५६ - आग्रा येथे आयोजित जाहीर सभेत बौद्ध धर्माचे महत्त्व विशद केले.

१२ मे १९५६ - बी. बी. सी. लंडनने 'मला बौद्ध धर्म का आवडतो' हे डॉ. आंबेडकरांचे भाषण प्रसारित केले.

२० मे १९५६ - 'व्हॉईस ऑफ अमेरिका' या संस्थेने योजलेल्या संवाद मालिकेत 'भारतातील लोकशाहीचे भवितव्य' या विषयावर डॉ. आंबेडकरांनी भाषण केले.

२४ मे १९५६ - मुंबईत नरे पार्क येथे मुख्यमंत्री बाळासाहेब खेर यांच्या अध्यक्षतेखाली आयोजित बुद्ध जयंतीच्या सभेत प्रमुख पाहुणे म्हणून भाषण करताना सावरकरांवर टीका

		करून बौद्ध धर्मावर चर्चा करण्याचे जाहीर आव्हान दिले. डॉ. आंबेडकरांची ही मुंबईतील शेवटचीच सभा.
जून १९५६	-	डॉ. आंबेडकरांनी मुंबईत विधी महाविद्यालय सुरू केले.
१ जुलै १९५६	-	लोकशाही मजबूत करण्यासाठी प्रशिक्षित राजकारणी उपलब्ध व्हावेत म्हणून 'आंबेडकर स्कूल ऑफ पॉलिटिक्स' या संस्थेची त्यांनी स्थापना केली.
२३ सप्टेंबर १९५६	-	डॉ. आंबेडकरांनी विजया दशमीला नागपूरला सकाळी ९ ते ११ च्या दरम्यान बौद्ध धर्म स्वीकारणार असल्याचे प्रसारमाध्यमांतून जाहीर केले.
३० सप्टेंबर १९५६	-	शे. का. फे.च्या कार्यकारणीची बैठक डॉ. आंबेडकरांच्या दिल्ली निवासस्थानी संपन्न झाली. तीत एकपक्षीय हुकूमशाहीपासून लोकशाहीचे रक्षण करण्याकरिता बलवान विरोधी पक्ष स्थापन करण्याचे व त्या पक्षाला 'रिपब्लिकन पार्टी ऑफ इंडिया' हे नाव देण्याचे निश्चित करण्यात आले. तसेच 'शेड्युल्ड कास्ट्स फेडरेशन'चे विसर्जन करण्याचा ठराव संमत करण्यात आला.
१४ ऑक्टोबर १९५६	-	नागपूर येथे डॉ. आंबेडकरांनी सपत्नीक बौद्ध धम्माची दीक्षा महास्थवीर चंद्रमणी यांचे हस्ते घेऊन आपल्या लाखो अनुयायांना बौद्ध धम्माची दीक्षा स्वहस्ते दिली तसेच स्वत: तयार केलेल्या २२ प्रतिज्ञा वदवून घेतल्या.
१५ ऑक्टोबर १९५६	-	सकाळी १० ते १२ वाजेपर्यंत डॉ. आंबेडकरांचे दीक्षा भूमीवर बौद्ध धम्म स्वीकारासंबंधीची भूमिका विषद करणारे भाषण झाले. सायंकाळी नागपूर पालिकेतर्फे त्यांचा जाहीर सत्कार करण्यात येऊन महापौर समर्थ यांचे हस्ते मानपत्र अर्पण करण्यात आले.
१६ ऑक्टोबर १९५६	-	चांदा (चंद्रपूर) येथे डॉ. आंबेडकरांचे अनुयायी बॅ. खोब्रागडे यांनी धम्म दीक्षेचा कार्यक्रम आयोजित केला. त्यासाठी डॉ. आंबेडकर उपस्थित राहिले. त्यांनी हजारो लोकांना दीक्षा देऊन २२ प्रतिज्ञा वदवून घेतल्या.

२३ ऑक्टोबर १९५६ - 'बौद्ध धर्माचा ऱ्हास का झाला?' यावर दिल्लीत भाषण केले.

१२ नोव्हेंबर १९५६ - खाटमांडू (नेपाळ) येथे भरणाऱ्या जागतिक बौद्ध परिषदेत (चौथे अधिवेशन) भाग घेण्यासाठी डॉ. आंबेडकर खाटमांडूला पोहोचले.

२० नोव्हेंबर १९५६ - जागतिक बौद्ध परिषदेत डॉ. आंबेडकरांनी 'बुद्ध आणि कार्ल मार्क्स' हे आपले प्रसिद्ध भाषण केले.

२१ नोव्हेंबर १९५६ - डॉ. आंबेडकरांनी लुंबिनीला भेट दिली.

२२ नोव्हेंबर १९५६ - डॉ. आंबेडकर बिहारचे राज्यपाल रंगराव दिवाकर यांच्यासोबत राजभवनावर जेवण घेऊन सायंकाळी बुद्ध गयेला गेले.

२३ नोव्हेंबर १९५६ - डॉ. आंबेडकरांनी बुद्ध गयेतील विहार तसेच बोधीवृक्षाचे निरीक्षण करून विहारात बुद्धवंदना म्हटली.

२४ नोव्हेंबर १९५६ - डॉ. आंबेडकरांनी सारनाथला भेट दिली.

२५ नोव्हेंबर १९५६ - डॉ. आंबेडकरांनी बनारस हिंदू विद्यापीठात विद्यार्थी परिषदेचे उद्‌घाटन केले. विद्यार्थ्यांसमोर भाषण झाले. हे त्यांचे शेवटचे जाहीर भाषण होय. या प्रसंगी ते म्हणाले की, 'बौद्ध धर्म समुद्रासारखा अथांग आहे. ज्यात भेदभाव नाही. तो मानवधर्म आहे. त्याचा विद्यार्थ्यांनी स्वीकार करावा.'

२६ नोव्हेंबर १९५६ - महाबोधी सोसायटीने आयोजित सभेला डॉ. आंबेडकर सारनाथ येथील मुलगंध कुटी विहाराच्या आवारात हजर राहिले.

३० नोव्हेंबर १९५६ - कुशीनगर येथे डॉ. आंबेडकरांनी भंते चंद्रमणी यांची भेट घेऊन चर्चा केली.

१ डिसेंबर १९५६ - दिल्लीत मथुरा रोड येथे भरलेल्या प्रदर्शनातील बुद्ध मूर्तींचे डॉ. आंबेडकरांनी निरीक्षण केले.

२ डिसेंबर १९५६ - बुद्ध गया येथे होणाऱ्या २५००व्या बुद्ध महापरिनिर्वाण समारंभात भाग घेण्यासाठी आलेल्या दलाई लामांच्या सन्मानार्थ आयोजित मेहरोली, दिल्ली येथील समारंभात

डॉ. आंबेडकर उपस्थित राहिले. दलाई लामा यांनी डॉ. आंबेडकरांचा 'बोधिसत्व' असा गौरव केला.

५ डिसेंबर १९५६ - जैन प्रतिनिधींच्या समवेत डॉ. आंबेडकरांनी बौद्ध धर्म व जैन धर्म यांवर चर्चा केली. 'दि बुद्धा ॲण्ड हिज धम्मा' या आपल्या ग्रंथाच्या प्रस्तावनेवर शेवटचा हात फिरवून काही दुरुस्त्या केल्या.

६ डिसेंबर १९५६ - डॉ. आंबेडकरांचे २६ अलिपूर रोड, दिल्ली या निवासस्थानी रात्री झोपेतच परिनिर्वाण झाले.

७ डिसेंबर १९५६ - त्यांचा पार्थिव देह खास विमानाने मुंबईत आणून 'राजगृह' या मुंबईतील निवासस्थानी दर्शनार्थ ठेवला. सायंकाळी दादर चौपाटी (आता चैत्यभूमी) येथे त्यांच्यावर बौद्ध धम्म पद्धतीने अंत्यसंस्कार करण्यात आले. तत्पूर्वी शासनातर्फे त्यांच्या सन्मानार्थ पोलिस मानवंदना (सलामी) देण्यात आली.

१४ एप्रिल १९९० - 'भारतरत्न' हा भारताचा सर्वोच्च नागरी पुरस्कार डॉ. आंबेडकरांना मरणोत्तर देण्यात आला. डॉ. आंबेडकरांच्या सुविद्य पत्नी डॉ. सविता तथा माईसाहेब आंबेडकर यांनी राष्ट्रपती भवन, दिल्ली येथे राष्ट्रपती वेंकटरामन यांच्या हस्ते हा पुरस्कार स्वीकारला.

डॉ. बाबासाहेब आंबेडकरांची ग्रंथसंपदा

1) 'Administration and Finance of the East India Company.' (Thesis for M. A. Degree Submitted to Columbia University, New York on May 15, 1915).
2) 'National Dividend of India – A Historical and Analytical Study' (Thesis for Ph. D. submitted to Columbia University in June 1916. Subsequently published by P. S. King & Co, London under the title 'The Evolution of Provincial Finance in British India.'
3) 'Castes in India : Their Mechanism, Genesis and Development' (A paper read in Prof. Goldenweiser's Anthropological Seminar on May 9, 1916, which was later published in the Indian Antiquary, May 1917)
4) A Review of Bertrand Russell's 'Principles of Social Reconstruction' (Published in Journal of Indian Economic Society, Vol. I No. 1 of March 1918)
5) Small Holdings in India and their Remedies (Published in the Journal of the Indian Economic Society Vol. I, 1918).
6) Provincial Decentralisation of Imperial Finance in British India (Thesis for Master of Science (M. Sc.) accepted by London University and M. Sc. Degree conferred on Dr. Ambedkar on June 20, 1921)
7) 'Problem of the Rupee' (Thesis for Doctor of Science (D. Sc.) submitted to London University in 1922. Later published in 1925 and subseqnently reprinted in May 1947 under the title 'History of Indian Currency and Banking').

8) 'Annihilation of Castes' (Dr. Ambedkar published on May 15, 1936 his undelivered Presidential address – prepared for the annual conference of 'Jatpattodak Mandal' to be held at Lahore – in the form of book).
9) 'Federation Versus Freedom' (Lecture delivered by him before the Gokhale Institute of Economics, Pune on January 29, 1939, First published in 1939).
10) 'Thoughts on Pakistan' (Published in 1940 and its second revised edition was published under the title 'Pakistan or the Partition of India' in 1945).
11) 'Ranade, Gandhi and Jinnah' (address delivered on the 101st Birth Celebration of Mahadev Govind Ranade held on January 18, 1943 in Gokhale Memorial Hall, Poona. First published in book form in 1943).
12) 'What Congress and Gandhi have done to the Untouchables' - (Published in June 1945).
13) 'Communal Deadlock and a Way to Solve it' (Address delivered at the Session of the All India Scheduled Castes Federation held in Bombay on May 6, 1945. Published in 1945).
14) 'Who were the Shudras?' (Published in 1946 by Thacker and Co. Bombay).
15) 'States and Minorities : What are their rights and how to secure them in the constitution of Free India' (Memorandum on the safeguards for Scheduled Castes submitted and the Constituent Assembly on behalf of the All India Schedule Castes Federation. Published in 1947).
16) 'The Untouchables' (Published in October 1948 - Amrit Book Co. New Delhi).
17) 'Maharashtra as a Linguistic Province' (A statement submitted to the Linguistic Provinces Commission. (Published by Thacker & Co. Bombay in 1948).

18) 'The Buddha and His Dhamma' His magnum opus, in which he presented life and teachings of Buddha from a rational point of view. (Published in 1957 after his death).

19) 'Buddha Pooja Path' (in Marathi) (1956)

20) Dr. Ambedkar's unpublished books published by Government of Maharashtra.

   (i) Philosophy of Hinduism (Dr. Babasaheb Ambedkar writings and speeches : Vol. 3. Published in 1987).

   (ii) India and Pre-Requisite of Communism (- do -).

   (iii) Revolution and Counter Revolution in ancient India. (- do -)

   (iv) Buddha or Karl Marx (- do -)

   (v) Riddles in Hinduism (- do -)

   (vi) Untouchables or the Children of India's Ghetto (Dr. Babasaheb Ambedkar Writings and Speeches : Vol. 5. Published in 1989).

   (vii) Pali Grammar (Dr. Babasaheb Ambedkar Writings and Speeches : Vol. 16. Published in 1998).

   (viii) Pali Dictionary

संदर्भग्रंथ सूची

मराठी

अडसूळ, भाऊसाहेब (संपादक) १९७७. *डॉ. बाबासाहेब आंबेडकर प्रेरणेचे साहित्य* (अध्यक्षीय व इतर भाषणे), महाराष्ट्र बौद्ध साहित्य परिषद, मुंबई

अवचट, पंडित काकासाहेब १९९०. *सरस्वतीचा महान उपासक डॉ. बाबासाहेब आंबेडकर,* सौभाग्य प्रकाशन, पुणे

आहेर, अविनाश १९९६. *डॉ. बाबासाहेब आणि आम्ही,* मेहता पब्लिशिंग हाऊस, पुणे

__________ २००४. *आंबेडकरांनंतर दलित चळवळींनी काय केले ?* कोमल प्रकाशन, ठाणे

आंबेडकर, जी. जी. (संपादक) १९८१. *डॉ. बाबासाहेब आंबेडकर यांचे मौलिक विचार*

आंबेडकर, डॉ. भीमराव १९७६. *असा मी जगलो*, डॉ. आंबेडकर अभ्यासमंडळ

__________ १९८०. *शूद्र पूर्वी कोण होते?* अनु.- खैरमोडे पी. वाय.

__________ १९८७. *राम आणि कृष्णाचे गौडबंगाल,* अनुवाद आणि संकलन, प्रकाश कुलकर्णी, सुगावा प्रकाशन, पुणे

__________ १९९१. *बुद्ध की कार्ल मार्क्स,* अनुवाद - गौतम शिंदे, सुगवा प्रकाशन, पुणे

__________ १९९२. *काँग्रेस आणि गांधींनी अस्पृश्यांप्रती काय केले?* समता प्रकाशन

__________ १९९३. *माझी आत्मकथा,* अनुवाद - राजेंद्र विठ्ठल रघुवंशी, रघुवंशी प्रकाशन, पुणे

__________ १९९८. *हिंदू धर्माचे तत्त्वज्ञान,* अनुवाद - गौतम शिंदे, मनोविकास प्रकाशन, मुंबई

__________ २००४. *दलितांचे शिक्षण,* अनुवाद - देवीदास घोडेस्वार, संपादक - प्रदीप गायकवाड, क्षितिज पब्लिकेशन, नागपूर

__________ २००५. *ब्राह्मणी साहित्य,* अनुवाद - बाबा दळवी, सुगावा प्रकाशन, पुणे

__________ २००५. *जातिप्रथेचे विध्वंसन,* अनुवाद - गौतम शिंदे, सुगावा प्रकाशन, पुणे

__________ २००५. *पाली व्याकरण,* अनु.- गौतम शिंदे, सुनंदा शिंदे

इंगोले, उपानंद १९९८. *ग्रंथवेडे आंबेडकर,* अशोक सार्वजनिक वाचनालय, यवतमाळ

उपशाम, शां. अ. १९६७. धी बॉम्बे शेड्युल्ड कास्ट्स इंप्रूवमेंट ट्रस्ट

औचरमल, एल. वाय. १९९४. *आंबेडकरी चळवळीचे विध्वंसक घटक,* वैभव प्रकाशन

कद्रेकर, भास्कर रघुनाथ (संपादक) २००५. *जनता खास अंक १९३३,* प्रकाशक प्रदीप गायकवाड, नागपूर

कसबे, रावसाहेब १९८३. *दलित चळवळीची वाटचाल,* केशव गोरे स्मारक ट्रस्ट, मुंबई

__________ १९८५. *आंबेडकर आणि मार्क्स,* सुगावा प्रकाशन, पुणे

__________ २००४. *आंबेडकरवाद : तत्त्व आणि व्यवहार,* सुगावा प्रकाशन, पुणे

काळे, वि. र. २००४. *ज्ञानयोगी डॉ. बाबासाहेब आंबेडकर,* वसंत बुक स्टॉल, मुंबई

काळेबाग, विजय २०००. *अरुण शौरींचे सनातनी कारस्थान,* प्रियदर्शी प्रकाशन, कोल्हापूर

कांबळे, अरुण (संपादक) १९९२. *'जनता' पत्रातील लेख,* पॉप्युलर प्रकाशन, मुंबई आणि मुंबई विद्यापीठ, मराठी विभाग.

__________ १९९६. *धर्मांतराची भीमगर्जना,* प्रतिमा प्रकाशन, पुणे

कांबळे, तु. ली. १९९२. *अनुयायी,* शिल्पा प्रकाशन, नागपूर

कांबळे, बी. सी. १९५०. *अस्पृश्य मूळचे कोण आणि ते अस्पृश्य कसे बनले ?*

__________ १९६६. *डॉ. बाबासाहेब आंबेडकर यांनी केलेली घटनेची मीमांसा,* अमृतमहोत्सव प्रकाशन, मुंबई

__________ १९७२. *संसदपटू डॉ. बाबासाहेब आंबेडकर,* बी. सी. कांबळे प्रकाशन, मुंबई

__________ १९७३. *डॉ. बाबासाहेब आंबेडकरांचे अखेरचे संसदीय विचार,* बी. सी. कांबळे प्रकाशन, मुंबई

__________ १९७४. *रिपब्लिकन पक्ष ऐक्य : टीकाकारांना उत्तर*, बी. सी. कांबळे प्रकाशन, मुंबई

__________ १९७४. *महाराष्ट्रातील राजकारणावर ऐतिहासिक प्रकाशझोत*, बी. सी. कांबळे प्रकाशन, मुंबई

__________ १९७४. *केंद्रसरकारच्या नोकरीतील बौद्ध लोकांचे हक्क मिळविण्यासाठी रिपब्लिकन पक्षाने का लढावे ?* बी. सी. कांबळे प्रकाशन, मुंबई

__________ १९७६. *४४ व्या घटनादुरुस्ती-बिलावरील विचार*, बी. सी. कांबळे प्रकाशन, मुंबई

__________ १९८४. *समग्र आंबेडकर चरित्र खंड १ (भाग १ ते ६)*, बी. सी. कांबळे प्रकाशन, मुंबई

__________ १९८५. *समग्र आंबेडकर चरित्र खंड २ (भाग ७ ते २१)*, बी. सी. कांबळे प्रकाशन, मुंबई

__________ १९८५. *समग्र आंबेडकर चरित्र खंड ३ (भाग २२ ते २८)*, बी. सी. कांबळे प्रकाशन, मुंबई

__________ १९८५. *समग्र आंबेडकर चरित्र खंड ९ (भाग ६९ ते ८१)*, बी. सी. कांबळे प्रकाशन, मुंबई

__________ १९८६. *समग्र आंबेडकर चरित्र खंड ४ (भाग २९ ते ३६)*, बी. सी. कांबळे प्रकाशन, मुंबई

__________ १९८६. *समग्र आंबेडकर चरित्र खंड ७ (भाग ५० ते ६१)*, बी. सी. कांबळे प्रकाशन, मुंबई

__________ १९८६. *समग्र आंबेडकर चरित्र खंड ८ (भाग ६१ ते ६८)*, बी. सी. कांबळे प्रकाशन, मुंबई

__________ १९८७. *समग्र आंबेडकर चरित्र खंड १० (भाग ८२ ते ९०)*, बी. सी. कांबळे प्रकाशन, मुंबई

__________ १९८७. *समग्र आंबेडकर चरित्र खंड ११ (भाग ९१ ते १०२)*, बी. सी. कांबळे प्रकाशन, मुंबई

कांबळे सरोज १९९९. *मनुस्मृती, स्त्रिया आणि डॉ. आंबेडकर*, सावित्रीबाई फुले प्रकाशन

कुबेर, वा. ना. १९८२. *डॉ. आंबेडकर विचारमंथन*, लोकवाङ्मयगृह, मुंबई

कुलकर्णी, रंगनाथ १९९१. *गोष्टी बाबांच्या बोल बाबांचे*

केळकर, गणेश ल. (संपादक) १९९०. *चैतन्य*, वसंत बुक स्टॉल, मुंबई

केळकर, भा. कृ. १९९४. *भारतभूषण डॉ. बाबासाहेब आंबेडकर,* सुगावा प्रकाशन, पुणे

कोसारे, एच. एल. १९८४. *विदर्भातील दलित चळवळीचा इतिहास,* ज्ञानदीप प्रकाशन, नागपूर

कोळंबकर, राजेश २००३. *माईसाहेब आंबेडकर : काय खरं काय खोटं,* उद्‌गार प्रकाशन

खरात, माधवी २००१. *पत्रांच्या अंतरंगातून डॉ. बाबासाहेब आंबेडकर,* श्री समर्थ प्रकाशन, पुणे

खरात, शंकरराव १९६१. *डॉ. बाबासाहेब आंबेडकरांची पत्रे,* श्री लेखन वाचन भांडार, पुणे

__________ १९६६. *डॉ. बाबासाहेब आंबेडकरांचे धर्मांतर,* श्री. लेखन वाचन भांडार, पुणे

__________ (संपादक), १९८७. *डॉ. बाबासाहेब आंबेडकर यांची आत्मकथा,* इंद्रायणी साहित्य, पुणे

खांडेकर, ताराचंद्र. १९८१. तत्त्वज्ञान : *प्रचीती आणि आविष्कार,* प्रभा प्रकाशन, नागपूर

खेर, भा. द. १९८९. *प्रबुद्ध,* मेहता पब्लिशिंग हाऊस, पुणे

खैरमोड चां. भ. (स्वैर अनुवाद द्वारकाबाई खैरमोडे गायकवाड). १९९१. *डॉ. भीमराव रामजी आंबेडकर अस्पृश्यांचा उद्धारक,* सुगावा प्रकाशन, पुणे

खैरमोडे चां. भ. १९९२. *डॉ. भीमराव रामजी आंबेडकर चरित्र ग्रंथ खंड १ ते १२,* महाराष्ट्र राज्य साहित्य संस्कृती मंडळ, मुंबई

गणवीर, रत्नाकर (संपादक) १९७६. *डॉ. बाबासाहेब आंबेडकर यांचे बहिष्कृत भारतातील अग्रलेख,* रत्नमित्रा प्रकाशन, भुसावळ

__________ (संपादक) १९७६. *विलायतेहून डॉ. बाबासाहेबांची पत्रे,* राजगृह प्रकाशन, नागपूर

__________ (संपादक) १९८१. *बहिष्कृत भारतातील डॉ. आंबेडकरांचे स्फुटलेख,* रत्नमित्रा, भुसावळ

__________ (संपादक) १९८२. *डॉ. आंबेडकर विचारधन खंड १,* रत्नमित्रा प्रकाशन, भुसावळ

__________ (संपादक) १९८७. *डॉ. आंबेडकर आणि हिंदू कोड बिल,* रत्नमित्रा प्रकाशन, भुसावळ

गवई, एम. सी. २००३. *डॉ. बाबासाहेब आंबेडकर हयात असते तर ?,* मंडोधरी मुरलीधर गवई प्रकाशक, रायगड

गवळी टी. ए. आणि इतर (संपादक) १९९१. *डॉ. बाबासाहेब आंबेडकर गौरवग्रंथ,* नंदिता तु. गवष्ठी प्रकाशन, कोल्हापूर

गायकवाड, आर. डी. १९९३. *आंबेडकरी चळवळीच्या आठवणी,* सुगावा प्रकाशन, पुणे

गायकवाड, जयश्री १९९९. *आमच्या आई रमाई,* वैभव प्रकाशन

गायकवाड, प्र. दा. १९९६. *डॉ. बाबासाहेब आंबेडकर जीवन आणि संघर्ष,* परिमल प्रकाशन, औरंगाबाद

गायकवाड, प्रदीप (संपादक) २०००. *आरक्षण : डॉ. बाबासाहेब आंबेडकर निवडक भाषणे व लेख,* समता प्रकाशन, नागपूर

____________ २००२. *डॉ. बाबासाहेब आंबेडकरांची समग्र भाषणे - खंड १,* क्षितिज पब्लिकेशन, नागपूर

____________ २००२. *डॉ. बाबासाहेब आंबेडकरांची समग्र भाषणे - खंड ३,* क्षितिज पब्लिकेशन, नागपूर

____________ २००२. *डॉ. बाबासाहेब आंबेडकरांची समग्र भाषणे - खंड ५,* क्षितिज पब्लिकेशन, नागपूर

____________ २००२. *डॉ. बाबासाहेब आंबेडकरांची समग्र भाषणे - खंड ६,* क्षितिज पब्लिकेशन, नागपूर

____________ २००३. *डॉ. बाबासाहेब आंबेडकरांची समग्र भाषणे - खंड २,* क्षितिज पब्लिकेशन, नागपूर

____________ २००३. *डॉ. बाबासाहेब आंबेडकरांची समग्र भाषणे - खंड ७,* क्षितिज पब्लिकेशन, नागपूर

____________ २००३. *डॉ. बाबासाहेब आंबेडकरांची समग्र भाषणे - खंड ८,* क्षितिज पब्लिकेशन, नागपूर

____________ २००३. *डॉ. बाबासाहेब आंबेडकरांची समग्र भाषणे - खंड ९,* क्षितिज पब्लिकेशन, नागपूर

____________ २००३. *डॉ. बाबासाहेब आंबेडकरांची समग्र भाषणे - खंड १०,* क्षितिज पब्लिकेशन, नागपूर

____________ २००४. *डॉ. बाबासाहेब आंबेडकरांची समग्र भाषणे - खंड ४,* क्षितिज पब्लिकेशन, नागपूर

____________ २००५. *कामगार चळवळ,* क्षितिज पब्लिकेशन, नागपूर

गायकवाड, यादव १९९३. *भारतरत्न डॉ. बाबासाहेब आंबेडकर जीवन आणि कार्य,* कैलास पब्लिकेशन्स, औरंगाबाद

गायकवाड, विजय १९९७. *आंबेडकरी विचारधारा,* वैभव प्रकाशन

गायसमुद्रे, शि. भा. १९९२. *महार - एक शूर जात,* प्रज्ञा प्रकाशन, नागपूर

गांजरे, मा. फ. (संपादक) १९६८. *डॉ. बाबासाहेबांची भाषणे खंड १,* प्रज्ञा प्रकाशन, नागपूर

__________ १९७४. *डॉ. बाबासाहेबांची भाषणे खंड २,* अशोक प्रकाशन, नागपूर

__________ १९७५. *डॉ. बाबासाहेबांची भाषणे खंड ३,* अशोक प्रकाशन, नागपूर

__________ १९७५. *डॉ. बाबासाहेबांची भाषणे खंड ४,* अशोक प्रकाशन, नागपूर

__________ १९७६. *डॉ. बाबासाहेबांची भाषणे खंड ५,* अशोक प्रकाशन, नागपूर

__________ १९७६. *डॉ. बाबासाहेबांची भाषणे खंड ६,* अशोक प्रकाशन, नागपूर

गोखले, द. न. २००३. *डॉ. आंबेडकरांचे अंतरंग,* मौज प्रकान गृह, मुंबई

गौतम, प्रज्ञावंत (संपादक) १९८७. *डॉ. आंबेडकर व्याख्यानमाला आयोजित भाषणे,* प्रकाशन डॉ. पी. ए. गवळी, कोल्हापूर

__________ १९८७. *डॉ. आंबेडकर जीवनदर्शन,* गौतम दि सिद्धार्थ रिसर्च इन्स्टिटय़ूट, कोल्हापूर

घोडेस्वार, डी. एस. २००४. *दलित साहित्यात आंबेडकरी विचार सार्वभौम,* आशालता घोडेस्वार

चंद्रमौळी, व्ही. (अनुवाद ह्न गोडबोले वि. ज.) १९९३. *डॉ. बाबासाहेब आंबेडकर एक व्यक्ती ह्न एक दृष्टी,* दास्ताने रामचंद्र आणि कंपनी, पुणे

चिटणीस, इंदुमती १९९२. *आमचे डॉक्टर,* बोधी प्रकाशन

चिटणीस, म. भि. १९६९. *सामाजिक लोकशाहीचे प्रणेते,* डॉ. बाबासाहेब आंबेडकर, प्रबोधन प्रकाशन

जगताप, बी. बी. १९९६. *दलितांच्या राजाची फौज,* प्रज्ञाशिल प्रकाशन, पुणे

जाधव, आनंदराव (संकलक) २००१. *डॉ. बाबासाहेब आंबेडकर ह्न दीपस्तंभ,* नितीन रघुनाथ जाधव, मुंबई

जाधव, नरेंद्र १९९२. *डॉ. आंबेडकर आर्थिक विचार आणि तत्त्वज्ञान,* सुगावा प्रकाशन, पुणे

जाधव, राजा आणि शहा जयंतीभाई १९९४. *डॉ. बाबासाहेब आणि स्वातंत्र्य*

चळवळ, राजलक्ष्मी प्रकाशन

जावळे, बी. जी. (संकलक) १९८५. *डॉ. बाबासाहेब आंबेडकरांची निवडक भाषणे*, डोळस प्रकाशन, बीड

जोशी, न. म. (अनुवाद) १९८९. *डॉ. बाबासाहेब आंबेडकर लिखित हिंदुत्वातील कूटप्रश्न*, रघुवंशी प्रकाशन, पुणे

जोशी, बी. आर. १९९५. *समाजवादी डॉ. बाबासाहेब आंबेडकर*, सुगावा प्रकाशन, पुणे

ठाकूर, भगवान २००५. *आंबेडकरी जलसे*, सुगावा प्रकाशन, पुणे

ठेंगडी, द. बा. २००५. *सामाजिक क्रांतीची वाटचाल आणि डॉ. आंबेडकर*, अनंतराव करंबेळकर, पुणे

डाहाट, धनराज १९९०. *फुले आंबेडकरी चळवळ*, प्रमेय प्रकाशन, नागपूर

__________ १९९६. *बावीस प्रतिज्ञा*, धनराज दहाट, नागपूर

डांगळे, अर्जुन २००१. *आंबेडकरी चळवळीचे अंतरंग*, लोकवाङ्मय गृह, मुंबई

__________ २००४. *मैदानातील माणसे*, सुगावा प्रकाशन, पुणे

डॉ. बाबासाहेब आंबेडकर अध्ययन मंडळ १९८३. *देशांतर, नामांतर की धर्मांतर?* (डॉ. बाबासाहेब आंबेडकरांचे बार्शी येथील भाषण) प्रकाशन ह्न डॉ. आंबेडकर अध्ययन मंडळ, नागपूर

तेलतुंबडे, आनंद (अनुवाद तुकाराम जाधव) २००३. *डॉ. आंबेडकरांचे मुस्लिमविषयक विचार - विपर्यास आणि वस्तुस्थिती*, सुगावा प्रकाशन, पुणे

थत्ते, यदुनाथ १९९४. *भारतरत्न डॉ. बाबासाहेब आंबेडकर जीवन, विचार, कार्य आणि परिणाम*, कौस्तुभ प्रकाशन, नागपूर

थोरात, सुखदेव (अनुवाद दांडगे, काकडे, भानुपते) २००५. *डॉ. बाबासाहेब आंबेडकर ह्न नियोजन जल व विद्युत विकास ह्न भूमिका व योगदान*, सुगावा प्रकाशन, पुणे

दवणे, अशोककुमार (संपादक). १९९५ *आंबेडकर डायरी*, शब्ददान प्रकाशन, नांदेड

दीक्षित, म. श्री. १९८६. *डॉ. आंबेडकरांचे विचारधम्म*, रघुवंशी प्रकाशन, पुणे

__________ १९८६. *डॉ. बाबासाहेब आंबेडकर यांचे विचारधन*, श्री. गजानन बुक डेपो, मुंबई

देवळे, शं. रा. १९७३. *त्यागी समाजसुधारक*, नितीन प्रकाशन, पुणे

देशपांडे, रा. ह. (अनुवाद गोखले, श्री. पु.) १९९१. *डॉ. बाबासाहेब आंबेडकरः मानवतेचे कैवारी*, नवभारत प्रकाशन संस्था, मुंबई

धर्माधिकारी, दादा १९९३. *आपल्या गणराज्याची घडण,* परंधाम प्रकाशन, वर्धा
नरके, हरी आणि कासरे, म. ल. (संपादक) २००५. *डॉ. बाबासाहेब आंबेडकर लेखन आणि भाषणे खंड १९,* डॉ. बाबासाहेब आंबेडकर चरित्र साधने प्रकाशन समिती, मुंबई
____________ २००५. *डॉ. बाबासाहेब आंबेडकर लेखन आणि भाषणे खंड २०,* डॉ. बाबासाहेब आंबेडकर चरित्र साधने प्रकाशन समिती, मुंबई
नाईकवाडे, अशोक (संपादक) १९९१. *भारतरत्न डॉ. बाबासाहेब आंबेडकर,* ज्ञानेश प्रकाशन, बीड
निकुंभे, सी. एच. २००५. *समाज प्रबोधनकार डॉ. बाबासाहेब आंबेडकर,* सुगावा प्रकाशन, पुणे
निर्मळे, हरिश्चंद्र १९८७. *दलितांची नियतकालिके,* सुगावा प्रकाशन
निंबाळकर, वामन १९९२. *महाकवी डॉ. आंबेडकर,* ऋचा प्रकाशन, नागपूर
पगारे, तुलसी (अनुवाद) १९७५. *भारतीय घटनेचे शिल्पकार डॉ. आंबेडकर,* सुगत प्रकाशन, नागपूर
पतंगे, रमेश २००१. *संघर्ष महामानवाचा,* साप्ताहिक विवेक, मुंबई
परला, अर्जुन जयराम १९९१. *डॉ. बाबासाहेब आंबेडकर : एक चिंतन एक प्रकटन,* मेहता पब्लिशिंग, हाऊस, पुणे
पवार, उर्मिला आणि कासले ज्योत्स्ना २००३. *डॉ. आंबेडकर जीवनकालपट, ज्ञानयज्ञ,* ग्रंथाली, मुंबई
पवार, ज. वि. २००२. *आंबेडकरोत्तर आंबेडकरी चळवळ ह्न डिसेंबर १९५६ ते डिसेंबर १९५९,* अस्मिता कम्युनिकेशन्स.
पवार, दया आणि इतर (संपादक) १९९३ *डॉ. बाबासाहेब आंबेडकर गौरवग्रंथ,* महाराष्ट्र राज्य साहित्य आणि संस्कृती मंडळ, मुंबई
पंडित, नलिनी १९९६. *आंबेडकर,* ग्रंथाली मुंबई
पाटील, अनंतराव १९९७. *दलितांचा देव,* विशाल सह्याद्री ट्रस्ट निर्मिती
पाटील, न. ब. (अनुवादक) १९९१. *डॉ. भीमराव रामजी आंबेडकर,* महाराष्ट्र विधान मंडळ, मुंबई
पाटील, संजय २००४. *भारतरत्न डॉ. बाबासाहेब आंबेडकर,* निर्मल प्रकाशन, नांदेड
पातनावणे, गंगाधर १९८७. *पत्रकार डॉ. बाबासाहेब आंबेडकर,* अभिजित प्रकाशन, नागपूर
पानतावणे, गंगाधर १९८७. *महारांचा सांस्कृतिक इतिहास,* अभिजित प्रकाशन, नागपूर

पातनावणे, गंगाधर (संपादक) १९९८. *डॉ. बाबासाहेब आंबेडकर यांचे निवडक लेख,* प्रतिमा प्रकाशन, पुणे

पुजारी, विजयकुमार १९९९. *डॉ. बाबासाहेब आंबेडकर,* समता प्रकाशन, पुणे

पोखर्णीकर, डी. के. १९६२. *हिंदू धर्म म्हणजे काय ?* भीमयान प्रकाशन, सांगली

प्रधान, बी. बी. १९९४. *युगमानस,* सम्यक प्रबोधन

फडके, भालचंद्र १९८५. *डॉ. बाबासाहेब आंबेडकर,* श्रीविद्या प्रकाशन, पुणे

__________ १९८९. *डॉ. बाबासाहेब आंबेडकर आणि दलित साहित्य,* प्रचार प्रकाशन, नागपूर

__________ (संपादक) १९८९. *डॉ. आंबेडकरांचे समाजचिंतन,* मॅजेस्टिक प्रकाशन, मुंबई आणि मराठी तत्त्वज्ञान-महाकोश मंडळ, पुणे

__________ १९९६. *डॉ. बाबासाहेब आंबेडकरांच्या चळवळीचा परामर्श,* आनंद प्रकाशन

__________ १९९७. *डॉ. आंबेडकरांचे लोकशाहीविषयक चिंतन,* प्रचार प्रकाशन, कोल्हापूर

फडके, य. दि. १९८६. *डॉ. बाबासाहेब आंबेडकर आणि इंडियन नॅशनल काँग्रेस.* प्रा. प्रभाकर मा. गायकवाड प्रकाशन, मुंबई

__________ १९८६. *पुरोगामी सत्यशोधक अंक ३-४,* जुलै ते डिसेंबर

__________ १९९०. *आंबेडकरी चळवळ,* श्रीविद्या प्रकाशन, पुणे

__________ १९९३. *विसाव्या शतकातील महाराष्ट्र ४,* श्रीविद्या प्रकाशन, पुणे

__________ १९९५. *शोधता शोधता,* श्रीविद्या प्रकाशन, पुणे

__________ १९९६. *पुरोगामी सत्यशोधक अंक ३,* जुलै-ऑगस्ट सप्टेंबर

__________ १९९७. *विसाव्या शतकातील महाराष्ट्र ५,* श्रीविद्या प्रकाशन, पुणे

__________ १९९८. *पुरोगामी सत्यशोधक अंक २,* एप्रिल-मे-जून

__________ १९९८. *नथुरामायण,* अक्षर प्रकाशन, मुंबई

__________ १९९९. *डॉ. आंबेडकरांचे मारेकरी अरुण शौरी,* लोकवाङ्मय गृह, मुंबई

__________ २००५. *विसाव्या शतकातील महाराष्ट्र २,* श्रीविद्या प्रकाशन, पुणे

__________ २००५. *विसाव्या शतकातील महाराष्ट्र १,* श्रीविद्या प्रकाशन, पुणे

बागुल, गुलाबराव १९८९. *रिडल्स वादळ आणि वादंग,* साकेत प्रकाशन, औरंगाबाद
बागुल, बाबूराव १९९५. *आंबेडकरी भारत भाग २,* सुगावा प्रकाशन, पुणे
भट, विठ्ठलराय १९९२. *सामाजिक क्रांतीचा अग्रदूत डॉ. बाबासाहेब आंबेडकर,* अनुराधा प्रकाशन, आंबिवली
भागवत, दुर्गा १९८८. *रामकृष्णांचे कोडे,* वरदा बुक्स, पुणे
मनोहर, यशवंत १९८८. *डॉ. बाबासाहेब आंबेडकरांचा बुद्धधम्म,* संपादक रमेश जीवने, यवतमाळ
____________ १९९१. *डॉ. बाबासाहेब आंबेडकर : एक शक्तिवेध,* संघमित्रा प्रकाशन, नागपूर
____________ २००५. *दलित साहित्याचे नामांतर आंबेडकरवादी साहित्य,* युगसाक्षी प्रकाशन, नागपूर
____________ २००५. *डॉ. आंबेडकरांनी मनुस्मृती का जाळली?* युगसाक्षी प्रकाशन, नागपूर
मंगळवेढेकर, राजा १९८७. *डॉ. बाबासाहेब आंबेडकर,* ज्योत्स्ना प्रकाशन, मुंबई
माने, जी. बी. १९८६. *डॉ. बाबासाहेब यांचा दलित मुक्ती संग्राम,* पीपल्स एज्युकेशन सोसायटी
माळवे, विनयकुमार रघुनाथ १९८८. *व्याख्यानरूप डॉ. बाबासाहेब आंबेडकर,* प्रकाशक रघुनाथ नमाज माळवे, पुणे
मुगले, चंद्रकांत १९९७. *दीक्षाभूमीची चाळीस वर्षे,* सिद्धार्थ हस्तलिखित प्रकाशन
मून, मीनाक्षी (संपादिका) २००२, *फुले आंबेडकरी स्त्री चळवळ,* समता प्रकाशन, नागपूर
मून, वसंत १९९१. *डॉ. बाबासाहेब आंबेडकर,* नॅशनल बुक ट्रस्ट, दिल्ली
____________ १९९३. *फुले-आंबेडकर संशोधनातील प्रदूषणे,* सुगावा प्रकाशन, पुणे
____________ २०००. *समतेचे घोषकार आंबेडकर,* नॅशनल बुक ट्रस्ट, दिल्ली
____________ आणि हरी नरके (संपादक) २००२. *डॉ. बाबासाहेब आंबेडकर लेखन आणि भाषणे खंड १८ भाग १.* डॉ. बाबासाहेब आंबेडकर चरित्र साधने प्रकाशन समिती, मुंबई
____________ आणि हरी नरके (संपादक) २००२. *डॉ. बाबासाहेब आंबेडकर लेखन आणि भाषणे खंड १८ भाग २.* डॉ. बाबासाहेब

आंबेडकर चरित्र साधने प्रकाशन समिती, मुंबई

____________ आणि हरी नरके (संपादक) २००२. *डॉ. बाबासाहेब आंबेडकर लेखन आणि भाषणे खंड १८ भाग ३.* डॉ. बाबासाहेब आंबेडकर चरित्र साधने प्रकाशन समिती, मुंबई

मेश्राम, प्रदीप १९९३. *बोधिसत्व डॉ. बाबासाहेब धम्मदीक्षेचा इतिहास,* सुप्रिया प्रकाशन

मेश्राम, योगेंद्र १९८८. *क्रांतिप्रेरणा : डॉ. बाबासाहेब आंबेडकर,* परामिता साहित्य चळवळ, नागपूर

मेश्राम, योगेंद्र (संपादक) *रिडल्स मंथन,* परामिता साहित्य चळवळ, नागपूर

मेश्राम, योगेंद्र १९८८. *क्रांतिप्रेरणा,* पारमिता साहित्य चळवळ, नागपूर

मोडक, अशोक १९९०. *राष्ट्रपुरुष,* भारतीय विचार साधना

मोरे, दामोदर १९९४. *डॉ. आंबेडकर आणि विनोद :* एक शोध, ग्रंथाली, मुंबई

मोरे, शेषराव १९९८. *डॉ. आंबेडकरांचे सामाजिक धोरण* : एक अभ्यास, राजहंस प्रकाशन, पुणे

____________ आणि रवींद्र मोरे १९९८. *डॉ. आंबेडकर संघ सरकार आणि जनता.*

रघुवंशी, रमेश (संपादक) १९८७. *डॉ. बाबासाहेब आंबेडकरांचे अतिशय गाजलेले अग्रलेख,* रघुवंशी प्रकाशन, पुणे

____________ १९८८. *डॉ. बाबासाहेब आंबेडकरांचे प्रासंगिक विचार,* रघुवंशी प्रकाशन, पुणे

____________ १९८८. *डॉ. बाबासाहेब आंबेडकर यांचा जनतेला उपदेश व गोपाळबुवा वसंगकर यांचे उच्चवर्णियांविरुद्धचे जगातले पहिले विनंतीपत्रक,* रघुवंशी प्रकाशन, पुणे

____________ १९८८. *डॉ. बाबासाहेब आंबेडकरांचे गाजलेले लेख,* रघुवंशी प्रकाशन, पुणे

____________ १९८९. *डॉ. बाबासाहेब आंबेडकरलिखित राम व कृष्णाचे कोडे आणि भास्करराव जाधवलिखित रामायणावर नवा प्रकाश,* रघुवंशी प्रकाशन, पुणे

____________ १९८९. *डॉ. बाबासाहेब आंबेडकरांची अतिशय गाजलेली भाषणे,* रघुवंशी प्रकाशन, पुणे

____________ १९८९. *डॉ. बाबासाहेबांचा जनतेला संदेश,* रघुवंशी प्रकाशन, पुणे

————— १९८९. *डॉ. बाबासाहेब आंबेडकरांचे चिंतनात्मक लेख,* रघुवंशी प्रकाशन, पुणे

रत्तू, नानकचंद (अनुवाद - भास्कर भोळे) २०००. *डॉ. बाबासाहेब आंबेडकर : अनुभव आणि आठवणी,* साकेत प्रकाशन, औरंगाबाद

रणपिसे, आप्पासाहेब १९९९. *आंबेडकरी साहित्य संप्रदायाचे समालोचन,* प्रबेता प्रकाशन

राजस, वसंत २०००. *आंबेडकरी चळवळीचे मारेकरी,* सुगावा प्रकाशन, पुणे

रामटेके, कांबळे, नारदाळकर, १९८०. *बाबासाहेबांच्या सहवासातील सुवर्णक्षण,* मुक्तिसंग्राम प्रकाशन

रुके, आर., १९९६. *आंबेडकरी चळवळीतील कर्मवीर,* सम्यक प्रकाशन

रेगे, शां. शं. १९९१. *भीमपर्व डॉ. बाबासाहेब आंबेडकर,* सुगावा प्रकाशन, पुणे

रोकडे, ल. स. १९८८. *बाबासाहेब झाले नसते तर !,* अभिजित प्रकाशन, नागपूर

लिमये मधु (अनुवाद - अमरेंद्र / नंदू धनेश्वर) १९८६. *डॉ. आंबेडकर : एक चिंतन,* रचना प्रकाशन, मुंबई

लिंबाळे, शरणकुमार (संपादक) १९९१. *प्रज्ञासूर्य,* प्रचार प्रकाशन, कोल्हापूर

लोखंडे, हि. गो. (संकलक) २००२. *डॉ. आंबेडकरी हितशत्रूंच्या जाणिवा,* पंचशील प्रकाशन, कल्याण

वराळे, बळवंत हणमंतराव १९८८. *डॉ. आंबेडकरांच्या सांगाती,* श्रीविद्या प्रकाशन, पुणे

वराळे, राधाबाई १९९९. *मातोश्री रमाबाई आंबेडकर यांच्या सहवासात,* प्रबुद्ध भारत प्रकाशन

विभुते, भालभा १९९०. *भारताचे भाग्यविधाते डॉ. बाबासाहेब आंबेडकर,* प्रियदर्शी प्रकाशन, कोल्हापूर

वैद्य, प्रभाकर १९८१. *डॉ. आंबेडकर आणि त्यांचा धम्म,* शलाका प्रकाशन

शिंदे, गौतम १९९९. *भारतातील स्त्रियांची क्रांती व मुक्ती,* गौतम शिंदे

शेडगे, श्रीरंग (संपादक) १९८८. *डॉ. बाबासाहेब आंबेडकर यांचा तरुण विद्यार्थ्यांना उपदेश व मार्गदर्शन,* रघुवंशी प्रकाशन, पुणे

शेरके, रा. को. १९९४. *डॉ. बाबासाहेब आंबेडकरांचे राष्ट्रप्रेम आणि काही अविस्मरणीय प्रसंग,* वर्धा प्रकाशन, वर्धा

सबनीस, श्रीपाल १९९१. *भारतरत्न आणि बहिष्कृत भारत,* प्रियदर्शी प्रकाशन, कोल्हापूर

सहस्रबुद्धे, अ. म. (संपादक) १९९०. *भीमप्रेरणा-भारतरत्न बाबासाहेब आंबेडकर यांचे १०० मौलिक विचार,* राजा प्रकाशन, मुंबई

सुमेध, भिक्षु १९९४. *मी पाहिलेले बोधिसत्व डॉ. बाबासाहेब आंबेडकर,* कपिलवस्तु प्रकाशन, मुंबई

सुरवाडे, विजय गंगाराम (संपादक) १९८६. *पत्रव्यवहारातून डॉ. बाबासाहेब आंबेडकर खंड १ (१९१३-१९३५),* तथागत प्रकाशन, कल्याण

__________ २००२. *डॉ. बाबासाहेब आंबेडकरांची निवडक भाषणे, भाग १ ला,* लोकवाङ्मय गृह, मुंबई

__________ २००३. *समकालीन सहकाऱ्यांच्या आठवणींतील डॉ. बाबासाहेब आंबेडकर,* लोकवाङ्मय गृह, मुंबई

सोनको, सुनील आणि सोनकांबळे, नारायण, साबळे राम १९९३. *आंबेडकरी साहित्य आणि तत्त्वज्ञान,* अस्मिता शैक्षणिक धम्मविषयक साहित्यिक चळवळ

हातो, शंकरराव १९९२. *डॉ. बाबासाहेब आंबेडकर यांना समर्पित मानपत्र,* आनंद प्रकाशन

हिवराळे, सुखराम १९९९. *डॉ. बाबासाहेब आंबेडकर व्यक्ती आणि कार्य,* कौशल्य प्रकाशन

क्षीरसागर, रामचंद्र आणि इतर (संपादक) १९८०. *प्रबुद्ध भारतातील अग्रलेख,* आनंद प्रकाशन, औरंगाबाद

हिंदी

आंबेडकर, भीमराव 1992. *अस्पृश्यता,* मध्यप्रदेश हिंदी ग्रंथ अकादमी

__________ 1996. *भगवान बुद्ध और उनका धर्म,* अनुवाद - भदन्त आनन्द कौसल्याने, बुद्धभूमी प्रकाशन

__________ 2006. *भारतीय श्रमिक आंदोलन दशदिशा और दलित परिप्रेक्ष्य,* अनुवाद - रामगोपाल आजाद, समता प्रकाशन, नागपूर

कुबेर, डब्ल्यू. एन. *आधुनिक भारतके निर्माता डॉ. आंबेडकर,* भारत सरकार

जाटव, डी. आर. 1966. *डॉ. बी. आर. अम्बेदकरका समाजदर्शन,* समता साहित्य सदन

__________ 1966. *डॉ. अम्बेदकरका समाजदर्शन,* फिनिक्स पब्लिशिंग हाऊस

____________1966. *डॉ. अम्बेदकर के त्रयी सिद्धान्त,* समता साहित्य सदन

____________ और जाटव, शकुंतला 1984. *डॉ. अम्बेदकर व्यक्तित्व एवं कृतित्व*

____________ 1989. *डॉ. अम्बेदकर के आलोचक,* समता साहित्य सदन

____________1993. *डॉ. अम्बेदकर और मार्क्सवाद,* समता साहित्य सदन

टेग, महम्मद (सम्पादक) 1991. *श्रीराजा,* जम्मू ॲण्ड कश्मिर अकादेमी ऑफ आर्ट, कल्चर ॲण्ड लॅग्वेजेस

देवीलाल, 1989. *डॉ. बाबासाहेब भीमराव अम्बेदकर की दिनचर्या,* दलित दुडे प्रकाशन

भगवानदास, 1991. *डॉ. आंबेडकर के विचार,* मध्यप्रदेश हिंदी ग्रंथ अकादमी

भवार, एस. डी. 2006. *धम्मचक्र प्रवर्तन दिन,* शील प्रकाशन

भारती, धर्मवीर 1988. *बालक आंबेडकर,* शेष साहित्य

शास्त्री, सोहनलाल 1981. *बाबासाहब डॉ. अम्बेदकर के संपर्क में पचीस साल,* सिद्धार्थ साहित्य सदन

सिंह, राम गोपाल 1991. *डॉ. आंबेडकर के सामाजिक विचार,* मध्यप्रदेश हिंदी ग्रंथ अकादमी

____________1992. *डॉ. आंबेडकर समाज वैज्ञानिक,* मध्यप्रदेश हिंदी ग्रंथ अकादमी

गुजराती

जोतीकर १९९१. *गुजरातनी आंबेडकरी चळवळीनो इतिहास,* डॉ. बाबासाहेब आंबेडकर जन्मशताब्दी समिती

जोतीकर १९९४. *डॉ. बाबासाहेब आंबेडकर (जीवन चरित्र),* सावित्री शिक्षण विभाग

पटेल सुंदरलाल, परमार रमेशचन्द्र १९८८. *डॉ. आंबेडकर प्रतिमा विवाद संघर्ष*

परमार, एम. के. १९९२. *हुं. छुं.* सस्नेह, डॉ. बाबासाहेब आंबेडकर जन्मशताब्दी समिती

बक्षी उपेन्द्र, परमार रमेशचन्द्र *अपूर्व या इतिहास पुरुष का उपेक्षित*

मूर्ती, के. एस. १९९३. *डॉ. आंबेडकर संपूर्ण अक्षर देहे ग्रंथ,* कल्याण मंत्रालय

सूची